ਵੱਡੇ ਕਾਰਨਾਮੇ -

- 2026 ਐਡੀਸ਼ਨ - 2

ਪੇਸ਼ ਕਰਦੇ ਹੋਏ - ਜੌਨ ਜੀ. ਲੇਕ - ਕੈਥਰੀਨ ਕੁਹਲਮੈਨ - ਲੈਸਟਰ ਸਮਰਾਲ - ਫ੍ਰੈਂਕ ਅਤੇ ਇਡਾ ਮੇ ਹੈਮੰਡ - ਡੇਰੇਕ ਪ੍ਰਿੰਸ - ਨੋਵਲ ਹੇਅਸ - ਜੋਸਫ਼ ਅਯੋ ਬਾਬਾਲੋਲਾ - ਰਾਬਰਟ ਸੈਮਬਾਚ

ਤੁਸੀ ਇਸੇ ਲਈ ਪੈਦਾ ਹੋਏ ਹੋ - ਇਲਾਜ, ਛੁਟਕਾਰਾ ਅਤੇ ਬਹਾਲੀ - ਮਹਾਨ ਲੋਕਾਂ ਤੋਂ ਕਵਿੰ ਪਤਾ ਲਗਾਓ

ਗ੍ਰੇਟਰ ਐਕਸਪਲੋਇਟਸ ਸੀਰੀਜ਼ 1

ਰਾਜਦੂਤ ਸੋਮਵਾਰ ਓ. ਓਗਬੇ ਦੁਆਰਾ; ਜ਼ਕੈਰੀਅਸ ਗੌਡਸੀਗਲ

Table of Contents

ਵੱਡੇ ਕਾਰਨਾਮੇ - 1

-ਕਿਤਾਬ ਬਾਰੇ

ਗ੍ਰੇਟਰ ਐਕਸਪਲੋਇਟਸ - 1 (2026 ਐਡੀਸਨ)
ਤੁਸੀ ਇਸ ਲਈ ਪੈਦਾ ਹੋਏ ਹੋ — ਚੰਗਾਈ, ਛੁਟਕਾਰਾ, ਅਤੇ ਬਹਾਲੀ
ਹੁਣ 50 ਭਾਸ਼ਾਵਾਂ ਵਿੱਚ ਅਨੁਵਾਦ ਕੀਤਾ ਗਿਆ ਹੈ।

ਕੀ ਹੁੰਦਾ ਜੇ ਬਾਈਬਲ ਵਿਚਲੇ ਚਮਤਕਾਰ ਇਤਿਹਾਸ ਨਾ ਹੁੰਦੇ... ਪਰ ਤੁਹਾਡੀ ਵਿਰਾਸਤ ਹੁੰਦੀ?
"ਗ੍ਰੇਟਰ ਐਕਸਪਲੋਇਟਸ - 1" ਵਿੱਚ , ਤੁਹਾਨੂੰ ਧਰਮ-ਗ੍ਰੰਥ ਵਿੱਚ ਅਧਾਰਤ ਅਤੇ ਪਿਛਲੇ 100 ਸਾਲਾਂ ਦੇ ਕੁਝ ਸਭ ਤੋਂ ਪ੍ਰਭਾਵਸ਼ਾਲੀ ਇਲਾਜ ਸੇਵਕਾਂ ਦੇ ਜੀਵਨ ਦੁਆਰਾ ਪ੍ਰਕਾਸ਼ਮਾਨ - ਇਲਾਜ, ਮੁਕਤੀ ਅਤੇ ਬਹਾਲੀ ਦੀ ਇੱਕ ਸ਼ਕਤੀਸ਼ਾਲੀ, ਵਿਸ਼ਵਾਸ-ਅਧਾਰਤ ਜਾਤਰਾ ਵਿੱਚ ਸੱਦਾ ਦਿੱਤਾ ਗਿਆ ਹੈ।
ਦੇ ਜੀਵਨ ਅਤੇ ਗਵਾਹੀਆਂ ਦੀ ਵਿਸ਼ੇਸ਼ਤਾ:
ਜੌਨ ਜੀ. ਲੇਕ
ਕੈਥਰੀਨ ਕੁਲਮੈਨ
ਲੈਸਟਰ ਸਮਰਾਲ
ਫ੍ਰੈਂਕ ਅਤੇ ਇਡਾ ਮੇ ਹੈਮੰਡ
ਡੈਰੇਕ ਪ੍ਰਿੰਸ
ਨੌਰਵੇਲ ਹੇਅਸ
ਜੋਸਫ਼ ਅਯੋ ਬਾਬਲੋਲਾ
ਰਾਬਰਟ ਸ਼ਾਂਬਾਚ
ਇਹ ਕਿਤਾਬ ਕਹਾਣੀਆਂ ਸੁਣਾਉਣ ਤੋਂ ਵੱਧ ਕੁਝ ਕਰਦੀ ਹੈ। ਇਹ ਤੁਹਾਨੂੰ ਲੈਸ ਕਰਦੀ ਹੈ।

ਕੀ ਤੁਸੀ ਆਜ਼ਾਦੀ ਲਈ ਤਿਆਰ ਹੋ?

- ਕੀ ਤੁਸੀਂ ਬੇਵੱਸੀ, ਨਿਰਾਸ਼ਾ, ਜਾਂ ਹਾਰ ਦੇ ਚੱਕਰਾਂ ਤੋਂ ਥੱਕ ਗਏ ਹੋ?
- ਕੀ ਤੁਸੀਂ ਸਰੀਰਕ, ਭਾਵਨਾਤਮਕ, ਜਾਂ ਅਧਿਆਤਮਿਕ ਜ਼ੁਲਮ ਨਾਲ ਜੂਝ ਰਹੇ ਹੋ?
- ਕੀ ਪ੍ਰਾਰਥਨਾਵਾਂ ਦਾ ਜਵਾਬ ਨਹੀਂ ਮਿਲਿਆ?
- ਕੀ ਤੁਸੀਂ ਦੂਜਿਆਂ ਨੂੰ ਚੰਗਾ ਕਰਨ ਅਤੇ ਬਹਾਲੀ ਦੀ ਸੇਵਾ ਕਰਨ ਦੀ ਭੁੱਖ ਰੱਖਦੇ ਹੋ?

ਇਹ ਕਿਤਾਬ ਤੁਹਾਡੇ ਲਈ ਲਿਖੀ ਗਈ ਸੀ।

ਤੁਸੀ ਅੰਦਰ ਕੀ ਖੋਜੋਗੇ:

✓ ਇਲਾਜ ਅਤੇ ਛੁਟਕਾਰਾ ਦੇ 80 ਤੋਂ ਵੱਧ ਸ਼ਕਤੀਸ਼ਾਲੀ ਗਵਾਹੀਆਂ

✓ ਸੇਵਾ ਕਰਨ ਵਾਲੇ ਇਲਾਜ ਅਤੇ ਬਹਾਲੀ ਲਈ ਵਿਹਾਰਕ ਦਿਸ਼ਾ-ਨਿਰਦੇਸ਼

✓ ਮਰਕੁਸ 16:15-20 ਅਤੇ ਯੂਹੰਨਾ 14:12 ਵਿੱਚ ਜੜ੍ਹੀਆਂ ਹੋਈਆਂ ਸ਼ਾਸਤਰੀ ਨੀਂਹਾਂ

✓ ਇਲਾਜ ਅਤੇ ਛੁਟਕਾਰਾ ਬਾਰੇ ਆਮ ਸਵਾਲਾਂ ਦੇ ਜਵਾਬ

✓ ਸੱਤ ਨਾਜ਼ੁਕ ਅਧਿਆਤਮਿਕ ਸਥਿਤੀਆਂ ਜੋ ਸਫਲਤਾ ਨੂੰ ਸਰਗਰਮ ਕਰਦੀਆਂ ਹਨ

✓ ਅਸਲ-ਜੀਵਨ ਵਿਸ਼ਵਾਸ ਯਾਤਰਾਵਾਂ ਜੋ ਅਟੁੱਟ ਵਚਨਬੱਧਤਾ ਦਾ ਪ੍ਰਦਰਸ਼ਨ ਕਰਦੀਆਂ ਹਨ

ਪਾਠਕ ਇਸ ਕਿਤਾਬ ਦਾ ਵਰਣਨ ਇਸ ਤਰ੍ਹਾਂ ਕਰਦੇ ਹਨ:

"ਆਪਣੀ ਅਧਿਆਤਮਿਕ ਯਾਤਰਾ ਨੂੰ ਡੂੰਘਾ ਕਰਨ ਦੀ ਕੋਸ਼ਿਸ਼ ਕਰ ਰਹੇ ਪਾਠਕਾਂ ਲਈ ਇੱਕ ਸ਼ਕਤੀਸ਼ਾਲੀ ਅਤੇ ਵਿਸ਼ਵਾਸ-ਅਧਾਰਤ ਨੀਂਹ।"

"ਧਰਮ ਤੋਂ ਪਰੇ ਪ੍ਰੇਰਨਾਦਾਇਕ - ਨਿਰਸਵਾਰਥਤਾ ਅਤੇ ਵਚਨਬੱਧਤਾ ਦਾ ਇੱਕ ਵਿਆਪਕ ਸਬਕ।"

"ਵਿਸ਼ਵਾਸ ਅਤੇ ਇਲਾਜ ਦੇ ਸੱਚੇ ਪ੍ਰਮਾਣਾਂ ਨਾਲ ਭਰਿਆ ਹੋਇਆ... ਸ਼ਕਤੀਸ਼ਾਲੀ ਅਤੇ ਭਰਪੂਰ।"

ਇਹ ਸਿਧਾਂਤ ਨਹੀ ਹੈ। ਇਹ ਸਰਗਰਮੀ ਹੈ।

ਇਲਾਜ। ਛੁਟਕਾਰਾ। ਬਹਾਲੀ।

ਅਮੂਰਤ ਧਰਮ ਸ਼ਾਸਤਰ ਨਹੀਂ - ਪਰ ਅਮਲਯੋਗ ਵਿਸ਼ਵਾਸ।

ਤੁਸੀਂ ਪ੍ਰਾਪਤ ਕਰੋਗੇ:

- ਪ੍ਰਾਰਥਨਾਵਾਂ
- ਧਰਮ ਗ੍ਰੰਥ
- ਰਣਨੀਤਕ ਅਧਿਆਤਮਿਕ ਸੂਝ
- ਵਿਹਾਰਕ ਕਦਮ ਜੋ ਤੁਸੀਂ ਤੁਰੰਤ ਲਾਗੂ ਕਰ ਸਕਦੇ ਹੋ

ਇਹ ਇੱਕ ਸੇਵਕਾਈ ਸਰਗਰਮੀ ਦਸਤਾਵੇਜ਼ ਹੈ ਜੋ ਪੁਨਰ ਸੁਰਜੀਤੀ ਇਤਿਹਾਸ ਅਤੇ ਜੀਵਤ ਗਵਾਹੀ 'ਤੇ ਬਣਿਆ ਹੈ।

ਤੁਸੀ ਇਸੇ ਲਈ ਪੈਦਾ ਹੋਏ ਹੋ

ਯਿਸੂ ਨੇ ਯੂਹੰਨਾ 14:12 ਵਿੱਚ ਐਲਾਨ ਕੀਤਾ ਕਿ ਜਿਹੜੇ ਵਿਸ਼ਵਾਸ ਕਰਦੇ ਹਨ ਉਹ ਉਹੀ ਕੰਮ ਕਰਨਗੇ - ਅਤੇ ਵੱਡੇ ਕੰਮ।

ਸਵਾਲ ਇਹ ਨਹੀਂ ਹੈ ਕਿ ਕੀ ਵੱਡੇ ਕਾਰਨਾਮੇ ਸੰਭਵ ਹਨ।

ਸਵਾਲ ਇਹ ਹੈ ਕਿ ਕੀ ਤੁਸੀਂ ਹਾਂ ਕਹੋਗੇ।

ਜੇਕਰ ਤੁਸੀਂ ਡੂੰਘੇ ਵਿਸ਼ਵਾਸ ਦੇ ਭੁੱਖੇ ਹੋ...

ਜੇ ਤੁਸੀਂ ਆਜ਼ਾਦੀ ਚਾਹੁੰਦੇ ਹੋ...

ਜੇ ਤੁਸੀਂ ਦੂਜਿਆਂ ਨੂੰ ਬਹਾਲੀ ਵਿੱਚ ਚੱਲਣ ਵਿੱਚ ਮਦਦ ਕਰਨਾ ਚਾਹੁੰਦੇ ਹੋ...

ਫਿਰ ਅੱਗੇ ਵਧੋ।

ਵੱਡੇ ਕਾਰਨਾਮੇ ਹੁਣ ਸ਼ੁਰੂ ਹੁੰਦੇ ਹਨ।

ਐਮਾਜ਼ਾਨ ਸਮੀਖਿਆਵਾਂ

https://www.amazon.com/product-reviews/B0C7KY958F/

ਸੰਯੁਕਤ ਰਾਜ ਅਮਰੀਕਾ ਤੋਂ

5.0 ਵਿੱਚੋਂ 5 ਸਟਾਰ **ਆਪਣੀ ਅਧਿਆਤਮਿਕ ਯਾਤਰਾ ਨੂੰ ਡੂੰਘਾ ਕਰਨ ਦੀ ਕੋਸ਼ਿਸ਼ ਕਰ ਰਹੇ ਪਾਠਕਾਂ ਲਈ ਇੱਕ ਸ਼ਕਤੀਸ਼ਾਲੀ ਅਤੇ ਵਿਸ਼ਵਾਸ-ਅਧਾਰਤ ਨੀਂਹ।**

22 ਅਕਤੂਬਰ, 2024 ਨੂੰ ਸੰਯੁਕਤ ਰਾਜ ਅਮਰੀਕਾ ਵਿੱਚ ਸਮੀਖਿਆ ਕੀਤੀ ਗਈ

ਫਾਰਮੈਟ: ਕਿੰਡਲ **ਵੈਰੀਫਾਈਡ ਖਰੀਦ**

ਇਲਾਜ, ਮੁਕਤੀ, ਅਤੇ ਬਹਾਲੀ ਦੇ ਵਿਸ਼ਿਆਂ ਦੀ ਬਹੁਤ ਡੂੰਘਾਈ ਅਤੇ ਜਨੂੰਨ ਨਾਲ ਖੋਜ ਕੀਤੀ ਗਈ ਹੈ। ਇਹ ਕਿਤਾਬ ਨਕਾਰਾਤਮਕ ਸ਼ਕਤੀਆਂ ਤੋਂ ਛੁਟਕਾਰਾ ਪਾਉਣ, ਅੰਦਰੂਨੀ ਇਲਾਜ ਲੱਭਣ ਅਤੇ ਜੀਵਨ ਵਿੱਚ ਸ਼ਾਂਤੀ ਅਤੇ ਅਨੰਦ ਬਹਾਲ ਕਰਨ ਲਈ ਜ਼ਰੂਰੀ ਅਧਿਆਤਮਿਕ ਬੁਨਿਆਦਾਂ ਨੂੰ ਕਵਰ ਕਰਦੀ ਹੈ। ਇਹ ਸਿਰਫ਼ ਅਮੂਰਤ ਸੰਕਲਪ ਨਹੀਂ ਹਨ; ਲੇਖਕ ਪਾਠਕਾਂ ਨੂੰ ਪ੍ਰਾਰਥਨਾਵਾਂ, ਸ਼ਾਸਤਰਾਂ ਅਤੇ ਇਹਨਾਂ ਪਾਠਾਂ ਨੂੰ ਆਪਣੇ ਜੀਵਨ ਵਿੱਚ ਲਾਗੂ ਕਰਨ ਲਈ ਕਾਰਜਸ਼ੀਲ ਕਦਮਾਂ ਨਾਲ ਲੈਸ ਕਰਦਾ ਹੈ।

ਮਦਦਗਾਰ

ਪੌਨ ਵਿਰੂਲਰਾਕ

4.0 ਵਿੱਚੋਂ 5 ਸਟਾਰ **ਜ਼ਿੰਮੇਵਾਰਤਾ ਅਤੇ ਵਚਨਬੱਧਤਾ ਵਿੱਚ ਇੱਕ ਯੂਨੀਵਰਸਲ ਸਬਕ**

6 ਅਕਤੂਬਰ, 2024 ਨੂੰ ਸੰਯੁਕਤ ਰਾਜ ਅਮਰੀਕਾ ਵਿੱਚ ਸਮੀਖਿਆ ਕੀਤੀ ਗਈ

ਫਾਰਮੈਟ: ਕਿੰਡਲ **ਵੈਰੀਫਾਈਡ ਖਰੀਦ**

ਇੱਕ ਅਜਿਹੇ ਵਿਅਕਤੀ ਦੇ ਤੌਰ 'ਤੇ ਜੋ ਈਸਾਈ ਨਹੀਂ ਹੈ, ਮੈਂ ਸ਼ੁਰੂ ਵਿੱਚ "ਗ੍ਰੇਟਰ ਐਕਸਪਲੋਇਟਸ" - 1 ਨੂੰ ਸਿਰਫ਼ ਇਸਦੇ ਦਿਲਚਸਪ ਕਵਰ ਅਤੇ ਸਿਰਲੇਖ ਕਾਰਨ ਚੁਣਿਆ। ਮੈਂ ਇਸ ਬਾਰੇ ਉਤਸੁਕ ਸੀ ਕਿ "ਗ੍ਰੇਟਰ ਐਕਸਪਲੋਇਟਸ" ਦਾ ਕੀ ਅਰਥ ਹੋ ਸਕਦਾ ਹੈ। ਜਿਵੇਂ ਹੀ ਮੈਂ ਪੜ੍ਹਨਾ ਸ਼ੁਰੂ ਕੀਤਾ, ਮੈਨੂੰ ਹੈਰਾਨੀਜਨਕ ਤੌਰ 'ਤੇ ਪ੍ਰਭਾਵਸ਼ਾਲੀ ਕਹਾਣੀਆਂ ਮਿਲੀਆਂ, ਨਾ ਸਿਰਫ਼ ਧਾਰਮਿਕ ਦ੍ਰਿਸ਼ਟੀਕੋਣ ਤੋਂ, ਸਗੋਂ ਇੱਕ ਡੂੰਘਾਈ ਨਾਲ ਮਨੁੱਖੀ ਦ੍ਰਿਸ਼ਟੀਕੋਣ ਤੋਂ।

ਇਸ ਕਿਤਾਬ ਵਿੱਚ ਨਿਸਵਾਰਥਤਾ ਦੀ ਧਾਰਨਾ ਜੋ ਕੇਂਦਰੀ ਹੈ ਉਹ ਕੁਝ ਅਜਿਹਾ ਹੈ ਜੋ ਧਰਮ ਤੋਂ ਪਰੇ ਹੈ। ਵਿਸ਼ਵਾਸ ਦੀ ਪਰਵਾਹ ਕੀਤੇ ਬਿਨਾਂ, ਦੂਜਿਆਂ ਨੂੰ ਆਪਣੇ ਤੋਂ ਪਹਿਲਾਂ ਰੱਖਣ ਅਤੇ ਦੂਜਿਆਂ ਦੀ ਭਲਾਈ ਦੀ ਦੇਖਭਾਲ ਕਰਨ ਦਾ ਵਿਚਾਰ ਇੱਕ ਵਿਸ਼ਵਵਿਆਪੀ ਮੁੱਲ ਹੈ। ਇਸ ਕਿਤਾਬ ਵਿੱਚ ਦਰਸਾਏ ਗਏ ਵਿਅਕਤੀਆਂ - ਡੂੰਘੀ ਵਿਸ਼ਵਾਸ ਵਾਲੇ ਲੋਕਾਂ - ਨੇ ਦੂਜਿਆਂ ਦੀ ਮਦਦ ਕਰਨ ਲਈ ਆਪਣੀਆਂ ਜ਼ਿੰਦਗੀਆਂ ਸਮਰਪਿਤ ਕੀਤੀਆਂ। ਮੈਨੂੰ ਸਭ ਤੋਂ ਵੱਧ ਪ੍ਰਭਾਵਿਤ ਕਰਨ ਵਾਲੀ ਗੱਲ ਇਹ ਸੀ ਕਿ ਉਹ ਆਪਣੀ ਵਚਨਬੱਧਤਾ ਵਿੱਚ ਕਿੰਨੇ ਅਡੋਲ ਸਨ। ਆਪਣੀ ਯਾਤਰਾ ਦੀ ਸ਼ੁਰੂਆਤ ਤੋਂ ਲੈ ਕੇ ਆਪਣੀ ਜ਼ਿੰਦਗੀ ਦੇ ਅੰਤ ਤੱਕ, ਉਨ੍ਹਾਂ ਨੇ ਕਦੇ ਵੀ ਝਿਜਕਿਆ ਨਹੀਂ, ਕਦੇ ਵੀ ਧਿਆਨ ਨਹੀਂ ਗੁਆਇਆ। ਇਹ ਉਸ ਕਿਸਮ ਦੀ ਦ੍ਰਿੜਤਾ ਹੈ ਜੋ ਆਮ ਲੋਕਾਂ ਨੂੰ ਦੰਤਕਥਾਵਾਂ ਵਿੱਚ ਬਦਲ ਦਿੰਦੀ ਹੈ।

ਮੈਂ ਇਹ ਸੋਚਣ ਤੋਂ ਨਹੀਂ ਰਹਿ ਸਕਿਆ ਕਿ ਇਹ ਧਰਮ ਦੇ ਖੇਤਰ ਤੋਂ ਪਰੇ ਕਿਵੇਂ ਲਾਗੂ ਹੁੰਦਾ ਹੈ। ਦੂਜਿਆਂ ਦੀ ਸੇਵਾ ਕਰਨ ਲਈ ਉਹੀ ਸਮਰਪਣ ਪਰਉਪਕਾਰੀ, ਨਰਸਾਂ, ਅਧਿਆਪਕਾਂ ਅਤੇ ਅਣਗਿਣਤ ਵਿਅਕਤੀਆਂ ਵਿੱਚ ਦੇਖਿਆ ਜਾ ਸਕਦਾ ਹੈ ਜੋ ਦੁਨੀਆ ਨੂੰ ਬਿਹਤਰ ਬਣਾਉਣ ਲਈ ਚੁੱਪ-ਚਾਪ ਕੰਮ ਕਰਦੇ ਹਨ। ਭਾਵੇਂ ਇਹ ਲੋਕ ਲੱਖਾਂ ਲੋਕਾਂ ਨੂੰ ਪ੍ਰਭਾਵਿਤ ਕਰਦੇ ਹਨ ਜਾਂ ਇੱਕ-ਇੱਕ ਕਰਕੇ ਜ਼ਿੰਦਗੀਆਂ ਨੂੰ ਛੂਹਦੇ ਹਨ, ਸਿਧਾਂਤ ਇੱਕੋ ਜਿਹਾ ਹੈ—ਦੂਜਿਆਂ ਦੀ ਮਦਦ ਕਰਨਾ ਹੀ ਅਸਲ ਵਿੱਚ ਇੱਕ ਸਥਾਈ ਵਿਰਾਸਤ ਛੱਡਦਾ ਹੈ।

ਇਸ ਕਿਤਾਬ ਦੀਆਂ ਬਹੁਤ ਸਾਰੀਆਂ ਕਹਾਣੀਆਂ ਬਹੁਤ ਪ੍ਰੇਰਨਾਦਾਇਕ ਸਨ,

ਅਤੇ ਮੈਂ ਈਸਾਈ ਧਰਮ ਬਾਰੇ ਇੱਕ ਨਵੇਂ ਦ੍ਰਿਸ਼ਟੀਕੋਣ ਨਾਲ ਆਇਆ, ਜਿਸਨੂੰ ਮੈਂ ਪਹਿਲਾਂ ਨਹੀਂ ਜਾਣਦਾ ਸੀ। ਮੈਂ ਲੇਖਕ ਦੀ ਇਹ ਲਿਖਣ ਅਤੇ ਮੇਰੇ ਵਰਗੇ ਪਾਠਕਾਂ, ਜੋ ਸ਼ਾਇਦ ਵਿਸ਼ਵਾਸ ਤੋਂ ਜਾਣੂ ਨਹੀਂ ਹਨ, ਨੂੰ ਇਨ੍ਹਾਂ ਵਿਅਕਤੀਆਂ ਦੀ ਡੂੰਘੀ ਹਮਦਰਦੀ ਅਤੇ ਵਚਨਬੱਧਤਾ ਦੀ ਝਲਕ ਦੇਣ ਲਈ ਪ੍ਰਸ਼ੰਸਾ ਕਰਦਾ ਹਾਂ।

ਮੈਂ ਇਸ ਕਿਤਾਬ ਨੂੰ ਇਸਦੇ ਵਿਚਾਰ-ਉਕਸਾਉਣ ਵਾਲੇ ਅਤੇ ਪ੍ਰੇਰਨਾਦਾਇਕ ਸਮੱਗਰੀ ਲਈ ਚਾਰ ਸਿਤਾਰੇ ਦੇਵਾਂਗਾ।
ਇੱਕ ਵਿਅਕਤੀ ਨੂੰ ਇਹ ਮਦਦਗਾਰ ਲੱਗਿਆ।

ਕਿਰਪਾ ਪਰੇ

5.0 ਵਿੱਚੋਂ 5 ਸਟਾਰ ਮੈਨੂੰ ਹੀਲਿੰਗ ਦੀਆਂ ਕਹਾਣੀਆਂ ਬਹੁਤ ਪਸੰਦ ਹਨ!
24 ਅਕਤੂਬਰ, 2024 ਨੂੰ ਸੰਯੁਕਤ ਰਾਜ ਅਮਰੀਕਾ ਵਿੱਚ ਸਮੀਖਿਆ ਕੀਤੀ ਗਈ
ਫਾਰਮੈਟ: ਕਿੰਡਲ **ਵੈਰੀਫਾਈਡ ਖਰੀਦ**
ਵੱਡੇ ਕਾਰਨਾਮੇ—1: ਤੁਸੀਂ ਇਸ ਲਈ ਪੈਦਾ ਹੋਏ ਹੋ—ਇਲਾਜ, ਛੁਟਕਾਰਾ, ਅਤੇ ਬਹਾਲੀ ਸ਼ਾਨਦਾਰ ਹੈ! ਮੈਨੂੰ ਲੇਖਕ ਜਿਸ ਤਰ੍ਹਾਂ ਇਲਾਜ ਦੀ ਆਪਣੀ ਕਹਾਣੀ ਸ਼ੁਰੂ ਕਰਦਾ ਹੈ ਅਤੇ ਵਿਸ਼ਵਾਸ ਅਤੇ ਇਲਾਜ ਦੀਆਂ ਗਵਾਹੀਆਂ ਨਾਲ ਹੋਰ ਕਹਾਣੀਆਂ ਵੱਲ ਲੈ ਜਾਂਦਾ ਹੈ, ਉਹ ਬਹੁਤ ਪਸੰਦ ਹੈ। ਇੱਥੇ ਵਿਸ਼ਵਾਸ ਦੇ ਕੁਝ ਸੱਚੇ ਪ੍ਰਮਾਣ ਹਨ। ਇਹ ਬਹੁਤ ਦਿਲਚਸਪ ਅਤੇ ਸ਼ਕਤੀਸ਼ਾਲੀ ਹੈ। ਮੈਂ ਤੁਹਾਡੇ ਵਿਸ਼ਵਾਸ ਨੂੰ ਅਮੀਰ ਬਣਾਉਣ ਲਈ ਵੱਡੇ ਕਾਰਨਾਮੇ—1: ਤੁਸੀਂ ਇਸ ਲਈ ਪੈਦਾ ਹੋਏ ਹੋ—ਇਲਾਜ, ਛੁਟਕਾਰਾ, ਅਤੇ ਬਹਾਲੀ ਦੀ ਸਿਫ਼ਾਰਸ਼ ਕਰਦਾ ਹਾਂ।
ਇੱਕ ਵਿਅਕਤੀ ਨੂੰ ਇਹ ਮਦਦਗਾਰ ਲੱਗਿਆ।

ਵੱਡੇ ਕਾਰਨਾਮੇ - 1

- ਲੇਖਕ ਬਾਰੇ

ਮਸੀਹ ਦੇ ਰਾਜਦੂਤ, ਸੋਮਵਾਰ ਓਗਵੁਓਜੋ ਓਗਬੇ ਮਸੀਹ ਦੇ ਇੱਕ ਬਾਜ਼ਾਰ ਰਾਜਦੂਤ ਹਨ ਜਿਨ੍ਹਾਂ ਦਾ ਦਿਲ ਮਸੀਹ ਦੇ ਸਰੀਰ ਵਿੱਚ ਏਕਤਾ ਲਈ ਹੈ। 22 ਅਪ੍ਰੈਲ 2006, ਸ਼ਨੀਵਾਰ ਨੂੰ ਸਵੇਰੇ 5 ਵਜੇ ਪ੍ਰਭੂ ਯਿਸੂ ਮਸੀਹ ਨਾਲ ਉਨ੍ਹਾਂ ਦੀ ਆਹਮੋ-ਸਾਹਮਣੇ ਮੁਲਾਕਾਤ ਨੇ ਉਨ੍ਹਾਂ ਦੇ ਜੀਵਨ ਦਾ ਰਸਤਾ ਹਮੇਸ਼ਾ ਲਈ ਬਦਲ ਦਿੱਤਾ।

ਅੰਬੈਸਡਰ ਮੰਡੇ ਓ. ਓਗਬੇ ਓਪਨ ਮਿਨਿਸਟ੍ਰੀਜ਼, ਸੈਨ ਡਿਏਗੋ ਦੇ ਨਾਲ ਇੱਕ ਨਿਯੁਕਤ ਕੀਤੇ ਗਏ ਰੱਬ ਦੇ ਸੇਵਕ ਹਨ, ਜੋ ਕਿ ਇੱਕ ਗੈਰ-ਸੰਪ੍ਰਦਾਇਕ ਮੰਤਰਾਲਾ ਹੈ ਜੋ ਸੰਤਾਂ ਨੂੰ ਸਰਹੱਦਾਂ ਤੋਂ ਬਿਨਾਂ ਮੰਤਰਾਲਿਆਂ ਦੇ ਕੰਮ ਲਈ ਲਾਂਚ ਕਰਦਾ ਹੈ। ਸੋਮਵਾਰ ਕ੍ਰਿਸ਼ਚੀਅਨ ਲੀਡਰਸ਼ਿਪ ਇੰਸਟੀਚਿਊਟ (CLI) https://www.christianleadersinstitute.org/ ਦੇ ਜੀਵਨ ਭਰ ਸਿੱਖਣ ਵਾਲੇ ਅਤੇ ਕ੍ਰਿਸ਼ਚੀਅਨ ਲੀਡਰਸ਼ਿਪ ਅਲਾਇੰਸ (CLA) ਸਪਰਿੰਗ ਲੇਕ, ਮਿਸ਼ੀਗਨ, ਅਮਰੀਕਾ ਦੇ ਮੈਂਬਰ ਵਜੋਂ ਨਾਮਜ਼ਦ ਹੈ।

ਇੱਕ ਆਈਸੀਟੀ ਮਾਹਰ ਹੋਣ ਦੇ ਨਾਤੇ, ਉਹ ਆਪਣੀ ਕਲਾ ਦੀ ਵਰਤੋਂ ਆਪਣੀ ਸੇਵਕਾਈ ਸਾਈਟ otakada.org - ਓਟਾਕਾਡਾ ਸਾਈਬਰ ਚਰਚ ਮੰਤਰਾਲਿਆਂ ਦੇ ਇੱਕ ਮੰਤਰੀ, ਇੱਕ ਕੰਧਾਂ, ਸਰਹੱਦਾਂ ਅਤੇ ਸੰਪਰਦਾਵਾਂ ਤੋਂ ਬਿਨਾਂ ਇੱਕ ਚਰਚ ਰਾਹੀਂ ਔਨਲਾਈਨ ਖੋਜੀਆਂ ਤੱਕ ਪਹੁੰਚਣ ਅਤੇ ਵਿਸ਼ਵਾਸੀਆਂ ਦੇ ਸਮੂਹ ਨੂੰ ਸੇਵਕਾਈ ਦੇ ਕੰਮ ਲਈ ਤਿਆਰ ਕਰਨ ਲਈ ਕਰਦਾ ਹੈ ਜਿੱਥੇ 2 ਮਿਲੀਅਨ ਤੋਂ ਵੱਧ ਈਸਾਈ ਕੇਂਦ੍ਰਿਤ ਸਮੱਗਰੀ ਹੈ ਜੋ ਹੁਣ ਖੋਜੀਆਂ ਅਤੇ ਈਸਾਈਆਂ ਦੋਵਾਂ ਦੇ ਵਿਸ਼ਵਵਿਆਪੀ ਦਰਸ਼ਕਾਂ ਨੂੰ ਹੋਸਟ ਅਤੇ ਵੰਡੀ ਜਾਂਦੀ ਹੈ।

Otakada.org ਦੀ ਸਮੱਗਰੀ ਹਰ ਮਹੀਨੇ ਪੰਜ ਲੱਖ ਤੋਂ ਵੱਧ ਔਨਲਾਈਨ ਦਰਸ਼ਕਾਂ ਤੱਕ ਪਹੁੰਚਦੀ ਹੈ ਅਤੇ ਵਧਦੀ ਜਾ ਰਹੀ ਹੈ!

ਸੋਮਵਾਰ ਨੂੰ "ਇਨਫ ਇਜ਼ ਇਨਫ ਟੂ ਕੈਪਟੀਵਿਟੀ" ਦਾ ਆਯੋਜਨ ਕੀਤਾ ਜਾ ਰਿਹਾ ਹੈ ਅਤੇ ਮਸੀਹ ਵਿੱਚ ਆਜ਼ਾਦੀ ਵਿੱਚ ਤੁਹਾਡਾ ਸਵਾਗਤ ਹੈ, ਇਲਾਜ, ਛੁਟਕਾਰਾ, ਅਤੇ ਬਹਾਲੀ ਲਈ ਤਿਆਰ ਕੀਤੀ ਗਈ ਲੜੀ ਜਿੱਥੇ ਉਹ ਸੰਤਾਂ ਨੂੰ ਆਪਣੇ ਦਾਇਰੇ ਦੇ ਅੰਦਰ ਅਤੇ ਬਾਹਰ ਆਪਣੇ ਆਪ ਅਤੇ ਦੂਜਿਆਂ ਨੂੰ ਇਲਾਜ, ਛੁਟਕਾਰਾ, ਅਤੇ ਬਹਾਲੀ ਦੀ ਸੇਵਾ ਕਰਨ ਲਈ ਸਿਖਾਉਂਦਾ ਹੈ ਅਤੇ ਤਿਆਰ ਕਰਦਾ ਹੈ - ਇਲਾਜ ਬੱਚਿਆਂ ਦੀ ਰੋਟੀ ਹੈ ਅਤੇ ਅਵਿਸ਼ਵਾਸੀਆਂ ਲਈ ਇੱਕ ਨਿਸ਼ਾਨੀ ਹੈ ਕਿ ਸਾਡੇ ਸੱਦੇ ਦੀ ਉਮੀਦ ਲਈ ਪਰਮਾਤਮਾ ਦੀ ਪੁਸ਼ਟੀ ਕੀਤੀ ਜਾਵੇ। ਅਸੀਂ ਪਰਮਾਤਮਾ ਦੀ ਮਹਿਮਾ ਲਈ ਸ਼ਾਨਦਾਰ ਇਲਾਜ, ਛੁਟਕਾਰਾ ਅਤੇ ਬਹਾਲੀ ਹੁੰਦੀ ਵੇਖੀ ਹੈ!

ਉਸਨੇ ਕਈ ਕਿਤਾਬਾਂ ਲਿਖੀਆਂ ਹਨ: ਦ ਪ੍ਰੈਕਟੀਕਲ ਸਕੂਲ ਆਫ਼ ਦ ਹੋਲੀ ਸਪਿਰਟ 8 ਉਪ-ਸਿਰਲੇਖਾਂ ਵਿੱਚ; 2020 ਪ੍ਰੋਫੈਟਿਕ ਬ੍ਰੇਕਿੰਗ ਨਿਊਜ਼ ਭਾਗ 1 ਵਿੱਚੋਂ 4; 2 ਵਿੱਚੋਂ 4; 3 ਵਿੱਚੋਂ 4; ਰੱਬ ਦੇ ਮੰਦਰ ਵਿੱਚ ਸੈਕਸ - ਆਪਣੀ ਜ਼ਿੰਦਗੀ ਵਿੱਚ ਜਿਨਸੀ ਅਨੈਤਿਕਤਾ ਅਤੇ ਭਾਵਨਾਤਮਕ ਜਾਲਾਂ ਨੂੰ ਸਮਝਣ, ਪਛਾਣਨ ਅਤੇ ਦੂਰ ਕਰਨ ਦੇ 15 ਆਸਾਨ ਤਰੀਕੇ; ਸਰਹੱਦ ਰਹਿਤ - ਕੰਧਾਂ, ਸਰਹੱਦਾਂ ਅਤੇ ਸੰਪ੍ਰਦਾਵਾਂ ਤੋਂ ਬਿਨਾਂ ਵਿਸ਼ਵਾਸੀਆਂ ਦੇ ਇੱਕ ਚਰਚ ਭਾਈਚਾਰੇ ਦੀ ਕਲਪਨਾ ਅਤੇ ਅਨੁਭਵ ਕਰਨਾ; ਸਮਝ ਦੀ ਦੁਨੀਆ ਵਿੱਚ ਭੱਜਣਾ - ਮੁਸਲਮਾਨ ਈਸਾਈਆਂ ਅਤੇ ਹਰ ਜਗ੍ਹਾ ਲੋਕਾਂ ਵਿਰੁੱਧ ਨਫ਼ਰਤ ਦਾ ਇਲਾਜ; ਬੇਪਰਵਾਹ: - ਚੇਲੇ ਬਣਾਓ ਜਾਓ, ਚੇਲੇ ਕਿਵੇਂ ਬਣਾਉਣੇ ਹਨ ਇੱਕ ਵਿਹਾਰਕ ਕਿਤਾਬ; ਜੀਵਨ ਦੀ ਲੜਾਈ ਰੋਜ਼ਾਨਾ ਜਿੱਤੋ - ਰੋਜ਼ਾਨਾ ਜੀਵਨ ਜਿੱਤਣ ਲਈ ਤਿਆਰ ਧਰਮ ਗ੍ਰੰਥ ਦਾ ਇੱਕ ਰੋਜ਼ਾਨਾ ਐਲਾਨ; ਅਲੌਕਿਕ ਪਰਮਾਤਮਾ ਨੂੰ ਸ਼ਾਮਲ ਕਰਨਾ - ਰੱਬ ਬੋਲਣ ਲਈ ਉਤਸੁਕ ਹੈ ਕੀ ਅਸੀਂ ਸੁਣਨ ਅਤੇ ਜਵਾਬ ਦੇਣ ਲਈ ਭੁੱਖੇ ਹਾਂ; ਆਪਣੇ ਅੰਦਰ ਕੱਚੀ ਅਗਨੀ ਸ਼ਕਤੀ ਨੂੰ ਜਗਾਓ - ਜਿੱਥੇ ਪਵਿੱਤਰ ਆਤਮਾ ਸਾਡੇ ਰਾਹੀਂ ਕਾਰਨਾਮੇ ਕਰਨ ਲਈ ਉਪਲਬਧ ਹੈ ਅਤੇ ਜਨਵਰੀ ਤੋਂ ਦਸੰਬਰ ਤੱਕ 12 ਲੜੀ ਦੀਆਂ ਮੁਫ਼ਤ ਪੁਨਰ ਸੁਰਜੀਤੀ ਪ੍ਰਾਰਥਨਾਵਾਂ - ਸਾਡੇ ਆਲੇ ਦੁਆਲੇ ਦੇ ਚਰਚ ਭਾਈਚਾਰੇ ਵਿੱਚ ਸਾਡੇ ਜੀਵਨ ਵਿੱਚ

ਪੁਨਰ ਸੁਰਜੀਤੀ ਲਈ ਪ੍ਰਾਰਥਨਾ ਕਰਨਾ ਅਤੇ ਕਈ ਭਾਸ਼ਾਵਾਂ ਵਿੱਚ ਅਨੁਵਾਦ ਕੀਤੇ ਗਏ ਹੋਰ ਸਿਰਲੇਖਾਂ ਦੀ ਇੱਕ ਮੇਜ਼ਬਾਨੀ।

ਉਹ ਇੱਕ ਹਫ਼ਤਾਵਾਰੀ ਬਲੌਗ ਪ੍ਰਕਾਸ਼ਤ ਕਰਦਾ ਹੈ ਜੋ ਸੋਸ਼ਲ ਮੀਡੀਆ, ਸੈਟੇਲਾਈਟ ਪ੍ਰਸਾਰਣ ਅਤੇ ਆਪਣੀ ਪ੍ਰਕਾਸ਼ਨ ਵੈੱਬਸਾਈਟ otakada.org 'ਤੇ ਦਰਸ਼ਕਾਂ ਤੱਕ ਪਹੁੰਚਦਾ ਹੈ।

ਬਲੌਗ ਲਿੰਕ:
https://www.otakada.org/category/blog/

ਐਮਾਜ਼ਾਨ ਲੇਖਕ ਅੰਬੈਸਡਰ ਸੋਮਵਾਰ ਓ. ਓਗਬੇ ਪੇਜ ਗ੍ਰੇਟਰ ਐਕਸਪਲੋਇਟਸ ਸੀਰੀਜ਼ ਦੇ ਨਾਲ https://www.amazon.com/~/e/B07MSBPFNX

ਐਮਾਜ਼ਾਨ ਜ਼ੈਕਰੀਆਸ ਗੌਡਸੀਗਲ ਪੰਨਾ

https://www.amazon.com/stores/Zacharias-Godseagle/author/B0FCZ89D4K

ਉਹ ਕੰਫਰਟ ਨਾਲ ਵਿਆਹਿਆ ਹੋਇਆ ਹੈ ਅਤੇ ਉਸਦੇ ਚਾਰ ਬੱਚੇ ਹਨ - ***ਡਾਇਨਾ ਓਡਜੋ, ਜੋਸਫ.- ਓਜੀਮਾ, ਡੇਵਿਡ - ਓਜੋਨੋਗਵਾ ਅਤੇ ਇਸਹਾਕ - ਉਨੇਕਵੂ।***

ਵੱਡੇ ਕਾਰਨਾਮੇ - 1

- ਮੈਨੂੰ ਕਵਿੱ ਪਕਾਇਆ ਗਿਆ ਅਤੇ ਹੀਲਿੰਗ, ਡਲੀਵਰੈਂਸ ਅਤੇ ਰੀਸਟੋਰੇਸ਼ਨ ਮਨਿਸਿਟਰੀ ਵਚਿੱ ਧੱਕਿਆ ਗਿਆ

ਦੋਸਤੋ, ਮੈਨੂੰ ਨਹੀਂ ਪਤਾ ਕਿ ਇਸ ਭਾਗ ਨੂੰ ਕਿਵੇਂ ਸ਼ੁਰੂ ਕਰਾਂ। ਪਰ, ਇਸਦਾ ਲੰਮਾ ਅਤੇ ਛੋਟਾ ਪਹਿਲੂ ਇਹ ਹੈ ਕਿ ਮੇਰੀ ਧਾਰਨਾ ਤੋਂ ਹੀ, ਇਲਾਜ, ਮੁਕਤੀ ਅਤੇ ਬਹਾਲੀ ਸ਼ੁਰੂ ਹੋ ਗਈ ਸੀ - ਮੇਰੀ ਮਾਂ ਦੀ ਕੁੱਖ ਤੋਂ ਹੀ। ਇਹ ਕਿਵੇਂ ਹੈ?

ਮੇਰੀ ਮੰਮੀ, ਜੋ ਕਿ ਇੱਕ ਸਿਖਲਾਈ ਪ੍ਰਾਪਤ ਮੈਡੀਕਲ ਦਾਈ ਨਰਸ ਸੀ, ਨੂੰ ਜਦੋਂ ਪਤਾ ਲੱਗਾ ਕਿ ਉਹ ਇੱਕ ਅਜਿਹੇ ਆਦਮੀ ਲਈ ਗਰਭਵਤੀ ਹੈ ਜੋ ਉਸਦਾ ਪਤੀ ਨਹੀਂ ਹੈ - ਕਿਉਂਕਿ ਉਹ ਆਪਣੇ ਪਹਿਲੇ ਪਤੀ ਤੋਂ ਲਗਭਗ 4 ਸਾਲਾਂ ਤੋਂ ਵੱਖ ਰਹੀ ਸੀ, ਤਾਂ ਉਸਨੇ ਗਰਭਪਾਤ ਕਰਵਾਉਣ ਦਾ ਫੈਸਲਾ ਕੀਤਾ।

ਇੱਕ ਹੋਰ ਡਾਕਟਰ ਦੀ ਮਦਦ ਨਾਲ, ਉਨ੍ਹਾਂ ਨੇ ਮੈਨੂੰ ਨਿਰਧਾਰਤ ਸਮੇਂ ਤੋਂ ਪਹਿਲਾਂ ਕੁੱਖ ਵਿੱਚੋਂ ਬਾਹਰ ਕੱਢਣ ਲਈ ਹਰ ਸੰਭਵ ਕੋਸ਼ਿਸ਼ ਕੀਤੀ ਪਰ ਪਰਮਾਤਮਾ ਨੇ ਮੈਨੂੰ ਉਨ੍ਹਾਂ ਤੋਂ ਛੁਡਾਇਆ - ਕੀ ਮੈਂ ਕਹਿ ਸਕਦਾ ਹਾਂ, ਉਸ ਸ਼ੈਤਾਨ ਤੋਂ ਜੋ ਮੇਰੀ ਜ਼ਿੰਦਗੀ 'ਤੇ ਬ੍ਰਹਮ ਕਿਸਮਤ ਨੂੰ ਖਤਮ ਕਰਨਾ ਚਾਹੁੰਦਾ ਸੀ। ਇਹ ਸ਼ੈਤਾਨ ਦੇ ਜਬਾੜੇ ਤੋਂ ਪਹਿਲੀ ਛੁਟਕਾਰਾ ਸੀ।

ਦੂਜੀ ਛੁਟਕਾਰਾ ਅਤੇ ਬਹਾਲੀ ਇਹ ਸੀ ਕਿ, ਮੇਰੇ ਜਨਮ ਤੋਂ ਕੁਝ ਮਹੀਨਿਆਂ ਬਾਅਦ, ਮੇਰੇ ਜੈਵਿਕ ਪਿਤਾ ਅਤੇ ਮੇਰੀ ਮਾਂ ਦੇ ਪਹਿਲੇ ਪਤੀ ਵਿਚਕਾਰ ਇੱਕ ਅਦਾਲਤੀ ਕੇਸ ਸ਼ੁਰੂ ਹੋਇਆ ਤਾਂ ਜੋ ਇਹ ਨਿਰਧਾਰਤ ਕੀਤਾ ਜਾ ਸਕੇ ਕਿ ਅਸਲ ਵਿੱਚ ਮੇਰਾ ਮਾਲਕ ਕੌਣ ਹੋਣਾ ਚਾਹੀਦਾ ਹੈ। ਮੇਰੇ ਜੈਵਿਕ ਪਿਤਾ ਨੇ ਕੇਸ ਜਿੱਤ ਲਿਆ। ਇਹ ਦੂਜੀ ਛੁਟਕਾਰਾ ਅਤੇ ਬਹਾਲੀ ਸੀ।

ਤੀਜਾ ਇਲਾਜ, ਛੁਟਕਾਰਾ ਅਤੇ ਬਹਾਲੀ ਉਦੋਂ ਹੋਈ ਜਦੋਂ ਮੈਂ ਆਪਣੀ ਦਾਦੀ ਨਾਲ ਪੰਜ ਸਾਲ ਦੀ ਉਮਰ ਵਿੱਚ ਰਹਿ ਰਹੀ ਸੀ (5), ਮੈਂ ਸੋਡਾ ਕੈਮੀਕਲ ਦੇਖਿਆ, ਮੇਰੀ ਦਾਦੀ ਨੇ ਸਾਬਣ ਬਣਾਉਣ ਲਈ ਖਰੀਦਿਆ - ਇਹ ਖੰਡ ਵਰਗਾ ਲੱਗ ਰਿਹਾ ਸੀ। ਮੈਂ ਸੋਡਾ ਦੀ ਇੱਕ ਵੱਡੀ ਮਾਤਰਾ ਲਈ ਅਤੇ ਇਸਨੂੰ ਨਿਗਲ ਲਿਆ। ਮੇਰੀ ਜੀਭ ਪਿਘਲਣ ਲੱਗੀ, ਹਰ ਜਗ੍ਹਾ ਖੂਨ ਸੀ। ਮੇਰੀ ਜੀਭ ਸੁੱਜ ਗਈ। ਮੈਂ ਕਈ ਦਿਨਾਂ ਤੱਕ ਗੱਲ ਨਹੀਂ ਕਰ ਸਕਿਆ! ਪਰਮਾਤਮਾ ਦੀ ਇਲਾਜ ਸ਼ਕਤੀ ਲਈ ਪਰਮਾਤਮਾ ਦਾ ਧੰਨਵਾਦ। ਮੈਂ ਦੁਬਾਰਾ ਠੀਕ ਹੋ ਗਿਆ, ਮੁਕਤੀ ਅਤੇ ਬਹਾਲ ਹੋ ਗਿਆ। ਮੇਰੀ ਜੀਭ ਠੀਕ ਹੋ ਗਈ। ਮੈਂ ਅੱਜ ਇਸ ਤਰ੍ਹਾਂ ਗੱਲ ਕਰ ਸਕਦੀ ਹਾਂ ਜਿਵੇਂ ਮੇਰੀ ਜੀਭ ਨੂੰ ਕਦੇ ਕੁਝ ਨਹੀਂ ਹੋਇਆ ਹੋਵੇ।

ਚੌਥੀ ਛੁਟਕਾਰਾ ਅਤੇ ਬਹਾਲੀ ਮੇਰੀ ਦਾਦੀ ਵੱਲੋਂ ਸੀ। ਉਸਨੇ ਮੈਨੂੰ ਮੇਰੇ ਜੈਵਿਕ ਪਿਤਾ ਨੂੰ ਸੌਂਪਣ ਤੋਂ ਇਨਕਾਰ ਕਰ ਦਿੱਤਾ। ਇਹੀ ਕਾਰਨ ਸੀ ਕਿ ਮੈਂ ਉਸਦੇ ਨਾਲ ਰਹਿ ਰਹੀ ਸੀ। ਪਰ ਰੱਬ ਦਾ ਸ਼ੁਕਰ ਹੈ, 6 ਸਾਲ ਦੀ ਉਮਰ ਵਿੱਚ, ਉਸਨੇ ਮੈਨੂੰ ਆਪਣੇ ਪਿਤਾ ਕੋਲ ਜਾਣ ਲਈ ਛੱਡ ਦਿੱਤਾ।

ਪੰਜਵਾਂ ਇਲਾਜ, ਛੁਟਕਾਰਾ ਅਤੇ ਬਹਾਲੀ ਮੇਰੇ ਪਿਤਾ ਜੀ ਦੇ ਘਰ ਹੋਈ। ਮੇਰੇ ਜੈਵਿਕ ਪਿਤਾ ਬਹੁ-ਵਿਆਹ ਵਾਲੇ ਸਨ - ਉਨ੍ਹਾਂ ਦੀਆਂ ਚਾਰ ਪਤਨੀਆਂ ਸਨ। ਇੱਕ ਦਿਨ, ਜਦੋਂ ਉਹ ਉਨ੍ਹਾਂ ਦੇ ਨਾਲ ਸਨ, ਤਾਂ ਇੱਕ ਪਤਨੀ ਨੇ ਮੈਨੂੰ ਆਪਣੇ ਕਮਰੇ ਵਿੱਚ ਬੁਲਾਇਆ। ਅੰਦਰ ਜਾਣ 'ਤੇ, ਇੱਕ ਬੁੱਢਾ ਆਦਮੀ ਸੀ, ਲੰਬੀ ਦਾੜ੍ਹੀ ਵਾਲਾ। ਪਤਨੀ ਨੇ ਮੇਰੇ ਵੱਲ ਇਸ਼ਾਰਾ ਕੀਤਾ ਅਤੇ ਬੁੱਢੇ ਆਦਮੀ ਨੂੰ ਕਿਹਾ, "ਇਹ ਉਹ ਮੁੰਡਾ ਹੈ ਜਿਸ ਬਾਰੇ ਮੈਂ ਤੁਹਾਨੂੰ ਦੱਸਿਆ ਸੀ।" ਮੈਂ ਉਨ੍ਹਾਂ ਨੂੰ ਛੱਡ ਦਿੱਤਾ। ਰਾਤ ਨੂੰ, ਸੁਪਨੇ ਲੈਂਦੇ ਹੋਏ, ਮੈਂ ਇਸ ਬੁੱਢੇ ਆਦਮੀ ਨੂੰ ਘੋੜੇ ਵਾਂਗ ਸਵਾਰ ਦੇਖਿਆ। ਇਹ ਮੇਰੀਆਂ ਬਹੁਤ ਸਾਰੀਆਂ ਮੁਸੀਬਤਾਂ ਦੀ ਸ਼ੁਰੂਆਤ ਸੀ।

ਜਿਵੇਂ ਹੀ ਮੈਂ ਸੁਪਨੇ ਤੋਂ ਜਾਗਿਆ, ਮੈਨੂੰ ਉਲਟੀਆਂ ਅਤੇ ਉਲਟੀਆਂ ਆਉਣ ਲੱਗ ਪਈਆਂ। ਮੈਂ ਆਪਣੇ ਪੇਟ ਵਿੱਚ ਭੋਜਨ ਨਹੀਂ ਰੱਖ ਸਕਿਆ। ਇਹ ਮੁਸ਼ਕਲ ਮਹੀਨਿਆਂ ਤੱਕ ਜਾਰੀ ਰਹੀ, ਮੈਂ ਖੰਭ ਵਾਂਗ ਪਤਲਾ-ਪਤਲਾ ਹੋ ਗਿਆ।

ਮੇਰੀ ਅਸਲੀ ਮਾਂ ਸ਼ਹਿਰ ਆਈ, ਮੈਨੂੰ ਮੇਰੇ ਪਿਤਾ ਜੀ ਨਾਲ ਲੈ ਗਈ, ਅਸੀਂ ਕਿਸੇ ਹੋਰ ਸ਼ਹਿਰ ਵਿੱਚ ਇੱਕ ਇਲਾਜ ਅਤੇ ਮੁਕਤੀ ਘਰ ਲਈ ਰਵਾਨਾ ਹੋਏ। ਜਦੋਂ ਉਹ ਮੇਰੇ ਲਈ ਪ੍ਰਾਰਥਨਾ ਕਰ ਰਹੇ ਸਨ, ਇੱਕ ਪ੍ਰਕਾਸ਼ ਹੋਇਆ। ਪਵਿੱਤਰ ਆਤਮਾ ਨੇ ਪ੍ਰਗਟ ਕੀਤਾ ਕਿ ਮੇਰੇ ਪਿਤਾ ਜੀ ਦੀ ਇੱਕ ਪਤਨੀ ਭਵਿੱਖ ਵਿੱਚ ਦੇਖਦੀ ਸੀ ਅਤੇ ਮਹਿਸੂਸ ਕਰਦੀ ਸੀ ਕਿ ਇਹ ਮੁੰਡਾ ਆਪਣੇ ਬੱਚਿਆਂ ਲਈ ਮਹਾਨਤਾ ਵਿੱਚ ਇੱਕ ਉਪਹਾਰ ਹੋਣ ਵਾਲਾ ਹੈ। ਇਸ ਲਈ, ਉਸਨੇ ਮੈਨੂੰ ਦੁਸ਼ਟਤਾ ਦੇ ਖੇਤਰ ਵਿੱਚ ਸੌਂਪ ਦਿੱਤਾ, ਤਾਂ ਜੋ ਉਹ ਮੈਨੂੰ ਪਾਗਲ ਬਣਾ ਸਕਣ ਅਤੇ ਬ੍ਰਹਮ ਕਿਸਮਤ ਨੂੰ ਖਤਮ ਕਰ ਸਕਣ। ਮੁਕਤੀ ਦੀ ਪ੍ਰਾਰਥਨਾ ਕਰਦੇ ਸਮੇਂ, ਇੱਕ ਮਨੁੱਖੀ ਵਾਲ, ਇੱਕ ਛੋਟੇ ਗੋਲ ਗੋਲ ਦੇ ਰੂਪ ਵਿੱਚ ਪੈਕ ਕੀਤਾ ਗਿਆ ਸੀ ਅਤੇ ਦੋ ਸੂਈਆਂ ਨਾਲ ਇਕੱਠੇ ਫੜਿਆ ਹੋਇਆ ਸੀ, ਮੇਰੇ ਸਿਰ ਤੋਂ ਉਖਾੜ ਦਿੱਤਾ ਗਿਆ। ਉਸ ਰਾਤ, ਮੁਕਤੀ ਦੌਰਾਨ, ਵਾਲ ਅਤੇ ਸੂਈਆਂ ਸੜ ਗਈਆਂ।

ਇਹ ਬਿਮਾਰੀ ਦਾ ਅੰਤ ਸੀ ਅਤੇ ਸਕੂਲ ਵਿੱਚ, ਮੈਂ ਕਲਾਸ ਦਾ ਸਭ ਤੋਂ ਵਧੀਆ ਪ੍ਰਤੀਭਾਸ਼ਾਲੀ ਬਣ ਗਿਆ। ਇਸ ਛੁਟਕਾਰਾ ਤੋਂ ਪਹਿਲਾਂ ਮੈਂ ਆਪਣੀ ਕਲਾਸ ਵਿੱਚ ਦੂਜੇ ਤੋਂ ਆਖਰੀ ਸਥਾਨ 'ਤੇ ਹੁੰਦਾ ਸੀ। ਮੈਨੂੰ ਕਲਾਸ ਵਿੱਚ ਜੋ ਵੀ ਸੋਚਿਆ ਜਾਂਦਾ ਸੀ ਉਹ ਮੈਨੂੰ ਸਮਝ ਨਹੀਂ ਆ ਰਿਹਾ ਸੀ। ਇੱਕ ਰਾਤ ਵਿੱਚ, ਮੈਂ ਠੀਕ ਹੋ ਗਿਆ, ਮੇਰਾ ਜਨਮ ਹੋਇਆ ਅਤੇ ਮੈਂ ਠੀਕ ਹੋ ਗਿਆ। ਅੱਲੇਲੂਆ? ਆਮੀਨ।

ਛੇਵਾਂ ਛੁਟਕਾਰਾ ਅਤੇ ਬਹਾਲੀ ਉਦੋਂ ਹੋਈ ਜਦੋਂ ਮੈਂ ਯੂਨੀਵਰਸਿਟੀ ਵਿੱਚ ਦਾਖਲਾ ਲੈਣ ਵਾਲਾ ਸੀ। ਮੇਰੇ ਪਿਤਾ ਜੀ, ਇੱਕ ਅਮੀਰ ਆਦਮੀ, ਵਿੱਤੀ ਮੁਸ਼ਕਲਾਂ ਵਿੱਚ ਫਸ ਗਏ। ਮੈਂ ਦਾਖਲਾ ਤਾਂ ਲੈ ਲਿਆ ਪਰ ਰੱਖ-ਰਖਾਅ ਫੰਡ ਪ੍ਰਾਪਤ ਕਰਨ ਲਈ ਇਹ ਇੱਕ ਸੰਘਰਸ਼ ਸੀ। ਮੈਂ ਵਿਦੇਸ਼ੀ ਸਕਾਲਰਸ਼ਿਪ ਲਈ ਅਰਜ਼ੀ ਦਿੱਤੀ ਅਤੇ ਪਰਮਾਤਮਾ ਦੇ ਬਹਾਲੀ ਦੇ ਤਰੀਕਿਆਂ ਵਿੱਚ, ਮੇਰੇ ਦੇਸ਼ ਅਤੇ ਵਿਦੇਸ਼ੀ ਦੇਸ਼ ਨੇ

ਇੰਜੀਨੀਅਰਿੰਗ ਵਿੱਚ ਮਾਸਟਰ ਡਿਗਰੀ ਪ੍ਰੋਗਰਾਮ ਲਈ ਮੇਰੀ ਸਿੱਖਿਆ ਨੂੰ ਫੰਡ ਦੇਣ ਦਾ ਫੈਸਲਾ ਕੀਤਾ - ਮੈਂ ਅੱਜ ਸੇਵਕਾਈ ਵਿੱਚ ਕੀ ਕਰਦਾ ਹਾਂ ਜਿੱਥੇ ਪਰਮਾਤਮਾ ਦੁਆਰਾ ਖੁਦ ਪ੍ਰਦਾਨ ਕੀਤੀ ਗਈ ਸਕਾਲਰਸ਼ਿਪ ਦੇ ਨਤੀਜੇ ਵਜੋਂ ਪ੍ਰਾਪਤ ਕੀਤਾ ਗਿਆ ਕੁਝ ਗਿਆਨ। ਅੱਜ, ਮੈਂ ਸਭ ਤੋਂ ਵਧੀਆ ਤੋਂ ਵਧੀਆ ਦੁਆਰਾ ਸਿੱਖਿਆ ਪ੍ਰਾਪਤ ਕਰ ਰਿਹਾ ਹਾਂ। ਪ੍ਰਭੂ ਦੀ ਉਸਤਤਿ ਕਰੋ!

ਸੱਤਵੀਂ ਛੁਟਕਾਰਾ ਅਤੇ ਬਹਾਲੀ ਮੇਰੇ ਪਹਿਲੇ ਵਿਆਹ ਵਿੱਚ ਮੇਰੇ ਦੂਜੇ ਵਿਆਹ ਵਿੱਚ ਹੋਈ। ਮੇਰੀ ਸਾਬਕਾ ਪਤਨੀ ਇੱਕ ਦਿਨ ਉੱਠੀ ਅਤੇ ਕਿਹਾ ਕਿ ਉਹ ਹੁਣ ਪਿਆਰ ਵਿੱਚ ਨਹੀਂ ਹੈ ਅਤੇ ਤਲਾਕ ਚਾਹੁੰਦੀ ਹੈ। ਮੈਂ ਬੇਨਤੀ ਕੀਤੀ, ਮੈਂ ਉਸਨੂੰ ਵਾਪਸ ਰੱਖਣ ਲਈ ਸਭ ਕੁਝ ਕੀਤਾ ਪਰ ਉਹ ਮੇਰੀ ਧੀ ਨਾਲ ਚਲੀ ਗਈ। ਅੱਜ, ਪਰਮਾਤਮਾ ਨੇ ਮੈਨੂੰ ਆਪਣੀ ਨਿਯੁਕਤ ਪਤਨੀ ਦੇ ਕੇ ਵਿਆਹ ਨੂੰ ਬਹਾਲ ਕੀਤਾ। ਤਿੰਨ ਮੁੰਡਿਆਂ ਨਾਲ ਮੇਰੇ ਲਈ ਦਿਲਾਸਾ ਇੱਕ ਦਿਲਾਸਾ ਬਣ ਗਿਆ ਹੈ।

ਸੱਤਵਾਂ ਇਲਾਜ, ਛੁਟਕਾਰਾ ਅਤੇ ਬਹਾਲੀ ਮੇਰੀ ਧੀ ਨਾਲ ਹੋਇਆ। ਫਰਾਂਸ ਵਿੱਚ, ਉਸਨੂੰ ਡਿਪਰੈਸ਼ਨ ਅਤੇ ਸ਼ਾਈਜ਼ੋਫਰੀਨੀਆ ਦਾ ਪਤਾ ਲੱਗਿਆ। ਇਹ ਸਾਡੇ ਯੂਨੀਵਰਸਿਟੀ ਪ੍ਰੋਗਰਾਮ ਵਿੱਚ ਇੱਕ ਸਾਲ ਸੀ। ਉਸਨੂੰ ਕਈ ਵਾਰ ਫਿਜ਼ੀਓਥੈਰਿਸਟ ਹਸਪਤਾਲ ਵਿੱਚ ਦਾਖਲ ਕਰਵਾਇਆ ਗਿਆ। ਇੱਕ ਦਿਨ, ਉਸਦੇ ਜਨਮਦਿਨ ਤੋਂ ਸਿਰਫ਼ 24 ਘੰਟੇ ਪਹਿਲਾਂ। ਮੈਂ ਪ੍ਰਭੂ ਅੱਗੇ ਦੁਹਾਈ ਦੇਣ ਲੱਗ ਪਿਆ ਕਿ ਉਹ ਹਸਪਤਾਲ ਵਿੱਚ ਇੱਕ ਹੋਰ ਦਿਨ ਨਹੀਂ ਬਿਤਾਏਗੀ ਅਤੇ ਉਹ ਆਪਣੇ ਜਨਮਦਿਨ 'ਤੇ ਠੀਕ ਹੋ ਜਾਵੇਗੀ। ਅਗਲੇ ਦਿਨ, ਡਾਕਟਰ ਇਸ ਸ਼ਾਨਦਾਰ ਤਬਦੀਲੀ ਅਤੇ ਬਹਾਲੀ ਤੋਂ ਹੈਰਾਨ ਰਹਿ ਗਏ ਅਤੇ ਉਸਨੂੰ ਉਸਦੇ ਜਨਮਦਿਨ 'ਤੇ ਛੁੱਟੀ ਦੇ ਦਿੱਤੀ। ਉਸ ਤੋਂ ਬਾਅਦ ਉਸਨੇ ਕਦੇ ਵੀ ਹਸਪਤਾਲ ਦਾ ਪੰਛੀ ਨਹੀਂ ਦੇਖਿਆ।

ਮੈਂ ਬਿਜਲੀ ਦੇ ਝਟਕੇ ਦੌਰਾਨ ਛੁਟਕਾਰਾ ਅਤੇ ਬਹਾਲੀ ਨੂੰ ਨਜ਼ਰਅੰਦਾਜ਼ ਕਰਦਾ ਹਾਂ ਜਿਸਨੇ ਲਗਭਗ ਮੇਰੀ ਜਾਨ ਲੈ ਲਈ, ਭੋਜਨ ਵਿੱਚ ਜ਼ਹਿਰ, ਕਈ ਕਾਰ ਹਾਦਸਿਆਂ

ਜਿਨ੍ਹਾਂ ਵਿੱਚੋਂ ਮੈਂ ਬਿਨਾਂ ਖੁਰਚਿਆਂ ਬਾਹਰ ਆਇਆ, ਕਈ ਕਾਰੋਬਾਰੀ ਅਸਫਲਤਾਵਾਂ ਅਤੇ ਬਾਅਦ ਵਿੱਚ ਸਰਬਸ਼ਕਤੀਮਾਨ ਪਰਮਾਤਮਾ ਦੀ ਮਹਿਮਾ ਵਿੱਚ ਬਹਾਲੀ - ਇਸ ਲਿਖਤ ਵਿੱਚ ਸ਼ਾਮਲ ਕਰਨ ਲਈ ਬਹੁਤ ਸਾਰੇ!

ਹੁਣ, ਮੈਂ ਪੂਰੇ ਦਿਲ ਨਾਲ ਸਰਬਸ਼ਕਤੀਮਾਨ ਪਰਮਾਤਮਾ ਦੀ ਸੇਵਾ ਕਰਦਾ ਹਾਂ।

ਮੈ ਚੰਗਾ ਹੋ ਗਿਆ ਹਾਂ, ਮੈਨੂੰ ਛੁਡਾਇਆ ਗਿਆ ਹੈ ਅਤੇ ਮੈ ਬਹਾਲ ਹੋ ਗਿਆ ਹਾਂ - ਮਹਿਮਾ!

ਮੈਂ ਆਪਣੀ ਹੋਂਦ ਸਰਬਸ਼ਕਤੀਮਾਨ ਪਰਮਾਤਮਾ ਨੂੰ ਦਿੰਦਾ ਹਾਂ। ਇਹ ਹੈਰਾਨੀਜਨਕ ਹੈ ਕਿ ਪਰਮਾਤਮਾ ਨੇ ਸਾਡੀ ਜ਼ਿੰਦਗੀ ਦੀਆਂ ਲੜਾਈਆਂ ਦੌਰਾਨ ਸਾਨੂੰ ਉਸ ਸੇਵਕਾਈ ਵਿੱਚ ਕਿਵੇਂ ਧੱਕਿਆ ਜੋ ਉਸਨੇ ਸਾਡੇ ਲਈ ਕੀਤੀ ਹੈ। ਉਹ ਲੜਾਈਆਂ ਸਿਖਲਾਈ ਦਾ ਆਧਾਰ ਬਣ ਗਈਆਂ ਜੋ ਸੇਵਕਾਈ ਨੂੰ ਜਨਮ ਦਿੰਦੀਆਂ ਹਨ। ਇਸ ਲਈ, ਆਪਣੇ ਦਰਦ ਨੂੰ ਬਰਬਾਦ ਨਾ ਕਰੋ। ਸੰਘਰਸ਼ਾਂ ਨੂੰ ਤੁੱਛ ਨਾ ਸਮਝੋ। ਸ਼ਰਮ ਦੀ ਕੋਈ ਭਾਵਨਾ ਨਾ ਰੱਖੋ ਕਿਉਂਕਿ ਜੇਕਰ ਤੁਸੀਂ ਉਨ੍ਹਾਂ ਲੜਾਈਆਂ ਵਿੱਚੋਂ ਦੇਖ ਸਕਦੇ ਹੋ, ਤਾਂ ਤੁਸੀਂ ਪਰਮੇਸ਼ੁਰ ਦੇ ਤੁਹਾਡੇ ਲਈ ਕੀ ਰੱਖਿਆ ਹੈ ਇਸਦਾ ਪੂਰਵ-ਅਨੁਮਾਨ ਅਨੁਭਵ ਕਰੋਗੇ। ਮਸੀਹ ਨੇ ਉਨ੍ਹਾਂ ਦੁੱਖਾਂ ਦੁਆਰਾ ਆਗਿਆਕਾਰੀ ਸਿੱਖੀ ਜਿਨ੍ਹਾਂ ਨੂੰ ਉਸਨੇ ਸਹਿਣ ਕੀਤਾ। ਉਹ ਉੱਥੇ ਬੈਠਾ ਜਿੱਥੇ ਅਸੀਂ ਬੈਠੇ ਹਾਂ, ਉਹ ਸਾਡੇ ਲਈ ਵਿਚੋਲਗੀ ਕਰਨ ਲਈ ਜੀਉਂਦਾ ਹੈ। ਉਸਨੇ ਸਾਡੇ ਨਾਲ ਰਹਿੰਦਿਆਂ ਸਾਨੂੰ ਚੰਗਾਈ, ਛੁਟਕਾਰਾ ਅਤੇ ਬਹਾਲੀ ਦਾ ਪ੍ਰਦਰਸ਼ਨ ਕੀਤਾ ਅਤੇ ਸਾਨੂੰ ਉਹੀ ਕਰਨ ਦਾ ਹੁਕਮ ਦਿੱਤਾ ਮਰਕੁਸ 16:15-20

ਮਰਕੁਸ 16:15-20
ਐਮਪਲੀਫਾਈਡ ਬਾਈਬਲ, ਕਲਾਸਕਿ ਐਡੀਸ਼ਨ
15 ਅਤੇ ਉਸ ਨੇ ਉਨ੍ਹਾਂ ਨੂੰ ਕਹਿਾ, ਸਾਰੇ ਸੰਸਾਰ ਵਚਿ ਜਾਓ ਅਤੇ [ਸਾਰੀ] ਮਨੁੱਖ ਜਾਤੀ ਦੇ ਸਾਰੇ ਲੋਕਾਂ ਨੂੰ ਖੁਸ਼ਖਬਰੀ ਦਾ ਪ੍ਰਚਾਰ ਕਰੋ।

16 ਜਹਿੜਾ ਵਿਅਕਤੀ ਖ਼ੁਸ਼ਖ਼ਬਰੀ ਅਤੇ ਉਸ ਉੱਤੇ ਵਿਸ਼ਵਾਸ ਕਰਦਾ ਹੈ [ਜੋ
ਖ਼ੁਸ਼ਖ਼ਬਰੀ ਅਤੇ ਉਸ ਉੱਤੇ ਭਰੋਸਾ ਕਰਦਾ ਹੈ ਅਤੇ ਉਸ ਉੱਤੇ ਭਰੋਸਾ ਕਰਦਾ
ਹੈ] ਅਤੇ ਬਪਤਿਸਮਾ ਲੈਂਦਾ ਹੈ ਉਹ [[b] ਸਦੀਵੀ ਮੌਤ ਦੀ ਸਜ਼ਾ ਤੋਂ ਬਚਾਇਆ
ਜਾਵੇਗਾ]; ਪਰ ਜੋ ਵਿਅਕਤੀ ਵਿਸ਼ਵਾਸ ਨਹੀ ਕਰਦਾ [ਜੋ ਖ਼ੁਸ਼ਖ਼ਬਰੀ ਅਤੇ
ਉਸ ਉੱਤੇ ਵਿਸ਼ਵਾਸ ਨਹੀ ਕਰਦਾ ਅਤੇ ਉਸ ਉੱਤੇ ਭਰੋਸਾ ਨਹੀ ਕਰਦਾ ਅਤੇ
ਉਸ ਉੱਤੇ ਭਰੋਸਾ ਨਹੀ ਕਰਦਾ] ਉਸਨੂੰ ਦੋਸ਼ੀ ਠਹਰਿਾਇਆ ਜਾਵੇਗਾ।
17 ਅਤੇ ਇਹ ਨਸ਼ਿਾਨੀਆਂ ਵਿਸ਼ਵਾਸ ਕਰਨ ਵਾਲਿਆਂ ਦੇ ਨਾਲ-ਨਾਲ
ਹੋਣਗੀਆਂ: ਉਹ ਮੇਰੇ ਨਾਮ ਤੇ ਭੂਤਾਂ ਨੂੰ ਕੱਢਣਗੇ; ਉਹ ਨਵੀਆਂ ਭਾਸ਼ਾਵਾਂ
ਬੋਲਣਗੇ;
18 ਉਹ ਸੱਪਾਂ ਨੂੰ ਚੁੱਕਣਗੇ; ਅਤੇ ਜੇ ਉਹ ਕੋਈ ਘਾਤਕ ਚੀਜ਼ ਪੀ ਲੈਣਗੇ, ਤਾਂ
ਵੀ ਉਨ੍ਹਾਂ ਨੂੰ ਕੋਈ ਨੁਕਸਾਨ ਨਹੀ ਹੋਵੇਗਾ; ਉਹ ਬਿਮਾਰਾਂ ਉੱਤੇ ਹੱਥ
ਰੱਖਣਗੇ ਅਤੇ ਉਹ ਠੀਕ ਹੋ ਜਾਣਗੇ।
19 ਫਿਰ ਜਦੋਂ ਪ੍ਰਭੂ ਯਿਸੂ ਉਨ੍ਹਾਂ ਨਾਲ ਗੱਲ ਕਰ ਹਟਿਆ, ਤਾਂ ਉਹ ਸਵਰਗ
ਵਿੱਚ ਉਠਾ ਲਿਆ ਗਿਆ ਅਤੇ ਪਰਮੇਸ਼ੁਰ ਦੇ ਸੱਜੇ ਪਾਸੇ ਬੈਠ ਗਿਆ।
20 ਅਤੇ ਉਹ ਬਾਹਰ ਗਏ ਅਤੇ ਹਰ ਜਗ੍ਹਾ ਪ੍ਰਚਾਰ ਕੀਤਾ, ਜਦੋਂ ਕਿ ਪ੍ਰਭੂ
ਉਨ੍ਹਾਂ ਨਾਲ ਕੰਮ ਕਰਦਾ ਰਹਿਾ ਅਤੇ ਸੰਦੇਸ਼ ਨੂੰ ਉਨ੍ਹਾਂ ਨਸ਼ਿਾਨੀਆਂ ਅਤੇ
ਚਮਤਕਾਰਾਂ ਦੁਆਰਾ ਸਾਬਤ ਕਰਦਾ ਰਹਿਾ ਜੋ ਇਸਦੇ ਨਾਲ ਲੱਗਦੇ ਸਨ।
ਆਮੀਨ (ਇਸੇ ਤਰ੍ਹਾਂ ਹੋਵੇ)।

ਤੁਹਾਡੀਆਂ ਲੜਾਈਆਂ ਤੁਹਾਡੇ ਜੀਵਨ ਦੇ ਉਦੇਸ਼ ਲਈ ਪ੍ਰਮਾਣਿਕ ਸਿਖਲਾਈ ਦਾ ਆਧਾਰ ਹਨ। ਅੱਜ ਹੀ ਆਪਣੇ ਜੀਵਨ ਦੀ ਸੂਚੀ ਬਣਾਓ। ਜਾਨੀ, ਜੇਕਰ ਤੁਸੀਂ ਆਪਣੇ ਜੀਵਨ ਲਈ ਪਰਮਾਤਮਾ ਦੇ ਬ੍ਰਹਮ ਉਦੇਸ਼ ਨੂੰ ਲੱਭਣ ਲਈ ਸੰਘਰਸ਼ ਕਰ ਰਹੇ ਹੋ।

ਤੁਹਾਨੂੰ ਉਤਸ਼ਾਹਿਤ ਕਰਨ ਲਈ, ਜਿਉਂਦੇ ਪਰਮੇਸ਼ੁਰ ਦੀ ਫੌਜ ਦੇ ਤੌਰ 'ਤੇ, ਮੈਂ ਅੱਜ ਗਵਾਹੀ ਦੇ ਸਟੈਂਡ 'ਤੇ ਸਾਡੇ ਮਹਾਂ ਪੁਜਾਰੀ - ਯਿਸੂ ਮਸੀਹ ਦੇ ਅਨੁਭਵ ਨੂੰ ਲਿਆਉਂਦਾ ਹਾਂ

ਇਬਰਾਨੀਆਂ ਨੂੰ 5:7-10

ਐਮਪਲੀਫਾਈਡ ਬਾਈਬਲ, ਕਲਾਸਕਿ ਐਡੀਸਨ਼

7 ਆਪਣੇ ਸਰੀਰ ਦੇ ਦਨਿਾਂ ਵਿੱਚ [ਜਸਿੂ] ਨੇ ਜੋ਼ਰਦਾਰ ਰੋਣ ਅਤੇ ਹੰਝੂਆਂ ਨਾਲ ਉਸ ਅੱਗੇ
ਨਸਿ਼ਚਤਿ, ਖਾਸ ਬੇਨਤੀਆਂ [ਜੋ ਉਹ ਨਾ ਸਰਿਫ਼ ਚਾਹੁੰਦਾ ਸੀ [a] ਪਰ ਲੋੜੀਦਾ ਸੀ]
ਅਤੇ ਬੇਨਤੀਆਂ ਕੀਤੀਆਂ ਜੋ [ਹਮੇਸ਼ਾ] ਉਸਨੂੰ ਮੌਤ ਤੋਂ [ਬਚਾਉਣ] ਦੇ ਯੋਗ ਸੀ, ਅਤੇ
ਉਸਦੀ ਸੁਣੀ ਗਈ ਕਉਿਂਕ ਿਉਹ ਪਰਮੇਸੁ਼ਰ ਪ੍ਰਤੀ ਸ਼ਰਧਾ ਰੱਖਦਾ ਸੀ
[ਉਸਦਾ ਈਸ਼ਵਰੀ ਡਰ, ਉਸਦੀ ਧਾਰਮਕਿਤਾ, [b] ਇਸ ਵਿੱਚ ਕ ਿਉਹ ਪਤਿਾ
ਦੀ ਚਮਕਦਾਰ ਮੌਜੂਦਗੀ ਤੋਂ ਵਛਿੜੇ ਦੇ ਭਆਿਨਕ ਦੁੱਖਾਂ ਤੋਂ ਦੂਰ ਹੋ ਗਆਿ]।
8 ਭਾਵੇਂ ਉਹ ਪੁੱਤਰ ਸੀ, ਪਰ ਉਸਨੇ ਦੁੱਖ ਝੱਲ ਕੇ ਆਗਆਿਕਾਰੀ ਸਖਿੀ।
9 ਅਤੇ, [ਉਸਦਾ ਪੂਰਾ ਅਨੁਭਵ] ਉਸਨੂੰ ਸੰਪੂਰਨ [ਸਜਾਵਟ ਨਾਲ] ਤਆਿਰ
ਕਰਕੇ, ਉਹ ਉਨ੍ਹਾਂ ਸਾਰਆਿਂ ਲਈ ਸਦੀਵੀ ਮੁਕਤੀ ਦਾ ਕਰਤਾ ਅਤੇ ਸਰੋਤ
ਬਣ ਗਆਿ ਜੋ ਉਸਦਾ ਧਆਿਨ ਰੱਖਦੇ ਹਨ ਅਤੇ ਉਸਦੀ ਆਗਆਿ ਮੰਨਦੇ
ਹਨ,
10 ਪਰਮੇਸੁ਼ਰ ਦੁਆਰਾ ਮਲਕਮਿਦਿਕ ਦੇ ਦਰਜੇ ਦੇ ਅਨੁਸਾਰ ਪ੍ਰਧਾਨ ਜਾਜਕ ਵਜੋਂ ਨਯਿੁਕਤ
ਕੀਤਾ ਗਆਿ , ਮਾਨਤਾ ਪ੍ਰਾਪਤ ਅਤੇ ਸਵਾਗਤ ਕੀਤਾ ਗਆਿ ।

ਅੱਜ, Otakada.org ਸਾਈਬਰ ਚਰਚ ਮਿਨਿਸਟ੍ਰੀਜ਼ 20 ਲੱਖ ਤੋਂ ਵੱਧ ਸਮੱਗਰੀ ਰਾਹੀਂ ਇਲਾਜ, ਛੁਟਕਾਰਾ ਅਤੇ ਬਹਾਲੀ ਦਾ ਪ੍ਰਚਾਰ ਕਰਦੀਆਂ ਹਨ ਜੋ ਮਸੀਹ ਯਿਸੂ ਵਿੱਚ ਚਮਤਕਾਰੀ ਲਈ ਆਪਣੇ ਆਪ ਨੂੰ ਖੋਲ੍ਹ ਸਕਦੇ ਹਨ। ਇਹ ਸੇਵਕਾਈ ਉਹ ਸੇਵਕਾਈ ਸੀ ਜੋ ਪਵਿੱਤਰ ਆਤਮਾ ਨੇ 14 ਜੂਨ 2003 ਨੂੰ ਮੇਰੀ ਆਤਮਾ ਵਿੱਚ ਸੁੱਟੀ ਸੀ ਜਦੋਂ ਮੈਂ ਯੂਨਾਈਟਿਡ ਕਿੰਗਡਮ ਵਿੱਚ ਰਹਿ ਰਿਹਾ ਸੀ। ਉਸਨੇ ਮੈਨੂੰ ਕਿਹਾ, "ਮੈਂ ਚਾਹੁੰਦਾ ਹਾਂ ਕਿ ਤੁਸੀਂ ਮੇਰੇ ਬਚਨ ਨੂੰ ਧਰਤੀ ਦੇ ਕੋਨੇ-ਕੋਨੇ ਤੱਕ ਫੈਲਾਉਣ ਲਈ ਇੰਟਰਨੈਟ ਦੀ ਵਰਤੋਂ ਕਰੋ।" ਉਸ ਸਮੇਂ, ਕੋਈ ਸਮਾਰਟ ਫੋਨ ਨਹੀਂ ਸਨ। ਅੱਜ, ਹਨ ਅਤੇ ਇਹ ਬਚਨ ਬਿਨਾਂ ਕਿਸੇ ਰੁਕਾਵਟ ਦੇ ਅੱਗੇ ਵਧ ਰਿਹਾ ਹੈ। Otakada.org ਦਾ ਜਨਮ ਜਨਵਰੀ 2013 ਵਿੱਚ ਹੋਇਆ ਸੀ, ਬ੍ਰਹਮ ਹਦਾਇਤ ਤੋਂ ਦਸ ਸਾਲ ਬਾਅਦ।

ਜੇ ਮੈਂ ਮਸੀਹ ਦੇ ਸਰੀਰ ਲਈ ਕੁਝ ਵੀ ਪ੍ਰਾਰਥਨਾ ਕਰਦਾ ਹਾਂ, ਤਾਂ ਉਹ ਇਹ ਹੈ - ਕਿ ਹਰੇਕ ਵਿਅਕਤੀ ਵਿਅਕਤੀਗਤ ਤੌਰ 'ਤੇ ਮਸੀਹ ਨੂੰ ਆਪਣੇ ਲਈ ਸ਼ਾਨਦਾਰ ਤਰੀਕਿਆਂ ਨਾਲ ਮਿਲੇ ਜੋ ਉਨ੍ਹਾਂ ਦੇ ਜੀਵਨ ਦੇ ਰਾਹ ਨੂੰ ਹਮੇਸ਼ਾ ਲਈ ਬਦਲ ਦੇਣਗੇ! ਆਮੀਨ।

ਇੱਥੇ 2006 ਵਿੱਚ ਕ੍ਰਿਸ਼ਮਿਸ਼ ਮਸੀਹ ਨਾਲ ਮੁਲਾਕਾਤ ਹੈ। ਇਸ ਤੋਂ ਖੁਸ਼ ਰਹੋ। ਇਹ ਮੇਰੀ ਕਿਤਾਬ ਵਿੱਚੋਂ ਹੈ - ***ਅਲੌਕਿਕ ਪਰਮਾਤਮਾ ਨੂੰ ਸ਼ਾਮਲ ਕਰਨਾ!*** - ਆਨੰਦ ਮਾਣੋ

https://www.amazon.com/~/e/B07MSBPFNX

ਨਵੀਨਤਮ ਐਮਾਜ਼ਾਨ ਪੰਨਾ -
https://www.amazon.com/stores/Zacharias-Godseagle/author/B0FCZ89D4K

ਸੱਚੀ ਕਹਾਣੀ: ਲੰਡਨ ਵਿੱਚ ਪਵਿੱਤਰ ਆਤਮਾ ਨਾਲ ਮੇਰੀ ਮੁਲਾਕਾਤ ਸ਼ਨੀਵਾਰ, ਸਵੇਰੇ 5 ਵਜੇ, 22 ਅਪ੍ਰੈਲ 2006

ਮੇਰਾ ਜਨਮ ਇੱਕ ਈਸਾਈ ਪਰਿਵਾਰ ਵਿੱਚ ਹੋਇਆ ਸੀ, ਮੈਂ ਇੱਕ ਈਸਾਈ ਸੀ, ਚਰਚ ਜਾਣ, ਗਤੀਵਿਧੀਆਂ ਵਿੱਚ ਸ਼ਾਮਲ ਹੋਣ ਅਤੇ ਆਪਣੀ ਪੂਰੀ ਵਾਹ ਲਾ ਕੇ ਸੇਵਾ ਕਰਨ ਵਿੱਚ ਰੁੱਝਿਆ ਰਿਹਾ, ਜਦੋਂ ਤੱਕ ਕਿ ਇਸ ਮੁਲਾਕਾਤ ਨੇ ਮੇਰੀ ਜ਼ਿੰਦਗੀ ਨੂੰ ਬਦਲ ਨਹੀਂ ਦਿੱਤਾ। 16 ਮਾਰਚ 2006 ਨੂੰ, ਮੈਂ ਲੰਡਨ ਦੇ ਹਸਪਤਾਲ ਦੇ ਹਾਲਵੇਅ ਵਿੱਚ ਉੱਪਰ-ਨੀਚੇ ਘੁੰਮ ਰਿਹਾ ਸੀ ਕਿਉਂਕਿ ਮੇਰੀ ਪਤਨੀ ਪਹਿਲਾਂ ਹੀ ਤਿੰਨ ਦਿਨਾਂ ਤੋਂ ਜਣੇਪੇ ਵਿੱਚ ਸੀ। ਡਾਕਟਰਾਂ ਨੇ ਅੰਤ ਵਿੱਚ ਇਹ ਸਿੱਟਾ ਕੱਢਿਆ ਕਿ ਜੇਕਰ ਸਵੇਰ ਤੱਕ ਕੁਦਰਤੀ ਤੌਰ 'ਤੇ ਬੱਚਾ ਨਹੀਂ ਹੋਇਆ, ਤਾਂ ਉਸਨੂੰ ਸੀਜ਼ੇਰੀਅਨ ਸੈਕਸ਼ਨ ਕਰਵਾਉਣਾ ਪਵੇਗਾ। ਸਾਨੂੰ ਪਤਾ ਨਹੀਂ, ਮੇਰੀ ਸੱਸ ਨੇ ਪਹਿਲਾਂ ਹੀ ਇੱਕ ਦਰਸ਼ਨ ਵਿੱਚ ਦੇਖਿਆ ਸੀ ਕਿ ਉਹ ਇਸ ਜਣੇਪੇ ਵਿੱਚੋਂ ਨਹੀਂ ਲੰਘ ਸਕਦੀ। ਰੱਬ

ਦੀਆਂ ਭਲੀਆਂ ਸੱਸਾਂ ਲਈ ਰੱਬ ਦਾ ਧੰਨਵਾਦ। ਬੇਸ਼ੱਕ, ਮੈਨੂੰ ਅਤੇ ਮੇਰੀ ਪਤਨੀ ਨੂੰ ਇਸ ਬਾਰੇ ਪਤਾ ਨਹੀਂ ਸੀ।

ਇਸ ਉਤਰਾਅ-ਚੜ੍ਹਾਅ ਦੌਰਾਨ ਹੀ ਮੇਰੇ ਮਨ 'ਤੇ ਇੱਕ ਮਜ਼ਬੂਤ ਪ੍ਰਭਾਵ ਪਿਆ ਕਿ ਮੈਂ ਅਗਲੇ ਦਿਨ ਤੋਂ ਚਾਲੀ (40) ਦਿਨਾਂ ਦਾ ਵਰਤ ਸ਼ੁਰੂ ਕਰਾਂ, ਜੋ ਕਿ 17 ਮਾਰਚ 2006 ਸੀ। ਮੈਂ ਘਬਰਾ ਗਿਆ ਕਿਉਂਕਿ ਮੈਂ ਪਹਿਲਾਂ ਕਦੇ ਚਾਲੀ ਦਿਨਾਂ ਦਾ ਵਰਤ ਨਹੀਂ ਰੱਖਿਆ ਸੀ। ਇਸ ਤਰ੍ਹਾਂ ਤੁਸੀਂ ਸਾਡੇ ਦਿਲ ਤੋਂ ਸਾਡੇ ਮਨ ਤੱਕ ਸਾਡੇ ਅੰਦਰ ਪਵਿੱਤਰ ਆਤਮਾ ਦੁਆਰਾ ਪ੍ਰਭਾਵਿਤ ਕੀਤੇ ਗਏ ਮਾਸਿਕ ਵਿਚਾਰਾਂ ਅਤੇ ਵਿਚਾਰਾਂ ਨੂੰ ਵੱਖਰਾ ਕਰਦੇ ਹੋ। ਉਹ ਤੁਹਾਨੂੰ ਕੁਝ ਅਜਿਹਾ ਧਰਮ-ਗ੍ਰੰਥ ਅਨੁਸਾਰ ਕਰਨ ਲਈ ਕਹੇਗਾ ਜਿਸਦੇ ਅੱਗੇ ਤੁਸੀਂ ਕੁਦਰਤੀ ਤੌਰ 'ਤੇ ਝੁਕ ਨਹੀਂ ਸਕੋਗੇ। ਮੈਂ ਆਪਣੇ ਮਨ 'ਤੇ ਸਵੈ-ਇੱਛਾ ਨਾਲ ਵਿਚਾਰ ਪ੍ਰਕਾਸ਼ਮਾਨ ਹੋਣ ਨਾਲ ਗੱਲਬਾਤ ਸ਼ੁਰੂ ਕੀਤੀ, ਵਿਚਾਰਾਂ ਦੇ ਪ੍ਰਭਾਵ ਦੇ ਜਵਾਬ ਵਿੱਚ ਵਿਚਾਰ, ਮੈਂ ਤੁਹਾਨੂੰ ਜਾਣਨ ਲਈ ਬੇਨਤੀ ਕਰਦਾ ਹਾਂ ਕਿ ਮੈਂ ਚਾਲੀ ਦਿਨਾਂ ਲਈ ਕਿਸ ਬਾਰੇ ਪ੍ਰਾਰਥਨਾ ਕਰਾਂਗਾ।

ਅਗਲੀ ਹਿਦਾਇਤ ਇਹ ਸੀ ਕਿ ਮੈਨੂੰ ਇੱਕ ਜੋਟਰ ਅਤੇ ਇੱਕ ਪੈੱਨ ਚੁੱਕਣਾ ਚਾਹੀਦਾ ਹੈ ਅਤੇ ਮੈਂ ਹਸਪਤਾਲ ਦੇ ਵਾਰਡ ਵਿੱਚ ਉਹ ਪ੍ਰਭਾਵ ਲਿਖਣੇ ਸ਼ੁਰੂ ਕਰ ਦਿੱਤੇ ਜੋ ਮੈਨੂੰ ਮਿਲ ਰਹੇ ਸਨ। ਆਪਣੀ ਪਤਨੀ ਲਈ ਪ੍ਰਾਰਥਨਾ ਕਰਨ ਦੀ ਬਜਾਏ, ਮੈਨੂੰ ਪਤਾ ਲੱਗਾ ਕਿ ਮੇਰੇ ਮਨ ਵਿੱਚ ਪ੍ਰਾਰਥਨਾ ਦੇ ਨੁਕਤੇ ਪਾਦਰੀ, ਚਰਚ, ਸਰੀਰ ਵਿੱਚ ਏਕਤਾ ਅਤੇ ਸਭ ਕੁਝ 'ਤੇ ਆ ਰਹੇ ਸਨ। ਉਦੋਂ ਹੀ ਮੈਂ ਪਰਮਾਤਮਾ ਨੂੰ ਪੁੱਛਿਆ, ਜੇਕਰ ਮੈਂ ਇਹ ਕੰਮ ਕਰਨਾ ਹੈ, ਤਾਂ ਮੈਂ ਇਸ 40 ਦਿਨਾਂ ਦੇ ਵਰਤ ਦੇ ਖਤਮ ਹੋਣ ਤੋਂ ਪਹਿਲਾਂ ਉਸਨੂੰ ਦੇਖਣਾ ਚਾਹਾਂਗਾ। ਹੁਣ ਮੈਨੂੰ ਕੋਈ ਜਵਾਬ ਨਹੀਂ ਮਿਲਿਆ ਕਿਉਂਕਿ ਉਸਦੇ ਪ੍ਰਗਟ ਹੋਣ ਦੀ ਸਥਿਤੀ 40 ਦਿਨਾਂ ਦੇ ਵਰਤ ਰੱਖਣ ਦੀ ਪਹਿਲੀ ਹਿਦਾਇਤ ਦੀ ਪਾਲਣਾ ਕਰਨ 'ਤੇ ਨਿਰਭਰ ਕਰਨ ਵਾਲੀ ਸੀ।

ਕਹਾਣੀ ਨੂੰ ਅੱਗੇ ਵਧਾਉਣ ਤੋਂ ਪਹਿਲਾਂ ਇੱਥੇ ਇੱਕ ਗੱਲ ਧਿਆਨ ਦੇਣ ਯੋਗ ਹੈ ਕਿ ਪਰਮਾਤਮਾ ਤੁਹਾਡੀ ਆਗਿਆਕਾਰੀ ਦੇ ਆਖਰੀ ਬਿੰਦੂ ਤੋਂ ਅੱਗੇ ਨਹੀਂ ਜਾਵੇਗਾ। ਜੇਕਰ ਉਹ ਤੁਹਾਨੂੰ ਕੁਝ ਕਰਨ ਲਈ ਕਹਿੰਦਾ ਹੈ, ਤਾਂ ਤੁਸੀਂ ਅਜਿਹਾ ਨਹੀਂ ਕਰਦੇ, ਉਹ ਉਦੋਂ ਤੱਕ ਬੰਦ ਕਰ ਦਿੰਦਾ ਹੈ ਜਦੋਂ ਤੱਕ ਤੁਸੀਂ ਅਣਆਗਿਆਕਾਰੀ ਦੇ ਆਖਰੀ

ਬਿੰਦੂ ਤੇ ਵਾਪਸ ਨਹੀਂ ਪਹੁੰਚ ਜਾਂਦੇ ਅਤੇ ਆਗਿਆਕਾਰੀ ਨਹੀਂ ਕਰਦੇ। ਯੂਨਾਹ ਦਾ ਬਿਰਤਾਂਤ ਪੜ੍ਹੋ। ਯੂਨਾਹ ਪਰਮਾਤਮਾ ਦੇ ਕੰਮ ਦੇ ਉਲਟ ਦਿਸ਼ਾ ਵਿੱਚ ਭੱਜਿਆ। ਤੂਫਾਨਾਂ ਵਿੱਚੋਂ, ਜਿੰਨਾ ਚਿਰ ਯੂਨਾਹ ਅਣਆਗਿਆਕਾਰੀ ਵਿੱਚ ਸੀ, ਪਰਮਾਤਮਾ ਕਦੇ ਨਹੀਂ ਬੋਲਿਆ, ਜਦੋਂ ਤੱਕ ਯੂਨਾਹ, ਖੁਦਕੁਸ਼ੀ ਕਰਨ ਦੀ ਆਪਣੀ ਵਿਅਰਥ ਕੋਸ਼ਿਸ਼ ਅਸਫਲ ਹੋਣ ਤੋਂ ਬਾਅਦ, ਉਸਨੇ ਪਰਮਾਤਮਾ ਨੂੰ ਪੁਕਾਰਿਆ।

ਯੂਨਾਹ 2:1-10

ਢਿੱਡ ਵਿੱਚੋਂ ਯਹੋਵਾਹ ਆਪਣੇ ਪਰਮੇਸ਼ੁਰ ਅੱਗੇ ਪ੍ਰਾਰਥਨਾ ਕੀਤੀ ।
2 ਅਤੇ ਉਸਨੇ ਕਿਹਾ: "ਮੈਂ ਆਪਣੀ ਬਿਪਤਾ ਦੇ ਕਾਰਨ ਯਹੋਵਾਹ ਨੂੰ ਪੁਕਾਰਿਆ, ਅਤੇ ਉਸਨੇ ਮੈਨੂੰ ਉੱਤਰ ਦਿੱਤਾ। "ਮੈਂ ਪਤਾਲ ਦੇ ਢਿੱਡ ਵਿੱਚੋਂ ਪੁਕਾਰਿਆ, ਅਤੇ ਤੂੰ ਮੇਰੀ ਅਵਾਜ਼ ਸੁਣੀ।"
3 ਕਿਉਂਕਿ ਤੂੰ ਮੈਨੂੰ ਡੂੰਘੇ ਸਮੁੰਦਰਾਂ ਵਿੱਚ, ਸਮੁੰਦਰਾਂ ਦੇ ਵਿਚਕਾਰ ਸੁੱਟ ਦਿੱਤਾ, ਅਤੇ ਹੜ੍ਹਾਂ ਨੇ ਮੈਨੂੰ ਘੇਰ ਲਿਆ; ਤੇਰੀਆਂ ਸਾਰੀਆਂ ਲਹਿਰਾਂ ਅਤੇ ਲਹਿਰਾਂ ਮੇਰੇ ਉੱਤੋਂ ਦੀ ਲੰਘ ਗਈਆਂ।
4 ਫਿਰ ਮੈਂ ਕਿਹਾ, 'ਮੈਨੂੰ ਤੇਰੀ ਦ੍ਰਿਸ਼ਟੀ ਤੋਂ ਬਾਹਰ ਸੁੱਟ ਦਿੱਤਾ ਗਿਆ ਹੈ, ਪਰ ਮੈਂ ਫਿਰ ਤੇਰੇ ਪਵਿੱਤਰ ਮੰਦਰ ਵੱਲ ਤੱਕਾਂਗਾ।'
5 ਪਾਣੀਆਂ ਨੇ ਮੈਨੂੰ ਘੇਰ ਲਿਆ, ਮੇਰੀ ਜਾਨ ਤੱਕ, ਡੂੰਘਿਆਈ ਨੇ ਮੈਨੂੰ ਘੇਰ ਲਿਆ, ਮੇਰੇ ਸਿਰ ਦੁਆਲੇ ਜੰਗਲੀ ਬੂਟੀ ਲਪੇਟੀ ਹੋਈ ਸੀ।
6ਮੈਂ ਪਹਾੜਾਂ ਦੀਆਂ ਖੱਡਾਂ ਵਿੱਚ ਉਤਰ ਗਿਆ, ਧਰਤੀ ਨੇ ਆਪਣੇ ਅਰਲਾਂ ਸਮੇਤ ਮੇਰੇ ਪਿੱਛੇ ਸਦਾ ਲਈ ਬੰਦ ਕਰ ਦਿੱਤਾ, ਪਰ ਹੇ ਯਹੋਵਾਹ ਮੇਰੇ ਪਰਮੇਸ਼ੁਰ, ਤੂੰ ਮੇਰੀ ਜਾਨ ਨੂੰ ਟੋਏ ਵਿੱਚੋਂ ਉਠਾ ਲਿਆ ਹੈ।
7 "ਜਦ ਮੇਰਾ ਜੀ ਮੇਰੇ ਅੰਦਰ ਨਢਾਲ ਹੋ ਗਿਆ, ਤਾਂ ਮੈਂ ਯਹੋਵਾਹ ਨੂੰ ਯਾਦ ਕੀਤਾ, ਅਤੇ ਮੇਰੀ ਪ੍ਰਾਰਥਨਾ ਤੇਰੇ ਕੋਲ, ਤੇਰੇ ਪਵਿੱਤਰ ਮੰਦਰ ਵਿੱਚ ਅੱਪੜੀ।
8 "ਜਿਹੜੇ ਲੋਕ ਨਿਕੰਮੇ ਬੁੱਤਾਂ ਦੀ ਪੂਜਾ ਕਰਦੇ ਹਨ, ਉਹ ਆਪਣੀ ਦਯਾ ਨੂੰ ਤਿਆਗ ਦਿੰਦੇ ਹਨ।

9 ਪਰ ਮੈ ਧੰਨਵਾਦ ਦੀ ਆਵਾਜ਼ ਨਾਲ ਤੈਨੂੰ ਬਲੀ ਚੜ੍ਹਾਵਾਂਗਾ; ਮੈਂ ਜੋ ਸੁੱਖਣਾ ਸੁੱਖੀ ਹੈ ਉਹ ਪੂਰੀ ਕਰਾਂਗਾ। ਮੁਕਤੀ ਜਹੋਵਾਹ ਵੱਲੋਂ ਹੈ।"
10 ਤਾਂ ਜਹੋਵਾਹ ਨੇ ਮੱਛੀ ਨਾਲ ਗੱਲ ਕੀਤੀ, ਅਤੇ ਮੱਛੀ ਨੇ ਯੂਨਾਹ ਨੂੰ ਸੁੱਕੀ ਜ਼ਮੀਨ ਤੇ ਉਗਲ ਦਿੱਤਾ।

ਕਸਿ ਲਈ ਇੱਕ ਸ਼ਬਦ

"ਸੁਣੋ ਜੀਉਂਦੇ ਜੀਅ, ਪਿਆਰ ਕਰਨ ਵਾਲੇ ਪਰਮਾਤਮਾ ਦੀ ਪਆਿਰੀ ਧੀ ਅਤੇ ਪੁੱਤਰ। ਪਰਮਾਤਮਾ ਪਿਆਰ ਕਰਨ ਵਾਲਾ ਅਤੇ ਦਆਿਲੂ ਹੈ ਪਰ ਪਰਮਾਤਮਾ ਵੀ ਸਖਤ ਪੱਥਰ ਵਾਲਾ ਫੁੱਟਬਾਲ ਖੇਡਦਾ ਹੈ। ਕੀ ਤੁਸੀ ਉਸਨੂੰ ਇੱਕ ਭੈੜੇ ਫੁੱਟਬਾਲ ਮੈਚ ਵਚਿ ਸ਼ਾਮਲ ਕਰਨਾ ਚਾਹੁੰਦੇ ਹੋ? ਇਸ ਬਾਰੇ ਸੋਚੋ ਵੀ ਨਾ। ਤੁਹਾਡਾ ਅੰਗ ਸੁੱਜ ਜਾਵੇਗਾ। ਉਸ ਸਮੇਂ ਵੀ, ਉਹ ਤੁਹਾਨੂੰ ਪਿਆਰ ਕਰਦਾ ਹੈ ਅਤੇ ਤੁਹਾਨੂੰ ਅਤੇ ਮੈਨੂੰ ਇੱਕ ਸਦੀਵੀ ਪਿਆਰ ਨਾਲ ਪਿਆਰ ਕਰਨਾ ਜਾਰੀ ਰੱਖਦਾ ਹੈ। ਤੁਸੀ ਉਸਦੀ ਆਤਮਾ ਨੂੰ ਆਪਣੇ ਅੰਦਰ ਰੱਖਦੇ ਹੋ। ਤੁਸੀ ਉਸਦੇ ਸਰੂਪ ਅਤੇ ਸਮਾਨਤਾ ਵਚਿ ਬਣਾਏ ਗਏ ਸੀ।"

ਤੁਸੀ ਉਸਦਾ ਮਨਪਸੰਦ ਪ੍ਰੋਜੈਕਟ ਹੋ, ਉਹ ਤੁਹਾਡੇ ਲਈ ਜੋਸ਼ੀਲਾ ਹੈ ਭਾਵੇਂ ਤੁਸੀ ਡੂੰਘੇ, ਡੂੰਘੇ ਅਤੇ ਡੂੰਘੇ ਪਾਪ ਵਚਿ ਹੋ, ਉਹ ਤੁਹਾਨੂੰ ਤਰਸ ਨਾਲ ਵੇਖਦਾ ਹੈ, ਪੜਚੋਲ ਕਰਦਾ ਹੈ, ਹਾਲਾਤਾਂ ਅਤੇ ਸਥਤਿੀਆਂ ਨੂੰ ਵਵਿਸਥਤਿ ਕਰਦਾ ਹੈ ਜੋ ਤੁਹਾਨੂੰ ਉਸਦੇ ਪਿਆਰ ਭਰੇ ਦਾਨ ਵੱਲ ਵਾਪਸ ਲੈ ਜਾਣਗੇ। ਤੁਸੀ ਆਪਣੇ ਨਹੀ ਹੋ, ਤੁਹਾਨੂੰ ਇੱਕ ਕੀਮਤ ਦੇ ਕੇ ਪ੍ਰਾਪਤ ਕੀਤਾ ਗਆਿ ਹੈ, ਤੁਹਾਨੂੰ ਮਸੀਹ ਵਚਿ, ਪਰਮਾਤਮਾ ਵਚਿ ਧਆਿਨ ਦੱਤਿਾ ਜਾਂਦਾ ਹੈ। ਤੁਸੀ ਉਸਦੀਆਂ ਅੱਖਾਂ ਦਾ ਤਾਰਾ ਹੋ, ਤੁਸੀ ਰਾਜਕੁਮਾਰ ਹੋ, ਤੁਸੀ ਉਸਦੇ ਪੁਜਾਰੀ ਹੋ, ਤੁਸੀ ਵਸ਼ਿਸ਼ ਹੋ। ਉਹ ਕਹੰਿਦਾ ਹੈ ਕਜਿੇ ਤੁਸੀ ਵਚਿਾਰ ਕਰ ਸਕਦੇ ਹੋ ਕਤਿਾਰੇ ਕਨਿੇ ਚਮਕਦਾਰ ਹਨ, ਤਾਂ ਤੁਸੀ ਸਵਰਗ ਦੇ ਤਾਰਆਿਂ ਨਾਲੋਂ ਵੀ ਚਮਕਦਾਰ ਹੋ। ਉਹ ਕਹੰਿਦਾ ਹੈ ਕਤਿੁਹਾਡੇ ਸਰਿ ਤੋਂ ਇੱਕ ਵੀ ਵਾਲ ਨਹੀ ਡਗਿਦਾ ਜੋ ਉਹ ਨਹੀ ਜਾਣਦਾ। ਉਹ ਉਨ੍ਹਾਂ ਨੂੰ ਗਣਿਦਾ ਹੈ ਅਤੇ ਉਨ੍ਹਾਂ ਦੀ ਗਣਿਤੀ ਜਾਣਦਾ ਹੈ। "

ਲੂਕਾ 12:4-7

4 "ਅਤੇ ਮੈ ਤੁਹਾਨੂੰ ਕਹਿੰਦਾ ਹਾਂ, ਮੇਰੇ ਦੋਸਤੋ, ਉਨ੍ਹਾਂ ਤੋਂ ਨਾ ਡਰੋ ਜੋ ਸਰੀਰ ਨੂੰ ਮਾਰਦੇ ਹਨ, ਅਤੇ ਇਸ ਤੋਂ ਵੱਧ ਕੁਝ ਨਹੀ ਕਰ ਸਕਦੇ।
5 ਪਰ ਮੈ ਤੁਹਾਨੂੰ ਦੱਸਦਾ ਹਾਂ ਕਿ ਤੁਹਾਨੂੰ ਕਸਿ ਤੋਂ ਡਰਨਾ ਚਾਹੀਦਾ ਹੈ: ਉਸ ਤੋਂ ਡਰੋ ਜਸਿ ਕੋਲ ਮਾਰਨ ਤੋਂ ਬਾਅਦ ਨਰਕ ਵਚਿ ਸੁੱਟਣ ਦਾ ਅਧਕਿਾਰ ਹੈ; ਹਾਂ, ਮੈ ਤੁਹਾਨੂੰ ਕਹਿੰਦਾ ਹਾਂ, ਉਸੇ ਤੋਂ ਡਰੋ!
6 "ਕੀ ਪੰਜ ਚੜ੍ਹਿੀਆਂ ਦੋ ਸਕਿਆਿਂ ਨੂੰ ਨਹੀ ਵਕਿਦੀਆਂ? ਅਤੇ ਉਨ੍ਹਾਂ ਵਚਿੋਂ ਇੱਕ ਵੀ ਪਰਮੇਸੁਰ ਅੱਗੇ ਵਸਿਰੀ ਨਹੀ ਜਾਂਦੀ।
7 ਪਰ ਤੁਹਾਡੇ ਸਰਿ ਦੇ ਵਾਲ ਵੀ ਸਭ ਗਣਿੇ ਹੋਏ ਹਨ। ਇਸ ਲਈ ਡਰੋ ਨਾ; ਤੁਸੀ ਬਹੁਤ ਸਾਰੀਆਂ ਚੜ੍ਹਿੀਆਂ ਨਾਲੋਂ ਵੱਧ ਮੁੱਲਵਾਨ ਹੋ।

ਹੁਣ ਮੁਲਾਕਾਤ ਜਾਰੀ ਹੈ: ਵੇਖੋ, 22 ਅਪ੍ਰੈਲ 2006 ਨੂੰ, ਚਾਲੀ ਦਿਨਾਂ ਦੇ ਵਰਤ ਦੇ ਅੰਤ ਤੋਂ ਤਿੰਨ ਦਿਨ ਪਹਿਲਾਂ, ਸਵੇਰੇ ਠੀਕ 5 ਵਜੇ, ਪਰਮਾਤਮਾ ਨੇ ਸੌਦੇ ਦਾ ਆਪਣਾ ਹਿੱਸਾ ਪੂਰਾ ਕੀਤਾ। ਮੈਂ ਅੱਧਾ ਜਾਗਿਆ ਹੋਇਆ ਸੀ ਜਦੋਂ ਇਹ ਜੀਵ, ਮਨੁੱਖੀ ਰੂਪ ਵਿੱਚ, ਆਪਣੇ ਹੱਥ ਆਪਣੀ ਪਿੱਠ ਪਿੱਛੇ ਜੋੜ ਕੇ, ਥੋੜ੍ਹਾ ਜਿਹਾ ਅੱਗੇ ਝੁਕਿਆ ਹੋਇਆ, ਫਰਸ਼ 'ਤੇ ਮੇਰੇ ਵੱਲ ਵੇਖਦਾ ਹੋਇਆ, ਹੌਲੀ ਹੌਲੀ ਤੁਰਿਆ, ਇੱਕ ਸਮੇਂ ਇੱਕ ਕਦਮ, ਜਲਦੀ ਵਿੱਚ ਨਹੀਂ, ਖਿੜਕੀ ਦੇ ਖੇਤਰ ਰਾਹੀਂ ਲਾਉਂਜ ਵਿੱਚ ਮੇਰੇ ਵੱਲ ਆਇਆ। ਮੈਂ ਉਸਦਾ ਰੂਪ ਦੇਖ ਸਕਦਾ ਸੀ ਪਰ ਉਸਦਾ ਚਿਹਰਾ ਸਾਫ਼ ਨਹੀਂ ਦੇਖ ਸਕਦਾ ਸੀ।

ਤੁਸੀਂ ਜਾਣਦੇ ਹੋ ਕਿ ਜਿਸੂ ਮੱਧ ਪੂਰਬੀ ਫਿਲਮਾਂ ਵਿੱਚ ਕਿਸ ਤਰ੍ਹਾਂ ਦੇ ਪਹਿਰਾਵੇ ਪਹਿਨਦਾ ਹੈ ਜੋ ਅਸੀਂ ਦੇਖਦੇ ਹਾਂ। ਤੁਰੰਤ ਉਹ ਮੇਰੇ ਨੇੜੇ ਆਇਆ, ਮੇਰੇ ਪੈਰਾਂ ਦੇ ਆਲੇ-ਦੁਆਲੇ ਦਾ ਖੇਤਰ ਜਿੱਥੇ ਉਹ ਖੜ੍ਹਾ ਸੀ, ਇੰਨੀ ਤਾਕਤ ਨਾਲ ਕੰਬਣ ਲੱਗ ਪਿਆ ਜਿਵੇਂ ਇਹ ਕਦੇ ਮੌਜੂਦ ਹੀ ਨਾ ਹੋਵੇ, ਜਿਵੇਂ ਕਿ ਇਹ ਖੇਤਰ ਸਿਰਫ਼ ਡੀਮੈਟੀਰੀਅਲਾਈਜ਼ਡ ਹੋਵੇ। ਜਿਵੇਂ ਹੀ ਉਹ ਮੇਰੀ ਛਾਤੀ, ਗਰਦਨ ਅਤੇ ਸਿਰ ਦੇ ਖੇਤਰ ਵੱਲ ਵਧਿਆ, ਉਹੀ ਕੁਝ ਹੋਇਆ ਅਤੇ ਉਹ ਅੱਗੇ-ਪਿੱਛੇ ਜਾਂਦਾ ਰਿਹਾ। ਹਰ ਖੇਤਰ ਜੋ ਉਹ ਛੱਡ ਗਿਆ ਉਹ ਪਹਿਲਾਂ ਵਾਂਗ ਦੁਬਾਰਾ ਮਿਲ ਗਿਆ ਅਤੇ

ਪ੍ਰਕਿਰਿਆ ਪਹਿਲਾਂ ਵਾਂਗ ਜਾਰੀ ਰਹਿੰਦੀ ਹੈ। ਉਸ ਅਨੁਭਵ ਦੀ ਕੱਚੀ ਸ਼ਕਤੀ ਦਾ ਵਰਣਨ ਕਰਨ ਲਈ ਕੋਈ ਸ਼ਬਦ ਨਹੀਂ ਸਨ; ਮੈਂ ਸਮੇਂ ਦਾ ਹਿਸਾਬ ਗੁਆ ਬੈਠਾ ਅਤੇ ਮੈਂ ਡਰ ਗਿਆ ਅਤੇ ਬੇਨਤੀ ਕਰਨ ਲੱਗਾ ਕਿ ਉਹ ਖਤਮ ਹੋ ਜਾਵੇ ਅਤੇ ਉਹ ਮੈਨੂੰ ਦੱਸੇ ਕਿ ਉਹ ਮੈਨੂੰ ਉਸ ਲਈ ਕੀ ਕਰਨਾ ਚਾਹੁੰਦਾ ਹੈ, ਜਦੋਂ ਕਿ ਉਹ ਬੇਕਾਬੂ ਹੋ ਕੇ ਫਰਸ਼ 'ਤੇ ਲਟਕ ਰਿਹਾ ਸੀ। ਇਹ ਸਾਡੇ ਸਵਰਗੀ ਪਿਤਾ ਦੀ ਪ੍ਰਗਟ ਸ਼ਕਤੀ ਨਾਲ ਮੇਰੀ ਮੁਲਾਕਾਤ ਸੀ।

ਉਸ ਟ੍ਰਾਂਸ ਅਨੁਭਵ ਤੋਂ ਬਾਅਦ, ਮੈਨੂੰ ਮਸੀਹ ਦੇ ਸਰੀਰ ਦਾ ਵੱਖਰਾ ਦ੍ਰਿਸ਼ਟੀਕੋਣ ਦਿਖਾਈ ਦੇਣ ਲੱਗਾ। ਇੱਕ ਵਾਰ, ਸੁਪਨੇ ਵਿੱਚ, ਪ੍ਰਭੂ ਯਿਸੂ ਮਸੀਹ ਅੰਦਰ ਆਇਆ, ਉਸਦਾ ਸਰੀਰ ਸਾਰੇ ਟੁੱਟੇ ਹੋਏ ਸਨ ਪਰ ਚਮੜੀ ਦੇ ਛੋਟੇ-ਛੋਟੇ ਲਿਗਾਮੈਂਟਾਂ ਨਾਲ ਜੁੜਿਆ ਹੋਇਆ ਸੀ। ਹਰ ਇੱਕ ਅੰਗ ਇੱਕ ਚਰਚ ਸੇਵਕਾਈ ਸੀ। ਮੈਂ ਉਨ੍ਹਾਂ ਸੇਵਕਾਈਆਂ ਨੂੰ ਬਣਾ ਸਕਦਾ ਸੀ ਜਿਨ੍ਹਾਂ ਤੋਂ ਮੈਂ ਜਾਣੂ ਸੀ। ਸਰੀਰ ਦੇ ਅੰਗਾਂ ਵਿਚਕਾਰ ਸਬੰਧ ਮਜ਼ਬੂਤ ਨਹੀਂ ਸਨ। ਮੈਂ ਹੁਣ ਸਮਝਦਾ ਹਾਂ ਕਿ ਚਰਚ ਸੰਸਥਾਵਾਂ ਜਾਂ ਸੇਵਕਾਈਆਂ ਜਿਵੇਂ ਕਿ ਅਸੀਂ ਅੱਜ ਉਨ੍ਹਾਂ ਨੂੰ ਜਾਣਦੇ ਹਾਂ, ਉਸਦੇ ਸਰੀਰ ਨੂੰ ਵੰਡ ਰਹੀਆਂ ਹਨ, ਉਸਦੇ ਚਰਚ ਦੇ ਵਿਅਕਤੀਗਤ ਮੈਂਬਰ ਹੰਕਾਰ, ਛੋਟੇ ਹਉਮੈ ਅਤੇ ਸਰੀਰ ਦੁਆਰਾ ਪੇਸ਼ ਕੀਤੀ ਗਈ ਸਾਰੀ ਲਾਲਸਾ ਦੇ ਕਾਰਨ ਉਸਦਾ ਸਰੀਰ ਬਣਾਉਂਦੇ ਹਨ। ਅੰਤਰ-ਚਰਚ ਮੁਕਾਬਲੇ, ਲੀਡਰਸ਼ਿਪ ਸੰਘਰਸ਼, ਮੈਂਬਰਾਂ ਦਾ ਭਟਕਣਾ, ਹੋਰ ਸੇਵਕਾਈਆਂ ਨੂੰ ਭਜਾਉਣਾ, ਚਰਚ ਦੇ ਮੈਂਬਰਾਂ ਵਿਚਕਾਰ ਚੱਲ ਰਹੀ ਲੜਾਈ, ਲੀਡਰਸ਼ਿਪ ਚੋਰੀ ਅਤੇ ਸ਼ਾਨਦਾਰ ਜੀਵਨ ਸ਼ੈਲੀ ਜਿਉਣਾ ਜੋ ਮੈਂਬਰਾਂ ਦੇ ਜੀਵਨ ਪੱਧਰ ਨੂੰ ਨਹੀਂ ਦਰਸਾਉਂਦੀ ਅਤੇ ਸੂਚੀ ਅੱਗੇ ਵਧਦੀ ਰਹਿੰਦੀ ਹੈ। ਜੇਕਰ ਤੁਸੀਂ ਅਜਿਹੇ ਹੋ, ਤਾਂ ਬੁਰਾਈ ਤੋਂ ਦੂਰ ਰਹੋ, ਕਿਉਂਕਿ ਸਾਡਾ ਪਰਮੇਸ਼ੁਰ ਇੱਕ ਭਸਮ ਕਰਨ ਵਾਲੀ ਅੱਗ ਹੈ ਅਤੇ ਬਿਲਆਮ ਦੇ ਪਾਪ ਨੂੰ ਯਾਦ ਰੱਖੋ ਜਿਸਨੇ ਪੈਸੇ ਦੀ ਲਾਲਸਾ ਲਈ, ਪਰਮੇਸ਼ੁਰ ਨੂੰ ਗਲਤ ਢੰਗ ਨਾਲ ਪੇਸ਼ ਕੀਤਾ ਅਤੇ ਵਿਰੋਧੀ ਨੂੰ ਬੁਰੀ ਸਲਾਹ ਦੁਆਰਾ ਪਰਮੇਸ਼ੁਰ ਦੇ ਬਖਸ਼ੇ ਹੋਏ ਬੱਚਿਆਂ ਨੂੰ ਸ਼ੈਤਾਨ ਦੇ ਹਵਾਲੇ ਕਰ ਦਿੱਤਾ।

ਹੁਣ ਮੈਂ ਪ੍ਰਭੂ ਨੂੰ ਪੁੱਛਿਆ ਕਿ ਮੈਂ ਉਸ ਦੇ ਇਸ ਹਲਕੇ ਜਿਹੇ ਜੁੜੇ ਹੋਏ ਅਸੰਬੰਧਿਤ ਸਰੀਰ ਵਿੱਚ ਕਿੱਥੇ ਫਿੱਟ ਹੋਵਾਂਗਾ। ਉਸਨੇ ਮੈਨੂੰ ਕਿਹਾ ਕਿ ਅਜਿਹੇ ਚਰਚਾਂ ਦੀ ਭਾਲ ਕਰਾਂ ਜੋ ਮਨੁੱਖਾਂ ਦੇ ਚੇਲੇ ਬਣਾਉਂਦੇ ਹਨ ਅਤੇ ਮੈਨੂੰ ਗਿਣਤੀਆਂ ਦੁਆਰਾ ਪ੍ਰੇਰਿਤ ਨਹੀਂ ਹੋਣਾ ਚਾਹੀਦਾ।

ਬਾਕੀ ਇਤਿਹਾਸ ਹੈ। ਮੈਨੂੰ ਹੁਣ ਅਹਿਸਾਸ ਹੋਇਆ ਕਿ ਮੁਲਾਕਾਤ ਤੋਂ ਬਾਅਦ ਉਸ ਵਿੱਚ ਮੇਰਾ ਵਿਸ਼ਵਾਸ ਵਧ ਗਿਆ ਸੀ, ਹੁਣ ਮੇਰੇ ਵਿੱਚ ਉਦੇਸ਼ ਅਤੇ ਮਿਸ਼ਨ ਦੀ ਭਾਵਨਾ ਸੀ। ਬਾਅਦ ਦੇ ਸੁਪਨਿਆਂ ਵਿੱਚ ਪਰਮੇਸ਼ੁਰ ਨੇ ਮੈਨੂੰ ਜੋ ਵੀ ਕੰਮ ਸੌਂਪਿਆ ਸੀ ਉਹ ਇਸ ਪਹਿਲੇ ਕੰਮ ਦੇ ਅਨੁਕੂਲ ਸੀ। ਕੋਈ ਵਿਵਾਦ ਨਹੀਂ ਹੋਇਆ ਹੈ। ਮੈਂ ਕਈ ਵਾਰ ਪਟੜੀ ਤੋਂ ਉਤਰ ਜਾਂਦਾ ਹਾਂ, ਪਰ ਉਹ ਮੈਨੂੰ ਪਿਆਰ ਨਾਲ ਪਿੱਛੇ ਲੈ ਜਾਂਦਾ ਹੈ ਅਤੇ ਕਈ ਵਾਰ ਅਣਆਗਿਆਕਾਰੀ ਲਈ ਸੱਟਾਂ ਨਾਲ। ਪਵਿੱਤਰ ਆਤਮਾ ਦੀ ਸ਼ਕਤੀ ਅਤੇ ਮੌਜੂਦਗੀ ਨੇ ਮੈਨੂੰ ਉਹ ਕੰਮ ਪੂਰਾ ਕਰਨ ਦੇ ਯੋਗ ਬਣਾਇਆ ਹੈ ਜੋ ਮੈਂ ਕੁਦਰਤੀ ਤੌਰ 'ਤੇ ਕੰਮ ਦੇ ਖਾਸ ਖੇਤਰ ਤੱਕ ਪਹੁੰਚਣ ਦੇ ਯੋਗ ਨਹੀਂ ਹੁੰਦਾ। ਪਰਮੇਸ਼ੁਰ ਸਾਨੂੰ ਸੇਵਕਾਈ ਲਈ ਤਿਆਰ ਕਰਨ ਲਈ ਆਪਣੀ ਪਵਿੱਤਰ ਆਤਮਾ ਨਾਲ ਭਰ ਦਿੰਦਾ ਹੈ। ਬ੍ਰਹਮ ਸਮਰੱਥਾ ਅਤੇ ਕੰਮ ਤੋਂ ਬਿਨਾਂ ਕਦੇ ਵੀ ਪਰਮੇਸ਼ੁਰ ਲਈ ਕੋਈ ਕੰਮ ਨਾ ਲਓ।

ਇਸ ਪ੍ਰਕਾਸ਼ ਨੇ ਮੈਨੂੰ ਵਿਸ਼ਵਾਸ ਅਤੇ ਭਰੋਸਾ ਦਿੱਤਾ ਕਿ ਪਰਮਾਤਮਾ ਉਪਲਬਧ ਹੈ ਅਤੇ ਸਾਨੂੰ ਗੱਲਬਾਤ ਵਿੱਚ ਸ਼ਾਮਲ ਕਰਨ ਲਈ ਬਹੁਤ ਜ਼ਿਆਦਾ ਇੱਛੁਕ ਹੈ, ਜੇਕਰ ਅਸੀਂ ਉਸਦੀ ਬਾਰੰਬਾਰਤਾ ਵਿੱਚ ਟਿਊਨ ਇਨ ਕਰਨਾ ਚਾਹੁੰਦੇ ਹਾਂ ਅਤੇ ਵਿਸ਼ਵਾਸ ਨਾਲ ਉਸ ਤੋਂ ਮੰਗਣਾ ਚਾਹੁੰਦੇ ਹਾਂ। ਉਹ ਟ੍ਰਾਂਸ (ਖੁੱਲ੍ਹੇ ਦਰਸ਼ਨਾਂ) ਰਾਹੀਂ ਬੋਲਦਾ ਹੈ ਜਿਵੇਂ ਕਿ ਇਸ ਮਾਮਲੇ ਵਿੱਚ, ਸੁਪਨਿਆਂ ਰਾਹੀਂ, ਚਿੱਤਰ ਪ੍ਰਭਾਵ ਦੁਆਰਾ, ਸਵੈ-ਇੱਛਤ ਵਿਚਾਰ ਜੋ ਸਾਡੇ ਮਨਾਂ 'ਤੇ ਪ੍ਰਕਾਸ਼ਮਾਨ ਹੁੰਦਾ ਹੈ, ਸਾਡੇ ਸਾਹਮਣੇ ਆਉਣ ਵਾਲੇ ਹਾਲਾਤਾਂ ਦੁਆਰਾ, ਜਿਨ੍ਹਾਂ ਲੋਕਾਂ ਨੂੰ ਅਸੀਂ ਮਿਲਦੇ ਹਾਂ, ਪਰਮੇਸ਼ੁਰ ਦੇ ਨਿਯੁਕਤ ਕੀਤੇ ਗਏ ਪੁਰਸ਼ਾਂ ਅਤੇ ਔਰਤਾਂ, ਬੱਚਿਆਂ ਦੁਆਰਾ, ਚੁੱਪ ਦੁਆਰਾ ਅਤੇ ਪਰਮੇਸ਼ੁਰ ਦੇ ਬਚਨ ਦੁਆਰਾ। ਇਹ ਧਿਆਨ ਦੇਣਾ ਮਹੱਤਵਪੂਰਨ ਹੈ ਕਿ ਅੰਦਰੂਨੀ ਗਵਾਹੀ ਅਤੇ ਪਰਮੇਸ਼ੁਰ ਦਾ ਬਚਨ ਉਸ ਨਾਲ ਸਹਿਮਤ ਹੋਣਾ ਚਾਹੀਦਾ ਹੈ ਜੋ ਅਸੀਂ ਸਾਡੇ

ਮਨ 'ਤੇ ਦੇਖਿਆ, ਸੁਣਿਆ ਜਾਂ ਪ੍ਰਭਾਵਿਤ ਕੀਤਾ ਹੈ। ਸ਼ੈਤਾਨ ਅਤੇ ਸ਼ੈਤਾਨੀ ਆਤਮਾ ਵੀ ਬੋਲਦੇ ਹਨ, ਸਾਡੇ ਮਨਾਂ 'ਤੇ ਪ੍ਰਭਾਵ ਪਾਉਂਦੇ ਹਨ। ਯਿਸੂ ਨੇ ਸਾਨੂੰ ਇਸ ਬਾਰੇ ਸੁਚੇਤ ਕੀਤਾ ਹੈ: -

ਯੂਹੰਨਾ 10:27

27 ਮੇਰੀਆਂ ਭੇਡਾਂ ਮੇਰੀ ਅਵਾਜ਼ ਸੁਣਦੀਆਂ ਹਨ, ਅਤੇ ਮੈਂ ਉਨ੍ਹਾਂ ਨੂੰ ਜਾਣਦਾ ਹਾਂ, ਅਤੇ ਉਹ ਮੇਰੇ ਪਿੱਛੇ-ਪਿੱਛੇ ਆਉਂਦੀਆਂ ਹਨ।

ਅਸਾਈਨਮੈਂਟ 1

ਕੀ ਤੁਹਾਡੀ ਆਪਣੇ ਸਵਰਗੀ ਪਿਤਾ ਨਾਲ ਮੁਲਾਕਾਤ ਹੋਈ ਹੈ ਜਿਵੇਂ ਕਿ ਮੈਂ ਹੁਣੇ ਦੱਸੀ ਹੈ? ਜੇ ਨਹੀ ਹੋਈ, ਤਾਂ ਮੈ ਤੁਹਾਨੂੰ ਇੱਕ ਮੰਗਣ ਲਈ ਉਤਸ਼ਾਹਿਤ ਕਰਦਾ ਹਾਂ। ਦਿਖਾਵੇ ਲਈ ਨਹੀ ਪਰ ਇਸ ਲਈ ਕਿ ਤੁਸੀ ਉਸ ਨਾਲ ਹੁਣ ਨਾਲੋਂ ਮਜਬੂਤ ਰਿਸ਼ਤਾ ਬਣਾਉਣਾ ਚਾਹੁੰਦੇ ਹੋ। ਉਸ ਬਿੰਦੂ ਤੋਂ ਸੁਰੂ ਕਰੋ ਜਿਸ 'ਤੇ ਤੁਸੀ ਹੋ। ਕੀ ਤੁਸੀ ਨਿਸ਼ਾਨੇ ਨੂੰ ਗੁਆ ਰਹੇ ਹੋ, ਉੱਥੇ ਸੁਰੂ ਕਰੋ। ਉਜਾੜੂ ਪੁੱਤਰ ਨੂੰ ਯਾਦ ਰੱਖੋ, ਪਿਤਾ ਨੇ ਪਾਪ ਦੇ ਬਾਵਜੂਦ ਉਸਦਾ ਸਵਾਗਤ ਕੀਤਾ। ਇਹ ਪਿਤਾ ਦਾ ਦਿਲ ਹੈ। ਕਈ ਵਾਰ, ਅਸੀ ਇੱਕ ਗੜਬੜ ਵਿੱਚ ਪੈ ਜਾਂਦੇ ਹਾਂ ਕਿਉਂਕਿ ਅਸੀ ਆਪਣੇ ਜੀਵਨ ਵਿੱਚ ਪਰਮਾਤਮਾ ਨੂੰ ਮਹਿਸੂਸ ਨਹੀ ਕਰਦੇ। ਉਹ ਉਡੀਕ ਕਰ ਰਿਹਾ ਹੈ, ਤੁਹਾਨੂੰ ਅਤੇ ਮੈਨੂੰ ਸ਼ਾਮਲ ਕਰਨ ਦੀ ਉਡੀਕ ਕਰ ਰਿਹਾ ਹੈ।

ਹੁਣੇ ਰੁਕੋ ਅਤੇ ਪ੍ਰਾਰਥਨਾ ਕਰੋ ਕਿ ਉਹ ਤੁਹਾਨੂੰ ਆਪਣੇ ਆਪ ਨੂੰ ਪ੍ਰਗਟ ਕਰੇ, ਮੇਰਾ ਮਤਲਬ ਇੱਕ ਠੋਸ ਪ੍ਰਗਟਾਵਾ ਹੈ। ਕੁਝ ਬੇਕਾਰ ਮੁਲਾਕਾਤਾਂ ਨਹੀ ਜੋ ਤੁਸੀ ਦਿਨਾਂ ਵਿੱਚ ਹੀ ਭੁੱਲ ਜਾਂਦੇ ਹੋ। ਹਰ ਵਾਰ ਜਦੋਂ ਵੀ ਮੈ ਉਪਰੋਕਤ ਅਨੁਭਵ ਨੂੰ ਯਾਦ ਕਰਦਾ ਹਾਂ, ਇਹ ਪਹਿਲਾਂ ਵਾਂਗ ਤਾਜ਼ਾ ਹੁੰਦਾ ਹੈ। ਇਹ ਮੇਰੇ ਡੀਐਨਏ ਵਿੱਚ ਹਮੇਸ਼ਾ ਲਈ ਤਿਆਰ ਕੀਤਾ ਗਿਆ ਹੈ। ਉਸਨੂੰ ਆਪਣੇ ਆਪ ਨੂੰ ਕਿਸੇ ਪਿਆਰੇ, ਇੱਕ ਪਤਨੀ, ਇੱਕ ਪਤੀ, ਇੱਕ ਸਾਥੀ ਆਦਿ ਦੇ ਸਾਹਮਣੇ ਪ੍ਰਗਟ ਕਰਨ ਲਈ ਕਹੋ ਅਤੇ ਇਸ 'ਤੇ ਵਿਸ਼ਵਾਸ ਕਰੋ। ਦੇਖੋ ਕੀ ਹੁੰਦਾ ਹੈ।

ਪਰਮਾਤਮਾ ਚਾਹੁੰਦਾ ਹੈ ਕਿ ਵਿਸ਼ਵਾਸ ਕੀਤਾ ਜਾਵੇ, ਉਹ ਵਿਸ਼ਵਾਸ ਕੀਤਾ ਜਾਵੇ। ਸਾਡਾ ਵਿਸ਼ਵਾਸ ਕਹਿੰਦਾ ਹੈ ਕਿ ਮੈਂ ਤੁਹਾਡੇ 'ਤੇ ਵਿਸ਼ਵਾਸ ਕਰਦਾ ਹਾਂ ਅਤੇ ਤੁਹਾਡੇ 'ਤੇ ਭਰੋਸਾ ਕਰਦਾ ਹਾਂ ਕਿ ਤੁਸੀ ਉਹ ਕਰੋ ਜੋ ਤੁਸੀ ਕਰਨਾ ਚਾਹੁੰਦੇ ਹੋ।

ਹੁਣ ਇਲਾਜ, ਛੁਟਕਾਰਾ ਅਤੇ ਬਹਾਲੀ ਦੀ ਲੜੀ ਤੋਂ ਇਲਾਵਾ ਜੋ ਮੈਂ ਨਿੱਜੀ ਤੌਰ 'ਤੇ ਅਨੁਭਵ ਕੀਤਾ, ਹੇਠ ਲਿਖੀਆਂ ਕਈ ਘਟਨਾਵਾਂ ਨੇ ਇਸ ਸੇਵਕ ਵਿੱਚ ਮੇਰਾ ਗੁੱਸਾ ਭੜਕਾਇਆ - ਮੇਰੀ ਮੰਮੀ 44 ਸਾਲ ਦੀ ਉਮਰ ਵਿੱਚ ਹਾਈ ਬਲੱਡ ਪ੍ਰੈਸ਼ਰ ਨਾਲ ਮਰ ਗਈ - ਮੇਰੀ ਵੱਡੀ ਭੈਣ 44 ਸਾਲ ਦੀ ਉਮਰ ਵਿੱਚ ਛਾਤੀ ਦੇ ਕੈਂਸਰ ਨਾਲ ਅਤੇ ਮੇਰੇ ਪਿਤਾ ਜੀ 77 ਸਾਲ ਦੀ ਉਮਰ ਵਿੱਚ ਪ੍ਰੋਸਟੇਟ ਕੈਂਸਰ ਨਾਲ ਮਰ ਗਏ। ਇਸ ਲਈ, ਮੈਂ ਆਪਣੇ ਅਜ਼ੀਜ਼ਾਂ ਤੋਂ ਚੋਰੀ ਕਰਨ ਲਈ ਸ਼ੈਤਾਨ ਤੋਂ ਗੁੱਸੇ ਹਾਂ ਅਤੇ ਮੈਂ ਪ੍ਰਮਾਤਮਾ ਦਾ ਸਭ ਤੋਂ ਵਧੀਆ ਪ੍ਰਾਪਤ ਕਰਨ ਲਈ ਭੁੱਖਾ ਹਾਂ। ਸਿਰਫ਼ ਆਪਣੇ ਲਈ ਹੀ ਨਹੀਂ, ਸਗੋਂ ਦੂਜਿਆਂ ਲਈ ਵੀ ਤਾਂ ਜੋ ਉਨ੍ਹਾਂ ਨੂੰ ਛੋਟੀ ਉਮਰ ਵਿੱਚ ਆਪਣੇ ਮਾਪਿਆਂ ਜਾਂ ਭੈਣ-ਭਰਾ ਨੂੰ ਗੁਆਉਣ ਦੀ ਜ਼ਰੂਰਤ ਨਾ ਪਵੇ ਅਤੇ ਉਹ ਯਿਸੂ ਦੇ ਨਾਮ ਵਿੱਚ ਆਪਣੇ ਦਿਨ ਤੰਦਰੁਸਤ ਅਤੇ ਸੰਪੂਰਨ ਸਿਹਤ ਵਿੱਚ ਪੂਰੇ ਕਰ ਸਕਣ, ਆਮੀਨ।

ਰੱਬ ਨੇ ਮੈਨੂੰ ਅਤੇ ਤੁਹਾਡੇ ਨਾਲ ਇਹ ਵਾਅਦਾ ਕੀਤਾ ਸੀ:

ਕੂਚ 23:25-27
ਐਮਪਲੀਫਾਈਡ ਬਾਈਬਲ, ਕਲਾਸਕਿ ਐਡੀਸਨ
25 ਤੁਸੀ ਯਹੋਵਾਹ ਆਪਣੇ ਪਰਮੇਸ਼ੁਰ ਦੀ ਸੇਵਾ ਕਰੋ; ਉਹ ਤੁਹਾਡੀ ਰੋਟੀ ਅਤੇ ਪਾਣੀ ਨੂੰ ਅਸੀਸ ਦੇਵੇਗਾ, ਅਤੇ ਮੈਂ ਤੁਹਾਡੇ ਵਿੱਚੋਂ ਬਮਿਾਰੀ ਦੂਰ ਕਰ ਦਆਿਂਗਾ।
26 ਤੇਰੇ ਦੇਸ ਵਚਿ ਕਸਿ ਦਾ ਬੱਚਾ ਗਰਭਪਾਤ ਨਾਲ ਨਹੀ ਗੁਆਇਆ ਜਾਵੇਗਾ ਅਤੇ ਨਾ ਹੀ ਕੋਈ ਬਾਂਝ ਰਹੇਗੀ, ਮੈਂ ਤੇਰੇ ਦਨਿਾਂ ਦੀ ਗਣਿਤੀ ਪੂਰੀ ਕਰਾਂਗਾ।
27 ਮੈਂ ਆਪਣਾ ਭੈ ਤੇਰੇ ਅੱਗੇ ਭੇਜਾਂਗਾ ਅਤੇ ਉਨ੍ਹਾਂ ਸਾਰੇ ਲੋਕਾਂ ਨੂੰ ਜਨਿ੍ਹਾਂ ਕੋਲ ਤੂੰ ਜਾਵੇਂਗਾ ਘਬਰਾ ਦਆਿਂਗਾ ਅਤੇ ਤੇਰੇ ਸਾਰੇ ਵੈਰੀਆਂ ਨੂੰ ਤੇਰੇ ਕੋਲੋਂ ਭਜਾ ਦਆਿਂਗਾ।

ਤੁਹਾਡੇ ਨਾਲ ਮਿਲ ਕੇ, ਮੈਂ ਜਿਸੂ ਦੇ ਨਾਮ ਤੇ ਉਸ ਵਾਅਦੇ ਨੂੰ ਨਿਭਾਉਣ ਦਾ ਇਰਾਦਾ ਰੱਖਦਾ ਹਾਂ, ਆਮੀਨ। ਇਸ ਕਿਤਾਬ ਵਿੱਚ ***"ਵੱਡੇ ਕਾਰਨਾਮੇ - 1 – ਤੁਸੀ ਇਸ ਲਈ ਸੜ ਗਏ – ਇਲਾਜ, ਛੁਟਕਾਰਾ ਅਤੇ ਬਹਾਲੀ*** – ਪਰਮੇਸ਼ੁਰ ਦੇ ਪੁਰਸ਼ਾਂ ਅਤੇ ਔਰਤਾਂ ਦੁਆਰਾ 100 ਸਾਲਾਂ ਤੋਂ ਵੱਧ ਕਾਰਨਾਮੇ ਦੇ ਰਿਕਾਰਡਾਂ ਤੋਂ ਮਹਾਨ ਲੋਕਾਂ ਤੋਂ ਪਤਾ ਲਗਾਓ, ਪਰਮੇਸ਼ੁਰ ਨੇ ਆਪਣੇ ਸਮੇਂ ਲਈ ਵਰਤਿਆ। ਇਹ ਸਾਡੇ ਲਈ ਵੀ ਹੈ। ਕਿਤਾਬ ਤੁਹਾਨੂੰ ਦਿਖਾਏਗੀ ਕਿ ਕਿਵੇਂ। ਅਸੀਂ ਸਿੱਖਿਆਵਾਂ ਨੂੰ ਲਾਗੂ ਕਰਕੇ ਪਹਿਲਾਂ ਹੀ ਨਤੀਜੇ ਦੇਖ ਰਹੇ ਹਾਂ ਅਤੇ ਤੁਹਾਨੂੰ ਵੀ ਜ਼ਰੂਰ ਦੇਖਣੇ ਚਾਹੀਦੇ ਹਨ। ਆਮੀਨ

ਵੱਡੇ ਕਾਰਨਾਮੇ - 1

- ਪ੍ਰਕਾਸ਼ਕ ਬਾਰੇ

ਸਾਡੇ ਬਾਰੇ - ਰੱਬ ਦੇ ਈਗਲ ਮੰਤਰਾਲੇ (GEM)

ਕੌਮਾਂ ਨੂੰ ਬੀਜਣਾ। ਜ਼ਿੰਦਗੀਆਂ ਨੂੰ ਬਦਲਣਾ।

"ਤਾਂ ਜੋ ਉਹ ਸਾਰੇ ਇੱਕ ਹੋਣ..." — ਯੂਹੰਨਾ 17:21-23

ਸਾਡਾ ਸ਼ਾਸਨ ਦ੍ਰਸ਼ਿਟੀਕੋਣ

ਇੱਕ ਸੰਯੁਕਤ ਈਸਾਈ ਸੰਸਾਰ — ਬਣਾਇਆ ਗਿਆ, ਸਰਿਫ਼.ਇਕੱਠਾ ਨਹੀ ਕੀਤਾ ਗਿਆ

ਪਰਮਾਤਮਾ ਦੇ ਈਗਲ ਸੇਵਕਾਈ ਪਰਮਾਤਮਾ ਦੇ ਸਦੀਵੀ ਉਦੇਸ਼ ਵਿੱਚ ਹਿੱਸਾ ਲੈਣ ਲਈ ਮੌਜੂਦ ਹਨ:

ਇੱਕ ਸੰਯੁਕਤ ਚਰਚ ਜੋ ਆਗਿਆਕਾਰੀ, ਪਰਪਿੱਕਤਾ, ਅਤੇ ਦ੍ਰਸ਼ਿਮਾਨ ਪਰਵਿਰਤਨ ਵਿੱਚ ਚੱਲਦਾ ਹੈ , ਮਸੀਹ ਵਿੱਚ ਜੜ੍ਹਾਂ ਅਤੇ ਪਵਿੱਤਰ ਆਤਮਾ ਦੁਆਰਾ ਨਿਰਦੇਸ਼ਤ।

ਅਸੀਂ ਮਸੀਹ ਦੇ ਇੱਕ ਵਿਸ਼ਵਵਿਆਪੀ ਸਰੀਰ ਦੀ ਕਲਪਨਾ ਕਰਦੇ ਹਾਂ ਜੋ ਇਕਸਾਰਤਾ, ਪਲੇਟਫਾਰਮਾਂ, ਜਾਂ ਸ਼ਖਸੀਅਤਾਂ ਦੁਆਰਾ ਇੱਕਜੁੱਟ ਨਹੀਂ ਹੈ - ਸਗੋਂ **ਸੱਚਾਈ ਪ੍ਰਤੀ ਸਾਂਝੀ ਅਧੀਨਗੀ, ਆਗਿਆਕਾਰੀ-ਅਧਾਰਤ ਚੇਲਾਪਨ, ਅਤੇ ਬਦਲੇ ਹੋਏ ਜੀਵਨ ਦੁਆਰਾ ਇੱਕਜੁੱਟ ਹੈ ।**

ਸਾਡੇ ਲਈ ਏਕਤਾ ਕੋਈ ਨਾਅਰਾ ਨਹੀਂ ਹੈ। ਇਹ

ਲੋਕਾਂ ਵਿੱਚ ਬਣੇ ਇਕਸਾਰਤਾ , ਨਵੀਨੀਕਰਨ ਅਤੇ ਮਸੀਹ ਦਾ ਫਲ ਹੈ ।

ਸਾਡਾ ਮੁੱਢਲਾ ਆਦੇਸ.

ਰੋਮੀਆਂ 12:1-2 ਦੇ ਅਨੁਸਾਰ ਪਰਵਿਰਤਨ

ਅਸੀਂ ਜੋ ਵੀ ਕਰਦੇ ਹਾਂ—ਕਿਤਾਬਾਂ, ਭਗਤੀ, ਸਿੱਖਿਆਵਾਂ, ਫਿਲਮਾਂ, ਆਡੀਓ, ਵੀਡੀਓ, ਡਿਜੀਟਲ ਪਲੇਟਫਾਰਮ, ਅਤੇ ਭਵਿੱਖ ਦੀਆਂ ਤਕਨਾਲੋਜੀਆਂ— **ਇੱਕ ਸ਼ਾਸਨ ਉਦੇਸ਼ ਲਈ ਮੌਜੂਦ ਹਨ** :

ਮਨ ਦਾ ਨਵੀਨੀਕਰਨ ਜੋ ਮਾਪਣਯੋਗ, ਜੀਵਤ ਪਰਵਿਰਤਨ ਪੈਦਾ ਕਰਦਾ ਹੈ।

ਸਾਡੇ ਮੰਚਾਰ **ਜਾਣਕਾਰੀ ਦੀ ਖਪਤ** , ਭਾਵਨਾਤਮਕ ਉਤੇਜਨਾ, ਜਾਂ ਪੈਸਿਵ ਪ੍ਰੇਰਨਾ ਲਈ ਨਹੀਂ ਬਣਾਏ ਗਏ ਹਨ।

ਉਹ ਇਹਨਾਂ ਲਈ ਤਿਆਰ ਕੀਤੇ ਗਏ ਹਨ:

- ਪਛਤਾਵਾ ਅਤੇ ਪੁਨਰਗਠਨ
- ਸੋਚ ਦਾ ਨਵੀਨੀਕਰਨ
- ਧਰਮ-ਗ੍ਰੰਥ ਦੀ ਪਾਲਣਾ
- ਦਿਖਾਈ ਦੇਣ ਵਾਲਾ ਅੱਖਰ ਬਦਲਾਅ
- ਨਿਰੰਤਰ ਅਧਿਆਤਮਿਕ ਪਰਿਪੱਕਤਾ

ਪਰਿਵਰਤਨ ਨੂੰ ਮੰਨਿਆ ਨਹੀਂ ਜਾਂਦਾ।

ਇਹ **ਇਸ ਲਈ ਤਿਆਰ ਕੀਤਾ ਗਿਆ ਹੈ, ਇਸਦੀ ਦੇਖਭਾਲ ਕੀਤੀ ਜਾਂਦੀ ਹੈ, ਮਾਪਿਆ ਜਾਂਦਾ ਹੈ, ਅਤੇ ਪਾਲਣਾ ਕੀਤੀ ਜਾਂਦੀ ਹੈ** ।

"ਸਾਡੀ ਸਫਲਤਾ ਦਾ ਮਾਪ"

ਭਾਸ਼ਾ ਦੇ ਨਾਲ ਜਿਵੇਂ ਕਿ:

- ਅਸੀਂ ਸਫਲਤਾ ਨੂੰ ਸਿਰਫ਼ ਟ੍ਰੈਫਿਕ ਨਾਲ ਨਹੀਂ ਮਾਪਦੇ।
- ਅਸੀਂ ਸਫਲਤਾ ਨੂੰ ਬਦਲੇ ਹੋਏ ਜੀਵਨ ਦੁਆਰਾ ਮਾਪਦੇ ਹਾਂ
- ਅਸੀਂ ਰੁਝੇਵਿਆਂ ਨਾਲੋਂ ਆਗਿਆਕਾਰੀ ਨੂੰ ਮਹੱਤਵ ਦਿੰਦੇ ਹਾਂ
- ਅਸੀਂ ਵਾਇਰਲ ਹੋਣ ਨਾਲੋਂ ਨਵੀਨੀਕਰਨ ਨੂੰ ਮਹੱਤਵ ਦਿੰਦੇ ਹਾਂ

ਸਾਡਾ ਮਿਸ਼ਨ

ਕੌਮਾਂ ਦਾ ਬੀਜ ਬੀਜਣਾ — ਇੱਕ ਸਮੇਂ ਇੱਕ ਜੀਵਨ

ਰੱਬ ਦੇ ਈਗਲ ਮੰਤਰਾਲੇ ਇਸ ਲਈ ਮੌਜੂਦ ਹਨ:

- **ਧਰਮ-ਗ੍ਰੰਥ-ਜੜ੍ਹਾਂ ਵਾਲੇ ਸਰੋਤ ਬਣਾਓ, ਇਕੱਠੇ ਕਰੋ ਅਤੇ ਪ੍ਰਸਾਰਿਤ ਕਰੋ** ਜੋ ਪਰਿਵਰਤਨ ਵੱਲ ਲੈ ਜਾਂਦੇ ਹਨ, ਨਾ ਕਿ ਸਿਰਫ਼ ਗਿਆਨ ਵੱਲ।
- **ਪ੍ਰਚਾਰ, ਚੇਲਾਪਨ, ਇਲਾਜ, ਛੁਟਕਾਰਾ, ਬਹਾਲੀ, ਅਤੇ ਸਲਾਹ** , ਆਤਮਾ, ਆਤਮਾ ਅਤੇ ਸਰੀਰ ਵਿੱਚ ਰੁੱਝੋ।
- **ਢਾਂਚਾਗਤ ਚੇਲੇਪਣ ਯਾਤਰਾਵਾਂ ਦਾ ਸੰਚਾਲਨ ਕਰੋ** ਜੋ ਵਿਸ਼ਵਾਸੀਆਂ ਨੂੰ ਮੁਲਾਕਾਤ ਤੋਂ ਆਗਿਆਕਾਰੀ ਵੱਲ ਲੈ ਜਾਂਦੇ ਹਨ।
- ਪਵਿੱਤਰ ਆਤਮਾ ਦੀ ਅਗਵਾਈ ਹੇਠ, **ਭਵਿੱਖਬਾਣੀ ਦੀ ਆਗਿਆਕਾਰੀ ਅਤੇ ਖੇਤਰ ਸਮਰਪਣ ਦਾ ਸਮਰਥਨ ਕਰੋ ।**
- ਬਾਈਬਲ ਦੇ ਅਧਿਕਾਰ ਅਤੇ ਮਨੁੱਖੀ ਨਿਗਰਾਨੀ ਹੇਠ **ਵੱਡੇ ਪੈਮਾਨੇ ਦੇ ਡਜੀਟਲ ਸਸਿਟਮਾਂ ਦੀ ਦੇਖਭਾਲ ਕਰੋ**

ਸਾਡਾ ਫ਼ਤਵਾ ਆਪਣੇ ਆਪ ਲਈ ਪੈਮਾਨਾ ਨਹੀਂ ਹੈ, ਸਗੋਂ **ਪੈਮਾਨੇ 'ਤੇ ਵਫ਼ਾਦਾਰੀ ਹੈ** ।

ਸਾਡੇ ਮੂਲ ਮੁੱਲ

ਇਹ ਮੁੱਲ **ਸੇਵਕਾਈ, ਪ੍ਰਕਾਸ਼ਨ, ਲੀਡਰਸਪਿ ਅਤੇ ਤਕਨਾਲੋਜੀ ਨੂੰ ਇੱਕੋ ਜਹਿੇ ਨਯਿੰਤਰਤਿ ਕਰਦੇ ਹਨ** :

- **ਮਸੀਹ ਵਿੱਚ ਦਲੇਰੀ ਅਤੇ ਨਡਿਰਤਾ**
- **ਸੇਵਕ ਅਗਵਾਈ**
- **ਜਵਾਬਦੇਹੀ ਦੇ ਨਾਲ ਉੱਤਮਤਾ**
- **ਇਮਾਨਦਾਰੀ ਅਤੇ ਪਾਰਦਰਸ਼ਤਾ**
- **ਸਮਝਦਾਰੀ ਨਾਲ ਗਤੀ**
- **ਸਰਿਜਣਾਤਮਕਤਾ ਸੱਚਾਈ ਵਿੱਚ ਟਕਿੀ ਹੋਈ ਹੈ**
- **ਆਤਮਾ ਦੀ ਅਗਵਾਈ ਹੇਠ ਉਦਾਰਤਾ**

ਸਾਡਾ ਜਨੂੰਨ

ਅਸੀਂ ਇਹਨਾਂ ਪ੍ਰਤੀ ਪੂਰੀ ਤਰ੍ਹਾਂ ਵਚਨਬੱਧ ਹਾਂ:

- **ਆਤਮਾ ਦੀ ਏਕਤਾ ਅਤੇ ਵਸਿ਼ਵਾਸ ਦੀ ਏਕਤਾ** (ਅਫ਼ਸੀਆਂ 4:3, 13)

- **ਸੰਤਾਂ ਨੂੰ ਪਰਪਿੱਕਤਾ ਅਤੇ ਸੁਭ ਕੰਮਾਂ ਲਈ ਤਆਿਰ ਕਰਨਾ** (ਅਫ਼ਸੀਆਂ 4:11-16)
- **ਇਲਾਜ, ਛੁਟਕਾਰਾ, ਅਤੇ ਬਹਾਲੀ** ਜੋ ਲੰਬੇ ਸਮੇਂ ਤੱਕ ਚੱਲਦੀ ਹੈ - ਚੱਕਰ ਨਹੀਂ
- **ਚੇਲਾਪਨ ਜੋ ਆਗਆਿਕਾਰੀ ਪੈਦਾ ਕਰਦਾ ਹੈ, ਨਰਿਭਰਤਾ ਨਹੀ**
- **ਅਜਹਿ ਵਸਿ਼ਵਾਸੀਆਂ ਨੂੰ ਉਭਾਰਨਾ ਜੋ ਦੂਜਆਿਂ ਨੂੰ ਖੜ੍ਹੇ ਕਰ ਸਕਣ, ਪਛਾਣ ਸਕਣ ਅਤੇ ਚੇਲੇ ਬਣਾ ਸਕਣ।**

ਸਾਡੇ ਕੰਮ ਦੇ ਸੱਤ ਮੁੱਖ ਪ੍ਰਗਟਾਵੇ

1. **ਚਰਚ ਏਕਤਾ ਦੀ ਸਮੂਲੀਅਤ**
   ਸੰਪਰਦਾਵਾਂ, ਸਭਿਆਚਾਰਾਂ ਅਤੇ ਦੇਸ਼ਾਂ ਵਿੱਚ ਸੰਬੰਧਤ ਅਤੇ ਰਚਨਾਤਮਕ ਏਕਤਾ ਦਾ ਨਿਰਮਾਣ ਕਰਨਾ।
2. **ਸਾਲਾਨਾ ਗਲੋਬਲ ਪ੍ਰਾਰਥਨਾ ਅਤੇ ਵਰਤ**
   ਚਾਲੀ ਦਿਨ (17 ਮਾਰਚ - 26 ਅਪ੍ਰੈਲ) ਏਕਤਾ, ਪੁਨਰ ਸੁਰਜੀਤੀ, ਇਕਸਾਰਤਾ ਅਤੇ ਚੇਲੇਪਨ ਨੂੰ ਸਮਰਪਿਤ। ਚਰਚ ਅਤੇ ਦੁਨੀਆ ਭਰ ਦੇ ਇਸਦੇ ਆਗੂਆਂ ਲਈ ਵਿਸ਼ੇਸ਼ ਤੌਰ 'ਤੇ ਪ੍ਰਾਰਥਨਾ ਕਰਨਾ। ਉਹ ਪ੍ਰਭਾਵ ਦੇ ਸੱਤ ਪਹਾੜਾਂ 'ਤੇ ਕਿਤੇ ਵੀ ਹੋਣ!
3. **ਪ੍ਰਕਾਸਨ਼ ਅਤੇ ਸਮੱਗਰੀ ਪ੍ਰਬੰਧਨ**
   - ਲਿਖੇ ਅਤੇ ਪ੍ਰਕਾਸ਼ਿਤ ਸਿਰਲੇਖ
   - 66+ ਦੇਸ਼ਾਂ ਵਿੱਚ ਵੰਡਿਆ ਗਿਆ
4. **ਗਲੋਬਲ ਸਮੱਗਰੀ ਵੰਡ**
   20 ਲੱਖ ਤੋਂ ਵੱਧ ਈਸਾਈ ਸਰੋਤਾਂ ਨੂੰ ਡਿਜੀਟਲ ਪਲੇਟਫਾਰਮਾਂ 'ਤੇ ਸੰਭਾਲਿਆ ਅਤੇ ਪ੍ਰਸਾਰਿਤ ਕੀਤਾ ਗਿਆ।
5. **ਢਾਂਚਾਗਤ ਚੇਲੇਪਣ ਯਾਤਰਾਵਾਂ**
   ਜਿਸ ਵਿੱਚ ਓਟਾਕਾਡਾ ਪਲੇਟਫਾਰਮਾਂ ਰਾਹੀਂ ਹੋਸਟ ਕੀਤੇ ਗਏ ਸਵੈਚਾਲਿਤ ਅਤੇ ਨਿਰਦੇਸ਼ਿਤ ਮਾਰਗ ਸ਼ਾਮਲ ਹਨ।

6. **ਸਲਾਹ, ਇਲਾਜ ਅਤੇ ਬਹਾਲੀ**
ਵੈੱਬ-ਅਧਾਰਤ ਅਤੇ ਵਿਅਕਤੀਗਤ ਤੌਰ 'ਤੇ, ਪੂਰੇ ਵਿਅਕਤੀ ਨੂੰ ਸੰਬੋਧਿਤ ਕਰਦੇ ਹੋਏ।
7. **ਪੈਗੰਬਰੀ ਆਗਿਆਕਾਰੀ ਅਤੇ ਖੇਤਰੀ ਸਮਰਪਣ**
ਸਿਰਫ਼ ਪਵਿੱਤਰ ਆਤਮਾ ਦੀ ਅਗਵਾਈ ਹੇਠ, ਜਵਾਬਦੇਹੀ ਅਧੀਨ ਚਲਾਇਆ ਜਾਂਦਾ ਹੈ।
8. **ਕੌਮਾਂ ਲਈ ਚੱਲ ਰਹੀ ਪ੍ਰਾਰਥਨਾ ਅਤੇ ਵਰਤ**

ਅਸੀਂ ਪ੍ਰਾਰਥਨਾ ਅਤੇ ਵਰਤ ਵਿੱਚ ਇਕੱਠੇ ਹੁੰਦੇ ਹਾਂ:

• ਹਰ ਵੀਰਵਾਰ
• ਹਰ ਮਹੀਨੇ ਦੇ ਆਖਰੀ ਤਿੰਨ ਦਿਨ

ਜੋ ਕਿ ਪ੍ਰਭਾਵ ਦੇ ਸੱਤ ਪਹਾੜਾਂ ਦੇ ਪਾਰ ਪਰਮੇਸ਼ੁਰ ਦੇ ਰਾਜ ਦੇ ਸ਼ਾਸਨ ਦਾ ਸੱਦਾ ਦਿੰਦੀ ਹੈ , ਜੋ ਕਿ ਮੱਤੀ 21:13, ਯਸਾਯਾਹ 56:7, ਅਤੇ ਯਿਰਮਿਯਾਹ 7:11 ਦੇ ਅਨੁਸਾਰ ਹੈ।

ਅਸੀਂ ਤੁਹਾਨੂੰ ਵਫ਼ਾਦਾਰੀ ਨਾਲ ਹਿੱਸਾ ਲੈਣ ਲਈ ਸੱਦਾ ਦਿੰਦੇ ਹਾਂ।

ਸਾਡੇ ਪਲੇਟਫਾਰਮ (ਇੱਕ ਈਕੋਸਿਸਟਮ, ਇੱਕ ਈਥੋਸ)

- **Otakada.org** — ਚੇਲਾਪਨ, ਭਵਿੱਖਬਾਣੀ ਸਿੱਖਿਆ, ਪਰਿਵਰਤਨ ਯਾਤਰਾਵਾਂ
- **Store.Otakada.org** — ਡਿਜੀਟਲ ਲਾਇਬ੍ਰੇਰੀ, ਕਿਤਾਬਾਂ, ਲੜੀ, ਅਤੇ ਭਵਿੱਖ ਦੀ ਜ਼ਿੰਦਗੀ ਦੀ ਸਮੱਗਰੀ
- **shop.otakada.org – ਕਿਤਾਬਾਂ ਦੀ ਦੁਕਾਨ ਦਾ ਸਾਹਮਣੇ**
- **ਪ੍ਰਕਾਸ਼ਨ ਚੈਨਲ** — ਦੁਨੀਆ ਭਰ ਵਿੱਚ 40,000 ਤੋਂ ਵੱਧ ਵਿਸ਼ਵ ਵਿਤਰਕ
- **ਮੀਡੀਆ ਚੈਨਲ** — ਸਿੱਖਿਆ, ਗਵਾਹੀਆਂ, ਫਿਲਮਾਂ, ਅਤੇ ਚੇਲੇਪਣ ਸਮੱਗਰੀ

ਸਾਰੇ ਪਲੇਟਫਾਰਮ **ਇੱਕ ਪਰਿਵਰਤਨ ਚਾਰਟਰ ਦੇ ਅਧੀਨ ਕੰਮ ਕਰਦੇ ਹਨ** , ਨਾ ਕਿ ਮੁਕਾਬਲਾ ਕਰਨ ਵਾਲੇ ਏਜੰਡੇ ਦੇ ਅਧੀਨ।

ਗਲੋਬਲ ਪਹੁੰਚ ਅਤੇ ਪ੍ਰਬੰਧਕੀ

- ਮਹੀਨਾਵਾਰ ਪਹੁੰਚ: **500,000+**
- ਵੰਡੇ ਗਏ ਸਰੋਤ: **2 ਮਿਲੀਅਨ+**
- ਸਰਗਰਮ ਮੌਜੂਦਗੀ: **66+ ਦੇਸ਼**.
- ਚੇਲੇਪਣ ਦੀ ਦੂਰੀ: **2045 ਤੱਕ 100 ਮਿਲੀਅਨ ਆਤਮਾਵਾਂ**

ਅਸੀ ਕੌਣ ਹਾਂ

ਰੱਬ ਦੇ ਈਗਲ ਮੰਤਰਾਲੇ ਹਨ:

- **ਆਤਮਾ ਦੀ ਅਗਵਾਈ ਵਾਲਾ**
- **ਸਰਹੱਦ ਰਹਿਤ**
- **ਸੰਪ੍ਰਦਾਇਕ-ਅਵਸ਼ਿਵਾਸੀ ਪਰ ਸਧਾਂਤਕ ਤੌਰ 'ਤੇ ਸਥਿਰ**
- **ਲੋਕਾਂ ਵਿੱਚ ਪੈਦਾ ਹੋਇਆ ਮਸੀਹ ਪ੍ਰਤੀ ਵਚਨਬੱਧ**
- **ਕੰਧਾਂ ਤੋਂ ਬਿਨਾਂ ਇੱਕ ਚਰਚ, ਪਰ ਵਿਵਸਥਾ ਤੋਂ ਬਿਨਾਂ ਨਹੀ**

"ਮਸੀਹ ਤੁਹਾਡੇ ਵਿੱਚ ਹੈ, ਮਹਿਮਾ ਦੀ ਉਮੀਦ।" —ਕੁਲੁੱਸੀਆਂ 1:27

ਏਕਤਾ, ਬਾਈਬਲ ਦੀ ਸਪੱਸ਼ਟਤਾ ਦੇ ਨਾਲ

- **ਆਤਮਾ ਦੀ ਏਕਤਾ** (ਅਫ਼ਸੀਆਂ 4:3)
  ਇੱਕ ਮੌਜੂਦਾ ਹਕੀਕਤ ਜਿਸਦੀ ਅਸੀਂ ਨਿਮਰਤਾ ਅਤੇ ਪਿਆਰ ਦੁਆਰਾ ਰਾਖੀ ਕਰਦੇ ਹਾਂ।
- **ਵਿਸ਼ਵਾਸ ਦੀ ਏਕਤਾ** (ਅਫ਼ਸੀਆਂ 4:13)
  ਆਗਿਆਕਾਰੀ-ਅਧਾਰਤ ਚੇਲੇਪਣ ਦੁਆਰਾ ਪ੍ਰਾਪਤ ਕੀਤਾ ਗਿਆ ਇੱਕ ਵਿਕਾਸ ਨਤੀਜਾ।

ਏਕਤਾ **ਸੰਬੰਧਕ ਅਤੇ ਰਚਨਾਤਮਕ ਹੈ** , ਕਦੇ ਵੀ ਸਤਹੀ ਨਹੀਂ।

ਸਾਡੇ ਮੰਤਰਾਲੇ ਦੇ ਪਲੇਟਫਾਰਮ

- **Otakada.org** – ਚੇਲਾਪਨ, ਸਰੋਤ, ਭਵਿੱਖਬਾਣੀ ਸੇਵਕਾਈ
- **Shop.otakada.org** – ਕਿਤਾਬਾਂ ਅਤੇ ਡਿਜੀਟਲ ਚੇਲੇ ਬਣਨ ਦੇ ਸਾਧਨ
- **ਐਮਾਜ਼ਾਨ ਲੇਖਕ ਪੰਨਾ 1** – https://www.amazon.com/stores/Zacharias-Godseagle/author/B0FCZ89D4K ਜ਼ੈਕਰੀਆਸ ਗੋਡਸੀਗਲ/ ਅੰਬੈਸਡਰ ਸੋਮਵਾਰ ਓ. ਓਗਬੇ ਲੇਖਕ ਪੰਨਾ

- **ਐਮਾਜ਼ਾਨ ਲੇਖਕ ਪੰਨਾ 2** – https://www.amazon.com/stores/author/B07MSBPFNX/allbooks . ਅੰਬੈਸਡਰ ਸੋਮਵਾਰ ਓ. ਓਗਬੇ ਲੇਖਕ ਪੰਨਾ
- **ਯੂਟਿਊਬ ਚੈਨਲ - ਮੁੱਖ -** https://www.youtube.com/@godseagleministries - ਸਿੱਖਿਆ, ਗਵਾਹੀਆਂ ਅਤੇ ਪਹੁੰਚ
- **ਯੂਟਿਊਬ ਚੈਨਲ - ਨਵੀਨਤਮ -** https://www.youtube.com/@AmbassadorMondayogbe — ਵਿਸ਼ਵਵਿਆਪੀ ਚੇਲੇਪਣ ਅਤੇ ਪ੍ਰਚਾਰ ਲਈ ਫਿਲਮਾਂ, ਅਤੇ ਹੋਰ ਸਮੱਗਰੀ

ਸਾਡੇ ਉਪਕਰਣ ਭਾਈਚਾਰਿਆਂ ਨਾਲ ਜੁੜੋ

- **10 ਮਲੀਅਨ ਮੂਵਮੈਂਟ ਇੰਟਰਸੈਸਰੀ ਕਮਿਊਨਿਟੀ - ਫੇਸਬੁੱਕ 'ਤੇ ਸ਼ਾਮਲ ਹੋਵੋ**
- **ਹੋਲੀ ਗੋਸਟ ਸਕੂਲ ਚੇਲਾਪਨ – ਫੇਸਬੁੱਕ 'ਤੇ ਸ਼ਾਮਲ ਹੋਵੋ | ਟੈਲੀਗ੍ਰਾਮ 'ਤੇ ਸ਼ਾਮਲ ਹੋਵੋ**
- **10 ਮਲੀਅਨ ਵਚਿੱਲੇ - WhatsApp 'ਤੇ ਸ਼ਾਮਲ ਹੋਵੋ**

ਰੱਬ ਦੇ ਈਗਲ ਮੰਤਰਾਲੇ WhatsApp ਭਾਈਚਾਰੇ

- **ਕਮਿਊਨਿਟੀ 1**
- **ਕਮਿਊਨਿਟੀ 2**

ਦਸਤਖਤ ਪਹਿਲਕਦਮੀਆਂ

- **ਸਾਲਾਨਾ 40-ਦਨਿਾਂ ਗਲੋਬਲ ਪ੍ਰਾਰਥਨਾ ਅਤੇ ਵਰਤ: 17 ਮਾਰਚ – 26 ਅਪ੍ਰੈਲ**
- **ਰਾਸ਼ਟਰਾਂ ਲਈ ਮਾਸਕਿ ਪ੍ਰਾਰਥਨਾ ਅਤੇ ਵਰਤ: ਅਫਰੀਕਾ, ਅਮਰੀਕਾ, ਯੂਰਪ, ਏਸੀਆ, ਮੱਧ ਪੂਰਬ, ਓਸ਼ੇਨੀਆ, ਧਰੁਵੀ ਖੇਤਰਾਂ ' ਤੇ ਕੇਂਦ੍ਰਿਤ**
- **ਗ੍ਰੇਟਰ ਐਕਸਪਲੋਇਟਸ ਸੀਰੀਜ਼:** ਇਲਾਜ, ਪੁਨਰ ਸੁਰਜੀਤੀ, ਅਤੇ ਅਧਿਆਤਮਿਕ ਲੈਮਿੰਗ ਬਾਰੇ **20+ ਖੰਡ**

ਅਸੀ ਕੌਣ ਹਾਂ

ਰੱਬ ਦੇ ਈਗਲ ਮਿਨਿਸਟ੍ਰੀਜ਼ ਇੱਕ **ਆਤਮਾ-ਅਗਵਾਈ ਵਾਲੀ, ਸਰਹੱਦ ਰਹਿਤ ਲਹਿਰ ਹੈ** ਜੋ ਇਸ ਲਈ ਵਚਨਬੱਧ ਹੈ:

- ਵਿਸ਼ਵਾਸੀਆਂ ਦੇ ਦਿਲਾਂ ਵਿੱਚ **ਅਧਿਆਤਮਕਿ ਮੰਦਰਾਂ** ਦੀ ਉਸਾਰੀ
- **ਜੀਵਨ ਬਹਾਲ ਕਰਨਾ** : ਆਤਮਾ, ਆਤਮਾ ਅਤੇ ਸਰੀਰ
- **ਆਤਮਾ ਦੀ ਏਕਤਾ** ਅਤੇ **ਵਿਸ਼ਵਾਸ ਦੀ ਏਕਤਾ** ਨੂੰ ਉਤਸ਼ਾਹਿਤ ਕਰਨਾ *(ਅਫ਼ਸੀਆਂ 4:3,13)*

"ਮਸੀਹ ਤੁਹਾਡੇ ਵਿੱਚ ਹੈ, ਮਹਮਿਾ ਦੀ ਉਮੀਦ!" — ਕੁਲੁੱਸੀਆਂ 1:27

ਆਓ ਜੁੜੀਏ

ਈਮੇਲ: ambassador@otakada.org

ਫੋਨ/ਵਟਸਐਪ: +1 804-778-2759 (ਵਟਸਐਪ) | +1 302-492-2440 | +2348032835348 (ਵਟਸਐਪ)

ਬਲੌਗ: otakada.org/blog

ਭਾਈਵਾਲੀ ਅਤੇ ਦਾਨ: ਇੱਥੇ ਕਲਕਿ ਕਰੋ

ਸਾਡੀ ਗਲੋਬਲ ਮੌਜੂਦਗੀ

ਈਸਟ ਕੋਸਟ ਯੂਐਸਏ: 3825 ਲੈਂਕੈਸਟਰ ਪਾਈਕ, ਵਿਲਮਿੰਗਟਨ, ਡੀਈ;

ਈਸਟ ਕੋਸਟ ਯੂਐਸਏ: 4510 ਬਰਕਸ ਪ੍ਰੋਮਿਸ ਡਰਾਈਵ, ਬੋਵੀ, ਮੈਰੀਲੈਂਡ

ਵੈਸਟ ਕੋਸਟ ਯੂਐਸਏ: 1985 ਡੇਲ ਅਮੋ ਬਲਵਡ, ਟੋਰੈਂਸ, ਸੀਏ

ਵੈਸਟ ਅਫਰੀਕਾ ਮੁੱਖ ਦਫਤਰ: 8 ਸਹਾਬਾ ਰੈਜ਼ੀਡੈਂਸ, ਲੁਗਬੇ ਅਬੂਜਾ |

ਵੈਸਟ ਅਫਰੀਕਾ ਮੁੱਖ ਦਫਤਰ: 14 ਓਲਾਲੇਰੇ ਕਲੋਜ਼, ਆਫ ਮਿਲੀਅਨੇਅਰ ਕੁਆਟਰਸ, ਜੋਸ ਨੌਰਥ, ਜੋਸ, ਪਠਾਰ ਰਾਜ

ਲੀਡਰਸ਼ਪਿ

ਰਾਜਦੂਤ ਸੋਮਵਾਰ ਓ. ਓਗਬੇ

(ਛਦਨਾਮ: ਜ਼ੈਕਰੀਆਸ ਗੌਡਸੀਗਲ)

ਸੰਸਥਾਪਕ, ਲੇਖਕ,

ਰੱਬ ਦੀਆਂ ਬਾਜ਼ ਸੇਵਕਾਈਆਂ -

ਕੰਧਾਂ, ਸਰਹੱਦਾਂ, ਜਾਂ ਸੰਪ੍ਰਦਾਵਾਂ ਤੋਂ ਬਿਨਾਂ ਇੱਕ ਚਰਚ

ਇੱਕ ਜੀਵਤ ਆਦੇਸ਼.

ਇਹ ਕਥਨ ਸਥਿਰ ਨਹੀਂ ਹੈ।

ਇਹ ਨਿਯੰਤਰਿਤ ਕਰਦਾ ਹੈ:

- ਸਮੱਗਰੀ ਦੀ ਸਿਰਜਣਾ
- ਪ੍ਰਕਾਸ਼ਨ ਮਿਆਰ
- ਚੇਲੇਪਣ ਪ੍ਰਣਾਲੀਆਂ
- ਏਆਈ-ਸਹਾਇਤਾ ਪ੍ਰਾਪਤ ਡਿਲੀਵਰੀ
- ਭਾਈਚਾਰਕ ਸ਼ਮੂਲੀਅਤ
- ਜਵਾਬਦੇਹੀ ਅਤੇ ਨਿਗਰਾਨੀ

ਇਹ **ਪ੍ਰਗਟਾਵੇ ਵਿੱਚ ਵਿਕਸਤ ਹੋਵੇਗਾ** , ਪਰ ਕਦੇ ਵੀ **ਸੱਚਾਈ ਜਾਂ ਉਦੇਸ਼ ਵਿੱਚ ਨਹੀਂ** , ਕਿਉਂਕਿ ਪਰਮਾਤਮਾ ਦਾ ਕੰਮ ਕੌਮਾਂ ਤੱਕ ਫੈਲਦਾ ਹੈ।

ਵੱਡੇ ਕਾਰਨਾਮੇ - 1

- ਪ੍ਰਵਾਨਗੀ

ਇਹ ਕਿਤਾਬ ਪਰਮਾਤਮਾ ਦੇ ਹੇਠ ਲਿਖੇ ਮਹਾਨ ਲੋਕਾਂ ਦੇ ਯੋਗਦਾਨ ਤੋਂ ਬਿਨਾਂ ਪ੍ਰਕਾਸ਼ ਵਿੱਚ ਨਹੀਂ ਆਉਂਦੀ, ਜਿਨ੍ਹਾਂ ਨੇ ਇਸ ਕਿਤਾਬ ਨੂੰ ਅਮੀਰ ਬਣਾਇਆ ਹੈ:

- *ਜੌਨ ਜੀ. ਲੇਕ*
- *ਕੈਥਰੀਨ ਕੁਲਮੈਨ*
- *ਲੈਸਟਰ ਸਮਰਾਲ*
- *ਫ੍ਰੈਂਕ ਅਤੇ ਇਡਾ ਮੇ ਹੈਮੰਡ*
- *ਡੈਰੇਕ ਪ੍ਰਿੰਸ*
- *ਨਾਵਲ ਹੇਅਸ*
- *ਜੋਸਫ. ਅਯੋ ਬਾਬਲੋਲਾ*
- *ਰਾਬਰਟ ਡਬਲਯੂ. ਸ਼ਾਂਬਾਚ*
- *ਆਮੀਸ. ਰਾਇਚੁਰ*
- *ਕਰੀ ਬਲੇਕ*
- *ਸੰਡੀ ਟ੍ਰਮਿ*
- *ਅਤੇ ਹੋਰ ਬਹੁਤ ਸਾਰੇ ਜਨ੍ਹਿਾਂ ਤੋ ਮੈ ਸਾਲਾਂ ਦੌਰਾਨ ਸਖਿਆਿ ਹੈ*

ਮੈਂ ਆਪਣੀ ਪਤਨੀ - ਕੰਫਰਟ ਅਤੇ ਮੇਰੇ ਚਾਰ ਬੱਚਿਆਂ - ਡਾਇਨਾ, ਜੋਸਫ਼, ਡੇਵਿਡ ਅਤੇ ਇਸਹਾਕ ਦੀ ਵੀ ਕਦਰ ਕਰਨਾ ਚਾਹੁੰਦਾ ਹਾਂ ਜਿਨ੍ਹਾਂ ਨੇ ਸਾਡੇ ਜੀਵਨ ਦੇ ਤਜ਼ਰਬਿਆਂ ਵਿੱਚ ਸਮੱਗਰੀ ਦਾ ਯੋਗਦਾਨ ਪਾਇਆ ਹੈ। ਸੰਘਰਸ਼, ਉਤਰਾਅ-ਚੜ੍ਹਾਅ, ਸਫਲਤਾਵਾਂ ਅਤੇ ਅਸਫਲਤਾਵਾਂ ਜਿਨ੍ਹਾਂ ਨੇ ਸਾਨੂੰ ਮਸੀਹ ਵਿੱਚ ਬ੍ਰਹਮ ਉਦੇਸ਼ ਵੱਲ ਲੈ ਜਾਣ ਵਿੱਚ ਮਦਦ ਕੀਤੀ ਹੈ। ਪ੍ਰਮਾਤਮਾ ਤੁਹਾਨੂੰ ਸਾਰਿਆਂ ਨੂੰ ਯਿਸੂ ਦੇ ਨਾਮ ਵਿੱਚ ਬੇਮਿਸਾਲ ਅਣਗਿਣਤ ਤਰੀਕਿਆਂ ਨਾਲ ਭਰਪੂਰ ਅਸੀਸ ਦੇਵੇ, ਆਮੀਨ!

ਵੱਡੇ ਕਾਰਨਾਮੇ - 1

- ਸਮਰਪਣ

ਮੈਂ ਇਹ ਕਿਤਾਬ ਮੈਨੂੰ ਸਿਰਜਣ ਅਤੇ ਮੇਰੀ ਜ਼ਿੰਦਗੀ ਨੂੰ ਸੁਰੱਖਿਅਤ ਰੱਖਣ ਲਈ ਪਿਤਾ ਪਰਮਾਤਮਾ ਨੂੰ ਸਮਰਪਿਤ ਕਰਦਾ ਹਾਂ।

ਮੈਂ ਇਹ ਕਿਤਾਬ ਪ੍ਰਭੂ ਜਿਸੂ ਮਸੀਹ ਨੂੰ ਉਸ ਸਰਵਉੱਚ ਕੁਰਬਾਨੀ ਲਈ ਸਮਰਪਿਤ ਕਰਦਾ ਹਾਂ ਜਿਸਨੇ ਮੈਨੂੰ ਪਿਤਾ ਤੱਕ ਬੇਰੋਕ, ਬੇਰੋਕ ਪਹੁੰਚ ਅਤੇ ਪਰਮਾਤਮਾ ਪਿਤਾ, ਪੁੱਤਰ ਅਤੇ ਪਵਿੱਤਰ ਆਤਮਾ ਨਾਲ ਸੰਗਤ ਪ੍ਰਦਾਨ ਕੀਤੀ।

ਮੈਂ ਇਸ ਕਿਤਾਬ ਨੂੰ ਪਰਮੇਸ਼ੁਰ ਪਵਿੱਤਰ ਆਤਮਾ ਨੂੰ ਸਮਰਪਿਤ ਕਰਦਾ ਹਾਂ, ਸ਼ਕਤੀ ਅਤੇ ਸਸ਼ਕਤੀਕਰਨ ਲਈ, ਸਿੱਖਿਆ ਦੇਣ ਲਈ, ਨਿਰਦੇਸ਼ਨ ਲਈ ਅਤੇ ਹਮੇਸ਼ਾ ਦਿਲਾਸਾ ਦੇਣ ਵਾਲੀ ਮੌਜੂਦਗੀ ਲਈ ਤਾਂ ਜੋ ਮੈਂ ਉਹ ਸਭ ਕੁਝ ਬਣ ਸਕਾਂ ਜੋ ਮਸੀਹ ਨੇ ਮੈਨੂੰ ਦੇਣ ਅਤੇ ਬਣਾਉਣ ਲਈ ਮਰਿਆ।

ਮੈਂ ਇਹ ਕਿਤਾਬ ਆਪਣੀ ਪਤਨੀ - ਕੰਫਰਟ ਐਂਡ ਦ ਚਿਲਡਰਨ - ਡਾਇਨਾ, ਜੋਸਫ਼, ਡੇਵਿਡ ਅਤੇ ਇਸਹਾਕ ਨੂੰ ਸਮਰਪਿਤ ਕਰਦਾ ਹਾਂ ਜੋ ਮੇਰੇ ਨਾਲ ਜ਼ਿੰਦਗੀ ਦੇ ਸਫ਼ਰ ਵਿੱਚ ਹਨ ਅਤੇ ਪਰਮਾਤਮਾ ਵਿੱਚ ਅਣਜਾਣ ਵਿੱਚ ਜਾਣ ਅਤੇ ਜਾਣ ਲਈ ਬਹੁਤ ਘੱਟ ਜਾਂ ਕੋਈ ਵਿਕਲਪ ਨਹੀਂ ਹਨ।

ਵੱਡੇ ਕਾਰਨਾਮੇ - 1

- ਜਾਣ-ਪਛਾਣ

ਇਸ ਕਿਤਾਬ, ***"ਗ੍ਰੇਟਰ ਐਕਸਪਲੋਇਟਸ - 1 - ਤੁਸੀ ਇਸ ਲਈ ਪੈਦਾ ਹੋਏ ਹੋ - ਹੀਲਿੰਗ, ਡਲੀਵਰੈਸ ਅਤੇ ਰੀਸਟੋਰੇਸ਼ਨ - ਮਹਾਨ ਲੋਕਾਂ ਤੋ ਕਵਿੇਂ ਪਤਾ ਲਗਾਓ," ਵਚਿ*** ਤੁਹਾਨੂੰ ਕਹਾਣੀਆਂ, ਅਸਲ ਕਹਾਣੀਆਂ ਅਤੇ ਹੋਰ ਕਹਾਣੀਆਂ ਅਤੇ ਅੱਸੀ (80) ਤੋਂ ਵੱਧ ਗਵਾਹੀਆਂ ਮਿਲਣਗੀਆਂ ਜੋ ਸੰਦੇਸ਼ ਨੂੰ ਮਜ਼ਬੂਤ ਕਰਨ ਅਤੇ ਤੁਹਾਡੀ ਸਿੱਖਿਆ ਨੂੰ ਅੱਗੇ ਵਧਾਉਣ ਲਈ ਤੁਹਾਡੇ ਜੀਵਨ ਅਤੇ ਦੂਜਿਆਂ ਦੇ ਜੀਵਨ ਵਿੱਚ ਲਾਗੂ ਕਰਨ ਲਈ ਮਜ਼ਬੂਤ ਕਰਨਗੀਆਂ।

ਜਾਤਰਾ ਦੌਰਾਨ ਸੁਣਨ ਅਤੇ ਦੇਖਣ ਦੇ ਅਨੰਦ ਲਈ ਅਧਆਿਇ 1 ਤੋਂ ਅਧਆਿਇ 10 ਤੱਕ ਦੇ ਆਡੀਓ ਪੋਡਕਾਸਟ ਅਤੇ ਵੀਡੀਓ ਅਪਲੋਡ ਲੰਿਕ ਮਿਲਣਗੇ ।

ਅਧਆਿਇ 2, 4, 5, 6.7.8.9 ਅਤੇ 10 ਦੇ ਅੰਤ ਵਚਿ ਸਮਝੌਤੇ ਦੇ ਭੁਗਤਾਨ ਕਰਨ ਵਾਲੇ, ਸਵੈ-ਇਲਾਜ, ਛੁਟਕਾਰਾ ਅਤੇ ਬਹਾਲੀ ਦੀਆਂ ਪ੍ਰਾਰਥਨਾਵਾਂ ਮਿਲਣਗੀਆਂ ਕਿਉਂਕਿ ਇਹ ਇੱਕ ਵਿਹਾਰਕ ਕਿਤਾਬ ਹੈ ਜੋ ਇਸਨੂੰ ਆਪਣੇ ਆਪ ਕਿਵੇਂ ਕਰਨਾ ਹੈ।

ਮਹਾਨ ਲੋਕਾਂ ਦੀਆਂ ਜੀਵਨੀਆਂ ਅਤੇ ਉਹਨਾਂ ਨੂੰ ਮਹਾਨ ਬਣਾਉਣ ਵਾਲੀਆਂ ਚੀਜ਼ਾਂ ਮਿਲਣਗੀਆਂ ਤਾਂ ਜੋ ਤੁਸੀਂ ਇਸ ਪ੍ਰਕਿਰਿਆ ਨੂੰ ਸਿੱਖ ਸਕੋ ਅਤੇ ਖੁਦ ਮਹਾਨ ਬਣ ਸਕੋ।

ਸਾਲਾਂ ਦੌਰਾਨ ਪਰਮਾਤਮਾ ਵਚਿ ਆਪਣੇ ਵਸਿ਼ਵਾਸ ਨੂੰ ਮਜਬੂਤ ਕਰਨ ਲਈ ਗਵਾਹੀਆਂ ਮਿਲਣਗੀਆਂ ਕਿਉਂਕਿ ਉਹ ਅਜੇ ਵੀ ਇੱਥੇ ਹੈ ਅਤੇ ਬਾਈਬਲ ਦੇ ਦਿਨਾਂ ਵਾਂਗ ਬਹੁਤ ਜ਼ਿਆਦਾ ਕਰਨ ਲਈ ਉਪਲਬਧ ਹੈ, ਸਭ ਤੋਂ ਵੱਧ ਜੋ ਤੁਸੀਂ ਸੋਚ

ਸਕਦੇ ਹੋ, ਵਿਚਾਰ ਕਰ ਸਕਦੇ ਹੋ ਜਾਂ ਕਲਪਨਾ ਕਰ ਸਕਦੇ ਹੋ ਉਸ ਸ਼ਕਤੀ ਦੇ ਅਨੁਸਾਰ ਜੋ ਤੁਹਾਡੇ ਵਿੱਚ ਕੰਮ ਕਰਦੀ ਹੈ ਜੇਕਰ ਤੁਸੀਂ ਉਸਨੂੰ ਆਗਿਆ ਦਿੰਦੇ ਹੋ।

ਤੁਸੀਂ ***ਪਵਿੱਤਰ ਆਤਮਾ ਵਿੱਚ ਬਪਤਸਿਮਾ ਲੈਣ ਅਤੇ ਇੱਕ ਮਰ ਰਹੇ ਅਤੇ ਸੜ ਰਹੇ ਸੰਸਾਰ ਵਿੱਚ ਪਰਮਾਤਮਾ ਦੇ ਪ੍ਰਕਾਸ਼ ਨੂੰ ਜਗਾਉਣ ਦਾ ਤਰੀਕਾ*** ਲੱਭੋਗੇ।

ਤੁਹਾਨੂੰ "ਬਸ ਕਾਫ਼ੀ ਹੈ" *ਮਿਲੇਗਾ* ***ਕੈਦ ਲਈ ਅਤੇ ਮਸੀਹ ਵਿੱਚ ਆਜ਼ਾਦੀ ਵਿੱਚ ਤੁਹਾਡਾ ਸਵਾਗਤ ਹੈ - ਇਸ ਵਗਿੜੀ ਹੋਈ ਦੁਨੀਆਂ ਵਿੱਚ ਪਰਮਾਤਮਾ ਦੀ ਰੌਸ਼ਨੀ ਜਗਾਉਣਾ + ਪਵਿੱਤਰ ਆਤਮਾ ਵਿੱਚ ਬਪਤਸਿਮਾ ਲਈ ਪ੍ਰਾਰਥਨਾ + ਟ੍ਰੇਵਰ ਪਲੇਸ ਦੇ ਟ੍ਰੇਵਰ ਫੈਰੇਲ ਅਤੇ ਰੌਬਰਟ ਡਬਲਯੂ. ਸੈਮਬਾਚ ਦੁਆਰਾ ਇਲੈਕਟ੍ਰਕਿ ਕੁਰਸੀ ਤੋਂ ਬਚੇ ਇੱਕ ਆਦਮੀ ਦੀ ਜੀਂਦਗੀ ਬਾਰੇ 2 ਕਹਾਣੀਆਂ - ਜਾਣ-ਪਛਾਣ***

ਤੁਹਾਨੂੰ *ਮਿਲੇਗਾ* ***ਸੈਤਾਨ ਦੀ ਕੈਦ ਲਈ ਕਾਫੀ ਹੈ ਅਤੇ ਮਸੀਹ ਵਿੱਚ ਆਜ਼ਾਦੀ ਵਿੱਚ ਤੁਹਾਡਾ ਸਵਾਗਤ ਹੈ - ਪਰਮਾਤਮਾ ਤੋਂ ਪ੍ਰਾਪਤ ਕਰਨ ਦੀ ਭੁੱਖ ਅਤੇ ਸਾਡੀ ਵਰਿਾਸਤ ਤੋਂ ਅੰਨ੍ਹੇ ਹੋਣ ਲਈ ਸੈਤਾਨ ਨਾਲ ਗੁੱਸੇ ਦੁਆਰਾ ਸੰਚਾਲਤਿ! + ਦੋ (2) ਕਹਾਣੀਆਂ - ਕਹਾਣੀ ਇੱਕ: ਨੌਰਵੇਲ ਹੇਅਸ ਦੁਆਰਾ: ਚਮਤਕਾਰ ਦਾ ਕੰਮ - ਆਪਣੀ ਧੀ ਦੇ ਹੱਥ 'ਤੇ ਰਚਨਾਤਮਕ ਚਮਤਕਾਰ ਅਤੇ ਰਾਬਰਟ ਸੈਮਬਾਚ ਭਾਰਤ ਵਿੱਚ ਸੇਸ਼ਣ + ਸਵੈ-ਮੁਕਤੀ ਪ੍ਰਾਰਥਨਾ ਸਕ੍ਰਪਿਟ + ਇਲਾਜ, ਛੁਟਕਾਰਾ ਅਤੇ ਬਹਾਲੀ ਸਮਝੌਤੇ ਦੀ ਪ੍ਰਾਰਥਨਾ ਭਾਗ 1***

ਤੁਹਾਨੂੰ ***ਕੈਦ ਲਈ ਕਾਫੀ ਹੈ ਅਤੇ ਆਜ਼ਾਦੀ ਵਿੱਚ ਤੁਹਾਡਾ ਸਵਾਗਤ ਹੈ - ਕੋਵਡਿ -19, ਕੈਂਸਰ ਅਤੇ ਹੋਰ ਚੀਜ਼ਾਂ ਤੋਂ ਕਵਿੇਂ ਠੀਕ ਹੋਣਾ ਹੈ ਜਾਂ ਠੀਕ ਹੋਣਾ ਹੈ - ਭਾਗ 2*** *ਮਿਲੇਗਾ।*

ਤੁਹਾਨੂੰ ***ਸੈਤਾਨ ਦੀ ਕੈਦ ਲਈ ਕਾਫੀ ਹੈ ਕਾਫੀ ਅਤੇ ਮਸੀਹ ਯਸੂ ਵਿੱਚ ਆਜ਼ਾਦੀ ਵਿੱਚ ਤੁਹਾਡਾ ਸਵਾਗਤ ਹੈ - ਰੋਜ਼ਾਨਾ ਯੁੱਧ ਵਿੱਚ ਸਰਗਰਮੀ***

ਮਲਿਗੀ । - ਪ੍ਰਾਰਥਨਾ ਸਥਾਨ 'ਤੇ ਹੱਥੀ ਲੈਸ ਕਰਨ ਲਈ ਰੋਜ਼ਾਨਾ ਘੋਸ਼ਣਾ ਪ੍ਰਾਰਥਨਾਵਾਂ - ਭਾਗ 3 - ਸੈਂਡੀ ਟ੍ਰਸਿ ਦੁਆਰਾ ਲਿਖੀ

ਤੁਹਾਨੂੰ ਸ਼ੈਤਾਨ ਦੀ ਕੈਦ ਲਈ ਕਾਫੀ ਹੈ ਅਤੇ ਮਸੀਹ ਵਿੱਚ ਆਜ਼ਾਦੀ ਵਿੱਚ ਤੁਹਾਡਾ ਸਵਾਗਤ ਹੈ - ਕੀ ਈਸਾਈਆਂ ਨੂੰ ਭੂਤ ਬਣਾਇਆ ਜਾ ਸਕਦਾ ਹੈ? ਝੂਠ ਬੰਦੀ, ਸ਼ੈਤਾਨ ਬਹੁਤ ਸਾਰੇ ਈਸਾਈਆਂ ਨੂੰ ਅਗਿਆਨਤਾ ਦੁਆਰਾ ਕੈਦ ਵਿੱਚ ਰੱਖਣ ਲਈ ਵੇਚਦਾ ਹੈ। ਆਪਣੇ ਜੀਵਨ ਵਿੱਚ ਉਨ੍ਹਾਂ ਦੀ ਮੌਜੂਦਗੀ ਨੂੰ ਕਿਵੇਂ ਖੋਜਣਾ ਹੈ ਅਤੇ ਉਨ੍ਹਾਂ ਨੂੰ ਦੂਰ ਕਰਨਾ ਹੈ + ਇੱਕ ਚੋਟੀ ਦੇ ਕਾਂਗਰਸ ਏਡਜ਼ ਤੋਂ ਸੱਚੀ ਕਹਾਣੀ ਡੇਰੇਕ ਪ੍ਰਿੰਸ ਦੁਆਰਾ ਦੱਸੇ ਗਏ ਮਾਰਗਦਰਸ਼ਨ ਸਵੈ-ਮੁਕਤੀ ਦੀ ਗਵਾਹੀ ਭਾਗ 4 + ਸਵੈ-ਮੁਕਤੀ ਪ੍ਰਾਰਥਨਾ ਸਕ੍ਰਿਪਟ + ਇਲਾਜ, ਛੁਟਕਾਰਾ ਅਤੇ ਬਹਾਲੀ ਸਮਝੌਤਾ ਪ੍ਰਾਰਥਨਾ

ਤੁਹਾਨੂੰ ਸ਼ੈਤਾਨ ਦੀ ਕੈਦ ਲਈ ਕਾਫ਼ੀ ਹੈ ਅਤੇ ਮਸੀਹ ਯਿਸੂ ਵਿੱਚ ਆਜ਼ਾਦੀ ਵਿੱਚ ਤੁਹਾਡਾ ਸਵਾਗਤ ਹੈ - ਮੁਕਤੀ ਲਈ ਸੱਤ (7) ਮਹੱਤਵਪੂਰਨ ਕਦਮ + ਭੂਤ ਸਮੂਹਾਂ ਨੂੰ ਕਿਵੇਂ ਪਛਾਣਨਾ ਅਤੇ ਬਾਹਰ ਕੱਢਣਾ ਹੈ ਅਤੇ ਅੰਤਮਿ ਟਕਰਾਅ ਦਾ ਦ੍ਰਸ਼ਿਟੀਕੋਣ ਅਤੇ ਫਰੈਂਕ ਅਤੇ ਇਡਾ ਮੇ ਹੈਮੰਡ ਦੁਆਰਾ ਦੱਸੇ ਅਨੁਸਾਰ ਚਾਰ (4) ਮੁਢਲੀਆਂ ਲਾਈਨਾਂ 'ਤੇ ਰਣਨੀਤਕ ਤੌਰ 'ਤੇ ਕਿਵੇਂ ਜਤਿਣਾ ਹੈ - ਭਾਗ 5 ਅਤੇ ਭਾਗ 6 + ਸਵੈ-ਮੁਕਤੀ ਪ੍ਰਾਰਥਨਾ ਸਕ੍ਰਿਪਟ + ਇਲਾਜ, ਛੁਟਕਾਰਾ ਅਤੇ ਬਹਾਲੀ ਸਮਝੌਤਾ ਪ੍ਰਾਰਥਨਾ

ਤੁਹਾਨੂੰ ਸ਼ੈਤਾਨ ਦੀ ਕੈਦ ਲਈ ਕਾਫ਼ੀ ਹੈ ਅਤੇ ਮਸੀਹ ਯਿਸੂ ਵਿੱਚ ਆਜ਼ਾਦੀ ਵਿੱਚ ਤੁਹਾਡਾ ਸਵਾਗਤ ਹੈ - ਪਵਿੱਤਰ ਆਤਮਾ ਸ਼ਕਤੀ ਤੁਹਾਡੇ ਵਿੱਚ ਵੱਸਦੀ ਹੈ ਜੋ ਸ਼ਬਦਾਂ ਵਿੱਚ ਹਵਾ ਰਾਹੀ ਪਾਣੀ ਅਤੇ ਤੇਲ ਵਿੱਚ ਤੁਹਾਡੇ ਜੀਵਨ ਅਤੇ ਹੋਰਾਂ ਵਿੱਚ ਇਲਾਜ, ਮੁਕਤੀ ਅਤੇ ਬਹਾਲੀ ਲਈ ਏਜੰਟ ਵਜੋਂ ਤਬਦੀਲ ਕੀਤੀ ਗਈ ਹੈ - ਪਾਣੀ ਅਤੇ ਤੇਲ ਉੱਤੇ ਸ਼ਾਮਲ ਨਮੂਨਾ ਪ੍ਰਾਰਥਨਾ ਸਕ੍ਰਿਪਟ + ਫ੍ਰੈਂਕ ਅਤੇ ਇਡਾ ਮੇ ਦੁਆਰਾ ਤੁਹਾਡੇ ਲਈ ਸਖਿਣ ਦੇ ਵਕਰ ਵਜੋਂ ਇੱਕ ਪਾਦਰੀ ਅਤੇ ਇੱਕ 6 ਸਾਲ ਦੀ ਕੁੜੀ ਅਤੇ ਹੋਰ ਭੂਤਾਂ ਦੇ ਮੇਜ਼ਬਾਨ ਦੀ ਮੁਕਤੀ ਬਾਰੇ 2

ਕਹਾਣੀਆਂ - ਭਾਗ 7 + ਇਲਾਜ, ਮੁਕਤੀ ਅਤੇ ਬਹਾਲੀ ਲਈ ਇਕਰਾਰਨਾਮਾ ਪ੍ਰਾਰਥਨਾ

ਤੁਹਾਨੂੰ ਸ਼ੈਤਾਨ ਦੀ ਕੈਦ ਲਈ ਕਾਫ਼ੀ ਹੈ ਅਤੇ ਮਸੀਹ ਯਿਸੂ ਵਿੱਚ ਆਜ਼ਾਦੀ ਵਿੱਚ ਤੁਹਾਡਾ ਸਵਾਗਤ ਹੈ - **ਆਜ਼ਾਦੀ ਬਾਰੇ ਇਸ ਸਾਰੇ ਭਾਸ਼ਣ ਵਿੱਚ ਧਰਤੀ 'ਤੇ ਪਰਮਾਤਮਾ ਦੀ ਇੱਛਾ ਅਤੇ ਪ੍ਰਭੂਸੱਤਾ ਕਿੱਥੇ ਹੈ? ਇਹ ਕਿਉਂ ਨਹੀ ਹੈ ਕਿ ਹਰ ਕੋਈ ਜਿਸ ਲਈ ਅਸੀ ਪ੍ਰਾਰਥਨਾ ਕਰਦੇ ਹਾਂ ਉਹ ਚੰਗਾ, ਛੁਟਕਾਰਾ ਜਾਂ ਬਹਾਲ ਨਹੀ ਹੁੰਦਾ? ਕੁਝ ਕ੍ਰਮਵਾਰ ਜਾਂ ਅੰਸ਼ਕ ਕਿਉਂ ਹਨ? ਇਲਾਜ, ਛੁਟਕਾਰਾ ਅਤੇ ਬਹਾਲੀ ਵਿੱਚ ਕੀ ਰੁਕਾਵਟਾਂ ਹਨ? ਅਤੇ ਕੁਝ ਕਰੋ ਅਤੇ ਨਾ ਕਰੋ + ਇੱਕ (1) ਕਹਾਣੀ ਇਸ ਸਿਰਲੇਖ ਨੂੰ ਸਾਬਤ ਕਰਨ ਅਤੇ ਡਰ ਦੀ ਭਾਵਨਾ ਦੀ ਪਕੜ ਨੂੰ ਤੋੜਨ ਲਈ ਬ੍ਰੋ ਰੌਬਰਟ ਸੈਮਬਾਚ ਦੁਆਰਾ - ਭਾਗ 8 + ਸਵੈ-ਮੁਕਤੀ ਸਕ੍ਰਿਪਟ ਅਤੇ ਇਲਾਜ, ਛੁਟਕਾਰਾ ਅਤੇ ਬਹਾਲੀ ਲਈ ਸਹਿਮਤੀ ਦੀ ਪ੍ਰਾਰਥਨਾ**

ਤੁਹਾਨੂੰ ਸ਼ੈਤਾਨ ਦੀ ਕੈਦ ਲਈ ਕਾਫ਼ੀ ਹੈ **ਕਾਫੀ ਹੈ ਅਤੇ ਮਸੀਹ ਯਿਸੂ ਵਿੱਚ ਆਜ਼ਾਦੀ ਵਿੱਚ ਤੁਹਾਡਾ ਸਵਾਗਤ ਹੈ - ਇਲਾਜ, ਛੁਟਕਾਰਾ ਅਤੇ ਬਹਾਲੀ ਬਾਰੇ ਆਮ ਸਵਾਲਾਂ ਦੇ ਜਵਾਬ ਪ੍ਰਾਪਤ ਕਰੋ + ਸੇਵਾ ਕਰਨ ਵਾਲੇ ਇਲਾਜ, ਛੁਟਕਾਰਾ ਅਤੇ ਬਹਾਲੀ ਲਈ ਵਿਹਾਰਕ ਦਿਸ਼ਾ-ਨਿਰਦੇਸ਼.+ ਪਵਿੱਤਰ ਆਤਮਾ ਦੁਆਰਾ ਇਡਾ ਮੇ ਹੈਮੰਡ ਨੂੰ ਪ੍ਰਗਟ ਕੀਤੇ ਗਏ ਸ਼ਾਈਜ਼ੋਫਰੀਨੀਆ ਦਾ ਸੰਸਲੇਸ਼ਣ ਅਤੇ ਆਤਮਾ ਨਾਲ ਕਿਵੇਂ ਨਜਿੱਠਣਾ ਹੈ ਭਾਗ 9**

ਤੁਹਾਨੂੰ ਇਹ ਪੁਸ਼ਟੀ ਕਰਨ ਲਈ ਸਿੱਟੇ ਮਿਲਣਗੇ **ਕਿ ਕੀ ਕਿਤਾਬ ਤੁਹਾਡੀ ਜ਼ਰੂਰਤ ਨੂੰ ਪੂਰਾ ਕਰਦੀ ਹੈ ਅਤੇ ਨਾਲ ਹੀ, ਮੁਕਤੀ ਪੰਨਾ ਅਤੇ 40 ਦਿਨਾਂ ਦੀ ਚੇਲਾ ਯਾਤਰਾ ਦੇ ਲਿੰਕ ਵੀ ਸ਼ਾਮਲ ਕੀਤੇ ਗਏ ਹਨ।**

ਆਨੰਦ ਮਾਣੋ!

ਵੱਡੇ ਕਾਰਨਾਮੇ - 1

ਛੋਟੀਆਂ ਜੀਵਨੀਆਂ - ਜੌਨ ਜੀ. ਲੇਕ - ਕੈਥਰੀਨ ਕੁਹਲਮੈਨ - ਲੈਸਟਰ ਸਮਰਾਲ - ਫ੍ਰੈਂਕ ਅਤੇ ਇਡਾ ਮੇ ਹੈਮੰਡ - ਡੇਰੇਕ ਪ੍ਰਿੰਸ - ਨਾਵਲ ਹੇਅਸ - ਜੋਸਫ. ਅਯੋ ਬਾਬਾਲੋਲਾ - ਰਾਬਰਟ ਸੈਮਬਾਚ

ਲੋਕਾਂ ਦੀ ਕਦਰ ਕਰਨ ਲਈ ਅਤੇ ਸਾਡੀ ਪੀੜ੍ਹੀ ਵਿੱਚ ਰੱਬ ਨੇ ਉਨ੍ਹਾਂ ਨੂੰ ਕਿਸ ਲਈ ਵਰਤਿਆ ਹੈ, ਤੁਹਾਨੂੰ ਅਤੇ ਮੈਨੂੰ ਉਨ੍ਹਾਂ ਦੇ ਇਤਿਹਾਸ ਵੱਲ ਮੁੜ ਕੇ ਦੇਖਣਾ ਸ਼ੁਰੂ ਕਰਨ ਦੀ ਲੋੜ ਹੈ। ਜੇਕਰ ਕੁਝ ਅਜਿਹਾ ਹੈ ਜੋ ਮਨੁੱਖਤਾ ਬੁਰੀ ਤਰ੍ਹਾਂ ਅਸਫਲ ਹੋਈ ਹੈ, ਤਾਂ ਉਹ ਹੈ - ਰਿਸ਼ਤੇਦਾਰਾਂ ਦੀ ਦਿਲਚਸਪੀ ਨਾਲ ਪਿੱਛੇ ਮੁੜ ਕੇ ਦੇਖਣ ਅਤੇ ਇਤਿਹਾਸ ਤੋਂ ਸਿੱਖਣ ਦੀ ਅਸਮਰੱਥਾ ਤਾਂ ਜੋ ਅਸੀਂ ਅੱਗੇ ਵਧਣ ਲਈ ਇੱਕ ਚੰਗੀ ਤਰ੍ਹਾਂ ਸੂਚਿਤ, ਸਕਾਰਾਤਮਕ ਕਾਰਨ ਨੂੰ ਚਾਰਟ ਕਰਨਾ ਸ਼ੁਰੂ ਕਰ ਸਕੀਏ।

ਇਸ ਸਬੰਧ ਵਿੱਚ ਮੈਂ "ਗ੍ਰੇਟਰ ਐਕਸਪਲੋਇਟਸ - 1" ਵਿੱਚ ਸ਼ਾਮਲ ਕੀਤਾ ਹੈ ਜਿਸਨੇ ਉਨ੍ਹਾਂ ਦੀ ਸੋਚ ਨੂੰ ਆਕਾਰ ਦਿੱਤਾ ਜੋ ਉਨ੍ਹਾਂ ਨੂੰ ਪਰਮਾਤਮਾ ਲਈ ਆਮ ਤੋਂ ਪਰੇ ਪ੍ਰਾਪਤੀ ਲਈ ਪ੍ਰੇਰਿਤ ਕਰਦੀ ਹੈ।

ਇਸ ਲਈ, ਇਸ ਵੱਲ ਧਿਆਨ ਦਿਓ, ਜਿੱਥੇ ਜ਼ਰੂਰੀ ਹੋਵੇ ਸਿੱਖੋ ਅਤੇ ਆਪਣੇ ਜੀਵਨ ਵਿੱਚ ਅਤੇ ਆਪਣੇ ਦਾਇਰੇ ਦੇ ਅੰਦਰ ਅਤੇ ਬਾਹਰ ਦੂਜਿਆਂ ਦੇ ਜੀਵਨ ਵਿੱਚ ਪਰਮਾਤਮਾ ਦੀ ਮਹਿਮਾ ਲਈ ਅੱਗੇ ਵਧਣ ਨੂੰ ਲਾਗੂ ਕਰੋ!

ਜੌਨ ਜੀ. ਲੇਕ

"ਜਮ੍ਹਾਂ ਚੰਗਾ ਕਰਨ ਵਾਲਾ"

ਜੌਨ ਗ੍ਰਾਹਮ ਲੇਕ ਦਾ ਜਨਮ 18 ਮਾਰਚ, 1870 ਨੂੰ ਕੈਨੇਡਾ ਦੇ ਓਨਟਾਰੀਓ ਵਿੱਚ ਹੋਇਆ ਸੀ। ਜਦੋਂ ਉਹ ਛੋਟਾ ਸੀ ਤਾਂ ਉਸਦਾ ਪਰਿਵਾਰ ਸੰਯੁਕਤ ਰਾਜ ਅਮਰੀਕਾ ਦੇ ਮਿਸ਼ੀਗਨ ਚਲਾ ਗਿਆ। ਜਦੋਂ ਉਹ ਅਜੇ ਛੋਟਾ ਸੀ, ਲੇਕ ਇੱਕ ਮੁਕਤੀਦਾਤਾ ਦੀ ਮੀਟਿੰਗ ਵਿੱਚ ਸ਼ਾਮਲ ਹੋਇਆ ਅਤੇ ਉਸਨੂੰ ਇੱਕ ਮੁਕਤੀਦਾਤਾ ਦੀ ਜ਼ਰੂਰਤ ਦਾ

ਦੋਸ਼ੀ ਠਹਿਰਾਇਆ ਗਿਆ, ਅਤੇ ਉਸਨੇ ਯਿਸੂ ਨੂੰ ਜੀਵਨ ਦਾ ਪ੍ਰਭੂ ਬਣਨ ਦਾ ਸੱਦਾ ਦਿੱਤਾ। ਲੇਕ ਬਿਮਾਰੀ ਤੋਂ ਬਹੁਤ ਪ੍ਰਭਾਵਿਤ ਹੋਇਆ। ਉਹ ਸੋਲਾਂ ਬੱਚਿਆਂ ਵਿੱਚੋਂ ਇੱਕ ਸੀ, ਅਤੇ ਆਪਣੀ ਜਵਾਨੀ ਦੇ ਦੌਰਾਨ ਉਨ੍ਹਾਂ ਵਿੱਚੋਂ ਅੱਠ ਦੀ ਮੌਤ ਹੋ ਗਈ। ਉਹ ਬਿਮਾਰੀ, ਸੋਗ ਅਤੇ ਮੌਤ ਨੂੰ ਨਫ਼ਰਤ ਕਰਨ ਲੱਗ ਪਿਆ ਜੋ ਉਸਦੇ ਪਰਿਵਾਰਕ ਜੀਵਨ ਦਾ ਇੱਕ ਹਿੱਸਾ ਸੀ।

ਲੇਕ ਨੂੰ ਸੇਵਕਾਈ ਲਈ ਸੱਦਾ ਮਹਿਸੂਸ ਹੋਇਆ, ਅਤੇ ਉਸਨੇ ਮੈਥੋਡਿਸਟ ਸੇਵਕ ਬਣਨ ਲਈ ਪੜ੍ਹਾਈ ਕੀਤੀ। ਉਸਨੇ ਪਵਿੱਤਰਤਾ ਬਾਰੇ ਮੈਥੋਡਿਸਟ ਸਿੱਖਿਆ ਨੂੰ ਦਿਲੋਂ ਮੰਨਿਆ ਅਤੇ ਇਸਨੂੰ ਜੋਸ਼ ਨਾਲ ਭਾਲਿਆ। ਹਾਲਾਂਕਿ, ਜਦੋਂ ਉਸਦੀ ਪੜ੍ਹਾਈ ਪੂਰੀ ਹੋ ਗਈ, ਤਾਂ ਉਸਨੇ ਕਾਰੋਬਾਰ ਵਿੱਚ ਜਾਣ ਅਤੇ ਇਲੀਨੋਇਸ ਵਿੱਚ ਇੱਕ ਅਖਬਾਰ ਸ਼ੁਰੂ ਕਰਨ ਦਾ ਫੈਸਲਾ ਕੀਤਾ। ਫਿਰ ਉਹ ਮਿਸ਼ੀਗਨ ਵਾਪਸ ਚਲਾ ਗਿਆ ਅਤੇ ਰੀਅਲ ਅਸਟੇਟ ਵਿੱਚ ਆਪਣਾ ਕਰੀਅਰ ਸ਼ੁਰੂ ਕੀਤਾ। ਉਹ ਜੈਨੀ ਸਟੀਵਨਸ ਨੂੰ ਮਿਲਿਆ ਅਤੇ ਉਸ ਨਾਲ ਵਿਆਹ ਕਰਵਾ ਲਿਆ।

ਬਿਮਾਰੀ ਅਜੇ ਵੀ ਲੇਕ ਨੂੰ ਘੇਰਦੀ ਰਹੀ। ਉਸਦਾ ਭਰਾ ਅਪਾਹਜ ਸੀ, ਇੱਕ ਭੈਣ ਨੂੰ ਵਿਆਪਕ ਕੈਂਸਰ ਸੀ, ਦੂਜੀ ਭੈਣ ਨੂੰ ਖੂਨ ਵਹਿਣ ਦੀ ਸਮੱਸਿਆ ਸੀ, ਅਤੇ ਉਸਦੀ ਪਤਨੀ ਨੂੰ ਤਪਦਿਕ ਅਤੇ ਦਿਲ ਦੀ ਬਿਮਾਰੀ ਸੀ। 1899 ਵਿੱਚ ਪਰਿਵਾਰ ਨੇ ਸ਼ਿਕਾਗੋ ਵਿੱਚ ਜੌਨ ਅਲੈਗਜ਼ੈਂਡਰ ਡੋਵੀ ਬਾਰੇ ਸੁਣਿਆ ਸੀ, ਕਿਉਂਕਿ ਉਸਨੂੰ ਮੀਡੀਆ ਦਾ ਕਾਫ਼ੀ ਧਿਆਨ ਮਿਲ ਰਿਹਾ ਸੀ। ਉਹ ਲੇਕ ਦੇ ਭਰਾ ਨੂੰ ਸ਼ਿਕਾਗੋ ਦੇ ਹੀਲਿੰਗ ਰੂਮਾਂ ਵਿੱਚ ਲੈ ਗਏ, ਅਤੇ ਉਹ ਤੁਰੰਤ ਠੀਕ ਹੋ ਗਿਆ। ਫਿਰ ਦੋਵੇਂ ਭੈਣਾਂ ਵੀ ਗਈਆਂ, ਅਤੇ ਠੀਕ ਵੀ ਹੋ ਗਈਆਂ।

ਅੰਤ ਵਿੱਚ, ਲੇਕ ਨੇ ਜੂਨ 1899 ਵਿੱਚ ਆਪਣੀ ਪਤਨੀ ਲਈ ਪ੍ਰਾਰਥਨਾ ਕਰਨ ਲਈ ਲੋਕਾਂ ਨਾਲ ਸੰਪਰਕ ਕੀਤਾ, ਅਤੇ ਉਹ ਵੀ ਠੀਕ ਹੋ ਗਈ। ਉਸਨੇ ਰਸੂਲਾਂ ਦੇ ਕਰਤੱਬ 10:38 ਨੂੰ ਦੇਖਣ ਲਈ ਧਰਮ-ਗ੍ਰੰਥ ਖੋਲ੍ਹੇ *"ਤੁਸੀਂ ਨਾਸਰਤ ਦੇ ਯਿਸੂ ਬਾਰੇ ਜਾਣਦੇ ਹੋ, ਕਿਵੇਂ ਪਰਮੇਸ਼ੁਰ ਨੇ ਉਸਨੂੰ ਪਵਿੱਤਰ ਆਤਮਾ ਅਤੇ ਸ਼ਕਤੀ ਨਾਲ ਮਸਹ ਕੀਤਾ, ਅਤੇ ਉਹ ਕਿਵੇਂ ਭਲਾ ਕਰਦਾ ਅਤੇ ਸ਼ੈਤਾਨ ਦੁਆਰਾ ਸਤਾਏ ਗਏ ਸਾਰਿਆਂ*

ਨੂੰ ਚੰਗਾ ਕਰਦਾ ਫਿਰਿਆ; ਕਿਉਂਕਿ ਪਰਮੇਸ਼ੁਰ ਉਸਦੇ ਨਾਲ ਸੀ। (NASB) ਉਸਨੇ ਆਪਣੇ ਲਈ ਸਪੱਸ਼ਟ ਤੌਰ 'ਤੇ ਦਰਸਾਇਆ ਕਿ ਯਿਸੂ ਚੰਗਾ ਕਰਨ ਵਾਲਾ ਹੈ ਅਤੇ ਸ਼ੈਤਾਨ ਮਨੁੱਖਾਂ ਦਾ ਅਤਿਆਚਾਰੀ ਹੈ। ਲੇਕ ਡੋਵੀ ਦੇ ਕ੍ਰਿਸ਼ਚੀਅਨ ਕੈਥੋਲਿਕ ਚਰਚ ਦਾ ਮੈਂਬਰ ਬਣ ਗਿਆ ਅਤੇ ਸੌਲਟ ਸਟੀ ਮੈਰੀ ਵਿੱਚ ਇੱਕ ਸ਼ਾਖਾ ਖੋਲ੍ਹੀ ਗਈ, ਜਿੱਥੇ ਉਹ ਉਸ ਸਮੇਂ ਰਹਿ ਰਿਹਾ ਸੀ। ਲੇਕ ਨਵੇਂ ਚਰਚ ਵਿੱਚ ਇੱਕ ਡੀਕਨ ਬਣ ਗਈ। ਅਗਸਤ 1900 ਵਿੱਚ ਲੇਕ ਦੀ ਪਤਨੀ ਜੈਨੀ ਨੂੰ ਉਸਦੇ 4 ਸਾਲ ਦੇ ਪੁੱਤਰ ਨੇ ਗਲਤੀ ਨਾਲ ਗੋਲੀ ਮਾਰ ਦਿੱਤੀ। ਡੋਵੀ ਦੀਆਂ ਸਿੱਖਿਆਵਾਂ ਤੋਂ ਬਾਅਦ ਲੇਕਸ ਨੇ ਡਾਕਟਰੀ ਸਹਾਇਤਾ ਤੋਂ ਇਨਕਾਰ ਕਰ ਦਿੱਤਾ ਅਤੇ ਪ੍ਰਾਰਥਨਾ 'ਤੇ ਨਿਰਭਰ ਕੀਤਾ। ਇਹ ਘਟਨਾ ਇੰਨੀ ਹੈਰਾਨ ਕਰਨ ਵਾਲੀ ਸੀ ਕਿ ਸ਼ਿਕਾਗੋ ਡੇਲੀ ਟ੍ਰਿਬਿਊਨ ਵਿੱਚ ਇੱਕ ਲੇਖ ਲਿਖਿਆ ਗਿਆ ਸੀ, ਜੋ ਨਿਯਮਿਤ ਤੌਰ 'ਤੇ ਡੋਵੀ ਦੀਆਂ ਗਤੀਵਿਧੀਆਂ ਬਾਰੇ ਰਿਪੋਰਟ ਕਰਦਾ ਸੀ।

1904 ਵਿੱਚ ਲੇਕ ਡੋਵੀ ਨਾਲ ਕੰਮ ਕਰਨ ਲਈ ਸ਼ਿਕਾਗੋ ਚਲਾ ਗਿਆ। ਪਰਮਾਤਮਾ ਦੀ ਸ਼ਕਤੀ ਨੂੰ ਵੇਖਦਿਆਂ, ਲੇਕ ਪਵਿੱਤਰ ਆਤਮਾ ਲਈ ਹੋਰ ਪੁਕਾਰਨ ਲੱਗ ਪਿਆ। ਉਸਨੇ ਨੌਂ ਮਹੀਨੇ ਪਰਮਾਤਮਾ ਦੀ ਮੌਜੂਦਗੀ ਦੇ ਪੂਰੇ ਪੱਧਰ ਦੀ ਭਾਲ ਵਿੱਚ ਬਿਤਾਏ। ਲੇਕ ਇੱਕ ਹੋਰ ਆਦਮੀ ਦੇ ਨਾਲ ਇੱਕ ਬਿਮਾਰ ਔਰਤ ਲਈ ਪ੍ਰਾਰਥਨਾ ਕਰਨ ਲਈ ਗਿਆ। ਪਰਮਾਤਮਾ ਦੀ ਮੌਜੂਦਗੀ ਉਸ ਉੱਤੇ ਅਤੇ ਉਸ ਉੱਤੇ ਡਿੱਗ ਪਈ ਜਿਵੇਂ ਉਸਨੇ ਪਹਿਲਾਂ ਕਦੇ ਨਹੀਂ ਜਾਣਿਆ ਸੀ। ਅਗਲੇ ਛੇ ਮਹੀਨੇ ਦ੍ਰਿੜਤਾ, ਪਛਤਾਵਾ ਅਤੇ ਦਿਲ ਦੀ ਸਫਾਈ ਦੁਆਰਾ ਚਿੰਨ੍ਹਿਤ ਕੀਤੇ ਗਏ ਸਨ। ਆਤਮਾ ਦੇ ਤੋਹਫ਼ੇ ਵਧ ਗਏ, ਅਤੇ ਸਮਝਦਾਰੀ ਅਤੇ ਇਲਾਜ ਦੀਆਂ ਦਾਤਾਂ ਨਾਟਕੀ ਢੰਗ ਨਾਲ ਵਧੀਆਂ। ਲੇਕ ਜੌਨ ਅਲੈਗਜ਼ੈਂਡਰ ਡੋਵੀ ਦੇ ਅਧੀਨ ਸਿਖਲਾਈ ਪ੍ਰਾਪਤ ਕਰ ਰਿਹਾ ਸੀ, ਪਰ ਹਮੇਸ਼ਾ ਉਸਦੇ ਕੰਮ ਕਰਨ ਦੇ ਤਰੀਕੇ ਨਾਲ ਸਹਿਮਤ ਨਹੀਂ ਸੀ। ਇੱਕ ਬਿੰਦੂ 'ਤੇ, ਡੋਵੀ ਨੇ ਆਪਣੀਆਂ ਪ੍ਰਾਪਤੀਆਂ ਨੂੰ ਸੂਚੀਬੱਧ ਕੀਤਾ ਅਤੇ ਉਸਨੂੰ ਕਿਹਾ, "ਜੇ ਤੁਸੀਂ ਕਦੇ ਵੀ ਆਪਣੀ ਆਲੋਚਨਾਤਮਕ ਸਮਰੱਥਾ ਦੇ ਬਰਾਬਰ ਰਚਨਾਤਮਕ ਗੁਣ ਵਿਕਸਤ ਕਰਦੇ ਹੋ, ਤਾਂ ਤੁਸੀਂ ਮੇਰੇ ਨਾਲੋਂ ਵੱਡੇ ਆਦਮੀ ਹੋਵੋਗੇ।" ਜੌਨ ਲੇਕ ਜਾਣਦਾ ਸੀ ਕਿ ਉਸਨੂੰ ਆਪਣਾ ਕੰਮ ਸ਼ੁਰੂ ਕਰਨਾ ਪਵੇਗਾ। ਉਸਨੂੰ ਅਫਰੀਕਾ ਬੁਲਾਇਆ ਗਿਆ ਮਹਿਸੂਸ ਹੋਇਆ ਅਤੇ ਇੰਡੀਆਨਾਪੋਲਿਸ ਵਿੱਚ

ਥੋੜ੍ਹੇ ਸਮੇਂ ਦੇ ਪਾਦਰੀ ਕਾਰਜਕਾਲ ਤੋਂ ਬਾਅਦ 1908 ਵਿੱਚ ਉੱਥੇ ਗਿਆ। ਦੱਖਣੀ ਅਫ਼ਰੀਕਾ ਵਿੱਚ ਪੰਜ ਸਾਲਾਂ ਦੀ ਮਿਆਦ ਵਿੱਚ ਲੇਕ ਨੇ 1,000,000 ਧਰਮ ਪਰਿਵਰਤਨ ਕੀਤੇ, ਸੈਂਕੜੇ ਚਰਚ ਲਗਾਏ, ਅਤੇ 1000 ਤੋਂ ਵੱਧ ਸਥਾਨਕ ਸੇਵਕਾਂ ਨੂੰ ਖੜ੍ਹਾ ਕੀਤਾ। ਹਾਲਾਂਕਿ, ਕੰਮ ਬਹੁਤ ਔਖਾ ਸੀ, ਅਤੇ ਉਸਦੀ ਪਤਨੀ ਦੀ ਦਸੰਬਰ 1908 ਵਿੱਚ ਮੌਤ ਹੋ ਗਈ। ਉਸਨੇ ਆਪਣੇ ਪਰਿਵਾਰ ਨੂੰ ਇਕੱਠੇ ਰੱਖਣ ਲਈ ਵਚਨਬੱਧਤਾ ਪ੍ਰਗਟ ਕੀਤੀ। 1913 ਵਿੱਚ ਲੇਕ ਆਪਣੇ ਸੱਤ ਬੱਚਿਆਂ ਨਾਲ ਸੰਯੁਕਤ ਰਾਜ ਅਮਰੀਕਾ ਵਾਪਸ ਆ ਗਿਆ।

ਇੱਕ ਵਾਰ ਜਦੋਂ ਉਹ ਸੰਯੁਕਤ ਰਾਜ ਅਮਰੀਕਾ ਵਾਪਸ ਆਇਆ, ਤਾਂ ਉਸਨੇ ਦੁਬਾਰਾ ਵਿਆਹ ਕਰਵਾ ਲਿਆ, ਅਤੇ ਇੱਕ ਯਾਤਰਾ ਸੇਵਕਾਈ ਸ਼ੁਰੂ ਕੀਤੀ। ਉਹਨਾਂ ਥਾਵਾਂ ਵਿੱਚੋਂ ਇੱਕ ਜਿੱਥੇ ਉਸਨੂੰ ਬੋਲਣ ਲਈ ਕਿਹਾ ਗਿਆ ਸੀ ਉਹ ਸਪੋਕੇਨ, ਵਾਸ਼ਿੰਗਟਨ ਸੀ। ਉਸਨੂੰ ਇੱਕ ਹੀਲਿੰਗ ਰੂਮ ਸ਼ੁਰੂ ਕਰਨ ਲਈ ਕਿਹਾ ਗਿਆ ਸੀ, ਅਤੇ ਉਹ ਸਹਿਮਤ ਹੋ ਗਿਆ। ਲਗਭਗ ਪੰਜ ਸਾਲਾਂ ਦੀ ਮਿਆਦ ਵਿੱਚ, 100,000 ਤੋਂ ਵੱਧ ਹੀਲਿੰਗ ਰਿਪੋਰਟਾਂ ਆਈਆਂ। ਸਪੋਕੇਨ ਨੂੰ "ਸੰਯੁਕਤ ਰਾਜ ਅਮਰੀਕਾ ਦਾ ਸਭ ਤੋਂ ਸਿਹਤਮੰਦ ਸ਼ਹਿਰ" ਘੋਸ਼ਿਤ ਕੀਤਾ ਗਿਆ ਸੀ। ਹਾਲਾਂਕਿ ਲੇਕ ਦਾ ਚਰਚ ਕਦੇ ਵੀ ਵੱਡਾ ਨਹੀਂ ਸੀ, ਹਜ਼ਾਰਾਂ ਲੋਕ ਪ੍ਰਾਰਥਨਾ ਪ੍ਰਾਪਤ ਕਰਨ ਲਈ ਦੇਸ਼ ਅਤੇ ਦੁਨੀਆ ਭਰ ਤੋਂ ਆਏ ਸਨ। 1920 ਵਿੱਚ, ਉਸਨੂੰ ਪੋਰਟਲੈਂਡ, ਓਰੇਗਨ ਜਾਣ ਅਤੇ ਉੱਥੇ ਹੀਲਿੰਗ ਰੂਮ ਸੇਵਕਾਈ ਸ਼ੁਰੂ ਕਰਨ ਲਈ ਬੁਲਾਇਆ ਗਿਆ। ਇਹਨਾਂ ਸਾਲਾਂ ਦੌਰਾਨ ਵੀ ਇਸੇ ਤਰ੍ਹਾਂ ਦੇ ਹੀਲਿੰਗ ਰਿਪੋਰਟਾਂ ਆਈਆਂ।

ਲੇਕ ਨੇ ਪੱਛਮੀ ਤੱਟ ਦੇ ਉੱਪਰ ਅਤੇ ਹੇਠਾਂ ਕਸਬਿਆਂ ਵਿੱਚ ਇੱਕ ਹੀਲਿੰਗ ਰੂਮ ਸੇਵਕਾਈ ਸ਼ੁਰੂ ਕਰਨ ਬਾਰੇ ਵਿਚਾਰ ਕੀਤਾ। ਹਾਲਾਂਕਿ, ਉਸਦੀ ਤਾਕਤ ਘੱਟਣ ਲੱਗੀ ਸੀ ਕਿਉਂਕਿ ਉਹ ਇੱਕ ਅਵਿਸ਼ਵਾਸ਼ਯੋਗ ਗਤੀ ਨਾਲ ਜ਼ਿੰਦਗੀ ਜੀਉਂਦਾ ਸੀ। ਉਹ ਇੱਕ ਚਰਚ ਸ਼ੁਰੂ ਕਰਨ ਲਈ ਹਿਊਸਟਨ, ਟੈਕਸਾਸ ਗਿਆ ਸੀ, ਪਰ ਇੱਕ ਪਰਿਵਾਰਕ ਸੰਕਟ ਕਾਰਨ ਉਸਨੂੰ ਬੁਲਾਇਆ ਗਿਆ ਅਤੇ ਕਦੇ ਵਾਪਸ ਨਹੀਂ ਆਇਆ। ਉਸਨੇ ਕੈਲੀਫੋਰਨੀਆ ਵਿੱਚ ਚਰਚਾਂ ਵਿੱਚ ਸੇਵਾ ਕੀਤੀ, ਫਿਰ ਇੱਕ ਸੀਜ਼ਨ ਲਈ ਪੋਰਟਲੈਂਡ ਵਿੱਚ ਪਾਦਰੀ ਵਜੋਂ ਵਾਪਸ ਆਇਆ, ਅਤੇ ਅੰਤ ਵਿੱਚ

ਆਪਣੀ ਬਾਕੀ ਦੀ ਜ਼ਿੰਦਗੀ ਲਈ ਸਪੋਕੇਨ ਵਿੱਚ ਵਾਪਸ ਸੈਟਲ ਹੋ ਗਿਆ। ਉਸਦੀ ਮੌਤ 15 ਸਤੰਬਰ, 1935 ਨੂੰ ਹੋਈ। ਸਰੋਤ https://healingandrevival.com/BioJGLake.htm

ਕੈਥਰੀਨ ਕੁਲਮੈਨ

ਮੈਂ ਚਮਤਕਾਰਾਂ ਵਿੱਚ ਵਿਸ਼ਵਾਸ ਕਰਦਾ ਹਾਂ।

ਕੈਥਰੀਨ ਜੋਹਾਨਾ ਕੁਲਮੈਨ ਦਾ ਜਨਮ 9 ਮਈ, 1907 ਨੂੰ ਕੋਨਕੋਰਡੀਆ, ਮਿਸੂਰੀ ਵਿੱਚ ਹੋਇਆ ਸੀ। ਉਸਦੇ ਮਾਤਾ-ਪਿਤਾ ਜਰਮਨ ਸਨ ਅਤੇ ਉਹ ਚਾਰ ਬੱਚਿਆਂ ਵਿੱਚੋਂ ਇੱਕ ਸੀ। ਉਸਦੀ ਮਾਂ ਇੱਕ ਸਖ਼ਤ ਅਨੁਸ਼ਾਸਨ ਵਾਲੀ ਸੀ, ਜਿਸਨੇ ਬਹੁਤ ਘੱਟ ਪਿਆਰ ਜਾਂ ਸਨੇਹ ਦਿਖਾਇਆ। ਦੂਜੇ ਪਾਸੇ, ਉਸਦਾ ਇੱਕ ਬਹੁਤ ਹੀ ਨੇੜਲਾ ਅਤੇ ਆਪਣੇ ਪਿਤਾ ਨਾਲ ਪਿਆਰ ਭਰਿਆ ਰਿਸ਼ਤਾ। ਉਹ ਇੱਕ ਛੋਟੀ ਬੱਚੀ ਦੇ ਰੂਪ ਵਿੱਚ ਵਰਣਨ ਕਰਦੀ ਸੀ ਕਿ ਕਿਵੇਂ, ਉਸਦੇ ਪਿਤਾ ਕੰਮ ਤੋਂ ਘਰ ਆਉਂਦੇ ਸਨ ਅਤੇ ਉਹ ਉਸਦੀ ਲੱਤ 'ਤੇ ਲਟਕ ਜਾਂਦੀ ਸੀ ਅਤੇ ਉਸਨੂੰ ਚਿੰਬੜ ਜਾਂਦੀ ਸੀ। ਉਹ ਅਕਸਰ ਕਹਿੰਦੀ ਸੀ ਕਿ ਉਸਦੇ ਪਿਤਾ ਨਾਲ ਉਸਦੇ ਰਿਸ਼ਤੇ ਦੇ ਕਾਰਨ ਪਰਮਾਤਮਾ ਪਿਤਾ ਨਾਲ ਉਸਦਾ ਰਿਸ਼ਤਾ ਬਹੁਤ ਹੀ ਅਸਲੀ ਸੀ।

ਕੁਲਮੈਨ 14 ਸਾਲ ਦੀ ਉਮਰ ਵਿੱਚ ਇੱਕ ਛੋਟੇ ਜਿਹੇ ਮੈਥੋਡਿਸਟ ਚਰਚ ਵਿੱਚ ਹੋਈ ਇੱਕ ਖੁਸ਼ਖਬਰੀ ਮੀਟਿੰਗ ਵਿੱਚ ਧਰਮ ਪਰਿਵਰਤਨ ਕਰ ਗਈ ਸੀ। ਜਦੋਂ ਉਹ 16 ਸਾਲ ਦੀ ਸੀ ਤਾਂ ਉਸਨੇ ਹਾਈ ਸਕੂਲ ਤੋਂ ਗ੍ਰੈਜੂਏਸ਼ਨ ਕੀਤੀ, ਜੋ ਕਿ ਉਨ੍ਹਾਂ ਦੇ ਸ਼ਹਿਰ ਵਿੱਚ ਸਿਰਫ਼ ਦਸਵੀਂ ਜਮਾਤ ਤੱਕ ਹੀ ਪਹੁੰਚੀ ਸੀ। ਉਸਦੀ ਵੱਡੀ ਭੈਣ ਮਿਰਟਲ ਨੇ ਇੱਕ ਘੁੰਮਦੇ ਫਿਰਦੇ ਪ੍ਰਚਾਰਕ, ਐਵਰੇਟ ਬੀ. ਪੈਰੋਟ ਨਾਲ ਵਿਆਹ ਕੀਤਾ ਸੀ। ਉਨ੍ਹਾਂ ਨੇ ਆਪਣਾ ਸਮਾਂ ਯਾਤਰਾ ਵਿੱਚ ਬਿਤਾਇਆ ਅਤੇ ਕੈਥਰੀਨ ਨੂੰ ਗਰਮੀਆਂ ਲਈ ਉਨ੍ਹਾਂ ਨਾਲ ਸ਼ਾਮਲ ਹੋਣ ਲਈ ਕਿਹਾ। ਉਸਦੇ ਮਾਪੇ ਸਹਿਮਤ ਹੋ ਗਏ ਅਤੇ ਉਹ ਮਦਦ ਕਰਨ ਲਈ ਓਰੇਗਨ ਚਲੀ ਗਈ। ਉਹ ਉਨ੍ਹਾਂ ਨਾਲ ਕੰਮ ਕਰਦੀ ਸੀ, ਅਤੇ ਅਕਸਰ ਆਪਣੀ ਗਵਾਹੀ ਦਿੰਦੀ ਸੀ। ਜਦੋਂ ਗਰਮੀਆਂ ਖਤਮ ਹੋ ਜਾਂਦੀਆਂ ਸਨ ਤਾਂ ਉਹ ਰਹਿਣਾ ਚਾਹੁੰਦੀ ਸੀ, ਅਤੇ ਜੋੜਾ ਸਹਿਮਤ ਹੋ ਗਿਆ। ਉਸਨੇ ਉਨ੍ਹਾਂ ਨਾਲ ਪੰਜ ਸਾਲ ਕੰਮ ਕਰਨਾ ਖਤਮ ਕਰ ਦਿੱਤਾ।

ਖੁਸ਼ਖਬਰੀ ਟੀਮ ਚਾਰ ਲੋਕਾਂ ਦੀ ਬਣੀ ਹੋਈ ਸੀ, ਐਵਰੇਟ, ਮਿਰਟਲ, ਕੈਥਰੀਨ, ਅਤੇ ਹੈਲਨ ਗੁਲੀਫੋਰਡ ਨਾਮਕ ਪਿਆਨੋਵਾਦਕ। 1928 ਵਿੱਚ ਐਵਰੇਟ ਬੋਇਸ, ਇਡਾਹੋ ਵਿੱਚ ਇੱਕ ਮੀਟਿੰਗ ਤੋਂ ਖੁੰਝ ਗਈ। ਮਿਰਟਲ ਅਤੇ ਕੈਥਰੀਨ ਨੇ ਐਵਰੇਟ ਲਈ ਕਵਰੇਜ ਕਰਨ ਲਈ ਪ੍ਰਚਾਰ ਕੀਤਾ। ਚਰਚ ਦੇ ਪਾਦਰੀ ਨੇ ਕੈਥਰੀਨ ਨੂੰ ਆਪਣੇ ਆਪ ਬਾਹਰ ਨਿਕਲਣ ਲਈ ਉਤਸ਼ਾਹਿਤ ਕੀਤਾ। ਹੈਲਨ ਉਸ ਨਾਲ ਜੁੜਨ ਲਈ ਸਹਿਮਤ ਹੋ ਗਈ। ਉਸਦਾ ਪਹਿਲਾ ਉਪਦੇਸ਼ ਬੋਇਸ, ਇਡਾਹੋ ਵਿੱਚ ਇੱਕ ਰਨ-ਡਾਊਨ ਪੂਲ ਹਾਲ ਵਿੱਚ ਸੀ। ਟੀਮ ਨੇ ਅਗਲੇ ਪੰਜ ਸਾਲਾਂ ਲਈ ਇਡਾਹੋ, ਯੂਟਾ ਅਤੇ ਕੋਲੋਰਾਡੋ ਨੂੰ ਕਵਰ ਕੀਤਾ। 1933 ਵਿੱਚ ਉਹ ਪੁਏਬਲੋ, ਕੋਲੋਰਾਡੋ ਵਿੱਚ ਚਲੇ ਗਏ। ਉਹ ਇੱਕ ਤਿਆਗ ਦਿੱਤੇ ਮੋਂਟਗੋਮਰੀ ਵਾਰਡ ਵੇਅਰਹਾਊਸ ਵਿੱਚ ਸਥਾਪਿਤ ਹੋਏ। ਉਹ ਛੇ ਮਹੀਨੇ ਉੱਥੇ ਰਹੇ।

ਡੇਨਵਰ, ਇੱਕ ਬਹੁਤ ਵੱਡਾ ਸ਼ਹਿਰ ਹੋਣ ਕਰਕੇ, ਅਗਲਾ ਸਟਾਪ ਸੀ। ਉਹ ਕਈ ਵਾਰ ਚਲੇ ਗਏ ਪਰ ਇੱਕ ਪੇਪਰ ਕੰਪਨੀ ਦੇ ਗੋਦਾਮ ਵਿੱਚ ਖਤਮ ਹੋ ਗਏ, ਜਿਸਨੂੰ ਉਹਨਾਂ ਨੇ ਕੁਲਮੈਨ ਰਿਵਾਈਵਲ ਟੈਬਰਨੈਕਲ ਦਾ ਨਾਮ ਦਿੱਤਾ। ਫਿਰ 1935 ਵਿੱਚ ਉਹ ਇੱਕ ਵਾਰ ਫਿਰ ਇੱਕ ਛੱਡੇ ਹੋਏ ਟਰੱਕ ਗੈਰੇਜ ਵਿੱਚ ਚਲੇ ਗਏ ਜਿਸਦਾ ਨਾਮ

ਉਹਨਾਂ ਨੇ ਡੇਨਵਰ ਰਿਵਾਈਵਲ ਟੈਬਰਨੈਕਲ ਰੱਖਿਆ। ਕੈਥਰੀਨ ਡੇਨਵਰ ਵਿੱਚ ਬਹੁਤ ਸਫਲਤਾ ਦੇਖ ਰਹੀ ਸੀ। ਚਰਚ ਲਗਭਗ 2000 ਮੈਂਬਰਾਂ ਤੱਕ ਵਧਿਆ। ਉਸਨੇ "ਸਮਾਈਲਿੰਗ ਥਰੂ" ਨਾਮਕ ਇੱਕ ਰੇਡੀਓ ਸ਼ੋਅ ਸ਼ੁਰੂ ਕੀਤਾ ਅਤੇ ਦੇਸ਼ ਭਰ ਤੋਂ ਬੁਲਾਰਿਆਂ ਨੂੰ ਸੱਦਾ ਦਿੱਤਾ। ਉਨ੍ਹਾਂ ਵਿੱਚੋਂ ਇੱਕ ਫਿਲ ਕੇਰ ਸੀ ਜੋ ਬ੍ਰਹਮ ਇਲਾਜ ਬਾਰੇ ਸਿਖਾਉਂਦਾ ਸੀ। 1935 ਵਿੱਚ ਇੱਕ ਹੋਰ ਸੱਦਾ ਦਿੱਤਾ ਗਿਆ ਪ੍ਰਚਾਰਕ ਬਰੋਜ਼ ਵਾਲਟ੍ਰਿਪ ਸੀ।

ਵਾਲਟ੍ਰਿਪ ਕੁਹਲਮੈਨ ਲਈ ਬੁਰੀ ਖ਼ਬਰ ਸੀ। ਉਹ ਉਸ ਤੋਂ ਕਈ ਸਾਲ ਵੱਡਾ ਇੱਕ ਕ੍ਰਿਸ਼ਮਈ, ਸੁੰਦਰ ਆਦਮੀ ਸੀ। ਇੱਕ ਤੁਰੰਤ ਖਿੱਚ ਸੀ, ਅਤੇ ਇੱਕ ਪਰਿਵਾਰ ਦਾ ਦਾਅਵਾ ਹੈ ਕਿ ਉਸਨੇ 1935 ਵਿੱਚ ਜੋੜੇ ਨੂੰ ਗਲੇ ਲਗਾਉਂਦੇ ਦੇਖਿਆ ਸੀ, ਪਰ ਉਹ ਵਿਆਹਿਆ ਹੋਇਆ ਸੀ ਅਤੇ ਉਸਦੇ ਦੋ ਬੱਚੇ ਸਨ। ਵਾਲਟ੍ਰਿਪ ਡੇਨਵਰ ਛੱਡ ਕੇ ਆਸਟਿਨ, ਟੈਕਸਾਸ ਘਰ ਚਲਾ ਗਿਆ, ਪਰ ਕੁਹਲਮੈਨ ਅਤੇ ਵਾਲਟ੍ਰਿਪ ਵਿਚਕਾਰ ਰਿਸ਼ਤਾ ਗਰਮ ਰਿਹਾ। 1937 ਵਿੱਚ ਉਸਨੂੰ ਦੋ ਮਹੀਨਿਆਂ ਲਈ ਡੇਨਵਰ ਵਾਪਸ ਬੁਲਾਇਆ ਗਿਆ ਸੀ ਤਾਂ ਜੋ ਉਹ ਆਪਣੀ ਪਤਨੀ ਨੂੰ ਤਲਾਕ ਦੇ ਸਕੇ ਅਤੇ ਆਪਣੇ ਦੋ ਪੁੱਤਰਾਂ ਨੂੰ ਛੱਡ ਦੇਵੇ। ਫਿਰ ਉਸਨੇ ਇਹ ਕਹਾਣੀ ਫੈਲਾਈ ਕਿ ਉਸਦੀ ਪਤਨੀ ਉਸਨੂੰ ਛੱਡ ਗਈ ਹੈ। ਉਹ ਮੇਸਨ ਸਿਟੀ, ਆਇਓਵਾ ਚਲਾ ਗਿਆ, ਜਿੱਥੇ ਉਸਨੇ ਸਾਰਿਆਂ ਨੂੰ ਦੱਸਿਆ ਕਿ ਉਹ ਕੁਆਰਾ ਹੈ, ਅਤੇ ਇੱਕ ਨਵੀਂ ਸੇਵਕਾਈ ਸ਼ੁਰੂ ਕੀਤੀ। ਵਾਲਟ੍ਰਿਪ ਨੇ ਰੇਡੀਓ ਚੈਪਲ ਨਾਮਕ ਇੱਕ ਸੇਵਕਾਈ ਇਮਾਰਤ ਬਣਾਉਣ ਲਈ $70,000 ਦੇ ਵਾਅਦੇ ਕੀਤੇ। ਇਹ ਇੱਕ ਅਲੋਪ ਹੋ ਰਹੇ ਮੰਚ ਅਤੇ ਇੱਕ ਕਲਾ ਡੈਕੋ ਸ਼ੈਲੀ ਦੇ ਨਾਲ ਕਲਾ ਦਾ ਰਾਜ ਸੀ। ਉਹ ਇੱਕ ਸਫਲ ਅਤੇ ਗਤੀਸ਼ੀਲ ਪ੍ਰਚਾਰਕ ਜਾਪਦਾ ਸੀ।

ਕੁਹਲਮੈਨ ਅਤੇ ਵਾਲਟ੍ਰਿਪ ਵਿਚਕਾਰ ਇੱਕ ਨਿਰੰਤਰ ਰਿਸ਼ਤਾ ਸੀ, ਅਤੇ ਉਨ੍ਹਾਂ ਨੇ ਸਤੰਬਰ 1938 ਵਿੱਚ ਵਿਆਹ ਕਰਵਾ ਲਿਆ। ਕੁਹਲਮੈਨ ਆਪਣੀਆਂ ਚੋਣਾਂ ਦੇ ਨਤੀਜਿਆਂ ਬਾਰੇ ਭੋਲੀ ਸੀ ਅਤੇ ਵਿਆਹ ਇੱਕ ਤਬਾਹੀ ਸੀ। ਉਸਨੇ ਆਪਣੇ ਚਰਚ ਨੂੰ ਐਲਾਨ ਕੀਤਾ ਕਿ ਉਹ ਅਤੇ ਵਾਲਟ੍ਰਿਪ ਵਿਆਹੇ ਹੋਏ ਹਨ ਅਤੇ ਉਹ ਡੇਨਵਰ ਅਤੇ ਮੇਸਨ ਸਿਟੀ ਦੇ ਵਿਚਕਾਰ ਆਪਣੇ ਦੋ ਚਰਚਾਂ ਵਿੱਚ ਪ੍ਰਚਾਰ ਕਰਨਗੇ।

ਵਾਲਟ੍ਰਿਪ ਨਾਲ ਉਸਦੇ ਸਬੰਧਾਂ ਕਾਰਨ ਉਸਦੀ ਕਲੀਸਿਯਾ ਦੇ ਜ਼ਿਆਦਾਤਰ ਲੋਕ ਚਲੇ ਗਏ। ਉਸਨੇ ਡੇਨਵਰ ਵਿੱਚ ਆਪਣਾ ਚਰਚ ਛੱਡ ਦਿੱਤਾ, ਆਪਣੇ ਕੁਝ ਨਜ਼ਦੀਕੀ ਸਾਥੀਆਂ ਨੂੰ ਗੁਆ ਦਿੱਤਾ, ਅਤੇ ਮੇਸਨ ਸਿਟੀ ਚਲੀ ਗਈ। ਵਾਲਟ੍ਰਿਪ ਦੀ ਸਫਲਤਾ ਵੀ ਇੱਕ ਪਾਈਪ ਸੁਪਨਾ ਬਣ ਗਈ। ਰੇਡੀਓ ਚੈਪਲ ਜੂਨ ਵਿੱਚ ਪੂਰਾ ਹੋਇਆ ਸੀ। 1938। ਅਕਤੂਬਰ 1938 ਤੱਕ ਵਾਲਟ੍ਰਿਪ ਆਪਣੇ ਕਰਜ਼ੇ ਪੂਰੇ ਨਹੀਂ ਕਰ ਸਕਿਆ। ਦਸੰਬਰ ਵਿੱਚ ਵਾਲਟ੍ਰਿਪ ਆਮਦਨ ਵਿੱਚ ਕਮੀ ਦੇ ਬਾਵਜੂਦ, ਵੱਧ ਤਨਖਾਹ ਦੀ ਮੰਗ ਕਰ ਰਿਹਾ ਸੀ। ਉਸਦੇ ਡਾਇਰੈਕਟਰ ਬੋਰਡ ਨੇ ਅਸਤੀਫਾ ਦੇ ਦਿੱਤਾ ਅਤੇ ਉਸਨੂੰ ਵਿੱਤ ਨਾਲ ਨਜਿੱਠਣ ਲਈ ਛੱਡ ਦਿੱਤਾ। ਉਸਦਾ ਹੱਲ ਚੈਪਲ 'ਤੇ ਮੌਰਗੇਜ ਜਾਂ ਕਰਜ਼ੇ ਦਾ ਭੁਗਤਾਨ ਨਾ ਕਰਨਾ ਸੀ। ਰੇਡੀਓ ਚੈਪਲ ਦੀਵਾਲੀਆਪਨ ਵਿੱਚ ਚਲਾ ਗਿਆ। ਵਾਲਟ੍ਰਿਪ ਦਾ ਆਖਰੀ ਉਪਦੇਸ਼ ਮਈ 1939 ਵਿੱਚ ਸੀ। ਵਾਲਟ੍ਰਿਪਸ ਆਪਣੇ ਆਪ ਵਿੱਚ ਸਨ। ਕੈਥਰੀਨ ਦਾ ਖੁਸ਼ਹਾਲ ਦ੍ਰਿਸ਼ਟੀਕੋਣ ਕਿ ਉਹ ਅਤੇ ਉਸਦੇ ਪਤੀ ਡੇਨਵਰ ਅਤੇ ਮੇਸਨ ਸਿਟੀ ਦੇ ਵਿਚਕਾਰ ਇੱਕ ਸਫਲ ਪ੍ਰਚਾਰ ਕਰੀਅਰ ਦੇ ਨਾਲ ਅੱਗੇ-ਪਿੱਛੇ ਉੱਡ ਰਹੇ ਸਨ, ਪੂਰੀ ਤਰ੍ਹਾਂ ਤਬਾਹ ਹੋ ਗਿਆ।

ਅਗਲੇ ਕੁਝ ਸਾਲ ਇਸ ਜੋੜੇ ਲਈ ਬਹੁਤ ਔਖੇ ਸਨ। ਉਨ੍ਹਾਂ ਨੇ ਯਾਤਰਾ ਪ੍ਰਚਾਰਕਾਂ ਵਜੋਂ ਸੜਕ 'ਤੇ ਸ਼ੁਰੂਆਤ ਕੀਤੀ, ਮੁੱਖ ਤੌਰ 'ਤੇ ਮੱਧ-ਪੱਛਮ ਵਿੱਚ ਰਹੇ। ਉਨ੍ਹਾਂ ਦੇ ਵਿਆਹ ਦੇ ਇਤਿਹਾਸ ਕਾਰਨ ਉਨ੍ਹਾਂ ਨੂੰ ਕਈ ਥਾਵਾਂ 'ਤੇ ਸਵੀਕਾਰ ਨਹੀਂ ਕੀਤਾ ਗਿਆ। ਸ਼ੁਰੂਆਤੀ ਇਸ਼ਤਿਹਾਰਾਂ ਵਿੱਚ ਵਾਲਟ੍ਰਿਪ ਨੂੰ ਮੁੱਖ ਪ੍ਰਚਾਰਕ ਵਜੋਂ ਸੂਚੀਬੱਧ ਕੀਤਾ ਗਿਆ ਸੀ। ਫਿਰ ਕਦੇ-ਕਦੇ ਸ਼੍ਰੀਮਤੀ ਵਾਲਟ੍ਰਿਪ ਦਾ ਵੀ ਜ਼ਿਕਰ ਕੀਤਾ ਜਾਂਦਾ ਸੀ। 1940 ਦੇ ਦਹਾਕੇ ਦੇ ਸ਼ੁਰੂ ਤੱਕ ਕੈਥਰੀਨ ਕੁਹਲਮੈਨ ਵਾਲਟ੍ਰਿਪ ਨੂੰ ਬਰਾਬਰ ਬਿਲਿੰਗ ਦਿੱਤੀ ਗਈ। ਅੰਤ ਵਿੱਚ 1940 ਦੇ ਦਹਾਕੇ ਦੇ ਮੱਧ ਤੱਕ ਕੈਥਰੀਨ ਸਿਰਫ਼ ਕੈਥਰੀਨ ਕੁਹਲਮੈਨ ਨੂੰ ਉਨ੍ਹਾਂ ਮੀਟਿੰਗਾਂ ਵਿੱਚ ਵਰਤ ਰਹੀ ਸੀ ਜਿੱਥੇ ਉਹ ਮੁੱਖ ਬੁਲਾਰੇ ਸੀ। 1944 ਵਿੱਚ ਕੁਹਲਮੈਨ ਵਾਲਟ੍ਰਿਪ ਤੋਂ ਬਿਨਾਂ ਪੂਰਬੀ ਤੱਟ 'ਤੇ ਇੱਕ ਪ੍ਰਚਾਰ ਦੌਰੇ 'ਤੇ ਗਈ। ਹੋ ਸਕਦਾ ਹੈ ਕਿ ਉਸਨੂੰ ਛੱਡਣ ਦਾ ਇੱਕ ਸੁਚੇਤ ਫੈਸਲਾ ਹੋਵੇ, ਜਾਂ ਉਸਨੇ ਆਪਣੀ ਜ਼ਿੰਦਗੀ ਦਾ ਮੁੜ ਮੁਲਾਂਕਣ ਕਰਨ ਦਾ ਮੌਕਾ ਵੀ ਲਿਆ ਹੋਵੇ। ਇਹ ਹੋਰ ਹੌਲੀ-ਹੌਲੀ ਜਾਪਦਾ ਹੈ ਕਿਉਂਕਿ ਵਾਲਟ੍ਰਿਪ ਨੇ 1946 ਦੇ ਅਖੀਰ

ਵਿੱਚ ਇੱਕ ਜੋੜੇ ਵਜੋਂ ਉਨ੍ਹਾਂ ਬਾਰੇ ਲਿਖਿਆ ਸੀ। ਕੁਹਲਮੈਨ ਕਦੇ ਵਾਲਟ੍ਰਿਪ ਵਾਪਸ ਨਹੀਂ ਆਈ ਅਤੇ ਆਖਰਕਾਰ 1947 ਵਿੱਚ ਉਨ੍ਹਾਂ ਦਾ ਤਲਾਕ ਹੋ ਗਿਆ। ਉਸਨੇ ਆਪਣਾ ਵਿਆਹ ਪਿੱਛੇ ਛੱਡ ਦਿੱਤਾ ਅਤੇ ਉਦੋਂ ਤੋਂ ਇਸ ਤਰ੍ਹਾਂ ਕੰਮ ਕੀਤਾ ਜਿਵੇਂ ਇਹ ਪਹਿਲਾਂ ਕਦੇ ਮੌਜੂਦ ਨਹੀਂ ਸੀ।

1946 ਵਿੱਚ ਕੁਹਲਮੈਨ ਨੂੰ ਪੈਨਸਿਲਵੇਨੀਆ ਦੇ ਫਰੈਂਕਲਿਨ ਵਿੱਚ ਬੋਲਣ ਲਈ ਕਿਹਾ ਗਿਆ। ਉਸਦਾ ਸਵਾਗਤ ਕੀਤਾ ਗਿਆ ਅਤੇ ਉਸਨੇ ਇਸ ਖੇਤਰ ਵਿੱਚ ਰਹਿਣ ਦਾ ਫੈਸਲਾ ਕੀਤਾ। ਕੁਹਲਮੈਨ ਨੇ ਆਇਲ ਸਿਟੀ, ਪੈਨਸਿਲਵੇਨੀਆ ਵਿੱਚ ਰੇਡੀਓ ਪ੍ਰਸਾਰਣਾਂ 'ਤੇ ਪ੍ਰਚਾਰ ਕਰਨਾ ਸ਼ੁਰੂ ਕਰ ਦਿੱਤਾ। ਇਹ ਇੰਨੇ ਮਸ਼ਹੂਰ ਹੋ ਗਏ ਕਿ ਉਨ੍ਹਾਂ ਨੂੰ ਪਿਟਸਬਰਗ ਵਿੱਚ ਚੁੱਕਿਆ ਗਿਆ, ਅਤੇ ਉਹ ਪੂਰੇ ਖੇਤਰ ਵਿੱਚ ਪ੍ਰਚਾਰ ਕਰ ਰਹੀ ਸੀ। ਉਸਨੇ ਪਰਮਾਤਮਾ ਦੀ ਇਲਾਜ ਸ਼ਕਤੀ ਬਾਰੇ ਪ੍ਰਚਾਰ ਕਰਨਾ ਸ਼ੁਰੂ ਕਰ ਦਿੱਤਾ। 1947 ਵਿੱਚ ਇੱਕ ਔਰਤ ਕੁਹਲਮੈਨ ਦਾ ਪ੍ਰਚਾਰ ਸੁਣਦੇ ਹੋਏ ਟਿਊਮਰ ਤੋਂ ਠੀਕ ਹੋ ਗਈ। ਕਈ ਐਤਵਾਰ ਬਾਅਦ ਇੱਕ ਆਦਮੀ ਵੀ ਠੀਕ ਹੋ ਗਿਆ ਜਦੋਂ ਉਹ ਪਵਿੱਤਰ ਆਤਮਾ 'ਤੇ ਉਪਦੇਸ਼ ਦੇ ਰਹੀ ਸੀ। ਉਹ ਹੁਣ ਪਰਮਾਤਮਾ ਦੇ ਇਲਾਜ ਦੇ ਕੰਮ ਬਾਰੇ ਯਕੀਨ ਕਰ ਚੁੱਕੀ ਸੀ। ਧਿਆਨ ਦੇਣ ਵਾਲੀ ਇੱਕ ਮਹੱਤਵਪੂਰਨ ਗੱਲ ਇਹ ਹੈ ਕਿ ਕੁਹਲਮੈਨ ਦੇ ਜੀਵਨ ਵਿੱਚ ਇਸ ਬ੍ਰੇਕਆਉਟ ਪੀਰੀਅਡ ਦਾ ਸੰਦਰਭ ਅਤੇ ਸਮਾਂ। 1947 ਹੀਲਿੰਗ ਰੀਵਾਈਵਲ (ਕਈ ਵਾਰ ਲੈਟਰ ਰੇਨ ਰੀਵਾਈਵਲ ਵਜੋਂ ਜਾਣਿਆ ਜਾਂਦਾ ਹੈ) ਦੀ ਸ਼ੁਰੂਆਤ ਸੀ ਜੋ ਅਗਲੇ 10 ਸਾਲਾਂ ਤੱਕ ਚੱਲੇਗੀ। ਕੁਹਲਮੈਨ ਦੀਆਂ ਮੀਟਿੰਗਾਂ ਵਿੱਚ ਜੋ ਹੋ ਰਿਹਾ ਸੀ ਉਹ ਪੂਰੇ ਸੰਯੁਕਤ ਰਾਜ ਵਿੱਚ ਫੈਲ ਰਿਹਾ ਸੀ। ਇਹ ਉਹ ਸਮਾਂ ਸੀ ਜਦੋਂ ਵੌਇਸ ਆਫ਼ ਹੀਲਿੰਗ ਮਿਨਿਸਟ੍ਰੀ ਦੀ ਸਥਾਪਨਾ ਹੋਈ ਸੀ ਅਤੇ ਵਿਲੀਅਮ ਬ੍ਰੈਨਹੈਮ, ਓਰਲ ਰੌਬਰਟਸ, ਏਏ ਐਲਨ ਅਤੇ ਹੋਰ ਬਹੁਤ ਸਾਰੇ ਲੋਕਾਂ ਨੂੰ ਜਨਤਕ ਮੰਚ 'ਤੇ ਲਿਆਂਦਾ ਗਿਆ ਸੀ। ਕੁਲਮੈਨ ਉਨ੍ਹਾਂ ਸਮੂਹਾਂ ਨਾਲ ਜੁੜਿਆ ਨਹੀਂ ਸੀ, ਪਰ ਉਸ ਪ੍ਰਵਾਹ ਵਿੱਚ ਕਦਮ ਰੱਖਿਆ ਜੋ ਪਰਮੇਸ਼ੁਰ ਦੀ ਆਤਮਾ ਦੇਸ਼ ਅਤੇ ਦੁਨੀਆ ਭਰ ਵਿੱਚ ਕਰ ਰਹੀ ਸੀ।

1948 ਵਿੱਚ ਕੁਹਲਮੈਨ ਨੇ ਪਿਟਸਬਰਗ ਦੇ ਕਾਰਨੇਗੀ ਹਾਲ ਵਿੱਚ ਕਈ ਮੀਟਿੰਗਾਂ ਕੀਤੀਆਂ। ਉਹ ਆਖਰਕਾਰ 1950 ਵਿੱਚ ਪਿਟਸਬਰਗ ਚਲੀ ਗਈ, ਅਤੇ 1971 ਤੱਕ ਕਾਰਨੇਗੀ ਹਾਲ ਵਿੱਚ ਮੀਟਿੰਗਾਂ ਕਰਦੀ ਰਹੀ। ਉਸਨੂੰ ਪ੍ਰਮਾਤਮਾ ਦੁਆਰਾ ਕੈਥੋਲਿਕ ਚਰਚ ਸਮੇਤ ਕਈ ਸੰਪ੍ਰਦਾਇਕ ਚਰਚਾਂ ਵਿੱਚ ਕ੍ਰਿਸ਼ਮਈ ਸੰਦੇਸ਼ ਪਹੁੰਚਾਉਣ ਲਈ ਵਰਤਿਆ ਗਿਆ। (ਉਸਨੂੰ ਇਸ ਬਾਰੇ ਬਹੁਤ ਆਲੋਚਨਾ ਮਿਲੀ ਅਤੇ ਇੱਕ ਬੰਦ ਕੈਥੋਲਿਕ ਹੋਣ ਦਾ ਦੋਸ਼ ਲਗਾਇਆ ਗਿਆ।) ਇਹ ਉਸਦੇ ਸਭ ਤੋਂ ਜਾਣੇ-ਪਛਾਣੇ ਸਾਲ ਸਨ। ਉਸਦੀ ਸ਼ੈਲੀ ਸ਼ਾਨਦਾਰ ਸੀ। ਉਹ ਆਪਣੀਆਂ ਮਸ਼ਹੂਰ ਚਮਤਕਾਰੀ ਸੇਵਾਵਾਂ ਕਰਦੀ ਸੀ ਅਤੇ ਆਡੀਟੋਰੀਅਮ ਹਰ ਵਾਰ ਪੂਰੀ ਤਰ੍ਹਾਂ ਭਰਿਆ ਰਹਿੰਦਾ ਸੀ। ਉਹ ਰੇਡੀਓ ਅਤੇ ਟੈਲੀਵਿਜ਼ਨ ਸ਼ੋਅ 'ਤੇ ਸੀ। ਉਸਨੂੰ 1968 ਵਿੱਚ ਈਵੈਂਜਲੀਕਲ ਚਰਚ ਅਲਾਇੰਸ ਦੁਆਰਾ ਨਿਯੁਕਤ ਕੀਤਾ ਗਿਆ ਸੀ। ਸੈਂਕੜੇ ਲੋਕ ਉਸਦੀਆਂ ਮੀਟਿੰਗਾਂ ਵਿੱਚ ਠੀਕ ਹੋ ਗਏ ਸਨ, ਅਤੇ ਰੇਡੀਓ ਜਾਂ ਟੈਲੀਵਿਜ਼ਨ 'ਤੇ ਉਸਨੂੰ ਸੁਣਦੇ ਹੋਏ ਵੀ। ਜਿਨ੍ਹਾਂ ਲੋਕਾਂ ਲਈ ਉਸਨੇ ਪ੍ਰਾਰਥਨਾ ਕੀਤੀ ਸੀ ਉਹ ਅਕਸਰ ਪ੍ਰਮਾਤਮਾ ਦੀ ਸ਼ਕਤੀ ਨਾਲ ਪ੍ਰਭਾਵਿਤ ਹੁੰਦੇ ਸਨ ਅਤੇ "ਆਤਮਾ ਵਿੱਚ ਮਾਰੇ ਜਾਂਦੇ ਸਨ"। ਕੁਹਲਮੈਨ ਨੇ ਕਦੇ ਦਾਅਵਾ ਨਹੀਂ ਕੀਤਾ ਕਿ ਉਹ ਇਲਾਜ ਕਰਨ ਵਾਲੀ ਸੀ। ਉਸਨੇ ਹਮੇਸ਼ਾ ਲੋਕਾਂ ਨੂੰ ਯਿਸੂ ਨੂੰ ਉਨ੍ਹਾਂ ਦੇ ਇਲਾਜ ਕਰਨ ਵਾਲੇ ਵਜੋਂ ਇਸ਼ਾਰਾ ਕੀਤਾ।

ਕੁਹਲਮੈਨ ਨੂੰ 1955 ਵਿੱਚ ਦਿਲ ਦੀ ਸਮੱਸਿਆ ਦਾ ਪਤਾ ਲੱਗਿਆ ਸੀ। ਉਹ ਬਹੁਤ ਵਿਅਸਤ ਸਮਾਂ-ਸਾਰਣੀ ਰੱਖਦੀ ਸੀ ਅਤੇ ਆਪਣੇ ਆਪ ਨੂੰ ਬਹੁਤ ਜ਼ਿਆਦਾ ਕੰਮ ਕਰਦੀ ਸੀ, ਖਾਸ ਕਰਕੇ 1970 ਦੇ ਦਹਾਕੇ ਵਿੱਚ। ਉਹ ਪਿਟਸਬਰਗ ਤੋਂ ਲਾਸ ਏਂਜਲਸ ਤੱਕ ਅਕਸਰ ਯਾਤਰਾ ਕਰਦੀ ਸੀ, ਨਾਲ ਹੀ ਦੁਨੀਆ ਭਰ ਦੀਆਂ ਯਾਤਰਾਵਾਂ ਵੀ ਕਰਦੀ ਸੀ। ਉਸਦਾ ਦਿਲ ਵੱਡਾ ਹੋ ਗਿਆ ਸੀ ਅਤੇ ਕੁਹਲਮੈਨ ਦੀ ਮੌਤ 20 ਫਰਵਰੀ, 1976 ਨੂੰ ਟੁਲਸਾ ਵਿੱਚ ਓਪਨ-ਹਾਰਟ ਸਰਜਰੀ ਤੋਂ ਬਾਅਦ ਹੋਈ ਸੀ। ਉਸਦੀਆਂ ਕੁਝ ਸੇਵਾਵਾਂ ਦੇ ਵੀਡੀਓ ਅਜੇ ਵੀ ਉਪਲਬਧ ਹਨ ਅਤੇ ਅੱਜ ਵੀ ਪ੍ਰਸਿੱਧ ਹਨ।

ਲੈਸਟਰ ਸਮਰਾਲ

"ਪ੍ਰਚਾਰ, ਇਲਾਜ, ਅਤੇ ਛੁਟਕਾਰਾ"

ਲੈਸਟਰ ਫਰੈਂਕ ਸਮਰਾਲ ਦਾ ਜਨਮ 15 ਫਰਵਰੀ, 1913 ਨੂੰ ਨਿਊ ਓਰਲੀਨਜ਼, ਲੁਈਸਿਆਨਾ ਵਿੱਚ ਜਾਰਜ ਅਤੇ ਬੇਟੀ ਸਮਰਾਲ ਦੇ ਘਰ ਹੋਇਆ ਸੀ। ਉਸਦੀ ਮਾਂ ਇੱਕ ਮਜ਼ਬੂਤ ਈਸਾਈ ਸੀ, ਪਰ ਉਸਦੇ ਪਿਤਾ ਆਪਣੇ ਵਿਸ਼ਵਾਸ ਵਿੱਚ ਨਰਮ ਸਨ। ਉਸਦੀ ਮਾਂ ਨੇ ਲੈਸਟਰ ਦੇ ਜਨਮ ਤੋਂ ਪਹਿਲਾਂ ਉਸਨੂੰ ਪਰਮੇਸ਼ੁਰ ਨੂੰ ਸਮਰਪਿਤ ਕਰ ਦਿੱਤਾ ਸੀ ਅਤੇ ਪ੍ਰਾਰਥਨਾ ਕੀਤੀ ਸੀ ਕਿ ਉਹ ਇੱਕ ਪ੍ਰਚਾਰਕ ਬਣੇ। ਉਹ ਅੱਠ ਬੱਚਿਆਂ ਦੇ ਪਰਿਵਾਰ ਦਾ ਛੇਵਾਂ ਬੱਚਾ ਸੀ ਜੋ ਆਖਰਕਾਰ ਅੱਠ ਬੱਚਿਆਂ ਵਾਲਾ ਪਰਿਵਾਰ ਹੋਵੇਗਾ। ਬੇਟੀ ਘੁੰਮਦੇ ਫਿਰਦੇ ਪ੍ਰਚਾਰਕਾਂ ਨੂੰ ਆਪਣੇ ਘਰ ਰਹਿਣ ਲਈ ਸੱਦਾ ਦਿੰਦੀ ਸੀ ਜਦੋਂ ਕਿ ਉਨ੍ਹਾਂ ਦੇ ਚਰਚ ਵਿੱਚ ਮੀਟਿੰਗਾਂ ਹੋ ਰਹੀਆਂ ਸਨ।

ਇਸਦਾ ਅਕਸਰ ਮਤਲਬ ਹੁੰਦਾ ਸੀ ਕਿ ਖਾਣਾ ਖਾਣ ਅਤੇ ਘਰ ਲਈ ਇੱਕ ਵਾਧੂ ਪਰਿਵਾਰ ਹੁੰਦਾ ਸੀ ਅਤੇ ਲੈਸਟਰ ਨੂੰ ਘਰ ਵਿੱਚ ਜੋ ਤਣਾਅ ਮਿਲਦਾ ਸੀ ਉਹ ਪਸੰਦ ਨਹੀਂ ਸੀ। ਉਸਨੇ ਫੈਸਲਾ ਕੀਤਾ ਕਿ ਉਹ ਪ੍ਰਚਾਰਕਾਂ ਨੂੰ ਪਸੰਦ ਨਹੀਂ ਕਰਦਾ ਸੀ ਅਤੇ ਯਕੀਨੀ ਤੌਰ 'ਤੇ ਕਦੇ ਵੀ ਇੱਕ ਨਹੀਂ ਬਣਨਾ ਚਾਹੁੰਦਾ ਸੀ!

ਬੈਟੀ ਸਮਰਾਲ ਇੱਕ ਅਦਭੁਤ ਪ੍ਰਾਰਥਨਾ ਯੋਧਾ ਸੀ ਅਤੇ ਆਪਣੇ ਪਰਿਵਾਰ ਲਈ ਲਗਾਤਾਰ ਪ੍ਰਾਰਥਨਾ ਕਰਦੀ ਸੀ। ਲੈਸਟਰ ਨੇ ਉਨ੍ਹਾਂ ਦੇ ਜੀਵਨ ਵਿੱਚ ਕੁਝ ਬਹੁਤ ਹੀ ਚਮਤਕਾਰੀ ਘਟਨਾਵਾਂ ਵੇਖੀਆਂ। ਇੱਕ ਦਿਨ ਉਸਨੂੰ ਛਾਤੀ ਦੇ ਕੈਂਸਰ ਦਾ ਪਤਾ ਲੱਗਿਆ। ਉਸਨੇ ਆਪਣੇ ਆਪ ਨੂੰ ਉਨ੍ਹਾਂ ਔਰਤਾਂ ਨਾਲ ਘੇਰ ਲਿਆ ਜੋ ਨਿਯਮਿਤ ਤੌਰ 'ਤੇ ਉਸਦੇ ਲਈ ਪ੍ਰਾਰਥਨਾ ਕਰਦੀਆਂ ਸਨ। ਇਸ ਲੜਾਈ ਦੇ ਵਿਚਕਾਰ ਰਾਤ ਦੇ ਦੌਰਾਨ ਯਿਸੂ ਉਸਦੇ ਕਮਰੇ ਵਿੱਚ ਆਇਆ ਅਤੇ ਉਸਨੂੰ ਛੂਹਿਆ। ਉਸ ਸਮੇਂ ਤੋਂ ਉਹ ਠੀਕ ਹੋ ਗਈ। ਜਦੋਂ ਲੈਸਟਰ ਦੇ ਦਾਦਾ ਜੀ ਨੂੰ ਦੌਰਾ ਪਿਆ ਤਾਂ ਉਹ ਅਸਮਰੱਥ ਹੋ ਗਿਆ। ਉਹ ਖੁਦ ਖਾਣਾ ਜਾਂ ਕੱਪੜੇ ਨਹੀਂ ਪਾ ਸਕਦਾ ਸੀ। ਪਰਿਵਾਰ ਉਸਨੂੰ ਆਪਣੇ ਘਰ ਲੈ ਆਇਆ ਅਤੇ ਬੈਟੀ ਨੇ ਔਰਤਾਂ ਦੇ ਪ੍ਰਾਰਥਨਾ ਸਮੂਹ ਨੂੰ ਉਸਦੇ ਲਈ ਪ੍ਰਾਰਥਨਾ ਕਰਨ ਲਈ ਬੁਲਾਉਣ ਦਾ ਫੈਸਲਾ ਕੀਤਾ। ਉਹ ਉਸਨੂੰ ਮਸੀਹ ਕੋਲ ਲੈ ਗਏ ਅਤੇ ਪ੍ਰਾਰਥਨਾ ਕਰਨੀ ਸ਼ੁਰੂ ਕਰ ਦਿੱਤੀ। ਉਹ ਇੱਕ ਵ੍ਹੀਲਚੇਅਰ ਵਿੱਚ ਸੀ ਅਤੇ ਆਪਣੀਆਂ ਲੱਤਾਂ ਜਾਂ ਬਾਹਾਂ ਨੂੰ ਹਿਲਾ ਨਹੀਂ ਸਕਦਾ ਸੀ। ਪਰਮਾਤਮਾ ਦੀ ਸ਼ਕਤੀ ਉਸ ਉੱਤੇ ਆਈ ਅਤੇ ਉਹ ਵ੍ਹੀਲਚੇਅਰ ਤੋਂ ਉੱਠਿਆ ਅਤੇ ਤੁਰ ਸਕਦਾ ਸੀ ਅਤੇ ਆਪਣੀਆਂ ਬਾਹਾਂ ਨੂੰ ਹਿਲਾ ਸਕਦਾ ਸੀ। ਉਹ ਪੰਦਰਾਂ ਸਾਲ ਹੋਰ ਆਪਣੇ ਆਪ ਜੀਣ ਲਈ ਘਰ ਵਾਪਸ ਆਇਆ।

ਲੈਸਟਰ ਇੱਕ "ਬੁਰੀ ਭੀੜ" ਵਿੱਚ ਪੈ ਗਿਆ ਅਤੇ ਸੋਲਾਂ ਸਾਲ ਦੀ ਉਮਰ ਵਿੱਚ ਸਕੂਲ ਛੱਡ ਦਿੱਤਾ। ਥੋੜ੍ਹੀ ਦੇਰ ਬਾਅਦ ਉਸਨੂੰ ਸਿਹਤ ਸਮੱਸਿਆਵਾਂ ਹੋਣ ਲੱਗੀਆਂ ਅਤੇ ਖੂਨ ਥੁੱਕਣ ਲੱਗ ਪਿਆ। ਉਸਨੂੰ ਟੀਬੀ ਦਾ ਪਤਾ ਲੱਗਿਆ, ਜੋ ਕਿ ਇੱਕ ਸੱਚੀ ਮੌਤ ਦੀ ਸਜ਼ਾ ਸੀ। ਉਸਦਾ ਭਾਰ ਲਗਾਤਾਰ ਵਿਗੜਦਾ ਗਿਆ ਅਤੇ ਉਹ 93 ਪੌਂਡ ਤੱਕ ਡਿੱਗ ਗਿਆ ਅਤੇ ਬਿਸਤਰੇ 'ਤੇ ਪੈ ਗਿਆ। ਇੱਕ ਵਾਰ ਫਿਰ ਉਸਦੀ ਮਾਂ ਨੇ ਆਪਣੇ ਪ੍ਰਾਰਥਨਾ ਯੋਧਿਆਂ ਨੂੰ ਲੈਸਟਰ ਲਈ ਨਿਯਮਿਤ ਤੌਰ 'ਤੇ ਪ੍ਰਾਰਥਨਾ ਕਰਨ

ਲਈ ਬੁਲਾਇਆ। ਉਸਦੇ ਸਤਾਰ੍ਹਵੇਂ ਜਨਮਦਿਨ 'ਤੇ ਡਾਕਟਰ ਨੇ ਐਲਾਨ ਕੀਤਾ ਕਿ ਉਹ ਮਰਨ ਵਾਲਾ ਹੈ ਅਤੇ ਮੌਤ ਦਾ ਸਰਟੀਫਿਕੇਟ ਵੀ ਲਿਖਿਆ। ਰਾਤ ਨੂੰ ਪਰਮਾਤਮਾ ਨੇ ਲੈਸਟਰ ਨੂੰ ਇੱਕ ਦਰਸ਼ਨ ਦਿੱਤਾ। ਉਸਦੇ ਬਿਸਤਰੇ ਦੇ ਇੱਕ ਪਾਸੇ ਇੱਕ ਤਾਬੂਤ ਸੀ ਅਤੇ ਬਿਸਤਰੇ ਦੇ ਦੂਜੇ ਪਾਸੇ ਇੱਕ ਬਾਈਬਲ ਸੀ। ਉਸਨੂੰ ਇੱਕ ਸਪੱਸ਼ਟ ਵਿਕਲਪ ਦਿੱਤਾ ਗਿਆ ਸੀ - ਜਾਂ ਤਾਂ ਖੁਸ਼ਖਬਰੀ ਦਾ ਪ੍ਰਚਾਰ ਕਰੋ ਜਾਂ ਉਸ ਰਾਤ ਟੀਬੀ ਨਾਲ ਮਰ ਜਾਓ! ਉਸਨੇ ਖੁਸ਼ਖਬਰੀ ਦਾ ਪ੍ਰਚਾਰ ਕਰਨ ਦਾ ਫੈਸਲਾ ਕੀਤਾ। ਉਹ ਠੀਕ ਹੋ ਗਿਆ ਅਤੇ ਅਗਲੀ ਸਵੇਰ ਉਸਨੇ ਪਹਿਲੀ ਵਾਰ ਖਾਣਾ ਖਾਧਾ।

ਬਹੁਤ ਸਮੇਂ ਬਾਅਦ, ਅਤੇ ਤਿੰਨ ਹਫ਼ਤਿਆਂ ਦੇ ਅੰਦਰ-ਅੰਦਰ ਖੁਸ਼ਖਬਰੀ ਦੇ ਰਾਹ 'ਤੇ ਚੱਲਣ ਲਈ ਆਪਣਾ ਬੈਗ ਪੈਕ ਕਰ ਲਿਆ।
ਇਹ ਇੱਕ ਮੁਸ਼ਕਲ ਸ਼ੁਰੂਆਤ ਸੀ। ਲੈਸਟਰ ਅਤੇ ਇੱਕ ਮੱਛੀਆਂ ਫੜਨ ਵਾਲਾ ਦੋਸਤ, ਜੋ ਇੱਕ ਗੀਤ ਦੇ ਨੇਤਾ ਵਜੋਂ ਨਾਲ ਗਿਆ ਸੀ, ਡੂੰਘੇ ਦੱਖਣ ਦੇ ਪਿਛਲੇ ਜੰਗਲਾਂ ਵਿੱਚ ਪਹੁੰਚਿਆ। ਜਦੋਂ ਲੈਸਟਰ ਆਪਣੇ ਸੰਦੇਸ਼ਾਂ ਦਾ ਪ੍ਰਚਾਰ ਕਰ ਰਿਹਾ ਸੀ ਤਾਂ ਉਹ ਲੋਕਾਂ 'ਤੇ ਪਾਲਿਸ਼ ਕੀਤੇ ਬਿਨਾਂ ਅਤੇ ਸਖ਼ਤ ਸਨ। ਕੁਝ ਨਾ ਕੁਝ ਕੰਮ ਕਰ ਰਿਹਾ ਹੋਵੇਗਾ ਕਿਉਂਕਿ ਉਹ ਜਿੱਥੇ ਵੀ ਜਾਂਦਾ ਸੀ, ਉਸਨੂੰ ਇੱਕ ਚਰਚ ਸ਼ੁਰੂ ਕਰਨ ਲਈ ਕਾਫ਼ੀ ਵੱਡਾ ਸਮੂਹ ਮਿਲਦਾ ਸੀ ਅਤੇ ਉਹ ਆਪਣੇ ਸੰਪ੍ਰਦਾਏ ਨੂੰ ਨਵੇਂ ਸਮੂਹ ਲਈ ਇੱਕ ਪਾਦਰੀ ਭੇਜਣ ਲਈ ਭੇਜਦਾ ਸੀ। ਸੈਂਕੜੇ ਬਚ ਗਏ ਸਨ। ਉਸਦੀ ਸਫਲਤਾ ਨੂੰ ਦੇਖ ਕੇ ਉਨ੍ਹਾਂ ਨੇ ਉਸਨੂੰ ਨਿਯੁਕਤ ਕੀਤਾ।

1931 ਵਿੱਚ, ਪਰਮੇਸ਼ੁਰ ਨੇ ਲੈਸਟਰ ਦੇ ਇਰਾਦਿਆਂ ਨਾਲ ਨਜਿੱਠਣਾ ਸ਼ੁਰੂ ਕਰ ਦਿੱਤਾ। ਉਹ ਆਪਣੀ ਜਾਨ ਬਚਾਉਣ ਲਈ ਖੁਸ਼ਖਬਰੀ ਦਾ ਪ੍ਰਚਾਰ ਕਰਨ ਲਈ ਸਹਿਮਤ ਹੋ ਗਿਆ ਸੀ ਪਰ ਉਸਨੂੰ ਲੋਕਾਂ ਦੀ ਕੋਈ ਅਸਲ ਚਿੰਤਾ ਨਹੀਂ ਸੀ। ਪਰਮੇਸ਼ੁਰ ਨੇ ਉਸਨੂੰ ਵਿਦੇਸ਼ੀ ਦੇਸ਼ਾਂ ਵਿੱਚ ਬਹੁਤ ਸਾਰੇ ਲੋਕਾਂ ਦੇ ਨਰਕ ਵਿੱਚ ਜਾਣ ਦਾ ਦਰਸ਼ਨ ਦਿੱਤਾ। ਪਰਮੇਸ਼ੁਰ ਨੇ ਉਸ ਰਾਤ ਗੁਆਚੇ ਹੋਏ ਲੋਕਾਂ ਲਈ ਉਸਦਾ ਦਿਲ ਤੋੜ ਦਿੱਤਾ। ਪਰਮੇਸ਼ੁਰ ਨੇ ਉਸਨੂੰ ਇੱਕ ਅੰਤਰਰਾਸ਼ਟਰੀ ਪ੍ਰਚਾਰਕ ਬਣਨ ਅਤੇ ਪੂਰੀ ਦੁਨੀਆ ਨੂੰ ਖੁਸ਼ਖਬਰੀ ਦਾ ਪ੍ਰਚਾਰ ਕਰਨ ਲਈ ਬੁਲਾਇਆ। ਉਹ ਫਿਰ

ਕਦੇ ਵੀ ਪਹਿਲਾਂ ਵਰਗਾ ਨਹੀਂ ਰਿਹਾ। ਅਠਾਰਾਂ ਮਹੀਨਿਆਂ ਬਾਅਦ ਪਰਮੇਸ਼ੁਰ ਨੇ ਲੈਸਟਰ ਨੂੰ ਹਾਵਰਡ ਕਾਰਟਰ ਨਾਲ ਜੋੜਿਆ, ਜੋ ਕਿ ਇੱਕ ਅੰਤਰਰਾਸ਼ਟਰੀ ਪੱਧਰ 'ਤੇ ਮਸ਼ਹੂਰ ਬਾਈਬਲ ਅਧਿਆਪਕ ਸੀ ਅਤੇ ਉਹ ਇਕੱਠੇ ਦੁਨੀਆ ਦੀ ਯਾਤਰਾ ਕਰਨ ਲੱਗ ਪਏ। ਉਨ੍ਹਾਂ ਨੇ ਆਸਟ੍ਰੇਲੀਆ, ਸਿੰਗਾਪੁਰ, ਹਾਂਗ ਕਾਂਗ, ਜਾਵਾ, ਡੱਚ ਈਸਟ ਇੰਡੀਜ਼, ਤਿੱਬਤ, ਮੰਚੂਰੀਆ, ਜਾਪਾਨ, ਕੋਰੀਆ, ਜਰਮਨੀ, ਬ੍ਰਾਜ਼ੀਲ, ਬੋਲੀਵੀਆ, ਫਰਾਂਸ, ਸਪੇਨ, ਪੁਰਤਗਾਲ ਅਤੇ ਇੰਗਲੈਂਡ ਦੀ ਯਾਤਰਾ ਕੀਤੀ। ਉਹ ਇੱਕ ਖੇਤਰ ਵਿੱਚ ਜਾਂਦੇ ਸਨ ਅਤੇ ਹਾਵਰਡ ਇੱਕ ਜਗ੍ਹਾ ਪ੍ਰਚਾਰ ਕਰਨ ਲਈ ਜਾਂਦਾ ਸੀ ਅਤੇ ਲੈਸਟਰ ਦੂਜੀ ਜਗ੍ਹਾ। ਲੈਸਟਰ ਦੀਆਂ ਮੀਟਿੰਗਾਂ ਵਿੱਚ ਕੁਝ ਸ਼ਾਨਦਾਰ ਇਲਾਜ ਅਤੇ ਮੁਕਤੀ ਹੋਣ ਲੱਗ ਪਈ। ਹਜ਼ਾਰਾਂ ਲੋਕਾਂ ਦੁਆਰਾ ਲੋਕਾਂ ਨੂੰ ਚੰਗਾ ਅਤੇ ਬਚਾਇਆ ਜਾ ਰਿਹਾ ਸੀ।

40 ਦੇ ਦਹਾਕੇ ਵਿੱਚ ਯੁੱਧ ਦੌਰਾਨ ਲੈਸਟਰ ਅਮਰੀਕਾ, ਮੈਕਸੀਕੋ, ਮੱਧ ਅਤੇ ਦੱਖਣੀ ਅਮਰੀਕਾ ਵਾਪਸ ਆ ਗਿਆ। ਅਰਜਨਟੀਨਾ ਵਿੱਚ ਰਹਿੰਦਿਆਂ, ਲੈਸਟਰ ਇੱਕ ਹੋਰ ਮਿਸ਼ਨਰੀ ਨੂੰ ਮਿਲਿਆ ਜਿਸਦਾ ਨਾਮ ਲੁਈਸ ਲੇਮੈਨ ਸੀ। ਉਨ੍ਹਾਂ ਨੇ ਇੱਕ ਦੂਜੇ ਨਾਲ ਪਿਆਰ ਕੀਤਾ ਅਤੇ ਦੋ ਸਾਲ ਬਾਅਦ ਵਿਆਹ ਕਰਵਾ ਲਿਆ। ਉਨ੍ਹਾਂ ਨੇ ਕਿਊਬਾ, ਹੈਤੀ ਅਤੇ ਪੋਰਟੋ ਰੀਕੋ ਵਿੱਚ ਇੱਕ ਜੋੜੇ ਵਜੋਂ ਸੇਵਾ ਕਰਨੀ ਸ਼ੁਰੂ ਕਰ ਦਿੱਤੀ। ਇੱਕ ਸਮੇਂ ਲੁਈਸ ਨੂੰ ਮਲੇਰੀਆ ਹੋ ਗਿਆ ਪਰ ਲੈਸਟਰ ਦੀਆਂ ਪ੍ਰਾਰਥਨਾਵਾਂ ਦੇ ਜਵਾਬ ਵਿੱਚ ਪਰਮੇਸ਼ੁਰ ਨੇ ਉਸਨੂੰ ਠੀਕ ਕਰ ਦਿੱਤਾ। ਉਹ ਗੁਆਨਾ, ਸੂਰੀਨਾਮ, ਬ੍ਰਾਜ਼ੀਲ, ਅਰਜਨਟੀਨਾ, ਪੇਰੂ, ਇਕੂਏਡੋਰ, ਉਰੂਗਵੇ ਅਤੇ ਪਨਾਮਾ ਵੱਲ ਵਧਦੇ ਰਹੇ। ਉਹ ਸਿਰਫ਼ ਉਦੋਂ ਹੀ ਹੌਲੀ ਹੋ ਗਏ ਜਦੋਂ ਬੇਟੀ ਨੇ ਆਪਣੇ ਆਪ ਨੂੰ ਗਰਭਵਤੀ ਪਾਇਆ ਅਤੇ ਉਹ ਸੰਯੁਕਤ ਰਾਜ ਅਮਰੀਕਾ ਵਾਪਸ ਆ ਗਏ। ਪਰਮੇਸ਼ੁਰ ਨੇ ਜੋੜੇ ਨੂੰ ਅਗਲੇ ਕੁਝ ਸਾਲਾਂ ਲਈ ਸਾਊਥ ਬੈਂਡ, ਇੰਡੀਆਨਾ ਵਿੱਚ ਇੱਕ ਬੇਸ ਸਥਾਪਤ ਕਰਨ ਲਈ ਬੁਲਾਇਆ।

1950 ਵਿੱਚ, ਪਰਮਾਤਮਾ ਨੇ ਪਰਿਵਾਰ ਨੂੰ ਫਿਲੀਪੀਨਜ਼ ਦੇ ਮਨੀਲਾ ਬੁਲਾਇਆ। ਕੰਮ ਉਦੋਂ ਤੱਕ ਔਖਾ ਸੀ ਜਦੋਂ ਤੱਕ ਇੱਕ ਕੁੜੀ ਜਿਸਨੂੰ ਭੂਤ ਚਿੰਬੜਿਆ ਹੋਇਆ ਸੀ, ਰਾਸ਼ਟਰੀ ਖ਼ਬਰਾਂ ਨਹੀਂ ਬਣ ਰਹੀਆਂ ਸਨ। ਪਰਮਾਤਮਾ ਨੇ ਲੈਸਟਰ ਨੂੰ ਉਸਦੇ

ਲਈ ਪ੍ਰਾਰਥਨਾ ਕਰਨ ਲਈ ਕਿਹਾ। ਛੁਟਕਾਰਾ ਅਤੇ ਇਲਾਜ ਇੰਨਾ ਜਨਤਕ ਅਤੇ ਇੰਨਾ ਨਾਟਕੀ ਸੀ ਕਿ ਹਰ ਜਗ੍ਹਾ ਅਖ਼ਬਾਰਾਂ ਨੇ ਕਹਾਣੀ ਨੂੰ ਛੂਹ ਲਿਆ। ਪੂਰਾ ਦੇਸ਼ ਖੁਸ਼ਖਬਰੀ ਲਈ ਖੁੱਲ੍ਹਾ ਹੋ ਗਿਆ। ਉਸਨੇ ਛੇ ਹਫ਼ਤਿਆਂ ਲਈ ਪੁਨਰ ਸੁਰਜੀਤੀ ਮੀਟਿੰਗਾਂ ਕੀਤੀਆਂ ਅਤੇ ਇੱਕ ਰਾਤ ਭੀੜ ਦਾ ਅੰਦਾਜ਼ਾ ਸੱਠ ਹਜ਼ਾਰ ਸੀ। ਕਲਿਫਟਨ ਐਰਿਕਸਨ ਮੀਟਿੰਗਾਂ ਵਿੱਚ ਮਦਦ ਕਰਨ ਲਈ ਸੰਯੁਕਤ ਰਾਜ ਤੋਂ ਆਇਆ। ਉਨ੍ਹਾਂ ਹਫ਼ਤਿਆਂ ਵਿੱਚ ਇੱਕ ਲੱਖ ਪੰਜਾਹ ਹਜ਼ਾਰ ਨੂੰ ਬਚਾਇਆ ਗਿਆ। ਇੱਕ ਮਸ਼ਹੂਰ ਅਦਾਕਾਰ ਜੋ ਤੁਰ ਨਹੀਂ ਸਕਦਾ ਸੀ, ਠੀਕ ਹੋ ਗਿਆ ਜਿਸਨੇ ਸਮੂਹ ਨੂੰ ਹੋਰ ਵੀ ਮੀਡੀਆ ਦਾ ਧਿਆਨ ਦਿਵਾਇਆ। ਇੱਕ ਵਕੀਲ ਜੋ ਬਾਰਾਂ ਸਾਲਾਂ ਤੋਂ ਬੈਸਾਖੀਆਂ 'ਤੇ ਸੀ, ਉਨ੍ਹਾਂ ਨੂੰ ਆਪਣੀਆਂ ਬਾਹਾਂ ਵਿੱਚ ਲੈ ਕੇ ਪੂਰੀ ਤਰ੍ਹਾਂ ਠੀਕ ਹੋ ਗਿਆ।

1960 ਦੇ ਦਹਾਕੇ ਵਿੱਚ, ਪਰਮਾਤਮਾ ਨੇ ਪਰਿਵਾਰ ਨੂੰ ਇੱਕ ਮੋਹਰੀ ਟੈਲੀਵਿਜ਼ਨ ਕੰਮ ਸ਼ੁਰੂ ਕਰਨ ਲਈ ਵਾਪਸ ਸੰਯੁਕਤ ਰਾਜ ਅਮਰੀਕਾ ਬੁਲਾਇਆ। ਉਸਦਾ ਪ੍ਰਚਾਰ ਅਮਰੀਕਾ ਅਤੇ ਦੁਨੀਆ ਭਰ ਵਿੱਚ ਸੁਣਿਆ ਜਾਣ ਲੱਗਾ। ਪਰਮਾਤਮਾ ਨੇ ਉਸਨੂੰ ਮਰਨ ਵਾਲਿਆਂ ਦੀ ਦੇਖਭਾਲ ਕਰਨ ਲਈ ਇੱਕ ਦਰਸ਼ਨ ਦੇਣ ਤੋਂ ਬਾਅਦ, ਉਸਨੇ ਦੁਨੀਆ ਭਰ ਵਿੱਚ ਭੁੱਖੇ ਲੋਕਾਂ ਨੂੰ ਭੋਜਨ ਦੇਣ ਲਈ ਇੱਕ ਸੇਵਕਾਈ ਵੀ ਸ਼ੁਰੂ ਕੀਤੀ। ਉਹ **ਪਰਮਾਤਮਾ ਦੁਆਰਾ ਦਿੱਤੇ ਗਏ ਦਰਸ਼ਨਾਂ ਪ੍ਰਤੀ ਵਫ਼ਾਦਾਰ ਰਿਹਾ ਅਤੇ 28 ਅਪ੍ਰੈਲ, 1996 ਨੂੰ ਪ੍ਰਭੂ ਨਾਲ ਰਹਣਿ ਲਈ ਘਰ ਚਲਾ ਗਿਆ।**

ਫ੍ਰੈਂਕ ਅਤੇ ਇਡਾ ਮੇ ਹੈਮੰਡ

ਫ੍ਰੈਂਕ ਡੇਵਿਸ ਹੈਮੰਡ (12 ਅਕਤੂਬਰ, 1921 - 17 ਮਾਰਚ, 2005) ਈਸਾਈ ਸਬੰਧਤ ਕਿਤਾਬਾਂ ਦੇ ਲੇਖਕ ਸਨ, ਖਾਸ ਕਰਕੇ ਮੁਕਤੀ ਸੇਵਕਾਈ 'ਤੇ। 1980 ਵਿੱਚ ਹੈਮੰਡ ਨੇ ਆਪਣੀ ਪਤਨੀ (ਅਤੇ ਕਈ ਵਾਰ ਸਹਿ-ਲੇਖਕ) ਇਡਾ ਮੇ ਹੈਮੰਡ ਨਾਲ ਮਿਲ ਕੇ ਦ ਚਿਲਡਰਨ'ਸ ਬ੍ਰੈੱਡ ਮਿਨਿਸਟ੍ਰੀ ਦੀ ਸਥਾਪਨਾ ਕੀਤੀ। ਹੈਮੰਡ ਬੇਲਰ ਯੂਨੀਵਰਸਿਟੀ ਅਤੇ ਸਾਊਥਵੈਸਟਰਨ ਬੈਪਟਿਸਟ ਥੀਓਲਾਜੀਕਲ ਸੈਮੀਨਰੀ ਦਾ ਸਾਬਕਾ ਵਿਦਿਆਰਥੀ ਸੀ। ਸਿੱਖਿਆਵਾਂ ਹੈਮੰਡ ਨੇ ਸਿਖਾਇਆ ਕਿ ਨੈਤਿਕ ਮੁੱਦੇ ਜਿਵੇਂ ਕਿ ਨਾਰਾਜ਼ਗੀ ਅਤੇ ਗੱਪਾਂ ਮਾਰਨਾ - ਨਾਲ ਹੀ ਮਜਬੂਰੀ ਨਾਲ ਖਾਣਾ ਖਾਣਾ, ਭੁੱਲਣਾ, ਸੈਕਸ ਸਮੱਸਿਆਵਾਂ ਅਤੇ ਮਾਨਸਿਕ ਬਿਮਾਰੀ ਵਰਗੇ ਮੁੱਦੇ - ਭੂਤਾਂ ਦੁਆਰਾ ਪੈਦਾ ਹੁੰਦੇ ਸਨ ਜਿਨ੍ਹਾਂ ਨੂੰ ਮੁਕਤੀ ਸੇਵਕਾਈ ਦੀ ਲੋੜ ਹੁੰਦੀ ਸੀ, ਅਤੇ ਹਰ ਕਿਸੇ ਨੂੰ ਅਜਿਹੀ ਮੁਕਤੀ ਦੀ ਲੋੜ ਹੁੰਦੀ ਸੀ। ਉਸਨੂੰ ਅਤੇ ਉਸਦੀ ਪਤਨੀ ਇਡਾ ਮੇ ਨੂੰ "ਸ਼ਾਇਦ ਮੁਕਤੀ ਸੇਵਕਾਈ ਦੇ ਸਭ ਤੋਂ ਪ੍ਰਭਾਵਸ਼ਾਲੀ ਅਭਿਆਸੀ" ਕਿਹਾ ਗਿਆ ਹੈ।

ਉਨ੍ਹਾਂ ਦੀ 1973 ਦੀ ਕਿਤਾਬ "ਪਿਗਜ਼ ਇਨ ਦ ਪਾਰਲਰ: ਏ ਪ੍ਰੈਕਟੀਕਲ ਗਾਈਡ ਟੂ ਡਿਲੀਵਰੈਂਸ" ਇਸ ਵਿਸ਼ੇ 'ਤੇ ਸਭ ਤੋਂ ਪ੍ਰਭਾਵਸ਼ਾਲੀ ਹੈ, ਅਤੇ ਇਸ ਦੀਆਂ ਦਸ ਲੱਖ ਤੋਂ ਵੱਧ ਕਾਪੀਆਂ ਵਿਕੀਆਂ ਹਨ। ਹੈਮੰਡ ਦੀਆਂ ਕਿਤਾਬਾਂ ਨੇ ਮੁਕਤੀ ਸੇਵਕਾਈ ਦੇ ਵਿਚਾਰਾਂ ਨੂੰ ਕੈਥੋਲਿਕ ਕ੍ਰਿਸ਼ਮਈ ਨਵੀਨੀਕਰਨ ਵਿੱਚ ਤਬਦੀਲ ਕਰਨ ਵਿੱਚ ਮਦਦ ਕੀਤੀ, ਖਾਸ ਤੌਰ 'ਤੇ ਸ਼ੈਤਾਨੀ ਪ੍ਰਭਾਵ ਦੀ ਧਾਰਨਾ ਜੋ ਸ਼ੈਤਾਨੀ ਕਬਜ਼ੇ ਤੋਂ ਘੱਟ ਹੈ ਜਿਸ ਲਈ ਇੱਕ ਪਾਦਰੀ ਦੁਆਰਾ ਭੂਤ-ਪ੍ਰੇਤ ਦੀ ਲੋੜ ਹੁੰਦੀ ਹੈ। ਨਿੱਜੀ ਅਕਤੂਬਰ 1921 ਵਿੱਚ ਟੇਰੇਲ, ਟੈਕਸਾਸ ਵਿੱਚ ਜਨਮੇ, ਉਸਨੇ 1948 ਵਿੱਚ ਇਡਾ ਮੇ ਲੋਡੇਨ (ਟੇਰੇਲ ਦੇ ਵੀ) ਨਾਲ ਵਿਆਹ ਕੀਤਾ। ਗ੍ਰੰਥ ਸੂਚੀ ਓਵਰਕਮਿੰਗ ਰਿਜੈਕਸ਼ਨ (1987) ਸੋਲ ਟਾਈਜ਼ (1988) ਕਨਫ੍ਰੰਟਿੰਗ ਫਮਿਲੀਅਰ ਸਪਿਰਿਟਸ: ਕੌਂਟਰਫੀਟਸ ਟੂ ਦ ਹੋਲੀ ਸਪਿਰਿਟ (1988) ਪ੍ਰਮੋਟਿਡ ਬਾਏ ਗੌਡ (1989) ਆਵਰ ਵਾਰਫੇਅਰ - ਅਗੇਂਸਟ ਡੇਮਨਸ ਐਂਡ ਟੈਰੀਟੋਰੀਅਲ ਸਪਿਰਿਟਸ (1991) ਡੇਮਨਸ ਐਂਡ ਡਿਲੀਵਰੈਂਸ ਇਨ ਦ ਮਿਨਿਸਟ੍ਰੀ ਆਫ਼ ਜੀਸਸ (1991) ਫਾਰਗਿਵਿੰਗ ਅਦਰਜ਼: ਦ ਕੀ ਟੂ ਹੀਲਿੰਗ ਐਂਡ ਡਿਲੀਵਰੈਂਸ (1995) ਮੈਨੂਅਲ ਫਾਰ ਚਿਲਡਰਨ ਡਿਲੀਵਰੈਂਸ (1996) ਮੈਰਿਜ ਬੈੱਡ (1999) ਗੌਡ ਵਾਰਨਜ਼ ਅਮਰੀਕਾ (2000) ਦ ਟੇਲਜ਼ ਆਫ਼ ਟੂ ਫ੍ਰੈਂਕਸ: ਅਸਾਧਾਰਨ ਡਿਲੀਵਰੈਂਸ ਐਕਸਪੀਰੀਅੰਸ (2000, ਫ੍ਰੈਂਕ ਮਾਰਜ਼ੁਲੋ ਦੇ ਨਾਲ) ਦ ਫਾਦਰਜ਼ ਬਲੈਸਿੰਗ (2001) ਰਿਪਰਕਸ਼ਨਜ਼ ਫਰਾਮ ਸੈਕਸੁਅਲ ਸਿਨਸ (2002) ਦ ਸਟ੍ਰੌਂਗਮੈਨ ਆਫ਼ ਅਨਬਿਲੀਫ (2002, ਨਾਲ ਡੋਰਮਨ ਡੱਗਨ) ਦ ਪੇਰਿਲਸ ਆਫ਼ ਪੈਸਿਵਿਟੀ (2004) ਸੇਂਟਸ ਐਟ ਵਾਰ (2012) ਵਿਦ ਇਡਾ ਮੇ ਹੈਮੰਡ ਪਿਗਜ਼ ਇਨ ਦ ਪਾਰਲਰ: ਏ ਪ੍ਰੈਕਟੀਕਲ ਗਾਈਡ ਟੂ ਡਿਲੀਵਰੈਂਸ (1973) ਕਿੰਗਡਮ ਲਿਵਿੰਗ ਫਾਰ ਦ ਫੈਮਿਲੀ (1985) ਦ ਬ੍ਰੇਕਿੰਗ ਆਫ਼ ਕਰਸੇਸ (1993) ਕੰਫਰਟ ਫਾਰ ਦ ਵੂੰਡਡ ਸਪਿਰਿਟ (1994) ਇਹ ਵੀ ਦੇਖੋ ਰੂਹਾਨੀ ਯੁੱਧ
https://bookpedia.co/writer/frank-hammond

ਡੇਰੇਕ ਪ੍ਰਿੰਸ

ਪੀਟਰ ਡੇਰੇਕ ਵਾਨ ਪ੍ਰਿੰਸ (14 ਅਗਸਤ 1915 - 24 ਸਤੰਬਰ 2003) ਇੱਕ ਬਾਈਬਲ ਅਧਿਆਪਕ ਸੀ ਜਿਸਦਾ ਰੋਜ਼ਾਨਾ ਰੇਡੀਓ ਪ੍ਰੋਗਰਾਮ, *ਡੇਰੇਕ ਪ੍ਰਿੰਸ ਲੀਗੇਸੀ ਰੇਡੀਓ*, ਦੁਨੀਆ ਭਰ ਵਿੱਚ ਵੱਖ-ਵੱਖ ਭਾਸ਼ਾਵਾਂ ਵਿੱਚ ਪ੍ਰਸਾਰਿਤ ਹੁੰਦਾ ਹੈ।

ਵਿਆਹ ਅਤੇ ਉਸਦੀ ਸੇਵਕਾਈ ਦਾ ਵਾਧਾ

ਡੇਰੇਕ ਪ੍ਰਿੰਸ ਸ਼ਿਕਾਗੋ ਦੇ ਫੇਥ ਟੈਬਰਨੈਕਲ ਵਿੱਚ ਕੰਮ ਕਰਦਾ ਸੀ, ਅਤੇ ਫਿਰ ਫੋਰਟ ਲਾਡਰਡੇਲ, ਫਲੋਰੀਡਾ ਵਿੱਚ ਗੁੱਡ ਨਿਊਜ਼ ਚਰਚ ਚਲਾ ਗਿਆ। ਮਈ 1971 ਵਿੱਚ

ਡੇਰੇਕ ਪ੍ਰਿੰਸ ਪ੍ਰਕਾਸ਼ਨ ਨੇ ਫੋਰਟ ਲਾਡਰਡੇਲ, ਫਲੋਰੀਡਾ ਵਿੱਚ ਦਫ਼ਤਰ ਖੋਲ੍ਹੇ। ਦਸੰਬਰ 1990 ਵਿੱਚ ਡੇਰੇਕ ਪ੍ਰਿੰਸ ਪ੍ਰਕਾਸ਼ਨ ਡੇਰੇਕ ਪ੍ਰਿੰਸ ਮਿਨਿਸਟ੍ਰੀਜ਼ ਬਣ ਗਏ।

ਰਾਜਕੁਮਾਰਾਂ ਨੇ 29 ਦਸੰਬਰ 1998 ਨੂੰ ਉਨ੍ਹਾਂ ਦੀ ਪਤਨੀ ਰੂਥ ਦੀ ਮੌਤ ਹੋਣ ਤੱਕ ਸੇਵਕਾਈ ਵਿੱਚ ਬਹੁਤ ਯਾਤਰਾ ਕੀਤੀ। ਦੇਸ਼ਾਂ ਦੀ ਹੇਠ ਲਿਖੀ ਸੂਚੀ 1993 ਤੋਂ 1998 ਤੱਕ ਉਨ੍ਹਾਂ ਦੀ ਸੇਵਕਾਈ ਨੂੰ ਕਵਰ ਕਰਦੀ ਹੈ। ਇਨ੍ਹਾਂ ਵਿੱਚੋਂ ਕੁਝ ਦੇਸ਼ਾਂ ਦਾ ਇੱਕ ਤੋਂ ਵੱਧ ਵਾਰ ਦੌਰਾ ਕੀਤਾ ਗਿਆ ਸੀ: ਰੂਸ, ਜਰਮਨੀ, ਕਜ਼ਾਕਿਸਤਾਨ, ਹੰਗਰੀ, ਦੱਖਣੀ ਅਫਰੀਕਾ, ਕੀਨੀਆ, ਇੰਡੋਨੇਸ਼ੀਆ, ਮਲੇਸ਼ੀਆ, ਸਿੰਗਾਪੁਰ, ਤੁਰਕੀ, ਪੋਲੈਂਡ, ਬਹਿਰੀਨ, ਕਿਊਬਾ, ਕੋਲੰਬੀਆ, ਸਵਿਟਜ਼ਰਲੈਂਡ, ਫਰਾਂਸ, ਪੁਰਤਗਾਲ, ਭਾਰਤ ਅਤੇ ਇੰਗਲੈਂਡ।

ਉਹ 51 ਕਿਤਾਬਾਂ, 600 ਆਡੀਓ ਅਤੇ 100 ਵੀਡੀਓਜ਼ ਦੇ ਲੇਖਕ ਹਨ, ਜਿਨ੍ਹਾਂ ਵਿੱਚੋਂ ਬਹੁਤ ਸਾਰੀਆਂ ਦਾ ਅਨੁਵਾਦ 60 ਤੋਂ ਵੱਧ ਭਾਸ਼ਾਵਾਂ ਵਿੱਚ ਕੀਤਾ ਗਿਆ ਹੈ ਅਤੇ ਪ੍ਰਕਾਸ਼ਿਤ ਕੀਤਾ ਗਿਆ ਹੈ। ਉਨ੍ਹਾਂ ਦੀਆਂ ਸਿੱਖਿਆਵਾਂ ਵਿੱਚ ਸ਼ਾਮਲ ਕੁਝ ਵਿਸ਼ੇ ਹਨ ਪ੍ਰਾਰਥਨਾ ਅਤੇ ਵਰਤ, ਈਸਾਈ ਧਰਮ ਦੀਆਂ ਨੀਂਹਾਂ, [5] ਅਧਿਆਤਮਿਕ ਯੁੱਧ, [6] ਪਰਮਾਤਮਾ ਦਾ ਪਿਆਰ ਅਤੇ ਵਿਆਹ ਅਤੇ ਪਰਿਵਾਰ।[8] ਉਨ੍ਹਾਂ ਦਾ ਰੋਜ਼ਾਨਾ ਰੇਡੀਓ ਅਰਬੀ, ਚੀਨੀ (ਅਮੋਏ, ਕੈਂਟੋਨੀਜ਼, ਮੈਂਡਰਿਨ, ਸ਼ੰਘਾਈਨੀਜ਼, ਸਵਾਟੋ), ਕ੍ਰੋਏਸ਼ੀਅਨ, ਜਰਮਨ, ਮਾਲਾਗਾਸੀ, ਮੰਗੋਲੀਆਈ, ਰੂਸੀ, ਤਾਮਿਲ, ਸਮੋਆਨ, ਸਪੈਨਿਸ਼, ਬਹਾਸਾ ਇੰਡੋਨੇਸ਼ੀਆਈ, ਟੋਂਗਨ, ਤੇਲਗੂ, ਮਲਿਆਲਮ, ਕੰਨੜ, ਹਿੰਦੀ ਅਤੇ ਹੋਰ ਬਹੁਤ ਸਾਰੀਆਂ ਭਾਸ਼ਾਵਾਂ ਵਿੱਚ ਅਨੁਵਾਦ ਕੀਤਾ ਜਾਂਦਾ ਹੈ। ਰੇਡੀਓ ਪ੍ਰੋਗਰਾਮ ਦੁਨੀਆ ਭਰ ਦੇ ਬਹੁਤ ਸਾਰੇ ਲੋਕਾਂ ਤੱਕ ਪਹੁੰਚਣਾ ਜਾਰੀ ਰੱਖਦਾ ਹੈ।
ਡੇਰੇਕ ਪ੍ਰਿੰਸ ਮਿਨਿਸਟ੍ਰੀਜ਼ ਨੇ ਆਪਣੀ ਬਾਕੀ ਦੀ ਜ਼ਿੰਦਗੀ ਆਪਣੀਆਂ ਸਿੱਖਿਆਵਾਂ ਨੂੰ ਵੰਡਣ ਅਤੇ ਮਿਸ਼ਨਰੀਆਂ, ਚਰਚ ਦੇ ਆਗੂਆਂ ਅਤੇ ਕਲੀਸਿਯਾਵਾਂ ਨੂੰ ਸਿਖਲਾਈ ਦੇਣ ਲਈ ਜਾਰੀ ਰੱਖਿਆ।

ਭੂਤ ਅਤੇ ਮੁਕਤੀ

ਇੱਕ ਪੈਂਟੇਕੋਸਟਲ ਹੋਣ ਦੇ ਨਾਤੇ, ਪ੍ਰਿੰਸ ਦੁਨੀਆਂ ਵਿੱਚ ਕੰਮ ਕਰਨ ਵਾਲੀਆਂ ਅਧਿਆਤਮਿਕ ਸ਼ਕਤੀਆਂ ਦੀ ਹਕੀਕਤ ਵਿੱਚ ਵਿਸ਼ਵਾਸ ਕਰਦਾ ਸੀ, ਅਤੇ ਬਿਮਾਰੀ ਅਤੇ ਮਨੋਵਿਗਿਆਨਕ ਸਮੱਸਿਆਵਾਂ ਪੈਦਾ ਕਰਨ ਲਈ ਭੂਤਾਂ ਦੀ ਸ਼ਕਤੀ ਵਿੱਚ ਵਿਸ਼ਵਾਸ ਕਰਦਾ ਸੀ। ਸੀਏਟਲ ਵਿੱਚ ਰਹਿੰਦਿਆਂ ਉਸਨੂੰ ਇੱਕ ਔਰਤ 'ਤੇ ਭੂਤ ਕੱਢਣ ਲਈ ਕਿਹਾ ਗਿਆ ਸੀ, ਅਤੇ ਉਸਨੂੰ ਵਿਸ਼ਵਾਸ ਹੋ ਗਿਆ ਕਿ ਈਸਾਈਆਂ ਨੂੰ "ਭੂਤ" ਬਣਾਇਆ ਜਾ ਸਕਦਾ ਹੈ (ਆਮ ਤੌਰ 'ਤੇ ਭੂਤਾਂ ਦੁਆਰਾ "ਅਧੀਨ" ਵਜੋਂ ਦਰਸਾਇਆ ਜਾਂਦਾ ਹੈ - ਪ੍ਰਿੰਸ ਇਸ ਸ਼ਬਦ ਤੋਂ ਪਰਹੇਜ਼ ਕਰਦਾ ਸੀ ਜਿਸਦਾ ਅਰਥ ਹੈ 'ਮਾਲਕੀਅਤ')। ਇਹ ਆਮ ਪੈਂਟੇਕੋਸਟਲ ਦ੍ਰਿਸ਼ਟੀਕੋਣ ਦੇ ਉਲਟ ਸੀ ਕਿ ਭੂਤ ਅਵਿਸ਼ਵਾਸੀ ਲੋਕਾਂ ਨੂੰ "ਅਧੀਨ" ਕਰ ਸਕਦੇ ਹਨ, ਪਰ ਸਿਰਫ਼ ਈਸਾਈਆਂ ਨੂੰ "ਦਮਨ" ਕਰ ਸਕਦੇ ਹਨ। ਪ੍ਰਿੰਸ ਦਾ ਮੰਨਣਾ ਸੀ ਕਿ ਉਸਦੀ ਮੁਕਤੀ ਸੇਵਕਾਈ ਭੂਤਾਂ ਨੂੰ ਹਰਾਉਣ ਲਈ ਪਰਮਾਤਮਾ ਦੀ ਸ਼ਕਤੀ ਦੀ ਵਰਤੋਂ ਕਰਦੀ ਸੀ।

ਇਜ਼ਰਾਈਲ

ਯਰੂਸ਼ਲਮ ਦੇ ਅਲਾਇੰਸ ਚਰਚ ਇੰਟਰਨੈਸ਼ਨਲ ਕਬਰਸਤਾਨ ਵਿੱਚ ਡੇਰੇਕ ਪ੍ਰਿੰਸ ਦੀ ਕਬਰ

ਪ੍ਰਿੰਸ ਨੇ ਰਿਪਲੇਸਮੈਂਟ ਥੀਓਲੋਜੀ ਦਾ ਸਖ਼ਤ ਵਿਰੋਧ ਕੀਤਾ। ਉਸਦੀ ਕਿਤਾਬ ਦ ਡੈਸਟੀਨੀ ਆਫ਼ ਇਜ਼ਰਾਈਲ ਐਂਡ ਦ ਚਰਚ ਦਲੀਲ ਦਿੰਦੀ ਹੈ ਕਿ ਚਰਚ ਨੇ ਇਜ਼ਰਾਈਲ ਦੀ ਥਾਂ ਨਹੀਂ ਲਈ ਹੈ ਅਤੇ ਪਰਮੇਸ਼ੁਰ ਨੇ ਇਜ਼ਰਾਈਲ ਕੌਮ ਨਾਲ ਜੋ ਨੇਮ ਬਣਾਇਆ ਸੀ ਉਹ ਅੱਜ ਵੀ ਕਾਇਮ ਹੈ। ਪ੍ਰਿੰਸ ਇਹ ਵੀ ਮੰਨਦਾ ਸੀ ਕਿ ਇਜ਼ਰਾਈਲ ਰਾਜ ਦੀ ਸਿਰਜਣਾ ਬਾਈਬਲ ਦੀ ਭਵਿੱਖਬਾਣੀ ਦੀ ਪੂਰਤੀ ਸੀ। ਡੇਰੇਕ ਆਪਣੀ ਕਿਤਾਬ ਪ੍ਰੋਮਿਸਡ ਲੈਂਡ ਵਿੱਚ ਕਹਿੰਦਾ ਹੈ, "ਬਾਈਬਲ ਦੀ ਭਵਿੱਖਬਾਣੀ ਦਾ ਕੇਂਦਰੀ ਵਿਸ਼ਾ, ਜਿਵੇਂ ਕਿ ਇਹ ਸਾਡੇ ਸਮੇਂ ਵਿੱਚ ਪ੍ਰਗਟ ਹੋ ਰਿਹਾ ਹੈ, ਧਰਤੀ ਅਤੇ ਇਜ਼ਰਾਈਲ ਦੇ ਲੋਕਾਂ ਦੇ ਦੁਆਲੇ ਘੁੰਮਦਾ ਹੈ। ਪਰਮੇਸ਼ੁਰ ਯਹੂਦੀ ਲੋਕਾਂ ਨੂੰ ਉਨ੍ਹਾਂ ਦੇ ਵਿਸ਼ਵਵਿਆਪੀ ਖਿੰਡੇ ਤੋਂ ਇਕੱਠਾ ਕਰਨ ਅਤੇ ਉਨ੍ਹਾਂ ਨੂੰ ਉਨ੍ਹਾਂ ਦੇ ਪ੍ਰਾਚੀਨ ਵਤਨ ਵਿੱਚ ਬਹਾਲ ਕਰਨ ਦੀ ਆਪਣੀ ਪਹਿਲਾਂ ਤੋਂ ਨਿਰਧਾਰਤ ਯੋਜਨਾ ਨੂੰ ਪੂਰਾ ਕਰ ਰਿਹਾ ਹੈ।"

ਚਰਵਾਹੇ ਦੀ ਲਹਰਿ

ਪ੍ਰਿੰਸ ਨੇ ਸਾਥੀ ਮੰਤਰੀਆਂ ਡੌਨ ਬਾਸ਼ਮ, ਬੌਬ ਮਮਫੋਰਡ, ਚਾਰਲਸ ਸਿੰਪਸਨ ਅਤੇ ਅਰਨ ਬੈਕਸਟਰ ਨਾਲ ਮਿਲ ਕੇ ਸ਼ੈਫਰਡਿੰਗ ਅੰਦੋਲਨ ਦੀ ਸਿਰਜਣਾ ਕੀਤੀ, ਜੋ 'ਫੋਰਟ ਲਾਡਰਡੇਲ ਫਾਈਵ' ਵਜੋਂ ਜਾਣੇ ਜਾਂਦੇ ਸਨ। ਉਨ੍ਹਾਂ ਨੇ ਚੇਲੇਪਨ ਅਤੇ ਪਾਦਰੀ ਦੇਖਭਾਲ 'ਤੇ ਜ਼ੋਰ ਦੇ ਕੇ, ਕ੍ਰਿਸ਼ਮਈ ਅੰਦੋਲਨ ਦੇ ਅੰਦਰ ਜੋ ਜ਼ਿਆਦਾ ਦੇਖਿਆ ਜਾਂਦਾ ਸੀ, ਉਸਦਾ ਮੁਕਾਬਲਾ ਕਰਨ ਦੀ ਕੋਸ਼ਿਸ਼ ਕੀਤੀ। 'ਅਧਿਆਤਮਿਕ ਅਧਿਕਾਰੀਆਂ ਪ੍ਰਤੀ ਨਿੱਜੀ ਅਧੀਨਗੀ' ਦੇ ਅਭਿਆਸ ਨੂੰ ਵਿਵਾਦਪੂਰਨ ਮੰਨਿਆ ਜਾਂਦਾ ਸੀ। ਸ਼ੈਫਰਡਿੰਗ ਅੰਦੋਲਨ ਨਾਲ ਪ੍ਰਿੰਸ ਦੇ ਸਬੰਧ ਨੇ ਅੰਤਰਰਾਸ਼ਟਰੀ ਪੱਧਰ 'ਤੇ ਜਾਣ-ਪਛਾਣ ਪ੍ਰਦਾਨ ਕੀਤੀ। ਅੰਦੋਲਨ ਛੱਡਣ ਤੋਂ ਬਾਅਦ, ਉਸਨੇ ਆਪਣੀ ਅੰਤਰਰਾਸ਼ਟਰੀ ਸੇਵਕਾਈ 'ਤੇ ਧਿਆਨ ਕੇਂਦਰਿਤ ਕੀਤਾ।

ਪ੍ਰਕਾਸ਼ਨ

ਪ੍ਰਿੰਸ ਨੇ ਬਹੁਤ ਸਾਰੀਆਂ ਕਿਤਾਬਾਂ ਪ੍ਰਕਾਸ਼ਿਤ ਕੀਤੀਆਂ ਅਤੇ 600 ਤੋਂ ਵੱਧ ਆਡੀਓ ਸਿੱਖਿਆ ਉਪਦੇਸ਼ ਅਤੇ 100 ਵੀਡੀਓ ਸਿੱਖਿਆਵਾਂ ਰਿਕਾਰਡ ਕੀਤੀਆਂ।
ਉਸਦੀਆਂ ਕਿਤਾਬਾਂ ਵਿੱਚ ਸ਼ਾਮਲ ਹਨ

- ***ਦ ਫਾਊਂਡੇਸ਼ਨਸ ਸੀਰੀਜ਼*** **(1966)**
- ***ਸਰਕਾਰ ਲਈ ਪ੍ਰਾਰਥਨਾ*** **(1970)**
- ***ਪ੍ਰਾਰਥਨਾ ਅਤੇ ਵਰਤ ਰਾਹੀਂ ਇਤਿਹਾਸ ਨੂੰ ਆਕਾਰ ਦੇਣਾ*** **(1973)**
- ***ਜਰੂਸਲਮ ਵਿੱਚ ਨਿਯੁਕਤੀ*** **(1975)**
- ***ਜੀਣ ਲਈ ਵਿਸ਼ਵਾਸ*** **(1977)**
- ***ਦ ਗ੍ਰੇਸ ਆਫ਼ ਯੀਲਡਿੰਗ*** **(1977)**
- ***ਵਿਆਹ ਦਾ ਕਰਾਰ*** **(1978)**
- ***ਵਾਅਦਾ ਕੀਤੀ ਧਰਤੀ*** **(1982)**
- ***ਮੱਧ ਪੂਰਬ ਬਾਰੇ ਆਖਰੀ ਸ਼ਬਦ*** **(1982)**
- ***ਰੱਬ ਇੱਕ ਮੈਚਮੇਕਰ ਹੈ*** **(1986)**
- ***ਅਸੀਸ ਜਾਂ ਸਰਾਪ: ਤੁਸੀ ਚੁਣ ਸਕਦੇ ਹੋ*** **(1990)**

- *ਇਜ਼ਰਾਈਲ ਅਤੇ ਚਰਚ ਦੀ ਕਸਿਮਤ* (1992)
- *ਕੀ ਤੁਹਾਡੀ ਜੀਭ ਨੂੰ ਇਲਾਜ ਦੀ ਲੋੜ ਹੈ?* (1992)
- *ਰੱਬ ਦਾ ਅਸਵੀਕਾਰ ਦਾ ਉਪਾਅ* (1993)
- *ਧੋਖੇ ਤੋਂ ਸੁਰੱਖਿਆ* (1996)
- *ਉਹ ਭੂਤਾਂ ਨੂੰ ਕੱਢ ਦੇਣਗੇ: ਤੁਹਾਨੂੰ ਭੂਤਾਂ ਬਾਰੇ ਕੀ ਜਾਣਨ ਦੀ ਜਰੂਰਤ ਹੈ - ਤੁਹਾਡੇ ਅਦਿੱਖ ਦੁਸ਼ਮਣ* (1998)
- *ਪਵਿੱਤਰ ਆਤਮਾ ਕੌਣ ਹੈ?* (1999)
- *ਪਤੀ ਅਤੇ ਪਤਿਾ* (2000)
- *ਨਰਿਣਾ: ਕਦੋਂ? ਕਉਿਂ? ਕਵਿੇਂ?* (2001)
- *ਡੈਰੇਕ ਪ੍ਰਸਿ ਨਾਲ ਜਬੂਰਾਂ ਰਾਹੀ* (2002)
- *ਸਵਰਗ ਵਚਿ ਜੰਗ: ਰੱਬ ਦੀ ਬੁਰਾਈ ਨਾਲ ਮਹਾਂਕਾਵਿ ਲੜਾਈ* (2003)
- *ਖੂਨ ਨਾਲ ਖਰੀਦਆਿ ਗਆਿ (2007, ਪਹਲਿਾਂ 2000 ਵਚਿ* ਪ੍ਰਾਸਚਤਿ, *ਪਰਮਾਤਮਾ ਨਾਲ ਤੁਹਾਡੀ ਮੁਲਾਕਾਤ* ਸਰਿਲੇਖ ਹੇਠ ਪ੍ਰਕਾਸ਼ਤਿ ਹੋਇਆ ਸੀ)
- *ਪਰਮਾਤਮਾ ਦੀ ਹਜ਼ੂਰੀ ਵਚਿ ਪ੍ਰਵੇਸ਼ ਕਰਨਾ: ਉਸਤਤ ਅਤੇ ਧੰਨਵਾਦ ਤੋਂ ਪਰੇ ਸੱਚੀ ਉਪਾਸਨਾ ਵੱਲ ਵਧਣਾ*
- *ਲੂਸੀਫਰ ਦਾ ਪਰਦਾਫਾਸ਼: ਸ਼ੈਤਾਨ ਦੀਆਂ ਤੁਹਾਡੀ ਜ਼ਿੰਦਗੀ ਨੂੰ ਤਬਾਹ ਕਰਨ ਦੀਆਂ ਯੋਜਨਾਵਾਂ*
- *ਅੰਤਮ ਸਮੇਂ ਲਈ ਭਵਖਿਬਾਣੀ ਗਾਈਡ* (2008)
- *ਸਮੂਲੀਅਤ ਦੇ ਨਯਿਮ: ਅਧਆਿਤਮਕਿ ਲੜਾਈ ਵਚਿ ਤੁਹਾਡੀ ਭੂਮਕਿਾ ਲਈ ਤਆਿਰੀ* (2006)
- *ਇੱਕ ਪ੍ਰਾਰਥਨਾ ਯੋਧੇ ਦੇ ਰਾਜ਼* (2009)
- *ਜ਼ਿੰਦਗੀ ਲਈ ਬਦਲਆਿ: ਰੱਬ ਨੂੰ ਬਹਿਤਰ ਕਵਿੇਂ ਜਾਣੀਏ ਅਤੇ ਉਸਨੂੰ ਹੋਰ ਪਆਿਰ ਕਵਿੇਂ ਕਰੀਏ* (2002)

https://en.wikipedia.org/wiki/ਡੇਰੇਕ_ਪ੍ਰਿੰਸ

ਨਾਵਲ ਹੇਅਸ

ਡਾ. ਨੋਰਵੇਲ ਲਿਓਨ ਹੇਅਸ, 91, ਦਾ ਸ਼ਨੀਵਾਰ, 6 ਅਕਤੂਬਰ, 2018 ਨੂੰ ਉਨ੍ਹਾਂ ਦੇ ਘਰ ਵਿਖੇ ਦੇਹਾਂਤ ਹੋ ਗਿਆ।

ਉਸਦਾ ਜਨਮ 20 ਅਪ੍ਰੈਲ, 1927 ਨੂੰ ਸਵਰਗੀ ਚਾਰਲਸ ਅਤੇ ਐਰੀਜ਼ੋਨਾ ਲੁਈਸ ਹੇਅਸ ਦੇ ਘਰ ਹੋਇਆ ਸੀ।

ਉਹ ਮਿਹਨਤੀ ਅਤੇ ਕਿਸਾਨਾਂ ਦੇ ਪਰਿਵਾਰ ਤੋਂ ਸੀ, ਅਤੇ ਜਿਵੇਂ-ਜਿਵੇਂ ਨੋਰਵੇਲ ਵੱਡਾ ਹੁੰਦਾ ਗਿਆ ਉਸਨੇ ਬੱਸ ਬੁਆਏ ਵਜੋਂ ਆਪਣੀ ਪਹਿਲੀ ਨੌਕਰੀ ਸ਼ੁਰੂ ਕੀਤੀ ਜਿਸ ਨਾਲ ਉਹ 2 ਡਾਲਰ ਪ੍ਰਤੀ ਦਿਨ ਕਮਾਉਂਦਾ ਸੀ। ਜਿਸ ਦਿਨ ਉਸਨੇ ਕੰਮ ਸ਼ੁਰੂ ਕੀਤਾ, ਉਸ ਦਿਨ ਉਸਦੀ ਜ਼ਿੰਦਗੀ ਬਦਲ ਗਈ। ਸਾਲਾਂ ਦੌਰਾਨ, ਉਹ ਸਭ ਤੋਂ ਮਸ਼ਹੂਰ ਕਾਰੋਬਾਰੀਆਂ ਵਿੱਚੋਂ ਇੱਕ ਬਣ ਗਿਆ ਅਤੇ ਇੰਡੀਆਨਾਪੋਲਿਸ, ਇੰਡੀਆਨਾ ਵਿੱਚ ਕਈ ਕਾਰੋਬਾਰ ਸ਼ੁਰੂ ਕੀਤੇ।

ਉਹ ਆਪਣੀ ਪਹਿਲੀ ਪਤਨੀ, ਨੋਰੀਨ ਲੈਂਗਡਨ ਨੂੰ ਮਿਲਿਆ, ਅਤੇ ਇਕੱਠੇ ਉਨ੍ਹਾਂ ਦੀ ਇੱਕ ਧੀ, ਜ਼ੋਨਾ ਹੇਅਸ ਹੋਈ। ਜ਼ੋਨਾ ਨੌਰਵੇਲ ਦੀ ਅੱਖ ਦਾ ਤਾਰਾ ਸੀ। ਜਦੋਂ ਜ਼ੋਨਾ 9 ਸਾਲ ਦਾ ਸੀ, ਤਾਂ ਉਸਨੇ ਕਲੀਵਲੈਂਡ ਵਾਪਸ ਜਾਣ ਦਾ ਫੈਸਲਾ ਕੀਤਾ, ਜਿੱਥੇ ਉਸਨੇ ਕੁਝ ਰੈਸਟੋਰੈਂਟ ਅਤੇ ਕਾਰੋਬਾਰ ਸ਼ੁਰੂ ਕੀਤੇ। ਉਹ

ਅਸਲ ਵਿੱਚ ਕਲੀਵਲੈਂਡ ਵਿੱਚ ਪੀਜ਼ਾ ਲਿਆਉਣ ਵਾਲਾ ਪਹਿਲਾ ਵਿਅਕਤੀ ਸੀ। ਉਹ ਕਲੀਵਲੈਂਡ ਵਿੱਚ ਇੱਥੇ ਯੈਲੋ ਕੈਬ ਟੈਕਸੀ ਸੇਵਾ ਦਾ ਮਾਲਕ ਵੀ ਸੀ।

ਨੋਰਵੇਲ ਨੇ ਆਪਣੀ ਜਾਨ ਪ੍ਰਭੂ ਨੂੰ ਦੇ ਦਿੱਤੀ, ਅਤੇ ਦੁਨੀਆਂ ਨੇ ਕਦੇ ਵੀ ਵੇਖੀ ਖੁਸ਼ਖਬਰੀ ਦੇ ਸਭ ਤੋਂ ਮਸ਼ਹੂਰ ਸੇਵਕਾਂ ਵਿੱਚੋਂ ਇੱਕ ਬਣ ਗਿਆ। ਉਸਨੇ ਪੂਰੀ ਦੁਨੀਆ ਵਿੱਚ ਯਾਤਰਾ ਕੀਤੀ, ਹਾਂਗ ਕਾਂਗ ਤੋਂ ਲੈ ਕੇ ਅਫਰੀਕਾ, ਆਸਟ੍ਰੇਲੀਆ ਅਤੇ ਹੋਰ ਬਹੁਤ ਸਾਰੇ ਦੇਸ਼ਾਂ ਵਿੱਚ, ਜਿਸ ਵਿੱਚ ਸੰਯੁਕਤ ਰਾਜ ਅਮਰੀਕਾ ਵੀ ਸ਼ਾਮਲ ਹੈ, ਪਰਮੇਸ਼ੁਰ ਦੇ ਬਚਨ ਦਾ ਪ੍ਰਚਾਰ ਕੀਤਾ। ਉਸਨੇ 1977 ਵਿੱਚ ਨਿਊ ਲਾਈਫ ਬਾਈਬਲ ਕਾਲਜ ਸ਼ੁਰੂ ਕੀਤਾ, ਜਿੱਥੇ ਉਸਨੇ ਲੋਕਾਂ ਨੂੰ ਰੂਹਾਂ ਜਿੱਤਣ ਅਤੇ ਵਿਸ਼ਵਾਸ ਨਾਲ ਚੱਲਣ ਦਾ ਤਰੀਕਾ ਸਿਖਾਇਆ। ਉਸਨੇ 1988 ਵਿੱਚ ਕਲੀਵਲੈਂਡ ਵਿੱਚ ਸਥਿਤ ਇੱਕ ਕਮਿਊਨਿਟੀ ਰਸੋਈ ਵੀ ਸ਼ੁਰੂ ਕੀਤੀ, ਜਿੱਥੇ ਉਸਨੇ ਹਰ ਰੋਜ਼ ਲੋਕਾਂ ਨੂੰ ਗਰਮ ਭੋਜਨ ਖੁਆਇਆ। ਉਹ ਦ੍ਰਿਸ਼ਟੀ ਅੱਜ ਵੀ ਚੱਲ ਰਹੀ ਹੈ, ਇੱਕ ਮਹੀਨੇ ਵਿੱਚ 1,300 ਤੋਂ ਵੱਧ ਲੋਕਾਂ ਨੂੰ ਭੋਜਨ ਦਿੰਦਾ ਹੈ। ਨੋਰਵੇਲ ਨੇ ਭਾਰਤ ਵਿੱਚ ਇੱਕ ਨਿਊ ਲਾਈਫ ਬਾਈਬਲ ਸਕੂਲ ਅਤੇ ਬੱਚਿਆਂ ਦਾ ਘਰ, ਅਤੇ ਕਈ ਕਾਲਜਾਂ ਅਤੇ ਯੂਨੀਵਰਸਿਟੀਆਂ ਵਿੱਚ ਨਿਊ ਲਾਈਫ ਮੈਟਰਨਿਟੀ ਹੋਮ ਅਤੇ ਕੈਂਪਸ ਚੈਲੇਂਜ ਮੰਤਰਾਲਿਆਂ ਦੀ ਸ਼ੁਰੂਆਤ ਵੀ ਕੀਤੀ। ਉਸਨੇ 50 ਤੋਂ ਵੱਧ ਕਿਤਾਬਾਂ ਵੀ ਲਿਖੀਆਂ, ਅਤੇ ਬਹੁਤ ਸਾਰੀਆਂ ਵੀਡੀਓ ਅਤੇ ਸੀਡੀ ਬਣਾਈਆਂ।

ਉਹ 1980 ਦੇ ਦਹਾਕੇ ਵਿੱਚ ਆਪਣੀ ਦੂਜੀ ਪਤਨੀ, ਮੈਗੀ ਕੰਬਜ਼ ਨੂੰ ਮਿਲਿਆ। ਉਨ੍ਹਾਂ ਦਾ ਵਿਆਹ 1997 ਵਿੱਚ ਹੋਇਆ, ਜਦੋਂ ਤੱਕ ਉਹ 2016 ਵਿੱਚ ਪ੍ਰਭੂ ਨਾਲ ਰਹਿਣ ਲਈ ਘਰ ਨਹੀਂ ਗਈ। ਸਾਲਾਂ ਦੌਰਾਨ ਅਤੇ, ਜਦੋਂ ਤੱਕ ਉਹ ਪ੍ਰਭੂ ਨਾਲ ਰਹਿਣ ਲਈ ਘਰ ਨਹੀਂ ਗਿਆ, ਨੌਰਵੇਲ ਨੇ ਚਰਿੱਤਰ ਅਤੇ ਇਮਾਨਦਾਰੀ ਵਾਲਾ ਜੀਵਨ ਬਤੀਤ ਕੀਤਾ ਅਤੇ ਕਦੇ ਵੀ ਉਸ ਨਾਲ ਸਮਝੌਤਾ ਨਹੀਂ ਕੀਤਾ ਜੋ ਉਸਨੂੰ ਲੱਗਦਾ ਸੀ ਕਿ ਪ੍ਰਭੂ ਉਸ ਤੋਂ ਕਰਵਾਉਣਾ ਚਾਹੁੰਦਾ ਸੀ। ਉਸਨੇ ਜੋ ਸੇਵਕਾਈ ਬਣਾਈ ਹੈ ਉਹ ਜਾਰੀ ਰਹੇਗੀ ਅਤੇ

ਉਸਦੀ ਪੋਤੀ, ਲੀ ਕਾਰਨੇਲਿਸਨ ਦੁਆਰਾ ਇੱਕ ਵਾਰ ਫਿਰ ਦੁਨੀਆ ਤੱਕ ਪਹੁੰਚੇਗੀ।
ਉਹ ਨਿਊ ਲਾਈਫ ਬਾਈਬਲ ਚਰਚ ਅਤੇ ਬਾਈਬਲ ਕਾਲਜ ਦੇ ਸਟਾਫ਼ ਦੀ ਮਦਦ ਨਾਲ, ਨੌਰਵੇਲ ਦੁਆਰਾ ਦਿੱਤੀ ਗਈ ਸੇਵਕਾਈ ਅਤੇ ਦ੍ਰਿਸ਼ਟੀ ਨਾਲ ਅੱਗੇ ਵਧੇਗੀ।

ਭਰਾ ਹੇਅਸ ਨੇ 1977 ਵਿੱਚ ਕਲੀਵਲੈਂਡ, ਟੈਨੇਸੀ ਵਿੱਚ ਸਥਿਤ ਨਿਊ ਲਾਈਫ ਬਾਈਬਲ ਕਾਲਜ ਦੀ ਸਥਾਪਨਾ ਕੀਤੀ। ਨਿਊ ਲਾਈਫ ਬਾਈਬਲ ਚਰਚ ਬਾਈਬਲ ਸਕੂਲਾਂ ਦੀਆਂ ਚੈਪਲ ਸੇਵਾਵਾਂ ਤੋਂ ਉੱਭਰਿਆ। ਇਸਦੇ ਹੋਰ ਬਹੁਤ ਸਾਰੇ ਆਊਟਰੀਚਾਂ ਵਿੱਚ, ਚਰਚ ਨਿਊ ਲਾਈਫ ਸੂਪ ਕਿਚਨ ਰਾਹੀਂ ਗਰੀਬਾਂ ਨੂੰ ਰੋਜ਼ਾਨਾ ਗਰਮ ਭੋਜਨ ਅਤੇ ਪਰਮੇਸ਼ੁਰ ਦੇ ਬਚਨ ਦੀ ਸੇਵਾ ਕਰਦਾ ਹੈ।

ਭਰਾ ਹੇਅਸ ਨਿਊ ਲਾਈਫ ਮੈਟਰਨਿਟੀ ਹੋਮ ਦੇ ਸੰਸਥਾਪਕ ਅਤੇ ਪ੍ਰਧਾਨ ਵੀ ਹਨ, ਜੋ ਕਿ ਗਰਭ ਅਵਸਥਾ ਦੌਰਾਨ ਛੋਟੀਆਂ ਕੁੜੀਆਂ ਦੀਆਂ ਅਧਿਆਤਮਿਕ, ਸਰੀਰਕ ਅਤੇ ਵਿੱਤੀ ਜ਼ਰੂਰਤਾਂ ਨੂੰ ਸਮਰਪਿਤ ਇੱਕ ਮੰਤਰਾਲਾ ਹੈ; ਕੈਂਪਸ ਚੈਲੇਂਜ, ਅਮਰੀਕਾ ਭਰ ਵਿੱਚ ਕਾਲਜ ਕੈਂਪਸਾਂ ਵਿੱਚ ਇੱਕ ਖੁਸ਼ਖਬਰੀ ਪਹੁੰਚ; ਸਟ੍ਰੀਟ ਰੀਚ, ਫਲੋਰੀਡਾ ਦੇ ਡੇਟੋਨਾ ਬੀਚ ਵਿੱਚ ਸਥਿਤ ਭਗੌੜੇ ਕਿਸ਼ੋਰਾਂ ਨੂੰ ਸਮਰਪਿਤ ਇੱਕ ਮੰਤਰਾਲਾ; ਅਤੇ ਚਿਲਡਰਨ'ਸ ਹੋਮ, ਭਾਰਤ ਵਿੱਚ ਸਥਿਤ ਇੱਕ ਅਨਾਥ ਆਸ਼ਰਮ ਅਤੇ ਸਿੱਖਿਆ ਕੇਂਦਰ।

ਅੰਤਰਰਾਸ਼ਟਰੀ ਪੱਧਰ 'ਤੇ ਪਰਮਾਤਮਾ ਦੇ ਬਚਨ ਦੇ ਆਪਣੇ ਗਤੀਸ਼ੀਲ ਪ੍ਰਦਰਸ਼ਨ ਲਈ ਜਾਣੇ ਜਾਂਦੇ, ਭਰਾ ਹੇਅਸ ਆਪਣਾ ਜ਼ਿਆਦਾਤਰ ਸਮਾਂ ਦੁਨੀਆ ਭਰ ਦੇ ਚਰਚਾਂ, ਕਾਲਜ ਕਲਾਸਰੂਮਾਂ, ਸੰਮੇਲਨਾਂ ਅਤੇ ਸੈਮੀਨਾਰਾਂ ਵਿੱਚ ਪਰਮੇਸ਼ੁਰ ਦੀ ਮੁਕਤੀ ਅਤੇ ਇਲਾਜ ਸ਼ਕਤੀ ਨੂੰ ਸਿਖਾਉਣ ਅਤੇ ਸੇਵਾ ਕਰਨ ਵਿੱਚ ਬਿਤਾਉਂਦੇ ਹਨ।

ਡਾ. ਹੇਅਸ ਦੀ ਸੇਵਕਾਈ ਪੰਜਾਹ ਸਾਲਾਂ ਤੋਂ ਵੱਧ ਸਮੇਂ ਤੱਕ ਚੱਲੀ ਅਤੇ ਹਜ਼ਾਰਾਂ ਜ਼ਿੰਦਗੀਆਂ ਨੂੰ ਛੂਹਿਆ, ਅਤੇ ਉਹ ਅਕਤੂਬਰ 2018 ਵਿੱਚ ਪ੍ਰਭੂ ਕੋਲ ਚਲਾ ਗਿਆ।

ਜੋਸਫ.ਅਜੋ ਬਾਬਲੋਲਾ

ਜੋਸਫ਼ ਅਜੋ ਬਾਬਾਲੋਲਾ (25 ਅਪ੍ਰੈਲ 1904 - 26 ਜੁਲਾਈ 1959) ਨਾਈਜੀਰੀਆ ਵਿੱਚ ਕ੍ਰਾਈਸਟ ਅਪੋਸਟੋਲਿਕ ਚਰਚ, ਜਿਸਨੂੰ ਆਮ ਤੌਰ 'ਤੇ CAC ਕਿਹਾ ਜਾਂਦਾ ਹੈ, ਦਾ ਪਹਿਲਾ ਜਨਰਲ ਪ੍ਰਚਾਰਕ ਸੀ। ਉਸਨੂੰ ਇਲਾਜ ਸ਼ਕਤੀਆਂ ਦਾ ਸਿਹਰਾ ਦਿੱਤਾ ਜਾਂਦਾ ਸੀ।

ਅਰੰਭ ਦਾ ਜੀਵਨ

ਬਾਬਾਲੋਲਾ ਦਾ ਜਨਮ ਯੋਰੂਬਾ ਮਾਪਿਆਂ ਦੇ ਘਰ ਓਡੋ-ਓਵਾ, ਕਵਾਰਾ ਰਾਜ, ਨਾਈਜੀਰੀਆ ਵਿੱਚ ਹੋਇਆ ਸੀ। ਉਸਦਾ ਪਾਲਣ-ਪੋਸ਼ਣ ਇੱਕ ਐਂਗਲੀਕਨ ਵਜੋਂ ਹੋਇਆ ਸੀ। ਉਹ 1914 ਵਿੱਚ ਲਾਗੋਸ ਰਾਜ ਦੇ ਬਾਡਾਗਰੀ ਰੋਡ 'ਤੇ ਓਟੋ-ਅਵੋਰੀ ਦੇ ਇੱਕ ਐਲੀਮੈਂਟਰੀ ਸਕੂਲ ਵਿੱਚ ਰਜਿਸਟਰਡ ਹੋਇਆ ਸੀ। ਉਹ ਇੱਕ ਲੁਹਾਰ ਦਾ ਅਪ੍ਰੈਂਟਿਸ ਬਣਨ ਤੋਂ ਪਹਿਲਾਂ ਚੌਥੀ ਜਮਾਤ ਤੱਕ ਪਹੁੰਚਿਆ ਸੀ ਅਤੇ ਉਸਨੇ ਇਹ ਦੋ ਸਾਲਾਂ ਤੱਕ ਸਿੱਖਿਆ, ਇਸ ਤੋਂ ਪਹਿਲਾਂ ਕਿ ਉਹ ਪੀਡਬਲਯੂਡੀ (ਲੋਕ ਨਿਰਮਾਣ ਵਿਭਾਗ) ਦੇ ਅਧੀਨ ਇੱਕ ਸਟੀਮਰੋਲਰ ਆਪਰੇਟਰ ਬਣ ਗਿਆ, ਫਿਰ ਗ੍ਰੇਟ

ਬ੍ਰਿਟੇਨ ਦੇ ਨਿਯੰਤਰਣ ਅਧੀਨ, ਇੱਕ ਸਟੀਮਰੋਲਰ ਡਰਾਈਵਰ ਬਣਨਾ ਸਿੱਖ ਗਿਆ। ਕੈਟਰਪਿਲਰ ਚਲਾਉਣਾ ਸਿੱਖਣ ਦੇ 15 ਦਿਨਾਂ ਬਾਅਦ, ਉਹ ਬਿਨਾਂ ਕਿਸੇ ਸਹਾਇਤਾ ਦੇ ਇਸਨੂੰ ਚਲਾਉਣ ਦੇ ਯੋਗ ਹੋ ਗਿਆ। ਨੌਂ ਮਹੀਨਿਆਂ ਬਾਅਦ; ਉਹ ਆਪਣੀ ਕਲਾਸ ਵਿੱਚ ਮਾਸਟਰ ਬਣ ਗਿਆ। 1 ਅਪ੍ਰੈਲ 1928 ਨੂੰ ਓਸੋਗਬੋ - ਇਲੇਸ਼ਾ ਸੜਕ 'ਤੇ ਕੰਮ ਕਰਨ ਲਈ ਉਸਨੂੰ ਪਹਿਲੀ ਵਾਰ ਇੱਕ ਸਟੀਮਰੋਲਰ ਦਿੱਤਾ ਗਿਆ ਸੀ। 14 ਜੂਨ, 1928 ਨੂੰ, ਉਸਨੂੰ ਅਕੂਰੇ - ਇਲੇਸ਼ਾ ਸੜਕ 'ਤੇ ਤਬਦੀਲ ਕਰ ਦਿੱਤਾ ਗਿਆ। ਬਾਬਾਲੋਲਾ ਨੇ ਦਸੰਬਰ 1929 ਵਿੱਚ ਲਾਗੋਸ ਝੀਲ ਵਿੱਚ ਬਪਤਿਸਮਾ ਲਿਆ।

ਸੇਵਕਾਈ ਅਤੇ ਇਲਾਜ

1931 ਵਿੱਚ, ਫੇਥ ਟੈਬਰਨੈਕਲ, ਯੂਨਾਈਟਿਡ ਕਿੰਗਡਮ ਵਿੱਚ ਜਨਰਲ ਹੈੱਡਕੁਆਰਟਰ ਦੇ ਨਾਲ ਦ ਅਪੋਸਟੋਲਿਕ ਚਰਚ ਨਾਲ ਜੁੜਿਆ ਹੋਇਆ ਸੀ (ਅਤੇ ਬ੍ਰਿਟਿਸ਼ ਅਪੋਸਟੋਲਿਕ ਚਰਚ ਨਹੀਂ, ਜਿਵੇਂ ਕਿ ਕੁਝ ਲੇਖਕਾਂ ਦੁਆਰਾ ਗਲਤੀ ਨਾਲ ਕਿਹਾ ਜਾਂਦਾ ਹੈ)। ਫਿਰ 1940 ਦੇ ਆਸਪਾਸ ਦ ਅਪੋਸਟੋਲਿਕ ਚਰਚ ਵਿੱਚ ਇੱਕ ਫੁੱਟ ਤੋਂ ਬਾਅਦ, ਬਾਬਾਲੋਲਾ ਪਾਦਰੀ ਜੇਬੀ ਅਕਿਨਯੇਲ ਅਤੇ ਡੀਓ ਓਡੂਬੈਂਜੋ ਦੀ ਅਗਵਾਈ ਵਾਲੇ ਇੱਕ ਸਮੂਹ ਨਾਲ ਇੱਕ ਨਵਾਂ ਸੁਤੰਤਰ ਚਰਚ, ਕ੍ਰਾਈਸਟ ਅਪੋਸਟੋਲਿਕ ਚਰਚ (ਸੀਏਸੀ) ਬਣਾਉਣ ਲਈ ਗਿਆ, ਜਿੱਥੇ ਉਸਨੇ ਆਪਣੀ ਮੌਤ ਤੱਕ ਆਪਣੀਆਂ ਇਲਾਜ ਅਤੇ ਪੁਨਰ ਸੁਰਜੀਤੀ ਗਤੀਵਿਧੀਆਂ ਜਾਰੀ ਰੱਖੀਆਂ। ਸੀਏਸੀ ਬਾਬਾਲੋਲਾ ਨੂੰ ਇੱਕ ਰਸੂਲ ਮੰਨਦਾ ਹੈ, ਜਦੋਂ ਕਿ ਅਸਲ ਅਰਥਾਂ ਵਿੱਚ ਅਸਲ ਚਰਚ ਆਰਡੀਨੇਸ਼ਨ ਦੁਆਰਾ ਉਸਨੂੰ ਕਿਸੇ ਵੀ ਸਮੇਂ ਇਤਿਹਾਸਕ ਤੌਰ 'ਤੇ ਉਸ ਦਫ਼ਤਰ ਵਿੱਚ ਨਿਯੁਕਤ ਨਹੀਂ ਕੀਤਾ ਗਿਆ ਸੀ। ਓਸੁਨ ਰਾਜ ਦੇ ਇਪੋ ਅਰਾਕੇਜੀ ਵਿਖੇ ਇੱਕ ਸੀਏਸੀ ਰੀਟਰੀਟ ਸੈਂਟਰ ਬਣਾਇਆ ਗਿਆ ਸੀ ਜਿੱਥੇ ਬਾਬਾਲੋਲਾ ਨੂੰ ਪਹਿਲੀ ਵਾਰ 1928 ਵਿੱਚ ਬੁਲਾਇਆ ਗਿਆ ਸੀ। ਹਾਲਾਂਕਿ, ਬਾਬਾਲੋਲਾ ਅੱਜ ਦੇ ਬਹੁਤ ਸਾਰੇ ਦਾਅਵਿਆਂ ਵਾਂਗ ਸੀਏਸੀ ਦਾ ਇਕਲੌਤਾ ਸੰਸਥਾਪਕ ਨਹੀਂ ਸੀ, ਸਗੋਂ ਸੀਏਸੀ ਦੇ ਸੰਸਥਾਪਕ ਪਿਤਾਵਾਂ ਦੀ ਤਿੱਕੜੀ ਵਿੱਚੋਂ ਇੱਕ ਸੀ।

1959 ਵਿੱਚ ਰਸੂਲ ਜੋਸਫ਼ ਅਯੋ ਬਾਬਾਲੋਲਾ ਦੇ ਨਾਲ ਕ੍ਰਾਈਸਟ ਅਪੋਸਟੋਲਿਕ ਚਰਚ ਦੀ ਮੌਤ ਨਹੀਂ ਹੋਈ ਹੈ। ਦਰਅਸਲ, ਇਹ ਸਾਲਾਂ ਦੌਰਾਨ ਤੇਜ਼ੀ ਨਾਲ ਵਧਿਆ ਹੈ, ਬਹੁਤ ਸਾਰੇ ਚਰਚ ਕ੍ਰਾਈਸਟ ਅਪੋਸਟੋਲਿਕ ਚਰਚ ਦੇ ਨਾਮ ਹੇਠ ਹਨ ਪਰ ਹਰੇਕ ਚਰਚ ਦਾ ਇੱਕ ਖਾਸ ਸ਼ਾਖਾ ਨਾਮ ਹੈ। ਜੋਸਫ਼ ਅਯੋ ਬਾਬਾਲੋਲਾ ਯੂਨੀਵਰਸਿਟੀ (JABU) ਇੱਕ ਨਿੱਜੀ ਨਾਈਜੀਰੀਅਨ ਯੂਨੀਵਰਸਿਟੀ ਹੈ ਜੋ ਇਪੋ ਅਰਾਕੇਜੀ ਅਤੇ ਇਕੇਜੀ-ਅਰਾਕੇਜੀ ਵਿੱਚ ਸਥਿਤ ਹੈ, ਓਸੁਨ ਰਾਜ ਦੇ ਦੋ ਗੁਆਂਢੀ ਭਾਈਚਾਰਿਆਂ, ਜੋ ਕਿ ਕ੍ਰਾਈਸਟ ਅਪੋਸਟੋਲਿਕ ਚਰਚ (CAC) ਦੁਆਰਾ ਸਥਾਪਿਤ ਕੀਤੀ ਗਈ ਹੈ, ਦਾ ਨਾਮ ਉਸਦੇ ਨਾਮ 'ਤੇ ਰੱਖਿਆ ਗਿਆ ਹੈ, ਉਸ ਜਗ੍ਹਾ 'ਤੇ ਸਥਿਤ ਹੈ ਜਿੱਥੇ ਉਹ ਕਹਿੰਦਾ ਹੈ ਕਿ ਉਸਨੂੰ 1928 ਵਿੱਚ ਪਰਮਾਤਮਾ ਦੁਆਰਾ ਬੁਲਾਇਆ ਗਿਆ ਸੀ।

https://en.wikipedia.org/wiki/ਜੋਸਫ਼_ਆਯੋ_ਬਾਬਾਲੋਲਾ

ਅਫ਼ਰੀਕਾ ਦੇ ਮਹਾਨ ਪ੍ਰਚਾਰਕ ਅਤੇ ਪੁਨਰ ਸੁਰਜੀਤੀਵਾਦੀ, ਰਸੂਲ ਜੋਸਫ਼ ਅਯੋਡੇਲੇ ਬਾਬਾਲੋਲਾ ਦੇ ਮਾਮਲੇ ਵਿੱਚ, ਪਰਮਾਤਮਾ ਦੀ ਚਮਤਕਾਰੀ ਗਤੀਵਿਧੀ ਸਪੱਸ਼ਟ ਤੌਰ 'ਤੇ ਪ੍ਰਗਟ ਹੋਈ ਸੀ। ਜੇਕਰ ਬਾਬਾਲੋਲਾ ਇੱਕ ਗੋਰਾ ਮਿਸ਼ਨਰੀ ਹੁੰਦਾ, ਤਾਂ ਕਾਲੇ ਲੋਕ, ਨਹੀਂ ਤਾਂ, ਅਫ਼ਰੀਕੀ ਲੋਕ ਸ਼ਾਇਦ ਪਵਿੱਤਰ ਆਤਮਾ ਦੀ ਸ਼ਕਤੀ ਨੂੰ ਗੋਰੇ ਆਦਮੀਆਂ ਦੀ ਵਿਸ਼ੇਸ਼ ਰੱਖਿਆ ਸਮਝਦੇ। ਪਰਮਾਤਮਾ ਦੀ ਮਹਿਮਾ ਹੋਵੇ ਕਿ ਉਸਨੇ ਇੱਕ ਸਹੀ ਕਾਲੇ ਆਦਮੀ ਨੂੰ ਪਵਿੱਤਰ ਆਤਮਾ ਦੀ ਅਸਾਧਾਰਨ ਸ਼ਕਤੀ ਪ੍ਰਦਾਨ ਕੀਤੀ ਜਿਸ ਨਾਲ ਉਹ ਸ਼ੈਤਾਨੀ ਗਤੀਵਿਧੀਆਂ ਦੇ ਗੜ੍ਹ ਨੂੰ ਤਬਾਹ ਕਰਨ ਦੇ ਯੋਗ ਸੀ।

ਜਨਮ, ਸਿੱਖਿਆ ਅਤੇ ਕੰਮਕਾਜੀ ਕਰੀਅਰ

ਜੋਸਫ਼ ਅਯੋ ਬਾਬਾਲੋਲਾ ਦਾ ਜਨਮ 25 ਅਪ੍ਰੈਲ 1904 ਨੂੰ ਓਡੋ-ਓਵਾ (ਕਵਾਰਾ ਰਾਜ) ਵਿੱਚ ਹੋਇਆ ਸੀ। ਉਨ੍ਹਾਂ ਦੇ ਪਿਤਾ ਸਵਰਗੀ ਪਾ ਡੇਵਿਡ ਰੋਟੀਮੀ ਸਨ, ਜੋ ਮੌਜੂਦਾ ਕਵਾਰਾ ਰਾਜ ਵਿੱਚ ਓਡੋ-ਓਵਾ ਵਿਖੇ ਸੇਂਟ ਪੀਟਰਜ਼ ਐਂਗਲੀਕਨ ਚਰਚ ਦੇ ਪਹਿਲੇ ਬਾਬਾ ਇਜੋ (ਸਥਾਨਕ ਪ੍ਰਧਾਨ) ਸਨ। ਉਨ੍ਹਾਂ ਦੀ ਮਾਂ ਮੈਡਮ ਮਾਰਟਾ ਤਾਲਾਬੀ ਸੀ।

ਬੱਚਾ ਅਯੋ ਇਨ੍ਹਾਂ ਈਸ਼ਵਰੀ ਮਾਪਿਆਂ ਲਈ ਪਰਮਾਤਮਾ ਦਾ ਤੋਹਫ਼ਾ ਸੀ। ਪਿਤਾ ਇੱਕ ਸ਼ਰਧਾਲੂ ਈਸਾਈ ਸੀ ਜਿਸਨੇ ਓਡੋ-ਓਵਾ ਅਤੇ ਆਲੇ ਦੁਆਲੇ ਦੇ ਕੁਝ ਹੋਰ ਪਿੰਡਾਂ ਵਿੱਚ ਈਸਾਈ ਧਰਮ ਦੀ ਸ਼ੁਰੂਆਤ ਕੀਤੀ। ਅਯੋ ਬਾਬਾਲੋਲਾ ਦਾ ਜਨਮ ਸ਼ਾਨਦਾਰ ਸੀ। ਭਰੋਸੇਯੋਗ ਸਰੋਤ ਦੇ ਅਨੁਸਾਰ, ਜਿਸ ਦਿਨ ਰੱਬ ਦੇ ਆਦਮੀ ਦਾ ਜਨਮ ਹੋਇਆ, ਉਸੇ ਦਿਨ ਕੁਝ ਅਸਾਧਾਰਨ ਵਾਪਰਿਆ, ਉੱਪਰੋਂ ਇੱਕ ਗਰਜ ਵਰਗੀ ਆਵਾਜ਼ ਸੁਣਾਈ ਦਿੱਤੀ ਅਤੇ ਬੱਦਲ ਨੂੰ ਹਿਲਾ ਦਿੱਤਾ।

ਬਚਪਨ ਤੋਂ ਹੀ, ਉਸਨੇ ਪਰਮਾਤਮਾ ਦੇ ਇੱਕ ਖਾਸ ਸੇਵਕ ਦੇ ਚਿੰਨ੍ਹ ਦਿਖਾਏ ਸਨ। ਜਾਂਚ ਤੋਂ ਪਤਾ ਲੱਗਾ ਕਿ ਬਚਪਨ ਵਿੱਚ ਉਹ ਕੁਝ ਅਜਿਹੀਆਂ ਗੱਲਾਂ ਕਹਿੰਦਾ ਸੀ ਜੋ ਉਸਦੇ ਸਾਥੀਆਂ ਦੀ ਬੁੱਧੀ ਅਤੇ ਗਿਆਨ ਤੋਂ ਉੱਪਰ ਸਨ। ਉਹ ਆਪਣੇ ਬਚਪਨ ਦੇ ਦੋਸਤਾਂ ਨੂੰ ਇੱਕ ਉਦਾਰ ਦਾਨੀ ਸੀ।

18 ਜਨਵਰੀ, 1918 ਤੱਕ, ਬਾਬਾਲੋਲਾ ਆਪਣੇ ਪਹਿਲੇ ਚਚੇਰੇ ਭਰਾ, ਸ੍ਰੀ ਐਮਓ ਰੋਟੀਮੀ ਦੇ ਨਾਲ ਲਾਗੋਸ ਚਲਾ ਗਿਆ। ਚਚੇਰਾ ਭਰਾ ਲਾਗੋਸ ਦੇ ਨੇੜੇ ਇਫੋ ਵਿਖੇ ਚਰਚ ਮਿਸ਼ਨਰੀ ਸੋਸਾਇਟੀ (ਸੀਐਮਐਸ) ਦੇ ਅਧੀਨ ਇੱਕ ਕੈਟੇਚਿਸਟ ਸੀ। ਉੱਥੇ ਰਹਿੰਦਿਆਂ, ਬਾਬਾਲੋਲਾ ਨੇ ਮੁੱਢਲੀ ਸਿੱਖਿਆ ਸ਼ੁਰੂ ਕੀਤੀ ਅਤੇ ਬਾਅਦ ਵਿੱਚ ਉਸਨੂੰ ਏਬੂਟ ਮੇਟਾ, ਲਾਗੋਸ ਵਿਖੇ ਮੈਥੋਡਿਸਟ ਸਕੂਲ, ਐਗੋ ਇਜਾਏ ਵਿੱਚ ਤਬਦੀਲ ਕਰ ਦਿੱਤਾ ਗਿਆ। ਬਾਬਾਲੋਲਾ ਨੂੰ ਆਪਣੇ ਸਲਾਹਕਾਰ ਦੇ ਇੱਕ ਸਥਾਨ ਤੋਂ ਦੂਜੀ ਥਾਂ 'ਤੇ ਲਗਾਤਾਰ ਅਤੇ ਵਾਰ-ਵਾਰ ਤਬਾਦਲੇ ਕਾਰਨ ਸਕੂਲ ਦੀ ਹਾਜ਼ਰੀ ਅਤੇ ਅਕਾਦਮਿਕ ਸੈਸ਼ਨਾਂ ਵਿੱਚ ਮੁਸ਼ਕਲਾਂ ਦਾ ਸਾਹਮਣਾ ਕਰਨਾ ਪਿਆ। ਬਾਅਦ ਵਿੱਚ ਉਹ ਆਲ ਸੇਂਟਸ ਐਂਗਲੀਕਨ ਸਕੂਲ, ਓਸ਼ੋਗਬੋ ਚਲਾ ਗਿਆ ਜਿੱਥੇ ਉਸਨੇ ਨਾਈਜੀਰੀਆ ਰੀਡਰ IV (ਸਟੈਂਡਰਡ IV) ਵਿੱਚ ਪੜ੍ਹਾਈ ਬੰਦ ਕਰ ਦਿੱਤੀ।

ਬਾਬਾਲੋਲਾ ਦਾ ਪਹਿਲਾ ਗੈਰ-ਅਕਾਦਮਿਕ ਕੰਮ ਅਫਰੀਕੀ ਹਸਪਤਾਲ ਓਸ਼ੋਗਬੋ ਵਿੱਚ ਇੱਕ ਡਰੱਗ ਡਿਸਪੈਂਸਰ ਵਜੋਂ ਉਸਦੀ ਸਿਖਲਾਈ ਸੀ। ਬਾਅਦ ਵਿੱਚ, ਉਸਨੇ ਲੁਹਾਰ ਅਤੇ ਮਕੈਨਿਕ ਦੀ ਕਲਾ ਸਿੱਖੀ। ਇਸ ਤੋਂ ਬਾਅਦ, ਬਾਬਾਲੋਲਾ ਨੇ ਲੋਕ ਨਿਰਮਾਣ ਵਿਭਾਗ (ਪੀਡਬਲਯੂਡੀ) ਦੇ ਅਧੀਨ ਸਟੀਮ-ਰੋਲਰ ਡਰਾਈਵਿੰਗ

ਸਿੱਖਣੀ ਸ਼ੁਰੂ ਕਰ ਦਿੱਤੀ। ਉਹ ਸਿਖਲਾਈ ਦੇ ਦੌਰਾਨ ਆਪਣੇ ਆਪ ਨੂੰ ਵੱਖਰਾ ਕਰਨ ਦੇ ਯੋਗ ਹੋ ਗਿਆ ਜਿਸ ਦੇ ਅੰਤ ਵਿੱਚ ਉਸਨੂੰ ਇਲੇਸ਼ਾ-ਅਕੁਰੇ ਸੰਘੀ ਸੜਕ ਦੀ ਦੇਖਭਾਲ ਲਈ ਇਲੇਸ਼ਾ ਵਿੱਚ ਤਾਇਨਾਤ ਕੀਤਾ ਗਿਆ ਸੀ। ਉਸਨੂੰ ਚਾਰ ਪੌਂਡ ਦੇ ਲਗਭਗ ਅੱਠ ਨਾਇਰਾ ਪ੍ਰਤੀ ਮਹੀਨਾ ਤਨਖਾਹ ਸਕੇਲ 'ਤੇ ਰੱਖਿਆ ਗਿਆ ਸੀ। ਉਸਦੇ ਅਧੀਨ ਸੱਠ ਤੋਂ ਵੱਧ ਕਾਮੇ ਸਨ ਅਤੇ ਸਾਰਾ ਪ੍ਰੋਜੈਕਟ ਸ੍ਰੀ ਫਰਗੂਸਨ ਨਾਮਕ ਇੱਕ ਗੋਰੇ ਆਦਮੀ ਦੀ ਨਿਗਰਾਨੀ ਹੇਠ ਸੀ।

ਬਾਬਲੋਲਾ ਦਾ ਮੰਤਰਾਲੇ ਨੂੰ ਸੱਦਾ

ਜਿਵੇਂ ਕਿ ਬਾਬਾਲੋਲਾ ਇਗਬਾਰਾ-ਓਕੇ ਤੋਂ ਓਵੇਨਾ ਤੱਕ ਟਰੈਕਟਰ ਨਾਲ ਕੰਮ ਕਰ ਰਿਹਾ ਸੀ ਅਤੇ ਇਕੇਜੀ ਅਰਾਕੇਜੀ ਟਾਊਨਸ਼ਿਪ ਪਹੁੰਚਣ ਤੋਂ ਪਹਿਲਾਂ, ਉਹ ਰਿਵਰ ਅਰੀਰਨ ਨਾਮਕ ਇੱਕ ਜਗ੍ਹਾ 'ਤੇ ਪਹੁੰਚਿਆ, ਉੱਥੇ ਟਰੈਕਟਰ ਨੇ ਕੰਮ ਕਰਨ ਤੋਂ ਇਨਕਾਰ ਕਰ ਦਿੱਤਾ। ਬਾਬਾਲੋਲਾ ਨੇ ਟਰੈਕਟਰ ਨੂੰ ਕੰਮ ਕਰਨ ਲਈ ਆਪਣੀ ਮਨੁੱਖੀ ਸ਼ਕਤੀ ਦੇ ਅੰਦਰ ਹਰ ਸੰਭਵ ਕੋਸ਼ਿਸ਼ ਕੀਤੀ, ਪਰ ਸਭ ਕੁਝ ਬੇਕਾਰ ਗਿਆ। ਉਸਨੇ ਆਪਣੇ ਸੁਪਰਵਾਈਜ਼ਰ, ਫਰਗੂਸਨ ਸਮੇਤ ਹੋਰ ਮਾਹਰਾਂ ਨੂੰ ਬੁਲਾਇਆ, ਪਰ ਉਹ ਇਸਨੂੰ ਕੰਮ ਨਹੀਂ ਕਰ ਸਕੇ। ਟਰੈਕਟਰ ਵਿੱਚ ਕੋਈ ਦਿਖਾਈ ਦੇਣ ਵਾਲੀ ਮਕੈਨੀਕਲ ਨੁਕਸ ਨਹੀਂ ਸੀ, ਇਸ ਤੱਥ ਨੇ ਬਾਬਾਲੋਲਾ ਨੂੰ ਉਲਝਣ ਅਤੇ ਬੇਚੈਨ ਕਰ ਦਿੱਤਾ।

9 ਅਕਤੂਬਰ, 1928 ਨੂੰ ਦੁਪਹਿਰ ਦੇ ਕਰੀਬ, ਬਾਬਾਲੋਲਾ ਨੇ ਇੱਕ ਉੱਚੀ ਆਵਾਜ਼ ਸੁਣੀ ਜੋ ਯੂਸੁਫ਼ ਨੂੰ ਬੁਲਾ ਰਹੀ ਸੀ! ਯੂਸੁਫ਼!! ਯੂਸੁਫ਼!!! ਜੇ ਤੁਸੀਂ ਇਹ ਕੰਮ ਨਹੀਂ ਛੱਡਿਆ ਤਾਂ ਤੁਸੀਂ ਇਸ ਸਾਲ ਮਰ ਜਾਓਗੇ। ਬਾਬਾਲੋਲਾ ਨੇ ਉਸ ਉੱਚੀ ਆਵਾਜ਼ ਵੱਲ ਕੋਈ ਗੰਭੀਰਤਾ ਨਾਲ ਧਿਆਨ ਨਹੀਂ ਦਿੱਤਾ ਜੋ ਸਿਰਫ਼ ਉਹ ਹੀ ਸੁਣ ਸਕਦਾ ਸੀ। ਇਹੀ ਸੁਨੇਹਾ ਉਸਨੂੰ ਦੂਜੇ ਦਿਨ ਬਿਲਕੁਲ ਉਸੇ ਸਮੇਂ ਇਸੇ ਤਰ੍ਹਾਂ ਭੇਜਿਆ ਗਿਆ ਸੀ, ਫਿਰ ਵੀ ਬਾਬਾਲੋਲਾ ਨੇ ਇਸ ਵੱਲ ਕੋਈ ਗੰਭੀਰਤਾ ਨਾਲ ਧਿਆਨ ਨਹੀਂ ਦਿੱਤਾ।

ਤੀਜੇ ਦਿਨ, 11 ਅਕਤੂਬਰ, 1928 ਨੂੰ, ਇਹ ਸੁਣਨਯੋਗ ਆਵਾਜ਼ ਫਿਰ ਗੂੰਜ ਉੱਠੀ ਕਿ ਜਦੋਂ ਤੱਕ ਬਾਬਾਲੋਲਾ ਆਪਣਾ ਅਸਤੀਫਾ ਨਹੀਂ ਦਿੰਦਾ, ਉਦੋਂ ਤੱਕ ਸਟੀਮ-

ਰੋਲਰ ਨੂੰ ਕਦੇ ਵੀ ਕੰਮ 'ਤੇ ਨਹੀਂ ਰੱਖਿਆ ਜਾਵੇਗਾ। ਇਹੀ ਧਾਰਾ ਸੀ ਜਿਸ ਨੇ ਬਾਬਾਲੋਲਾ ਨੂੰ ਗੰਭੀਰ ਅਤੇ ਗੁੱਸੇ ਵਿੱਚ ਕਰ ਦਿੱਤਾ। ਫਿਰ ਉਸਨੇ ਪੁੱਛਿਆ ਕਿ ਤੁਸੀਂ ਮੈਨੂੰ ਕੌਣ ਬੁਲਾ ਰਹੇ ਹੋ ਅਤੇ ਤੁਸੀਂ ਮੈਨੂੰ ਕਿਹੜਾ ਕੰਮ ਕਰਵਾਉਣਾ ਚਾਹੁੰਦੇ ਹੋ? ਉਸਨੂੰ ਜਵਾਬ ਮਿਲਿਆ ਕਿ ਜੇ ਤੁਸੀਂ ਅਸਤੀਫਾ ਦੇ ਦਿੰਦੇ ਹੋ ਅਤੇ ਕੰਮ ਛੱਡ ਦਿੰਦੇ ਹੋ ਤਾਂ ਮੈਂ ਤੁਹਾਨੂੰ ਦਿਖਾਵਾਂਗਾ ਕਿ ਕੀ ਕਰਨਾ ਹੈ।

ਬਾਬਾਲੋਲਾ ਨੇ ਆਪਣੇ ਨਾਲ ਵਾਲਿਆਂ ਨੂੰ ਪੁੱਛਿਆ ਕਿ ਕੀ ਉਨ੍ਹਾਂ ਨੇ ਉਸ ਨਾਲ ਗੱਲ ਕਰਨ ਵਾਲੀ ਆਵਾਜ਼ ਸੁਣੀ ਹੈ ਤਾਂ ਉਨ੍ਹਾਂ ਕਿਹਾ ਕਿ ਨਹੀਂ ਕਿਉਂਕਿ ਉਨ੍ਹਾਂ ਨੇ ਸਿਰਫ਼ ਉਹੀ ਜਵਾਬ ਸੁਣਿਆ ਜੋ ਉਸਨੂੰ ਆਵਾਜ਼ ਦਾ ਦਿੱਤਾ ਗਿਆ ਸੀ।

ਉਹ ਮੌਕੇ ਤੋਂ ਚਲਾ ਗਿਆ ਅਤੇ ਇਪੋਟੂ-ਇਜੇਸਾ ਵਿਖੇ ਆਪਣੇ ਘਰ ਚਲਾ ਗਿਆ ਜਿੱਥੇ ਆਵਾਜ਼ ਨੇ ਉਸਨੂੰ ਫਿਰ ਤੋਂ ਚਾਰ ਦਿਨਾਂ ਦਾ ਵਰਤ ਰੱਖਣ ਲਈ ਕਿਹਾ, ਬਿਨਾਂ ਖਾਣੇ ਦੇ ਤਾਂ ਜੋ ਉਸਨੂੰ ਪਤਾ ਲੱਗ ਸਕੇ ਕਿ ਕੌਣ ਉਸ ਨਾਲ ਗੱਲ ਕਰ ਰਿਹਾ ਹੈ। ਚੌਥੇ ਦਿਨ ਜਦੋਂ ਉਹ ਅਜੇ ਵੀ ਵਰਤ ਰੱਖ ਰਿਹਾ ਸੀ, ਆਵਾਜ਼ ਨੇ ਉਸਨੂੰ ਤਿੰਨ ਹੋਰ ਦਿਨ ਜੋੜਨ ਲਈ ਕਿਹਾ ਜਿਸ ਨਾਲ ਸੱਤ ਦਿਨ ਦਾ ਵਰਤ ਬਣ ਗਿਆ। ਇਹ ਸੱਤਵੇਂ ਦਿਨ ਸੀ, ਬਾਬਾਲੋਲਾ ਨੇ ਪ੍ਰਭੂ ਯਿਸੂ ਮਸੀਹ ਦੀ ਮਹਾਨ ਫੇਰੀ ਦੇਖੀ।

ਬੁਲਾਵੇ ਤੋਂ ਪਹਿਲਾਂ, ਬਾਬਾਲੋਲਾ ਨੂੰ ਇੱਕ ਹਫ਼ਤੇ ਦੀ ਨੀਂਦ ਨਹੀਂ ਆਈ, ਇਸ ਸਮੇਂ ਦੌਰਾਨ ਉਹ ਦਿਨ-ਰਾਤ ਨਹੀਂ ਸੌਂ ਸਕਦਾ ਸੀ। ਇਸ ਸਮੇਂ ਦੌਰਾਨ ਉਹ 1-150 ਤੱਕ ਜ਼ਬੂਰਾਂ ਦੀਆਂ ਸਾਰੀਆਂ ਕਿਤਾਬਾਂ ਦਾ ਪਾਠ ਕਰਨ ਦੇ ਯੋਗ ਸੀ, ਇੱਕ ਅਜਿਹਾ ਕਾਰਨਾਮਾ ਜੋ ਉਹ ਆਪਣੇ ਅਨੁਵਾਦ ਤੋਂ ਪਹਿਲਾਂ ਤੱਕ ਬਿਨਾਂ ਕਿਸੇ ਸਿਰ ਦੇ ਕਰ ਸਕਦਾ ਸੀ।

ਯਿਸੂ ਦੀ ਫੇਰੀ

ਸੱਤ ਦਿਨਾਂ ਦੇ ਵਰਤ ਦੀ ਆਖਰੀ ਰਾਤ ਦੌਰਾਨ, ਬਾਬਾਲੋਲਾ ਨੇ ਪ੍ਰਭੂ ਯਿਸੂ ਮਸੀਹ ਦਾ ਪ੍ਰਤੱਖ ਰੂਪ ਦੇਖਿਆ। ਉਸਦਾ ਕਮਰਾ ਸਵਰਗੀ ਰੌਸ਼ਨੀ ਨਾਲ ਭਰਿਆ ਹੋਇਆ ਸੀ।

ਮੇਜ਼ ਉੱਤੇ ਰੱਖੇ ਦੀਵੇ ਦੀ ਮਨੁੱਖ ਦੁਆਰਾ ਬਣਾਈ ਗਈ ਰੌਸ਼ਨੀ ਬੁਝਾ ਦਿੱਤੀ ਗਈ। ਕਮਰੇ ਵਿੱਚ ਮੌਜੂਦ ਬਾਕੀ ਸਾਰੇ ਲੋਕ ਪ੍ਰਭੂ ਯਿਸੂ ਮਸੀਹ ਨਾਲ ਬਾਬਾਲੋਲਾ ਦੀ

ਮੁਲਾਕਾਤ ਦੌਰਾਨ ਸੁੱਤੇ ਪਏ ਸਨ। ਜਿਵੇਂ ਹੀ ਉਹ ਜਾਗਿਆ, ਉਹ ਉਸ ਦਰਸ਼ਨ ਤੋਂ ਕੰਬ ਗਿਆ ਜੋ ਉਸਨੇ ਦੇਖਿਆ। ਪ੍ਰਭੂ ਯਿਸੂ ਉਸਦੇ ਕੋਲ ਆਏ, ਇੱਕ ਦੂਤ ਦੇ ਨਾਲ ਜਿਸਦਾ ਸਿਰ ਅਸਮਾਨ ਨੂੰ ਛੂਹ ਰਿਹਾ ਸੀ। ਜਦੋਂ ਉਸਨੂੰ ਪੁੱਛਿਆ ਗਿਆ ਕਿ ਕੀ ਉਹ ਖਾਣਾ ਚਾਹੁੰਦਾ ਹੈ ਤਾਂ ਬਾਬਾਲੋਲਾ ਨੰਗੇ ਹੋ ਕੇ ਖੜ੍ਹਾ ਹੋ ਗਿਆ ਜਿਸ ਦਾ ਜਵਾਬ ਉਸਨੇ ਹਾਂ ਵਿੱਚ ਦਿੱਤਾ। ਫਿਰ ਯਿਸੂ ਦੇ ਨਾਲ ਆਏ ਦੂਤ ਨੇ ਉਸਨੂੰ ਪੱਕੇ ਹੋਏ ਰੂੰ ਦੇ ਅੱਧੇ ਟੁਕੜੇ ਦੇ ਦਿੱਤੇ। ਉਸਨੂੰ ਦੱਸਿਆ ਗਿਆ ਕਿ ਬਾਕੀ ਅੱਧੇ ਰੂੰ ਦੀ ਵਰਤੋਂ ਬਾਕੀ ਮਨੁੱਖਜਾਤੀ ਨੂੰ ਖੁਆਉਣ ਲਈ ਕੀਤੀ ਜਾ ਰਹੀ ਸੀ।

ਇਸ ਮਹਾਨ ਮੁਲਾਕਾਤ ਤੇ, ਪ੍ਰਭੂ ਯਿਸੂ ਨੇ ਬਾਬਾਲੋਲਾ ਨੂੰ ਇੱਕ ਹੱਥ ਨਾਲ ਪ੍ਰਾਰਥਨਾ ਕਰਨ ਵਾਲੀ ਘੰਟੀ ਦਿੱਤੀ ਜਿਸ ਵਿੱਚ ਇਹ ਸਪੱਸ਼ਟੀਕਰਨ ਦਿੱਤਾ ਗਿਆ ਸੀ ਕਿ ਘੰਟੀ ਦੀ ਆਵਾਜ਼ ਹਮੇਸ਼ਾ ਦੁਸ਼ਟ ਆਤਮਾਵਾਂ ਨੂੰ ਦੂਰ ਕਰੇਗੀ। ਯਿਸੂ ਮਸੀਹ, ਜੋ ਚਿੱਟੇ ਕੱਪੜੇ ਪਹਿਨੇ ਹੋਏ ਸਨ, ਨੇ ਪਹਿਲਾਂ ਬਾਬਾਲੋਲਾ ਨੂੰ ਇੱਕ ਬ੍ਰਹਮ ਚਿੰਨ੍ਹ ਵਜੋਂ ਤਿੰਨ ਸਿਰਾਂ ਵਾਲਾ ਫੁੱਲ ਦਿਖਾਇਆ ਸੀ। ਬਾਬਾਲੋਲਾ ਨੂੰ ਇੱਕ ਲੋਹੇ ਦੀ ਡੰਡੀ ਵੀ ਦਿੱਤੀ ਗਈ ਸੀ ਜਿਸਦੀ ਵਿਆਖਿਆ ਜ਼ਬੂਰ 2:8-9 ਵਿੱਚ ਦਿੱਤੀ ਗਈ ਹੈ। ਉਸਨੂੰ ਹਰ ਤਰ੍ਹਾਂ ਦੀ ਬਿਮਾਰੀ ਦੇ ਇਲਾਜ ਲਈ ਪਾਣੀ ਦੀ ਇੱਕ ਬੋਤਲ ਵੀ ਦਿੱਤੀ ਗਈ ਸੀ। ਉਸਨੂੰ ਭਰੋਸਾ ਦਿਵਾਇਆ ਗਿਆ ਸੀ ਕਿ ਜਦੋਂ ਵੀ ਅਤੇ ਕਿਤੇ ਵੀ ਉਹ ਪਾਣੀ ਵਿੱਚ ਪ੍ਰਾਰਥਨਾ ਕਰੇਗਾ, ਪ੍ਰਭਾਵਸ਼ਾਲੀ ਇਲਾਜ ਹੋਵੇਗਾ।

ਬਾਬਾਲੋਲਾ ਨੂੰ ਹਦਾਇਤ ਕੀਤੀ ਗਈ ਸੀ ਕਿ ਉਹ ਪ੍ਰਭੂ ਦੁਆਰਾ ਦਿੱਤੇ ਗਏ ਕੁਝ ਸੰਦੇਸ਼ਾਂ ਅਤੇ ਪ੍ਰਗਟਾਵੇ ਬਾਰੇ ਕਿਸੇ ਹੋਰ ਵਿਅਕਤੀ ਨਾਲ ਚਰਚਾ ਨਾ ਕਰੇ। ਉਸਨੂੰ ਦੱਸਿਆ ਗਿਆ ਸੀ ਕਿ ਪਰਮਾਤਮਾ ਈਸਾਈਆਂ ਦੁਆਰਾ ਦਵਾਈਆਂ ਦੀ ਵਰਤੋਂ ਦੇ ਵਿਰੁੱਧ ਹੈ ਅਤੇ ਉਹਨਾਂ ਨੂੰ ਬ੍ਰਹਮ ਇਲਾਜ ਲਈ ਉਸ 'ਤੇ ਭਰੋਸਾ ਕਰਨਾ ਚਾਹੀਦਾ ਹੈ।

ਬਾਬਾਲੋਲਾ ਸਮਾਜ ਵਿੱਚ ਸ਼ੈਤਾਨੀ ਤਾਕਤਾਂ ਦੀ ਮੌਜੂਦਗੀ ਤੋਂ ਡਰਦਾ ਸੀ ਅਤੇ ਇਸ ਲਈ ਉਸਨੇ ਪ੍ਰਭੂ ਕੋਲ ਇਹ ਮੁੱਦਾ ਉਠਾਇਆ। ਪਰ ਉਸਨੂੰ ਬ੍ਰਹਮ ਭਰੋਸਾ ਮਿਲਿਆ ਕਿ ਸਾਰੀਆਂ ਸ਼ਕਤੀਆਂ ਪ੍ਰਭੂ ਯਿਸੂ ਮਸੀਹ ਨੂੰ ਦਿੱਤੀਆਂ ਗਈਆਂ ਹਨ ਅਤੇ ਇਸ ਤਰ੍ਹਾਂ ਦੁਸ਼ਮਣ ਦੀ ਕੋਈ ਵੀ ਸ਼ਕਤੀ ਉਸਨੂੰ ਹਰਾ ਨਹੀਂ ਸਕੇਗੀ।

ਤਨਿ ਪਾਮ ਫਰੋਂਡਜ.

ਪਰਮਾਤਮਾ ਦੀ ਸ਼ਕਤੀ ਨੂੰ ਹੋਰ ਪ੍ਰਦਰਸ਼ਿਤ ਕਰਨ ਲਈ, ਬਾਬਾਲੋਲਾ ਨੂੰ ਉਸ ਜਗ੍ਹਾ ਜਾਣ ਲਈ ਕਿਹਾ ਗਿਆ ਜਿੱਥੇ ਉਸਨੇ ਲਗਭਗ ਬਾਰਾਂ ਦਿਨ ਪਹਿਲਾਂ ਤਿੰਨ ਖਜੂਰ ਦੇ ਤਣੇ ਲਗਾਏ ਸਨ। ਬਾਅਦ ਵਿੱਚ ਉੱਥੇ ਪਹੁੰਚਣ 'ਤੇ, ਇੱਕ ਪੂਰੀ ਤਰ੍ਹਾਂ ਸੁੱਕ ਗਿਆ ਸੀ, ਦੂਜਾ ਸੁੱਕ ਗਿਆ ਸੀ ਜਦੋਂ ਕਿ ਤੀਜਾ ਕੱਟਣ ਵੇਲੇ ਅਜੇ ਵੀ ਤਾਜ਼ਾ ਸੀ। ਅਸਲ ਅਰਥ ਉਸਨੂੰ ਇਸ ਤਰ੍ਹਾਂ ਸਮਝਾਇਆ ਗਿਆ। ਜਿਹੜੇ ਲੋਕ ਯਿਸੂ ਮਸੀਹ ਦੀ ਖੁਸ਼ਖਬਰੀ ਨੂੰ ਉਸਦੇ ਹਵਾਲੇ ਕਰਨ ਤੋਂ ਇਨਕਾਰ ਕਰਦੇ ਹਨ ਉਹ ਪਹਿਲੇ ਸੁੱਕੇ ਖਜੂਰ ਦੇ ਤਣੇ ਵਰਗੇ ਹੋਣਗੇ। ਜਿਹੜੇ ਲੋਕ ਖੁਸ਼ਖਬਰੀ ਨੂੰ ਅੱਧ-ਗਰਮ ਕਰਕੇ ਸਵੀਕਾਰ ਕਰਦੇ ਹਨ ਉਹ ਸੁੱਕੇ ਖਜੂਰ ਦੇ ਤਣੇ ਵਰਗੇ ਹੋਣਗੇ ਜਦੋਂ ਕਿ ਜੋ ਖੁਸ਼ਖਬਰੀ ਨੂੰ ਪੂਰੇ ਦਿਲ ਨਾਲ ਸਵੀਕਾਰ ਕਰਦੇ ਹਨ ਉਹ ਤਾਜ਼ੀ ਖਜੂਰ ਦੇ ਤਣੇ ਵਰਗੇ ਹੋਣਗੇ।

ਕਾਲ ਤੋਂ ਬਾਅਦ ਓਡੂਵਾ ਵਿੱਚ ਪਹਿਲੀ ਐਂਟਰੀ

ਪ੍ਰਭੂ ਯਿਸੂ ਮਸੀਹ ਦੇ ਮਹਾਨ ਦਰਸ਼ਨ ਤੋਂ ਬਾਅਦ, ਬਾਬਾਲੋਲਾ ਨੂੰ ਪ੍ਰਭੂ ਦੁਆਰਾ ਓਡੋ-ਓਵਾ ਜਾਣ ਦੀ ਤਿਆਰੀ ਲਈ ਉਨ੍ਹੀ ਦਿਨਾਂ ਦਾ ਵਰਤ ਸ਼ੁਰੂ ਕਰਨ ਦਾ ਨਿਰਦੇਸ਼ ਦਿੱਤਾ ਗਿਆ ਸੀ। ਉਸਨੂੰ ਸਿਰਫ਼ ਇਹੀ ਕਰਨਾ ਸੀ ਕਿ ਉਸਨੂੰ ਪੂਰੀ ਤਰ੍ਹਾਂ ਸਮਝਾਇਆ ਜਾਵੇ। ਅਤੇ ਇਸ ਤਰ੍ਹਾਂ ਬਾਬਾਲੋਲਾ ਨੇ 1928 ਦੇ ਅਕਤੂਬਰ ਤੱਕ ਵਰਤ ਰੱਖਦੇ ਹੋਏ ਆਪਣੇ ਜੱਦੀ ਸ਼ਹਿਰ ਓਡੋ-ਓਵਾ ਵਿੱਚ ਆਪਣੀ ਪਹਿਲੀ ਪ੍ਰਵੇਸ਼ ਕੀਤੀ। ਇਹ ਬਾਜ਼ਾਰ ਵਾਲੇ ਦਿਨ ਸੀ ਜਦੋਂ ਉਹ ਪ੍ਰਭੂ ਦੇ ਹੁਕਮ ਅਨੁਸਾਰ ਸ਼ਹਿਰ ਵਿੱਚ ਦਾਖਲ ਹੋਇਆ ਸੀ, ਉਹ ਪੂਰੀ ਤਰ੍ਹਾਂ ਨੰਗਾ ਸੀ, ਉਸਨੇ ਖਜੂਰ ਦੇ ਦਰੱਖਤ ਦੇ ਪੱਤਿਆਂ ਨਾਲ ਕੱਪੜੇ ਪਾਏ ਅਤੇ ਆਪਣੇ ਸਰੀਰ ਨੂੰ ਕੋਲਿਆਂ ਨਾਲ ਰੰਗਿਆ। ਜ਼ਿਆਦਾਤਰ ਲੋਕ ਉਸਨੂੰ ਇੱਕ ਪਾਗਲ ਵਿਅਕਤੀ ਸਮਝਦੇ ਸਨ।

ਉਸਨੇ ਲੋਕਾਂ ਨੂੰ ਪ੍ਰਮਾਤਮਾ ਦਾ ਸੰਦੇਸ਼ ਸੁਣਾਉਣਾ ਸ਼ੁਰੂ ਕਰ ਦਿੱਤਾ ਅਤੇ ਉਨ੍ਹਾਂ ਨੂੰ ਆਪਣੇ ਬੁਰੇ ਕੰਮਾਂ ਤੋਂ ਤੋਬਾ ਕਰਨ ਅਤੇ ਪ੍ਰਮਾਤਮਾ ਵੱਲ ਮੁੜਨ ਲਈ ਕਿਹਾ, ਨਹੀਂ ਤਾਂ ਪੈਂਤੀ ਦਿਨਾਂ ਤੋਂ ਪਹਿਲਾਂ ਇੱਕ ਜੰਗਲੀ ਜਾਨਵਰ ਉਨ੍ਹਾਂ ਨੂੰ ਮਾਰ ਦੇਵੇਗਾ। ਉਨ੍ਹਾਂ

ਦੇ ਸਾਹਮਣੇ ਆਉਣ ਵਾਲੇ ਖ਼ਤਰੇ ਬਾਰੇ ਉਸਦੀ ਚੇਤਾਵਨੀ ਵੱਲ ਧਿਆਨ ਦੇਣ ਦੀ ਬਜਾਏ, ਉਸਦੇ ਜੱਦੀ ਸ਼ਹਿਰ ਦੇ ਲੋਕਾਂ ਨੇ ਉਸਨੂੰ ਸਤਾਉਣ ਦਾ ਸਹਾਰਾ ਲਿਆ। ਨਤੀਜੇ ਵਜੋਂ ਬਾਬਾਲੋਲਾ ਨੂੰ ਇਲੋਰਿਨ ਦੇ ਅਮੀਰ ਕੋਲ ਘਸੀਟਿਆ ਗਿਆ ਜਿਸਨੇ ਉਸਦਾ ਕੇਸ ਜ਼ਿਲ੍ਹਾ ਅਧਿਕਾਰੀ ਨੂੰ ਤਬਦੀਲ ਕਰ ਦਿੱਤਾ ਜਿਸਨੇ ਅੰਤ ਵਿੱਚ ਉਸਦੇ ਕੇਸ ਦਾ ਫੈਸਲਾ ਕਰਨ ਤੋਂ ਪਹਿਲਾਂ ਉਸਨੂੰ ਦੋ ਹਫ਼ਤਿਆਂ ਲਈ ਹਿਰਾਸਤ ਵਿੱਚ ਭੇਜ ਦਿੱਤਾ। ਹਾਲਾਂਕਿ, ਪ੍ਰਵਾਸੀ ਜ਼ਿਲ੍ਹਾ ਅਧਿਕਾਰੀ ਨੇ ਉਸਨੂੰ ਡਿਸਚਾਰਜ ਕਰ ਦਿੱਤਾ ਅਤੇ ਬਰੀ ਕਰ ਦਿੱਤਾ ਕਿਉਂਕਿ ਉਹ ਬਾਬਾਲੋਲਾ ਵਿਰੁੱਧ ਲਗਾਏ ਗਏ ਜਨਤਕ ਅਸ਼ਾਂਤੀ ਦੇ ਦੋਸ਼ ਨੂੰ ਸਾਬਤ ਕਰਨ ਲਈ ਕੋਈ ਸਬੂਤ ਨਹੀਂ ਦੇਖ ਸਕਿਆ।

ਇਸ ਦੌਰਾਨ ਓਡੋ-ਓਵਾ ਦੇ ਲੋਕ ਬਾਬਲੋਲਾ ਦੁਆਰਾ ਪਹਿਲਾਂ ਹੀ ਭਵਿੱਖਬਾਣੀ ਕੀਤੇ ਗਏ ਜੰਗਲੀ ਜਾਨਵਰ ਤੋਂ ਆਪਣਾ ਬਚਾਅ ਕਰਨ ਲਈ ਪੂਰੀ ਤਰ੍ਹਾਂ ਹਥਿਆਰਬੰਦ ਸਨ। ਪਰ ਉਨ੍ਹਾਂ ਨੂੰ ਹੈਰਾਨੀ ਹੋਈ ਕਿ ਉਸਦੇ ਛੁੱਟੀ ਤੋਂ ਕੁਝ ਸਮੇਂ ਬਾਅਦ ਅਤੇ ਜਿਸ ਸਮੇਂ ਉਸਨੇ ਜ਼ਿਕਰ ਕੀਤਾ ਸੀ, ਉਹ "ਜੰਗਲੀ ਜਾਨਵਰ" ਜੋ ਪ੍ਰਗਟ ਹੋਇਆ ਉਹ ਭਿਆਨਕ ਚੇਚਕ ਦੀ ਬਿਮਾਰੀ ਸੀ। ਇਹ ਸਿਰਫ਼ ਉਹੀ ਸੀ ਜਿਸ ਲਈ ਬਾਬਲੋਲਾ ਨੇ ਪ੍ਰਾਰਥਨਾ ਕੀਤੀ ਸੀ ਉਹ ਬਚ ਗਿਆ, ਬਾਕੀ ਸਾਰੇ ਇਸ ਬਿਮਾਰੀ ਨਾਲ ਮਰ ਗਏ। ਫਿਰ ਵੀ ਜ਼ਿਆਦਾਤਰ ਲੋਕ ਉਸਦੇ ਸੰਦੇਸ਼ ਨੂੰ ਸਵੀਕਾਰ ਕਰਨ ਲਈ ਤਿਆਰ ਨਹੀਂ ਸਨ। ਉਨ੍ਹਾਂ ਨੇ ਇੱਕ ਸ਼ਕਤੀਸ਼ਾਲੀ ਜੜੀ-ਬੂਟੀਆਂ ਦੇ ਮਾਹਰ ਦੀ ਸੇਵਾ ਲੈ ਕੇ ਉਸਨੂੰ ਮਾਰਨ ਦਾ ਫੈਸਲਾ ਕੀਤਾ ਜਿਸਨੇ ਉਸਨੂੰ ਸੱਤ ਦਿਨਾਂ ਦੇ ਅੰਦਰ ਖਤਮ ਕਰਨ ਦਾ ਵਾਅਦਾ ਕੀਤਾ ਸੀ। ਇਸ ਸਮੇਂ ਦੇ ਅੰਦਰ, ਬਾਬਲੋਲਾ ਨੇ ਕਿਹਾ ਕਿ ਉਹ ਪਹਿਲਾਂ ਭੂਤ ਜੀਵ ਉਸਦੇ ਪਿੱਛੇ ਆਉਂਦੇ ਵੇਖਦਾ ਸੀ ਪਰ ਇੱਕ ਸਮੇਂ ਪਰਮਾਤਮਾ ਦਾ ਇੱਕ ਦੂਤ ਅਚਾਨਕ ਪ੍ਰਗਟ ਹੋਇਆ ਅਤੇ ਦੁਸ਼ਟ ਸ਼ਕਤੀਆਂ ਨੂੰ ਨਸ਼ਟ ਕਰ ਦਿੱਤਾ। ਜਦੋਂ ਸੱਤਵੇਂ ਦਿਨ ਦੀ ਸਮਾਪਤੀ 'ਤੇ, ਬਾਬਲੋਲਾ ਅਜੇ ਵੀ ਜ਼ਿੰਦਾ ਸੀ, ਤਾਂ ਜੜੀ-ਬੂਟੀਆਂ ਦੇ ਮਾਹਰ ਨੂੰ ਦੁਬਾਰਾ ਮਹਿਲ ਵਿੱਚ ਬੁਲਾਇਆ ਗਿਆ ਤਾਂ ਜੋ ਉਹ ਸਮਝਾ ਸਕੇ ਕਿ ਉਹ ਉਸਨੂੰ ਪਹਿਲਾਂ ਕੀਤੇ ਵਾਅਦੇ ਅਨੁਸਾਰ ਕਿਉਂ ਨਹੀਂ ਮਾਰ ਸਕਦਾ। ਜੜੀ-ਬੂਟੀਆਂ ਦੇ ਮਾਹਰ ਨੇ ਲੋਕਾਂ ਨੂੰ ਸਿਰਫ਼ ਇਹ ਕਿਹਾ ਕਿ ਬਾਬਾਲੋਲਾ ਨੂੰ ਇਕੱਲਾ ਛੱਡ ਦਿਓ ਅਤੇ ਸਿਰਫ਼ ਪਰਮਾਤਮਾ ਹੀ ਉਸਨੂੰ ਮਾਰ ਸਕਦਾ ਹੈ।

ਇਸ ਸਮੇਂ ਤੱਕ, ਬਾਬਾਲੋਲਾ ਐਂਗਲੀਕਨ ਚਰਚ ਵਿੱਚ ਆਪਣੀਆਂ ਪ੍ਰਾਰਥਨਾ ਸਭਾਵਾਂ ਕਰਦਾ ਸੀ ਜਿੱਥੇ ਉਸਦੇ ਪਿਤਾ ਆਮ ਪ੍ਰਧਾਨ ਸਨ। ਬਹੁਤ ਸਾਰੇ ਲੋਕ ਉੱਥੇ ਆਮ ਤੌਰ 'ਤੇ ਦੇਖੇ ਜਾਣ ਵਾਲੇ ਚਿੰਨ੍ਹਾਂ ਅਤੇ ਅਜੂਬਿਆਂ ਦੇ ਨਤੀਜੇ ਵਜੋਂ ਮੀਟਿੰਗਾਂ ਵਿੱਚ ਸ਼ਾਮਲ ਹੁੰਦੇ ਸਨ। ਇੱਥੇ ਫਿਰ, ਉਸਦੇ ਵਿਰੁੱਧ ਅਤਿਆਚਾਰ ਸ਼ੁਰੂ ਹੋ ਗਏ। ਪਟੀਸ਼ਨਾਂ ਬਿਸ਼ਪ ਸਮਿਥ ਤੱਕ ਪਹੁੰਚੀਆਂ ਹਨ ਜੋ ਡਾਇਓਸੀਸ ਦੇ ਇੰਚਾਰਜ ਸਨ ਜਿਸ ਦੇ ਅਧੀਨ ਇਲੋਰਿਨ ਆਰਚਡੀਕੋਨਰੀ ਸੀ, ਕਿ ਇਲੋਫਾ ਵਿਖੇ ਚਰਚ ਨੂੰ ਦਰਸ਼ਣਕਾਰਾਂ, ਭਾਸ਼ਾਵਾਂ ਵਿੱਚ ਬੋਲਣ ਵਾਲਿਆਂ ਅਤੇ ਅਸ਼ਾਂਤੀ ਨਾਲ ਪ੍ਰਾਰਥਨਾ ਕਰਨ ਵਾਲਿਆਂ ਦੁਆਰਾ ਹਾਈਜੈਕ ਕੀਤਾ ਜਾ ਰਿਹਾ ਸੀ। ਸਥਾਨਕ ਚਰਚ ਨੂੰ ਅਧਿਆਤਮਿਕ ਅਤੇ ਭੌਤਿਕ ਬਰਕਤ ਦੇਣ ਵਾਲੇ ਚਿੰਨ੍ਹਾਂ ਅਤੇ ਅਜੂਬਿਆਂ ਵਾਲੀ ਪੈਂਟੇਕੋਸਟਲ ਸ਼ਕਤੀ ਨੂੰ ਪੂਰੀ ਤਰ੍ਹਾਂ ਨਿਰਾਸ਼ ਕੀਤਾ ਗਿਆ ਸੀ। ਬਾਬਾਲੋਲਾ ਅਤੇ ਉਸਦੇ ਪੈਰੋਕਾਰਾਂ ਨੂੰ ਕਥਿਤ ਤੌਰ 'ਤੇ ਬਿਸ਼ਪ ਸਮਿਥ ਦੁਆਰਾ ਚਰਚ ਛੱਡਣ ਦਾ ਹੁਕਮ ਦਿੱਤਾ ਗਿਆ ਸੀ। ਬਾਬਾਲੋਲਾ ਨੇ ਚਰਚ ਦੇ ਲੇ-ਰੀਡਰ, ਸ੍ਰੀ ਓਲੂਏਮੀ ਦੇ ਇੱਕ ਨਿੱਜੀ ਅਪਾਰਟਮੈਂਟ ਵਿੱਚ ਆਪਣੀਆਂ ਨਿਯਮਤ ਪ੍ਰਾਰਥਨਾਵਾਂ ਦਾ ਆਯੋਜਨ ਕਰਨਾ ਸ਼ੁਰੂ ਕਰ ਦਿੱਤਾ। ਇੱਥੋਂ ਪਰਮਾਤਮਾ ਇਲੋਫਾ ਅਤੇ ਇਸਦੇ ਤੁਰੰਤ ਵਾਤਾਵਰਣ ਵਿੱਚ ਬਾਬਾਲੋਲਾ ਰਾਹੀਂ ਆਪਣੀ ਸ਼ਕਤੀ ਪ੍ਰਗਟ ਕਰਦਾ ਸੀ।

ਬਾਬਾਲੋਲਾ ਨੂੰ ਬਾਹਰੀ ਦੁਨੀਆ ਨਾਲ ਜੋੜਨ ਲਈ ਪਰਮਾਤਮਾ ਨੇ ਸਤਿਕਾਰ ਦਾ ਸਾਧਨ ਇਲੋਫਾ ਦੇ ਰਹਿਣ ਵਾਲੇ ਐਲਡਰ ਡੇਵਿਡ ਅਜੀਬੋਲਾ ਦਾ ਰਹਿਣ ਵਾਲਾ ਸੀ ਜੋ ਫੇਥ ਟੈਬਰਨੈਕਲ ਸਮੂਹ ਦਾ ਮੈਂਬਰ ਸੀ ਅਤੇ ਜੋ ਉਸ ਸਮੇਂ ਇਬਾਦਨ ਵਿੱਚ ਸਥਿਤ ਸੀ। ਉਸਨੇ ਬਾਬਾਲੋਲਾ ਨੂੰ ਇਬਾਦਨ ਵਿੱਚ ਸੱਦਾ ਦਿੱਤਾ ਅਤੇ ਇਸ ਤੋਂ ਬਾਅਦ ਉਸਨੇ ਲਾਗੋਸ ਵਿੱਚ ਸਮੂਹ ਦੇ ਮਿਸ਼ਨਰੀ ਹੈੱਡਕੁਆਰਟਰ ਦੇ ਪਾਸਟਰ ਡੀਓ ਓਡੂਬਾਂਜੋ ਨਾਲ ਸੰਪਰਕ ਕੀਤਾ।

ਨਵੰਬਰ, 1929 ਤੱਕ, ਬਾਬਾਲੋਲਾ ਨੇ ਲਾਗੋਸ ਵਿੱਚ ਭਰਾਵਾਂ ਨਾਲ ਇੱਕ ਮੀਟਿੰਗ ਕੀਤੀ। ਉਸਨੇ ਫੇਥ ਟੈਬਰਨੈਕਲ ਕੌਂਗਰੀਗੇਸ਼ਨ ਦੇ ਅਧਿਕਾਰ ਨੂੰ ਆਪਣੇ ਸੇਵਕਾਈ ਸੱਦੇ ਦੇ ਪੂਰੇ ਵੇਰਵੇ ਦੱਸੇ ਅਤੇ ਉਹ ਦੋਵੇਂ ਬਾਈਬਲ ਦੇ ਠੋਸ ਸਿਧਾਂਤਾਂ 'ਤੇ ਸਹਿਮਤ ਹੋਏ। ਸਿੱਟੇ ਵਜੋਂ, ਬਾਬਾਲੋਲਾ ਨੂੰ ਲਾਗੋਸ ਵਿਖੇ ਪਾਸਟਰ ਜੇਬੀ ਐਲ. ਸ਼ਾਦਾਰੇ

(ਉਰਫ਼ ਏਮਿਨਸੀਨੇਡ) ਦੁਆਰਾ ਬਪਤਿਸਮਾ ਦਿੱਤਾ ਗਿਆ। ਪਾਣੀ ਦੇ ਬਪਤਿਸਮੇ ਤੋਂ ਬਾਅਦ, ਉਹ ਬਜ਼ੁਰਗ (ਬਾਅਦ ਵਿੱਚ ਪਾਸਟਰ ਜੇਏ ਮੇਡਾਈਅਸ) ਨਾਲ ਓਡੋ-ਓਵਾ ਲਈ ਰਵਾਨਾ ਹੋ ਗਿਆ।

ਘਰ ਵਾਪਸ, ਸਿਮ (ECWA ਚਰਚ) ਦੇ ਇੱਕ ਮੰਤਰੀ, ਪਾਸਟਰ ਕੇਪੀ ਟਾਈਟਸ ਨੇ ਉਸਨੂੰ ਮੌਜੂਦਾ ਕੋਗੀ ਰਾਜ ਦੇ ਯੱਗਬਾ ਖੇਤਰ ਵਿੱਚ ਪੁਨਰ ਸੁਰਜੀਤੀ ਪ੍ਰੋਗਰਾਮ ਲਈ ਸੱਦਾ ਦਿੱਤਾ। ਪਰਮਾਤਮਾ ਨੇ ਬਾਬਾਲੋਲਾ ਨੂੰ ਸ਼ਕਤੀਸ਼ਾਲੀ ਵਰਤਿਆ। ਉਸਨੇ ਆਪਣੇ ਪੁਨਰ ਸੁਰਜੀਤੀ ਪ੍ਰੋਗਰਾਮ ਵਿੱਚ ਦਰਜ ਸਫਲਤਾਵਾਂ ਦਾ ਲਾਭ ਉਠਾ ਕੇ ਆਪਣਾ ਇੱਕ ਨਵਾਂ ਚਰਚ ਸ਼ੁਰੂ ਨਹੀਂ ਕੀਤਾ। ਉਹ ਆਪਣੇ ਪੈਰੋਕਾਰਾਂ ਨੂੰ ਫੇਥ ਟੈਬਰਨੈਕਲ ਕੌਂਗਰੀਗੇਸ਼ਨ ਦੀ ਆਪਣੀ ਮੈਂਬਰਸ਼ਿਪ ਬਾਰੇ ਦੱਸਣਾ ਚਾਹੁੰਦਾ ਸੀ। ਕਿਉਂਕਿ ਉਹ ਅਜੇ ਵੀ ਕਲੀਸਿਯਾ ਵਿੱਚ ਨਵਾਂ ਸੀ, ਇਸ ਲਈ ਉਸਨੇ ਚਰਚ ਦੇ ਸਿਧਾਂਤਾਂ, ਸਿਧਾਂਤਾਂ ਅਤੇ ਪ੍ਰਸ਼ਾਸਕੀ ਪ੍ਰਕਿਰਿਆਵਾਂ ਨਾਲ ਵਧੇਰੇ ਜਾਣੂ ਹੋਣ ਦੇ ਉਦੇਸ਼ ਨਾਲ ਲਾਗੋਸ ਵਿੱਚ ਅਥਾਰਟੀ ਦਾ ਦੌਰਾ ਕਰਨ ਦਾ ਫੈਸਲਾ ਕੀਤਾ। ਉਸਨੇ ਇੱਕ ਪੱਤਰ ਲਿਖਿਆ ਜਿਸ ਵਿੱਚ ਇਸ ਪ੍ਰਭਾਵ ਲਈ ਲਾਗੋਸ ਦਾ ਦੌਰਾ ਕਰਨ ਦੀ ਆਪਣੀ ਦਿਲਚਸਪੀ ਦਰਸਾਈ ਗਈ। ਪੱਤਰ ਦੇ ਜਵਾਬ ਵਿੱਚ, ਉਸਨੂੰ ਇਬਾਦਨ ਵਿੱਚ ਸਬੰਧਤ ਅਥਾਰਟੀ ਦੀ ਉਡੀਕ ਕਰਨ ਲਈ ਕਿਹਾ ਗਿਆ।

ਫੇਥ ਟੈਬਰਨੈਕਲ ਦਾ ਅਧਿਕਾਰੀ ਇਲੇਸ਼ਾ ਵਿੱਚ ਇੱਕ ਮਹੱਤਵਪੂਰਨ ਮੀਟਿੰਗ ਦੇ ਮੌਕੇ ਦੀ ਵਰਤੋਂ ਬਾਬਲੋਲਾ ਨੂੰ ਇਲੇਸ਼ਾ ਦੀ ਕਲੀਸਿਯਾ ਨਾਲ ਜਾਣੂ ਕਰਵਾਉਣ ਲਈ ਕਰਨਾ ਚਾਹੁੰਦਾ ਸੀ, ਅਤੇ ਉਸ ਤੋਂ ਬਾਅਦ ਉਸਨੂੰ ਚਰਚ ਦੇ ਸਿਧਾਂਤਾਂ ਬਾਰੇ ਹੋਰ ਜਾਣਨ ਦੇ ਉਦੇਸ਼ ਨਾਲ ਇਜੇਬੂ-ਓਡੇ ਵਿਖੇ ਚਰਚ ਦੇ ਜਨਰਲ ਹੈਡਕੁਆਰਟਰ ਜਾਣ ਦੀ ਆਗਿਆ ਦੇਣਾ ਚਾਹੁੰਦਾ ਸੀ। ਇਸ ਲਈ ਉਸਦੀ ਬੇਨਤੀ ਦੇ ਜਵਾਬ ਵਿੱਚ ਉਸਨੂੰ ਮਰਹੂਮ ਪਾਦਰੀ ਆਈਬੀ ਅਕਿਨਯੇਲੇ (ਜੋ ਬਾਅਦ ਵਿੱਚ ਇਬਾਦਨ ਦੇ ਓਲੂਬਾਦਾਨ ਅਤੇ ਕ੍ਰਾਈਸਟ ਅਪੋਸਟੋਲਿਕ ਚਰਚ ਦੇ ਪਹਿਲੇ ਪ੍ਰਧਾਨ ਬਣੇ) ਦੇ ਨਿਵਾਸ ਸਥਾਨ 'ਤੇ ਲਾਗੋਸ ਪ੍ਰਤੀਨਿਧੀ ਮੰਡਲ ਦੀ ਉਡੀਕ ਕਰਨ ਲਈ ਕਿਹਾ ਗਿਆ।

ਇਲੇਸ਼ਾ ਮੀਟਿੰਗ ਮੂਲ ਰੂਪ ਵਿੱਚ ਇੱਕ ਸੁਲ੍ਹਾ-ਸਫਾਈ ਸ਼ਾਂਤੀ ਮੀਟਿੰਗ ਹੋਣ ਲਈ ਸੀ। ਫੇਥ ਟੈਬਰਨੈਕਲ ਕਲੀਸਿਯਾ ਦੇ ਇਲੇਸ਼ਾ ਏਰੀਆ ਹੈੱਡਕੁਆਰਟਰ ਦੀ ਅਗਵਾਈ ਕਰਨ ਵਾਲੇ ਮਰਹੂਮ ਪਾਸਟਰ ਜੇ.ਏ. ਬਾਬਾਟੋਪ ਅਤੇ ਬਹੁ-ਵਿਆਹ ਦੇ ਮੁੱਦੇ ਵਿਚਕਾਰ ਇੱਕ ਗਲਤਫਹਿਮੀ ਸੀ। ਚਿੱਕੜ ਵਿੱਚ ਵਿਵਾਦ ਨੂੰ ਜਲਦੀ ਮਿਟਾਉਣ ਲਈ, ਇਲੇਸ਼ਾ ਮੀਟਿੰਗ ਦਾ ਪ੍ਰਬੰਧ ਕੀਤਾ ਗਿਆ ਸੀ। ਹਾਲਾਂਕਿ, ਇਹ ਨਾਈਜੀਰੀਆ ਵਿੱਚ ਈਸਾਈ ਧਰਮ ਦੇ ਇਤਿਹਾਸ ਵਿੱਚ ਹੁਣ ਤੱਕ ਦੀ ਸਭ ਤੋਂ ਵੱਡੀ ਘਟਨਾ ਸਾਬਤ ਹੋਈ।

1930 ਦਾ ਸ਼ਕਤੀਸ਼ਾਲੀ ਪੁਨਰ ਸੁਰਜੀਤੀ

ਸ਼ਾਂਤੀ ਮੀਟਿੰਗ 9 ਅਤੇ 10 ਜੁਲਾਈ 1930 ਨੂੰ ਹੋਣ ਵਾਲੀ ਸੀ ਜਿਸ ਵਿੱਚ ਏਜੰਡੇ 'ਤੇ ਚੌਵੀ ਚੀਜ਼ਾਂ ਸਨ। ਏਜੰਡੇ ਦੀ ਸੂਚੀ ਵਿੱਚ ਸਭ ਤੋਂ ਉੱਪਰ ਈਸਾਈਆਂ ਲਈ ਬਹੁ-ਵਿਆਹ ਦਾ ਮੁੱਦਾ ਸੀ ਜਦੋਂ ਕਿ ਦੂਜੀ ਚੀਜ਼ ਈਸਾਈਆਂ ਦੁਆਰਾ ਇਲਾਜ ਲਈ ਦਵਾਈ ਦੀ ਵਰਤੋਂ ਨਾਲ ਸਬੰਧਤ ਸੀ। ਡੈਲੀਗੇਟ ਦੂਜੀ ਚੀਜ਼ 'ਤੇ ਵਿਚਾਰ-ਵਟਾਂਦਰਾ ਕਰਨ ਵਾਲੇ ਸਨ ਜਦੋਂ ਜੀਵਤ ਪਰਮਾਤਮਾ ਨੇ ਦਿਨ ਨੂੰ ਨਾਈਜੀਰੀਆ ਦੇ ਪੰਤੇਕੁਸਤ ਦੇ ਦਿਨ ਵਿੱਚ ਬਦਲਣ ਦਾ ਫੈਸਲਾ ਕੀਤਾ। ਇੱਕ ਮਰੇ ਹੋਏ ਬੱਚੇ ਨੂੰ ਚਰਚ ਦੇ ਅਹਾਤੇ ਵਿੱਚ ਲਿਜਾਇਆ ਜਾ ਰਿਹਾ ਸੀ ਜਿਸਨੇ ਸ਼ਾਂਤੀ ਮੀਟਿੰਗ ਵਿੱਚ ਹਿੱਸਾ ਲੈਣ ਵਾਲਿਆਂ ਦਾ ਧਿਆਨ ਭਟਕਾਇਆ।

ਮ੍ਰਿਤਕ ਬੱਚੇ ਦਾ ਨਾਮ ਓਬੀ ਓਗੁੰਡੀਪੇ ਸੀ, ਜਿਸਦੀ ਉਮਰ ਸਿਰਫ਼ 10 ਸਾਲ ਸੀ। ਉਸਦੀ ਮਾਂ ਨੂੰ ਆਪਣੇ ਪੁੱਤਰ ਨੂੰ ਮੁੜ ਸੁਰਜੀਤ ਕਰਨ ਲਈ ਮੂਰਤੀ-ਪੂਜਕਾਂ ਦੀਆਂ ਸੇਵਾਵਾਂ ਲੈਣੀਆਂ ਪਈਆਂ ਪਰ ਸਭ ਕੁਝ ਬੇਕਾਰ ਗਿਆ। ਆਪਣੇ ਇਕਲੌਤੇ ਪੁੱਤਰ ਨੂੰ ਨਾ ਛੱਡਣ ਦਾ ਪੱਕਾ ਇਰਾਦਾ ਕੀਤਾ, ਅਤੇ ਬੇਸ਼ੱਕ, ਪਰਮਾਤਮਾ ਦੀ ਮਹਿਮਾ ਪੂਰੀ ਤਰ੍ਹਾਂ ਪ੍ਰਗਟ ਹੋਣ ਲਈ, ਉਸਨੇ ਆਪਣੇ ਮਰੇ ਹੋਏ ਪੁੱਤਰ ਨੂੰ ਘੱਟੋ-ਘੱਟ ਓਕੇ-ਓਏ ਚਰਚ ਵਿੱਚ ਲਿਆਉਣ 'ਤੇ ਜ਼ੋਰ ਦਿੱਤਾ ਤਾਂ ਜੋ ਇਹ ਦੇਖਿਆ ਜਾ ਸਕੇ ਕਿ ਅਖੌਤੀ "ਗੋਰੇ-ਆਦਮੀ ਧਰਮ" ਕੀ ਕਰ ਸਕਦਾ ਹੈ। ਜਦੋਂ ਮ੍ਰਿਤਕ ਸਰੀਰ ਨੂੰ ਆਖਰਕਾਰ ਚਰਚ ਦੇ ਅਖਾੜੇ ਵਿੱਚ ਲਿਆਂਦਾ ਗਿਆ, ਤਾਂ ਹਰ ਪਾਸੇ ਹੰਗਾਮਾ ਸੀ। ਬਾਬਾਲੋਲਾ, ਜਿਸਨੂੰ ਇੱਕ ਵੱਖਰੇ ਕਮਰੇ ਵਿੱਚ ਰੱਖਿਆ ਗਿਆ ਸੀ, ਪਰਮਾਤਮਾ ਦੀ ਆਤਮਾ

ਦੁਆਰਾ ਸਥਿਤੀ ਨੂੰ ਕਾਬੂ ਕਰਨ ਲਈ ਪ੍ਰੇਰਿਤ ਕੀਤਾ ਗਿਆ। ਅਤੇ ਮੌਜੂਦ ਪਰਮਾਤਮਾ ਦੇ ਸੇਵਕਾਂ ਦੇ ਸਮਰਥਨ ਅਤੇ ਉਤਸ਼ਾਹ ਨਾਲ, ਉਹ ਕਾਰਵਾਈ ਵਿੱਚ ਸ਼ਾਮਲ ਹੋ ਗਿਆ। ਪੈਗੰਬਰ ਬਾਬਾਲੋਲਾ ਨੇ ਹੁਕਮ ਦਿੱਤਾ ਕਿ ਮ੍ਰਿਤਕ ਮੁੰਡੇ ਨੂੰ ਉਸ ਪਲੇਟਫਾਰਮ ਦੇ ਹੇਠਾਂ ਰੱਖਿਆ ਜਾਵੇ ਜਿਸ ਉੱਤੇ ਉਹ ਦਿਨ ਦੀ ਪੁਨਰ ਸੁਰਜੀਤੀ ਸੇਵਾ ਕਰਨ ਲਈ ਖੜ੍ਹਾ ਹੋਵੇਗਾ। ਸੇਵਾ ਦੇ ਅੰਤ 'ਤੇ, ਬਾਬਾਲੋਲਾ ਪਲੇਟਫਾਰਮ ਤੋਂ ਹੇਠਾਂ ਆਇਆ ਅਤੇ ਸਿੱਧਾ ਲਾਸ਼ ਦੀ ਸੇਵਾ ਕਰਨ ਲਈ ਗਿਆ। ਉਸਨੇ ਮੁੰਡੇ ਦਾ ਨਾਮ ਤਿੰਨ ਵਾਰ ਪੁਕਾਰਿਆ, ਉਸ 'ਤੇ ਹੱਥ ਦੀ ਘੰਟੀ ਨਾਲ ਪਾਣੀ ਡੋਲ੍ਹਿਆ ਅਤੇ ਅਚਾਨਕ ਅਤੇ ਚਮਤਕਾਰੀ ਢੰਗ ਨਾਲ, ਮ੍ਰਿਤਕ ਮੁੰਡੇ ਨੇ ਆਪਣਾ ਨਾਮ ਲਿਆ - ਉਹ ਦੁਬਾਰਾ ਜ਼ਿੰਦਾ ਹੋ ਗਿਆ ਸੀ!

ਬੱਚੇ ਦੇ ਇਸ ਚਮਤਕਾਰੀ ਪਾਲਣ-ਪੋਸ਼ਣ ਨੇ ਬੱਚੇ ਦੀ ਮਾਂ ਨੂੰ ਮੂਰਤੀ-ਪੂਜਾ ਤਿਆਗਣ ਲਈ ਪ੍ਰੇਰਿਤ ਕੀਤਾ, ਆਪਣੀਆਂ ਸਾਰੀਆਂ ਮੂਰਤੀਆਂ ਸਾੜਨ ਲਈ ਲੈ ਆਈਆਂ। ਬਹੁਤ ਸਾਰੇ ਲੋਕਾਂ ਨੇ ਇਹ ਖ਼ਬਰ ਫੈਲਾਉਣੀ ਸ਼ੁਰੂ ਕਰ ਦਿੱਤੀ ਕਿ ਇੱਕ ਸ਼ਾਨਦਾਰ ਪੈਗੰਬਰ ਇਲੇਸ਼ਾ ਆਇਆ ਹੈ। ਇਸ ਜਾਣਕਾਰੀ ਨੇ ਬਹੁਤ ਸਾਰੇ ਲੋਕਾਂ ਨੂੰ ਇਲੇਸ਼ਾ ਦੀ ਓਕੇ-ਓਏ ਸਟਰੀਟ 'ਤੇ ਘਟਨਾ ਵਾਲੀ ਥਾਂ 'ਤੇ ਭੱਜਣ ਲਈ ਮਜਬੂਰ ਕਰ ਦਿੱਤਾ। ਇਸ ਤੋਂ ਬਾਅਦ ਦੀਆਂ ਘਟਨਾਵਾਂ ਡੈਲੀਗੇਟਾਂ ਨੂੰ ਆਪਣੀ ਚਰਚਾ ਜਾਰੀ ਰੱਖਣ ਦੇ ਯੋਗ ਨਹੀਂ ਬਣਾ ਸਕੀਆਂ। ਪੈਂਟੇਕੋਸਟਲ ਘਟਨਾ ਨੇ ਮੀਟਿੰਗ ਨੂੰ ਅਚਾਨਕ ਖਤਮ ਕਰ ਦਿੱਤਾ।

ਭੀੜ ਵਧਣ ਲੱਗ ਪਈ ਅਤੇ ਉਨ੍ਹਾਂ ਨੂੰ ਇੱਕ ਹੋਰ ਵਿਸ਼ਾਲ ਝਾੜੀਆਂ ਵਾਲੇ ਖੇਤਰ ਵਿੱਚ ਤਬਦੀਲ ਕਰਨਾ ਪਿਆ। ਲੋਕਾਂ ਨੇ ਖੁੱਲ੍ਹੇ ਪੁਨਰ ਸੁਰਜੀਤੀ ਮੈਦਾਨ ਦੇ ਆਲੇ ਦੁਆਲੇ ਸਾਰੀਆਂ ਝਾੜੀਆਂ ਨੂੰ ਬੁਰਸ਼ ਕਰਨ ਲਈ ਆਪਣੇ ਪੈਰਾਂ ਦੀ ਵਰਤੋਂ ਕੀਤੀ। ਚਿੰਨ੍ਹ ਅਤੇ ਅਚੰਭੇ ਦਿਨ ਦਾ ਕ੍ਰਮ ਬਣ ਗਏ। ਪ੍ਰਾਰਥਨਾ ਘੰਟੀ ਦੀ ਵਰਤੋਂ ਅਤੇ ਇਸ ਉਦੇਸ਼ ਲਈ ਪਰਮਾਤਮਾ ਦੁਆਰਾ ਬਾਬਾਲੋਲਾ ਨੂੰ ਨਿਰਦੇਸ਼ਿਤ ਇੱਕ ਪਵਿੱਤਰ ਧਾਰਾ (ਓਮੀ ਅਯੋ) ਦੇ ਪੀਣ ਦੁਆਰਾ ਚਮਤਕਾਰੀ ਇਲਾਜ ਦਰਜ ਕੀਤੇ ਗਏ ਸਨ।

ਪੈਗੰਬਰ ਉੱਤੇ ਉੱਪਰੋਂ ਸ਼ਕਤੀ ਉਤਰੀ। ਅੰਨ੍ਹੇ ਲੋਕਾਂ ਨੂੰ ਵੇਖਣ ਦਿੱਤਾ ਗਿਆ, ਲੰਗੜੇ ਲੋਕਾਂ ਨੂੰ ਤੁਰਨ ਦਿੱਤਾ ਗਿਆ, ਬੋਲ਼ੇ ਲੋਕਾਂ ਨੂੰ ਸੁਣਨ ਦਿੱਤਾ ਗਿਆ, ਗੂੰਗੇ ਬੋਲਣ ਦਿੱਤੇ ਗਏ। ਪਾਗਲਾਂ ਨੂੰ ਛੁਟਕਾਰਾ ਮਿਲਿਆ। ਕੋੜ੍ਹੀਆਂ ਨੂੰ ਸ਼ੁੱਧ ਕੀਤਾ ਗਿਆ। ਕਈ ਸਾਲਾਂ ਤੋਂ ਬਾਂਝ ਔਰਤਾਂ ਫਲ ਦੇਣ ਵਾਲੀਆਂ ਬਣੀਆਂ।

ਗਰਭ ਅਵਸਥਾਵਾਂ ਜੋ ਦੇਰ ਨਾਲ ਖਤਮ ਹੋ ਗਈਆਂ ਸਨ, ਸ਼ਾਂਤੀ ਨਾਲ ਜਣੇਪੇ ਹੋ ਗਈਆਂ। ਵਿਭਚਾਰੀ, ਸ਼ਰਾਬੀ, ਸਿਗਰਟਨੋਸ਼ੀ ਕਰਨ ਵਾਲੇ ਤੋਬਾ ਕਰਨ ਲਈ ਆਏ। ਬਹੁਤ ਸਾਰੇ ਦੁਸ਼ਟ ਲੋਕ ਜੋ ਬਾਬਾਲੋਲਾ ਵਿੱਚ ਪਰਮਾਤਮਾ ਦੀ ਸ਼ਕਤੀ ਨੂੰ ਪਰਤਾਉਣ ਲਈ ਆਏ ਸਨ, ਪਰਮਾਤਮਾ ਦੀ ਆਤਮਾ ਦੁਆਰਾ ਗ੍ਰਿਫਤਾਰ ਕੀਤੇ ਗਏ, ਅਤੇ ਉਨ੍ਹਾਂ ਨੇ ਆਪਣੀਆਂ ਸ਼ਰਮਨਾਕ ਗਤੀਵਿਧੀਆਂ ਦਾ ਇਕਬਾਲ ਕੀਤਾ, ਪੁਨਰ ਸੁਰਜੀਤੀ ਦੇ ਮੈਦਾਨ ਵਿੱਚ ਜਲਣ ਲਈ ਆਪਣੇ ਸੁਹਜ ਤਿਆਗ ਦਿੱਤੇ।

ਵੱਖ-ਵੱਖ ਹਸਪਤਾਲਾਂ ਅਤੇ ਇਲਾਜ ਘਰਾਂ ਵਿੱਚ ਜ਼ਿਆਦਾਤਰ ਮਰੀਜ਼ਾਂ ਨੂੰ ਪੁਨਰ ਸੁਰਜੀਤੀ ਸਥਾਨ 'ਤੇ ਲਿਆਂਦਾ ਗਿਆ ਅਤੇ ਉਨ੍ਹਾਂ ਨੇ ਆਪਣਾ ਇਲਾਜ ਪ੍ਰਾਪਤ ਕੀਤਾ। ਲੋਕ ਦੂਰ-ਦੁਰਾਡੇ ਥਾਵਾਂ ਤੋਂ ਹਜ਼ਾਰਾਂ ਦੀ ਗਿਣਤੀ ਵਿੱਚ ਪੁਨਰ ਸੁਰਜੀਤੀ ਸਥਾਨ 'ਤੇ ਆਏ। ਦਿਨ ਵੇਲੇ ਸੂਰਜ ਚਮਕਣ ਦੇ ਬਾਵਜੂਦ ਵੀ ਲੋਕਾਂ 'ਤੇ ਤ੍ਰੇਲ ਪੈਣ ਦੇ ਰੂਪ ਵਿੱਚ ਪਰਮਾਤਮਾ ਦੀ ਸ਼ਕਤੀ ਬਹੁਤ ਜ਼ਿਆਦਾ ਪ੍ਰਗਟ ਹੋਈ।

ਪਰਮਾਤਮਾ ਨੇ ਬਾਬਾਲੋਲਾ ਨੂੰ ਇਜੇਸ਼ਾਲੈਂਡ ਦੇ ਇਲੇਸ਼ਾ-ਓਵਾ ਦੇ ਰਵਾਇਤੀ ਸ਼ਾਸਕ ਦੇ ਸਾਹਮਣੇ ਇੱਕ ਵੱਡੇ ਰੁੱਖ ਨੂੰ ਸਾੜਨ ਦੀ ਜ਼ਰੂਰਤ ਪ੍ਰਗਟ ਕੀਤੀ। ਇਸ ਰੁੱਖ ਨੂੰ ਜਾਦੂਗਰਾਂ ਅਤੇ ਜਾਦੂਗਰਾਂ ਦੇ ਮਿਲਣ ਦਾ ਸਥਾਨ ਹੋਣ ਦਾ ਡਰ ਸੀ। ਕੁਝ ਜੂਜੂ ਪੁਜਾਰੀ ਸਨ ਜੋ ਆਮ ਤੌਰ 'ਤੇ ਵੱਡੇ ਰੁੱਖ ਦੇ ਅੰਦਰ ਰਹਿਣ ਵਾਲੇ ਭੂਤਾਂ ਨੂੰ ਬਲੀਆਂ ਚੜ੍ਹਾਉਂਦੇ ਸਨ। ਜਦੋਂ ਬਾਬਾਲੋਲਾ ਨੇ ਰੁੱਖ ਨੂੰ ਸਾੜ ਦਿੱਤਾ, ਤਾਂ ਬਹੁਤ ਸਾਰੇ ਲੋਕ ਸੋਚਦੇ ਸਨ ਕਿ ਇਹ ਉਸਦੀ ਜ਼ਿੰਦਗੀ ਦਾ ਅੰਤ ਹੋਵੇਗਾ। ਪਰ ਪੈਗੰਬਰ ਅਤੇ ਉਸਦੇ ਪੈਰੋਕਾਰਾਂ ਨਾਲ ਕੁਝ ਵੀ ਨਕਾਰਾਤਮਕ ਨਹੀਂ ਹੋਇਆ। ਉਸਦੀ ਸੇਵਕਾਈ ਪਰਮਾਤਮਾ ਦੀ ਮਹਿਮਾ ਲਈ ਮਜ਼ਬੂਤ ਹੁੰਦੀ ਗਈ। ਇਸ ਇਕੱਲੀ ਘਟਨਾ ਨੇ

ਰਾਜਾ, ਉਸਦੇ ਉੱਚ ਮੁਖੀਆਂ ਅਤੇ ਸ਼ਹਿਰ ਦੀਆਂ ਮਹੱਤਵਪੂਰਨ ਸ਼ਖਸੀਅਤਾਂ ਨੂੰ ਪੈਗੰਬਰ ਬਾਬਾਲੋਲਾ ਦਾ ਹੋਰ ਵੀ ਸਤਿਕਾਰ ਕਰਨ ਲਈ ਮਜਬੂਰ ਕਰ ਦਿੱਤਾ।

ਇਲੇਸ਼ਾ ਅਤੇ ਇਸਦੇ ਆਲੇ-ਦੁਆਲੇ ਦੇ ਮੌਜੂਦਾ ਗਿਰਜਾਘਰ ਲਗਭਗ ਉਜਾੜ ਸਨ ਕਿਉਂਕਿ ਉਪਾਸਕ ਪਰਮਾਤਮਾ ਦੇ ਮਨੁੱਖ ਤੋਂ ਸਿੱਖਿਆਵਾਂ ਅਤੇ ਅਧਿਆਤਮਿਕ ਅਸੀਸਾਂ ਪ੍ਰਾਪਤ ਕਰਨ ਲਈ ਪੁਨਰ ਸੁਰਜੀਤੀ ਦੇ ਮੈਦਾਨ ਵਿੱਚ ਇਕੱਠੇ ਹੋਏ ਸਨ। ਉਨ੍ਹਾਂ ਵਿੱਚੋਂ ਜ਼ਿਆਦਾਤਰ ਨੂੰ ਅਚਾਨਕ ਪਵਿੱਤਰ ਬਾਈਬਲਾਂ ਦੀ ਮਹੱਤਤਾ ਦਾ ਅਹਿਸਾਸ ਹੋ ਗਿਆ। ਜਿਨ੍ਹਾਂ ਕੋਲ ਬਾਈਬਲਾਂ ਸਨ, ਉਨ੍ਹਾਂ ਨੇ ਵਰਤੋਂ ਲਈ ਉਹਨਾਂ ਦੀ ਖੋਜ ਅਤੇ ਸਫਾਈ ਸ਼ੁਰੂ ਕਰ ਦਿੱਤੀ ਜਦੋਂ ਕਿ ਜਿਨ੍ਹਾਂ ਕੋਲ ਕਦੇ ਆਪਣੀਆਂ ਕਾਪੀਆਂ ਨਹੀਂ ਸਨ। ਹਾਲਾਂਕਿ, ਪੁਨਰ ਸੁਰਜੀਤੀ ਨੇ ਐਂਗਲੀਕਨ, ਮੈਥੋਡਿਸਟ, ਰੋਮਨ ਕੈਥੋਲਿਕ ਅਤੇ ਬੈਪਟਿਸਟ ਵਰਗੇ ਧਾਰਮਿਕ ਸੰਗਠਨਾਂ ਵਿੱਚ ਕੁੜੱਤਣ ਪੈਦਾ ਕਰ ਦਿੱਤੀ। ਉਹ ਵਿਸ਼ਾਲ ਸ਼ਕਤੀਸ਼ਾਲੀ ਪੁਨਰ ਸੁਰਜੀਤੀ ਦੇ ਨਤੀਜੇ ਵਜੋਂ ਆਪਣੇ ਮੈਂਬਰਾਂ ਨੂੰ ਗੁਆਉਣ ਤੋਂ ਖੁਸ਼ ਨਹੀਂ ਸਨ।

ਆਰਥੋਡਾਕਸ ਚਰਚਾਂ ਦੇ ਤਿਆਗ ਦਿੱਤੇ ਗਏ ਜ਼ਿਆਦਾਤਰ ਮੈਂਬਰਾਂ ਨੂੰ ਆਮਦਨ ਕਰ, ਬੱਚਿਆਂ ਨੂੰ ਉਨ੍ਹਾਂ ਦੇ ਪ੍ਰਾਇਮਰੀ ਸਕੂਲਾਂ ਵਿੱਚ ਰਜਿਸਟਰ ਕਰਨ ਤੋਂ ਇਨਕਾਰ ਅਤੇ ਨੌਕਰੀ ਦੀ ਨਿਯੁਕਤੀ ਨੂੰ ਖਤਮ ਕਰਨ ਦੇ ਖੇਤਰਾਂ ਵਿੱਚ ਸਤਾਇਆ ਗਿਆ ਸੀ। ਬੇਸ਼ੱਕ, ਚੰਗੀ ਖ਼ਬਰ ਇਹ ਸੀ ਕਿ ਧਰਮ ਪਰਿਵਰਤਨ ਕਰਨ ਵਾਲਿਆਂ ਨੇ ਆਪਣੇ ਹੱਥ ਰੱਖਣ ਵਾਲੇ ਹਰ ਚੀਜ਼ ਵਿੱਚ ਪਰਮਾਤਮਾ ਦੀ ਕਿਰਪਾ ਪਾਈ।

ਹੋਰ ਥਾਵਾਂ 'ਤੇ ਪੁਨਰ ਸੁਰਜੀਤੀ ਦਾ ਪ੍ਰਸਾਰ

ਬਹੁਤ ਸਾਰੇ ਲੋਕ ਜੋ ਪੁਨਰ ਸੁਰਜੀਤੀ ਦੇ ਮੈਦਾਨ ਵਿੱਚ ਆਏ ਸਨ, ਖੁਸ਼ਖਬਰੀ ਦਾ ਐਲਾਨ ਕਰਦੇ ਹੋਏ ਆਪਣੇ ਵੱਖ-ਵੱਖ ਕਸਬਿਆਂ ਵਿੱਚ ਵਾਪਸ ਚਲੇ ਗਏ। ਨਤੀਜੇ ਵਜੋਂ, ਉਨ੍ਹਾਂ ਨੇ ਨਬੀ ਦੇ ਆਪਣੇ ਸ਼ਹਿਰ ਆਉਣ 'ਤੇ ਮੇਜ਼ਬਾਨ ਵਜੋਂ ਸੇਵਾ ਕਰਨ ਲਈ ਤਿਆਰ ਜ਼ਮੀਨ ਨੂੰ ਗਿੱਲਾ ਕਰ ਦਿੱਤਾ ਸੀ। ਫਿਰ ਵੀ ਨਬੀ ਬਾਬਾਲੋਲਾ ਨੇ ਸਿਰਫ਼ ਕਿਤੇ ਵੀ ਜਾਣ ਦਾ ਫੈਸਲਾ ਨਹੀਂ ਕੀਤਾ ਜਦੋਂ ਤੱਕ ਕਿ ਪਰਮਾਤਮਾ ਦੀ ਆਤਮਾ ਉਸ ਅਨੁਸਾਰ ਨਿਰਦੇਸ਼ ਨਹੀਂ ਦਿੰਦੀ। ਅਤੇ ਇਸ ਲਈ ਇਲੇਸ਼ਾ ਪੁਨਰ

ਸੁਰਜੀਤੀ ਪ੍ਰੋਗਰਾਮ ਤੋਂ ਬਾਅਦ, ਉਸਨੂੰ 1 ਸਤੰਬਰ, 1930 ਨੂੰ ਸਿੱਧਾ ਆਪਣੇ ਜੱਦੀ ਸ਼ਹਿਰ ਓਡੋ-ਓਵਾ ਜਾਣ ਲਈ ਅਗਵਾਈ ਕੀਤੀ ਗਈ। ਉਸਨੇ ਇਲੇਸ਼ਾ ਪੁਨਰ ਸੁਰਜੀਤੀ ਸੇਵਾ ਨਬੀ ਡੈਨੀਅਲ ਓਰੇਕੋਆ ਨੂੰ ਸੌਂਪ ਦਿੱਤੀ। ਜਿਵੇਂ ਹੀ ਲੋਕਾਂ ਨੂੰ ਓਡੋ-ਓਵਾ ਜਾਣ ਦੇ ਉਸਦੇ ਇਰਾਦੇ ਬਾਰੇ ਪਤਾ ਲੱਗਾ, ਉਨ੍ਹਾਂ ਵਿੱਚੋਂ ਜ਼ਿਆਦਾਤਰ ਉਸਦੇ ਪਿੱਛੇ-ਪਿੱਛੇ ਚੱਲ ਪਏ। ਬਦਕਿਸਮਤੀ ਨਾਲ ਇਸ ਸਮੇਂ ਓਡੋ-ਓਵਾ ਦੇ ਲੋਕ ਅਜੇ ਖੁਸ਼ਖਬਰੀ ਨੂੰ ਅਪਣਾਉਣ ਲਈ ਤਿਆਰ ਨਹੀਂ ਸਨ। ਥੋੜ੍ਹੀ ਦੇਰ ਬਾਅਦ, ਬਾਬਾਲੋਲਾ ਨੂੰ ਮੁੱਖ ਸ਼ਹਿਰ ਤੋਂ ਲਗਭਗ 60 ਕਿਲੋਮੀਟਰ ਦੂਰ ਇੱਕ ਇਕਾਂਤ ਜਗ੍ਹਾ 'ਤੇ ਲਿਜਾਇਆ ਗਿਆ। ਉੱਥੇ ਉਸਨੇ ਕੋਈ ਨਹੀਂ ਦੇਖਿਆ, ਉਹ ਸਵਰਗੀ ਮੇਜ਼ਬਾਨਾਂ ਤੋਂ ਨਿਰਦੇਸ਼ ਪ੍ਰਾਪਤ ਕਰਦੇ ਹੋਏ ਜੀਵਤ ਪਰਮਾਤਮਾ ਨਾਲ ਇਕੱਲਾ ਸੀ। ਇਸ ਤੋਂ ਬਾਅਦ ਉਸਨੂੰ ਮੁੱਖ ਸ਼ਹਿਰ ਵਾਪਸ ਜਾਣ ਦਾ ਨਿਰਦੇਸ਼ ਦਿੱਤਾ ਗਿਆ ਕਿਉਂਕਿ ਹੋਰ ਥਾਵਾਂ ਤੋਂ ਸੈਲਾਨੀ ਉਸਨੂੰ ਦੇਖਣ ਲਈ ਇਕੱਠੇ ਹੋਏ ਸਨ। ਇਸ ਤੋਂ ਬਾਅਦ, ਉਹ ਓਡੋ-ਓਵਾ ਵਿਖੇ ਇੱਕ ਪਹਾੜੀ ਦੀ ਚੋਟੀ 'ਤੇ ਗਿਆ ਜਿਸਨੂੰ ਵਰਤਮਾਨ ਵਿੱਚ ਰਸੂਲ ਅਜੋ ਬਾਬਾਲੋਲਾ ਪ੍ਰਾਰਥਨਾ ਪਹਾੜ ਵਜੋਂ ਜਾਣਿਆ ਜਾਂਦਾ ਹੈ।

ਓਡੋ-ਓਵਾ ਤੋਂ, ਬਾਬਾਲੋਲਾ ਨੂੰ ਅਜੋਕੇ ਕਵਾਰਾ ਰਾਜ ਵਿੱਚ ਓਫਾ ਜਾਣ ਦਾ ਨਿਰਦੇਸ਼ ਦਿੱਤਾ ਗਿਆ। ਕਸਬੇ ਦੇ ਮੁਸਲਮਾਨਾਂ ਨੇ ਉਸਨੂੰ ਸ਼ਹਿਰ ਤੋਂ ਬਾਹਰ ਕੱਢਣ ਲਈ ਜ਼ਿਲ੍ਹਾ ਅਧਿਕਾਰੀ ਦੀ ਸਹਾਇਤਾ ਮੰਗੀ ਕਿਉਂਕਿ ਉਹਨਾਂ ਨੂੰ ਡਰ ਸੀ ਕਿ ਉਸਦੀ ਮੌਜੂਦਗੀ ਉਨ੍ਹਾਂ ਦੇ ਧਰਮ ਨੂੰ ਨਕਾਰਾਤਮਕ ਤੌਰ 'ਤੇ ਪ੍ਰਭਾਵਿਤ ਕਰ ਸਕਦੀ ਹੈ।

ਓਫਾ ਤੋਂ, ਪੈਗੰਬਰ ਬਾਬਾਲੋਲਾ ਮੌਜੂਦਾ ਏਕਿਤੀ ਰਾਜ ਵਿੱਚ ਉਸੀ ਗਏ। ਉਨ੍ਹਾਂ ਦਾ ਸਵਾਗਤ ਖਾਸ ਤੌਰ 'ਤੇ ਉਨ੍ਹਾਂ ਲੋਕਾਂ ਦੁਆਰਾ ਕੀਤਾ ਗਿਆ ਜਿਨ੍ਹਾਂ ਨੇ ਪਹਿਲਾਂ ਮਹਾਨ ਇਲੇਸ਼ਾ ਪੁਨਰ-ਉਥਾਨ ਦੇਖਿਆ ਸੀ। ਉਸੀ ਪਹੁੰਚਣ 'ਤੇ, ਉਨ੍ਹਾਂ ਨੂੰ ਇੱਕ ਝਾੜੀ ਵੱਲ ਲਿਜਾਇਆ ਗਿਆ ਜਿੱਥੇ ਇੱਕ ਰੁੱਖ ਜੋ ਹੁਣ ਤੱਕ ਕੱਟਿਆ ਗਿਆ ਸੀ ਪਰ ਜੋ ਦੁਬਾਰਾ ਖੜ੍ਹਾ ਹੋ ਗਿਆ। ਮੌਕੇ 'ਤੇ ਪਹੁੰਚ ਕੇ ਬਾਬਾਲੋਲਾ ਅਤੇ ਉਨ੍ਹਾਂ ਦੇ ਪੈਰੋਕਾਰਾਂ ਨੇ ਜ਼ੋਰਦਾਰ ਪ੍ਰਾਰਥਨਾ ਕੀਤੀ ਅਤੇ ਇਸ ਤੋਂ ਬਾਅਦ ਰੁੱਖ ਨੂੰ ਕੱਟ ਦਿੱਤਾ ਤਾਂ ਜੋ ਦੁਬਾਰਾ ਕਦੇ ਨਾ ਉੱਠੇ।

ਉਸੀ ਤੋਂ, ਉਹ ਮੌਜੂਦਾ ਏਕਿਤੀ ਰਾਜ ਵਿੱਚ ਏਫੋਨ-ਅਲੇਅ ਵੀ ਗਿਆ। ਸ਼ਹਿਰ ਦੇ ਰਵਾਇਤੀ ਸ਼ਾਸਕ ਅਲਾਏ ਨੇ ਪੈਗੰਬਰ ਬਾਬਲੋਲਾ ਅਤੇ ਉਸਦੇ ਪੈਰੋਕਾਰਾਂ ਨੂੰ ਬੇਨਤੀ ਕੀਤੀ ਸੀ ਕਿ ਉਹ ਉਸਦੇ ਮਹਿਲ ਤੋਂ ਇਲਾਵਾ ਕਿਸੇ ਹੋਰ ਘਰ ਵਿੱਚ ਰਿਹਾਇਸ਼ ਲਈ ਨਾ ਜਾਣ। ਇਸ ਬੇਨਤੀ 'ਤੇ, ਰੱਬ ਦੇ ਬੰਦੇ ਨੇ ਰਾਜੇ ਨੂੰ ਸੁਨੇਹਾ ਭੇਜਿਆ ਕਿ ਉਸਦੇ ਸਾਥੀਆਂ ਦੀ ਗਿਣਤੀ ਬਹੁਤ ਹੈ ਅਤੇ ਜੇਕਰ ਉਸਨੂੰ ਮਹਿਲ ਵਿੱਚ ਆਉਣ ਦੀ ਇਜਾਜ਼ਤ ਦਿੱਤੀ ਜਾਵੇ, ਤਾਂ ਉਹ ਜਗ੍ਹਾ ਨੂੰ ਖਰਾਬ ਕਰ ਸਕਦੇ ਹਨ। ਪਰ ਅਲਾਏ ਅਡੋਲ ਸੀ, ਉਸਨੇ ਫਿਰ ਜਵਾਬ ਦਿੱਤਾ ਕਿ ਭਾਵੇਂ ਉਸਦੇ ਪੈਰੋਕਾਰ ਮਹਿਲ ਨੂੰ ਗੰਦਗੀ ਨਾਲ ਭਰ ਦੇਣ, ਉਸਨੂੰ ਇਸਨੂੰ ਸਾਫ਼ ਕਰਨ ਲਈ ਆਪਣੇ ਹੱਥਾਂ ਦੀ ਵਰਤੋਂ ਕਰਨ ਵਿੱਚ ਕੋਈ ਇਤਰਾਜ਼ ਨਹੀਂ ਹੋਵੇਗਾ। ਇਸ ਨਾਲ ਪੈਗੰਬਰ ਸਿੱਧਾ ਮਹਿਲ ਵਿੱਚ ਆ ਗਿਆ ਅਤੇ ਉੱਪਰਲੇ ਅਪਾਰਟਮੈਂਟ 'ਤੇ ਕਬਜ਼ਾ ਕਰ ਲਿਆ ਜੋ ਪਹਿਲਾਂ ਹੀ ਉਸਦੇ ਅਤੇ ਉਸਦੇ ਪੈਰੋਕਾਰਾਂ ਲਈ ਰਾਖਵਾਂ ਸੀ।

ਜਿਵੇਂ ਹੀ ਪੁਨਰ ਸੁਰਜੀਤੀ ਸ਼ੁਰੂ ਹੋਈ, ਪੁਨਰ ਸੁਰਜੀਤੀ ਲਈ ਇੱਕ ਖੁੱਲ੍ਹੇ ਮੈਦਾਨ ਦੀ ਭਾਲ ਕਰਨਾ ਜ਼ਰੂਰੀ ਹੋ ਗਿਆ। ਇਸ ਲਈ, ਰਾਜਾ ਨੇ ਪੈਗੰਬਰ ਨੂੰ ਪੂਰੇ ਸ਼ਹਿਰ ਵਿੱਚ ਕਿਸੇ ਵੀ ਜਗ੍ਹਾ ਨੂੰ ਚੁਣਨ ਦੀ ਪੂਰੀ ਆਜ਼ਾਦੀ ਦਿੱਤੀ ਜੋ ਉਹ ਢੁਕਵਾਂ ਸਮਝਦਾ ਸੀ। ਅਤੇ ਜਦੋਂ ਪੈਗੰਬਰ ਨੇ "ਇਗਬੋ ਐਰੋ" (ਰਾਖਵਾਂ ਬਾਗ) ਨਾਮਕ ਜਗ੍ਹਾ ਦੀ ਚੋਣ ਕੀਤੀ, ਤਾਂ ਰਾਜਾ ਅਤੇ ਸ਼ਹਿਰ ਦੇ ਲੋਕ ਡਰ ਗਏ। ਉਨ੍ਹਾਂ ਨੇ ਪੈਗੰਬਰ ਨੂੰ ਉਸ ਜਗ੍ਹਾ ਦੀ ਚੋਣ ਨਾ ਕਰਨ ਲਈ ਮਨਾ ਲਿਆ ਕਿਉਂਕਿ ਇਹ ਰਹੱਸਮਈ ਸੁਭਾਅ ਸੀ। ਇਹ ਡਰ ਸੀ ਕਿ ਕੋਈ ਵੀ ਝਾੜੀ ਨੂੰ ਸਾਫ਼ ਨਹੀਂ ਕਰੇਗਾ ਅਤੇ ਇਸ ਪ੍ਰਕਿਰਿਆ ਤੋਂ ਬਚ ਨਹੀਂ ਜਾਵੇਗਾ। ਪਰ ਪਰਮਾਤਮਾ ਦੀ ਮਹਿਮਾ ਲਈ, ਬਾਬਾਲੋਲਾ ਅਤੇ ਉਸਦੇ ਪੈਰੋਕਾਰਾਂ ਨੇ ਝਾੜੀ ਨੂੰ ਸਾਫ਼ ਕੀਤਾ ਅਤੇ ਜਗ੍ਹਾ ਨੂੰ ਇੱਕ ਖੁੱਲ੍ਹੇ ਪੁਨਰ ਸੁਰਜੀਤੀ ਅਤੇ ਪ੍ਰਾਰਥਨਾ ਸਥਾਨ ਵਿੱਚ ਬਦਲ ਦਿੱਤਾ। ਝਾੜੀਆਂ ਦੀ ਸਫ਼ਾਈ ਦੇ ਨਤੀਜੇ ਵਜੋਂ ਉਨ੍ਹਾਂ ਵਿੱਚੋਂ ਕਿਸੇ ਨਾਲ ਵੀ ਕੁਝ ਵੀ ਨਕਾਰਾਤਮਕ ਨਹੀਂ ਹੋਇਆ।

ਫਿਰ ਪੈਗੰਬਰ ਬਾਬਾਲੋਲਾ ਨੇ ਮੂਰਤੀਆਂ ਅਤੇ ਜਾਦੂ-ਟੂਣਿਆਂ ਵਾਲੇ ਹਰ ਵਿਅਕਤੀ ਨੂੰ ਉਨ੍ਹਾਂ ਨੂੰ ਸਾੜਨ ਲਈ ਸੌਂਪਣ ਦਾ ਹੁਕਮ ਦਿੱਤਾ। ਅਤੇ ਜਵਾਬ ਇਸ ਹੱਦ ਤੱਕ

ਉਤਸ਼ਾਹਜਨਕ ਸੀ ਕਿ ਰਾਜਾ ਡਰ ਗਿਆ, ਪਰ ਜਦੋਂ ਪੈਗੰਬਰ ਨੇ ਉਸਨੂੰ ਚਿੰਤਾ ਨਾ ਕਰਨ ਲਈ ਕਿਹਾ, ਤਾਂ ਅਲਾਏ ਨੇ ਖੁਦ ਮਹਿਲ ਵਿੱਚੋਂ ਸਾਰੀਆਂ ਮੂਰਤੀਆਂ ਅਤੇ ਜਾਦੂ-ਟੂਣਿਆਂ ਨੂੰ ਪੂਰੀ ਤਰ੍ਹਾਂ ਤਬਾਹ ਕਰਨ ਲਈ ਬਾਹਰ ਕੱਢ ਦਿੱਤਾ।

ਜਲਦੀ ਹੀ ਚਿੰਨ੍ਹ ਅਤੇ ਅਚੰਭੇ ਹੋਏ। ਬਹੁਤ ਸਾਰੇ ਚਮਤਕਾਰ ਕੀਤੇ ਗਏ ਅਤੇ ਇਹਨਾਂ ਨੇ ਬਹੁਤ ਸਾਰੇ ਲੋਕਾਂ ਨੂੰ ਏਫੋਨ-ਅਲਾਏ ਵੱਲ ਆਕਰਸ਼ਿਤ ਕੀਤਾ। ਕਸਬੇ ਦੇ ਲੋਕਾਂ ਨੇ ਬਹੁਤ ਵੱਡੇ ਪੱਧਰ 'ਤੇ ਈਸਾਈ ਧਰਮ ਅਪਣਾਇਆ। ਰਾਜਾ ਨੇ ਬਪਤਿਸਮਾ ਲਿਆ ਅਤੇ ਉਸਦਾ ਨਾਮ ਸੁਲੇਮਾਨ ਅਲਾਦੇਜਾਰੇ ਅਗੂਨਸੋਏ ਰੱਖ ਦਿੱਤਾ - ਉਹ ਰਾਜਾ ਜਿਸਨੇ ਜੀਵਨ ਦੇਣ ਵਾਲੇ ਪਾਣੀ ਨੂੰ ਅਪਣਾਉਣ ਲਈ ਦੇਸੀ ਸੁਹਜ ਛੱਡ ਦਿੱਤਾ। ਰਾਜਾ ਇੱਥੇ ਹੀ ਨਹੀਂ ਰੁਕਿਆ, ਉਸਨੇ ਆਪਣੇ ਦੋਸਤ, ਅਰਾਮੋਕੋ ਦੇ ਰਾਜਾ ਨੂੰ ਵੀ ਮੁਕਤੀ ਦਾ ਸੰਦੇਸ਼ ਦਿੱਤਾ, ਜਿਸਨੂੰ ਹਿਜ਼ਕੀਜਾਹ ਅਡੋਏ ਨਾਮ ਨਾਲ ਬਰਾਬਰ ਬਪਤਿਸਮਾ ਦਿੱਤਾ ਗਿਆ ਸੀ।

ਏਫੋਨ-ਅਲਾਏ ਤੋਂ, ਪੈਗੰਬਰ ਬਾਬਾਲੋਲਾ ਜਿਸੂ ਮਸੀਹ ਦੀ ਖੁਸ਼ਖਬਰੀ ਨੂੰ ਏਕਿਤੀ, ਅਕੋਕੋ, ਓਵੋ ਦੇ ਸਾਰੇ ਹਿੱਸਿਆਂ ਵਿੱਚ ਪ੍ਰਭਾਵਸ਼ਾਲੀ ਢੰਗ ਨਾਲ ਫੈਲਾਉਣ ਦੇ ਯੋਗ ਸੀ।

ਰਸੂਲ ਬਾਬਲਾ ਦੀ ਕੈਦ

1932 ਦੇ ਉਧਾਰ ਸਮੇਂ ਦੌਰਾਨ, ਪੈਗੰਬਰ ਬਾਬਾਲੋਲਾ ਆਪਣੇ ਜੱਦੀ ਸ਼ਹਿਰ, ਓਡੋ-ਓਵਾ ਵਿੱਚ ਪ੍ਰਾਰਥਨਾ ਰਿਟਰੀਟ ਲਈ ਸਨ। ਉੱਥੇ ਹੀ ਉਨ੍ਹਾਂ ਵਿਰੁੱਧ ਗ੍ਰਿਫ਼ਤਾਰੀ ਦਾ ਵਾਰੰਟ ਜਾਰੀ ਕੀਤਾ ਗਿਆ ਸੀ। ਓਟੂਓ (ਮੌਜੂਦਾ ਸਮੇਂ ਈਡੋ ਰਾਜ ਵਿੱਚ) ਵਿੱਚ ਦੋ ਔਰਤਾਂ ਦੁਆਰਾ ਉਨ੍ਹਾਂ ਵਿਰੁੱਧ ਇੱਕ ਬਿਲਕੁਲ ਝੂਠਾ ਦੋਸ਼ ਲਗਾਇਆ ਗਿਆ ਸੀ ਕਿ ਬਾਬਾਲੋਲਾ ਨੇ ਉਨ੍ਹਾਂ ਨੂੰ ਜਾਦੂ-ਟੂਣੇ ਦਾ ਪਤਾ ਲਗਾਉਣ ਲਈ ਵਰਤੀ ਜਾਂਦੀ ਇੱਕ ਜ਼ਹਿਰੀਲੀ ਸਥਾਨਕ ਜੜੀ ਬੂਟੀ ਪੀਣ ਲਈ ਮਜਬੂਰ ਕੀਤਾ ਸੀ ਅਤੇ ਜਿਸ 'ਤੇ ਸਰਕਾਰ ਦੁਆਰਾ ਪਹਿਲਾਂ ਹੀ ਪਾਬੰਦੀ ਲਗਾਈ ਜਾ ਚੁੱਕੀ ਸੀ। ਅਜਿਹੀ ਕਸਰਤ ਵਿੱਚ ਉਸਦੀ ਸ਼ਮੂਲੀਅਤ ਤੋਂ ਇਮਾਨਦਾਰੀ ਨਾਲ ਇਨਕਾਰ ਕਰਨ ਅਤੇ ਉਹ ਕਦੇ ਵੀ ਕਿਸੇ ਔਰਤ ਨੂੰ ਨਹੀਂ ਮਿਲਿਆ, ਦੇ ਬਾਵਜੂਦ, ਬਾਬਾਲੋਲਾ ਨੂੰ ਬੇਨਿਨ

ਜੇਲ੍ਹ ਵਿਹੜੇ ਵਿੱਚ ਛੇ ਮਹੀਨਿਆਂ ਦੀ ਕੈਦ ਵਿੱਚ ਭੇਜ ਦਿੱਤਾ ਗਿਆ। ਇੱਥੇ ਇਹ ਜ਼ੋਰ ਦੇਣਾ ਉਚਿਤ ਹੈ ਕਿ ਪ੍ਰਭੂ ਨੇ ਪਹਿਲਾਂ ਹੀ ਬਾਬਾਲੋਲਾ ਨੂੰ ਇੱਕ ਯੋਗ ਸ਼ਖਸੀਅਤ ਨੂੰ ਬਚਾਉਣ ਲਈ ਇੱਕ ਅਸੁਵਿਧਾਜਨਕ ਜਗ੍ਹਾ 'ਤੇ ਜਾਣ ਲਈ ਤਿਆਰ ਰਹਿਣ ਲਈ ਸੁਚੇਤ ਕਰ ਦਿੱਤਾ ਸੀ। ਅਤੇ ਜਦੋਂ ਬਾਬਾਲੋਲਾ ਜੇਲ੍ਹ ਵਿੱਚ ਪਹੁੰਚਿਆ, ਤਾਂ ਪਰਮਾਤਮਾ ਨੇ ਉਸ ਵਿਅਕਤੀ ਨੂੰ ਪ੍ਰਗਟ ਕੀਤਾ, ਇੱਕ ਯੂਨਾਨੀ ਆਦਮੀ ਜਿਸਦਾ ਨਾਮ ਸ਼੍ਰੀ ਸਾਈਪ੍ਰੀਅਨ ਈ. ਯੂਫੋਨ ਸੀ। ਉਸਦੀ ਸਿਹਤ ਵਿਗੜ ਗਈ ਸੀ ਪਰ ਜਦੋਂ ਬਾਬਾਲੋਲਾ ਨੇ ਉਸਦੇ ਲਈ ਪ੍ਰਾਰਥਨਾ ਕੀਤੀ, ਤਾਂ ਉਸਨੂੰ ਤੁਰੰਤ ਆਪਣਾ ਇਲਾਜ ਮਿਲ ਗਿਆ।

ਜੇਲ੍ਹ ਦਾ ਵਿਹੜਾ ਬਾਬਾਲੋਲਾ ਦੀਆਂ ਮਿਸ਼ਨਰੀ ਗਤੀਵਿਧੀਆਂ ਨੂੰ ਕੈਦ ਨਹੀਂ ਕਰ ਸਕਿਆ ਕਿਉਂਕਿ ਕੈਦ ਵਾਲੀ ਜਗ੍ਹਾ ਇੱਕ ਹੋਰ ਪੁਨਰ ਸੁਰਜੀਤੀ ਅਤੇ ਇਲਾਜ ਕੇਂਦਰ ਬਣ ਗਈ। ਜੇਲ੍ਹ ਦੇ ਵਾਰਡਨਾਂ ਨੂੰ ਉਸਦੀ ਮੌਜੂਦਗੀ ਤੋਂ ਬਹੁਤ ਫਾਇਦਾ ਹੋਇਆ ਕਿਉਂਕਿ ਉਹ ਆਪਣੇ ਰਿਸ਼ਤੇਦਾਰਾਂ ਨੂੰ ਵੀ ਪ੍ਰਾਰਥਨਾ ਲਈ ਲਿਆਉਂਦੇ ਸਨ। ਜਦੋਂ ਪਾਸਟਰ ਜਾਰਜ ਪਰਫੈਕਟ ਅਤੇ ਇਦਰੀਸ ਵਾਂਗਾਨ ਯੂਰਪ ਤੋਂ ਨਾਈਜੀਰੀਆ ਆਏ, ਮਿਸ਼ਨਰੀ ਗਤੀਵਿਧੀ 'ਤੇ, ਉਨ੍ਹਾਂ ਦੀ ਅਗਵਾਈ ਪਾਸਟਰ ਜੇ.ਏ. ਬਾਬਾਟੋਪ ਨੇ ਜੇਲ੍ਹ ਦੇ ਵਿਹੜੇ ਵਿੱਚ ਪੈਗੰਬਰ ਬਾਬਾਲੋਲਾ ਨੂੰ ਮਿਲਣ ਲਈ ਕੀਤੀ।

ਬਾਬਾਲੋਲਾ ਪਹਿਲਾਂ ਜੇਲ੍ਹ ਛੱਡਣ ਤੋਂ ਬਾਅਦ ਸ਼੍ਰੀ ਉਫੋਨ ਦੇ ਪਿੱਛੇ-ਪਿੱਛੇ ਉਨ੍ਹਾਂ ਦੇ ਜੱਦੀ ਸ਼ਹਿਰ, ਕੈਲਾਬਾਰ, ਯੂਨਾਨੀ ਜਾਣ ਲਈ ਸਹਿਮਤ ਹੋ ਗਿਆ ਸੀ। ਹਾਲਾਂਕਿ, ਜਦੋਂ ਬਾਬਾਲੋਲਾ ਜੇਲ੍ਹ ਛੱਡ ਕੇ ਆਇਆ ਤਾਂ ਉਸਨੂੰ ਏਫੋਨ-ਅਲਾਏ ਜਾਣਾ ਪਿਆ। ਇਹ ਏਫੋਨ ਤੋਂ ਹੀ ਸੀ ਕਿ ਉਹ ਅਤੇ ਸ਼੍ਰੀ ਉਫੋਨ ਪੁਨਰ ਸੁਰਜੀਤੀ ਪ੍ਰੋਗਰਾਮ ਲਈ ਕੈਲਾਬਾਰ ਗਏ ਸਨ। ਬਿਨਾਂ ਸ਼ੱਕ, ਪਰਮਾਤਮਾ ਨੇ ਆਪਣੀ ਕੈਦ ਦੀ ਵਰਤੋਂ ਨਾਈਜੀਰੀਆ ਦੇ ਪੂਰਬੀ ਹਿੱਸੇ ਵਿੱਚ ਆਪਣੀਆਂ ਮਿਸ਼ਨਰੀ ਗਤੀਵਿਧੀਆਂ ਨੂੰ ਖੋਲ੍ਹਣ ਲਈ ਕੀਤੀ। ਇੱਥੇ ਇਹ ਦੱਸਣਾ ਯੋਗ ਹੈ ਕਿ ਬਾਬਾਲੋਲਾ ਦਾ ਜੇਲ੍ਹ ਤੋਂ ਏਫੋਨ-ਅਲਾਏ ਦੇ ਲੋਕਾਂ ਦੁਆਰਾ ਵੀਰ ਸਵਾਗਤ ਕੀਤਾ ਗਿਆ ਸੀ ਅਤੇ ਜੀਵਤ

ਪਰਮਾਤਮਾ ਨੇ ਅਸਮਾਨ ਨੂੰ ਬਾਰਿਸ਼ ਲਈ ਖੋਲ੍ਹ ਦਿੱਤਾ ਸੀ ਜੋ ਸਮੇਂ ਤੋਂ ਪਹਿਲਾਂ ਇੰਨੇ ਲੰਬੇ ਸਮੇਂ ਲਈ ਜਕੜਿਆ ਹੋਇਆ ਸੀ।

ਜਦੋਂ ਪੈਗੰਬਰ ਬਾਬਾਲੋਲਾ ਆਪਣੀ ਮਿਸ਼ਨਰੀ ਯਾਤਰਾ ਤੋਂ ਕੈਲਾਬਾਰ ਵਾਪਸ ਆਏ, ਤਾਂ ਉਹ ਥੋੜ੍ਹਾ ਜਿਹਾ ਸੈਟਲ ਹੋ ਗਏ। 1935 ਤੱਕ, ਉਨ੍ਹਾਂ ਦਾ ਵਿਆਹ ਡੋਰਕਸ ਨਾਲ ਹੋ ਗਿਆ ਅਤੇ ਉਨ੍ਹਾਂ ਦੇ ਵਿਆਹ ਤੋਂ ਤਿੰਨ ਧੀਆਂ ਹੋਈਆਂ ਜਿਨ੍ਹਾਂ ਦੇ ਨਾਮ ਅਪੇਕੇ, ਵੂਰਾ ਅਤੇ ਅਬੀਏ ਸਨ।

1936 ਵਿੱਚ, ਬਾਬਾਲੋਲਾ ਪ੍ਰਚਾਰਕ ਟਿਮੋਥੀ ਬਾਬਾਬੂਸੁਈ ਦੀ ਸੰਗਤ ਵਿੱਚ ਘਾਨਾ (ਪਹਿਲਾਂ ਗੋਲਡ ਕੋਸਟ) ਗਿਆ। ਜਿਨ੍ਹਾਂ ਲੋਕਾਂ ਨੇ ਇਲੇਸ਼ਾ ਦੇ ਸ਼ਕਤੀਸ਼ਾਲੀ ਪੁਨਰ-ਸੁਰਜੀਤੀ ਨੂੰ ਦੇਖਿਆ ਸੀ, ਉਹ ਉਸਨੂੰ ਪਛਾਣਨ ਦੇ ਯੋਗ ਸਨ ਅਤੇ ਨਾਈਜੀਰੀਆ ਵਾਪਸ ਪਰਤਣ ਤੋਂ ਪਹਿਲਾਂ ਲੋਕਾਂ ਨੂੰ ਇੱਕ ਸਫਲ ਪ੍ਰਚਾਰ ਮੁਹਿੰਮ ਲਈ ਲਾਮਬੰਦ ਕਰਨ ਵਿੱਚ ਜਲਦੀ ਹੀ ਸ਼ਾਮਲ ਹੋ ਗਏ।

ਲੀਡਰਸਪਿ ਦੇ ਗੁਣ

i. ਨਿਮਰਤਾ: ਰਸੂਲ ਅਯੋ ਬਾਬਾਲੋਲਾ ਪਰਮਾਤਮਾ ਦੇ ਇੱਕ ਨਿਮਰ ਸੇਵਕ ਸਨ। ਉਨ੍ਹਾਂ ਨੇ ਕਦੇ ਵੀ ਆਪਣੇ ਆਪ ਨੂੰ ਹੰਕਾਰ ਦੁਆਰਾ ਸ਼ਾਸਨ ਨਹੀਂ ਕਰਨ ਦਿੱਤਾ। ਆਪਣੇ ਸੱਦੇ ਦੇ ਸ਼ੁਰੂਆਤੀ ਪੜਾਅ 'ਤੇ ਵੀ, ਉਨ੍ਹਾਂ ਨੇ ਆਪਣਾ ਧਾਰਮਿਕ ਸੰਗਠਨ ਬਣਾਉਣ ਦੀ ਕੋਈ ਕੋਸ਼ਿਸ਼ ਨਹੀਂ ਕੀਤੀ। ਉਹ ਸਾਰਿਆਂ ਨੂੰ, ਖਾਸ ਕਰਕੇ ਬਜ਼ੁਰਗਾਂ ਨੂੰ, ਸਤਿਕਾਰ ਦਿੰਦੇ ਸਨ। ਉਨ੍ਹਾਂ ਨੇ ਕਦੇ ਵੀ ਆਪਣੇ ਰਸਤੇ 'ਤੇ ਆਉਣ ਵਾਲੇ ਕਿਸੇ ਵੀ ਵਿਅਕਤੀ ਦਾ ਜਨਤਕ ਤੌਰ 'ਤੇ ਮਜ਼ਾਕ ਨਹੀਂ ਉਡਾਇਆ।

ii. ਪਰਾਹੁਣਚਾਰੀ: ਇੱਕ ਨੇਤਾ ਦੇ ਤੌਰ 'ਤੇ, ਪੈਗੰਬਰ ਬਾਬਾਲੋਲਾ ਨੇ ਆਪਣੇ ਪੈਰੋਕਾਰਾਂ ਨੂੰ ਲੋਕਾਂ ਪ੍ਰਤੀ ਦਇਆ ਅਤੇ ਦਿਆਲਤਾ ਦਿਖਾਉਣ ਦੀ ਜ਼ਰੂਰਤ 'ਤੇ ਅਮਲ ਕੀਤਾ ਅਤੇ ਸਿਖਾਇਆ। ਜੋ ਕੁਝ ਵੀ ਉਸ ਕੋਲ ਸੀ, ਉਹ ਉਨ੍ਹਾਂ ਲੋਕਾਂ ਨਾਲ ਸਾਂਝਾ ਕਰਦਾ ਸੀ ਜੋ ਉਸ ਦੇ ਸੰਪਰਕ ਵਿੱਚ ਆਏ ਸਨ। ਉਹ ਸਮਾਜ ਦੇ ਗਰੀਬਾਂ, ਵਿਧਵਾਵਾਂ ਅਤੇ ਲੋੜਵੰਦਾਂ ਲਈ ਬਹੁਤ ਉਦਾਰ ਸੀ। ਉਸਨੇ ਆਪਣੀ ਸੇਵਕਾਈ ਅਧੀਨ ਬਹੁਤ ਸਾਰੇ ਆਦਮੀਆਂ ਦੇ ਵਿਆਹ ਸਮਾਰੋਹਾਂ ਨੂੰ ਸਪਾਂਸਰ ਕੀਤਾ। ਜਿਵੇਂ

ਕਿ ਉਸਨੂੰ ਜੀਵਨ ਦੇ ਹਰ ਖੇਤਰ ਤੋਂ ਤੋਹਫ਼ੇ ਮਿਲਦੇ ਸਨ, ਉਸੇ ਤਰ੍ਹਾਂ ਉਸਨੇ ਇਸਨੂੰ ਖੁੱਲ੍ਹੇ ਦਿਲ ਨਾਲ ਸਾਂਝਾ ਵੀ ਕੀਤਾ। ਉਸਦੀ ਕੋਈ ਨਿੱਜੀ ਬੱਚਤ ਨਹੀਂ ਸੀ, ਉਸਦੇ ਕੱਪੜਿਆਂ ਦੀਆਂ ਜੇਬਾਂ ਨਹੀਂ ਸਨ। ਜਦੋਂ ਤੱਕ ਰੱਬ ਦੇ ਇਸ ਮਹਾਨ ਆਦਮੀ ਦੀ ਮੌਤ ਹੋਈ, ਉਸਦੇ ਹੱਥ ਦੇ ਥੈਲੇ ਵਿੱਚ ਮਿਲਿਆ ਇੱਕੋ ਇੱਕ ਪੈਸਾ (ਤਾਈ ਪੌਂਡ (ਲਗਭਗ ਚੌਥੀ ਛੇ ਨਾਇਰਾ) ਉਸਦੇ ਕੋਲ ਸੀ। ਉਸਨੇ ਕੋਈ ਜ਼ਮੀਨੀ ਜਾਇਦਾਦ ਪ੍ਰਾਪਤ ਨਹੀਂ ਕੀਤੀ। ਉਸਦੇ ਕੋਲ ਜੋ ਕੁਝ ਸੀ ਉਹ ਅਸੀਸਾਂ ਦੇਣ ਲਈ ਵਰਤਿਆ ਜਾਂਦਾ ਸੀ।

ਉਸਦੇ ਆਲੇ-ਦੁਆਲੇ ਲੋਕ। ਉਸਦਾ ਇੱਕੋ-ਇੱਕ ਘਰ ਜੋ ਉਸਦਾ ਸੀ, ਉਹ ਐਫੋਨ-ਅਲਾਏ ਦੇ ਲੋਕਾਂ ਦੁਆਰਾ ਉਸਦੇ ਲਈ ਬਣਾਇਆ ਗਿਆ ਸੀ।

iii. ਪ੍ਰਾਰਥਨਾ: ਰਸੂਲ ਬਾਬਾਲੋਲਾ ਨੇ ਦਿਖਾਇਆ ਕਿ ਪ੍ਰਾਰਥਨਾ ਉਹ ਮਾਸਟਰ ਕੁੰਜੀ ਹੈ ਜੋ ਪਰਮਾਤਮਾ ਦੇ ਖਜ਼ਾਨਿਆਂ ਨੂੰ ਖੋਲ੍ਹਣ ਦੇ ਸਮਰੱਥ ਹੈ। ਉਹ ਬਿਨਾਂ ਕਿਸੇ ਥਕਾਵਟ ਦੇ ਘੰਟਿਆਂ ਤੱਕ ਪ੍ਰਾਰਥਨਾ ਕਰਦਾ ਅਤੇ ਪ੍ਰਾਰਥਨਾ ਕਰਦਾ ਰਹਿੰਦਾ ਸੀ। ਮਹਾਨ ਪੁਨਰ ਸੁਰਜੀਤੀ ਲਈ ਇਲੇਸ਼ਾ ਦੀ ਇਤਿਹਾਸਕ ਯਾਤਰਾ ਦੀ ਪੂਰਵ ਸੰਧਿਆ 'ਤੇ ਵੀ, ਪਾਸਟਰ I.

ਬੀ. ਅਕਿਨਯੇਲੇ (ਸੀਏਸੀ ਦੇ ਪਹਿਲੇ ਪ੍ਰਧਾਨ ਅਤੇ ਇਬਾਦਨ ਦੇ ਸਾਬਕਾ ਓਲੂਬਦਾਨ) ਜਿਨ੍ਹਾਂ ਨੇ ਉਸ ਰਾਤ ਬਾਬਾਲੋਲਾ ਦੀ ਮੇਜ਼ਬਾਨੀ ਕੀਤੀ ਸੀ, ਨੇ ਦੱਸਿਆ ਕਿ ਕਿਵੇਂ ਰਸੂਲ ਨੇ ਹਜ਼ਾਰਾਂ ਗਰਜਾਂ ਤੋਂ ਵੱਧ ਆਪਣੀ ਆਵਾਜ਼ ਨਾਲ ਜ਼ੋਰਦਾਰ ਪ੍ਰਾਰਥਨਾ ਕੀਤੀ। ਉਸਨੇ ਆਪਣੇ ਪੈਰੋਕਾਰਾਂ ਅਤੇ ਸਾਥੀਆਂ ਨੂੰ ਬਿਨਾਂ ਰੁਕੇ ਪ੍ਰਾਰਥਨਾ ਕਰਨ ਦਾ ਹੁਕਮ ਦਿੱਤਾ। ਪੈਗੰਬਰ ਬਾਬਾਲੋਲਾ ਪ੍ਰਾਰਥਨਾ ਲਈ ਚੁਣੇ ਹੋਏ ਪਹਾੜਾਂ 'ਤੇ ਵਾਪਸ ਚਲੇ ਜਾਂਦੇ ਸਨ। ਜਿਨ੍ਹਾਂ ਪ੍ਰਾਰਥਨਾ ਪਹਾੜੀਆਂ ਦੀ ਉਹ ਅਕਸਰ ਵਰਤੋਂ ਕਰਦੇ ਸਨ, ਉਨ੍ਹਾਂ ਵਿੱਚ ਮੌਜੂਦਾ ਏਕਿਤੀ ਰਾਜ ਵਿੱਚ ਇਡੋ ਅਜੀਨਾਰੇ, ਏਰੀਓ, ਏਫੋਨ ਅਲਾਏ ਸ਼ਾਮਲ ਸਨ।

ਇਡੋ-ਇਲੇ (ਏਕਿਤੀ ਰਾਜ) ਦੇ ਇਡੋ-ਅਜੀਨਾਰੇ ਪਹਾੜੀ 'ਤੇ ਰਸੂਲ ਦੇ ਪ੍ਰਾਰਥਨਾ ਸਭਾ ਵਿੱਚੋਂ ਇੱਕ ਵਿੱਚ, ਇੱਕ ਵੱਡਾ ਅਜਗਰ ਰੱਬ ਦੇ ਬੰਦੇ ਨੂੰ ਨੁਕਸਾਨ ਪਹੁੰਚਾਉਣ ਦੇ ਉਦੇਸ਼ ਨਾਲ ਉਨ੍ਹਾਂ ਕੋਲ ਆਇਆ ਪਰ ਪੈਗੰਬਰ ਦੇ ਸਰੀਰ ਵਿੱਚ ਗਰਮੀ

ਖ਼ਤਰਨਾਕ ਸੱਪ ਲਈ ਜ਼ਹਿਰੀਲੀ ਹੋ ਗਈ ਜਿਸਨੇ ਬਾਅਦ ਵਿੱਚ ਇਸਨੂੰ ਮਰਨ ਅਤੇ ਤੁਰੰਤ ਸੁੱਕਣ ਲਈ ਛੱਡ ਦਿੱਤਾ।

iv. ਵਰਤ ਰੱਖਣਾ: ਰਸੂਲ ਅਯੋ ਬਾਬਾਲੋਲਾ ਦੀ ਸੇਵਕਾਈ ਵਿੱਚ ਵਰਤ ਰੱਖਣਾ ਇੱਕ ਮਜ਼ਬੂਤ ਹਥਿਆਰ ਸੀ। ਇੱਥੋਂ ਤੱਕ ਕਿ

ਆਪਣੀ ਜਨਤਕ ਸੇਵਕਾਈ ਦੀ ਸ਼ੁਰੂਆਤ ਤੋਂ ਬਾਅਦ, ਜਦੋਂ ਉਹ ਆਪਣੇ ਜੱਦੀ ਸ਼ਹਿਰ, ਓਡੋ-ਓਵਾ ਪਹੁੰਚਿਆ ਤਾਂ ਉਹ ਵਰਤ 'ਤੇ ਸੀ।

ਕਈ ਮੌਕਿਆਂ 'ਤੇ ਉਸਨੇ ਚਾਲੀ ਦਿਨਾਂ ਦੇ ਵਰਤ ਰੱਖੇ, 40 ਦਿਨਾਂ ਦੇ ਲੈਂਟੇਨ ਵਰਤ ਤੋਂ ਇਲਾਵਾ ਉਸਨੇ ਲਗਭਗ ਸੰਸਥਾਗਤ ਰੂਪ ਦਿੱਤਾ। ਮਹਾਨ ਪੁਨਰ ਸੁਰਜੀਤੀਵਾਦੀ ਦੁਆਰਾ ਸ਼ਕਤੀ ਦੇ ਨਵੀਨੀਕਰਨ ਲਈ ਬੁੱਧਵਾਰ ਅਤੇ ਸ਼ੁੱਕਰਵਾਰ ਨੂੰ ਵਰਤ ਦੇ ਦਿਨਾਂ ਵਜੋਂ ਚੁਣਿਆ ਗਿਆ ਸੀ।

ਬਨਾਮ ਬਾਈਬਲ ਅਧਿਐਨ: ਅਯੋ ਬਾਬਾਲੋਲਾ ਦੀ ਸਭ ਤੋਂ ਵੱਡੀ ਸੰਪਤੀ ਪਰਮਾਤਮਾ ਦਾ ਬਚਨ ਸੀ। ਉਸਨੇ ਕਦੇ ਵੀ ਆਪਣੇ ਰੁਝੇਵਿਆਂ ਭਰੇ ਸਮਾਂ-ਸਾਰਣੀ ਨੂੰ ਬਾਈਬਲ ਅਧਿਐਨ ਤੋਂ ਆਪਣਾ ਧਿਆਨ ਭਟਕਾਉਣ ਨਹੀਂ ਦਿੱਤਾ। ਉਹ ਜ਼ਬੂਰਾਂ ਦੀ ਪੋਥੀ ਨੂੰ 1 ਤੋਂ 150 ਤੱਕ ਪੜ੍ਹ ਸਕਦਾ ਸੀ।

vi. ਪਵਿੱਤਰ ਆਤਮਾ ਨਾਲ ਭਾਈਵਾਲੀ: ਰਸੂਲ ਅਯੋ ਬਾਬਾਲੋਲਾ ਪਵਿੱਤਰ ਆਤਮਾ ਨੂੰ ਆਪਣਾ ਸੀਨੀਅਰ ਸਾਥੀ ਮੰਨਦੇ ਸਨ। ਉਨ੍ਹਾਂ ਨੇ ਕਦੇ ਵੀ ਸੇਵਕਾਈ ਵਿੱਚ ਕੋਈ ਵੀ ਫੈਸਲਾ ਪਹਿਲਾਂ ਅਧਿਆਤਮਿਕ ਮਾਰਗਦਰਸ਼ਨ ਲਏ ਬਿਨਾਂ ਨਹੀਂ ਲਿਆ।

ਉਸਦਾ ਅਨੁਵਾਦ ਮਹਾਨ ਤੋਂ ਪਰੇ

ਰਸੂਲ ਬਾਬਾਲੋਲਾ ਦਾ ਮਹਾਨ ਪਰੇਮ ਵਿੱਚ ਅਨੁਵਾਦ ਬਹੁਤ ਸਾਰੇ ਲੋਕਾਂ ਲਈ ਇੱਕ ਝਟਕਾ ਸੀ। ਉਹ ਬਿਮਾਰ ਨਹੀਂ ਸੀ, ਉਹ ਤੰਦਰੁਸਤ ਅਤੇ ਦਿਲ ਵਾਲਾ ਸੀ ਅਤੇ ਆਪਣੀ ਜਨਤਕ ਸੇਵਕਾਈ ਵਿੱਚ ਸਰਗਰਮ ਸੇਵਾ ਵਿੱਚ ਸੀ। ਪਹਿਲਾਂ, ਕੁਝ ਮੌਕੇ ਅਜਿਹੇ ਆਏ ਜਦੋਂ ਪ੍ਰਭੂ ਨੇ ਆਪਣੇ ਆਲੇ ਦੁਆਲੇ ਦੇ ਕੁਝ ਲੋਕਾਂ ਦੇ ਦੁਰਵਿਵਹਾਰ ਕਾਰਨ ਉਸਨੂੰ ਦੂਰ ਲੈ ਜਾਣ ਦੀ ਆਪਣੀ ਯੋਜਨਾ ਦਾ ਖੁਲਾਸਾ ਕੀਤਾ। ਹਾਲਾਂਕਿ, ਮਾਫ਼ੀ ਲਈ ਪ੍ਰਾਰਥਨਾਵਾਂ ਦੀ ਲੜੀ ਤੋਂ ਬਾਅਦ, ਪਰਮਾਤਮਾ ਉਸਦੀ ਜਾਨ ਨੂੰ

ਦੁਬਾਰਾ ਬਖਸ਼ ਦੇਵੇਗਾ। ਪਰ ਇਸ ਵਾਰ, ਅਜਿਹੀ ਕੋਈ ਸਮਝ ਨਹੀਂ ਦਿੱਤੀ ਗਈ ਸੀ ਅਤੇ ਇਸ ਲਈ ਇਹ ਬਲੂਜ਼ ਤੋਂ ਇੱਕ ਬੋਲਟ ਵਾਂਗ ਆਇਆ।

ਜੁਲਾਈ, 1959 ਦੇ ਮੱਧ ਵਿੱਚ, ਰਸੂਲ ਬਾਬਾਲੋਲਾ ਨੇ ਸਥਾਨਕ ਚਰਚ ਦੇ ਅੰਦਰ ਕੁਝ ਵਿਵਾਦਾਂ ਨੂੰ ਸੁਲਝਾਉਣ ਦੇ ਉਦੇਸ਼ ਨਾਲ ਓਡੋ-ਓਵਾ ਨੂੰ ਸਪੇਲੇ ਅਤੇ ਵਾਰੀ ਲਈ ਛੱਡ ਦਿੱਤਾ ਅਤੇ ਨਾਲ ਹੀ ਮੌਜੂਦਾ ਡੈਲਟਾ ਰਾਜ ਵਿੱਚ ਈਵੈਂਜਲੀਕਲ ਮੁਹਿੰਮ ਚਲਾਈ। ਇਸ ਤੋਂ ਬਾਅਦ, ਉਹ 24 ਜੁਲਾਈ, 1959 ਨੂੰ ਓਲੁਗਬੋਡੇ, ਇਬਾਦਨ ਵਿਖੇ ਚਰਚ ਸੈਂਟਰਲ ਐਗਜ਼ੀਕਿਊਟਿਵ ਕਮੇਟੀ ਦੀ ਮੀਟਿੰਗ ਲਈ ਇਬਾਦਨ ਚਲਾ ਗਿਆ।

ਰਸੂਲ ਬਾਬਾਲੋਲਾ ਨੇ ਸਮਾਜ ਦੇ ਸਾਰੇ ਵਰਗਾਂ ਲਈ ਆਮ ਵਾਂਗ ਪ੍ਰਾਰਥਨਾ ਕੀਤੀ। ਇਬਾਦਨ ਤੋਂ ਈਦੇ ਲਈ ਰਵਾਨਾ ਹੋਣ ਤੋਂ ਪਹਿਲਾਂ, ਉਸਦੀ ਛੋਟੀ ਭੈਣ ਮਰਹੂਮ ਸ਼੍ਰੀਮਤੀ ਓਰੰਗੁਨ ਨੇ ਉਸਨੂੰ ਪੁੱਛਿਆ ਕਿ ਉਹ ਅਗਲੀ ਵਾਰ ਇਬਾਦਨ ਕਦੋਂ ਆਵੇਗਾ, ਜਿਸਦਾ ਜਵਾਬ ਪੈਗੰਬਰ ਨੇ ਉਸਨੂੰ ਇਸ ਤਰ੍ਹਾਂ ਦਿੱਤਾ ਜਿਵੇਂ ਮਜ਼ਾਕ ਕਰ ਰਿਹਾ ਹੋਵੇ ਕਿ ਉਹ ਦੁਬਾਰਾ ਕਦੇ ਇਬਾਦਨ ਨਹੀਂ ਆਵੇਗਾ।

ਇਬਾਦਨ ਤੋਂ, ਰਸੂਲ ਬਾਬਾਲੋਲਾ ਨੇ ਸੇਕੋਨਾ ਵਿਖੇ ਰੁਕਿਆ ਅਤੇ ਇਸ ਤੋਂ ਬਾਅਦ 25 ਜੁਲਾਈ, 1959 ਨੂੰ ਈਡੇ ਲਈ ਰਵਾਨਾ ਹੋ ਗਏ। ਉਨ੍ਹਾਂ ਨੇ ਸ਼ਨੀਵਾਰ ਦੀ ਰਾਤ ਮਰਹੂਮ ਪੈਗੰਬਰ ਅਕਾਂਡੇ (ਬਾਬਾ ਅਬੀਏ) ਦੇ ਮਹਿਮਾਨ ਵਜੋਂ ਬਿਤਾਈ।
26 ਜੁਲਾਈ 1959 ਨੂੰ ਪੈਗੰਬਰ ਬਾਬਾਲੋਲਾ ਨੇ ਸੀਏਸੀ ਓਕੇ ਤਲਫੀਆ ਵਿਖੇ ਐਤਵਾਰ ਦੀ ਸੇਵਾ ਵਿੱਚ ਸ਼ਿਰਕਤ ਕੀਤੀ,

ਈਡੇ ਜਿੱਥੇ ਉਸਨੇ ਪਹਿਲੀ ਪ੍ਰਾਰਥਨਾ ਕੀਤੀ ਜਦੋਂ ਉਸਦਾ ਸੱਜਾ ਹੱਥ ਵਾਲਾ ਪਾਸਟਰ ਮੇਡਾਇਸ ਉਪਦੇਸ਼ ਦੇ ਰਿਹਾ ਸੀ। ਐਤਵਾਰ ਦੀ ਸੇਵਾ ਤੋਂ ਬਾਅਦ, ਪੈਗੰਬਰ ਬਾਬਾਲੋਲਾ ਨੇ ਵੱਖ-ਵੱਖ ਚਰਚ ਜ਼ਿਲ੍ਹਿਆਂ ਦੇ ਡੈਲੀਗੇਟਾਂ ਨੂੰ ਸੰਬੋਧਿਤ ਕੀਤਾ ਜੋ ਚਰਚ ਮੈਟਰਨਿਟੀ ਸੈਂਟਰ ਬਾਰੇ ਵਿਚਾਰ-ਵਟਾਂਦਰਾ ਕਰਨ ਲਈ ਈਡੇ ਵਿਖੇ ਇਕੱਠੇ ਹੋਏ ਸਨ। ਇਸ ਤੋਂ ਬਾਅਦ ਉਹ ਆਪਣੇ ਰਹਿਣ ਵਾਲੇ ਕਮਰੇ ਵਿੱਚ ਚਲੇ ਗਏ। ਉਸਦੇ ਮੇਜ਼ਬਾਨ, ਪਾਸਟਰ ਅਕਾਂਡੇ ਨੂੰ ਮਹਿਸੂਸ ਹੋਇਆ ਕਿ ਉਸਨੂੰ

ਜ਼ੁਕਾਮ ਹੈ, ਜਿਸਦੇ ਨਤੀਜੇ ਵਜੋਂ ਉਸਨੇ ਪੈਗੰਬਰ ਬਾਬਾਲੋਲਾ ਲਈ ਚਾਹ ਬਣਾਈ ਅਤੇ ਉਸਨੂੰ ਬਹੁਤ ਸਾਰਾ ਕਵਰ ਕੱਪੜਾ ਦਿੱਤਾ। ਇਸ ਦੌਰਾਨ, ਪਾਸਟਰ ਬਾਬਾਜੀਡੇ, ਪਾਸਟਰ ਓਡੂਟੋਲਾ ਅਤੇ ਪਾਸਟਰ ਮੇਡਾਇਸ ਉਸਦੇ ਲਈ ਪ੍ਰਾਰਥਨਾ ਕਰਨ ਲਈ ਕਮਰੇ ਵਿੱਚ ਦਾਖਲ ਹੋਏ ਸਨ। ਪ੍ਰਾਰਥਨਾ ਦੇ ਦੌਰਾਨ ਵੀ ਰਸੂਲ ਨੇ ਖੁਦ ਜ਼ੋਰਦਾਰ ਪ੍ਰਾਰਥਨਾ ਕੀਤੀ ਅਤੇ ਕਿਰਪਾ ਕਹੀ ਅਤੇ ਤਿੰਨ ਪਾਦਰੀ ਉਸਨੂੰ ਕਮਰੇ ਵਿੱਚ ਛੱਡ ਗਏ।

26 ਜੁਲਾਈ, 1959 ਦੇ ਭਿਆਨਕ ਦਿਨ ਸ਼ਾਮ 5:00 ਵਜੇ ਪ੍ਰਾਰਥਨਾ ਤੋਂ ਕੁਝ ਦੇਰ ਬਾਅਦ ਹੀ ਰਸੂਲ ਬਾਬਾਲੋਲਾ ਨੇ ਇੱਕ ਗਰਜਦੀ ਆਵਾਜ਼ ਵਿੱਚ ਪੁਕਾਰਿਆ: ਪਿਤਾ, ਪੁੱਤਰ ਅਤੇ ਪਵਿੱਤਰ ਆਤਮਾ ਦੇ ਨਾਮ 'ਤੇ ਅਤੇ ਉਹ ਮਹਾਨ ਪਰਦੇਸ ਵਿੱਚ ਚਲਾਣਾ ਕਰ ਗਿਆ। ਕਮਰੇ ਵਿੱਚ ਉਸਦੇ ਨਾਲ ਮੌਜੂਦ ਦੋ ਚੇਲਿਆਂ, ਮਾਈਕਲ ਓਸਾਬੀ ਅਤੇ ਸੈਮੂਅਲ ਓਲੂਵਾਟੂਮਿਨ, ਨੂੰ ਯਾਦ ਆਇਆ ਕਿ ਕਿਵੇਂ ਉਸਦੀ ਮੌਤ ਦੇ ਸਮੇਂ ਪੂਰਾ ਕਮਰਾ ਆਪਣੀ ਨੀਂਹ ਤੱਕ ਹਿੱਲ ਗਿਆ ਸੀ। ਉਸਦੀ ਸ਼ਾਨਦਾਰ ਹਿਦਾਇਤ ਦੇ ਅਧਾਰ ਤੇ, ਪੈਗੰਬਰ ਬਾਬਾਲੋਲਾ ਨੂੰ ਉਸੇ ਦਿਨ ਏਫੋਨ-ਅਲਾਏ ਲਿਜਾਇਆ ਗਿਆ। ਉਸਦੀ ਅਚਾਨਕ ਮੌਤ ਦੀ ਖ਼ਬਰ ਦੇਸ਼ ਦੇ ਸਾਰੇ ਕੋਨਿਆਂ ਅਤੇ ਕੋਨਿਆਂ ਵਿੱਚ ਜੰਗਲ ਦੀ ਅੱਗ ਵਾਂਗ ਫੈਲ ਗਈ। ਹਮਦਰਦ ਵੱਡੀ ਗਿਣਤੀ ਵਿੱਚ ਏਫੋਨ-ਅਲਾਏ ਵੱਲ ਇਕੱਠੇ ਹੋਏ।

ਰਸੂਲ ਬਾਬਾਲੋਲਾ ਨੂੰ 27 ਜੁਲਾਈ, 1959 ਨੂੰ ਸੇਂਟ ਸਟੀਫਨ ਪ੍ਰਾਇਮਰੀ ਸਕੂਲ, ਏਫੋਨ ਅਲਾਏ ਵਿਖੇ ਉਸਦੇ ਪਿਤਾ ਦੀ ਕਬਰ ਦੇ ਕੋਲ ਦਫ਼ਨਾਇਆ ਗਿਆ ਸੀ। ਉਸਦੀ ਮੌਤ ਦੇ ਬਾਵਜੂਦ, ਉਸਦੇ ਕੰਮ ਬੋਲਦੇ ਰਹਿੰਦੇ ਹਨ ਅਤੇ ਉਸਦਾ ਜੀਵਨ ਬਹੁਤ ਸਾਰੇ ਲੋਕਾਂ ਲਈ ਪ੍ਰੇਰਨਾ ਸਰੋਤ ਵਜੋਂ ਕੰਮ ਕਰਦਾ ਹੈ ਜੋ ਪੁਰਾਣੇ ਸਮੇਂ ਤੋਂ ਪੈਂਟੇਕੋਸਟਲ ਸ਼ਕਤੀ ਵਿੱਚ ਵਿਸ਼ਵਾਸ ਰੱਖਦੇ ਹਨ।

ਰਾਬਰਟ ਡਬਲਯੂ. ਸਾਂਬਾਚ

ਉਸਨੇ ਵਿਸ਼ਵਾਸ ਦੇ ਸੰਦੇਸ਼ਾਂ ਦਾ ਇੱਕ ਸਮਝੌਤਾ ਰਹਿਤ ਬਚਨ ਪ੍ਰਚਾਰ ਕੀਤਾ, ਜਿਸਦੇ ਬਾਅਦ ਬਹੁਤ ਸਾਰੇ ਚਿੰਨ੍ਹ ਅਤੇ ਅਚੰਭੇ ਹੋਏ।

ਰੌਬਰਟ ਡਬਲਯੂ. ਸ਼ਾਂਬਾਚ ਇੱਕ ਅਮਰੀਕੀ ਟੈਲੀਵਿਜ਼ਨਲਿਸਟ, ਪਾਦਰੀ, ਫੇਥ ਹੀਲਰ ਅਤੇ ਲੇਖਕ ਸੀ। ਉਸਦਾ ਟੈਲੀਵਿਜ਼ਨ ਪ੍ਰੋਗਰਾਮ, *ਪਾਵਰ ਟੂਡੇ*, ਡੇਸਟਾਰ ਕ੍ਰਿਸ਼ਚੀਅਨ ਟੀਵੀ ਨੈੱਟਵਰਕ ਦੇ ਨਾਲ-ਨਾਲ ਇੰਟਰਨੈੱਟ 'ਤੇ ਸਟ੍ਰੀਮਿੰਗ ਪੋਡਕਾਸਟਾਂ ਵਿੱਚ ਦੇਖਿਆ ਜਾ ਸਕਦਾ ਹੈ।

ਜਨਮ ਅਤੇ ਸ਼ੁਰੂਆਤੀ ਜੀਵਨ

ਰੌਬਰਟ ਡਬਲਯੂ. ਸ਼ਾਂਬਾਚ ਦਾ ਜਨਮ 3 ਅਪ੍ਰੈਲ, 1926 ਨੂੰ ਹੈਰਿਸਬਰਗ, ਪੈਨਸਿਲਵੇਨੀਆ ਵਿੱਚ ਹੈਰੀ ਐਲਸਵਰਥ ਅਤੇ ਐਨ ਮੋਇਰ ਸ਼ਾਂਬਾਚ ਦੇ ਘਰ ਹੋਇਆ ਸੀ।

ਇੱਕ ਬਾਹਰ ਜਾਣ ਵਾਲਾ ਨੌਜਵਾਨ, ਉਸਦਾ ਜਨਮ ਇੱਕ ਗਲੀ ਦੇ ਕੋਨੇ 'ਤੇ ਹੋਇਆ ਜਦੋਂ ਇੱਕ ਪ੍ਰਚਾਰਕ (ਸੀਐਮ ਵਾਰਡ) ਨੇ ਇਕੱਠੀ ਹੋਈ ਭੀੜ ਨੂੰ ਯਿਸੂ ਮਸੀਹ ਦੀ ਖੁਸ਼ਖਬਰੀ ਦਾ ਪ੍ਰਚਾਰ ਕਰਨ ਤੋਂ ਬਾਅਦ ਇੱਕ ਵੇਦੀ ਦਾ ਸੱਦਾ ਦਿੱਤਾ। ਰੌਬਰਟ ਨੂੰ ਪ੍ਰਚਾਰ ਕਰਨ ਲਈ ਤੁਰੰਤ ਸੱਦਾ ਮਹਿਸੂਸ ਹੋਇਆ, ਪਰ ਉਸਨੇ ਪਹਿਲਾਂ ਹੋਰ ਸੁਪਨਿਆਂ ਦਾ ਪਿੱਛਾ ਕਰਨ ਦਾ ਫੈਸਲਾ ਕੀਤਾ। ਅੰਤ ਵਿੱਚ ਉਹ ਅਮਰੀਕੀ ਜਲ ਸੈਨਾ ਵਿੱਚ ਸ਼ਾਮਲ ਹੋ ਗਿਆ, ਅਤੇ ਦੂਜੇ ਵਿਸ਼ਵ ਯੁੱਧ ਦੌਰਾਨ ਦੱਖਣੀ ਪ੍ਰਸ਼ਾਂਤ ਅਤੇ ਏਸ਼ੀਆ ਵਿੱਚ ਇੱਕ ਵਿਨਾਸ਼ਕਾਰੀ ਜਹਾਜ਼ 'ਤੇ ਇੱਕ ਨੇਵੀ ਬਾਇਲਰ-ਮੇਕਰ ਵਜੋਂ ਸੇਵਾ ਕੀਤੀ। ਕਈ ਖਤਰਨਾਕ ਮੁਕਾਬਲਿਆਂ ਦੌਰਾਨ ਪ੍ਰਮਾਤਮਾ ਨੂੰ ਉਸਦੀ ਜਾਨ ਬਚਾਉਂਦੇ ਦੇਖਣ ਅਤੇ ਅਮਰੀਕੀ ਜੰਗੀ ਕੈਦੀਆਂ ਦੀ ਵਾਪਸੀ ਦੇਖਣ ਤੋਂ ਬਾਅਦ, ਆਰਡਬਲਯੂ ਨੇ ਪੂਰੀ ਤਰ੍ਹਾਂ ਪ੍ਰਮਾਤਮਾ ਅੱਗੇ ਸਮਰਪਣ ਕਰ ਦਿੱਤਾ ਅਤੇ ਪ੍ਰਮਾਤਮਾ ਨੂੰ ਜਿੱਥੇ ਵੀ ਭੇਜਿਆ ਉੱਥੇ ਖੁਸ਼ਖਬਰੀ ਦਾ ਪ੍ਰਚਾਰ ਕਰਨ ਦਾ ਇਰਾਦਾ ਕੀਤਾ, ਤਾਂ ਜੋ ਦੂਜਿਆਂ ਨੂੰ ਕੈਦ ਅਤੇ ਪਾਪ ਦੇ ਬੰਧਨ ਤੋਂ ਰਿਹਾਅ ਹੁੰਦੇ ਦੇਖਿਆ ਜਾ ਸਕੇ ਅਤੇ ਮਸੀਹ ਦੁਆਰਾ ਆਜ਼ਾਦੀ ਦਾ ਸੱਚਾ ਆਨੰਦ ਪ੍ਰਾਪਤ ਕੀਤਾ ਜਾ ਸਕੇ।

ਮੰਤਰਾਲਾ

ਯੁੱਧ ਤੋਂ ਵਾਪਸ ਆਉਂਦੇ ਹੋਏ, ਸ਼ੈਂਬਾਚ ਬਾਈਬਲ ਸਕੂਲ ਵਿੱਚ ਦਾਖਲਾ ਲੈ ਲਿਆ, ਜਿੱਥੇ ਉਹ ਆਪਣੀ ਪਤਨੀ ਵਿੰਨੀ ਨੂੰ ਮਿਲਿਆ ਅਤੇ ਵਿਆਹ ਕਰਵਾ ਲਿਆ। ਉਸਨੂੰ ਸੀਐਮ ਵਾਰਡ ਦੁਆਰਾ ਨਿਯੁਕਤ ਕੀਤਾ ਗਿਆ ਸੀ ਅਤੇ ਉਸਨੇ ਇੱਕ ਚਰਚ ਦੇ ਪਾਦਰੀ ਵਜੋਂ ਸੇਵਾ ਕਰਨੀ ਸ਼ੁਰੂ ਕਰ ਦਿੱਤੀ। ਉਸਨੇ 1940 ਦੇ ਦਹਾਕੇ ਦੇ ਮੱਧ ਵਿੱਚ ਸਪਰਿੰਗਫੀਲਡ, ਮਿਸੂਰੀ ਵਿੱਚ ਸੈਂਟਰਲ ਬਾਈਬਲ ਇੰਸਟੀਚਿਊਟ ਤੋਂ ਆਪਣੀ ਰਸਮੀ ਸਿਖਲਾਈ ਪ੍ਰਾਪਤ ਕੀਤੀ।

ਰੌਬਰਟ ਟੀ.ਐਲ. ਓਸਬੋਰਨ ਅਤੇ ਬਾਅਦ ਵਿੱਚ ਏ.ਏ. ਐਲਨ ਦੇ ਟੈਂਟ ਧਰਮ ਯੁੱਧਾਂ ਤੋਂ ਪ੍ਰਭਾਵਿਤ ਸੀ। ਇਨ੍ਹਾਂ ਆਦਮੀਆਂ ਦੀ ਸੇਵਕਾਈ ਰਾਹੀਂ ਬਹੁਤ ਸਾਰੇ ਸ਼ਾਨਦਾਰ ਚਮਤਕਾਰ ਕੀਤੇ ਗਏ ਸਨ ਅਤੇ ਆਰ.ਡਬਲਯੂ. ਜਾਣਦਾ ਸੀ ਕਿ ਪਰਮਾਤਮਾ ਨੇ ਉਸਨੂੰ ਇਸਦਾ ਹਿੱਸਾ ਬਣਨ ਲਈ ਬੁਲਾਇਆ ਸੀ। ਜਿਵੇਂ ਹੀ ਏ.ਏ. ਐਲਨ ਦੇ ਧਰਮ ਯੁੱਧਾਂ ਵਿੱਚੋਂ ਇੱਕ ਦਾ ਅੰਤ ਹੋਇਆ, ਉਸਨੇ ਪੁੱਛਿਆ ਆਰ.ਡਬਲਿਊ. ਆਪਣੀ ਟੀਮ ਦਾ ਹਿੱਸਾ ਬਣਨ ਲਈ। ਇਸਨੇ ਕਈ ਸਾਲਾਂ ਤੱਕ ਪੂਰੇ ਅਮਰੀਕਾ ਵਿੱਚ ਧਰਮ ਯੁੱਧਾਂ ਵਿੱਚ ਮਦਦ ਕਰਨ, ਕੁਝ ਸੇਵਾਵਾਂ ਦਾ ਪ੍ਰਚਾਰ ਕਰਨ ਅਤੇ ਅਗਾਊਂ ਕੰਮ ਕਰਨ ਦੀ ਯਾਤਰਾ ਸ਼ੁਰੂ ਕੀਤੀ। ਅੰਤ ਵਿੱਚ, ਉਸਨੇ ਮਹਿਸੂਸ ਕੀਤਾ ਕਿ ਪਰਮਾਤਮਾ ਉਸਨੂੰ ਆਪਣੀ ਸੇਵਕਾਈ ਸ਼ੁਰੂ ਕਰਨ ਲਈ ਬੁਲਾ ਰਿਹਾ ਹੈ। ਉਸਨੇ ਵੱਡੇ ਸ਼ਹਿਰਾਂ ਵਿੱਚ 4 'ਟੈਂਟ ਚਰਚ' ਸਥਾਪਿਤ ਕੀਤੇ ਅਤੇ ਆਪਣਾ ਪ੍ਰਸਿੱਧ ਰੇਡੀਓ ਪ੍ਰੋਗਰਾਮ, ਦ ਵਾਇਸ ਆਫ਼ ਪਾਵਰ ਸ਼ੁਰੂ ਕੀਤਾ। ਉਸਦੇ ਟ੍ਰੇਡਮਾਰਕ ਵਾਕੰਸ਼, "ਤੁਹਾਨੂੰ ਕੋਈ ਮੁਸ਼ਕਲ ਨਹੀਂ ਹੈ। ਤੁਹਾਨੂੰ ਸਿਰਫ਼ ਪਰਮਾਤਮਾ ਵਿੱਚ ਵਿਸ਼ਵਾਸ ਦੀ ਲੋੜ ਹੈ" ਨੇ ਭੀੜ ਵਿੱਚ ਵਿਸ਼ਵਾਸ ਜਗਾਇਆ ਹੈ।

ਭਰਾ ਸ਼ਾਂਬਾਚ ਦੀ ਦੁਖੀਆਂ ਪ੍ਰਤੀ ਸੇਵਾ ਨੂੰ ਦੁਨੀਆਂ ਦੇ ਕਈ ਦੇਸ਼ਾਂ ਵਿੱਚ ਸਵੀਕਾਰ ਕੀਤਾ ਗਿਆ ਹੈ: ਪੂਰੇ ਯੂਰਪ, ਰੂਸ, ਭਾਰਤ, ਏਸ਼ੀਆ, ਫਿਲੀਪੀਨਜ਼, ਅਫਰੀਕਾ, ਵੈਸਟ ਇੰਡੀਜ਼, ਮੱਧ ਅਮਰੀਕਾ ਅਤੇ ਦੱਖਣੀ ਅਮਰੀਕਾ ਵਿੱਚ। ਉਹ ਰੂਸ ਅਤੇ ਚੀਨ ਵਿੱਚ ਚਰਚਾਂ ਅਤੇ ਬਾਈਬਲ ਸਕੂਲਾਂ ਦੀ ਸਥਾਪਨਾ; ਇੰਡੋਨੇਸ਼ੀਆ ਅਤੇ ਹੈਤੀ ਵਿੱਚ ਇੱਕ ਅਨਾਥ ਆਸ਼ਰਮ; ਮੈਕਸੀਕੋ ਸਿਟੀ ਵਿੱਚ ਇੱਕ ਮੈਗਾ-ਸਿਟੀ

ਆਊਟਰੀਚ; ਅਤੇ ਨਿਊਯਾਰਕ ਸਿਟੀ ਵਿੱਚ ਸ਼ਹਿਰੀ ਆਊਟਰੀਚ ਨਾਲ ਵਿੱਤੀ ਤੌਰ 'ਤੇ ਭਾਈਵਾਲੀ ਕਰਨਾ ਜਾਰੀ ਰੱਖਦਾ ਹੈ।

ਉਸਨੇ ਵਿਸ਼ਵਾਸ ਦੇ ਇੱਕ ਅਡੋਲ ਬਚਨ ਦਾ ਪ੍ਰਚਾਰ ਕੀਤਾ, ਜਿਸਦੇ ਬਾਅਦ ਚਿੰਨ੍ਹ ਅਤੇ ਅਚੰਭੇ ਹੋਏ।

ਪਰਵਿਾਰਕ ਜੀਵਨ ਅਤੇ ਮੌਤ

ਸ਼ੈਮਬਾਚ ਦਾ ਵਿਆਹ ਮੈਰੀ ਵਿਨੀਫ੍ਰੇਡ ਡੋਨਾਲਡ (ਜਨਮ 3 ਸਤੰਬਰ, 1926, ਫਿਲਾਡੇਲਫੀਆ, ਪੈਨਸਿਲਵੇਨੀਆ ਵਿੱਚ) ਨਾਲ ਹੋਇਆ ਸੀ। ਉਹ ਉਸਨੂੰ ਉਦੋਂ ਮਿਲਿਆ ਜਦੋਂ ਉਹ ਵੈਲੀ ਫੋਰਜ, ਪੈਨਸਿਲਵੇਨੀਆ ਵਿੱਚ ਈਸਟਰਨ ਬਾਈਬਲ ਇੰਸਟੀਚਿਊਟ ਆਫ਼ ਦ ਅਸੈਂਬਲੀਜ਼ ਆਫ਼ ਗੌਡ ਵਿੱਚ ਇੱਕ ਵਿਦਿਆਰਥਣ ਸੀ, ਅਗਲੇ ਸਾਲ, ਜਦੋਂ 4 ਸਤੰਬਰ, 1948 ਨੂੰ, (ਮੈਰੀ ਦੇ ਜਨਮਦਿਨ ਤੋਂ ਸਿਰਫ਼ 1 ਦਿਨ ਬਾਅਦ), ਜੋੜੇ ਦਾ ਵਿਆਹ ਹੋਇਆ ਸੀ, ਅਤੇ ਉਨ੍ਹਾਂ ਦੇ ਦੋ ਪੁੱਤਰ ਅਤੇ ਇੱਕ ਧੀ ਸੀ: ਬੌਬੀ, ਬਰੂਸ ਅਤੇ ਡੋਨਾ।

ਡੋਨਾ ਸ਼ਾਂਬਾਚ ਟਾਈਲਰ ਖੇਤਰ ਵਿੱਚ ਇੱਕ ਪਾਦਰੀ ਅਤੇ ਫੇਥ ਹੀਲਰ ਹੈ।

ਸ਼ਾਂਬਾਚ ਦੇ ਛੇ ਪੋਤੇ-ਪੋਤੀਆਂ ਸਨ: ਰੇਚਲ, ਬੌਬੀ ਤੀਜਾ, ਮਾਰਕ, ਅਮਾਂਡਾ ਅਤੇ ਕ੍ਰਿਸਟੀ।

ਉਸਦਾ ਪਤਨੀ ਨਾਲ 61 ਸਾਲ ਵਿਆਹਿਆ ਰਿਹਾ ਅਤੇ ਉਸਦੀ 20 ਅਪ੍ਰੈਲ, 2010 ਨੂੰ 83 ਸਾਲ ਦੀ ਉਮਰ ਵਿੱਚ ਟਾਈਲਰ, ਟੈਕਸਾਸ ਵਿੱਚ ਕੁਦਰਤੀ ਕਾਰਨਾਂ ਕਰਕੇ ਮੌਤ ਹੋ ਗਈ।

ਦੋ ਸਾਲ ਬਾਅਦ (17 ਜਨਵਰੀ, 2012), ਸ਼ਾਂਬਾਚ ਦੀ 86 ਸਾਲ ਦੀ ਉਮਰ ਵਿੱਚ ਦਿਲ ਦਾ ਦੌਰਾ ਪੈਣ ਕਾਰਨ ਮੌਤ ਹੋ ਗਈ।

ਉਸਨੂੰ ਟੈਕਸਾਸ ਦੇ ਟਾਈਲਰ ਵਿੱਚ ਪਾਈਨਜ਼ ਕਬਰਸਤਾਨ ਦੇ ਗਿਰਜਾਘਰ ਵਿੱਚ ਉਸਦੀ ਪਤਨੀ ਦੇ ਕੋਲ ਦਫ਼ਨਾਇਆ ਗਿਆ।

https://believersportal.com/biography-evangelist-rw-schambach/

ਚਾਰਲਸ ਐੱਸ. ਪ੍ਰਾਈਸ

ਉਹ ਵੀਹਵੀਂ ਸਦੀ ਦੇ ਪਹਿਲੇ ਅੱਧ ਦੌਰਾਨ ਉੱਤਮ ਹੀਲਿੰਗ ਪ੍ਰਚਾਰਕਾਂ ਵਿੱਚੋਂ ਇੱਕ ਸੀ। ਇੰਗਲੈਂਡ ਦੇ ਸ਼ੈਫੀਲਡ ਵਿੱਚ ਜਨਮੇ, ਉਹ ਕੈਨੇਡਾ ਅਤੇ ਫਿਰ ਸਪੋਕੇਨ, ਵਾਸ਼ਿੰਗਟਨ ਚਲੇ ਗਏ। ਸਪੋਕੇਨ ਵਿੱਚ ਇੱਕ ਮੈਥੋਡਿਸਟ ਮਿਸ਼ਨ ਵਿੱਚ ਦੁਬਾਰਾ ਜਨਮੇ, ਉਸਨੇ ਮੈਥੋਡਿਸਟ ਚਰਚ ਵਿੱਚ ਪੂਰੇ ਸਮੇਂ ਦੀ ਸੇਵਕਾਈ ਵਿੱਚ ਪ੍ਰਵੇਸ਼ ਕੀਤਾ।

ਜਨਮ: 1887, ਇੰਗਲੈਂਡ, ਯੂਨਾਈਟਿਡ ਕਿੰਗਡਮ
ਮੌਤ: 8 ਮਾਰਚ 1947

"ਪੂਰੀ ਇੰਜੀਲ"

ਚਾਰਲਸ ਸਿਡਨੀ ਪ੍ਰਾਈਸ ਦਾ ਜਨਮ 1887 ਵਿੱਚ ਇੰਗਲੈਂਡ ਵਿੱਚ ਮੈਰੀ ਹੰਨਾਹ ਬੀ ਅਤੇ ਚਾਰਲਸ ਹੈਨਰੀ ਪ੍ਰਾਈਸ ਦੇ ਘਰ ਹੋਇਆ ਸੀ। ਜਦੋਂ ਉਹ ਚਾਰ ਸਾਲ ਦਾ ਸੀ ਤਾਂ ਉਸਦੀ ਮਾਂ ਦੀ ਮੌਤ ਹੋ ਗਈ ਅਤੇ ਉਸਦੇ ਪਿਤਾ ਨੇ ਬਾਅਦ ਵਿੱਚ ਇੱਕ ਔਰਤ ਨਾਲ ਦੁਬਾਰਾ ਵਿਆਹ ਕਰਵਾ ਲਿਆ ਜਿਸਨੂੰ ਚਾਰਲਸ ਪਿਆਰ ਕਰਦੇ ਸਨ ਅਤੇ ਸਤਿਕਾਰਦੇ ਸਨ। ਪ੍ਰਾਈਸ ਨੇ ਲਗਭਗ 1899-1904 ਤੱਕ ਮੈਥੋਡਿਸਟ ਵਿਦਵਾਨਾਂ ਲਈ ਸਥਾਨਕ ਗ੍ਰੇਡ ਤੋਂ ਹਾਈ ਸਕੂਲ ਤੱਕ ਪੜ੍ਹਾਈ ਕੀਤੀ। ਹਾਲਾਂਕਿ ਇਸਨੂੰ ਵੇਸਲੀ ਕਾਲਜ ਵਜੋਂ ਜਾਣਿਆ ਜਾਂਦਾ ਸੀ, ਇਸਨੇ ਲੰਡਨ ਯੂਨੀਵਰਸਿਟੀ ਵਿੱਚ ਸੰਭਾਵਿਤ ਹਾਜ਼ਰੀ ਦੀ ਤਿਆਰੀ ਲਈ ਵਿਦਿਆਰਥੀਆਂ ਨੂੰ ਸਿਰਫ਼ 18 ਸਾਲ ਦੀ ਉਮਰ ਤੱਕ ਹੀ ਰੱਖਿਆ। ਵੇਸਲੀ ਨੂੰ ਛੱਡਣ ਤੋਂ ਬਾਅਦ ਕੀ ਕਰਨਾ ਹੈ ਇਸ ਬਾਰੇ ਸੰਘਰਸ਼ ਕਰਦੇ ਹੋਏ, ਪ੍ਰਾਈਸ 1906 ਵਿੱਚ ਸਹਾਇਕ ਵੇਅਰਹਾਊਸਮੈਨ ਵਜੋਂ ਰਾਇਲ ਨੇਵੀ ਵਿੱਚ ਸ਼ਾਮਲ ਹੋ ਗਿਆ, ਪਰ ਗੋਡੇ ਦੀ ਖਰਾਬੀ ਕਾਰਨ ਕੁਝ ਮਹੀਨਿਆਂ ਦੇ ਅੰਦਰ ਹੀ ਉਸਨੂੰ ਛੁੱਟੀ ਦੇ ਦਿੱਤੀ ਗਈ। ਉਹ ਬਾਅਦ ਵਿੱਚ ਕਹੇਗਾ ਕਿ ਉਹ ਕੁਝ ਸਮੇਂ ਲਈ ਆਕਸਫੋਰਡ ਲਾਅ ਸਕੂਲ ਗਿਆ ਸੀ, ਪਰ ਆਕਸਫੋਰਡ ਕੋਲ ਉਸਦੀ ਹਾਜ਼ਰੀ ਦਾ ਕੋਈ ਰਿਕਾਰਡ ਨਹੀਂ ਹੈ। 1907 ਵਿੱਚ ਪ੍ਰਾਈਸ ਕੰਮ ਦੀ ਭਾਲ ਵਿੱਚ ਕੈਨੇਡਾ ਆਵਾਸ ਕਰ ਗਿਆ ਅਤੇ ਇੱਕ ਰੇਲਮਾਰਗ ਚਾਲਕ ਦਲ ਵਿੱਚ ਸ਼ਾਮਲ ਹੋ ਗਿਆ। ਫਿਰ ਉਹ ਉੱਥੇ ਕੰਮ ਲੱਭਣ ਦੀ ਉਮੀਦ ਵਿੱਚ ਸਪੋਕੇਨ, ਵਾਸ਼ਿੰਗਟਨ ਚਲਾ ਗਿਆ। ਉਹ ਇੱਕ ਫ੍ਰੀ ਮੈਥੋਡਿਸਟ ਮਿਸ਼ਨ ਵਿੱਚ ਇੱਕ ਚਰਚ ਸੇਵਾ ਵਿੱਚ ਗਿਆ ਅਤੇ ਧਰਮ ਪਰਿਵਰਤਨ ਕੀਤਾ ਗਿਆ। ਉਸਨੇ ਮਿਸ਼ਨ ਦੇ ਨਾਲ ਇੱਕ ਵਰਕਰ ਵਜੋਂ ਰਹਿਣ ਦਾ ਫੈਸਲਾ ਕੀਤਾ ਅਤੇ ਉਸੇ ਸਾਲ ਉਸਨੂੰ ਇੱਕ ਮੈਥੋਡਿਸਟ ਮੰਤਰੀ ਨਿਯੁਕਤ ਕੀਤਾ ਗਿਆ। ਉਹ ਬੇਸੀ ਰਾਏ ਓਸਬੋਰਨ ਨੂੰ ਵੀ ਮਿਲਿਆ ਅਤੇ ਵਿਆਹ ਕਰਵਾ ਲਿਆ। ਇਸ ਜੋੜੇ ਦੇ ਆਪਣੇ 4 ਬੱਚੇ ਅਤੇ ਇੰਗਲੈਂਡ ਤੋਂ ਇੱਕ ਧੀ ਹੋਈ।

ਪ੍ਰਾਈਸ "ਆਧੁਨਿਕਤਾਵਾਦੀ" ਜਾਂ ਉਦਾਰਵਾਦੀ ਧਰਮ ਸ਼ਾਸਤਰ ਦੇ ਪ੍ਰਭਾਵ ਹੇਠ ਆਇਆ। ਸਿੱਖਿਆਵਾਂ ਵਿੱਚ ਬਾਈਬਲ ਵਿੱਚ ਪਰਮਾਤਮਾ ਦੇ ਬਚਨ ਵਜੋਂ

ਵਿਸ਼ਵਾਸ ਦੀ ਘਾਟ ਅਤੇ ਚਮਤਕਾਰੀ ਦਾ ਖੰਡਨ ਸ਼ਾਮਲ ਸੀ। ਉਸਨੇ ਮੈਥੋਡਿਸਟ ਚਰਚ ਛੱਡ ਦਿੱਤਾ ਅਤੇ ਕੌਂਗਰੇਗੇਸ਼ਨਲਿਸਟ ਪਾਦਰੀ ਬਣ ਗਿਆ। ਬਾਅਦ ਵਿੱਚ ਉਸਨੇ ਆਪਣੇ ਜੀਵਨ ਦੇ ਇਸ ਸਮੇਂ ਦਾ ਵਰਣਨ ਇੱਕ ਅਜਿਹੇ ਵਿਅਕਤੀ ਵਜੋਂ ਕੀਤਾ ਜੋ 'ਅਧਿਆਤਮਿਕ ਤੌਰ 'ਤੇ ਅੰਨ੍ਹਾ ਸੀ, ਆਪਣੇ ਲੋਕਾਂ ਨੂੰ ਖਾਈ ਵਿੱਚ ਲੈ ਜਾ ਰਿਹਾ ਸੀ'। ਉਸਨੇ ਬਾਰਾਂ ਸਾਲਾਂ ਤੱਕ ਇਸ ਤਰ੍ਹਾਂ ਪਾਦਰੀ ਕੀਤਾ। ਪ੍ਰਾਈਸ ਕੈਲੀਫੋਰਨੀਆ ਚਲਾ ਗਿਆ ਜਿੱਥੇ ਉਹ ਲੋਦੀ ਦੇ ਪਹਿਲੇ ਕੌਂਗਰੇਗੇਸ਼ਨਲ ਚਰਚ ਦਾ ਪਾਦਰੀ ਸੀ। 1921 ਵਿੱਚ ਸੈਨ ਹੋਜ਼ੇ, ਕੈਲੀਫੋਰਨੀਆ ਵਿੱਚ ਐਮੀ ਸੈਮਪਲ ਮੈਕਫਰਸਨ ਦੀ ਅਗਵਾਈ ਵਿੱਚ ਇੱਕ ਪੁਨਰ ਸੁਰਜੀਤੀ ਹੋ ਰਹੀ ਸੀ। ਉਸਦੇ ਚਰਚ ਦੇ ਇੱਕ ਮੈਂਬਰ ਨੇ ਉਸਨੂੰ ਦੱਸਿਆ ਕਿ ਉਹ ਕਿਵੇਂ ਪੁਨਰ ਸੁਰਜੀਤੀ ਵਿੱਚ ਗਿਆ ਸੀ ਅਤੇ ਪਵਿੱਤਰ ਆਤਮਾ ਨਾਲ ਭਰੇ ਹੋਣ ਦਾ ਅਨੁਭਵ ਕੀਤਾ ਸੀ। ਜਲਦੀ ਹੀ ਇਹ ਉਸਦੇ ਚਰਚ ਦੇ ਹੋਰ ਮੈਂਬਰਾਂ ਵਿੱਚ ਵੀ ਫੈਲਣਾ ਸ਼ੁਰੂ ਹੋ ਗਿਆ। ਉਹ ਇਸ ਸਿਧਾਂਤ ਦੇ ਵਿਰੁੱਧ ਸਿੱਖਿਆ ਦੇਣ ਲਈ ਸਬੂਤ ਇਕੱਠੇ ਕਰਨ ਲਈ ਮੀਟਿੰਗਾਂ ਵਿੱਚ ਗਿਆ। ਇਸ ਦੀ ਬਜਾਏ ਉਸਨੂੰ ਆਪਣੇ ਖਾਲੀਪਣ ਬਾਰੇ ਬਹੁਤ ਵਿਸ਼ਵਾਸ ਹੋ ਗਿਆ। ਤੀਜੀ ਰਾਤ ਨੂੰ ਉਸਨੂੰ ਹੋਰ ਪਾਦਰੀਵਾਂ ਨਾਲ ਪਲੇਟਫਾਰਮ 'ਤੇ ਬਿਠਾਇਆ ਗਿਆ। ਜਦੋਂ ਪਾਪੀਆਂ ਨੂੰ ਬਚਾਉਣ ਲਈ ਬਦਲੀ ਦਾ ਸੱਦਾ ਆਇਆ, ਤਾਂ ਪ੍ਰਾਈਸ ਨੇ ਜਨਤਕ ਤੌਰ 'ਤੇ ਜਵਾਬ ਦਿੱਤਾ। ਉਹ ਖੁਸ਼ੀ ਨਾਲ ਭਰ ਗਿਆ। ਉਹ ਇੱਕ ਬੈਪਟਿਸਟ ਚਰਚ ਵਿੱਚ ਕੁਝ "ਰੁਕਵੀਂਆਂ ਮੀਟਿੰਗਾਂ" ਵਿੱਚ ਗਿਆ ਅਤੇ ਕੁਝ ਰਾਤਾਂ ਬਾਅਦ "ਆਤਮਾ ਦੀ ਭਰਪੂਰੀ" ਪ੍ਰਾਪਤ ਕੀਤੀ, ਅਤੇ "ਹੋਰ ਬੋਲੀਆਂ ਵਿੱਚ" ਬੋਲਣਾ ਸ਼ੁਰੂ ਕਰ ਦਿੱਤਾ।

ਪ੍ਰਾਈਸ ਤੁਰੰਤ ਆਪਣੇ ਚਰਚ ਵਾਪਸ ਆਇਆ ਅਤੇ ਆਪਣੀ ਗਵਾਹੀ ਦਿੱਤੀ। 1000 ਮੈਂਬਰਾਂ ਨੇ ਪਰਮਾਤਮਾ ਨੂੰ ਉਸਦੀ ਮੌਜੂਦਗੀ ਲਈ ਪੁਕਾਰਦੇ ਹੋਏ ਸਾਧਕਾਂ ਦੀਆਂ ਮੀਟਿੰਗਾਂ ਕਰਨੀਆਂ ਸ਼ੁਰੂ ਕਰ ਦਿੱਤੀਆਂ। ਇੱਕ ਪੁਨਰ ਸੁਰਜੀਤੀ ਸ਼ੁਰੂ ਹੋਈ। ਇੱਕ ਨਤੀਜਾ ਇਹ ਨਿਕਲਿਆ ਕਿ ਚਰਚ ਦੇ 1000 ਮੈਂਬਰਾਂ ਨੇ ਖੁਸ਼ਖਬਰੀ ਦੇ ਪ੍ਰਚਾਰ ਸ਼ੁਰੂ ਕਰ ਦਿੱਤੇ। ਪ੍ਰਾਈਸ ਨੇ ਆਪਣੀਆਂ ਮੀਟਿੰਗਾਂ ਵਿੱਚ ਲੋਕਾਂ ਨੂੰ ਚੰਗਾ ਹੁੰਦਾ ਦੇਖਣਾ ਸ਼ੁਰੂ ਕਰ ਦਿੱਤਾ। ਸੰਪ੍ਰਦਾਇਕ ਨੇਤਾਵਾਂ ਨੇ ਉਸਦੇ ਚਰਚ ਵਿੱਚ ਕੀ ਹੋ ਰਿਹਾ ਸੀ ਦੀ ਆਲੋਚਨਾ ਕੀਤੀ। ਪ੍ਰਾਈਸ ਨੇ ਲੋਦੀ ਬੈਥਲ ਟੈਂਪਲ ਸ਼ੁਰੂ ਕਰਨ ਲਈ

ਕਲੀਮਿਜਾਵਾਦੀਆਂ ਨੂੰ ਛੱਡ ਦਿੱਤਾ। 1922 ਵਿੱਚ ਉਸਨੇ ਓਰੇਗਨ ਅਤੇ ਬ੍ਰਿਟਿਸ਼ ਕੋਲੰਬੀਆ ਵਿੱਚ ਘੁੰਮਦੇ ਖੁਸ਼ਖਬਰੀ ਦੀਆਂ ਮੀਟਿੰਗਾਂ ਕਰਨੀਆਂ ਸ਼ੁਰੂ ਕਰ ਦਿੱਤੀਆਂ। ਵਿਕਟੋਰੀਆ, ਬ੍ਰਿਟਿਸ਼ ਕੋਲੰਬੀਆ ਵਿੱਚ ਕੁਝ ਬਹੁਤ ਹੀ ਚਮਤਕਾਰੀ ਇਲਾਜ ਹੋਏ। 1923 ਵਿੱਚ ਪ੍ਰਾਈਸ ਨੇ ਤਿੰਨ ਹਫ਼ਤਿਆਂ ਦੀ ਮਿਆਦ ਵਿੱਚ 250,000 ਤੋਂ ਵੱਧ ਲੋਕਾਂ ਨੂੰ ਪ੍ਰਚਾਰ ਕੀਤਾ ਅਤੇ ਬਹੁਤ ਸਾਰੇ ਠੀਕ ਹੋ ਗਏ। 1923 ਵਿੱਚ ਉਸਨੇ ਇੱਕ ਇਲਾਜ ਮੀਟਿੰਗ ਕੀਤੀ ਜਿੱਥੇ ਲੋਰਨ ਫੌਕਸ ਅਤੇ ਉਸਦਾ ਪੂਰਾ ਪਰਿਵਾਰ ਠੀਕ ਹੋ ਗਿਆ। ਲੋਰਨ ਅਤੇ ਉਸਦੀ ਭੈਣ ਨੇ ਥੋੜ੍ਹੀ ਦੇਰ ਬਾਅਦ ਆਪਣੀ ਖੁਦ ਦੀ ਖੁਸ਼ਖਬਰੀ ਅਤੇ ਇਲਾਜ ਸੇਵਕਾਈ ਸ਼ੁਰੂ ਕੀਤੀ।

ਪ੍ਰਾਈਸ ਨੇ ਕੈਲਗਰੀ, ਐਡਮੰਟਨ, ਵਿਨੀਪੈਗ, ਟੋਰਾਂਟੋ, ਮਿਨੀਆਪੋਲਿਸ, ਡੁਲਥ, ਸੇਂਟ ਲੂਈਸ ਅਤੇ ਬੇਲੇਵਿਲ, ਇਲੀਨੋਇਸ ਵਿੱਚ ਮੀਟਿੰਗਾਂ ਕੀਤੀਆਂ। 1926 ਵਿੱਚ ਪ੍ਰਾਈਸ ਨੇ "ਗੋਲਡਨ ਗ੍ਰੇਨ" ਮੈਗਜ਼ੀਨ ਪ੍ਰਕਾਸ਼ਿਤ ਕਰਨਾ ਸ਼ੁਰੂ ਕੀਤਾ, ਜਿਸ ਵਿੱਚ ਇਲਾਜ ਅਤੇ ਚਮਤਕਾਰਾਂ ਦੀਆਂ ਬਹੁਤ ਸਾਰੀਆਂ ਗਵਾਹੀਆਂ ਸ਼ਾਮਲ ਸਨ। 1928 ਵਿੱਚ ਪ੍ਰਾਈਸ ਨੂੰ ਇੱਕ ਝਟਕਾ ਲੱਗਾ ਜਦੋਂ ਉਸਦਾ ਵਕੀਲ ਆਪਣੇ ਸਾਰੇ ਫੰਡਾਂ ਨਾਲ ਫਰਾਰ ਹੋ ਗਿਆ। ਉਸਦੇ ਸਮਰਥਕਾਂ ਨੇ ਕੁਝ ਪੈਸਾ ਇਕੱਠਾ ਕਰਨ ਵਿੱਚ ਮਦਦ ਕੀਤੀ, ਪਰ ਉਸਨੇ ਮੀਟਿੰਗਾਂ ਕਰਨ ਲਈ ਇੱਕ ਤੰਬੂ ਖਰੀਦਣ ਦਾ ਫੈਸਲਾ ਕੀਤਾ, ਤਾਂ ਜੋ ਉਸਨੂੰ ਹੁਣ ਵੱਡੇ ਆਡੀਟੋਰੀਅਮ ਖਰਚੇ ਨਾ ਕਰਨੇ ਪੈਣ। ਉਸਨੇ ਇਸਨੂੰ ਕਾਨਵਸ ਕੈਥਰਡਰਲ ਕਿਹਾ। ਇਹ ਦੱਸਿਆ ਗਿਆ ਹੈ ਕਿ ਬੇਲੇਵਿਲ ਮੀਟਿੰਗਾਂ ਦੇ ਆਖਰੀ 10 ਦਿਨਾਂ ਵਿੱਚ ਇੱਕ ਦਿਨ ਵਿੱਚ 1000 ਧਰਮ ਪਰਿਵਰਤਨ ਹੋਏ। ਉਹ ਅਗਲੇ ਕਈ ਸਾਲਾਂ ਵਿੱਚ ਉੱਤਰ-ਪੱਛਮ ਵਿੱਚੋਂ ਯਾਤਰਾ ਕਰਦਾ ਰਿਹਾ। ਉਹ ਜਿੱਥੇ ਵੀ ਗਿਆ ਉਸਨੇ ਆਪਣੀਆਂ ਮੀਟਿੰਗਾਂ ਵਿੱਚ ਚਮਤਕਾਰੀ ਇਲਾਜ ਦੇਖੇ ਅਤੇ ਹਜ਼ਾਰਾਂ ਲੋਕ ਮਸੀਹ ਕੋਲ ਆਏ। ਉਸਨੇ ਇਕੱਲੇ 1928 ਵਿੱਚ 35,000 ਧਰਮ ਪਰਿਵਰਤਨ ਗਿਣੇ। ਲਗਾਤਾਰ ਯਾਤਰਾ ਨੇ ਉਸਦੇ ਵਿਆਹ 'ਤੇ ਦਬਾਅ ਪਾਇਆ। 1930 ਤੱਕ ਉਹ ਅਤੇ ਉਸਦੀ ਪਤਨੀ ਵੱਖ ਹੋ ਗਏ। ਆਖਰਕਾਰ 1930 ਦੇ ਦਹਾਕੇ ਵਿੱਚ ਉਨ੍ਹਾਂ ਦਾ ਤਲਾਕ ਹੋ ਗਿਆ।

ਜਦੋਂ ਕਿ 1930 ਦੇ ਦਹਾਕੇ ਦੌਰਾਨ ਬਹੁਤ ਸਾਰੇ ਮੰਤਰਾਲੇ ਬੰਦ ਹੋ ਗਏ ਸਨ ਜਾਂ ਬੁਰੀ ਤਰ੍ਹਾਂ ਘਟਾ ਦਿੱਤੇ ਗਏ ਸਨ, ਮੰਦੀ ਦੇ ਕਾਰਨ, ਚਾਰਲਸ ਐਸ. ਪ੍ਰਾਈਸ ਆਪਣੀਆਂ ਮੀਟਿੰਗਾਂ ਵਿੱਚ ਹਜ਼ਾਰਾਂ ਲੋਕਾਂ ਨੂੰ ਆਕਰਸ਼ਿਤ ਕਰਦਾ ਰਿਹਾ। 1930 ਦੇ ਦਹਾਕੇ ਦੇ ਅਖੀਰ ਵਿੱਚ ਉਸਨੇ ਨਾਰਵੇ, ਇੰਗਲੈਂਡ, ਮਿਸਰ, ਫਲਸਤੀਨ, ਤੁਰਕੀ, ਸੀਰੀਆ, ਲੇਬਨਾਨ, ਇਟਲੀ ਵਿੱਚ ਸੇਵਾ ਕੀਤੀ, ਅਤੇ ਨਾਲ ਹੀ ਪੂਰੇ ਅਮਰੀਕਾ ਵਿੱਚ ਬੋਲਣਾ ਜਾਰੀ ਰੱਖਿਆ। ਉਸਨੇ ਆਪਣੇ ਆਪ ਨੂੰ ਡਾ. ਪ੍ਰਾਈਸ ਵਜੋਂ ਸੰਬੋਧਿਤ ਕਰਨਾ ਸ਼ੁਰੂ ਕਰ ਦਿੱਤਾ, ਜੋ ਕਿ ਵਿਦਿਅਕ ਉਪਾਧੀ ਦੀ ਬਜਾਏ ਇੱਕ ਸਨਮਾਨਯੋਗ ਉਪਾਧੀ ਜਾਪਦਾ ਹੈ। 1939 ਵਿੱਚ ਪ੍ਰਾਈਸ ਨੇ ਅੰਦਾਜ਼ਾ ਲਗਾਇਆ ਕਿ ਉਸਨੇ 1922 ਵਿੱਚ ਸ਼ੁਰੂ ਹੋਣ ਤੋਂ ਬਾਅਦ ਤੋਂ ਹੀ ਖੁਸ਼ਖਬਰੀ ਮੁਹਿੰਮਾਂ 'ਤੇ ਇੱਕ ਮਿਲੀਅਨ ਮੀਲ ਤੋਂ ਵੱਧ ਯਾਤਰਾ ਕੀਤੀ ਹੈ। ਉਸਦਾ ਸਮਾਂ-ਸਾਰਣੀ ਮੰਗ ਵਾਲੀ ਸੀ। ਮੀਟਿੰਗਾਂ ਵਿੱਚ ਜਿੱਥੇ ਉਹ ਮੁੱਖ ਬੁਲਾਰੇ ਹੁੰਦਾ ਸੀ, ਉਹ ਦਿਨ ਵਿੱਚ ਦੋ ਜਾਂ ਤਿੰਨ ਵਾਰ ਬੋਲਦਾ ਸੀ ਅਤੇ ਅਕਸਰ ਰਾਤ ਤੱਕ ਚੰਗੀ ਤਰ੍ਹਾਂ ਠੀਕ ਹੋਣ ਲਈ ਪ੍ਰਾਰਥਨਾ ਕਰਦਾ ਸੀ। ਯੁੱਧ ਦੇ ਸਾਲਾਂ ਦੌਰਾਨ ਵੱਡੀ ਭੀੜ ਨੂੰ ਆਕਰਸ਼ਿਤ ਕਰਨਾ ਮੁਸ਼ਕਲ ਹੁੰਦਾ ਜਾ ਰਿਹਾ ਸੀ ਅਤੇ ਪ੍ਰਾਈਸ ਅਕਸਰ ਚਰਚਾਂ ਅਤੇ ਕੈਂਪ ਮੀਟਿੰਗਾਂ ਵਿੱਚ ਬੋਲਦਾ ਸੀ। 1940 ਵਿੱਚ ਮਾਰਚ ਦੇ ਅੱਧ ਤੋਂ ਅਗਸਤ ਦੇ ਅੱਧ ਵਿਚਕਾਰ ਉਸਨੇ 218 ਵਾਰ ਪ੍ਰਚਾਰ ਕੀਤਾ ਅਤੇ 35 ਇਲਾਜ ਸੇਵਾਵਾਂ ਕੀਤੀਆਂ, ਬਿਮਾਰਾਂ ਲਈ ਦੇਰ ਰਾਤ ਤੱਕ ਪ੍ਰਾਰਥਨਾ ਕੀਤੀ, ਰੋਟਰੀ ਕਲੱਬ ਵਰਗੇ ਸਮੂਹਾਂ ਨੂੰ ਕਈ ਭਾਈਚਾਰਕ ਭਾਸ਼ਣ ਦਿੱਤੇ, ਰੇਡੀਓ ਸੰਬੋਧਨ ਕੀਤੇ, ਇਹ ਸਭ ਕੁਝ ਰੇਲਗੱਡੀ ਰਾਹੀਂ 2700 ਮੀਲ ਅਤੇ ਕਾਰ ਰਾਹੀਂ 8500 ਮੀਲ ਦੀ ਯਾਤਰਾ ਕਰਦੇ ਹੋਏ ਕੀਤਾ। ਸਿਰਫ਼ ਇੱਕ ਦਿਨ ਵਿੱਚ ਉਸਨੇ ਸਪਰਿੰਗਫੀਲਡ, ਮਿਸੂਰੀ ਵਿੱਚ 5 ਵਾਰ ਭਾਸ਼ਣ ਦਿੱਤਾ।

ਪ੍ਰਾਈਸ ਕਿਸੇ ਖਾਸ ਸੰਪਰਦਾ ਨਾਲ ਸੰਬੰਧਿਤ ਨਹੀਂ ਸੀ ਅਤੇ ਉਸਦੀਆਂ ਮੀਟਿੰਗਾਂ ਨੂੰ ਅਕਸਰ ਇੱਕ ਖੇਤਰ ਦੇ ਅੰਦਰ ਕਈ ਚਰਚਾਂ ਦੁਆਰਾ ਸਮਰਥਨ ਦਿੱਤਾ ਜਾਂਦਾ ਸੀ। ਉਸਦਾ ਅਸੈਂਬਲੀ ਆਫ਼ ਗੌਡ ਸੰਪਰਦਾਇਕ ਲੀਡਰਸ਼ਿਪ ਨਾਲ ਇੱਕ ਖਾਸ ਰਿਸ਼ਤਾ ਸੀ ਅਤੇ ਉਹ ਨਿਯਮਿਤ ਤੌਰ 'ਤੇ ਉਨ੍ਹਾਂ ਦੀਆਂ ਕੈਂਪ ਮੀਟਿੰਗਾਂ ਵਿੱਚ ਬੋਲਦਾ ਸੀ ਅਤੇ ਅਕਸਰ ਉਨ੍ਹਾਂ ਦੇ ਚਰਚਾਂ ਵਿੱਚ ਬੋਲਣ ਲਈ ਬੁਲਾਇਆ ਜਾਂਦਾ ਸੀ। ਉਹ ਇੱਕ ਉੱਤਮ ਲੇਖਕ ਸੀ। ਉਸਨੇ ਕਈ ਕਿਤਾਬਾਂ ਲਿਖੀਆਂ ਜਿਨ੍ਹਾਂ ਵਿੱਚ ਸ਼ਾਮਲ

ਹਨ: *ਐਂਡ ਸਾਈਨਸ ਫਾਲੋਡ ਦ ਲਾਈਫ ਸਟੋਰੀ ਆਫ਼ ਚਾਰਲਸ ਐਸ. ਪ੍ਰਾਈਸ* , *ਦ ਪੋਟਰ ਐਂਡ ਦ ਕਲੇ, ਸਪਿਰਚੁਅਲ ਐਂਡ ਫਿਜ਼ੀਕਲ ਹੈਲਥ, ਮੇਡ ਅਲਾਈਵ, ਟੂ ਵਰਲਡਜ਼, ਦ ਰੀਅਲ ਫੇਥ, ਯੂ ਕੈਨ ਨੋ ਗੌਡ ਹੇਅਰ ਐਂਡ ਨਾਓ, ਡਿਵਾਈਨ ਇੰਟਰਵੈਂਸ਼ਨ* , ਅਤੇ *ਮਿਰੈਕਲਸ* 1926 ਤੋਂ 1947 ਤੱਕ ਆਪਣਾ ਗੋਲਡਨ ਗ੍ਰੇਨ ਮੈਗਜ਼ੀਨ ਤਿਆਰ ਕਰਨ ਤੋਂ ਇਲਾਵਾ। ਉਸਨੇ ਰੇਡੀਓ ਦੀ ਵਿਆਪਕ ਵਰਤੋਂ ਕੀਤੀ ਅਤੇ ਅਕਸਰ ਲਾਸ ਏਂਜਲਸ, ਕੈਲੀਫੋਰਨੀਆ ਤੋਂ ਪ੍ਰਚਾਰ ਕੀਤਾ ਜਦੋਂ ਉਹ ਸੜਕ 'ਤੇ ਨਹੀਂ ਸੀ। ਉਸਨੇ ਦੱਖਣੀ ਕੈਲੀਫੋਰਨੀਆ ਬਾਈਬਲ ਕਾਲਜ ਵਿੱਚ ਵੀ ਪੜ੍ਹਾਇਆ ਅਤੇ ਅਕਸਰ ਲਾਸ ਏਂਜਲਸ ਖੇਤਰ ਵਿੱਚ ਪਾਦਰੀਆਂ ਦੀ ਭਰਤੀ ਕਰਨ ਲਈ ਕਿਹਾ ਜਾਂਦਾ ਸੀ। 1945 ਵਿੱਚ ਉਸਨੇ ਮਹਿਸੂਸ ਕੀਤਾ ਕਿ ਪ੍ਰਭੂ ਉਸਨੂੰ ਘਰ ਵਿੱਚ ਸਮਾਂ ਬਿਤਾਉਣ ਲਈ ਬੁਲਾ ਰਿਹਾ ਸੀ। ਅਗਲੇ ਦੋ ਸਾਲ ਲਿਖਣ, ਸਥਾਨਕ ਤੌਰ 'ਤੇ ਪ੍ਰਚਾਰ ਕਰਨ ਅਤੇ ਆਰਾਮ ਅਤੇ ਪ੍ਰਾਰਥਨਾ ਵਿੱਚ ਕੇਂਦ੍ਰਿਤ ਸਨ। ਉਸਦੀ ਮੌਤ 8 ਮਾਰਚ, 1947 ਨੂੰ ਹੋਈ।

ਸਟੀਫਨ ਜੈਫਰੀਜ.

ਸਟੀਫਨ ਜੈਫਰੀ 2 ਸਤੰਬਰ, 1876 ਨੂੰ ਥਾਮਸ ਅਤੇ ਕੇਜ਼ੀਆ ਜੈਫਰੀ ਦੇ ਅੱਠ ਪੁੱਤਰਾਂ ਵਿੱਚੋਂ ਤੀਜੇ ਨੰਬਰ 'ਤੇ ਸਨ। ਥਾਮਸ ਇੱਕ ਖਾਣ ਮਜ਼ਦੂਰ ਸੀ ਪਰ ਉਸਨੂੰ ਦਮਾ ਸੀ ਅਤੇ ਸਾਹ ਲੈਣ ਵਿੱਚ ਮੁਸ਼ਕਲ ਆਉਂਦੀ ਸੀ। ਪਰਿਵਾਰ ਦਾ ਸਮਰਥਨ ਕਰਨ ਲਈ ਸਟੀਫਨ ਬਾਰਾਂ ਸਾਲ ਦੀ ਉਮਰ ਵਿੱਚ ਇੱਕ ਖਾਣ ਮਜ਼ਦੂਰ ਬਣ

ਗਿਆ। ਉਹ ਅਗਲੇ 24 ਸਾਲ ਖਾਣਾਂ ਵਿੱਚ ਕੰਮ ਕਰਦਾ ਰਿਹਾ। ਉਸਦੇ ਪਿਤਾ ਦੀ ਸਿਹਤ ਕੰਮ ਦਾ ਸਮਰਥਨ ਨਹੀਂ ਕਰ ਸਕਦੀ ਸੀ, ਅਤੇ ਉਸਦੀ ਮੌਤ ਉਦੋਂ ਹੋ ਗਈ ਜਦੋਂ ਉਹ ਸਿਰਫ 47 ਸਾਲ ਦਾ ਸੀ। ਸਟੀਫਨ ਦੇ ਚਾਰ ਭਰਾ ਅਤੇ ਇੱਕ ਭੈਣ ਦੀ ਵੀ ਮੌਤ ਹੋ ਗਈ। ਉਸਦਾ ਭਰਾ ਜਾਰਜ ਬਿਮਾਰ ਸੀ। ਇਹ ਇੱਕ ਔਖਾ ਜੀਵਨ ਸੀ। ਜਦੋਂ ਸਟੀਫਨ 22 ਸਾਲ ਦਾ ਸੀ ਤਾਂ ਉਸਨੇ ਇੱਕ ਸਥਾਨਕ ਕਿਸਾਨ ਦੀ ਧੀ ਐਲਿਜ਼ਾਬੈਥ ਲੇਵਿਸ ਨਾਲ ਵਿਆਹ ਕਰਵਾ ਲਿਆ। ਅੰਤ ਵਿੱਚ ਉਨ੍ਹਾਂ ਦੇ ਚਾਰ ਬੱਚੇ, ਤਿੰਨ ਕੁੜੀਆਂ ਅਤੇ ਇੱਕ ਮੁੰਡਾ ਹੋਇਆ। ਸਭ ਤੋਂ ਛੋਟੀ ਧੀ ਦੀ ਮੌਤ ਉਦੋਂ ਹੋ ਗਈ ਜਦੋਂ ਉਹ ਸਿਰਫ ਛੇ ਮਹੀਨੇ ਦੀ ਸੀ।

ਪਰਿਵਾਰ ਦੇ ਮੈਂਬਰ ਨਿਯਮਿਤ ਤੌਰ 'ਤੇ ਚਰਚ ਜਾਂਦੇ ਸਨ। ਉਹ ਵੈਲਸ਼ ਸੁਤੰਤਰ ਚਰਚ ਨਾਲ ਸਬੰਧਤ ਸਨ। 1904 ਵੇਲਜ਼ ਲਈ ਇੱਕ ਮਹੱਤਵਪੂਰਨ ਸਾਲ ਸੀ। ਈਵਾਨ ਰੌਬਰਟਸ ਨੇ ਕਿਹਾ, 'ਮੇਰੇ ਕੋਲ ਸਾਰੇ ਵੇਲਜ਼ ਨੂੰ ਸਵਰਗ ਵਿੱਚ ਉੱਚਾ ਚੁੱਕਣ ਦਾ ਇੱਕ ਦ੍ਰਿਸ਼ਟੀਕੋਣ ਹੈ। ਅਸੀਂ ਵੇਲਜ਼ ਦੁਆਰਾ ਹੁਣ ਤੱਕ ਦੇ ਸਭ ਤੋਂ ਸ਼ਕਤੀਸ਼ਾਲੀ ਪੁਨਰ ਸੁਰਜੀਤੀ ਨੂੰ ਦੇਖਣ ਜਾ ਰਹੇ ਹਾਂ, ਅਤੇ ਪਵਿੱਤਰ ਆਤਮਾ ਜਲਦੀ ਹੀ ਆ ਰਿਹਾ ਹੈ, ਇਸ ਲਈ ਸਾਨੂੰ ਤਿਆਰ ਰਹਿਣਾ ਚਾਹੀਦਾ ਹੈ।" ਅਤੇ ਬਿਲਕੁਲ ਇਹੀ ਹੋਇਆ। ਸਟੀਫਨ, ਅਤੇ ਉਸਦੇ ਭਰਾ ਜਾਰਜ, 20 ਨਵੰਬਰ, 1904 ਨੂੰ ਵੇਲਜ਼ ਦੇ ਨੈਂਟੀਫਿਲਨ ਵਿੱਚ ਸ਼ੀਲੋਹ ਸੁਤੰਤਰ ਚੈਪਲ ਵਿਖੇ ਪੁਨਰ ਸੁਰਜੀਤੀ ਦੌਰਾਨ ਧਰਮ ਪਰਿਵਰਤਨ ਕੀਤੇ ਗਏ ਸਨ। ਅਗਲੇ ਤੇਰਾਂ ਮਹੀਨਿਆਂ ਤੱਕ ਪੂਰਾ ਪੇਂਡੂ ਇਲਾਕਾ ਪਰਮਾਤਮਾ ਦੀ ਮੌਜੂਦਗੀ ਨਾਲ ਕੰਬ ਗਿਆ। ਸਟੀਫਨ ਦੀ ਕੋਈ ਰਸਮੀ ਧਰਮ ਸ਼ਾਸਤਰੀ ਸਿਖਲਾਈ ਨਹੀਂ ਸੀ ਅਤੇ ਨਾ ਹੀ ਉਸਦਾ ਸੇਵਕ ਬਣਨ ਦੀ ਕੋਈ ਯੋਜਨਾ ਸੀ ਪਰ ਫਿਰ ਵੀ ਪਰਮਾਤਮਾ ਨੇ ਉਸਨੂੰ ਖਾਣਾਂ ਵਿੱਚੋਂ ਬਾਹਰ ਕੱਢ ਕੇ ਮੰਚ 'ਤੇ ਬੁਲਾਇਆ।

ਸਟੀਫਨ ਨੇ ਸੜਕਾਂ 'ਤੇ ਪ੍ਰਚਾਰ ਕਰਨਾ ਸ਼ੁਰੂ ਕਰ ਦਿੱਤਾ। ਮੇਸਟੇਗ ਸ਼ਹਿਰ ਵਿੱਚ ਉਸਨੇ ਇੰਨਾ ਲੰਮਾ ਪ੍ਰਚਾਰ ਕੀਤਾ ਕਿ ਹਨੇਰਾ ਹੋ ਗਿਆ ਅਤੇ ਉਨ੍ਹਾਂ ਨੂੰ ਉਸਦੇ ਲਈ ਇੱਕ ਦੀਵਾ ਲਿਆਉਣਾ ਪਿਆ। ਪਰਮਾਤਮਾ ਨੇ ਉਸਨੂੰ ਇੱਕ ਪ੍ਰਚਾਰਕ ਬਣਨ ਲਈ ਬੁਲਾਇਆ ਸੀ। ਈਵਾਨ ਰੌਬਰਟਸ ਵੇਲਜ਼ ਵਿੱਚ ਬਲਦੀ ਲਹਿਰ ਦਾ ਆਗੂ

ਸੀ। ਬਾਅਦ ਵਿੱਚ ਜਦੋਂ ਉਸਦੀ ਜ਼ਿੰਦਗੀ ਵਿੱਚ ਪੁੱਛਿਆ ਗਿਆ ਕਿ ਪੁਨਰ ਸੁਰਜੀਤੀ ਵਿੱਚ ਕੌਣ ਮਹੱਤਵਪੂਰਨ ਸੀ ਤਾਂ ਉਸਨੇ ਕਿਹਾ "ਉਨ੍ਹਾਂ ਸਾਰਿਆਂ ਤੋਂ ਪਰੇ ਜਿਨ੍ਹਾਂ ਨੂੰ ਮੈਂ ਜਾਣਦਾ ਹਾਂ - ਸਟੀਫਨ ਜੈਫਰੀ।" ਜੈਫਰੀ ਖਾਣਾਂ ਵਿੱਚ ਕੰਮ ਕਰਦਾ ਰਿਹਾ ਪਰ ਜਦੋਂ ਵੀ ਉਸਨੂੰ ਮੌਕਾ ਮਿਲਦਾ ਸੀ ਤਾਂ ਉਹ ਪ੍ਰਚਾਰ ਕਰਦਾ ਸੀ। ਉਸਦੇ ਉਪਦੇਸ਼ ਸਧਾਰਨ ਸਨ ਅਤੇ ਲੋਕਾਂ ਨੂੰ ਮਸੀਹ ਵੱਲ ਬੁਲਾਉਂਦੇ ਸਨ।

ਵੈਲਸ਼ ਪੁਨਰ ਸੁਰਜੀਤੀ ਦਾ ਦੌਰ ਸ਼ੁਰੂ ਹੋ ਗਿਆ। ਪੁਨਰ ਸੁਰਜੀਤੀ ਵਿੱਚ ਸ਼ਾਮਲ ਮੰਤਰੀਆਂ ਵਿੱਚੋਂ ਇੱਕ ਅਲੈਗਜ਼ੈਂਡਰ ਸੀ। ਏ. ਬੋਡੀ। ਪ੍ਰਮਾਤਮਾ ਦੀ ਮੌਜੂਦਗੀ ਲਈ ਭੁੱਖੇ ਬੋਡੀ ਨੇ ਥਾਮਸ ਬੈਰਾਟ ਦੇ ਅਧੀਨ ਓਸਲੋ, ਨਾਰਵੇ ਵਿੱਚ ਪੈਂਟੇਕੋਸਟਲ ਦੇ ਪ੍ਰਵਾਹ ਬਾਰੇ ਸੁਣਿਆ। ਉਹ ਪਹਿਲਾਂ ਓਸਲੋ ਗਿਆ ਅਤੇ ਫਿਰ 1907 ਵਿੱਚ ਇੰਗਲੈਂਡ ਦੇ ਸੁੰਦਰਲੈਂਡ ਵਿੱਚ ਬੈਰਾਟ ਨੂੰ ਆਪਣੇ ਚਰਚ ਵਿੱਚ ਲਿਆਂਦਾ। ਇਹ ਇੱਕ ਪੈਂਟੇਕੋਸਟਲ ਪੁਨਰ ਸੁਰਜੀਤੀ ਕੇਂਦਰ ਬਣ ਗਿਆ। ਦਸੰਬਰ 1907 ਵਿੱਚ, ਥਾਮਸ ਮੈਡੋਗ ਜੈਫਰੀ ਨਾਮ ਦਾ ਇੱਕ ਸਥਾਨਕ ਵੈਲਸ਼ ਪਾਦਰੀ ਪਵਿੱਤਰ ਆਤਮਾ ਨਾਲ ਭਰ ਗਿਆ ਜਦੋਂ ਉਹ ਇੱਕ ਹੋਰ ਪਾਦਰੀ ਨਾਲ ਮਿਲਿਆ ਜਿਸਨੇ ਸੁੰਦਰਲੈਂਡ ਵਿੱਚ ਪਵਿੱਤਰ ਆਤਮਾ ਦਾ ਬਪਤਿਸਮਾ ਪ੍ਰਾਪਤ ਕੀਤਾ ਸੀ। ਸਟੀਫਨ ਅਤੇ ਉਸਦਾ ਭਰਾ ਜਾਰਜ ਸ਼ੁਰੂ ਵਿੱਚ ਇਸ ਨਵੇਂ ਕਦਮ ਬਾਰੇ ਝਿਜਕ ਰਹੇ ਸਨ। ਹਾਲਾਂਕਿ, ਸਟੀਫਨ ਦੇ ਪੁੱਤਰ ਐਡਵਰਡ ਨੂੰ ਛੁੱਟੀਆਂ ਦੌਰਾਨ ਪੈਂਟੇਕੋਸਟਲ ਦਾ ਅਨੁਭਵ ਹੋਇਆ ਅਤੇ ਉਹ ਆਪਣੇ ਪਰਿਵਾਰ ਨੂੰ ਇਸ ਬਾਰੇ ਦੱਸਣ ਲਈ ਵਾਪਸ ਆਇਆ। 1908 ਵਿੱਚ ਮੇਸਟੈਗ ਵਿੱਚ ਮੀਟਿੰਗਾਂ ਕੀਤੀਆਂ ਗਈਆਂ ਅਤੇ ਸਟੀਫਨ ਅਤੇ ਜਾਰਜ ਆਪਣੇ ਆਪ ਨੂੰ ਲੱਭਣ ਗਏ। ਉਨ੍ਹਾਂ ਨੇ ਪਵਿੱਤਰ ਆਤਮਾ ਵਿੱਚ ਬਪਤਿਸਮਾ ਲਿਆ ਅਤੇ ਭਾਸ਼ਾਵਾਂ ਵਿੱਚ ਬੋਲਣਾ ਸ਼ੁਰੂ ਕਰ ਦਿੱਤਾ। ਸਟੀਫਨ ਨੇ ਆਪਣੇ ਖੁਸ਼ਖਬਰੀ ਦੇ ਕੰਮ ਵਿੱਚ ਪ੍ਰਭਾਵਸ਼ੀਲਤਾ ਵਿੱਚ ਤੁਰੰਤ ਵਾਧਾ ਦੇਖਿਆ।

ਸਟੀਫਨ ਦੇ ਭਰਾ ਜਾਰਜ ਨੂੰ ਸੇਵਕਾਈ ਲਈ ਬੁਲਾਇਆ ਗਿਆ ਮਹਿਸੂਸ ਹੋਇਆ। ਉਹ 1912 ਵਿੱਚ ਪੈਂਟੇਕੋਸਟਲ ਮਿਸ਼ਨਰੀ ਯੂਨੀਅਨ ਵਿੱਚ ਸ਼ਾਮਲ ਹੋਇਆ। ਜਾਰਜ ਨੇ ਸਟੀਫਨ ਨੂੰ ਅਕਤੂਬਰ 1912 ਵਿੱਚ Cwmtwrch ਨਾਮਕ ਇੱਕ ਛੋਟੇ ਜਿਹੇ ਕਸਬੇ ਵਿੱਚ ਪ੍ਰਚਾਰ ਕਰਨ ਲਈ ਕਿਹਾ। ਇਹ ਇੰਨਾ ਵਧੀਆ

ਰਿਹਾ ਕਿ ਉਨ੍ਹਾਂ ਨੇ ਬੇਨਤੀ ਕੀਤੀ ਕਿ ਉਹ ਦਸੰਬਰ ਵਿੱਚ ਤਿੰਨ ਹੋਰ ਦਿਨਾਂ ਲਈ ਵਾਪਸ ਆਵੇ। ਦਸੰਬਰ ਦੀ ਮੀਟਿੰਗ ਇੱਕ ਛੋਟੇ ਜਿਹੇ ਪੁਨਰ ਸੁਰਜੀਤੀ ਵਿੱਚ ਬਦਲ ਗਈ ਅਤੇ ਸਟੀਫਨ ਸੱਤ ਹਫ਼ਤਿਆਂ ਲਈ ਉੱਥੇ ਰਿਹਾ। ਮੀਟਿੰਗਾਂ ਵਿੱਚ ਸ਼ਾਨਦਾਰ ਇਲਾਜ ਹੋਏ। ਉਸਦਾ ਭਰਾ ਜਾਰਜ ਉਸ ਨਾਲ ਜੁੜਨ ਅਤੇ ਮੀਟਿੰਗਾਂ ਵਿੱਚ ਮਦਦ ਕਰਨ ਲਈ ਆਇਆ। ਉਹ ਉੱਥੋਂ ਪੇਨ-ਵਾਈ-ਬੌਂਟ ਚਲਾ ਗਿਆ ਜਿੱਥੇ ਇੱਕ ਔਰਤ ਜਿਸਦਾ ਪੈਰ ਕੱਟਣਾ ਸੀ, ਤੁਰੰਤ ਠੀਕ ਹੋ ਗਈ। ਜਾਰਜ ਆਪਣੀ ਪੜ੍ਹਾਈ ਵਿੱਚ ਵਾਪਸ ਆ ਗਿਆ ਪਰ ਸਟੀਫਨ ਲੈਨੇਲੀ ਚਲਾ ਗਿਆ ਜਿੱਥੇ ਉਸਨੇ ਪ੍ਰਚਾਰ ਕੀਤਾ ਅਤੇ ਆਪਣਾ ਚਰਚ ਸ਼ੁਰੂ ਕੀਤਾ। ਉਹ ਉੱਥੇ ਸੱਤ ਸਾਲ ਰਿਹਾ।

ਇਹ ਲੈਨੇਲੀ ਵਿੱਚ ਹੀ ਸੀ ਜਿੱਥੇ ਇੱਕ ਮਹੱਤਵਪੂਰਨ ਚਮਤਕਾਰ ਹੋਇਆ। ਇੱਕ ਰਾਤ ਪ੍ਰਚਾਰ ਕਰਦੇ ਸਮੇਂ ਚਰਚ ਦੀ ਕੰਧ 'ਤੇ ਇੱਕ ਦਰਸ਼ਣ ਪ੍ਰਗਟ ਹੋਇਆ। ਪਹਿਲਾਂ ਇਹ ਲੇਲਾ ਸੀ ਅਤੇ ਫਿਰ ਯਿਸੂ ਦਾ ਚਿਹਰਾ ਦੁੱਖਾਂ ਦੇ ਆਦਮੀ ਦੇ ਰੂਪ ਵਿੱਚ, ਉਸਦੇ ਚਿਹਰੇ 'ਤੇ ਹੰਝੂ ਸਨ। ਸੈਂਕੜੇ ਲੋਕਾਂ ਨੇ ਇਹ ਦਰਸ਼ਣ ਦੇਖਿਆ ਜੋ ਘੰਟਿਆਂ ਤੱਕ ਚੱਲਿਆ ਕਿਉਂਕਿ ਲੋਕ ਪਵਿੱਤਰ ਸਥਾਨ ਵਿੱਚ ਆਉਂਦੇ ਅਤੇ ਜਾਂਦੇ ਸਨ। ਜਦੋਂ ਸਟੀਫਨ ਨੇ ਦਰਸ਼ਣ ਬਾਰੇ ਪ੍ਰਾਰਥਨਾ ਕੀਤੀ ਤਾਂ ਉਸਨੂੰ ਲੱਗਾ ਕਿ ਇਹ ਬਹੁਤ ਦੁੱਖਾਂ ਦੀ ਨਿਸ਼ਾਨੀ ਵਜੋਂ ਪ੍ਰਗਟ ਹੋਇਆ ਸੀ ਜੋ ਹੋਣ ਵਾਲਾ ਸੀ। ਕੁਝ ਹਫ਼ਤਿਆਂ ਬਾਅਦ WWI ਸ਼ੁਰੂ ਹੋਇਆ। ਸਟੀਫਨ ਇੰਨਾ ਮਸ਼ਹੂਰ ਹੋ ਗਿਆ ਕਿ ਉਸਨੂੰ ਬਹੁਤ ਸਾਰੇ ਚਰਚਾਂ ਵਿੱਚ ਬੋਲਣ ਲਈ ਕਿਹਾ ਗਿਆ। ਉਸਨੇ 1920 ਤੱਕ ਪਾਦਰੀ ਦੀ ਪਦਵੀ ਬਰਕਰਾਰ ਰੱਖੀ, ਪਰ ਇਸ ਸਮੇਂ ਦੌਰਾਨ ਅਕਸਰ ਯਾਤਰਾ ਕਰਦਾ ਰਹਿੰਦਾ ਸੀ।

1920 ਵਿੱਚ, ਸਟੀਫਨ ਆਪਣੇ ਭਰਾ ਜਾਰਜ ਨਾਲ ਜਾਰਜ ਦੇ ਐਲਿਮ ਪੈਂਟੇਕੋਸਟਲ ਅਲਾਇੰਸ ਲਈ ਕੰਮ ਕਰਨ ਲਈ ਜੁੜ ਗਿਆ। ਉਸਨੇ ਡੋਲੇਸ ਵਿੱਚ ਮੀਟਿੰਗਾਂ ਕੀਤੀਆਂ ਅਤੇ ਇੱਕ ਚਰਚ ਸਥਾਪਤ ਕੀਤਾ ਅਤੇ ਇਸਦਾ ਪਾਦਰੀ ਬਣ ਗਿਆ। 1924 ਵਿੱਚ ਸਟੀਫਨ ਅਤੇ ਜਾਰਜ ਸੰਯੁਕਤ ਰਾਜ ਅਤੇ ਕੈਨੇਡਾ ਗਏ। ਉਹ ਲਾਸ ਏਂਜਲਸ ਗਏ ਜਿੱਥੇ ਉਨ੍ਹਾਂ ਨੇ ਏਂਜਲਸ ਟੈਂਪਲ ਵਿੱਚ ਐਮੀ ਸੈਮਪਲ ਮੈਕਫਰਸਨ ਨੂੰ ਦੇਖਿਆ। ਉਸਨੇ ਭਰਾਵਾਂ 'ਤੇ ਬਹੁਤ ਪ੍ਰਭਾਵ ਪਾਇਆ। ਵਾਪਸ ਆਉਣ ਤੋਂ ਬਾਅਦ

ਉਹ ਲੰਡਨ ਗਏ ਅਤੇ ਮੀਟਿੰਗਾਂ ਕਰਨੀਆਂ ਸ਼ੁਰੂ ਕਰ ਦਿੱਤੀਆਂ। ਉਨ੍ਹਾਂ ਨੇ ਐਮੀ ਸੈਮਪਲ ਮੈਕਫਰਸਨ ਨੂੰ ਸੱਦਾ ਦਿੱਤਾ ਅਤੇ ਫਿਰ ਆਪਣੇ ਆਪ ਮੀਟਿੰਗਾਂ ਕੀਤੀਆਂ। ਇਹ ਲਗਭਗ ਦੋ ਸਾਲ ਚੱਲਿਆ।

ਜਾਰਜ ਅਤੇ ਸਟੀਫਨ ਵਿਚਕਾਰ ਵਧਦਾ ਮਤਭੇਦ ਸੀ। ਉਨ੍ਹਾਂ ਦੀਆਂ ਸ਼ਖਸੀਅਤਾਂ ਬਿਲਕੁਲ ਵੱਖਰੀਆਂ ਸਨ। ਸਟੀਫਨ ਸ਼ਾਇਦ ਦੋਵਾਂ ਵਿੱਚੋਂ ਵਧੇਰੇ ਪ੍ਰਤਿਭਾਸ਼ਾਲੀ ਸੀ, ਪਰ ਜਾਰਜ ਕੋਲ ਮਜ਼ਬੂਤ ਪ੍ਰਸ਼ਾਸਕੀ ਪ੍ਰਤਿਭਾ ਸੀ। ਸਟੀਫਨ ਅਕਸਰ ਇੱਕ ਦਿੱਤੀ ਮਿਤੀ ਲਈ ਇੱਕ ਤੋਂ ਵੱਧ ਥਾਵਾਂ 'ਤੇ ਮੀਟਿੰਗਾਂ ਲਈ ਸਹਿਮਤ ਹੋ ਜਾਂਦਾ ਸੀ। ਉਹ ਭੇਟਾਂ ਲੈਣ ਜਾਂ ਦੂਜਿਆਂ ਨੂੰ ਆਪਣਾ ਹਿੱਸਾ ਲੈਣ ਦਿੱਤੇ ਬਿਨਾਂ ਮੀਟਿੰਗਾਂ ਨੂੰ ਚੱਲਣ ਦਿੰਦਾ ਸੀ। ਸਟੀਫਨ ਉਹੀ ਕਹਿੰਦਾ ਸੀ ਜੋ ਉਸਦੇ ਮਨ ਵਿੱਚ ਆਉਂਦਾ ਸੀ, ਭਾਵੇਂ ਨਤੀਜੇ ਕੁਝ ਵੀ ਹੋਣ। ਉਸਨੂੰ ਇਹ ਵੀ ਵਿਸ਼ਵਾਸ ਹੋ ਗਿਆ ਕਿ ਜਾਰਜ ਉਸ ਤੋਂ ਈਰਖਾ ਕਰਦਾ ਸੀ। 1926 ਵਿੱਚ ਸਟੀਫਨ ਨੇ ਐਲਿਮ ਅੰਦੋਲਨ ਛੱਡ ਦਿੱਤਾ ਅਤੇ ਬ੍ਰਿਟੇਨ ਅਤੇ ਆਇਰਲੈਂਡ ਦੀ ਅਸੈਂਬਲੀ ਆਫ਼ ਗੌਡ ਵਿੱਚ ਸ਼ਾਮਲ ਹੋ ਗਿਆ। ਅਗਲੇ ਕਈ ਸਾਲਾਂ ਤੱਕ ਭਰਾਵਾਂ ਵਿਚਕਾਰ ਹਾਲਾਤ ਤਣਾਅਪੂਰਨ ਰਹੇ।
ਸਟੀਫਨ ਜਿੱਥੇ ਵੀ ਗਿਆ, ਉੱਥੇ ਨਾਟਕੀ ਇਲਾਜ ਅਤੇ ਸਿਰਜਣਾਤਮਕ ਚਮਤਕਾਰ ਹੋਏ।

ਉਹ ਸੰਯੁਕਤ ਰਾਜ ਅਮਰੀਕਾ, ਨਿਊਜ਼ੀਲੈਂਡ, ਆਸਟ੍ਰੇਲੀਆ ਅਤੇ ਦੱਖਣੀ ਅਫਰੀਕਾ ਗਿਆ। ਹਜ਼ਾਰਾਂ ਦੀ ਭੀੜ ਉਸਦੀਆਂ ਮੀਟਿੰਗਾਂ ਵਿੱਚ ਆਈ। 1933 ਵਿੱਚ ਉਹ ਪ੍ਰਚਾਰ ਕਰਨ ਲਈ ਸਵੀਡਨ ਅਤੇ ਨਾਰਵੇ ਗਿਆ। ਉਸਨੇ ਆਪਣੀ ਸਿਹਤ ਬਾਰੇ ਡਾਕਟਰਾਂ ਦੀਆਂ ਚੇਤਾਵਨੀਆਂ ਨੂੰ ਨਜ਼ਰਅੰਦਾਜ਼ ਕਰਦੇ ਹੋਏ, ਦਿਨ-ਰਾਤ ਆਪਣੇ ਆਪ ਨੂੰ ਅੱਗੇ ਵਧਾਇਆ। 1930 ਦੇ ਦਹਾਕੇ ਦੇ ਮੱਧ ਵਿੱਚ ਚੀਜ਼ਾਂ ਨਾਟਕੀ ਢੰਗ ਨਾਲ ਬਦਲ ਗਈਆਂ। ਵੱਡੇ ਧਰਮ ਯੁੱਧ ਘੱਟ ਪ੍ਰਸਿੱਧ ਅਤੇ ਗੁਆਚੇ ਲੋਕਾਂ ਤੱਕ ਪਹੁੰਚਣ ਵਿੱਚ ਘੱਟ ਸਫਲ ਹੋ ਰਹੇ ਸਨ। ਸਟੀਫਨ ਦਾ ਤੀਬਰ ਸਮਾਂ-ਸਾਰਣੀ ਉਸ 'ਤੇ ਭਾਰੂ ਹੋ ਗਈ ਅਤੇ ਉਸਦੀ ਸਿਹਤ ਅਸਫਲ ਹੋਣ ਲੱਗੀ। ਉਹ

ਗਠੀਏ ਨਾਲ ਅਪਾਹਜ ਹੋ ਗਿਆ। 1940 ਵਿੱਚ ਜਾਰਜ ਨੇ ਐਲਿਮ ਚਰਚਾਂ ਨੂੰ ਛੱਡ ਦਿੱਤਾ ਅਤੇ ਉਸਨੇ ਬਾਈਬਲ ਪੈਟਰਨ ਚਰਚ ਫੈਲੋਸ਼ਿਪ ਸ਼ੁਰੂ ਕਰਨੀ ਸ਼ੁਰੂ ਕਰ ਦਿੱਤੀ।

ਉਹ ਸਟੀਫਨ ਅਤੇ ਉਸਦੇ ਪੁੱਤਰ ਐਡਵਰਡ ਨੂੰ ਆਪਣੀ ਨਵੀਂ ਚਰਚ ਲਹਿਰ ਵਿੱਚ ਸ਼ਾਮਲ ਹੋਣ ਲਈ ਕਹਿਣ ਵਿੱਚ ਕਾਮਯਾਬ ਹੋ ਗਿਆ। ਸਿਹਤ ਸੰਬੰਧੀ ਚਿੰਤਾਵਾਂ ਦੇ ਕਾਰਨ ਸਟੀਫਨ ਸਰਗਰਮੀ ਨਾਲ ਕੰਮ ਦਾ ਸਮਰਥਨ ਨਹੀਂ ਕਰ ਸਕਿਆ। ਉਸਨੇ ਆਪਣੀ ਜ਼ਿੰਦਗੀ ਦੇ ਆਖਰੀ ਅੱਠ ਸਾਲ ਆਪਣੀ ਧੀ ਮੇਅ ਨਾਲ ਪੋਰਥਕੋਲ, ਵੇਲਜ਼ ਵਿੱਚ ਸ਼ਾਂਤ ਰਿਟਾਇਰਮੈਂਟ ਵਿੱਚ ਬਿਤਾਏ। ਰੀਸ ਹਾਵੇਲਜ਼ ਦੁਆਰਾ ਚਲਾਏ ਜਾ ਰਹੇ ਬਾਈਬਲ ਕਾਲਜ ਆਫ਼ ਵੇਲਜ਼ ਦੇ ਡਾਕਟਰਾਂ ਦੁਆਰਾ ਉਸਦੀ ਮਦਦ ਕੀਤੀ ਗਈ। 17 ਨਵੰਬਰ, 1943 ਨੂੰ ਉਸਦੀ ਮੌਤ ਹੋ ਗਈ।

ਵੱਡੇ ਕਾਰਨਾਮੇ - 1

- ਗਵਾਹੀਆਂ

ਯੁੱਗਾਂ ਦੌਰਾਨ ਪਰਮੇਸ਼ੁਰ ਦੇ ਵੱਖ-ਵੱਖ ਸੇਵਕਾਂ **ਦੁਆਰਾ ਤੁਹਾਡੇ ਵਿਸ਼ਵਾਸ ਨੂੰ ਮਜਬੂਤ ਕਰਨ ਲਈ ਕਿ ਪਰਮੇਸੁਰ ਅੱਜ ਵੀ ਅਤੇ ਹਮੇਸ਼ਾ ਲਈ ਕੰਮ ਕਰ ਰਿਹਾ ਹੈ।**

ਚਾਰਲਸ ਐਸ. ਪ੍ਰਾਈਸ - ਨਵੇਂ ਮਾਦਾ ਅੰਗ ਬਣਾਏ ਗਏ

ਡਾ. ਚਾਰਲਸ ਸਿਡਨੀ ਪ੍ਰਾਈਸ ਵੀਹਵੀਂ ਸਦੀ ਦੇ ਸਭ ਤੋਂ ਪ੍ਰਭਾਵਸ਼ਾਲੀ ਮੰਤਰੀਆਂ ਵਿੱਚੋਂ ਇੱਕ ਸਨ। ਉਹ 1909 ਵਿੱਚ 22 ਸਾਲ ਦੀ ਉਮਰ ਵਿੱਚ ਇੱਕ ਪਾਦਰੀ ਬਣੇ ਅਤੇ ਇੱਕ ਪ੍ਰਗਤੀਸ਼ੀਲ ਉਦਾਰਵਾਦੀ ਧਰਮ ਸ਼ਾਸਤਰ ਦੇ ਪ੍ਰਭਾਵ ਹੇਠ ਚਰਾਉਣ ਵਿੱਚ 12 ਸਾਲ ਬਿਤਾਏ।

ਉੱਥੇ ਇੱਕ ਪਾਦਰੀ ਮੌਜੂਦ ਸੀ ਜਿਸਨੇ ਸਾਨੂੰ ਇੱਕ ਸ਼ਾਨਦਾਰ ਕਹਾਣੀ ਸੁਣਾਈ। ਉਹ ਇੱਕ ਐਂਗਲੀਕਨ ਪਾਦਰੀ ਸੀ ਜੋ ਅਸਲ ਵਿੱਚ ਸਸਕੈਟੂਨ ਦੇ ਨੇੜੇ ਤਾਇਨਾਤ ਸੀ। ਕਈ ਸਾਲ ਪਹਿਲਾਂ ਜਦੋਂ ਸਾਨੂੰ, ਸਾਡੇ ਪ੍ਰਭੂ ਦੇ ਪ੍ਰਮਾਤਮਾ ਦੁਆਰਾ, ਉਸ ਸ਼ਹਿਰ ਦੇ ਅਖਾੜੇ ਵਿੱਚ ਬੋਲਣ ਦਾ ਸਨਮਾਨ ਮਿਲਿਆ ਸੀ, ਤਾਂ ਉਹ ਮੀਟਿੰਗਾਂ ਵਿੱਚ ਸ਼ਾਮਲ ਹੋਇਆ ਸੀ। ਉਸਦੀ ਪਤਨੀ ਦਾ ਇੱਕ ਆਪ੍ਰੇਸ਼ਨ ਹੋਇਆ ਸੀ ਜਿਸ ਵਿੱਚ ਉਸਦੇ ਸਰੀਰ ਦੇ ਅੰਗ ਕੱਢ ਦਿੱਤੇ ਗਏ ਸਨ। ਉਹ ਕਦੇ ਵੀ ਬੱਚਾ ਨਹੀਂ ਪੈਦਾ ਕਰ ਸਕਦੀ ਸੀ। ਅਤੇ ਇੱਕ ਬੱਚੇ ਲਈ ਉਹ ਤਰਸਦੇ ਅਤੇ ਸੁਪਨੇ ਲੈਂਦੇ ਸਨ। ਉਸਨੂੰ ਪ੍ਰਾਰਥਨਾ ਲਈ ਲਿਆਂਦਾ ਗਿਆ ਸੀ। ਆਲੋਚਕ ਕਹਿੰਦੇ ਹਨ ਕਿ ਕੋਈ ਜੈਵਿਕ ਇਲਾਜ ਨਹੀਂ ਹਨ। ਫਿਰ ਵੀ ਪਰਮਾਤਮਾ ਨੇ ਪ੍ਰਾਰਥਨਾ ਦਾ ਜਵਾਬ ਦਿੱਤਾ ਅਤੇ ਉਸ ਘਰ ਵਿੱਚ ਇੱਕ ਬੱਚੇ ਦਾ ਜਨਮ ਹੋਇਆ। ਚਮਤਕਾਰ ਹੋਇਆ। ਅੰਗ ਵਾਪਸ ਵਧੇ ਹੋਣਗੇ। ਇਸ ਤੋਂ ਇਲਾਵਾ ਕੋਈ ਹੋਰ ਵਿਆਖਿਆ ਨਹੀਂ ਹੋ ਸਕਦੀ। ਇਹ ਉਸ ਪਾਦਰੀ ਦੇ

ਬੁੱਲ੍ਹਾਂ ਤੋਂ ਸਾਨੂੰ ਦਿੱਤੀ ਗਈ ਗਵਾਹੀ ਸੀ ਜੋ ਹੁਣ ਆਪਣੇ ਪੂਰੇ ਦਿਲ ਨਾਲ ਬ੍ਰਹਮ ਇਲਾਜ ਵਿੱਚ ਵਿਸ਼ਵਾਸ ਕਰਦਾ ਸੀ ਅਤੇ ਅਭਿਆਸ ਕਰਦਾ ਸੀ।

ਨਵੀਆਂ ਅੱਖਾਂ ਬਣਾਈਆਂ ਗਈਆਂ

ਉਸ ਮਹੱਤਵਪੂਰਨ ਮੁਲਾਕਾਤ ਵਿੱਚ ਸੈਂਕੜੇ ਧਰਮ ਪਰਿਵਰਤਨ ਕਰਨ ਵਾਲਿਆਂ ਵਿੱਚੋਂ ਇੱਕ ਟੌਮ ਵਿਲਸਨ ਨਾਮ ਦਾ ਇੱਕ ਨੌਜਵਾਨ ਸੀ। ਉਸਦੀ ਮਾਂ ਮੁਹਿੰਮ ਦੇ ਸ਼ੁਰੂ ਵਿੱਚ ਸ਼ਾਮ ਦੀ ਇੱਕ ਮੀਟਿੰਗ ਵਿੱਚ ਗਈ ਸੀ ਅਤੇ ਘਰ ਵਾਪਸ ਆਉਣ ਵਿੱਚ ਕਾਫ਼ੀ ਦੇਰ ਹੋ ਗਈ ਸੀ। ਟੌਮ ਅਤੇ ਉਸਦੇ ਪਿਤਾ ਚਿੰਤਤ ਹੋ ਰਹੇ ਸਨ, ਡਰ ਰਹੇ ਸਨ ਕਿ ਉਸਨੂੰ ਕੁਝ ਹੋਇਆ ਹੈ, ਇਸ ਲਈ ਜਦੋਂ ਉਹ ਆਖਰਕਾਰ ਵਾਪਸ ਆਈ ਤਾਂ ਉਹ ਜਾਣਨਾ ਚਾਹੁੰਦੇ ਸਨ ਕਿ ਉਹ ਕਿੱਥੇ ਸੀ। ਜਦੋਂ ਉਸਨੇ ਦੱਸਿਆ ਕਿ ਉਹ ਟਾਊਨ ਹਾਲ ਵਿੱਚ ਇੱਕ ਧਾਰਮਿਕ ਮੀਟਿੰਗ ਵਿੱਚ ਗਈ ਸੀ, ਤਾਂ ਉਸਦਾ ਪਤੀ ਕਾਫ਼ੀ ਅਵਿਸ਼ਵਾਸ਼ਯੋਗ ਸੀ ਅਤੇ ਜਾਣਨਾ ਚਾਹੁੰਦਾ ਸੀ ਕਿ ਇਹ ਕਿਹੋ ਜਿਹੀ ਧਾਰਮਿਕ ਮੀਟਿੰਗ ਸੀ ਜੋ ਘੰਟਿਆਂ ਤੱਕ ਚੱਲੀ। ਉਤਸ਼ਾਹ ਨਾਲ ਭਰੀ ਹੋਈ, ਉਸਨੇ ਉਨ੍ਹਾਂ ਨੂੰ ਦੱਸਣਾ ਸ਼ੁਰੂ ਕਰ ਦਿੱਤਾ: "ਤੁਸੀਂ ਅੰਨ੍ਹੀ ਕੁੜੀ ਸੇਲੀਆ ਬ੍ਰਾਊਨ ਨੂੰ ਜਾਣਦੇ ਹੋ; ਉਹ ਦੇਖ ਸਕਦੀ ਹੈ।"

"ਮੰਮੀ ਮੂਰਖ ਨਾ ਬਣੋ," ਟੌਮ ਨੇ ਕਿਹਾ, "ਇਹ ਅਸੰਭਵ ਹੈ; ਅਸੀਂ ਸਾਰੇ ਜਾਣਦੇ ਹਾਂ ਕਿ ਸੇਲੀਆ ਕੋਲ ਤਾਂ ਅੱਖਾਂ ਵੀ ਨਹੀਂ ਹਨ, ਤਾਂ ਉਹ ਕਿਵੇਂ ਦੇਖ ਸਕਦੀ ਹੈ? ਉਸਦੀਆਂ ਅੱਖਾਂ ਸਿਰਫ਼ ਖਾਲੀ ਸਾਕਟ ਹਨ।"

"ਮੈਂ ਤੁਹਾਨੂੰ ਦੱਸ ਰਹੀ ਹਾਂ," ਉਸਦੀ ਮਾਂ ਨੇ ਜਵਾਬ ਦਿੱਤਾ, "ਜਦੋਂ ਇਸ ਵੈਲਸ਼ਮੈਨ, ਸਟੀਫਨ ਜੈਫਰੀਜ਼ ਨੇ ਅੱਜ ਰਾਤ ਉਸ ਲਈ ਪ੍ਰਾਰਥਨਾ ਕੀਤੀ, ਤਾਂ ਉਸਨੂੰ ਨੀਲੀਆਂ ਅੱਖਾਂ ਮਿਲੀਆਂ ਅਤੇ ਉਹ ਦੇਖ ਸਕਦੀ ਹੈ।"

ਸੇਲੀਆ ਤੇਰਾਂ ਸਾਲਾਂ ਦੀ ਸੀ ਅਤੇ ਸਥਾਨਕ ਤੌਰ 'ਤੇ ਜਾਣੀ ਜਾਂਦੀ ਸੀ। ਉਹ ਅਜੇ ਵੀ ਸ਼੍ਰੀਮਤੀ ਵਿਲਸਨ ਦੀ ਗੱਲ 'ਤੇ ਵਿਸ਼ਵਾਸ ਨਹੀਂ ਕਰ ਸਕਦੇ ਸਨ ਪਰ ਉਨ੍ਹਾਂ ਨੂੰ

ਜਲਦੀ ਹੀ ਪਤਾ ਲੱਗ ਗਿਆ ਕਿ ਇਹ ਸੱਚ ਸੀ। ਇਹ, ਇਲਾਜ ਦੇ ਹੋਰ ਚਮਤਕਾਰਾਂ ਦੇ ਨਾਲ, ਸ਼ਹਿਰ ਦੀ ਚਰਚਾ ਬਣ ਗਿਆ।

ਵਾਲ ਦੇ ਵਿਕਾਰ, ਰੈਵ ਜੇ.ਡਬਲਯੂ. ਐਡਮਜ਼, ਸਟੀਫਨ ਨਾਲ ਬਹੁਤ ਦੋਸਤਾਨਾ ਬਣ ਗਏ ਅਤੇ ਵਾਲਵਰਥ, ਕੇਨਸਿੰਗਟਨ, ਬੈੱਡਫੋਰਡ, ਸਾਊਥੈਂਡ-ਆਨ-ਸੀ, ਚੈਮਸਫੋਰਡ, ਬਿਸ਼ਪ ਆਕਲੈਂਡ, ਸੁੰਦਰਲੈਂਡ, ਮੈਡਸਟੋਨ, ਟਨਬ੍ਰਿਜ ਵੈੱਲਜ਼, ਵੇਕਫੀਲਡ ਅਤੇ ਹੋਰ ਥਾਵਾਂ 'ਤੇ ਮੁਹਿੰਮਾਂ ਵਿੱਚ ਮਦਦ ਕੀਤੀ। ਜਦੋਂ ਸੇਲੀਆ ਠੀਕ ਹੋ ਗਈ ਸੀ ਤਾਂ ਉਹ ਮੀਟਿੰਗ ਵਿੱਚ ਮੌਜੂਦ ਨਹੀਂ ਸੀ ਪਰ ਮੁਹਿੰਮ ਵਿੱਚ ਥੋੜ੍ਹੀ ਦੇਰ ਬਾਅਦ ਪਹੁੰਚਿਆ ਅਤੇ ਸਟੀਫਨ ਦਾ ਆਪਣਾ ਖਾਤਾ ਪ੍ਰਾਪਤ ਕੀਤਾ:

11 ਮਾਰਚ ਨੂੰ ਉਹ ਪ੍ਰਾਰਥਨਾ ਲਈ ਆਈ। ਉਸ ਸਮੇਂ ਉਸ ਨੂੰ ਭਰੂਣ ਅਵਸਥਾ ਵਿੱਚ ਵੀ ਕੋਈ ਅੱਖਾਂ ਨਹੀਂ ਸਨ ਅਤੇ ਉਸਨੂੰ ਕਦੇ ਵੀ ਰੌਸ਼ਨੀ ਅਤੇ ਹਨੇਰੇ, ਦਿਨ ਅਤੇ ਰਾਤ ਵਿੱਚ ਅੰਤਰ ਨਹੀਂ ਪਤਾ ਸੀ। ਹੱਥ ਰੱਖਣ ਤੋਂ ਤੁਰੰਤ ਬਾਅਦ, ਉਸਦੇ ਲਈ ਇੱਕ ਨਵੀਂ ਦੁਨੀਆਂ ਖੁੱਲ੍ਹਣੀ ਸ਼ੁਰੂ ਹੋ ਗਈ: ਆਪਣੀਆਂ ਨਵੀਆਂ ਅਤੇ ਬਹੁਤ ਛੋਟੀਆਂ ਅੱਖਾਂ ਨਾਲ ਉਸਨੇ ਰੌਸ਼ਨੀ ਅਤੇ ਛਾਂ ਵਿੱਚ ਸਪਸ਼ਟ ਅੰਤਰ ਨੂੰ ਪਛਾਣਿਆ। ਅਗਲੇ ਦਿਨ ਉਸਨੇ ਹੋਰ ਸਪੱਸ਼ਟ ਤੌਰ 'ਤੇ ਦੇਖਿਆ, ਅਤੇ ਉਸਦੇ ਅੰਦਰ ਇੱਕ ਚਿੱਟੇ ਮੇਜ਼ ਦੇ ਕੱਪੜੇ ਤੋਂ ਪੈਸੇ ਗਿਣਨ ਅਤੇ ਚੁੱਕਣ ਦੀ ਸ਼ਕਤੀ ਸ਼ੁਰੂ ਹੋ ਗਈ।

ਮਿਸਟਰ ਐਡਮਜ਼ ਨੇ ਖੁਦ ਗਵਾਹੀ ਦਿੱਤੀ: "ਮੈਂ ਉਸ ਨੂੰ ਕਈ ਵਾਰ ਦੇਖਿਆ ਹੈ ਅਤੇ ਉਸ ਨਾਲ ਗੱਲ ਕੀਤੀ ਹੈ ਅਤੇ ਹਰ ਵਾਰ ਉਸਦੀਆਂ ਅੱਖਾਂ ਦਾ ਆਕਾਰ ਅਤੇ ਯੋਗਤਾ ਥੋੜ੍ਹੀ ਜਿਹੀ ਵਧੀ ਸੀ। ਉਹ ਆਪਣੇ ਸਾਹਮਣੇ ਫੜੀਆਂ ਉਂਗਲਾਂ ਗਿਣ ਸਕਦੀ ਸੀ ਅਤੇ ਦੂਰੀ ਦਾ ਕੁਝ ਅੰਦਾਜ਼ਾ ਲਗਾ ਸਕਦੀ ਸੀ। ਇਸ ਵਿੱਚ ਉਹ ਇੱਕ ਬੱਚੇ ਵਾਂਗ ਦੇਖਣਾ ਸਿੱਖ ਰਹੀ ਸੀ। ਉਸਦੀਆਂ ਅੱਖਾਂ ਨੀਲੀਆਂ ਹਨ ਅਤੇ ਉਸਦੇ ਪਿਤਾ ਦੀਆਂ ਅੱਖਾਂ ਵਰਗੀਆਂ ਹਨ।"

ਸੀ. ਵਿੱਟੇਕਰ ਦੁਆਰਾ "ਸੱਤ ਪੈਂਟੇਕੋਸਟਲ ਪਾਇਨੀਅਰ" ਤੋਂ ਅੰਸ਼। ਗੋਸਪੇਲ ਪਬਲਿਸ਼ਿੰਗ ਹਾਊਸ, 1985

ਰੈਵਰੈਂਡ ਲੀ ਸਟੋਨਕਿੰਗ ਮੁਰਦਿਆਂ ਵਿੱਚੋਂ ਜੀ ਉੱਠੇ

ਰੇਵ ਸਟੋਨਕਿੰਗ ਸੰਯੁਕਤ ਰਾਸ਼ਟਰ ਵਿੱਚ ਆਪਣੀ ਗਵਾਹੀ ਇਸ ਬਿਆਨ ਨਾਲ ਸ਼ੁਰੂ ਕਰਦੇ ਹਨ "ਤੁਸੀਂ ਇੱਕ ਚਮਤਕਾਰ ਦੇਖ ਰਹੇ ਹੋ।" ਨਵੰਬਰ 2003 ਵਿੱਚ, ਆਸਟ੍ਰੇਲੀਆ ਦੇ ਸਿਡਨੀ ਹਵਾਈ ਅੱਡੇ 'ਤੇ ਇੱਕ ਵੱਡੇ ਦਿਲ ਦੇ ਦੌਰੇ ਨਾਲ ਉਸਦੀ ਮੌਤ ਹੋ ਗਈ। ਉਹ 45 ਮਿੰਟਾਂ ਵਿੱਚ ਕਲੀਨਿਕਲੀ ਮਰ ਗਿਆ ਸੀ। ਉਨ੍ਹਾਂ ਨੇ ਸੀਪੀਆਰ ਦਿੱਤਾ ਅਤੇ ਉਸਦੇ ਦਿਲ ਨੂੰ 10 ਬਿਜਲੀ ਦੇ ਝਟਕੇ ਦਿੱਤੇ। 3 ਜਾਂ 4 ਆਮ ਤੌਰ 'ਤੇ ਅਮਰੀਕਾ ਅਤੇ ਆਸਟ੍ਰੇਲੀਆ ਵਿੱਚ ਦਿੱਤੇ ਜਾਣ ਵਾਲੇ ਸਭ ਤੋਂ ਵੱਧ ਹਨ। ਉਸਦੇ ਅੰਗਾਂ ਵਿੱਚ ਖ਼ੂਨ ਇਕੱਠਾ ਹੋ ਗਿਆ ਸੀ। ਉਸਦੇ ਲਈ ਬਿਲਕੁਲ ਵੀ ਕੋਈ ਉਮੀਦ ਨਹੀਂ ਸੀ। ਉਹ ਸਿਰਫ਼ ਇੱਕ ਲਾਸ਼ ਸੀ। ਉਨ੍ਹਾਂ ਨੇ ਉਸਨੂੰ ਇੱਕ ਐਂਬੂਲੈਂਸ ਵਿੱਚ ਪਾ ਦਿੱਤਾ। ਉਸਨੂੰ ਮ੍ਰਿਤਕ ਐਲਾਨਣ ਵਾਲਾ ਕਾਗਜ਼ ਹਸਪਤਾਲ ਵਿੱਚ ਪਹਿਲਾਂ ਹੀ ਪੂਰਾ ਹੋ ਚੁੱਕਾ ਸੀ। ਐਂਬੂਲੈਂਸ ਵਿੱਚ ਯਿਸੂ ਅੰਦਰ ਆਇਆ ਅਤੇ ਉਸਦਾ ਦਿਲ ਧੜਕਣ ਲੱਗ ਪਿਆ ਅਤੇ ਉਸਦਾ ਸਾਹ ਵਾਪਸ ਆ ਗਿਆ। ਡਰਾਈਵਰ ਅਤੇ ਪੈਰਾਮੈਡਿਕ ਹੈਰਾਨ ਰਹਿ ਗਏ। ਉਹ ਬਾਅਦ ਵਿੱਚ ਕਹਿਣਗੇ ਕਿ ਉਨ੍ਹਾਂ ਨੇ ਕਦੇ ਵੀ ਕਿਸੇ ਨੂੰ ਉਸ ਨਾਲ ਵਾਪਰੀ ਘਟਨਾ ਤੋਂ ਠੀਕ ਨਹੀਂ ਹੁੰਦੇ ਦੇਖਿਆ। ਹਫ਼ਤਿਆਂ ਦੇ ਅੰਦਰ-ਅੰਦਰ ਉਹ ਆਪਣੇ ਆਪ ਅਮਰੀਕਾ ਵਾਪਸ ਘਰ ਪਰਤ ਆਇਆ, ਉਹ ਪੂਰੀ ਤਰ੍ਹਾਂ ਠੀਕ ਹੋ ਗਿਆ।

ਅਮਰੀਕਾ ਵਾਪਸ ਆਉਣ ਤੋਂ ਬਾਅਦ ਉਹ ਜੈਕਸਨ, ਟੈਨੇਸੀ ਦੇ ਇੱਕ ਹਸਪਤਾਲ ਵਿੱਚ ਇੱਕ ਵੱਡੀ ਜਾਂਚ ਲਈ ਗਿਆ। ਉਨ੍ਹਾਂ ਨੇ ਖ਼ੂਨ ਦਾ ਕੰਮ ਕੀਤਾ, ਜਿਸ ਵਿੱਚ ਡੀਐਨਏ ਟੈਸਟ ਵੀ ਸ਼ਾਮਲ ਸੀ। ਡਾਕਟਰ ਨੇ ਐਲਾਨ ਕੀਤਾ ਕਿ ਉਹ ਇੱਕ ਚਮਤਕਾਰ ਸੀ। ਨਾ ਸਿਰਫ਼ ਉਹ ਬਹੁਤ ਵਧੀਆ ਸਿਹਤ ਵਿੱਚ ਸੀ ਬਲਕਿ ਉਸਦੇ ਸਰੀਰ ਦੇ ਹਰ ਸੈੱਲ ਵਿੱਚੋਂ ਦਿਲ ਦੀ ਬਿਮਾਰੀ ਲਈ ਜੈਨੇਟਿਕ ਮਾਰਕਰ ਵੀ ਹਟਾ ਦਿੱਤਾ ਗਿਆ ਸੀ! ਡਾਕਟਰ ਨੇ ਕਿਹਾ ਕਿ ਇਹ ਅਸੰਭਵ ਹੈ, ਸਿਰਫ਼ ਪਰਮਾਤਮਾ ਹੀ ਅਜਿਹਾ ਕਰ ਸਕਦਾ ਹੈ। ਪਰਮਾਤਮਾ ਨੇ ਨਾ ਸਿਰਫ਼ ਉਸਨੂੰ ਉਠਾਇਆ ਬਲਕਿ ਉਸਨੂੰ ਹਰ ਤਰੀਕੇ ਨਾਲ ਪੂਰੀ ਤਰ੍ਹਾਂ ਠੀਕ ਕੀਤਾ। ਡਾਕਟਰ ਨੇ ਉਸਨੂੰ ਕਿਹਾ "ਤੁਸੀਂ

ਡਾਕਟਰੀ ਵਿਗਿਆਨ ਦੇ ਸਾਰੇ ਨਿਯਮਾਂ ਦੀ ਉਲੰਘਣਾ ਕੀਤੀ ਹੈ।" ਰੇਵ ਸਟੋਨਕਿੰਗ ਨੇ ਕਿਹਾ "ਮੈਂ ਨਹੀਂ ਕੀਤਾ ਪਰ ਮੈਂ ਉਸ ਨੂੰ ਜਾਣਦਾ ਹਾਂ ਜਿਸਨੇ ਅਜਿਹਾ ਕੀਤਾ ਅਤੇ ਉਸਦਾ ਨਾਮ ਜਿਸੂ ਹੈ।"

https://youtu.be/a_-s-KobZ64

ਟੌਮੀ ਹਕਿਸ ਦੀ ਮੀਟਿੰਗ ਵਿੱਚ ਲਊਕੇਮੀਆ ਦਾ ਇਲਾਜ

ਜਰਮਨੀ ਦੇ ਕਾਰਲਸਰੂਹ ਵਿੱਚ ਇੱਕ ਮੀਟਿੰਗ ਵਿੱਚ ਟੌਮੀ ਹਿਕਸ ਨੂੰ ਉੱਥੇ ਇੱਕ ਮੀਟਿੰਗ ਕਰਨ ਤੋਂ ਦੋ ਸਾਲ ਬਾਅਦ ਹੇਠ ਲਿਖੀ ਗਵਾਹੀ ਭੇਜੀ ਗਈ ਸੀ।

ਮੈਨੂੰ ਮਰਨ ਵਾਲੀ ਹਾਲਤ ਵਿੱਚ ਲਿਊਕੇਮੀਆ ਹੋ ਗਿਆ ਸੀ। ਦਰਦ ਬਹੁਤ ਭਿਆਨਕ ਸੀ। ਮੈਂ ਮੌਤ ਦੇ ਕੰਢੇ 'ਤੇ ਸੀ, ਇਹ ਕੁਝ ਮਿੰਟਾਂ ਦਾ ਮਾਮਲਾ ਸੀ। 28 ਦਸੰਬਰ, 1955 ਨੂੰ ਮੈਨੂੰ ਸਟਰੈਚਰ 'ਤੇ ਬੈਪਲਾਜ਼ (ਮੇਲੇ ਦੇ ਮੈਦਾਨ) 'ਤੇ ਸਪੋਰਟਹਾਲ ਵਿੱਚ ਟੌਮੀ ਹਿਕਸ ਦੀ ਮੀਟਿੰਗ ਵਿੱਚ ਲਿਜਾਇਆ ਗਿਆ। ਭਰਾ ਹਿਕਸ ਨੇ ਪੂਰੀ ਕਲੀਸਿਯਾ ਦੇ ਨਾਲ ਮਿਲ ਕੇ ਪ੍ਰਾਰਥਨਾ ਕੀਤੀ, ਪਰ ਮੈਨੂੰ ਕੋਈ ਸੁਧਾਰ ਮਹਿਸੂਸ ਨਹੀਂ ਹੋਇਆ। ਤੁਰੰਤ ਮੇਰੇ ਦਿਮਾਗ ਵਿੱਚ ਇਹ ਵਿਚਾਰ ਆਇਆ: ਹੁਣ ਮੇਰੇ ਲਈ ਪ੍ਰਚਾਰਕ ਦੁਆਰਾ ਪ੍ਰਾਰਥਨਾ ਕੀਤੀ ਗਈ ਹੈ। ਹੁਣ ਮੈਨੂੰ ਆਪਣਾ ਵਿਸ਼ਵਾਸ ਢਿੱਲਾ ਕਰਨਾ ਪਵੇਗਾ ਅਤੇ ਆਪਣੇ ਵਿਸ਼ਵਾਸ 'ਤੇ ਕੰਮ ਕਰਨਾ ਪਵੇਗਾ। ਮੈਂ ਦੋਵੇਂ ਬਾਹਾਂ ਪਿੱਛੇ ਸੁੱਟ ਦਿੱਤੀਆਂ, ਕੰਬਦੇ ਅਤੇ ਕੰਬਦੇ ਹੋਏ ਪਲੇਟਫਾਰਮ 'ਤੇ ਹੇਠਾਂ ਚਲਾ ਗਿਆ, ਅਤੇ ਬਿਨਾਂ ਕਿਸੇ ਦੀ ਮਦਦ ਕੀਤੇ ਇਕੱਲੇ ਤੁਰ ਪਿਆ । ਸਿਰਫ਼ ਹੁਣ ਮੈਨੂੰ ਅਹਿਸਾਸ ਹੋਇਆ ਕਿ ਬਿਮਾਰੀ ਮੇਰੇ ਦਿਲ ਅਤੇ ਪੇਟ ਨੂੰ ਕਿਵੇਂ ਛੱਡ ਗਈ। ਮੈਂ ਸ਼ਾਂਤ ਖੜ੍ਹਾ ਰਿਹਾ, ਬਾਅਦ ਵਿੱਚ ਮੈਂ ਆਪਣਾ ਸਿਰਹਾਣਾ ਫੜਿਆ,

ਪਲੇਟਫਾਰਮ ਵੱਲ ਭੱਜਿਆ ਅਤੇ ਉਸਦੀ ਸ਼ਾਨਦਾਰ ਮੁਕਤੀ ਅਤੇ ਕਿਰਪਾ ਲਈ ਪਰਮਾਤਮਾ ਦੀ ਉਸਤਤ ਕੀਤੀ। ਉਸ ਦਿਨ ਤੋਂ ਮੈਂ ਹਰ ਰਾਤ ਮੀਟਿੰਗਾਂ ਵਿੱਚ ਸ਼ਾਮਲ ਹੋਇਆ। ਅੱਜ ਮੈਂ ਪੂਰੀ ਤਰ੍ਹਾਂ ਠੀਕ ਹਾਂ (1 ਅਗਸਤ, 1957)। ਹਲਲੂਯਾਹ!

ਸ਼੍ਰੀਮਤੀ ਅਰਨਾ ਸ਼ੌਡਟ, ਕਾਰਲਸਰੂਹੇ, ਬਾਕਸਟ੍ਰਾਸ

ਚਾਰਲਸ ਅਤੇ ਫਰਾਂਸਸਿ ਹੰਟਰ ਦੁਆਰਾ ਦਮਿਾਗੀ ਅਧਰੰਗ ਤੋ ਠੀਕ ਹੋਇਆ ਮੁੰਡਾ

ਇੱਕ ਛੋਟਾ ਮੁੰਡਾ ਸੇਰੇਬ੍ਰਲ ਪਾਲਸੀ ਨਾਲ ਪੈਦਾ ਹੋਇਆ ਸੀ ਅਤੇ ਆਪਣੀ ਜ਼ਿੰਦਗੀ ਵਿੱਚ ਕਦੇ ਤੁਰਿਆ ਨਹੀਂ ਸੀ। ਉਸਦੇ ਮਾਪਿਆਂ ਨੇ ਹੰਟਰ ਦੀ ਕਿਤਾਬ "ਹੀਲ ਦ ਸਿਕ" ਪੜ੍ਹੀ ਅਤੇ ਮਹਿਸੂਸ ਕੀਤਾ ਕਿ ਉਨ੍ਹਾਂ ਦੇ ਪੁੱਤਰ ਨੂੰ ਪ੍ਰਾਰਥਨਾ ਪ੍ਰਾਪਤ ਹੋਣੀ ਚਾਹੀਦੀ ਹੈ। ਉਨ੍ਹਾਂ ਨੂੰ ਪਤਾ ਲੱਗਾ ਕਿ ਹੰਟਰ ਲਗਭਗ 100 ਮੀਲ ਦੂਰ ਇੱਕ ਮੀਟਿੰਗ ਵਿੱਚ ਬੋਲਣ ਜਾ ਰਹੇ ਸਨ। ਮੁੰਡੇ ਦੇ ਪੈਰਾਂ ਵਿੱਚ ਬਰੇਸ ਸਨ ਤਾਂ ਜੋ ਉਸਨੂੰ ਖੜ੍ਹੇ ਹੋਣ ਵਿੱਚ ਮਦਦ ਕੀਤੀ ਜਾ ਸਕੇ ਪਰ ਉਹ ਕਦੇ ਨਹੀਂ ਤੁਰਿਆ। ਸ਼ਿਕਾਰੀਆਂ ਨੇ ਮੁੰਡੇ ਲਈ ਪ੍ਰਾਰਥਨਾ ਕੀਤੀ ਅਤੇ ਫਿਰ ਮਾਪਿਆਂ ਨੂੰ ਬਰੇਸ ਹਟਾਉਣ ਲਈ ਕਿਹਾ ਤਾਂ ਜੋ ਉਹ ਤੁਰਨ ਦੀ ਕੋਸ਼ਿਸ਼ ਕਰ ਸਕੇ। ਮੁੰਡੇ ਨੇ ਇੱਕ ਕਦਮ ਚੁੱਕਿਆ ਅਤੇ ਫਿਰ ਦੂਜਾ ਅਤੇ ਅੰਤ ਵਿੱਚ ਚਰਚ ਦੇ ਪਿਛਲੇ ਪਾਸੇ ਭੱਜਣਾ ਸ਼ੁਰੂ ਕਰ ਦਿੱਤਾ ਜਿੱਥੇ ਉਸਦਾ ਦਾਦਾ ਜੀ ਬੈਠੇ ਸਨ। ਫਿਰ ਉਹ ਪਿੱਛੇ ਮੁੜਿਆ ਅਤੇ ਸਾਹਮਣੇ ਵੱਲ ਭੱਜਿਆ। ਇਹ ਛੋਟਾ ਮੁੰਡਾ ਜੋ ਕਦੇ ਨਹੀਂ ਤੁਰਿਆ ਸੀ, ਫਰਾਂਸਿਸ ਹੰਟਰ ਉੱਤੇ ਛਾਲ ਮਾਰ ਕੇ ਉਸਨੂੰ ਵਾਰ-ਵਾਰ ਜੱਫੀ ਪਾ ਲਈ। 32 ਸਾਲਾਂ ਬਾਅਦ ਫਰਾਂਸਿਸ ਉਸ ਘਟਨਾ ਬਾਰੇ ਸੋਚ ਰਿਹਾ ਸੀ ਅਤੇ ਉਸ ਆਦਮੀ ਨੂੰ ਬੁਲਾਇਆ ਜੋ ਠੀਕ ਹੋ ਗਿਆ ਸੀ। ਉਹ ਇੰਨੇ ਸਾਲਾਂ ਬਾਅਦ ਵੀ ਪੂਰੀ ਤਰ੍ਹਾਂ ਠੀਕ ਸੀ!

ਫ੍ਰਾਂਸਿਸ ਹੰਟਰ ਦੁਆਰਾ ਦੱਸੀ ਗਈ ਪੂਰੀ ਅਸਲੀ ਕਹਾਣੀ ਇੱਥੇ ਮਿਲ ਸਕਦੀ ਹੈ: http://www.sidroth.us/2013/05/30/our-guest-frances-hunter/

ਜੈਕ ਹੇਫੋਰਡ ਦਾ ਇਲਾਜ

ਜਦੋਂ ਮੈਂ ਇੱਕ ਸਾਲ ਦਾ ਸੀ, ਤਾਂ ਮੈਨੂੰ ਮਰਨਾ ਚਾਹੀਦਾ ਸੀ। ਜਦੋਂ ਮੇਰਾ ਜਨਮ ਹੋਇਆ, ਤਾਂ ਮੇਰੀ ਗਰਦਨ ਵਿੱਚ ਕੁਝ ਗਲਤੀ ਸੀ ਜਿਸਨੂੰ ਡਾਕਟਰ ਠੀਕ ਨਹੀਂ ਕਰ ਸਕੇ, ਅਤੇ ਇਹ ਅਟੱਲ ਸੀ ਕਿ ਸਮੇਂ ਦੇ ਬੀਤਣ ਨਾਲ, ਇਹ ਸਥਿਤੀ ਅੰਤ ਵਿੱਚ ਮੇਰੀ ਗਰਦਨ ਨੂੰ ਮਰੋੜ ਦਿੰਦੀ ਅਤੇ ਮੈਂ ਮਰ ਜਾਂਦਾ। ਡਾਕਟਰ ਜਾਣਦਾ ਸੀ ਕਿ ਇਸਨੂੰ ਬਦਲਣ ਲਈ ਉਹ ਕੁਝ ਨਹੀਂ ਕਰ ਸਕਦਾ।

ਪੰਜ ਮਹੀਨੇ, ਹਫ਼ਤੇ ਵਿੱਚ ਤਿੰਨ ਵਾਰ ਮੇਰੀ ਮਾਂ ਮੈਨੂੰ ਮੇਰੇ ਦਰਦ ਤੋਂ ਥੋੜ੍ਹੇ ਸਮੇਂ ਲਈ ਰਾਹਤ ਦਿਵਾਉਣ ਲਈ ਇਲਾਜ ਲਈ ਲੈ ਜਾਂਦੀ ਸੀ। ਪਰ ਡਾਕਟਰ ਨੂੰ ਇੰਨਾ ਯਕੀਨ ਸੀ ਕਿ ਇਸਨੂੰ ਠੀਕ ਕਰਨ ਲਈ ਕੁਝ ਨਹੀਂ ਕੀਤਾ ਜਾ ਸਕਦਾ, ਉਸਨੇ ਮੇਰੇ ਲੋਕਾਂ ਤੋਂ ਸਿਰਫ਼ ਛੇ ਇਲਾਜਾਂ ਲਈ ਚਾਰਜ ਕੀਤਾ ਭਾਵੇਂ ਉਹ 50 ਤੋਂ 60 ਦੇ ਵਿਚਕਾਰ ਸੀ।

ਮੇਰੇ ਮਾਤਾ-ਪਿਤਾ ਪ੍ਰਭੂ ਨੂੰ ਨਹੀਂ ਜਾਣਦੇ ਸਨ। ਮੇਰੀ ਮਾਂ ਦੀ ਚਚੇਰੀ ਭੈਣ ਵੀ ਪ੍ਰਭੂ ਨੂੰ ਨਹੀਂ ਜਾਣਦੀ ਸੀ, ਪਰ ਉਸਨੇ ਕੈਲੀਫੋਰਨੀਆ ਦੇ ਲੌਂਗ ਬੀਚ ਵਿੱਚ ਫੋਰਸਕੇਅਰ ਚਰਚ ਬਾਰੇ ਸੁਣਿਆ ਸੀ। ਉਸਨੇ ਸੁਣਿਆ ਸੀ ਕਿ ਉਸ ਚਰਚ ਵਿੱਚ, ਯਿਸੂ ਨੇ ਲੋਕਾਂ ਨੂੰ ਚੰਗਾ ਕੀਤਾ ਸੀ, ਅਤੇ ਉਸਨੇ ਮੇਰੇ ਨਾਲ ਕੀ ਗਲਤ ਸੀ, ਇਹ ਨੋਟ ਲਿਖ ਲਿਆ ਅਤੇ ਇਹ ਨੋਟ ਚਰਚ ਲੈ ਗਈ। ਉੱਥੇ ਉਸਨੇ ਕਿਸੇ ਨੂੰ ਲੱਭਿਆ ਅਤੇ ਪੁੱਛਿਆ, "ਇੱਕ ਛੋਟਾ ਬੱਚਾ ਮਰ ਰਿਹਾ ਹੈ, ਅਤੇ ਮੈਂ ਇਹ ਨੋਟ ਲੈ ਕੇ ਆਇਆ ਹਾਂ। ਕੀ ਤੁਸੀਂ ਇਸ ਬੱਚੇ ਲਈ ਪ੍ਰਾਰਥਨਾ ਕਰੋਗੇ?" ਲੋਕਾਂ ਨੇ ਕਿਹਾ, "ਅਸੀਂ ਕਰਾਂਗੇ।" ਉਹ ਇਸਨੂੰ ਉਸ ਚਰਚ ਦੀ ਬੁੱਧਵਾਰ ਰਾਤ ਦੀ ਪ੍ਰਾਰਥਨਾ ਸਭਾ ਵਿੱਚ ਲੈ ਆਏ।

ਅਗਲੇ ਦਿਨ, ਮੇਰੇ ਮਾਪਿਆਂ ਨੇ ਧਿਆਨ ਦੇਣਾ ਸ਼ੁਰੂ ਕਰ ਦਿੱਤਾ ਕਿ ਚੀਜ਼ਾਂ ਬਦਲ ਗਈਆਂ ਹਨ। ਮੇਰੀ ਮਾਂ ਦੀ ਚਚੇਰੀ ਭੈਣ ਨੇ ਉਸਨੂੰ ਦੱਸਿਆ ਸੀ ਕਿ ਉਹ ਚਰਚ ਵਿੱਚ ਪ੍ਰਾਰਥਨਾ ਬੇਨਤੀ ਲੈ ਕੇ ਗਈ ਸੀ। ਅਗਲੇ ਕੁਝ ਦਿਨਾਂ ਦੇ ਅੰਦਰ, ਡਾਕਟਰ ਨੇ ਕਿਹਾ, "ਇਹ ਬੱਚਾ ਠੀਕ ਹੈ। ਇਸ ਵਿੱਚ ਕੁਝ ਵੀ ਗਲਤ ਨਹੀਂ ਹੈ।" ਅਤੇ

ਡਾਕਟਰ ਨੇ ਨਾ ਸਿਰਫ ਮੈਨੂੰ ਠੀਕ ਘੋਸ਼ਿਤ ਕੀਤਾ, ਸਗੋਂ ਉਸਨੇ ਮੇਰੇ ਮਾਪਿਆਂ ਤੋਂ ਉਨ੍ਹਾਂ ਕੁਝ ਭੁਗਤਾਨਾਂ ਲਈ ਪੈਸੇ ਲੈਣ ਤੋਂ ਵੀ ਇਨਕਾਰ ਕਰ ਦਿੱਤਾ ਜੋ ਉਹ ਲੈਣ ਜਾ ਰਿਹਾ ਸੀ, ਕਿਉਂਕਿ, ਉਸਨੇ ਕਿਹਾ, "ਇਸ ਬੱਚੇ ਦੇ ਇਲਾਜ ਨਾਲ ਮੇਰਾ ਕੋਈ ਲੈਣਾ-ਦੇਣਾ ਨਹੀਂ ਸੀ। ਇਹ ਜ਼ਰੂਰ ਕੁਝ ਅਜਿਹਾ ਸੀ ਜੋ ਰੱਬ ਨੇ ਕੀਤਾ ਸੀ।"

ਇਹ ਕਹਾਣੀ ਜੈਕ ਹੇਫੋਰਡ ਦੇ ਬਲੌਗ https://www.jackhayford.org/teaching/articles/my-personal-testimony-of-healing 'ਤੇ ਮਿਲ ਸਕਦੀ ਹੈ।

ਏਏ ਐਲਨ ਦੁਆਰਾ ਪ੍ਰਾਰਥਨਾ ਤੋਂ ਬਾਅਦ ਬੱਚੇ 'ਤੇ ਟਿਊਮਰ ਗਾਇਬ ਹੋ ਜਾਂਦਾ ਹੈ

ਇਹ ਗਵਾਹੀ ਜਨਵਰੀ 1951 ਦੇ ਵੌਇਸ ਆਫ਼ ਹੀਲਿੰਗ ਮੈਗਜ਼ੀਨ ਵਿੱਚ ਪ੍ਰਕਾਸ਼ਿਤ ਹੋਈ ਸੀ।

"ਮੈਂ 16 ਅਗਸਤ, 1949 ਤੋਂ ਆਪਣੇ ਬੱਚੇ ਨੂੰ ਹਾਈਲੈਂਡ ਹਸਪਤਾਲ ਲੈ ਕੇ ਜਾ ਰਹੀ ਸੀ। ਉਸਦੀ ਗਰਦਨ 'ਤੇ ਇੱਕ ਗੰਢ ਜਾਂ ਟਿਊਮਰ ਵਧਣ ਲੱਗ ਪਿਆ ਸੀ, ਅਤੇ ਉਸਦਾ ਸਿਰ ਵਧਣ ਲੱਗ ਪਿਆ ਸੀ ਅਤੇ ਪਿੱਛੇ ਹਟਣਾ ਸ਼ੁਰੂ ਹੋ ਗਿਆ ਸੀ। ਗੰਢ ਲਗਾਤਾਰ ਵੱਡੀ ਹੁੰਦੀ ਗਈ। ਮੇਰੇ ਬੱਚੇ ਦਾ ਸਿਰ ਅਜਿਹੀ ਹਾਲਤ ਵਿੱਚ ਪਿੱਛੇ ਖਿੱਚਿਆ ਗਿਆ ਸੀ ਕਿ ਉਹ ਇਸਨੂੰ ਸਿਰਫ਼ ਇੱਕ ਦਿਸ਼ਾ ਵਿੱਚ ਹੀ ਮੋੜ ਸਕਦੀ ਸੀ। ਕਿਉਂਕਿ ਉਹ ਠੀਕ ਨਹੀਂ ਹੋਈ, ਮੈਂ ਉਸਨੂੰ ਡਾਕਟਰਾਂ ਕੋਲ ਲੈ ਜਾਣਾ ਛੱਡ ਦਿੱਤਾ। ਮੈਂ ਹਰ ਰੋਜ਼ ਉਸਦੀ ਗਰਦਨ ਦੀ ਮਾਲਿਸ਼ ਕੀਤੀ ਪਰ ਇਹ ਹੋਰ ਵੀ ਵਿਗੜਦੀ ਗਈ। ਨਰਸ ਆਈ ਅਤੇ ਮੈਨੂੰ ਉਸਨੂੰ ਹੋਰ ਇਲਾਜ ਲਈ ਵਾਪਸ ਲਿਆਉਣ ਦੀ ਕੋਸ਼ਿਸ਼ ਕੀਤੀ, ਪਰ ਇਸ ਦੌਰਾਨ ਮੈਂ ਰੇਵ. ਏ.ਏ. ਐਲਨ ਨੂੰ ਇਲਾਜ ਬਾਰੇ ਪ੍ਰਚਾਰ ਕਰਦੇ ਸੁਣ ਰਹੀ ਸੀ ਅਤੇ ਮੈਂ ਪਰਮਾਤਮਾ 'ਤੇ ਭਰੋਸਾ ਕਰਨ ਦਾ ਮਨ ਬਣਾ ਲਿਆ ਸੀ।

ਮੈਂ ਆਪਣੇ ਬੱਚੇ ਨੂੰ ਇਲਾਜ ਦੀ ਲਾਈਨ ਵਿੱਚੋਂ ਲੰਘਾਇਆ। ਭਰਾ ਐਲਨ ਨੇ ਮੇਰੇ ਬੱਚੇ 'ਤੇ ਆਪਣੇ ਹੱਥ ਰੱਖੇ ਅਤੇ ਯਿਸੂ ਦੇ ਨਾਮ 'ਤੇ ਟਿਊਮਰ ਨੂੰ ਸਰਾਪ ਦਿੱਤਾ ਅਤੇ

ਇਸਨੂੰ ਗਾਇਬ ਹੋਣ ਦਾ ਹੁਕਮ ਦਿੱਤਾ। ਜ਼ਾਹਰ ਹੈ ਕਿ ਜਦੋਂ ਤੱਕ ਮੈਂ ਘਰ ਨਹੀਂ ਪਹੁੰਚਿਆ ਅਤੇ ਆਪਣੇ ਬੱਚੇ ਨੂੰ ਬਿਸਤਰੇ ਲਈ ਤਿਆਰ ਨਹੀਂ ਕਰ ਰਿਹਾ ਸੀ, ਕੁਝ ਨਹੀਂ ਹੋਇਆ। ਮੇਰੀ ਮਾਂ ਮੇਰੇ ਨਾਲ ਸੀ ਅਤੇ ਅਸੀਂ ਦੋਵੇਂ ਭਿਆਨਕ ਗੰਢ ਨੂੰ ਦੇਖ ਰਹੇ ਸੀ। ਜਿਵੇਂ ਕਿ ਅਸੀਂ ਦੋਵੇਂ ਦੇਖ ਰਹੇ ਸੀ, ਇਹ ਅਚਾਨਕ ਗਾਇਬ ਹੋ ਗਿਆ ਅਤੇ ਗਾਇਬ ਹੋ ਗਿਆ। ਮੈਂ ਅਤੇ ਮੇਰੀ ਮਾਂ ਦੋਵਾਂ ਨੇ ਇਸਨੂੰ ਦੇਖਿਆ, ਪਰ ਮੈਂ ਵੀ ਆਪਣੇ ਬੱਚੇ ਨੂੰ ਆਪਣੀਆਂ ਬਾਹਾਂ ਵਿੱਚ ਲਿਆ ਅਤੇ ਇਸਨੂੰ ਜਾਂਦੇ ਹੋਏ ਮਹਿਸੂਸ ਕੀਤਾ। ਮੇਰੇ ਕੋਲ ਡਾਕਟਰ ਦਾ ਇੱਕ ਬਿਆਨ ਹੈ ਕਿ ਮੇਰਾ ਬੱਚਾ ਪੂਰੀ ਤਰ੍ਹਾਂ ਠੀਕ ਹੋ ਗਿਆ ਹੈ। ”

ਥੈਲਮਾ ਫਿਲਿਪਸ
ਸੈਨ ਲਾਂਡਰੋ, ਕੈਲੀਫ਼ੋਰਨੀਆ

ਪਰਮਾਤਮਾ ਵੱਲੋ ਦਰਸਨ਼ ਦੇਣ ਤੋ ਬਾਅਦ ਔਰਤ ਨੂੰ ਸੇਰੇਬ੍ਰਲ ਪਾਲਸੀ ਤੋ ਚੰਗਾ ਕੀਤਾ ਗਿਆ

ਮਾਰਲੀਨ ਕਲੇਪੀਸ ਦਾ ਜਨਮ ਸਮੇਂ ਤੋਂ ਪਹਿਲਾਂ ਹੋਇਆ ਸੀ, ਜਦੋਂ ਉਸਦਾ ਵਜ਼ਨ ਦੋ ਪੌਂਡ ਤੋਂ ਵੀ ਘੱਟ ਸੀ। ਉਸਨੂੰ ਦਿਮਾਗੀ ਅਧਰੰਗ ਹੋ ਗਿਆ ਅਤੇ ਉਹ ਅਪਾਹਜ ਹੋ ਗਈ। ਫਿਰ ਜਦੋਂ ਉਹ ਦੋ ਸਾਲ ਦੀ ਸੀ ਤਾਂ ਉਸਦੇ ਮਾਤਾ-ਪਿਤਾ ਇੱਕ ਮੋਟਰਸਾਈਕਲ ਹਾਦਸੇ ਵਿੱਚ ਮਾਰੇ ਗਏ। ਉਹ ਆਪਣੇ ਪੜਦਾਦਾ-ਪੜਦਾਦੀ, ਪਾਲਣ-ਪੋਸ਼ਣ ਕਰਨ ਵਾਲੇ ਪਰਿਵਾਰਾਂ ਅਤੇ ਦਾਦਾ-ਦਾਦੀ ਨਾਲ ਰਹਿੰਦੀ ਸੀ। 12 ਸਾਲ ਦੀ ਉਮਰ ਵਿੱਚ ਕੁਝ ਕਿਸ਼ੋਰ ਉਸਨੂੰ ਇੱਕ ਯੁਵਾ ਸਭਾ ਵਿੱਚ ਲੈ ਆਏ ਜਿੱਥੇ ਉਸਨੇ ਆਪਣਾ ਜੀਵਨ ਮਸੀਹ ਨੂੰ ਸੌਂਪ ਦਿੱਤਾ। ਉਸਨੇ ਮੰਨਿਆ ਕਿ ਉਸਨੂੰ ਦਿਮਾਗੀ ਅਧਰੰਗ ਹੈ ਕਿਉਂਕਿ ਪਰਮੇਸ਼ੁਰ ਨੇ ਉਸਨੂੰ ਇਸ ਤਰ੍ਹਾਂ ਬਣਾਇਆ ਸੀ।

ਜਦੋਂ ਮਾਰਲੀਨ ਆਪਣੀ ਕਿਸ਼ੋਰ ਅਵਸਥਾ ਵਿੱਚ ਪਹੁੰਚੀ ਤਾਂ ਉਸਨੂੰ ਬਹੁਤ ਮੁਸ਼ਕਲਾਂ ਦਾ ਸਾਹਮਣਾ ਕਰਨਾ ਪਿਆ ਅਤੇ ਉਸਨੂੰ ਤੇਜ਼ ਕੜਵੱਲ ਆਉਣ ਲੱਗ ਪਏ। ਉਹ ਇੰਨੇ ਭਿਆਨਕ ਸਨ ਕਿ ਦੇਖਭਾਲ ਕਰਨ ਵਾਲਿਆਂ ਦੀਆਂ ਹੱਡੀਆਂ ਟੁੱਟ ਗਈਆਂ। ਇੱਕ ਕੜਵੱਲ ਤੋਂ ਬਾਅਦ ਉਸਨੂੰ ਲਗਭਗ ਪੂਰੀ ਤਰ੍ਹਾਂ ਅਧਰੰਗ ਹੋ ਗਿਆ, ਅਤੇ

ਉਸਦੇ ਦਾਦਾ-ਦਾਦੀ ਨੂੰ ਇਹ ਵੀ ਦੱਸਿਆ ਗਿਆ ਕਿ ਉਹ ਦਿਮਾਗੀ ਤੌਰ 'ਤੇ ਮਰ ਗਈ ਹੈ। ਉਸਦੀ ਨਜ਼ਰ ਹੌਲੀ-ਹੌਲੀ ਵਿਗੜਦੀ ਜਾ ਰਹੀ ਸੀ ਅਤੇ ਉਸਨੂੰ ਮਹਿਸੂਸ ਹੋ ਰਿਹਾ ਸੀ ਕਿ ਉਸਦੀ ਜ਼ਿੰਦਗੀ ਅਸਹਿ ਹੈ।

ਆਖਰੀ ਉਪਾਅ ਵਜੋਂ ਉਸਨੂੰ ਰੋਚੈਸਟਰ ਮਿਨੀਸੋਟਾ ਦੇ ਮੇਓ ਕਲੀਨਿਕ ਲਿਜਾਇਆ ਗਿਆ। ਉਹ ਤਿੰਨ ਮਹੀਨਿਆਂ ਤੱਕ ਉਸਦੀ ਮਦਦ ਨਹੀਂ ਕਰ ਸਕੇ ਜਦੋਂ ਉਹ ਉੱਥੇ ਰਹੀ। ਮਾਰਲੀਨ ਨੂੰ ਇੱਕ ਨਰਸਿੰਗ ਹੋਮ ਭੇਜਣ ਵਾਲਾ ਸੀ ਜਿਸ ਵਿੱਚ ਸੁਧਾਰ ਦੀ ਕੋਈ ਉਮੀਦ ਨਹੀਂ ਸੀ। ਉਸਨੇ ਪ੍ਰਮਾਤਮਾ ਨੂੰ ਪੁਕਾਰਿਆ। ਉਸਨੇ ਮਹਿਸੂਸ ਕੀਤਾ ਕਿ ਇੱਕ ਨਿੱਘ ਉਸਦੇ ਉੱਤੇ ਆ ਗਿਆ ਅਤੇ ਉਸਨੂੰ ਘੇਰ ਲਿਆ। ਫਿਰ ਪ੍ਰਮਾਤਮਾ ਨੇ ਉਸਨੂੰ ਇੱਕ ਦਰਸ਼ਨ ਦਿੱਤਾ ਕਿ ਉਹ ਠੀਕ ਹੋ ਜਾਵੇਗੀ। ਉਸਨੇ ਉਸਨੂੰ ਦਿਖਾਇਆ ਕਿ ਕੌਣ ਉਸਦੇ ਲਈ ਪ੍ਰਾਰਥਨਾ ਕਰੇਗਾ, ਉਹ ਕੀ ਪਹਿਨੇਗਾ, ਉਹ ਕੀ ਪਹਿਨੇਗੀ, ਚਰਚ ਦੇ ਅੰਦਰ ਕਿਹੋ ਜਿਹਾ ਦਿਖਾਈ ਦੇਵੇਗਾ, ਅਤੇ ਉਸਨੂੰ ਇੱਕ ਤਾਰੀਖ ਵੀ ਦਿੱਤੀ - 29 ਮਾਰਚ।

ਮਾਰਲੀਨ ਦੇ ਜ਼ੋਰ ਪਾਉਣ 'ਤੇ ਉਸਦੀ ਨਰਸ ਨੇ ਉਸਨੂੰ ਗਿਰਜਾਘਰਾਂ ਦੇ ਪੀਲੇ ਪੰਨਿਆਂ ਨੂੰ ਦੇਖਣ ਵਿੱਚ ਮਦਦ ਕੀਤੀ ਅਤੇ ਪੰਨੇ 'ਤੇ ਇੱਕ ਓਪਨ ਬਾਈਬਲ ਚਰਚ ਦਾ ਇਸ਼ਤਿਹਾਰ ਚਮਕਿਆ। ਉਹ ਜਾਣਦੀ ਸੀ ਕਿ ਇਹ ਸਹੀ ਸੀ। ਨਰਸ ਨੇ ਇਸ 'ਤੇ ਵਿਸ਼ਵਾਸ ਨਹੀਂ ਕੀਤਾ ਅਤੇ ਟੈਲੀਫੋਨ ਬੁੱਕ ਹੇਠਾਂ ਸੁੱਟ ਦਿੱਤੀ। ਬਾਅਦ ਵਿੱਚ ਨਰਸ ਪਾਦਰੀ ਨੂੰ ਫ਼ੋਨ ਕਰਦੀ ਅਤੇ ਉਸਨੂੰ ਕਮਰੇ ਦਾ ਨੰਬਰ ਦਿੰਦੀ, ਪਰ ਹਸਪਤਾਲ ਦਾ ਨਾਮ ਨਹੀਂ ਦਿੰਦੀ।

ਪਾਦਰੀ ਨੂੰ ਇਸ ਬਾਰੇ ਯਕੀਨ ਨਹੀਂ ਸੀ, ਪਰ ਉਸਨੇ ਮਾਰਲੀਨ ਦੀ ਭਾਲ ਕੀਤੀ। ਜਦੋਂ ਉਹ ਪਹੁੰਚਿਆ ਤਾਂ ਮਾਰਲੀਨ ਨੇ ਉਸਨੂੰ ਦੱਸਿਆ ਕਿ ਉਹ ਉਸ ਆਦਮੀ ਵਰਗਾ ਦਿਖਾਈ ਦਿੰਦਾ ਸੀ ਜਿਸਨੇ ਦਰਸ਼ਨ ਵਿੱਚ ਉਸਦੇ ਲਈ ਪ੍ਰਾਰਥਨਾ ਕੀਤੀ ਸੀ। ਐਮਰਸਨ ਪ੍ਰਾਰਥਨਾ ਕਰਨ ਲਈ ਸਹਿਮਤ ਹੋ ਗਿਆ ਅਤੇ ਉਸਨੂੰ ਆਪਣੇ ਚਰਚ ਵਿੱਚ ਲਿਆਉਣ ਦਾ ਪ੍ਰਬੰਧ ਕੀਤਾ। ਉਸਨੂੰ ਬੰਨ੍ਹਣਾ ਪਿਆ ਕਿਉਂਕਿ ਉਹ ਬਹੁਤ ਜ਼ੋਰ ਨਾਲ ਕੰਬ ਰਹੀ ਸੀ।

ਪਾਸਟਰ ਐਮਰਸਨ ਦੇ ਚਰਚ ਵਿੱਚ ਕਦੇ ਵੀ ਕੋਈ ਚਮਤਕਾਰ ਨਹੀਂ ਹੋਇਆ ਸੀ। ਐਤਵਾਰ ਰਾਤ ਦੀ ਸੇਵਾ ਵਿੱਚ ਸਿਰਫ਼ 7 ਲੋਕ ਸਨ। ਲੋਕ ਪ੍ਰਾਰਥਨਾ ਕਰਨ ਲਈ ਉਸਦੇ ਆਲੇ-ਦੁਆਲੇ ਇਕੱਠੇ ਹੋਏ। ਐਮਰਸਨ ਨੇ ਉਸਨੂੰ ਤੇਲ ਨਾਲ ਮਲਿਆ ਅਤੇ ਪ੍ਰਮਾਤਮਾ ਨੂੰ ਮਾਰਲੀਨ ਨੂੰ ਉਸਦੇ ਸਿਰ ਦੇ ਉੱਪਰ ਤੋਂ ਉਸਦੇ ਪੈਰਾਂ ਦੀਆਂ ਉਂਗਲਾਂ ਦੇ ਸਿਰੇ ਤੱਕ ਠੀਕ ਕਰਨ ਲਈ ਕਿਹਾ। ਫਿਰ ਉਸਨੇ ਮਾਰਲੀਨ ਨੂੰ ਪੁੱਛਿਆ ਕਿ ਕੀ ਉਹ ਵਿਸ਼ਵਾਸ 'ਤੇ ਖੜ੍ਹੀ ਹੋਣਾ ਚਾਹੁੰਦੀ ਹੈ। ਜਿਵੇਂ ਹੀ ਉਹ ਖੜ੍ਹੀ ਹੋਣ ਲੱਗੀ, ਮਾਰਲੀਨ ਨੂੰ ਮਹਿਸੂਸ ਹੋਇਆ ਕਿ ਉਸਦੀਆਂ ਲੱਤਾਂ ਵਿੱਚ ਤਾਕਤ ਆ ਗਈ। ਜਦੋਂ ਉਸਦੇ ਪੈਰ ਫਰਸ਼ ਨੂੰ ਛੂਹਦੇ ਸਨ ਤਾਂ ਉਸਨੇ ਆਪਣੀ ਜ਼ਿੰਦਗੀ ਵਿੱਚ ਪਹਿਲੀ ਵਾਰ ਫਰਸ਼ ਨੂੰ ਮਹਿਸੂਸ ਕੀਤਾ। ਉਸਦੇ ਗੋਡੇ ਅਤੇ ਪੈਰਾਂ ਦੀਆਂ ਉਂਗਲਾਂ ਅੰਦਰ ਵੱਲ ਇਸ਼ਾਰਾ ਕਰ ਰਹੀਆਂ ਸਨ ਪਰ ਹਰ ਕਦਮ ਦੇ ਨਾਲ ਉਹ ਸਿੱਧੇ ਹੋ ਗਏ। ਉਹ ਹਰ ਕਦਮ ਦੇ ਨਾਲ ਮਜ਼ਬੂਤ ਅਤੇ ਮਜ਼ਬੂਤ ਹੁੰਦੀ ਗਈ। ਉਸਨੇ ਆਪਣੇ ਆਪ ਕੁਝ ਕਦਮ ਚੁੱਕੇ ਫਿਰ ਸ਼ਾਬਦਿਕ ਤੌਰ 'ਤੇ ਚਰਚ ਦੇ ਆਲੇ-ਦੁਆਲੇ ਦੌੜ ਰਹੀ ਸੀ। ਪ੍ਰਮਾਤਮਾ ਨੇ ਉਸਨੂੰ ਕਿਹਾ ਕਿ ਉਹ ਆਪਣੀਆਂ ਐਨਕਾਂ ਉਤਾਰ ਦੇਵੇ ਅਤੇ ਉਸਦੀ ਨਜ਼ਰ ਵੀ ਚਮਤਕਾਰੀ ਢੰਗ ਨਾਲ ਠੀਕ ਹੋ ਗਈ।

ਉਹ ਮਾਇਓ ਕਲੀਨਿਕ ਵਿੱਚ ਤੁਰਦੀ ਹੋਈ ਵਾਪਸ ਆਈ, ਕੁਝ ਅਜਿਹਾ ਜੋ ਉਸਨੇ ਯੂਨਿਟ ਵਿੱਚ ਦਾਖਲ ਹੋਣ ਤੋਂ ਬਾਅਦ ਕਦੇ ਨਹੀਂ ਕੀਤਾ ਸੀ। ਉਸਨੂੰ ਅਗਲੇ ਦਿਨ ਛੁੱਟੀ ਦੇ ਦਿੱਤੀ ਗਈ। ਜਦੋਂ ਉਹ ਕੁਝ ਹਫ਼ਤਿਆਂ ਬਾਅਦ ਚੈੱਕਅਪ ਲਈ ਵਾਪਸ ਆਈ ਤਾਂ ਉਸਦੀ ਹਾਲਤ ਹੋਰ ਵੀ ਬਿਹਤਰ ਹੋ ਗਈ ਸੀ। ਕਿਸੇ ਵੀ ਅਸਧਾਰਨਤਾ ਦੇ ਸਾਰੇ ਲੱਛਣ ਗਾਇਬ ਹੋ ਗਏ ਸਨ! ਦਿਮਾਗ ਦੇ ਸਕੈਨ ਵਿੱਚ ਵੀ ਪਿਛਲੇ ਅਧਰੰਗ ਦੇ ਕੋਈ ਸੰਕੇਤ ਨਹੀਂ ਦਿਖਾਈ ਦਿੱਤੇ। ਉਹ ਆਮ ਵਾਂਗ ਤੁਰ ਰਹੀ ਸੀ ਅਤੇ ਉਸਦੀ ਨਜ਼ਰ 20/20 ਤੋਂ ਬਿਹਤਰ ਸੀ।

ਉਸ ਸਮੇਂ ਤੋਂ ਮਾਰਲੀਨ ਦੀ ਜ਼ਿੰਦਗੀ ਆਮ ਵਾਂਗ ਹੈ। ਉਹ ਨਿਯਮਿਤ ਤੌਰ 'ਤੇ ਆਪਣੀ ਗਵਾਹੀ ਸਾਂਝੀ ਕਰਦੀ ਹੈ ਅਤੇ ਬਿਮਾਰਾਂ ਲਈ ਪ੍ਰਾਰਥਨਾ ਕਰਦੀ ਹੈ। ਉਹ ਉਹ ਸਭ ਕੁਝ ਕਰ ਸਕਦੀ ਹੈ ਜੋ ਇੱਕ ਸਿਹਤਮੰਦ ਵਿਅਕਤੀ ਕਰ ਸਕਦਾ ਹੈ। ਉਸਦੀ ਜ਼ਿੰਦਗੀ ਪੂਰੀ ਤਰ੍ਹਾਂ ਬਹਾਲ ਹੋ ਗਈ ਹੈ।

ਸਿਡ ਰੋਥ ਸ਼ੋਅ ਤੋਂ ਗਵਾਹੀ:

https://youtu.be/4bsKnpOYMUs

https://youtu.be/z4TN2uxS7DA

ਧਮਨੀਆਂ ਦੇ ਫਟਣ ਤੋਂ ਬਾਅਦ ਚਮਤਕਾਰ

ਕ੍ਰਿਸ ਰੌਬਿਨਸਨ ਇੱਕ ਅਧਿਆਪਕ ਅਤੇ ਇੱਕ ਭਾਰ ਚੁੱਕਣ ਵਾਲਾ ਸੀ। ਉਹ ਇੱਕ ਈਸਾਈ ਘਰ ਵਿੱਚ ਵੱਡਾ ਹੋਇਆ ਸੀ ਅਤੇ ਪਰਮਾਤਮਾ ਨੂੰ ਜਾਣਦਾ ਸੀ। ਇੱਕ ਮੁਸ਼ਕਲ ਵਿਆਹ ਨੇ ਉਸਦੀ ਜ਼ਿੰਦਗੀ ਵਿੱਚ ਬਹੁਤ ਗੁੱਸਾ ਲਿਆ ਦਿੱਤਾ ਸੀ ਅਤੇ ਉਸਨੇ ਫੈਸਲਾ ਕੀਤਾ ਕਿ ਇਹ ਪਰਮਾਤਮਾ ਦੀ ਗਲਤੀ ਹੈ ਅਤੇ ਉਸ ਤੋਂ ਦੂਰ ਹੋ ਗਿਆ।
ਇੱਕ ਦਿਨ ਕ੍ਰਿਸ ਆਪਣੇ ਮੌਤੇਲੇ ਪੁੱਤਰ ਨਾਲ ਜਿਮ ਵਿੱਚ ਵੇਟਲਿਫਟਿੰਗ ਕਰ ਰਿਹਾ ਸੀ। ਉਸਨੂੰ ਅਚਾਨਕ ਮਹਿਸੂਸ ਹੋਇਆ ਕਿ ਉਸਦਾ ਦਿਲ ਫਟ ਰਿਹਾ ਹੈ ਅਤੇ ਉਸਨੂੰ ਆਪਣੀ ਸੱਜੀ ਲੱਤ ਹੋਰ ਮਹਿਸੂਸ ਨਹੀਂ ਹੋ ਰਹੀ ਸੀ। ਉਹ ਘਰ ਪਹੁੰਚਿਆ ਅਤੇ ਬਿਸਤਰੇ 'ਤੇ ਡਿੱਗ ਪਿਆ। ਜਦੋਂ ਉਸਦੀ ਪਤਨੀ ਉਸਨੂੰ ਐਮਰਜੈਂਸੀ ਰੂਮ ਵਿੱਚ ਲੈ ਗਈ ਤਾਂ ਇੱਕ ਬਿੱਲੀ ਦੇ ਸਕੈਨ ਤੋਂ ਪਤਾ ਲੱਗਾ ਕਿ ਉਸਦੀਆਂ ਧਮਨੀਆਂ ਕੱਟੀਆਂ ਗਈਆਂ ਸਨ ਅਤੇ ਉਸਦੇ ਦਿਲ ਵਿੱਚੋਂ ਉਸਦਾ ਸਾਰਾ ਖੂਨ ਉਸਦੇ ਢਿੱਡ ਵਿੱਚ ਵਗ ਰਿਹਾ ਸੀ। ਉਸਦੇ ਅੰਗਾਂ ਜਾਂ ਦਿਮਾਗ ਵਿੱਚ ਕੋਈ ਖੂਨ ਨਹੀਂ ਜਾ ਰਿਹਾ ਸੀ। ਸਰਜਨ ਅੰਦਰ ਆਇਆ ਅਤੇ ਉਸਨੂੰ ਕਿਹਾ, "ਮੈਨੂੰ ਸਮਝ ਨਹੀਂ ਆ ਰਿਹਾ ਕਿ ਤੁਸੀਂ ਹੁਣ ਕਿਵੇਂ ਗੱਲ ਕਰ ਰਹੇ ਹੋ। ਤੁਹਾਡੀ ਬਿਮਾਰੀ ਵਾਲੇ ਜ਼ਿਆਦਾਤਰ ਲੋਕ ਮਰ ਚੁੱਕੇ ਹਨ।"

ਉਨ੍ਹਾਂ ਨੇ ਕ੍ਰਿਸ ਨੂੰ ਸਰਜਰੀ ਲਈ ਲਿਆਂਦਾ ਅਤੇ 9 ਘੰਟੇ ਤੱਕ ਉਸ 'ਤੇ ਕੰਮ ਕੀਤਾ। ਉਹ ਨੁਕਸਾਨ ਨੂੰ ਠੀਕ ਨਹੀਂ ਕਰ ਸਕੇ ਅਤੇ ਡਾਕਟਰ ਨੇ ਰੁਕਣ ਦਾ ਫੈਸਲਾ ਕੀਤਾ

ਕਿਉਂਕਿ ਕੋਈ ਉਮੀਦ ਨਹੀਂ ਸੀ। ਇਸ ਸਮੇਂ ਤੱਕ ਦੋਸਤ, ਪਰਿਵਾਰ ਅਤੇ ਵਿਦਿਆਰਥੀ ਹਸਪਤਾਲ ਵਿੱਚ ਪ੍ਰਾਰਥਨਾ ਕਰ ਰਹੇ ਸਨ ਅਤੇ ਦੁਨੀਆ ਭਰ ਦੇ ਲੋਕ ਵੀ ਕ੍ਰਿਸ ਲਈ ਪ੍ਰਾਰਥਨਾ ਕਰ ਰਹੇ ਸਨ। ਇੱਕ ਹੋਰ ਡਾਕਟਰ ਨੇ ਸਰਜਨ ਨੂੰ ਪੁੱਛਿਆ ਕਿ ਕੀ ਉਹ ਉਸ ਨਾਲ ਪ੍ਰਾਰਥਨਾ ਕਰ ਸਕਦਾ ਹੈ। ਭਾਵੇਂ ਸਰਜਨ ਪ੍ਰਾਰਥਨਾ ਵਿੱਚ ਵਿਸ਼ਵਾਸ ਨਹੀਂ ਰੱਖਦਾ ਸੀ, ਉਹ ਸਹਿਮਤ ਹੋ ਗਿਆ। ਪ੍ਰਾਰਥਨਾ ਤੋਂ ਬਾਅਦ ਉਸਨੂੰ ਵਾਪਸ ਅੰਦਰ ਜਾਣ ਅਤੇ ਦੁਬਾਰਾ ਕੋਸ਼ਿਸ਼ ਕਰਨ ਲਈ ਮਜਬੂਰ ਮਹਿਸੂਸ ਹੋਇਆ। ਉਹ ਕ੍ਰਿਸ ਦੀਆਂ ਧਮਨੀਆਂ ਨੂੰ ਦੇਖ ਰਿਹਾ ਸੀ ਅਤੇ ਅਚਾਨਕ ਪਰਮਾਤਮਾ ਦੀ ਸ਼ਕਤੀ ਦੀ ਇੱਕ ਲਹਿਰ ਓਪਰੇਟਿੰਗ ਰੂਮ ਵਿੱਚ ਵਹਿ ਗਈ। ਜਿਵੇਂ ਹੀ ਸਰਜਨ ਕ੍ਰਿਸ ਦੀ ਛਾਤੀ ਵਿੱਚ ਦੇਖ ਰਿਹਾ ਸੀ, ਖ਼ੂਨ ਵਗਣ ਵਾਲੀਆਂ ਸਾਰੀਆਂ ਧਮਨੀਆਂ ਅਚਾਨਕ ਇਕੱਠੀਆਂ ਹੋ ਗਈਆਂ, ਸਰਜਨ ਨੇ ਉਨ੍ਹਾਂ ਨੂੰ ਛੂਹਣ ਤੋਂ ਬਿਨਾਂ, ਅਤੇ ਖ਼ੂਨ ਵਗਣਾ ਬੰਦ ਹੋ ਗਿਆ। ਸਰਜਨ ਨੇ ਕ੍ਰਿਸ ਨੂੰ ਬੰਦ ਕਰ ਦਿੱਤਾ ਅਤੇ ਆਪਣੇ ਪਰਿਵਾਰ ਨਾਲ ਗੱਲ ਕਰਨ ਲਈ ਚਲਾ ਗਿਆ।

ਸਰਜਨ ਨੇ ਕ੍ਰਿਸ ਦੇ ਪਰਿਵਾਰ ਨੂੰ ਦੱਸਿਆ ਕਿ ਉਹ ਅਜੇ ਵੀ ਜ਼ਿੰਦਾ ਹੈ ਪਰ ਸ਼ਾਇਦ ਇੱਕ ਸਬਜ਼ੀ ਬਣ ਜਾਵੇਗਾ ਅਤੇ ਆਪਣੇ ਅੰਗ ਗੁਆ ਦੇਵੇਗਾ। ਉਸਦਾ ਕਦੇ ਵੀ ਕੋਈ ਮਰੀਜ਼ ਇੰਨਾ ਲੰਮਾ ਸਮਾਂ ਮਹੱਤਵਪੂਰਨ ਅੰਗਾਂ ਨੂੰ ਖ਼ੂਨ ਦਿੱਤੇ ਬਿਨਾਂ ਨਹੀਂ ਬਚਿਆ ਸੀ। ਲੋਕ ਪ੍ਰਾਰਥਨਾ ਕਰਦੇ ਰਹੇ। ਕ੍ਰਿਸ ਨੂੰ ਇਧਰ-ਉਧਰ ਘੁੰਮਣ ਤੋਂ ਰੋਕਣ ਲਈ ਉਸਨੂੰ ਕੋਮਾ ਵਿੱਚ ਪਾ ਦਿੱਤਾ ਗਿਆ।

ਇੱਕ ਵਾਰ ਕ੍ਰਿਸ ਜਾਗਿਆ, ਉਸਨੂੰ ਅਹਿਸਾਸ ਹੋਇਆ ਕਿ ਉਹ ਮਰਿਆ ਨਹੀਂ ਸੀ ਅਤੇ ਉਸਨੇ ਪਰਮਾਤਮਾ ਨਾਲ ਗੱਲ ਕਰਨੀ ਸ਼ੁਰੂ ਕਰ ਦਿੱਤੀ। ਪਰਮਾਤਮਾ ਨੂੰ ਪੁੱਛਣ 'ਤੇ ਕਿ ਉਹ ਅਜੇ ਵੀ ਜ਼ਿੰਦਾ ਕਿਉਂ ਹੈ, ਉਹ ਇੱਕ ਦਰਸ਼ਨ ਵਿੱਚ ਗਿਆ। ਉਸਨੇ ਆਪਣੇ ਆਪ ਨੂੰ ਸਰਜਰੀ ਵਾਲੇ ਕਮਰੇ ਵਿੱਚ ਦੇਖਿਆ ਅਤੇ ਦੋ ਹਨੇਰੇ ਜੀਵ ਓਪਰੇਟਿੰਗ ਟੇਬਲ ਦੇ ਸਿਰ 'ਤੇ ਸਨ। ਉਸਨੂੰ ਪਤਾ ਸੀ ਕਿ ਉਹ ਸਰਜਰੀ ਨੂੰ ਕੰਮ ਕਰਨ ਤੋਂ ਰੋਕਣ ਲਈ ਉੱਥੇ ਸਨ। ਉਸਨੇ ਓਪਰੇਟਿੰਗ ਕਮਰੇ ਵਿੱਚ ਸਾਰਿਆਂ ਨੂੰ ਅਤੇ ਉਨ੍ਹਾਂ ਨੂੰ ਕਿਵੇਂ ਮਹਿਸੂਸ ਹੋਇਆ, ਨੂੰ ਦੇਖਿਆ। ਫਿਰ ਉਸਨੇ ਇੱਕ ਵਿਸ਼ਾਲ ਦੂਤ ਨੂੰ ਕਮਰੇ ਵਿੱਚ ਆਉਂਦਾ ਦੇਖਿਆ। ਉਸਨੇ ਕਿਹਾ ਕਿ ਉਹ ਦੇਖ ਸਕਦਾ ਸੀ ਕਿ

ਦੂਤ 3 ਮੰਜ਼ਿਲਾ ਉੱਚਾ ਸੀ। ਦੂਤ ਨੇ ਕਿਹਾ "ਉਹ ਰਹਿੰਦਾ ਹੈ।" ਹਨੇਰੇ ਜੀਵ ਚਲੇ ਗਏ।

ਇੱਕ ਵਾਰ ਜਦੋਂ ਕ੍ਰਿਸ ਜਾਗਿਆ ਤਾਂ ਉਹ ਬੋਲ ਸਕਦਾ ਸੀ ਅਤੇ ਉਸਦੇ ਹੱਥ-ਪੈਰ ਕੰਮ ਕਰ ਰਹੇ ਸਨ। ਇੱਕ ਗੁਰਦੇ ਦਾ ਡਾਕਟਰ ਆਇਆ ਅਤੇ ਉਸਨੂੰ ਦੱਸਿਆ ਕਿ ਉਸਦੇ ਗੁਰਦੇ ਸੁੰਗੜ ਗਏ ਹਨ ਅਤੇ ਮਰ ਗਏ ਹਨ। ਉਸਨੂੰ ਡਾਇਲਸਿਸ ਕਰਵਾਉਣਾ ਪਵੇਗਾ। ਕ੍ਰਿਸ ਨੇ ਉਸਨੂੰ ਕਿਹਾ, "ਨਹੀਂ ਰੱਬ ਨੇ ਇਹ ਚਮਤਕਾਰ ਕੀਤਾ ਹੈ ਅਤੇ ਮੇਰੇ ਗੁਰਦੇ ਕੰਮ ਕਰਨਗੇ।" ਡਾਕਟਰ ਨੇ ਸੋਚਿਆ ਕਿ ਉਹ ਪਾਗਲ ਹੈ ਪਰ ਕਿਹਾ ਕਿ ਉਹ ਅਗਲੇ ਦਿਨ ਵਾਪਸ ਆ ਜਾਵੇਗਾ। ਅਗਲੇ ਦਿਨ ਉਸਦੇ ਗੁਰਦੇ ਆਮ ਆਕਾਰ ਵਿੱਚ ਵਾਪਸ ਆ ਗਏ ਸਨ ਅਤੇ ਕੰਮ ਕਰਨਾ ਸ਼ੁਰੂ ਕਰ ਦਿੱਤਾ ਸੀ। ਡਾਕਟਰ ਵਾਪਸ ਆਇਆ ਅਤੇ ਉਸਨੂੰ ਕਿਹਾ ਕਿ ਉਸਨੂੰ ਸ਼ੰਟ ਦੀ ਲੋੜ ਪਵੇਗੀ ਕਿਉਂਕਿ ਇੱਕ ਗੁਰਦਾ ਬਲਾਕ ਸੀ। ਕ੍ਰਿਸ ਨੇ ਫਿਰ ਕਿਹਾ, "ਨਹੀਂ ਰੱਬ ਨੇ ਕੋਈ ਚਮਤਕਾਰ ਨਹੀਂ ਕੀਤਾ ਹੈ ਅਤੇ ਉਸਦੇ ਗੁਰਦੇ ਪੂਰੀ ਤਰ੍ਹਾਂ ਠੀਕ ਹੋ ਜਾਣਗੇ।" ਅਗਲੇ ਦਿਨ ਜਦੋਂ ਡਾਕਟਰ ਵਾਪਸ ਆਇਆ ਤਾਂ ਗੁਰਦੇ ਪੂਰੀ ਤਰ੍ਹਾਂ ਕੰਮ ਕਰਦੇ ਦਿਖਾਈ ਦਿੱਤੇ।
ਇਹ ਇੱਕ ਅਜਿਹਾ ਚਮਤਕਾਰ ਸੀ ਜਿਸਨੂੰ ਦੂਰ-ਦੂਰ ਤੱਕ ਸਮਝਾਇਆ ਨਹੀਂ ਜਾ ਸਕਦਾ ਸੀ। ਡਾਕਟਰਾਂ, ਨਰਸਾਂ ਅਤੇ ਸਟਾਫ਼ ਸਮੇਤ ਹਸਪਤਾਲ ਵਿੱਚ ਹਰ ਕਿਸੇ ਨੇ ਇਸ ਬਾਰੇ ਸੁਣਿਆ ਕਿਉਂਕਿ ਇਹ ਬਹੁਤ ਹੀ ਸ਼ਾਨਦਾਰ ਸੀ। ਮਸੀਹ ਜਿੱਥੇ ਵੀ ਹੋ ਸਕੇ ਆਪਣੀ ਗਵਾਹੀ ਦੇ ਰਿਹਾ ਹੈ।

ਤੁਸੀਂ ਪੂਰੀ ਗਵਾਹੀ ਵੀਡੀਓ ਇੱਥੇ ਦੇਖ ਸਕਦੇ ਹੋ:
https://youtu.be/VHzZE7a72Xw

ਮੇਲ ਬਾਂਡ ਦੁਆਰਾ ਪ੍ਰਾਰਥਨਾ ਕਰਨ 'ਤੇ ਅੱਖਾਂ ਬਣੀਆਂ

ਮੇਲ ਬਾਂਡ ਦੀ ਇੱਕ ਟੀਮ ਸੀ ਅਤੇ ਉਹ ਜਨਵਰੀ 2000 ਵਿੱਚ ਚਿਨੈਂਡੇਗਾ, ਨਿਕਾਰਾਗੁਆ ਵਿੱਚ ਸੇਵਾ ਕਰ ਰਹੇ ਸਨ। ਉਹ ਇੱਕ ਸ਼ਹਿਰ ਦੇ ਚੌਕ ਵਿੱਚ ਇਕੱਠੇ

ਹੋ ਰਹੇ ਸਨ ਅਤੇ ਉੱਥੇ 3000 ਤੋਂ 3500 ਲੋਕ ਮੌਜੂਦ ਸਨ। ਮੇਲ ਨੇ ਕੁਝ ਔਰਤਾਂ ਨੂੰ ਸਾਹਮਣੇ ਲਿਆਂਦਾ ਸੀ ਜੋ ਅੰਨ੍ਹੀਆਂ ਸਨ ਅਤੇ ਉਨ੍ਹਾਂ ਲਈ ਪ੍ਰਾਰਥਨਾ ਕੀਤੀ। ਦੋਵਾਂ ਨੂੰ ਨਜ਼ਰ ਮਿਲੀ। ਦਰਸ਼ਕਾਂ ਵਿੱਚ ਇੱਕ ਮਾਂ ਸੀ ਜਿਸਨੇ ਆਪਣੀ ਧੀ ਨਾਲ ਅੱਗੇ ਵਧਾਇਆ ਜੋ ਛੇ ਜਾਂ ਸੱਤ ਸਾਲ ਦੀ ਸੀ। ਉਸਦੀਆਂ ਧੀਆਂ ਦੀਆਂ ਅੱਖਾਂ ਚਿੱਟੀਆਂ ਸਨ ਜਿਸ ਵਿੱਚ ਇੱਕ ਗੰਢ ਵਾਲਾ ਚਰਬੀ ਵਾਲਾ ਪਦਾਰਥ ਸੀ ਜਿੱਥੇ ਅੱਖਾਂ ਹੋਣੀਆਂ ਚਾਹੀਦੀਆਂ ਸਨ ਅਤੇ ਉਹ ਪੂਰੀ ਤਰ੍ਹਾਂ ਅੰਨ੍ਹੀ ਸੀ। ਕੋਈ ਅੱਖ ਦੀ ਗੇਂਦ ਨਹੀਂ ਸੀ ਜਾਂ ਅੱਖ ਦੀ ਗੇਂਦ ਵਰਗੀ ਕੋਈ ਚੀਜ਼ ਵੀ ਨਹੀਂ ਸੀ। ਮਾਂ ਨੇ ਮੇਲ ਨੂੰ ਪੁੱਛਿਆ, "ਕੀ ਤੇਰਾ ਰੱਬ ਮੇਰੀ ਧੀ ਨੂੰ ਠੀਕ ਕਰ ਸਕਦਾ ਹੈ?" ਮੈਂ ਉਸਨੂੰ ਕਿਹਾ, "ਬੇਸ਼ੱਕ ਮੇਰਾ ਰੱਬ ਕਰ ਸਕਦਾ ਹੈ।" ਉਸਨੂੰ ਯਕੀਨ ਸੀ ਕਿ ਰੱਬ ਨਾਲ ਸਭ ਕੁਝ ਸੰਭਵ ਹੈ। ਮੇਲ ਨੇ ਆਪਣੀਆਂ ਅੱਖਾਂ ਬੰਦ ਕਰ ਲਈਆਂ ਤਾਂ ਜੋ ਉਹ ਧਿਆਨ ਕੇਂਦਰਿਤ ਕਰ ਸਕੇ ਅਤੇ ਪ੍ਰਾਰਥਨਾ ਕੀਤੀ ਜਿਵੇਂ ਯਿਸੂ ਨੇ ਉਸਨੂੰ ਸਿਖਾਇਆ ਸੀ। ਹਾਲਾਂਕਿ ਮੇਲ ਦੀਆਂ ਅੱਖਾਂ ਬੰਦ ਸਨ, ਉਸਦੇ ਪਿੱਛੇ ਮੰਤਰੀ, ਪਾਸਟਰ ਐਡੀ ਰੋਜਰਸ, ਨੇ ਚਿੱਟੇ ਬਵੰਡਰ ਜਾਂ ਵ੍ਹੀਲਪੂਲ ਆਉਂਦੇ ਅਤੇ ਹਰੇਕ ਅੱਖ ਉੱਤੇ ਆਰਾਮ ਕਰਦੇ ਦੇਖਿਆ।

ਇਹ 60 ਤੋਂ 90 ਸਕਿੰਟਾਂ ਤੱਕ ਚੱਲਦਾ ਰਿਹਾ। ਜਦੋਂ ਮੇਲ ਨੇ ਪ੍ਰਾਰਥਨਾ ਕਰਨੀ ਬੰਦ ਕਰ ਦਿੱਤੀ ਤਾਂ ਬਵੰਡਰ ਚਲੇ ਗਏ ਸਨ ਅਤੇ ਦੋ ਸੁੰਦਰ ਭੂਰੀਆਂ ਅੱਖਾਂ ਸਨ। ਕੁੜੀ ਇੰਨੀ ਵੱਖਰੀ ਦਿਖਾਈ ਦੇ ਰਹੀ ਸੀ ਕਿ ਜਦੋਂ ਮੇਲ ਨੇ ਆਪਣੀਆਂ ਅੱਖਾਂ ਖੋਲ੍ਹੀਆਂ ਤਾਂ ਉਸਨੂੰ ਲੱਗਿਆ ਕਿ ਕਿਸੇ ਨੇ ਪ੍ਰਾਰਥਨਾ ਕਰਦੇ ਸਮੇਂ ਛੋਟੀ ਕੁੜੀ ਨੂੰ ਦੂਜੀ ਕੁੜੀ ਨਾਲ ਬਦਲ ਦਿੱਤਾ ਹੈ। ਪਾਸਟਰ ਰੋਜਰਸ ਗਵਾਹੀ ਦੇ ਸਕਦਾ ਸੀ ਕਿ ਇਹ ਉਹੀ ਕੁੜੀ ਸੀ। ਉਸਨੇ ਮੁੜ ਕੇ ਪਹਿਲੀ ਵਾਰ ਆਪਣੀ ਮਾਂ ਨੂੰ ਦੇਖਿਆ। ਹਰ ਕੋਈ ਰੋ ਰਿਹਾ ਸੀ। ਪਾਸਟਰ ਰੋਜਰਸ ਗਵਾਹੀ ਦਿੰਦਾ ਹੈ ਕਿ ਇਹ ਸਭ ਤੋਂ ਹੈਰਾਨੀਜਨਕ ਚਮਤਕਾਰ ਸੀ ਜੋ ਉਸਨੇ ਕਦੇ ਦੇਖਿਆ ਹੈ।
ਪੂਰੀ ਕਹਾਣੀ ਸਿਡ ਰੋਥ ਸ਼ੋਅ 'ਤੇ ਮਿਲ ਸਕਦੀ ਹੈ:
https://youtu.be/NgNiGyds4EA

ਮਰੇ ਹੋਏ ਗੁਰਦੇ ਜੀਵੰਤ ਹੋ ਜਾਂਦੇ ਹਨ

ਚਾਰਲਸ ਸ਼ੈਂਪ ਰੇਨੋ, ਨੇਵਾਡਾ ਵਿੱਚ ਸੇਵਾ ਕਰ ਰਿਹਾ ਸੀ ਜਦੋਂ ਉਸਨੇ ਇੱਕ ਔਰਤ ਦੀ ਗਵਾਹੀ ਸਾਂਝੀ ਕੀਤੀ ਜੋ ਗੁਰਦੇ ਦੀ ਬਿਮਾਰੀ ਤੋਂ ਠੀਕ ਹੋ ਗਈ ਸੀ। ਚਰਚ ਦੇ ਇੱਕ ਆਦਮੀ, ਕਰਟ ਨੇ ਕਹਾਣੀ ਸੁਣੀ ਅਤੇ ਲਗਾਤਾਰ ਰੋਣ ਲੱਗ ਪਿਆ। ਉਸਦੇ ਗੁਰਦੇ ਬੰਦ ਹੋ ਗਏ ਸਨ ਅਤੇ ਉਹ 5 ਮਹੀਨਿਆਂ ਤੋਂ ਡਾਇਲਸਿਸ 'ਤੇ ਸੀ। ਉਸਦੇ ਚਰਚ ਦੇ ਲੋਕ ਉਸਦੀ ਸਥਿਤੀ ਨੂੰ ਜਾਣਦੇ ਸਨ ਅਤੇ ਉਸਦੇ ਆਲੇ-ਦੁਆਲੇ ਉਸਦੇ ਲਈ ਪ੍ਰਾਰਥਨਾ ਕਰਨ ਅਤੇ ਉਸ 'ਤੇ ਹੱਥ ਰੱਖਣ ਲਈ ਆਏ। ਇੱਕ ਔਰਤ ਨੇ ਉਸਨੂੰ ਸੇਵਾ ਵਿੱਚ ਹਿੱਸਾ ਲੈਣ ਲਈ ਉਤਸ਼ਾਹਿਤ ਕੀਤਾ। ਜਿਵੇਂ ਹੀ ਉਹ ਉੱਪਰ ਗਿਆ, ਪਵਿੱਤਰ ਆਤਮਾ ਨੇ ਕਰਟ ਨੂੰ ਚਾਰਲਸ ਨੂੰ ਦੱਸਣ ਲਈ ਕਿਹਾ "ਮੈਨੂੰ ਨਵੇਂ ਗੁਰਦੇ ਚਾਹੀਦੇ ਹਨ।" ਚਾਰਲਸ ਨੇ ਉਸਦੇ ਲਈ ਪ੍ਰਾਰਥਨਾ ਕੀਤੀ ਅਤੇ ਉਹ ਪਰਮਾਤਮਾ ਦੀ ਆਤਮਾ ਦੇ ਅਧੀਨ ਹੋ ਗਿਆ। ਪ੍ਰਾਰਥਨਾ ਪ੍ਰਾਪਤ ਕਰਦੇ ਸਮੇਂ ਉਸਦੇ ਗੁਰਦੇ 5 ਮਹੀਨਿਆਂ ਵਿੱਚ ਪਹਿਲੀ ਵਾਰ ਕੰਮ ਕਰਨ ਲੱਗੇ! ਉਸਨੇ ਉਸ ਰਾਤ 3 ਵਾਰ ਟਾਇਲਟ ਦੀ ਵਰਤੋਂ ਕੀਤੀ, ਜੋ ਕਿ ਉਸਦੀ ਸਥਿਤੀ ਵਿੱਚ ਅਸੰਭਵ ਸੀ। ਉਸਦਾ ਚਰਚ ਉਸਦੇ ਲਈ ਇੰਨਾ ਉਤਸ਼ਾਹਿਤ ਸੀ ਕਿ ਕੁਝ ਲੋਕ ਤਬਦੀਲੀ ਦੀ ਪੁਸ਼ਟੀ ਕਰਨ ਲਈ ਟਾਇਲਟ ਵਿੱਚ ਵੀ ਉਸਦੇ ਪਿੱਛੇ-ਪਿੱਛੇ ਗਏ!
ਇੱਥੇ ਗਵਾਹੀ ਦਾ ਅਸਲ ਵੀਡੀਓ ਹੈ ਅਤੇ ਚਾਰਲਸ ਦੇਖਣ ਵਾਲੇ ਲੋਕਾਂ ਲਈ ਵੀ ਪ੍ਰਾਰਥਨਾ ਕਰਦਾ ਹੈ:
https://youtu.be/6tNAsEUd-5A

ਚਾਰਲਸ ਸ਼ੈਂਪ ਦੁਆਰਾ ਰਚਨਾਤਮਕ ਚਮਤਕਾਰ

ਚਾਰਲਸ ਸ਼ੈਂਪ ਪਰਥ ਆਸਟ੍ਰੇਲੀਆ ਵਿੱਚ ਸੀ ਜਿੱਥੇ ਡੇਬੋਰਾ ਨਾਮ ਦੀ ਇੱਕ ਔਰਤ ਨੇ ਇੱਕ ਰਚਨਾਤਮਕ ਚਮਤਕਾਰ ਦੀ ਗਵਾਹੀ ਦਿੱਤੀ। ਉਸਨੂੰ ਮੈਟਾਸਟੈਟਿਕ ਛਾਤੀ ਦੇ ਕੈਂਸਰ ਅਤੇ ਲਿੰਫੋਮਾ ਦਾ ਪਤਾ ਲੱਗਿਆ ਸੀ। ਉਸਨੂੰ ਆਪਣੀਆਂ ਦੋਵੇਂ ਛਾਤੀਆਂ ਨੂੰ ਹਟਾਉਣ ਲਈ ਸਰਜਰੀ ਕਰਵਾਉਣੀ ਪਈ ਅਤੇ ਹਾਲਾਂਕਿ ਉਸਦੇ ਇਮਪਲਾਂਟ ਸਨ, ਉਹਨਾਂ ਨੇ ਹੋਰ ਸਮੱਸਿਆਵਾਂ ਪੈਦਾ ਕੀਤੀਆਂ ਅਤੇ ਉਸਨੇ ਅੰਤ ਵਿੱਚ ਉਹਨਾਂ

ਨੂੰ ਹਟਾ ਦਿੱਤਾ। ਮੀਟਿੰਗ ਦੌਰਾਨ ਚਾਰਲਸ ਨੇ ਇੱਕ ਰਚਨਾਤਮਕ ਚਮਤਕਾਰ ਦੀ ਗਵਾਹੀ ਸਾਂਝੀ ਕੀਤੀ ਜਿੱਥੇ ਪਰਮਾਤਮਾ ਨੇ ਇੱਕ ਔਰਤ ਦੀ ਛਾਤੀ ਨੂੰ ਬਹਾਲ ਕੀਤਾ ਜੋ ਹਟਾ ਦਿੱਤੀ ਗਈ ਸੀ। ਡੇਬੋਰਾ ਨੇ ਉਸ ਸ਼ਬਦ ਨੂੰ ਫੜ ਲਿਆ ਅਤੇ ਮਹਿਸੂਸ ਕੀਤਾ ਕਿ ਉਹ ਕੁਝ ਹੋ ਰਿਹਾ ਮਹਿਸੂਸ ਕਰ ਰਹੀ ਸੀ। ਗਰਮੀ ਉਸਦੇ ਵਿਚਕਾਰ ਸ਼ੁਰੂ ਹੋਈ ਅਤੇ ਫਿਰ ਉਸਦੀ ਛਾਤੀ ਦੇ ਖੇਤਰ ਵਿੱਚ ਚਲੀ ਗਈ। ਫਿਰ ਇਹ ਕੰਡਿਆਲੀ ਅਤੇ ਗਰਮ ਹੋ ਗਈ। ਫਿਰ ਉਸਦੇ ਪ੍ਰੋਸਥੈਟਿਕਸ ਵੀ ਗਰਮ ਹੋ ਗਏ। ਜਦੋਂ ਉਸਨੇ ਆਪਣਾ ਪਹਿਰਾਵਾ ਹੇਠਾਂ ਕੀਤਾ ਤਾਂ ਉਸਨੂੰ ਅਹਿਸਾਸ ਹੋਇਆ ਕਿ ਉਸਦੇ ਕਲੀਵੇਜ ਹੋ ਰਹੇ ਹਨ। ਉਹ ਟਾਇਲਟ ਵਿੱਚ ਗਈ ਅਤੇ ਜਾਂਚ ਕੀਤੀ ਅਤੇ ਇਹ ਦੇਖ ਕੇ ਹੈਰਾਨ ਰਹਿ ਗਈ ਕਿ ਉਸਦੇ ਛਾਤੀਆਂ ਵਧ ਰਹੀਆਂ ਸਨ। ਇੱਕ ਦੋਸਤ ਜੋ ਇੱਕ ਨਰਸ ਸੀ, ਨੇ ਵੀ ਜਾਂਚ ਕੀਤੀ ਅਤੇ ਸਹਿਮਤੀ ਦਿੱਤੀ ਕਿ ਉਸਦੇ ਛਾਤੀਆਂ ਵਧ ਰਹੀਆਂ ਸਨ। ਉਸਦੀ ਗਵਾਹੀ ਹੈ ਕਿ ਪਰਮਾਤਮਾ ਕੁਝ ਵੀ ਕਰ ਸਕਦਾ ਹੈ।

ਅਸਲ ਵੀਡੀਓ ਗਵਾਹੀ ਇੱਥੇ ਦੇਖੀ ਜਾ ਸਕਦੀ ਹੈ:
https://youtu.be/CVnjjH8Jo1I

ਹਰਬ ਮਜੋਰੂਡ ਇੱਕ ਔਰਤ ਨੂੰ ਮੁਰਦਿਆਂ ਵਿੱਚੋਂ ਜਵਾਲਦੀ ਹੈ

ਜਦੋਂ ਰੇਵਰੈਂਡ ਮਜੋਰੂਡ ਨੂੰ ਅਮਰੀਕੀ ਲੂਥਰਨ ਕੌਂਸਲ ਦੇ ਸਾਹਮਣੇ ਆਪਣੇ ਕ੍ਰਿਸ਼ਮਈ ਕੰਮਾਂ ਦਾ ਬਚਾਅ ਕਰਨ ਲਈ ਬੁਲਾਇਆ ਗਿਆ ਸੀ, ਤਾਂ ਹੇਠ ਲਿਖੀ ਕਹਾਣੀ ਉਹ ਹੈ ਜੋ ਉਸਨੂੰ ਸਮਝਾਉਣੀ ਪਈ। ਇਹ ਇੱਕ ਲੂਥਰਨ ਚਰਚ ਵਿੱਚ ਇੱਕ ਖੁਸ਼ਖਬਰੀ ਸੇਵਾ ਦੌਰਾਨ ਵਾਪਰੀ। ਹਾਲਾਂਕਿ ਜ਼ਿਆਦਾਤਰ ਲੋਕ ਇਸਨੂੰ ਇੱਕ ਸ਼ਾਨਦਾਰ ਚਮਤਕਾਰ ਵਜੋਂ ਵੇਖਣਗੇ ਪਰ ਉਹ ਇਸ ਨਾਲ ਅਸਹਿਮਤ ਸਨ। ਉਸਨੂੰ ਲੂਥਰਨ ਪ੍ਰਚਾਰਕ ਦੇ ਅਹੁਦੇ ਤੋਂ ਹਟਾ ਦਿੱਤਾ ਗਿਆ ਸੀ।

ਸ਼ਾਮ ਦੀ ਸੇਵਾ ਦੇ ਅੰਤ ਤੇ, ਮੈਂ ਉਨ੍ਹਾਂ ਲੋਕਾਂ ਨੂੰ ਕਿਹਾ ਜੋ ਮੁਕਤੀ ਦੀ ਮੰਗ ਕਰ ਰਹੇ ਸਨ, ਮਾਫ਼ੀ ਲਈ ਚੁੱਪਚਾਪ ਪ੍ਰਾਰਥਨਾ ਕਰਨ। ਮੈਂ ਸੁਝਾਅ ਦਿੱਤਾ ਕਿ ਜਿਹੜੇ ਲੋਕ ਯਿਸੂ ਮਸੀਹ ਨੂੰ ਮੁਕਤੀਦਾਤਾ ਵਜੋਂ ਸਵੀਕਾਰ ਕਰਨਾ ਚਾਹੁੰਦੇ ਸਨ, ਉਹ ਆਪਣੇ

ਹੱਥ ਉੱਪਰ ਚੁੱਕਣ। ਬਹੁਤ ਸਾਰੇ ਹੱਥ ਤੁਰੰਤ ਉੱਪਰ ਆਏ। ਫਿਰ ਪਿੱਛੇ ਬੈਠੀ ਇੱਕ ਔਰਤ ਨੇ ਆਪਣਾ ਹੱਥ ਉੱਚਾ ਕੀਤਾ, ਅਤੇ ਫਿਰ ਇਸਨੂੰ ਕਾਫ਼ੀ ਢਿੱਲੇ ਢੰਗ ਨਾਲ ਸੁੱਟ ਦਿੱਤਾ, ਜਿਵੇਂ ਕਿ ਉਹ ਬੇਹੋਸ਼ ਹੋ ਗਈ ਹੋਵੇ। ਇੱਕ ਹੋਰ ਔਰਤ, ਜਿਸ ਬਾਰੇ ਮੈਨੂੰ ਬਾਅਦ ਵਿੱਚ ਪਤਾ ਲੱਗਾ ਕਿ ਉਹ ਇੱਕ ਰਜਿਸਟਰਡ ਨਰਸ ਸੀ, ਜਲਦੀ ਹੀ ਉਸਦੀ ਮਦਦ ਲਈ ਗਈ।

ਪਰ ਮੈਂ ਸੱਦੇ ਵਿੱਚ ਰੁੱਝਿਆ ਹੋਇਆ ਸੀ। ਹੱਥ ਉੱਪਰ ਆਉਂਦੇ ਰਹੇ। ਲਗਭਗ ਪੰਤਾਲੀ ਲੋਕਾਂ ਨੇ ਮਸੀਹ ਨੂੰ ਪ੍ਰਾਪਤ ਕਰਨ ਲਈ ਆਪਣੇ ਹੱਥ ਉੱਪਰ ਕੀਤੇ। ਮੈਂ ਪ੍ਰਾਰਥਨਾ ਕੀਤੀ, ਹਿਦਾਇਤਾਂ ਦੇ ਸ਼ਬਦ ਕਹੇ, ਅਤੇ ਸੇਵਾ ਸਮਾਪਤੀ ਲਈ ਪਾਦਰੀ ਨੂੰ ਸੌਂਪ ਦਿੱਤੀ। ਅਸੀਂ ਇੱਕ ਸਮਾਪਤੀ ਭਜਨ ਗਾਇਆ, ਉਸਨੇ ਅਸ਼ੀਰਵਾਦ ਸੁਣਾਇਆ, ਫਿਰ ਮੈਨੂੰ ਬਾਹਰ ਨਿਕਲਣ ਵੇਲੇ ਦਰਵਾਜ਼ੇ 'ਤੇ ਲੋਕਾਂ ਦਾ ਸਵਾਗਤ ਕਰਨ ਲਈ ਕੋਇਰ ਦੇ ਪਿੱਛੇ ਉਸਦੇ ਨਾਲ ਜੁੜਨ ਲਈ ਕਿਹਾ।

ਇਸ ਵਿਦਾਇਗੀ ਸਮਾਰੋਹ ਦੇ ਅੱਧੇ ਸਮੇਂ ਵਿੱਚ ਦਰਵਾਜ਼ੇ 'ਤੇ ਇੱਕ ਔਰਤ ਭੀੜ ਵਿੱਚੋਂ ਦੀ ਮੇਰੇ ਵੱਲ ਆ ਰਹੀ ਸੀ। ਉਹ ਰੋ ਰਹੀ ਸੀ। "ਓ ਪਾਸਟਰ ਮਜੋਰੂਡ," ਉਸਨੇ ਬੇਨਤੀ ਕੀਤੀ, "ਕਿਰਪਾ ਕਰਕੇ ਆਓ ਅਤੇ ਸਾਡੀ ਮਦਦ ਕਰੋ। ਸ਼੍ਰੀਮਤੀ ਫੋਰਡ ਜਾਂ ਤਾਂ ਮਰ ਰਹੀ ਹੈ ਜਾਂ ਮਰ ਰਹੀ ਹੈ। ਆਓ ਅਤੇ ਸਾਡੇ ਨਾਲ ਪ੍ਰਾਰਥਨਾ ਕਰੋ।"

ਮੈਂ ਹੱਥ ਮਿਲਾਉਣਾ ਛੱਡ ਦਿੱਤਾ ਅਤੇ ਤੁਰੰਤ ਪਿਛਲੀ ਪਿਊ ਵੱਲ ਚਲਾ ਗਿਆ। ਸ਼੍ਰੀਮਤੀ ਫੋਰਡ ਦੇ ਪਿੱਛੇ ਦੋ ਨਰਸਾਂ ਖੜ੍ਹੀਆਂ ਸਨ ਜੋ ਪਿਊ ਵਿੱਚ ਡਿੱਗ ਪਈਆਂ ਸਨ। ਜਿਵੇਂ ਹੀ ਮੈਂ ਸ਼੍ਰੀਮਤੀ ਫੋਰਡ ਦੇ ਸਾਹਮਣੇ ਪਿਊ ਵਿੱਚ ਖਿਸਕ ਗਈ, ਇੱਕ ਨਰਸ ਨੇ ਆਪਣਾ ਸਿਰ ਹਿਲਾਇਆ (ਮੈਨੂੰ ਸੁਚੇਤ ਕਰਨ ਲਈ ਪਰ ਸ਼੍ਰੀ ਫੋਰਡ ਨੂੰ ਪਰੇਸ਼ਾਨ ਨਾ ਕਰਨ ਲਈ), ਜਿਵੇਂ ਇਹ ਕਹਿ ਰਹੀ ਹੋਵੇ ਕਿ "ਤੁਸੀਂ ਕੁਝ ਨਹੀਂ ਕਰ ਸਕਦੇ।" ਕਿਸੇ ਨੇ ਕਿਹਾ ਕਿ ਸ਼੍ਰੀਮਤੀ ਫੋਰਡ ਨੂੰ ਬੇਹੋਸ਼ੀ ਦੇ ਦੌਰੇ ਪੈਂਦੇ ਹਨ। "ਹਾਂ ਮੈਨੂੰ ਪਤਾ ਹੈ," ਰਜਿਸਟਰਡ ਨਰਸ ਨੇ ਕਿਹਾ, "ਪਰ ਜਦੋਂ ਤੁਹਾਨੂੰ ਬੇਹੋਸ਼ੀ ਦਾ ਦੌਰਾ

ਪੈਂਦਾ ਹੈ ਤਾਂ ਦਿਲ ਦੀ ਧੜਕਣ ਹੁੰਦੀ ਹੈ। ਸ਼੍ਰੀਮਤੀ ਫੋਰਡ ਦੇ ਦਿਲ ਦੀ ਧੜਕਣ ਨਹੀਂ ਹੁੰਦੀ।"

ਮੈਨੂੰ ਸਮਝ ਨਹੀਂ ਆ ਰਿਹਾ ਸੀ ਕਿ ਕੀ ਕਰਾਂ ਅਤੇ ਮੈਂ ਪ੍ਰਮਾਤਮਾ ਦੀ ਮਦਦ ਲਈ ਪ੍ਰਾਰਥਨਾ ਕੀਤੀ। ਪ੍ਰਮਾਤਮਾ ਦੀ ਆਤਮਾ ਮੇਰੇ ਉੱਤੇ ਦੁਬਾਰਾ ਚੱਲਣ ਲੱਗੀ। ਮੈਂ ਤੁਹਾਨੂੰ ਇਹ ਨਹੀਂ ਦਿਖਾ ਸਕਦੀ, ਇਹ ਸਿਰਫ਼ ਇੱਕ ਜਾਗਰੂਕਤਾ ਹੈ ਜੋ ਤੁਸੀਂ ਜਾਣਦੇ ਹੋ। ਮੈਂ ਸ਼੍ਰੀਮਤੀ ਫੋਰਡ ਦੇ ਚਿਹਰੇ 'ਤੇ ਆਪਣਾ ਹੱਥ ਰੱਖਿਆ। ਇਹ ਠੰਡਾ ਅਤੇ ਚਿਪਚਿਪਾ ਸੀ। ਮੈਂ ਸਾਹ ਲੈਣ ਲਈ ਆਪਣੇ ਹੱਥ ਦਾ ਪਿਛਲਾ ਹਿੱਸਾ ਉਸਦੀ ਨੱਕ ਦੇ ਹੇਠਾਂ ਰੱਖਿਆ। ਮੈਨੂੰ ਕੋਈ ਮਹਿਸੂਸ ਨਹੀਂ ਹੋ ਰਿਹਾ ਸੀ। ਮੈਂ ਨਬਜ਼ ਮਹਿਸੂਸ ਕਰਨ ਲਈ ਉਸਦੀ ਢਿੱਲੀ ਬਾਂਹ ਚੁੱਕੀ। ਮੈਂ ਦਿਲ ਦੀ ਧੜਕਣ ਮਹਿਸੂਸ ਕਰਨ ਦੀ ਉਡੀਕ ਕੀਤੀ, ਕੋਈ ਨਹੀਂ ਸੀ। ਨਰਸ ਨੇ ਆਪਣਾ ਸਿਰ ਹਿਲਾਇਆ।

ਮੈਂ ਚਰਚ ਦੇ ਪਿਛਲੇ ਪਾਸੇ ਬੈਠੇ ਲੋਕਾਂ ਨੂੰ ਦੱਸਿਆ ਕਿ ਸ਼੍ਰੀਮਤੀ ਫੋਰਡ ਗੁਜ਼ਰ ਗਈ ਹੈ। ਮੈਂ ਕਿਹਾ, "ਕਿੰਨੀ ਸ਼ਾਨਦਾਰ ਜਗ੍ਹਾ ਅਤੇ ਛੱਡਣ ਦਾ ਤਰੀਕਾ, ਇੱਥੇ ਚਰਚ ਵਿੱਚ, ਦੋਸਤਾਂ ਅਤੇ ਅਜ਼ੀਜ਼ਾਂ ਦੇ ਵਿਚਕਾਰ।" ਪਰ ਅਚਾਨਕ ਉਨ੍ਹਾਂ ਸ਼ਬਦਾਂ ਨਾਲ ਪਰਮੇਸ਼ੁਰ ਦੀ ਆਤਮਾ ਨੇ ਮੇਰੇ ਨਾਲ ਗੱਲ ਕੀਤੀ: "ਜਦੋਂ ਯੂਤਖੁਸ ਪ੍ਰਾਰਥਨਾ ਸਥਾਨ ਵਿੱਚ ਡਿੱਗ ਪਿਆ ਅਤੇ ਮਰਿਆ ਹੋਇਆ ਚੁੱਕਿਆ ਗਿਆ ਤਾਂ ਪੌਲੁਸ ਨੇ ਕੀ ਕੀਤਾ?" ਮੈਨੂੰ ਯਾਦ ਆਇਆ ਕਿ ਪੌਲੁਸ ਨੇ ਕੀ ਕੀਤਾ ਸੀ। ਉਸਨੇ ਉਸ ਆਦਮੀ ਲਈ ਪ੍ਰਾਰਥਨਾ ਕੀਤੀ ਅਤੇ ਉਹ ਦੁਬਾਰਾ ਜ਼ਿੰਦਾ ਹੋ ਗਿਆ।

ਫਿਰ ਮੈਂ ਬਿਨਾਂ ਸੋਚੇ-ਸਮਝੇ ਕੁਝ ਕੀਤਾ। ਮੈਂ ਆਪਣਾ ਹੱਥ ਵਧਾਇਆ ਅਤੇ ਇਸਨੂੰ ਸ਼੍ਰੀਮਤੀ ਫੋਰਡ 'ਤੇ ਰੱਖਿਆ ਅਤੇ ਪ੍ਰਾਰਥਨਾ ਕੀਤੀ। "ਇਹ ਪਰਮਾਤਮਾ ਦੀ ਮਹਿਮਾ ਲਈ ਹੈ। ਸਾਡੇ ਲਈ ਜੋ ਯਿਸੂ ਮਸੀਹ ਵਿੱਚ ਵਿਸ਼ਵਾਸ ਕਰਦੇ ਹਨ, ਕੁਝ ਵੀ ਅਸੰਭਵ ਨਹੀਂ ਹੈ। ਹੇ ਪ੍ਰਭੂ, ਤੁਹਾਡੀ ਪਿਆਰੀ ਭੈਣ ਨੂੰ ਦੁਬਾਰਾ ਜੀਵਨ ਦੇਣਾ ਤੁਹਾਡੇ ਲਈ ਬਹੁਤ ਸੌਖਾ ਕੰਮ ਹੈ। ਪ੍ਰਭੂ ਆਪਣੀ ਮਹਿਮਾ ਪ੍ਰਗਟ ਕਰੋ ਅਤੇ ਇਸ ਔਰਤ ਨੂੰ ਦੁਬਾਰਾ ਜੀਵਨ ਦਿਓ।" ਮੈਂ ਉਸਦੇ ਸਰੀਰ ਵਿੱਚ ਕੁਝ ਵਾਪਰਦਾ ਮਹਿਸੂਸ ਕੀਤਾ। ਮੈਂ ਆਪਣਾ ਹੱਥ ਉਸਦੇ ਚਿਹਰੇ 'ਤੇ ਰੱਖਿਆ। ਇਸ ਵਾਰ ਮੈਨੂੰ ਇੱਕ ਹਲਕਾ ਜਿਹਾ ਸਾਹ ਮਹਿਸੂਸ ਹੋਇਆ। "ਸ਼੍ਰੀਮਤੀ ਫੋਰਡ ਸਾਹ ਲੈ ਰਹੀ ਹੈ।" ਮੈਂ ਕਿਹਾ।

ਨਰਸ ਨੇ ਆਪਣਾ ਹੱਥ ਚੁੱਕਿਆ ਅਤੇ ਕਿਹਾ, "ਉਹ ਸਾਹ ਨਹੀਂ ਲੈ ਸਕਦੀ ਕਿਉਂਕਿ ਦਿਲ ਦੀ ਧੜਕਣ ਨਹੀਂ ਹੈ।" ਫਿਰ ਸ਼੍ਰੀਮਤੀ ਫੋਰਡ ਦੀ ਛਾਤੀ ਧੜਕਣ ਲੱਗੀ ਅਤੇ ਮੈਂ ਕਿਹਾ, "ਉਹ ਸਾਹ ਲੈ ਰਹੀ ਹੈ। ਉਸਦੀ ਛਾਤੀ ਵੱਲ ਦੇਖੋ।" ਨਰਸ ਨੇ ਕਿਹਾ, "ਇਹ ਕਿਸੇ ਕਿਸਮ ਦੀ ਪ੍ਰਤੀਬਿੰਬ ਕਾਰਵਾਈ ਹੋਣੀ ਚਾਹੀਦੀ ਹੈ ਕਿਉਂਕਿ ਦਿਲ ਦੀ ਧੜਕਣ ਨਹੀਂ ਹੈ। ਰੁਕੋ, ਇੱਕ ਮਿੰਟ ਰੁਕੋ। ਉਸਦਾ ਦਿਲ ਸ਼ੁਰੂ ਹੋ ਗਿਆ ਹੈ, ਉਸਦੀ ਨਬਜ਼ ਧੜਕ ਰਹੀ ਹੈ।"

ਫਿਰ ਸ਼੍ਰੀਮਤੀ ਫੋਰਡ ਨੇ ਆਪਣੀਆਂ ਅੱਖਾਂ ਖੋਲ੍ਹੀਆਂ ਅਤੇ ਕਿਹਾ, "ਮੈਨੂੰ ਘਰ ਜਾਣਾ ਪਵੇਗਾ।" ਨਰਸ ਨੇ ਕਿਹਾ, "ਤੁਸੀਂ ਅਜੇ ਘਰ ਨਹੀਂ ਜਾ ਸਕਦੇ, ਅਸੀਂ ਡਾਕਟਰ ਅਤੇ ਐਂਬੂਲੈਂਸ ਨੂੰ ਬੁਲਾ ਲਿਆ ਹੈ।" “ਓਹ, ਮੈਂ ਠੀਕ ਹਾਂ, ਸ਼੍ਰੀਮਤੀ ਫੋਰਡ ਨੇ ਨਰਸ ਨੂੰ ਕਿਹਾ।” ਮੇਰੇ ਵੱਲ ਮੁੜ ਕੇ ਉਸਨੇ ਸ਼ਾਂਤੀ ਨਾਲ ਮੇਰਾ ਹੱਥ ਹਿਲਾਇਆ ਅਤੇ ਕਿਹਾ, “ਪਾਸਟੀ ਮਜੋਰੂਡ ਦਾ ਧੰਨਵਾਦ, ਉਸ ਬਹੁਤ ਹੀ ਸ਼ਾਨਦਾਰ ਉਪਦੇਸ਼ ਲਈ।” ਫਿਰ ਡਾਕਟਰ ਆਇਆ ਅਤੇ ਆਪਣਾ ਸਟੈਥੋਸਕੋਪ ਕੱਢਿਆ ਅਤੇ ਸ਼੍ਰੀਮਤੀ ਫੋਰਡ ਦੇ ਦਿਲ ਦੀ ਧੜਕਣ ਸੁਣੀ। ਉਸਨੇ ਉਸਦੀ ਨਬਜ਼ ਚੈੱਕ ਕੀਤੀ, ਪੈੱਨ ਲਾਈਟ ਲਈ ਅਤੇ ਉਸਦੀਆਂ ਅੱਖਾਂ ਵਿੱਚ ਦੇਖਿਆ। ਅੰਤ ਵਿੱਚ ਉਸਨੇ ਕਿਹਾ, "ਤੁਹਾਨੂੰ ਕੁਝ ਨਹੀਂ ਹੋਇਆ ਸ਼੍ਰੀਮਤੀ ਫੋਰਡ, ਤੁਸੀਂ ਘਰ ਜਾ ਸਕਦੇ ਹੋ।" ਤਾਂ ਉਸਨੇ ਠੀਕ ਹੋ ਗਈ।

ਮੈਂ ਸ਼੍ਰੀਮਤੀ ਫੋਰਡ ਦੇ ਠੀਕ ਹੋਣ ਦੇ ਆਲੇ-ਦੁਆਲੇ ਦੇ ਹਾਲਾਤਾਂ ਬਾਰੇ ਵਾਰ-ਵਾਰ ਸੋਚਿਆ ਹੈ। ਇਸ ਨਾਲ ਹਰ ਤਰ੍ਹਾਂ ਦੀਆਂ ਮੁਸ਼ਕਲਾਂ ਦੂਰ ਹੋ ਜਾਂਦੀਆਂ ਸਨ ਜੇਕਰ ਮੈਂ ਇਸ ਪ੍ਰਸਿੱਧ ਰਾਏ ਨਾਲ ਸਹਿਮਤ ਹੁੰਦਾ। ਹਰ ਕੋਈ ਮੇਰੇ ਕਹਿਣ ਦੀ ਉਡੀਕ ਕਰ ਰਿਹਾ ਸੀ ਕਿ "ਸ਼੍ਰੀਮਤੀ ਫੋਰਡ ਬੇਹੋਸ਼ ਹੋ ਗਈ ਅਤੇ ਜਦੋਂ ਮੈਂ ਉਸ ਲਈ ਪ੍ਰਾਰਥਨਾ ਕੀਤੀ ਤਾਂ ਉਹ ਮੁੜ ਸੁਰਜੀਤ ਹੋ ਗਈ।" ਪਰ ਮੈਂ ਉੱਥੇ ਸੀ! ਚੰਗੀ ਜ਼ਮੀਰ ਨਾਲ ਮੈਂ ਅਜਿਹਾ ਨਹੀਂ ਕਰ ਸਕਦਾ ਸੀ। ਸ਼੍ਰੀਮਤੀ ਫੋਰਡ ਦੀ ਸੇਵਾ ਕਰਨ ਵਾਲੀਆਂ ਦੋਵੇਂ ਨਰਸਾਂ ਨੇ ਉਸਨੂੰ ਮ੍ਰਿਤਕ ਐਲਾਨ ਦਿੱਤਾ। ਅਸੀਂ ਸਾਰੇ ਉਦੋਂ ਵਿਸ਼ਵਾਸ ਕਰਦੇ ਸੀ, ਅਤੇ ਨਾਲ ਹੀ ਬਾਅਦ ਵਿੱਚ, ਕਿ ਉਸਨੂੰ ਸੱਚਮੁੱਚ ਮੁਰਦਿਆਂ ਵਿੱਚੋਂ ਜੀਉਂਦਾ ਕੀਤਾ ਗਿਆ ਸੀ। ਮੰਨਿਆ ਕਿ ਕੋਈ ਵੀ ਡਾਕਟਰ ਡਾਕਟਰੀ ਯੰਤਰਾਂ ਨਾਲ ਉਸਦੀ

ਜਾਂਚ ਕਰਨ ਲਈ ਨਹੀਂ ਸੀ ਜਦੋਂ ਤੱਕ ਉਹ ਦੁਬਾਰਾ ਜੀਉਂਦਾ ਨਹੀਂ ਹੋ ਜਾਂਦੀ। ਪਰ ਜਦੋਂ ਮੈਂ ਉਸਦੀ ਸਤਹੀ ਤਰੀਕੇ ਨਾਲ ਜਾਂਚ ਕੀਤੀ, ਤਾਂ ਮੈਂ ਵਿਸ਼ਵਾਸ ਕੀਤਾ ਕਿ ਉਹ ਮਰ ਗਈ ਹੈ। ਮੇਰਾ ਮੰਨਣਾ ਹੈ ਕਿ ਪਵਿੱਤਰ ਆਤਮਾ ਵੀ ਜਾਣਦਾ ਸੀ ਕਿ ਉਹ ਮਰ ਚੁੱਕੀ ਹੈ। ਪਵਿੱਤਰ ਆਤਮਾ ਨੇ ਮੈਨੂੰ ਉਹੀ ਕਰਨ ਲਈ ਪ੍ਰੇਰਿਤ ਕੀਤਾ ਜੋ ਪੌਲੁਸ ਨੇ ਯੂਤਖੁਸ ਨੂੰ ਮੁਰਦਿਆਂ ਵਿੱਚੋਂ ਜੀਉਂਦਾ ਕੀਤਾ ਸੀ। ਮੇਰੇ ਮਨ ਵਿੱਚ ਉਹ ਮਰ ਚੁੱਕੀ ਸੀ। ਮੇਰੀ ਪ੍ਰਾਰਥਨਾ ਉਸਦੇ ਬੇਹੋਸ਼ੀ ਦੇ ਜਾਦੂ ਤੋਂ ਬਾਹਰ ਆਉਣ ਲਈ ਨਹੀਂ ਸੀ। ਪਰ ਇਹ ਕਿ ਪ੍ਰਭੂ ਉਸਨੂੰ ਦੁਬਾਰਾ ਜੀਉਂਦਾ ਕਰੇ।

ਮੈਨੂੰ ਸੱਚਮੁੱਚ ਮਹਿਸੂਸ ਹੋਇਆ ਕਿ ਮੇਰੇ ਹੱਥ ਉਸ ਉੱਤੇ ਹੋਣ ਨਾਲ ਉਸਦੇ ਸਰੀਰ ਵਿੱਚ ਜਾਨ ਵਾਪਸ ਆ ਗਈ ਹੈ। ਉੱਥੇ ਮੌਜੂਦ ਸਾਰੇ, ਨਰਸਾਂ, ਉਸਦਾ ਪਤੀ, ਉਸਦੇ ਰਿਸ਼ਤੇਦਾਰ, ਪਾਦਰੀ, ਅਤੇ ਇੱਥੋਂ ਤੱਕ ਕਿ ਸ਼੍ਰੀਮਤੀ ਫੋਰਡ ਵੀ, ਵਿਸ਼ਵਾਸ ਕਰਦੇ ਸਨ ਕਿ ਉਸਨੂੰ ਮੁਰਦਿਆਂ ਵਿੱਚੋਂ ਜੀਉਂਦਾ ਕੀਤਾ ਗਿਆ ਹੈ।

ਹਰਬਰਟ ਮਜੋਰੂਡ ਦੁਆਰਾ "ਤੁਹਾਡੀ ਸਿਹਤ ਦਾ ਅਧਿਕਾਰ" ਤੋਂ ਅੰਸ਼। 1975 ਵਿੱਚ ਕ੍ਰਿਏਸ਼ਨ ਹਾਊਸ ਦੁਆਰਾ ਪ੍ਰਕਾਸ਼ਿਤ।

ਪਾਦਰੀ ਸੁਪ੍ਰੇਸਾ ਸਥਿਲ ਨੇ ਨਵੀਆਂ ਅੱਖਾਂ ਪ੍ਰਾਪਤ ਕਰਨ ਵਾਲੀ ਔਰਤ ਲਈ ਪ੍ਰਾਰਥਨਾ ਕੀਤੀ

ਪਾਸਟਰ ਸੁਪ੍ਰੇਸਾ (ਸਰਪ੍ਰਾਈਜ਼) ਸਿਥੋਲ ਆਇਰਿਸ ਮਿਨਿਸਟ੍ਰੀਜ਼ ਅਤੇ ਰੋਲੈਂਡ ਅਤੇ ਹੇਡੀ ਬੇਕਰ ਨਾਲ ਜੁੜਿਆ ਹੋਇਆ ਹੈ। ਉਹ ਇੱਕ ਔਰਤ ਦੀ ਕਹਾਣੀ ਦੱਸਦਾ ਹੈ ਜਿਸਦੀ ਇੱਕ ਕਾਨਫਰੰਸ ਵਿੱਚ ਪ੍ਰਾਰਥਨਾ ਕੀਤੀ ਗਈ ਸੀ। ਉਸਨੂੰ ਮਲਾਵੀ ਵਿੱਚ ਰਹਿੰਦੇ ਹੋਏ ਇੱਕ ਬਿਮਾਰੀ ਸੀ ਜਿਸਨੇ ਉਸਦੀਆਂ ਅੱਖਾਂ 'ਤੇ ਹਮਲਾ ਕੀਤਾ ਸੀ। ਇੱਕ ਵਾਰ ਜਦੋਂ ਇਹ ਬਿਮਾਰੀ ਕਿਸੇ ਵਿੱਚ ਸ਼ੁਰੂ ਹੋ ਜਾਂਦੀ ਸੀ ਤਾਂ ਅੱਖਾਂ ਦੀਆਂ ਗੇਂਦਾਂ ਅੰਤ ਵਿੱਚ ਟੁੱਟ ਜਾਂਦੀਆਂ ਸਨ ਅਤੇ ਅਲੋਪ ਹੋ ਜਾਂਦੀਆਂ ਸਨ। ਜਦੋਂ ਉਸ ਲਈ ਪ੍ਰਾਰਥਨਾ ਕੀਤੀ ਜਾਂਦੀ ਸੀ ਤਾਂ ਇਸ ਔਰਤ ਦੀਆਂ ਅੱਖਾਂ ਪੂਰੀ ਤਰ੍ਹਾਂ ਗਾਇਬ ਹੋ ਜਾਂਦੀਆਂ ਸਨ। ਕਈ ਲੋਕਾਂ ਨੇ ਉਸ ਲਈ ਪ੍ਰਾਰਥਨਾ ਕੀਤੀ, ਪਰ ਕੁਝ ਵੀ ਨਹੀਂ ਬਦਲਿਆ। ਉਸ ਰਾਤ ਉਹ ਸੌਂ ਗਈ ਅਤੇ ਇੱਕ ਸ਼ਾਨਦਾਰ ਸੁਪਨਾ ਆਇਆ।

ਉਸਨੇ ਸੁਪਨਾ ਦੇਖਿਆ ਕਿ ਉਹ ਦੇਖ ਸਕਦੀ ਹੈ ਅਤੇ ਉਹ ਬਾਹਰ ਬਾਗ਼ ਵਿੱਚ ਗਈ ਅਤੇ ਗਾਉਣ ਲੱਗ ਪਈ। ਉਸਦੇ ਨਾਲ ਵਾਲੀਆਂ ਔਰਤਾਂ ਬਾਹਰ ਆਈਆਂ ਅਤੇ ਉਸਨੂੰ ਪੁੱਛਿਆ ਕਿ ਉਹ ਬਾਹਰ ਕਿਵੇਂ ਆਈ। ਉਸਨੇ ਉਨ੍ਹਾਂ ਨੂੰ ਕਿਹਾ "ਮੈਂ ਸੁਪਨਾ ਦੇਖ ਰਹੀ ਹਾਂ ਜੋ ਮੈਂ ਦੇਖ ਸਕਦੀ ਹਾਂ।" ਉਨ੍ਹਾਂ ਨੇ ਉਸਨੂੰ ਕਿਹਾ "ਤੁਸੀਂ ਸੁਪਨੇ ਨਹੀਂ ਦੇਖ ਰਹੇ!" ਉਸਦੀਆਂ ਬਿਲਕੁਲ ਨਵੀਆਂ ਅੱਖਾਂ ਸਨ।
ਇਹ ਅਤੇ ਹੋਰ ਕਹਾਣੀਆਂ, ਜਿਨ੍ਹਾਂ ਵਿੱਚ ਇੱਕ ਕੁੜੀ ਨੂੰ ਮੁਰਦਿਆਂ ਵਿੱਚੋਂ ਜੀ ਉਠਾਏ ਜਾਣ ਬਾਰੇ ਵੀ ਸ਼ਾਮਲ ਹੈ, ਪਾਸਟਰ ਸਿਥੋਲ ਦੀ ਸਿਡ ਰੋਥ ਨਾਲ ਇੰਟਰਵਿਊ ਵਿੱਚ ਸੁਣੀਆਂ ਜਾ ਸਕਦੀਆਂ ਹਨ।
https://youtu.be/9d-ncO92hr0

1998 ਵਿੱਚ ਪ੍ਰਾਰਥਨਾ ਰਾਹੀ ਫਲੋਰੈਂਸ ਹੇਜੇਸ ਲੂਪਸ ਤੋ ਠੀਕ ਹੋ ਗਈ।

ਅੱਠ ਸਾਲ ਪਹਿਲਾਂ ਮੈਂ ਆਪਣੇ ਪਤੀ ਦੀ ਜ਼ਿੰਦਗੀ ਦੇ ਆਖਰੀ ਛੇ ਮਹੀਨਿਆਂ ਤੱਕ ਦੇਖਭਾਲ ਕੀਤੀ। ਉਸਦੀ ਮੌਤ ਤੋਂ ਥੋੜ੍ਹੀ ਦੇਰ ਬਾਅਦ ਮੈਂ ਬਿਮਾਰ ਹੋ ਗਈ। ਮੈਨੂੰ ਦਰਦ ਅਤੇ ਦਰਦ ਦਾ ਅਨੁਭਵ ਹੋਇਆ। ਮੇਰੀ ਪਿੱਠ ਵਿੱਚ ਲਗਭਗ ਲਗਾਤਾਰ ਦਰਦ ਰਹਿੰਦਾ ਸੀ। ਜ਼ਿਆਦਾਤਰ ਸਮਾਂ ਇਹ ਚਾਕੂ ਵਾਂਗ ਮਹਿਸੂਸ ਹੁੰਦਾ ਸੀ, ਅਤੇ ਇਸਨੇ ਮੇਰੀ ਗਤੀਸ਼ੀਲਤਾ ਨੂੰ ਬਹੁਤ ਘਟਾ ਦਿੱਤਾ। ਮੇਰੇ ਕੋਲ ਕੋਈ ਊਰਜਾ ਨਹੀਂ ਸੀ ਅਤੇ ਮੈਂ ਹਰ ਸਮੇਂ ਸੌਣਾ ਚਾਹੁੰਦੀ ਸੀ। ਡਾਕਟਰ ਕੋਲ ਕਈ ਵਾਰ ਜਾਣ ਤੋਂ ਬਾਅਦ, ਉਸਨੇ ਮੈਨੂੰ ਇੱਕ ਰਾਇਮੈਟੋਲੋਜਿਸਟ ਕੋਲ ਭੇਜਿਆ, ਅਤੇ ਉਸਨੇ ਕਈ ਖੂਨ ਦੇ ਟੈਸਟਾਂ ਦਾ ਪ੍ਰਬੰਧ ਕੀਤਾ। ਨਤੀਜੇ ਅਸਧਾਰਨ ਸਨ, ਪਰ ਉਹ ਕਾਰਨ ਦੀ ਪਛਾਣ ਨਹੀਂ ਕਰ ਸਕੇ। ਅੰਤ ਵਿੱਚ, ਅਠਾਰਾਂ ਮਹੀਨਿਆਂ ਅਤੇ ਡੀਐਨਏ ਟੈਸਟ ਤੋਂ ਬਾਅਦ, ਆਟੋ ਇਮਿਊਨ ਬਿਮਾਰੀ ਲੂਪਸ ਦਾ ਪਤਾ ਲੱਗਿਆ। ਮੈਂ ਮਾਸਿਕ ਖੂਨ ਦੇ ਟੈਸਟ ਜਾਰੀ ਰੱਖੇ ਅਤੇ ਮੈਨੂੰ ਇੱਕ ਦਵਾਈ, ਡੀ-ਪੈਨਿਸਿਲੀਮਾਈਨ ਦਿੱਤੀ ਗਈ, ਜਿਸਨੇ ਲੱਛਣਾਂ ਨੂੰ ਘਟਾਉਣ ਵਿੱਚ ਮਦਦ ਕੀਤੀ, ਪਰ ਮੈਨੂੰ ਠੀਕ ਨਹੀਂ ਕਰ ਸਕਿਆ।

ਦਵਾਈ ਦੇ ਬਾਵਜੂਦ, ਅਗਲੇ ਸਾਲਾਂ ਵਿੱਚ ਮੈਂ ਲਗਭਗ ਹਮੇਸ਼ਾ ਬਿਮਾਰ ਰਹਿੰਦਾ ਸੀ। ਮੈਂ ਕਦੇ ਵੀ ਬਾਹਰ ਜਾਣ ਦਾ ਪ੍ਰਬੰਧ ਨਹੀਂ ਕਰ ਸਕਦਾ ਸੀ, ਕਿਉਂਕਿ ਮੈਨੂੰ ਨਹੀਂ ਪਤਾ ਸੀ ਕਿ ਮੈਂ ਕਾਫ਼ੀ ਠੀਕ ਹੋਵਾਂਗਾ ਜਾਂ ਨਹੀਂ। ਮੈਂ ਅਕਸਰ ਬਹੁਤ ਥੱਕਿਆ ਰਹਿੰਦਾ ਸੀ। ਚਾਰ ਵਾਰ ਮੈਨੂੰ ਗੰਭੀਰ ਦੌਰਾ ਪਿਆ ਜਿਸ ਕਾਰਨ ਮੈਨੂੰ ਹਸਪਤਾਲ ਦਾਖਲ ਹੋਣਾ ਪਿਆ, ਜਿੱਥੇ ਮੈਨੂੰ ਆਕਸੀਜਨ ਦਿੱਤੀ ਗਈ। ਅਜਿਹਾ ਆਖਰੀ ਹਮਲਾ ਪਿਛਲੇ ਸਾਲ ਮਈ ਵਿੱਚ ਹੋਇਆ ਸੀ। ਇਹ ਮੈਨੂੰ ਹੁਣ ਤੱਕ ਦਾ ਸਭ ਤੋਂ ਭੈੜਾ ਹਮਲਾ ਸੀ। ਮੈਂ ਪੰਜ ਦਿਨ ਹਸਪਤਾਲ ਵਿੱਚ ਰਿਹਾ।

ਹਸਪਤਾਲ ਤੋਂ ਛੁੱਟੀ ਮਿਲਣ ਤੋਂ ਬਾਅਦ ਦੇ ਮਹੀਨਿਆਂ ਵਿੱਚ, ਮੈਂ ਲਗਾਤਾਰ ਡਾਕਟਰਾਂ ਕੋਲ ਰਿਹਾ। ਸਤੰਬਰ ਵਿੱਚ, ਮੈਂ ਉਨ੍ਹਾਂ ਨੂੰ ਪੁੱਛਿਆ ਕਿ ਭਵਿੱਖ ਵਿੱਚ ਕੀ ਹੋਵੇਗਾ, ਅਤੇ ਦੋਵਾਂ ਨੇ ਮੈਨੂੰ ਦੱਸਿਆ ਕਿ ਮੇਰੇ ਕੋਲ ਜੋ ਸੀ ਉਹੀ ਸੀ ਜਿਸਦੇ ਨਾਲ ਮੈਨੂੰ ਜੀਣਾ ਪਿਆ। ਉਹ ਦਰਦ ਨਿਵਾਰਕ ਦਵਾਈਆਂ ਨਾਲ ਮੇਰੀ ਮਦਦ ਕਰ ਸਕਦੇ ਸਨ, ਪਰ ਉਹ ਸਿਰਫ਼ ਇਹੀ ਕਰ ਸਕਦੇ ਸਨ।

ਇਸ ਖ਼ਬਰ ਤੋਂ ਬਾਅਦ ਮੈਂ ਇੰਨਾ ਨਿਰਾਸ਼ ਹੋ ਗਿਆ ਕਿ ਮੈਂ ਫੈਸਲਾ ਕੀਤਾ ਕਿ ਮੈਨੂੰ ਚਰਚ ਤੋਂ ਮਦਦ ਲੈਣੀ ਪਵੇਗੀ। ਬੁੱਧਵਾਰ ਦਾ ਦਿਨ ਸੀ ਅਤੇ ਮੈਂ ਉਸ ਦੁਪਹਿਰ ਨੂੰ ਪਾਦਰੀ ਰਿਚਰਡ ਨੂੰ ਫ਼ੋਨ ਕਰਨ ਜਾ ਰਿਹਾ ਸੀ। ਹਾਲਾਂਕਿ, ਉਸਨੇ ਪਹਿਲਾਂ ਮੈਨੂੰ ਫ਼ੋਨ ਕੀਤਾ। ਮੈਂ ਕਿਹਾ, "ਰਿਚਰਡ, ਤੁਸੀਂ ਇਸ 'ਤੇ ਵਿਸ਼ਵਾਸ ਨਹੀਂ ਕਰੋਗੇ, ਮੈਂ ਤੁਹਾਨੂੰ ਫ਼ੋਨ ਕਰਨ ਜਾ ਰਿਹਾ ਸੀ"। ਉਸਨੇ ਕਿਹਾ, "ਮੈਂ ਇੱਥੇ ਬੈਠਾ ਸੀ, ਅਤੇ "ਫਲੋ ਨੂੰ ਘੰਟੀ ਵੱਜੋ" ਸ਼ਬਦ ਮੇਰੇ ਦਿਮਾਗ ਵਿੱਚ ਆਉਂਦੇ ਰਹੇ, ਇਸ ਲਈ ਮੈਂ ਫ਼ੋਨ ਕੀਤਾ।"

ਮੈਂ ਉਸਨੂੰ ਡਾਕਟਰਾਂ ਦੀ ਗੱਲ ਦੱਸੀ ਅਤੇ ਪੁੱਛਿਆ ਕਿ ਕੀ ਚਰਚ ਐਤਵਾਰ ਨੂੰ ਮੇਰੇ ਲਈ ਪ੍ਰਾਰਥਨਾ ਕਰ ਸਕਦਾ ਹੈ। ਜਦੋਂ ਐਤਵਾਰ ਆਇਆ, ਮੈਨੂੰ ਪੂਰਾ ਯਕੀਨ ਸੀ ਕਿ ਰੱਬ ਮੈਨੂੰ ਠੀਕ ਕਰ ਦੇਵੇਗਾ। ਸੇਵਾ ਦੇ ਵਿਚਕਾਰ ਇੱਕ ਆਮ ਸੱਦਾ ਸੀ, ਜਿਸ ਵਿੱਚ ਕਿਸੇ ਵੀ ਪੁਰਾਣੀ ਬਿਮਾਰੀ ਵਾਲੇ ਵਿਅਕਤੀ ਨੂੰ ਪ੍ਰਾਰਥਨਾ ਕਰਨ ਦਾ ਸੱਦਾ

ਦਿੱਤਾ ਗਿਆ ਸੀ। ਲੋਕਾਂ ਦਾ ਇੱਕ ਵੱਡਾ ਸਮੂਹ ਮੇਰੇ ਆਲੇ-ਦੁਆਲੇ ਇਕੱਠਾ ਹੋਇਆ, ਮੇਰੇ ਉੱਤੇ ਹੱਥ ਰੱਖਿਆ ਅਤੇ ਪ੍ਰਾਰਥਨਾ ਕੀਤੀ। ਸੇਵਾ ਤੋਂ ਬਾਅਦ, ਇੱਕ ਔਰਤ ਜੋ ਪਹਿਲਾਂ ਮੇਰੇ ਤੱਕ ਨਹੀਂ ਪਹੁੰਚ ਸਕੀ, ਨੇ ਪੁੱਛਿਆ ਕਿ ਕੀ ਉਹ ਮੇਰੇ ਲਈ ਵੀ ਪ੍ਰਾਰਥਨਾ ਕਰ ਸਕਦੀ ਹੈ। ਜਿਵੇਂ ਹੀ ਉਹ ਪ੍ਰਾਰਥਨਾ ਕਰ ਰਹੀ ਸੀ, ਮੈਨੂੰ ਆਪਣੀ ਰੀੜ੍ਹ ਦੀ ਹੱਡੀ ਵਿੱਚ ਜਲਣ ਮਹਿਸੂਸ ਹੋਈ।

ਫਿਰ ਮੈਂ ਆਪਣੀ ਭੈਣ ਨਾਲ ਦੁਪਹਿਰ ਦੇ ਖਾਣੇ 'ਤੇ ਗਿਆ। ਜਿਵੇਂ ਹੀ ਖਾਣਾ ਖਤਮ ਹੋਇਆ, ਉਸਨੇ ਪੁੱਛਿਆ ਕਿ ਕੀ ਮੈਂ ਠੀਕ ਹਾਂ। ਮੈਂ ਕਿਹਾ "ਤੁਸੀਂ ਕਿਉ ਪੁੱਛਦੇ ਹੋ"। ਉਸਨੇ ਕਿਹਾ "ਕਿਉਂਕਿ ਤੁਸੀਂ ਅਜੀਬ ਲੱਗ ਰਹੇ ਹੋ"। ਮੈਂ ਫਿਰ ਕਿਹਾ "ਐਡ, ਮੇਰਾ ਦਰਦ ਦੂਰ ਹੋ ਗਿਆ ਹੈ। ਮੈਨੂੰ ਵਿਸ਼ਵਾਸ ਨਹੀਂ ਹੋ ਰਿਹਾ!"

ਉਸ ਦਿਨ ਤੋਂ, ਮੇਰੀ ਪਿੱਠ ਦਾ ਦਰਦ ਪੂਰੀ ਤਰ੍ਹਾਂ ਖਤਮ ਹੋ ਗਿਆ ਹੈ। ਹੋਰ ਲੱਛਣ ਲਗਭਗ ਪੂਰੀ ਤਰ੍ਹਾਂ ਗੈਰਹਾਜ਼ਰ ਹਨ। ਮੈਂ ਦਵਾਈ ਜਾਰੀ ਰੱਖੀ ਹੈ। ਮੇਰੀ ਅਗਲੀ ਖੂਨ ਦੀ ਜਾਂਚ ਤੋਂ ਪਤਾ ਲੱਗਾ ਕਿ ਕੀ ਹੋਇਆ ਸੀ। ਨਤੀਜੇ ਹੁਣ ਅਸਧਾਰਨ ਨਹੀਂ ਸਨ, ਉਹ ਆਮ ਸੀਮਾ ਦੇ ਅੰਦਰ ਸਨ। ਮੇਰੇ ਮਾਹਰ ਨੇ ਮੈਨੂੰ ਦੱਸਿਆ ਕਿ ਮੈਨੂੰ ਹੁਣ ਲੂਪਸ ਨਹੀਂ ਹੈ, ਅਤੇ ਕਿਹਾ, "ਇਹ ਸਾਡੇ ਤੋਂ ਉੱਚੇ ਕਿਸੇ ਵਿਅਕਤੀ ਦਾ ਕੰਮ ਹੋਣਾ ਚਾਹੀਦਾ ਹੈ। ਅਸੀਂ ਇਹ ਨਹੀਂ ਕਰ ਸਕਦੇ!" ਉਨ੍ਹਾਂ ਨੇ ਮੈਨੂੰ ਦੱਸਿਆ ਕਿ ਖੂਨ ਦੇ ਟੈਸਟ ਸਪੱਸ਼ਟ ਸਨ, ਅਤੇ ਮੈਨੂੰ ਸਿਰਫ਼ ਮਹੀਨਾਵਾਰ ਟੈਸਟ ਅਤੇ ਦਵਾਈ ਜਾਰੀ ਰੱਖਣੀ ਚਾਹੀਦੀ ਹੈ। ਇਹ ਸਾਰੇ ਟੈਸਟ ਸਪੱਸ਼ਟ ਹੋਏ ਹਨ। ਮੈਂ ਜਾਣਦੀ ਹਾਂ ਕਿ ਪਰਮਾਤਮਾ ਨੇ ਮੈਨੂੰ ਚੰਗਾ ਕੀਤਾ ਹੈ ਅਤੇ ਇਸਦੇ ਲਈ ਉਸਦੀ ਪ੍ਰਸ਼ੰਸਾ ਕਰਨਾ ਜਾਰੀ ਰੱਖਦੀ ਹਾਂ!
ਅਸਲ ਲਿੰਕ ਇੱਥੇ ਮਿਲ ਸਕਦਾ ਹੈ: http://jesusisreal.org/HealedOfLupus.htm

ਗੇਲ ਜੈਕਸਨ ਦੁਆਰਾ ਇਲਾਜ

ਇਹ 1980 ਦੇ ਆਸਪਾਸ ਸਲੇਮ, MO ਵਿੱਚ ਇੱਕ ਪੁਨਰ ਸੁਰਜੀਤੀ ਸੀ। ਜਿਸ ਪ੍ਰਚਾਰਕ ਨੂੰ ਮੈਂ ਜਾਣਦਾ ਸੀ ਉਹ ਭਰਾ ਗੇਲ ਜੈਕਸਨ ਸੀ। ਮੈਂ 7 ਸਾਲਾਂ ਦਾ ਸੀ। ਮੈਂ ਲਗਭਗ 2 ਸਾਲ ਦੀ ਉਮਰ ਤੋਂ ਅੱਖਾਂ ਦੀਆਂ ਕ੍ਰਾਸਡ ਐਨਕਾਂ ਲਗਾਈਆਂ ਸਨ ਅਤੇ ਅਸਲ ਵਿੱਚ ਮੇਰੀ ਸਰਜਰੀ ਬਿਨਾਂ ਕਿਸੇ ਪ੍ਰਭਾਵ ਦੇ ਹੋਈ ਸੀ। ਮੈਨੂੰ ਆਪਣੀਆਂ ਐਨਕਾਂ ਤੋਂ ਨਫ਼ਰਤ ਸੀ, ਮੇਰਾ ਲਗਾਤਾਰ ਮਜ਼ਾਕ ਉਡਾਇਆ ਜਾਂਦਾ ਸੀ। ਜਿਸ ਰਾਤ ਮੈਂ ਪੁਨਰ ਸੁਰਜੀਤੀ ਵਿੱਚ ਸ਼ਾਮਲ ਹੋਇਆ ਸੀ, ਮੈਨੂੰ ਆਪਣੀ ਹਿੰਮਤ ਵਧਾਉਣੀ ਪਈ, ਉੱਥੇ ਬਹੁਤ ਸਾਰੇ ਲੋਕ ਸਨ। ਪਰ ਮੈਂ ਜਾਣਦੀ ਸੀ ਕਿ ਮੈਂ ਆਪਣੀਆਂ ਅੱਖਾਂ ਠੀਕ ਕਰਨਾ ਚਾਹੁੰਦੀ ਹਾਂ। ਮੈਂ ਭਰਾ ਜੈਕਸਨ ਕੋਲ ਗਈ ਅਤੇ ਉਸਨੂੰ ਦੱਸਿਆ ਕਿ ਮੈਂ ਕੀ ਠੀਕ ਕਰਨਾ ਚਾਹੁੰਦੀ ਹਾਂ। ਉਸਨੇ ਆਪਣੀਆਂ ਅੱਖਾਂ 'ਤੇ ਆਪਣੇ ਹੱਥ ਰੱਖੇ ਅਤੇ ਅਸੀਂ ਪ੍ਰਾਰਥਨਾ ਕੀਤੀ। ਉਸਨੇ ਆਪਣੇ ਹੱਥ ਉੱਚੇ ਕੀਤੇ ਅਤੇ ਮੈਂ ਉਸਦੇ ਸ਼ਬਦਾਂ ਨੂੰ ਹਮੇਸ਼ਾ ਯਾਦ ਰੱਖਾਂਗੀ। "ਸਿੱਧਾ ਤੀਰ ਵਾਂਗ!" ਘਰ ਜਾਂਦੇ ਸਮੇਂ ਮੈਨੂੰ ਯਾਦ ਹੈ ਕਿ ਮੈਂ ਉਨ੍ਹਾਂ ਸਾਰੀਆਂ ਚੀਜ਼ਾਂ ਨੂੰ ਸੂਚੀਬੱਧ ਕੀਤਾ ਸੀ ਜੋ ਮੈਨੂੰ ਸਹਿਣ ਨਹੀਂ ਕਰਨੀਆਂ ਪੈਣਗੀਆਂ ਕਿਉਂਕਿ ਮੈਨੂੰ ਹੁਣ ਐਨਕਾਂ ਨਹੀਂ ਪਾਉਣੀਆਂ ਪੈਣਗੀਆਂ!

ਕੁਝ ਦਿਨਾਂ ਬਾਅਦ ਮੇਰੀ ਜੁੜਵਾਂ ਭੈਣ ਦਾ ਵੀ ਇਹੀ ਨਤੀਜਾ ਨਿਕਲਿਆ! ਉਸ ਲਈ ਪ੍ਰਾਰਥਨਾ ਕੀਤੀ ਗਈ ਅਤੇ ਉਹ ਵੀ ਠੀਕ ਹੋ ਗਈ! ਮੈਂ ਅਗਲੇ ਦਿਨ ਸਕੂਲ ਗਈ ਅਤੇ ਮੇਰੀ ਅਧਿਆਪਕਾ ਨੇ ਮੈਨੂੰ ਪੁੱਛਿਆ ਕਿ ਮੇਰੀਆਂ ਐਨਕਾਂ ਕਿੱਥੇ ਹਨ। ਉਸ ਸੱਤ ਸਾਲ ਦੀ ਛੋਟੀ ਕੁੜੀ ਨੇ ਉਸਦੀਆਂ ਅੱਖਾਂ ਵਿੱਚ ਸਿੱਧਾ ਦੇਖਿਆ ਅਤੇ ਕਿਹਾ, "ਮੈਨੂੰ ਹੁਣ ਆਪਣੀਆਂ ਐਨਕਾਂ ਦੀ ਲੋੜ ਨਹੀਂ ਹੈ, ਯਿਸੂ ਨੇ ਮੇਰੀਆਂ ਅੱਖਾਂ ਠੀਕ ਕਰ ਦਿੱਤੀਆਂ ਹਨ!" ਉਸ ਰਾਤ ਮੈਨੂੰ ਪਤਾ ਲੱਗਾ ਸੀ ਕਿ ਸਕੂਲ ਨੇ ਮੇਰੀ ਮਾਂ ਨਾਲ ਸੰਪਰਕ ਕੀਤਾ ਅਤੇ ਉਸਨੂੰ ਕਿਹਾ ਕਿ ਸਾਨੂੰ ਆਪਣੀਆਂ ਐਨਕਾਂ ਉਦੋਂ ਤੱਕ ਪਹਿਨਣੀਆਂ ਚਾਹੀਦੀਆਂ ਹਨ ਜਦੋਂ ਤੱਕ ਪ੍ਰੀਖਿਆ ਕੁਝ ਹੋਰ ਨਹੀਂ ਕਹਿੰਦੀ। ਮੇਰੀ ਮੰਮੀ ਨੇ ਉਨ੍ਹਾਂ ਨੂੰ ਨਿਮਰਤਾ ਨਾਲ ਕਿਹਾ। ਅਸੀਂ ਪ੍ਰੀਖਿਆ ਦੇਵਾਂਗੇ, ਸਾਡੇ ਲਈ ਨਹੀਂ, ਸਗੋਂ ਤੁਹਾਡੇ ਲਈ, ਅਤੇ ਉਹ ਉਦੋਂ ਤੱਕ ਨਹੀਂ ਪਹਿਨਣਗੇ ਜਦੋਂ ਤੱਕ ਡਾਕਟਰ ਨਹੀਂ ਕਹਿੰਦਾ ਕਿ ਉਨ੍ਹਾਂ ਨੂੰ ਐਨਕਾਂ ਲਗਾਉਣੀਆਂ ਪੈਣਗੀਆਂ।

ਅਸੀਂ ਦੋਵੇਂ, ਮੈਂ ਅਤੇ ਮੇਰਾ ਜੁੜਵਾਂ, ਉਸੇ ਡਾਕਟਰ ਕੋਲ ਵਾਪਸ ਗਏ ਜਿਸਨੂੰ ਅਸੀਂ ਸ਼ੁਰੂ ਤੋਂ ਦੇਖਿਆ ਸੀ। ਮੈਨੂੰ ਯਾਦ ਹੈ ਕਿ ਉਹ ਆਪਣੀਆਂ ਮਸ਼ੀਨਾਂ ਪਿੱਛੇ ਬੈਠਾ ਮੇਰੀਆਂ ਅੱਖਾਂ ਵਿੱਚ ਦੇਖ ਰਿਹਾ ਸੀ ਅਤੇ ਹੈਰਾਨੀ ਨਾਲ ਮੇਰੀ ਮੰਮੀ ਵੱਲ ਦੇਖ ਰਿਹਾ ਸੀ, ਫਿਰ ਦੁਬਾਰਾ ਦੇਖ ਰਿਹਾ ਸੀ ਅਤੇ ਫਿਰ ਬੈਠ ਕੇ ਮੇਰੀ ਮੰਮੀ ਵੱਲ ਦੇਖ ਰਿਹਾ ਸੀ ਅਤੇ ਕਹਿ ਰਿਹਾ ਸੀ, "ਤੁਸੀਂ ਕੀ ਕੀਤਾ!! ਉਨ੍ਹਾਂ ਨੂੰ ਹੁਣ ਐਨਕਾਂ ਦੀ ਲੋੜ ਨਹੀਂ ਹੈ!!" ਇਸਦਾ ਮੇਰੀ ਜ਼ਿੰਦਗੀ ਅਤੇ ਮੇਰੇ ਵਿਸ਼ਵਾਸ 'ਤੇ ਡੂੰਘਾ ਪ੍ਰਭਾਵ ਪਿਆ ਹੈ। ਮੈਨੂੰ ਲੋਕਾਂ ਨੂੰ ਆਪਣੀ ਕਹਾਣੀ ਦੱਸਣਾ ਬਹੁਤ ਪਸੰਦ ਹੈ!
ਮਲਿੰਡਾ ਹੇਗਨਹੋਫ (ਵਾਰਨਰ)
ਇਸ ਸ਼ਾਨਦਾਰ ਗਵਾਹੀ ਨੂੰ ਸਾਂਝਾ ਕਰਨ ਲਈ ਮਲਿੰਡਾ ਦਾ ਧੰਨਵਾਦ!

ਲੈਸਟਰ ਸਮਰਲ ਦੀ ਮਾਂ ਦਾ ਇਲਾਜ

ਜਦੋਂ ਸਮਰਲ ਮੁੰਡਾ ਸੀ, ਤਾਂ ਉਸਦੀ ਮਾਂ, ਬੈਟੀ, ਨੂੰ ਛਾਤੀ ਦਾ ਕੈਂਸਰ ਸੀ। ਉਸਨੂੰ ਇੱਕ ਡਾਲਰ ਦੇ ਆਕਾਰ ਦਾ ਖੁੱਲ੍ਹਾ ਜ਼ਖ਼ਮ ਸੀ। ਦਰਦ ਦੇ ਕਾਰਨ, ਉਹ ਕਈ ਰਾਤਾਂ ਤੱਕ ਰੋਂਦੀ ਰਹੀ ਅਤੇ ਸੌਂਦੀ ਰਹੀ। ਉਨ੍ਹਾਂ ਦਿਨਾਂ ਵਿੱਚ, ਪਹਿਲੀ ਵਿਸ਼ਵ ਜੰਗ ਤੋਂ ਥੋੜ੍ਹੀ ਦੇਰ ਬਾਅਦ, ਸਰਜਨਾਂ ਕੋਲ ਉਹ ਤਕਨੀਕਾਂ ਜਾਂ ਦਵਾਈਆਂ ਨਹੀਂ ਸਨ ਜੋ ਆਧੁਨਿਕ ਡਾਕਟਰ ਵਰਤਦੇ ਹਨ। ਉਸਦੇ ਡਾਕਟਰ ਨੇ ਕਿਹਾ ਕਿ ਜੇਕਰ ਉਸਨੇ ਕੈਂਸਰ ਨੂੰ ਹਟਾਉਣ ਦੀ ਕੋਸ਼ਿਸ਼ ਕੀਤੀ, ਤਾਂ ਉਹ ਮਰ ਜਾਵੇਗੀ। ਉਸਨੇ ਜ਼ਖ਼ਮ 'ਤੇ ਪੱਟੀ ਬੰਨ੍ਹੀ ਅਤੇ ਇਸਨੂੰ ਸਾਫ਼ ਰੱਖਿਆ।
ਇੱਕ ਰਾਤ, ਬੈਟੀ ਸਾਰੀ ਰਾਤ ਫਰਸ਼ 'ਤੇ ਤੁਰਦੀ ਰਹੀ, ਆਪਣੇ ਦਰਦ ਤੋਂ ਰਾਹਤ ਲਈ ਰੱਬ ਅੱਗੇ ਰੋਈ। ਸੂਰਜ ਚੜ੍ਹਨ ਤੋਂ ਠੀਕ ਪਹਿਲਾਂ ਉਹ ਆਪਣੇ ਬਿਸਤਰੇ 'ਤੇ ਡਿੱਗ ਪਈ ਅਤੇ ਸੌਂ ਗਈ। ਸਮਰਲ ਦੀ ਮਾਂ ਨੇ ਸੁਪਨਾ ਦੇਖਿਆ ਕਿ ਯਿਸੂ ਉਸਦੇ ਬੈੱਡਰੂਮ ਵਿੱਚ ਆਇਆ ਅਤੇ ਉਸਨੂੰ ਤਰਸ ਨਾਲ ਦੇਖਿਆ। ਉਸਨੇ ਉਸਦੀ ਛਾਤੀ ਨੂੰ ਕੋਮਲਤਾ ਨਾਲ ਛੂਹਿਆ। ਜਦੋਂ ਉਹ ਜਾਗੀ ਤਾਂ ਉਸਨੇ ਸਮਰਲ ਦੇ ਪਿਤਾ, ਜਾਰਜ ਨੂੰ ਸੁਪਨੇ ਬਾਰੇ ਦੱਸਿਆ। ਉਹ ਸ਼ੱਕੀ ਸੀ।

ਕੁਝ ਦਿਨਾਂ ਬਾਅਦ ਜਾਰਜ ਨੇ ਉਸਦੇ ਦਰਦ ਬਾਰੇ ਪੁੱਛਿਆ। ਬੈਟੀ ਨੇ ਕਿਹਾ ਕਿ ਉਹ "ਕੈਂਸਰ ਬਾਰੇ ਲਗਭਗ ਭੁੱਲ ਗਈ ਸੀ।" ਉਸਨੇ ਅੱਗੇ ਕਿਹਾ "ਦਰਦ ਖਤਮ ਹੋ ਗਿਆ ਹੈ।" ਬਾਅਦ ਵਿੱਚ ਜਦੋਂ ਬੈਟੀ ਆਪਣੇ ਬੈੱਡਰੂਮ ਵਿੱਚ ਗਈ ਤਾਂ ਕੈਂਸਰ ਉਸਦੇ ਸਰੀਰ ਤੋਂ ਉਤਰ ਗਿਆ।

ਉਸ ਇਲਾਜ ਤੋਂ ਬਾਅਦ ਬੈਟੀ ਸਮਰਲ 40 ਸਾਲਾਂ ਤੋਂ ਵੱਧ ਜੀਉਂਦੀ ਰਹੀ। ਉਸਦੀ 87 ਸਾਲ ਦੀ ਉਮਰ ਵਿੱਚ ਕੁਦਰਤੀ ਕਾਰਨਾਂ ਕਰਕੇ ਮੌਤ ਹੋ ਗਈ।

ਸੇਸਿਲ ਮਰਫੀ ਦੁਆਰਾ ਲਿਖੀ "ਆਈ ਬਿਲੀਵ ਇਨ ਹੀਲਿੰਗ" ਤੋਂ ਅੰਸ਼।

ਹੁਣ ਅਪਾਹਜ ਨਹੀ - ਜੌਨ ਅਤੇ ਓਲੀਵ ਕੈਲਨਰ ਦੁਆਰਾ ਇਲਾਜ

ਤੇਰੀ ਬੱਚੀ ਦਾ ਜਨਮ ਉਸ ਦੇ ਸੱਜੇ ਕਮਰ ਦੇ ਬਾਹਰ ਵੱਲ ਵਧੇ ਹੋਏ ਨਾਲ ਹੋਇਆ ਸੀ। ਨਤੀਜੇ ਵਜੋਂ, ਉਸਦੀ ਸੱਜੀ ਲੱਤ ਅਤੇ ਗੋਡਾ ਬਹੁਤ ਜ਼ਿਆਦਾ ਮਰੋੜਿਆ ਹੋਇਆ ਸੀ, ਅਤੇ ਉਸਦਾ ਪੈਰ ਪੂਰੀ ਤਰ੍ਹਾਂ ਸੱਜੇ ਪਾਸੇ ਮੁੜ ਗਿਆ ਸੀ। ਉਹ ਆਪਣੇ ਦੋਵੇਂ ਪੈਰ ਫਰਸ਼ 'ਤੇ ਟਿਕਾਏ ਰੱਖ ਕੇ ਖੜ੍ਹੀ ਨਹੀਂ ਹੋ ਸਕਦੀ ਸੀ। ਉਸਦੀ ਸੱਜੀ ਲੱਤ ਛੋਟੀ ਸੀ। ਉਹ ਇਸ ਨਾਲ ਕਦਮ ਨਹੀਂ ਰੱਖ ਸਕਦੀ ਸੀ। ਜਦੋਂ ਉਹ ਉੱਚੀ ਕੁਰਸੀ 'ਤੇ ਬੈਠਦੀ ਸੀ, ਤਾਂ ਉਸਦੀ ਲੱਤ ਉਸਦੇ ਹੇਠਾਂ ਆ ਜਾਂਦੀ ਸੀ। ਬੈਠਦੇ ਸਮੇਂ ਉਹ ਕੁਰਸੀ ਤੋਂ ਆਪਣੀ ਲੱਤ ਨਹੀਂ ਲਟਕ ਸਕਦੀ ਸੀ।

ਅਸੀਂ ਆਪਣੀ ਧੀ ਨੂੰ ਦੋ ਆਰਥੋਪੀਡਿਕ ਸਰਜਨਾਂ ਕੋਲ ਲੈ ਗਏ। ਉਨ੍ਹਾਂ ਦੋਵਾਂ ਨੇ ਜੁੱਤੀਆਂ ਦੇ ਬਰੇਸ ਲਗਾਉਣ ਦੀ ਸਲਾਹ ਦਿੱਤੀ ਜਦੋਂ ਤੱਕ ਉਸਦਾ ਕਮਰ ਆਮ ਤੌਰ 'ਤੇ ਨਹੀਂ ਵਧ ਜਾਂਦਾ, ਜਿਸ ਨਾਲ ਸਾਡੀ ਧੀ ਅਰਧ-ਅਜੋਗ ਹੋ ਜਾਂਦੀ। ਅਸੀਂ ਬਰੇਸ ਖਰੀਦੇ, ਅਤੇ ਉਹਨਾਂ ਨੂੰ ਲਗਾਉਣ ਦੀ ਉਡੀਕ ਕਰ ਰਹੇ ਸੀ, ਜਦੋਂ ਸਾਡੇ ਚਰਚ ਵਿੱਚ ਮੁਕਤੀ-ਇਲਾਜ ਮੀਟਿੰਗਾਂ ਦੀ ਇੱਕ ਮੁਹਿੰਮ ਸ਼ੁਰੂ ਹੋਈ (ਨਵੰਬਰ, 1954)। ਜੌਨ ਅਤੇ ਓਲੀਵ ਕੈਲਨਰ ਪ੍ਰਚਾਰਕ ਸਨ। ਅਸੀਂ ਫੈਸਲਾ ਕੀਤਾ ਕਿ ਅਸੀਂ ਜੁੱਤੀਆਂ ਦੇ ਬਰੇਸ ਲਗਾਉਣ ਤੋਂ ਪਹਿਲਾਂ ਪ੍ਰਚਾਰਕਾਂ ਨੂੰ ਆਪਣੀ ਧੀ ਲਈ ਪ੍ਰਾਰਥਨਾ ਕਰਨ ਲਈ ਕਹਾਂਗੇ।

ਜਦੋਂ ਭੈਣ ਕੈਲਨਰ ਨੇ ਪ੍ਰਾਰਥਨਾ ਕੀਤੀ, ਤਾਂ ਸਾਡੀ ਕੁੜੀ ਦੀ ਲੱਤ ਤੁਰੰਤ ਸਿੱਧੀ ਅਤੇ ਲੰਬੀ ਹੋ ਗਈ। ਉਹ ਆਪਣੇ ਪੈਰਾਂ 'ਤੇ ਸਿੱਧੀ ਖੜ੍ਹੀ ਹੋਣ ਦੇ ਯੋਗ ਸੀ! ਉਹ ਹੁਣ ਆਮ ਤੌਰ 'ਤੇ ਕਦਮ ਰੱਖ ਸਕਦੀ ਹੈ, ਆਮ ਤੌਰ 'ਤੇ ਖੜ੍ਹੀ ਹੋ ਸਕਦੀ ਹੈ, ਅਤੇ ਆਪਣੀ ਲੱਤ ਨੂੰ ਆਪਣੀ ਕੁਰਸੀ ਦੀ ਸੀਟ 'ਤੇ ਲਟਕਾਉਂਦੇ ਹੋਏ ਆਮ ਤੌਰ 'ਤੇ ਬੈਠ ਸਕਦੀ ਹੈ। ਹੁਣ ਜਦੋਂ ਮੈਂ ਲੋਕਾਂ ਨੂੰ ਚਮਤਕਾਰ ਬਾਰੇ ਦੱਸਦੀ ਹਾਂ, ਤਾਂ ਮੈਂ ਉਸਨੂੰ ਖੜ੍ਹਾ ਕਰਦੀ ਹਾਂ ਅਤੇ ਉਹਨਾਂ ਨੂੰ ਅੰਦਾਜ਼ਾ ਲਗਾਉਣ ਲਈ ਕਹਿੰਦੀ ਹਾਂ ਕਿ ਕਿਹੜੀ ਲੱਤ ਰੱਬ ਨੇ ਸਿੱਧੀ ਕੀਤੀ। ਆਮ ਤੌਰ 'ਤੇ ਉਹ ਖੱਬੀ ਲੱਤ ਚੁਣਦੇ ਹਨ, ਅਤੇ ਜਦੋਂ ਮੈਂ ਉਹਨਾਂ ਨੂੰ ਦੱਸਦੀ ਹਾਂ ਕਿ ਇਹ ਸੱਜੀ ਲੱਤ ਸੀ ਤਾਂ ਉਹ ਸਹਿਮਤ ਹੁੰਦੇ ਹਨ ਕਿ ਪ੍ਰਭੂ ਨੇ ਇਸਨੂੰ ਠੀਕ ਕਰਨ ਦਾ ਵਧੀਆ ਕੰਮ ਕੀਤਾ ਹੈ। ਮੈਂ ਉਸਨੂੰ ਡਾਕਟਰ ਕੋਲ ਲੈ ਗਈ ਅਤੇ ਉਸਨੇ ਮੈਨੂੰ ਪੁੱਛਿਆ ਕਿ ਕੀ ਹੋਇਆ ਸੀ। ਉਸਨੇ ਕਿਹਾ ਕਿ ਉਸਦੀ ਲੱਤ ਹੁਣ ਆਮ ਹੈ।

ਸ੍ਰੀਮਤੀ ਵਿਲੀਅਮ ਜੇ. ਮੈਡਨ, ਰੂਟ 3, ਚੈਪਿਨ ਰੋਡ, ਨਿਊ ਕੈਸਲ, ਪਾ. (ਐਸਡਬਲਯੂ ਬਰੂਅਰ, ਪਾਸਟਰ ਫਸਟ ਪੈਂਟੇਕੋਸਟਲ ਚਰਚ, ਨਿਊ ਕੈਸਲ, ਪਾ. ਦੁਆਰਾ ਸਮਰਥਤ)

ਨਵੰਬਰ 1955 ਦੇ ਪੈਂਟੀਕੋਸਟਲ ਇਵੈਂਜਲ ਤੋਂ ਦੁਬਾਰਾ ਛਾਪਿਆ ਗਿਆ

ਇੱਕ ਪਾਦਰੀ ਦੀ ਆਵਾਜ਼ ਦਾ ਇਲਾਜ - ਜ਼ਬੂਰ 103

ਪਾਸਟਰ ਡਵੇਨ ਮਿਲਰ ਇੱਕ ਬੈਪਟਿਸਟ ਚਰਚ ਵਿੱਚ ਆਪਣੇ ਇਲਾਜ ਬਾਰੇ ਗਵਾਹੀ ਦਿੰਦਾ ਹੈ।

17 ਜਨਵਰੀ, 1993

ਵਿਲੀਅਮ ਜੇਫਰਸਨ ਕਲਿੰਟਨ ਆਪਣੇ ਉਦਘਾਟਨ ਦੀ ਤਿਆਰੀ ਕਰ ਰਿਹਾ ਸੀ, ਕਾਉਬੌਏਜ਼ ਨੇ 49ers ਨੂੰ ਹਰਾਇਆ, ਅਤੇ ਰੱਬ ਨੇ ਟੈਕਸਾਸ ਦੇ ਹਿਊਸਟਨ ਵਿੱਚ ਹਿਊਸਟਨ ਦੇ ਫਸਟ ਬੈਪਟਿਸਟ ਚਰਚ ਵਿੱਚ ਇੱਕ ਐਤਵਾਰ ਸਕੂਲ ਕਲਾਸ ਵਿੱਚ ਆਪਣੇ ਆਪ ਨੂੰ ਸ਼ਕਤੀਸ਼ਾਲੀ ਅਤੇ ਸਮਕਾਲੀ ਦਿਖਾਇਆ।

ਉਸ ਸਵੇਰ ਦਾ ਸਬਕ ਜ਼ਬੂਰ 103 ਤੋਂ ਸੀ, ਮੁੱਖ ਤੌਰ 'ਤੇ ਆਇਤਾਂ 1-5। ਦਾਊਦ ਆਪਣੇ ਆਪ ਨਾਲ ਗੱਲ ਕਰ ਰਿਹਾ ਹੈ ਅਤੇ ਆਪਣੇ ਆਪ ਨੂੰ "ਪ੍ਰਭੂ ਨੂੰ ਮੁਬਾਰਕ ਆਖੋ" ਜਿਸਦਾ ਅਰਥ ਹੈ ਪਰਮਾਤਮਾ ਦੀ ਉਸਤਤ ਜਾਂ ਧੰਨਵਾਦ ਕਰਨਾ। ਫਿਰ ਉਹ ਆਪਣੇ ਆਪ ਨੂੰ ਅਜਿਹਾ ਕਰਨ ਦੇ ਕੁਝ ਕਾਰਨ ਦੱਸਦਾ ਹੈ।
ਉਹ (ਪਰਮਾਤਮਾ) ਮੇਰੇ ਸਾਰੇ ਪਾਪ ਮਾਫ਼ ਕਰਦਾ ਹੈ; ਉਹ ਮੇਰੀ ਸਾਰੀ ਬਿਮਾਰੀ ਨੂੰ ਚੰਗਾ ਕਰਦਾ ਹੈ; ਉਹ ਮੇਰੀ ਜਾਨ ਨੂੰ ਕਬਰ, ਟੋਏ, ਤਬਾਹੀ ਤੋਂ ਛੁਟਕਾਰਾ ਦਿੰਦਾ ਹੈ; ਉਹ ਮੈਨੂੰ ਪਿਆਰ ਅਤੇ ਰਹਿਮ, ਪ੍ਰੇਮਮਈ ਦਯਾ ਦਾ ਮੁਕਟ ਪਹਿਨਾਉਂਦਾ ਹੈ; ਅਤੇ ਉਹ ਮੇਰੀ ਜਵਾਨੀ ਨੂੰ ਉਕਾਬ ਵਾਂਗ ਬਹਾਲ ਕਰਦਾ ਹੈ।

ਮੈਂ ਉਸ ਸਵੇਰ 150 ਜਾਂ ਇਸ ਤੋਂ ਵੱਧ ਲੋਕਾਂ ਦੀ ਕਲਾਸ ਨੂੰ ਪੜ੍ਹਾਉਣ ਲਈ ਖੜ੍ਹਾ ਹੋਇਆ ਸੀ। ਮੈਂ ਉਸ ਸਵੇਰ ਨਾਲੋਂ ਕਦੇ ਵੀ ਜ਼ਿਆਦਾ ਭਾਵਨਾਤਮਕ ਤੌਰ 'ਤੇ ਥੱਕਿਆ ਨਹੀਂ ਸੀ। ਮੇਰੇ ਵਿੱਚ ਉਸ ਸਵੇਰ ਨਾਲੋਂ ਘੱਟ ਵਿਸ਼ਵਾਸ ਕਦੇ ਵੀ ਨਹੀਂ ਸੀ। ਦਾਊਦ ਨੇ ਜਿਸ ਟੋਏ ਦਾ ਵਰਣਨ ਕੀਤਾ ਸੀ ਉਹ ਮੈਨੂੰ ਨਿਗਲ ਰਿਹਾ ਸੀ। ਪਰ ਪਰਮੇਸ਼ੁਰ (ਕੀ ਧਰਮ-ਗ੍ਰੰਥ ਦੇ ਉਹ ਮਹਾਨ ਸ਼ਬਦ ਨਹੀਂ ਹਨ?) ਨੇ ਸਭ ਕੁਝ ਬਦਲ ਦਿੱਤਾ। ਮੈਨੂੰ ਸਮਝਾਉਣ ਦਿਓ...

ਪਛਿਲੀ ਕਹਾਣੀ

1990 ਵਿੱਚ, ਮੈਂ ਬ੍ਰੇਨਹੈਮ, ਟੈਕਸਾਸ ਵਿੱਚ ਫਸਟ ਬੈਪਟਿਸਟ ਚਰਚ ਵਿੱਚ ਸੀਨੀਅਰ ਪਾਦਰੀ ਵਜੋਂ ਸੇਵਾ ਨਿਭਾ ਰਿਹਾ ਸੀ ਅਤੇ ਕੁਝ ਸਮੇਂ ਲਈ ਰਿਹਾ ਸੀ। ਫਸਟ ਬੈਪਟਿਸਟ ਇੱਕ ਮਹਾਨ ਚਰਚ ਅਤੇ ਇੱਕ ਇਤਿਹਾਸਕ ਦੱਖਣੀ ਬੈਪਟਿਸਟ ਚਰਚ ਸੀ। ਜਨਵਰੀ ਵਿੱਚ, ਮੈਨੂੰ ਇੱਕ ਫਲੂ ਵਾਇਰਸ ਹੋ ਗਿਆ ਜੋ ਅੰਤ ਵਿੱਚ ਮੇਰੀ ਵੋਕਲ ਫੋਲਡ ਦੇ ਮਾਈਲਨ ਸ਼ੀਥ ਵਿੱਚ ਦਾਖਲ ਹੋ ਗਿਆ ਅਤੇ ਮੁਰੰਮਤ ਤੋਂ ਪਰੇ ਨਰਵ ਟਿਸ਼ੂ ਨੂੰ ਨੁਕਸਾਨ ਪਹੁੰਚਾਇਆ।

ਅਗਲੇ ਤਿੰਨ ਸਾਲਾਂ ਵਿੱਚ ਮੈਨੂੰ 63 ਤੋਂ ਵੱਧ ਮਾਹਿਰਾਂ ਅਤੇ ਉਨ੍ਹਾਂ ਦੀਆਂ ਟੀਮਾਂ (ਕੁੱਲ 200 ਤੋਂ ਵੱਧ ਡਾਕਟਰ) ਨੇ ਦੇਖਿਆ ਜਦੋਂ ਉਹ ਮੇਰਾ ਨਿਦਾਨ ਅਤੇ ਇਲਾਜ ਕਰਨ

ਦੀ ਕੋਸ਼ਿਸ਼ ਕਰ ਰਹੇ ਸਨ। ਮੇਰੇ ਕੋਲ ਇੱਕ ਅਜਿਹੀ ਆਵਾਜ਼ ਸੀ ਜੋ ਤੁਸੀਂ ਕਦੇ ਸੁਣੀ ਹੈ, ਅਤੇ ਇਹ ਸਿਰਫ਼ ਤਾਂ ਹੀ ਹੋ ਸਕਦੀ ਸੀ ਜੇਕਰ ਮੈਂ ਆਪਣੇ ਫੇਫੜਿਆਂ ਦੇ ਸਿਖਰ 'ਤੇ ਚੀਕਾਂ ਮਾਰਦਾ। ਮੇਰੀਆਂ ਦੋਵੇਂ ਧੀਆਂ ਬੇਲਰ ਵਿੱਚ ਵਿਦਿਆਰਥਣਾਂ ਸਨ ਅਤੇ ਮੈਂ ਉਨ੍ਹਾਂ ਦੇ ਹੋਸਟਲ ਵਿੱਚ ਫ਼ੋਨ ਵੀ ਨਹੀਂ ਕਰ ਸਕਦੀ ਸੀ ਕਿਉਂਕਿ ਮੈਂ ਇੱਕ ਅਸ਼ਲੀਲ ਫ਼ੋਨ ਕਾਲਰ ਵਾਂਗ ਸੁਣਦੀ ਸੀ।

ਭਾਵੇਂ ਕਿ ਕਲੀਸਿਯਾ ਮੇਰੀ ਅਪੰਗਤਾ ਪ੍ਰਤੀ ਬਹੁਤ ਧੀਰਜ ਰੱਖ ਰਹੀ ਸੀ, ਮੈਂ 1991 ਵਿੱਚ ਸਪੱਸ਼ਟ ਕਾਰਨਾਂ ਕਰਕੇ ਅਸਤੀਫਾ ਦੇ ਦਿੱਤਾ ਸੀ। ਰੋਜ਼ੀ-ਰੋਟੀ ਕਮਾਉਣ ਲਈ ਮੈਂ ਜੋ ਕੁਝ ਵੀ ਕੀਤਾ ਸੀ ਉਹ ਮੇਰੀ ਬੋਲਣ ਦੀ ਯੋਗਤਾ ਨਾਲ ਜੁੜਿਆ ਹੋਇਆ ਸੀ ਅਤੇ ਅਚਾਨਕ ਮੇਰੀ "ਟੂਲ ਕਿੱਟ" ਖਤਮ ਹੋ ਗਈ।

ਅਸੀਂ ਹਿਊਸਟਨ ਵਾਪਸ ਚਲੇ ਗਏ ਸੀ ਅਤੇ ਮੇਰੀ ਪਤਨੀ ਸਾਡੇ ਪਰਿਵਾਰ ਵਿੱਚ ਮੁੱਖ ਤੌਰ 'ਤੇ ਕਮਾਉਣ ਵਾਲੀ ਬਣ ਗਈ ਸੀ। ਇੱਕ ਪਿਆਰੇ ਦੋਸਤ ਨੇ ਮੈਨੂੰ ਇੱਕ ਅਜਿਹੇ ਖੇਤਰ ਵਿੱਚ ਕੰਮ ਕਰਨ ਵਾਲੇ ਇੱਕ ਪ੍ਰਾਈਵੇਟ ਜਾਂਚਕਰਤਾ ਵਜੋਂ ਨੌਕਰੀ ਦਿੱਤੀ ਜਿੱਥੇ ਮੇਰੀ ਆਵਾਜ਼ ਦੀ ਕੋਈ ਮਹੱਤਤਾ ਨਹੀਂ ਸੀ, ਪਰ ਮੈਨੂੰ ਉਸ ਸੇਵਕਾਈ ਨੂੰ ਕਰਨ ਲਈ ਤਰਸ ਆਉਂਦਾ ਸੀ ਜਿਸ ਲਈ ਮੈਨੂੰ ਬੁਲਾਇਆ ਗਿਆ ਸੀ।

ਕੈਟਾਕੌਂਬਸ ਕਲਾਸ

ਪਹਿਲਾਂ ਹਿਊਸਟਨ ਵਿੱਚ ਇੱਕ ਐਤਵਾਰ ਸਕੂਲ ਦੀ ਕਲਾਸ ਹੁੰਦੀ ਸੀ ਜੋ ਪਹਿਲੀ ਵਾਰ ਚਰਚ ਦੇ ਬੇਸਮੈਂਟ ਵਿੱਚ ਮਿਲਦੀ ਸੀ, ਇਸ ਲਈ "ਦ ਕੈਟਾਕੌਂਬਸ"। ਲੋਕਾਂ ਦਾ ਇੱਕ ਸ਼ਾਨਦਾਰ ਸਮੂਹ ਜਿਸਨੂੰ ਮੈਨੂੰ ਬ੍ਰੇਨਹੈਮ ਜਾਣ ਤੋਂ ਪਹਿਲਾਂ ਪੜ੍ਹਾਉਣ ਦਾ ਸਨਮਾਨ ਮਿਲਿਆ ਸੀ ਅਤੇ ਜਿਨ੍ਹਾਂ ਨਾਲ ਸੰਪਰਕ ਕਦੇ ਨਹੀਂ ਟੁੱਟਿਆ। ਜਦੋਂ ਉਨ੍ਹਾਂ ਨੂੰ ਪਤਾ ਲੱਗਾ ਕਿ ਅਸੀਂ ਹਿਊਸਟਨ ਵਾਪਸ ਜਾ ਰਹੇ ਹਾਂ, ਤਾਂ ਉਹ ਲਾਸ਼ਾਂ ਅਤੇ ਟਰੱਕਾਂ ਨਾਲ ਬ੍ਰੇਨਹੈਮ ਆਏ ਅਤੇ ਸਾਨੂੰ ਲੈ ਗਏ... ਜਾਂ, ਜਿਵੇਂ ਕਿ ਸਾਡੇ ਇੱਕ ਡਾਇਰੈਕਟਰ ਨੇ ਕਿਹਾ, ਸਾਨੂੰ "ਮੁੜ ਲਿਆ"।

ਇਹ ਹਿਊਸਟਨ ਦੇ ਪਹਿਲੇ ਬੈਪਟਿਸਟ ਚਰਚ ਵਿੱਚ ਸੀ ਜਿੱਥੇ ਅਸੀਂ ਵਾਪਸ ਆਏ ਸੀ ਅਤੇ ਉਸ ਕਲਾਸ ਵਿੱਚ ਮੈਂਬਰਾਂ ਵਜੋਂ। ਉਨ੍ਹਾਂ ਦਾ ਸਮਰਥਨ ਅਤੇ ਸੰਗਤ ਸ਼ਬਦਾਂ ਦੁਆਰਾ ਪ੍ਰਗਟ ਕੀਤੇ ਜਾਣ ਨਾਲੋਂ ਕਿਤੇ ਜ਼ਿਆਦਾ ਕੀਮਤੀ ਸੀ (ਅਤੇ ਹੈ)।

ਅਪ੍ਰੈਲ, 1992 ਵਿੱਚ, ਕੈਟਾਕੌਂਬਸ ਦੇ ਅਧਿਆਪਕ ਨੂੰ ਨਿੱਜੀ ਕਾਰਨਾਂ ਕਰਕੇ ਕੁਝ ਸਮਾਂ ਕੱਢਣਾ ਪਿਆ। ਸਾਡੇ ਨਿਰਦੇਸ਼ਕਾਂ (ਇੱਕ ਪਤੀ ਅਤੇ ਪਤਨੀ) ਨੇ ਪੁੱਛਿਆ ਕਿ ਕੀ ਮੈਂ ਸਥਾਈ ਬਦਲ ਦੀ ਮੰਗ ਕਰਨ ਵੇਲੇ ਇਸਨੂੰ ਭਰਾਂਗਾ। ਮੈਂ ਵਿਰੋਧ ਕੀਤਾ ਕਿ ਮੈਨੂੰ ਸਮਝਣਾ ਬਹੁਤ ਔਖਾ ਸੀ ਜਿਸਦਾ ਜਵਾਬ "ਅਸੀਂ ਸੱਚਮੁੱਚ ਧਿਆਨ ਨਾਲ ਸੁਣਾਂਗੇ" ਨਾਲ ਮਿਲਿਆ। ਮੈਂ ਸਮਝ ਗਿਆ ਹਾਂ ਕਿ ਉਨ੍ਹਾਂ ਨੇ ਪੁੱਛਿਆ, ਇਸ ਲਈ ਨਹੀਂ ਕਿ ਮੈਂ ਇੱਕ ਬਹੁਤ ਡੂੰਘਾ ਅਧਿਆਪਕ ਸੀ, ਸਗੋਂ ਇਸ ਲਈ ਕਿਉਂਕਿ ਉਹ ਮੈਨੂੰ ਪਿਆਰ ਕਰਦੇ ਸਨ ਅਤੇ ਜਾਣਦੇ ਸਨ ਕਿ ਮੈਨੂੰ ਪੜ੍ਹਾਉਣ ਦੀ ਕਿੰਨੀ ਸਖ਼ਤ ਲੋੜ ਸੀ।

ਸਾਡੀ ਡਾਇਰੈਕਟਰ ਟੀਮ ਦੀ ਅੱਧੀ ਔਰਤ ਮੈਨੂੰ ਸਥਾਈ ਅਧਿਆਪਕਾ ਬਣਾਉਣ ਲਈ ਅੜੀ ਰਹੀ, ਭਾਵੇਂ ਚਰਚ ਦੇ ਵਿਦਿਅਕ ਸਟਾਫ਼ ਨੇ ਮੇਰੀ ਆਵਾਜ਼ ਕਾਰਨ ਆਪਣੇ ਇਤਰਾਜ਼ ਪ੍ਰਗਟ ਕੀਤੇ ਸਨ। ਉਸਨੇ ਉਨ੍ਹਾਂ ਨੂੰ ਦੱਸਿਆ ਕਿ ਉਸਨੂੰ ਯਕੀਨ ਸੀ ਕਿ ਪਰਮਾਤਮਾ ਚਾਹੁੰਦਾ ਸੀ ਕਿ ਮੈਂ ਉਸ ਕਲਾਸ ਨੂੰ ਪੜ੍ਹਾਵਾਂ ਜਿੰਨਾ ਉਹ ਹੋ ਸਕਦਾ ਸੀ ਅਤੇ ਉਹ ਅੰਤ ਵਿੱਚ ਹਾਰ ਮੰਨ ਗਏ।

ਉਸਨੂੰ, ਉਹਨਾਂ ਨੂੰ, ਜਾਂ ਮੈਨੂੰ ਸੱਚਮੁੱਚ ਬਹੁਤ ਘੱਟ ਪਤਾ ਸੀ ਕਿ ਰੱਬ ਕੀ ਤਿਆਰ ਕਰ ਰਿਹਾ ਸੀ।

ਪਲ

ਜਿਵੇਂ ਕਿ ਮੈਂ ਪਹਿਲਾਂ ਦੱਸਿਆ ਸੀ, ਮੈਂ ਉਸ ਸਵੇਰ ਪਲੇਟਫਾਰਮ 'ਤੇ ਜਾਂਦੇ ਸਮੇਂ ਇੱਕ ਭਿਆਨਕ ਖੱਡ ਵਿੱਚ ਸੀ। ਦੋ ਦਿਨ ਪਹਿਲਾਂ, ਮੈਂ ਆਪਣੇ ਲਿਵਿੰਗ ਰੂਮ ਵਿੱਚ ਘੰਟਿਆਂ ਬੱਧੀ ਮੂੰਹ ਵਿੱਚ ਬੰਦੂਕ ਲੈ ਕੇ ਬੈਠਾ ਰਿਹਾ ਸੀ ਅਤੇ ਮੈਂ ਆਪਣੇ ਆਪ ਨੂੰ ਖਤਮ ਕਰ ਦਿੱਤਾ ਸੀ। "ਪ੍ਰਭੂ ਨੂੰ ਅਸੀਸ ਦੇਣਾ" ਮੇਰੇ ਲਈ ਮੁਸ਼ਕਲ ਸੀ। ਸੱਚ ਵਿੱਚ, ਮੈਂ ਉੱਥੇ ਹੋਣ ਦਾ ਇੱਕੋ ਇੱਕ ਕਾਰਨ ਸੀ ਕਿਉਂਕਿ ਮੈਨੂੰ ਕੋਈ ਬਦਲ ਨਹੀਂ

ਮਿਲ ਸਕਿਆ ਅਤੇ ਮੈਂ ਸਿਰਫ਼ ਦਿਖਾਈ ਨਹੀਂ ਦੇ ਸਕਿਆ। ਇਸ ਲਈ ਉਸ ਸਵੇਰ ਮੇਰੀ ਸਿੱਖਿਆ ਬੇਤੁਕੀ ਸੀ, ਹੋਰ ਕੁਝ ਨਹੀਂ।

ਜਿਵੇਂ ਹੀ ਮੈਂ ਰੂਪ-ਰੇਖਾ ਸ਼ੁਰੂ ਕੀਤੀ, ਮੈਂ "ਸਾਰੇ" ਸ਼ਬਦ 'ਤੇ ਚਰਚਾ ਕੀਤੀ। ਇਸਦਾ ਸ਼ਾਬਦਿਕ ਅਰਥ ਹੈ "ਬਿਨਾਂ ਕਿਸੇ ਅਪਵਾਦ ਦੇ ਹਰ ਇੱਕ"। ਮਸੀਹ ਦੁਆਰਾ ਮੇਰੇ *ਸਾਰੇ* ਪਾਪਾਂ ਦੀ ਮਾਫ਼ੀ ਹੀ ਖੁਸ਼ਖਬਰੀ ਨੂੰ ਮਹਾਨ ਬਣਾਉਂਦੀ ਹੈ। ਮੈਨੂੰ ਉਸ ਚਰਚਾ ਨਾਲ ਕੋਈ ਸਮੱਸਿਆ ਨਹੀਂ ਸੀ।

ਪਰ, ਜਦੋਂ ਮੈਂ ਇਲਾਜ ਬਾਰੇ ਗੱਲ ਕਰਨੀ ਸ਼ੁਰੂ ਕੀਤੀ, ਤਾਂ ਮੇਰੇ ਸ਼ਬਦ ਸਨ, "ਮੈਂ ਅਜੇ ਵੀ ਵਿਸ਼ਵਾਸ ਕਰਦਾ ਹਾਂ ਕਿ ਪਰਮਾਤਮਾ ਚੰਗਾ ਕਰਦਾ ਹੈ," ਜਦੋਂ ਕਿ ਮੇਰੇ ਵਿਚਾਰ ਸਨ, "ਪਰ ਮੈਂ ਕਿਉਂ ਨਹੀਂ?" ਮੈਂ ਉਸ ਚਰਚਾ ਵਿੱਚੋਂ ਜਿੰਨੀ ਇਮਾਨਦਾਰੀ ਨਾਲ ਹੋ ਸਕਿਆ, ਲੰਘਿਆ ਅਤੇ ਆਪਣਾ ਤੀਜਾ ਵਿਚਾਰ ਸ਼ੁਰੂ ਕੀਤਾ..."ਉਹ ਮੇਰੀ ਜ਼ਿੰਦਗੀ ਨੂੰ ਟੋਏ ਵਿੱਚੋਂ ਛੁਡਾਉਂਦਾ ਹੈ।"

ਮੈਂ ਆਪਣਾ ਭਾਸ਼ਣ ਸ਼ੁਰੂ ਕੀਤਾ, "ਮੈਨੂੰ ਵੀ ਹੋਇਆ ਹੈ, ਅਤੇ ਤੁਹਾਨੂੰ ਵੀ, ਪਿਛਲੇ ਸਮੇਂ ਵਿੱਚ, ਟੋਏ ਦੇ ਅਨੁਭਵ ਹੋਏ ਹਨ।" "ਟੋਏ" ਸ਼ਬਦ 'ਤੇ, ਮੇਰੇ ਗਲੇ ਵਿੱਚ ਤਿੰਨ ਸਾਲਾਂ ਤੋਂ ਜੋ ਦਬਾਅ ਸੀ, ਉਹ ਇਸ ਤਰ੍ਹਾਂ ਚਲਾ ਗਿਆ ਜਿਵੇਂ ਕਿਸੇ ਨੇ ਮੇਰਾ ਗਲਾ ਘੁੱਟਣ ਤੋਂ ਆਪਣਾ ਹੱਥ ਹਟਾ ਲਿਆ ਹੋਵੇ। ਮੈਂ ਹੈਰਾਨ ਹੋ ਕੇ ਕਿਹਾ, "ਸਾਡੇ ਸਾਰਿਆਂ ਕੋਲ ਅਜਿਹੇ ਸਮੇਂ ਆਏ ਹਨ ਜਦੋਂ ਸਾਡੀ ਜ਼ਿੰਦਗੀ ਇੱਕ ਟੋਏ ਵਿੱਚ, ਇੱਕ ਕਬਰ ਵਿੱਚ ਜਾਪਦੀ ਸੀ, ਅਤੇ ਸਾਡੇ ਕੋਲ ਉਸ ਟੋਏ ਦਾ ਕੋਈ ਜਵਾਬ ਨਹੀਂ ਸੀ ਜਿਸ ਵਿੱਚ ਅਸੀਂ ਆਪਣੇ ਆਪ ਨੂੰ ਪਾਉਂਦੇ ਹਾਂ।" ਜਦੋਂ ਮੈਂ ਬੋਲ ਰਿਹਾ ਸੀ, ਮੈਂ ਬਿਨਾਂ ਘੁੱਟੇ ਨਿਗਲ ਰਿਹਾ ਸੀ, ਅਤੇ ਮੈਂ ਆਪਣਾ ਵਿਚਾਰ ਕਦੇ ਨਹੀਂ ਭੁੱਲਾਂਗਾ..."ਕੀ ਇਹੀ ਮੈਨੂੰ ਲੱਗਦਾ ਹੈ?"

ਉਦੋਂ ਤੋ

ਡਾਕਟਰਾਂ ਨੇ ਪੁਸ਼ਟੀ ਕੀਤੀ ਕਿ ਇਹ ਉਹੀ ਸੀ ਜੋ ਮੈਂ ਸੋਚਿਆ ਸੀ ਜਦੋਂ ਮੈਂ ਅਗਲੇ ਦਿਨਾਂ ਵਿੱਚ ਉਨ੍ਹਾਂ ਨੂੰ ਦੇਖਿਆ ਸੀ। ਮੇਰੀ ਆਵਾਜ਼ ਪੂਰੀ ਤਰ੍ਹਾਂ ਬਹਾਲ ਹੋ ਗਈ ਹੈ,

ਅਤੇ ਮੇਰੇ ਮੁੱਖ ਡਾਕਟਰ ਦੇ ਹਵਾਲੇ ਨਾਲ, "ਮੈਨੂੰ ਕੋਈ ਸਬੂਤ ਨਹੀਂ ਮਿਲਿਆ ਕਿ ਤੁਹਾਨੂੰ ਕਦੇ ਆਵਾਜ਼ ਦੀ ਸਮੱਸਿਆ ਸੀ।"

ਇਹ ਘਟਨਾ 17 ਜਨਵਰੀ, 1993 ਨੂੰ ਵਾਪਰੀ, ਮਹੀਨੇ ਦੇ ਤੀਜੇ ਐਤਵਾਰ...ਅੱਜ। ਇਹ ਘਟਨਾ ਬਹੁਤ ਹੀ ਆਮ ਤਰੀਕੇ ਨਾਲ ਟੇਪ 'ਤੇ ਕੈਦ ਹੋਈ। ਇਸ ਘਟਨਾ ਨੇ ਮੇਰੀ ਜ਼ਿੰਦਗੀ ਬਦਲ ਦਿੱਤੀ ਅਤੇ ਦੁਨੀਆ ਭਰ ਦੇ ਲੱਖਾਂ ਲੋਕਾਂ ਨੂੰ ਸੱਚਮੁੱਚ ਪ੍ਰਭਾਵਿਤ ਕੀਤਾ ਹੈ।

ਕੈਟਾਕੌਂਬਸ ਕਲਾਸ ਨੇ ਉਸ ਐਤਵਾਰ ਤੋਂ ਕਈ ਦਹਾਕੇ ਪਹਿਲਾਂ ਪਾਠ ਰਿਕਾਰਡ ਕਰਨਾ ਸ਼ੁਰੂ ਕਰ ਦਿੱਤਾ ਸੀ। ਇੱਕ ਵੱਡੇ ਸਮੂਹ ਵਿੱਚ, 100% ਹਾਜ਼ਰੀ ਅਸੰਭਵ ਹੈ। ਸੇਵਾ ਕਰਨ ਲਈ, ਇੱਕ ਕੈਸੇਟ ਰਿਕਾਰਡਿੰਗ ਕੀਤੀ ਜਾਂਦੀ ਸੀ ਭਾਵੇਂ ਕੋਈ ਵੀ ਪੜ੍ਹਾਉਂਦਾ ਹੋਵੇ, ਅਤੇ ਇੱਕ ਜਾਂ ਦੋ ਕਾਪੀਆਂ ਅਗਲੇ ਐਤਵਾਰ ਨੂੰ ਉਪਲਬਧ ਕਰਵਾਈਆਂ ਜਾਣਗੀਆਂ। ਕੈਸੇਟਾਂ ਸਿਰਫ਼ ਪਿਛਲੀ ਮੇਜ਼ 'ਤੇ ਹੋਣਗੀਆਂ ਅਤੇ ਜੇ ਤੁਸੀਂ ਇੱਕ ਚਾਹੁੰਦੇ ਹੋ, ਤਾਂ ਇਹ ਉੱਥੇ ਸੀ। ਜਦੋਂ ਮੈਂ ਕਹਿੰਦਾ ਹਾਂ, "ਕੋਈ ਵੱਡੀ ਗੱਲ ਨਹੀਂ," ਮੇਰਾ ਮਤਲਬ ਹੈ, "ਕੋਈ ਸੌਦਾ ਨਹੀਂ!" ਪਰ 20,000 ਤੋਂ ਵੱਧ ਮੈਂਬਰਾਂ ਵਾਲੇ ਉਸ ਚਰਚ ਵਿੱਚ ਇਹ ਇੱਕੋ ਇੱਕ ਕਲਾਸ ਸੀ ਜਿਸਨੇ ਆਪਣੇ ਪਾਠ ਰਿਕਾਰਡ ਕੀਤੇ। ਹੋਰ ਕਿਤੇ ਵੀ ਉਹ ਪ੍ਰਭਾਵ ਨਹੀਂ ਪਿਆ ਹੁੰਦਾ ਜੋ ਪਰਮੇਸ਼ੁਰ ਨੇ ਇਰਾਦਾ ਕੀਤਾ ਸੀ।

ਮੈਂ ਕਲਾਸ ਨੂੰ ਪੜ੍ਹਾਉਣ ਲਈ ਨਹੀਂ ਕਿਹਾ, ਸਾਡੇ ਡਾਇਰੈਕਟਰ ਨੇ ਮੈਨੂੰ ਪੜ੍ਹਾਉਣ ਲਈ ਸੰਘਰਸ਼ ਕੀਤਾ। ਮੈਂ ਆਪਣੀ ਸਮੱਗਰੀ ਨਹੀਂ ਲਿਖੀ, ਮੈਂ ਉਹ ਵਰਤ ਰਿਹਾ ਸੀ ਜਿਸਨੂੰ ਪਹਿਲਾਂ "ਬਾਈਬਲ ਬੁੱਕ ਸੀਰੀਜ਼" ਕਿਹਾ ਜਾਂਦਾ ਸੀ ਜੋ ਕਿ ਕਨਵੈਨਸ਼ਨ-ਵਿਆਪੀ ਵਰਤਿਆ ਜਾਂਦਾ ਸੀ। ਅਤੇ, ਇਹ ਨਾ ਭੁੱਲੋ, ਮੈਂ ਉੱਥੇ ਨਹੀਂ ਹੋਣਾ ਚਾਹੁੰਦਾ ਸੀ। ਸੰਜੋਗ? ਮੈਨੂੰ ਲੱਗਦਾ ਹੈ ਕਿ ਨਹੀਂ।

ਉਸ ਦਿਨ ਤੋਂ ਲੈ ਕੇ ਅੱਜ ਤੱਕ ਮੈਂ ਆਪਣੀ ਬੋਲਣ ਦੀ ਯੋਗਤਾ ਦੀ ਬਹਾਲੀ ਦਾ ਜਸ਼ਨ ਮਨਾਉਂਦੀ ਹਾਂ। ਮੈਂ ਅਗਲੇ ਹਫ਼ਤੇ ਇਸ ਅਨੁਭਵ ਬਾਰੇ ਲਿਖਿਆ ਅਤੇ ਇਸਨੂੰ ਅਜਿਹੇ ਸ਼ਬਦਾਂ ਵਿੱਚ ਬਿਆਨ ਕੀਤਾ ਜੋ ਇਸਨੂੰ ਕਬਰ ਵਿੱਚੋਂ ਬਾਹਰ

ਆਉਣ ਵਾਲੇ ਲਾਜ਼ਰ ਨਾਲ ਤੁਲਨਾ ਕਰਦੇ ਸਨ। ਮੇਰੀ ਸ਼ੁਕਰਗੁਜ਼ਾਰੀ ਅਤੇ ਮੇਰੀਆਂ ਭਾਵਨਾਵਾਂ 20 ਸਾਲਾਂ ਵਿੱਚ ਘੱਟ ਨਹੀਂ ਹੋਈਆਂ ਹਨ।

ਮੈਂ ਇਸ ਦੇਸ਼ ਅਤੇ ਦੁਨੀਆਂ ਨੂੰ ਉਸ ਪਲ ਦੀ ਕਹਾਣੀ ਸੁਣਾਉਂਦੇ ਹੋਏ ਪਾਰ ਕੀਤਾ ਹੈ। ਪਰਮਾਤਮਾ ਨੇ ਮੈਨੂੰ ਆਪਣੀ ਕਿਰਪਾ ਅਤੇ ਸ਼ਕਤੀ ਦੇ ਇੱਕ ਸਬਕ ਵਜੋਂ ਵਰਤਿਆ ਹੈ। ਮੈਂ ਓਪਰਾ ਸ਼ੋਅ ਵਿੱਚ ਪ੍ਰਗਟ ਹੋਇਆ ਹਾਂ ਅਤੇ ਇੱਕ ਨਰਸਿੰਗ ਹੋਮ ਵਿੱਚ ਇੱਕ ਛੋਟੀ ਔਰਤ ਨਾਲ ਆਪਣੀ ਕਹਾਣੀ ਸਾਂਝੀ ਕੀਤੀ ਹੈ ਜੋ ਬੋਲ ਨਹੀਂ ਸਕਦੀ ਸੀ, ਪਰ ਉਸਦੀ ਚੰਗਿਆਈ ਦੀ ਸਦੀਵੀ ਕਹਾਣੀ ਸੁਣਾਉਂਦੇ ਹੋਏ ਰੋ ਪਈ। ਮੈਂ ਅਜੇ ਵੀ ਜਿੱਥੇ ਵੀ ਕਹਾਣੀ ਸਾਂਝੀ ਕਰਨ ਦਾ ਮੌਕਾ ਮਿਲਦਾ ਹੈ ਜਾਂਦਾ ਹਾਂ ਅਤੇ ਮੈਂ ਉਦੋਂ ਤੱਕ ਅਜਿਹਾ ਕਰਦਾ ਰਹਾਂਗਾ ਜਦੋਂ ਤੱਕ ਮੈਂ ਸਰੀਰਕ ਤੌਰ 'ਤੇ ਅਜਿਹਾ ਕਰਨ ਵਿੱਚ ਅਸਮਰੱਥ ਨਹੀਂ ਹੁੰਦਾ।

ਜੇ ਤੁਸੀਂ ਆਪਣੇ ਲਈ "The Moment of Healing" ਸੁਣਨਾ ਚਾਹੁੰਦੇ ਹੋ, ਤਾਂ ਯੂਟਿਊਬ ਵੀਡੀਓ 'ਤੇ ਜਾਓ।
https://www.youtube.com/watch?v=NuBV3uPxaAc ।

ਵਧੇਰੇ ਜਾਣਕਾਰੀ ਉਸਦੀ ਵੈੱਬਸਾਈਟ 'ਤੇ ਮਿਲ ਸਕਦੀ ਹੈ।
http://www.nuvoice.org

ਰੋਨਾਲਡ ਕੋਇਨ ਦਾ ਚਮਤਕਾਰੀ "ਦੇਖਣਾ"

1951 ਵਿੱਚ, (ਰੋਸਕੋ) ਰੋਨਾਲਡ ਕੋਇਨ ਦੀ ਸੱਜੀ ਅੱਖ ਨੂੰ ਨੁਕਸਾਨ ਪਹੁੰਚਿਆ ਕਿਉਂਕਿ ਉਸ ਵਿੱਚ ਤਾਰ ਦਾ ਇੱਕ ਟੁਕੜਾ ਫਸ ਗਿਆ ਸੀ। ਇਨਫੈਕਸ਼ਨ ਹੋ ਗਈ ਅਤੇ ਅੱਖ ਨੂੰ ਸਰਜਰੀ ਨਾਲ ਹਟਾਉਣਾ ਪਿਆ। ਉਸਨੂੰ ਪਹਿਨਣ ਲਈ ਇੱਕ ਪਲਾਸਟਿਕ ਦੀ ਅੱਖ ਦਿੱਤੀ ਗਈ ਤਾਂ ਜੋ ਨੁਕਸਾਨ ਦਿਖਾਈ ਨਾ ਦੇਵੇ। ਅੱਖ ਬਿਲਕੁਲ ਆਮ ਨਹੀਂ ਲੱਗ ਰਹੀ ਸੀ ਕਿਉਂਕਿ ਜਦੋਂ ਦੂਜੀ ਅੱਖ ਹਿੱਲਦੀ ਸੀ ਤਾਂ ਇਹ ਹਿੱਲ ਨਹੀਂ ਸਕਦੀ ਸੀ।

1952 ਵਿੱਚ ਕੋਇਨੇਸ ਪਰਿਵਾਰ ਡਾ. ਟੀ.ਐਲ. ਓਸਬੋਰਨ ਦੀ ਭੈਣ, ਈਵੈਂਜਲਿਸਟ ਡੇਜ਼ੀ ਗਿਲੌਕ ਦੁਆਰਾ ਕਰਵਾਏ ਜਾ ਰਹੇ ਇੱਕ ਮਿਰੇਕਲ ਟੈਂਟ ਕਰੂਸੇਡ ਵਿੱਚ ਸ਼ਾਮਲ ਹੋਇਆ। ਰੋਨਾਲਡ ਦੀ ਮਾਂ ਨੇ ਉਸਨੂੰ ਪ੍ਰਾਰਥਨਾ ਲਾਈਨ ਵਿੱਚ ਭੇਜਿਆ ਕਿਉਂਕਿ ਉਸਨੂੰ ਟੌਨਸਿਲ ਦੀਆਂ ਸਮੱਸਿਆਵਾਂ ਸਨ। ਜਦੋਂ ਗਿਲੌਕ ਨੇ ਉਸਨੂੰ ਪੁੱਛਿਆ ਕਿ ਉਹ ਕੀ ਪ੍ਰਾਰਥਨਾ ਚਾਹੁੰਦਾ ਹੈ ਤਾਂ ਉਸਨੇ ਕਿਹਾ ਕਿ ਗਲੇ ਦੀਆਂ ਸਮੱਸਿਆਵਾਂ। ਉਸਨੇ ਪ੍ਰਾਰਥਨਾ ਕੀਤੀ ਅਤੇ ਕੋਇਨੇਸ ਉਸ ਤੋਂ ਦੂਰ ਜਾਣ ਲੱਗ ਪਿਆ। ਉਸਨੇ ਉਸਨੂੰ ਰੋਕਿਆ ਅਤੇ ਪੁੱਛਿਆ ਕਿ ਉਸਦੀ ਅੱਖ ਵਿੱਚ ਕੀ ਗਲਤ ਹੈ ਕਿਉਂਕਿ ਇਹ ਆਮ ਨਹੀਂ ਲੱਗਦੀ ਸੀ। ਉਸਨੇ ਕਿਹਾ ਕਿ ਉਹ ਉਸ ਅੱਖ ਵਿੱਚ ਅੰਨ੍ਹਾ ਸੀ (ਇਹ ਜ਼ਿਕਰ ਨਹੀਂ ਕਰਦੇ ਕਿ ਇਸਨੂੰ ਹਟਾ ਦਿੱਤਾ ਗਿਆ ਸੀ।) ਉਸਨੇ ਦ੍ਰਿਸ਼ਟੀ ਦੇ ਚਮਤਕਾਰ ਲਈ ਪ੍ਰਾਰਥਨਾ ਕੀਤੀ ਅਤੇ ਸਭ ਤੋਂ ਹੈਰਾਨੀਜਨਕ ਗੱਲ ਵਾਪਰੀ। ਰੋਨਾਲਡ ਅੱਖ ਤੋਂ ਬਾਹਰ ਦੇਖਣ ਲੱਗ ਪਿਆ, ਭਾਵੇਂ ਕਿ ਬਾਹਰ ਦੇਖਣ ਲਈ ਕੋਈ ਅੱਖ ਮੌਜੂਦ ਨਹੀਂ ਸੀ! ਡਾਕਟਰਾਂ ਦੁਆਰਾ ਉਸਦੀ ਜਾਂਚ ਕੀਤੀ ਗਈ ਅਤੇ ਅਵਿਸ਼ਵਾਸ਼ਯੋਗ ਤੌਰ 'ਤੇ ਉਹ ਇਸ ਸਿੱਟੇ 'ਤੇ ਪਹੁੰਚੇ ਕਿ ਉਸਦੀ ਨਜ਼ਰ ਕਿਸੇ ਵੀ ਆਮ ਤਰੀਕੇ ਨਾਲ ਸੰਭਵ ਨਹੀਂ ਸੀ। ਇਸ ਨਾਲ ਕੋਈ ਫ਼ਰਕ ਨਹੀਂ ਪੈਂਦਾ ਸੀ ਕਿ ਉਸਦੀ ਪਲਾਸਟਿਕ ਅੱਖ ਅੰਦਰ ਸੀ ਜਾਂ ਬਾਹਰ। ਉਸਦੀ ਅਜੇ ਵੀ ਚਮਤਕਾਰੀ ਦ੍ਰਿਸ਼ਟੀ ਸੀ।

ਆਪਣੀ ਬਾਕੀ ਦੀ ਜ਼ਿੰਦਗੀ ਰੋਨਾਲਡ ਕੋਇਨਸ ਨੇ ਚਮਤਕਾਰ ਦ੍ਰਿਸ਼ਟੀ ਦੀ ਗਵਾਹੀ ਦਿੰਦੇ ਹੋਏ ਦੁਨੀਆ ਭਰ ਦੀ ਯਾਤਰਾ ਕੀਤੀ। ਉਹ ਅੰਤ ਵਿੱਚ ਇੱਕ ਯਾਤਰਾ ਸੇਵਕਾਈ ਦੇ ਨਾਲ ਇੱਕ ਪਾਦਰੀ ਬਣ ਗਿਆ। ਉਸਨੂੰ ਤੀਬਰ ਅਤੇ ਨਿਰੰਤਰ ਆਲੋਚਨਾ ਦਾ ਸਾਹਮਣਾ ਕਰਨਾ ਪਿਆ ਕਿਉਂਕਿ ਬਹੁਤ ਸਾਰੇ ਲੋਕ ਵਿਸ਼ਵਾਸ ਨਹੀਂ ਕਰਦੇ ਸਨ ਕਿ ਪਰਮਾਤਮਾ ਅਜਿਹਾ ਕੁਝ ਕਰੇਗਾ। ਉਸਨੇ ਈਸਾਈ ਮੀਟਿੰਗਾਂ, ਟੈਲੀਵਿਜ਼ਨ ਸ਼ੋਅ, ਚਰਚਾਂ ਅਤੇ ਕਿਸੇ ਵੀ ਜਗ੍ਹਾ ਤੇ ਆਪਣੀ ਗਵਾਹੀ ਦਿੱਤੀ ਜਿੱਥੇ ਪਰਮਾਤਮਾ ਨੇ ਉਸਦੇ ਲਈ ਦਰਵਾਜ਼ਾ ਖੋਲ੍ਹਿਆ ਸੀ। ਉਸਦੀ ਇੱਕੋ ਇੱਕ ਲੋੜ ਸੀ ਕਿ ਉਸਨੂੰ ਖੁਸ਼ਖਬਰੀ ਪੇਸ਼ ਕਰਨ ਦਾ ਮੌਕਾ ਮਿਲੇ। ਉਸਦੇ

ਜੀਵਨ ਦੌਰਾਨ ਲੱਖਾਂ ਲੋਕਾਂ ਨੇ ਮਸੀਹ ਦੀ ਖੁਸ਼ਖਬਰੀ ਅਤੇ ਇੱਕ ਚਮਤਕਾਰ ਕਰਨ ਵਾਲੇ ਪਰਮਾਤਮਾ ਦੀ ਉਸਦੀ ਗਵਾਹੀ ਸੁਣੀ।

ਕੋਇਨੇਸ ਦੀ ਗਵਾਹੀ ਦੇ ਨਾਲ ਇੱਕ ਵੀਡੀਓ ਦੇਖਣ ਲਈ ਇਹ ਯੂਟਿਊਬ ਵੀਡੀਓ ਦੇਖੋ:
https://youtu.be/FD9ULJyRBg4

ਚਾਰਲਸ ਫੰਨੀ ਦੇ ਐਂਟਵਰਪ ਪੁਨਰ ਸੁਰਜੀਤੀ ਵਿੱਚ ਪਾਗਲ ਔਰਤ ਦਾ ਜਨਮ

ਇਸ ਜਗ੍ਹਾ 'ਤੇ ਧਰਮ ਪਰਿਵਰਤਨ ਦੇ ਦੋ ਬਹੁਤ ਹੀ ਪ੍ਰਭਾਵਸ਼ਾਲੀ ਮਾਮਲੇ ਸਨ; ਅਤੇ ਇਸ ਪੁਨਰ ਸੁਰਜੀਤੀ ਦੌਰਾਨ ਪਾਗਲਪਨ ਤੋਂ ਤੁਰੰਤ ਠੀਕ ਹੋਣ ਦੇ ਦੋ ਬਹੁਤ ਹੀ ਪ੍ਰਭਾਵਸ਼ਾਲੀ ਮਾਮਲੇ ਸਨ। ਜਿਵੇਂ ਹੀ ਮੈਂ ਇੱਕ ਸਬਤ ਦੀ ਦੁਪਹਿਰ ਨੂੰ ਮੀਟਿੰਗ ਵਿੱਚ ਗਿਆ, ਮੈਂ ਕਈ ਔਰਤਾਂ ਨੂੰ ਇੱਕ ਪਿਊ ਵਿੱਚ ਬੈਠੀਆਂ ਦੇਖਿਆ, ਇੱਕ ਔਰਤ ਦੇ ਨਾਲ ਜੋ ਕਾਲੇ ਕੱਪੜੇ ਪਹਿਨੀ ਹੋਈ ਸੀ ਜੋ ਬਹੁਤ ਦੁਖੀ ਜਾਪਦੀ ਸੀ; ਉਹ ਉਸਨੂੰ ਅੰਸ਼ਕ ਤੌਰ 'ਤੇ ਫੜ ਰਹੀਆਂ ਸਨ, ਅਤੇ ਉਸਨੂੰ ਬਾਹਰ ਜਾਣ ਤੋਂ ਰੋਕ ਰਹੀਆਂ ਸਨ। ਜਿਵੇਂ ਹੀ ਮੈਂ ਅੰਦਰ ਆਇਆ, ਇੱਕ ਔਰਤ ਮੇਰੇ ਕੋਲ ਆਈ ਅਤੇ ਮੈਨੂੰ ਦੱਸਿਆ ਕਿ ਉਹ ਇੱਕ ਪਾਗਲ ਔਰਤ ਹੈ। ਮੈਂ ਉਸਨੂੰ ਕੁਝ ਸ਼ਬਦ ਕਹੇ; ਪਰ ਉਸਨੂੰ ਜਾਣਾ ਪਵੇਗਾ; ਅਤੇ ਉਹ ਕੋਈ ਪ੍ਰਾਰਥਨਾ, ਜਾਂ ਉਪਦੇਸ਼ ਜਾਂ ਗਾਉਣਾ ਨਹੀਂ ਸੁਣ ਸਕਦੀ ਸੀ; ਕਿ ਨਰਕ ਉਸਦਾ ਹਿੱਸਾ ਸੀ, ਅਤੇ ਉਹ ਕੁਝ ਵੀ ਸਹਿਣ ਨਹੀਂ ਕਰ ਸਕਦੀ ਸੀ ਜੋ ਉਸਨੂੰ ਸਵਰਗ ਬਾਰੇ ਸੋਚਣ ਲਈ ਮਜਬੂਰ ਕਰੇ।

ਮੈਂ ਔਰਤਾਂ ਨੂੰ ਇਕਾਂਤ ਵਿੱਚ ਚੇਤਾਵਨੀ ਦਿੱਤੀ ਕਿ ਜੇ ਉਹ ਕਰ ਸਕਣ ਤਾਂ ਉਸਨੂੰ ਆਪਣੀ ਸੀਟ 'ਤੇ ਰੱਖਣ, ਬਿਨਾਂ ਮੀਟਿੰਗ ਵਿੱਚ ਵਿਘਨ ਪਾਏ। ਜਿਵੇਂ ਹੀ ਗਾਉਣਾ ਸ਼ੁਰੂ ਹੋਇਆ, ਉਸਨੇ ਬਾਹਰ ਨਿਕਲਣ ਲਈ ਸਖ਼ਤ ਸੰਘਰਸ਼ ਕੀਤਾ। ਪਰ ਔਰਤਾਂ ਨੇ ਉਸਦਾ ਰਸਤਾ ਰੋਕਿਆ; ਅਤੇ ਦਿਆਲਤਾ ਨਾਲ, ਪਰ ਲਗਾਤਾਰ ਉਸਨੂੰ ਭੱਜਣ

ਤੋਂ ਰੋਕਿਆ। ਕੁਝ ਪਲਾਂ ਬਾਅਦ ਉਹ ਚੁੱਪ ਹੋ ਗਈ, ਪਰ ਸਾਰੇ ਗਾਉਣ ਨੂੰ ਸੁਣਨ ਜਾਂ ਧਿਆਨ ਦੇਣ ਤੋਂ ਬਚਦੀ ਜਾਪਦੀ ਸੀ। ਫਿਰ ਮੈਂ ਪ੍ਰਾਰਥਨਾ ਕੀਤੀ। ਪ੍ਰਭੂ ਨੇ ਮੈਨੂੰ ਪ੍ਰਾਰਥਨਾ ਦੀ ਇੱਕ ਮਹਾਨ ਭਾਵਨਾ ਅਤੇ ਇਬਰਾਨੀਆਂ ਤੋਂ ਇੱਕ ਪਾਠ ਦਿੱਤਾ: "ਆਓ ਅਸੀਂ ਦਲੇਰੀ ਨਾਲ ਕਿਰਪਾ ਦੇ ਸਿੰਘਾਸਣ ਕੋਲ ਆਈਏ, ਤਾਂ ਜੋ ਅਸੀਂ ਦਇਆ ਪ੍ਰਾਪਤ ਕਰ ਸਕੀਏ ਅਤੇ ਲੋੜ ਦੇ ਸਮੇਂ ਸਹਾਇਤਾ ਲਈ ਕਿਰਪਾ ਪ੍ਰਾਪਤ ਕਰ ਸਕੀਏ।"

ਮੇਰਾ ਉਦੇਸ਼ ਵਿਸ਼ਵਾਸ ਨੂੰ ਉਤਸ਼ਾਹਿਤ ਕਰਨਾ ਸੀ, ਆਪਣੇ ਆਪ ਵਿੱਚ। ਅਤੇ ਉਸ ਵਿੱਚ; ਅਤੇ ਆਪਣੇ ਆਪ ਵਿੱਚ ਉਸਦੇ ਲਈ। ਜਿਵੇਂ ਹੀ ਮੈਂ ਅੱਗੇ ਵਧਿਆ ਉਸਨੇ ਹੌਲੀ-ਹੌਲੀ ਆਪਣਾ ਸਿਰ ਉੱਚਾ ਕਰਨਾ ਸ਼ੁਰੂ ਕਰ ਦਿੱਤਾ ਅਤੇ ਆਪਣੇ ਲੰਬੇ ਕਾਲੇ ਟੋਪੀ ਦੇ ਅੰਦਰੋਂ ਮੈਨੂੰ ਵੇਖਣਾ ਸ਼ੁਰੂ ਕਰ ਦਿੱਤਾ। ਜਿਵੇਂ ਹੀ ਮੈਂ ਲੋਕਾਂ ਨੂੰ ਸਾਡੇ ਮਹਾਨ ਮਹਾਂ ਪੁਜਾਰੀ ਦਾ ਪ੍ਰਾਸਚਿਤ ਬਲੀਦਾਨ ਹੋਣ ਲਈ ਕਿਹਾ। ਉਸਨੇ ਇੱਕਦਮ ਉੱਚੀ ਚੀਕ ਕੇ ਸੰਗਤ ਨੂੰ ਹੈਰਾਨ ਕਰ ਦਿੱਤਾ। ਫਿਰ ਉਸਨੇ ਆਪਣੇ ਆਪ ਨੂੰ ਆਪਣੀ ਸੀਟ ਤੋਂ ਲਗਭਗ ਹੇਠਾਂ ਸੁੱਟ ਦਿੱਤਾ, ਆਪਣਾ ਸਿਰ ਬਹੁਤ ਨੀਵਾਂ ਰੱਖਿਆ, ਅਤੇ ਮੈਂ ਦੇਖ ਸਕਦਾ ਸੀ ਕਿ ਉਹ "ਬਹੁਤ ਜ਼ਿਆਦਾ ਕੰਬ ਗਈ।" ਜਿਵੇਂ ਹੀ ਮੈਂ ਅੱਗੇ ਵਧਿਆ ਉਸਨੇ ਦੁਬਾਰਾ ਉੱਪਰ ਦੇਖਣਾ ਸ਼ੁਰੂ ਕਰ ਦਿੱਤਾ, ਅਤੇ ਜਲਦੀ ਹੀ ਸਿੱਧੀ ਬੈਠ ਗਈ, ਚਿਹਰੇ ਦੇ ਨਾਲ ਸ਼ਾਨਦਾਰ ਬਦਲਾਵ, ਜੋ ਕਿ ਜਿੱਤ ਦੀ ਖੁਸ਼ੀ ਅਤੇ ਸ਼ਾਂਤੀ ਨੂੰ ਦਰਸਾਉਂਦਾ ਹੈ। ਉਸਦੇ ਚਿਹਰੇ 'ਤੇ ਅਜਿਹੀ ਚਮਕ ਸੀ ਜੋ ਮੈਂ ਕਦੇ-ਕਦੇ ਕਿਸੇ ਮਨੁੱਖੀ ਚਿਹਰੇ ਵਿੱਚ ਦੇਖੀ ਹੈ। ਉਸਦੀ ਖੁਸ਼ੀ ਇੰਨੀ ਵੱਡੀ ਸੀ ਕਿ ਉਹ ਮੀਟਿੰਗ ਖਤਮ ਹੋਣ ਤੱਕ ਆਪਣੇ ਆਪ ਨੂੰ ਰੋਕ ਨਹੀਂ ਸਕਦੀ ਸੀ; ਅਤੇ ਫਿਰ ਉਸਨੇ ਜਲਦੀ ਹੀ ਆਪਣੇ ਆਲੇ ਦੁਆਲੇ ਦੇ ਸਾਰਿਆਂ ਨੂੰ ਸਮਝਾਇਆ ਕਿ ਉਹ ਆਜ਼ਾਦੀ 'ਤੇ ਹੈ। ਉਸਨੇ ਪਰਮਾਤਮਾ ਦੀ ਵਡਿਆਈ ਕੀਤੀ ਅਤੇ ਸ਼ਾਨਦਾਰ ਜਿੱਤ ਨਾਲ ਖੁਸ਼ ਹੋਈ। ਲਗਭਗ ਦੋ ਸਾਲ ਬਾਅਦ ਜਦੋਂ ਮੈਂ ਉਸਨੂੰ ਮਿਲਿਆ, ਅਤੇ ਉਸਨੂੰ ਅਜੇ ਵੀ ਖੁਸ਼ੀ ਅਤੇ ਸ਼ਾਂਤੀ ਨਾਲ ਭਰਿਆ ਹੋਇਆ ਪਾਇਆ।

ਚਾਰਲਸ ਫਿੰਨੀ ਦੀ ਆਤਮਕਥਾ ਤੋਂ ਲਿਆ ਗਿਆ।

ਕੁੜੀ ਜਮਿਦਾ ਦਮਿਾਗ "ਮ੍ਰਿਤਰ ਵਿੱਚ ਬਦਲ ਗਿਆ" ਸੀ ਹੁਣ ਠੀਕ ਹੋ ਗਈ ਹੈ ਅਤੇ ਹਾਈ ਸਕੂਲ ਤੋਂ ਗ੍ਰੈਜੂਏਟ ਹੋ ਰਹੀ ਹੈ

ਇਹ ਕਹਾਣੀ ਟੇਲਰ ਦੀ ਮਾਂ ਸਟੈਸੀ ਹੈਨਿੰਗਸਨ ਦੁਆਰਾ ਦੱਸੀ ਗਈ ਹੈ।
ਸਤੰਬਰ 2011 ਵਿੱਚ, ਆਪਣੇ ਪਹਿਲੇ ਸਾਲ ਵਿੱਚ ਸਿਰਫ਼ ਦੋ ਹਫ਼ਤੇ ਹੀ ਹੋਏ, ਟੇਲਰ ਹੇਲ ਨੂੰ ਹਾਈ ਸਕੂਲ ਫੁੱਟਬਾਲ ਮੈਚ ਤੋਂ ਬਾਅਦ ਦੋਸਤਾਂ ਨਾਲ ਘੁੰਮਦੇ ਹੋਏ ਦਿਮਾਗੀ ਸੱਟ ਲੱਗ ਗਈ। ਉਹ ਕਾਰ ਦੇ ਹੁੱਡ ਤੋਂ ਖਿਸਕ ਗਈ ਅਤੇ ਫੁੱਟਪਾਥ 'ਤੇ ਜ਼ੋਰ ਨਾਲ ਉਸਦਾ ਸਿਰ ਟਕਰਾ ਗਿਆ। ਉਸਦੇ ਪਰਿਵਾਰ ਦੇ ਅਨੁਸਾਰ, ਦਿਮਾਗੀ ਤੌਰ 'ਤੇ ਮ੍ਰਿਤਕ ਐਲਾਨੇ ਜਾਣ ਤੋਂ ਲੈ ਕੇ ਹੁਣ ਕਾਲਜ ਜਾਣ ਦੀ ਤਿਆਰੀ ਤੱਕ - ਉਸਦੀ ਸ਼ਾਨਦਾਰ ਯਾਤਰਾ ਨੂੰ ਸਭ ਤੋਂ ਪਹਿਲਾਂ ਡੇਸ ਮੋਇਨਜ਼ ਰਜਿਸਟਰ ਵਿੱਚ ਦਰਜ ਕੀਤਾ ਗਿਆ ਸੀ।

ਮਸ਼ੀਨਾਂ ਨੇ ਟੇਲਰ ਦੇ ਦਿਮਾਗ ਵਿੱਚ ਸੋਜ ਦੀ ਨਿਗਰਾਨੀ ਕੀਤੀ। ਪਰਿਵਾਰ ਅਤੇ ਦੋਸਤਾਂ ਦੀ ਇੱਕ ਲਗਾਤਾਰ ਭੀੜ ਉਸਨੂੰ ਮਿਲਣ ਲਈ ਆਈ, ਪਰ ਡਾਕਟਰਾਂ ਨੇ ਆਉਣ ਵਾਲਿਆਂ ਨੂੰ ਚੇਤਾਵਨੀ ਦਿੱਤੀ ਕਿ ਉਹ ਗੱਲ ਨਹੀਂ ਕਰ ਸਕਦੇ ਜਾਂ ਕੋਈ ਉੱਚੀ ਆਵਾਜ਼ ਨਹੀਂ ਕਰ ਸਕਦੇ ਜੋ ਟੇਲਰ ਨੂੰ ਜ਼ਿਆਦਾ ਉਤੇਜਿਤ ਕਰੇ। ਲਗਭਗ ਹਫ਼ਤੇ ਬਾਅਦ, ਟੇਲਰ ਦੀ ਹਾਲਤ ਹੋਰ ਵੀ ਗੰਭੀਰ ਹੋ ਗਈ: ਉਸਨੂੰ ਦਿਮਾਗ ਵਿੱਚ ਖੂਨ ਵਹਿ ਗਿਆ। "ਉਸਦਾ ਦਿਮਾਗ ਉਸਦੀ ਰੀੜ੍ਹ ਦੀ ਹੱਡੀ ਵਿੱਚ ਖਿਸਕ ਗਿਆ ਸੀ ... ਦਿਮਾਗ ਗੰਧਲਾ ਹੋ ਗਿਆ ਸੀ," ਹੈਨਿੰਗਸਨ ਨੇ ਕਿਹਾ। "ਉਨ੍ਹਾਂ ਨੂੰ ਸੀਪੀਆਰ ਕਰਨਾ ਪਿਆ ਅਤੇ ਉਸਨੂੰ ਵਾਪਸ ਲਿਆਉਣ ਲਈ ਬਹੁਤ ਜ਼ਿਆਦਾ ਮਿਹਨਤ ਕਰਨੀ ਪਈ।"
"ਅਗਲੇ ਦਿਨ, [ਡਾਕਟਰਾਂ] ਨੇ ਕਿਹਾ, 'ਸਾਨੂੰ ਮਾਫ਼ ਕਰਨਾ - ਅਸੀਂ ਉਸ ਲਈ ਹੋਰ ਕੁਝ ਨਹੀਂ ਕਰ ਸਕਦੇ। ਤੁਹਾਨੂੰ ਸ਼ਾਇਦ ਅਲਵਿਦਾ ਕਹਿਣਾ ਚਾਹੀਦਾ ਹੈ," ਹੈਨਿੰਗਸਨ ਨੇ ਕਿਹਾ। "ਅਸੀਂ ਅੰਤਿਮ ਸੰਸਕਾਰ ਦੇ ਪ੍ਰਬੰਧਾਂ ਬਾਰੇ ਗੱਲ ਕਰਨੀ ਸ਼ੁਰੂ ਕਰ ਦਿੱਤੀ।" ਹੈਨਿੰਗਸਨ ਨੇ ਕਿਹਾ ਕਿ ਡਾਕਟਰਾਂ ਨੇ ਟੇਲਰ ਦੇ ਪਰਿਵਾਰ ਨੂੰ ਦੱਸਿਆ ਕਿ ਉਨ੍ਹਾਂ ਨੂੰ 95 ਤੋਂ 99 ਪ੍ਰਤੀਸ਼ਤ ਯਕੀਨ ਹੈ ਕਿ ਉਹ ਦੁਬਾਰਾ ਕਦੇ ਨਹੀਂ ਉੱਠੇਗੀ।

ਉਸਨੂੰ ਦਿਮਾਗੀ ਤੌਰ 'ਤੇ ਮਰਿਆ ਹੋਇਆ ਐਲਾਨ ਕੇ, ਉਨ੍ਹਾਂ ਨੇ ਉਸਨੂੰ ਦਵਾਈਆਂ ਅਤੇ ਆਕਸੀਜਨ ਬੰਦ ਕਰ ਦਿੱਤੀ। ਪਰਿਵਾਰ ਨੇ ਪ੍ਰਾਰਥਨਾ ਕੀਤੀ। ਇੱਕ ਕਾਇਰੋਪ੍ਰੈਕਟਰ ਜੋ ਟੇਲਰ ਦੀ ਪੜਪੋਤੀ ਦਾ ਇਲਾਜ ਕਰ ਰਿਹਾ ਸੀ, ਨੇ ਵੀ ਕੁੜੀ ਲਈ ਪ੍ਰਾਰਥਨਾ ਕੀਤੀ, ਉਸਦੇ ਹਸਪਤਾਲ ਦੇ ਕਮਰੇ ਵਿੱਚ ਉਸਦੀ ਗਰਦਨ ਦੇ ਪਿਛਲੇ ਪਾਸੇ ਆਪਣਾ ਹੱਥ ਰੱਖਣ ਲਈ ਆਇਆ। "ਕੁਝ ਘੰਟਿਆਂ ਬਾਅਦ, ਡਾਕਟਰ ਅੰਦਰ ਆਇਆ ਅਤੇ ਸਾਨੂੰ ਕਿਹਾ, 'ਸਾਨੂੰ ਨਹੀਂ ਪਤਾ ਕਿ ਤੁਹਾਨੂੰ ਇਹ ਡਾਕਟਰੀ ਤੌਰ 'ਤੇ ਕਿਵੇਂ ਸਮਝਾਉਣਾ ਹੈ, ਪਰ ਉਹ ਆਪਣੇ ਆਪ ਸਾਹ ਲੈ ਰਹੀ ਹੈ,'" ਹੈਨਿੰਗਸਨ ਨੇ ਕਿਹਾ।

ਟੇਲਰ ਨੇ ਆਪਣੀਆਂ ਅੱਖਾਂ ਖੋਲ੍ਹੀਆਂ ਅਤੇ ਆਪਣੀਆਂ ਉਂਗਲਾਂ ਅਤੇ ਪੈਰਾਂ ਦੀਆਂ ਉਂਗਲਾਂ ਹਿਲਾ ਦਿੱਤੀਆਂ। ਪਰ ਡਾਕਟਰਾਂ ਨੇ ਪਰਿਵਾਰ ਨੂੰ ਚੇਤਾਵਨੀ ਦਿੱਤੀ ਕਿ ਉਸ ਦੇ ਦੁਬਾਰਾ ਕਦੇ ਤੁਰਨ ਦੀ ਸੰਭਾਵਨਾ ਬਹੁਤ ਘੱਟ ਹੈ, ਅਤੇ ਜੇਕਰ ਉਹ ਤੁਰਦੀ ਹੈ, ਤਾਂ ਉਸਨੂੰ ਜ਼ਿੰਦਗੀ ਭਰ ਲਈ ਇੱਕ ਫੀਡਿੰਗ ਟਿਊਬ ਨਾਲ ਜੋੜਿਆ ਜਾਵੇਗਾ। ਉਸਦੀ ਮਾਂ ਨੇ ਕਿਹਾ ਕਿ ਸਖ਼ਤ ਮਿਹਨਤ ਅਤੇ ਲਗਨ ਨਾਲ, ਟੇਲਰ ਨੇ ਹੌਲੀ-ਹੌਲੀ ਤੁਰਨ, ਖਾਣ ਅਤੇ ਲਗਭਗ ਉਹ ਸਭ ਕੁਝ ਕਰਨ ਦੀ ਯੋਗਤਾ ਮੁੜ ਪ੍ਰਾਪਤ ਕੀਤੀ ਜੋ ਉਹ ਪਹਿਲਾਂ ਕਰ ਰਹੀ ਸੀ।

ਸੋਮਵਾਰ ਨੂੰ, ਉਹ ਆਪਣੇ ਹਾਈ ਸਕੂਲ ਤੋਂ ਗ੍ਰੈਜੂਏਟ ਹੋਵੇਗੀ। ਉਸਨੇ ਸਕੂਲ ਵਿੱਚ ਆਪਣੀਆਂ ਆਖਰੀ ਕਲਾਸਾਂ ਅਤੇ ਆਪਣੀ ਗ੍ਰੈਜੂਏਸ਼ਨ ਪਾਰਟੀ ਲਈ ਇੱਕ ਪਹਿਰਾਵਾ ਖਰੀਦਣ ਲਈ ਮਾਲ ਦੀ ਯਾਤਰਾ ਦੇ ਵਿਚਕਾਰ ਖ਼ਬਰਾਂ ਬਾਰੇ ਗੱਲ ਕੀਤੀ - ਇੱਕ ਦਿਨ ਜਦੋਂ ਉਸਦੀ ਮਾਂ ਨੂੰ ਯਕੀਨ ਨਹੀਂ ਸੀ ਕਿ ਉਸਦੇ ਹਾਦਸੇ ਤੋਂ ਬਾਅਦ ਉਹ ਕਦੇ ਟੇਲਰ ਨੂੰ ਮਿਲਣ ਆਵੇਗੀ। "ਮੈਂ ਇਸ ਬਾਰੇ ਅਕਸਰ ਸੋਚਦੀ ਹਾਂ," ਹੈਨਸਿੰਗਸਨ ਨੇ ਕਿਹਾ। "ਇਹ ਯਕੀਨੀ ਤੌਰ 'ਤੇ ਇੱਕ ਚਮਤਕਾਰ ਹੈ।"

ਮਾਰਚ 1948 ਵਿੱਚ ਵਿਲੀਅਮ ਬ੍ਰੈਨਹੈਮ ਦੁਆਰਾ ਕੈਂਸਰ ਤੋਂ ਠੀਕ ਹੋਏ ਫੀਨਿਕਸ ਨਿਵਾਸੀ

ਪਿਛਲੇ ਸਤੰਬਰ ਵਿੱਚ ਮੈਂ ਡਾ. ਵੈਲਡਨ ਬੇਕਰ, ਨੌਰਥ ਸੈਕਿੰਡ ਸਟਰੀਟ, ਫੀਨਿਕਸ, ਐਰੀਜ਼ੋਨਾ ਗਿਆ ਸੀ। ਅਤੇ ਉਸਨੇ ਦੋ ਐਕਸ-ਰੇ ਕੀਤੇ। ਉਸਨੇ ਪਾਇਆ ਕਿ ਮੈਨੂੰ ਕੋਲਾਈਟਿਸ ਦਾ ਬਹੁਤ ਬੁਰਾ ਕੇਸ ਹੈ, ਮੇਰਾ ਦਿਲ ਜ਼ਹਿਰ ਨਾਲ ਵੱਡਾ ਹੋ ਗਿਆ ਸੀ, ਮੇਰੇ ਜਿਗਰ ਦਾ ਸਿਰਫ਼ ਪੰਜਵਾਂ ਹਿੱਸਾ ਹੀ ਸਰਗਰਮ ਸੀ, ਅਤੇ ਮੇਰੇ ਜਿਗਰ ਦੇ ਸੱਜੇ ਪਾਸੇ ਮੇਰੇ ਥੰਬਨੇਲ ਜਿੰਨੇ ਵੱਡੇ ਪੱਥਰ ਸਨ। ਮੈਂ ਛੇ ਹਫ਼ਤਿਆਂ ਦਾ ਇਲਾਜ ਸ਼ੁਰੂ ਕੀਤਾ, ਪਰ ਬਹੁਤ ਬਿਮਾਰ ਹੋ ਗਿਆ.. ਡਾ. ਐਂਡਰਸਨ ਨੇ ਮੇਰੀ ਦੇਖਭਾਲ ਕੀਤੀ ਅਤੇ ਕਿਹਾ ਕਿ ਮੈਨੂੰ ਕੈਂਸਰ ਹੈ, ਪਰ ਮਦਦ ਮਿਲਣ ਤੋਂ ਪਹਿਲਾਂ ਬਹੁਤ ਦੇਰ ਉਡੀਕ ਕੀਤੀ ਸੀ। ਮੈਂ ਬਹੁਤ ਬਿਮਾਰ ਹੋ ਗਿਆ ਅਤੇ ਹੋਰ ਇਲਾਜ ਨਹੀਂ ਲੈ ਸਕਿਆ। ਕੂੜੇ ਨੂੰ ਲੰਘਣ ਦੇਣ ਲਈ ਮੇਰੀ ਕੋਲਨ ਨੂੰ ਖੋਲ੍ਹਣਾ ਪਿਆ। ਮੈਨੂੰ ਬਹੁਤ ਬੁਰਾ ਜਾਦੂ ਹੋਇਆ। ਡਾ. ਬੇਕਰ ਆਏ, ਅਤੇ ਜਦੋਂ ਉਹ ਉੱਥੇ ਪਹੁੰਚੇ ਤਾਂ ਸੰਤ ਪ੍ਰਾਰਥਨਾ ਕਰ ਰਹੇ ਸਨ। ਉਸਨੇ ਮੈਨੂੰ ਬਾਅਦ ਵਿੱਚ ਦੱਸਿਆ ਕਿ ਮੈਂ ਦੋ ਮਿੰਟਾਂ ਲਈ ਮਰ ਗਿਆ ਸੀ, ਪਰ ਯਿਸੂ ਨੇ ਸੰਤਾਂ ਦੀਆਂ ਚੀਕਾਂ ਸੁਣੀਆਂ ਸਨ।

ਮੈਂ ਨੌਂ ਹਫ਼ਤੇ ਬਿਸਤਰੇ 'ਤੇ ਰਹੀ ਅਤੇ 40 ਪੌਂਡ ਭਾਰ ਘਟਾਇਆ। ਕਈ ਵਾਰ ਮੈਂ ਇੰਨੀ ਬਿਮਾਰ ਹੋ ਜਾਂਦੀ ਸੀ ਕਿ ਮੈਂ ਪੰਜ ਦਿਨਾਂ ਤੱਕ ਪਾਣੀ ਵੀ ਨਹੀਂ ਨਿਗਲ ਸਕਦੀ ਸੀ। ਫਿਰ ਐਲਾਨ ਹੋਇਆ ਕਿ ਵਿਲੀਅਮ ਬ੍ਰੈਨਹੈਮ ਦੂਜੇ ਮਾਰਚ ਨੂੰ ਫੀਨਿਕਸ ਆ ਰਿਹਾ ਹੈ ਤਾਂ ਜੋ ਬਿਮਾਰਾਂ ਅਤੇ ਦੁਖੀਆਂ ਲਈ ਪ੍ਰਾਰਥਨਾ ਕਰ ਸਕੇ। ਮੇਰਾ ਪਤੀ ਉਸ ਪਹਿਲੇ ਐਤਵਾਰ ਰਾਤ ਨੂੰ ਜਲਦੀ ਚਰਚ ਵਿੱਚ ਸੀ, ਪਰ ਭਰਾ ਬ੍ਰੈਨਹੈਮ ਮੇਰੇ ਕੋਲ ਨਹੀਂ ਪਹੁੰਚ ਸਕਿਆ। ਅਗਲੀ ਰਾਤ ਵੀ ਉਹ ਮੇਰੇ ਕੋਲ ਨਹੀਂ ਪਹੁੰਚ ਸਕਿਆ, ਹਾਲਾਂਕਿ ਮੈਂ ਦੂਜਿਆਂ ਦੇ ਇਲਾਜ ਦੇ ਬਹੁਤ ਸਾਰੇ ਚਮਤਕਾਰ ਦੇਖੇ ਸਨ। ਅਗਲੇ ਦਿਨ ਮੈਨੂੰ ਦੁਬਾਰਾ ਲਿਜਾਇਆ ਗਿਆ, ਪਰ ਜਦੋਂ ਮੈਂ ਚਰਚ ਪਹੁੰਚੀ ਤਾਂ ਮੈਂ ਬਹੁਤ ਬਿਮਾਰ ਹੋ ਗਈ। ਉਹ ਮੇਰੇ ਲਈ ਇੱਕ ਮੰਜਾ ਲੈ ਆਏ, ਪਰ ਮੈਨੂੰ ਯਾਦ ਨਹੀਂ ਕਿ ਮੈਂ ਕਦੋਂ ਲੇਟ ਗਈ।

ਪਹਿਲੀ ਵਾਰ ਜਦੋਂ ਮੈਂ ਜਾਣਦਾ ਸੀ, ਭਰਾ ਬ੍ਰਾਨਹੈਮ ਮੇਰੇ ਨਾਲ ਗੱਲ ਕਰ ਰਿਹਾ ਸੀ, ਕਹਿ ਰਿਹਾ ਸੀ: "ਮੇਰੇ ਵੱਲ ਦੇਖ ਭੈਣ।" ਪਹਿਲਾਂ ਤਾਂ ਇਹ ਸਿਰਫ਼ ਇੱਕ ਹਲਕੀ ਜਿਹੀ ਫੁਸਫੁਸਾਈ ਸੀ, ਪਰ ਤੀਜੀ ਵਾਰ ਜਦੋਂ ਉਸਨੇ ਇਸਨੂੰ ਦੁਹਰਾਇਆ ਤਾਂ ਮੈਂ ਆਪਣੀਆਂ ਅੱਖਾਂ ਖੋਲ੍ਹਣ ਦੀ ਕੋਸ਼ਿਸ਼ ਕੀਤੀ। ਕੁਝ ਦੇਰ ਬਾਅਦ ਮੈਂ ਸੰਕੇਤ ਦੇਖ ਸਕਿਆ ਅਤੇ ਉਸਨੇ ਮੈਨੂੰ ਪੁੱਛਿਆ ਕਿ ਕੀ ਮੈਂ ਉਸਦੀ ਗੱਲ 'ਤੇ ਵਿਸ਼ਵਾਸ ਕਰਦਾ ਹਾਂ। ਮੈਂ ਕਿਹਾ, "ਹਾਂ, ਕਿਉਂਕਿ ਮੈਂ ਤੁਹਾਡੇ ਕੋਲ ਖੜ੍ਹੇ ਦੂਤ ਨੂੰ ਦੇਖ ਸਕਦਾ ਹਾਂ।" ਫਿਰ ਭਰਾ ਬ੍ਰਾਨਹੈਮ ਨੇ ਕਿਹਾ, "ਭੈਣ, ਤੁਹਾਡੀ ਨਿਹਚਾ ਨੇ ਤੁਹਾਨੂੰ ਬਚਾਇਆ ਹੈ। ਉਹ ਕੈਂਸਰ ਤੁਹਾਡੇ ਸਾਰੇ ਪੇਟ ਵਿੱਚ ਸੀ, ਪਰ ਪਰਮਾਤਮਾ ਨੇ ਤੁਹਾਨੂੰ ਚੰਗਾ ਕਰ ਦਿੱਤਾ ਹੈ। ਹਰ ਜੜ੍ਹ ਸਰਾਪਿਆ ਹੋਇਆ ਹੈ ਅਤੇ ਜੇਕਰ ਤੁਸੀਂ ਵਿਸ਼ਵਾਸ ਕਰਨਾ ਜਾਰੀ ਰੱਖੋਗੇ ਤਾਂ ਤੁਸੀਂ ਠੀਕ ਹੋਵੋਗੇ, ਹਾਲਾਂਕਿ ਇਸ ਨੂੰ ਸੜਨ ਵਿੱਚ ਇੱਕ ਮਹੀਨਾ ਜਾਂ ਛੇ ਹਫ਼ਤੇ ਲੱਗਣਗੇ। ਹੁਣ ਤੋਂ 72 ਘੰਟਿਆਂ ਵਿੱਚ ਤੁਸੀਂ ਬਹੁਤ ਬਿਮਾਰ ਅਤੇ ਬਹੁਤ ਦਰਦ ਵਿੱਚ ਹੋਵੋਗੇ, ਪਰ ਬਸ ਇਸ ਸਭ ਦੇ ਰਾਹੀਂ ਵਿਸ਼ਵਾਸ ਕਰੋ।" ਫਿਰ ਪ੍ਰਭੂ ਨੇ ਭਰਾ ਬ੍ਰਾਨਹੈਮ ਰਾਹੀਂ ਗੱਲ ਕੀਤੀ, ਅਤੇ ਇੱਕ ਗਰਮ ਤੇਲ ਮੇਰੇ ਸਿਰ ਵਿੱਚੋਂ ਬਾਹਰ ਅਤੇ ਅੰਦਰੋਂ ਸ਼ੁਰੂ ਹੋਇਆ ਅਤੇ ਮੇਰੇ ਪੈਰਾਂ ਤੱਕ ਗਿਆ। ਜਿਵੇਂ ਹੀ ਇਹ ਘੱਟ ਗਿਆ, ਦਰਦ ਪੂਰੀ ਤਰ੍ਹਾਂ ਖਤਮ ਹੋ ਗਿਆ ਅਤੇ ਮੈਂ ਬਹੁਤ ਮਜ਼ਬੂਤ ਮਹਿਸੂਸ ਕੀਤਾ। ਮੈਂ ਚੀਕਦਾ ਅਤੇ ਨੱਚਦਾ ਹੋਇਆ ਮੰਜੇ ਤੋਂ ਉਤਰਿਆ ਅਤੇ ਫੀਨਿਕਸ ਵਿੱਚ ਭਰਾ ਬ੍ਰਾਨਹੈਮ ਦੁਆਰਾ ਆਯੋਜਿਤ ਪੰਜ ਹੋਰ ਸੇਵਾਵਾਂ ਵਿੱਚ ਸ਼ਾਮਲ ਹੋਣ ਦੇ ਯੋਗ ਹੋ ਗਿਆ।

ਜਦੋਂ 72 ਘੰਟੇ ਪੂਰੇ ਹੋ ਗਏ, ਮੈਂ ਬਹੁਤ ਬਿਮਾਰ ਹੋ ਗਿਆ, ਅਤੇ ਇੰਨੀ ਬੁਰੀ ਤਰ੍ਹਾਂ ਦਰਦ ਹੋ ਗਿਆ ਕਿ ਮੈਂ ਰੋ ਵੀ ਨਹੀਂ ਸਕਦਾ ਸੀ। ਮੈਂ ਦੋ ਹਫ਼ਤਿਆਂ ਤੋਂ ਥੋੜ੍ਹੇ ਸਮੇਂ ਲਈ ਬਹੁਤ ਬਿਮਾਰ ਰਿਹਾ, ਫਿਰ ਮੈਂ ਜੋ ਵੀ ਚਾਹੁੰਦਾ ਸੀ ਖਾਣਾ ਸ਼ੁਰੂ ਕਰ ਦਿੱਤਾ, ਜਿੱਥੇ ਪਹਿਲਾਂ ਮੈਂ ਫਲਾਂ ਦੇ ਜੂਸ ਅਤੇ ਸੂਪ 'ਤੇ ਗੁਜ਼ਾਰਾ ਕਰ ਰਿਹਾ ਸੀ। ਮੇਰੇ ਲਈ ਪ੍ਰਾਰਥਨਾ ਕੀਤੇ ਜਾਣ ਤੋਂ ਸੱਤ ਹਫ਼ਤੇ ਬਾਅਦ, ਮੇਰੇ ਕਈ ਹੋਰ ਐਕਸ-ਰੇ ਲਏ ਗਏ ਅਤੇ ਇਨ੍ਹਾਂ ਨੇ ਦਿਖਾਇਆ ਕਿ ਮੈਂ ਪੂਰੀ ਤਰ੍ਹਾਂ ਠੀਕ ਹੋ ਗਿਆ ਹਾਂ। ਡਾ. ਬੇਕਰ ਨੇ ਮੈਨੂੰ ਕਿਹਾ ਕਿ ਮੈਂ ਇਹ ਸਭ ਦੱਸ ਸਕਦਾ ਹਾਂ, ਅਤੇ ਉਹ ਖੁਸ਼ੀ ਨਾਲ ਐਕਸ-ਰੇ ਕਿਸੇ

ਵੀ ਵਿਅਕਤੀ ਨੂੰ ਦਿਖਾਏਗਾ ਜੋ ਉਨ੍ਹਾਂ ਨੂੰ ਦੇਖਣਾ ਚਾਹੁੰਦਾ ਹੈ, ਜਾਂ ਉਨ੍ਹਾਂ ਨਾਲ ਨਿੱਜੀ ਤੌਰ 'ਤੇ ਗੱਲ ਕਰੇਗਾ। ਮੈਂ ਇਸ ਲਈ ਯਿਸੂ ਦੀ ਪ੍ਰਸ਼ੰਸਾ ਕਰ ਰਿਹਾ ਹਾਂ!

ਸ਼੍ਰੀਮਤੀ ਹੈਟੀ ਵਾਲਡ੍ਰੋਪ ਐਡਮਜ਼ ਸਟ੍ਰੀਟ ਫੀਨਿਕਸ, ਐਰੀਜ਼ੋਨਾ

ਜੌਨ ਅਲੈਗਜੈਂਡਰ ਡੋਵੀ ਦੇ ਅਧੀਨ ਮਰ ਰਹੀ ਔਰਤ ਨੂੰ ਠੀਕ ਕੀਤਾ ਗਿਆ

ਇਹ ਗਵਾਹੀ 5 ਫਰਵਰੀ, 1897 ਦੇ ਲੀਵਜ਼ ਆਫ਼ ਹੀਲਿੰਗ ਨਿਊਜ਼ਲੈਟਰ ਵਿੱਚ ਪ੍ਰਕਾਸ਼ਿਤ ਹੋਈ ਸੀ। (ਨੋਟ: ਖਪਤ ਤਪਦਿਕ ਦਾ ਪੁਰਾਣਾ ਨਾਮ ਸੀ।)

ਗ੍ਰਿਫਿਥ, ਇੰਡੀਆ। 20 ਜਨਵਰੀ, 1897।

ਪਿਆਰੇ ਡਾ. ਅਤੇ ਸ਼੍ਰੀਮਤੀ ਡੋਵੀ,

ਮੈਨੂੰ ਇਹ ਖੁਸ਼ੀ ਦੇ ਨਾਲ-ਨਾਲ ਆਪਣਾ ਫਰਜ਼ ਵੀ ਲੱਗਦਾ ਹੈ ਕਿ ਮੈਂ ਆਪਣੇ ਪ੍ਰਭੂ ਯਿਸੂ ਮਸੀਹ ਰਾਹੀਂ ਸੈਂਕੜੇ ਹੋਰ ਲੋਕਾਂ - ਮੇਰੇ ਸੰਪੂਰਨ ਇਲਾਜ - ਬਹੁਤ ਸਾਰੀਆਂ ਬਿਮਾਰੀਆਂ ਦੇ ਨਾਲ ਆਪਣੀ ਗਵਾਹੀ ਜੋੜ ਰਿਹਾ ਹਾਂ।

ਕਦੇ ਵੀ ਚੰਗੀ ਸਿਹਤ ਦਾ ਅਹਿਸਾਸ ਨਾ ਹੋਇਆ ਅਤੇ, ਅਕਤੂਬਰ 1894 ਵਿੱਚ, ਮੇਰੇ ਲਈ, ਅਟਲਾਂਟਿਕ ਤੱਟ ਦੀ ਇੱਕ ਵਿਸਤ੍ਰਿਤ ਯਾਤਰਾ, ਅਤੇ ਵਾਪਸੀ 'ਤੇ ਤੁਰੰਤ ਆਪਣੇ ਦਫ਼ਤਰੀ ਕੰਮਾਂ 'ਤੇ ਲੱਗ ਗਿਆ, ਮੈਂ ਬਹੁਤ ਜ਼ਿਆਦਾ ਕੰਮ ਕੀਤਾ, ਅਤੇ 3 ਨਵੰਬਰ ਨੂੰ ਮੈਨੂੰ ਫੇਫੜਿਆਂ ਦੇ ਖੂਨ ਵਹਿਣ ਦੀ ਬਿਮਾਰੀ ਹੋ ਗਈ।

ਅਸੀਂ ਪਹਿਲਾਂ ਕਰਾਊਨ ਪੁਆਇੰਟ, ਇੰਡੀਆ ਦੇ ਡਾਕਟਰ ਪੇਟੀਬੋਨ ਨੂੰ ਨੌਕਰੀ 'ਤੇ ਰੱਖਿਆ। ਉਨ੍ਹਾਂ ਨੇ ਮੇਰਾ ਇਲਾਜ ਕੀਤਾ, ਮੈਨੂੰ ਲੱਗਦਾ ਹੈ, ਲਗਭਗ ਦੋ ਮਹੀਨੇ, ਪਰ ਮੈਨੂੰ ਕੋਈ ਰਾਹਤ ਨਹੀਂ ਦਿੱਤੀ। ਮੇਰੀ ਹਾਲਤ ਹੋਰ ਵੀ ਵਿਗੜ ਗਈ। ਨਾ

ਸਿਰਫ਼ ਖ਼ੂਨ ਵਗਦਾ ਰਿਹਾ, ਸਗੋਂ ਹੋਰ ਬਿਮਾਰੀਆਂ ਵੀ ਲੱਗ ਗਈਆਂ। ਉਨ੍ਹਾਂ ਨੇ ਮੇਰੇ ਲਈ ਸਭ ਕੁਝ ਕੀਤਾ ਜੋ ਉਹ ਕਰ ਸਕਦਾ ਸੀ।

ਮੇਰੇ ਪਤੀ ਨੇ 1 ਜਨਵਰੀ, 1895 ਨੂੰ ਡਾ. ਵਿਨਸੈਂਟ ਨੂੰ ਨੌਕਰੀ 'ਤੇ ਰੱਖਿਆ, ਜੋ ਕਿ ਵਾਲਪੈਰੇਸੋ, ਇੰਡੀਆ ਦੇ ਪੁਰਾਣੇ ਅਤੇ ਸਭ ਤੋਂ ਯੋਗ ਡਾਕਟਰਾਂ ਵਿੱਚੋਂ ਇੱਕ ਸੀ। ਉਨ੍ਹਾਂ ਨੇ ਮੇਰੇ ਕੇਸ ਨੂੰ ਬਹੁਤ ਗੰਭੀਰ ਐਲਾਨ ਕੀਤਾ। ਹਾਲਾਂਕਿ, ਡਾਕਟਰਾਂ ਵਿੱਚ ਤਬਦੀਲੀ ਦਾ ਮੈਨੂੰ ਕੋਈ ਲਾਭ ਨਹੀਂ ਹੋਇਆ। ਮੈਂ ਫਿਰ ਵੀ ਵਿਗੜਦੀ ਗਈ।

ਮੈਨੂੰ ਉਦੋਂ ਘਬਰਾਹਟ ਵਿੱਚ ਝੁਕਣ, ਫੇਫੜਿਆਂ ਵਿੱਚੋਂ ਖ਼ੂਨ ਵਹਿਣ, ਦਿਲ ਦੇ ਆਲੇ-ਦੁਆਲੇ ਪਾਣੀ, ਟੀ.ਬੀ., ਗਲੇ ਦੇ ਕੈਂਸਰ ਵਾਲੇ ਅਲਸਰ, ਜਿਗਰ ਵਿੱਚ ਭੀੜ, ਅਤੇ ਅੰਤੜੀਆਂ ਦੀ ਖਪਤ ਵਜੋਂ ਜਾਣੀ ਜਾਂਦੀ ਚੀਜ਼ ਵਰਗੀ ਸਮੱਸਿਆ ਸੀ। ਇਹ ਦਿੱਖ ਅੰਤੜੀਆਂ ਦੇ ਖਰਾਬ ਹੋਣ ਵਰਗੀ ਸੀ। ਡੁੱਬਣ ਦਾ ਦੌਰ, ਭਾਵੇਂ ਪਹਿਲਾਂ ਥੋੜ੍ਹੇ ਸਮੇਂ ਲਈ ਸੀ, ਹੁਣ ਘੰਟਿਆਂ ਤੱਕ ਚੱਲਿਆ, ਅਤੇ ਡਾਕਟਰ ਨੇ ਸੋਚਿਆ ਕਿ ਮੈਂ ਮਾਰਚ ਦੇ ਮਹੀਨੇ ਤੱਕ ਨਹੀਂ ਜੀ ਸਕਦਾ। ਹਾਲਾਂਕਿ, ਉਸਨੇ ਅਜੇ ਵੀ ਮੇਰਾ ਇਲਾਜ ਉਦੋਂ ਤੱਕ ਜਾਰੀ ਰੱਖਿਆ ਜਦੋਂ ਤੱਕ ਮੈਂ ਜੂਨ ਦੇ ਮਹੀਨੇ ਬਾਰੇ ਨਹੀਂ ਸੋਚਦਾ।

ਫਿਰ ਉਸਨੇ ਮੇਰੇ ਪਤੀ ਨੂੰ ਦੱਸਿਆ ਕਿ ਉਸਨੂੰ ਨਹੀਂ ਲੱਗਦਾ ਕਿ ਮੇਰੇ ਠੀਕ ਹੋਣ ਦਾ ਕੋਈ ਮੌਕਾ ਹੈ, ਅਤੇ ਉਸਦੇ ਲਈ ਹੁਣ ਆਪਣੀਆਂ ਮੁਲਾਕਾਤਾਂ ਜਾਰੀ ਰੱਖਣਾ ਬੇਕਾਰ ਹੈ। ਉਸਨੇ ਵਾਲਪੈਰਾਈਸੋ ਵਿਖੇ ਮੇਰੇ ਦੋਸਤਾਂ ਨੂੰ ਇਹ ਵੀ ਕਿਹਾ ਕਿ ਇਹ ਮੇਰੇ ਨਾਲ ਥੋੜ੍ਹੇ ਸਮੇਂ ਦੀ ਗੱਲ ਹੈ। ਅਗਲੇ ਦੋ ਹਫ਼ਤਿਆਂ ਲਈ ਮੈਂ ਬਹੁਤ ਘੱਟ ਦਵਾਈ ਲਈ, ਅਤੇ ਮੇਰੇ ਲਈ ਅਜੀਬ ਗੱਲ ਸੀ ਕਿ ਮੈਂ ਥੋੜ੍ਹਾ ਮਜ਼ਬੂਤ ਹੋ ਗਿਆ। ਸਾਨੂੰ ਬਹੁਤ ਉਤਸ਼ਾਹਿਤ ਕੀਤਾ ਗਿਆ, ਅਤੇ ਸਾਨੂੰ ਮਹਿਸੂਸ ਹੋਇਆ ਕਿ ਸਾਨੂੰ ਹਾਰ ਨਹੀਂ ਮੰਨਣੀ ਚਾਹੀਦੀ, ਪਰ ਕਿਸੇ ਹੋਰ ਚੰਗੇ ਡਾਕਟਰ ਦੀ ਕੋਸ਼ਿਸ਼ ਕਰਨੀ ਚਾਹੀਦੀ ਹੈ।

ਸਾਡੇ ਇੱਕ ਦੋਸਤ ਨੇ ਸ਼ਿਕਾਗੋ ਦੇ ਡਾਕਟਰ ਹਿਲਡੇਬ੍ਰਾਂਡ ਦੀ ਸਿਫ਼ਾਰਸ਼ ਕੀਤੀ। ਪੂਰੀ ਜਾਂਚ ਤੋਂ ਬਾਅਦ ਉਸਨੇ ਇਸਨੂੰ ਖਪਤ ਐਲਾਨਿਆ, ਜੋ ਕਿ ਹੋਰ ਬਿਮਾਰੀਆਂ ਨਾਲੋਂ ਗੁੰਝਲਦਾਰ ਸੀ ਜਿਨ੍ਹਾਂ ਦਾ ਮੈਂ ਪਹਿਲਾਂ ਜ਼ਿਕਰ ਕੀਤਾ ਹੈ। ਮੇਰੇ ਗਲੇ ਬਾਰੇ ਗੱਲ

ਕਰਦਿਆਂ (ਕੁਝ ਨਰਮ ਟਿਸ਼ੂ ਖਾ ਲਏ ਗਏ ਸਨ) ਕਿ ਜੋ ਗਿਆ ਸੀ ਉਸਨੂੰ ਬਦਲਿਆ ਨਹੀਂ ਜਾ ਸਕਦਾ। ਫੋੜੇ ਹਰ ਸਮੇਂ ਡਿਸਚਾਰਜ ਹੋ ਰਹੇ ਸਨ, ਅਤੇ ਮਹੀਨੇ ਦੀ ਛੱਤ ਪੀਲੀ ਸੀ। ਗਲੇ ਲਈ ਉਸਨੇ ਦੱਸੀ ਦਵਾਈ ਲਗਾਉਣ ਤੋਂ ਬਾਅਦ; ਹੋਰ ਫੋੜੇ ਖੁੱਲ੍ਹ ਗਏ, ਅਤੇ ਉਸਦੇ ਇਲਾਜ ਅਧੀਨ ਮੈਂ ਬਹੁਤ ਤੇਜ਼ੀ ਨਾਲ ਅਸਫਲ ਹੋ ਗਿਆ।

ਫਿਰ ਮੈਂ ਹੋਰ ਦਵਾਈ ਨਾ ਲੈਣ ਦਾ ਫੈਸਲਾ ਕੀਤਾ, ਅਤੇ ਮੈਨੂੰ ਅਹਿਸਾਸ ਹੋਇਆ ਕਿ ਮੇਰੀ ਜ਼ਿੰਦਗੀ ਇਸ ਤੋਂ ਬਿਨਾਂ ਜ਼ਿਆਦਾ ਕੀਮਤੀ ਹੈ। ਸਾਡੇ ਇੱਕ ਦੋਸਤ, ਮਿਸਟਰ ਵੁੱਡ, ਜੋ ਕਿ C. & GTRR ਦੇ ਦਾਅਵੇ ਏਜੰਟ ਹਨ, ਨੇ ਮੈਨੂੰ ਸ਼ਿਕਾਗੋ ਵਿੱਚ ਇੱਕ ਸ਼ਾਨਦਾਰ ਆਦਮੀ ਬਾਰੇ ਦੱਸਿਆ ਜੋ ਬਿਨਾਂ ਕਿਸੇ ਦਵਾਈ ਦੇ ਹਰ ਤਰ੍ਹਾਂ ਦੀਆਂ ਬਿਮਾਰੀਆਂ ਨੂੰ ਠੀਕ ਕਰ ਸਕਦਾ ਸੀ। ਮੈਂ ਇਸਦਾ ਸਿਹਰਾ ਸ਼ਾਇਦ ਹੀ ਦੇ ਸਕਦਾ ਹਾਂ, ਪਰ ਉਹ ਮੈਨੂੰ ਲਗਾਤਾਰ ਜਾਣ ਲਈ ਕਹਿੰਦਾ ਰਿਹਾ, ਅਤੇ ਕਿਹਾ ਕਿ ਉਸਨੂੰ ਲੱਗਦਾ ਹੈ ਕਿ ਮੇਰੇ ਲਈ ਠੀਕ ਹੋਣ ਦਾ ਅਜੇ ਵੀ ਮੌਕਾ ਹੈ।

ਮੈਂ ਸਹਿਮਤੀ ਦੇ ਦਿੱਤੀ, ਬਸ਼ਰਤੇ ਮੈਂ ਉੱਥੇ ਪਹੁੰਚ ਸਕਾਂ। ਅਸੀਂ ਤੁਹਾਨੂੰ ਪ੍ਰਾਰਥਨਾ ਲਈ ਬੇਨਤੀ ਭੇਜੀ, ਅਤੇ ਮੈਨੂੰ ਥੋੜ੍ਹੀ ਜਿਹੀ ਤਾਕਤ ਮਿਲੀ ਕਿ ਲਗਭਗ ਇੱਕ ਹਫ਼ਤੇ ਦੇ ਸਮੇਂ ਵਿੱਚ (ਹਾਲਾਂਕਿ ਦੋਸਤਾਂ ਨੇ ਹਾਰ ਮੰਨ ਲਈ ਅਤੇ ਡਾਕਟਰ ਨੇ ਨਿਰਾਸ਼ ਐਲਾਨ ਦਿੱਤਾ) ਮੇਰਾ ਪਤੀ, 18 ਅਗਸਤ ਨੂੰ, ਮੈਨੂੰ ਡਿਵਾਈਨ ਹੀਲਿੰਗ ਹੋਮ ਨੰਬਰ 1, 6020 ਐਡਜਰਟਨ ਐਵੇਨਿਊ ਲੈ ਗਿਆ।

ਮੈਂ ਇੰਨੀ ਬੁਰੀ ਤਰ੍ਹਾਂ ਫੁੱਲੀ ਹੋਈ ਸੀ (ਦਿਲ ਦੇ ਆਲੇ-ਦੁਆਲੇ ਪਾਣੀ ਕਾਰਨ) ਕਿ ਮੈਂ ਆਪਣੇ ਕਿਸੇ ਵੀ ਕੱਪੜੇ ਨੂੰ ਪਹਿਨਣ ਦੇ ਯੋਗ ਨਹੀਂ ਸੀ; ਉਹ ਆਲੇ-ਦੁਆਲੇ ਲਗਭਗ ਤਿੰਨ ਇੰਚ ਬਹੁਤ ਛੋਟੇ ਸਨ। ਮੈਨੂੰ ਢਿੱਲੇ ਗਾਊਨ ਪਹਿਨਣੇ ਪਏ। ਮੇਰੇ ਪਹੁੰਚਣ ਤੋਂ ਅਗਲੇ ਦਿਨ, ਸੋਮਵਾਰ ਨੂੰ ਹੱਥ ਰੱਖਣ ਅਤੇ ਮੇਰੇ ਲਈ ਪ੍ਰਾਰਥਨਾ ਕਰਨ ਤੋਂ ਬਾਅਦ, ਦਿਲ ਦੇ ਆਲੇ-ਦੁਆਲੇ ਪਾਣੀ ਜੋਕਰ ਵਾਂਗ ਡਿੱਗਦਾ ਜਾਪਿਆ ਅਤੇ ਫੁੱਲਣਾ ਮੈਨੂੰ ਛੱਡ ਗਿਆ। ਮੈਂ ਆਪਣੇ ਲੋਕਾਂ (ਜੋ ਸ਼ਹਿਰ ਤੋਂ ਥੋੜ੍ਹੀ ਦੂਰੀ 'ਤੇ ਰਹਿੰਦੇ ਹਨ) ਨੂੰ ਮੇਰੇ ਕੱਪੜੇ ਲਿਆਉਣ ਲਈ ਲਿਖਿਆ। ਉਨ੍ਹਾਂ ਨੇ ਅਜਿਹਾ ਕੀਤਾ, ਅਤੇ ਮੈਨੂੰ ਉਨ੍ਹਾਂ ਵਿੱਚੋਂ ਕੋਈ ਵੀ ਪਹਿਨਣ ਵਿੱਚ ਕੋਈ ਮੁਸ਼ਕਲ ਨਹੀਂ ਆਈ।

ਦੂਜੀ ਵਾਰ ਜਦੋਂ ਤੁਸੀਂ ਮੇਰੇ ਉੱਤੇ ਹੱਥ ਰੱਖਿਆ ਅਤੇ ਪ੍ਰਾਰਥਨਾ ਕੀਤੀ ਤਾਂ ਮੈਂ ਘਬਰਾਹਟ ਭਰੇ ਮੱਥਾ, ਦਿਲ ਦੇ ਆਲੇ-ਦੁਆਲੇ ਪਾਣੀ, ਫੇਫੜਿਆਂ ਵਿੱਚੋਂ ਖ਼ੂਨ ਵਹਿਣ, ਗੁਰਦਿਆਂ ਦੀ ਸਮੱਸਿਆ, ਮਾਸਪੇਸ਼ੀਆਂ ਦੇ ਗਠੀਏ, ਬਵਾਸੀਰ, ਅੰਤੜੀਆਂ ਵਿੱਚੋਂ ਬਿਲਕੁਲ ਕੁਦਰਤੀ ਤੌਰ 'ਤੇ ਠੀਕ ਹੋ ਗਿਆ। ਪਰ ਗਲੇ ਦੀ ਭਿਆਨਕ ਮੁਸ਼ਕਲ ਬਣੀ ਰਹੀ। ਮੈਂ ਤੁਹਾਨੂੰ ਅਗਲੇ ਮੰਗਲਵਾਰ ਨੂੰ, ਉੱਥੇ ਹੋਣ ਤੋਂ ਲਗਭਗ ਇੱਕ ਹਫ਼ਤੇ ਬਾਅਦ, ਇੱਕ ਘਰੇਲੂ ਅਸੈਂਬਲੀ ਵਿੱਚ ਆਪਣੀਆਂ ਉਂਗਲਾਂ ਮੇਰੇ ਗਲੇ ਵਿੱਚ ਪਾਉਣ ਲਈ ਕਿਹਾ। ਤੁਸੀਂ ਜਿਸੂ ਦੇ ਨਾਮ 'ਤੇ ਅਜਿਹਾ ਕੀਤਾ, ਅਤੇ ਉਹ ਭਿਆਨਕ ਬਿਮਾਰੀਆਂ ਜੋ ਕਈ ਮਹੀਨਿਆਂ ਤੋਂ ਮੇਰੀ ਜ਼ਿੰਦਗੀ ਨੂੰ ਖਾ ਰਹੀਆਂ ਸਨ, ਤੁਹਾਡੇ ਏਜੰਸੀ ਦੁਆਰਾ ਮਹਾਨ ਡਾਕਟਰ ਦੇ ਹੱਥੋਂ ਸਾਰੀਆਂ ਨਸ਼ਟ ਹੋ ਗਈਆਂ, ਜਿਸਨੂੰ ਪਰਮਾਤਮਾ ਨੇ ਇਲਾਜ ਦੇ ਤੋਹਫ਼ਿਆਂ ਨਾਲ ਬਖਸ਼ਿਆ ਹੈ।

ਮੈਂ ਸਿਰਫ਼ ਦੋ ਹਫ਼ਤਿਆਂ ਵਿੱਚ ਘਰ ਪਹੁੰਚ ਗਈ ਸੀ, ਅਤੇ ਸਬਤ ਵਾਲੇ ਦਿਨ ਜਦੋਂ ਅਸੀਂ ਘਰ ਲਈ ਰਵਾਨਾ ਹੋਏ ਸੀ, ਅਸੀਂ ਗਲੀਆਂ ਵਾਲੀਆਂ ਕਾਰਾਂ 'ਤੇ ਸੰਪਰਕ ਨਹੀਂ ਬਣਾ ਸਕੇ, ਅਤੇ ਮੇਰੇ ਪਤੀ ਨੇ ਕਿਹਾ ਕਿ ਮੈਂ ਲਗਭਗ ਦੋ ਮੀਲ ਤੁਰੀ ਸੀ, ਅਤੇ ਮੈਨੂੰ ਥਕਾਵਟ ਮਹਿਸੂਸ ਨਹੀਂ ਹੋਈ। ਘਰ ਆਉਣ ਤੋਂ ਦੋ ਮਹੀਨੇ ਬਾਅਦ ਮੈਂ ਘਰ ਦਾ ਕੰਮ ਕਰਨਾ ਸਿੱਖਿਆ, ਅਤੇ ਉਦੋਂ ਤੋਂ ਮੈਂ ਆਪਣਾ ਕੰਮ ਖੁਦ ਕਰ ਰਹੀ ਹਾਂ।

ਮੈਨੂੰ ਠੀਕ ਹੋਏ ਨੂੰ ਇੱਕ ਸਾਲ ਅਤੇ ਚਾਰ ਮਹੀਨੇ ਹੋ ਗਏ ਹਨ। ਦੋ ਜ਼ੁਕਾਮਾਂ ਨੂੰ ਛੱਡ ਕੇ ਮੈਂ ਪੂਰੀ ਤਰ੍ਹਾਂ ਤੰਦਰੁਸਤ ਹਾਂ, ਅਤੇ ਪਰਮਾਤਮਾ ਦੀਆਂ ਬਹੁਤ ਸਾਰੀਆਂ ਅਸੀਸਾਂ ਲਈ ਮੈਂ ਉਸਦੀ ਕਾਫ਼ੀ ਉਸਤਤ ਨਹੀਂ ਕਰ ਸਕਦਾ ਜੋ ਉਸਨੇ ਮੇਰੇ 'ਤੇ ਵਰ੍ਹਾਈਆਂ ਹਨ। ਸਾਰੇ ਫੋੜੇ ਗਾਇਬ ਹੋ ਗਏ ਹਨ, ਅਤੇ ਬਿਮਾਰੀ ਦੁਆਰਾ ਖਾਧੇ ਅਤੇ ਵੱਖ ਕੀਤੇ ਗਏ ਨਰਮ ਹਿੱਸੇ ਇਕੱਠੇ ਹੋ ਗਏ ਹਨ ਅਤੇ ਠੀਕ ਹੋ ਗਏ ਹਨ। ਮੇਰੀ ਆਵਾਜ਼ ਬਹੁਤ ਤੇਜ਼ ਹੋ ਗਈ ਹੈ। ਮੈਂ 'ਆਵਾਜ਼ ਸੱਭਿਆਚਾਰ' ਵਿੱਚ ਸਬਕ ਲੈਣ ਦਾ ਪ੍ਰਬੰਧ ਕਰ ਰਿਹਾ ਸੀ ਜਦੋਂ ਮੈਨੂੰ ਕਾਫ਼ੀ ਤੇਜ਼ ਜ਼ੁਕਾਮ ਹੋ ਗਿਆ। ਮੈਂ ਥੋੜ੍ਹੇ ਸਮੇਂ ਲਈ ਜ਼ੀਓਨ ਹੋਮ ਗਿਆ ਸੀ। ਤੁਸੀਂ ਮੇਰੇ ਨਾਲ ਪ੍ਰਾਰਥਨਾ ਕੀਤੀ, ਅਤੇ ਮੈਂ ਠੀਕ ਹੋ ਗਿਆ।

ਮੇਰੀ ਸਿਹਤ ਹੁਣ ਠੀਕ ਹੈ। ਮੈਨੂੰ ਜ਼ਾਇਓਨ ਹੋਮ ਜਾਣਾ ਅਤੇ ਤੁਹਾਡੇ ਅਤੇ ਪਿਆਰੇ ਸ਼੍ਰੀਮਤੀ ਡੋਵੀ ਤੋਂ ਪ੍ਰਾਪਤ ਹੋਣ ਵਾਲੀਆਂ ਸ਼ਾਨਦਾਰ ਹਦਾਇਤਾਂ ਨੂੰ ਸੁਣਨਾ ਬਹੁਤ ਪਸੰਦ ਹੈ, ਜੇਕਰ ਉਹ ਸਿਰਫ਼ ਉਸ ਉੱਤੇ ਹੀ ਭਰੋਸਾ ਰੱਖਣ ਤਾਂ ਪਰਮਾਤਮਾ ਆਪਣੇ "ਬਿਮਾਰ ਬੱਚਿਆਂ" ਨੂੰ ਠੀਕ ਕਰਨ ਦੇ ਸੁੰਦਰ ਤਰੀਕੇ ਬਾਰੇ।

ਮੈਨੂੰ ਸੱਚਮੁੱਚ ਉਮੀਦ ਹੈ ਕਿ ਇਹ ਗਵਾਹੀ ਬਹੁਤ ਸਾਰੇ ਦੁਖੀਆਂ ਤੱਕ ਪਹੁੰਚੇਗੀ, ਅਤੇ ਉਹ ਆਤਮਾ, ਆਤਮਾ ਅਤੇ ਸਰੀਰ ਦੇ ਇਲਾਜ ਲਈ ਮਹਾਨ ਡਾਕਟਰ ਦੀ ਭਾਲ ਕਰਨ ਲਈ ਪ੍ਰੇਰਿਤ ਹੋਣਗੇ। ਮੈਂ ਜਿੰਨਾ ਯਿਸੂ ਦੇ ਪੈਰਾਂ ਦੇ ਨੇੜੇ ਰਹਿੰਦਾ ਹਾਂ, ਓਨਾ ਹੀ ਮੈਨੂੰ ਉਸਦੇ ਤੋਹਫ਼ੇ ਭਰਪੂਰ ਮਿਲਦੇ ਹਨ।

ਪਿਆਰੇ ਡਾ. ਅਤੇ ਸ਼੍ਰੀਮਤੀ ਡੋਵੀ, ਮੈਂ ਰੋਜ਼ਾਨਾ ਪ੍ਰਾਰਥਨਾ ਕਰਦੀ ਹਾਂ ਕਿ ਤੁਸੀਂ "ਸੀਯੋਨ ਵੱਲ ਅੱਗੇ ਵਧਣ" ਵਿੱਚ ਸਫਲ ਹੋਵੋ, ਅਤੇ ਤੁਸੀਂ ਦੋਵੇਂ ਕਈ ਸਾਲਾਂ ਤੱਕ ਬਚੇ ਰਹੋ ਜਦੋਂ ਤੱਕ ਇਹ ਸੁੰਦਰ ਖੁਸ਼ਖਬਰੀ ਦੁਨੀਆ ਭਰ ਵਿੱਚ ਨਹੀਂ ਫੈਲ ਜਾਂਦੀ।

ਯਿਸੂ ਵਿੱਚ ਵਫ਼ਾਦਾਰੀ ਨਾਲ ਤੁਹਾਡਾ,

ਸ਼੍ਰੀਮਤੀ ਲੂਲੂ ਡੇਟਨ

PTSD ਅਤੇ ਨਸਾਂ ਦੇ ਨੁਕਸਾਨ ਦਾ ਇਲਾਜ

ਡੇਵ ਜੰਗ ਤੋਂ ਘਰ ਆਇਆ ਤਾਂ ਉਸ ਨੂੰ ਗੰਭੀਰ PTSD ਲੱਛਣਾਂ ਅਤੇ ਨਸਾਂ ਦੇ ਨੁਕਸਾਨ ਦੇ ਨਾਲ। ਉਹ ਵ੍ਹੀਲਚੇਅਰ 'ਤੇ ਸੀ ਅਤੇ ਲਗਾਤਾਰ ਮਹਿਸੂਸ ਕਰਦਾ ਸੀ ਕਿ ਉਸਨੂੰ ਰੇਜ਼ਰ ਬਲੇਡਾਂ ਨਾਲ ਕੱਟਿਆ ਜਾ ਰਿਹਾ ਹੈ, ਉਸਦੀ ਚਮੜੀ 'ਤੇ ਤੇਜ਼ਾਬ ਪਾਇਆ ਜਾ ਰਿਹਾ ਹੈ, ਅਤੇ ਉਸਨੂੰ ਮਹਿਸੂਸ ਹੁੰਦਾ ਸੀ ਕਿ ਉਸਦੀਆਂ ਹੱਡੀਆਂ ਕੁਚਲੀਆਂ ਜਾ ਰਹੀਆਂ ਹਨ। ਉਹ ਚਮਕਦਾਰ ਰੌਸ਼ਨੀਆਂ ਅਤੇ ਉੱਚੀਆਂ ਆਵਾਜ਼ਾਂ ਪ੍ਰਤੀ ਬਹੁਤ ਸੰਵੇਦਨਸ਼ੀਲ ਸੀ। ਉਹ ਆਪਣੇ ਇੱਕ ਹੱਥ ਨੂੰ ਵੀ ਮਹਿਸੂਸ ਨਹੀਂ ਕਰ ਸਕਦਾ ਸੀ। ਉਸਦੀ ਭਾਵਨਾਤਮਕ ਸਥਿਤੀ ਲਗਾਤਾਰ ਡਰ ਅਤੇ ਨਿਗਰਾਨੀ ਦੀ ਸੀ। ਉਹ ਭੀੜ ਨੂੰ ਸੰਭਾਲ ਨਹੀਂ ਸਕਦਾ ਸੀ ਅਤੇ ਆਪਣੇ ਪਰਿਵਾਰ ਨਾਲ ਮੁਸ਼ਕਿਲ

ਨਾਲ ਸਮਾਂ ਬਿਤਾ ਸਕਦਾ ਸੀ। ਉਸਦੀ ਜ਼ਿੰਦਗੀ ਇੱਕ ਸਰੀਰਕ ਅਤੇ ਭਾਵਨਾਤਮਕ ਤਬਾਹੀ ਸੀ। ਉਸਨੇ ਬਹੁਤ ਸਾਰੇ ਡਾਕਟਰਾਂ ਨੂੰ ਦੇਖਿਆ, ਪਰ ਕੋਈ ਰਾਹਤ ਨਹੀਂ ਮਿਲੀ।

ਡੇਵ ਰੈਂਡੀ ਕਲਾਰਕ ਦੀ ਇੱਕ ਮੀਟਿੰਗ ਵਿੱਚ ਗਿਆ ਜਿੱਥੇ ਉਹ ਰੈਂਡੀ ਨੂੰ ਇੱਕ ਸਵਾਲ ਪੁੱਛਣ ਗਿਆ। ਉਸਨੂੰ ਇਹ ਵੀ ਪਤਾ ਨਹੀਂ ਸੀ ਕਿ ਉਹ ਮੋਰਚੇ 'ਤੇ ਕਿਵੇਂ ਪਹੁੰਚਿਆ ਕਿਉਂਕਿ ਉੱਥੇ ਲੋਕਾਂ ਦੀ ਇੰਨੀ ਭੀੜ ਸੀ। ਰੈਂਡੀ ਨੇ ਆਪਣਾ ਮਾਈਕ੍ਰੋਫ਼ੋਨ ਲਾਹ ਕੇ ਡੇਵ ਦੀ ਕਹਾਣੀ ਸੁਣੀ। ਰੈਂਡੀ ਨੇ ਮਾਈਕ ਨਾਮਕ ਪ੍ਰਾਰਥਨਾ ਟੀਮ ਦੇ ਮੈਂਬਰ ਨੂੰ ਡੇਵ ਲਈ ਪ੍ਰਾਰਥਨਾ ਕਰਨ ਲਈ ਕਿਹਾ। ਮਾਈਕ ਨੇ ਡੇਵ ਦਾ ਹੱਥ ਫੜ ਲਿਆ, ਜਿਸ ਨਾਲ ਉਹ ਬਹੁਤ ਘਬਰਾ ਗਿਆ। ਮਾਈਕ ਨੇ ਡੇਵ ਦੀਆਂ ਅੱਖਾਂ ਵਿੱਚ ਸਿੱਧਾ ਦੇਖਿਆ ਅਤੇ ਉਸਨੂੰ ਆਪਣਾ ਸਿਰ ਹੇਠਾਂ ਨਹੀਂ ਰੱਖਣ ਦਿੱਤਾ ਕਿਉਂਕਿ ਉਹ ਯੁੱਧ ਦੌਰਾਨ ਉਸ ਨਾਲ ਵਾਪਰੀਆਂ ਘਟਨਾਵਾਂ ਦੇ ਦੋਸ਼ ਅਤੇ ਸ਼ਰਮ ਨਾਲ ਭਰਿਆ ਹੋਇਆ ਸੀ। ਉਹ ਉਨ੍ਹਾਂ ਤਸਵੀਰਾਂ ਅਤੇ ਉਨ੍ਹਾਂ ਨਾਲ ਜੁੜੇ ਭਾਵਨਾਤਮਕ ਦਰਦ ਤੋਂ ਪ੍ਰੇਸ਼ਾਨ ਸੀ।

ਡੇਵ ਪਸੀਨਾ ਵਹਿਣ ਲੱਗਾ ਅਤੇ ਮਹਿਸੂਸ ਹੋਇਆ ਕਿ ਉਹ ਭੱਜਣਾ ਚਾਹੁੰਦਾ ਹੈ। ਮਾਈਕ ਨੇ ਉਸਨੂੰ ਫੜ ਲਿਆ ਅਤੇ ਉਸਨੂੰ ਇਲਾਜ ਦੇ ਕਦਮਾਂ ਵਿੱਚੋਂ ਲੰਘਾਇਆ। ਇਹ ਪ੍ਰਾਰਥਨਾ ਦਾ ਸਮਾਂ ਲੰਮਾ ਨਹੀਂ ਸੀ, ਸ਼ਾਇਦ ਲਗਭਗ 5 ਮਿੰਟ। ਡੇਵ ਨੇ ਕਿਹਾ ਕਿ ਇਹ ਇਸ ਤਰ੍ਹਾਂ ਸੀ ਜਿਵੇਂ ਯਿਸੂ ਨੇ ਉਸਨੂੰ ਛੂਹਿਆ ਹੋਵੇ। ਉਸ ਉੱਤੇ ਇੱਕ ਸ਼ਾਂਤੀ ਆਈ ਜਿਵੇਂ ਉਸਨੇ ਬਚਪਨ ਤੋਂ ਮਹਿਸੂਸ ਨਹੀਂ ਕੀਤਾ ਸੀ। ਜਦੋਂ ਉਹ ਘਰ ਆਇਆ ਤਾਂ ਡੇਵ ਨੇ ਕਿਹਾ ਕਿ ਇਹ ਉਸਦੇ ਘਰ ਵਿੱਚ ਤੈਰਦਾ ਹੋਇਆ ਮਹਿਸੂਸ ਹੋਇਆ। ਉਸਦੀ ਪਤਨੀ ਨੇ ਤੁਰੰਤ ਫਰਕ ਦੇਖਿਆ ਅਤੇ ਪੁੱਛਿਆ ਕਿ ਕੀ ਹੋਇਆ। ਉਹ ਸਿਰਫ਼ ਚੀਕਿਆ "ਮੈਂ ਆਜ਼ਾਦ ਹਾਂ।" ਉਸਦੀ ਪਤਨੀ ਨੇ ਉਸਨੂੰ ਕਿਹਾ "ਬੇਬੀ, ਅਜਿਹਾ ਲੱਗਦਾ ਹੈ ਕਿ ਤੁਸੀਂ ਆਪਣੇ ਮੋਢਿਆਂ ਤੋਂ 2000 ਪੌਂਡ ਭਾਰ ਘਟਾ ਦਿੱਤਾ ਹੈ ਅਤੇ ਮੈਨੂੰ ਨਹੀਂ ਪਤਾ ਕਿ ਤੁਸੀਂ ਕੌਣ ਹੋ।"

ਡੇਵ ਆਪਣੀ ਵ੍ਹੀਲਚੇਅਰ ਤੋਂ ਉੱਠਿਆ ਹੈ ਅਤੇ ਆਪਣੀਆਂ ਦਵਾਈਆਂ ਛੱਡ ਦਿੱਤੀਆਂ ਹਨ। ਉਹ ਆਪਣੇ ਬੱਚਿਆਂ ਨਾਲ ਖੇਡਦਾ ਹੈ, ਉਨ੍ਹਾਂ ਨੂੰ ਜੱਫੀ ਪਾਉਂਦਾ ਹੈ, ਅਤੇ ਹਰ ਸਮੇਂ ਡਰਦਾ ਨਹੀਂ ਹੈ। ਉਹ ਰੈਂਡੀ ਕਲਾਰਕ ਦੀ ਇੱਕ ਮੀਟਿੰਗ ਵਿੱਚ ਗਿਆ ਸੀ। ਉਸਦਾ ਖੱਬਾ ਹੱਥ ਅਜੇ ਵੀ ਸੁੰਨ ਸੀ ਪਰ ਉਸਨੇ ਯਿਸੂ ਨੂੰ ਕਿਹਾ, "ਦੇਖੋ ਤੁਸੀਂ ਮੇਰੇ ਲਈ ਕੀ ਕੀਤਾ ਹੈ। ਅੱਜ ਰਾਤ ਜਦੋਂ ਮੈਂ ਮੀਟਿੰਗ ਵਿੱਚ ਜਾਂਦਾ ਹਾਂ ਤਾਂ ਇਹ ਹੋ ਜਾਵੇਗਾ। ਮੈਨੂੰ ਕਿਸੇ ਨੂੰ ਮੇਰੇ ਲਈ ਪ੍ਰਾਰਥਨਾ ਕਰਨ ਦੀ ਜ਼ਰੂਰਤ ਨਹੀਂ ਹੈ। ਮੈਂ ਸਿਰਫ਼ ਤੁਹਾਡੇ ਕੀਤੇ ਕੰਮਾਂ ਦੀ ਵਡਿਆਈ ਕਰਨਾ ਚਾਹੁੰਦਾ ਹਾਂ।" ਜਦੋਂ ਉਹ ਲਾਬੀ ਵਿੱਚ ਬੈਠਾ ਸੀ ਤਾਂ ਦਰਵਾਜ਼ੇ ਖੁੱਲ੍ਹਣ ਦੀ ਉਡੀਕ ਕਰ ਰਿਹਾ ਸੀ, ਤਾਂ ਉਸਨੂੰ ਅਚਾਨਕ ਆਪਣਾ ਖੱਬਾ ਹੱਥ ਮਹਿਸੂਸ ਹੋਇਆ। ਉਸਨੇ ਕਿਹਾ, "ਹੱਥ... ਤੁਸੀਂ ਵਾਪਸ ਆ ਗਏ ਹੋ।" ਕਿਸੇ ਨੇ ਵੀ ਉਸਦੇ ਲਈ ਪ੍ਰਾਰਥਨਾ ਨਹੀਂ ਕੀਤੀ ਸੀ। ਕੋਈ ਪੂਜਾ ਸੰਗੀਤ ਨਹੀਂ ਚੱਲ ਰਿਹਾ ਸੀ। ਉਸਨੇ ਫ਼ੋਨ ਕੀਤਾ ਅਤੇ ਆਪਣੀ ਪਤਨੀ ਨੂੰ ਫ਼ੋਨ ਕੀਤਾ ਅਤੇ ਕਿਹਾ ਕਿ ਹੁਣ ਸਿਰਫ਼ ਮੈਂ ਆਜ਼ਾਦ ਨਹੀਂ ਹਾਂ, ਸਗੋਂ ਹੁਣ ਮੈਂ ਆਪਣਾ ਹੱਥ ਛੂਹ ਸਕਦਾ ਹਾਂ, ਮੈਂ ਆਪਣਾ ਹੱਥ ਮਹਿਸੂਸ ਕਰ ਸਕਦਾ ਹਾਂ, ਮੈਂ ਆਪਣੀਆਂ ਉਂਗਲਾਂ ਮਹਿਸੂਸ ਕਰ ਸਕਦਾ ਹਾਂ। ਮੈਂ ਨੱਚ ਸਕਦਾ ਹਾਂ ਅਤੇ ਇਹ ਮੈਨੂੰ ਨੁਕਸਾਨ ਨਹੀਂ ਪਹੁੰਚਾਉਂਦਾ ਅਤੇ ਲਾਈਟਾਂ ਮੈਨੂੰ ਨੁਕਸਾਨ ਨਹੀਂ ਪਹੁੰਚਾਉਂਦੀਆਂ। ਮੈਂ ਆਜ਼ਾਦ ਹਾਂ ਅਤੇ ਯਿਸੂ ਨੇ ਇਹ ਕੀਤਾ!

ਇਹ ibethel ਟੀਵੀ ਗਵਾਹੀ ਤੋਂ ਲਿਆ ਗਿਆ ਹੈ ਜਿਸਦਾ ਸਿਰਲੇਖ ਹੈ ਪੋਸਟ ਟਰੌਮੈਟਿਕ ਸਟ੍ਰੈਸ ਡਿਸਆਰਡਰ ਹੀਲਡ! – 05 ਮਾਰਚ, 2013। (ibethel.tv ਵਿੱਚ ਕੁਝ ਮੁਫ਼ਤ ਅਤੇ ਕੁਝ ਭੁਗਤਾਨਸ਼ੁਦਾ ਸਮੱਗਰੀ ਹੈ ਪਰ ਇਸਨੂੰ ਵਰਤਣ ਲਈ ਤੁਹਾਨੂੰ ਸਾਈਨ ਅੱਪ ਕਰਨਾ ਪਵੇਗਾ)

ਕੈਥਰੀਨ ਕੁਹਲਮੈਨ ਦੁਆਰਾ ਜੋ ਗੁਮੈਲਟ ਦਾ ਇਲਾਜ

ਜੋ ਗੁਮੈਲਟ ਇੱਕ ਦੱਖਣੀ ਬੈਪਟਿਸਟ ਮੰਤਰੀ ਦੀ ਪਤਨੀ ਸੀ। ਉਹ ਗੁਰਦੇ ਦੀ ਇੱਕ ਬਹੁਤ ਹੀ ਦੁਰਲੱਭ ਬਿਮਾਰੀ ਤੋਂ ਬਹੁਤ ਬਿਮਾਰ ਸੀ ਜਿਸਨੂੰ ਰੇਨਲ ਪੈਪਿਲਰੀ ਨੈਕਰੋਸਿਸ ਕਿਹਾ ਜਾਂਦਾ ਹੈ। ਵਾਸ਼ਿੰਗਟਨ, ਡੀਸੀ ਖੇਤਰ ਦੇ ਡਾਕਟਰਾਂ ਨੇ ਪਹਿਲਾਂ

ਕਦੇ ਇਹ ਨਹੀਂ ਦੇਖਿਆ ਸੀ। ਡਾਕਟਰਾਂ ਦਾ ਮੰਨਣਾ ਸੀ ਕਿ ਇਹ ਇੱਕ ਓਵਰ-ਦੀ-ਕਾਊਂਟਰ ਦਰਦ ਦੀ ਦਵਾਈ ਪ੍ਰਤੀ ਐਲਰਜੀ ਵਾਲੀ ਪ੍ਰਤੀਕ੍ਰਿਆ ਸੀ। ਦੋਵੇਂ ਗੁਰਦੇ 1/3 ਨਸ਼ਟ ਹੋ ਗਏ ਸਨ। ਡਾਕਟਰਾਂ ਨੂੰ ਉਮੀਦ ਸੀ ਕਿ ਉਹ ਵਿਗੜਨ ਨੂੰ ਸਥਿਰ ਕਰ ਸਕਣਗੇ। ਜੋ ਦੇ ਹਰ ਸੰਭਵ ਟੈਸਟ ਕੀਤੇ ਗਏ ਸਨ। ਉਹ ਦਿਨ ਵਿੱਚ 12-14 ਘੰਟੇ ਬੈੱਡ ਰੈਸਟ 'ਤੇ ਸੀ। ਉਸਦੇ ਵਾਲ ਝੜ ਰਹੇ ਸਨ। ਡਾਕਟਰਾਂ ਨੇ ਉਸਨੂੰ ਚੇਤਾਵਨੀ ਦਿੱਤੀ ਕਿ ਬੈਕਟੀਰੀਆ ਦੀ ਲਾਗ ਉਸਦੇ ਗੁਰਦੇ ਬੰਦ ਕਰ ਸਕਦੀ ਹੈ। ਉਨ੍ਹਾਂ ਨੇ ਉਸਦੇ ਗੁਰਦਿਆਂ ਨੂੰ ਕਮਜ਼ੋਰ ਸਪੰਜ ਦੱਸਿਆ ਜੋ ਕਿਸੇ ਵੀ ਹਮਲੇ ਦਾ ਸ਼ਿਕਾਰ ਹੋਣਗੇ।

ਇੱਕ ਦੋਸਤ ਨੇ ਉਸਨੂੰ ਇੱਕ ਫੁੱਲ ਗੋਸਪੇਲ ਬਿਜ਼ਨਸਮੈਨ ਦੀ ਹੀਲਿੰਗ ਮੀਟਿੰਗ ਵਿੱਚ ਜਾਣ ਲਈ ਸੱਦਾ ਦਿੱਤਾ। ਉਹ ਅਸਲ ਵਿੱਚ ਨਹੀਂ ਜਾਣਾ ਚਾਹੁੰਦੀ ਸੀ। ਦਰਅਸਲ ਉਸਨੇ ਆਪਣੇ ਚਿਹਰੇ ਉੱਤੇ ਇੱਕ ਫਰ ਟੋਪੀ ਪਾਈ ਹੋਈ ਸੀ ਕਿਉਂਕਿ ਉਹ ਨਹੀਂ ਚਾਹੁੰਦੀ ਸੀ ਕਿ ਕੋਈ ਉਸਨੂੰ ਪਛਾਣੇ। ਇੱਕ ਹੀਲਿੰਗ ਸੇਵਾ ਉਸਦੇ ਲਈ ਸਤਿਕਾਰਯੋਗ ਨਹੀਂ ਸੀ। ਉਸਨੇ ਇਸਨੂੰ ਸ਼ਹਿਰ ਦੇ ਕਿਨਾਰੇ ਇੱਕ ਟੈਂਟ ਮੀਟਿੰਗ ਨਾਲ ਜੋੜਿਆ। ਫਿਰ ਜਦੋਂ ਕੈਥਰੀਨ ਕੁਹਲਮੈਨ ਦਾ ਐਲਾਨ ਕੀਤਾ ਗਿਆ ਤਾਂ ਉਸਨੇ ਸੋਚਿਆ "ਓਏ ਮੇਰੀ ਕੋਈ ਔਰਤ ਮੰਤਰੀ ਨਹੀਂ ਹੈ।" ਉਹ ਆਪਣੀ ਹਾਲਤ ਤੋਂ ਬਹੁਤ ਕਮਜ਼ੋਰ ਅਤੇ ਥੱਕੀ ਹੋਈ ਸੀ। ਮੀਟਿੰਗ ਭਰੀ ਹੋਈ ਸੀ ਅਤੇ ਉਹ ਅਤੇ ਉਸਦੀ ਦੋਸਤ ਡੇਢ ਘੰਟਾ ਦੇਰੀ ਨਾਲ ਪਹੁੰਚੇ। ਜੋ ਉੱਠ ਨਹੀਂ ਸਕਦੀ ਸੀ ਉਹ ਬਹੁਤ ਥੱਕੀ ਹੋਈ ਸੀ। ਉਹ ਮੀਟਿੰਗ ਰੂਮ ਦੀਆਂ ਪੌੜੀਆਂ 'ਤੇ ਬੈਠ ਗਏ।

ਰੱਬ ਨੇ ਦੋ ਲੋਕਾਂ ਨੂੰ ਉੱਠਣ ਅਤੇ ਔਰਤਾਂ ਨੂੰ ਆਪਣੀਆਂ ਸੀਟਾਂ ਦੇਣ ਲਈ ਕਿਹਾ ਕਿਉਂਕਿ ਉਨ੍ਹਾਂ ਨੂੰ ਜਾਣਾ ਹੀ ਪਿਆ ਸੀ। ਸੀਟਾਂ ਦੂਜੇ ਭਾਗ ਵਿੱਚ ਸਨ ਜੋ ਸਾਹਮਣੇ ਵਾਲੇ ਪਾਸੇ ਸਨ। ਜੋ ਨੇ ਸੋਚਿਆ ਕਿ ਰੱਬ ਨੇ ਉਸਨੂੰ ਸਮਝ ਲਿਆ ਹੈ। ਉਹ ਆਪਣੀ ਸਾਰੀ ਜ਼ਿੰਦਗੀ ਇੱਕ ਦੱਖਣੀ ਬੈਪਟਿਸਟ ਰਹੀ ਸੀ। ਉਹ ਵਿਸ਼ਵਾਸ ਕਰਦੀ ਸੀ ਕਿ ਹਰ ਗਵਾਹੀ ਨੂੰ ਲਗਾਇਆ ਗਿਆ ਸੀ। ਉਹ ਜੋ ਵੀ ਵੇਖਦੀ ਸੀ ਉਸ 'ਤੇ ਵਿਸ਼ਵਾਸ ਨਹੀਂ ਕਰਦੀ ਸੀ। ਉਹ ਪੂਰੀ ਤਰ੍ਹਾਂ ਸ਼ੱਕੀ ਸੀ। ਫਿਰ ਵੀ ਉਸਦੇ ਦਿਲ ਵਿੱਚ ਕੁਝ ਹਲਚਲ ਕਰ ਰਿਹਾ ਸੀ।

ਸੇਵਾ ਦੇ ਅੰਤ ਵਿੱਚ ਕੈਥਰੀਨ ਕੁਹਲਮੈਨ ਨੇ ਮੀਟਿੰਗ ਵਿੱਚ ਸਾਰਿਆਂ ਨੂੰ ਆਪਣੇ ਹੱਥ ਉੱਪਰ ਚੁੱਕਣ ਅਤੇ "ਪ੍ਰਭੂ ਮੈਂ ਤੁਹਾਨੂੰ ਪ੍ਰਾਪਤ ਕਰਦਾ ਹਾਂ" ਗਾਉਣ ਲਈ ਕਿਹਾ। ਜੋ ਨੇ ਗਾਉਣਾ ਸ਼ੁਰੂ ਕੀਤਾ ਕਿਉਂਕਿ ਉਹ ਗੀਤ ਜਾਣਦੀ ਸੀ, ਪਰ ਉਹ ਆਪਣੀਆਂ ਬਾਹਾਂ ਨਹੀਂ ਚੁੱਕਣਾ ਚਾਹੁੰਦੀ ਸੀ। ਵਿਸ਼ਵਾਸ ਦਾ ਉਸਦਾ ਪਹਿਲਾ ਕੰਮ ਆਪਣੀਆਂ ਬਾਹਾਂ ਨੂੰ ਥੋੜ੍ਹਾ ਜਿਹਾ ਉੱਪਰ ਚੁੱਕਣਾ ਸੀ। ਫਿਰ ਉਸਨੇ ਕਿਹਾ ਕਿ ਪਵਿੱਤਰ ਆਤਮਾ ਨੇ ਆਪਣਾ ਕੰਮ ਸੰਭਾਲ ਲਿਆ। ਇਸ ਤੋਂ ਪਹਿਲਾਂ ਕਿ ਉਹ ਇਹ ਜਾਣਦੀ, ਉਸਦੇ ਬਾਹਾਂ ਹਵਾ ਵਿੱਚ ਉੱਪਰ ਸਨ। ਉਹ ਪਰਮਾਤਮਾ ਦੀ ਮੌਜੂਦਗੀ ਦੇ ਹੇਠਾਂ ਸੀ। ਅਜਿਹਾ ਮਹਿਸੂਸ ਹੋਇਆ ਜਿਵੇਂ ਉਸਦੇ ਪੈਰ ਫੈਲ ਰਹੇ ਸਨ ਅਤੇ ਉਹ ਆਪਣੇ ਪੈਰਾਂ ਦੀਆਂ ਉਂਗਲਾਂ 'ਤੇ ਸੀ। ਉਸਦੇ ਹੱਥ ਫਿਰ ਪ੍ਰਾਪਤ ਕਰਨ ਦੇ ਰਵੱਈਏ ਵਿੱਚ ਉੱਪਰ ਵੱਲ ਮੁੜ ਗਏ।

ਉਸ ਪਲ ਜੋਅ ਉੱਤੇ ਬੇਕਾਰ, ਅਪਵਿੱਤਰਤਾ ਅਤੇ ਨਿਮਰਤਾ ਦੀ ਭਾਵਨਾ ਛਾਈ ਰਹੀ। ਉਸਨੇ ਪਹਿਲਾਂ ਕਦੇ ਅਜਿਹਾ ਅਨੁਭਵ ਨਹੀਂ ਕੀਤਾ ਸੀ। ਉਸਦਾ ਸਿਰ ਜਿੰਨਾ ਦੂਰ ਜਾਣਾ ਚਾਹੁੰਦਾ ਸੀ, ਡਿੱਗ ਪਿਆ। ਉਹ ਇਸਨੂੰ ਚੁੱਕ ਨਹੀਂ ਸਕਦੀ ਸੀ। ਉਸਨੂੰ ਉਸ ਮਸੂਲੀਆ ਵਾਂਗ ਮਹਿਸੂਸ ਹੋਇਆ ਜੋ ਆਪਣੇ ਪਾਪ ਦੀ ਜਾਗਰੂਕਤਾ ਕਾਰਨ ਆਪਣੀਆਂ ਅੱਖਾਂ ਸਵਰਗ ਵੱਲ ਵੀ ਨਹੀਂ ਚੁੱਕ ਸਕਦਾ ਸੀ। ਜੋਅ ਰੋਣ ਲੱਗ ਪਿਆ ਅਤੇ ਫਿਰ ਉਸਦੇ ਅੰਦਰ ਜੀਵਤ ਪਾਣੀ ਦਾ ਇੱਕ ਖੂਹ ਫੁੱਟਣ ਲੱਗਾ।

ਦੂਰੋਂ ਉਸਨੇ ਕੈਥਰੀਨ ਦੀ ਆਵਾਜ਼ ਸੁਣੀ "ਹੇ ਪ੍ਰਭੂ, ਇਸ ਉੱਤੇ ਮਹਿਮਾ ਹੈ।" ਉਸ ਸਮੇਂ ਜੋ ਨੂੰ ਨਹੀਂ ਪਤਾ ਸੀ ਕਿ ਇਸਦਾ ਕੀ ਅਰਥ ਹੈ, ਪਰ ਬਾਅਦ ਵਿੱਚ ਉਸਨੂੰ ਅਹਿਸਾਸ ਹੋਇਆ ਕਿ ਪ੍ਰਭੂ ਉਸਦੇ ਨਾਲ ਸੀ। ਫਿਰ ਜੋ ਨੂੰ ਆਪਣੇ ਉੱਤੇ ਗਰਮ ਪਾਣੀ ਡਿੱਗਣ ਦਾ ਅਹਿਸਾਸ ਹੋਣ ਲੱਗਾ। ਕੈਥਰੀਨ ਜੋ ਕੋਲ ਆਈ ਅਤੇ ਉਸਦੀ ਗੁੱਟ ਨੂੰ ਛੂਹਿਆ। ਪਰਮਾਤਮਾ ਦੀ ਮੌਜੂਦਗੀ ਇਸ ਹੱਦ ਤੱਕ ਵੱਧ ਗਈ ਕਿ ਉਸਨੂੰ ਮਹਿਸੂਸ ਹੋਇਆ ਕਿ ਉਹ "ਬਾਹਰੀ ਪੁਲਾੜ ਵਿੱਚ ਚਲੀ ਗਈ ਹੈ"। ਉਸਨੂੰ ਇਹ ਅਹਿਸਾਸ ਹੋਇਆ ਕਿ ਉਹ ਗਰਮ ਪਾਣੀ ਵਿੱਚ ਪ੍ਰਕਾਸ਼ਮਾਨ ਅਤੇ ਤੈਰ ਰਹੀ ਹੈ ਅਤੇ ਪ੍ਰਭੂ ਉਸਨੂੰ ਫੜ ਰਿਹਾ ਹੈ।

ਭਾਵੇਂ ਜੋ ਨੂੰ ਪਤਾ ਸੀ ਕਿ ਉਹ ਠੀਕ ਹੋ ਗਈ ਸੀ, ਉਸਨੇ ਤੁਰੰਤ ਸਰੀਰਕ ਇਲਾਜ ਦਾ ਦਾਅਵਾ ਨਹੀਂ ਕੀਤਾ। ਉਸਨੇ ਬਸ ਆਪਣੀ ਜ਼ਿੰਦਗੀ ਆਮ ਵਾਂਗ ਜੀਣੀ ਸ਼ੁਰੂ ਕਰ ਦਿੱਤੀ। ਉਹ ਹੁਣ ਬਿਸਤਰੇ 'ਤੇ ਨਹੀਂ ਰਹੀ। ਉਸਨੇ ਦਵਾਈਆਂ ਲੈਣੀਆਂ ਛੱਡ ਦਿੱਤੀਆਂ। ਉਸਨੇ ਡਾਕਟਰ ਕੋਲ ਜਾਣਾ ਬੰਦ ਕਰ ਦਿੱਤਾ। ਉਸਨੇ ਇੱਕ ਨਵੇਂ ਤਰੀਕੇ ਨਾਲ ਬਚਨ ਨੂੰ ਫੜ ਲਿਆ। ਫਿਰ ਉਸਨੇ ਪਵਿੱਤਰ ਆਤਮਾ ਦੀ ਭਰਪੂਰਤਾ ਦਾ ਅਨੁਭਵ ਕੀਤਾ। ਉਸਦੀ ਜ਼ਿੰਦਗੀ ਬਦਲ ਗਈ। ਉਸਦੀ ਪ੍ਰਾਰਥਨਾ ਜੀਵਨ ਸ਼ੁਰੂ ਹੋ ਗਿਆ।

ਕੁਝ ਸਮੇਂ ਬਾਅਦ ਇੱਕ ਪਰਿਵਾਰਕ ਯਾਤਰਾ 'ਤੇ ਜੋਅ ਨੇ ਅਚਾਨਕ ਦੇਖਿਆ ਕਿ ਉਸਦੇ ਵਾਲ ਵਾਪਸ ਉੱਗ ਰਹੇ ਸਨ। ਉਸਦੇ ਲਈ ਇਹ ਉਸਦੇ ਠੀਕ ਹੋਣ ਦਾ ਇੱਕ ਖਾਸ ਸੰਕੇਤ ਸੀ। ਉਸਦੇ ਪਤੀ ਨੇ ਜ਼ੋਰ ਦੇ ਕੇ ਕਿਹਾ ਕਿ ਉਹ ਡਾਕਟਰਾਂ ਕੋਲ ਵਾਪਸ ਜਾਵੇ ਅਤੇ ਦੁਬਾਰਾ ਟੈਸਟ ਕਰਵਾਏ। ਡਾਕਟਰ ਨੇ ਐਕਸ-ਰੇ ਵੇਖੇ ਅਤੇ ਕਿਹਾ, "ਮੈਂ ਇਸ ਕੇਸ 'ਤੇ ਕਿਤਾਬ ਬੰਦ ਕਰ ਰਿਹਾ ਹਾਂ ਕਿਉਂਕਿ ਤੁਸੀਂ ਪੂਰੀ ਤਰ੍ਹਾਂ ਠੀਕ ਹੋ ਗਏ ਹੋ। ਜੇਕਰ ਤੁਹਾਨੂੰ ਗੁਰਦੇ ਦੀਆਂ ਹੋਰ ਕੋਈ ਸਮੱਸਿਆਵਾਂ ਹਨ ਤਾਂ ਇਸਦਾ ਇਸ ਬਿਮਾਰੀ ਨਾਲ ਕੋਈ ਲੈਣਾ-ਦੇਣਾ ਨਹੀਂ ਹੋਵੇਗਾ।"
http://www.youtube.com/watch?v=vZF23Gjq0Q0

ਇੱਕ ਦਲਿ ਦੇ ਰੋਗ ਵਗਿਆਿਨੀ ਦੁਆਰਾ ਮੁਰਦਆਿਂ ਵਚਿੋਂ ਜੀਉਂਦਾ ਕੀਤਾ ਗਆਿ ਆਦਮੀ

ਡਾ. ਚੌਂਸੀ ਕ੍ਰੈਂਡਲ ਇੱਕ ਦਿਲ ਦੇ ਰੋਗਾਂ ਦੇ ਮਾਹਰ ਅਤੇ ਇੱਕ ਈਸਾਈ ਹਨ। ਜਦੋਂ ਐਮਰਜੈਂਸੀ ਰੂਮ ਵਿੱਚ ਜੈੱਫ ਮਾਰਕਨ ਆਇਆ ਤਾਂ ਉਸਨੂੰ ਬੁਲਾਇਆ ਗਿਆ ਅਤੇ ਉਸਨੂੰ ਦਿਲ ਦਾ ਦੌਰਾ ਪਿਆ। ਉਹ ਆਦਮੀ 30 ਮਿੰਟਾਂ ਤੋਂ ਮਰਿਆ ਹੋਇਆ ਸੀ ਅਤੇ ਸਟਾਫ ਉਸ ਸਾਰੇ ਸਮੇਂ ਤੋਂ ਉਸ 'ਤੇ ਕੰਮ ਕਰ ਰਿਹਾ ਸੀ। ਜਦੋਂ ਡਾ. ਕ੍ਰੈਂਡਲ ਪਹੁੰਚੇ ਤਾਂ ਆਦਮੀ ਸਪੱਸ਼ਟ ਤੌਰ 'ਤੇ ਮਰ ਚੁੱਕਾ ਸੀ। ਦਰਅਸਲ, ਡਾ. ਕ੍ਰੈਂਡਲ ਨੇ ਕਿਹਾ ਕਿ "ਉਹ ਹੁਣ ਤੱਕ ਦਾ ਸਭ ਤੋਂ ਘਾਤਕ ਆਦਮੀ ਸੀ ਜਿਸਨੂੰ ਮੈਂ ਕਦੇ ਦੇਖਿਆ

ਹੈ।" ਉਸਦਾ ਸਾਰਾ ਸਰੀਰ ਕਾਲਾ ਸੀ - ਉਸਦੇ ਹੱਥ, ਉਸਦੇ ਪੈਰ, ਉਸਦੇ ਪੈਰ, ਉਸਦਾ ਚਿਹਰਾ। ਇਸਨੂੰ ਸਾਇਨੋਸਿਸ ਕਿਹਾ ਜਾਂਦਾ ਹੈ।

ਡਾ. ਕ੍ਰੈਂਡਲ ਨੇ ਐਮਰਜੈਂਸੀ ਰੂਮ ਦੇ ਡਾਕਟਰ ਨੂੰ ਮਿਸਟਰ ਮਾਰਕਨ ਨੂੰ ਮ੍ਰਿਤਕ ਘੋਸ਼ਿਤ ਕਰਨ ਲਈ ਕਿਹਾ। ਸਟਾਫ ਨੇ ਕਾਗਜ਼ਾਤ ਭਰ ਦਿੱਤੇ ਅਤੇ ਨਰਸ ਟਿਊਬਾਂ ਨੂੰ ਹਟਾਉਣ ਅਤੇ ਲਾਸ਼ ਨੂੰ ਮੁਰਦਾਘਰ ਵਿੱਚ ਭੇਜਣ ਲਈ ਤਿਆਰ ਕਰਨ ਲੱਗੀ। ਜਿਵੇਂ ਹੀ ਡਾ. ਕ੍ਰੈਂਡਲ ਕਮਰੇ ਤੋਂ ਬਾਹਰ ਜਾਣ ਲਈ ਮੁੜਿਆ, ਉਸਨੇ ਪ੍ਰਭੂ ਨੂੰ ਇਹ ਕਹਿੰਦੇ ਸੁਣਿਆ "ਮੁੜ ਜਾਓ ਅਤੇ ਉਸ ਆਦਮੀ ਲਈ ਪ੍ਰਾਰਥਨਾ ਕਰੋ।" ਉਹ ਤੁਰਦਾ ਰਿਹਾ ਅਤੇ ਦੂਜੀ ਵਾਰ ਪ੍ਰਭੂ ਨੇ ਕਿਹਾ "ਮੁੜ ਜਾਓ ਅਤੇ ਉਸ ਆਦਮੀ ਲਈ ਪ੍ਰਾਰਥਨਾ ਕਰੋ।" ਡਾ. ਕ੍ਰੈਂਡਲ ਪਿੱਛੇ ਮੁੜਿਆ ਅਤੇ ਉਸ ਲਈ ਪ੍ਰਾਰਥਨਾ ਕਰਨ ਲਈ ਚਲਾ ਗਿਆ। ਉਸਨੂੰ ਯਕੀਨ ਨਹੀਂ ਸੀ ਕਿ ਕੀ ਪ੍ਰਾਰਥਨਾ ਕਰਨੀ ਹੈ, ਪਰ ਜਿਵੇਂ ਹੀ ਉਹ ਉੱਥੇ ਖੜ੍ਹਾ ਸੀ, ਪਵਿੱਤਰ ਆਤਮਾ ਨੇ ਕੰਮ ਸੰਭਾਲ ਲਿਆ। ਉਸਨੇ ਪ੍ਰਾਰਥਨਾ ਕੀਤੀ "ਪਿਤਾ ਪਰਮੇਸ਼ੁਰ, ਮੈਂ ਇਸ ਆਦਮੀ ਦੀ ਆਤਮਾ ਲਈ ਪੁਕਾਰਦਾ ਹਾਂ। ਜੇ ਉਹ ਤੁਹਾਨੂੰ ਆਪਣੇ ਪ੍ਰਭੂ ਅਤੇ ਮੁਕਤੀਦਾਤਾ ਵਜੋਂ ਨਹੀਂ ਜਾਣਦਾ, ਤਾਂ ਉਸਨੂੰ ਹੁਣ ਯਿਸੂ ਦੇ ਨਾਮ 'ਤੇ ਮੁਰਦਿਆਂ ਵਿੱਚੋਂ ਉਠਾਓ।" ਨਰਸ ਨੇ ਸੋਚਿਆ ਕਿ ਉਹ ਪਾਗਲ ਹੈ। ਜੈਫ ਮਾਰਕਨ ਦਾ ਹੱਥ ਅਚਾਨਕ ਹਵਾ ਵਿੱਚ ਉੱਡ ਗਿਆ। ਜਦੋਂ ਐਮਰਜੈਂਸੀ ਰੂਮ ਦਾ ਡਾਕਟਰ ਕਮਰੇ ਵਿੱਚ ਵਾਪਸ ਆਇਆ ਤਾਂ ਡਾ. ਕ੍ਰੈਂਡਲ ਨੇ ਕਿਹਾ "ਇਸ ਆਦਮੀ ਨੂੰ ਇੱਕ ਵਾਰ ਫਿਰ ਝਟਕਾ ਦਿਓ।" ਐਮਰਜੈਂਸੀ ਰੂਮ ਦਾ ਡਾਕਟਰ ਅਜਿਹਾ ਨਹੀਂ ਕਰਨਾ ਚਾਹੁੰਦਾ ਸੀ, ਪਰ ਡਾ. ਕ੍ਰੈਂਡਲ ਦੀ ਬੇਨਤੀ ਦਾ ਸਨਮਾਨ ਕਰਨ ਲਈ ਅਜਿਹਾ ਕੀਤਾ। ਉਸਨੇ ਮਰੀਜ਼ ਨੂੰ ਇੱਕ ਵਾਰ ਫਿਰ ਝਟਕਾ ਦਿੱਤਾ ਅਤੇ ਤੁਰੰਤ ਹੀ ਮਾਨੀਟਰ 'ਤੇ ਇੱਕ ਸੰਪੂਰਨ ਦਿਲ ਦੀ ਧੜਕਣ ਆਈ। ਡਾਕਟਰ ਅਤੇ ਨਰਸ ਹੈਰਾਨ ਰਹਿ ਗਏ। ਫਿਰ ਛਾਤੀ ਹਿੱਲਣ ਲੱਗੀ ਅਤੇ ਪੇਟ, ਹੱਥ ਅਤੇ ਪੈਰ ਹਿੱਲਣ ਲੱਗੇ। ਉਹ ਉਸਨੂੰ ਇੰਟੈਂਸਿਵ ਕੇਅਰ ਵਿੱਚ ਲੈ ਗਏ। ਇਹ ਸ਼ੁੱਕਰਵਾਰ ਦੀ ਰਾਤ ਸੀ। ਡਾ. ਕ੍ਰੈਂਡਲ ਨੇ ਆਪਣੇ ਸਾਥੀ ਨੂੰ ਫ਼ੋਨ ਕੀਤਾ ਅਤੇ ਉਸਨੂੰ ਦੱਸਿਆ ਕਿ ਜੈਫ ਮਾਰਕਨ ਨੂੰ ਮੁਰਦਿਆਂ ਵਿੱਚੋਂ ਜੀਉਂਦਾ ਕਰ ਦਿੱਤਾ ਗਿਆ ਹੈ ਅਤੇ ਉਹ ਜ਼ਿੰਦਾ ਰਹੇਗਾ ਕਿਉਂਕਿ ਸਪੱਸ਼ਟ ਤੌਰ 'ਤੇ ਉਸਦੀ ਜ਼ਿੰਦਗੀ 'ਤੇ ਪਰਮਾਤਮਾ ਦਾ ਸੱਦਾ ਸੀ।

ਜਦੋਂ ਸੋਮਵਾਰ ਸਵੇਰੇ ਡਾ. ਕ੍ਰੈਂਡਲ ਅੰਦਰ ਆਏ ਅਤੇ ਜੈੱਫ ਮਾਰਕਨ ਬਿਸਤਰੇ 'ਤੇ ਬੈਠਾ ਸੀ। ਡਾ. ਕ੍ਰੈਂਡਲ ਨੇ ਜੈੱਫ ਨੂੰ ਪੁੱਛਿਆ ਕਿ ਜਦੋਂ ਉਹ ਹਸਪਤਾਲ ਵਿੱਚ ਕੰਮ ਕਰ ਰਿਹਾ ਸੀ ਤਾਂ ਉਸਨੇ ਕੀ ਗੁਜ਼ਾਰਿਆ। ਜੈੱਫ ਨੇ ਇੱਕ ਹਨੇਰੇ ਵਾਲੀ ਜਗ੍ਹਾ 'ਤੇ ਇੱਕ ਤਾਬੂਤ ਵਿੱਚ ਹਮੇਸ਼ਾ ਲਈ ਇਕੱਲਾ ਹੋਣ ਦਾ ਵਰਣਨ ਕੀਤਾ। ਫਿਰ ਕੁਝ ਜੀਵਾਂ ਨੇ ਉਸਨੂੰ ਲਪੇਟ ਲਿਆ ਅਤੇ ਉਸਨੂੰ ਕੂੜੇ ਵਾਂਗ ਸੁੱਟ ਦਿੱਤਾ। ਜੈੱਫ ਜੋ ਉਸਨੇ ਅਨੁਭਵ ਕੀਤਾ ਸੀ ਉਸ ਤੋਂ ਬਹੁਤ ਦੁਖੀ ਸੀ। ਡਾ. ਕ੍ਰੈਂਡਲ ਨੇ ਉਸਨੂੰ ਕਿਹਾ ਕਿ ਜੇਕਰ ਉਹ ਯਿਸੂ ਨੂੰ ਸਵੀਕਾਰ ਕਰਦਾ ਹੈ ਤਾਂ ਉਹ ਕਦੇ ਵੀ ਇਕੱਲਾ ਨਹੀਂ ਰਹੇਗਾ ਅਤੇ ਉਸਨੂੰ ਕਦੇ ਵੀ ਦੂਰ ਨਹੀਂ ਸੁੱਟਿਆ ਜਾਵੇਗਾ। ਜੈੱਫ ਨੇ ਉਸੇ ਵੇਲੇ ਯਿਸੂ ਨੂੰ ਸਵੀਕਾਰ ਕਰ ਲਿਆ।

ਜੈਫ ਨੂੰ ਯਿਸੂ ਨੇ ਦੂਜਾ ਮੌਕਾ ਦਿੱਤਾ ਹੈ। 40 ਮਿੰਟਾਂ ਤੋਂ ਵੱਧ ਸਮੇਂ ਤੱਕ ਮਰਨ ਕਾਰਨ ਉਸਨੂੰ ਕੋਈ ਪੇਚੀਦਗੀਆਂ ਨਹੀਂ ਹਨ। ਉਸਦਾ ਨਿਯਮਤ ਚੈੱਕਅਪ ਹੁੰਦਾ ਹੈ ਪਰ ਦਿਲ ਦੀ ਕੋਈ ਸਮੱਸਿਆ ਨਹੀਂ ਹੈ। ਡਾ. ਕ੍ਰੈਂਡਲ ਕਹਿੰਦੇ ਹਨ ਕਿ ਉਹ ਅਜਿਹਾ ਦਿਨ ਨਹੀਂ ਸੀ ਜਦੋਂ ਉਸਨੂੰ "ਵੱਡਾ ਵਿਸ਼ਵਾਸ" ਸੀ, ਉਹ ਸਿਰਫ਼ ਆਪਣਾ ਕੰਮ ਜਾਰੀ ਰੱਖਣਾ ਚਾਹੁੰਦਾ ਸੀ। ਫਿਰ ਵੀ ਕਿਉਂਕਿ ਉਸਨੇ ਥੋੜ੍ਹੀ ਜਿਹੀ ਨਿਹਚਾ ਨਾਲ ਰੁਕ ਕੇ ਪ੍ਰਾਰਥਨਾ ਕੀਤੀ ਸੀ, ਪਰਮੇਸ਼ੁਰ ਨੇ ਉਸਨੂੰ ਇਸ ਚਮਤਕਾਰੀ ਤਰੀਕੇ ਨਾਲ ਵਰਤਿਆ। ਡਾ. ਚੌਸੀ ਨੇ ਆਪਣੇ ਅਨੁਭਵ ਬਾਰੇ ਇੱਕ ਕਿਤਾਬ ਲਿਖੀ ਹੈ ਜਿਸਨੂੰ "ਰਾਈਜ਼ਿੰਗ ਦ ਡੈੱਡ" ਕਿਹਾ ਜਾਂਦਾ ਹੈ। (ਅਸੀਂ ਇਹ ਕਿਤਾਬ ਆਪਣੀ ਕਿਤਾਬਾਂ ਦੀ ਦੁਕਾਨ ਵਿੱਚ ਰੱਖਦੇ ਹਾਂ।)

ਡਾ. ਕ੍ਰੈਂਡਲ ਨੇ ਸੀਬੀਐਨ 'ਤੇ ਪੈਟ ਰੌਬਰਟਸਨ ਨੂੰ ਦਿੱਤੀ ਪੂਰੀ ਗਵਾਹੀ ਸੁਣੋ।
http://www.youtube.com/watch?v=EL2i64j2FZE

1700 ਦੇ ਅਖੀਰ ਵਿੱਚ ਇੱਕ ਚਮਤਕਾਰੀ ਇਲਾਜ ਦੀ ਇੱਕ ਹੈਰਾਨੀਜਨਕ ਕਹਾਣੀ

1885 ਵਿੱਚ ਡਾ. ਚਾਰਲਸ ਕੁਲਿਸ ਦੁਆਰਾ ਪ੍ਰਕਾਸ਼ਿਤ "ਹੋਰ ਵਿਸ਼ਵਾਸ ਇਲਾਜ" ਤੋਂ ਅੰਸ਼। ਇੱਕ ਬਹੁਤ ਹੀ ਵਿਲੱਖਣ ਇਲਾਜ ਦਾ ਹੇਠ ਲਿਖਿਆ ਬਿਰਤਾਂਤ, ਜਿਸਦੀ ਸੱਚਾਈ ਇੰਨੀ ਚੰਗੀ ਤਰ੍ਹਾਂ ਪ੍ਰਮਾਣਿਤ ਹੈ ਕਿ ਇਸਨੂੰ ਸ਼ੱਕ ਤੋਂ ਪਰੇ ਰੱਖਿਆ ਜਾ ਸਕਦਾ ਹੈ, 1788 ਦੇ ਇੱਕ ਪੁਰਾਣੇ ਲੰਡਨ ਮੈਗਜ਼ੀਨ ਤੋਂ ਕਾਪੀ ਕੀਤਾ ਗਿਆ ਹੈ। ਹਰ ਯੁੱਗ ਵਿੱਚ ਪਰਮਾਤਮਾ ਨੇ ਆਪਣੇ ਆਪ ਨੂੰ ਆਪਣੀ ਸਦੀਵੀ ਸ਼ਕਤੀ ਅਤੇ ਪਰਮਾਤਮਾ ਦੀ ਗਵਾਹੀ ਤੋਂ ਬਿਨਾਂ ਨਹੀਂ ਛੱਡਿਆ ਹੈ, ਜਿਵੇਂ ਕਿ ਹੇਠ ਲਿਖੇ ਬਿਰਤਾਂਤ ਵਿੱਚ ਪ੍ਰਗਟ ਹੋਵੇਗਾ।

ਪੱਛਮ ਵਿੱਚ ਟਿਵਰਟਨ ਵਿਖੇ ਇੱਕ ਚਰਚ, ਇਕੱਠਾ ਹੋ ਰਿਹਾ ਸੀ, ਅਤੇ ਉਨ੍ਹਾਂ ਵਿੱਚੋਂ ਇੱਕ ਜਿਸਨੂੰ ਉਨ੍ਹਾਂ ਨੇ ਆਪਣੇ ਪਾਦਰੀ ਲਈ ਤਿਆਰ ਕੀਤਾ ਸੀ, ਉਨ੍ਹਾਂ ਦੀ ਸਹਿਮਤੀ ਜਾਂ ਆਦੇਸ਼ ਨਾਲ ਕੋਲਚੇਸਟਰ ਦੇ ਇੱਕ ਚਰਚ ਨੂੰ ਇੱਕ ਪੱਤਰ ਭੇਜਿਆ ਗਿਆ ਸੀ, ਇੱਕ ਮੈਂਬਰ ਨੂੰ ਉਨ੍ਹਾਂ ਦੇ ਇੱਛਤ ਪਾਦਰੀ ਨੂੰ ਬਰਖਾਸਤ ਕਰਨ ਲਈ; ਅਤੇ ਇਸੇ ਤਰ੍ਹਾਂ ਪੱਤਰ ਵਿੱਚ ਇੱਕ ਧਾਰਾ ਆਰਡੀਨੇਸ਼ਨ ਵਿੱਚ ਨਿਰਦੇਸ਼ਾਂ ਲਈ, ਕੀ ਹੱਥ ਰੱਖਣ ਲਈ ਜ਼ਰੂਰੀ ਸਮਝਿਆ ਗਿਆ ਸੀ। ਕੋਲਚੇਸਟਰ ਵਿੱਚ ਉਪਰੋਕਤ ਚਰਚ ਦੇ ਆਪਣੇ ਪਾਦਰੀ ਦੀ ਗੈਰਹਾਜ਼ਰੀ ਵਿੱਚ, ਮੈਂ ਉਪਰੋਕਤ ਪੱਤਰ ਦਾ ਜਵਾਬ ਦੇਣਾ ਚਾਹੁੰਦਾ ਸੀ, ਅਤੇ ਜਦੋਂ ਮੈਂ ਆਰਡੀਨੇਸ਼ਨ ਦੇ ਇਸ ਬਿੰਦੂ ਦਾ ਜਵਾਬ ਦੇਣ ਆਇਆ, ਤਾਂ ਮੈਂ ਇਸ ਤਰ੍ਹਾਂ ਲਿਖਿਆ, "ਹੱਥ ਰੱਖਣਾ ਇੱਕ ਮਾਮੂਲੀ ਚੀਜ਼ ਹੈ, ਸਿਰਫ ਨਿਯੁਕਤ ਵਿਅਕਤੀ ਨੂੰ ਦਰਸਾਉਣ ਲਈ, ਇਸ ਵਿੱਚ ਇਸ ਤਰ੍ਹਾਂ ਨਿਯੁਕਤ ਵਿਅਕਤੀ ਨੂੰ ਕੋਈ ਸੇਵਕਾਈ ਤੋਹਫ਼ੇ ਦੇਣ ਦੀ ਕੋਈ ਸ਼ਕਤੀ ਨਹੀਂ ਹੈ, ਅਸੀਂ ਇਸਨੂੰ ਇੱਕ ਮੁੱਢਲੀ ਰਸਮ ਮੰਨਦੇ ਹਾਂ, ਜਿਵੇਂ ਕਿ ਬਿਮਾਰਾਂ ਨੂੰ ਮਸਹ ਕਰਨਾ, ਅਤੇ ਪੈਰ ਧੋਣਾ, ਜੋ ਰਸੂਲਾਂ ਦੇ ਜੀਵਨ ਅਤੇ ਇਲਾਜ ਦੇ ਅਸਾਧਾਰਨ ਤੋਹਫ਼ਿਆਂ ਨਾਲ ਬੰਦ ਹੋ ਗਿਆ ਸੀ।"

ਇਸ ਤਰ੍ਹਾਂ ਲਿਖੀ ਗਈ ਇਹ ਚਿੱਠੀ, ਚਰਚ ਨੂੰ ਪ੍ਰਵਾਨਗੀ ਲਈ ਅਤੇ ਉਨ੍ਹਾਂ ਦੁਆਰਾ ਸਾਈਨ ਇਨ ਕਰਨ ਲਈ ਲਿਆਂਦੀ ਗਈ ਸੀ; ਪਰ ਕੁਝ ਲੋਕਾਂ ਨੇ ਇਸਨੂੰ ਰੱਦ ਕਰ ਦਿੱਤਾ, ਅਤੇ ਜਵਾਬ ਦਿੱਤਾ ਕਿ ਉਹ ਵਿਸ਼ਵਾਸ ਕਰਦੇ ਹਨ ਕਿ ਤੇਲ ਨਾਲ ਮਸਹ ਕਰਨਾ, ਅਤੇ ਹੱਥ ਰੱਖਣਾ, ਚਰਚ ਵਿੱਚ ਨਿਯਮ ਸਨ, ਅਤੇ ਅਜੇ ਵੀ ਇਸਦਾ ਪ੍ਰਚਾਰ ਕੀਤਾ ਜਾਣਾ ਚਾਹੀਦਾ ਹੈ; ਜਿਸਦਾ ਮੈਂ ਵਿਰੋਧ ਕੀਤਾ ਅਤੇ ਲੇਖਕਾਂ ਦਾ

ਹਵਾਲਾ ਦਿੱਤਾ ਜਿਨ੍ਹਾਂ ਨੂੰ ਮੈਂ ਇਸਦੇ ਵਿਰੁੱਧ ਪੜ੍ਹਿਆ ਸੀ; ਪਰ ਕੋਈ ਮਤਲਬ ਨਹੀਂ, ਕਿਉਂਕਿ ਉਹ ਚਿੱਠੀ 'ਤੇ ਦਸਤਖਤ ਨਹੀਂ ਕਰਨਗੇ, ਅਤੇ ਇੱਕ ਹੋਰ ਉਨ੍ਹਾਂ ਦੇ ਆਪਣੇ ਮਨ ਅਨੁਸਾਰ ਲਿਖਿਆ ਗਿਆ ਸੀ।

ਉਸ ਸਮੇਂ ਤੋਂ ਮੈਂ ਆਤਮਾ ਦੇ ਹਨੇਰੇ ਵਿੱਚ ਰਹਿ ਗਿਆ ਸੀ, ਇਸ ਲਈ ਮੈਂ ਅਕਸਰ ਮਸੀਹ ਯਿਸੂ ਵਿੱਚ ਆਪਣੀ ਦਿਲਚਸਪੀ 'ਤੇ ਸਵਾਲ ਉਠਾਉਂਦਾ ਸੀ, ਅਤੇ ਮੈਂ ਪਰਮੇਸ਼ੁਰ ਦੇ ਚਿਹਰੇ ਦੇ ਪ੍ਰਕਾਸ਼ ਦੀ ਵਾਪਸੀ ਲਈ ਕਈ ਦਿਨ ਵਰਤ ਅਤੇ ਪ੍ਰਾਰਥਨਾ ਕਰਦਾ ਰਿਹਾ; ਅਤੇ ਇਸ ਤਰ੍ਹਾਂ ਮੈਂ ਦੋ ਮਹੀਨਿਆਂ ਤੱਕ ਜਾਰੀ ਰਿਹਾ, ਜਦੋਂ ਤੱਕ ਕਿ ਦਸੰਬਰ ਦੇ ਅਖੀਰ ਵਿੱਚ, ਸਫੋਲਕ ਵਿੱਚ ਸੇਂਟ ਐਡਮੰਡਸ ਬਰੀ ਵਿੱਚ, ਮੈਨੂੰ ਇੱਕ ਸੱਜਣ ਅਤੇ ਔਰਤ ਨਾਲ ਪ੍ਰਾਰਥਨਾ ਕਰਨ ਦੀ ਇੱਛਾ ਹੋਈ ਜੋ ਲੰਬੇ ਸਮੇਂ ਤੋਂ ਪੀੜਤ ਸੀ ਅਤੇ ਜਦੋਂ ਮੈਂ ਪ੍ਰਾਰਥਨਾ ਕਰ ਰਿਹਾ ਸੀ, ਮੈਂ ਬਹੁਤ ਹਨੇਰੇ ਵਿੱਚ ਸੀ ਅਤੇ ਸੋਚਿਆ ਕਿ ਮੈਨੂੰ ਦੂਜਿਆਂ ਨਾਲੋਂ ਆਪਣੇ ਲਈ ਪ੍ਰਾਰਥਨਾ ਕਰਨ ਦੀ ਜ਼ਿਆਦਾ ਲੋੜ ਹੈ, ਜੋ ਮੈਂ ਇਨ੍ਹਾਂ ਸ਼ਬਦਾਂ ਵਿੱਚ ਕੀਤਾ "ਤੂੰ ਮੈਨੂੰ ਕਿਉਂ ਛੱਡ ਦਿੱਤਾ ਹੈ, ਹੇ ਪ੍ਰਭੂ, ਤੂੰ ਆਪਣਾ ਮੂੰਹ ਮੇਰੇ ਤੋਂ ਕਿਉਂ ਲੁਕਾਇਆ ਹੈ? ਵਾਪਸ ਆ, ਵਾਪਸ ਆ, ਹੇ ਪ੍ਰਭੂ, ਅਤੇ ਆਪਣੇ ਚਿਹਰੇ ਦੀ ਰੌਸ਼ਨੀ ਮੇਰੇ ਉੱਤੇ ਉੱਚੀ ਕਰ।" ਜਿਸ ਬੇਨਤੀ ਦਾ ਮੈਨੂੰ ਤੁਰੰਤ ਸੋਚ-ਸਮਝ ਕੇ ਜਵਾਬ ਦਿੱਤਾ ਗਿਆ, ਕਿ ਮੈਂ ਉਸਦੇ ਨਿਯਮਾਂ ਨੂੰ ਰੱਦ ਕਰ ਦਿੱਤਾ ਸੀ, ਜਿਵੇਂ ਕਿ, ਮਸਹ ਕਰਨਾ, ਅਤੇ ਹੱਥ ਰੱਖਣਾ। ਮੈਂ ਆਪਣੀ ਆਤਮਾ ਵਿੱਚ ਫਿਰ ਜਵਾਬ ਦਿੱਤਾ, "ਪ੍ਰਭੂ, ਜੇ ਮੈਨੂੰ ਪਤਾ ਹੁੰਦਾ ਕਿ ਉਹ ਨਿਯਮ ਹਨ, ਤਾਂ ਮੈਂ ਉਨ੍ਹਾਂ ਨੂੰ ਖੁਸ਼ੀ ਨਾਲ ਇਨਕਾਰ ਨਹੀਂ ਕਰਦਾ, ਨਾ ਹੀ ਕੋਈ ਹੋਰ।"

ਇਸ ਲਈ ਮੈਨੂੰ ਯਕੀਨ ਹੋ ਗਿਆ ਕਿ ਹੱਥ ਰੱਖਣ ਅਤੇ ਤੇਲ ਨਾਲ ਮਸਹ ਕਰਨ ਦਾ ਨਿਯਮ ਚਰਚ ਵਿੱਚ ਜਾਰੀ ਹੈ; ਅਤੇ ਜੇ ਮੈਂ ਉਨ੍ਹਾਂ ਦਾ ਅਭਿਆਸ ਕਰਦਾ ਹਾਂ ਤਾਂ ਪ੍ਰਭੂ ਉਨ੍ਹਾਂ ਦਾ ਮਾਲਕ ਹੋਵੇਗਾ। ਫਿਰ, ਮਨ ਦੇ ਇਸ ਦ੍ਰਿੜ ਇਰਾਦੇ 'ਤੇ, ਮੇਰੀਆਂ ਇੱਛਾਵਾਂ ਪੂਰੀਆਂ ਹੋ ਗਈਆਂ, ਕਿਉਂਕਿ ਪ੍ਰਭੂ ਨੇ ਆਪਣੇ ਚਿਹਰੇ ਦੀ ਰੌਸ਼ਨੀ ਮੇਰੇ ਉੱਤੇ ਉੱਚੀ ਕੀਤੀ, ਅਤੇ ਮੇਰੀ ਪ੍ਰਾਰਥਨਾ ਉਸਤਤ ਵਿੱਚ ਬਦਲ ਗਈ; ਅਤੇ ਜਦੋਂ ਮੈਂ ਆਪਣੀ ਪ੍ਰਾਰਥਨਾ ਸਮਾਪਤ ਕੀਤੀ ਤਾਂ ਉਹ ਸੱਜਣ ਔਰਤ ਇੱਕ ਪਾਸੇ ਮਰੇ ਹੋਏ ਅਧਰੰਗ ਦੀ ਲੰਗੜੀ ਸੀ। ਮੈਂ ਉਸਨੂੰ ਕਿਹਾ, "ਸ੍ਰੀਮਤੀ, ਮੈਂ ਵਿਸ਼ਵਾਸ ਕਰਦੀ ਹਾਂ ਕਿ ਜੇਕਰ ਤੁਹਾਨੂੰ ਪ੍ਰਭੂ ਦੇ ਨਾਮ 'ਤੇ ਮਸਹ ਕੀਤਾ ਜਾਂਦਾ ਹੈ, ਤਾਂ ਤੁਹਾਡੇ ਅੰਗ ਬਹਾਲ

ਹੋ ਜਾਣਗੇ ਕਿਉਂਕਿ ਮੈਂ ਬਹੁਤ ਅਜੀਬ ਤੌਰ 'ਤੇ ਉਸ ਗੱਲ ਦਾ ਯਕੀਨ ਕਰ ਰਹੀ ਹਾਂ ਜਿਸਦਾ ਮੈਂ ਬਹੁਤ ਸਮੇਂ ਤੋਂ ਵਿਰੋਧ ਨਹੀਂ ਕੀਤਾ ਸੀ, ਸਭ ਤੋਂ ਵੱਧ ਜੋਸ਼ ਨਾਲ।" ਉਸਨੇ ਮੈਨੂੰ ਦੱਸਿਆ ਕਿ ਉਹ ਇਸ ਦੇ ਅਧੀਨ ਨਹੀਂ ਹੋ ਸਕਦੀ ਸੀ, ਨਾ ਹੀ ਉਸਨੇ ਇਸ 'ਤੇ ਵਿਸ਼ਵਾਸ ਕੀਤਾ। ਮੈਂ ਉਸ ਨਾਲ ਕੁਝ ਬਹਿਸਾਂ ਕੀਤੀਆਂ, ਪਰ ਕੋਈ ਮਤਲਬ ਨਹੀਂ ਸੀ।

ਇਸ ਲਈ ਉਸ ਦਿਨ ਮੈਂ ਕੋਲਚੇਸਟਰ ਵਾਪਸ ਆ ਗਈ, ਅਤੇ ਇੱਕ ਵਿਧਵਾ, ਸ਼੍ਰੀਮਤੀ ਮੈਰੀ ਮੁਨਿੰਗਸ, ਜੋ ਕਿ ਬਾਜ਼ਾਰ ਦੇ ਨੇੜੇ ਇੱਕ ਮਿਲਨਰ ਦੀ ਦੁਕਾਨ ਰੱਖਦੀ ਸੀ, ਕੋਲ ਗਈ, ਮੈਂ ਉਸਨੂੰ ਦੱਸਿਆ ਕਿ ਮੈਂ ਤੇਲ ਨਾਲ ਮਸਹ ਕਰਨ ਦੇ ਨਿਯਮ ਬਾਰੇ ਕਿਵੇਂ ਯਕੀਨ ਕਰ ਚੁੱਕੀ ਸੀ ਅਤੇ ਉਸਨੂੰ ਅੱਗੇ ਕਿਹਾ, ਮੈਂ ਦ੍ਰਿੜਤਾ ਨਾਲ ਵਿਸ਼ਵਾਸ ਕਰਦੀ ਹਾਂ ਕਿ ਪਰਮਾਤਮਾ ਆਪਣੇ ਨਿਯਮਾਂ ਦਾ ਮਾਲਕ ਹੋਵੇਗਾ। ਉਹ ਬਹੁਤ ਹੈਰਾਨ ਹੋਈ, ਇਹ ਜਾਣਦਿਆਂ ਕਿ ਮੈਂ ਇਸਦਾ ਕਿੰਨਾ ਜ਼ੋਰਦਾਰ ਵਿਰੋਧ ਕੀਤਾ ਸੀ, ਪਰ ਥੋੜ੍ਹਾ ਸਮਾਂ ਪਹਿਲਾਂ; ਅਤੇ ਇਹ ਮੰਨ ਕੇ ਕਿ ਇਹ ਇੱਕ ਫੈਂਸੀ ਸੀ, ਉਸਨੇ ਪੁੱਛਿਆ, ਕੀ ਮੈਨੂੰ ਉਸਦੀ ਧੀ, ਜੋ ਕਿ ਇੱਕ ਅਪਾਹਜ ਸੀ, 'ਤੇ ਲਾਗੂ ਕਰਨ ਵਿੱਚ ਕੋਈ ਵਿਸ਼ਵਾਸ ਸੀ, ਜਿਵੇਂ ਕਿ ਇਸ ਬਿਰਤਾਂਤ ਤੋਂ ਸਪੱਸ਼ਟ ਤੌਰ 'ਤੇ ਪ੍ਰਗਟ ਹੋਵੇਗਾ। ਮੈਂ ਉਸਨੂੰ ਹਾਂ ਕਿਹਾ, ਮੇਰੇ ਕੋਲ ਸੀ, ਅਤੇ ਉਸਨੂੰ ਪੁੱਛਿਆ ਕਿ ਕੀ ਉਹ ਇਸਨੂੰ ਇੱਕ ਨਿਯਮ ਮੰਨਦੀ ਹੈ? ਉਸਨੇ ਕਿਹਾ, ਉਸਨੇ ਕੀਤਾ।

ਫਿਰ ਮੈਂ ਉਸ ਕਮਰੇ ਵੱਲ ਦੇਖਿਆ ਜਿੱਥੇ ਉਸਦੀ ਉਪਰੋਕਤ ਧੀ ਬੈਠੀ ਸੀ, ਅਤੇ ਕਿਹਾ, "ਬੇਟੀ! ਕੀ ਤੈਨੂੰ ਵਿਸ਼ਵਾਸ ਹੈ ਕਿ ਪ੍ਰਭੂ ਤੈਨੂੰ ਚੰਗਾ ਕਰ ਸਕਦਾ ਹੈ?" ਉਸਨੇ ਜਵਾਬ ਦਿੱਤਾ, "ਪ੍ਰਭੂ ਦਾ ਹੱਥ ਛੋਟਾ ਨਹੀਂ ਹੈ ਕਿ ਉਹ ਬਚਾ ਨਾ ਸਕੇ, ਨਾ ਹੀ ਉਸਦਾ ਕੰਨ ਭਾਰੀ ਹੈ ਕਿ ਉਹ ਸੁਣ ਨਾ ਸਕੇ।" "ਠੀਕ ਹੈ," ਮੈਂ ਜਵਾਬ ਦਿੱਤਾ, "ਜੇ ਤੁਸੀਂ ਉਸਦੀ ਯੋਗਤਾ 'ਤੇ ਵਿਸ਼ਵਾਸ ਕਰਦੇ ਹੋ, ਤਾਂ ਮੈਂ ਉਸਦੀ ਇੱਛਾ 'ਤੇ ਵਿਸ਼ਵਾਸ ਕਰਦਾ ਹਾਂ। ਫਿਰ ਉਸਦੀ ਮਾਂ ਨੇ ਮੈਨੂੰ ਪੁੱਛਿਆ ਕਿ ਕੀ ਮੈਂ ਉਸਨੂੰ ਇਹ ਰਸਮ ਅਦਾ ਕਰਾਂਗੀ? ਮੈਂ ਉਸਨੂੰ ਕਿਹਾ ਕਿ ਮੈਂ ਕਰਾਂਗਾ, ਪਰ ਇਹ ਹਫ਼ਤੇ ਦਾ ਆਖਰੀ ਦਿਨ ਹੋਣ ਕਰਕੇ, ਮੈਂ ਹੁਣ ਆਪਣੀ ਪੜ੍ਹਾਈ ਦੇ ਕਾਰਨ ਨਹੀਂ ਕਰ ਸਕਦਾ। ਇਸ ਲਈ ਮੈਂ ਉਨ੍ਹਾਂ ਨੂੰ ਛੱਡ ਦਿੱਤਾ, ਅਤੇ ਅਗਲੇ ਹਫ਼ਤੇ ਦੇ ਦੂਜੇ ਦਿਨ, ਆਪਣੀ ਪੁਰਾਣੀ ਰੀਤ ਅਨੁਸਾਰ, ਉਪਰੋਕਤ ਸ਼੍ਰੀਮਤੀ ਮੁਨਿੰਗਜ਼ ਨੂੰ ਸਮਝਾਉਣ ਲਈ, ਉੱਥੇ ਹੋਣ ਕਰਕੇ,

ਉਸਨੇ ਸੋਚਿਆ ਕਿ ਇਹ ਉਸਦੀ ਧੀ ਨੂੰ ਇਹ ਰਸਮ ਅਦਾ ਕਰਨ ਦਾ ਸਭ ਤੋਂ ਢੁਕਵਾਂ ਸਮਾਂ ਹੈ, ਜਦੋਂ ਕਿ ਮੈਂ ਪਰਮਾਤਮਾ ਦੀ ਆਤਮਾ ਅਤੇ ਕਿਰਪਾ ਤੋਂ ਪ੍ਰਭਾਵਿਤ ਸੀ। ਉਸਦੀ ਬੇਨਤੀ ਦੇ ਅਨੁਸਾਰ, ਮੈਂ ਉਸਦੇ ਨਾਲ ਉਸਦੇ ਘਰ ਗਿਆ; ਅਤੇ ਉਸਨੇ ਆਪਣੀ ਨੌਕਰਾਣੀ ਨੂੰ ਇੱਕ ਪੈਨੀ ਦੇ ਤੇਲ ਲਈ ਭੇਜਿਆ, ਅਤੇ ਮੈਨੂੰ ਕਿਹਾ ਕਿ ਉਸਨੂੰ ਉਮੀਦ ਹੈ ਕਿ ਮੈਂ ਆਪਣੇ ਬਚਨ ਵਾਂਗ ਚੰਗਾ ਹੋਵਾਂਗਾ, ਉਸਦੀ ਧੀ ਨੂੰ ਮਸਹ ਕਰਨ ਲਈ। ਮੈਂ ਉਸਨੂੰ ਕਿਹਾ ਕਿ ਇੱਕ ਬੁਰਾ ਵਾਅਦਾ ਨਿਭਾਉਣ ਨਾਲੋਂ ਤੋੜਨਾ ਬਿਹਤਰ ਹੈ, ਪਰ ਜੇ ਮੈਨੂੰ ਪਰਮਾਤਮਾ ਦੇ ਬਚਨ ਵਿੱਚ ਇੱਕ ਵਾਰੰਟ ਮਿਲ ਜਾਵੇ ਤਾਂ ਮੈਂ ਕਰਾਂਗਾ। ਬਾਈਬਲ ਮੰਗਦੇ ਹੋਏ, ਮੈਂ ਰੁਕਾਵਟ ਨਾ ਪਾਉਣਾ ਚਾਹੁੰਦਾ ਸੀ, ਅਤੇ ਇੱਕ ਸਿਰੇ ਤੋਂ ਦੂਜੇ ਸਿਰੇ ਤੱਕ ਤਿੰਨ ਘੰਟਿਆਂ ਲਈ, ਨੌਂ ਤੋਂ ਬਾਰਾਂ ਤੱਕ ਖੋਜ ਕੀਤੀ, ਜਿਸ ਵਿੱਚ ਮੈਂ ਇਕੱਠਾ ਕੀਤਾ ਸੀ। ਧਰਮ-ਗ੍ਰੰਥ ਦੇ ਜ਼ਿਆਦਾਤਰ ਸਥਾਨ, ਦੋਵੇਂ ਨਿਯਮ ਲਈ, ਅਤੇ ਵਿਸ਼ਵਾਸ ਦੀ ਪ੍ਰੇਰਣਾ ਲਈ, ਜਿਵੇਂ ਕਿ ਯਾਕੂਬ v: 14, ਮਰਕੁਸ vi: 13, ਮਰਕੁਸ xi: 24, ਜੋ ਕਿ ਆਖਰੀ ਮੈਂ ਆਪਣੇ ਕੰਮ 'ਤੇ ਮੋਹਰ ਲਗਾਈ।

ਪੜ੍ਹਾਈ ਪੂਰੀ ਕਰਨ ਤੋਂ ਬਾਅਦ, ਮੈਂ ਬਾਈਬਲ ਬੰਦ ਕਰ ਦਿੱਤੀ, ਅਤੇ ਮਾਂ ਅਤੇ ਉੱਥੇ ਮੌਜੂਦ ਦੂਜੀ ਭੈਣ ਨੂੰ ਕਿਹਾ, "ਮੈਨੂੰ ਸਿਰਫ਼ ਇੱਕ ਕਮਿਸ਼ਨ ਹੀ ਨਹੀਂ ਮਿਲਿਆ, ਸਗੋਂ ਇਸ 'ਤੇ ਇੱਕ ਮੋਹਰ ਵੀ ਲੱਗੀ ਹੈ।" ਇਸ ਲਈ ਮੈਂ ਆਪਣੇ ਆਪ ਨੂੰ ਇਸ ਤਰੀਕੇ ਨਾਲ ਨਿਯਮ ਵੱਲ ਸੰਬੋਧਿਤ ਕੀਤਾ: ਪਹਿਲਾਂ ਮੈਂ ਪ੍ਰਾਰਥਨਾਵਾਂ ਲਈ ਗਿਆ, ਜੋ ਕਿ ਨਿਯਮ ਵਿੱਚ ਸਾਡਾ ਵਿਸ਼ਵਾਸ ਵਧਾਏਗਾ, ਅਤੇ ਇਹ ਵੀ ਕਿ ਅਸੀਂ ਵਾਅਦੇ ਨੂੰ ਫੜੀ ਰੱਖ ਸਕੀਏ; ਫਿਰ ਮੈਂ ਪ੍ਰਾਰਥਨਾ ਦੁਆਰਾ ਤੇਲ ਨੂੰ ਆਮ ਤੋਂ ਵਿਸ਼ੇਸ਼ ਵਰਤੋਂ ਲਈ ਵੱਖਰਾ ਕੀਤਾ।

ਫਿਰ ਮੈਂ ਉਸਨੂੰ ਨਾਸਰਤ ਦੇ ਪ੍ਰਭੂ ਯਿਸੂ ਮਸੀਹ ਦੇ ਨਾਮ ਤੇ, ਤ੍ਰਿਏਕ ਦੇ ਵਿਅਕਤੀਆਂ ਦੀ ਗਿਣਤੀ ਦੇ ਅਨੁਸਾਰ, ਤਿੰਨ ਵਾਰ ਸੋਗ ਵਾਲੀ ਜਗ੍ਹਾ ਤੇ ਮਸਹ ਕੀਤਾ; ਪਰ ਧਿਆਨ ਦਿਓ, ਜਦੋਂ ਮੈਂ ਉਸਦੇ ਗਿੱਟੇ ਨੂੰ ਮਸਹ ਕਰਨ ਆਇਆ, ਤਾਂ ਮੈਂ ਹੈਰਾਨ ਰਹਿ ਗਿਆ, ਕਿਉਂਕਿ ਉਸਦਾ ਲੰਗੜਾਪਨ ਇਸ ਤਰ੍ਹਾਂ ਸੀ: ਉਸਦੀ ਕਮਰ ਦੀ ਹੱਡੀ ਉਸਦੀ ਬਾਂਹ ਦੇ ਹੇਠਾਂ ਉੱਗ ਗਈ ਸੀ; ਉਸਦੀ ਲੱਤ ਟੇਢੀ ਸੀ ਅਤੇ ਉਸਦਾ ਗਿੱਟਾ ਆਪਣੀ ਜਗ੍ਹਾ ਤੋਂ ਬਾਹਰ ਨਿਕਲ ਗਿਆ ਸੀ, ਇਸ ਲਈ ਅੰਦਰੋਂ ਕੋਈ ਦਿਖਾਈ

ਨਹੀਂ ਦੇ ਰਿਹਾ ਸੀ, ਉਸਦਾ ਖੱਬਾ ਪੈਰ ਇੱਕ ਟੁੰਡ ਦੇ ਰੂਪ ਵਿੱਚ, ਉਸਦੇ ਅੰਗਾਂ ਦੀ ਘਾਟ ਕਾਰਨ ਉਸਦੇ ਹੋਰ ਸਰੀਰਕ ਕਮਜ਼ੋਰੀਆਂ ਦੇ ਨਾਲ। ਉਸਦੀ ਮਾਂ ਕਹਿੰਦੀ ਹੈ ਕਿ ਉਹ ਨਹੀਂ ਜਾਣਦੀ ਕਿ ਉਹ ਇਸ ਤਰ੍ਹਾਂ ਪੈਦਾ ਹੋਈ ਸੀ ਜਾਂ ਨਹੀਂ, ਕਿਉਂਕਿ ਉਸਨੇ ਇਸਨੂੰ ਉਦੋਂ ਹੀ ਮਹਿਸੂਸ ਕੀਤਾ ਜਦੋਂ ਉਹ ਆਪਣੇ ਮੋਹਰੀ ਤਾਰਾਂ ਵਿੱਚ ਸੀ, ਅਤੇ ਉਹ ਸੋਲ੍ਹਾਂ ਸਾਲਾਂ ਦੀ ਹੋਣ ਦੇ ਨੇੜੇ ਸੀ, ਉਸਦੀ ਮਾਂ ਨੇ ਮਦਦ ਲਈ ਬਹੁਤ ਸਾਰੀਆਂ ਚੀਜ਼ਾਂ ਵਰਤੀਆਂ ਪਰ ਬਿਨਾਂ ਕਿਸੇ ਮਕਸਦ ਦੇ, ਉਹ ਅਜੇ ਵੀ ਵਧ ਰਹੀ ਹੈ: ਬਦਤਰ ਅਤੇ ਬਦਤਰ।

ਅਖੀਰ ਵਿੱਚ ਉਸਨੇ ਇੱਕ ਪ੍ਰਸਿੱਧ ਸਰਜਨ ਨੂੰ ਅਰਜ਼ੀ ਦਿੱਤੀ, ਜਿਸਨੇ ਉਸਨੂੰ ਕਿਹਾ ਕਿ ਉਹ ਉਸਦੇ ਪੈਸੇ ਨਹੀਂ ਲਵੇਗਾ, ਕਿਉਂਕਿ ਦੁਨੀਆਂ ਦਾ ਕੋਈ ਵੀ ਆਦਮੀ ਉਸਦੀ ਮਦਦ ਨਹੀਂ ਕਰ ਸਕਦਾ, ਨਾ ਹੀ ਹੱਡੀਆਂ ਨੂੰ ਉਹਨਾਂ ਦੇ ਸਹੀ ਸਥਾਨਾਂ 'ਤੇ ਘਟਾ ਸਕਦਾ ਹੈ, ਨਾੜੀਆਂ ਸੁੰਗੜ ਕੇ ਉਸਦੇ ਹੈਮ ਦੇ ਹੇਠਾਂ ਇੱਕ ਆਦਮੀ ਦੇ ਹੱਥ ਜਿੰਨਾ ਵੱਡਾ ਇਕੱਠਾ ਹੋ ਰਿਹਾ ਹੈ, ਅਤੇ ਸਾਰਾ ਪਾਸਾ ਇੰਨਾ ਕਮਜ਼ੋਰ ਹੈ ਕਿ ਉਹ ਉਸ ਪਾਸੇ ਚਾਰ ਪੌਂਡ ਭਾਰ ਨਹੀਂ ਚੁੱਕ ਸਕਦੀ।" ਜਦੋਂ ਮੈਂ ਉਸਦੀ ਲੱਤ ਨੂੰ ਇੰਨਾ ਵਿਗੜਿਆ ਹੋਇਆ ਦੇਖਿਆ, ਕਿਉਂਕਿ ਮੈਂ ਇਸਨੂੰ ਪਹਿਲਾਂ ਕਦੇ ਨਹੀਂ ਦੇਖਿਆ ਸੀ, ਤਾਂ ਮੇਰਾ ਚਿਹਰਾ ਡਿੱਗ ਪਿਆ, ਅਤੇ ਮੈਂ ਆਪਣੇ ਅੰਦਰ ਕਿਹਾ "ਯਕੀਨਨ, ਮੈਂ ਇੱਕ ਪਾਗਲ ਤੋਂ ਵੀ ਭੈੜਾ ਹਾਂ, - ਕੀ ਟੇਢੀਆਂ ਹੱਡੀਆਂ ਸਿੱਧੀਆਂ ਕੀਤੀਆਂ ਜਾ ਸਕਦੀਆਂ ਹਨ?" ਅਤੇ ਇਸ ਨਾਲ ਮੈਨੂੰ ਇੰਨੀ ਕੰਬਣੀ ਨੇ ਘੇਰ ਲਿਆ ਕਿ ਮੈਂ ਆਪਣਾ ਹੱਥ (ਪਰ ਦੂਜੇ ਦੀ ਮਦਦ ਨਾਲ) ਉਸਨੂੰ ਮਸਹ ਕਰਨ ਲਈ ਨਹੀਂ ਰੋਕ ਸਕਿਆ, ਅਤੇ ਜਦੋਂ ਮੈਂ ਉਲਝਣ ਵਿੱਚ ਸੀ ਤਾਂ ਇਹ ਪਾਠ ਮੇਰੇ ਦਿਮਾਗ ਵਿੱਚ ਆ ਗਿਆ, "ਭਾਵੇਂ ਤੁਸੀਂ ਅਜੇ ਵੀ ਵਿਸ਼ਵਾਸ ਨਹੀਂ ਕਰਦੇ ਉਹ ਵਫ਼ਾਦਾਰ ਰਹਿੰਦਾ ਹੈ ਅਤੇ ਆਪਣੇ ਆਪ ਤੋਂ ਇਨਕਾਰ ਨਹੀਂ ਕਰ ਸਕਦਾ।"

ਇਸ ਲਈ, ਜਿਵੇਂ ਹੀ ਮੈਂ ਉਸਨੂੰ ਮਸਹ ਕੀਤਾ, ਮੈਂ ਆਪਣੇ ਗੋਡਿਆਂ ਭਾਰ ਡਿੱਗ ਪਿਆ, ਜਿਵੇਂ ਕਿ ਇਹ ਪੀੜ ਵਿੱਚ ਸੀ, ਅਤੇ ਇਹ ਸ਼ਬਦ ਕਹੇ: "ਪ੍ਰਭੂ, ਮੈਂ ਆਪਣਾ ਹਿੱਸਾ ਪੂਰਾ ਕਰ ਲਿਆ ਹੈ, ਮੈਂ ਆਪਣੇ ਕੰਮ ਤੋਂ ਬਾਹਰ ਚਲਾ ਗਿਆ ਹਾਂ; ਪ੍ਰਭੂ, ਮੈਂ ਤੁਹਾਡੇ ਹੱਥਾਂ ਵਿੱਚ ਕੰਮ ਪੂਰਾ ਕਰਨ ਲਈ ਛੱਡਦਾ ਹਾਂ!" ਅਤੇ ਜਦੋਂ ਮੈਂ ਇਹ ਕਹਿ ਰਿਹਾ ਸੀ, ਮੈਂ ਇੱਕ ਖੁਸ਼ੀ ਵਿੱਚ ਡਿੱਗ ਪਿਆ, ਅਤੇ ਦੇਖੋ ਜਿਵੇਂ ਇਹ ਅਕਾਸ਼ ਖੁੱਲ੍ਹਾ

ਸੀ, ਅਤੇ ਪਿਤਾ ਦੇ ਸੱਜੇ ਹੱਥ ਮਸੀਹ ਇੱਕ ਬੇਨਤੀ ਪੇਸ਼ ਕਰ ਰਿਹਾ ਸੀ। ਫਿਰ ਮੈਂ ਪੁਕਾਰਿਆ, "ਪ੍ਰਭੂ, ਇਹ ਸਾਡੀ ਬੇਨਤੀ ਹੈ, ਅਤੇ ਅਸੀਂ ਜਵਾਬ ਦੀ ਉਡੀਕ ਕਰ ਰਹੇ ਹਾਂ।"

ਮਾਂ ਅਤੇ ਭੈਣ ਇਸ ਗੱਲ 'ਤੇ ਹੈਰਾਨ ਸਨ; ਪਰ ਜਿਵੇਂ ਹੀ ਮੈਂ ਇਹ ਕਿਹਾ, ਮੇਰੇ ਕੋਲ ਇਹ ਸ਼ਬਦ ਆਏ, "ਤੇਰੇ ਵਿਸ਼ਵਾਸ ਅਨੁਸਾਰ ਤੇਰੇ ਨਾਲ ਹੋਵੇ।" ਮੈਂ ਜਵਾਬ ਦਿੱਤਾ, "ਮੈਨੂੰ ਵਿਸ਼ਵਾਸ ਹੈ ਕਿ ਉਹ ਠੀਕ ਹੋ ਜਾਵੇਗੀ।" ਅਤੇ ਫਿਰ ਮੈਨੂੰ ਇਹ ਜਵਾਬ ਮਿਲਿਆ, "ਮੈਂ ਕਰਾਂਗਾ - ਉਹ ਠੀਕ ਹੋ ਜਾਵੇਗੀ।" ਫਿਰ, ਮੇਰੇ ਗੋਡਿਆਂ ਤੋਂ ਉਤਰਨ ਤੋਂ ਪਹਿਲਾਂ, ਮੈਂ ਉਸਨੂੰ ਠੀਕ ਕਰਨ ਲਈ ਪਰਮਾਤਮਾ ਦੀ ਉਸਤਤ ਕੀਤੀ; ਅਤੇ ਜਦੋਂ ਮੈਂ ਇਹ ਗੱਲ ਸਮਾਪਤ ਕੀਤੀ, ਮੈਂ ਉੱਠਿਆ ਅਤੇ ਕਮਰੇ ਦੇ ਆਲੇ-ਦੁਆਲੇ ਕੁਝ ਮੋੜਾਂ 'ਤੇ ਤੁਰਿਆ; ਅਤੇ ਫਿਰ ਬੈਠ ਗਿਆ, ਅਤੇ ਆਪਣੀਆਂ ਅੱਖਾਂ ਉਸ 'ਤੇ ਟਿਕਾਉਂਦੇ ਹੋਏ ਕਿਹਾ: "ਬੱਚੀ, ਪ੍ਰਭੂ ਨੇ ਤੈਨੂੰ ਠੀਕ ਕੀਤਾ ਹੈ।" ਉਸਦੀ ਮਾਂ ਨੇ ਜਵਾਬ ਦਿੱਤਾ, "ਸ਼੍ਰੀਮਾਨ, ਕੀ, ਤੁਸੀਂ ਇਹ ਜਾਣਨ ਤੋਂ ਪਹਿਲਾਂ ਹੀ ਅਜਿਹਾ ਕਹਿਣ ਦਾ ਕੀ ਮਤਲਬ ਹੈ?" ਮੈਂ ਜਵਾਬ ਦਿੱਤਾ, "ਅਵਿਸ਼ਵਾਸ ਰੁਕੋ! ਪੁੱਤਰ, ਪ੍ਰਭੂ ਨੇ ਤੈਨੂੰ ਠੀਕ ਕੀਤਾ ਹੈ।"

ਉਸਦੀ ਮਾਂ ਨੇ ਪਹਿਲਾਂ ਵਾਂਗ ਹੀ ਜਵਾਬ ਦਿੱਤਾ; ਜਿਸ 'ਤੇ ਮੈਂ ਤੀਜੀ ਵਾਰ ਪਹਿਲਾਂ ਨਾਲੋਂ ਵੀ ਜ਼ਿਆਦਾ ਗੰਭੀਰਤਾ ਨਾਲ ਜਵਾਬ ਦਿੱਤਾ, "ਬੇਟੀ, ਪ੍ਰਭੂ ਨੇ ਤੈਨੂੰ ਚੰਗਾ ਕੀਤਾ ਹੈ।" ਫਿਰ ਉਹ ਉੱਠੀ ਅਤੇ ਕਿਹਾ, "ਮੈਂ ਪ੍ਰਭੂ ਨੂੰ ਉਸਦੇ ਸਾਰੇ ਲਾਭਾਂ ਲਈ ਕੀ ਦੇਵਾਂ! ਕਿਉਂਕਿ ਜਦੋਂ ਤੁਸੀਂ ਦੂਜੀ ਵਾਰ ਮੈਨੂੰ ਚੰਗਾ ਕੀਤਾ, ਮੇਰੀਆਂ ਹੱਡੀਆਂ ਬਿਨਾਂ ਕਿਸੇ ਦਰਦ ਦੇ ਟੁੱਟ ਗਈਆਂ, ਅਤੇ ਆਪਣੀਆਂ ਥਾਵਾਂ 'ਤੇ ਆ ਗਈਆਂ।" ਅਤੇ ਸਾਡੇ ਹੈਰਾਨੀ ਵਿੱਚ ਅਸੀਂ ਉਸਨੂੰ ਸਿੱਧਾ ਅਤੇ ਪੂਰੀ ਤਰ੍ਹਾਂ, ਅਤੇ ਪਹਿਲਾਂ ਨਾਲੋਂ ਇੱਕ ਹੱਥ ਚੌੜਾ ਉੱਚਾ ਦੇਖਿਆ। ਇਸ ਲਈ ਉਸਨੇ ਆਪਣਾ ਪੈਰ ਅੱਗੇ ਵਧਾਇਆ, ਸਾਨੂੰ ਆਪਣਾ ਗਿੱਟਾ ਦਿਖਾਇਆ, ਅਤੇ ਸਭ ਕੁਝ ਠੀਕ ਹੋ ਗਿਆ; ਉਸਦੀ ਸਰੀਰਕ ਕਮਜ਼ੋਰੀ ਵੀ ਦੂਰ ਹੋ ਗਈ, ਅਤੇ ਉਸਦੀ ਆਤਮਾ, ਸਾਡੀ ਆਤਮਾ ਦੇ ਨਾਲ, ਪ੍ਰਭੂ ਦੀ ਪਿਆਰ ਭਰੀ ਦਿਆਲਤਾ ਨਾਲ ਭਰ ਗਈ, ਇਸ ਲਈ ਸਾਨੂੰ ਨਹੀਂ ਪਤਾ ਸੀ ਕਿ ਆਪਣੇ ਆਪ ਨੂੰ ਕਿਵੇਂ ਕਾਬੂ ਕਰਨਾ ਹੈ।

"ਆਓ," ਮੈਂ ਉਸਦੀ ਮਾਂ ਅਤੇ ਭੈਣ ਨੂੰ ਕਿਹਾ, "ਅਸੀਂ ਪ੍ਰਭੂ ਦੀ ਉਸਤਤ ਗਾਈਏ।" "ਨਹੀਂ," ਉਸਦੀ ਮਾਂ ਨੇ ਕਿਹਾ, "ਗੁਆਂਢੀ ਸਾਡੀ ਗੱਲ ਸੁਣਨਗੇ। ਇਹ ਪਿਛਲੇ ਨਵੇਂ ਸਾਲ ਦੇ ਦਿਨ, ਸਵੇਰੇ ਤਿੰਨ ਵਜੇ ਹੀ ਹੋਵੇਗਾ।" ਮੈਂ ਜਵਾਬ ਦਿੱਤਾ, "ਜੇ ਅਸੀਂ ਚੁੱਪ ਰਹੇ, ਤਾਂ ਗਲੀ ਦੇ ਪੱਥਰ ਸਾਡੇ ਵਿਰੁੱਧ ਰੋਣਗੇ।" ਇਸ ਲਈ ਅਸੀਂ ਬੇਤੁਕੀ ਗੀਤ ਗਾਇਆ ਅਤੇ ਸਵੇਰ ਨੂੰ ਪਰਮਾਤਮਾ ਨੂੰ ਅਸੀਸ ਅਤੇ ਉਸਤਤ ਨਾਲ ਸਮਾਪਤ ਕੀਤਾ। ਸਵੇਰੇ ਉਸਦੀ ਮਾਂ ਨੇ ਕਿਹਾ, "ਜਾਓ, ਦੇਖੋ ਕਿ ਤੁਹਾਡਾ ਭਰਾ ਰੋਂਦਾ ਨਹੀਂ ਹੈ।" ਉਹ ਉੱਪਰ ਗਈ ਅਤੇ ਉਸਨੂੰ ਹੇਠਾਂ ਲੈ ਆਈ, ਉਹ ਪੰਜ ਸਾਲ ਦੇ ਕਰੀਬ ਇੱਕ ਕਾਮੁਕ ਬੱਚਾ ਸੀ। ਇਸ ਲਈ ਅਗਲੇ ਦਿਨ, ਜਦੋਂ ਚਰਚ ਦੇ ਕੁਝ ਮੈਂਬਰਾਂ ਨੂੰ ਇਕੱਠਾ ਕੀਤਾ ਗਿਆ, ਪਰਮਾਤਮਾ ਦੀ ਉਸਤਤ ਕਰਨ ਵਿੱਚ ਬਿਤਾਇਆ ਗਿਆ।

ਸਾਡੀ ਚਰਚ ਮੀਟਿੰਗ ਵਿੱਚ ਦਸਤਖਤ ਕੀਤੇ ਗਏ; ਅਸੀਂ ਜਿਨ੍ਹਾਂ ਦੇ ਨਾਮ ਬਾਅਦ ਵਿੱਚ ਲਿਖੇ ਗਏ ਹਨ (ਉਸੇ ਸਮਾਜ ਦੇ ਮੈਂਬਰ) ਇਸਦੀ ਸੱਚਾਈ ਦੀ ਪੁਸ਼ਟੀ ਕਰਦੇ ਹਾਂ, ਅਤੇ ਕਿਸੇ ਹੋਰ ਸਾਧਨ ਬਾਰੇ ਨਹੀਂ ਜਾਣਦੇ ਜੋ ਵਰਤਿਆ ਗਿਆ ਹੈ, ਪਰ ਇਹ ਕਿ ਪਰਮਾਤਮਾ ਨੇ ਇੱਥੇ ਆਪਣੀ ਮਹਾਨ ਸ਼ਕਤੀ ਦਿਖਾਈ ਹੈ - ਥਾਮਸ ਪਾਵਰ, ਨਥਾਨਿਏਲ ਹਿਕਸ। ਜੌਨ ਬਲੈਕਫਿਲ, ਥਾਮਸ ਪੇਟਲੀ, ਡੈਨੀਅਲ ਹਾਰਟ, ਰੌਬਰਟ, ਹੈਰਿਸ, ਬੈਂਜਾਮਿਨ ਸਮਿਥ, ਵਿਲੀਅਮ ਰਾਲਿੰਗਸ, ਜੌਨ ਮੈਕਸੀ, ਸੈਮੂਅਲ ਟੌਡ, ਜੌਨ ਬ੍ਰਾਊਨ, ਜੋਸਫ਼ ਐਲਿੰਗਸਫੋਰਡ, ਫ੍ਰਾਂਸਿਸ ਹਾਵਰਡ, ਫਿਲਿਪ ਸਟੋਵਰਸ, ਜੇਰੇਮੀਆਹ ਬੈਕਸਟਰ।" ਉਪਰੋਕਤ ਬਿਰਤਾਂਤ 'ਤੇ ਬਹੁਤ ਸਾਰੇ ਹੋਰ ਲੋਕਾਂ ਦੁਆਰਾ ਦਸਤਖਤ ਕੀਤੇ ਗਏ ਹਨ ਅਤੇ ਸਹੁੰ ਚੁੱਕੀ ਗਈ ਹੈ, ਜਿਨ੍ਹਾਂ ਵਿੱਚੋਂ ਇੱਕ ਸਰਜਨ ਹੈ ਜਿਸਨੇ ਕੁੜੀ ਦੀ ਜਾਂਚ ਕੀਤੀ ਸੀ ਅਤੇ ਉਸਦੀ ਦੇਖਭਾਲ ਕੀਤੀ ਸੀ।

ਜਾਰਜ ਜੈਫਰੀਜ.ਦੀ ਮੀਟਿੰਗ ਵਿੱਚ ਬੋਲੇਪਣ ਤੋਂ ਠੀਕ ਹੋਈ ਔਰਤ

ਇਸ ਇਲਾਜ ਦੇ ਗੁਣ ਦੀ ਇੱਕ ਹੋਰ ਗਵਾਹੀ ਇੱਕ ਪਿਆਰੀ ਸਕੂਲ ਅਧਿਆਪਕਾ ਦੀ ਹੈ ਜੋ ਪ੍ਰਿੰਸੀਪਲ ਜੈਫਰੀ ਦੇ ਪ੍ਰਚਾਰ ਦੌਰਾਨ ਸ਼ਾਨਦਾਰ ਢੰਗ ਨਾਲ ਠੀਕ ਹੋ ਗਈ

ਸੀ। ਇਹ 1922 ਵਿੱਚ ਹਲ ਵਿੱਚ ਵਾਪਰਿਆ ਸੀ। ਕੁਝ ਸਾਲ ਪਹਿਲਾਂ ਇਸ ਭੈਣ ਨੂੰ ਇੱਕ ਬਹੁਤ ਹੀ ਗੰਭੀਰ ਹਾਦਸਾ ਹੋਇਆ ਸੀ, ਜਿਸ ਵਿੱਚ ਖੋਪੜੀ ਦਾ ਅਧਾਰ ਟੁੱਟ ਗਿਆ ਸੀ, ਅਤੇ ਦਿਮਾਗ਼ ਵਿੱਚ ਸੱਟ ਲੱਗ ਗਈ ਸੀ। ਸਿਰ ਵਿੱਚ ਇੱਕ ਛੋਟੀ ਜਿਹੀ ਹੱਡੀ ਟੁੱਟ ਗਈ ਸੀ, ਜਿਸਨੇ ਖੱਬੇ ਕੰਨ ਦੇ ਡਰੱਮ ਨੂੰ ਪੰਕਚਰ ਕਰ ਦਿੱਤਾ ਸੀ, ਜਿਸ ਨਾਲ ਉਸਦੀ ਪੱਥਰੀ ਬੋਲ਼ੀ ਹੋ ਗਈ ਸੀ। ਇੱਕ ਡਾਕਟਰ ਨੇ ਕਿਹਾ ਕਿ ਇੱਕ ਚਮਤਕਾਰ ਤੋਂ ਘੱਟ ਕੁਝ ਵੀ ਸੁਣਨ ਸ਼ਕਤੀ ਨੂੰ ਬਹਾਲ ਨਹੀਂ ਕਰ ਸਕਦਾ।

ਇਸ ਹਾਦਸੇ ਦੇ ਨਤੀਜੇ ਵਜੋਂ ਇਸ ਭੈਣ ਦੇ ਸਿਰ ਵਿੱਚ ਬਹੁਤ ਦਰਦ ਹੋਇਆ। ਇਹ 1922 ਵਿੱਚ ਹਲ ਵਿੱਚ ਹੋਈਆਂ ਇੱਕ ਵਿਸ਼ੇਸ਼ ਮੀਟਿੰਗਾਂ ਦੌਰਾਨ ਸੀ ਜਦੋਂ ਪਰਮਾਤਮਾ ਨੇ ਇਹ ਸ਼ਾਨਦਾਰ ਛੁਟਕਾਰਾ ਕਰਵਾਇਆ। ਉਸ ਉੱਤੇ ਇੱਕ ਵੀ ਹੱਥ ਰੱਖੇ ਬਿਨਾਂ ਉਹ ਤੁਰੰਤ ਅਤੇ ਪੂਰੀ ਤਰ੍ਹਾਂ ਠੀਕ ਹੋ ਗਈ। ਉਹ ਅੱਗੇ ਕਹਿੰਦੀ ਹੈ, "ਪ੍ਰਭੂ ਨੇ ਮੈਨੂੰ ਇੱਕ ਨਵਾਂ ਕੰਨ ਦਿੱਤਾ।" ਬ੍ਰਹਮ ਜੀਵਨ ਨੇ ਉਸਦੇ ਪੂਰੇ ਵਜੂਦ ਨੂੰ ਇੱਕ ਅਕਹਿ ਮਹਿਮਾ ਨਾਲ ਭਰ ਦਿੱਤਾ।

ਜਾਰਜ ਜੈਫਰੀ ਦੁਆਰਾ ਲਿਖੀ "ਹੀਲਿੰਗ ਰੇਜ਼" ਤੋਂ ਅੰਸ਼।

ਆਸਟ੍ਰੇਲੀਆ ਵਿੱਚ ਔਰਤ ਕਈ ਬਿਮਾਰੀਆਂ ਤੋਂ ਠੀਕ ਹੋਈ

ਹੈਲੋ, ਮੇਰਾ ਨਾਮ ਲਾਰਸ ਹੈ ਅਤੇ ਮੈਂ ਤੁਹਾਨੂੰ ਦੱਸਣਾ ਚਾਹੁੰਦਾ ਹਾਂ ਕਿ ਕਿਵੇਂ ਪ੍ਰਮਾਤਮਾ ਨੇ ਮੇਰੀ ਦੋਸਤ ਰੇਬੇਕਾ ਨੂੰ ਚਮਤਕਾਰੀ ਢੰਗ ਨਾਲ ਕਈ ਬਿਮਾਰੀਆਂ ਤੋਂ ਠੀਕ ਕੀਤਾ, ਜਿਸ ਵਿੱਚ ਬੋਲ਼ਾਪਣ, ਫਾਈਬਰੋਮਾਈਆਲਗੀਆ, ਕ੍ਰੋਨਿਕ ਥਕਾਵਟ ਸਿੰਡਰੋਮ, ਚਿੜਚਿੜਾ ਟੱਟੀ ਸਿੰਡਰੋਮ, ਟਿੰਨੀਟਸ ਅਤੇ ਰਾਈਨਾਈਟਿਸ ਸ਼ਾਮਲ ਹਨ।

ਰੇਬੇਕਾ ਕਲਾਉਡੀਆ ਅਤੇ ਬਿਲੀ ਨਾਲ ਸਕੂਲ ਗਈ, ਜੋ ਸਾਡੀ ਅਸੈਂਬਲੀ ਵਿੱਚ ਲੰਬੇ ਸਮੇਂ ਤੋਂ ਈਸਾਈ ਸਨ। ਉਨ੍ਹਾਂ ਨੂੰ ਜਾਣਨ ਤੋਂ ਥੋੜ੍ਹੀ ਦੇਰ ਬਾਅਦ ਹੀ ਰੇਬੇਕਾ ਦੇ ਮਾਪਿਆਂ ਨੇ ਉਸਨੂੰ ਕਿਹਾ ਕਿ ਉਹ ਉਨ੍ਹਾਂ ਨਾਲ ਨਾ ਜੁੜੇ, ਕਿਉਂਕਿ ਉਹ ਸੋਚਦੇ ਸਨ ਕਿ ਉਹ ਇੱਕ ਪੰਥ ਦਾ ਹਿੱਸਾ ਹਨ, ਪਰ ਫਿਰ ਵੀ ਰੇਬੇਕਾ ਨੂੰ ਰੋਕਿਆ ਨਹੀਂ ਅਤੇ ਉਨ੍ਹਾਂ ਵਿਚਕਾਰ ਇੱਕ ਚੰਗੀ ਦੋਸਤੀ ਵਿਕਸਤ ਹੋ ਗਈ। ਸਾਲਾਂ ਦੌਰਾਨ ਉਨ੍ਹਾਂ ਦਾ

ਸੰਪਰਕ ਟੁੱਟ ਗਿਆ, ਕਿਉਂਕਿ ਰੇਬੇਕਾ 19 ਸਾਲ ਦੀ ਉਮਰ ਤੱਕ ਪੜ੍ਹਾਈ ਲਈ ਡਨਫਰਮਲਾਈਨ ਚਲੀ ਗਈ ਸੀ।

ਉਸ ਸਮੇਂ ਉਸਦਾ ਸੱਜਾ ਕੰਨ ਬੋਲ਼ਾ ਸੀ: ਉਸਨੂੰ ਜਮਾਂਦਰੂ ਸੰਵੇਦੀ ਨਿਊਰਲ ਸੁਣਨ ਸ਼ਕਤੀ ਦੀ ਘਾਟ ਸੀ। ਡਾਕਟਰਾਂ ਨੇ ਇਸਦਾ ਪਤਾ ਉਦੋਂ ਲਗਾਇਆ ਸੀ ਜਦੋਂ ਉਹ 4 ਸਾਲ ਦੀ ਸੀ, ਅਤੇ ਜਦੋਂ ਉਹ ਕਿਸ਼ੋਰ ਅਵਸਥਾ ਵਿੱਚ ਸੀ ਤਾਂ ਉਸਨੂੰ ਸੁਣਨ ਵਾਲੀ ਮਸ਼ੀਨ ਪਹਿਨਣੀ ਸ਼ੁਰੂ ਕਰਨੀ ਪਈ। ਉਸਨੂੰ 14 ਸਾਲ ਦੀ ਉਮਰ ਵਿੱਚ ਫਾਈਬਰੋਮਾਈਆਲਗੀਆ ਦਾ ਪਤਾ ਲੱਗਿਆ ਸੀ, ਹਾਲਾਂਕਿ ਉਹ ਇਸ ਤੋਂ ਇਲਾਵਾ ਕੁਝ ਸਮੇਂ ਪਹਿਲਾਂ ਕਈ ਹੋਰ ਸਿਹਤ ਸਥਿਤੀਆਂ ਤੋਂ ਪੀੜਤ ਸੀ। ਇਹਨਾਂ ਵਿੱਚੋਂ ਕੁਝ ਵਿੱਚ ਸ਼ਾਮਲ ਹਨ: ਕ੍ਰੋਨਿਕ ਥਕਾਵਟ ਸਿੰਡਰੋਮ, ਟੀਐਮਜੇਡੀ (ਜਬਾੜੇ ਦੇ ਜੋੜਾਂ ਵਿੱਚ ਦਰਦ), ਐਪੀਕੌਂਡਾਈਲਾਈਟਿਸ (ਟੈਨਿਸ ਕੂਹਣੀ), ਪੈਟੇਲੋਫੇਮੋਰਲ ਸਿੰਡਰੋਮ (ਘਰੇਲੂ ਨੌਕਰਾਣੀ ਦਾ ਗੋਡਾ), ਚਿੜਚਿੜਾ ਟੱਟੀ ਸਿੰਡਰੋਮ, ਟਿੰਨੀਟਸ ਅਤੇ ਰਾਈਨਾਈਟਿਸ।

ਜਦੋਂ ਤੱਕ ਰੇਬੇਕਾ 19 ਸਾਲ ਦੀ ਨਹੀਂ ਸੀ, ਉਹ ਆਪਣੀ ਸਿਹਤ ਨੂੰ ਉਸੇ ਤਰ੍ਹਾਂ ਜੀਉਣ ਵਿੱਚ ਕਾਮਯਾਬ ਰਹੀ। ਇਹ ਹਮੇਸ਼ਾ ਇੱਕ ਸੰਘਰਸ਼ ਸੀ ਪਰ ਕਿਸੇ ਤਰ੍ਹਾਂ ਉਹ ਫਿਰ ਵੀ ਸਕੂਲ ਜਾਣ, ਕੰਮ ਤੇ ਜਾਣ ਅਤੇ ਸਮਾਜਿਕ ਜੀਵਨ ਬਤੀਤ ਕਰਨ ਵਿੱਚ ਕਾਮਯਾਬ ਰਹੀ। ਪਰ ਫਿਰ, ਡਨਫਰਮਲਾਈਨ ਜਾਣ ਤੋਂ ਥੋੜ੍ਹੀ ਦੇਰ ਬਾਅਦ ਹੀ ਉਹ ਸੱਚਮੁੱਚ ਬਿਮਾਰ ਹੋ ਗਈ। ਦਰਦ ਇੰਨਾ ਗੰਭੀਰ ਹੋ ਗਿਆ, ਅਤੇ ਥਕਾਵਟ ਇੰਨੀ ਜ਼ਿਆਦਾ ਸੀ ਕਿ ਉਹ ਬਿਸਤਰੇ ਤੋਂ ਉੱਠਣਾ ਮੁਸ਼ਕਲ ਹੋ ਗਿਆ। ਜਲਦੀ ਹੀ ਉਸਦੇ ਲਈ ਇੱਕ ਆਮ ਜੀਵਨ ਜਿਉਣਾ ਅਸੰਭਵ ਹੋ ਗਿਆ। ਦਰਦ ਅਤੇ ਥਕਾਵਟ ਇੰਨੀ ਕਮਜ਼ੋਰ ਹੋ ਗਈ ਕਿ ਉਸਦੀ ਪੜ੍ਹਾਈ ਪ੍ਰਭਾਵਿਤ ਹੋਈ ਅਤੇ ਉਸਨੂੰ ਆਪਣੀ ਪਾਰਟ ਟਾਈਮ ਨੌਕਰੀ ਦਾ ਸਾਹਮਣਾ ਕਰਨ ਲਈ ਸੰਘਰਸ਼ ਕਰਨਾ ਪਿਆ। ਇਸ ਤੋਂ ਇਲਾਵਾ ਉਸਨੂੰ ਗਲੋਸੋਫੈਰਨਜੀਅਲ ਨਿਊਰਲਜੀਆ ਹੋ ਗਿਆ ਸੀ, ਜੋ ਕਿ ਉਦੋਂ ਹੁੰਦਾ ਹੈ ਜਦੋਂ ਦਿਮਾਗ ਦੇ ਪਿਛਲੇ ਪਾਸੇ ਇੱਕ ਧਮਣੀ ਅਤੇ ਇੱਕ ਨਸ ਇੱਕ ਦੂਜੇ 'ਤੇ ਝੁਕ ਜਾਂਦੀ ਹੈ; ਇਸ ਨਾਲ ਇੰਨਾ ਭਿਆਨਕ ਦਰਦ ਹੁੰਦਾ ਸੀ, ਇਹ ਇਸ ਤਰ੍ਹਾਂ ਸੀ ਜਿਵੇਂ ਖੱਬੇ ਕੰਨ ਰਾਹੀਂ ਸਿੱਧੇ ਸਿਰ ਵਿੱਚ ਛੁਰਾ ਮਾਰਿਆ

ਗਿਆ ਹੋਵੇ। ਕਦੇ-ਕਦੇ ਚੰਗੇ ਦਿਨ ਆਉਂਦੇ ਸਨ ਜਦੋਂ ਉਹ ਥੋੜ੍ਹੀ ਜਿਹੀ ਸੈਰ ਲਈ ਬਾਹਰ ਜਾ ਸਕਦੀ ਸੀ, ਹਾਲਾਂਕਿ ਜ਼ਿਆਦਾਤਰ ਸਮਾਂ ਉਹ ਬਿਸਤਰੇ 'ਤੇ ਪਈ ਰਹਿੰਦੀ ਸੀ।

ਜੇਕਰ ਤੁਸੀਂ ਇਹਨਾਂ ਵਿੱਚੋਂ ਕਿਸੇ ਵੀ ਸਿਹਤ ਸਥਿਤੀ ਜਾਂ ਇਸ ਤਰ੍ਹਾਂ ਦੀਆਂ ਬਿਮਾਰੀਆਂ ਤੋਂ ਪੀੜਤ ਹੋ, ਤਾਂ ਤੁਸੀਂ ਸਮਝੋਗੇ ਕਿ ਉਹ ਕਿੰਨੀ ਦਰਦ ਅਤੇ ਬੇਅਰਾਮੀ ਵਿੱਚ ਸੀ। ਦਰਦ ਨਾਲ ਨਜਿੱਠਣ ਲਈ ਉਹ ਸਟੀਰੋਇਡ ਟੀਕੇ ਲਈ ਹਸਪਤਾਲ ਗਈ ਅਤੇ ਟ੍ਰਾਮਾਡੋਲ (ਮੋਰਫਿਨ-ਅਧਾਰਤ) ਅਤੇ ਡਾਇਜ਼ੇਪਾਮ ਸਮੇਤ ਕਈ ਤਰ੍ਹਾਂ ਦੀਆਂ ਤੇਜ਼ ਦਰਦ ਨਿਵਾਰਕ ਅਤੇ ਸੈਡੇਟਿਵ ਵੀ ਲੈ ਰਹੀ ਸੀ। ਇਸ ਤੋਂ ਇਲਾਵਾ, ਉਹ ਆਰਥਰੋਟੈਕ ਵਰਗੀਆਂ ਮਜ਼ਬੂਤ ਐਂਟੀ-ਇਨਫਲੇਮੇਟਰੀ ਦਵਾਈਆਂ ਵੀ ਲੈ ਰਹੀ ਸੀ, ਜਿਸ ਨਾਲ ਉਸਦੇ ਪੇਟ ਵਿੱਚ ਅਲਸਰ ਹੋ ਗਏ। ਗਲੋਸੋਫੈਰਨਜੀਅਲ ਨਿਊਰਲਜੀਆ ਦੇ ਸੰਬੰਧ ਵਿੱਚ, ਡਾਕਟਰ ਆਪ੍ਰੇਸ਼ਨ ਕਰਨਾ ਚਾਹੁੰਦੇ ਸਨ: ਉਸਦੀ ਖੋਪੜੀ ਨੂੰ ਖੋਲ੍ਹਣਾ ਅਤੇ ਉਸਦੇ ਦਿਮਾਗ ਵਿੱਚ ਧਮਣੀ ਅਤੇ ਨਸਾਂ ਦੇ ਵਿਚਕਾਰ ਗੱਦੀ ਦਾ ਇੱਕ ਛੋਟਾ ਜਿਹਾ ਟੁਕੜਾ ਰੱਖਣਾ। ਇਹ ਦਰਦ ਨੂੰ ਪੂਰੀ ਤਰ੍ਹਾਂ ਖਤਮ ਕਰਨ ਦੀ ਕੋਸ਼ਿਸ਼ ਕਰਨ ਲਈ ਸੀ, ਅਤੇ 80% ਸੰਭਾਵਨਾ ਸੀ ਕਿ ਆਪ੍ਰੇਸ਼ਨ ਸਫਲ ਹੋਵੇਗਾ।

ਇਸ ਪੜਾਅ ਤੱਕ ਉਹ ਆਪਣੀਆਂ ਸਾਰੀਆਂ ਇੱਛਾਵਾਂ ਗੁਆ ਚੁੱਕੀ ਸੀ, ਫਸੀ ਹੋਈ ਮਹਿਸੂਸ ਕਰ ਰਹੀ ਸੀ ਅਤੇ ਦੁਨੀਆ ਤੋਂ ਕੱਟੀ ਹੋਈ ਸੀ: ਉਸਦਾ ਹੁਣ ਕੋਈ ਸਮਾਜਿਕ ਜੀਵਨ ਨਹੀਂ ਸੀ, ਉਸਨੂੰ ਆਪਣੀ ਪੜ੍ਹਾਈ ਅਤੇ ਪਾਰਟ ਟਾਈਮ ਨੌਕਰੀ ਵੀ ਛੱਡਣੀ ਪਈ। ਡਾਕਟਰਾਂ ਨੇ ਕਿਹਾ ਕਿ ਉਹ ਕਦੇ ਵੀ ਠੀਕ ਨਹੀਂ ਹੋਵੇਗੀ ਅਤੇ ਉਹ ਉਦਾਸੀ ਅਤੇ ਨਿਰਾਸ਼ਾ ਦੇ ਕਾਰਨ ਇੱਕ ਮਨੋਵਿਗਿਆਨੀ ਕੋਲ ਗਈ। ਉਸਦੇ ਰੋਜ਼ਾਨਾ ਵਿਚਾਰਾਂ ਵਿੱਚ "ਇਹ ਕਿਵੇਂ ਹੋ ਸਕਦਾ ਹੈ?" "ਮੈਂ ਇਸ ਦੇ ਹੱਕਦਾਰ ਹੋਣ ਲਈ ਕੀ ਕੀਤਾ?" ਅਤੇ "ਕੀ ਹੁਣ ਕੋਈ ਫਾਇਦਾ ਹੈ?" ਸ਼ਾਮਲ ਸਨ।

ਜਦੋਂ ਉਹ ਆਪਣੀ ਸਭ ਤੋਂ ਨੀਵੀਂ ਅਵਸਥਾ ਵਿੱਚ ਸੀ ਤਾਂ ਉਸਨੂੰ ਖੁਦਕੁਸ਼ੀ ਦੇ ਲਗਾਤਾਰ ਵਿਚਾਰਾਂ ਨੇ ਘੇਰ ਲਿਆ। ਉਸਨੂੰ ਆਪਣੇ ਮਾਪਿਆਂ ਦੇ ਘਰ ਵਾਪਸ ਜਾਣਾ ਪਿਆ, ਕਿਉਂਕਿ ਉਹ ਹੁਣ ਆਪਣੇ ਆਪ ਨਹੀਂ ਰਹਿ ਸਕਦੀ ਸੀ। ਉਦੋਂ ਹੀ

ਉਸਨੇ ਪ੍ਰਮਾਤਮਾ ਨੂੰ ਪੁਕਾਰਨਾ ਸ਼ੁਰੂ ਕਰ ਦਿੱਤਾ ਅਤੇ ਆਪਣੀ ਸਹੇਲੀ ਕਲਾਉਡੀਆ ਨਾਲ ਦੁਬਾਰਾ ਸੰਪਰਕ ਕਰਨਾ ਚਾਹੁੰਦੀ ਸੀ। ਆਪਣੇ ਮਾਪਿਆਂ ਦੇ ਘਰ ਵਾਪਸ ਆਉਣ ਤੋਂ ਕੁਝ ਹਫ਼ਤਿਆਂ ਬਾਅਦ ਉਹ ਕਲਾਉਡੀਆ ਨਾਲ ਟਕਰਾ ਗਈ, ਜਿਸਨੇ ਉਸਨੂੰ ਅੰਤ ਵਿੱਚ ਇੱਕ ਚਰਚ ਦੀ ਮੀਟਿੰਗ ਵਿੱਚ ਆਉਣ ਲਈ ਸੱਦਾ ਦਿੱਤਾ। ਇਹ ਉਹ ਥਾਂ ਸੀ ਜਿੱਥੇ ਮੈਂ ਪਹਿਲੀ ਵਾਰ ਰੇਬੇਕਾ ਨੂੰ ਮਿਲੀ। ਰੇਬੇਕਾ ਨੇ ਸਾਨੂੰ ਦੱਸਿਆ ਕਿ ਉਹ ਸਾਡੇ ਨਾਲ ਕਿੰਨਾ ਘਰ ਮਹਿਸੂਸ ਕਰਦੀ ਸੀ ਅਤੇ ਆਪਣੀ ਬਿਮਾਰੀ ਕਾਰਨ ਉਸਨੂੰ ਦੁਬਾਰਾ ਆਉਣ ਤੋਂ ਕੁਝ ਹਫ਼ਤੇ ਹੋਰ ਲੱਗ ਗਏ ਸਨ। ਇਸ ਮੁਲਾਕਾਤ ਦੌਰਾਨ ਅਸੀਂ ਪ੍ਰਮਾਤਮਾ ਦੀ ਸ਼ਕਤੀ ਬਾਰੇ ਗੱਲ ਕੀਤੀ ਅਤੇ ਇਹ ਕਿ ਪ੍ਰਮਾਤਮਾ ਚਾਹੁੰਦਾ ਹੈ ਕਿ ਲੋਕ ਸਿਹਤਮੰਦ ਹੋਣ ਅਤੇ ਉਮੀਦ ਕਰਦਾ ਹੈ ਕਿ ਉਸਦੇ ਚੇਲੇ ਬਿਮਾਰਾਂ ਲਈ ਪ੍ਰਾਰਥਨਾ ਕਰਨ। ਅਸੀਂ ਮਰਕੁਸ 16:15-20, ਯਸਾਯਾਹ 53:5, ਮੱਤੀ 4:23, ਅਤੇ ਇਬਰਾਨੀਆਂ 13:8 ਵਰਗੇ ਬਹੁਤ ਸਾਰੇ ਹਵਾਲੇ ਪੜ੍ਹੇ ਅਤੇ ਉਨ੍ਹਾਂ ਨੂੰ ਸਮਝਾਇਆ।

ਉਸ ਸਭਾ ਵਿੱਚ ਬਹੁਤ ਸਾਰੇ ਲੋਕਾਂ ਨੇ ਪ੍ਰਾਰਥਨਾ ਕੀਤੀ ਅਤੇ ਰੇਬੇਕਾ ਨੇ ਆਪਣੇ ਗਲੋਸੋਫੈਰਿੰਜੀਅਲ ਨਿਊਰਲਜੀਆ ਲਈ ਪ੍ਰਾਰਥਨਾ ਕਰਨ ਲਈ ਕਿਹਾ ਜਿਸ ਤੋਂ ਉਹ ਪੀੜਤ ਸੀ। ਅਸੀਂ ਉਸ ਉੱਤੇ ਹੱਥ ਰੱਖੇ ਅਤੇ ਯਿਸੂ ਦੇ ਨਾਮ ਵਿੱਚ ਪ੍ਰਾਰਥਨਾ ਕੀਤੀ (ਮਰਕੁਸ 16:18)। ਉਹ ਸ਼ੁਰੂ ਵਿੱਚ ਅਜੇ ਵੀ ਦਰਦ ਵਿੱਚ ਸੀ, ਜਿਵੇਂ ਕਿਸੇ ਨੇ ਉਸਦੇ ਕੰਨ ਵਿੱਚ ਛੁਰਾ ਮਾਰਿਆ ਹੋਵੇ, ਪਰ ਜਿਸ ਪਲ ਉਹ ਮੀਟਿੰਗ ਤੋਂ ਬਾਹਰ ਨਿਕਲੀ, ਦਰਦ ਪੂਰੀ ਤਰ੍ਹਾਂ ਚਲਾ ਗਿਆ; 3.5 ਸਾਲਾਂ ਵਿੱਚ ਪਹਿਲੀ ਵਾਰ ਅਤੇ ਅੱਜ ਤੱਕ ਦਰਦ ਕਦੇ ਵਾਪਸ ਨਹੀਂ ਆਇਆ। ਉਸਨੇ ਅਹਿਸਾਸ ਕੀਤਾ ਕਿ ਪਰਮਾਤਮਾ ਅਸਲੀ ਹੈ ਅਤੇ ਅਗਲੇ ਹਫ਼ਤੇ ਵਾਪਸ ਆਈ, ਇਸਦੇ ਬਾਵਜੂਦ ਉਸਦੇ ਮਾਪਿਆਂ ਨੇ ਉਸਨੂੰ ਧਮਕੀ ਦਿੱਤੀ ਸੀ ਕਿ ਜੇਕਰ ਉਹ ਦੁਬਾਰਾ ਗਈ ਤਾਂ ਉਸਨੂੰ ਬਾਹਰ ਕੱਢ ਦਿੱਤਾ ਜਾਵੇਗਾ। ਅਸੀਂ ਉਸ ਸ਼ੁੱਕਰਵਾਰ ਨੂੰ ਇੱਕ ਪ੍ਰਾਰਥਨਾ ਰਾਤ ਕੀਤੀ ਅਤੇ ਰੇਬੇਕਾ ਨੂੰ ਬਚਾਇਆ ਜਾ ਸਕਦਾ ਹੈ ਇਸ ਬਾਰੇ ਸ਼ਾਸਤਰਾਂ ਵਿੱਚੋਂ ਅਗਵਾਈ ਕੀਤੀ। ਅਸੀਂ ਡੁੱਬਣ ਦੁਆਰਾ ਬਪਤਿਸਮਾ ਲੈਣ ਬਾਰੇ ਸ਼ਾਸਤਰਾਂ ਨੂੰ ਦੇਖਿਆ ਅਤੇ ਫਿਰ ਰੇਬੇਕਾ ਨੇ ਬਪਤਿਸਮਾ ਲੈਣ ਲਈ ਕਿਹਾ, ਜੋ ਅਸੀਂ ਸਿੱਧਾ ਉੱਪਰਲੇ ਬਾਥਟਬ ਵਿੱਚ ਕੀਤਾ। ਇਸ ਤੋਂ ਬਾਅਦ ਅਸੀਂ ਪਵਿੱਤਰ ਆਤਮਾ ਪ੍ਰਾਪਤ

ਕਰਨ ਬਾਰੇ ਕੁਝ ਸ਼ਾਸਤਰਾਂ ਨੂੰ ਦੇਖਿਆ (ਰਸੂਲਾਂ ਦੇ ਕਰਤੱਬ 2:4, ਲੂਕਾ 11:13), ਅਤੇ ਫਿਰ ਅਸੀਂ ਉਸ ਉੱਤੇ ਹੱਥ ਰੱਖੇ ਅਤੇ ਪਰਮਾਤਮਾ ਨੂੰ ਕਿਹਾ ਕਿ ਉਹ ਉਸਨੂੰ ਪਵਿੱਤਰ ਆਤਮਾ ਨਾਲ ਭਰ ਦੇਵੇ। ਨਤੀਜੇ ਵਜੋਂ ਉਹ ਫਿਰ ਨਵੀਆਂ ਭਾਸ਼ਾਵਾਂ ਵਿੱਚ ਬੋਲਣ ਲੱਗ ਪਈ ਅਤੇ ਦੁਬਾਰਾ ਜਨਮ ਲਿਆ।

ਫਿਰ ਅਸੀਂ ਉਸ 'ਤੇ ਦੁਬਾਰਾ ਹੱਥ ਰੱਖਿਆ ਅਤੇ ਪ੍ਰਮਾਤਮਾ ਨੂੰ ਬੇਨਤੀ ਕੀਤੀ ਕਿ ਉਹ ਉਸਨੂੰ ਪੂਰੀ ਤਰ੍ਹਾਂ ਠੀਕ ਕਰ ਦੇਵੇ, ਸਾਰੀਆਂ ਸਿਹਤ ਸਮੱਸਿਆਵਾਂ ਤੋਂ ਜਿਨ੍ਹਾਂ ਨਾਲ ਉਹ ਪੀੜਤ ਸੀ, ਜਿਸ ਵਿੱਚ ਉਸਦੇ ਸੱਜੇ ਕੰਨ ਵਿੱਚ ਬੋਲਾਪਣ ਵੀ ਸ਼ਾਮਲ ਸੀ ਅਤੇ ਪ੍ਰਮਾਤਮਾ ਨੇ ਉਸਨੂੰ ਤੁਰੰਤ ਹਰ ਚੀਜ਼ ਤੋਂ ਠੀਕ ਕਰ ਦਿੱਤਾ! ਜਿਵੇਂ ਹੀ ਮੈਂ ਉਸਦੇ ਸੱਜੇ ਕੰਨ ਵਿੱਚ ਗੱਲ ਕੀਤੀ, ਉਹ ਲਗਭਗ ਛਾਲ ਮਾਰ ਗਈ ਕਿਉਂਕਿ ਆਵਾਜ਼ ਬਹੁਤ ਉੱਚੀ ਸੀ। ਉਸਦੀ ਦੁਨੀਆਂ ਦਾ ਸਾਰਾ ਸੱਜਾ ਪਾਸਾ ਆਵਾਜ਼ ਨਾਲ ਜੀਵੰਤ ਹੋ ਗਿਆ ਸੀ! ਉਹ ਹੁਣ ਬੋਲ਼ੀ ਨਹੀਂ ਰਹੀ ਅਤੇ ਉਸਦੀ ਸੁਣਨ ਵਾਲੀ ਮਸ਼ੀਨ ਤੋਂ ਛੁਟਕਾਰਾ ਪਾ ਲਿਆ। ਫਾਈਬਰੋਮਾਈਆਲਜੀਆ ਵੀ ਚਲਾ ਗਿਆ ਸੀ ਅਤੇ ਸਾਲਾਂ ਤੋਂ ਉਹ ਜੋ ਦਰਦ ਝੱਲ ਰਹੀ ਸੀ ਉਹ ਹੁਣੇ ਹੀ ਗਾਇਬ ਹੋ ਗਿਆ ਸੀ। ਉਸਨੇ ਕਿਹਾ ਕਿ ਉਸਨੂੰ ਬੱਸ ਦੌੜਨਾ ਪਸੰਦ ਸੀ, ਕਿਉਂਕਿ ਉਹ ਇੰਨੀ ਊਰਜਾ ਨਾਲ ਭਰੀ ਹੋਈ ਸੀ। ਇਸ ਸਭ ਤੋਂ ਉੱਪਰ, ਉਸ ਰਾਤ ਲੰਬੇ ਸਮੇਂ ਬਾਅਦ ਪਹਿਲੀ ਵਾਰ ਉਹ ਸੌਣ ਵਿੱਚ ਕਾਮਯਾਬ ਹੋ ਗਈ।

ਆਸਟ੍ਰੇਲੀਆ ਵਿੱਚ ਕ੍ਰਿਸ਼ਚੀਅਨ ਅਸੈਂਬਲੀਜ਼ ਇੰਟਰਨੈਸ਼ਨਲ ਏ ਪੈਂਟੇਕੋਸਟਲ ਡੇਨੋਮੀਨੇਸ਼ਨ ਲਈ ਵੈੱਬਸਾਈਟ ਤੋਂ ਗਵਾਹੀ।

ਆਇਰਿਸ਼ ਮਨਿਸਿਟ੍ਰੀਜ.ਮਸਿਨਰੀ ਨੂੰ ਬਲਿ ਜੌਹਨਸਨ ਦੁਆਰਾ ਚੰਗਾ ਕੀਤਾ ਗਿਆ - ਵੀਡੀਓ ਗਵਾਹੀ

ਮੇਲਿਸਾ ਮੈਕਕਿਨੀ ਇੱਕ ਆਇਰਿਸ ਮਿਨਿਸਟ੍ਰੀਜ਼ ਮਿਸ਼ਨਰੀ ਹੈ ਜੋ ਵਿਦੇਸ਼ ਵਿੱਚ ਰਹਿੰਦੇ ਹੋਏ ਗੰਭੀਰ ਰੂਪ ਵਿੱਚ ਬਿਮਾਰ ਹੋ ਗਈ ਸੀ। ਕਈ ਡਾਕਟਰਾਂ ਨੂੰ ਬਿਨਾਂ ਕਿਸੇ ਨਤੀਜੇ ਦੇ ਮਿਲਣ ਤੋਂ ਬਾਅਦ, ਇੱਕ ਸੁਪਨੇ ਵਿੱਚ ਯਿਸੂ ਨੇ ਉਸ ਨਾਲ ਗੱਲ

ਕੀਤੀ ਅਤੇ ਉਸਨੂੰ ਰੈਡਿੰਗ, ਕੈਲੀਫੋਰਨੀਆ ਵਿੱਚ ਬੈਥਲ ਚਰਚ ਜਾਣ ਲਈ ਕਿਹਾ ਜਿੱਥੇ ਉਸਨੂੰ ਪੂਰੀ ਤਰ੍ਹਾਂ ਤੰਦਰੁਸਤੀ ਮਿਲੇਗੀ। ਇਹ ਵੀਡੀਓ ਉਸਦੀ ਗਵਾਹੀ ਹੈ। ਉਸਦੀ ਗਵਾਹੀ ਦੇ ਨਾਲ ਇਹ ਯੂਟਿਊਬ ਵੀਡੀਓ ਦੇਖੋ। http://www.godtube.com/watch/?v=YLLYGNNX

ਚਾਰਲਸ ਐੱਫ. ਪਰਹਮ ਦੁਆਰਾ ਸ਼ਾਨਦਾਰ ਇਲਾਜ

ਜ਼ਿਆਦਾਤਰ ਲੋਕ ਚਾਰਲਸ ਪਰਹਮ ਨੂੰ ਸ਼ੁਰੂਆਤੀ ਪੈਂਟੀਕੋਸਟਲ ਅੰਦੋਲਨ ਨਾਲ ਜੋੜਦੇ ਹਨ ਪਰ ਉਨ੍ਹਾਂ ਨੇ ਆਪਣੀ ਪੂਰੀ ਜ਼ਿੰਦਗੀ ਇੱਕ ਇਲਾਜ ਸੇਵਕਾਈ ਕੀਤੀ। 1905 ਵਿੱਚ ਉਹ ਹਿਊਸਟਨ, ਟੈਕਸਾਸ ਵਿੱਚ ਇਲਾਜ ਮੀਟਿੰਗਾਂ ਕਰ ਰਹੇ ਸਨ। ਇੱਕ ਔਰਤ ਮੀਟਿੰਗਾਂ ਵਿੱਚ ਆਈ ਜੋ 1902 ਵਿੱਚ ਇੱਕ ਸਟ੍ਰੀਟਕਾਰ ਹਾਦਸੇ ਦਾ ਸ਼ਿਕਾਰ ਹੋ ਗਈ ਸੀ ਅਤੇ ਅਧਰੰਗੀ ਹੋ ਗਈ ਸੀ ਅਤੇ ਵ੍ਹੀਲਚੇਅਰ ਤੱਕ ਸੀਮਤ ਹੋ ਗਈ ਸੀ।

ਪ੍ਰਾਰਥਨਾ ਤੋਂ ਬਾਅਦ "ਉਹ ਆਪਣੀ ਕੁਰਸੀ ਤੋਂ ਉੱਠੀ ਅਤੇ ਖੁਸ਼ੀ ਦੀ ਸਥਿਤੀ ਵਿੱਚ ਹਾਲ ਵਿੱਚ ਘੁੰਮਦੀ ਰਹੀ, ਚੀਕਦੀ ਰਹੀ, ਤਾੜੀਆਂ ਵਜਾਉਂਦੀ ਰਹੀ, ਅਤੇ ਬਹਾਲੀ ਲਈ ਪ੍ਰਭੂ ਦੀ ਉਸਤਤ ਕਰਦੀ ਰਹੀ। ਇਸ ਘਟਨਾ ਨੇ ਬਹੁਤ ਉਤਸ਼ਾਹ ਪੈਦਾ ਕੀਤਾ। ਸ਼੍ਰੀਮਤੀ ਡੁਲਨੀ ਹਾਲ ਤੋਂ ਹੇਠਾਂ ਚੱਲੀ ਗਈ, ਅਤੇ ਘਰ ਚਲੀ ਗਈ। ਉਹ ਉਦੋਂ ਤੋਂ ਰੋਜ਼ਾਨਾ ਉਨ੍ਹਾਂ ਦੀਆਂ ਮੀਟਿੰਗਾਂ ਵਿੱਚ ਸ਼ਾਮਲ ਹੁੰਦੀ ਸੀ, ਪਰ ਕੁਰਸੀ 'ਤੇ ਨਹੀਂ"

ਦ ਹਿਊਸਟਨ ਸਬਅਰਬਨਾਈਟ ਤੋਂ ਅੰਸ਼।

ਵਾਰਡ 17 'ਤੇ ਚਮਤਕਾਰ - ਰੱਬ ਨੇ ਐਗਨਸ ਸੈਨਫੋਰਡ ਨੂੰ ਵਰਤਿਆ

ਤਿੰਨਾਂ ਵਿੱਚੋਂ ਫਰੈਡਰਿਕ ਦਾ ਚਮਤਕਾਰ ਸੀ। ਉਹ ਇੱਕ ਨਿੱਜੀ ਕੋਠੜੀ ਵਿੱਚ ਪਿਆ ਸੀ, ਜਿਸਦਾ ਅਰਥ ਸੀ, ਉਸ ਹਸਪਤਾਲ ਦੇ ਤਰੀਕੇ ਅਨੁਸਾਰ, ਉਸਦੀ ਮੌਤ ਨੇੜੇ ਸੀ। ਉਹ ਇੰਨਾ ਪਤਲਾ ਅਤੇ ਸੁੰਗੜਿਆ ਹੋਇਆ ਸੀ ਕਿ ਉਹ ਇੱਕ ਬੁੱਢੇ ਬਾਂਦਰ ਵਾਂਗ ਦਿਖਾਈ ਦਿੰਦਾ ਸੀ। ਉਸਦੀ ਚਮੜੀ ਪੀਲੀ ਸੀ, ਪਸਲੀਆਂ ਬਾਹਰ ਨਿਕਲੀਆਂ ਹੋਈਆਂ ਸਨ, ਅਤੇ ਸਾਹ ਲੈਂਦੇ ਸਮੇਂ ਚਮੜੀ ਉਨ੍ਹਾਂ ਦੇ ਵਿਚਕਾਰ ਲਹਿਰਾਉਂਦੀ ਸੀ। ਦੋਵੇਂ ਨਾਸਾਂ ਵਿੱਚ ਟਿਊਬਾਂ ਸਨ ਅਤੇ ਦੋਵੇਂ ਗੁੱਟਾਂ ਨਾਲ ਜੁੜੀਆਂ ਹੋਈਆਂ ਸਨ। ਅਤੇ ਆਮ ਤੌਰ 'ਤੇ ਉਸਦੇ ਨਾਲ ਇੱਕ ਡਾਕਟਰ ਜਾਂ ਨਰਸ ਹੁੰਦੀ ਸੀ। ਕੋਠੜੀ ਵਿੱਚੋਂ ਲੰਘਦੇ ਸਮੇਂ, ਮੈਂ ਹਮੇਸ਼ਾ ਉਸਨੂੰ ਇੱਕ ਤੇਜ਼ ਪ੍ਰਾਰਥਨਾ ਕਰਦਾ ਸੀ, ਪਰ ਅੰਦਰ ਜਾ ਕੇ ਉਸਦੇ ਉੱਤੇ ਆਪਣੇ ਹੱਥ ਰੱਖਣ ਦੀ ਹਿੰਮਤ ਨਹੀਂ ਕੀਤੀ। ਅਤੇ ਦੂਰੀ ਤੋਂ ਇੱਕ ਆਮ ਪ੍ਰਾਰਥਨਾ ਕਾਫ਼ੀ ਨਹੀਂ ਸੀ। ਇਸ ਲਈ ਤੁਰੰਤ ਮੌਜੂਦਗੀ ਅਤੇ ਵਿਸ਼ਵਾਸ ਦੇ ਸ਼ਬਦ ਦੀ ਲੋੜ ਸੀ ਅਤੇ ਜੇਕਰ ਸੰਭਵ ਹੋਵੇ ਤਾਂ ਪਰਮਾਤਮਾ ਦੀ ਇਲਾਜ ਸ਼ਕਤੀ ਲਈ ਇੱਕ ਢੁਕਵਾਂ ਚੈਨਲ ਪ੍ਰਦਾਨ ਕਰਨ ਲਈ ਹੱਥ ਰੱਖਣ ਦੀ ਲੋੜ ਸੀ।

ਇੱਕ ਦਿਨ, ਹਾਲਾਂਕਿ, ਉਹ ਇਕੱਲਾ ਸੀ ਅਤੇ ਜਾਗ ਰਿਹਾ ਸੀ। ਬਹੁਤ ਹਿੰਮਤ ਨਾਲ, ਪਰ ਦਇਆ ਦੁਆਰਾ ਮਜਬੂਰ ਹੋ ਕੇ, ਮੈਂ ਅੰਦਰ ਗਿਆ। ਇਨ੍ਹਾਂ ਸਾਰੇ ਸਾਲਾਂ ਵਿੱਚ ਮੈਨੂੰ ਇਲਾਜ ਲਈ ਸਿਰਫ਼ ਇੱਕ ਪ੍ਰਭਾਵਸ਼ਾਲੀ ਉਦੇਸ਼ ਮਿਲਿਆ ਹੈ: ਦਇਆ। ਜੇਕਰ ਅਸੀਂ ਯਿਸੂ ਦੀ ਮਹਿਮਾ ਕਰਨ ਲਈ ਯਿਸੂ ਦੀ ਸ਼ਕਤੀ ਦੁਆਰਾ ਕਿਸੇ ਨੂੰ ਚੰਗਾ ਕਰਨਾ ਚਾਹੁੰਦੇ ਹਾਂ, ਤਾਂ ਅਸੀਂ ਆਮ ਤੌਰ 'ਤੇ ਉਸ ਵਿਅਕਤੀ ਤੱਕ ਪਹੁੰਚਣ ਵਿੱਚ ਅਸਫਲ ਰਹਿੰਦੇ ਹਾਂ। ਯਿਸੂ ਦੀ ਮਹਿਮਾ ਬੇਸ਼ੱਕ ਹਰ ਇਲਾਜ ਦੁਆਰਾ ਹੁੰਦੀ ਹੈ, ਪਰ ਸਿਰਫ਼ ਉਦੋਂ ਹੀ ਜਦੋਂ ਅਸੀਂ, ਜਿਵੇਂ ਉਹ ਸੀ, "ਦਇਆ ਦੁਆਰਾ ਪ੍ਰੇਰਿਤ" ਹੁੰਦੇ ਹਾਂ (ਮਰਕੁਸ 1:41)।

"ਤੂੰ ਲੱਗ ਰਿਹਾ ਹੈਂ ਕਿ ਤੂੰ ਧੋਤੀ ਹੋਈ ਹੈਂ," ਮੈਂ ਕਿਹਾ। (ਮੈਂ ਦੇਖਿਆ ਸੀ ਕਿ ਆਦਮੀਆਂ ਨੂੰ ਇਹ ਸਿੱਧਾ, ਬਿਨਾਂ ਰੰਗੇ ਢੰਗ ਪਸੰਦ ਆਇਆ ਸੀ।) "ਹਾਂ," ਉਸਨੇ ਕਿਹਾ। "ਕੀ ਸਮੱਸਿਆ ਹੈ?" ਮੈਂ ਪੁੱਛਿਆ; ਮੈਨੂੰ ਕੋਈ ਜ਼ਖ਼ਮ ਨਹੀਂ ਦਿਖਾਈ ਦੇ ਰਹੇ ਸਨ, ਨਾ ਹੀ ਮੈਨੂੰ ਕੋਈ ਓਸਟੀਓਮਾਈਲਾਈਟਿਸ ਦੀ ਗੰਧ ਆ ਰਹੀ ਸੀ। "ਖੂਨ

ਦੇ ਗਤਲੇ," ਉਸਨੇ ਬਿਨਾਂ ਕਿਸੇ ਰੌਸ਼ਨੀ ਦੇ ਜਵਾਬ ਦਿੱਤਾ। ਮੈਨੂੰ ਲੱਗਿਆ ਕਿ ਇਹ ਠੀਕ ਕਰਨਾ ਬਹੁਤ ਮੁਸ਼ਕਲ ਨਹੀਂ ਹੋਣਾ ਚਾਹੀਦਾ। ਇਸ ਲਈ ਮੈਂ ਉਸਨੂੰ ਉਸ ਸ਼ਕਤੀ ਬਾਰੇ ਦੱਸਿਆ ਜੋ ਉਸਨੂੰ ਠੀਕ ਹੋਣ ਵਿੱਚ ਮਦਦ ਕਰ ਸਕਦੀ ਹੈ। ਉਸਨੂੰ ਕੋਈ ਦਿਲਚਸਪੀ ਨਹੀਂ ਸੀ। ਦਰਅਸਲ, ਉਸਨੇ ਆਪਣੀਆਂ ਅੱਖਾਂ ਬੰਦ ਕਰ ਲਈਆਂ, ਇੱਕ ਸਪੱਸ਼ਟ ਬਰਖਾਸਤਗੀ। ਪਰ ਇਸ ਮਾਮਲੇ ਵਿੱਚ ਆਪਣੇ ਦੰਦ ਲਗਾਉਣ ਤੋਂ ਬਾਅਦ, ਜਿਵੇਂ ਕਿ ਇਹ ਸੀ, ਮੈਂ ਆਸਾਨੀ ਨਾਲ ਹਾਰ ਮੰਨਣ ਲਈ ਪ੍ਰੇਰਿਤ ਨਹੀਂ ਹੋਇਆ। "ਸੁਣੋ," ਮੈਂ ਅੰਤ ਵਿੱਚ ਕਿਹਾ, ਜਿਸ ਕਾਰਨ ਉਸਨੇ ਆਪਣੇ ਜ਼ੋਰਦਾਰ ਲਹਿਜੇ ਨਾਲ ਆਪਣੀਆਂ ਅੱਖਾਂ ਖੋਲ੍ਹ ਦਿੱਤੀਆਂ। "ਜੇ ਤੁਸੀਂ ਮੈਨੂੰ ਕੋਸ਼ਿਸ਼ ਕਰਨ ਦਿਓਗੇ, ਜਿਵੇਂ ਮੈਂ ਤੁਹਾਨੂੰ ਦੱਸਿਆ ਸੀ, ਮੈਂ ਵਾਅਦਾ ਕਰਦਾ ਹਾਂ ਕਿ ਮੈਂ ਇਸ ਮਾਮਲੇ ਦਾ ਦੁਬਾਰਾ ਕਦੇ ਜ਼ਿਕਰ ਨਹੀਂ ਕਰਾਂਗਾ, ਜਿੱਤ ਜਾਂ ਹਾਰ। ਹੁਣ ਇਸਦਾ ਕੀ ਹਾਲ ਹੈ?" "ਠੀਕ ਹੈ," ਉਸਨੇ ਥੱਕੇ ਹੋਏ, ਅਤੇ ਉਤਸ਼ਾਹ ਦੀ ਇੱਕ ਨਿਸ਼ਚਿਤ ਘਾਟ ਨਾਲ ਕਿਹਾ।

ਇਸ ਤੋਂ ਬਾਅਦ ਉਸਨੇ ਚਾਦਰ ਪਿੱਛੇ ਖਿੱਚ ਲਈ, ਅਤੇ ਮੈਂ ਆਪਣੇ ਡਰਾਉਣੇ ਢੰਗ ਨਾਲ ਦੇਖਿਆ ਕਿ ਉਸਦਾ ਪੇਟ ਗੂੜ੍ਹੇ ਖੂਨ ਦੇ ਤਲਾਅ ਵਰਗਾ ਦਿਖਾਈ ਦੇ ਰਿਹਾ ਸੀ, ਜੋ ਕਿ ਇੱਕ ਪਤਲੀ ਝਿੱਲੀ ਨਾਲ ਢੱਕਿਆ ਹੋਇਆ ਸੀ। "ਅੰਤੜੀਆਂ ਫਟ ਗਈਆਂ," ਉਸਨੇ ਮੇਰੀ ਨਿਰਾਸ਼ਾ ਨੂੰ ਵੇਖਦੇ ਹੋਏ ਕਿਹਾ। "ਉਹ ਮੈਨੂੰ ਜੰਗ ਦੇ ਮੈਦਾਨ ਤੋਂ ਅੰਦਰ ਨਹੀਂ ਲਿਜਾਣਾ ਚਾਹੁੰਦੇ ਸਨ, ਪਰ ਮੈਂ ਉਨ੍ਹਾਂ ਨੂੰ ਕਿਹਾ ਕਿ ਉਨ੍ਹਾਂ ਨੂੰ ਅਜਿਹਾ ਕਰਨਾ ਪਵੇਗਾ।" ਇੱਥੇ ਜੀਉਣ ਦੀ ਇੱਛਾ ਸੀ ਜੇਕਰ ਕਦੇ ਕੋਈ ਹੁੰਦਾ! ਉਸਨੂੰ ਨਾੜੀ ਰਾਹੀਂ ਖੁਆਉਣ, ਨਸ਼ੀਲੇ ਪਦਾਰਥਾਂ ਅਤੇ ਉਤੇਜਕਾਂ ਦੁਆਰਾ ਮਹੀਨਿਆਂ ਤੱਕ ਜ਼ਿੰਦਾ ਰੱਖਿਆ ਗਿਆ ਸੀ। ਜੇ ਮੈਂ ਪਹਿਲਾਂ ਉਸਦੇ ਪੇਟ ਨੂੰ ਦੇਖਿਆ ਹੁੰਦਾ, ਬਿਨਾਂ ਪੇਟ ਜਾਂ ਕਿਸੇ ਹੋਰ ਪਾਚਨ ਅੰਗ ਦੇ ਜਿੱਥੋਂ ਤੱਕ ਮੈਂ ਦੱਸ ਸਕਦਾ ਸੀ, ਤਾਂ ਮੈਂ ਵਿਸ਼ਵਾਸ ਦਾ ਬਚਨ ਨਾ ਬੋਲਦਾ। ਪਰ ਇਹ ਉੱਥੇ ਸੀ, ਅਤੇ ਮੈਂ ਇਸਨੂੰ ਵਾਪਸ ਨਹੀਂ ਲੈ ਸਕਦਾ ਸੀ। ਇਸ ਲਈ ਮੈਂ ਖੂਨ ਦੇ ਇਸ ਲਾਲ ਪਾੜੇ ਵਾਲੇ ਤਲਾਅ ਦੇ ਦੋਵਾਂ ਪਾਸਿਆਂ 'ਤੇ ਆਪਣੇ ਹੱਥ ਰੱਖੇ ਅਤੇ ਇੱਕ ਪੇਟ ਅਤੇ ਹੋਰ ਸਾਰੇ ਅੰਗਾਂ ਨੂੰ ਸੰਪੂਰਨ ਕਲਪਨਾ ਕੀਤੀ ਅਤੇ ਪ੍ਰਭੂ ਨੂੰ ਇਹ ਕਰਨ ਲਈ ਕਿਹਾ।

ਜਦੋਂ ਮੈਂ ਘਰ ਪਹੁੰਚਿਆ ਤਾਂ ਮੈਂ ਹਰ ਸ਼ਕਤੀਸ਼ਾਲੀ ਪ੍ਰਾਰਥਨਾ ਸਮੂਹ ਨੂੰ ਫ਼ੋਨ ਕੀਤਾ ਜਿਸਨੂੰ ਮੈਂ ਜਾਣਦਾ ਸੀ ਅਤੇ "ਈਸਾਈ ਭੂਮੀਗਤ" ਤੋਂ ਮਦਦ ਮੰਗੀ ਜਿਵੇਂ ਕਿ ਇੱਕ ਦੋਸਤ ਨੇ ਇੱਕ ਵਾਰ ਹੈਰਾਨੀ ਵਿੱਚ ਇਸਨੂੰ ਬੁਲਾਇਆ ਸੀ, ਇਹ ਨਹੀਂ ਜਾਣਦਾ ਸੀ ਕਿ ਸਾਰੇ ਦੇਸ਼ ਵਿੱਚ ਅਜਿਹੇ ਲੋਕ ਹਨ ਜੋ ਵਿਸ਼ਵਾਸ ਕਰਦੇ ਹਨ ਕਿ ਯਿਸੂ ਅੱਜ ਜੀਉਂਦਾ ਹੈ ਅਤੇ ਚੰਗਾ ਕਰਦਾ ਹੈ ਅਤੇ ਜੋ ਪ੍ਰਾਰਥਨਾ ਲਈ ਬੁਲਾਵੇ ਦਾ ਜਵਾਬ ਦੇਣਗੇ। ਅਤੇ ਮੈਂ ਖੁਦ ਫਰੈਡਰਿਕ ਵਿੱਚ ਇੱਕ ਚਮਤਕਾਰ ਹੋਣ ਲਈ ਪ੍ਰਾਰਥਨਾ ਕੀਤੀ। ਇਸ ਲਈ ਇੱਕ ਬਾਹਰੀ ਚਮਤਕਾਰ ਦੀ ਲੋੜ ਹੋਵੇਗੀ। ਇਹ ਆਮ ਇਲਾਜ ਪ੍ਰਕਿਰਿਆਵਾਂ ਨੂੰ ਤੇਜ਼ ਕਰਨ ਦਾ ਕੋਈ ਤਰੀਕਾ ਨਹੀਂ ਸੀ। ਯਿਸੂ ਮਸੀਹ ਦੁਆਰਾ ਪਰਮਾਤਮਾ ਦੇ ਸਿੱਧੇ ਕੰਮ ਤੋਂ ਇਲਾਵਾ ਕੁਝ ਵੀ ਇਹ ਨਹੀਂ ਕਰ ਸਕਦਾ ਸੀ।

ਅਗਲੇ ਹਫ਼ਤੇ ਮੈਂ ਡਰ ਅਤੇ ਕੰਬਦੇ ਹੋਏ ਉਸਦੇ ਕਮਰੇ ਕੋਲੋਂ ਲੰਘਿਆ, ਪਰ ਉਹ ਸੁੱਤਾ ਪਿਆ ਸੀ ਅਤੇ ਮੈਂ ਅੰਦਰ ਨਹੀਂ ਗਿਆ। ਇੱਕ ਹਫ਼ਤੇ ਬਾਅਦ, ਸਾਡੀ ਪ੍ਰਾਰਥਨਾ ਤੋਂ ਦੋ ਹਫ਼ਤੇ ਬਾਅਦ, ਮੈਂ ਫਿਰ ਉਸਦੇ ਕਮਰੇ ਕੋਲੋਂ ਲੰਘਿਆ। ਇਹ ਖਾਲੀ ਸੀ। ਉਹ ਆਪਣੇ ਬਿਸਤਰੇ ਵਿੱਚ ਨਹੀਂ ਸੀ। ਪਰ ਬਿਸਤਰਾ ਟੁੱਟਿਆ ਹੋਇਆ ਸੀ, ਉਸਦੀਆਂ ਚੀਜ਼ਾਂ ਖਿੰਡੀਆਂ ਹੋਈਆਂ ਸਨ, ਅਤੇ ਉਸਦਾ ਨਾਮ ਅਜੇ ਵੀ ਦਰਵਾਜ਼ੇ 'ਤੇ ਸੀ। ਮੈਂ ਕਮਰੇ ਦੇ ਅੰਤ ਵਿੱਚ ਕਾਮਨ ਰੂਮ ਵਿੱਚ ਗਿਆ ਜਿੱਥੇ ਆਦਮੀ ਵ੍ਹੀਲਚੇਅਰਾਂ 'ਤੇ ਬੈਠੇ ਸਨ, ਪਰ ਮੈਂ ਉਸਨੂੰ ਨਹੀਂ ਦੇਖਿਆ। ਕਮਰੇ ਦੇ ਪਾਰ ਮੇਰੀ ਨਜ਼ਰ ਇੱਕ ਨੌਜਵਾਨ, ਸੁੰਦਰ, ਲਾਲ ਚਿਹਰੇ ਵਾਲੇ ਆਦਮੀ 'ਤੇ ਪਈ ਜੋ ਉਸ ਬੁੱਧੀਮਾਨ ਬੁੱਢੇ ਬਾਂਦਰ ਨਾਲ ਥੋੜੀ ਜਿਹੀ ਵੀ ਸਮਾਨਤਾ ਨਹੀਂ ਰੱਖਦਾ ਸੀ ਜਿਸ ਲਈ ਮੈਂ ਕੋਠੜੀ ਵਿੱਚ ਪ੍ਰਾਰਥਨਾ ਕੀਤੀ ਸੀ। ਇਸ ਨੌਜਵਾਨ ਨੇ ਆਪਣੀਆਂ ਅੱਖਾਂ ਵਿੱਚ ਇੱਕ ਚਮਕ ਅਤੇ ਇੱਕ ਜਾਣੀ-ਪਛਾਣੀ ਮੁਸਕਰਾਹਟ ਨਾਲ ਮੇਰੇ ਵੱਲ ਦੇਖਿਆ, ਮੈਂ ਦੇਖਿਆ ਕਿ ਉੱਥੇ ਸਮਾਨਤਾ ਦਾ ਇੱਕ ਛੋਟਾ ਜਿਹਾ ਰੰਗ ਸੀ।

“ਤੂੰ ਫਰੈਡਰਿਕ ਨਹੀਂ ਹੋ ਸਕਦਾ, ਕੀ ਤੂੰ?” ਮੈਂ ਉਸਨੂੰ ਪੁੱਛਿਆ। ਉਸਦੀ ਮੁਸਕਰਾਹਟ ਹੋਰ ਫੈਲ ਗਈ। “ਹਾਂ ਮੈਡਮ, ਮੈਂ ਹਾਂ,” ਉਸਨੇ ਕਿਹਾ। ਆਪਣੇ ਵਾਅਦੇ ਨੂੰ ਯਾਦ ਕਰਦਿਆਂ, ਮੈਂ ਇਸ ਦਾ ਕੋਈ ਹਵਾਲਾ ਨਹੀਂ ਦਿੱਤਾ ਪਰ ਬਸ

ਕਿਹਾ, "ਤੁਸੀਂ ਹੁਣ ਕੀ ਕਰਨ ਜਾ ਰਹੇ ਹੋ?" "ਮੈਨੂੰ ਲੱਗਦਾ ਹੈ ਕਿ ਮੈਂ ਦੱਖਣੀ ਅਮਰੀਕਾ ਜਾਵਾਂਗਾ ਅਤੇ ਨੌਕਰੀ ਕਰਾਂਗਾ," ਉਸਨੇ ਜਵਾਬ ਦਿੱਤਾ। "ਇਹ ਇੱਕ ਚੰਗਾ ਵਿਚਾਰ ਜਾਪਦਾ ਹੈ," 1 ਨੇ ਕਿਹਾ। "ਮੇਰਾ ਭਰਾ ਉੱਥੇ ਪਹਾੜਾਂ ਵਿੱਚ ਕੰਮ ਕਰਦਾ ਸੀ। ਉਸਨੂੰ ਇਹ ਪਸੰਦ ਆਇਆ।" ਅਤੇ ਮੈਂ ਆਪਣੀ ਗੱਡੀ ਵੱਲ ਵੇਖਦਿਆਂ ਕਿਹਾ, "ਇੱਕ ਸੇਬ ਲਓ।" ਉਸਦੇ ਕੋਲ ਇੱਕ ਸੇਬ ਸੀ, ਅਤੇ ਮੈਂ ਜਾਣ ਲਈ ਮੁੜਿਆ।

ਉਹ ਇੱਕ ਵਾਰ ਫਿਰ ਬੋਲਿਆ, ਅਤੇ ਮੈਂ ਪਿੱਛੇ ਮੁੜ ਕੇ ਦੇਖਿਆ। "ਠੀਕ ਹੈ, ਪਰ ਮੇਰੇ ਪੈਰ ਅਜੇ ਵੀ ਸੁੱਜੇ ਹੋਏ ਹਨ," ਉਸਨੇ ਕਿਹਾ। "ਇਹ ਸਿਰਫ਼ ਇਸ ਲਈ ਹੈ ਕਿਉਂਕਿ ਉਹ ਉਦੋਂ ਤੁਹਾਡੇ ਖੜ੍ਹੇ ਰਹਿਣ ਦੇ ਆਦੀ ਨਹੀਂ ਹਨ," ਮੈਂ ਜਵਾਬ ਦਿੱਤਾ। "ਉਹ ਜਲਦੀ ਹੀ ਠੀਕ ਹੋ ਜਾਣਗੇ।" ਅਤੇ ਹੌਸਲਾ ਵਧਾਉਣ ਵਾਲੇ ਇਸ ਸ਼ਬਦ ਨਾਲ ਮੈਂ ਚਲਾ ਗਿਆ। ਅਗਲੇ ਹਫ਼ਤੇ ਉਹ ਆਪਣੀ ਕੋਠੜੀ ਵਿੱਚ ਨਹੀਂ ਸੀ। ਉਸਨੂੰ ਛੁੱਟੀ ਦੇ ਦਿੱਤੀ ਗਈ ਅਤੇ ਘਰ ਪਹੁੰਚ ਗਿਆ। ਇੱਕ ਵਾਰ ਮੇਰੀ ਇੱਕ ਪਾਦਰੀ ਨਾਲ ਥੋੜ੍ਹੀ ਜਿਹੀ ਗੱਲਬਾਤ ਹੋਈ। ਮੈਂ ਫਰੈਡਰਿਕ ਦੀ ਕਹਾਣੀ ਸੁਣਾਈ, ਕਿਉਂਕਿ ਮੈਨੂੰ ਪਤਾ ਸੀ ਕਿ ਉਹ ਵਾਰਡ 17 ਵਿੱਚ ਆਇਆ ਸੀ ਅਤੇ ਉਸ ਨੌਜਵਾਨ ਨੂੰ ਜ਼ਰੂਰ ਦੇਖਿਆ ਹੋਵੇਗਾ।

"ਕੀ ਇਹੀ ਉਸ ਨਾਲ ਹੋਇਆ ਹੈ?" ਉਹ ਹੈਰਾਨੀ ਨਾਲ ਚੀਕਿਆ। ਉਸਨੇ ਨੌਜਵਾਨ ਦੇ ਸਰੀਰ ਦੇ ਇਲਾਜ ਦਾ ਨਹੀਂ, ਸਗੋਂ ਉਸਦੀ ਆਤਮਾ ਦੇ ਜਾਗਣ ਦਾ ਜ਼ਿਕਰ ਕੀਤਾ। "ਜਿਵੇਂ ਹੀ ਉਹ ਬਿਸਤਰੇ ਤੋਂ ਉੱਠ ਸਕਿਆ, ਉਹ ਮੇਰੇ ਹਰ ਰੋਜ਼ ਦੇ ਘਰ ਵਿੱਚ ਸੀ," ਪਾਦਰੀ ਨੇ ਕਿਹਾ। "ਉਹ ਇੱਕ ਬਾਈਬਲ ਚਾਹੁੰਦਾ ਸੀ। ਉਹ ਪਰਮਾਤਮਾ ਅਤੇ ਜਿਸੂ ਮਸੀਹ ਬਾਰੇ ਸਭ ਕੁਝ ਜਾਣਨਾ ਚਾਹੁੰਦਾ ਸੀ।" ਤਿੰਨ ਮਹੀਨਿਆਂ ਬਾਅਦ, ਮੇਰੀ ਪੂਰੀ ਹੈਰਾਨੀ ਲਈ, ਮੈਂ ਵਾਰਡ 17 ਵਿੱਚ ਉਸ ਕੋਠੜੀ ਵਿੱਚੋਂ ਲੰਘਿਆ ਅਤੇ ਦਰਵਾਜ਼ੇ 'ਤੇ ਫਰੈਡਰਿਕ ਦਾ ਨਾਮ ਇੱਕ ਵਾਰ ਫਿਰ ਦੇਖਿਆ। ਕੋਠੜੀ ਦੇ ਅੰਦਰ ਇੱਕ ਲੰਮਾ, ਭਾਰਾ, ਸੁੰਦਰ ਨੌਜਵਾਨ ਖੜ੍ਹਾ ਸੀ ਜੋ ਐਟਲਾਂਟਿਕ ਸਿਟੀ ਵਿੱਚ ਇੱਕ ਲਾਈਫਗਾਰਡ ਵਾਂਗ ਦਿਖਾਈ ਦਿੰਦਾ ਸੀ। "ਤੁਸੀਂ ਨਹੀਂ ਹੋ ਸਕਦੇ—" ਅਤੇ ਫਿਰ ਉਸਨੇ ਕਿਹਾ, "ਹਾਂ ਮੈਡਮ, ਮੈਂ ਹਾਂ।" "ਤੁਸੀਂ ਇੱਥੇ ਕੀ ਕਰ

ਰਹੇ ਹੋ?" "ਬਸ ਮੇਰੇ ਨੱਬੇ ਦਿਨਾਂ ਦੇ ਚੈੱਕਅਪ ਲਈ ਆਇਆ ਹਾਂ," ਉਸਨੇ ਜਵਾਬ ਦਿੱਤਾ। "ਮੈਨੂੰ ਪੀਲਾ ਪੀਲੀਆ ਹੋਇਆ ਸੀ, ਪਰ ਹੁਣ ਸਭ ਠੀਕ ਹੈ।"

ਮੈਂ ਉਸਨੂੰ ਦੁਬਾਰਾ ਕਦੇ ਨਹੀਂ ਦੇਖਿਆ। ਪਰ ਮੈਂ ਪ੍ਰਮਾਤਮਾ ਅੱਗੇ ਪ੍ਰਾਰਥਨਾ ਕਰਦਾ ਹਾਂ ਕਿ ਉਹ ਇਸ ਨੌਜਵਾਨ ਨੂੰ ਆਪਣੇ ਚਰਾਗਾਹ ਵਿੱਚ ਨਰਮੀ ਨਾਲ ਅਗਵਾਈ ਕਰਨ ਅਤੇ ਉਸਨੂੰ ਇੱਕ ਅਵਿਸ਼ਵਾਸੀ ਚਰਚ ਦੇ ਘਾਤਕ ਭੁਲੇਖੇ ਤੋਂ ਬਚਾਉਣ ਦਾ ਰਸਤਾ ਲੱਭੇ। ਸ਼ਾਇਦ ਫਰੈਡਰਿਕ ਉਨ੍ਹਾਂ ਵਿੱਚੋਂ ਇੱਕ ਹੈ ਜੋ ਸੱਚ ਬੋਲਣ ਦੀ ਹਿੰਮਤ ਕਰਦਾ ਹੈ, ਅਤੇ ਚਰਚ ਦੇ ਸੁੱਤੇ ਹੋਏ ਦੈਂਤ ਨੂੰ ਇੱਕ ਨਵੇਂ ਜੀਵਨ ਵਿੱਚ ਜਗਾਉਣ ਵਿੱਚ ਮਦਦ ਕਰਦਾ ਹੈ।

ਐਗਨਸ ਸੈਨਫੋਰਡ ਦੁਆਰਾ ਲਿਖੀ ਕਿਤਾਬ "ਸੀਲਡ ਆਰਡਰਜ਼: ਦ ਆਟੋਬਾਇਓਗ੍ਰਾਫੀ ਆਫ਼ ਏ ਕ੍ਰਿਸ਼ਚੀਅਨ ਮਿਸਟਿਕ" ਤੋਂ ਅੰਸ਼। ਦਸੰਬਰ 1972 ਵਿੱਚ ਬ੍ਰਿਜ-ਲੋਗੋਸ ਪਬਲਿਸ਼ਰਜ਼ ਦੁਆਰਾ ਪ੍ਰਕਾਸ਼ਿਤ।

ਜੇਮਜ਼.ਮੂਰ ਹਕਿਸਨ ਦੁਆਰਾ ਇਲਾਜ

(ਇੱਕ ਬਹੁਤ ਹੀ ਉੱਚ ਪੱਧਰੀ ਰਿਪੋਰਟਿੰਗ ਸ਼ੈਲੀ, ਪਰ ਤੱਥ ਉਹੀ ਰਹਿੰਦੇ ਹਨ...)

ਜੇਮਜ਼ ਮੂਰ ਹਿਕਸਨ ਦੁਆਰਾ ਪੈਰਿਸ ਵਿੱਚ ਇਲਾਜ ਦੀ ਰਿਪੋਰਟ

ਪੈਰਿਸ ਦੀ ਇੱਕ ਮਸ਼ਹੂਰ ਅਦਾਕਾਰਾ, ਜਿਸਨੂੰ ਉਸਦੇ ਇੱਕ ਹਤਾਸ਼ ਪ੍ਰੇਮੀ ਨੇ ਛਾਤੀ ਵਿੱਚ ਜ਼ਖਮੀ ਕਰ ਦਿੱਤਾ ਸੀ, ਜਿਸ ਨਾਲ ਉਸਨੇ ਵਿਆਹ ਕਰਨ ਤੋਂ ਇਨਕਾਰ ਕਰ ਦਿੱਤਾ ਸੀ, ਨੇ ਇਲਾਜ ਕਰਨ ਵਾਲੇ ਨੂੰ ਬੇਨਤੀ ਕੀਤੀ ਕਿ ਉਹ ਉਸਦੇ ਜ਼ਖ਼ਮਾਂ ਨੂੰ ਬੰਦ ਕਰੇ ਅਤੇ ਉਸ ਨਿਰੰਤਰ ਬਲਦੀ ਪੀੜ ਨੂੰ ਦੂਰ ਕਰੇ ਜਿਸਨੇ ਉਸਦੇ ਦਿਨ ਬਦਹਾਲ ਅਤੇ ਉਸਦੀਆਂ ਰਾਤਾਂ ਨੂੰ ਤਸੀਹੇ ਦਿੱਤੇ ਸਨ।

ਸੰਗਤ ਸਾਹ-ਮਾਲ ਕੇ ਇਲਾਜ ਕਰਨ ਵਾਲੇ ਦੀ ਕਾਰਵਾਈ ਦੀ ਉਡੀਕ ਕਰ ਰਹੀ ਸੀ, ਉਹ ਧਾਰਮਿਕ ਆਦਮੀ ਜੋ ਈਸਾਈ ਧਰਮ ਦੇ ਸਿਧਾਂਤਾਂ ਨੂੰ ਸ਼ਾਬਦਿਕ ਤੌਰ 'ਤੇ

ਅਭਿਆਸ ਕਰਨ ਦੀ ਕੋਸ਼ਿਸ਼ ਕਰਦਾ ਸੀ। ਸਟੇਜ ਦੀ ਉਸ ਔਰਤ ਪ੍ਰਤੀ ਉਸਦਾ ਰਵੱਈਆ ਕੀ ਹੋਵੇਗਾ ਜਿਸਦਾ ਪੇਸ਼ਾ ਫਜ਼ੂਲ ਲੋਕਾਂ ਨੂੰ ਖੁਸ਼ ਕਰਨਾ ਸੀ?

"ਇਸ ਤਣਾਅਪੂਰਨ, ਦੱਬੇ ਹੋਏ ਉਤਸ਼ਾਹ ਅਤੇ ਅਦਭੁਤ ਚੁੱਪ ਦੇ ਮਾਹੌਲ ਵਿੱਚ, ਸ੍ਰੀ ਹਿਕਸਨ ਨੇ ਸੁੰਦਰ ਸਟੇਜ ਪਸੰਦੀਦਾ 'ਤੇ ਹੱਥ ਰੱਖਿਆ, ਜਿਸਦਾ ਚਿਹਰਾ ਗਾਰਡਨੀਆ ਦੀਆਂ ਪੱਤੀਆਂ ਵਾਂਗ ਚਿੱਟਾ ਹੋ ਗਿਆ ਸੀ, ਅਤੇ ਪ੍ਰਾਰਥਨਾ ਕੀਤੀ! ਉਸਨੇ ਕੋਈ ਸਵਾਲ ਨਹੀਂ ਪੁੱਛਿਆ, ਕੋਈ ਉਪਦੇਸ਼ ਨਹੀਂ ਦਿੱਤਾ। ਉਸਨੇ ਬਸ ਅਧਿਆਤਮਿਕ ਸਹਾਇਤਾ ਲਈ ਉਸਦੀ ਬੇਨਤੀ ਨੂੰ ਸਵੀਕਾਰ ਕਰ ਲਿਆ ਅਤੇ ਇੱਕ ਪੀੜਤ ਨੂੰ ਉਸਦੀ ਤਾਕਤ ਅਤੇ ਸਿਹਤ ਮੁੜ ਪ੍ਰਾਪਤ ਕਰਨ ਵਿੱਚ ਮਦਦ ਕਰਨ ਲਈ ਆਪਣੇ ਆਪ ਨੂੰ ਮੰਨਣ ਵਾਲੀ ਸਾਰੀ ਸ਼ਕਤੀ ਦੀ ਵਰਤੋਂ ਕੀਤੀ।"

ਅਖੀਰ ਵਿੱਚ ਹੱਥ ਰੱਖਣ ਦਾ ਸਮਾਂ ਖਤਮ ਹੋ ਗਿਆ। ਪ੍ਰਚਾਰਕ ਅਤੇ ਅਦਾਕਾਰਾ ਇੱਕ ਦੂਜੇ ਦੇ ਸਾਹਮਣੇ ਆ ਗਏ। ਅਚਾਨਕ ਔਰਤ ਨੇ ਉੱਚੀ ਗਰਦਨ ਵਾਲੀ ਡਰੈੱਸ ਪਾੜ ਦਿੱਤੀ ਜੋ ਜ਼ਖ਼ਮਾਂ ਨੂੰ ਛੁਪਾਉਂਦੀ ਸੀ ਜੋ ਲਗਭਗ ਗਲੇ ਦੇ ਵਿਚਕਾਰ ਤੱਕ ਪਹੁੰਚ ਗਈ ਸੀ। "ਪਾਗਲ ਆਦਮੀ ਦੇ ਚਾਕੂ ਦੁਆਰਾ ਇੰਨੀ ਬੇਰਹਿਮੀ ਨਾਲ ਕੀਤੇ ਗਏ ਜ਼ਖ਼ਮ ਅਜੇ ਵੀ ਖੁੱਲ੍ਹੇ ਸਨ, ਪਰ ਇਹ ਹੁਣ ਲਾਲ ਅਤੇ ਗੁੱਸੇ ਵਾਲੇ ਨਹੀਂ ਸਨ! ਉਹ ਪੀਲੇ ਸਨ ਅਤੇ ਇਲਾਜ ਦੇ ਹਰ ਸੰਕੇਤ ਨੂੰ ਦਰਸਾਉਂਦੇ ਸਨ। ਹੁਣ ਕਿਹਾ ਜਾਂਦਾ ਹੈ ਕਿ ਅਦਾਕਾਰਾ ਪੂਰੀ ਤਰ੍ਹਾਂ ਠੀਕ ਹੋ ਗਈ ਹੈ, ਅਤੇ ਇਹ ਜ਼ਖ਼ਮ, ਜੋ ਲਗਭਗ ਗਿਆਰਾਂ ਮੂੰਹਾਂ ਲਈ ਖੁੱਲ੍ਹੇ ਰਹੇ ਸਨ, ਮਿਸਟਰ ਹਿਕਸਨ ਦੇ ਇਲਾਜ ਦੇ ਦੋ ਹਫ਼ਤਿਆਂ ਦੇ ਅੰਦਰ ਠੀਕ ਹੋ ਗਏ - ਕੋਈ ਦਾਗ ਨਹੀਂ ਛੱਡਿਆ।

22 ਜਨਵਰੀ, 1929 ਨੂੰ ਐਡਵੋਕੇਟ ਅਖਬਾਰ, ਬਰਨੀ ਤਸਮਾਨੀਆ ਤੋਂ ਦੁਬਾਰਾ ਛਾਪਿਆ ਗਿਆ। ਹਿਕਸਨ ਆਪਣੇ 1923 ਦੇ ਹੀਲਿੰਗ ਮਿਸ਼ਨਾਂ ਤੋਂ ਆਸਟ੍ਰੇਲੀਆ ਵਿੱਚ ਮਸ਼ਹੂਰ ਸੀ।

ਓਰੇਗਨ ਵਿੱਚ ਮੁਰਦਿਆਂ ਵਿੱਚੋਂ ਜੀ ਉੱਠਿਆ

ਥਾਮਸ ਐਮ. ਵੈਲਚ ਦੀ ਪੂਰੀ ਤਰ੍ਹਾਂ ਦਸਤਾਵੇਜ਼ੀ ਕਹਾਣੀ, ਜੋ 55 ਫੁੱਟ ਦੀ ਦੂਰੀ 'ਤੇ ਡਿੱਗ ਕੇ ਮਰ ਗਿਆ। ਉਹ ਆਪਣੀ ਲਾਸ਼ ਲੱਭਣ ਤੋਂ ਪਹਿਲਾਂ ਘੱਟੋ-ਘੱਟ ਤਿੰਨ-ਚੌਥਾਈ ਘੰਟੇ ਪਾਣੀ ਹੇਠ ਰਿਹਾ। ਵਿਸ਼ਵਾਸ ਦੀ ਪ੍ਰਾਰਥਨਾ ਦੁਆਰਾ ਉਸਨੂੰ ਜੀਉਂਦਾ ਕੀਤਾ ਗਿਆ ਅਤੇ ਉਸੇ ਹਫ਼ਤੇ ਕੰਮ 'ਤੇ ਵਾਪਸ ਆ ਗਿਆ! ਇਹ ਸੱਚਮੁੱਚ 20ਵੀਂ ਸਦੀ ਦੇ ਸਭ ਤੋਂ ਵੱਡੇ ਚਮਤਕਾਰਾਂ ਵਿੱਚੋਂ ਇੱਕ ਹੈ।

ਲਿੰਕ ਲਈ
http://www.healingandrevival.com/OregonMiracle.pdf

ਵਿਲੀਅਮ ਬ੍ਰੈਨਹੈਮ ਦੁਆਰਾ ਗਠੀਏ ਤੋਂ ਠੀਕ ਕੀਤਾ ਗਿਆ

ਪੋਰਟਲੈਂਡ ਓਰੇਗਨ ਦੇ ਜੇ.ਐਚ. ਗੰਡਰਸਨ ਨੇ ਹੇਠ ਲਿਖੀ ਗਵਾਹੀ ਵੌਇਸ ਆਫ਼ ਹੀਲਿੰਗ ਮੈਗਜ਼ੀਨ ਨੂੰ ਭੇਜੀ। ਉਨ੍ਹਾਂ ਨੇ ਇਸਨੂੰ ਮਈ 1948 ਵਿੱਚ ਪ੍ਰਕਾਸ਼ਿਤ ਕੀਤਾ।

ਮੈਨੂੰ ਗਠੀਆ ਸੀ ਜੋ ਕਈ ਮਹੀਨਿਆਂ ਤੋਂ ਚੱਲ ਰਿਹਾ ਸੀ। ਮੈਨੂੰ ਕਈ ਵਾਰ ਪ੍ਰਾਰਥਨਾ ਕੀਤੀ ਗਈ ਸੀ। ਇਸ ਲਈ ਮੈਂ ਡਾਕਟਰ ਕੋਲ ਗਈ ਅਤੇ ਉਸਨੇ ਕਿਹਾ ਕਿ ਮੇਰਾ ਕੇਸ ਬਹੁਤ ਖਰਾਬ ਹੈ, ਅਤੇ ਜੋੜਾਂ ਵਿੱਚ ਵੀ। ਉਸਨੇ ਮੈਨੂੰ ਮੇਰੀਆਂ ਬਾਹਾਂ ਵਿੱਚ 36 ਟੀਕੇ ਲਗਾਏ, ਪਰ ਬਹੁਤ ਘੱਟ ਰਾਹਤ ਮਿਲੀ। ਮੇਰੀਆਂ ਬਾਹਾਂ, ਪੈਰਾਂ ਅਤੇ ਹਰ ਜੋੜ ਵਿੱਚ ਇਹ ਸੀ। ਮੇਰੀ ਹਾਲਤ ਬਹੁਤ ਖਰਾਬ ਸੀ। ਮੈਂ ਆਪਣੇ ਹੱਥ ਆਪਣੇ ਮੂੰਹ ਤੋਂ ਉੱਚੇ ਨਹੀਂ ਕਰ ਸਕਦੀ ਸੀ ਅਤੇ ਮੈਨੂੰ ਕੱਪੜੇ ਪਾਉਣ ਤੋਂ ਪਹਿਲਾਂ ਲੰਬੇ ਸਮੇਂ ਤੱਕ ਫਰਸ਼ 'ਤੇ ਤੁਰਨਾ ਪਿਆ। ਫਿਰ ਮੈਂ ਆਪਣੇ ਪਤੀ ਨੂੰ ਕਿਹਾ ਕਿ ਮੈਂ ਡਾਕਟਰ ਕੋਲ ਜਾਣਾ ਬੰਦ ਕਰ ਦੇਵਾਂਗੀ ਅਤੇ ਇਸ ਦੀ ਬਜਾਏ ਹਰ ਸਵੇਰੇ ਪ੍ਰਾਰਥਨਾ ਸਭਾ ਵਿੱਚ ਜਾਵਾਂਗੀ। ਫਿਰ ਵੀ ਮੈਨੂੰ ਕੋਈ ਰਾਹਤ ਨਹੀਂ ਮਿਲੀ।

ਮੈਂ ਭਰਾ ਬ੍ਰੈਨਹੈਮ ਦਾ ਪਤਾ ਪ੍ਰਾਪਤ ਕਰਨ ਵਿੱਚ ਕਾਮਯਾਬ ਹੋ ਗਿਆ, ਇਸ ਲਈ ਮੈਂ ਇੱਕ ਰੁਮਾਲ ਭੇਜਿਆ ਤਾਂ ਜੋ ਮੈਂ ਉਸਨੂੰ ਮਸਹ ਕੀਤਾ ਜਾ ਸਕੇ ਅਤੇ ਪ੍ਰਾਰਥਨਾ ਕੀਤੀ। 29 ਦਸੰਬਰ ਨੂੰ, ਸਵੇਰੇ ਮੈਂ ਉੱਠਿਆ ਅਤੇ ਸਾਰਾ ਦਰਦ ਦੂਰ ਹੋ ਗਿਆ

ਸੀ। ਮੈਂ ਕੱਪੜੇ ਪਾਏ ਅਤੇ ਰਸੋਈ ਦੀ ਸਫਾਈ ਕਰਨ ਦੇ ਕੰਮ 'ਤੇ ਚਲਾ ਗਿਆ। ਮੈਂ ਭਾਂਡੇ ਅਤੇ ਲੱਕੜ ਦਾ ਕੰਮ ਧੋਤਾ, ਠੀਕ ਮਹਿਸੂਸ ਕਰ ਰਿਹਾ ਸੀ।

ਤਿੰਨ ਦਿਨਾਂ ਬਾਅਦ ਮੈਨੂੰ ਭਰਾ ਬ੍ਰੈਨਹੈਮ ਤੋਂ ਉਹ ਰੁਮਾਲ ਮਿਲਿਆ, ਅਤੇ ਡਾਕਖਾਨੇ ਵੱਲ ਦੇਖਿਆ ਅਤੇ ਪਤਾ ਲੱਗਾ ਕਿ ਉਸ ਸਵੇਰੇ ਉਸਨੇ ਪ੍ਰਾਰਥਨਾ ਕੀਤੀ ਸੀ ਅਤੇ ਮੈਂ ਠੀਕ ਹੋ ਗਿਆ ਸੀ। ਮੈਂ ਅਜੇ ਵੀ ਪੂਰੀ ਤਰ੍ਹਾਂ ਠੀਕ ਹਾਂ।

ਪ੍ਰਾਰਥਨਾ ਵਾਲੇ ਕੱਪੜੇ ਰਾਹੀ ਇਲਾਜ - ਚਾਰਲਸ ਅਤੇ ਫਰਾਂਸਿਸ ਹੰਟਰ

ਕਿਉਂਕਿ ਅਸੀਂ ਉਨ੍ਹਾਂ ਛੋਟੇ-ਛੋਟੇ ਕੱਪੜਿਆਂ ਦੇ ਟੁਕੜਿਆਂ 'ਤੇ ਵਿਸ਼ਵਾਸ ਕਰਦੇ ਹਾਂ ਜਿਨ੍ਹਾਂ ਨੂੰ ਅਸੀਂ ਮਸਹ ਕੀਤਾ ਸੀ, ਇਸ ਲਈ ਜਦੋਂ ਅਸੀਂ ਉਨ੍ਹਾਂ ਨੂੰ ਬਾਹਰ ਭੇਜਿਆ ਹੈ ਤਾਂ ਬਹੁਤ ਸਾਰੇ ਲੋਕ ਠੀਕ ਹੋ ਗਏ ਹਨ!

ਸਭ ਤੋਂ ਦਿਲਚਸਪ ਘਟਨਾਵਾਂ ਵਿੱਚੋਂ ਇੱਕ ਉਦੋਂ ਸ਼ੁਰੂ ਹੋਈ ਜਦੋਂ ਸਾਨੂੰ ਇੰਗਲੈਂਡ ਦੇ ਫੇਲਸਵਰਥ ਵਿੱਚ ਇੱਕ ਦਾਦੀ ਤੋਂ ਇੱਕ ਪੱਤਰ ਮਿਲਿਆ। ਉਸਨੇ ਸਾਡੇ ਇਲਾਜ ਸੇਵਕਾਈ ਬਾਰੇ ਸੁਣਿਆ ਸੀ ਅਤੇ ਸਾਨੂੰ ਇੱਕ ਪੱਤਰ ਲਿਖਿਆ ਸੀ। ਇਸ ਵਿੱਚ, ਉਸਨੇ ਸਾਨੂੰ ਆਪਣੇ ਪੋਤੇ ਬਾਰੇ ਦੱਸਿਆ ਜੋ ਕਿ ਇੱਕ ਜਮਾਂਦਰੂ ਕਮਰ ਦੇ ਨੁਕਸ, ਅਤੇ ਹਾਈਡ੍ਰੋਸੇਫਾਲਸ (ਦਿਮਾਗ 'ਤੇ ਪਾਣੀ ਦੀ ਵਿਗਾੜ) ਨਾਲ ਪੈਦਾ ਹੋਇਆ ਸੀ। ਇੱਕ ਹਾਈਡ੍ਰੋਸੇਫਾਲਿਕ ਬੱਚਾ ਬਹੁਤ ਘੱਟ ਹੀ ਬਹੁਤ ਲੰਮਾ ਸਮਾਂ ਜੀਉਂਦਾ ਰਹਿੰਦਾ ਹੈ ਕਿਉਂਕਿ ਇਹ ਸਰੀਰ ਦੀ ਇੱਕ ਬਹੁਤ ਗੰਭੀਰ ਖਰਾਬੀ ਹੈ, ਸਿਰਫ਼ ਸ਼ੈਤਾਨ ਵੱਲੋਂ, ਅਤੇ ਨਿਸ਼ਚਤ ਤੌਰ 'ਤੇ ਪਰਮਾਤਮਾ ਦੁਆਰਾ ਨਹੀਂ ਦਿੱਤੀ ਗਈ।

"ਜੇ ਤੁਸੀਂ ਇੰਗਲੈਂਡ ਨਹੀਂ ਆ ਸਕਦੇ," ਉਸਨੇ ਲਿਖਿਆ, "ਕੀ ਤੁਸੀਂ ਕਿਰਪਾ ਕਰਕੇ ਮੈਨੂੰ ਇੱਕ ਛੋਟਾ ਜਿਹਾ ਪ੍ਰਾਰਥਨਾ ਕੱਪੜਾ ਭੇਜੋਗੇ?" ਇੰਗਲੈਂਡ ਹਿਊਸਟਨ, ਟੈਕਸਾਸ ਤੋਂ ਬਹੁਤ ਦੂਰ ਹੈ, ਇਸ ਲਈ ਅਸੀਂ ਅਤੇ ਸਾਡੇ ਪੂਰੇ ਦਫਤਰ ਦੇ ਸਟਾਫ ਨੇ ਕੱਪੜੇ ਦੇ ਇੱਕ ਛੋਟੇ ਜਿਹੇ ਟੁਕੜੇ 'ਤੇ ਹੱਥ ਰੱਖਿਆ। ਅਸੀਂ ਪ੍ਰਮਾਤਮਾ ਨੂੰ ਬੇਨਤੀ ਕੀਤੀ ਕਿ ਉਹ ਆਪਣੀ ਇਲਾਜ ਸ਼ਕਤੀ ਨੂੰ ਇਸ ਵਿੱਚ ਜਾਣ ਦੇਵੇ, ਅਤੇ ਇਸਦੇ

ਨਾਲ, ਤਾਂ ਜੋ ਜਦੋਂ ਇਸਨੂੰ ਬੱਚੇ 'ਤੇ ਰੱਖਿਆ ਜਾਵੇ, ਤਾਂ ਪੁਨਰ-ਉਥਾਨ ਸ਼ਕਤੀ ਕੱਪੜੇ ਤੋਂ ਬੱਚੇ ਦੇ ਸਰੀਰ ਵਿੱਚ ਜਾਵੇ, ਅਤੇ ਬੱਚਾ ਪ੍ਰਮਾਤਮਾ ਦੀ ਸ਼ਕਤੀ ਦੁਆਰਾ ਪੂਰੀ ਤਰ੍ਹਾਂ ਠੀਕ ਹੋ ਜਾਵੇ! ਅਸੀਂ ਅਲੌਕਿਕ ਵਿਸ਼ਵਾਸ ਨਾਲ ਵਿਸ਼ਵਾਸ ਕੀਤਾ ਜਦੋਂ ਅਸੀਂ ਉਸ ਛੋਟੇ ਜਿਹੇ ਕੱਪੜੇ ਦੇ ਟੁਕੜੇ 'ਤੇ ਪ੍ਰਾਰਥਨਾ ਕੀਤੀ ਅਤੇ ਇਸਨੂੰ ਇਸਦੇ ਬ੍ਰਹਮ ਭਾਰ 'ਤੇ ਭੇਜਿਆ। ਜਦੋਂ ਬੱਚਾ ਆਇਆ ਤਾਂ ਉਹ ਸੁੱਤਾ ਪਿਆ ਸੀ, ਇਸ ਲਈ ਦਾਦੀ ਨੇ ਕੱਪੜੇ ਦਾ ਛੋਟਾ ਜਿਹਾ ਟੁਕੜਾ ਲਿਆ, ਇਸਨੂੰ ਲਪੇਟਿਆ ਅਤੇ ਇਸਨੂੰ ਬੱਚੇ ਦੇ ਹੱਥ ਵਿੱਚ ਚਿਪਕਾ ਦਿੱਤਾ। ਇਹ ਉਸਦਾ ਸੰਪਰਕ ਬਿੰਦੂ ਸੀ!

ਦਾਦੀ ਜੀ ਨੇ ਸਾਨੂੰ ਲਿਖਿਆ ਅਤੇ ਦੱਸਿਆ ਕਿ ਦੂਜੀ ਟੋਪੀ ਵਾਲਾ ਛੋਟਾ ਜਿਹਾ ਪ੍ਰਾਰਥਨਾ ਕੱਪੜਾ ਬੱਚੇ ਦੀ ਮੁੱਠੀ ਦੇ ਅੰਦਰਲੇ ਹਿੱਸੇ ਨੂੰ ਛੂਹ ਗਿਆ, ਖੋਪੜੀ ਤੁਰੰਤ ਆਮ ਆਕਾਰ ਵਿੱਚ ਘੱਟ ਗਈ। ਉਸ ਬੱਚੇ ਨੂੰ ਹੁਣ ਹਾਈਡ੍ਰੋਸਫੇਲਸ ਨਹੀਂ ਸੀ। ਬੱਚਾ ਪਰਮਾਤਮਾ ਦੀ ਸ਼ਕਤੀ ਨਾਲ ਪੂਰੀ ਤਰ੍ਹਾਂ ਅਤੇ ਤੁਰੰਤ ਅਲੌਕਿਕ ਤੌਰ 'ਤੇ ਠੀਕ ਹੋ ਗਿਆ!

ਉਸ ਅੰਗਰੇਜ਼ ਦਾਦੀ ਨੂੰ ਲਿਖੀ ਸਾਡੀ ਚਿੱਠੀ ਨੂੰ ਐਟਲਾਂਟਿਕ ਮਹਾਂਸਾਗਰ ਦੇ ਪਾਰ ਜਾਣਾ ਪਿਆ। ਭਾਵੇਂ ਇਹ ਸਿਰਫ਼ ਇੱਕ ਕਾਗਜ਼ ਦੇ ਲਿਫਾਫੇ ਵਿੱਚ ਸੀ, ਪਰ ਪਰਮਾਤਮਾ ਦਾ ਮਸਹ ਪ੍ਰਾਰਥਨਾ ਕੱਪੜੇ ਉੱਤੇ ਹੀ ਰਿਹਾ ਜਦੋਂ ਇਹ ਹਿਊਸਟਨ ਤੋਂ, ਸ਼ਾਇਦ ਨਿਊਯਾਰਕ, ਅਤੇ ਫਿਰ ਨਿਊਯਾਰਕ ਤੋਂ ਲੰਡਨ ਅਤੇ ਫਿਰ ਲੰਡਨ ਤੋਂ ਫੇਲਸਵਰਥ, ਇੰਗਲੈਂਡ ਤੱਕ ਕਿਸੇ ਹੋਰ ਕਿਸਮ ਦੇ ਕੈਰੀਅਰ 'ਤੇ ਗਿਆ। ਪਰਮਾਤਮਾ ਦੀ ਸ਼ਕਤੀ ਅਜੇ ਵੀ ਉੱਥੇ ਸੀ! ਸ਼ਾਇਦ ਪ੍ਰਾਰਥਨਾ ਕਰਨ ਦੇ ਸਮੇਂ ਅਤੇ ਉਸ ਬੱਚੇ ਦੇ ਹੱਥ ਵਿੱਚ ਦਿੱਤੇ ਜਾਣ ਦੇ ਸਮੇਂ ਵਿਚਕਾਰ ਇੱਕ ਹਫ਼ਤਾ ਜਾਂ ਦਸ ਦਿਨ ਬੀਤ ਗਏ ਸਨ, ਪਰ ਸ਼ਕਤੀ ਘੱਟ ਨਹੀਂ ਹੋਈ ਸੀ! ਉਹ ਸ਼ਕਤੀ ਓਨੀ ਹੀ ਮਜ਼ਬੂਤ ਸੀ ਜਿੰਨੀ ਅਸੀਂ ਪ੍ਰਾਰਥਨਾ ਕਰਦੇ ਸੀ, ਅਤੇ ਦਾਦੀ ਦਾ ਗ੍ਰਹਿਣਸ਼ੀਲ ਵਿਸ਼ਵਾਸ ਵ਼ੀ!

ਦੋ ਹਫ਼ਤਿਆਂ ਬਾਅਦ ਉਹ ਇਸ ਬੱਚੇ ਨੂੰ ਕਲੀਨਿਕ ਵਾਪਸ ਲੈ ਗਏ ਜਿੱਥੇ ਇਸਦਾ ਪਹਿਲਾਂ ਇਲਾਜ ਕੀਤਾ ਗਿਆ ਸੀ, ਅਤੇ ਜਦੋਂ ਡਾਕਟਰ ਨੇ ਬੱਚੇ ਦੇ ਕੁੱਲ੍ਹੇ ਦਾ ਐਕਸ-ਰੇ ਕੀਤਾ, ਤਾਂ ਉਸਨੂੰ ਦੋ ਸੰਪੂਰਨ ਕੁੱਲ੍ਹੇ ਦੇ ਸਾਕਟ ਮਿਲੇ। ਬੱਚਾ ਬਿਨਾਂ ਕਿਸੇ ਕੁੱਲ੍ਹੇ ਦੇ ਪੈਦਾ ਹੋਇਆ ਸੀ, ਅਤੇ ਹੁਣ ਇਸ ਵਿੱਚ ਦੋ ਸਨ! ਦਾਦੀ ਨੇ ਦੱਸਿਆ ਕਿ ਕਲੀਨਿਕ

ਦੇ ਡਾਕਟਰ ਨੇ ਕਿਹਾ, "ਇਹ ਉਹੀ ਬੱਚਾ ਨਹੀਂ ਹੈ ਜਿਸਦਾ ਅਸੀਂ ਇਲਾਜ ਕਰ ਰਹੇ ਹਾਂ। ਮੈਡੀਕਲ ਰਿਕਾਰਡ ਦਿਖਾਉਂਦੇ ਹਨ ਕਿ ਬੱਚੇ ਦੇ ਕੁੱਲ੍ਹੇ ਦੇ ਸਾਕਟ ਨਹੀਂ ਹਨ। ਮੈਡੀਕਲ ਰਿਕਾਰਡ ਦਿਖਾਉਂਦੇ ਹਨ ਕਿ ਬੱਚੇ ਨੂੰ ਹਾਈਡ੍ਰੋਸੇਫਾਲਸ ਹੈ। ਤੁਸੀਂ ਇਹ ਕਿਸ ਲਈ ਲਿਆਏ ਹੋ? ਇਸ ਦੇ ਦਿਮਾਗ 'ਤੇ ਪਾਣੀ ਨਹੀਂ ਹੈ ਅਤੇ ਦੋ ਕੁੱਲ੍ਹੇ ਦੇ ਸਾਕਟ ਹਨ।" ਹਲਲੂਜਾਹ!

ਚਾਰਲਸ ਅਤੇ ਫ੍ਰਾਂਸਿਸ ਹੰਟਰ ਦੁਆਰਾ "ਕਿਵੇਂ ਬਿਮਾਰਾਂ ਨੂੰ ਠੀਕ ਕਰਨਾ ਹੈ" ਤੋਂ ਅੰਸ਼। ਉਹ ਪ੍ਰਭੂ ਦੇ ਨਾਲ ਰਹਿਣ ਲਈ ਗਏ ਹਨ, ਪਰ ਉਨ੍ਹਾਂ ਦੀ ਧੀ ਜੋਨ ਹੰਟਰ ਆਪਣੀ ਸੇਵਕਾਈ ਜਾਰੀ ਰੱਖਦੀ ਹੈ ਅਤੇ ਆਪਣੀ ਸਿਖਲਾਈ ਸਮੱਗਰੀ ਦੇ ਨਾਲ-ਨਾਲ ਆਪਣੀ ਸਮੱਗਰੀ ਵੀ ਵੇਚਦੀ ਹੈ। ਹੋਰ ਜਾਣੋ: www.joanhunter.org

ਮਨੁੱਖ ਮਰਨ ਤੋਂ ਬਾਅਦ ਸਵਰਗ ਜਾਂਦਾ ਹੈ ਪਰ ਦੁਬਾਰਾ ਜੀਉਂਦਾ ਕੀਤਾ ਜਾਂਦਾ ਹੈ

ਜਿਮ ਐਂਡਰਸਨ ਇੱਕ ਵੱਡੇ ਦਿਲ ਦੇ ਦੌਰੇ ਨਾਲ ਮਰ ਰਿਹਾ ਸੀ। ਸਮੱਸਿਆ ਦੇ ਸਿਰਫ਼ ਇੱਕ ਸਾਲ ਪਹਿਲਾਂ ਹੀ ਲੱਛਣ ਆਏ ਸਨ, ਪਰ ਉਸਦੇ ਡਾਕਟਰ ਨੇ ਉਸਦੇ ਲੱਛਣਾਂ ਨੂੰ "ਤਣਾਅ ਨਾਲ ਸਬੰਧਤ" ਕਿਹਾ। ਜਿਮ ਇੱਕ ਗੰਦੇ ਪਾਣੀ ਦੇ ਇਲਾਜ ਪਲਾਂਟ ਵਿੱਚ ਸੁਪਰਵਾਈਜ਼ਰ ਵਜੋਂ 12 ਘੰਟੇ ਦਿਨ ਕੰਮ ਕਰ ਰਿਹਾ ਸੀ। ਪਰ ਇਸ ਵਾਰ, ਜਿਮ ਨੂੰ ਪਤਾ ਸੀ ਕਿ ਇਹ ਤਣਾਅ ਤੋਂ ਕਿਤੇ ਵੱਧ ਸੀ। "ਮੈਂ ਆਪਣੇ ਬੈੱਡਰੂਮ ਵਿੱਚ ਆਰਾਮ ਕਰ ਰਿਹਾ ਸੀ ਅਤੇ ਅਚਾਨਕ, ਮੇਰੀ ਛਾਤੀ ਵਿੱਚ ਇੱਕ ਤੇਜ਼ ਦਰਦ ਹੋਇਆ; ਅਤੇ ਦਰਦ ਮੇਰੀ ਬਾਂਹ ਤੋਂ ਹੇਠਾਂ ਅਤੇ ਮੇਰੀ ਗਰਦਨ ਦੇ ਪਾਸੇ ਤੱਕ ਫੈਲ ਗਿਆ," ਜਿਮ ਨੇ ਕਿਹਾ। "ਮੈਂ ਆਪਣਾ ਸਾਹ ਨਹੀਂ ਫੜ ਸਕਿਆ। ਅਤੇ ਮੈਂ ਆਪਣੀ ਧੀ ਨੂੰ ਬੁਲਾਇਆ ਅਤੇ ਕਿਹਾ, 'ਤੁਹਾਨੂੰ ਮੈਨੂੰ ਹਸਪਤਾਲ ਲੈ ਜਾਣਾ ਪਵੇਗਾ। ਮੈਂ ਨਹੀਂ ਜਾਵਾਂਗਾ।'"

ਉਸਦੀ ਧਮਣੀ ਵਿੱਚ ਇੱਕ ਬੈਲੂਨ ਕੈਥੀਟਰ ਲਗਾਇਆ ਗਿਆ। ਉਸਨੂੰ ਸਥਿਰ ਕੀਤਾ ਗਿਆ ਅਤੇ ਦਿਲ ਟ੍ਰਾਂਸਪਲਾਂਟ ਸੂਚੀ ਵਿੱਚ ਰੱਖਿਆ ਗਿਆ। ਪਰ ਦੋ ਦਿਨ

ਬਾਅਦ, ਜਿਮ ਫਲੈਟ ਲਾਈਨ ਵਿੱਚ ਸੀ। ਜਿਮ ਯਾਦ ਕਰਦਾ ਹੈ, "ਮੈਂ ਸਾਰਿਆਂ ਨੂੰ ਕਮਰੇ ਵਿੱਚ ਭੱਜਦੇ ਹੋਏ ਦੇਖ ਸਕਦਾ ਸੀ, ਪਰ ਮੈਨੂੰ ਅਲਾਰਮ ਵੱਜਦੇ ਨਹੀਂ ਸੁਣਾਈ ਦੇ ਰਹੇ ਸਨ। ਇਹ ਇਸ ਤਰ੍ਹਾਂ ਸੀ ਜਿਵੇਂ ਮੈਂ ਪਾਣੀ ਵਿੱਚ ਡੁੱਬ ਗਿਆ ਹੋਵਾਂ। ਸੁਣਨ ਸ਼ਕਤੀ ਹੁਣੇ ਹੀ ਘੱਟ ਗਈ ਸੀ। ਉਦੋਂ ਹੀ ਮੈਂ ਪ੍ਰਾਰਥਨਾ ਕਰਨੀ ਸ਼ੁਰੂ ਕੀਤੀ। ਮੈਨੂੰ ਪਤਾ ਸੀ ਕਿ ਮੈਂ ਮਰ ਰਿਹਾ ਸੀ। ਇਹ ਡਰੀ ਹੋਈ ਪ੍ਰਾਰਥਨਾ ਨਹੀਂ ਸੀ। ਇਹ ਗੰਭੀਰਤਾ ਨਾਲ ਕੀਤੀ ਗਈ ਸੀ।"

"ਜਿਵੇਂ ਮੈਂ ਪ੍ਰਾਰਥਨਾ ਕੀਤੀ, ਇਹ ਹਨੇਰਾ ਹੁੰਦਾ ਗਿਆ, ਜਦੋਂ ਤੱਕ ਇਹ ਕਾਲਾ ਨਹੀਂ ਹੋ ਗਿਆ," ਜਿਮ ਨੇ ਕਿਹਾ। "ਅਗਲੀ ਗੱਲ ਜੋ ਮੈਨੂੰ ਪਤਾ ਸੀ, ਦੂਰੋਂ, ਮੈਂ ਇੱਕ ਚਿੱਟੀ ਰੋਸ਼ਨੀ ਦੇਖੀ। ਇਹ ਸੁੰਦਰ ਸੀ। ਇਹ ਸਿਰਫ਼ ਅੰਨ੍ਹਾ ਕਰਨ ਵਾਲੀ ਨਹੀਂ ਸੀ, ਪਰ ਸ਼ੁੱਧ ਅਤੇ ਸੰਪੂਰਨ ਸੀ। ਜਿਵੇਂ ਹੀ ਮੈਂ ਰੌਸ਼ਨੀ ਵੱਲ ਜਾਣਾ ਸ਼ੁਰੂ ਕੀਤਾ, ਮੈਂ ਬਾਹਰ ਨੂੰ ਦੇਖ ਸਕਦਾ ਸੀ; ਇਸਦਾ ਬਾਹਰੀ ਕਿਨਾਰਾ ਘੁੰਮਣਾ ਸ਼ੁਰੂ ਹੋ ਜਾਂਦਾ ਹੈ। ਅਤੇ ਮੈਂ ਇਹ ਨਹੀਂ ਸਮਝ ਸਕਿਆ ਕਿ ਇਹ ਕੀ ਸੀ। ਪਰ ਜਿਵੇਂ ਹੀ ਮੈਂ ਨੇੜੇ ਗਿਆ, ਮੈਂ ਦੇਖ ਸਕਦਾ ਸੀ ਕਿ ਇਹ ਪ੍ਰਾਰਥਨਾ ਦੇ ਸ਼ਬਦ ਘੁੰਮ ਰਹੇ ਸਨ। ਸ਼ਬਦ ਟੁੱਟ ਗਏ, ਰੌਸ਼ਨੀ ਵਿੱਚ ਜਾ ਰਹੇ ਸਨ। ਅਤੇ ਮੈਂ ਰੌਸ਼ਨੀ ਵਿੱਚ ਪਿੱਛੇ-ਪਿੱਛੇ ਗਿਆ।"

"ਅਗਲੀ ਗੱਲ ਜੋ ਮੈਨੂੰ ਮਹਿਸੂਸ ਹੋਈ ਉਹ ਸੀ ਗਲੇ ਲੱਗਣਾ... ਸੁਰੱਖਿਅਤ ਅਤੇ ਸੁਰੱਖਿਅਤ। ਇਹ ਬਹੁਤ ਵਧੀਆ ਮਹਿਸੂਸ ਹੋਇਆ। ਇਹ ਪੂਰੇ ਪਿਆਰ ਵਾਂਗ ਮਹਿਸੂਸ ਹੋਇਆ," ਜਿਮ ਨੇ ਕਿਹਾ। "ਅਗਲੀ ਗੱਲ ਜੋ ਮੈਨੂੰ ਪਤਾ ਸੀ, ਮੈਂ ਉਸ ਕਮਰੇ ਵੱਲ ਦੇਖ ਰਿਹਾ ਸੀ ਜਿੱਥੇ ਮੇਰਾ ਸਰੀਰ ਸੀ। ਮੈਂ ਹਰ ਕਿਸੇ ਨੂੰ ਮੇਰੇ 'ਤੇ ਕੰਮ ਕਰਦੇ ਦੇਖ ਸਕਦਾ ਸੀ। ਮੈਂ ਸੁਣ ਸਕਦਾ ਸੀ ਕਿ ਉਹ ਕੀ ਕਹਿ ਰਹੇ ਸਨ। ਕਮਰੇ ਦੇ ਬਾਹਰ ਦੋ ਨਰਸਾਂ ਅੰਦਰ ਦੇਖ ਰਹੀਆਂ ਸਨ। ਇੱਕ ਨੇ ਦੂਜੀ ਨੂੰ ਕਿਹਾ, 'ਉਹ ਇੰਨੀ ਮਿਹਨਤ ਕਿਉਂ ਕਰ ਰਹੇ ਹਨ? ਉਹ ਚਲਾ ਗਿਆ ਹੈ। ਜੇ ਉਹ ਉਸਨੂੰ ਵਾਪਸ ਲਿਆਉਂਦੇ ਹਨ, ਤਾਂ ਉਹ ਇੱਕ ਸਬਜ਼ੀ ਹੋਵੇਗਾ।' ਮੈਂ ਬਾਅਦ ਵਿੱਚ ਉਸਨੂੰ ਉਸਦੀ ਗੱਲ ਦੱਸੀ। ਉਹ ਲਗਭਗ ਬੇਹੋਸ਼ ਹੋ ਗਈ।"

ਫਿਰ ਜਿਮ ਨੇ ਆਪਣੇ ਆਪ ਨੂੰ ਸੋਚਿਆ, "ਡੈਬੀ ਕਿੱਥੇ ਹੈ?" ਫਿਰ, ਉਹ ਉਸੇ ਕਮਰੇ ਵਿੱਚ ਸੀ ਜਿੱਥੇ ਉਹ ਸੀ। ਜਿਮ ਦੀ ਪਤਨੀ, ਡੈਬੀ ਨੇ ਯਾਦ ਕੀਤਾ, "ਮੈਂ ਹੁਣੇ ਹੀ ਉਸ ਪ੍ਰਾਰਥਨਾ ਨੂੰ ਪੂਰਾ ਕੀਤਾ ਸੀ। ਤੁਸੀਂ ਜਾਣਦੇ ਹੋ, 'ਉਹ ਤੁਹਾਡਾ ਹੈ, ਪ੍ਰਭੂ,' ਕਿਉਂਕਿ ਮੈਨੂੰ ਪਤਾ ਸੀ ਕਿ ਇਹੀ ਇੱਕੋ ਇੱਕ ਤਰੀਕਾ ਸੀ ਜਿਸ ਨਾਲ ਉਹ ਸਾਡੇ ਕੋਲ ਵਾਪਸ ਆ ਰਿਹਾ ਸੀ... ਜੇ ਪਰਮਾਤਮਾ ਚਾਹੁੰਦਾ ਸੀ।" ਜਿਮ ਨੂੰ ਯਾਦ ਆਇਆ, "ਜਦੋਂ ਉਸਨੇ ਅਜਿਹਾ ਕੀਤਾ, ਤਾਂ ਮੈਂ ਉਸਦੇ ਚਿਹਰੇ 'ਤੇ ਜ਼ੂਮ ਕੀਤਾ। ਅਤੇ ਜਦੋਂ ਮੈਂ ਉਸਦਾ ਚਿਹਰਾ ਦੇਖਿਆ, ਤਾਂ ਮੈਂ ਸਾਡੀ ਜ਼ਿੰਦਗੀ ਦੇ ਹਰ ਪਹਿਲੂ ਨੂੰ ਇਕੱਠੇ ਦੇਖਿਆ; ਪਹਿਲੇ ਦਿਨ ਤੋਂ ਜਦੋਂ ਅਸੀਂ ਮਿਲੇ ਸੀ, ਸਾਡਾ ਵਿਆਹ, ਸਾਡੇ ਬੱਚਿਆਂ ਦਾ ਜਨਮ, ਉਹ ਸਾਰੀਆਂ ਭਾਵਨਾਵਾਂ ਜੋ ਅਸੀਂ ਸਾਂਝੀਆਂ ਕੀਤੀਆਂ ਹਨ ... ਮੈਂ ਉਸਨੂੰ ਛੱਡ ਨਹੀਂ ਸਕਦਾ ਸੀ। ਮੈਂ ਉਸਨੂੰ ਛੱਡ ਨਹੀਂ ਸਕਦਾ ਸੀ।" "ਮੈਂ ਪ੍ਰਭੂ ਨੂੰ ਪੁਕਾਰਿਆ ਅਤੇ ਕਿਹਾ, 'ਪ੍ਰਭੂ, ਮੈਂ ਤੁਹਾਨੂੰ ਬਹੁਤ ਪਿਆਰ ਕਰਦਾ ਹਾਂ, ਪਰ ਕਿਰਪਾ ਕਰਕੇ ਮੈਨੂੰ ਵਾਪਸ ਜਾਣ ਦਿਓ।' ਮੈਂ ਕਿਹਾ, 'ਮੇਰੀ ਪਤਨੀ ਨੂੰ ਮੇਰੀ ਲੋੜ ਹੈ, ਮੇਰੇ ਬੱਚਿਆਂ ਨੂੰ ਮੇਰੀ ਬਹੁਤ, ਬਹੁਤ ਜ਼ਿਆਦਾ ਲੋੜ ਹੈ। ਕਿਰਪਾ ਕਰਕੇ ਮੈਨੂੰ ਵਾਪਸ ਜਾਣ ਦਿਓ।'"

ਡਾਕਟਰਾਂ ਅਤੇ ਨਰਸਾਂ ਨੇ ਹਾਰ ਨਹੀਂ ਮੰਨੀ। ਉਨ੍ਹਾਂ ਨੇ ਜਿਮ ਨੂੰ ਇੰਨੀ ਵਾਰ ਝਟਕਾ ਦਿੱਤਾ ਕਿ ਉਸਦੀ ਛਾਤੀ 'ਤੇ ਮਾਸ ਸੜ ਗਿਆ। ਫਿਰ ਡਾਕਟਰਾਂ ਨੇ ਦਿਲ ਦੀ ਧੜਕਣ ਸੁਣੀ। "ਮੈਂ ਦਰਦ ਦੀ ਦੁਨੀਆਂ ਵਿੱਚ ਵਾਪਸ ਆ ਗਿਆ," ਜਿਮ ਨੇ ਕਿਹਾ। "ਉਨ੍ਹਾਂ ਨੇ ਮੈਨੂੰ ਬਹੁਤ ਵਾਰ ਝਟਕਾ ਦਿੱਤਾ। ਇਹ ਪਾਣੀ ਵਿੱਚੋਂ ਵਾਪਸ ਆਉਣ ਵਰਗਾ ਹੈ। ਮੇਰੀ ਸੁਣਨ ਸ਼ਕਤੀ ਵਾਪਸ ਆ ਗਈ। ਮੈਂ ਉਨ੍ਹਾਂ ਨੂੰ ਇਹ ਕਹਿੰਦੇ ਸੁਣ ਸਕਦਾ ਸੀ, 'ਮੈਨੂੰ ਵਿਸ਼ਵਾਸ ਨਹੀਂ ਹੋ ਰਿਹਾ ਕਿ ਉਹ ਵਾਪਸ ਆ ਗਿਆ ਹੈ... ਉਹ ਵਾਪਸ ਆ ਗਿਆ ਹੈ!' ਉਨ੍ਹਾਂ ਨੇ ਕਿਹਾ, 'ਕੀ ਤੁਸੀਂ ਮੈਨੂੰ ਸੁਣ ਸਕਦੇ ਹੋ?' ਅਤੇ ਮੈਂ ਉਹ ਪਹਿਲਾ ਸਾਹ ਆਪਣੇ ਆਪ ਲਿਆ। ਕੀ ਤੁਸੀਂ ਕਦੇ ਹਨੀਸਕਲ ਦਾ ਸੁਆਦ ਚੱਖਿਆ ਹੈ? ਬਿਲਕੁਲ ਉਹੀ ਪਹਿਲਾ ਸਾਹ ਸੁਆਦ ਸੀ। ਇਹ ਬਹੁਤ ਮਿੱਠਾ, ਬਹੁਤ ਸ਼ਾਨਦਾਰ ਸੀ। ਅਤੇ ਮੈਂ ਸਿਰਫ਼ ਪ੍ਰਭੂ ਦਾ ਧੰਨਵਾਦ ਕੀਤਾ।"

ਜਿਮ ਜ਼ਿੰਦਾ ਸੀ... ਪਰ ਉਸਦਾ ਦਿਲ ਅਜੇ ਵੀ ਸਹੀ ਢੰਗ ਨਾਲ ਕੰਮ ਨਹੀਂ ਕਰ ਰਿਹਾ ਸੀ। "ਉਨ੍ਹਾਂ ਨੇ ਉਸਨੂੰ ਕੋਮਾ ਵਿੱਚ ਪਾ ਦਿੱਤਾ, ਇੱਕ ਮੈਡੀਕਲ ਕੋਮਾ, ਤਾਂ ਜੋ ਉਸਦਾ ਸਰੀਰ ਠੀਕ ਹੋ ਸਕੇ। ਇਸ ਲਈ, ਮੈਂ ਕਈ ਦਿਨਾਂ ਤੱਕ ਉਸ ਨਾਲ ਗੱਲ ਨਹੀਂ ਕਰ ਸਕੀ," ਡੈਬੀ ਨੇ ਕਿਹਾ। ਜਿਮ ਨੇ ਅਗਲੇ 17 ਦਿਨ ਇੰਟੈਂਸਿਵ ਕੇਅਰ ਵਿੱਚ ਬਿਤਾਏ। ਉਹ ਕਈ ਵਾਰ ਹੋਰ ਵੀ ਫਲੈਟ ਲਾਈਨ ਵਿੱਚ ਸੀ। ਅਤੇ ਹਰ ਵਾਰ, ਯਿਸੂ ਨੇ ਉਸਨੂੰ ਇੱਕ ਸਵਾਲ ਪੁੱਛਿਆ... "ਬਾਅਦ ਵਿੱਚ ਜਦੋਂ ਮੈਂ ਗ੍ਰਿਫਤਾਰ ਕੀਤਾ ਅਤੇ ਰੌਸ਼ਨੀ ਵੱਲ ਜਾਂਦਾ ਸੀ, ਉਹ ਪੁੱਛਦਾ ਸੀ, 'ਕੀ ਤੁਹਾਨੂੰ ਯਕੀਨ ਹੈ ਕਿ ਇਹੀ ਹੈ ਜੋ ਤੁਸੀਂ ਚਾਹੁੰਦੇ ਹੋ?' ਅਤੇ ਹਰ ਵਾਰ ਜਦੋਂ ਮੈਂ ਵਾਪਸ ਆਉਣ ਲਈ ਕਹਿੰਦਾ ਸੀ," ਜਿਮ ਨੇ ਕਿਹਾ। ਜਿਮ ਆਪਣੇ ਮੈਡੀਕਲ-ਪ੍ਰੇਰਿਤ ਕੋਮਾ ਤੋਂ ਜਾਗਿਆ। ਉਸਦਾ ਦਿਲ ਕੰਮ ਕਰਨ ਵਿੱਚ ਵਧਿਆ - ਪੰਜ ਪ੍ਰਤੀਸ਼ਤ ਤੋਂ 30 ਪ੍ਰਤੀਸ਼ਤ ਤੱਕ। ਉਸਨੂੰ ਹੁਣ ਦਿਲ ਟ੍ਰਾਂਸਪਲਾਂਟ ਦੀ ਲੋੜ ਨਹੀਂ ਸੀ। "ਇਹ ਇੱਕ ਲੰਬੀ ਪ੍ਰਕਿਰਿਆ ਸੀ, ਪਰ ਅਸਲ ਵਿੱਚ ਉਸਦੀ ਆਵਾਜ਼ ਦੁਬਾਰਾ ਸੁਣਨਾ ਚੰਗਾ ਸੀ," ਡੈਬੀ ਨੇ ਕਿਹਾ।

ਉਸਦੇ ਡਾਕਟਰ ਨੇ ਉਸਦੀ ਛਾਤੀ ਵਿੱਚ ਇੱਕ ਪੇਸ ਮੇਕਰ ਲਗਾਇਆ। ਕੁਝ ਦਿਨਾਂ ਬਾਅਦ ਹੀ, ਜਿਮ ਆਪਣੀ ਧੀ ਦੀ ਗ੍ਰੈਜੂਏਸ਼ਨ ਲਈ ਸਮੇਂ ਸਿਰ ਘਰ ਪਹੁੰਚਣ ਦੇ ਯੋਗ ਹੋ ਗਿਆ। ਇੱਕ ਡਾਕਟਰ ਨੇ ਜਿਮ ਨੂੰ ਦੱਸਿਆ ਕਿ ਉਸਦੇ ਕੋਲ ਜੀਣ ਲਈ ਸਿਰਫ ਇੱਕ ਸਾਲ ਹੈ। ਇਹ ਸੱਤ ਸਾਲ ਪਹਿਲਾਂ ਦੀ ਗੱਲ ਹੈ। "ਇਸਨੇ ਸਾਨੂੰ ਇੱਕ ਦੂਜੇ ਦੇ ਨੇੜੇ ਲਿਆ ਦਿੱਤਾ ਹੈ ... ਇੱਕ ਦੂਜੇ ਦੇ ਬਹੁਤ ਨੇੜੇ। ਅਸੀਂ ਹੁਣ ਚੀਜ਼ਾਂ ਬਾਰੇ ਗੱਲ ਕਰਦੇ ਹਾਂ, ਅਤੇ ਇਹ ਦਿਨ ਲਈ ਜੋ ਵੀ ਕਰਨ ਦੀ ਲੋੜ ਹੈ, ਉਹ ਹੋ ਗਿਆ ਹੈ। ਤੁਸੀਂ ਜਾਣਦੇ ਹੋ, ਅਸੀਂ ਉਨ੍ਹਾਂ ਚੀਜ਼ਾਂ 'ਤੇ ਧਿਆਨ ਨਹੀਂ ਦਿੰਦੇ ਜੋ ਮਾਮੂਲੀ ਹਨ," ਡੈਬੀ ਨੇ ਕਿਹਾ।

ਜਿਮ ਜਾਣਦਾ ਹੈ ਕਿ ਉਸਦੇ ਪਰਿਵਾਰ ਨਾਲ ਬਿਤਾਇਆ ਹਰ ਦਿਨ ਯਿਸੂ ਮਸੀਹ ਦਾ ਆਸ਼ੀਰਵਾਦ ਹੈ। "ਮੈਂ ਹਰ ਰੋਜ਼ ਘੱਟੋ-ਘੱਟ ਇੱਕ ਵਿਅਕਤੀ ਨੂੰ ਗਵਾਹੀ ਦੇਣ ਦੀ ਕੋਸ਼ਿਸ਼ ਕਰਦਾ ਹਾਂ ... ਉਹਨਾਂ ਨੂੰ ਇਹ ਦੱਸਣ ਲਈ ਕਿ ਇਹ ਮੇਰੇ ਬਾਰੇ ਨਹੀਂ ਹੈ ... ਇਹ ਉਹਨਾਂ ਦੀ ਜ਼ਿੰਦਗੀ ਬਾਰੇ ਹੈ! ਅਤੇ ਇਹ ਜਾਣਨ ਲਈ ਕਿ ਉਹ ਉਹਨਾਂ ਲਈ ਹੈ, ਅਤੇ ਉਹ ਉਹਨਾਂ ਨੂੰ ਪਿਆਰ ਕਰਦਾ ਹੈ," ਜਿਮ ਨੇ ਕਿਹਾ।

ਸੀਬੀਐਨ ਗਵਾਹੀ ਤੋਂ "ਸਵਰਗ ਇੰਤਜ਼ਾਰ ਕਰ ਸਕਦਾ ਹੈ।"

ਪ੍ਰੋਸਟੇਟ ਕੈਂਸਰ ਦਾ ਇਲਾਜ

"ਮੈਨੂੰ ਡੇਢ ਸਾਲ ਪਹਿਲਾਂ ਪ੍ਰੋਸਟੇਟ ਕੈਂਸਰ (ਐਡਵਾਂਸਡ ਸਟੇਜ) ਦਾ ਪਤਾ ਲੱਗਿਆ ਸੀ। ਡਾਕਟਰ ਦੁਆਰਾ ਦੱਸੇ ਗਏ ਹਾਰਮੋਨ ਥੈਰੇਪੀ ਪ੍ਰੋਗਰਾਮ ਤੋਂ ਬਾਅਦ ਮੇਰਾ PSA 15.7 ਤੱਕ ਘਟਣ ਤੋਂ ਬਾਅਦ 95 ਤੱਕ ਵਧ ਗਿਆ। ਮੇਰੇ ਪਾਦਰੀ ਨੇ ਮੈਨੂੰ ਹੀਲਿੰਗ ਰੂਮਜ਼ ਮਿਨਿਸਟ੍ਰੀ ਬਾਰੇ ਦੱਸਿਆ। ਅਸੀਂ ਆਸਟਿਨ ਹੀਲਿੰਗ ਰੂਮਜ਼ ਲਈ 90 ਮੀਲ ਦੀ ਯਾਤਰਾ ਕੀਤੀ, ਅਤੇ ਪ੍ਰਾਰਥਨਾ ਪ੍ਰਾਪਤ ਕੀਤੀ, ਅਤੇ ਮੈਂ ਪਰਮਾਤਮਾ ਦੀ ਹੀਲਿੰਗ ਪਾਵਰ ਦਾ ਦਾਅਵਾ ਕੀਤਾ। ਮੈਂ ਜਾਣਦਾ ਹਾਂ ਕਿ ਪਰਮਾਤਮਾ ਨੇ ਉਸ ਰਾਤ ਮੇਰਾ ਕੈਂਸਰ ਠੀਕ ਕਰ ਦਿੱਤਾ। ਮੈਂ ਆਪਣੇ ਅਗਲੇ ਡਾਕਟਰ ਦੀ ਮੁਲਾਕਾਤ ਤੋਂ ਪਹਿਲਾਂ ਕਈ ਵਾਰ ਪ੍ਰਾਰਥਨਾ ਲਈ ਵਾਪਸ ਗਿਆ ਸੀ। ਅਗਲੀ ਵਾਰ ਜਦੋਂ ਉਨ੍ਹਾਂ ਨੇ ਮੇਰਾ PSA ਚੈੱਕ ਕੀਤਾ, ਤਾਂ ਇਹ 31.7 ਤੱਕ ਡਿੱਗ ਗਿਆ ਸੀ, ਅਤੇ ਡਾਕਟਰ ਨੂੰ ਮੇਰਾ ਪ੍ਰੋਸਟੇਟ ਲੱਭਣ ਵਿੱਚ ਮੁਸ਼ਕਲ ਆਈ ਕਿਉਂਕਿ ਇਹ ਬਹੁਤ ਸੁੰਗੜ ਗਿਆ ਸੀ। ਸਾਡੇ ਪ੍ਰਭੂ ਅਤੇ ਮੁਕਤੀਦਾਤਾ ਦੀ ਤੁਹਾਡੀ ਸੇਵਕਾਈ ਲਈ ਆਸਟਿਨ ਹੀਲਿੰਗ ਰੂਮਜ਼ ਦਾ ਧੰਨਵਾਦ।"

ਇਹ ਗਵਾਹੀ ਇੰਟਰਨੈਸ਼ਨਲ ਐਸੋਸੀਏਸ਼ਨ ਆਫ਼ ਹੀਲਿੰਗ ਰੂਮਜ਼ ਵੱਲੋਂ ਬਰੂਸ ਵੱਲੋਂ ਹੈ ਜਿਸਨੇ ਆਸਟਿਨ ਹੀਲਿੰਗ ਰੂਮਜ਼ ਵਿੱਚ ਪ੍ਰਾਰਥਨਾ ਪ੍ਰਾਪਤ ਕਰਨ ਤੋਂ ਬਾਅਦ ਇਹ ਦਿੱਤੀ ਸੀ। ਕੀ ਤੁਸੀਂ IAHR ਬਾਰੇ ਹੋਰ ਜਾਣਨਾ ਚਾਹੁੰਦੇ ਹੋ? www.healingrooms.com

ਰਚਨਾਤਮਕ ਚਮਤਕਾਰ - ਇੱਕ ਬੱਚੇ ਵਿੱਚ ਨਵਾਂ ਦਿਲ ਬਣਿਆ

ਤਿੰਨ ਸਾਲ ਪਹਿਲਾਂ, ਇੱਕ ਆਮ ਗਰਭ ਅਵਸਥਾ ਤੋਂ ਬਾਅਦ, ਜੈਮੀ ਨੇ ਆਪਣੇ ਦੂਜੇ ਬੱਚੇ, ਆਡਰੀ ਨੂੰ ਜਨਮ ਦਿੱਤਾ। ਪਹਿਲੀ ਨਜ਼ਰ ਵਿੱਚ ਬੱਚੀ ਬਿਲਕੁਲ ਸਿਹਤਮੰਦ ਜਾਪਦੀ ਸੀ, ਅਤੇ ਉਹ ਅਤੇ ਉਸਦਾ ਪਤੀ, ਟੌਮ ਇੱਕ ਬੱਚੀ ਨੂੰ ਜਨਮ

ਦੇਣ ਲਈ ਉਤਸ਼ਾਹਿਤ ਸਨ। ਹਾਲਾਂਕਿ, ਡਾਕਟਰਾਂ ਨੂੰ ਆਡਰੀ ਨੂੰ ਗੁਲਾਬੀ ਰੱਖਣ ਵਿੱਚ ਮੁਸ਼ਕਲ ਆ ਰਹੀ ਸੀ, ਇਸ ਲਈ ਉਹ ਉਸਨੂੰ ਨਵਜੰਮੇ ਬੱਚੇ ਦੀ ਤੀਬਰ ਦੇਖਭਾਲ ਯੂਨਿਟ (NICU) ਲੈ ਗਏ। ਉੱਥੇ, ਡਾਕਟਰਾਂ ਨੇ ਇਹ ਨਿਰਧਾਰਤ ਕੀਤਾ ਕਿ ਬੱਚੀ ਦੇ ਦਿਲ ਦਾ ਇੱਕ ਹਿੱਸਾ ਗਾਇਬ ਸੀ ਅਤੇ ਦਿਲ ਤੋਂ ਫੇਫੜਿਆਂ ਤੱਕ ਵਗਣ ਵਾਲੀਆਂ ਕੋਈ ਵੱਡੀਆਂ ਧਮਨੀਆਂ ਨਹੀਂ ਸਨ। ਫਿਰ ਬੱਚੀ ਨੂੰ ਸ਼ਹਿਰ ਦੇ ਇੱਕ ਵੱਖਰੇ ਹਸਪਤਾਲ ਵਿੱਚ ਭੇਜ ਦਿੱਤਾ ਗਿਆ ਜੋ ਇਸਦੀ ਸ਼ਾਨਦਾਰ ਦਿਲ ਦੀ ਦੇਖਭਾਲ ਲਈ ਜਾਣਿਆ ਜਾਂਦਾ ਹੈ।

ਜੈਮੀ ਨੂੰ ਯਾਦ ਹੈ ਕਿ ਉਸਦੇ ਅੰਦਰੋਂ ਇੱਕ ਗੁੱਸਾ ਉੱਠ ਰਿਹਾ ਸੀ ਅਤੇ ਉਸਨੇ ਮਹਿਸੂਸ ਕੀਤਾ ਕਿ ਪਵਿੱਤਰ ਆਤਮਾ ਉਸਨੂੰ ਐਂਡਰਿਊ ਦੀ ਸਿੱਖਿਆ ਤੋਂ ਸਿੱਖੀਆਂ ਗੱਲਾਂ ਯਾਦ ਕਰਵਾ ਰਿਹਾ ਸੀ। ਅਗਲੇ ਮੌਕੇ 'ਤੇ ਉਸਨੂੰ ਬੇਬੀ ਆਡਰੀ ਨੂੰ ਦੇਖਣਾ ਪਿਆ, ਉਸਨੇ ਆਪਣੇ ਹੱਥ ਉਸ ਉੱਤੇ ਰੱਖੇ ਅਤੇ ਆਡਰੀ ਦੇ ਦਿਲ ਨੂੰ ਉੱਥੇ ਹੋਣ ਦਾ ਹੁਕਮ ਦਿੱਤਾ, ਅਤੇ 1 ਪਤਰਸ 2:24 ਉਸ ਉੱਤੇ ਬੋਲਿਆ, "...ਜਿਸਦੇ ਜ਼ਖਮਾਂ ਨਾਲ ਤੂੰ ਠੀਕ ਹੋਈ ਹੈਂ।" ਭਾਵੇਂ ਉਹ ਆਪਣੇ ਛੋਟੇ, ਪੀਲੇ ਬੱਚੇ ਨੂੰ ਦੇਖ ਰਹੀ ਸੀ, ਸਿਰ ਤੋਂ ਪੈਰਾਂ ਤੱਕ ਤਾਰਾਂ ਨਾਲ ਬੰਨ੍ਹੀ ਹੋਈ, ਜੈਮੀ ਨੇ ਪ੍ਰਾਰਥਨਾ ਕਰਦੇ ਸਮੇਂ ਆਪਣੇ ਉੱਤੇ ਸ਼ਾਂਤੀ ਮਹਿਸੂਸ ਕੀਤੀ। ਜਦੋਂ ਉਹ ਉਸ ਸ਼ਾਮ ਆਪਣੇ ਹਸਪਤਾਲ ਦੇ ਕਮਰੇ ਵਿੱਚ ਵਾਪਸ ਆਈ, ਤਾਂ ਜੈਮੀ ਨੇ ਪਵਿੱਤਰ ਆਤਮਾ ਨੂੰ ਇਹ ਕਹਿੰਦੇ ਸੁਣਿਆ, "ਮੈਨੂੰ ਕੰਮ ਕਰਦੇ ਹੋਏ ਦੇਖੋ।" ਜੈਮੀ ਨੂੰ ਪਤਾ ਸੀ ਕਿ ਉਸਦੀ ਸ਼ਾਂਤੀ ਦੀ ਭਾਵਨਾ ਪਿਤਾ ਨਾਲ ਉਸਦੇ ਰਿਸ਼ਤੇ ਤੋਂ ਆ ਰਹੀ ਹੈ - ਉਸਨੂੰ ਜਾਣਨਾ, ਅਤੇ ਉਸਦਾ ਬਚਨ ਕੀ ਕਹਿੰਦਾ ਹੈ। "ਮੈਨੂੰ ਇਹ ਕਦੇ ਨਹੀਂ ਪਤਾ ਹੁੰਦਾ ਜੇਕਰ ਮੈਂ ਐਂਡਰਿਊ ਦੀ ਸੇਵਕਾਈ ਨੂੰ ਲੱਭਣ ਤੋਂ ਪਹਿਲਾਂ ਉਸ ਚਰਚ ਵਿੱਚ ਜਾਣਾ ਜਾਰੀ ਰੱਖਿਆ ਹੁੰਦਾ ਜਿੱਥੇ ਮੈਂ ਜਾ ਰਿਹਾ ਸੀ, ਕਿਉਂਕਿ ਉਨ੍ਹਾਂ ਨੇ ਕਦੇ ਨਹੀਂ ਸਿਖਾਇਆ ਕਿ ਪਰਮੇਸ਼ੁਰ ਤੁਹਾਡਾ ਭਲਾ ਚਾਹੁੰਦਾ ਹੈ।"

ਇੱਕ ਵਾਰ ਫਿਰ ਪਵਿੱਤਰ ਆਤਮਾ ਦੁਆਰਾ ਪ੍ਰੇਰਿਤ ਹੋ ਕੇ, ਜੈਮੀ ਨੇ ਐਂਡਰਿਊ ਵੋਮੈਕ ਮਿਨਿਸਟ੍ਰੀਜ਼ ਦੀ ਹੈਲਪਲਾਈਨ 'ਤੇ ਕਾਲ ਕੀਤੀ ਤਾਂ ਜੋ ਇੱਕ ਪ੍ਰਾਰਥਨਾ ਮੰਤਰੀ ਪ੍ਰਾਰਥਨਾ ਵਿੱਚ ਉਸ ਨਾਲ ਸਹਿਮਤ ਹੋ ਸਕੇ। ਉਸਦੀ ਨਿਹਚਾ ਮਜ਼ਬੂਤ ਹੋ

ਗਈ ਜਦੋਂ ਉਸਨੇ ਸੁਣਿਆ ਕਿ ਮੰਤਰੀ ਨੇ ਆਡਰੀ ਬਾਰੇ ਇਲਾਜ ਅਤੇ ਸਿਹਤ ਬਾਰੇ ਕੀ ਕਿਹਾ। ਉਸ ਦਿਨ ਬਾਅਦ ਵਿੱਚ, ਜਦੋਂ ਮਾਹਿਰਾਂ ਨੇ ਉਸਦੀ ਬੱਚੀ ਦੀ ਘੱਟ ਉਮਰ ਦੀ ਸੰਭਾਵਨਾ ਬਾਰੇ ਭਿਆਨਕ ਖ਼ਬਰ ਦਿੱਤੀ, ਤਾਂ ਜੈਮੀ ਸੱਚਾਈ 'ਤੇ ਦ੍ਰਿੜ੍ਹਤਾ ਨਾਲ ਖੜ੍ਹੀ ਰਹੀ, ਇਹ ਜਾਣਦੇ ਹੋਏ ਕਿ ਉਸਦੇ ਰੱਬ ਨੇ ਇਹ ਸਮੱਸਿਆਵਾਂ ਨਹੀਂ ਪੈਦਾ ਕੀਤੀਆਂ, ਅਤੇ ਉਸਨੇ ਆਡਰੀ ਨੂੰ ਤੰਦਰੁਸਤ ਬਣਾਇਆ ਸੀ।

ਅਗਲੀ ਸਵੇਰ, ਜੈਮੀ ਨੇ ਆਪਣੇ ਬੱਚੇ ਦੀ ਜਾਂਚ ਕਰਨ ਲਈ ਹਸਪਤਾਲ ਬੁਲਾਇਆ ਅਤੇ ਨਰਸ ਨੇ ਉਸਨੂੰ ਦੱਸਿਆ ਕਿ ਚੀਜ਼ਾਂ ਬਦਲ ਗਈਆਂ ਹਨ। ਰਾਤ ਦੇ ਸਮੇਂ, ਕਾਰਡੀਓਲੋਜਿਸਟ ਨੇ ਆਡਰੀ ਨੂੰ ਆਉਣ ਵਾਲੀ ਸਰਜਰੀ ਦੀ ਤਿਆਰੀ ਲਈ ਇੱਕ ਹੋਰ ਈਕੋਗ੍ਰਾਮ ਦਿੱਤਾ ਸੀ। ਜੈਮੀ ਸਕਾਟ ਸਕਾਟ ਪਰਿਵਾਰ, ਜਿਸ ਵਿੱਚ ਭਰਾ ਜੋਸ਼ ਅਤੇ ਵਿਲੀਅਮ ਸ਼ਾਮਲ ਸਨ, ਜਦੋਂ ਉਨ੍ਹਾਂ ਨੇ ਈਕੋਗ੍ਰਾਮ ਕੀਤਾ, ਤਾਂ ਉਨ੍ਹਾਂ ਨੇ ਦੇਖਿਆ ਕਿ ਆਡਰੀ ਦਾ ਦਿਲ ਪੂਰੀ ਤਰ੍ਹਾਂ ਬਣ ਗਿਆ ਸੀ। ਜੈਮੀ ਆਪਣੇ ਚਿਹਰੇ 'ਤੇ ਹੰਝੂਆਂ ਨਾਲ ਫੋਨ ਤੋਂ ਉਤਰ ਗਈ ਅਤੇ ਟੌਮ ਨੂੰ ਕਿਹਾ, "ਉਹ ਉਸਦਾ ਦਿਲ ਦੇਖਦੇ ਹਨ।" ਸਕਾਟ ਪਰਿਵਾਰ ਖੁਸ਼ ਸੀ, ਇਹ ਜਾਣਦੇ ਹੋਏ ਕਿ ਇਹ ਡਾਕਟਰ ਨਹੀਂ ਸਨ ਜਿਨ੍ਹਾਂ ਨੇ ਆਡਰੀ ਲਈ ਕੁਝ ਕੀਤਾ ਸੀ, ਪਰ ਪਰਮਾਤਮਾ। "ਮੈਨੂੰ ਪਤਾ ਸੀ ਕਿ ਮੇਰਾ ਪਰਮਾਤਮਾ ਉੱਥੇ ਸੀ ਅਤੇ ਉਸਦਾ ਹੱਥ ਇਸ ਵਿੱਚ ਸੀ, ਅਤੇ ਉਸਨੇ ਉਨ੍ਹਾਂ [ਨਰਸਾਂ ਅਤੇ ਡਾਕਟਰਾਂ] ਨੂੰ ਦਿਖਾਇਆ ਕਿ ਇੱਕ ਉੱਚ ਸ਼ਕਤੀ ਹੈ।"

ਜਦੋਂ ਜੈਮੀ ਅਤੇ ਟੌਮ ਨਵੇਂ ਟੈਸਟ ਦੇ ਨਤੀਜਿਆਂ 'ਤੇ ਚਰਚਾ ਕਰਨ ਲਈ ਡਾਕਟਰਾਂ ਨਾਲ ਮਿਲੇ, ਤਾਂ ਉਨ੍ਹਾਂ ਨੂੰ ਦੱਸਿਆ ਗਿਆ ਕਿ ਉਸਦੀ ਏਓਰਟਾ ਵਿੱਚ ਅਜੇ ਵੀ ਇੱਕ "ਕਰਿੰਕਲ" ਹੈ, ਅਤੇ ਇੱਕ ਛੋਟੀ ਜਿਹੀ ਸਰਜਰੀ ਇਸ ਮੁੱਦੇ ਦਾ ਧਿਆਨ ਰੱਖੇਗੀ। ਪਰ ਇੱਕ ਵਾਰ ਫਿਰ, ਜੈਮੀ ਪਰਮਾਤਮਾ ਦੇ ਬਚਨ 'ਤੇ ਖੜ੍ਹੀ ਰਹੀ ਕਿਉਂਕਿ ਉਸਨੇ ਆਪਣੇ ਆਪ ਨੂੰ ਸੋਚਿਆ, "ਮੇਰਾ ਪਰਮਾਤਮਾ ਕੁਝ ਵੀ ਅੱਧਾ ਨਹੀਂ ਕਰੇਗਾ, ਉਹ ਸਾਰਾ ਕੁਝ ਪੂਰਾ ਕਰ ਲਵੇਗਾ, ਅਤੇ ਉਸਨੂੰ ਸਰਜਰੀ ਦੀ ਲੋੜ ਨਹੀਂ ਪਵੇਗੀ।" ਜੈਮੀ ਸਹੀ ਸੀ, ਅਤੇ ਇਸ ਅਨੁਭਵ ਦੌਰਾਨ ਉਸਨੂੰ ਅਹਿਸਾਸ ਹੋਇਆ ਕਿ

ਪਰਮਾਤਮਾ ਨੂੰ ਜਾਣਨਾ, ਉਸ ਪ੍ਰਕਾਸ਼ ਦੁਆਰਾ ਜੋ ਉਸਨੂੰ ਮਿਲਿਆ ਸੀ, ਅਨਮੋਲ ਸੀ।

ਜੈਮੀ ਦੇ ਆਡਰੀ ਨੂੰ ਜਨਮ ਦੇਣ ਤੋਂ ਇੱਕ ਹਫ਼ਤੇ ਬਾਅਦ, ਉਹ ਆਪਣੀ ਸੁੰਦਰ, ਬਿਲਕੁਲ ਸਿਹਤਮੰਦ ਬੱਚੀ ਨੂੰ ਆਪਣੀਆਂ ਬਾਹਾਂ ਵਿੱਚ ਲੈ ਕੇ ਆਪਣੇ ਘਰ ਦੇ ਦਰਵਾਜ਼ੇ ਵਿੱਚੋਂ ਲੰਘੀ। ਹਸਪਤਾਲ ਵਿੱਚ ਬਿਤਾਏ ਹਫ਼ਤੇ ਦੌਰਾਨ ਜੈਮੀ ਦੇ ਮਨ ਵਿੱਚ ਇਹ ਵਾਕੰਸ਼, "ਮੈਂ ਡਰ ਅਤੇ ਅਦਭੁਤ ਢੰਗ ਨਾਲ ਬਣਾਈ ਗਈ ਹਾਂ" ਲਗਾਤਾਰ ਆਉਂਦਾ ਰਿਹਾ। "ਉਹ ਕੁਝ ਵੀ ਅੱਧਾ ਨਹੀਂ ਕਰਦਾ। ਉਹ ਇੱਕ ਚੰਗਾ ਰੱਬ ਅਤੇ ਇੱਕ ਵਫ਼ਾਦਾਰ ਪਿਤਾ ਹੈ," ਜੈਮੀ ਨੇ ਕਿਹਾ। ਅੱਜ, ਆਡਰੀ ਇੱਕ ਸਿਹਤਮੰਦ, ਜੀਵੰਤ ਤਿੰਨ ਸਾਲ ਦੀ ਬੱਚੀ ਹੈ।

ਇਹ ਐਂਡਰਿਊ ਵੋਮੈਕ ਦੇ ਮੰਤਰਾਲਿਆਂ ਤੋਂ ਇੱਕ ਗਵਾਹੀ ਹੈ। ਹੋਰ ਜਾਣਨਾ ਚਾਹੁੰਦੇ ਹੋ? www.awmi.net

ਮੈਟ ਸੋਰਗਰ ਦੁਆਰਾ ਰਚਨਾਤਮਕ ਚਮਤਕਾਰ

ਮੈਂ ਉਹ ਪਲ ਕਦੇ ਨਹੀਂ ਭੁੱਲਾਂਗਾ ਜਦੋਂ 12 ਸਾਲ ਦੀ ਕੁੜੀ ਪਲੇਟਫਾਰਮ 'ਤੇ ਕਦਮ ਰੱਖਦੀ ਸੀ ਜਦੋਂ ਸਟੇਡੀਅਮ ਵਿੱਚ ਚਮਤਕਾਰ ਹੋ ਰਹੇ ਸਨ। ਪ੍ਰਭੂ ਨੇ ਮੈਨੂੰ ਬੋਲ਼ੇ ਕੰਨਾਂ ਦੇ ਖੁੱਲ੍ਹਣ ਲਈ ਪ੍ਰਾਰਥਨਾ ਕਰਨ ਲਈ ਪ੍ਰੇਰਿਤ ਕੀਤਾ ਸੀ। ਜਿਵੇਂ ਹੀ ਪਰਮਾਤਮਾ ਦੀ ਮੌਜੂਦਗੀ ਅਤੇ ਮਹਿਮਾ ਨੇ ਮਾਹੌਲ ਨੂੰ ਭਰ ਦਿੱਤਾ, ਕੰਨ ਜੋ ਸੁਣ ਨਹੀਂ ਸਕਦੇ ਸਨ ਅਚਾਨਕ ਖੁੱਲ੍ਹਣ ਲੱਗੇ। ਜਿਵੇਂ ਹੀ ਗਵਾਹੀਆਂ ਸਾਹਮਣੇ ਆਈਆਂ, ਮੇਰੀ ਟੀਮ ਇੱਕ ਛੋਟੀ ਕੁੜੀ ਨੂੰ ਪਲੇਟਫਾਰਮ 'ਤੇ ਲੈ ਆਈ। ਜਿਵੇਂ ਹੀ ਉਨ੍ਹਾਂ ਨੇ ਉਸਦੇ ਲੰਬੇ ਭੂਰੇ ਵਾਲਾਂ ਨੂੰ ਪਿੱਛੇ ਹਟਾਇਆ, ਮੈਂ ਇਹ ਦੇਖ ਕੇ ਹੈਰਾਨ ਰਹਿ ਗਿਆ। ਉਹ ਕੰਨਾਂ ਤੋਂ ਬਿਨਾਂ ਪੈਦਾ ਹੋਈ ਸੀ। ਉਸਦੇ ਸਿਰ ਦੇ ਪਾਸੇ ਛੋਟੇ-ਛੋਟੇ ਛੇਕ ਸਨ। ਜਿਵੇਂ ਹੀ ਪਰਮਾਤਮਾ ਦਾ ਮਸਹ ਉਸ 'ਤੇ ਆਇਆ, ਉਹ ਆਪਣੇ ਕੰਨਾਂ ਵਿੱਚ ਇੱਕ ਫਟਣ ਦੀ ਆਵਾਜ਼ ਸੁਣ ਸਕਦੀ ਸੀ। ਅਚਾਨਕ, ਜਿਵੇਂ ਹੀ ਪ੍ਰਭੂ ਨੇ ਇੱਕ ਰਚਨਾਤਮਕ ਚਮਤਕਾਰ ਜਾਰੀ ਕੀਤਾ, ਉਸਦੇ ਸਿਰ ਦੇ ਅੰਦਰਲੇ ਹਿੱਸੇ ਵਿੱਚ ਕੰਨਾਂ

ਦੇ ਪਰਦੇ ਬਣ ਗਏ ਅਤੇ ਉਸਦੀ ਜ਼ਿੰਦਗੀ ਵਿੱਚ ਪਹਿਲੀ ਵਾਰ ਉਸਦੀ ਸੁਣਨ ਸ਼ਕਤੀ ਖੁੱਲ੍ਹ ਗਈ। ਮੈਨੂੰ ਪਤਾ ਸੀ ਕਿ ਚਮਤਕਾਰ ਦਾ ਮੇਰੇ ਨਾਲ ਕੋਈ ਲੈਣਾ-ਦੇਣਾ ਨਹੀਂ ਸੀ। ਮੇਰਾ ਕੰਮ ਸਿਰਫ਼ ਲੋਕਾਂ ਨੂੰ ਪੂਜਾ ਵਿੱਚ ਅਗਵਾਈ ਕਰਨਾ ਸੀ ਜਦੋਂ ਤੱਕ ਮਹਿਮਾ ਨਹੀਂ ਆਉਂਦੀ ਅਤੇ ਫਿਰ ਪਰਮਾਤਮਾ ਨੂੰ ਬਾਕੀ ਕੰਮ ਕਰਨ ਦੇਣਾ। ਉਸ ਰਾਤ ਮੈਕਸੀਕੋ ਵਿੱਚ ਅਸੀਂ ਬਹੁਤ ਸਾਰੇ ਲੋਕਾਂ ਨੂੰ ਪਰਮਾਤਮਾ ਦੀ ਸ਼ਕਤੀ ਨਾਲ ਠੀਕ ਹੁੰਦੇ ਦੇਖਿਆ, ਇੱਥੋਂ ਤੱਕ ਕਿ ਕਈ ਅਪਾਹਜ ਵੀ।
ਮੈਟ ਬਾਰੇ ਹੋਰ ਜਾਣਨਾ ਚਾਹੁੰਦੇ ਹੋ? www.mattsorger.com

ਰੈਂਡੀ ਕਲਾਰਕ ਟੀਮ - ਲੱਤ ਦੋ ਇੰਚ ਵਧੀ

ਇੱਕ ਰਾਤ ਪਹਿਲਾਂ ਪਾਦਰੀ ਅਲਡਾ ਦੇ ਚਰਚ ਵਿੱਚ, ਮੈਂ ਇੱਕ ਆਦਮੀ ਨੂੰ ਲੰਗੜਾ ਕੇ ਤੁਰਦੇ ਦੇਖਿਆ। ਉਸਦੇ ਸੱਜੇ ਜੁੱਤੇ 'ਤੇ ਤਿੰਨ ਇੰਚ ਦਾ ਪਲੇਟਫਾਰਮ ਸੀ, ਇਸ ਲਈ ਸਪੱਸ਼ਟ ਤੌਰ 'ਤੇ ਉਹ ਲੱਤ ਖੱਬੇ ਨਾਲੋਂ ਛੋਟੀ ਸੀ। ਜਦੋਂ ਸੇਵਕਾਈ ਦਾ ਸਮਾਂ ਸ਼ੁਰੂ ਹੋਇਆ, ਮੈਂ ਇੱਕ ਅਨੁਵਾਦਕ ਨੂੰ ਫੜਿਆ ਅਤੇ ਉਸਨੂੰ ਲੱਭ ਲਿਆ। ਮੈਂ ਪੁੱਛਿਆ ਕਿ ਕੀ ਮੈਂ ਉਸਦੀ ਲੱਤ ਦੇ ਵਧਣ ਲਈ ਪ੍ਰਾਰਥਨਾ ਕਰ ਸਕਦਾ ਹਾਂ ਅਤੇ ਉਸਨੇ ਹਾਂ ਕਿਹਾ। ਪ੍ਰਾਰਥਨਾ ਕਰਨ ਦੇ ਪੰਜ ਮਿੰਟਾਂ ਦੇ ਅੰਦਰ, ਉਸਦੇ ਚਿਹਰੇ 'ਤੇ ਦਰਦ ਦੀ ਝਲਕ ਆ ਗਈ। ਮੈਂ ਅਨੁਵਾਦਕ ਰਾਹੀਂ ਪੁੱਛਿਆ ਕਿ ਕੀ ਹੋ ਰਿਹਾ ਹੈ। ਉਸਨੇ ਕਿਹਾ, "ਇਹ ਦਰਦ ਕਰਦਾ ਹੈ!" ਮੈਂ ਪੁੱਛਿਆ ਕਿ ਕੀ ਇਹ ਬਹੁਤ ਜ਼ਿਆਦਾ ਸੱਟ ਹੈ। ਉਸਨੇ ਕਿਹਾ, "ਨਹੀਂ, ਇਹ ਵਧ ਰਿਹਾ ਹੈ!" ਇਹ ਸੇਵਕਾਈ ਦੇ ਪੂਰੇ ਸਮੇਂ ਦੌਰਾਨ ਲਗਭਗ ਇੱਕ ਇੰਚ ਤੋਂ ਡੇਢ ਇੰਚ ਤੱਕ ਵਧਿਆ। ਜਦੋਂ ਅਸੀਂ ਚਲੇ ਗਏ ਤਾਂ ਮੈਂ ਨਿਰਾਸ਼ ਹੋ ਗਿਆ ਕਿਉਂਕਿ ਇਹ ਪੂਰੀ ਤਰ੍ਹਾਂ ਠੀਕ ਨਹੀਂ ਹੋਇਆ ਸੀ। ਅਗਲੀ ਰਾਤ, ਸ਼ੁੱਕਰਵਾਰ 07/08/05, ਉਹ ਦੁਬਾਰਾ ਉੱਥੇ ਸੀ, ਜੁੱਤੀਆਂ ਵਿੱਚ ਲੰਗੜਾ ਕੇ।

ਉਹ ਮੇਰੇ ਕੋਲ ਹੋਰ ਪ੍ਰਾਰਥਨਾ ਲਈ ਆਇਆ। ਅਸੀਂ ਸਮੱਸਿਆ ਦੀ ਜੜ੍ਹ ਤੱਕ ਖੋਜ ਕੀਤੀ। ਮੈਨੂੰ ਪਤਾ ਲੱਗਾ ਕਿ ਜਦੋਂ ਉਹ 8 ਮਹੀਨਿਆਂ ਦਾ ਸੀ, ਤਾਂ ਉਸਦੇ ਸੱਜੇ ਪਾਸੇ ਕਮਰ ਅਤੇ ਸੱਜੇ ਲੱਤ ਦੇ ਉੱਪਰਲੇ ਹਿੱਸੇ 'ਤੇ ਇੱਕ ਲੱਕੜ ਦਾ ਬੈਂਚ ਡਿੱਗ ਪਿਆ ਸੀ।

ਸਰਜਰੀ ਤੋਂ ਬਾਅਦ, ਉਸਦੀ ਫੀਮਰ ਅਤੇ ਕਮਰ ਦੇ ਸਾਕਟ ਵਿਚਕਾਰ ਕੋਈ ਉਪਾਸਥੀ ਨਹੀਂ ਬਚੀ ਸੀ। ਜਿਵੇਂ-ਜਿਵੇਂ ਉਹ ਵੱਡਾ ਹੋਇਆ, ਹੱਡੀ ਦੇ ਪੀਸਣ ਨਾਲ ਉਹ ਲੱਤ ਦੂਜੀ ਨਾਲੋਂ ਛੋਟੀ ਰਹਿ ਗਈ। ਉਹ ਦੋਵੇਂ ਲੱਤਾਂ ਸਿੱਧੀਆਂ ਬਾਹਰ ਕੱਢ ਕੇ ਫਰਸ਼ 'ਤੇ ਲੇਟਿਆ ਹੋਇਆ ਸੀ। ਸਮੱਸਿਆ ਦੀ ਜੜ੍ਹ ਨੂੰ ਜਾਣਦੇ ਹੋਏ, ਮੈਂ ਉਪਾਸਥੀ ਨੂੰ ਵਧਣ ਦਾ ਹੁਕਮ ਦਿੱਤਾ। ਉਸਦੀ ਸੱਜੀ ਲੱਤ ਅਚਾਨਕ 90-ਡਿਗਰੀ ਦੇ ਕੋਣ 'ਤੇ ਝੁਕ ਗਈ।

ਉਸਨੇ ਕਿਹਾ, "ਮੈਂ ਪਹਿਲਾਂ ਅਜਿਹਾ ਨਹੀਂ ਕਰ ਸਕਦਾ ਸੀ!" ਜਦੋਂ ਵੀ ਉਹ ਬੈਠਦਾ ਜਾਂ ਖੜ੍ਹਾ ਹੁੰਦਾ ਸੀ ਤਾਂ ਦਰਦ ਹੁੰਦਾ ਸੀ ਕਿਉਂਕਿ ਹੱਡੀਆਂ ਪੀਸ ਜਾਂਦੀਆਂ ਸਨ ਅਤੇ ਉਹ ਇਸਨੂੰ ਬਿਲਕੁਲ ਵੀ ਨਹੀਂ ਮੋੜ ਸਕਦਾ ਸੀ। ਹੁਣ ਕੋਈ ਦਰਦ ਨਹੀਂ ਸੀ ਅਤੇ ਉਸਦੇ ਕੋਲ ਪੂਰੀ ਲਚਕਤਾ ਸੀ। ਫਿਰ ਮੈਂ ਫੀਮਰ ਨੂੰ ਵਧਣ ਅਤੇ ਫੈਲਾਉਣ ਦਾ ਹੁਕਮ ਦਿੱਤਾ। ਉਸਦੇ ਚਿਹਰੇ 'ਤੇ ਦਰਦ ਦਿਖਾਈ ਦੇ ਰਿਹਾ ਸੀ ਅਤੇ ਉਸਨੇ ਕਿਹਾ, "ਇਹ ਮਹਿਸੂਸ ਹੁੰਦਾ ਹੈ ਕਿ ਰੱਬ ਉੱਥੇ ਹੈ ਅਤੇ ਇੱਕ ਟੋ ਟਰੱਕ ਇਸਨੂੰ ਖਿੱਚ ਰਿਹਾ ਹੈ।" ਇਹ ਕੁਝ ਸੈਂਟੀਮੀਟਰ ਦੇ ਅੰਦਰ ਆ ਗਿਆ ਅਤੇ ਉਸਨੇ ਮੈਨੂੰ ਪ੍ਰਾਰਥਨਾ ਕਰਨਾ ਬੰਦ ਕਰਨ ਲਈ ਕਿਹਾ। ਉਹ ਉੱਠਿਆ ਅਤੇ ਬਿਨਾਂ ਦਰਦ ਦੇ ਅਤੇ ਆਪਣੇ ਚੁੱਕੇ ਹੋਏ ਜੁੱਤੇ ਦੇ ਤੁਰ ਪਿਆ। ਮੈਂ ਅਜੇ ਵੀ ਨਿਰਾਸ਼ ਹਾਂ ਕਿ ਇਹ ਉਸਦੀ ਖੱਬੀ ਲੱਤ ਨਾਲ ਵੀ ਨਹੀਂ ਸੀ ਪਰ ਉਸਨੇ ਕਿਹਾ ਕਿ ਉਸਨੂੰ ਵਿਸ਼ਵਾਸ ਹੈ ਕਿ ਇਹ ਰਾਤ ਭਰ ਵਧਦਾ ਰਹੇਗਾ। ਭਾਵੇਂ ਇਹ ਹੁੰਦਾ ਹੈ ਜਾਂ ਨਹੀਂ, ਰੱਬ ਨੇ ਉਸਨੂੰ ਨਵਾਂ ਕਾਰਟੀਲੇਜ ਦਿੱਤਾ, ਦਰਦ ਨੂੰ ਦੂਰ ਕੀਤਾ, ਅਤੇ ਉਸਦੀ ਲੱਤ ਨੂੰ ਲਗਭਗ 2 ਇੰਚ ਵਧਾਇਆ!

8 ਜੁਲਾਈ, 2005 ਨੂੰ ਰੈਂਡੀ ਕਲਾਰਕ ਮੰਤਰਾਲੇ ਦੀ ਟੀਮ ਦੇ ਮਾਈਕਲ ਕਲੈਂਸੀ ਦੁਆਰਾ ਰਿਪੋਰਟ ਕੀਤਾ ਗਿਆ
ਸੈਨ ਪਾਓਲੋ, ਬ੍ਰਾਜ਼ੀਲ ਦੀ ਗਲੋਬਲ ਜਾਗਰੂਕਤਾ ਯਾਤਰਾ ਤੋਂ। ਰਿਪੋਰਟ ਮਿਤੀ 12 ਜੁਲਾਈ,
2005. ਉਹਨਾਂ ਦੀ ਇਜਾਜ਼ਤ ਨਾਲ ਵਰਤਿਆ ਗਿਆ।

ਏ.ਐੱਚ. ਡੈਲੀਮੋਰ - ਮਾਰਗਰੇਟ ਮੈਕਫਰਸਨ ਦਾ ਇਲਾਜ

ਹੇਠ ਲਿਖੀ ਗਵਾਹੀ ਦਿਲਚਸਪ ਹੈ ਕਿਉਂਕਿ ਇਹ ਇੱਕ ਔਰਤ ਦੁਆਰਾ ਹੈ ਜੋ ਵਿਸ਼ਵਾਸ ਨਹੀਂ ਕਰਦੀ ਸੀ
ਕਿ ਪਰਮਾਤਮਾ ਨੇ ਚੰਗਾ ਕੀਤਾ ਅਤੇ ਇੱਕ ਕਿਤਾਬ ਵਿੱਚ ਇੱਕ ਲੇਖਕ ਦੁਆਰਾ ਲਿਖੀ ਗਈ ਹੈ ਜੋ ਵਿਸ਼ਵਾਸ ਨਹੀਂ ਕਰਦੀ ਸੀ
ਕਿ ਪਰਮਾਤਮਾ ਚੰਗਾ ਕਰਦਾ ਹੈ ਅਤੇ ਫਿਰ ਵੀ...

ਮਾਰਗਰੇਟ ਮੈਕਫਰਸਨ ਹਰ ਸਰਦੀਆਂ ਵਿੱਚ ਹਫ਼ਤਿਆਂ ਤੱਕ ਲੰਬਾਗੋ (ਗਲਤ ਡਾਕਟਰੀ ਪਰਿਭਾਸ਼ਾ ਦੀ ਸ਼ਿਕਾਇਤ) ਕਾਰਨ ਅਸਮਰੱਥ ਰਹਿੰਦੀ ਸੀ। 1931 ਵਿੱਚ ਇਸ ਹਾਲਤ ਵਿੱਚ, ਉਹ ਡੈਲੀਮੋਰ ਦੀ ਇੱਕ ਮੀਟਿੰਗ ਵਿੱਚ ਪਹੁੰਚੀ। ਉਹ ਪ੍ਰਭਾਵਿਤ ਹੋਈ: ਉਹ ਕੋਈ ਸ਼ੋਅਮੈਨ ਨਹੀਂ ਸੀ। ਉਸਨੇ ਇੱਕ ਆਮ ਲਾਉਂਜ ਸੂਟ ਪਾਇਆ ਹੋਇਆ ਸੀ, ਕੋਈ ਚੋਗਾ ਨਹੀਂ ਸੀ। ਉਸ ਉੱਤੇ ਪੂਰੀ ਤਰ੍ਹਾਂ ਰੌਸ਼ਨੀਆਂ ਜਗ ਰਹੀਆਂ ਸਨ। ਕੋਈ ਮੱਧਮ ਧਾਰਮਿਕ ਸੁਰ ਨਹੀਂ, ਕੋਈ ਸਟੇਜ ਪ੍ਰਭਾਵ ਨਹੀਂ। ਸਿਰਫ਼ ਇੱਕ ਚੀਜ਼ ਪ੍ਰਭਾਵਸ਼ਾਲੀ ਅਤੇ ਦਿਲਚਸਪ ਸੀ। ਜਿਵੇਂ-ਜਿਵੇਂ ਸੇਵਾ ਅੱਗੇ ਵਧਦੀ ਗਈ ਉਸਦੀ ਆਭਾ ਚਮਕ ਵਿੱਚ ਵਾਧਾ ਹੋਇਆ। ਮੈਂ ਉਨ੍ਹਾਂ ਮਾਨਸਿਕ ਲੋਕਾਂ ਵਿੱਚੋਂ ਨਹੀਂ ਹਾਂ ਜੋ ਕੁਦਰਤੀ ਤੌਰ 'ਤੇ ਆਭਾ ਨੂੰ ਦੇਖਦੇ ਹਨ। ਨਹੀਂ, ਇਹ ਇੱਕ ਅਸਲੀ ਚਮਕ ਸੀ, ਜਿਸਨੂੰ ਮੇਰੀ ਸਾਰੀ ਪਾਰਟੀ ਸਪਸ਼ਟ ਤੌਰ 'ਤੇ ਦੇਖ ਸਕਦੀ ਸੀ। ਇਸਨੇ ਉਸਦੇ ਉੱਪਰ ਬਿਜਲੀ ਦੇ ਲੈਂਪ ਦੀ ਚਿੱਟੀ ਚਮਕ ਨੂੰ ਵੀ ਮਿਟਾ ਦਿੱਤਾ', ਡੈਲੀਮੋਰ ਨੇ ਉਸਨੂੰ ਪਛਾਣ ਲਿਆ - ਉਹ ਉਸਨੂੰ ਪਹਿਲਾਂ ਹੀ ਗਲੀ ਵਿੱਚ ਮਿਲ ਚੁੱਕਾ ਸੀ - ਅਤੇ ਉਸਨੂੰ ਸਾਹਮਣੇ ਬੁਲਾਇਆ। 'ਮੈਂ "ਚਾਕੂ!" ਕਹਿਣ ਤੋਂ ਪਹਿਲਾਂ ਹੀ ਉਸਨੇ ਮੇਰੇ ਮੱਥੇ 'ਤੇ ਆਪਣਾ ਸਲੀਬ ਮਾਰ ਦਿੱਤਾ ਸੀ ਅਤੇ ਮੈਂ ਬਾਕੀਆਂ ਨਾਲ ਆਪਣੀ ਪਿੱਠ 'ਤੇ ਸਿੱਧਾ ਸੀ।' ਬਾਅਦ ਵਿੱਚ, ਉੱਠਣ ਅਤੇ ਹਾਲ ਛੱਡਣ ਤੋਂ ਬਾਅਦ ਉਸਦੀ ਪਾਰਟੀ ਦੇ ਇੱਕ ਮੈਂਬਰ ਨੇ ਉਸਨੂੰ ਪੁੱਛਿਆ ਕਿ ਉਹ ਕਿਉਂ ਡਿੱਗ ਪਈ। ਉਸਦਾ ਜਵਾਬ ਸੀ, 'ਮੈਂ ਉਸ ਆਦਮੀ ਲਈ ਪਿਆਰ ਅਤੇ ਸ਼ਿਸ਼ਟਾਚਾਰ ਕਰਕੇ ਗਈ ਸੀ। ਮੈਂ ਖੜ੍ਹੇ ਹੋ ਕੇ ਉਨ੍ਹਾਂ ਦੇ ਵਿਸ਼ਵਾਸ ਨੂੰ ਨਹੀਂ ਹਿਲਾ ਸਕਦੀ ਸੀ: ਮੈਂ ਬਸ ਨਹੀਂ ਕਰ ਸਕਦੀ ਸੀ।' ਉਸਦੇ ਸਵਾਲਕਰਤਾ ਨੇ ਫਿਰ ਕਿਹਾ ਕਿ ਉਸਨੇ ਆਪਣੀ

ਕਹਾਣੀ ਸੁਣਾਉਂਦੇ ਹੋਏ ਇੱਕ ਗੱਲ ਨੂੰ ਨਜ਼ਰਅੰਦਾਜ਼ ਕਰ ਦਿੱਤਾ ਸੀ: 'ਮਾਰਗ੍ਰੇਟ, ਤੁਸੀਂ ਠੀਕ ਹੋ ਗਏ ਹੋ! ਤੁਸੀਂ ਗਲੀ ਵਿੱਚ ਭੱਜ ਗਏ! ਤੁਹਾਡੀ ਸੋਟੀ ਕਿੱਥੇ ਹੈ? ਤੁਸੀਂ ਇਸਨੂੰ ਮੀਟਿੰਗ ਵਿੱਚ ਛੱਡ ਦਿੱਤਾ!' ਇਹ ਸੱਚ ਸੀ। ਏਐਚ ਡੈਲੀਮੋਰ (ਜਾਂ ਇਸ ਦੀ ਬਜਾਏ ਉਹ ਸ਼ਕਤੀ ਜੋ ਉਸਨੇ ਸੁੰਗੜ ਗਈ ਹੈ) ਨੇ ਮੈਨੂੰ ਵੀਹ ਸਾਲਾਂ ਤੋਂ ਵੱਧ ਸਮੇਂ ਦੀ ਖੜੋਤ ਤੋਂ ਠੀਕ ਕਰ ਦਿੱਤਾ ਸੀ।' ਲੌਰੀ ਗਾਈ ਦੁਆਰਾ *"ਮਿਰਾਕਲਸ, ਮਸੀਹਾ ਅਤੇ ਮੀਡੀਆ: 1930 ਦੇ ਦਹਾਕੇ ਵਿੱਚ ਆਕਲੈਂਡ ਵਿੱਚ ਏਐਚ ਡੈਲੀਮੋਰ ਦੀ ਮੰਤਰਾਲਾ"* ਤੋਂ ਅੰਸ਼ ।

ਮਾਰੀਆ ਵੁੱਡਵਰਥ-ਏਟਰ - ਟਿਊਮਰ ਵਾਲੀ ਔਰਤ ਠੀਕ ਹੋ ਗਈ

ਮੈਂ ਪ੍ਰਮਾਤਮਾ ਦਾ ਧੰਨਵਾਦ ਕਰਦੀ ਹਾਂ ਕਿ ਉਸਨੇ ਹਮੇਸ਼ਾ ਲਈ ਸਿਸਟਰ ਵੁੱਡਵਰਥ ਨੂੰ ਸ਼ਹਿਰ ਦੇ ਦੱਖਣੀ ਹਿੱਸੇ ਵਿੱਚ ਲਿਆਂਦਾ, ਕਿਉਂਕਿ ਉਸਦੇ ਪ੍ਰਚਾਰ ਦੁਆਰਾ ਮੇਰਾ ਪਤੀ ਇੱਕ ਫਟਣ ਤੋਂ ਠੀਕ ਹੋ ਗਿਆ ਸੀ, ਅਤੇ, ਪ੍ਰਮਾਤਮਾ ਦੀ ਉਸਤਤਿ ਕਰੋ, ਮੈਂ ਆਤਮਾ ਅਤੇ ਸਰੀਰ ਦੋਵਾਂ ਨੂੰ ਠੀਕ ਕਰ ਦਿੱਤੀ ਗਈ ਸੀ। ਮੈਂ ਗੁਆਚ ਗਈ ਸੀ, ਪਰ ਯਿਸੂ ਨੇ ਮੈਨੂੰ ਲੱਭ ਲਿਆ। ਮੈਂ ਬਿਮਾਰ ਸੀ, ਪਰ ਯਿਸੂ ਨੇ ਮੈਨੂੰ ਚੰਗਾ ਕੀਤਾ। ਯਾਦ ਰੱਖੋ ਕਿ ਯਿਸੂ ਸਭ ਕੁਝ ਚੰਗਾ ਕਰਦਾ ਹੈ। "ਯਿਸੂ ਮਸੀਹ, ਕੱਲ੍ਹ, ਅੱਜ ਅਤੇ ਹਮੇਸ਼ਾ ਲਈ ਇੱਕੋ ਜਿਹਾ ਹੈ।" ਇਬਰਾਨੀਆਂ 13:8 ਜਦੋਂ ਮੈਂ ਜਗਵੇਦੀ ਕੋਲ ਗਈ ਤਾਂ ਮੇਰੇ ਖੱਬੇ ਪਾਸੇ ਇੱਕ ਟਿਊਮਰ ਸੀ। ਇਹ ਨੌਂ ਸਾਲ ਪਹਿਲਾਂ ਡਿੱਗਣ ਕਾਰਨ ਹੋਇਆ ਸੀ। ਉਸ ਸਮੇਂ ਤੋਂ ਮੈਂ ਲਗਾਤਾਰ ਦੁੱਖ, ਦੁੱਖ ਅਤੇ ਬਹੁਤ ਦਰਦ ਵਿੱਚ ਸੀ - ਕਈ ਵਾਰ ਦੂਜਿਆਂ ਨਾਲੋਂ ਵੀ ਭੈੜਾ। ਕੋਈ ਵੀ ਮੇਰੇ ਦੁੱਖਾਂ ਨੂੰ ਦੱਸ ਨਹੀਂ ਸਕਦਾ।

ਮੇਰੇ ਕਿਸੇ ਵੀ ਰਿਸ਼ਤੇਦਾਰ ਨੂੰ ਕਦੇ ਨਹੀਂ ਪਤਾ ਸੀ ਕਿ ਮੈਂ ਅਕਸਰ ਆਪਣੀ ਜਾਨ ਲੈਣ ਬਾਰੇ ਕਿਵੇਂ ਸੋਚਦੀ ਸੀ, ਮੇਰੇ ਦੁੱਖ ਇੰਨੇ ਵੱਡੇ ਸਨ। ਸਿਰਫ਼ ਮੇਰੇ ਪਤੀ ਦੀ ਪ੍ਰਾਰਥਨਾ ਅਤੇ ਦਿਆਲਤਾ ਨੇ ਮੈਨੂੰ ਇਸ ਤੋਂ ਬਚਾਇਆ। ਟਿਊਮਰ ਦੇ ਨਾਲ-ਨਾਲ ਮੈਨੂੰ ਕਈ ਹੋਰ ਬਿਮਾਰੀਆਂ ਵੀ ਸਨ - ਅੰਤੜੀਆਂ ਦੇ ਹੇਠਲੇ ਅੰਗਾਂ ਵਿੱਚ ਖੂਨ ਵਗਣਾ, ਬਵਾਸੀਰ, ਖੂਨ ਦਾ ਥੁੱਕਣਾ ਅਤੇ ਗਠੀਏ। ਤਿੰਨ ਸਾਲ ਪਹਿਲਾਂ ਮੈਂ ਆਪਣੇ

ਪੈਰਾਂ ਵਿੱਚ, ਫਿਰ ਮੇਰੇ ਖੱਬੇ ਹੱਥ ਅਤੇ ਹੱਥ ਵਿੱਚ ਸੋਜਸ਼ ਵਾਲੇ ਗਠੀਏ ਕਾਰਨ ਪੂਰੀ ਤਰ੍ਹਾਂ ਅਪਾਹਜ ਹੋ ਗਈ ਸੀ। ਅਸੀਂ ਇਸ ਸ਼ਹਿਰ ਅਤੇ ਹੋਰ ਥਾਵਾਂ 'ਤੇ ਬਹੁਤ ਸਾਰੇ ਸੰਸਾਰੀ ਡਾਕਟਰਾਂ ਦੀ ਕੋਸ਼ਿਸ਼ ਕੀਤੀ, ਪਰ ਕੋਈ ਫਾਇਦਾ ਨਹੀਂ ਹੋਇਆ, ਕਿਉਂਕਿ ਸਿਰਫ ਥੋੜ੍ਹੀ ਜਿਹੀ ਰਾਹਤ ਮਿਲੀ। ਡਾਕਟਰਾਂ ਨੇ ਕਿਹਾ ਕਿ ਇੱਕ ਵੀ ਆਪ੍ਰੇਸ਼ਨ ਮੇਰੀ ਮਦਦ ਨਹੀਂ ਕਰੇਗਾ। ਫਿਰ ਸਾਨੂੰ ਪਤਾ ਲੱਗਾ ਕਿ ਧਰਤੀ 'ਤੇ ਮੇਰੇ ਲਈ ਹੋਰ ਕੋਈ ਮਦਦ ਨਹੀਂ ਹੈ , ਪਰ ਇੱਕ ਹੌਲੀ, ਲੰਮੀ ਮੌਤ, ਸ਼ਾਇਦ ਮਹੀਨੇ ਜਾਂ ਸਾਲ, ਪਰ ਅੰਤ ਵਿੱਚ ਇਹ ਮੇਰੀ ਜਾਨ ਲੈ ਲਵੇਗੀ। ਹਾਲਾਂਕਿ ਮੈਂ ਉਦੋਂ ਜਾਗਦੀ ਸੀ, ਮੈਂ ਦੁਨੀਆ ਦੇ ਸਾਹਮਣੇ ਆਪਣਾ ਦਰਦ ਅਤੇ ਦੁੱਖ ਲੁਕਾ ਸਕਦੀ ਸੀ, ਪਰ ਓਹ, ਉਹ ਮੇਰੇ ਲਈ ਕਿੰਨੀਆਂ ਦੁਖਦਾਈ ਲੰਬੀਆਂ ਰਾਤਾਂ ਸਨ।

ਮੈਂ ਉਹ ਦਿਨ ਕਦੇ ਨਹੀਂ ਭੁੱਲਾਂਗਾ ਜਦੋਂ ਮੈਂ 10 ਅਗਸਤ 1893 ਨੂੰ ਜਗਵੇਦੀ 'ਤੇ ਗਿਆ ਸੀ। ਮੈਂ ਇੱਕ ਗਰੀਬ, ਦੁਖੀ ਪਾਪੀ ਸੀ। ਮੈਂ ਆਪਣੇ ਸਾਰੇ ਪਾਪ, ਅਤੇ ਇਸ ਬਿਮਾਰ, ਅਪਾਹਜ ਸਰੀਰ ਨੂੰ ਨਿਮਰਤਾ ਨਾਲ ਯਿਸੂ ਦੇ ਪੈਰਾਂ 'ਤੇ ਰੱਖ ਦਿੱਤਾ। ਯਿਸੂ ਨੇ ਆਪਣੀ ਪਿਆਰ ਭਰੀ ਦਿਆਲਤਾ ਅਤੇ ਦਇਆ ਵਿੱਚ, ਮੇਰੇ ਵਰਗੇ ਇੱਕ ਦੁਖੀ ਦੁਖੀ ਨੂੰ ਨੀਵਾਂ ਦੇਖਿਆ, ਅਤੇ ਤੁਰੰਤ ਹੀ ਮੈਂ ਪੂਰੀ ਤਰ੍ਹਾਂ ਤੰਦਰੁਸਤ ਹੋ ਗਿਆ, ਆਤਮਾ ਅਤੇ ਸਰੀਰ ਦੋਵੇਂ। ਕੌਣ ਖੁਸ਼ ਨਹੀਂ ਹੋਵੇਗਾ ਅਤੇ ਪਰਮਾਤਮਾ ਦੀ ਉਸਤਤ ਨਹੀਂ ਕਰੇਗਾ, ਇਹ ਧੰਨ ਭਰੋਸਾ ਪ੍ਰਾਪਤ ਕਰਨ ਲਈ ਕਿ ਯਿਸੂ ਮੇਰਾ ਹੈ, ਅਤੇ ਦਰਦ ਅਤੇ ਦਰਦ ਇੱਕ ਪਲ ਵਿੱਚ ਦੂਰ ਹੋ ਜਾਵੇਗਾ? ਓ, ਮੈਂ ਬੱਚਿਆਂ ਪ੍ਰਤੀ ਉਸਦੀ ਕੋਮਲ ਦਇਆ ਲਈ ਪਰਮਾਤਮਾ ਦਾ ਕਿੰਨਾ ਧੰਨਵਾਦ ਕਰਦਾ ਹਾਂ। ਮੈਂ ਉਮੀਦ ਕਰਦਾ ਹਾਂ ਅਤੇ ਪ੍ਰਾਰਥਨਾ ਕਰਦਾ ਹਾਂ ਕਿ ਇਹ ਗਵਾਹੀ ਬਹੁਤ ਸਾਰੇ ਪਾਪ-ਬੀਮਾਰ ਆਤਮਾਵਾਂ ਨੂੰ ਯਿਸੂ ਦੇ ਪੈਰਾਂ ਵਿੱਚ ਲਿਆਵੇਗੀ। ਪਰਮਾਤਮਾ ਭੈਣ ਵੁੱਡਵਰਥ ਅਤੇ ਉਸਦੇ ਸਹਿਕਰਮੀਆਂ ਨੂੰ, ਜਿੱਥੇ ਵੀ ਉਹ ਹੋਣ, ਅਸੀਸ ਦੇਵੇ। ਪਰਮਾਤਮਾ ਭਰਾ ਸਪਾਈਹਰ ਨੂੰ ਵੀ ਅਸੀਸ ਦੇਵੇ। ਮੇਰੇ ਲਈ ਪ੍ਰਾਰਥਨਾ ਕਰੋ ਕਿ ਮੈਂ ਵਫ਼ਾਦਾਰ ਰਹਾਂ।

ਮਸੀਹ ਵਿੱਚ ਤੁਹਾਡਾ।

ਸ਼੍ਰੀਮਤੀ ਐਮ. ਫਾਲਕੇਨਰਥ

ਸੇਂਟ ਲੁਈਸ, ਮਿਸੂਰੀ

ਐਲਡਰ ਐੱਚ.ਐੱਚ. ਸਪਾਈਹਰ ਦੁਆਰਾ ਲਿਖੀ "ਦੁਨੀਆਂ ਦਾ ਡਾਕਟਰ, ਮਸੀਹ ਪ੍ਰਭੂ" ਤੋਂ ਅੰਸ਼।

ਐਲਡਰ ਐੱਚਐੱਚ ਸਪਾਈਹਰ ਇੱਕ ਚਰਚ ਆਫ਼ ਗੌਡ (ਵਾਈਨਬ੍ਰੇਨਰ) ਪਾਦਰੀ ਸਨ ਜਿਨ੍ਹਾਂ ਨੇ ਮਾਰੀਆ ਵੁੱਡਵਰਥ ਨੂੰ ਆਪਣੀਆਂ ਖੁਸ਼ਖਬਰੀ ਮੀਟਿੰਗਾਂ ਵਿੱਚੋਂ ਘੱਟੋ-ਘੱਟ ਦੋ ਵਾਰ ਚਰਚ ਸਥਾਪਤ ਕਰਨ ਵਿੱਚ ਮਦਦ ਕੀਤੀ।

ਟੀਡਬਲਯੂ ਰਤਨ (ਮਾਓਰੀ ਹੀਲਰ) - ਫੈਨੀ ਲਾਮਾਸ ਦਾ ਇਲਾਜ

ਪ੍ਰਕਾਸ਼ਿਤ ਹੋਈਆਂ ਬਹੁਤ ਸਾਰੀਆਂ ਇਲਾਜ਼ਾਂ ਵਿੱਚੋਂ ਦੋ ਅਜਿਹੇ ਸਨ ਜਿਨ੍ਹਾਂ ਨੂੰ ਕੁਝ ਚਰਚਾਂ ਨੇ ਕਾਫ਼ੀ ਧਿਆਨ ਦਿੱਤਾ। ਇਨ੍ਹਾਂ ਇਲਾਜ਼ਾਂ ਨੇ ਕਈ ਆਗੂਆਂ ਅਤੇ ਕਲੀਸਿਯਾਵਾਂ ਨੂੰ ਪ੍ਰਭਾਵਿਤ ਕੀਤਾ ਜਿਨ੍ਹਾਂ ਨੇ ਬ੍ਰਹਮ ਇਲਾਜ਼ ਦੀ ਸੇਵਕਾਈ ਬਾਰੇ ਡੂੰਘਾਈ ਨਾਲ ਅਤੇ ਪ੍ਰਾਰਥਨਾ ਨਾਲ ਸੋਚਿਆ। ਪਹਿਲਾ ਮਾਮਲਾ ਮਿਸ ਐਫ. ਲਾਮਾਸ ਦਾ ਸੀ, ਜੋ ਕਿ ਨੈਲਸਨ ਵਿੱਚ ਬੈਪਟਿਸਟ ਚਰਚ ਦੀ ਮੈਂਬਰ ਸੀ।

ਮਿਸ ਲਾਮਾਸ 19 ਸਾਲਾਂ ਤੋਂ ਸਿਰ ਤੋਂ ਪੈਰਾਂ ਤੱਕ ਇੱਕ ਸਟੀਲ ਦੇ ਫਰੇਮ ਵਿੱਚ ਬੰਦ ਸੀ ਅਤੇ ਇਸ ਸਮੇਂ ਦੌਰਾਨ ਉਸਨੂੰ ਸਭ ਤੋਂ ਵਧੀਆ ਡਾਕਟਰੀ ਦੇਖਭਾਲ ਮਿਲੀ ਸੀ। 1921 ਵਿੱਚ ਉਸਨੇ ਰਤਨਾ ਨੂੰ ਲਿਖਿਆ ਅਤੇ ਉਸਦਾ ਜਵਾਬ ਮਿਲਣ ਤੋਂ ਬਾਅਦ ਉਸਨੇ ਪ੍ਰਾਰਥਨਾ ਵਿੱਚ ਇੱਕ ਲੰਮਾ ਸਮਾਂ ਬਿਤਾਇਆ। ਇਸ ਤਰ੍ਹਾਂ ਪਰਮਾਤਮਾ ਦੀ ਸ਼ਕਤੀ ਨੇ ਉਸਨੂੰ ਬੈਠਣ, ਖੜ੍ਹੇ ਹੋਣ ਅਤੇ ਫਿਰ ਬਿਨਾਂ ਸਹਾਇਤਾ ਦੇ ਤੁਰਨ ਦੇ ਯੋਗ ਬਣਾਇਆ। ਉਸਨੂੰ ਜਾਣਨ ਵਾਲੇ ਸਾਰੇ ਹੈਰਾਨ ਸਨ। ਉਸਦੇ ਆਪਣੇ ਸਥਾਨਕ ਡਾਕਟਰ ਨੇ ਪੁਸ਼ਟੀ ਕੀਤੀ ਕਿ ਉਹ ਠੀਕ ਹੋ ਗਈ ਸੀ। ਮਿਸ ਲਾਮਾਸ ਨੇ ਇਲਾਜ ਦੀ ਆਪਣੀ ਗਵਾਹੀ ਸਾਂਝੀ ਕਰਨ ਦਾ ਬੀੜਾ ਚੁੱਕਿਆ ਅਤੇ ਆਪਣੇ ਇਲਾਜ ਤੋਂ ਸਿਰਫ਼ ਛੇ ਮਹੀਨੇ ਬਾਅਦ 6 ਮਹੀਨੇ ਯਾਤਰਾ ਕਰਦੇ ਹੋਏ, ਆਕਲੈਂਡ ਵਿੱਚ ਟੈਬਰਨੈਕਲ ਸਮੇਤ ਕਈ ਬੈਪਟਿਸਟ ਚਰਚਾਂ ਦਾ ਦੌਰਾ ਕਰਦੇ ਹੋਏ, ਪਰਮਾਤਮਾ ਦੀ ਇਲਾਜ ਕਰਨ ਦੀ ਸ਼ਕਤੀ ਬਾਰੇ ਗੱਲ ਕਰਦੇ ਹੋਏ ਅਤੇ ਬ੍ਰਹਮ ਇਲਾਜ ਦੀ ਸਿੱਖਿਆ ਵਿੱਚ ਤੇਜ਼ੀ ਨਾਲ ਦਿਲਚਸਪੀ ਲਿਆ।

ਉਸਦੇ ਇਲਾਜ ਦੀ ਕਹਾਣੀ ਪੂਰੀ ਤਰ੍ਹਾਂ ਰੈਵਰੈਂਡ ਜੋਸਫ਼ ਕੈਂਪ ਨੂੰ ਦੱਸੀ ਗਈ ਸੀ, ਜਿਨ੍ਹਾਂ ਨੇ ਉਸਦੀ ਗਵਾਹੀ ਨੂੰ ਇੱਕ ਸ਼ਾਨਦਾਰ ਕਿਤਾਬਚੇ ਵਿੱਚ ਪ੍ਰਕਾਸ਼ਿਤ ਕੀਤਾ ਜਿਸਦੇ ਚਾਰ ਐਡੀਸ਼ਨਾਂ ਛਪੀਆਂ, ਪਹਿਲਾ ਐਡੀਸ਼ਨਾਂ ਪ੍ਰਕਾਸ਼ਨ ਤੋਂ ਤਿੰਨ ਹਫ਼ਤਿਆਂ ਬਾਅਦ ਵਿਕ ਗਿਆ।

ਉਨ੍ਹਾਂ ਘਟਨਾਵਾਂ ਦਾ ਉਸਦਾ ਵਰਣਨ, ਜੋ ਅਸਲ ਇਲਾਜ ਤੱਕ ਲੈ ਗਈਆਂ, ਇਸ ਪ੍ਰਕਾਰ ਹੈ: "ਮੇਰੇ ਡਾਕਟਰ ਨੇ ਮੈਨੂੰ ਸਲਾਹ-ਮਸ਼ਵਰੇ ਦਾ ਨਤੀਜਾ ਦੱਸਿਆ ਅਤੇ ਕਿਹਾ ਕਿ ਕੁਝ ਨਹੀਂ ਕੀਤਾ ਜਾ ਸਕਦਾ। ਮੈਂ ਉਮੀਦ ਤੋਂ ਪਰੇ ਸੀ। ਮੈਂ ਉਸਨੂੰ ਪੁੱਛਿਆ ਕਿ ਕੀ ਉਸਨੇ ਰਤਨ ਚਮਤਕਾਰ ਵਾਲੇ ਆਦਮੀ ਬਾਰੇ ਸੁਣਿਆ ਹੈ। ਉਸਨੇ ਕਿਹਾ "ਬਸ ਥੋੜ੍ਹਾ ਜਿਹਾ।" ਫਿਰ ਮੈਂ ਉਸਨੂੰ ਸ਼ਾਨਦਾਰ ਆਦਮੀ ਅਤੇ ਸ਼ਾਨਦਾਰ ਇਲਾਜਾਂ ਬਾਰੇ ਦੱਸਿਆ ਅਤੇ ਮੈਂ ਉਸਨੂੰ ਪੜ੍ਹਨ ਲਈ ਪੇਪਰ ਦਿੱਤੇ। ਉਹ ਮੇਰੇ ਬਿਸਤਰੇ ਕੋਲ ਬੈਠ ਗਿਆ ਅਤੇ ਉਹ ਸਾਰੇ ਪੜ੍ਹੇ। ਉਹ ਇੰਨਾ ਪ੍ਰਭਾਵਿਤ ਹੋਇਆ ਕਿ ਉਸਨੇ ਅੰਤ ਵਿੱਚ ਮੈਨੂੰ ਲਿਖਣ ਲਈ ਕਿਹਾ।

ਉਸਨੇ ਕਿਹਾ ਕਿ ਜੇ ਮੇਰੇ ਵਿੱਚ ਵਿਸ਼ਵਾਸ ਕਰਨ ਲਈ ਕਾਫ਼ੀ ਵਿਸ਼ਵਾਸ ਹੈ ਤਾਂ ਉਹ ਇਹ ਨਹੀਂ ਸਮਝਦਾ ਸੀ ਕਿ ਮੈਨੂੰ ਵੀ ਠੀਕ ਕਿਉਂ ਨਹੀਂ ਕੀਤਾ ਜਾਣਾ ਚਾਹੀਦਾ ... ਲਗਭਗ ਕਲਮ ਫੜਨ ਲਈ ਬਹੁਤ ਕਮਜ਼ੋਰ ਮੈਂ ਰਤਨਾ ਨੂੰ ਡਿਗਰੀਆਂ ਨਾਲ ਆਪਣੇ ਕੇਸ ਦੀ ਸੰਖੇਪ ਵਿੱਚ ਵਿਆਖਿਆ ਕਰਨ ਲਈ ਲਿਖਣ ਵਿੱਚ ਕਾਮਯਾਬ ਹੋ ਗਿਆ ... ਮੈਂ ਇੱਕ ਹਫ਼ਤੇ ਬਾਅਦ ਰਤਨਾ ਦਾ ਜਵਾਬ ਪ੍ਰਾਪਤ ਹੋਣ ਤੱਕ ਹੋਰ ਕੁਝ ਨਹੀਂ ਕੀਤਾ। ਉਸਨੇ ਮੈਨੂੰ ਕਿਹਾ ਕਿ ਮੈਂ ਪ੍ਰਭੂ ਯਿਸੂ ਮਸੀਹ ਵਿੱਚ ਆਪਣੇ ਪੂਰੇ ਦਿਲ ਅਤੇ ਆਤਮਾ ਨਾਲ ਵਿਸ਼ਵਾਸ ਕਰਾਂ ਅਤੇ ਉਸਦੀ ਚੰਗਾ ਕਰਨ ਦੀ ਸ਼ਕਤੀ ਵਿੱਚ, ਜੋਸ਼ ਅਤੇ ਅਣਥੱਕ ਪ੍ਰਾਰਥਨਾ ਕਰਾਂ, ਅਤੇ ਆਪਣੀਆਂ ਪ੍ਰਾਰਥਨਾਵਾਂ ਦੁਹਰਾਵਾਂ। ਉਸਨੇ ਕਿਹਾ ਕਿ ਉਹ ਮੇਰੇ ਲਈ ਵੀ ਪ੍ਰਾਰਥਨਾ ਕਰੇਗਾ।

ਉਸਨੇ ਇੱਕ ਆਇਤ ਦਾ ਹਵਾਲਾ ਦਿੱਤਾ - "ਤੁਸੀਂ ਪਰਮਾਤਮਾ ਅਤੇ ਧਨ ਦੀ ਸੇਵਾ ਨਹੀਂ ਕਰ ਸਕਦੇ।" ਇਹ ਉਸ ਕਿਸਮ ਦੀ ਚਿੱਠੀ ਨਹੀਂ ਸੀ ਜਿਸਦੀ ਮੈਨੂੰ ਉਮੀਦ ਸੀ ਪਰ ਜਿੰਨਾ ਜ਼ਿਆਦਾ ਮੈਂ ਇਸਨੂੰ ਪੜ੍ਹਿਆ, ਓਨਾ ਹੀ ਇਸ ਵਿੱਚ ਹੋਰ ਵੀ ਕੁਝ

ਜਾਪਦਾ ਸੀ। ਮੈਂ ਆਪਣਾ ਹਿੱਸਾ ਪਾਉਣ ਦਾ ਪੱਕਾ ਇਰਾਦਾ ਕੀਤਾ, ਇਸ ਲਈ ਲਗਭਗ ਸਾਰਾ ਦਿਨ ਦਿਲੋਂ ਪ੍ਰਾਰਥਨਾ ਵਿੱਚ ਬਿਤਾਇਆ। ਮੈਂ ਹਰ ਪਲ ਪ੍ਰਾਰਥਨਾ ਕੀਤੀ ਕਿ ਮੈਂ ਇਕੱਲਾ ਰਹਾਂ, ਪ੍ਰਾਰਥਨਾ ਕੀਤੀ ਅਤੇ ਆਪਣੇ ਪੂਰੇ ਦਿਲ ਅਤੇ ਆਤਮਾ ਨਾਲ ਪ੍ਰਾਰਥਨਾ ਕੀਤੀ ਜਦੋਂ ਤੱਕ ਮੈਂ ਪ੍ਰਾਰਥਨਾ ਵਿੱਚ ਦੁਖੀ ਨਾ ਹੋ ਗਿਆ... ਰਾਤ ਆਈ ਅਤੇ ਮੈਨੂੰ ਪਹਿਲਾਂ ਨਾਲੋਂ ਵੀ ਬੁਰਾ ਮਹਿਸੂਸ ਹੋਇਆ। ਮੈਂ ਪ੍ਰਾਰਥਨਾ ਕਰਨ ਤੋਂ ਇੰਨਾ ਥੱਕ ਗਿਆ ਸੀ ਕਿ ਮੈਂ ਇੰਨੀ ਦਿਲੋਂ ਪ੍ਰਾਰਥਨਾ ਕਰਕੇ ਪਰਮਾਤਮਾ ਨੂੰ ਦੱਸਿਆ ਕਿ ਇਹ ਉਸਦਾ ਕੰਮ ਸੀ ਅਤੇ ਮੈਂ ਇਸਨੂੰ ਪੂਰੀ ਤਰ੍ਹਾਂ ਉਸਦੇ ਕੋਲ ਛੱਡ ਦਿੱਤਾ।

ਫਿਰ ਮੈਂ ਸੌਂ ਗਿਆ। ਹਰ ਵਾਰ ਜਦੋਂ ਮੈਂ ਜਾਗਦਾ ਸੀ ਤਾਂ ਮੈਂ ਪ੍ਰਾਰਥਨਾ ਕਰਦਾ ਸੀ ਅਤੇ ਅਗਲੀ ਸਵੇਰ ਮੈਂ ਦੁਬਾਰਾ ਭਾਰ ਚੁੱਕ ਲੈਂਦਾ ਸੀ ਕਿਉਂਕਿ ਮੈਂ ਆਪਣਾ ਹਿੱਸਾ ਪਾਉਣ ਲਈ ਦ੍ਰਿੜ ਸੀ। ਇਹ ਜਾਣ ਕੇ ਚੰਗਾ ਲੱਗਿਆ ਕਿ ਮੀਲਾਂ ਦੂਰ ਰਤਨਾ ਮੇਰੇ ਲਈ ਪ੍ਰਾਰਥਨਾ ਕਰ ਰਹੀ ਸੀ। ਮੈਂ ਬਹੁਤ ਦੁਖੀ ਹੋ ਕੇ ਪ੍ਰਾਰਥਨਾ ਕੀਤੀ, ਉਸਨੂੰ ਮੈਨੂੰ ਚੰਗਾ ਕਰਨ ਲਈ ਬੇਨਤੀ ਕੀਤੀ। ਆਖਰੀ ਕੁਝ ਸ਼ਬਦ ਮੈਨੂੰ ਚੰਗੀ ਤਰ੍ਹਾਂ ਯਾਦ ਹਨ। "ਹੇ ਪਰਮਾਤਮਾ, ਤੂੰ ਮਹਾਨ ਹੈਂ, ਸਰਬਸ਼ਕਤੀਮਾਨ; ਸਰਬਸ਼ਕਤੀਮਾਨ। ਤੂੰ ਸਭ ਕੁਝ ਕਰ ਸਕਦਾ ਹੈਂ। ਓ, ਜੇ ਇਹ ਤੇਰੀ ਮਰਜ਼ੀ ਹੈ ਤਾਂ ਮੈਨੂੰ ਹੁਣ ਵੀ ਠੀਕ ਕਰ ਦੇ।"

ਇੱਕਦਮ ਉਹ ਮਹਾਨ ਚਮਤਕਾਰ ਵਾਪਰਿਆ। ਮੇਰੇ ਅੰਦਰ ਜ਼ਿੰਦਗੀ ਅਤੇ ਤਾਕਤ ਵਹਿ ਗਈ। ਪੂਰੀ ਕਮਜ਼ੋਰੀ ਅਤੇ ਬਿਮਾਰੀ ਦੀ ਭਾਵਨਾ ਤੋਂ ਮੈਂ ਤੁਰੰਤ ਤਾਕਤਵਰ ਅਤੇ ਤੰਦਰੁਸਤ ਹੋ ਗਿਆ। ਇੰਨੀ ਵੱਡੀ ਤਬਦੀਲੀ ਆਈ ਕਿ ਮੈਂ ਬਿਸਤਰੇ 'ਤੇ ਬਿਨਾਂ ਦਰਦ ਅਤੇ ਸਹਾਰੇ ਦੇ ਉੱਠਿਆ! ! ਮੈਂ ਆਪਣੇ ਪੈਰ ਬਿਸਤਰੇ ਤੋਂ ਬਾਹਰ ਰੱਖੇ ਅਤੇ ਤਾਕਤ ਲਈ ਪ੍ਰਾਰਥਨਾ ਕਰਦਿਆਂ ਮੈਂ ਖੜ੍ਹਾ ਹੋ ਗਿਆ ਅਤੇ ਪੂਰੀ ਆਰਾਮ ਅਤੇ ਆਜ਼ਾਦੀ ਨਾਲ ਤੁਰ ਪਿਆ। ਮੈਨੂੰ ਘਬਰਾਹਟ ਵੀ ਨਹੀਂ ਸੀ। ਮੈਨੂੰ ਤੁਰੰਤ ਪਤਾ ਲੱਗ ਗਿਆ ਕਿ ਮੈਂ ਸੱਚਮੁੱਚ ਠੀਕ ਹੋ ਗਿਆ ਸੀ; ਜਿਵੇਂ ਯਿਸੂ ਮਸੀਹ ਨੇ ਧਰਤੀ 'ਤੇ ਲੋਕਾਂ ਨੂੰ ਚੰਗਾ ਕੀਤਾ ਸੀ, ਉਸੇ ਤਰ੍ਹਾਂ ਉਸਨੇ ਮੈਨੂੰ ਚੰਗਾ ਕੀਤਾ। ਭਾਵੇਂ ਇੱਕ ਬੱਚੇ ਅਤੇ ਇੱਕ ਸੰਪੂਰਨ ਪਿੰਜਰ ਵਾਂਗ ਕਮਜ਼ੋਰ ਸੀ, ਜਦੋਂ ਮਹਾਨ ਸ਼ਕਤੀ ਮੇਰੇ ਅੰਦਰ

ਆਈ ਤਾਂ ਮੈਂ ਪੂਰੀ ਤਰ੍ਹਾਂ ਠੀਕ ਮਹਿਸੂਸ ਕੀਤਾ। ਮੈਂ ਆਪਣੀ ਘੜੀ ਵੱਲ ਦੇਖਿਆ ਤਾਂ ਜੋ ਇਸ ਸ਼ਾਨਦਾਰ ਕੰਮ ਦਾ ਸਮਾਂ ਰਿਕਾਰਡ ਕੀਤਾ ਜਾ ਸਕੇ। ਇਹ 24 ਫਰਵਰੀ, 1921 ਨੂੰ ਠੀਕ 5.30 ਵਜੇ ਸੀ। ਇਸ ਬਾਰੇ ਲਿਖਣਾ ਬਹੁਤ ਸ਼ਾਨਦਾਰ ਹੈ, ਸ਼ਬਦ ਕਦੇ ਵੀ ਦੱਸ ਨਹੀਂ ਸਕਦੇ ਜਾਂ ਕਲਮ ਕਦੇ ਵੀ ਇੰਨੀ ਸ਼ਾਨਦਾਰ ਚੀਜ਼ ਨਹੀਂ ਲਿਖ ਸਕਦੀ।

ਇਹ ਰਤਨਾ ਦਾ ਪੱਤਰ ਮਿਲਣ ਤੋਂ ਠੀਕ ਉਨ੍ਹੀ ਘੰਟੇ ਬਾਅਦ ਹੋਇਆ। ਮੈਂ ਤੁਰੰਤ ਪਰਮਾਤਮਾ ਦਾ ਧੰਨਵਾਦ ਕੀਤਾ ਅਤੇ ਉਸਦੀ ਮੇਰੇ ਪ੍ਰਤੀ ਸ਼ਾਨਦਾਰ ਭਲਾਈ ਲਈ ਉਸਤਤ ਕੀਤੀ। "ਫਿਰ ਦਰਵਾਜ਼ੇ ਵੱਲ ਤੁਰਦਿਆਂ ਮੈਂ ਆਪਣੇ ਮਾਪਿਆਂ ਨੂੰ ਬੁਲਾਇਆ ਕਿ ਮੈਂ ਠੀਕ ਹੋ ਗਿਆ ਹਾਂ। ਉਹ ਉੱਠੇ ਅਤੇ ਖੁਸ਼ੀ ਅਤੇ ਸ਼ੁਕਰਗੁਜ਼ਾਰੀ ਨਾਲ ਝਲਕਦੇ ਹੋਏ ਜਲਦੀ ਅੰਦਰ ਆਏ। ਮੈਂ ਜਿੰਨਾ ਚਿਰ ਜਿਉਂਦਾ ਹਾਂ ਉਨ੍ਹਾਂ ਦੇ ਪਿਆਰੇ ਚਮਕਦੇ ਚਿਹਰਿਆਂ ਨੂੰ ਕਦੇ ਨਹੀਂ ਭੁੱਲਾਂਗਾ... ਸਭ ਤੋਂ ਤਾਕਤਵਰ ਆਦਮੀ, ਭਾਵੇਂ ਉਹ ਪੂਰੀ ਤਰ੍ਹਾਂ ਸਿਹਤਮੰਦ ਹੋਵੇ, ਜੇ ਉਹ ਲਗਭਗ ਇੱਕ ਸਾਲ ਆਪਣੀ ਪਿੱਠ 'ਤੇ ਸਿੱਧਾ ਪਿਆ ਹੁੰਦਾ, ਤਾਂ ਉਹ ਚੱਕਰ ਆਉਣ ਅਤੇ ਕਮਜ਼ੋਰੀ ਦੀ ਭਾਵਨਾ ਤੋਂ ਬਿਨਾਂ ਉੱਠ ਕੇ ਤੁਰ ਨਹੀਂ ਸਕਦਾ ਸੀ ਕਿਉਂਕਿ ਇਹ ਕੁਦਰਤ ਦੇ ਨਿਯਮਾਂ ਦੇ ਵਿਰੁੱਧ ਹੈ। ਫਿਰ ਵੀ ਭਾਵੇਂ ਮੈਂ ਉਸ ਕਦੇ ਨਾ ਭੁੱਲਣ ਵਾਲੇ ਪਲ ਤੱਕ ਮੌਤ ਦੇ ਦਰਵਾਜ਼ੇ 'ਤੇ ਸੀ, ਮੈਂ ਤੁਰੰਤ ਇੰਨਾ ਠੀਕ ਹੋ ਗਿਆ ਸੀ ਕਿ ਇਹ ਇਕੱਲਾ ਹੀ ਦਰਸਾਉਂਦਾ ਹੈ ਕਿ ਚਮਤਕਾਰ ਕਿੰਨਾ ਮਹਾਨ ਹੈ।'

ਰੇਵ. ਜੇ.ਈ. ਵਰਮਫੋਲਡ ਦੁਆਰਾ
"ਨਿਊਜ਼ੀਲੈਂਡ ਵਿੱਚ ਕਰਿਸ਼ਮੈਟਿਕ ਅੰਦੋਲਨਾਂ ਦਾ ਇਤਿਹਾਸ" ਤੋਂ ਅੰਸ਼। ਰੇਵ. ਜੋਸਫ਼ ਕੈਂਪ ਦੁਆਰਾ *"ਮੈਂ ਕਿਵੇਂ ਠੀਕ ਹੋਇਆ, ਇੱਕ ਨਿਊਜ਼ੀਲੈਂਡ ਚਮਤਕਾਰ"* ਵਜੋਂ ਪ੍ਰਕਾਸ਼ਿਤ ਮੂਲ ਖਾਤਾ । 1921

ਐੱਫ ਐੱਫ ਬੋਸਵਰਥ - ਇੱਕ ਰਾਤ ਵਿੱਚ ਛੇ ਬੋਲੇ.ਬੱਚੇ ਠੀਕ ਹੋਏ

ਇਲੀਨੋਇਸ ਦੇ ਛੋਟੇ ਜਿਹੇ ਕਸਬੇ ਰੋਜ਼ੇਲ ਵਿੱਚ ਛੇ ਆਮ ਤੌਰ 'ਤੇ ਬੁੱਧੀਮਾਨ ਨੌਜਵਾਨ ਅੱਜ ਸਵੇਰੇ ਉੱਥੇ ਬੈਪਟਿਸਟ ਚਰਚ ਦੇ ਬੇਸਮੈਂਟ ਵਿੱਚ ਇੱਕ ਵਿਸ਼ੇਸ਼ ਕਲਾਸ ਵਿੱਚ ਬੈਠੇ ਅਤੇ ਉਨ੍ਹਾਂ ਦੇ ਅਧਿਆਪਕ ਨੇ ਉਨ੍ਹਾਂ ਨੂੰ ਉਤਸ਼ਾਹਿਤ ਕੀਤੇ ਸਰਲ ਸ਼ਬਦਾਂ ਨੂੰ ਵਾਰ-ਵਾਰ ਦੁਹਰਾਇਆ। ਉਸਨੇ ਉਨ੍ਹਾਂ ਨੂੰ ਦੱਸਿਆ, ਜਲਦੀ ਹੀ ਉਹ ਪੂਰੀ ਵਰਣਮਾਲਾ ਜਾਣ ਲੈਣਗੇ ਅਤੇ ਗੱਲ ਕਰਨ ਦੇ ਯੋਗ ਹੋਣਗੇ।

ਕਲਾਸ ਦੀਆਂ ਦੋ ਕੁੜੀਆਂ ਅਤੇ ਚਾਰ ਨੌਜਵਾਨਾਂ ਦੇ ਦਿਮਾਗ਼ਾਂ ਜਾਂ ਸਰੀਰਾਂ ਵਿੱਚ ਕੁਝ ਵੀ ਗਲਤ ਨਹੀਂ ਹੈ। ਪਰ ਇੱਕ ਮਹੀਨਾ ਪਹਿਲਾਂ ਉਹ ਬੋਲ ਨਹੀਂ ਸਕਦੀਆਂ ਸਨ ਅਤੇ ਨਾ ਹੀ ਸੁਣ ਸਕਦੀਆਂ ਸਨ। ਉਹ ਜਨਮ ਤੋਂ ਹੀ ਬੋਲ਼ੀਆਂ ਸਨ, ਇੱਕ ਪਰਿਵਾਰ ਵਿੱਚ ਚਾਰ।

ਪਿਛਲੇ ਮਹੀਨੇ, ਅਤੇ ਸ਼ਹਿਰ ਦੇ ਇੱਕ ਪੁਰਾਣੇ ਚਰਚ ਮੈਂਬਰ, ਹਿਊਸਟਨ ਦੇ ਘਰ ਗਏ ਅਤੇ ਕਿਹਾ ਕਿ ਜੇਕਰ ਉਨ੍ਹਾਂ ਵਿੱਚ ਵਿਸ਼ਵਾਸ ਹੁੰਦਾ ਤਾਂ ਪਰਮਾਤਮਾ ਚਾਰ ਬੋਲ਼ੇ ਬੱਚਿਆਂ ਨੂੰ ਠੀਕ ਕਰ ਦੇਵੇਗਾ। ਸ਼ਿਕਾਗੋ ਵਿੱਚ, ਰੇਵ. ਐਫਐਫ ਬੋਸਵਰਥ ਇੰਜੀਲ ਟੈਬਰਨੈਕਲ ਵਿੱਚ ਪ੍ਰਚਾਰ ਕਰ ਰਹੇ ਹਨ। ਉਸਨੇ ਅੱਗੇ ਕਿਹਾ ਕਿ ਇਸ ਆਦਮੀ ਦੁਆਰਾ ਉਨ੍ਹਾਂ ਉੱਤੇ ਪ੍ਰਾਰਥਨਾ ਕਰਨ ਤੋਂ ਬਾਅਦ ਹਜ਼ਾਰਾਂ ਬਿਮਾਰਾਂ ਨੂੰ ਠੀਕ ਕੀਤਾ ਗਿਆ ਹੈ। ਬੱਚਿਆਂ ਨੂੰ ਸ਼ਿਕਾਗੋ ਕਿਉ ਨਹੀਂ ਭੇਜਿਆ ਜਾਂਦਾ?

ਚਾਰ ਹਿਊਸਟਨ ਬੱਚਿਆਂ ਅਤੇ ਦੋ ਹੋਰਾਂ ਨੂੰ ਸ਼ਿਕਾਗੋ ਭੇਜਿਆ ਗਿਆ। ਇੱਕ ਰਾਤ ਟੈਬਰਨੈਕਲ ਵਿੱਚ ਸੇਵਾ ਦੌਰਾਨ ਉਹ ਪਲੇਟਫਾਰਮ 'ਤੇ ਗਏ ਜਦੋਂ ਪਾਸਟਰ ਬੋਸਵਰਥ ਨੇ ਪੁੱਛਿਆ ਕਿ ਕੀ ਕੋਈ ਬਿਮਾਰ ਜਾਂ ਕਮਜ਼ੋਰ ਵਿਅਕਤੀ ਪ੍ਰਾਰਥਨਾ ਕਰਨਾ ਚਾਹੁੰਦਾ ਹੈ। ਉਸ ਰਾਤ ਸਾਰੇ ਛੇਆਂ ਲਈ ਤੁਰੰਤ ਇਲਾਜ ਹੋ ਗਿਆ, ਉਹ ਗਵਾਹੀ ਦਿੰਦੇ ਹਨ। ਅਗਲੇ ਦਿਨ ਰੋਜ਼ੇਲ ਵਿੱਚ ਚਰਚ ਦੇ ਬੇਸਮੈਂਟ ਵਿੱਚ ਉਨ੍ਹਾਂ ਦੀ ਕਲਾਸ ਜਾਰੀ ਰੱਖੀ ਗਈ, ਪਰ ਅਧਿਆਪਕ ਅਤੇ ਵਿਦਿਆਰਥੀਆਂ ਨੂੰ ਵਿਦਿਅਕ ਕ੍ਰਾਂਤੀ ਦਾ ਸਾਹਮਣਾ ਕਰਨਾ ਪਿਆ।
ਲਾਸ ਏਂਜਲਸ ਟਾਈਮਜ਼ 6 ਮਈ, 1928 ਤੋਂ ਅੰਸ਼।

ਮਾਸਪੇਸੀਆਂ ਦੀ ਡਸਿਟ੍ਰੋਫੀ ਤੋ ਛੁਟਕਾਰਾ

ਮੈਨੂੰ ਯੰਗਸਟਾਊਨ ਹਸਪਤਾਲ ਤੋਂ ਇੱਕ ਅਪਾਹਜ ਬਿਮਾਰੀ, ਮਾਸਕੂਲਰ ਡਿਸਟ੍ਰੋਫੀ ਨਾਲ ਛੁੱਟੀ ਦੇ ਦਿੱਤੀ ਗਈ ਸੀ। ਡਾਕਟਰਾਂ ਨੇ ਮੇਰੇ ਕੇਸ ਨੂੰ ਨਿਰਾਸ਼ਾਜਨਕ ਮੰਨਿਆ। ਇੱਕ ਸਾਲ ਬਾਅਦ ਮੈਂ ਆਮ ਅਤੇ ਸਿਹਤਮੰਦ ਹਾਂ। ਜਿੱਥੇ ਇੱਕ ਸਾਲ ਪਹਿਲਾਂ ਮੈਂ ਪਾਣੀ ਦਾ ਗਲਾਸ ਨਹੀਂ ਚੁੱਕ ਸਕਦੀ ਸੀ, ਅੱਜ ਮੈਂ ਅੱਠ ਕਮਰਿਆਂ ਵਾਲੇ ਘਰ, ਇੱਕ ਪਤੀ ਅਤੇ ਦੋ ਛੋਟੇ ਬੱਚਿਆਂ ਦੀ ਦੇਖਭਾਲ ਕਰ ਰਹੀ ਹਾਂ। ਸਿਰਫ਼ ਯਿਸੂ ਹੀ ਮੇਰੀ ਹਾਲਤ ਵਿੱਚ ਇਹ ਚਮਤਕਾਰੀ ਤਬਦੀਲੀ ਲਿਆ ਸਕਦਾ ਸੀ।

ਮੇਰੀ ਮੁਸੀਬਤ 1956 ਦੀਆਂ ਗਰਮੀਆਂ ਵਿੱਚ ਸ਼ੁਰੂ ਹੋਈ ਜਦੋਂ ਮੈਂ ਆਪਣੇ ਆਪ ਨੂੰ ਬਹੁਤ ਥੱਕਿਆ ਹੋਇਆ ਪਾਇਆ। ਅਸੀਂ ਇੱਕ ਨਵੇਂ ਘਰ ਵਿੱਚ ਜਾ ਰਹੇ ਸੀ ਤਾਂ ਮੈਂ ਸੋਚਿਆ ਕਿ ਸ਼ਾਇਦ ਇਹੀ ਕਾਰਨ ਸੀ ਕਿ ਮੈਂ ਹਰ ਸਮੇਂ ਇੰਨੀ ਥੱਕੀ ਹੋਈ ਮਹਿਸੂਸ ਕਰਦੀ ਸੀ। ਫਿਰ ਮੈਨੂੰ ਪਤਾ ਲੱਗਾ ਕਿ ਮੇਰਾ ਦੂਜਾ ਬੱਚਾ ਹੋਣਾ ਹੈ। ਮੈਂ ਹੋਰ ਵੀ ਥੱਕਦੀ ਗਈ। ਤੀਜੇ ਮਹੀਨੇ ਦੇ ਆਸ-ਪਾਸ ਮੈਂ ਆਪਣਾ ਸੰਤੁਲਨ ਗੁਆਉਣਾ ਸ਼ੁਰੂ ਕਰ ਦਿੱਤਾ। ਮੈਂ ਬਹੁਤ ਆਸਾਨੀ ਨਾਲ ਅਤੇ ਅਕਸਰ ਡਿੱਗ ਪੈਂਦੀ ਸੀ। ਮੈਂ ਬੱਚੇ ਬਾਰੇ ਕਾਫ਼ੀ ਚਿੰਤਤ ਸੀ ਪਰ ਪ੍ਰਭੂ ਨੇ ਮੈਨੂੰ ਇੱਕ ਅੰਦਰੂਨੀ ਭਰੋਸਾ ਦਿੱਤਾ ਕਿ ਬੱਚਾ ਬਿਲਕੁਲ ਠੀਕ ਹੋ ਜਾਵੇਗਾ।

ਅਗਲੇ ਮਹੀਨਿਆਂ ਦੌਰਾਨ ਮੈਂ ਬਹੁਤ ਕਮਜ਼ੋਰ ਹੋ ਗਈ। ਮੈਂ ਆਲੂ ਛਿੱਲ ਨਹੀਂ ਸਕਦੀ ਸੀ, ਦੁੱਧ ਦਾ ਇੱਕ ਚੌਥਾਈ ਹਿੱਸਾ ਨਹੀਂ ਚੁੱਕ ਸਕਦੀ ਸੀ, ਜਾਂ ਆਪਣੇ ਆਪ ਨੂੰ ਵੀ ਨਹੀਂ ਖੁਆ ਸਕਦੀ ਸੀ। ਮੈਨੂੰ ਡਿੱਗਣ ਤੋਂ ਬਚਣ ਲਈ ਸਖ਼ਤ ਪੈਰਾਂ ਨਾਲ ਤੁਰਨਾ ਪੈਂਦਾ ਸੀ। ਮੇਰਾ ਡਾਕਟਰ ਮੇਰੀ ਹਾਲਤ ਤੋਂ ਹੈਰਾਨ ਸੀ ਪਰ ਮੈਂ ਆਪਣੀ ਗਰਭ ਅਵਸਥਾ ਕਾਰਨ ਜ਼ਰੂਰੀ ਜਾਂਚਾਂ ਨਹੀਂ ਕਰਵਾ ਸਕਦੀ ਸੀ। ਪ੍ਰਭੂ ਦੀ ਮਦਦ ਨਾਲ ਮੈਂ ਇੱਕ ਛੋਟੀ ਕੁੜੀ ਨੂੰ ਜਨਮ ਦਿੱਤਾ। ਉਹ ਇੱਕ ਸਿਹਤਮੰਦ ਬੱਚੀ ਸੀ। ਉਸਦਾ ਜਨਮ 20 ਜੂਨ, 1957 ਨੂੰ ਹੋਇਆ ਸੀ, ਅਤੇ ਡਾਕਟਰ ਨੇ ਮੈਨੂੰ ਹਸਪਤਾਲ ਤੋਂ ਇਸ ਉਮੀਦ ਨਾਲ ਰਿਹਾ ਕਰ ਦਿੱਤਾ ਕਿ ਮੈਨੂੰ ਹੋਰ ਕੋਈ ਪਰੇਸ਼ਾਨੀ ਨਹੀਂ

ਹੋਵੇਗੀ। ਹਾਲਾਂਕਿ, ਮੇਰੀ ਤਾਕਤ ਫਿਰ ਤੋਂ ਫੇਲ੍ਹ ਹੋਣ ਲੱਗੀ। ਮੇਰੀ ਹਾਲਤ ਤੇਜ਼ੀ ਨਾਲ ਵਿਗੜਦੀ ਗਈ ਜਦੋਂ ਤੱਕ ਮੈਂ ਬੱਚੇ ਨੂੰ ਨਹੀਂ ਚੁੱਕ ਸਕਦੀ ਸੀ ਜਾਂ ਬਦਲ ਨਹੀਂ ਸਕਦੀ ਸੀ। ਮੈਂ ਸੇਫਟੀ ਪਿੰਨ ਵੀ ਨਹੀਂ ਖੋਲ੍ਹ ਸਕਦੀ ਸੀ ਜਾਂ ਬੰਦ ਵੀ ਨਹੀਂ ਕਰ ਸਕਦੀ ਸੀ। ਹਰ ਰੋਜ਼ ਕਿਸੇ ਹੋਰ ਨੂੰ ਉਸਨੂੰ ਕੱਪੜੇ ਪਾਉਣੇ ਪੈਂਦੇ ਸਨ। ਮੈਨੂੰ ਵ੍ਹੀਲਚੇਅਰ ਦੀ ਵਰਤੋਂ ਕਰਨ ਲਈ ਕਿਹਾ ਗਿਆ ਸੀ ਪਰ ਮੈਂ ਇਨਕਾਰ ਕਰ ਦਿੱਤਾ, ਕਿਉਂਕਿ ਮੇਰੇ ਲਈ ਪ੍ਰਾਰਥਨਾ ਕੀਤੀ ਗਈ ਸੀ ਅਤੇ ਮੈਂ ਪਰਮਾਤਮਾ 'ਤੇ ਭਰੋਸਾ ਕਰ ਰਹੀ ਸੀ ਕਿ ਉਹ ਮੈਨੂੰ ਠੀਕ ਕਰੇਗਾ। ਮੈਂ ਕਦੇ-ਕਦੇ ਥੋੜ੍ਹਾ-ਥੋੜ੍ਹਾ ਤੁਰਦੀ ਸੀ, ਇੱਕ ਸਮੇਂ 'ਤੇ ਕੁਝ ਕਦਮ। ਪਰ ਮੈਂ ਹਰ ਰੋਜ਼ ਜ਼ਿਆਦਾਤਰ ਕੁਰਸੀ ਤੱਕ ਸੀਮਤ ਰਹਿੰਦੀ ਸੀ।

ਉਨ੍ਹਾਂ ਦਿਨਾਂ ਦੌਰਾਨ ਮੈਂ ਆਪਣੀ ਬਾਈਬਲ ਨਹੀਂ ਫੜ ਸਕਦਾ ਸੀ, ਇਸ ਲਈ ਜਦੋਂ ਵੀ ਮੇਰਾ ਪਾਦਰੀ, ਭਰਾ ਰਾਏ ਆਰਮਸਟ੍ਰਾਂਗ ਮੈਨੂੰ ਮਿਲਣ ਆਉਂਦਾ ਸੀ ਤਾਂ ਮੈਂ ਬਹੁਤ ਖੁਸ਼ ਹੁੰਦਾ ਸੀ। ਉਹ ਉੱਚੀ ਆਵਾਜ਼ ਵਿੱਚ ਬਾਈਬਲ ਪੜ੍ਹਦਾ ਸੀ ਅਤੇ ਮੈਂ ਪਵਿੱਤਰ ਆਤਮਾ ਨੂੰ ਬੇਨਤੀ ਕਰਦਾ ਸੀ ਕਿ ਉਹ ਮੈਨੂੰ ਉਹ ਸਭ ਕੁਝ ਯਾਦ ਰੱਖਣ ਵਿੱਚ ਮਦਦ ਕਰੇ ਜੋ ਉਸਨੇ ਮੈਨੂੰ ਪੜ੍ਹ ਕੇ ਸੁਣਾਇਆ ਸੀ। ਜੁਲਾਈ ਵਿੱਚ ਮੈਂ ਲਗਾਤਾਰ ਅਸਫਲ ਰਿਹਾ ਅਤੇ ਮੈਨੂੰ ਪਤਾ ਸੀ ਕਿ ਮੈਂ ਜ਼ਿਆਦਾ ਦੇਰ ਤੱਕ ਨਹੀਂ ਜੀਵਾਂਗਾ ਜਦੋਂ ਤੱਕ ਪ੍ਰਭੂ ਕੋਈ ਚਮਤਕਾਰ ਨਹੀਂ ਕਰਦਾ। ਮਾਸਪੇਸ਼ੀਆਂ ਉਦੋਂ ਤੱਕ ਵਿਗੜ ਗਈਆਂ ਜਦੋਂ ਤੱਕ ਮਾਸ ਮੇਰੀਆਂ ਹੱਡੀਆਂ 'ਤੇ ਕੱਪੜੇ ਵਾਂਗ ਲਟਕਿਆ ਨਹੀਂ ਰਿਹਾ। ਮੈਂ ਆਪਣੇ ਆਪ ਨੂੰ ਕਈ ਤਰੀਕਿਆਂ ਨਾਲ ਖੁਆ ਨਹੀਂ ਸਕਦਾ ਸੀ ਜਾਂ ਆਪਣੀ ਦੇਖਭਾਲ ਨਹੀਂ ਕਰ ਸਕਦਾ ਸੀ। ਮੈਨੂੰ ਹਸਪਤਾਲ ਵਿੱਚ ਭਰਤੀ ਕਰਵਾਇਆ ਗਿਆ ਸੀ ਅਤੇ ਤੇਰਾਂ ਦਿਨਾਂ ਤੱਕ ਪ੍ਰਯੋਗਸ਼ਾਲਾ ਟੈਸਟ ਕਰਵਾਏ ਗਏ। ਹਸਪਤਾਲ ਵਿੱਚ ਰਹਿੰਦਿਆਂ ਮੈਂ ਨਿਰਾਸ਼ ਹੋ ਗਿਆ। ਮੈਂ ਪ੍ਰਭੂ ਨੂੰ ਦੱਸਿਆ ਕਿ ਮੈਨੂੰ ਪਤਾ ਸੀ ਕਿ ਮੇਰੀ ਸਿਹਤਯਾਬੀ ਲਈ ਕੋਈ ਧਰਤੀ ਦੀ ਉਮੀਦ ਨਹੀਂ ਹੈ। ਮੈਂ ਉਸਨੂੰ ਦੱਸਿਆ ਕਿ ਮੈਂ ਉਸ 'ਤੇ ਭਰੋਸਾ ਕਰ ਰਿਹਾ ਸੀ ਕਿ ਉਹ ਮੈਨੂੰ ਠੀਕ ਕਰੇਗਾ, ਅਤੇ ਮੈਂ ਉਸਨੂੰ ਤੁਰੰਤ ਅਤੇ ਉੱਥੇ ਹੀ ਇਲਾਜ ਦਾ ਕੰਮ ਸ਼ੁਰੂ ਕਰਨ ਲਈ ਖੁਸ਼ ਹੋਣ ਲਈ ਕਿਹਾ।

ਇਸ ਲਈ ਮੈਂ ਪ੍ਰਭੂ ਦੇ ਵਾਅਦਿਆਂ ਨੂੰ ਸਾਬਤ ਕਰਨਾ ਸ਼ੁਰੂ ਕਰ ਦਿੱਤਾ। ਪਹਿਲਾਂ ਤਾਂ ਮੈਂ ਹਸਪਤਾਲ ਵਿੱਚ ਲੇਟਦੇ ਹੋਏ ਆਪਣਾ ਹੱਥ ਆਪਣੇ ਚਿਹਰੇ ਦੇ ਉੱਪਰ ਵੀ ਨਹੀਂ ਫੜ ਸਕਦੀ ਸੀ, ਪਰ ਹਰ ਸਵੇਰ ਮੈਂ ਪ੍ਰਾਰਥਨਾ ਕਰਦੀ ਸੀ ਅਤੇ ਉੱਥੇ ਆਪਣਾ ਹੱਥ ਫੜਨ ਦੀ ਕੋਸ਼ਿਸ਼ ਕਰਦੀ ਸੀ। ਪੰਜ ਦਿਨਾਂ ਦੇ ਅੰਦਰ-ਅੰਦਰ ਮੈਂ ਇਸਨੂੰ ਕਾਬੂ ਕਰਨ ਅਤੇ ਆਪਣੇ ਚਿਹਰੇ ਨੂੰ ਛੂਹਣ ਦੇ ਯੋਗ ਹੋ ਗਈ। ਇਸਨੇ ਮੈਨੂੰ ਇਹ ਵਿਸ਼ਵਾਸ ਕਰਨ ਵਿੱਚ ਉਤਸ਼ਾਹਿਤ ਕੀਤਾ ਕਿ ਪਰਮਾਤਮਾ ਪ੍ਰਾਰਥਨਾ ਦਾ ਜਵਾਬ ਦੇ ਰਿਹਾ ਸੀ ਅਤੇ ਮੈਨੂੰ ਕੋਈ ਡਰ ਨਹੀਂ ਸੀ।

10 ਅਗਸਤ, 1957 ਨੂੰ, ਡਾਕਟਰ ਨੇ ਮੇਰੇ ਪਤੀ ਨੂੰ ਦੱਸਿਆ ਕਿ ਮੈਨੂੰ ਮਾਸਪੇਸ਼ੀਆਂ ਦੀ ਡਿਸਟ੍ਰੋਫੀ ਦੀ ਇੱਕ ਬਹੁਤ ਹੀ ਉੱਨਤ ਕਿਸਮ ਹੈ ਅਤੇ ਕਿਹਾ ਕਿ ਇਹ ਸ਼ਾਇਦ ਮੌਤ ਦਾ ਕਾਰਨ ਬਣੇਗੀ। ਉਹ ਮੈਨੂੰ ਘਰ ਲੈ ਆਏ ਅਤੇ ਮੈਨੂੰ ਜਿੰਨਾ ਸੰਭਵ ਹੋ ਸਕੇ ਆਰਾਮਦਾਇਕ ਬਣਾਇਆ, ਇਹ ਸੋਚ ਕੇ ਕਿ ਇਹ ਸਿਰਫ ਸਮੇਂ ਦੀ ਗੱਲ ਹੋਵੇਗੀ। ਡਾਕਟਰ ਨੂੰ ਥੋੜ੍ਹਾ ਜਿਹਾ ਵੀ ਅਹਿਸਾਸ ਨਹੀਂ ਸੀ ਕਿ ਇੱਕ ਸ਼ਕਤੀਸ਼ਾਲੀ ਇਲਾਜ ਸ਼ਕਤੀ ਮੇਰੇ ਅੰਦਰ ਆਪਣਾ ਸ਼ਕਤੀਸ਼ਾਲੀ ਕੰਮ ਸ਼ੁਰੂ ਕਰ ਰਹੀ ਹੈ। ਜਿਵੇਂ-ਜਿਵੇਂ ਦਿਨ ਵਧਦੇ ਗਏ ਮੈਂ ਆਪਣੇ ਸਰੀਰ ਦੀ ਪੂਰੀ ਕਸਰਤ ਕੀਤੀ ਅਤੇ ਹੌਲੀ-ਹੌਲੀ ਮੇਰੀ ਤਾਕਤ ਵਾਪਸ ਆ ਗਈ। ਹਰ ਵਾਰ ਜਦੋਂ ਮੈਂ ਹਿੱਲਦੀ ਸੀ ਤਾਂ ਮੈਂ ਵਿਸ਼ਵਾਸ ਦੀ ਪ੍ਰਾਰਥਨਾ ਦਾ ਸਾਹ ਲੈਂਦੀ ਸੀ। ਮੈਂ ਕੁਝ ਕਦਮ ਚੁੱਕੇ। ਮੈਂ ਆਪਣੀ ਰਸੋਈ ਦੀ ਅਲਮਾਰੀ ਦੇ ਦਰਵਾਜ਼ੇ ਖੋਲ੍ਹਣੇ ਸ਼ੁਰੂ ਕਰ ਦਿੱਤੇ। ਮੈਂ ਦਰਾਜ਼ ਖੋਲ੍ਹਣ ਅਤੇ ਚਾਂਦੀ ਦੇ ਭਾਂਡੇ ਬਾਹਰ ਕੱਢਣ ਵਿੱਚ ਕਾਮਯਾਬ ਹੋ ਗਈ।

ਮੈਂ ਬੱਸ ਅੱਗੇ ਵਧਿਆ, ਪ੍ਰਭੂ ਦੀ ਮਦਦ 'ਤੇ ਨਿਰਭਰ ਕਰਦਿਆਂ; ਅਤੇ ਓਹ, ਮੈਨੂੰ ਇੰਨੀ ਸ਼ਾਂਤੀ ਅਤੇ ਖੁਸ਼ੀ ਮਿਲੀ ਕਿ ਮੈਂ ਕੀ ਹੋ ਰਿਹਾ ਸੀ। ਮੌਤ ਦੀ ਬਜਾਏ ਪਰਮਾਤਮਾ ਮੈਨੂੰ ਨਵਾਂ ਜੀਵਨ, ਨਵੀਂ ਤਾਕਤ, ਨਵੀਂ ਉਮੀਦ ਦੇ ਰਿਹਾ ਸੀ। ਕਈ ਵਾਰ ਮੈਂ ਨਿਰਾਸ਼ ਹੋ ਜਾਂਦਾ ਸੀ, ਕਿਉਂਕਿ ਇਹ ਸੋਚਣਾ ਮੁਸ਼ਕਲ ਸੀ ਕਿ ਮੈਂ ਅਜੇ ਵੀ ਆਪਣੇ ਬੱਚਿਆਂ ਦੀ ਦੇਖਭਾਲ ਕਰਨ ਦੇ ਯੋਗ ਨਹੀਂ ਹਾਂ। ਮੈਂ ਪਰਮਾਤਮਾ ਦੇ ਬਚਨ ਦੇ ਵਾਅਦਿਆਂ ਦਾ ਦਾਅਵਾ ਕੀਤਾ ਅਤੇ ਆਪਣੀ ਆਤਮਾ ਦੇ ਦੁਸ਼ਮਣ ਵਿਰੁੱਧ ਲੜਿਆ। ਮੈਂ ਪ੍ਰਭੂ ਨੂੰ ਬੇਨਤੀ ਕੀਤੀ ਕਿ ਉਹ ਮੈਨੂੰ ਦੁਬਾਰਾ ਬੱਚਿਆਂ ਦੀ ਦੇਖਭਾਲ

ਕਰਨ ਦੇਵੇ, ਭਾਵੇਂ ਇਹ ਉਸ ਸਮੇਂ ਅਸੰਭਵ ਜਾਪਦਾ ਸੀ। ਮੈਂ ਅਜੇ ਵੀ ਸੁਰੱਖਿਆ ਪਿੰਨ ਨਹੀਂ ਲਗਾ ਸਕਿਆ। ਪਰ ਮੈਂ ਬਾਈਬਲ ਪੜ੍ਹਦਾ ਰਿਹਾ ਅਤੇ ਮੈਨੂੰ ਉਤਸ਼ਾਹਿਤ ਕਰਨ ਲਈ ਉੱਥੇ ਬਹੁਤ ਕੁਝ ਮਿਲਿਆ।

ਪ੍ਰਭੂ ਦੀ ਉਸਤਤਿ ਹੋਵੇ! ਪੰਜ ਹਫ਼ਤਿਆਂ ਦੇ ਅੰਦਰ-ਅੰਦਰ ਮੈਂ ਬੱਚੀ ਨੂੰ ਬਿਸਤਰੇ ਤੋਂ ਚੁੱਕ ਕੇ ਬੈਸੀਨੇਟ 'ਤੇ ਲਿਜਾਣ ਦੇ ਯੋਗ ਹੋ ਗਿਆ। ਮੈਂ ਉਸਨੂੰ ਨਹਾ ਸਕਦੀ ਸੀ, ਉਸਦੇ ਪਿੰਨ ਬੰਨ੍ਹ ਸਕਦੀ ਸੀ, ਅਤੇ ਆਪਣੇ ਆਪ ਨੂੰ ਕੱਪੜੇ ਪਾ ਸਕਦੀ ਸੀ। ਮੈਂ ਖੁਸ਼ੀ ਨਾਲ ਲਗਭਗ ਬੇਹੋਸ਼ ਹੋ ਗਈ ਸੀ। ਹੌਲੀ-ਹੌਲੀ ਮੈਂ ਧੋਣਾ, ਪ੍ਰੈੱਸ ਕਰਨਾ, ਘਰ ਦਾ ਕੰਮ ਕਰਨਾ ਅਤੇ ਕੁਝ ਖਾਣਾ ਪਕਾਉਣਾ ਸ਼ੁਰੂ ਕਰ ਦਿੱਤਾ। ਅਜਿਹਾ ਲੱਗਦਾ ਸੀ ਕਿ ਮੈਂ ਜਿੰਨਾ ਜ਼ਿਆਦਾ ਕੀਤਾ, ਪ੍ਰਭੂ ਨੇ ਮੈਨੂੰ ਓਨਾ ਹੀ ਜ਼ਿਆਦਾ ਕਰਨ ਦੇ ਯੋਗ ਬਣਾਇਆ। 1958 ਦੀਆਂ ਗਰਮੀਆਂ ਤੱਕ ਮੈਂ ਲਗਭਗ ਆਮ ਸੀ। ਇਹ ਵਿਸ਼ਵਾਸ ਦੀ ਇੱਕ ਨਿਰੰਤਰ ਲੜਾਈ ਸੀ ਪਰ ਪ੍ਰਭੂ ਮੈਨੂੰ ਜਿੱਤ ਦੇ ਰਿਹਾ ਸੀ। ਮੈਂ ਚਰਚ ਵਿੱਚ ਗਵਾਹੀ ਦਿੱਤੀ ਕਿ ਮੈਂ ਲਗਭਗ ਪੂਰੀ ਤਰ੍ਹਾਂ ਠੀਕ ਹੋ ਗਿਆ ਹਾਂ ਪਰ ਕਿਹਾ ਕਿ ਮੈਂ ਅਜੇ ਵੀ ਦੌੜ ਨਹੀਂ ਸਕਦਾ ਅਤੇ ਉੱਚੀ ਅੱਡੀ ਨਹੀਂ ਪਾ ਸਕਦਾ। ਮੈਂ ਕਿਹਾ ਕਿ ਪ੍ਰਭੂ ਮੇਰੀ ਮਦਦ ਕਰਦਾ ਰਹੇਗਾ ਅਤੇ ਉਹ ਮਾਸਪੇਸ਼ੀਆਂ ਪੂਰੀ ਤਰ੍ਹਾਂ ਵਿਕਸਤ ਹੋ ਜਾਣਗੀਆਂ। ਦੋ ਮਹੀਨਿਆਂ ਬਾਅਦ ਮੈਂ ਕਾਫ਼ੀ ਚੰਗੀ ਤਰ੍ਹਾਂ ਦੌੜਨ ਦੇ ਯੋਗ ਹੋ ਗਿਆ ਅਤੇ ਉੱਚੀ ਅੱਡੀ ਵਾਲੇ ਜੁੱਤੇ ਪਹਿਨੇ ਹੋਏ ਸਨ।

ਅੱਜ, ਜਦੋਂ ਮੈਨੂੰ ਮਰਨ ਲਈ ਘਰ ਭੇਜਿਆ ਗਿਆ ਸੀ, ਉਸ ਤੋਂ ਇੱਕ ਸਾਲ ਬਾਅਦ, ਮੈਂ ਸਿਹਤ ਪੱਖੋਂ ਠੀਕ ਹਾਂ ਅਤੇ ਇਸ ਅਹਿਸਾਸ ਵਿੱਚ ਖੁਸ਼ ਹਾਂ ਕਿ ਯਿਸੂ ਨਾ ਸਿਰਫ਼ ਸਾਨੂੰ ਪਾਪ ਤੋਂ ਬਚਾ ਸਕਦਾ ਹੈ, ਸਗੋਂ ਉਹ ਸਾਡੇ ਸਰੀਰਾਂ ਨੂੰ ਵੀ ਚੰਗਾ ਕਰ ਸਕਦਾ ਹੈ, ਭਾਵੇਂ ਸਾਡੀ ਹਾਲਤ ਕਿੰਨੀ ਵੀ ਲਾਇਲਾਜ ਕਿਉ ਨਾ ਲੱਗੇ।

16 ਨਵੰਬਰ, 1958 ਦੇ "ਪੈਂਟੇਕੋਸਟਲ ਈਵੈਂਜਲ" ਵਿੱਚ ਸ਼੍ਰੀਮਤੀ ਹਾਵਰਡ ਫਾਉਲਰ ਦੁਆਰਾ ਦਿੱਤੀ ਗਈ ਗਵਾਹੀ।

ਰੋਲੈਂਡ ਅਤੇ ਹੇਡੀ ਬੇਕਰ - ਕਾਬੋ ਡੇਲਗਾਡੋ ਉੱਤੇ ਓਪਨ ਹੈਵਨ

ਮੁਸਲਿਮ ਆਗੂ ਇਹ ਸਵੀਕਾਰ ਕਰ ਰਹੇ ਹਨ ਕਿ ਮੋਜ਼ਾਮਬੀਕ ਦੇ ਤੱਟ 'ਤੇ ਸਥਿਤ ਇਹ ਸਭ ਤੋਂ ਉੱਤਰੀ ਪ੍ਰਾਂਤ, ਜਿਸਨੂੰ ਕਦੇ ਮਿਸਾਈਲੋਜਿਸਟਾਂ ਦੁਆਰਾ "ਪਹੁੰਚ ਤੋਂ ਬਾਹਰ" ਮੰਨਿਆ ਜਾਂਦਾ ਸੀ, ਈਸਾਈਆਂ ਤੋਂ ਖੋਹਿਆ ਜਾ ਰਿਹਾ ਹੈ। ਬੰਦਰਗਾਹ ਸ਼ਹਿਰ ਪੇਂਬਾ ਵਿੱਚ ਜਾਇਦਾਦ ਦੇ ਸਭ ਤੋਂ ਵੱਡੇ ਉਪਲਬਧ ਟੁਕੜੇ 'ਤੇ ਸਾਡੇ ਬੇਸ ਅਤੇ ਮਿਸ਼ਨ ਸਕੂਲ ਦੇ ਵਿਕਾਸ ਨੇ ਇੱਕ ਵੱਡੀ ਹਲਚਲ ਮਚਾ ਦਿੱਤੀ ਹੈ। ਇੰਜੀਲ ਇੱਕ ਸਮੇਂ 'ਤੇ ਪੂਰੇ ਪਿੰਡਾਂ ਨੂੰ ਅੱਗੇ ਵਧਾ ਰਹੀ ਹੈ ਕਿਉਂਕਿ ਪਵਿੱਤਰ ਆਤਮਾ ਦੀ ਸ਼ਕਤੀ ਵਹਾਈ ਜਾ ਰਹੀ ਹੈ।

ਇਹ ਕਿਵੇਂ ਹੁੰਦਾ ਹੈ? ਇੱਥੇ ਇੱਕ ਉਦਾਹਰਣ ਹੈ। ਫੇਲੀਟੋ ਉਟੂਈ, ਇੱਕ 22 ਸਾਲਾ ਪ੍ਰਚਾਰਕ ਜਿਸਨੂੰ ਅਸੀਂ ਪ੍ਰਭੂ ਵਿੱਚ ਪਾਲਿਆ ਹੈ, ਇੱਕ ਪਿੰਡ ਦੇ ਇੱਕ ਮੁਸਲਿਮ ਮੁਖੀ ਤੋਂ ਇੱਕ ਆਊਟਰੀਚ ਲਈ ਇਜਾਜ਼ਤ ਲੈਣ ਦੀ ਕੋਸ਼ਿਸ਼ ਕਰ ਰਿਹਾ ਸੀ। ਮੁਖੀ ਨੇ ਵਾਰ-ਵਾਰ ਇਨਕਾਰ ਕਰ ਦਿੱਤਾ। ਫੇਲੀਟੋ ਨੇ ਉਸਨੂੰ ਕਿਹਾ ਕਿ ਯਿਸੂ ਬਿਮਾਰਾਂ ਨੂੰ ਚੰਗਾ ਕਰੇਗਾ। ਅੰਤ ਵਿੱਚ, ਮੁਖੀ ਨੇ ਪੁੱਛਿਆ, "ਜੇ ਤੁਸੀਂ ਆਓਗੇ, ਤਾਂ ਕੀ ਮੈਂ ਅਜਿਹਾ ਹੁੰਦਾ ਦੇਖਾਂਗਾ?" "ਹਾਂ!" ਫੇਲੀਟੋ ਨੇ ਸਿੱਧਾ ਜਵਾਬ ਦਿੱਤਾ। ਇਸ ਲਈ ਮੁਖੀ ਆਪਣੇ ਪਿੰਡ ਵਿੱਚ ਇੱਕ ਮੀਟਿੰਗ ਲਈ ਸਹਿਮਤ ਹੋ ਗਿਆ।

ਆਊਟਰੀਚ ਵਾਲੀ ਰਾਤ ਨੂੰ, ਮੀਟਿੰਗ ਬਹੁਤ ਹੀ ਸ਼ਾਂਤ, ਖੁੱਲ੍ਹੇ ਮਾਹੌਲ ਨਾਲ ਸ਼ੁਰੂ ਹੋਈ, ਕੁਝ ਇਕੱਠਾਂ ਦੇ ਉਲਟ ਜਿੱਥੇ ਪਹਿਲਾਂ ਸਾਨੂੰ ਉੱਚੀ ਸ਼ੈਤਾਨੀ ਰੁਕਾਵਟਾਂ ਦਾ ਸਾਹਮਣਾ ਕਰਨਾ ਪੈਂਦਾ ਹੈ। ਫੇਲੀਟੋ ਨੇ ਸ਼ੁੱਧ, ਸਰਲ ਇੰਜੀਲ ਦਾ ਪ੍ਰਚਾਰ ਕੀਤਾ ਅਤੇ ਪੁੱਛਿਆ, "ਉਨ੍ਹਾਂ ਨੂੰ ਮੁਕਤੀਦਾਤਾ ਦੀ ਜ਼ਰੂਰਤ ਕੌਣ ਪਛਾਣਦਾ ਹੈ?" ਹਨੇਰੇ ਵਿੱਚ ਆਵਾਜ਼ਾਂ ਚੀਕੀਆਂ, "ਮੈਂ ਮਾਫ਼ੀ ਚਾਹੁੰਦਾ ਹਾਂ! ਮੈਂ ਮਾਫ਼ੀ ਚਾਹੁੰਦਾ ਹਾਂ!" ਜਦੋਂ ਲੋਕਾਂ ਨੇ ਮੁਕਤੀ ਲਈ ਬੇਨਤੀ ਕੀਤੀ ਅਤੇ ਪ੍ਰਾਰਥਨਾ ਕਰਨ ਲਈ ਅੱਗੇ ਵਧੇ ਤਾਂ ਇੱਕ ਵੱਡਾ ਰੌਲਾ ਉੱਠਿਆ। ਫਿਰ ਫੇਲੀਟੋ ਨੇ ਐਲਾਨ ਕੀਤਾ ਕਿ ਉਹ ਅਤੇ ਉਸਦੀ ਟੀਮ ਬਿਮਾਰਾਂ ਲਈ ਪ੍ਰਾਰਥਨਾ ਕਰਨਗੇ। ਇੱਕ ਤੋਂ ਬਾਅਦ ਇੱਕ ਚੰਗਾਈ ਹੋਈ।

ਇੱਕ ਮਾਂ ਆਪਣੇ ਅੱਠ ਸਾਲ ਦੇ ਮੁੰਡੇ ਨੂੰ ਲੈ ਕੇ ਆਈ ਜੋ ਬੋਲ਼ਾ ਸੀ, ਅਤੇ ਉਹ ਤੁਰੰਤ ਠੀਕ ਹੋ ਗਿਆ।

ਫੈਲੀਟੋ ਨੇ ਮੁਖੀ ਨੂੰ ਪੁੱਛਿਆ, "ਕੀ ਤੁਸੀਂ ਵੇਖਦੇ ਹੋ?" ਤੁਰੰਤ ਮੁਖੀ ਨੇ ਮਾਈਕ੍ਰੋਫ਼ੋਨ ਮੰਗਵਾਇਆ ਅਤੇ ਆਪਣੇ ਲੋਕਾਂ ਨੂੰ ਕਿਹਾ, "ਇਹ ਸੱਚ ਹੈ! ਕੋਈ ਵੀ ਮਨੁੱਖ ਇਹ ਨਹੀਂ ਕਰ ਸਕਦਾ! ਸਿਰਫ਼ ਪਰਮਾਤਮਾ ਹੀ ਇਹ ਕਰ ਸਕਦਾ ਹੈ! ਹੋਰ ਬਿਮਾਰਾਂ ਨੂੰ ਲਿਆਓ! ਸਾਰੇ ਬਿਮਾਰਾਂ ਨੂੰ ਲਿਆਓ!" ਇੱਕ ਆਦਮੀ ਆਪਣੀ ਛੋਟੀ 7 ਸਾਲ ਦੀ ਧੀ ਨੂੰ ਲੈ ਕੇ ਆਇਆ ਜੋ ਪੂਰੀ ਤਰ੍ਹਾਂ ਅੰਨ੍ਹੀ ਸੀ। ਉਸਨੂੰ ਪ੍ਰਾਰਥਨਾ ਮਿਲੀ, ਅਤੇ ਉਸਦੇ ਪਿਤਾ ਨੇ ਉਸਨੂੰ ਤੁਰੰਤ ਪੁੱਛਿਆ, "ਕੀ ਤੁਸੀਂ ਵੇਖਦੇ ਹੋ?" ਅਤੇ ਫਿਰ ਉਸਦੇ ਚਿਹਰੇ ਤੋਂ ਹੰਝੂ ਵਹਿਣ ਲੱਗ ਪਏ ਜਦੋਂ ਉਸਦੀ ਧੀ ਨੇ ਆਪਣੀ ਜ਼ਿੰਦਗੀ ਵਿੱਚ ਪਹਿਲੀ ਵਾਰ ਉਸਦਾ ਚਿਹਰਾ ਦੇਖਿਆ ਅਤੇ ਦੇਖਿਆ! ਅਤੇ ਉਸ ਰਾਤ ਇਲਾਜ ਜਾਰੀ ਰਿਹਾ।

ਪਿਛਲੇ ਸਾਲ ਸਾਡੇ ਪ੍ਰਚਾਰ ਅਕਸਰ ਇਸ ਤਰ੍ਹਾਂ ਦੇ ਫਲ ਦੇ ਰਹੇ ਹਨ। ਅਸੀਂ ਲੰਮਾ ਪ੍ਰਚਾਰ ਨਹੀਂ ਕਰਦੇ ਜਾਂ ਗੁੰਝਲਦਾਰ ਨਹੀਂ ਬਣਦੇ। ਲੋਕ ਸਾਦੇ ਵਿਸ਼ਵਾਸ ਨਾਲ ਜਵਾਬ ਦਿੰਦੇ ਹਨ, ਅਤੇ ਜਿਵੇਂ ਹੀ ਉਹ ਦੇਖਦੇ ਹਨ ਕਿ ਯਿਸੂ ਅਸਲੀ ਹੈ ਅਤੇ ਉਨ੍ਹਾਂ ਨੂੰ ਚਮਤਕਾਰੀ ਢੰਗ ਨਾਲ ਛੂਹੇਗਾ, ਉਹ ਉਸਨੂੰ ਚਾਹੁੰਦੇ ਹਨ! ਉਹ ਮੁਕਤੀ ਚਾਹੁੰਦੇ ਹਨ, ਉਹ ਇੱਕ ਚਰਚ ਚਾਹੁੰਦੇ ਹਨ, ਉਹ ਹੁਣ ਇੱਕ ਪਾਦਰੀ ਚਾਹੁੰਦੇ ਹਨ! ਉਨ੍ਹਾਂ ਦੇ ਮੁਖੀ ਸਾਨੂੰ ਬੇਨਤੀ ਕਰਦੇ ਹਨ, "ਸਾਨੂੰ ਨਾ ਛੱਡੋ! ਤੁਸੀਂ ਸਾਨੂੰ ਇਸ ਤਰ੍ਹਾਂ ਨਹੀਂ ਛੱਡ ਸਕਦੇ! ਅਸੀਂ ਕਦੇ ਵੀ ਇਸ ਤਰ੍ਹਾਂ ਦੇ ਚਮਤਕਾਰ ਨਹੀਂ ਦੇਖੇ!

ਤੁਹਾਨੂੰ ਵਾਪਸ ਆ ਕੇ ਸਾਨੂੰ ਸਿਖਾਉਣਾ ਪਵੇਗਾ!" ਹਾਇਡੀ ਨੂੰ ਖਾਸ ਤੌਰ 'ਤੇ ਬੋਲ਼ੇ, ਅੰਨ੍ਹੇ ਅਤੇ ਲੰਗੜੇ ਲੋਕਾਂ ਲਈ ਇੱਕ ਵਿਸ਼ੇਸ਼ ਮਸਹ ਪ੍ਰਾਪਤ ਹੋਇਆ ਹੈ, ਅਤੇ ਉਹ ਲਗਭਗ ਹਰ ਪਹੁੰਚ 'ਤੇ ਉਨ੍ਹਾਂ ਨੂੰ ਠੀਕ ਹੁੰਦੇ ਦੇਖਦੀ ਹੈ। ਇੱਕ ਵਾਰ ਉਸਨੇ ਦੇਰ ਰਾਤ ਇੱਕ ਅਪਾਹਜ ਅਤੇ ਅੰਨ੍ਹੇ ਆਦਮੀ ਲਈ ਪ੍ਰਾਰਥਨਾ ਕੀਤੀ ਜੋ ਤੁਰੰਤ ਠੀਕ ਨਹੀਂ ਹੋਇਆ ਸੀ। ਪਰ ਉਸਨੇ ਪਿੰਡ ਨੂੰ ਕਿਹਾ ਕਿ ਇੱਕ ਦੌੜਾਕ ਭੇਜੋ ਜੋ ਉਸਨੂੰ ਜਲਦੀ ਤੋਂ ਜਲਦੀ ਠੀਕ ਹੋਣ ਬਾਰੇ ਦੱਸ ਦੇਵੇ। ਇਸ ਲਈ ਅਗਲੇ ਦਿਨ ਉਹ ਸ਼ਹਿਰ ਵਿੱਚ ਇੱਕ ਚੰਗੇ ਮੁਸਲਿਮ ਦੋਸਤ ਅਤੇ ਮੋਹਰੀ ਕਾਰੋਬਾਰੀ ਦੇ ਨਾਲ ਸੀ ਜਦੋਂ

ਇੱਕ ਦੌੜਾਕ ਸਾਹ ਭਰੀ ਕਾਰ ਦੀ ਖਿੜਕੀ ਵੱਲ ਭੱਜਿਆ ਜਿਸ ਵਿੱਚ ਉਹ ਸਨ। "ਉਹ ਠੀਕ ਹੋ ਗਿਆ ਹੈ! ਉਹ ਤੁਰ ਸਕਦਾ ਹੈ ਅਤੇ ਦੇਖ ਸਕਦਾ ਹੈ!" ਦੌੜਾਕ ਉਸਨੂੰ ਦੱਸਣ ਲਈ ਸਿਰਫ਼ ਸੱਤ ਘੰਟੇ ਦੌੜਿਆ ਸੀ... ਹੰਝੂਆਂ ਅਤੇ ਹੈਰਾਨੀ ਵਿੱਚ, ਸਾਡਾ ਮੁਸਲਿਮ ਦੋਸਤ ਚੀਕਿਆ, "ਮੇਰੇ ਲਈ ਪ੍ਰਾਰਥਨਾ ਕਰੋ! ਹੁਣੇ ਮੇਰੇ ਲਈ ਪ੍ਰਾਰਥਨਾ ਕਰੋ!"

ਆਇਰਿਸ ਮਿਨਿਸਟ੍ਰੀਜ਼ ਨਿਊਜ਼ਲੈਟਰ ਤੋਂ ਰਿਪੋਰਟ, ਰੋਲੈਂਡ ਅਤੇ ਹੇਡੀ ਦੁਆਰਾ ਸ਼ੁਰੂ ਕੀਤੀ ਗਈ ਸੇਵਕਾਈ
ਬੇਕਰ, 14 ਸਤੰਬਰ, 2005 ਨੂੰ। ਹੋਰ ਪੜ੍ਹਨਾ ਚਾਹੁੰਦੇ ਹੋ? ਉਹਨਾਂ ਦੀ ਵੈੱਬਸਾਈਟ 'ਤੇ ਜਾਓ: www.irismin.org

ਰੈਡੀ ਕਲਾਰਕ ਟੀਮ - ਜਨਮ ਤੋਂ ਅਪਾਹਜ ਮੁੰਡਾ ਠੀਕ ਹੋ ਗਿਆ

ਇੱਕ ਮਾਂ ਆਪਣੇ 5 ਸਾਲ ਦੇ ਮੁੰਡੇ ਨੂੰ ਭਾਰਤ ਦੇ ਗੁੰਟੂਰ ਵਿੱਚ ਇੱਕ ਮੀਟਿੰਗ ਵਿੱਚ ਲੈ ਕੇ ਆਈ। ਉਹ ਜਨਮ ਤੋਂ ਹੀ ਅਪਾਹਜ ਸੀ। ਉਸਦੀ ਬਾਂਹ ਅਤੇ ਹੱਥ ਅਧਰੰਗੀ ਸਨ। ਉਸਦੀਆਂ ਉਂਗਲਾਂ ਪੂਰੀ ਤਰ੍ਹਾਂ ਸਖ਼ਤ ਸਨ ਅਤੇ 45 ਡਿਗਰੀ ਦੇ ਕੋਣ 'ਤੇ ਪਿੱਛੇ ਵੱਲ ਮੁੜੀਆਂ ਹੋਈਆਂ ਸਨ। ਜਿਵੇਂ ਹੀ ਮੈਂ ਉਸਦੇ ਕੋਲ ਗੋਡੇ ਟੇਕਿਆ, ਪਵਿੱਤਰ ਆਤਮਾ ਨੇ ਮੇਰੇ ਦਿਲ ਵਿੱਚ ਇਸ ਬੱਚੇ ਲਈ ਇੰਨੀ ਦਇਆ ਪਾਈ। ਉਸਦੀ ਬਾਂਹ ਪੂਰੀ ਤਰ੍ਹਾਂ ਕਮਜ਼ੋਰ ਸੀ ਅਤੇ ਉਸਦਾ ਹੱਥ ਅਧਰੰਗੀ ਸੀ। ਲਗਭਗ 5 ਮਿੰਟ ਪ੍ਰਾਰਥਨਾ ਕਰਦੇ ਸਮੇਂ ਉਸਦਾ ਹੱਥ ਫੜਨ ਤੋਂ ਬਾਅਦ, ਉਸਦੀ ਛੋਟੀ ਉਂਗਲੀ ਵਿੱਚ ਇੱਕ ਮਰੋੜ ਆਈ। ਮੈਂ ਉਸਦੀ ਤੰਦਰੁਸਤੀ ਦੀ ਪ੍ਰਗਤੀ ਦੀ ਜਾਂਚ ਕਰਨ ਲਈ ਕਈ ਵਾਰ ਪ੍ਰਾਰਥਨਾ ਵਿੱਚ ਰੁਕ ਕੇ ਦਬਾਇਆ। ਮੇਰਾ ਇੱਕ ਛੋਟਾ ਪੁੱਤਰ ਹੈ ਜਿਸਦੀ ਉਮਰ ਹੈ ਅਤੇ ਪਰਮਾਤਮਾ ਮੈਨੂੰ ਕਹਿੰਦਾ ਰਿਹਾ ਕਿ ਇਸ ਤਰ੍ਹਾਂ ਪ੍ਰਾਰਥਨਾ ਕਰਾਂ ਜਿਵੇਂ ਇਹ ਮੇਰਾ ਪੁੱਤਰ ਹੋਵੇ। ਇਸ ਬੱਚੇ ਦੀਆਂ ਅੱਖਾਂ ਵਿੱਚ ਦੇਖ ਕੇ ਮੇਰੀਆਂ ਅੱਖਾਂ ਵਿੱਚ ਹੰਝੂ ਆ ਗਏ।

ਪ੍ਰਭੂ ਨੇ ਉਸਦੀ ਬਾਂਹ, ਹੱਥ ਅਤੇ ਉਂਗਲੀਆਂ ਨੂੰ ਪੂਰੀ ਤਰ੍ਹਾਂ ਠੀਕ ਕਰ ਦਿੱਤਾ ਅਤੇ ਠੀਕ ਕਰ ਦਿੱਤਾ।

26 ਜਨਵਰੀ, 2005 ਨੂੰ ਰੈਂਡੀ ਕਲਾਰਕ ਮੰਤਰਾਲੇ ਦੀ ਟੀਮ ਦੇ ਕੈਰੀ ਕਰੈਮਰ ਦੁਆਰਾ ਰਿਪੋਰਟ ਕੀਤੀ ਗਈ।

31 ਜਨਵਰੀ, 2006 ਦੀ ਗਲੋਬਲ ਅਵੇਕਨਿੰਗ ਰਿਪੋਰਟ ਤੋਂ। ਉਨ੍ਹਾਂ ਦੀ ਇਜਾਜ਼ਤ ਨਾਲ ਵਰਤਿਆ ਗਿਆ।

ਏਥਲ ਵਲਿਟਿਸ - ਵਗਿੜੀ ਹੋਈ ਕੁੜੀ ਠੀਕ ਹੋ ਗਈ

ਮੇਰਾ ਪਰਿਵਾਰ 1938 ਵਿੱਚ ਐਕਰੋਨ, ਓਐਚਓ ਵਿੱਚ ਐਥਲ ਆਰ. ਵਿਲਿਟਸ ਦੁਆਰਾ ਆਯੋਜਿਤ ਇਲਾਜ ਸੇਵਾਵਾਂ ਵਿੱਚ ਸ਼ਾਮਲ ਹੋਇਆ। ਸ਼੍ਰੀਮਤੀ ਵਿਲਿਟਸ ਇੱਕ ਬਹੁਤ ਵੱਡੇ ਪੋਰਟੇਬਲ ਪਲਾਈਵੁੱਡ ਟੈਬਰਨਕਲ ਵਿੱਚ ਸੇਵਾਵਾਂ ਨਿਭਾ ਰਹੀ ਸੀ। ਮੀਟਿੰਗਾਂ ਹਰ ਰਾਤ ਅਤੇ ਐਤਵਾਰ ਦੁਪਹਿਰ ਨੂੰ ਹੁੰਦੀਆਂ ਸਨ। ਇਮਾਰਤ ਆਮ ਤੌਰ 'ਤੇ ਭਰੀ ਹੁੰਦੀ ਸੀ। ਹਰੇਕ ਮੀਟਿੰਗ ਵਿੱਚ ਸੈਂਕੜੇ ਐਂਬੂਲੈਂਸਾਂ ਟੈਬਰਨਕਲ ਦੇ ਪਾਸੇ ਵੱਲ ਆਉਂਦੀਆਂ ਸਨ ਅਤੇ ਇਮਾਰਤ ਦੇ ਸਾਹਮਣੇ ਦੋਹਰੀ ਕਤਾਰ ਵਿੱਚ ਸਟ੍ਰੈਚਰਾਂ ਨੂੰ ਛੁੱਟੀ ਦਿੰਦੀਆਂ ਸਨ। ਹਰੇਕ ਸੇਵਾ ਵਿੱਚ ਲੋਕ ਠੀਕ ਹੋ ਜਾਂਦੇ ਸਨ ਅਤੇ ਘਰ ਚਲੇ ਜਾਂਦੇ ਸਨ। ਸ਼੍ਰੀਮਤੀ ਵਿਲਿਟਸ ਇੱਕ ਸਿੱਖਿਆ ਸੈਸ਼ਨ ਦਾ ਪ੍ਰਚਾਰ ਕਰਦੀਆਂ ਸਨ, ਲੋਕਾਂ ਨੂੰ ਇਲਾਜ ਪ੍ਰਾਪਤ ਕਰਨ ਅਤੇ ਇਲਾਜ ਸੇਵਾ ਤੋਂ ਪਹਿਲਾਂ ਯਿਸੂ ਮਸੀਹ ਨੂੰ ਉਨ੍ਹਾਂ ਦੇ ਜੀਵਨ ਵਿੱਚ ਪ੍ਰਾਪਤ ਕਰਨ ਬਾਰੇ ਹਦਾਇਤਾਂ ਦਿੰਦੀਆਂ ਸਨ। ਫਿਰ ਉਹ ਹਰ ਮੀਟਿੰਗ ਵਿੱਚ ਬਿਮਾਰਾਂ ਲਈ ਪ੍ਰਾਰਥਨਾ ਕਰਦੀ ਸੀ। ਸਪੀਕਰ ਦੇ ਪਿੱਛੇ, ਟੈਬਰਨਕਲ ਦੀ ਸਾਹਮਣੇ ਵਾਲੀ ਕੰਧ ਬੈਸਾਖੀਆਂ ਅਤੇ ਬਰੇਸਾਂ ਨਾਲ ਕਤਾਰਬੱਧ ਸੀ।

ਇੱਕ ਸ਼ਾਨਦਾਰ ਇਲਾਜ ਜੋ ਅਸੀਂ ਨਿੱਜੀ ਤੌਰ 'ਤੇ ਅਨੁਭਵ ਕੀਤਾ, ਉਹ ਸੀ ਇੱਕ ਛੋਟੀ ਜਿਹੀ ਵਿਗੜੀ ਹੋਈ ਬੱਚੀ ਦਾ। ਉਸਦੀ ਕੋਈ ਦਿਖਾਈ ਨਹੀਂ ਦੇ ਰਹੀ ਸੀ, ਉਸਦੀ ਗਰਦਨ ਦੇ ਪਿਛਲੇ ਪਾਸੇ ਇੱਕ ਗੰਢ ਸੀ ਅਤੇ ਦੋਵੇਂ ਹੱਥ ਅਤੇ ਪੈਰ ਇਕੱਠੇ ਸਨ। ਉਸਨੂੰ ਪ੍ਰਾਰਥਨਾ ਲਈ ਅੱਗੇ ਲਿਜਾਇਆ ਗਿਆ ਅਤੇ ਤੁਰੰਤ ਠੀਕ ਹੋ

ਗਈ। ਭੀੜ ਦੇ ਕਾਰਨ ਅਸੀਂ ਉਸਨੂੰ ਉਸ ਰਾਤ ਨਹੀਂ ਦੇਖਿਆ, ਪਰ ਅਸੀਂ ਅਗਲੀ ਰਾਤ ਉਸਦੇ ਅਤੇ ਉਸਦੇ ਮਾਪਿਆਂ ਦੇ ਪਿੱਛੇ ਬੈਠ ਗਏ। ਛੋਟੀ ਬੱਚੀ ਦੀ ਪ੍ਰਮੁੱਖ ਠੋਡੀ ਦੇ ਦੁਆਲੇ ਇੱਕ ਬੋਨਟ ਸੀ ਅਤੇ ਉਸਦੀ ਗਰਦਨ ਦੇ ਪਿਛਲੇ ਪਾਸੇ ਕੋਈ ਗੰਢ ਨਹੀਂ ਸੀ। ਉਹ ਆਪਣੇ ਛੋਟੇ ਹੱਥਾਂ ਨਾਲ ਆਪਣੇ ਪੈਰਾਂ ਨਾਲ ਖੇਡ ਰਹੀ ਸੀ। ਉਹ ਯਿਸੂ ਮਸੀਹ ਦੀ ਸ਼ਕਤੀ ਦੁਆਰਾ ਪੂਰੀ ਤਰ੍ਹਾਂ ਠੀਕ ਹੋ ਗਈ ਸੀ ਅਤੇ ਠੀਕ ਹੋ ਗਈ ਸੀ।

ਪਾਲ ਚਿਡੇਸਟਰ ਦੀ ਨਿੱਜੀ ਗਵਾਹੀ। ਉਸਦੀ ਇਜਾਜ਼ਤ ਨਾਲ ਵਰਤਿਆ ਗਿਆ।

ਸਟੀਫਨ ਜੈਫਰੀ - ਇੱਕ ਅਪਾਹਜ ਔਰਤ ਜਦੋਂ ਉਸਨੇ ਇੱਕ ਮੀਟਿੰਗ ਵਿੱਚ ਯਿਸੂ ਨੂੰ ਦੇਖਿਆ ਤਾਂ ਠੀਕ ਹੋ ਗਈ।

ਇਸ ਸਭ ਨੂੰ ਬਿਆਨ ਕਰਨ ਲਈ ਸ਼ਬਦ ਨਹੀਂ ਮਿਲਦੇ ਕਿ ਇਸ ਦਾ ਕੀ ਅਰਥ ਹੈ, ਤੀਬਰ ਦੁੱਖਾਂ ਭਰੀ ਜ਼ਿੰਦਗੀ ਤੋਂ ਬਾਅਦ। ਬਚਪਨ ਤੋਂ ਹੀ ਮੈਂ ਹਮੇਸ਼ਾ ਬਿਮਾਰ ਰਹਿੰਦਾ ਸੀ, ਪੂਰਾ ਸਾਲ ਕਦੇ ਵੀ ਇੱਕ ਪਾਸੇ ਰੱਖੇ ਬਿਨਾਂ ਨਹੀਂ ਰਿਹਾ। ਫਿਰ, 1900 ਵਿੱਚ, ਮੇਰੇ ਵਿਆਹ ਤੋਂ ਕੁਝ ਦਿਨ ਪਹਿਲਾਂ, ਮੈਂ ਇੱਕ ਰਿੰਗਰ ਚੁੱਕਣ ਵਿੱਚ ਮਦਦ ਕੀਤੀ, ਜਿਸ ਨਾਲ ਮੈਂ ਆਪਣੇ ਆਪ ਨੂੰ ਅੰਦਰੂਨੀ ਤੌਰ 'ਤੇ ਜ਼ਖਮੀ ਕਰ ਦਿੱਤਾ। ਵਿਆਹ ਤੋਂ ਸਿਰਫ਼ ਪੰਜ ਹਫ਼ਤਿਆਂ ਬਾਅਦ, ਇਸਨੇ ਮੈਨੂੰ ਦਸ ਹਫ਼ਤਿਆਂ ਲਈ ਇੱਕ ਪਾਸੇ ਰੱਖ ਦਿੱਤਾ, ਫਿਰ ਮੈਂ ਦੁਬਾਰਾ ਘੁੰਮਣ ਲੱਗ ਪਿਆ, ਪਰ ਹਰ ਸਮੇਂ ਘੱਟ ਜਾਂ ਘੱਟ ਦਰਦ ਵਿੱਚ ਰਹਿੰਦਾ ਸੀ। ਇਹ ਸਾਲਾਂ ਤੱਕ ਚੱਲਦਾ ਰਿਹਾ, ਕਈ ਵਾਰ ਘੁੰਮਣ ਦੇ ਯੋਗ ਹੁੰਦਾ ਸੀ, ਪਰ ਅਕਸਰ ਬਿਸਤਰੇ ਵਿੱਚ। 1906 ਦੀਆਂ ਗਰਮੀਆਂ ਵਿੱਚ ਅਸੀਂ ਡੌਨਕਾਸਟਰ ਦੇ ਨੇੜੇ, ਥੌਰਨ ਨਾਮਕ ਜਗ੍ਹਾ ਵਿੱਚ ਰਹਿ ਰਹੇ ਸੀ (ਅਸੀਂ ਪਹਿਲਾਂ ਬਾਅਦ ਵਾਲੀ ਜਗ੍ਹਾ 'ਤੇ ਰਹਿੰਦੇ ਸੀ, ਜਿੱਥੇ ਮੇਰਾ ਘੱਟੋ-ਘੱਟ ਛੇ ਡਾਕਟਰਾਂ ਤੋਂ ਇਲਾਜ ਚੱਲ ਰਿਹਾ ਸੀ, ਅਤੇ ਨਾਲ ਹੀ ਹਸਪਤਾਲ ਵਿੱਚ ਇੱਕ ਬਾਹਰੀ ਮਰੀਜ਼ ਹੋਣ ਕਰਕੇ, ਅਤੇ ਵਾਰ-ਵਾਰ ਕਿਹਾ ਜਾਂਦਾ ਸੀ ਕਿ ਕੁਝ ਨਹੀਂ ਕੀਤਾ ਜਾ ਸਕਦਾ)।

ਥੌਰਨ ਵਿਖੇ ਮੈਨੂੰ ਮੈਨਿਨਜਾਈਟਿਸ ਹੋਇਆ ਅਤੇ ਹਫ਼ਤਿਆਂ ਤੱਕ ਮੌਤ ਦੇ ਬਹੁਤ ਨੇੜੇ ਪਿਆ ਰਿਹਾ। ਉੱਥੇ ਪੈਰਿਸ਼ ਚਰਚ ਵਿੱਚ ਵੀ ਮੇਰੀ ਸਿਹਤਯਾਬੀ ਲਈ ਪ੍ਰਾਰਥਨਾਵਾਂ ਕੀਤੀਆਂ ਗਈਆਂ। ਪਰਮਾਤਮਾ ਨੇ ਸਾਨੂੰ ਦਿੱਤੇ ਇੱਕ ਬੱਚੇ ਦੀ ਖ਼ਾਤਰ, ਪਰਮਾਤਮਾ ਨੇ ਬਹੁਤ ਸਾਰੀਆਂ ਪ੍ਰਾਰਥਨਾਵਾਂ ਸੁਣੀਆਂ, ਮੇਰੀ ਜਾਨ ਬਚ ਗਈ, ਪਰ ਮੈਨੂੰ ਕਾਲੇ ਐਨਕਾਂ ਲਗਾਉਣ ਲਈ ਮਜਬੂਰ ਕੀਤਾ ਗਿਆ; ਅੱਖਾਂ ਦੀਆਂ ਨਾੜਾਂ ਇੰਨੀਆਂ ਪ੍ਰਭਾਵਿਤ ਹੋਈਆਂ ਕਿ ਰੌਸ਼ਨੀ ਕਾਰਨ ਭਿਆਨਕ ਝਟਕੇ ਲੱਗ ਗਏ - ਜਿਸਨੂੰ ਡਾਕਟਰ ਦਿਮਾਗੀ ਬਿਮਾਰੀ ਕਹਿੰਦੇ ਹਨ। ਇਸ ਤੋਂ ਕੁਝ ਮਹੀਨਿਆਂ ਬਾਅਦ ਪੀਟਰਬਰੋ ਵਿੱਚ ਮਿਲਣ ਤੇ, ਮੇਰੇ ਦੋਸਤ ਉੱਥੇ ਮੈਨੂੰ ਆਪਣੇ ਡਾਕਟਰ ਦੇ ਹੱਥੋਂ ਸਲਾਹ ਲੈਣ ਲਈ ਕਹਿਣਗੇ, ਨਾਲ ਹੀ ਪੀਟਰਬਰੋ ਇਨਫਰਮਰੀ ਵਿੱਚ ਵੀ, ਕਿਉਂਕਿ ਮੇਰੀ ਜ਼ਿੰਦਗੀ ਇੱਕ ਲੰਬੀ ਪੀੜਾ ਸੀ। ਜੇ ਮੈਨੂੰ ਯਿਸੂ ਤੋਂ ਆਉਣ ਵਾਲੇ ਆਰਾਮ ਅਤੇ ਸ਼ਾਂਤੀ ਬਾਰੇ ਕੁਝ ਪਤਾ ਨਾ ਹੁੰਦਾ, ਤਾਂ ਮੈਂ ਕਦੇ ਵੀ ਜੀਅ ਅਤੇ ਸਹਿਣ ਨਹੀਂ ਕਰ ਸਕਦਾ ਸੀ। ਓ, ਕਲਵਰੀ ਦੇ ਮਨੁੱਖ, ਹਮਦਰਦ ਯਿਸੂ ਦੀ ਪ੍ਰਸ਼ੰਸਾ ਕਰੋ, ਜਿਸਨੇ ਮੇਰੀਆਂ ਅਧਿਆਤਮਿਕ ਅੱਖਾਂ ਖੋਲ੍ਹੀਆਂ, ਅਤੇ ਮੈਨੂੰ ਇੱਕ ਮੁਕਤੀਦਾਤਾ ਦੀ ਜ਼ਰੂਰਤ ਦਿਖਾਈ; ਅਤੇ ਹਾਲਾਂਕਿ ਇੱਕੀ ਸਾਲ ਦੀ ਉਮਰ ਵਿੱਚ ਉਸਨੂੰ ਸਵੀਕਾਰ ਕਰਨ ਦਾ ਮਤਲਬ ਸੀ ਕਿ ਮੈਨੂੰ ਘਰੋਂ ਕੱਢ ਦਿੱਤਾ ਗਿਆ। ਹਲਲੂਯਾਹ! ਉਹ ਸੰਤੁਸ਼ਟੀ ਤੋਂ ਵੱਧ ਹੈ।

ਪੀਟਰਬਰੋ ਦੇ ਡਾਕਟਰ ਨੇ ਪੂਰੀ ਜਾਂਚ ਤੋਂ ਬਾਅਦ, ਪਿਛਲੇ ਡਾਕਟਰਾਂ ਦੀ ਗੱਲ ਦੀ ਪੁਸ਼ਟੀ ਕੀਤੀ, ਕੋਈ ਇਲਾਜ ਨਹੀਂ; ਫੈਸਲਾ ਇਹ ਸੀ, ਦਿਲ ਦੀ ਬਿਮਾਰੀ, ਫੇਫੜਿਆਂ ਦੀ ਸਮੱਸਿਆ, ਦਰਅਸਲ, ਉਸਨੇ ਮੇਰੇ ਦੋਸਤ ਨੂੰ ਨਿੱਜੀ ਤੌਰ 'ਤੇ ਕਿਹਾ ਕਿ ਮੈਂ ਬਿਮਾਰੀ ਨਾਲ ਭਰਿਆ ਹੋਇਆ ਸੀ, ਮੇਰੇ ਸਰੀਰ ਵਿੱਚ ਕੋਈ ਵੀ ਅੰਗ ਠੀਕ ਨਹੀਂ ਸੀ, ਕੈਂਸਰ, ਅੰਤੜੀ ਵਿੱਚ ਥੋੜ੍ਹਾ ਜਿਹਾ ਮਰੋੜ। ਉਸਨੇ ਇਹ ਕਹਿ ਕੇ ਸਮਾਪਤ ਕੀਤਾ ਕਿ ਮੇਰਾ ਅੰਦਰ ਇੱਕ ਸੜੇ ਹੋਏ ਸਪੰਜ ਵਾਂਗ ਸੀ ਅਤੇ ਅੰਤ ਵਿੱਚ ਜੇ ਮੈਂ ਜੀਉਂਦਾ ਰਿਹਾ ਤਾਂ ਮੈਂ ਕਾਫ਼ੀ ਅੰਨ੍ਹਾ ਹੋ ਜਾਵਾਂਗਾ, ਅਤੇ, ਫਿਰ ਵੀ, ਯਿਸੂ ਦੀ ਮਹਿਮਾ, ਮੈਨੂੰ ਹੁਣ ਐਨਕਾਂ ਦੀ ਬਿਲਕੁਲ ਵੀ ਲੋੜ ਨਹੀਂ ਹੈ। ਮੈਂ ਪੂਰੀ ਤਰ੍ਹਾਂ ਤੰਦਰੁਸਤ ਹਾਂ। ਮੈਂ ਉਸਦੇ ਪਿਆਰੇ ਨਾਮ ਦੀ ਉਸਤਤ ਕਰਦਾ ਹਾਂ। ਹੇ ਹਲਲੂਯਾਹ, ਪ੍ਰਭੂ ਨੇ ਮੇਰੇ ਲਈ ਜੋ ਕੀਤਾ ਹੈ ਉਸ ਲਈ। ਮੈਂ ਉਸਦੀ ਉਸਤਤ ਕਰਨਾ ਕਦੇ ਨਹੀਂ ਛੱਡਾਂਗਾ!

1910 ਵਿੱਚ, ਅਸੀਂ ਇੱਥੇ ਗ੍ਰਿਮਸਬੀ (ਮੇਰਾ ਪਤੀ ਰੇਲਵੇ 'ਤੇ ਕੰਮ ਕਰਦਾ ਹੈ) ਆਏ ਸੀ।

ਮੈਂ 26 ਦਸੰਬਰ ਨੂੰ ਇੱਥੇ ਪਹੁੰਚੀ, ਆਮ ਵਾਂਗ ਘੁੰਮਣ-ਫਿਰਨ ਦੇ ਯੋਗ ਸੀ, ਬਹੁਤ ਦਰਦ ਵਿੱਚ, 5 ਅਪ੍ਰੈਲ, 1911 ਤੱਕ, ਜਦੋਂ ਮੈਨੂੰ ਦੁਬਾਰਾ ਆਪਣੇ ਬਿਸਤਰੇ 'ਤੇ ਜਾਣਾ ਪਿਆ। ਜਦੋਂ ਡਾਕਟਰ ਆਇਆ ਤਾਂ ਉਸਨੇ ਕਿਹਾ ਕਿ ਸਭ ਤੋਂ ਲੰਬੇ ਸਮੇਂ ਲਈ ਇੱਕ ਪੰਦਰਵਾੜਾ ਅੰਤ ਦੇਖੇਗਾ। ਮੈਂ ਇੰਨੀ ਭਿਆਨਕ ਸਥਿਤੀ ਵਿੱਚ ਸੀ ਕਿ ਉਸਨੂੰ ਨਹੀਂ ਲੱਗਦਾ ਸੀ ਕਿ ਮੈਂ ਪੰਦਰਵਾੜਾ ਵੀ ਰਹਿ ਸਕਾਂਗੀ, ਅਤੇ ਫਿਰ ਵੀ ਹਫ਼ਤੇ, ਮਹੀਨੇ, ਹਾਂ, ਅਤੇ ਸਾਲ ਵੀ ਬੀਤ ਗਏ, ਹਮੇਸ਼ਾ ਬਿਸਤਰੇ ਵਿੱਚ, ਅਤੇ ਓਹ, ਪੀੜਾ, ਭਾਵੇਂ ਮੈਨੂੰ ਦਰਦ ਨੂੰ ਘੱਟ ਕਰਨ ਲਈ ਮੋਰਫੀਆ ਸੀ, ਇੰਨੀਆਂ ਵਧਦੀਆਂ ਖੁਰਾਕਾਂ ਵਿੱਚ ਕਿ ਕੁਝ ਲੋਕ ਜੋ ਮਾਤਰਾ ਨੂੰ ਜਾਣਦੇ ਹਨ ਹੈਰਾਨ ਹਨ ਕਿ ਦਵਾਈ ਦੀ ਕੋਈ ਲਾਲਸਾ ਨਹੀਂ ਹੈ। ਉਸਦੀ ਉਸਤਤ ਕਰੋ, ਜੋ ਅਚੰਭੇ ਕਰਦਾ ਹੈ! ਵਾਰ-ਵਾਰ ਮੇਰੇ ਪਤੀ ਨੂੰ ਕਿਹਾ ਗਿਆ ਹੈ, ਜੇਕਰ ਉਹ ਮੈਨੂੰ ਜ਼ਿੰਦਾ ਦੇਖਣਾ ਚਾਹੁੰਦਾ ਹੈ ਤਾਂ ਤੁਰੰਤ ਡਿਊਟੀ ਛੱਡਣ ਲਈ। ਮੈਂ ਉਸ ਸਮੇਂ ਦੇ ਇੰਨੀ ਨੇੜੇ ਆ ਗਈ ਹਾਂ ਕਿ ਔਰਤਾਂ ਮੇਰੇ ਸਰੀਰ ਨੂੰ ਦਫ਼ਨਾਉਣ ਲਈ ਤਿਆਰ ਕਰਨ ਲਈ ਘਰ ਵਿੱਚ ਹਨ; ਦੋ ਵਾਰ ਜਗ੍ਹਾ ਨੂੰ ਅੱਗ ਲੱਗ ਗਈ ਹੈ ਅਤੇ ਮੈਂ ਬੇਵੱਸ ਹੋ ਗਈ ਹਾਂ ਅਤੇ ਸੜ ਕੇ ਮਰ ਜਾਂਦੀ ਜੇ ਬਾਹਰੀ ਮਦਦ ਨਾ ਆਉਂਦੀ।

ਪਹਿਲੇ ਤਿੰਨ ਸਾਲ ਜਦੋਂ ਮੈਂ ਲੇਟਿਆ, ਮੈਂ ਕਦੇ ਘਰ ਤੋਂ ਬਾਹਰ ਨਹੀਂ ਸੀ। ਚੌਥੀ ਗਰਮੀਆਂ ਦੌਰਾਨ ਬਾਹਰ ਜਾਣ ਦੀ ਇੱਛਾ ਇੰਨੀ ਤੇਜ਼ ਸੀ ਕਿ ਮੇਰੇ ਪਤੀ ਨੇ ਇੱਕ ਖਾਸ ਗੱਡੀ ਕਿਰਾਏ 'ਤੇ ਲਈ (ਕਿਉਂਕਿ ਮੈਨੂੰ ਲੇਟਣਾ ਪੈਂਦਾ ਸੀ, ਇੱਕ ਨਹਾਉਣ ਵਾਲੀ ਕੁਰਸੀ ਦਾ ਕੋਈ ਫਾਇਦਾ ਨਹੀਂ ਸੀ)। ਅਗਲੀ ਗਰਮੀਆਂ ਵਿੱਚ ਅਸੀਂ ਹਲ ਵਿੱਚ ਇੱਕ ਬਣਾਈ ਸੀ, ਅਤੇ ਇਸ ਲਈ ਮੈਨੂੰ ਬਾਹਰ ਲਿਜਾਇਆ ਗਿਆ, ਬਸ ਰਸੋਈ ਵਿੱਚ ਮੇਰੇ ਬਿਸਤਰੇ ਤੋਂ ਰੀੜ੍ਹ ਦੀ ਹੱਡੀ ਵਾਲੀ ਗੱਡੀ ਵਿੱਚ ਬਿਸਤਰੇ 'ਤੇ ਚੁੱਕਿਆ ਗਿਆ। ਬਾਅਦ ਵਾਲੇ ਨੂੰ ਮੇਰੇ ਬਿਸਤਰੇ ਦੇ ਨੇੜੇ ਪਹੀਏ 'ਤੇ ਰੱਖਿਆ ਗਿਆ ਸੀ। ਮੈਨੂੰ ਕਦੇ ਵੀ ਕੱਪੜੇ ਨਹੀਂ ਪਾਏ ਗਏ ਸਨ, ਅਸਲ ਵਿੱਚ ਮੈਂ ਆਪਣੇ ਸਾਰੇ ਕੱਪੜੇ ਅਤੇ ਬੂਟਾਂ ਨਾਲ ਵੱਖ ਹੋ ਗਈ, ਇਹ ਸੋਚ ਕੇ ਕਿ ਮੈਨੂੰ ਦੁਬਾਰਾ ਕਦੇ

ਉਨ੍ਹਾਂ ਦੀ ਲੋੜ ਨਹੀਂ ਪਵੇਗੀ। ਇਸ ਤਰ੍ਹਾਂ ਸਾਲ ਬੀਤਦੇ ਗਏ, ਅਤੇ, ਹਾਲਾਂਕਿ ਮੈਂ ਯਿਸੂ ਨੂੰ ਜਾਣਦੀ ਸੀ, ਮੈਂ ਕਾਫ਼ੀ ਸੋਚਿਆ ਕਿ ਇਹ ਉਸਦੀ ਇੱਛਾ ਸੀ ਕਿ ਮੈਨੂੰ ਦੁੱਖ ਝੱਲਣਾ ਚਾਹੀਦਾ ਹੈ ਅਤੇ ਬਸ ਸਥਾਈ ਕਿਰਪਾ ਅਤੇ ਧੀਰਜ ਲਈ ਪ੍ਰਾਰਥਨਾ ਕੀਤੀ। ਓ, ਮੈਂ ਕਿੰਨੀ ਅੰਨ੍ਹੀ ਸੀ, ਇਹ ਸੋਚ ਕੇ ਕਿ ਇਹ ਉਸਦੀ ਇੱਛਾ ਸੀ ਕਿ ਉਸਦੇ ਬੱਚੇ ਨੂੰ ਦੁਖੀ ਕਰੇ।

ਰੱਬ ਦੀ ਉਸਤਤਿ ਕਰੋ, ਛੁਟਕਾਰਾ ਆ ਗਿਆ। ਮੇਰੇ ਪਤੀ ਨੇ ਲੰਡਨ ਵਿੱਚ ਇਲਾਜ ਦੇ ਕੁਝ ਮਾਮਲਿਆਂ ਬਾਰੇ ਪੜ੍ਹਿਆ,
ਉਸਦੇ ਇੱਕ ਸੇਵਕ, ਪਾਸਟਰ ਸਟੀਫਨ ਜੈਫਰੀ ਦੀ ਸੇਵਕਾਈ ਰਾਹੀਂ। ਅਸੀਂ ਪ੍ਰਾਰਥਨਾ ਕੀਤੀ ਕਿ ਜੇਕਰ ਮੇਰੇ ਲਈ ਕੋਈ ਬਰਕਤ ਹੈ ਤਾਂ ਉਹ ਆਪਣੇ ਦੂਤ ਨੂੰ ਗ੍ਰਿਮਸਬੀ ਲੈ ਕੇ ਆਵੇ। ਉਹ ਆਇਆ, ਅਤੇ ਇੱਕ ਸੇਵਾ ਵਿੱਚ ਹੋਣ ਅਤੇ ਯਿਸੂ ਵਿੱਚ ਜੀਵਨ ਦੇ ਸ਼ਾਨਦਾਰ ਸ਼ਬਦਾਂ ਨੂੰ ਸੁਣਨ ਤੋਂ ਬਾਅਦ, ਮੈਂ ਪ੍ਰਭੂ ਨੂੰ ਮੇਰੀ ਅਗਵਾਈ ਕਰਨ ਲਈ ਕਿਹਾ। ਉਸਨੇ ਮੈਨੂੰ ਯਾਕੂਬ v, 14,15 ਵੱਲ ਨਿਰਦੇਸ਼ਿਤ ਕੀਤਾ। ਅਗਲੀ ਸੇਵਾ ਵਿੱਚ ਮੈਂ ਹੋਣ ਦੇ ਯੋਗ ਸੀ
ਮੌਜੂਦ। ਮੈਂ ਉਸਦੇ ਬਚਨ ਦੀ ਪਾਲਣਾ ਕੀਤੀ; ਪ੍ਰਭੂ ਦੇ ਨਾਮ ਵਿੱਚ ਤੇਲ ਨਾਲ ਮਸਹ ਕੀਤਾ ਗਿਆ ਸੀ। ਮੈਨੂੰ ਉਸ ਸਮੇਂ ਇੱਕ ਸ਼ਾਨਦਾਰ ਮਸਹ ਮਿਲਿਆ, ਪਰ ਮੈਂ ਠੀਕ ਨਹੀਂ ਹੋਇਆ। ਹਲਲੂਯਾਹ, ਜਵਾਬ ਇੱਕ ਪੰਦਰਵਾੜੇ ਬਾਅਦ ਆਇਆ, 5 ਮਾਰਚ, 1922 ਨੂੰ, ਲਗਭਗ 3.30 ਵਜੇ ਉਹ, ਜੀ ਉੱਠਿਆ ਹੋਇਆ, ਸ਼ਕਤੀ ਵਿੱਚ ਆਇਆ ਅਤੇ ਮੈਨੂੰ ਗੱਡੀ ਤੋਂ ਚੁੱਕ ਲਿਆ। ਉਸਦੇ ਕੀਮਤੀ ਨਾਮ ਦੀ ਮਹਿਮਾ! ਪੰਦਰਵਾੜੇ ਦੀ ਉਡੀਕ ਉਸ ਵਿਸ਼ਵਾਸ ਨੂੰ ਮੱਧਮ ਨਹੀਂ ਕਰ ਸਕੀ ਜੋ ਉਸਨੇ ਦਿੱਤਾ ਸੀ; ਮੈਂ ਜਾਣਦਾ ਸੀ ਕਿ ਉਹ ਮੈਨੂੰ ਨਿਰਾਸ਼ ਨਹੀਂ ਕਰੇਗਾ।

28 ਫਰਵਰੀ ਨੂੰ ਮੈਂ ਆਪਣੇ ਪਤੀ ਨੂੰ ਕੁਝ ਜੁੱਤੇ ਖਰੀਦਣ ਲਈ ਕਿਹਾ, ਮੈਨੂੰ ਯਕੀਨ ਸੀ ਕਿ ਉਹ ਵਫ਼ਾਦਾਰ ਹੈ, ਹਾਲਾਂਕਿ ਮੇਰੇ ਪੈਰ ਲਗਭਗ ਗਿਆਰਾਂ ਸਾਲਾਂ ਤੋਂ ਕਦੇ ਵੀ ਫਰਸ਼ ਨੂੰ ਨਹੀਂ ਛੂਹਿਆ ਸੀ। ਯਿਸੂ ਦੀ ਮਹਿਮਾ! ਉਸਨੇ ਮੈਨੂੰ ਉਮੀਦ ਵਿੱਚ ਰੱਖਿਆ। ਸ਼ੁੱਕਰਵਾਰ ਰਾਤ, 3 ਮਾਰਚ, ਦਰਦ ਬਹੁਤ ਭਿਆਨਕ ਸੀ; ਅਜਿਹਾ ਲੱਗ ਰਿਹਾ ਸੀ ਜਿਵੇਂ ਸ਼ੈਤਾਨ ਜਾਣਦਾ ਸੀ ਕਿ ਇਸ ਨਾਸ਼ਵਾਨ ਸਰੀਰ ਵਿੱਚ ਉਸਦਾ ਸਮਾਂ

ਸੀਮਤ ਹੈ। ਇਹ ਪੀੜਾ ਸੀ, ਅਤੇ ਫਿਰ ਵੀ ਪ੍ਰਭੂ ਨੇ ਮੈਨੂੰ ਉਸ ਰਾਤ ਇਹ ਦੇਖਣ ਲਈ ਲਿਆਂਦਾ ਕਿ ਮੋਰਫੀਆ ਨੂੰ ਜਾਣਾ ਪਵੇਗਾ। ਮੈਂ ਚਾਹੁੰਦੀ ਸੀ ਕਿ ਯਿਸੂ ਨੂੰ ਵਡਿਆਇਆ ਜਾਵੇ, ਅਤੇ ਇਸ ਲਈ ਮੈਂ ਕਿਹਾ, "ਹਾਂ, ਪ੍ਰਭੂ, ਭਾਵੇਂ ਇਸਦਾ ਅਰਥ ਮੌਤ ਹੋਵੇ, ਮੈਂ ਤੁਹਾਡਾ ਹਾਂ, ਮੇਰੇ ਨਾਲ ਜੋ ਤੁਸੀਂ ਚਾਹੁੰਦੇ ਹੋ ਕਰੋ। ਕਿਰਪਾ ਕਰਕੇ ਮੈਨੂੰ ਆਪਣੀ ਆਤਮਾ ਦਿਓ ਤਾਂ ਜੋ ਮੈਂ ਤੁਹਾਡੇ ਪ੍ਰਤੀ ਵਫ਼ਾਦਾਰ ਰਹਿ ਸਕਾਂ।"

ਸ਼ੁੱਕਰਵਾਰ ਤੋਂ ਐਤਵਾਰ ਦੁਪਹਿਰ ਤੱਕ - ਘੰਟੇ ਲੰਬੇ ਸਨ, ਦੁਸ਼ਮਣ ਨਾਲ ਲੜਾਈ, ਮੋਰਫੀਆ ਨਾਲ ਥੋੜ੍ਹਾ ਆਰਾਮ ਪ੍ਰਾਪਤ ਕਰਨ ਦੀ ਕੋਸ਼ਿਸ਼ ਕਰਨਾ, ਇੱਕ ਕੌੜਾ ਸੀ, ਪਰ ਉਹ ਮੇਰੇ ਲਈ ਵਿਚੋਲਗੀ ਕਰ ਰਿਹਾ ਸੀ ਅਤੇ ਜਿੱਤ ਦਿਵਾ ਰਿਹਾ ਸੀ। ਜਦੋਂ ਮੈਨੂੰ ਫ੍ਰੀਮੈਨ ਸਟਰੀਟ ਵਿੱਚ ਪੁਰਾਣੇ ਹਾਰਬਰ ਆਫ਼ ਰਿਫਿਊਜ ਵੱਲ ਲਿਜਾਇਆ ਗਿਆ, ਜਿੱਥੇ ਮੀਟਿੰਗ ਹੋਈ ਸੀ, ਤਾਂ ਮੈਂ ਦੁੱਖਾਂ ਨਾਲ ਭਰਿਆ ਹੋਇਆ ਸੀ ਅਤੇ ਪਹਿਲਾਂ ਨਾਲੋਂ ਵੀ ਜ਼ਿਆਦਾ ਬੇਵੱਸ ਸੀ, ਪਰ ਮੀਟਿੰਗ ਦੌਰਾਨ ਪਰਮਾਤਮਾ ਦੀ ਉਸਤਤ ਕਰੋ, ਜੋ ਕਿ ਇੱਕ ਗਵਾਹੀ ਮੀਟਿੰਗ ਸੀ, ਮੈਂ ਯਿਸੂ ਨੂੰ ਦੇਖਿਆ, ਕਲਵਰੀ ਦਾ ਅਨਮੋਲ ਮਨੁੱਖ।

ਉਹ ਖੜ੍ਹਾ ਹੋ ਗਿਆ ਅਤੇ ਆਪਣੀਆਂ ਅੱਖਾਂ ਵਿੱਚ ਇੰਨੇ ਪਿਆਰ ਅਤੇ ਤਰਸ ਨਾਲ ਵੇਖਿਆ; ਫਿਰ ਇਹ ਬਹੁਤ ਮਜ਼ਬੂਤ ਜਾਪਿਆ ਹੱਥ ਮੇਰੇ ਹੇਠਾਂ ਰੱਖੇ ਗਏ ਸਨ, ਅਤੇ ਮੈਨੂੰ ਉੱਪਰ-ਉੱਚਾ ਚੁੱਕਿਆ ਗਿਆ, ਜਦੋਂ ਤੱਕ ਮੈਂ ਸੋਚਿਆ ਕਿ ਮੈਂ ਸਵਰਗ ਤੱਕ ਪਹੁੰਚ ਗਿਆ ਹਾਂ, ਫਿਰ ਮੈਨੂੰ ਓਨੀ ਹੀ ਹੌਲੀ-ਹੌਲੀ ਹੇਠਾਂ ਕੀਤਾ ਗਿਆ, ਅਤੇ ਮੈਂ ਦੇਖਿਆ ਕਿ ਮੈਂ ਅਜੇ ਵੀ ਸਭਾ ਵਿੱਚ ਸੀ, ਅਤੇ ਫਿਰ ਵੀ ਹਵਾ ਵਾਂਗ ਹਲਕਾ ਮਹਿਸੂਸ ਕੀਤਾ। ਓਏ ਖੁਸ਼ੀ, ਓਏ ਖੁਸ਼ੀ, ਜਿਵੇਂ ਕਿ ਇਹ ਮੇਰੇ ਤੇ ਪ੍ਰਗਟ ਹੋਇਆ ਕਿ ਚੰਗਾ ਕਰਨ ਵਾਲਾ ਖੁਦ ਆਇਆ ਹੈ ਅਤੇ ਨਵੀਂ ਜ਼ਿੰਦਗੀ, ਇੱਕ ਅਸਲੀ ਪੁਨਰ-ਉਥਾਨ ਜੀਵਨ ਲਿਆਇਆ ਹੈ, ਜਿੱਥੇ ਸਿਰਫ਼ ਇੱਕ ਜ਼ਿੰਦਾ ਮੌਤ ਸੀ। ਉਸਦੇ ਨਾਮ ਵਿੱਚ, ਮੈਂ ਗੱਡੀ ਤੋਂ ਉੱਠਿਆ, ਅੱਖਾਂ ਵਹਾਉਂਦੇ ਹੋਏ ਅਤੇ ਹੱਥਾਂ ਨੂੰ ਉੱਚਾ ਕਰਕੇ ਹਾਲ ਦੇ ਆਲੇ-ਦੁਆਲੇ ਘੁੰਮਿਆ, ਜਿਵੇਂ ਕਿ ਲੋਕ ਵਾਰ-ਵਾਰ ਗਾਉਂਦੇ ਸਨ, "ਸਭ ਯਿਸੂ ਦੇ ਨਾਮ ਦੀ ਸ਼ਕਤੀ ਨੂੰ ਸਲਾਮ!" ਹਲਲੂਯਾਹ! ਹਲਲੂਯਾਹ! ਕਿਸੇ ਮਨੁੱਖੀ ਹੱਥ ਨੇ ਮੈਨੂੰ ਛੂਹਿਆ ਨਹੀਂ। ਜਦੋਂ ਉਹ ਆਇਆ ਤਾਂ ਪਾਦਰੀ ਅਤੇ ਵਰਕਰ

ਪਲੇਟਫਾਰਮ 'ਤੇ ਸਨ। ਇਹ ਯਿਸੂ ਸੀ, ਮੇਰਾ ਮੁਕਤੀਦਾਤਾ, ਜਿਸਨੇ ਮੇਰੇ ਵਿੱਚ ਇਹ ਤਬਦੀਲੀ ਲਿਆਂਦੀ। ਮੈਂ ਚਾਹੁੰਦਾ ਹਾਂ ਕਿ ਦੂਸਰੇ ਉਸਨੂੰ ਜਾਣਨ ਅਤੇ ਉਸਦੀ ਜ਼ਿੰਦਗੀ ਪ੍ਰਾਪਤ ਕਰਨ। ਇਹ ਇਲਾਜ ਨਹੀਂ ਹੈ, ਇਹ ਖੁਦ ਚੰਗਾ ਕਰਨ ਵਾਲਾ ਹੈ, ਜੋ ਜੀਵਨ ਅਤੇ ਸਿਹਤ, ਅਤੇ ਊਰਜਾ ਲਿਆਉਂਦਾ ਹੈ।

ਗ੍ਰਿਮਸਬੀ ਅਤੇ ਹੋਰ ਥਾਵਾਂ 'ਤੇ ਸੈਂਕੜੇ ਲੋਕਾਂ ਨੇ ਮੈਨੂੰ ਕਈ ਸਾਲਾਂ ਤੋਂ ਇੱਕ ਲਾਸ਼ ਵਾਂਗ ਘੁੰਮਦੇ ਦੇਖਿਆ ਹੈ। ਹੁਣ ਉਹ ਮੈਨੂੰ ਸੜਕਾਂ 'ਤੇ ਤੁਰਦੇ, ਆਪਣੇ ਘਰੇਲੂ ਕੰਮ ਕਰਦੇ, ਇੱਥੋਂ ਤੱਕ ਕਿ ਆਪਣੀ ਖੁਦ ਦੀ ਧੁਆਈ ਵੀ ਕਰਦੇ ਦੇਖਦੇ ਹਨ। ਇਹ ਸਭ ਯਿਸੂ ਹੈ। ਮੈਂ ਉਸਦਾ ਸਭ ਕੁਝ ਦੇਣਦਾਰ ਹਾਂ। ਡਾਕਟਰ ਅਤੇ ਨਰਸਾਂ, ਰੇਲਵੇ ਦੇ ਆਦਮੀ, ਪੁਲਿਸ ਵਾਲੇ ਅਤੇ ਹੋਰ, ਹੈਰਾਨ ਖੜ੍ਹੇ ਹਨ ਜਦੋਂ ਉਹ ਦੇਖਦੇ ਹਨ, ਭਾਵੇਂ ਉਹ ਸਮਝ ਨਹੀਂ ਸਕਦੇ, ਕਿ ਇਹ ਸ਼ਾਨਦਾਰ ਤਬਦੀਲੀ ਆਈ ਹੈ। ਦਸ ਸਾਲ ਅਤੇ ਗਿਆਰਾਂ ਮਹੀਨਿਆਂ ਤੱਕ ਮੈਂ ਇੱਕ ਬਿਸਤਰੇ 'ਤੇ ਪਿਆ ਬੇਸਹਾਰਾ ਜੀਵ ਸੀ।

ਹੁਣ ਮੈਂ ਜ਼ਿੰਦਗੀ ਨਾਲ ਭਰਪੂਰ ਹਾਂ, ਮੀਲ ਤੁਰਨ ਦੇ ਯੋਗ ਹਾਂ, ਪਹਿਲਾਂ ਨਾਲੋਂ ਬਿਹਤਰ ਸਿਹਤ। ਇਹ ਸਭ ਕੁਝ ਮੇਰੇ ਲਈ ਕਲਵਰੀ ਵਿਖੇ ਖਰੀਦਿਆ ਗਿਆ ਸੀ, ਅਤੇ ਹੁਣ ਯਿਸੂ ਨੇ ਸੰਪੂਰਨਤਾ ਦਿੱਤੀ ਹੈ, ਪਵਿੱਤਰ ਆਤਮਾ ਵਿੱਚ ਬਪਤਿਸਮਾ, ਹੋਰ ਭਾਸ਼ਾਵਾਂ ਨਾਲ ਬੋਲਣਾ, ਸਭ ਕੁਝ ਉਸਨੂੰ ਵਡਿਆਉਣ ਲਈ। ਓਹ, ਮੇਰਾ ਦਿਲ ਉਸ ਨਾਲ ਬਹੁਤ ਭਰਿਆ ਹੋਇਆ ਹੈ। ਮੈਂ ਚਾਹੁੰਦਾ ਹਾਂ ਕਿ ਸਿਰਫ਼ ਉਸਨੂੰ ਹੀ ਵਡਿਆਇਆ ਜਾਵੇ। ਮੈਂ ਸਿਰਫ਼ ਇੱਕ ਪਾਪੀ ਹਾਂ ਜੋ ਉਸਦੀ ਸ਼ਾਨਦਾਰ ਕਿਰਪਾ ਦੁਆਰਾ ਬਚਾਇਆ ਗਿਆ ਹੈ। ਮੇਰਾ ਸਥਾਨ ਉਸਦੇ ਕੀਮਤੀ ਖੂਨ ਵਹਿ ਰਹੇ ਪੈਰਾਂ ਵਿੱਚ ਹੈ। ਮੈਂ ਚਾਹੁੰਦਾ ਹਾਂ ਕਿ ਦੂਸਰੇ ਉਸ ਸਭ ਵਿੱਚ ਆਉਣ ਜੋ ਉਹ ਦੇਣ ਲਈ ਤਰਸ ਰਿਹਾ ਹੈ। ਜ਼ਿੰਦਗੀ, ਓਹ ਬਹੁਤ ਵੱਖਰੀ ਹੈ। ਮੈਂ ਸਿਰਫ਼ ਉਸਨੂੰ ਦੇਖ ਰਿਹਾ ਹਾਂ ਅਤੇ ਉਡੀਕ ਕਰ ਰਿਹਾ ਹਾਂ ਕਿ ਉਹ ਆਵੇ, ਕੀਮਤੀ, ਕੋਮਲ ਪਵਿੱਤਰ ਯਿਸੂ, ਮੇਰੇ ਦਿਲ ਦਾ ਧੰਨ ਲਾੜਾ। ਫਿਰ ਵੀ, ਜਲਦੀ ਆਓ, ਪ੍ਰਭੂ ਯਿਸੂ।

ਮੈਂ ਇੱਥੇ ਇਹ ਕਹਿਣਾ ਚਾਹਾਂਗਾ ਕਿ ਡਾਕਟਰ ਕਹਿੰਦੇ ਹਨ ਕਿ ਬਿਮਾਰੀ ਦਾ ਕੋਈ ਨਿਸ਼ਾਨ ਨਹੀਂ ਬਚਿਆ ਹੈ। ਮੈਂ ਬਵੰਜਾ ਸਾਲ ਦੀ ਉਮਰ ਵਿੱਚ ਵੀ ਐਨਕਾਂ ਤੋਂ ਬਿਨਾਂ

ਪੜ੍ਹ ਅਤੇ ਸਿਲਾਈ ਦੇਖ ਸਕਦੀ ਹਾਂ। ਯਿਸੂ ਦੀ ਮਹਿਮਾ! ਓ ਉਸਦੀ ਉਸਤਤ ਕਰੋ। ਮੈਂ ਉਸਦੀ ਉਸਤਤ ਕਰਦੀ ਹਾਂ! ਹਲਲੂਯਾਹ! - ਸ਼੍ਰੀਮਤੀ ਬੀ. ਅਲਟੋਫਟ, 6 ਸਟੈਨਸਟੇਡ ਸਟ੍ਰੀਟ, ਗ੍ਰਿਮਸਬੀ

ਐਗਨੇਸ ਐਡਮਜ਼ ਦੁਆਰਾ ਲਿਖੀ ਗਈ "ਸਟੀਫਨ ਜੈਫਰੀਜ਼" ਤੋਂ ਅੰਸ਼

ਰੇਮੰਡ ਟੀ. ਰਚੀ - ਜੰਗ ਦੇ ਬਹੁਤ ਜਿਆਦਾ ਨੁਕਸਾਨ ਨੂੰ ਠੀਕ ਕੀਤਾ ਗਿਆ

ਹਿਊਸਟਨ, ਟੈਕਸਾਸ ਦੇ ਰਹਿਣ ਵਾਲੇ ਐਲਸੀ ਡੀਵੀਜ਼, ਜੋ ਕਿ ਪਹਿਲੀ ਆਰਮੀ ਕੋਰ, ਅਮੈਰੀਕਨ ਐਕਸਪੀਡੀਸ਼ਨਰੀ ਫੋਰਸਿਜ਼ ਦੇ ਸਨ, ਨੂੰ ਤੇਜ਼ ਬੁਖਾਰ ਦੀ ਲਪੇਟ ਵਿੱਚ ਆਉਣ ਕਾਰਨ, 13 ਨਵੰਬਰ ਨੂੰ ਆਰਗੋਨ ਜੰਗਲ ਤੋਂ ਬਾਹਰ ਕੱਢਿਆ ਗਿਆ। ਉਸਨੂੰ ਹਸਪਤਾਲ ਤੋਂ ਹਸਪਤਾਲ ਲਿਜਾਇਆ ਗਿਆ, ਜਿੱਥੇ ਹੁਨਰਮੰਦ ਡਾਕਟਰਾਂ ਅਤੇ ਸਰਜਨਾਂ ਨੇ ਮਹੀਨਿਆਂ ਤੱਕ ਮਿਹਨਤ ਕੀਤੀ, ਅੰਤ ਵਿੱਚ ਕੇਸ ਨੂੰ ਨਿਰਾਸ਼ਾਜਨਕ ਐਲਾਨ ਦਿੱਤਾ। ਉਨ੍ਹਾਂ ਨੇ ਮਰੀਜ਼ ਨੂੰ ਮੌਤ ਦੀ ਉਡੀਕ ਕਰਨ ਲਈ ਹਸਪਤਾਲ ਵਿੱਚ ਇੰਟਰਨ ਦੇ ਹਵਾਲੇ ਕਰ ਦਿੱਤਾ, ਇੱਕ ਸਰਟੀਫਿਕੇਟ ਪਹਿਲਾਂ ਹੀ ਜਾਰੀ ਕੀਤਾ ਜਾ ਚੁੱਕਾ ਸੀ। ਜਦੋਂ ਪਹਿਲਾਂ ਹਸਪਤਾਲ ਲਿਜਾਇਆ ਗਿਆ ਤਾਂ ਇਹ ਸਿਪਾਹੀ ਉਲਟੀਆਂ ਕਰ ਰਿਹਾ ਸੀ ਅਤੇ ਬਹੁਤ ਦੁਖੀ ਸੀ। ਇਸ ਹਸਪਤਾਲ ਤੋਂ ਉਸਨੂੰ ਵਿਚੀ ਦੇ ਬੇਸ ਹਸਪਤਾਲ 119 ਵਿੱਚ ਭੇਜ ਦਿੱਤਾ ਗਿਆ, ਜੋ ਕਿ ਇਸ ਪ੍ਰਸਿੱਧ ਪਾਣੀ ਵਾਲੀ ਥਾਂ 'ਤੇ ਸਰਕਾਰ ਦੁਆਰਾ ਰੱਖਿਆ ਜਾਂਦਾ ਹੈ। ਇੱਥੇ ਉਹ ਕਈ ਮਹੀਨੇ ਰਿਹਾ, ਉਸਦੀ ਹਾਲਤ ਵਿਗੜਦੀ ਗਈ। ਇੱਥੋਂ ਉਸਨੂੰ ਸੰਯੁਕਤ ਰਾਜ ਅਮਰੀਕਾ ਭੇਜਣ ਲਈ ਬਾਰਡੋ ਭੇਜਿਆ ਗਿਆ।

ਉਹ ਲਗਭਗ ਲਗਾਤਾਰ ਆਪਣੇ ਬਿਸਤਰੇ ਤੱਕ ਸੀਮਤ ਰਿਹਾ, ਉਸਦੀ ਹਾਲਤ ਇੰਨੀ ਖਰਾਬ ਸੀ ਕਿ ਉਹ ਆਪਣੇ ਪਹਿਰਾਵੇ ਵਿੱਚ ਦੁਬਾਰਾ ਸ਼ਾਮਲ ਨਹੀਂ ਹੋ ਸਕਦਾ ਸੀ। ਅੰਤ ਵਿੱਚ ਉਹ ਨਿਊਯਾਰਕ ਪਹੁੰਚਿਆ ਅਤੇ ਉਸਨੂੰ ਡੇਬਾਰਕੇਸ਼ਨ ਹਸਪਤਾਲ ਨੰਬਰ 3 ਵਿੱਚ ਲਿਜਾਇਆ ਗਿਆ। ਉੱਥੋਂ ਉਸਨੂੰ ਜੇਫਰਸਨ ਬੈਰੈਕਸ, ਸੇਂਟ

ਲੂਈਸ, ਮੋ ਵਿਖੇ ਬੇਸ ਹਸਪਤਾਲ ਵਿੱਚ ਲਿਜਾਇਆ ਗਿਆ। ਇੱਥੇ ਐਕਸ-ਰੇ ਤਸਵੀਰਾਂ ਲਈਆਂ ਗਈਆਂ, ਜਿਸ ਵਿੱਚ ਦਿਖਾਇਆ ਗਿਆ ਕਿ ਪੇਟ ਬਾਹਰ ਖਾਧਾ ਗਿਆ ਸੀ, ਅਤੇ ਇੱਕ ਸਪੰਜ ਵਰਗਾ ਸੀ। ਇਸ ਤੋਂ ਬਾਅਦ, 8 ਮਈ, 1919 ਨੂੰ ਇੱਕ ਆਪ੍ਰੇਸ਼ਨ ਕੀਤਾ ਗਿਆ। ਇਸ ਆਪ੍ਰੇਸ਼ਨ ਦੌਰਾਨ ਅਪੈਂਡਿਕਸ, ਅੰਤੜੀਆਂ ਦਾ ਇੱਕ ਵੱਡਾ ਹਿੱਸਾ ਅਤੇ ਪੇਟ ਦਾ ਇੱਕ ਹਿੱਸਾ ਕੱਢ ਦਿੱਤਾ ਗਿਆ। ਇਹ ਆਪ੍ਰੇਸ਼ਨ ਇੰਨਾ ਗੰਭੀਰ ਸੀ ਕਿ ਸਰੀਰ ਵਿੱਚੋਂ ਜਾਨ ਨਿਕਲਦੀ ਜਾਪਦੀ ਸੀ ਅਤੇ ਨਬਜ਼ ਇੰਨੀ ਕਮਜ਼ੋਰ ਹੋ ਗਈ ਕਿ ਡਾਕਟਰ ਨਬਜ਼ ਜਾਂ ਸਾਹ ਲੈਣ ਦਾ ਪਤਾ ਲਗਾਉਣ ਵਿੱਚ ਅਸਮਰੱਥ ਸਨ, ਅਤੇ ਗੁਰਦੇ ਕੰਮ ਕਰਨ ਤੋਂ ਇਨਕਾਰ ਕਰ ਦਿੰਦੇ ਸਨ, ਸਾਰਾ ਪਾਣੀ ਸੁੱਕ ਜਾਂਦਾ ਸੀ ਅਤੇ ਛਾਤੀ ਤੋਂ ਹੇਠਾਂ ਤੱਕ ਮੌਤ ਹੋ ਜਾਂਦੀ ਸੀ। ਹੁਣ ਇਹ ਸਪੱਸ਼ਟ ਹੋ ਗਿਆ ਸੀ ਕਿ ਮਾਮਲਾ ਨਿਰਾਸ਼ਾਜਨਕ ਸੀ ਅਤੇ ਮੌਤ ਦਾ ਸਰਟੀਫਿਕੇਟ ਜਾਰੀ ਕੀਤਾ ਗਿਆ ਸੀ।

ਇਸ ਬਹੁਤ ਹੀ ਬੇਹੋਸ਼ੀ ਦੀ ਹਾਲਤ ਵਿੱਚੋਂ ਜੀਵਨ ਦੀ ਇੱਕ ਬਹੁਤ ਹੀ ਧੁੰਦਲੀ ਚੰਗਿਆੜੀ ਦਿਖਾਈ ਦੇਣ ਲੱਗੀ ਅਤੇ ਮਰੀਜ਼ ਮੁੜ ਸੁਰਜੀਤ ਹੋਣ ਲੱਗਾ। "ਹੁਣ," ਡੀਵੀਜ਼ ਨੇ ਕਿਹਾ, "ਉਹ ਪ੍ਰਭੂ ਜਿਸਨੂੰ ਮੈਂ ਰੱਦ ਕਰ ਦਿੱਤਾ ਸੀ, ਮੇਰੇ ਨਾਲ ਗੱਲ ਕਰਨ ਲੱਗ ਪਿਆ, ਜਦੋਂ ਕਿ ਘਰ ਵਿੱਚ ਮੌਜੂਦ ਲੋਕ ਪ੍ਰਾਰਥਨਾ ਕਰ ਰਹੇ ਸਨ ਕਿ ਮੇਰੀ ਜਾਨ ਬਚ ਜਾਵੇ। ਹਾਜ਼ਰ ਡਾਕਟਰਾਂ ਨੇ ਮੰਨਿਆ ਕਿ ਉਹ ਆਪਣੀ ਕੁਸ਼ਲਤਾ ਦੀ ਸੀਮਾ 'ਤੇ ਪਹੁੰਚ ਗਏ ਹਨ। ਬਾਕੀ ਸਿਰਫ਼ ਪਰਮਾਤਮਾ ਨੂੰ ਹੀ ਕਰਨਾ ਚਾਹੀਦਾ ਹੈ। ਹਸਪਤਾਲ ਛੱਡਣ ਲਈ ਕਾਫ਼ੀ ਸੁਧਾਰ ਹੋਣ ਤੋਂ ਬਾਅਦ, ਮੈਂ ਆਇਓਵਾ ਸਟੇਟ ਕਾਲਜ, ਐਮਸ, ਆਇਓਵਾ ਵਿੱਚ ਕਿੱਤਾਮੁਖੀ ਸਿਖਲਾਈ ਲਈ। ਪਰ ਇੱਥੇ ਤਿੰਨ ਹਫ਼ਤੇ ਬਿਤਾਏ ਗਏ, ਅਤੇ ਮੇਰੇ ਲਈ ਦੁਬਾਰਾ ਹਸਪਤਾਲ ਵਾਪਸ ਆਉਣਾ ਜ਼ਰੂਰੀ ਸੀ। ਫਿਰ ਮੈਂ ਡੇਸ ਮੋਇਨੇਸ, ਆਇਓਵਾ ਚਲਾ ਗਿਆ। ਇੱਥੇ ਮੇਰੇ ਲਈ ਇੱਕ ਹੋਰ ਆਪ੍ਰੇਸ਼ਨ ਕਰਵਾਉਣਾ ਜ਼ਰੂਰੀ ਸਮਝਿਆ ਗਿਆ। ਚੀਰਾ ਲਗਾਉਣ ਤੋਂ ਬਾਅਦ ਡਾਕਟਰਾਂ ਨੇ ਸਿੱਟਾ ਕੱਢਿਆ ਕਿ ਉਹ ਹੋਰ ਅੱਗੇ ਨਹੀਂ ਜਾ ਸਕਦੇ, ਅਤੇ ਉਨ੍ਹਾਂ ਨੇ ਮੈਨੂੰ ਸੀਲ ਦਿੱਤਾ। ਮੈਨੂੰ ਦੱਸਿਆ ਗਿਆ ਕਿ ਉਨ੍ਹਾਂ ਨੇ ਉਹ ਸਭ ਕੁਝ ਕੀਤਾ ਹੈ ਜੋ ਉਹ ਕਰ ਸਕਦੇ ਸਨ ਅਤੇ ਇਹ ਥੋੜ੍ਹੇ ਸਮੇਂ ਦੀ ਗੱਲ ਸੀ ਜਦੋਂ ਤੱਕ ਮੌਤ ਮੈਨੂੰ ਨਹੀਂ

ਲੈ ਲਵੇਗੀ। ਮੈਂ ਹਸਪਤਾਲ ਤੋਂ ਘਰ ਲਈ ਰਵਾਨਾ ਹੋ ਗਿਆ, ਜਿੱਥੇ ਮੈਨੂੰ ਮਰਨਾ ਸੀ।"

"ਜਦੋਂ ਹਿਊਸਟਨ ਵਿੱਚ ਸੀ, ਤਾਂ ਮੈਂ ਪੁਰਾਣੇ ਸਮੇਂ ਦੇ ਪੁਨਰ-ਸੁਰਜੀਤੀ ਅਤੇ ਪ੍ਰਾਰਥਨਾ ਦੇ ਜਵਾਬ ਵਿੱਚ ਹੋਣ ਵਾਲੇ ਸ਼ਾਨਦਾਰ ਇਲਾਜ ਬਾਰੇ ਸੁਣਿਆ। ਮੈਂ ਮੀਟਿੰਗ ਵਿੱਚ ਸ਼ਾਮਲ ਹੋਇਆ ਅਤੇ ਪ੍ਰਚਾਰਕ ਰੇਮੰਡ ਟੀ. ਰਿਚੀ ਨੂੰ ਸੁਣਿਆ, ਅਤੇ ਮੀਟਿੰਗਾਂ ਵਿੱਚ ਦਿਲਚਸਪੀ ਲੈਣ ਲੱਗ ਪਿਆ। ਇੱਥੇ ਮੈਨੂੰ ਆਪਣੇ ਪਾਪਾਂ ਦਾ ਦੋਸ਼ੀ ਠਹਿਰਾਇਆ ਗਿਆ ਅਤੇ ਮੈਂ ਆਪਣਾ ਜੀਵਨ ਪਰਮਾਤਮਾ ਨੂੰ ਸਮਰਪਿਤ ਕਰ ਦਿੱਤਾ। ਕੁਝ ਰਾਤਾਂ ਬਾਅਦ ਮੇਰੇ ਲਈ ਪ੍ਰਾਰਥਨਾ ਕੀਤੀ ਗਈ ਅਤੇ ਚਮਤਕਾਰੀ ਢੰਗ ਨਾਲ ਚੰਗਾ ਕੀਤਾ ਗਿਆ। ਮੇਰਾ ਕੱਦ ਪੰਜ ਫੁੱਟ ਗਿਆਰਾਂ ਇੰਚ ਹੈ, ਅਤੇ ਮੈਂ ਡਿੱਗ ਪਿਆ ਸੀ ਜਦੋਂ ਤੱਕ ਮੇਰਾ ਭਾਰ ਇੱਕ ਸੌ ਪੌਂਡ ਤੋਂ ਵੱਧ ਨਹੀਂ ਸੀ। ਹੁਣ ਮੇਰਾ ਭਾਰ ਲਗਭਗ ਦੋ ਸੌ ਪੌਂਡ ਹੈ, ਮੈਂ ਚੰਗਾ ਖਾਂਦਾ ਹਾਂ, ਅਤੇ ਸੰਪੂਰਨ ਸਿਹਤ ਦਾ ਆਨੰਦ ਮਾਣ ਰਿਹਾ ਹਾਂ। ਮੇਰੀ ਬਿਮਾਰੀ ਦੌਰਾਨ ਮੈਨੂੰ ਸਥਾਈ ਅਪੰਗਤਾ ਦੇ ਆਧਾਰ 'ਤੇ ਸਕੂਲ ਤੋਂ ਸਥਾਈ ਤੌਰ 'ਤੇ ਰੋਕ ਦਿੱਤਾ ਗਿਆ ਸੀ, ਡਾਕਟਰ ਨੇ ਕਿਹਾ ਕਿ ਮੈਂ ਦੁਬਾਰਾ ਕਦੇ ਵੀ ਆਪਣੀ ਪੜ੍ਹਾਈ ਦੁਬਾਰਾ ਸ਼ੁਰੂ ਨਹੀਂ ਕਰ ਸਕਾਂਗਾ। ਸੰਯੁਕਤ ਰਾਜ ਵੈਟਰਨਜ਼ ਬਿਊਰੋ ਵੋਕੇਸ਼ਨਲ ਟ੍ਰੇਨਿੰਗ ਬੋਰਡ ਦੁਆਰਾ ਮੈਨੂੰ ਕਲਾਸ "ਡੀ" ਦਰਜਾ ਦਿੱਤਾ ਗਿਆ ਸੀ।

ਐਲੋਇਸ ਮੇਅ ਰਿਚੀ ਦੁਆਰਾ ਲਿਖੀ "ਰੱਬ ਨੇ ਕੀ ਕੀਤਾ" ਤੋਂ ਅੰਸ਼

ਸਮਥਿ ਵਗਿਲਸਵਰਥ - ਨਰਸ ਅਪੰਗਤਾ ਦੀ ਬਮਿਾਰੀ ਤੋਂ ਠੀਕ ਹੋ ਗਈ ਹੈ

ਨੈਰੇਮਬਰਨ, ਐਨਐਸਡਬਲਯੂ ਦੀ ਮਿਸ ਐਚ. ਟੌਡ ਨੇ ਗਵਾਹੀ ਦਿੱਤੀ: "ਸਿਡਨੀ ਵਿੱਚ ਨਰਸ ਵਜੋਂ ਆਪਣੇ ਪੇਸ਼ੇ ਵਿੱਚ ਰੁੱਝੇ ਹੋਣ ਦੌਰਾਨ ਮੇਰਾ ਇੱਕ ਗੰਭੀਰ ਹਾਦਸਾ ਹੋਇਆ, ਗੋਡੇ ਦੀ ਟੋਪੀ ਟੁੱਟ ਗਈ ਅਤੇ ਅੰਦਰੂਨੀ ਕਾਰਟੀਲੇਜ ਨੂੰ ਵਿਸਥਾਪਿਤ ਕਰ ਦਿੱਤਾ ਗਿਆ, ਜਿਸਦੇ ਨਤੀਜੇ ਵਜੋਂ ਸਾਇਨੋਵਾਈਟਿਸ ਅਤੇ ਗਠੀਆ

(ਪੁਰਾਣੀ) ਹੋ ਗਈ। ਮੇਰੇ ਕੋਲ ਸਿਡਨੀ ਅਤੇ ਔਰੇਂਜ ਦੋਵਾਂ ਵਿੱਚ ਸਭ ਤੋਂ ਵਧੀਆ ਡਾਕਟਰੀ ਹੁਨਰ ਸੀ ਬਿਨਾਂ ਕਿਸੇ ਸਥਾਈ ਰਾਹਤ ਦੇ। ਮੈਂ ਥੋੜ੍ਹੀ ਦੇਰ ਲਈ ਉੱਠੀ ਅਤੇ ਫਿਰ ਦੁਬਾਰਾ ਸੌਂ ਗਈ, ਅਤੇ ਇਸ ਤਰ੍ਹਾਂ ਅਠਾਰਾਂ ਮਹੀਨਿਆਂ ਲਈ; ਅਤੇ ਲੰਬੇ, ਥੱਕੇ ਹੋਏ ਮਹੀਨੇ ਸਨ, ਖਾਸ ਕਰਕੇ ਜਦੋਂ, ਲਗਭਗ ਚੌਦਾਂ ਮਹੀਨਿਆਂ ਬਾਅਦ, ਮੈਨੂੰ ਬਦਕਿਸਮਤੀ ਨਾਲ ਦੂਜੀ ਲੱਤ ਦੀਆਂ ਮਾਸਪੇਸ਼ੀਆਂ ਦੇ ਰੇਸ਼ੇ ਫਟ ਗਏ, ਜਿਸਦੇ ਨਤੀਜੇ ਵਜੋਂ ਛੇ ਹਫ਼ਤਿਆਂ ਲਈ ਲੇਅਪ ਕਰਨਾ ਪਿਆ। ਕਈ ਵਾਰ ਦਰਦ ਸਭ ਤੋਂ ਗੰਭੀਰ ਹੁੰਦਾ ਸੀ। ਮੈਂ ਇੱਕ ਸੱਚਮੁੱਚ ਅਪਾਹਜ ਸੀ ਜਿਸਦੇ ਨਾਲ ਦੁਬਾਰਾ ਕਦੇ ਵੀ ਆਪਣੇ ਪੇਸ਼ੇ ਨੂੰ ਅਪਣਾਉਣ ਦੇ ਯੋਗ ਹੋਣ ਦੀ ਕੋਈ ਸੰਭਾਵਨਾ ਨਹੀਂ ਸੀ। ਬਿਲਕੁਲ ਸਿਹਤਮੰਦ ਹੋਣ ਕਰਕੇ, ਦੋਵੇਂ ਲੱਤਾਂ ਅਪਾਹਜ ਹੋਣ ਕਰਕੇ ਭਵਿੱਖ ਵੱਲ ਦੇਖਣਾ ਮੁਸ਼ਕਲ ਸੀ, ਮੇਰੀ ਦੇਖਭਾਲ ਕਰਨ ਅਤੇ ਮੇਰੀ ਦੇਖਭਾਲ ਕਰਨ ਲਈ ਦੂਜਿਆਂ 'ਤੇ ਨਿਰਭਰ ਹੋਣਾ।

"ਮੈਂ ਕਿੰਨਾ ਅੰਨ੍ਹਾ ਸੀ, ਕਿਉਂਕਿ ਜਦੋਂ ਤੋਂ ਔਰੇਂਜ ਨੂੰ ਅਯੋਗ ਠਹਿਰਾਇਆ ਗਿਆ ਸੀ, ਮੈਂ ਉਨ੍ਹਾਂ ਲੋਕਾਂ ਵਿੱਚ ਰਹਿੰਦਾ ਸੀ ਜੋ ਵਿਸ਼ਵਾਸ ਕਰਦੇ ਸਨ ਅਤੇ ਮੈਨੂੰ ਬ੍ਰਹਮ ਇਲਾਜ ਦੀ ਸ਼ਾਸਤਰੀ ਸਿੱਖਿਆ ਸੁਣਨ ਲਈ ਪ੍ਰੇਰਿਤ ਕਰਨ ਦੀ ਕੋਸ਼ਿਸ਼ ਕਰਦੇ ਸਨ, ਪਰ ਮੈਂ ਵੱਖਰੇ ਢੰਗ ਨਾਲ ਸੋਚਦਾ ਸੀ। ਸੱਚਮੁੱਚ ਬਾਈਬਲ ਪੁਰਾਣੇ ਦਿਨਾਂ ਵਿੱਚ ਸ਼ਾਨਦਾਰ ਚੀਜ਼ਾਂ ਬਾਰੇ ਦੱਸਦੀ ਸੀ, ਪਰ ਮੇਰੇ ਲਈ ਉਹ ਦਿਨ ਚਲੇ ਗਏ ਸਨ ਅਤੇ ਹੁਣ ਚੀਜ਼ਾਂ ਵੱਖਰੀਆਂ ਸਨ। ਪ੍ਰਚਾਰਕ ਸਮਿਥ ਵਿਗਲਸਵਰਥ ਬਾਰੇ ਬਹੁਤ ਚਰਚਾ ਹੋ ਰਹੀ ਸੀ, ਪਰ ਮੈਨੂੰ ਕੋਈ ਦਿਲਚਸਪੀ ਨਹੀਂ ਸੀ। ਪ੍ਰਚਾਰਕ ਦੇ ਆਪਣੇ ਮਿਸ਼ਨ ਦੀ ਸ਼ੁਰੂਆਤ ਕਰਨ ਤੋਂ ਬਾਅਦ, ਜੋ ਕਿ ਸਿਰਫ ਪੰਜ ਦਿਨ ਚੱਲੇਗਾ, ਮੇਰੇ ਭਰਾ ਨੇ, ਦੂਜਿਆਂ ਨਾਲ ਮਿਲ ਕੇ, ਮੈਨੂੰ ਬ੍ਰਹਮ ਇਲਾਜ ਬਾਰੇ ਸ਼ਾਸਤਰਾਂ ਦੀ ਸਿੱਖਿਆ ਦੀ ਅਸਲੀਅਤ ਬਾਰੇ ਸਭ ਤੋਂ ਵੱਧ ਯਕੀਨਨ ਗੱਲ ਕੀਤੀ, ਅਤੇ ਹਾਲਾਂਕਿ ਮੈਂ ਉਦੋਂ ਤੱਕ ਇਸਦਾ ਵਿਰੋਧ ਕੀਤਾ ਸੀ, ਮੈਂ ਦੁਬਾਰਾ ਆਪਣੀ ਬਾਈਬਲ ਵੱਲ ਗਿਆ ਅਤੇ, ਉਜਾੜੂ ਪੁੱਤਰ ਵਾਂਗ, ਆਪਣੇ ਆਪ ਦੇ ਅੰਤ ਵਿੱਚ, ਮੈਨੂੰ ਵੀ ਇਹ ਕਹਿਣ ਲਈ ਪ੍ਰੇਰਿਤ ਕੀਤਾ ਗਿਆ, 'ਮੈਂ ਉੱਠਾਂਗਾ ਅਤੇ ਆਪਣੇ ਪਿਤਾ ਕੋਲ ਜਾਵਾਂਗਾ।' ਅਤੇ, ਪਿਆਰੇ ਪ੍ਰਭੂ ਦੀ ਉਸਤਤਿ ਕਰੋ, ਉਹ ਮੈਨੂੰ ਕਿੰਨੀਆਂ ਅਸੀਸਾਂ ਦੇਣ ਦੀ ਉਡੀਕ ਕਰ ਰਿਹਾ ਸੀ। ਮੈਂ ਕਈ ਸਾਲਾਂ ਤੋਂ ਇੱਕ ਈਸਾਈ ਸੀ, ਪਰ ਉਸਦੀ ਆਵਾਜ਼ ਸੁਣਨ ਅਤੇ

ਉਸਨੂੰ ਆਪਣੀਆਂ ਅੱਖਾਂ ਵਿੱਚ ਤੇਲ ਪਾਉਣ ਤੋਂ ਪਹਿਲਾਂ ਮੈਨੂੰ ਜਾਗਣਾ ਪਿਆ। ਧਰਮ-ਗ੍ਰੰਥ ਪੜ੍ਹਦੇ ਸਮੇਂ ਮੈਂ ਇਨ੍ਹਾਂ ਸ਼ਬਦਾਂ ਦੁਆਰਾ ਫਸ ਗਿਆ, 'ਇੱਕ ਗੱਲ ਜੋ ਮੈਂ ਜਾਣਦਾ ਹਾਂ, ਕਿ, ਜਦੋਂ ਕਿ ਮੈਂ ਅੰਨ੍ਹਾ ਸੀ, ਹੁਣ ਮੈਂ ਵੇਖਦਾ ਹਾਂ।' ਯੂਹੰਨਾ 9:25। ਇਹ ਸਾਰਾ ਦਿਨ ਮੇਰੇ ਦਿਮਾਗ ਵਿੱਚ ਸ਼ੁੱਕਰਵਾਰ ਅਤੇ ਸ਼ਨੀਵਾਰ ਨੂੰ ਘੁੰਮਦਾ ਰਿਹਾ; ਨਾਲ ਹੀ ਪਰਮੇਸ਼ੁਰ ਦੇ ਸ਼ਬਦ, 'ਮੈਂ ਪ੍ਰਭੂ ਹਾਂ, ਨਾ ਬਦਲੋ।' ਇਹ ਧਰਮ-ਗ੍ਰੰਥ ਮੇਰੇ ਕੋਲ ਇੰਨੇ ਲਗਾਤਾਰ ਆਉਂਦੇ ਰਹੇ ਕਿ ਮੈਂ ਉਸ ਰਾਤ ਪ੍ਰਾਰਥਨਾ ਲਈ ਮਿਸ਼ਨ 'ਤੇ ਜਾਣ ਦਾ ਮਨ ਬਣਾ ਲਿਆ।

“ਇੱਕ ਲੱਤ 'ਤੇ ਮੇਰੇ ਗੋਡੇ ਦੇ ਜੋੜ ਨੂੰ ਬੰਦ ਹੋਣ ਅਤੇ ਚੁਭਣ ਤੋਂ ਰੋਕਣ ਲਈ ਇੱਕ ਸਟੀਲ ਅਤੇ ਚਮੜੇ ਦਾ ਉਪਕਰਣ ਸੀ, ਜਿਸ ਨਾਲ ਬਹੁਤ ਦਰਦ ਹੁੰਦਾ ਸੀ, ਅਤੇ ਦੂਜੀ ਲੱਤ 'ਤੇ ਸਖ਼ਤ ਪੱਟੀਆਂ ਸਨ। ਬੈਸਾਖੀਆਂ ਦੀ ਇੱਕ ਜੋੜੀ ਦੀ ਮਦਦ ਨਾਲ ਮੈਂ ਮੀਟਿੰਗ ਵਿੱਚ ਲਿਜਾਣ ਲਈ ਕਾਰ ਵੱਲ ਨਿਕਲਿਆ, ਅਤੇ ਭਾਵੇਂ ਬਹੁਤ ਦਰਦ ਹੋ ਰਿਹਾ ਸੀ, ਮੈਨੂੰ ਵਿਸ਼ਵਾਸ ਸੀ ਕਿ ਮੈਂ ਠੀਕ ਹੋ ਜਾਵਾਂਗਾ। ਭਾਸ਼ਣ ਤੋਂ ਬਾਅਦ ਮੈਂ ਉਨ੍ਹਾਂ ਲੋਕਾਂ ਨਾਲ ਜੁੜ ਗਿਆ ਜਿਨ੍ਹਾਂ ਦੀ ਸੇਵਾ ਕੀਤੀ ਜਾਣੀ ਸੀ, ਅਤੇ ਜਿਵੇਂ ਹੀ ਪ੍ਰਚਾਰਕ ਨੇ ਮੇਰੇ 'ਤੇ ਆਪਣੇ ਹੱਥ ਰੱਖੇ ਅਤੇ ਪ੍ਰਾਰਥਨਾ ਕੀਤੀ, ਮੈਨੂੰ ਇੱਕ ਅਜੀਬ ਪਰ ਸੁੰਦਰ ਅਨੁਭਵ ਹੋਇਆ ਜਿਵੇਂ ਮੇਰੇ ਦੋਵਾਂ ਪੀੜਤ ਮੈਂਬਰਾਂ 'ਤੇ ਜਿੱਥੇ ਉਹ ਜ਼ਖਮੀ ਹੋਏ ਸਨ, ਉੱਥੇ ਬਹੁਤ ਜ਼ੋਰ ਨਾਲ ਠੰਡਾ ਪਾਣੀ ਜੈੱਟਾਂ ਵਿੱਚ ਛਿੜਕਿਆ ਜਾ ਰਿਹਾ ਸੀ। ਇੰਨੀ ਤਾਕਤਵਰ ਜਾਪਦੀ ਸੀ ਕਿ ਇਸਨੇ ਮੈਨੂੰ ਵੀ ਸੱਟ ਪਹੁੰਚਾਈ, ਅਤੇ ਮੈਂ ਜਾਣਦਾ ਸੀ ਕਿ ਇਹ ਪ੍ਰਭੂ ਸੀ, ਪਰ ਜਦੋਂ ਮੈਂ ਜਾਣ ਲਈ ਮੁੜਿਆ ਤਾਂ ਮੈਨੂੰ ਕੋਈ ਚੰਗਾ ਮਹਿਸੂਸ ਨਹੀਂ ਹੋਇਆ, ਅਤੇ ਦੋ ਜਾਂ ਤਿੰਨਾਂ ਨੂੰ ਨਿਰਾਸ਼ਾ ਪ੍ਰਗਟ ਕੀਤੀ।

"ਘਰ ਜਾਂਦੇ ਸਮੇਂ ਮੈਂ ਬਹੁਤ ਰੋਇਆ, ਅਤੇ ਆਪਣਾ ਦਿਲ ਪਰਮਾਤਮਾ ਅੱਗੇ ਡੋਲ੍ਹਿਆ, ਅਤੇ ਕਹਿੰਦਾ ਰਿਹਾ, 'ਪ੍ਰਭੂ, ਮੈਂ ਵਿਸ਼ਵਾਸ ਕਰਦਾ ਹਾਂ, ਮੇਰੇ ਅਵਿਸ਼ਵਾਸ ਦੀ ਮਦਦ ਕਰੋ।' ਘਰ ਪਹੁੰਚਦਿਆਂ, ਮੈਨੂੰ ਕਾਰ ਤੋਂ ਬਾਹਰ ਕੱਢਿਆ ਗਿਆ, ਅਤੇ ਕੁਝ ਕਦਮ ਤੁਰਨ ਤੋਂ ਬਾਅਦ, ਉਸਨੇ ਕਿਹਾ ਕਿ ਮੈਂ ਸੋਚਿਆ ਸੀ ਕਿ ਮੈਂ ਇਕੱਲਾ ਤੁਰ ਸਕਦਾ ਹਾਂ। ਜਿਵੇਂ ਹੀ ਮੈਂ ਦਰਵਾਜ਼ੇ ਦੀ ਦਹਿਲੀਜ਼ 'ਤੇ ਪਹੁੰਚਿਆ, ਚਮਕਦਾਰ ਚਮਕਦਾਰ ਰੌਸ਼ਨੀ ਦੀ ਇੱਕ ਕੰਧ ਮੇਰੇ ਸਾਹਮਣੇ ਆਈ, ਇੰਨੀ ਜ਼ਿਆਦਾ

ਚਮਕਦਾਰ ਕਿ ਇਹ ਲਗਭਗ ਮੈਨੂੰ ਹਿਲਾ ਕੇ ਰੱਖ ਦਿੰਦੀ ਸੀ, ਅਤੇ ਤੁਰੰਤ ਮੈਂ ਚੀਕਿਆ, 'ਪ੍ਰਭੂ ਦੀ ਮਹਿਮਾ, ਮੈਂ ਠੀਕ ਹੋ ਗਿਆ ਹਾਂ,' ਅਤੇ ਸੱਚਮੁੱਚ ਮੈਂ ਠੀਕ ਹੋ ਗਿਆ ਸੀ। ਮੈਂ ਪ੍ਰਭੂ ਦੀ ਉਸਤਤ ਕਰਦਾ ਹੋਇਆ ਘਰ ਵਿੱਚੋਂ ਲੰਘਿਆ, ਅਤੇ ਪਿਛਲੇ ਵਰਾਂਡੇ ਵਿੱਚ ਉੱਪਰ ਅਤੇ ਹੇਠਾਂ, ਪਰਮਾਤਮਾ ਦੀ ਉਸਤਤ ਕਰਦਾ ਹੋਇਆ ਅਤੇ ਉਸੇ ਤਰ੍ਹਾਂ ਤੁਰਿਆ ਜਿਵੇਂ ਮੈਂ ਹਾਦਸੇ ਦਾ ਸਾਹਮਣਾ ਕਰਨ ਤੋਂ ਪਹਿਲਾਂ ਕਰਦਾ ਸੀ। ਬੈਸਾਖੀਆਂ ਨੂੰ ਵੇਖ ਕੇ, ਮੈਂ ਕਿਹਾ, 'ਉਨ੍ਹਾਂ ਨੂੰ ਉਸ ਦਿਆਲੂ ਦੋਸਤ ਕੋਲ ਵਾਪਸ ਲੈ ਜਾਓ ਜਿਸਨੇ ਉਨ੍ਹਾਂ ਨੂੰ ਮੈਨੂੰ ਉਧਾਰ ਦਿੱਤਾ ਸੀ। ਮੈਨੂੰ ਉਨ੍ਹਾਂ ਦੀ ਹੋਰ ਲੋੜ ਨਹੀਂ ਪਵੇਗੀ।' ਇਸ ਲਈ ਬੈਸਾਖੀਆਂ ਅੱਧੀ ਰਾਤ ਤੋਂ ਠੀਕ ਪਹਿਲਾਂ ਵਾਪਸ ਕਰ ਦਿੱਤੀਆਂ ਗਈਆਂ। ਹਲਲੂਜਾਹ! ਅਗਲੀ ਸਵੇਰ ਉੱਠਣ 'ਤੇ ਮੈਂ ਸਟੀਲ ਅਤੇ ਚਮੜੇ ਦੇ ਸਹਾਰੇ ਅਤੇ ਪੱਟੀਆਂ ਨੂੰ ਸੁੱਟ ਦਿੱਤਾ, ਅਤੇ ਉਦੋਂ ਤੋਂ ਮੈਂ ਉਨ੍ਹਾਂ ਨੂੰ ਕਦੇ ਨਹੀਂ ਛੂਹਿਆ, ਕਿਉਂਕਿ ਮੈਂ ਪੂਰੀ ਤਰ੍ਹਾਂ ਠੀਕ ਹੋ ਗਿਆ ਸੀ।

"ਦੋ ਦਿਨਾਂ ਬਾਅਦ ਮੈਨੂੰ ਰਸੂਲਾਂ ਦੇ ਕਰਤੱਬ 2:4 ਦੇ ਅਨੁਸਾਰ ਪਵਿੱਤਰ ਆਤਮਾ ਵਿੱਚ ਬਪਤਿਸਮਾ ਦਿੱਤਾ ਗਿਆ। ਮੇਰੀ ਬਾਈਬਲ ਹੁਣ ਮੇਰੇ ਲਈ ਪਹਿਲਾਂ ਨਾਲੋਂ ਕਿਤੇ ਜ਼ਿਆਦਾ ਮਾਇਨੇ ਰੱਖਦੀ ਹੈ। ਹੁਣ ਮੈਂ ਆਪਣੇ ਪ੍ਰਭੂ ਨੂੰ ਪਾਪ ਤੋਂ ਆਪਣੇ ਮੁਕਤੀਦਾਤਾ, ਮਹਾਨ ਡਾਕਟਰ, ਪਵਿੱਤਰ ਆਤਮਾ ਨਾਲ ਬਪਤਿਸਮਾ ਦੇਣ ਵਾਲੇ, ਅਤੇ ਆਪਣੀ ਦੁਲਹਨ ਲਈ ਬਹੁਤ ਜਲਦੀ ਆ ਰਹੇ ਵਜੋਂ ਦੇਖਦਾ ਹਾਂ।"

ਸਮਿਥ ਵਿਗਲਸਵਰਥ ਦੁਆਰਾ ਲਿਖੀ ਕਿਤਾਬ "ਮਾਇਰਾਕਲਸ ਇਨ ਆਸਟ੍ਰੇਲੀਆ ਐਂਡ ਨਿਊਜ਼ੀਲੈਂਡ" ਤੋਂ ਕੁਝ ਅੰਸ਼।

ਏਜੇ ਬਾਇਰਸ - 35 ਸਾਲਾਂ ਦੇ ਦੁੱਖ ਤੋ ਬਾਅਦ ਠੀਕ ਹੋਈ ਔਰਤ

ਮੈਂ ਦੁਖੀ ਪੈਦਾ ਹੋਇਆ ਸੀ ਅਤੇ ਮੇਰੇ ਤੋਂ ਜੀਉਣ ਦੀ ਉਮੀਦ ਨਹੀਂ ਕੀਤੀ ਜਾਂਦੀ ਸੀ। ਪੈਂਤੀ ਸਾਲਾਂ ਤੱਕ ਮੈਨੂੰ ਨਹੀਂ ਪਤਾ ਸੀ ਕਿ ਇੱਕ ਸਿਹਤਮੰਦ, ਆਮ ਸਾਹ ਲੈਣਾ ਕੀ ਹੁੰਦਾ ਹੈ, ਅਤੇ ਅਕਸਰ ਮੈਂ ਪਰਮਾਤਮਾ ਨੂੰ ਪੁੱਛਦਾ ਸੀ ਕਿ ਮੈਨੂੰ ਇੰਨਾ ਦੁੱਖ ਕਿਉ ਝੱਲਣਾ ਪਿਆ। ਉਸਨੇ ਜਵਾਬ ਦਿੱਤਾ, "ਤਾਂ ਜੋ ਮੈਂ ਤੁਹਾਡੇ ਰਾਹੀਂ ਆਪਣੀ ਸ਼ਕਤੀ

ਦਿਖਾ ਸਕਾਂ।" ਮੈਂ ਕਿਹਾ, "ਪ੍ਰਭੂ, ਜੇ ਅਜਿਹਾ ਹੈ, ਤਾਂ ਮੈਂ ਤੁਹਾਡੀ ਇੱਛਾ ਦੇ ਅਧੀਨ ਹੋਣਾ ਚਾਹੁੰਦਾ ਹਾਂ।" ਇੱਕ ਸਾਲ ਵਿੱਚ ਮੈਂ ਪੰਜ ਵਾਰ ਹਸਪਤਾਲ ਗਿਆ ਅਤੇ ਹਰ ਵਾਰ ਮੌਤ ਦੇ ਕੰਢੇ 'ਤੇ ਸੀ। ਮੈਨੂੰ ਦਿਲ ਦਾ ਪੁਰਾਣਾ ਨਿਊਰਲਜੀਆ, ਪੂਰੇ ਸਿਸਟਮ ਦਾ ਪੁਰਾਣਾ ਕੈਟਾਰਹ, ਗੁਰਦੇ ਅਤੇ ਔਰਤਾਂ ਦੀ ਸਮੱਸਿਆ ਸੀ। ਮੈਂ ਲਗਭਗ ਆਪਣੀਆਂ ਅੱਖਾਂ ਦੀ ਰੌਸ਼ਨੀ ਗੁਆ ਦਿੱਤੀ ਸੀ। ਉਹ ਸਾਰੀ ਉਮਰ ਕਮਜ਼ੋਰ ਰਹੇ, ਜਦੋਂ ਮੈਂ ਇੱਕ ਬੱਚਾ ਸੀ ਤਾਂ ਇੱਕ ਆਪ੍ਰੇਸ਼ਨ ਦੀ ਲੋੜ ਸੀ ਅਤੇ ਸਾਲਾਂ ਤੱਕ ਐਨਕਾਂ ਪਹਿਨੀਆਂ ਹੋਈਆਂ ਸਨ।

ਸਾਡੇ ਕੋਲ ਹਮੇਸ਼ਾ ਸਭ ਤੋਂ ਵਧੀਆ ਡਾਕਟਰ ਅਤੇ ਸਰਜਨ ਸਨ, ਪਰ ਅਜਿਹਾ ਲੱਗਦਾ ਸੀ ਕਿ ਉਹ ਮੇਰੇ ਲਈ ਕੁਝ ਨਹੀਂ ਕਰ ਸਕਦੇ ਸਨ। ਅੰਤ ਵਿੱਚ ਉਨ੍ਹਾਂ ਨੇ ਮੈਨੂੰ ਦੱਸਿਆ ਕਿ ਇੱਕ ਓਪਰੇਸ਼ਨ ਮੈਨੂੰ ਠੀਕ ਹੋਣ ਦਾ ਮੌਕਾ ਦੇ ਸਕਦਾ ਹੈ। ਹੁਣ, ਮੈਨੂੰ ਨਹੀਂ ਲੱਗਦਾ ਸੀ ਕਿ ਮੈਂ ਇੱਕ ਓਪਰੇਸ਼ਨ ਤੋਂ ਬਚ ਸਕਦਾ ਹਾਂ, ਪਰ ਪ੍ਰਭੂ ਨੂੰ ਕਿਹਾ ਕਿ ਜੇ ਇਸ ਤਰ੍ਹਾਂ ਹੁੰਦਾ ਤਾਂ ਉਹ ਮੈਨੂੰ ਘਰ ਲੈ ਜਾਂਦਾ, ਮੈਂ ਤਿਆਰ ਸੀ, ਪਰ ਜੇ ਉਸ ਕੋਲ ਮੇਰੇ ਲਈ ਕੋਈ ਹੋਰ ਤਰੀਕਾ ਜਾਂ ਬਿਹਤਰ ਯੋਜਨਾਵਾਂ ਹੁੰਦੀਆਂ, ਤਾਂ ਮੈਨੂੰ ਦੱਸਣ ਲਈ। ਮੈਂ ਕਿਹਾ, "ਪ੍ਰਭੂ, ਮੈਂ ਜਾਣਦਾ ਹਾਂ ਕਿ ਜੇ ਤੁਸੀਂ ਚਾਹੋ ਤਾਂ ਤੁਸੀਂ ਮੈਨੂੰ ਓਪਰੇਸ਼ਨ ਤੋਂ ਬਿਨਾਂ ਠੀਕ ਕਰ ਸਕਦੇ ਹੋ, ਕਿਉਂਕਿ ਤੁਹਾਡਾ ਬਚਨ ਕਹਿੰਦਾ ਹੈ, 'ਯਿਸੂ ਮਸੀਹ, ਕੱਲ੍ਹ, ਅੱਜ ਅਤੇ ਹਮੇਸ਼ਾ ਲਈ ਇੱਕੋ ਜਿਹਾ ਹੈ,' ਅਤੇ ਜੋ ਤੁਹਾਡੇ ਵਿੱਚ ਵਿਸ਼ਵਾਸ ਕਰਦੇ ਹਨ ਉਹ ਸ਼ਰਮਿੰਦਾ ਨਹੀਂ ਹੋਣਗੇ।" ਅਤੇ ਆਪਣੇ ਦੁੱਖਾਂ ਵਿੱਚ ਮੈਂ ਹੁਣੇ ਪ੍ਰਭੂ ਵਿੱਚ ਆਰਾਮ ਕੀਤਾ। ਮੈਂ ਕਦੇ ਵੀ ਸੱਚਾਈ ਦਾ ਪ੍ਰਚਾਰ ਪੂਰੀ ਤਰ੍ਹਾਂ ਨਹੀਂ ਸੁਣਿਆ ਸੀ ਅਤੇ ਅਜੇ ਤੱਕ ਪਰਮੇਸ਼ੁਰ ਦੇ ਸੱਚੇ ਸੰਤਾਂ ਨੂੰ ਨਹੀਂ ਮਿਲਿਆ ਸੀ; ਪਰ ਜਦੋਂ ਮੇਰੇ ਆਲੇ ਦੁਆਲੇ ਦੇ ਲੋਕ ਮੇਰੇ ਮਰਨ ਦੀ ਉਡੀਕ ਕਰ ਰਹੇ ਸਨ, ਤਾਂ ਪਰਮੇਸ਼ੁਰ ਨੇ ਆਪਣੇ ਦੋ ਸੱਚੇ ਖੁਸ਼ਖਬਰੀ ਪ੍ਰਚਾਰਕਾਂ (ਭਰਾ ਕਰੀਬਲ ਅਤੇ ਕਰੌਸ) ਨੂੰ ਮੈਨੂੰ ਮਿਲਣ ਲਈ ਭੇਜਿਆ। ਮੈਂ ਉਨ੍ਹਾਂ ਨੂੰ ਦੱਸਿਆ ਕਿ ਮੈਂ ਜਾਣਦਾ ਸੀ ਕਿ ਪਰਮੇਸ਼ੁਰ ਨੇ ਉਨ੍ਹਾਂ ਨੂੰ ਭੇਜਿਆ ਹੈ। ਉਨ੍ਹਾਂ ਨੇ ਕਿਹਾ ਕਿ ਉਹ ਮੇਰੇ ਲਈ ਪ੍ਰਾਰਥਨਾ ਕਰਨਗੇ।

ਕੁਝ ਦਿਨਾਂ ਬਾਅਦ ਮੈਨੂੰ ਹਸਪਤਾਲ ਤੋਂ ਬਾਹਰ ਕੱਢ ਕੇ ਓਕਲੈਂਡ ਭੇਜ ਦਿੱਤਾ ਗਿਆ। ਮੈਂ ਰੱਬ ਤੋਂ ਮੇਰੀ ਅਗਵਾਈ ਮੰਗੀ ਸੀ, ਇਸ ਲਈ ਮੈਂ ਉਸਦੀ ਉਡੀਕ ਕਰ ਰਿਹਾ ਸੀ। ਇੱਕ ਦਿਨ ਜਦੋਂ ਮੈਂ ਦੁਬਾਰਾ ਮੌਤ ਦੇ ਕੰਢੇ 'ਤੇ ਸੀ, ਰੱਬ ਨੇ ਮੇਰੇ ਨਾਲ ਭਰਾ ਕਰੌਸ ਨੂੰ ਬੁਲਾਉਣ ਲਈ ਗੱਲ ਕੀਤੀ। ਉਹ ਅਗਲੇ ਦਿਨ ਆਇਆ। ਪ੍ਰਾਰਥਨਾ ਦੇ ਜਵਾਬ ਵਿੱਚ ਮੈਂ ਬਿਸਤਰੇ ਤੋਂ ਉੱਠਣ ਦੇ ਯੋਗ ਸੀ। ਭਰਾ ਸੀ. ਨੇ ਮੈਨੂੰ ਯਿਸੂ ਦੇ ਨਾਮ 'ਤੇ ਮਸਹ ਕੀਤਾ ਅਤੇ ਵਿਸ਼ਵਾਸ ਦੀ ਪ੍ਰਾਰਥਨਾ ਕੀਤੀ। ਮੈਨੂੰ ਭਰੋਸਾ ਸੀ ਕਿ ਪ੍ਰਾਰਥਨਾ ਸੁਣੀ ਗਈ ਸੀ। ਮੈਂ ਕਈ ਵਾਰ ਬਿਸਤਰੇ ਤੋਂ ਉੱਠਣ ਦੇ ਯੋਗ ਸੀ , ਪਰ ਹੁਣ ਮੇਰੇ ਦੁੱਖ ਪਹਿਲਾਂ ਨਾਲੋਂ ਜ਼ਿਆਦਾ ਤੀਬਰ ਸਨ, ਅਤੇ ਮੈਨੂੰ ਮਹਿਸੂਸ ਹੋਇਆ ਕਿ ਰੱਬ ਨੇ ਮੈਨੂੰ ਪੂਰੀ ਤਰ੍ਹਾਂ ਛੱਡ ਦਿੱਤਾ ਹੈ।

ਮੈਨੂੰ ਲੱਗਾ ਕਿ ਉਹ ਕਿਤੇ ਹੈ, ਪਰ ਓਏ ਬਹੁਤ ਦੂਰ। ਇਸ ਦੌਰਾਨ ਹਨੇਰੇ ਦੀਆਂ ਸ਼ਕਤੀਆਂ ਨੇ ਮੈਨੂੰ ਫੜ ਲਿਆ ਸੀ ਅਤੇ ਮੈਨੂੰ ਪਾੜ ਕੇ ਪਾੜ ਰਹੀਆਂ ਸਨ। ਮੈਂ ਨਾ ਸਿਰਫ਼ ਦੁੱਖ ਝੱਲਿਆ, ਸਗੋਂ ਭਿਆਨਕ ਪੀੜਾ ਵਿੱਚ ਵੀ ਸੀ, ਜੋ ਕਈ ਰਾਤਾਂ ਅਤੇ ਦਿਨਾਂ ਤੱਕ ਚੱਲੀ। ਤੁਸੀਂ ਦੇਖੋ ਮੈਨੂੰ ਇਸ ਤੋਂ ਸਬਕ ਲੈਣਾ ਪਿਆ ਜੋ ਪਰਮੇਸ਼ੁਰ ਨੇ ਮੇਰੇ ਲਈ ਇਰਾਦਾ ਕੀਤਾ ਸੀ। ਇਸ ਤੋਂ ਇਲਾਵਾ, ਮੈਂ ਪ੍ਰਭੂ ਤੋਂ ਭੱਜ ਗਿਆ ਸੀ, ਅਤੇ ਮੈਨੂੰ ਸਖ਼ਤ ਤਾੜਨਾ ਦੀ ਲੋੜ ਸੀ। ਪਰਮੇਸ਼ੁਰ ਮੇਰੇ ਨਾਲ ਖੜ੍ਹਾ ਸੀ, ਅਤੇ ਮੈਨੂੰ ਮਜ਼ਬੂਤ ਬਣਾਇਆ, ਹਾਲਾਂਕਿ ਮੈਨੂੰ ਉਸ ਸਮੇਂ ਇਹ ਨਹੀਂ ਪਤਾ ਸੀ।

ਇੱਕ ਦਿਨ ਮੈਨੂੰ ਇਹ ਅਹਿਸਾਸ ਹੋਇਆ ਕਿ ਪਰਮਾਤਮਾ ਮੇਰੇ ਬਾਰੇ ਸੋਚ ਰਿਹਾ ਹੈ, ਅਤੇ ਮੈਂ ਚੀਕਿਆ, "ਮੈਂ ਨਹੀਂ ਮਰਾਂਗਾ, ਪਰ ਜੀਵਾਂਗਾ, ਅਤੇ ਪ੍ਰਭੂ ਦੇ ਕੰਮਾਂ ਦਾ ਐਲਾਨ ਕਰਾਂਗਾ।" ਫਿਰ ਮੈਨੂੰ ਜਨਵਰੀ 1910 ਵਿੱਚ ਓਕਲੈਂਡ ਅਸੈਂਬਲੀ ਵਿੱਚ ਲਿਆਂਦਾ ਗਿਆ, ਅਤੇ ਭਰਾ ਬਾਇਰਸ ਦੁਆਰਾ ਮਸਹ ਕੀਤਾ ਗਿਆ। ਭਰਾ ਕਰੀਬਲ ਅਤੇ ਹੋਲਕੌਂਬ ਨੇ ਮੇਰੇ ਉੱਤੇ ਆਪਣੇ ਹੱਥ ਰੱਖੇ ਅਤੇ ਪਰਮਾਤਮਾ ਨੂੰ ਮੇਰੇ ਸਰੀਰ ਨੂੰ ਛੂਹਣ ਲਈ ਕਿਹਾ। ਮੈਨੂੰ ਫਿਲਹਾਲ ਕੋਈ ਵੱਖਰਾ ਮਹਿਸੂਸ ਨਹੀਂ ਹੋਇਆ, ਪਰ ਮੇਰਾ ਭਰੋਸਾ ਪ੍ਰਭੂ ਵਿੱਚ ਸੀ, ਅਤੇ ਮੈਂ ਇਲਾਜ ਨੂੰ ਉਸੇ ਤਰ੍ਹਾਂ ਲੈਣ ਲਈ ਤਿਆਰ ਸੀ ਜਿਵੇਂ ਪਰਮਾਤਮਾ ਨੇ ਮੈਨੂੰ ਦੇਣਾ ਠੀਕ ਸਮਝਿਆ। ਮੈਨੂੰ ਯਕੀਨ ਹੋ ਗਿਆ ਕਿ ਪ੍ਰਾਰਥਨਾਵਾਂ ਪਰਮਾਤਮਾ ਦੇ ਸਿੰਘਾਸਣ ਦੇ ਸਾਹਮਣੇ ਸਨ। ਉਸੇ

ਰਾਤ ਮੈਂ ਮਹਿਸੂਸ ਕੀਤਾ ਕਿ ਯਿਸੂ ਮੇਰੇ ਬਿਸਤਰੇ 'ਤੇ ਆਇਆ ਅਤੇ ਆਪਣਾ ਹੱਥ ਮੇਰੇ ਸਿਰ 'ਤੇ ਨਰਮੀ ਨਾਲ ਰੱਖਿਆ, ਅਤੇ ਫਿਰ ਮੈਂ ਮਹਿਸੂਸ ਕੀਤਾ ਕਿ ਪਰਮਾਤਮਾ ਦੀ ਸ਼ਕਤੀ ਮੇਰੇ ਸਾਰੇ ਸਰੀਰ ਵਿੱਚੋਂ ਲੰਘ ਰਹੀ ਹੈ। ਮੈਂ ਚੀਕਿਆ, "ਪ੍ਰਭੂ ਯਿਸੂ, ਮੈਂ ਇਸ ਸਭ ਦੇ ਯੋਗ ਨਹੀਂ ਹਾਂ।" ਮੈਂ ਸਵਰਗ ਤੋਂ ਮੀਂਹ ਵਾਂਗ ਕੁਝ ਹੇਠਾਂ ਆਉਂਦਾ ਦੇਖ ਸਕਦਾ ਸੀ, ਸਤਰੰਗੀ ਪੀਂਘ ਦੇ ਸਾਰੇ ਰੰਗ, ਸਿਰਫ਼ ਸਾਫ਼ ਅਤੇ ਚਮਕਦਾਰ।

ਮੈਨੂੰ ਆਪਣੀ ਸ਼ੁਕਰਗੁਜ਼ਾਰੀ ਪ੍ਰਗਟ ਕਰਨ ਲਈ ਸ਼ਬਦ ਹੀ ਨਹੀਂ ਮਿਲ ਰਹੇ ਸਨ। ਇੰਝ ਲੱਗ ਰਿਹਾ ਸੀ ਕਿ ਮੈਂ ਹੁਣੇ ਹੁਣੇ ਮੁਰਦਿਆਂ ਵਿੱਚੋਂ ਜੀ ਉੱਠਿਆ ਹਾਂ। ਮੈਨੂੰ ਆਪਣੇ ਆਲੇ-ਦੁਆਲੇ ਦੀਆਂ ਚੀਜ਼ਾਂ ਸਾਫ਼-ਸਾਫ਼ ਦਿਖਾਈ ਦੇਣ ਲੱਗ ਪਈਆਂ ਅਤੇ ਮੈਨੂੰ ਅਹਿਸਾਸ ਹੋਇਆ ਕਿ ਪਰਮਾਤਮਾ ਨੇ ਸੱਚਮੁੱਚ ਮੈਨੂੰ ਮੇਰੇ ਸਾਰੇ ਦੁੱਖਾਂ ਤੋਂ ਚੰਗਾ ਕਰ ਦਿੱਤਾ ਹੈ। ਇਹ ਸਭ ਸੱਚ ਹੋਣ ਲਈ ਬਹੁਤ ਵਧੀਆ ਲੱਗ ਰਿਹਾ ਸੀ ਪਰ ਪ੍ਰਭੂ ਦੀ ਉਸਤਤ ਕਰੋ, ਇਹ ਬਸ ਇਸ ਤਰ੍ਹਾਂ ਸੀ। ਮੈਂ ਮਜ਼ਬੂਤ ਹੋਣ ਲੱਗੀ, ਬਿਹਤਰ ਭੁੱਖ ਲੱਗੀ, ਅਤੇ ਮੈਂ ਹੌਲੀ-ਹੌਲੀ ਜ਼ਿੰਦਗੀ ਦੇ ਫਰਜ਼ਾਂ ਨੂੰ ਸੰਭਾਲਣ ਦੇ ਯੋਗ ਹੋ ਗਈ।
- ਮੈਰੀ ਸਪੌਲਡਿੰਗ

ਏਐਲ ਬਾਇਰਸ ਦੁਆਰਾ ਲਿਖੀ ਗਈ "ਦੈਵੀ ਇਲਾਜ ਦੀਆਂ 200 ਸੱਚੀਆਂ ਉਦਾਹਰਣਾਂ" ਵਿੱਚੋਂ ਇੱਕ ਅੰਸ਼

ਜਾਰਜ ਜੈਫਰੀ - ਅਪਾਹਜ ਆਦਮੀ ਤੁਰੰਤ ਠੀਕ ਹੋ ਗਿਆ

ਮਿਸਟਰ ਜੇਮਜ਼ ਗ੍ਰੇਗਸਨ ਅਪ੍ਰੈਲ 1927 ਵਿੱਚ ਲੀਡਜ਼ ਵਿਖੇ ਚਮਤਕਾਰੀ ਢੰਗ ਨਾਲ ਠੀਕ ਹੋ ਗਏ ਸਨ। ਚਮਤਕਾਰ ਦੇਖਣ ਵਾਲੀ ਵੱਡੀ ਭੀੜ ਉਨ੍ਹਾਂ ਦੇ ਅਚਾਨਕ ਠੀਕ ਹੋਣ ਦੇ ਦਿਨ ਨੂੰ ਲੰਬੇ ਸਮੇਂ ਤੱਕ ਯਾਦ ਰੱਖੇਗੀ। ਉਹ ਇੱਕ ਪੂਰਨ ਤੌਰ 'ਤੇ ਅਪਾਹਜ ਸੀ, ਜਿਸਦੀ ਗਤੀ ਦੀ ਇੱਕੋ ਇੱਕ ਸ਼ਕਤੀ ਦਰਦਨਾਕ ਢੰਗ ਨਾਲ ਆਪਣੇ ਆਪ ਨੂੰ ਜ਼ਮੀਨ 'ਤੇ ਧੱਕਣਾ ਸੀ, ਆਪਣੀਆਂ ਮਰੋੜੀਆਂ ਲੱਤਾਂ ਨੂੰ ਆਪਣੇ ਪਿੱਛੇ ਘਸੀਟਦਾ ਹੋਇਆ।

ਮੈਂ ਕਿੱਤੇ ਵਜੋਂ ਲੋਹਾ ਬਣਾਉਣ ਵਾਲਾ ਸੀ। 2 ਫਰਵਰੀ, 1922 ਨੂੰ ਮੇਰਾ ਇੱਕ ਗੰਭੀਰ ਹਾਦਸਾ ਹੋਇਆ। ਮੈਂ ਉੱਚਾਈ ਤੋਂ ਕੋਲੇ ਦੇ ਡੱਬੇ ਵਿੱਚ ਡਿੱਗ ਪਿਆ, ਹਰ ਹੱਡੀ ਜਗ੍ਹਾ ਤੋਂ ਖਿਸਕ ਗਈ। ਮੇਰੀ ਰੀੜ੍ਹ ਦੀ ਹੱਡੀ ਵੀ ਜ਼ਖਮੀ ਹੋ ਗਈ। ਮੈਨੂੰ ਹਸਪਤਾਲ ਲਿਜਾਇਆ ਗਿਆ, ਜਿੱਥੇ ਮੈਨੂੰ ਹਰ ਇਲਾਜ ਮਿਲਿਆ ਜੋ ਹਸਪਤਾਲ ਮੁਹੱਈਆ ਕਰਵਾ ਸਕਦਾ ਸੀ, ਪਰ ਮੈਂ ਇੱਕ ਬੇਵੱਸ, ਨਿਰਾਸ਼ ਅਪੰਗ ਬਣ ਗਿਆ। ਮੈਨੂੰ ਜ਼ਮੀਨ 'ਤੇ ਰਿੜ੍ਹਨਾ ਪਿਆ; ਮੇਰੀਆਂ ਲੱਤਾਂ ਮਰੋੜੀਆਂ ਗਈਆਂ ਸਨ ਅਤੇ ਮੈਂ ਉਨ੍ਹਾਂ ਨੂੰ ਇੱਕ ਕਰਾਸ ਸਥਿਤੀ ਵਿੱਚ ਖਿੱਚਦਾ ਰਿਹਾ। ਮੈਂ ਬੈਠ ਨਹੀਂ ਸਕਦਾ ਸੀ, ਪਰ ਲੇਟਣਾ ਪਿਆ। ਮੇਰੀ ਜ਼ਿੰਦਗੀ ਇੱਕ ਦੁਖਦਾਈ ਸੀ। ਮੇਰੀ ਪਤਨੀ ਨੇ ਬੁੱਧਵਾਰ ਸ਼ਾਮ ਨੂੰ ਅਖ਼ਬਾਰ ਵਿੱਚ ਪ੍ਰਿੰਸੀਪਲ ਜਾਰਜ ਜੈਫਰੀ ਦੀਆਂ ਮੁਹਿੰਮ ਮੀਟਿੰਗਾਂ ਵਿੱਚ ਇੱਕ ਅੰਨ੍ਹੀ ਔਰਤ ਦਾ ਬਿਰਤਾਂਤ ਪੜ੍ਹਿਆ। ਜਿਵੇਂ ਹੀ ਉਸਨੇ ਪੜ੍ਹਿਆ, ਮੈਨੂੰ ਯਕੀਨ ਹੋ ਗਿਆ ਕਿ ਜੇ ਮੈਂ ਮੀਟਿੰਗ ਵਿੱਚ ਜਾ ਸਕਦਾ ਤਾਂ ਹੀ ਮੈਂ ਠੀਕ ਹੋ ਸਕਦਾ ਹਾਂ। ਮੈਂ ਸ਼ਨੀਵਾਰ ਨੂੰ ਆਪਣੀਆਂ ਬੈਸਾਖੀਆਂ 'ਤੇ ਗਿਆ, ਆਪਣੀਆਂ ਲੱਤਾਂ ਪਿੱਛੇ ਘਸੀਟਦਾ ਰਿਹਾ। ਉਸ ਰਾਤ ਮੈਂ ਬਚ ਗਿਆ: ਉਸਨੇ ਮੇਰੇ ਸਾਰੇ ਪਾਪ ਮਾਫ਼ ਕਰ ਦਿੱਤੇ। ਫਿਰ ਮੈਂ ਐਤਵਾਰ ਨੂੰ ਫਿਰ ਕੋਲੀਜ਼ੀਅਮ ਗਿਆ। ਰੱਬ ਹੀ ਜਾਣਦਾ ਹੈ ਕਿ ਮੈਂ ਉੱਥੇ ਕਿਵੇਂ ਪਹੁੰਚਿਆ, ਅਤੇ ਜਦੋਂ ਮੈਂ ਉੱਥੇ ਪਹੁੰਚਿਆ ਤਾਂ ਮੈਨੂੰ ਅੰਦਰ ਜਾਣ ਲਈ ਬਹੁਤ ਜੱਦੋ-ਜਹਿਦ ਕਰਨੀ ਪਈ, ਪਰ ਕੁਝ ਲੋਕਾਂ ਨੂੰ ਮੇਰੇ 'ਤੇ ਤਰਸ ਆਇਆ ਅਤੇ ਉਹ ਮੈਨੂੰ ਪਿੱਛੇ ਵੱਲ ਘਸੀਟ ਕੇ ਲੈ ਗਏ।

ਫਿਰ ਸੇਵਾਦਾਰਾਂ ਨੇ ਮੈਨੂੰ ਅੰਦਰ ਲੈ ਜਾ ਕੇ ਪਲੇਟਫਾਰਮ ਦੇ ਸਾਹਮਣੇ ਰੱਖ ਦਿੱਤਾ। ਪੁਨਰ ਸੁਰਜੀਤੀ ਪਾਰਟੀ ਵਿੱਚੋਂ ਇੱਕ ਮੇਰੇ ਕੋਲ ਆਇਆ ਅਤੇ ਕਿਹਾ, "ਭਰਾ, ਤੁਸੀਂ ਆਰਾਮਦਾਇਕ ਨਹੀਂ ਲੱਗ ਰਹੇ; ਕੀ ਮੈਂ ਤੁਹਾਨੂੰ ਹੋਰ ਆਰਾਮਦਾਇਕ ਬਣਾ ਸਕਦਾ ਹਾਂ? " ਅਤੇ ਮੈਂ ਜਵਾਬ ਦਿੱਤਾ, "ਮੈਂ ਕਦੇ ਵੀ ਆਰਾਮਦਾਇਕ ਨਹੀਂ ਹਾਂ" ਕਿਉਂਕਿ ਮੈਂ ਰਾਤ-ਦਿਨ ਦਰਦ ਵਿੱਚ ਸੀ। ਪ੍ਰਿੰਸੀਪਲ ਨੇ ਮੇਰੇ ਲਈ ਪ੍ਰਾਰਥਨਾ ਕੀਤੀ, ਅਤੇ ਜਦੋਂ ਉਸਨੇ ਮੇਰੇ ਉੱਤੇ ਆਪਣੇ ਹੱਥ ਰੱਖੇ ਤਾਂ ਮੈਨੂੰ ਮਹਿਸੂਸ ਹੋਇਆ ਜਿਵੇਂ ਮੇਰੇ ਸਾਰੇ ਸਰੀਰ ਉੱਤੇ ਇੱਕ ਦਰਜਨ ਹੱਥ ਰੱਖੇ ਗਏ ਹੋਣ ਅਤੇ ਮੈਂ ਮਹਿਸੂਸ ਕੀਤਾ ਕਿ ਹਰ ਹੱਡੀ ਵਾਪਸ ਜਗ੍ਹਾ 'ਤੇ ਆ ਰਹੀ ਹੈ। ਮੈਨੂੰ ਤੁਰੰਤ ਰਿਹਾ ਕੀਤਾ ਗਿਆ ਅਤੇ ਮੈਂ ਪੂਰੀ ਤਰ੍ਹਾਂ ਠੀਕ ਹੋ ਗਿਆ। ਮੈਂ ਸਿਰਫ਼ ਚਮੜੀ ਅਤੇ ਹੱਡੀ ਸੀ; ਮੇਰੀਆਂ ਅੱਖਾਂ ਮੇਰੇ ਸਿਰ

ਵਿੱਚ ਡੁੱਬ ਗਈਆਂ ਸਨ। ਦੋ ਹਫ਼ਤਿਆਂ ਦੇ ਅੰਦਰ ਮੇਰਾ ਭਾਰ ਦੋ ਪੱਥਰ ਪੰਜ ਪੌਂਡ ਵਧ ਗਿਆ ਸੀ, ਅਤੇ ਮੈਂ ਮਾਸ ਪਹਿਨਣਾ ਜਾਰੀ ਰੱਖਿਆ। ਮੈਂ ਪਹਿਲਾਂ ਵਾਂਗ ਮਜ਼ਬੂਤ ਆਪਣੇ ਕੰਮ 'ਤੇ ਵਾਪਸ ਜਾਣ ਦੇ ਯੋਗ ਸੀ। ਮੈਂ ਮਾੜੀ ਸਿਹਤ ਕਾਰਨ ਕਦੇ ਵੀ ਇੱਕ ਦਿਨ ਦਾ ਕੰਮ ਨਹੀਂ ਗੁਆਇਆ। ਹਲਲੂਯਾਹ! ਪਰਮਾਤਮਾ ਦੀ ਸਾਰੀ ਮਹਿਮਾ ਹੋਵੇ! ਪ੍ਰਭੂ ਦੀ ਉਸਤਤਿ ਹੋਵੇ!"
ਜਾਰਜ ਜੈਫਰੀ ਦੁਆਰਾ *"ਹੀਲਿੰਗ ਰੇਜ਼"* ਤੋਂ ਅੰਸ਼ ,

ਰੈਂਡੀ ਕਲਾਰਕ ਦੀ ਟੀਮ - ਦੋ ਗੂੰਗੇ ਅਤੇ ਬੋਲੇ.ਭਰਾ ਠੀਕ ਹੋਏ

ਦੋ ਮੁੰਡਿਆਂ ਨੂੰ ਉਨ੍ਹਾਂ ਦੀ ਮਾਂ ਮੇਰੇ ਕੋਲ ਲੈ ਕੇ ਆਈ। ਉਸਨੇ ਮੈਨੂੰ ਸਭ ਤੋਂ ਵੱਡੇ ਮੁੰਡੇ ਲਈ ਪ੍ਰਾਰਥਨਾ ਕਰਨ ਲਈ ਕਿਹਾ ਜੋ ਬੋਲ਼ਾ ਅਤੇ ਗੂੰਗਾ ਸੀ। ਪ੍ਰਾਰਥਨਾ ਤੋਂ ਬਾਅਦ, ਮੈਂ ਉਸਨੂੰ ਆਵਾਜ਼ ਮਾਰਨ ਲਈ ਕਿਹਾ ਅਤੇ ਉਹ ਬੋਲਿਆ। ਮੈਨੂੰ ਮਾਂ ਤੋਂ ਪੁੱਛਣਾ ਪਿਆ ਕਿ ਕੀ ਉਹ ਸੱਚਮੁੱਚ ਬੋਲ਼ਾ ਅਤੇ ਗੂੰਗਾ ਸੀ ਕਿਉਂਕਿ ਉਹ ਇੰਨਾ ਸਾਫ਼-ਸਾਫ਼ ਬੋਲਦਾ ਸੀ। ਮੇਰੇ ਦੁਭਾਸ਼ੀਏ ਨੇ ਕਿਹਾ, "ਹਾਂ, ਉਹ ਸੀ।" ਉਸਨੇ ਮਾਂ ਦੇ ਸਭ ਤੋਂ ਛੋਟੇ ਪੁੱਤਰ ਵੱਲ ਇਸ਼ਾਰਾ ਕੀਤਾ ਅਤੇ ਕਿਹਾ ਕਿ ਉਹ ਵੀ ਬੋਲ਼ਾ ਅਤੇ ਗੂੰਗਾ ਸੀ। ਮੈਂ ਪਹਿਲਾਂ ਤਾਂ ਉਸ 'ਤੇ ਵਿਸ਼ਵਾਸ ਨਹੀਂ ਕੀਤਾ ਪਰ ਉਸਨੇ ਜ਼ੋਰ ਦੇ ਕੇ ਕਿਹਾ ਕਿ ਉਹ ਅਸਲ ਵਿੱਚ ਆਪਣੇ ਭਰਾ ਵਾਂਗ ਬੋਲ਼ਾ ਅਤੇ ਗੂੰਗਾ ਸੀ। ਪ੍ਰਭੂ ਆਇਆ ਅਤੇ ਮੁੰਡੇ ਨੇ ਸੁਣਿਆ ਅਤੇ ਬੋਲਿਆ। ਮੈਂ ਪਾਸਟਰ ਜੇਮਜ਼ ਨੂੰ ਇਹ ਯਕੀਨੀ ਬਣਾਉਣ ਲਈ ਕਿਹਾ ਕਿ ਦੋਵੇਂ ਮੁੰਡੇ ਬੋਲ਼ੇ ਅਤੇ ਗੂੰਗਾ ਸਨ ਅਤੇ ਦੋਵੇਂ ਠੀਕ ਹੋ ਗਏ ਸਨ। ਉਸਨੇ ਇਸਦੀ ਪੁਸ਼ਟੀ ਕੀਤੀ।

ਚਾਰਲਸ ਪੋਲਸਟਨ ਦੁਆਰਾ ਰਿਪੋਰਟ ਕੀਤਾ ਗਿਆ। 3 ਫਰਵਰੀ, 2005 ਦੀ ਗਲੋਬਲ ਅਵੇਕਨਿੰਗ ਰਿਪੋਰਟ ਤੋਂ। ਉਹਨਾਂ ਦੀ ਇਜਾਜ਼ਤ ਨਾਲ ਵਰਤਿਆ ਗਿਆ।

ਜੈਨੀ ਸਮਥਿ - ਸਾਲਾਂ ਦੇ ਤੀਬਰ ਦੁੱਖ ਤੋ ਬਾਅਦ ਠੀਕ ਹੋਈ

ਅਸੀਂ ਇੱਕ ਹੋਰ ਇਲਾਜ ਦੀ ਉਦਾਹਰਣ ਦਿੰਦੇ ਹਾਂ, ਜਿਸਦੀ ਕਹਾਣੀ ਬਹੁਤ ਸਾਰੇ ਲੋਕਾਂ ਦੁਆਰਾ ਪੜ੍ਹੀ ਗਈ ਹੈ, ਅਤੇ ਬਹੁਤ ਘੱਟ ਲੋਕਾਂ ਨੇ ਖੁਦ ਮੁਕਤ ਪੀੜਤ ਦੇ ਬੁੱਲ੍ਹਾਂ ਤੋਂ ਸੁਣੀ ਹੈ। ਫਿਲਾਡੇਲਫੀਆ ਦੀ ਜੈਨੀ ਸਮਿਥ, ਅਨੰਦ ਦਾ ਸ਼ਾਨਦਾਰ ਇਤਿਹਾਸ ਛੋਟੀ ਕਿਤਾਬ "ਫ੍ਰਾਮ ਬਾਕਾ ਟੂ ਬੇਉਲਾਹ" ਵਿੱਚ ਦੁਹਰਾਇਆ ਗਿਆ ਹੈ। ਉਸਦੀ ਬਿਮਾਰੀ, ਇੰਨੀ ਰਹੱਸਮਈ ਅਤੇ ਦੁਖਦਾਈ ਅਤੇ ਲੰਬੇ ਸਮੇਂ ਤੱਕ ਜਾਰੀ ਰਹੀ ਕਿ ਉਸਦੇ ਪਾਦਰੀ ਨੇ ਇਸਨੂੰ "ਦੁੱਖ ਦੀ ਇੱਕ ਕਹਾਣੀ ਜੋ ਸ਼ਾਇਦ ਹੀ ਕਦੇ ਬਰਾਬਰ ਹੋਵੇ," ਕਿਹਾ, ਇੱਥੇ ਵਿਸਥਾਰ ਵਿੱਚ ਬਿਆਨ ਨਹੀਂ ਕੀਤਾ ਜਾ ਸਕਦਾ। ਇਹ ਕਹਿਣਾ ਕਾਫ਼ੀ ਹੈ ਕਿ ਉਹ ਲਗਭਗ ਸੋਲਾਂ ਸਾਲਾਂ ਲਈ ਇੱਕ ਬੇਸਹਾਰਾ ਅਪਾਹਜ ਸੀ, ਜ਼ਿਆਦਾਤਰ ਸਮਾਂ ਸਭ ਤੋਂ ਵੱਧ ਪੀੜਾ ਝੱਲਦੀ ਰਹੀ।

ਇੱਕ ਅੰਗ ਇੰਨੇ ਹਿੰਸਕ ਅਤੇ ਬੇਕਾਬੂ ਕੜਵੱਲ ਦੇ ਅਧੀਨ ਸੀ ਕਿ ਇਸਨੂੰ ਇੱਕ ਮਜ਼ਬੂਤ ਡੱਬੇ ਵਿੱਚ ਬੰਦ ਕਰਨਾ ਪੈਂਦਾ ਸੀ, ਅਤੇ ਅਕਸਰ ਭਾਰੀ ਵਜ਼ਨ ਦੁਆਰਾ ਦਬਾ ਕੇ ਰੱਖਣਾ ਪੈਂਦਾ ਸੀ। ਉਸਦੇ ਅਸਾਧਾਰਨ ਦੁੱਖਾਂ ਦੌਰਾਨ ਉਸਦੀ ਨਿਹਚਾ ਅਤੇ ਪਵਿੱਤਰਤਾ ਨੂੰ ਬਹੁਤ ਹੀ ਜੀਵੰਤ ਅਭਿਆਸ ਵਿੱਚ ਲਿਆਂਦਾ ਗਿਆ ਜਾਪਦਾ ਸੀ, ਇਸ ਲਈ ਉਸਦੇ ਸੋਫੇ ਨੂੰ ਇੱਕ ਮੰਚ ਬਣਾ ਕੇ, ਉਸਨੂੰ ਉਨ੍ਹਾਂ ਲੋਕਾਂ ਦੇ ਅਧਿਆਤਮਿਕ ਜੀਵਨ ਨੂੰ ਤੇਜ਼ ਕਰਨ ਲਈ ਬਹੁਤ ਵਰਤਿਆ ਜਾਂਦਾ ਸੀ ਜੋ ਉਸਦੀ ਪਹੁੰਚ ਵਿੱਚ ਆਉਂਦੇ ਸਨ। ਇਸ ਦੌਰਾਨ ਉਸਨੇ ਸਰੀਰਕ ਇਲਾਜ ਲਈ ਪਰਮਾਤਮਾ ਦੇ ਵਾਅਦੇ ਨੂੰ ਫੜਨਾ ਸ਼ੁਰੂ ਕਰ ਦਿੱਤਾ, ਅਤੇ ਕਈ ਅੰਸ਼ਕ ਰਾਹਤ ਵਿੱਚ ਉਸਦੀ ਸ਼ਕਤੀ ਦੇ ਸੰਕੇਤ ਪ੍ਰਾਪਤ ਕੀਤੇ, ਉਸਨੂੰ ਪੂਰੀ ਸਿਹਤਯਾਬੀ ਲਈ ਪ੍ਰਾਰਥਨਾ ਕਰਨ ਅਤੇ ਪ੍ਰਾਪਤ ਕਰਨ ਲਈ ਪ੍ਰੇਰਿਤ ਕੀਤਾ ਗਿਆ।

ਕਹਾਣੀ ਉਸਦੇ ਆਪਣੇ ਸ਼ਬਦਾਂ ਵਿੱਚ ਦਿੱਤੀ ਗਈ ਹੈ। ਇੱਕ ਦਿਨ ਦੇ ਅਸਾਧਾਰਨ ਦੁੱਖ ਤੋਂ ਬਾਅਦ, ਕੁਝ ਈਸਾਈ ਦੋਸਤ ਸ਼ਾਮ ਨੂੰ ਉਸਦੇ ਆਲੇ-ਦੁਆਲੇ ਇਕੱਠੇ ਹੋ ਗਏ ਸਨ ਜਦੋਂ ਉਹ ਆਪਣੀ ਐਕਸਟੈਂਸ਼ਨ ਕੁਰਸੀ 'ਤੇ ਪਈ ਸੀ। ਉਹ ਕਹਿੰਦੀ ਹੈ: "ਸ਼ਾਮ ਪ੍ਰਾਰਥਨਾ ਲਈ ਸਮਰਪਿਤ ਸੀ, ਜਿਸਦੀ ਅਗਵਾਈ ਪਾਦਰੀ ਐਵਰੇਟ ਨੇ ਕੀਤੀ। ਪਹਿਲੇ ਘੰਟੇ ਜਾਂ ਇਸ ਤੋਂ ਵੱਧ ਸਮੇਂ ਬਾਅਦ, ਕੁਝ ਨੂੰ ਜਾਣ ਲਈ ਮਜਬੂਰ

ਕੀਤਾ ਗਿਆ। ਇੱਕ ਭਰਾ, ਜਿਸਨੂੰ ਮੈਂ ਪਹਿਲਾਂ ਨਹੀਂ ਮਿਲਿਆ ਸੀ, ਜਦੋਂ ਉਸਨੇ ਜਾਣ ਵੇਲੇ ਹੱਥ ਮਿਲਾਇਆ, ਨੇ ਕਿਹਾ, 'ਮੇਰੀ ਭੈਣ, ਤੁਸੀਂ ਬਹੁਤ ਜ਼ਿਆਦਾ ਮੰਗ ਰਹੇ ਹੋ; ਤੁਸੀਂ ਠੀਕ ਹੋਣ ਲਈ ਬਹੁਤ ਚਿੰਤਤ ਹੋ।'

ਪ੍ਰਭੂ ਤੁਹਾਡੇ ਪੈਰਾਂ ਨਾਲੋਂ ਤੁਹਾਡੇ ਮੰਜੇ 'ਤੇ ਤੁਹਾਡਾ ਬਿਹਤਰ ਇਸਤੇਮਾਲ ਕਰ ਸਕਦਾ ਹੈ।' ਮੈਂ ਭਰਾ ਦੇ ਸ਼ਬਦਾਂ ਲਈ ਧੰਨਵਾਦੀ ਸੀ। ਫਿਰ ਮੈਂ ਆਪਣੇ ਦਿਲ ਵਿੱਚ ਖੋਜ ਨਾਲ ਦੇਖਿਆ। ਧੰਨ ਪ੍ਰਭੂ ਜਾਣਦਾ ਹੈ ਕਿ ਮੈਂ ਇਮਾਨਦਾਰੀ ਨਾਲ ਜਵਾਬ ਦਿੱਤਾ, 'ਨਹੀਂ, ਮੈਂ ਠੀਕ ਹੋਣ ਲਈ ਚਿੰਤਤ ਨਹੀਂ ਹਾਂ। ਮੈਂ ਇਸ ਉੱਤੇ ਜਿੱਤ ਪ੍ਰਾਪਤ ਕਰ ਲਈ ਹੈ। ਜੇਕਰ ਭੱਠੀ ਦੀ ਗਰਮੀ ਹਜ਼ਾਰ ਗੁਣਾ ਵਧਾ ਦਿੱਤੀ ਜਾਵੇ ਤਾਂ ਮੈਂ ਕਹਿ ਸਕਦਾ ਹਾਂ, ਤੁਹਾਡੀ ਇੱਛਾ ਪੂਰੀ ਹੋਵੇ, ਅਤੇ ਦਰਦ ਮਹਿਸੂਸ ਕਰਨਾ ਮਿੱਠਾ ਹੋਵੇਗਾ ਜੇਕਰ ਮੈਨੂੰ ਪੂਰੀ ਤਰ੍ਹਾਂ ਦਿਖਾਇਆ ਜਾਵੇ ਕਿ ਇਹ ਪਿਤਾ ਦੀ ਇੱਛਾ ਹੈ ਕਿ ਮੈਨੂੰ ਦੁੱਖ ਝੱਲਣਾ ਚਾਹੀਦਾ ਹੈ। ਅਤੇ ਮੇਰਾ ਮੰਨਣਾ ਹੈ ਕਿ ਮੇਰੇ ਲਈ ਉਸ ਇੱਛਾ ਨੂੰ ਜਾਣਨ ਦਾ ਸਮਾਂ ਆ ਗਿਆ ਹੈ।' ਮੀਟਿੰਗ ਦੇ ਇਸ ਬਿੰਦੂ ਤੱਕ ਮਨ ਦੀ ਉਹ ਏਕਤਾ ਨਹੀਂ ਸੀ ਜੋ ਮੈਨੂੰ ਮਹਿਸੂਸ ਹੋਈ ਕਿ ਹੋਣੀ ਚਾਹੀਦੀ ਹੈ। ਮੈਂ ਉਨ੍ਹਾਂ ਨੂੰ ਕਿਹਾ ਜੋ ਬਾਕੀ ਰਹੇ, 'ਕੀ ਤੁਸੀਂ ਲੋੜ ਪੈਣ 'ਤੇ ਸਵੇਰ ਤੱਕ ਮੇਰੇ ਨਾਲ ਰਹਿ ਸਕਦੇ ਹੋ? ਮੈਨੂੰ ਲੱਗਦਾ ਹੈ ਕਿ ਇਹ ਉਡੀਕ ਕਰਕੇ ਹੋਣਾ ਚਾਹੀਦਾ ਹੈ ਕਿ ਸਾਡਾ ਪਿਤਾ ਸਾਨੂੰ ਅਸੀਸ ਦੇਵੇਗਾ। ਕੀ ਅਸੀਂ ਇਸ ਮਾਮਲੇ ਵਿੱਚ ਇੱਕ ਸਹਿਮਤ ਹਾਂ?'

ਮੇਰਾ ਡਾਕਟਰ, ਡਾ. ਮੋਰਗਨ, ਸਭ ਤੋਂ ਪਹਿਲਾਂ ਕਹਿਣ ਵਾਲਾ ਸੀ, 'ਮੈਂ ਰਹਾਂਗਾ, ਅਤੇ ਮੈਂ ਤੁਹਾਡੇ ਨਾਲ ਪੂਰੀ ਤਰ੍ਹਾਂ ਸਹਿਮਤ ਹਾਂ।' ਉਹ ਸਾਰੇ ਮੇਰੀ ਕੁਰਸੀ ਦੇ ਆਲੇ-ਦੁਆਲੇ ਇਕੱਠੇ ਹੋਏ। ਉਹ ਛੋਟਾ ਜਿਹਾ ਸਮੂਹ ਉਸ ਮੌਸਮ ਨੂੰ ਕਦੇ ਨਹੀਂ ਭੁੱਲ ਸਕਦਾ। ਹੁਣ ਨੌਂ ਵਜੇ ਤੋਂ ਬਾਅਦ ਦਾ ਸਮਾਂ ਸੀ। ਅਸੀਂ ਪ੍ਰਭੂ ਅੱਗੇ ਇੰਤਜ਼ਾਰ ਕਰਦੇ ਰਹੇ। ਕਦੇ-ਕਦੇ ਕੋਈ ਨਾ ਕੋਈ ਟਿੱਪਣੀ ਦੇ ਨਾਲ, ਧਰਮ-ਗ੍ਰੰਥ ਦੇ ਢੁਕਵੇਂ ਪਾਠ ਦਾ ਹਵਾਲਾ ਦਿੰਦਾ ਸੀ, ਜਾਂ ਇੱਕ ਛੋਟੀ ਜਿਹੀ ਪ੍ਰਾਰਥਨਾ ਵਿੱਚ ਸ਼ਾਮਲ ਹੁੰਦਾ ਸੀ। ਆਪਣੇ ਲਈ, ਮੈਂ ਸ਼ਾਂਤ ਉਮੀਦ ਵਿੱਚ ਪਿਆ ਸੀ, ਅਜੇ ਵੀ ਦੁਖੀ ਹਾਂ, ਪਰ ਬ੍ਰਹਮ ਮੌਜੂਦਗੀ ਦੀ ਇੱਕ ਸ਼ਾਨਦਾਰ ਭਾਵਨਾ ਨਾਲ।

ਜ਼ਿਆਦਾਤਰ ਸਮਾਂ ਮੈਂ ਆਪਣੇ ਆਲੇ-ਦੁਆਲੇ ਤੋਂ ਅਣਜਾਣ ਰਹਿੰਦਾ ਸੀ, ਇਸ ਲਈ ਮੈਂ ਆਪਣੇ ਸਵਰਗੀ ਪਿਤਾ ਨਾਲ ਸੰਗਤ ਵਿੱਚ ਰੁੱਝਿਆ ਰਹਿੰਦਾ ਸੀ। ਲਗਭਗ 11 ਵਜੇ ਮੈਨੂੰ ਆਪਣੇ ਆਪ ਨੂੰ ਨਵੇਂ ਸਿਰਿਓਂ ਪਵਿੱਤਰਤਾ ਵਿੱਚ ਪਰਮਾਤਮਾ ਨੂੰ ਅਰਪਣ ਕਰਨ ਲਈ ਪ੍ਰੇਰਿਤ ਕੀਤਾ ਗਿਆ, ਇਹ ਕਹਿੰਦੇ ਹੋਏ: 'ਮੈਂ ਇਸ ਸਰੀਰ ਨੂੰ ਨਵੇਂ ਸਿਰਿਓਂ ਦਿੰਦਾ ਹਾਂ - ਇਹ ਅੱਖਾਂ ਦੇਖਣ ਲਈ, ਇਹ ਬੁੱਲ੍ਹ ਬੋਲਣ ਲਈ, ਇਹ ਕੰਨ ਸੁਣਨ ਲਈ, ਅਤੇ, ਜੇ ਤੁਹਾਡੀ ਇੱਛਾ ਹੈ, ਇਹ ਪੈਰ ਚੱਲਣ ਲਈ - ਯਿਸੂ ਲਈ। ਜੋ ਕੁਝ ਮੇਰਾ ਹੈ - ਸਭ ਕੁਝ, ਸਭ ਕੁਝ ਤੁਹਾਡਾ ਹੈ, ਪਿਆਰੇ ਪਿਤਾ। ਸਿਰਫ਼ ਤੁਹਾਡੀ ਕੀਮਤੀ ਇੱਛਾ ਪੂਰੀ ਹੋਣ ਦਿਓ।' ਇਸ ਸਮੇਂ ਤੱਕ ਦੁੱਖਾਂ ਦਾ ਕੋਈ ਅੰਤ ਨਹੀਂ ਸੀ ਜਾਂ ਤਾਕਤ ਵਿੱਚ ਵਾਧਾ ਨਹੀਂ ਹੋਇਆ ਸੀ, ਦਰਅਸਲ, ਮੈਂ ਆਮ ਨਾਲੋਂ ਕਮਜ਼ੋਰ ਸੀ। ਥੋੜ੍ਹੀ ਜਿਹੀ ਚੁੱਪ ਤੋਂ ਬਾਅਦ ਅਚਾਨਕ ਮੇਰੇ ਉੱਤੇ ਸੁੱਕੇ ਹੋਏ ਹੱਥ ਦੇ ਇਲਾਜ ਦਾ ਇੱਕ ਸਭ ਤੋਂ ਸਪਸ਼ਟ ਦ੍ਰਿਸ਼ ਚਮਕਿਆ। ਮੈਨੂੰ ਅਜਿਹਾ ਲੱਗ ਰਿਹਾ ਸੀ ਕਿ ਮੈਂ ਇਸਨੂੰ ਪੂਰੀ ਤਰ੍ਹਾਂ ਬਾਹਰ ਕੱਢਿਆ ਜਾ ਰਿਹਾ ਦੇਖ ਸਕਦਾ ਹਾਂ।

ਉਸੇ ਪਲ ਪਵਿੱਤਰ ਆਤਮਾ ਨੇ ਮੇਰੀ ਆਤਮਾ ਨੂੰ ਇੱਕ ਅਜਿਹਾ ਹੀ ਆਸ਼ੀਰਵਾਦ ਦੇਣ ਲਈ ਵਿਸ਼ਵਾਸ ਦਿੱਤਾ। ਇੰਝ ਜਾਪਦਾ ਸੀ ਜਿਵੇਂ ਉਸ ਪਲ ਸਵਰਗ ਖੁੱਲ੍ਹ ਗਿਆ ਹੋਵੇ, ਅਤੇ ਮੈਨੂੰ ਤਾਕਤ ਦੇ ਬਪਤਿਸਮੇ ਦਾ ਅਹਿਸਾਸ ਹੋ ਰਿਹਾ ਸੀ, ਓਨੀ ਹੀ ਸਮਝਦਾਰੀ ਅਤੇ ਸਕਾਰਾਤਮਕ ਤੌਰ 'ਤੇ ਜਿਵੇਂ ਮੇਰੇ ਸਰੀਰ ਵਿੱਚੋਂ ਬਿਜਲੀ ਦਾ ਝਟਕਾ ਲੰਘ ਗਿਆ ਹੋਵੇ। ਮੈਂ ਯਕੀਨੀ ਤੌਰ 'ਤੇ ਮਹਿਸੂਸ ਕੀਤਾ ਕਿ ਤਾਕਤ ਮੇਰੀ ਪਿੱਠ ਵਿੱਚ ਅਤੇ ਮੇਰੇ ਬੇਸਹਾਰਾ ਅੰਗਾਂ ਵਿੱਚ ਆ ਗਈ ਹੈ। ਕੁਰਸੀ ਦੀਆਂ ਬਾਹਾਂ 'ਤੇ ਆਪਣਾ ਹੱਥ ਰੱਖ ਕੇ, ਮੈਂ ਆਪਣੇ ਆਪ ਨੂੰ ਬੈਠਣ ਦੀ ਸਥਿਤੀ ਵਿੱਚ ਖੜ੍ਹਾ ਕੀਤਾ। ਗੈਰੀਗਜ਼ ਭਰਾ, ਕੁਰਸੀ ਦੇ ਦੋਵੇਂ ਪਾਸੇ ਬੈਠੇ ਹੋਏ, ਕੁਦਰਤੀ ਤੌਰ 'ਤੇ ਅੱਗੇ ਵਧੇ ਅਤੇ ਮੇਰੀ ਸਹਾਇਤਾ ਲਈ ਫੜ ਲਿਆ। ਹਾਲਾਂਕਿ, ਇਹ ਜ਼ਰੂਰੀ ਨਹੀਂ ਸੀ।

ਡਾ. ਮੋਰਗਨ, ਜੋ ਕਿ ਕੋਲ ਬੈਠੇ ਸਨ, ਅੱਗੇ ਵਧੇ ਅਤੇ ਫੁੱਟ ਬੋਰਡ ਹੇਠਾਂ ਕੀਤਾ, ਅਤੇ ਜਦੋਂ ਮੇਰੇ ਦੋਸਤਾਂ ਦੇ ਹੱਥ ਅਜੇ ਮੇਰੇ ਮੋਢਿਆਂ 'ਤੇ ਸਨ, ਮੈਂ ਉੱਠਿਆ ਅਤੇ ਆਪਣੇ ਪੈਰਾਂ 'ਤੇ ਖੜ੍ਹਾ ਹੋ ਗਿਆ। ਭੈਣ ਫੈਨੀ ਨੂੰ ਯਾਦ ਨਹੀਂ ਸੀ ਕਿ ਉਸਨੇ ਕਦੇ ਮੈਨੂੰ ਖੜ੍ਹਾ ਦੇਖਿਆ ਹੋਵੇ। ਉਹ ਇੰਨੀ ਹੈਰਾਨ ਸੀ ਕਿ ਉਸਨੇ ਦੋਵੇਂ ਹੱਥ ਉੱਪਰ ਸੁੱਟੇ ਅਤੇ

ਚੀਕਿਆ, 'ਓਹ, ਜੈਨੀ, ਜੈਨੀ!' ਕੋਈ ਸ਼ਬਦ ਮੇਰੀਆਂ ਭਾਵਨਾਵਾਂ ਨੂੰ ਬਿਆਨ ਨਹੀਂ ਕਰ ਸਕਦਾ। ਜਦੋਂ ਮੈਂ ਉਸ ਸਮੇਂ ਬਾਰੇ ਗੱਲ ਕਰਦਾ ਹਾਂ ਤਾਂ ਮੇਰਾ ਸਰੀਰ ਅਜੇ ਵੀ ਪ੍ਰਸ਼ੰਸਾ ਨਾਲ ਰੋਮਾਂਚਿਤ ਹੁੰਦਾ ਹੈ। ਜਿਵੇਂ ਹੀ ਮੈਂ ਭਰਾ ਐਨ.ਵੀ. ਖੜ੍ਹਾ ਸੀ। ਐਚ.ਜੀ. ਨੇ ਮੇਰੇ ਸਿਰ 'ਤੇ ਆਪਣਾ ਹੱਥ ਰੱਖਿਆ, ਕਿਹਾ, 'ਰੱਬ ਦੀ ਉਸਤਤ ਹੋਵੇ, ਜਿਸ ਤੋਂ ਸਾਰੀਆਂ ਅਸੀਸਾਂ ਆਉਂਦੀਆਂ ਹਨ।' ਮੇਰਾ ਪਹਿਲਾ ਵਿਚਾਰ ਸੀ 'ਕੀ ਮੈਂ ਗੋਡੇ ਟੇਕ ਸਕਦਾ ਹਾਂ?' ਮੈਂ ਅਜਿਹਾ ਕਰਨ ਲਈ ਕਿਹਾ, ਅਤੇ ਕੁਦਰਤੀ ਤੌਰ 'ਤੇ ਗੋਡੇ ਟੇਕ ਦਿੱਤੇ ਜਿਵੇਂ ਕਿ ਮੈਨੂੰ ਇਸਦਾ ਆਦੀ ਹੋ ਗਿਆ ਹੋਵੇ।

ਉੱਥੇ ਇੰਨਾ ਬ੍ਰਹਮ ਮੌਜੂਦਗੀ ਸੀ ਕਿ ਇੱਕ ਵੀ ਸ਼ਬਦ ਨਹੀਂ ਬੋਲਿਆ ਗਿਆ। ਅਸੀਂ ਆਪਣੀਆਂ ਰੂਹਾਂ ਨੂੰ ਚੁੱਪ-ਚਾਪ ਧੰਨਵਾਦ ਅਤੇ ਪ੍ਰਸ਼ੰਸਾ ਵਿੱਚ ਡੋਲ੍ਹ ਦਿੱਤਾ। ਫਿਰ ਮੈਂ ਉੱਠਿਆ ਅਤੇ ਪੂਰੀ ਸਹਿਜਤਾ ਅਤੇ ਸੁਭਾਵਿਕਤਾ ਨਾਲ ਕਮਰੇ ਵਿੱਚ ਤੁਰਿਆ; ਕੋਈ ਕੰਬਣੀ ਜਾਂ ਹੋਰ ਕੋਈ ਅਣਸੁਖਾਵੀਂ ਭਾਵਨਾ ਨਹੀਂ ਸੀ। ਮੈਂ ਕੁਝ ਮਿੰਟਾਂ ਲਈ ਇੱਕ ਰੌਕਿੰਗ ਕੁਰਸੀ 'ਤੇ ਬੈਠ ਗਿਆ। ਇਹ ਇੰਨਾ ਸ਼ਾਨਦਾਰ ਲੱਗ ਰਿਹਾ ਸੀ ਕਿ ਮੈਨੂੰ ਤੁਰਨਾ ਨਹੀਂ ਸਿੱਖਣਾ ਪਿਆ। ਮੇਰੇ ਅੰਗ ਅਤੇ ਸਰੀਰ ਇੰਝ ਲੱਗ ਰਹੇ ਸਨ ਜਿਵੇਂ ਨਵੇਂ ਬਣੇ ਹੋਣ।
ਏਜੇ ਗੋਰਡਨ ਦੁਆਰਾ *"ਦਿ ਮਿਨਿਸਟ੍ਰੀ ਆਫ਼ ਹੀਲਿੰਗ"* ਤੋਂ ਅੰਸ਼

ਆਰਏ ਟੋਰੀ - ਇੱਕ ਬੱਚੇ ਦੀ ਵਿਗਾੜ ਠੀਕ ਹੋ ਗਈ ਹੈ

ਡਕੋਟਾ ਵਿੱਚ ਇੱਕ ME ਮੰਤਰੀ ਸੀ ਜਿਸਦਾ ਇੱਕ ਬੱਚਾ ਗਲਤ ਢੰਗ ਨਾਲ ਬਣਿਆ ਸੀ। ਉਸਦੀ ਰੀੜ੍ਹ ਦੀ ਹੱਡੀ ਵਿੱਚ ਕੁਝ ਨੁਕਸ ਸੀ ਜਿਸ ਕਰਕੇ ਛੋਟੀ ਬੱਚੀ ਇੱਕ ਦੂਜੇ ਨਾਲ ਝੁਕੀ ਹੋਈ ਸੀ ਅਤੇ ਪੇਟ ਬਾਹਰ ਨਿਕਲਿਆ ਹੋਇਆ ਸੀ, ਜਿਸ ਨਾਲ ਲਗਾਤਾਰ ਦਰਦ ਹੋ ਰਿਹਾ ਸੀ, ਅਤੇ ਬੱਚਾ ਸੌਂ ਨਹੀਂ ਸਕਦਾ ਸੀ। ਮਾਪੇ ਬੱਚੇ ਨੂੰ ਮਿਨੀਆਪੋਲਿਸ ਲੈ ਕੇ ਆਏ ਤਾਂ ਜੋ ਮਾਹਿਰ ਕੀ ਕਰ ਸਕਦੇ ਹਨ, ਪਰ ਮਾਹਿਰਾਂ ਨੇ ਉਨ੍ਹਾਂ ਨੂੰ ਦੱਸਿਆ ਕਿ ਬੱਚੇ ਲਈ ਕੋਈ ਉਮੀਦ ਨਹੀਂ ਹੈ, ਕਿ ਉਹ ਉਸਨੂੰ ਪਲਾਸਟਰ-ਕਾਸਟ ਵਿੱਚ ਪਾ ਦੇਣ ਤਾਂ ਜੋ ਉਹ ਦੋ ਜਾਂ ਤਿੰਨ ਸਾਲਾਂ ਤੋਂ ਵੱਧ ਸਮੇਂ ਲਈ ਜੀ ਸਕੇ, ਵਿਗੜਿਆ ਹੋਇਆ, ਨਾ ਕਿ ਦੋ ਜਾਂ ਤਿੰਨ ਸਾਲਾਂ ਤੋਂ ਵੱਧ। ਹਾਲਾਂਕਿ ਮਾਪੇ

ਮੈਥੋਡਿਸਟ ਸਨ, ਉਹ ਆਪਣੇ ਬੱਚੇ ਦੀ ਸਿਹਤ ਲਈ ਇੰਨੇ ਚਾਹਵਾਨ ਸਨ ਕਿ ਉਨ੍ਹਾਂ ਨੇ "ਈਸਾਈ ਵਿਗਿਆਨ" ਦੀ ਕੋਸ਼ਿਸ਼ ਕੀਤੀ, ਪਰ ਉਸ ਗਲਤੀ ਪ੍ਰਣਾਲੀ ਵਿੱਚ ਕੋਈ ਮਦਦ ਨਹੀਂ ਮਿਲੀ। ਫਿਰ ਮੰਤਰੀ ਨੇ ਆਪਣੀ ਪਤਨੀ ਨੂੰ ਕਿਹਾ, "ਆਓ ਅਸੀਂ ਉਸਨੂੰ ਭਰਾ ਟੋਰੀ ਕੋਲ ਲੈ ਚੱਲੀਏ।" ਉਹ ਉਸਨੂੰ ਮੇਰੇ ਘਰ ਲੈ ਆਏ, ਇੱਕ ਛੋਟਾ ਬੱਚਾ ਲਗਭਗ ਦੋ ਸਾਲ ਦਾ, ਬਹੁਤ ਹੀ ਗਲਤ ਆਕਾਰ ਦਾ ਅਤੇ ਬਹੁਤ ਦੁਖੀ ਸੀ। ਮੈਂ ਬੱਚੇ ਨੂੰ ਆਪਣੀਆਂ ਬਾਹਾਂ ਵਿੱਚ ਲਿਆ ਅਤੇ ਉਸਦੇ ਲਈ ਪ੍ਰਾਰਥਨਾ ਕੀਤੀ। ਪਰਮਾਤਮਾ ਨੇ ਜ਼ਰੂਰੀ ਵਿਸ਼ਵਾਸ ਦਿੱਤਾ ਅਤੇ ਬੱਚਾ ਠੀਕ ਹੋ ਗਿਆ। ਤੁਰੰਤ ਰਾਹਤ ਮਿਲੀ। ਉਸ ਰਾਤ ਉਹ ਪਹਿਲੀ ਵਾਰ ਆਮ ਵਾਂਗ ਸੌਂ ਗਈ, ਇੱਥੋਂ ਤੱਕ ਕਿ ਉਸਦੇ ਸਰੀਰ ਦਾ ਨੁਕਸਦਾਰ ਹਿੱਸਾ ਵੀ ਠੀਕ ਹੋ ਗਿਆ।

ਕੁਝ ਅਠਾਰਾਂ ਸਾਲਾਂ ਬਾਅਦ ਮੈਂ ਪੇਟੋਸਕੀ, ਮਿਸ਼ ਵਿੱਚ ਮੀਟਿੰਗਾਂ ਕਰ ਰਿਹਾ ਸੀ। ਦੁਪਹਿਰ ਦੀ ਇੱਕ ਮੀਟਿੰਗ ਵਿੱਚ ਗੁਆਂਢੀ ਕਸਬਿਆਂ ਵਿੱਚੋਂ ਇੱਕ ਤੋਂ ਇੱਕ ਮੈਥੋਡਿਸਟ ਪਾਦਰੀ ਆਇਆ। ਉਹ ਮੀਟਿੰਗ ਵਿੱਚ ਉੱਠਿਆ ਅਤੇ ਇਹ ਕਹਾਣੀ ਸੁਣਾਉਂਦੇ ਹੋਏ ਕਿਹਾ ਕਿ ਉਹ ਉਸ ਧੀ ਦਾ ਪਿਤਾ ਹੈ ਅਤੇ ਉਹ ਪੂਰੀ ਤਰ੍ਹਾਂ ਠੀਕ ਹੋ ਗਈ ਹੈ ਅਤੇ ਵਿਦੇਸ਼ੀ ਮਿਸ਼ਨ ਖੇਤਰ ਲਈ ਉਮੀਦਵਾਰ ਹੈ। ਉਹ ਖੁਦ ਕੁਝ ਦਿਨਾਂ ਬਾਅਦ ਆਈ, ਇੱਕ ਸੁੰਦਰ, ਪੂਰੀ ਤਰ੍ਹਾਂ ਤਿਆਰ ਨੌਜਵਾਨ ਔਰਤ। ਉਹ ਕੁਝ ਹਫ਼ਤੇ ਪਹਿਲਾਂ ਸਾਡੀਆਂ ਐਤਵਾਰ ਸਵੇਰ ਦੀਆਂ ਸੇਵਾਵਾਂ ਵਿੱਚ ਲਾਸ ਏਂਜਲਸ ਦੇ ਸਾਡੇ ਆਡੀਟੋਰੀਅਮ ਵਿੱਚ ਸੀ।

ਆਰਏ ਟੋਰੀ ਦੁਆਰਾ "ਦੈਵੀ ਇਲਾਜ" ਤੋਂ ਅੰਸ਼

ਏ.ਸੀ. ਵਾਲਡੇਜ.ਸੀਨੀਅਰ - ਨਵੀਆਂ ਅੱਖਾਂ ਬਣਾਈਆਂ ਗਈਆਂ

ਮੈਂ "ਬਲਾਈਂਡ ਮਾਰਟਿਨ" ਨਾਮ ਦੇ ਇੱਕ ਆਦਮੀ ਨੂੰ ਜਾਣਦਾ ਸੀ। ਉਸਦੀਆਂ ਅੱਖਾਂ ਜਿੱਥੇ ਹੋਣੀਆਂ ਚਾਹੀਦੀਆਂ ਸਨ, ਉੱਥੇ ਸਿਰਫ਼ ਸਮਤਲ ਥਾਵਾਂ ਸਨ। ਸੰਯੁਕਤ ਰਾਜ ਅਮਰੀਕਾ ਦੇ ਸਭ ਤੋਂ ਵਧੀਆ ਮਾਹਿਰਾਂ ਨੇ ਜੌਨਸ ਹੌਪਕਿੰਸ ਯੂਨੀਵਰਸਿਟੀ ਵਿੱਚ ਉਸਦੀ ਜਾਂਚ ਕੀਤੀ ਸੀ। ਇਨ੍ਹਾਂ ਆਦਮੀਆਂ ਨੇ ਕਿਹਾ ਕਿ

ਉਹ ਕਦੇ ਵੀ ਨਹੀਂ ਦੇਖ ਸਕੇਗਾ। ਬਲਾਈਂਡ ਮਾਰਟਿਨ ਦਾ ਵਿਆਹ ਇੱਕ ਪਿਆਰੀ ਔਰਤ ਨਾਲ ਹੋਇਆ ਸੀ ਜਿਸਨੇ ਉਸਦੀ ਸਭ ਤੋਂ ਵਧੀਆ ਦੇਖਭਾਲ ਕੀਤੀ। ਜਿਵੇਂ ਹੀ ਉਹ ਅਤੇ ਉਸਦੀ ਪਤਨੀ ਸੇਵਾਵਾਂ ਵਿੱਚ ਸ਼ਾਮਲ ਹੋਏ ਅਤੇ ਉਨ੍ਹਾਂ ਦੇ ਆਲੇ ਦੁਆਲੇ ਹੋ ਰਹੇ ਚਮਤਕਾਰਾਂ ਬਾਰੇ ਸੁਣਿਆ, ਉਨ੍ਹਾਂ ਦਾ ਵਿਸ਼ਵਾਸ ਵਧਿਆ। ਇੱਕ ਰਾਤ ਇੱਕ ਸੇਵਾ ਦੌਰਾਨ, ਮੈਂ ਕੁਝ ਅਜਿਹਾ ਦੇਖਿਆ ਜੋ ਮੈਨੂੰ ਅੱਜ ਤੱਕ ਰੋਮਾਂਚਿਤ ਕਰਦਾ ਹੈ - ਪ੍ਰਭੂ ਦਾ ਅਥਾਹ, ਸਮਝ ਤੋਂ ਬਾਹਰ ਕੰਮ। ਬਲਾਈਂਡ ਮਾਰਟਿਨ ਖੜ੍ਹਾ ਹੋ ਗਿਆ। ਉਸਨੂੰ ਨਹੀਂ ਪਤਾ ਕਿਉਂ। ਪਹਿਲਾਂ ਉਨ੍ਹਾਂ ਸਮਤਲ ਥਾਵਾਂ 'ਤੇ ਲਾਲੀ ਦਿਖਾਈ ਦਿੱਤੀ ਜਿੱਥੇ ਅੱਖਾਂ ਹੋਣੀਆਂ ਚਾਹੀਦੀਆਂ ਸਨ। ਇਹ ਖੇਤਰ ਫੁੱਲਣ ਅਤੇ ਸੁੱਜਣ ਲੱਗ ਪਏ। ਫਿਰ ਕੁਝ ਅਵਿਸ਼ਵਾਸੀ ਹੋਇਆ। ਅੱਖਾਂ, ਇੱਕ ਮੁਰਗੀ ਦੇ ਆਕਾਰ ਦੀਆਂ, ਬਣਨ ਲੱਗੀਆਂ ਸਨ। ਹੌਲੀ-ਹੌਲੀ, ਉਹ ਆਮ ਆਕਾਰ ਵਿੱਚ ਫੈਲ ਗਈਆਂ, "ਓ, ਪ੍ਰਭੂ, ਮੈਂ ਦੇਖ ਸਕਦਾ ਹਾਂ!" ਮਾਰਟਿਨ ਚੀਕਿਆ। ਮਾਰਟਿਨ ਦੀਆਂ ਨਵੀਆਂ ਅੱਖਾਂ ਵਿੱਚੋਂ ਸ਼ੁਕਰਗੁਜ਼ਾਰੀ ਦੇ ਹੰਝੂ ਵਹਿਣ ਲੱਗੇ। ਮੈਂ ਸਿਰਫ਼ ਪ੍ਰਭੂ ਦੇ ਕੰਮ 'ਤੇ ਹੈਰਾਨ ਰਹਿ ਸਕਦਾ ਸੀ। ਮਾਰਟਿਨ ਦੀਆਂ ਅੱਖਾਂ ਹੀ ਨਮ ਨਹੀਂ ਸਨ!

ਏ.ਸੀ. ਵਾਲਡੇਜ਼, ਸੀਨੀਅਰ ਦੁਆਰਾ *"ਅਜ਼ੂਸਾ ਸਟਰੀਟ 'ਤੇ ਅੱਗ"* ਤੋਂ ਅੰਸ਼।

ਬ੍ਰਾਇਨ ਫੇਨੀਮੋਰ - ਇੱਕ ਬੈਪਟਿਸਟ ਪਾਦਰੀ ਦਾ ਅਚਾਨਕ ਇਲਾਜ

ਮੈਂ ਵਿਸਕਾਨਸਿਨ ਵਿੱਚ ਇੱਕ ਮੀਟਿੰਗ ਕਰ ਰਿਹਾ ਸੀ। ਇੱਕ ਮੁੰਡਾ ਮੀਟਿੰਗ ਵਿੱਚ ਇੱਕ ਹੋਰ ਆਦਮੀ ਨੂੰ ਲੈ ਕੇ ਆਇਆ ਸੀ। ਉਹ ਆਦਮੀ, ਜਿਸਨੂੰ ਲਿਆਂਦਾ ਗਿਆ ਸੀ, ਦੱਖਣੀ ਅਮਰੀਕਾ ਵਿੱਚ ਇੱਕ ਬੈਪਟਿਸਟ ਪਾਦਰੀ ਸੀ ਅਤੇ ਉਸਨੂੰ ਕ੍ਰਿਸ਼ਮਈ ਮੀਟਿੰਗਾਂ ਤੋਂ ਨਫ਼ਰਤ ਸੀ। ਉਹ ਆਦਮੀ ਜਿਸਨੇ ਉਸਨੂੰ ਲਿਆਂਦਾ ਸੀ ਉਹ ਉਸਦਾ ਸਮਰਥਕ ਸੀ; ਉਹ ਅਸਲ ਵਿੱਚ ਉਸਦੇ ਸਭ ਤੋਂ ਵੱਡੇ ਯੋਗਦਾਨ ਪਾਉਣ ਵਾਲਿਆਂ ਵਿੱਚੋਂ ਇੱਕ ਸੀ। ਉਸ ਆਦਮੀ ਨੇ ਪਾਦਰੀ ਨੂੰ ਕਿਹਾ ਕਿ ਉਸਨੂੰ ਮੀਟਿੰਗ ਵਿੱਚ ਆਉਣਾ ਹੈ ਅਤੇ ਪਾਦਰੀ ਨੂੰ ਮਹਿਸੂਸ ਨਹੀਂ ਹੋਇਆ ਕਿ ਉਸਦੇ ਕੋਲ ਬਹੁਤਾ ਵਿਕਲਪ ਨਹੀਂ ਹੈ। ਹੁਣ ਕਲਪਨਾ ਕਰੋ ਕਿ ਇਸ ਮੀਟਿੰਗ ਵਿੱਚ ਆਉਣ ਵਿੱਚ

ਪਾਦਰੀ ਦਾ ਰਵੱਈਆ ਕੀ ਹੈ ਜਿੱਥੇ ਮੈਂ ਬਿਮਾਰ ਲੋਕਾਂ ਲਈ ਪ੍ਰਾਰਥਨਾ ਕਰ ਰਿਹਾ ਹਾਂ।

ਉਹ ਮੇਰੇ 'ਤੇ ਗੁੱਸੇ ਸੀ। ਦਰਅਸਲ ਮੈਂ ਦੇਖਿਆ ਕਿ ਉਹ ਮੀਟਿੰਗ ਦੇ ਅੱਧੇ ਰਸਤੇ ਤੱਕ ਮੇਰੇ 'ਤੇ ਗੁੱਸੇ ਸੀ। ਉਸਦੇ ਚਿਹਰੇ 'ਤੇ ਕੋਈ ਮੁਸਕਰਾਹਟ ਨਹੀਂ ਸੀ, ਸਗੋਂ ਇੱਕ ਬਹੁਤ ਵੱਡਾ ਗੁੱਸਾ ਸੀ ਅਤੇ ਇੱਕ ਨਜ਼ਰ ਸੀ ਜੋ ਕਹਿੰਦੀ ਸੀ, "ਮੈਂ ਤੈਨੂੰ ਮਾਰ ਦਿਆਂਗਾ।" ਮੈਂ ਦੱਸ ਸਕਦਾ ਸੀ, ਭਾਵੇਂ ਉਹ ਮਸੀਹ ਵਿੱਚ ਮੇਰਾ ਭਰਾ ਸੀ, ਉਹ ਚਾਹੁੰਦਾ ਸੀ ਕਿ ਮੈਂ ਉਸ ਤੋਂ ਪਹਿਲਾਂ ਸਵਰਗ ਜਾਵਾਂ। ਮੈਨੂੰ ਅਹਿਸਾਸ ਹੋਇਆ ਕਿ ਮੈਂ ਉਸਨੂੰ ਦੇਖਣਾ ਬੰਦ ਕਰ ਦੇਵਾਂ ਕਿਉਂਕਿ ਉਹ ਮੇਰੀ ਨਿਹਚਾ ਨੂੰ ਤਬਾਹ ਕਰ ਰਿਹਾ ਸੀ। ਇਸ ਲਈ ਮੈਂ ਕਮਰੇ ਦੇ ਉਸ ਪਾਸੇ ਦੇਖਣਾ ਬੰਦ ਕਰ ਦਿੱਤਾ। ਮੈਂ ਇੱਕ ਵਾਰ ਉਸ ਵੱਲ ਦੇਖਿਆ ਅਤੇ ਉਸਦਾ ਇਹ ਨਜ਼ਰੀਆ ਬਹੁਤ ਗੁੱਸੇ ਵਿੱਚ ਸੀ। ਮੈਂ ਸੋਚ ਰਿਹਾ ਸੀ, "ਮੈਨੂੰ ਨਹੀਂ ਪਤਾ ਕਿ ਮੈਂ ਕੀ ਕਰਨ ਜਾ ਰਿਹਾ ਹਾਂ ਪਰ ਮੈਂ ਇਸ ਕਮਰੇ ਵਿੱਚੋਂ ਬਾਹਰ ਨਿਕਲ ਜਾਵਾਂਗਾ ਇਸ ਤੋਂ ਪਹਿਲਾਂ ਕਿ ਉਹ ਮੈਨੂੰ ਫੜ ਲਵੇ।" ਮੀਟਿੰਗ ਦੇ ਅੰਤ ਵਿੱਚ ਅਸੀਂ ਲੋਕਾਂ ਲਈ ਪ੍ਰਾਰਥਨਾ ਕਰਨੀ ਸ਼ੁਰੂ ਕਰ ਦਿੱਤੀ। ਇੱਕ ਔਰਤ ਸੀ ਜਿਸਨੂੰ ਐਲਰਜੀ ਸੀ ਜਿਸਨੇ ਉਸਦੀ ਜ਼ਿੰਦਗੀ ਨੂੰ ਦੁਖੀ ਕਰ ਦਿੱਤਾ ਸੀ ਅਤੇ ਪ੍ਰਭੂ ਨੇ ਉਸਨੂੰ ਉੱਥੇ ਹੀ ਠੀਕ ਕਰ ਦਿੱਤਾ। ਇਸਨੇ ਕਮਰੇ ਵਿੱਚ ਮੌਜੂਦ ਸਾਰਿਆਂ ਨੂੰ ਹੈਰਾਨ ਕਰ ਦਿੱਤਾ। ਪਾਦਰੀ ਨੇ ਇਹ ਦੇਖਿਆ। ਇਸ ਲਈ ਮੈਂ ਸੇਵਕਾਈ ਟੀਮ ਨੂੰ ਪ੍ਰਾਰਥਨਾ ਕਰਨ ਲਈ ਸੱਦਾ ਦਿੱਤਾ।

ਲੋਕ ਪ੍ਰਾਰਥਨਾ ਲਈ ਉੱਠ ਰਹੇ ਸਨ ਜਦੋਂ ਮੈਂ ਦੇਖਿਆ ਕਿ ਪਾਦਰੀ ਉੱਠ ਰਿਹਾ ਹੈ। ਹੁਣ ਉਹ ਦਰਵਾਜ਼ੇ ਵੱਲ ਨਹੀਂ ਦੇਖ ਰਿਹਾ ਸੀ, ਉਹ ਮੇਰੇ ਵੱਲ ਦੇਖ ਰਿਹਾ ਸੀ ਜਦੋਂ ਉਹ ਤੁਰ ਰਿਹਾ ਸੀ। ਮੈਂ ਆਪਣੇ ਆਪ ਨੂੰ ਸੋਚਿਆ "ਓ ਨਹੀਂ, ਆਓ। ਉਹ ਮੈਨੂੰ ਮਾਰਨ ਆ ਰਿਹਾ ਹੈ।" ਜਦੋਂ ਉਹ ਉੱਪਰ ਚੜ੍ਹਿਆ ਤਾਂ ਮੈਂ ਆਪਣੀ ਸਭ ਤੋਂ "ਪਵਿੱਤਰ" ਸਥਿਤੀ ਵਿੱਚ ਖੜ੍ਹਾ ਹੋਣ ਦੀ ਕੋਸ਼ਿਸ਼ ਕੀਤੀ। ਉਹ ਮੇਰੇ ਸਾਹਮਣੇ ਖੜ੍ਹਾ ਹੋ ਗਿਆ ਅਤੇ ਕਿਹਾ, "ਮੈਨੂੰ ਚੰਗਾ ਕਰੋ।" ਮੈਂ ਬਹੁਤ ਹੈਰਾਨ ਹੋਇਆ ਮੈਂ ਕਿਹਾ "ਕੀ?" ਉਸਨੇ ਮੈਨੂੰ ਕਿਹਾ "ਮੈਂ ਹੁਣੇ ਠੀਕ ਹੋਣਾ ਚਾਹੁੰਦਾ ਹਾਂ।" ਜਦੋਂ ਮੈਂ ਉਸਨੂੰ ਪੁੱਛਿਆ ਕਿ ਉਸਨੂੰ ਕੀ ਹੋ ਰਿਹਾ ਹੈ ਤਾਂ ਉਸਨੇ ਕਿਹਾ; "ਖੈਰ ਮੈਨੂੰ ਪੇਟ ਦੀ ਸਮੱਸਿਆ

ਹੈ ਅਤੇ ਮੇਰਾ ਗੋਡਾ ਮੈਨੂੰ ਮਾਰ ਰਿਹਾ ਹੈ, ਅਤੇ ਮੈਂ ਹੁਣੇ ਠੀਕ ਹੋਣਾ ਚਾਹੁੰਦਾ ਹਾਂ।" ਉਸਨੇ ਇਹ ਵੀ ਨਹੀਂ ਪੁੱਛਿਆ ਕਿ ਕੀ ਮੈਂ ਉਸਦੇ ਲਈ ਪ੍ਰਾਰਥਨਾ ਕਰਾਂਗੀ। ਉਹ ਸਿਰਫ਼ ਠੀਕ ਹੋਣਾ ਚਾਹੁੰਦਾ ਸੀ।

ਇਸ ਲਈ ਮੈਂ ਪਵਿੱਤਰ ਆਤਮਾ ਨੂੰ ਆਉਣ ਲਈ ਸੱਦਾ ਦਿੱਤਾ। ਮੈਂ ਉਸਨੂੰ ਕਿਹਾ "ਤੂੰ ਸਮਝਦਾ ਹੈਂ ਕਿ ਮੈਂ ਤੈਨੂੰ ਠੀਕ ਨਹੀਂ ਕਰ ਸਕਦਾ, ਇਸ ਲਈ ਆਓ ਪ੍ਰਭੂ ਦੇ ਅਜਿਹਾ ਕਰਨ ਦੀ ਉਡੀਕ ਕਰੀਏ।" ਅਸੀਂ ਉੱਥੇ ਬੈਠੇ ਰਹੇ ਅਤੇ ਮੈਂ ਕੁਝ ਦੇਰ ਲਈ ਉਸਨੂੰ ਦੇਖਿਆ। ਮੈਂ ਉਸਨੂੰ ਕਿਹਾ "ਮੈਂ ਕੁਝ ਨਹੀਂ ਕਰਾਂਗਾ ਜਦੋਂ ਤੱਕ ਪ੍ਰਭੂ ਨਹੀਂ ਆਉਂਦਾ।" ਉਸਨੇ ਪੁੱਛਿਆ, "ਇਸਦਾ ਕੀ ਅਰਥ ਹੈ?" ਮੈਂ ਬਸ ਕਿਹਾ, "ਜਦੋਂ ਅਸੀਂ ਜਾਂਦੇ ਹਾਂ ਤਾਂ ਤੁਹਾਨੂੰ ਪਤਾ ਲੱਗ ਜਾਵੇਗਾ" ਪ੍ਰਭੂ ਨੇ ਉਸਦੀ ਸੇਵਾ ਕਰਨੀ ਸ਼ੁਰੂ ਕਰ ਦਿੱਤੀ। ਉਹ ਆਪਣੀਆਂ ਬਾਹਾਂ ਬਾਹਰ ਕੱਢ ਕੇ ਅਤੇ ਆਪਣੀਆਂ ਅੱਖਾਂ ਬੰਦ ਕਰਕੇ ਖੜ੍ਹਾ ਸੀ। ਉਸਦੇ ਬਾਹਾਂ ਕੰਬਣ ਲੱਗ ਪਏ। ਮੈਂ ਉਸਨੂੰ ਪੁੱਛਿਆ ਕਿ ਕੀ ਉਹ ਇਹ ਮਹਿਸੂਸ ਕਰ ਸਕਦਾ ਹੈ। ਉਸਨੇ ਕਿਹਾ "ਕੀ ਮਹਿਸੂਸ ਕਰ?" ਮੈਂ ਉਸਨੂੰ ਕਿਹਾ ਕਿ ਉਹ ਆਪਣੀਆਂ ਅੱਖਾਂ ਖੋਲ੍ਹ ਕੇ ਦੇਖ। ਉਸਨੇ ਆਪਣੀਆਂ ਅੱਖਾਂ ਖੋਲ੍ਹੀਆਂ ਅਤੇ ਆਪਣੀਆਂ ਬਾਹਾਂ ਵੱਲ ਇਸ ਤਰ੍ਹਾਂ ਦੇਖਿਆ ਜਿਵੇਂ ਉਹ ਉਸਦੀਆਂ ਨਹੀਂ ਸਨ। ਉਸਨੇ ਪੁੱਛਿਆ, "ਇਹ ਕਿਵੇਂ ਹੋ ਰਿਹਾ ਹੈ?" ਉਸਨੇ ਆਪਣੀਆਂ ਬਾਹਾਂ ਵੱਲ ਇਸ ਤਰ੍ਹਾਂ ਦੇਖਿਆ ਜਿਵੇਂ ਉਹ ਉਸ ਨਾਲ ਜੁੜੀਆਂ ਹੋਈਆਂ ਨਾ ਹੋਣ। ਮੈਂ ਉਸਨੂੰ ਕਿਹਾ ਕਿ ਉਹ ਪਵਿੱਤਰ ਆਤਮਾ ਨੂੰ ਮਹਿਸੂਸ ਕਰ ਰਿਹਾ ਸੀ। ਹਾਲਾਂਕਿ ਇਹ ਅਜੇ ਵੀ ਕਲਿੱਕ ਨਹੀਂ ਕਰ ਰਿਹਾ ਸੀ, ਅਤੇ ਉਸਨੇ ਕਿਹਾ "ਪਰ ਮੇਰਾ ਆਪਣੀਆਂ ਬਾਹਾਂ 'ਤੇ ਕੋਈ ਕੰਟਰੋਲ ਨਹੀਂ ਹੈ ਅਤੇ ਮੈਂ ਇਹ ਮਹਿਸੂਸ ਨਹੀਂ ਕਰ ਸਕਦਾ।" ਮੈਂ ਉਸਨੂੰ ਭਰੋਸਾ ਦਿਵਾਇਆ ਕਿ ਇਹ ਠੀਕ ਹੈ ਅਤੇ ਉਸਨੂੰ ਆਰਾਮ ਕਰਨ ਲਈ ਕਿਹਾ।

ਉਹ ਵੀ ਇਸ ਭਾਰੀ ਪਸੀਨੇ ਵਿੱਚ ਫੁੱਟ ਪਿਆ। ਇਹ ਉਸਦੇ ਚਿਹਰੇ ਤੋਂ ਵਗ ਰਿਹਾ ਸੀ ਅਤੇ ਉਸਦੀ ਠੋਡੀ ਦੇ ਦੋਵੇਂ ਪਾਸੇ ਇਕੱਠਾ ਹੋ ਰਿਹਾ ਸੀ। ਇੰਨਾ ਜ਼ਿਆਦਾ ਸੀ ਕਿ ਇਹ ਪਾਣੀ ਦੀ ਇੱਕ ਧਾਰਾ ਬਣ ਰਿਹਾ ਸੀ ਜਿਸਨੇ ਉਸਦੀ ਛਾਤੀ 'ਤੇ ਛੱਪੜ ਬਣਾ ਦਿੱਤਾ। ਮੈਂ ਉਸਨੂੰ ਪੁੱਛਿਆ ਕਿ ਕੀ ਉਸਨੂੰ ਗਰਮੀ ਮਹਿਸੂਸ ਹੋ ਰਹੀ ਹੈ ਅਤੇ ਉਸਦਾ ਜਵਾਬ ਸੀ "ਨਹੀਂ।" ਉਹ ਆਪਣੇ ਸਰੀਰ ਨਾਲ ਸੰਪਰਕ ਨਹੀਂ ਕਰ

ਸਕਿਆ। ਹੈਰਾਨੀ ਦੀ ਗੱਲ ਹੈ ਕਿ ਜਦੋਂ ਮੈਂ ਉਸਨੂੰ ਪੁੱਛਿਆ ਕਿ ਕੀ ਉਸਨੂੰ ਕੁਝ ਮਹਿਸੂਸ ਹੋ ਰਿਹਾ ਹੈ ਤਾਂ ਉਸਨੇ ਕਿਹਾ, "ਮੈਨੂੰ ਕੁਝ ਵੀ ਮਹਿਸੂਸ ਨਹੀਂ ਹੋ ਰਿਹਾ।" ਮੈਂ ਪਰਮਾਤਮਾ ਤੋਂ ਪੁੱਛਣਾ ਸ਼ੁਰੂ ਕੀਤਾ ਕਿ ਉਹ ਕੀ ਕਰ ਰਿਹਾ ਸੀ ਅਤੇ ਪਰਮਾਤਮਾ ਨੇ ਮੈਨੂੰ ਕਿਹਾ "ਬ੍ਰਾਇਨ, ਮੈਂ ਉਸਦੀ ਸੇਵਾ ਕਰ ਰਿਹਾ ਹਾਂ, ਪਰ ਉਸਨੂੰ ਇਸ ਬਾਰੇ ਪਤਾ ਨਹੀਂ ਹੈ। ਉਹ ਨਿਰਲੇਪ ਹੈ ਇਸ ਲਈ ਬਸ ਅੰਦਰ ਆਓ ਅਤੇ ਉਹ ਕਰੋ ਜੋ ਮੈਂ ਤੁਹਾਨੂੰ ਕਰਨ ਲਈ ਕਹਿ ਰਿਹਾ ਹਾਂ।" ਪਰਮਾਤਮਾ ਨੇ ਮੈਨੂੰ ਆਪਣਾ ਹੱਥ ਉਸਦੇ ਪੇਟ ਦੇ ਨੇੜੇ ਰੱਖਣ ਲਈ ਕਿਹਾ, ਇਸ ਲਈ ਮੈਂ ਉਸਦੀ ਇਜਾਜ਼ਤ ਮੰਗੀ ਅਤੇ ਪਾਦਰੀ ਸਹਿਮਤ ਹੋ ਗਿਆ। ਪ੍ਰਭੂ ਨੇ ਕਿਹਾ, "ਉਸਨੂੰ ਦੱਸੋ ਕਿ ਮੈਂ ਉਸਨੂੰ ਠੀਕ ਕਰਨ ਜਾ ਰਿਹਾ ਹਾਂ ਅਤੇ ਫਿਰ ਮੈਂ ਉਸਨੂੰ ਇੱਕ ਚੰਗਾ ਕਰਨ ਵਾਲਾ ਪ੍ਰਚਾਰਕ ਬਣਾਵਾਂਗਾ ਅਤੇ ਉਸਨੂੰ ਉਸਦੇ ਦੇਸ਼ ਵਾਪਸ ਭੇਜਾਂਗਾ।" ਮੈਂ ਸੋਚਿਆ "ਓ ਨਹੀਂ, ਕਿੰਨੀ ਗੜਬੜ ਹੈ" ਪਰ ਮੈਂ ਉਹੀ ਕੀਤਾ ਜੋ ਪਰਮਾਤਮਾ ਨੇ ਮੈਨੂੰ ਕਰਨ ਲਈ ਕਿਹਾ ਅਤੇ ਮੈਂ ਆਪਣਾ ਹੱਥ ਉਸਦੇ ਪੇਟ ਦੇ ਕੋਲ ਰੱਖਿਆ ਅਤੇ ਉਸਨੂੰ ਕਿਹਾ "ਪ੍ਰਭੂ ਤੁਹਾਨੂੰ ਚੰਗਾ ਕਰਨ ਵਾਲਾ ਹੈ ਅਤੇ ਉਹ ਤੁਹਾਨੂੰ ਇੱਕ ਚੰਗਾ ਕਰਨ ਵਾਲਾ ਪ੍ਰਚਾਰਕ ਬਣਾਉਣ ਵਾਲਾ ਹੈ ਅਤੇ ਫਿਰ ਉਹ ਤੁਹਾਨੂੰ ਇੱਕ ਪੁਨਰ ਸੁਰਜੀਤੀਵਾਦੀ ਵਜੋਂ ਤੁਹਾਡੇ ਦੇਸ਼ ਵਾਪਸ ਭੇਜਣ ਵਾਲਾ ਹੈ।"

ਉਹ ਬਸ ਕੰਬ ਰਿਹਾ ਸੀ ਅਤੇ ਮੈਂ ਉਸਨੂੰ ਪੁੱਛਿਆ ਕਿ ਉਹ ਮੈਨੂੰ ਦੱਸੇ ਕਿ ਉਸਨੂੰ ਕਿਸ ਇਲਾਜ ਦੀ ਲੋੜ ਹੈ। ਉਸਨੇ ਕਿਹਾ, "ਮੇਰਾ ਪੇਟ ਦਰਦ ਕਰਦਾ ਹੈ ਅਤੇ ਮੇਰਾ ਗੋਡਾ।" ਪ੍ਰਭੂ ਨੇ ਮੈਨੂੰ ਉਸਦੇ ਗੋਡੇ ਲਈ ਪ੍ਰਾਰਥਨਾ ਕਰਨ ਲਈ ਕਿਹਾ। ਇਸ ਲਈ ਮੈਂ ਆਪਣਾ ਹੱਥ ਉਸਦੇ ਗੋਡੇ 'ਤੇ ਰੱਖਿਆ ਅਤੇ ਇਸਨੂੰ ਬਹੁਤ ਜਲਦੀ ਫੜ ਲਿਆ। ਪ੍ਰਭੂ ਨੇ ਮੈਨੂੰ ਗੋਡੇ ਨਾਲ ਗੱਲ ਕਰਨ ਅਤੇ ਦਰਦ ਨੂੰ ਦੂਰ ਕਰਨ ਦਾ ਹੁਕਮ ਦੇਣ ਲਈ ਕਿਹਾ। (ਦੇਖੋ ਜਦੋਂ ਪਰਮਾਤਮਾ ਤੁਹਾਨੂੰ ਦੱਸਦਾ ਹੈ ਕਿ ਕੀ ਕਰਨਾ ਹੈ ਤਾਂ ਇਹ ਆਸਾਨ ਹੈ।) ਮੈਂ ਕਿਹਾ, "ਜਿਸੂ ਦੇ ਨਾਮ 'ਤੇ ਮੈਂ ਦਰਦ ਨੂੰ ਦੂਰ ਕਰਨ ਦਾ ਹੁਕਮ ਦਿੰਦਾ ਹਾਂ।" ਆਦਮੀ ਨੇ ਇੱਕ ਮਿੰਟ ਲਈ ਆਪਣੀ ਲੱਤ ਨੂੰ ਹਿਲਾਇਆ ਅਤੇ ਕਿਹਾ, "ਹਮਮ ਇਹ ਹੁਣ ਦਰਦ ਨਹੀਂ ਕਰਦਾ।" ਫਿਰ ਪਰਮਾਤਮਾ ਨੇ ਮੇਰੇ ਨਾਲ ਗੱਲ ਕੀਤੀ ਅਤੇ ਮੈਨੂੰ ਕਿਹਾ, "ਉਹ ਤੁਹਾਨੂੰ ਨਹੀਂ ਦੱਸ ਰਿਹਾ, ਪਰ ਉਸਨੂੰ ਹੁਣ ਬਹੁਤ ਸਾਰੀਆਂ ਪਾਚਨ

ਸਮੱਸਿਆਵਾਂ ਹਨ ਅਤੇ ਬੱਸ ਉਸ ਚੀਜ਼ ਨੂੰ ਦੂਰ ਕਰਨ ਲਈ ਪ੍ਰਾਰਥਨਾ ਕਰਨਾ ਸ਼ੁਰੂ ਕਰੋ।" ਜਿਵੇਂ ਹੀ ਮੈਂ ਪ੍ਰਾਰਥਨਾ ਕੀਤੀ ਮੈਂ ਅੰਤੜੀਆਂ ਦੀਆਂ ਤਸਵੀਰਾਂ ਦੇਖੀਆਂ ਜਿਨ੍ਹਾਂ ਵਿੱਚ ਇਹ ਸਾਰੀਆਂ ਸੋਜਸ਼ਾਂ ਹਨ। ਮੈਂ ਸੋਜਸ਼ ਨੂੰ ਦੂਰ ਕਰਨ ਦਾ ਹੁਕਮ ਦੇਣਾ ਸ਼ੁਰੂ ਕਰ ਦਿੱਤਾ ਅਤੇ ਉਸਦਾ ਪੇਟ ਹਿੱਲਣ ਲੱਗ ਪਿਆ। ਪ੍ਰਭੂ ਨੇ ਉਸਨੂੰ ਉਸੇ ਵੇਲੇ ਠੀਕ ਕਰ ਦਿੱਤਾ। ਹੁਣ ਇਹ ਮਜ਼ੇਦਾਰ ਸੀ।

ਬ੍ਰਾਇਨ ਫੈਨੀਮੋਰ ਦੁਆਰਾ *"ਹੀਲਿੰਗ ਐਂਡ ਡਿਸਕਰਨਮੈਂਟ"* ਸਿੱਖਿਆ ਤੋਂ । ਸਾਰੇ ਹੱਕ ਰਾਖਵੇਂ ਹਨ। ਉਹਨਾਂ ਦੀ ਇਜਾਜ਼ਤ ਨਾਲ ਵਰਤਿਆ ਗਿਆ ਹੈ। ਵਧੇਰੇ ਜਾਣਕਾਰੀ ਲਈ ਉਹਨਾਂ ਦੀ ਵੈੱਬਸਾਈਟ 'ਤੇ ਜਾਓ: www.plumblinem.com

ਰੋਲੈਂਡ ਅਤੇ ਹੇਡੀ ਬੇਕਰ - ਅੰਨ੍ਹੇ ਦੇਖਦੇ ਹਨ, ਬੋਲੇ ਸੁਣਦੇ ਹਨ, ਅਤੇ ਬਹੁਤ ਸਾਰੇ ਬਚਾਏ ਜਾਂਦੇ ਹਨ

ਜਿਵੇਂ ਹੀ ਫਿਲਮ ਖਤਮ ਹੁੰਦੀ ਹੈ ਅਤੇ ਯਿਸੂ ਹਵਾ ਵਿੱਚ ਉੱਠ ਕੇ ਸਵਰਗ ਵਾਪਸ ਆ ਰਿਹਾ ਹੁੰਦਾ ਹੈ, ਅਸੀਂ ਕੁਝ ਕੱਚੀਆਂ ਫਲੋਰੋਸੈਂਟ ਲਾਈਟਾਂ ਜਗਾਉਂਦੇ ਹਾਂ ਅਤੇ ਹੇਡੀ ਆਪਣੇ ਮਕੂਆ ਦੁਭਾਸ਼ੀਏ ਨਾਲ ਭੀੜ ਦਾ ਸਵਾਗਤ ਕਰਨ ਲਈ ਉੱਪਰ ਚੜ੍ਹਦੀ ਹੈ। ਉਹ ਖੁਦ ਕੁਝ ਮਕੂਆ ਨਾਲ ਸ਼ੁਰੂਆਤ ਕਰਦੀ ਹੈ, ਜੋ ਸਾਰਿਆਂ ਨੂੰ ਰੋਮਾਂਚਿਤ ਕਰਦੀ ਹੈ। ਕਲਪਨਾ ਕਰੋ ਕਿ ਇੱਕ ਸੁਨਹਿਰੀ ਅਮਰੀਕੀ ਕੁੜੀ ਇਸ ਪਿੰਡ ਵਿੱਚ ਆਪਣੀ ਅਸਪਸ਼ਟ ਕਬਾਇਲੀ ਬੋਲੀ ਬੋਲ ਰਹੀ ਹੈ! ਅਤੇ ਫਿਰ "ਮਾਮਾ ਆਈਡਾ" ਆਪਣਾ ਦਿਲ ਖੋਲ੍ਹ ਕੇ ਇਸ ਸ਼ਾਨਦਾਰ, ਜੀਵਤ ਯਿਸੂ ਦਾ ਵਰਣਨ ਕਰਦੀ ਹੈ ਜੋ ਉਨ੍ਹਾਂ ਦੀ ਮੁਕਤੀ ਦੀ ਇੱਕ ਉਮੀਦ ਹੈ, ਇੱਕ ਵਿਅਕਤੀ ਜਿਸਨੂੰ ਉਨ੍ਹਾਂ ਨੂੰ ਹਮੇਸ਼ਾ ਲਈ ਲੱਭਣਾ ਅਤੇ ਰੱਖਣਾ ਚਾਹੀਦਾ ਹੈ। ਉਹ ਪਰਮਾਤਮਾ ਪ੍ਰਗਟ ਹੈ। ਉਸਨੂੰ ਕੌਣ ਚਾਹੁੰਦਾ ਹੈ? ਉਸਦੀ ਮਾਫ਼ੀ, ਉਸਦਾ ਦਿਲ, ਉਸਦੀ ਸਦੀਵੀ ਜ਼ਿੰਦਗੀ ਕੌਣ ਚਾਹੁੰਦਾ ਹੈ? ਇਸ ਵਾਰ ਕੋਈ ਪੱਥਰ ਅਤੇ ਰੇਤ ਨਹੀਂ ਸੁੱਟ ਰਿਹਾ ਹੈ। ਕੋਈ ਵੀ ਚੀਕ ਨਹੀਂ ਰਿਹਾ, ਮਜ਼ਾਕ ਨਹੀਂ ਉਡਾ ਰਿਹਾ ਹੈ ਅਤੇ ਇਕੱਠ ਵਿੱਚ ਵਿਘਨ ਨਹੀਂ ਪਾ ਰਿਹਾ ਹੈ। ਇਸ ਭੀੜ ਵਿੱਚ ਹਰ ਕੋਈ ਇਸ ਖੁਸ਼ਖਬਰੀ, ਇਸ ਮੁਕਤੀ ਦਾ ਪਿੱਛਾ

ਕਰਨ ਵਿੱਚ ਉਤਸ਼ਾਹ ਨਾਲ ਦਿਲਚਸਪੀ ਰੱਖਦਾ ਹੈ ਜੋ ਉਨ੍ਹਾਂ ਨੂੰ ਪਹਿਲੀ ਵਾਰ ਪੇਸ਼ ਕੀਤੀ ਗਈ ਹੈ।

ਪਰ ਇੰਤਜ਼ਾਰ ਕਰੋ। ਹੋਰ ਵੀ ਬਹੁਤ ਕੁਝ ਹੈ। ਹਰ ਕੋਈ ਜਿਸਨੂੰ ਇਲਾਜ ਦੀ ਲੋੜ ਹੈ, ਅੱਗੇ ਆਓ! ਖਾਸ ਕਰਕੇ ਅੰਨ੍ਹੇ ਅਤੇ ਬੋਲ਼ੇ! ਯਿਸੂ ਇੱਥੇ ਚੰਗਾ ਕਰਨ ਲਈ ਹੈ! ਇੱਕ ਛੋਟੀ ਜਿਹੀ ਭੀੜ ਸਾਹਮਣੇ ਵੱਲ ਵਧਦੀ ਹੈ, ਬਿਲਕੁਲ ਨਹੀਂ ਜਾਣਦੀ ਕਿ ਕੀ ਉਮੀਦ ਕਰਨੀ ਹੈ। ਹਾਇਡੀ ਇੱਕ ਅੰਨ੍ਹੀ ਔਰਤ ਨੂੰ ਲੱਭਦੀ ਹੈ ਅਤੇ ਉਸ ਲਈ ਹੌਲੀ-ਹੌਲੀ ਪ੍ਰਾਰਥਨਾ ਕਰਨ ਲੱਗਦੀ ਹੈ। ਮਿੰਟ ਲੰਘ ਜਾਂਦੇ ਹਨ। ਵਿਸ਼ਵਾਸ ਅਤੇ ਪਿਆਰ ਨੂੰ ਵਹਿਣ ਦਿਓ। ਇਲਾਜ ਲਈ ਲੜੋ। ਦ੍ਰਿੜ ਰਹੋ। ਉਸਦੀ ਸ਼ਕਤੀ ਵਿੱਚ ਆਰਾਮ ਕਰੋ। ਜਲਦੀ ਹੀ ਔਰਤ ਦੇਖ ਸਕਦੀ ਹੈ, ਪਰ ਕਿੰਨੀ ਸਪਸ਼ਟ ਤੌਰ 'ਤੇ? ਪ੍ਰਾਰਥਨਾ ਕਰਦੇ ਰਹੋ। ਚਾਬੀਆਂ, ਉਂਗਲਾਂ, ਹੋਰ ਚੀਜ਼ਾਂ ਫੜੋ। ਉਹ ਉਨ੍ਹਾਂ ਸਾਰਿਆਂ ਦੀ ਪਛਾਣ ਕਰਦੀ ਹੈ। ਹੁਣ ਉਹ ਸਾਫ਼-ਸਾਫ਼ ਦੇਖ ਸਕਦੀ ਹੈ। ਉਹ ਸੱਚਮੁੱਚ ਖੁਸ਼ ਹੈ, ਅਤੇ ਖ਼ਬਰ ਭੀੜ ਵਿੱਚ ਫੈਲ ਜਾਂਦੀ ਹੈ। ਅਸੀਂ ਬਹੁਤ ਉਤਸ਼ਾਹਿਤ ਹੋ ਰਹੇ ਹਾਂ। ਇੱਕ ਬੋਲ਼ਾ-ਗੂੰਗਾ ਦਿਖਾਈ ਦਿੰਦਾ ਹੈ। ਫਿਰ ਹਾਇਡੀ ਅਤੇ ਅਸੀਂ ਸਾਰੇ ਪ੍ਰਾਰਥਨਾ ਕਰ ਰਹੇ ਹਾਂ। ਧੀਰਜ ਰੱਖੋ। ਰੁਕੋ ਨਾ। ਪ੍ਰਾਰਥਨਾ ਕਰਦੇ ਰਹੋ। ਗੱਲ ਕਰਨਾ ਸ਼ੁਰੂ ਕਰੋ, ਪ੍ਰੇਰਣਾ ਦਿਓ। ਕੀ ਉਹ ਸੁਣ ਸਕਦਾ ਹੈ? ਕੀ ਉਹ ਸ਼ਬਦਾਂ ਨੂੰ ਦੁਹਰਾ ਸਕਦਾ ਹੈ? ਕੁਝ ਮਿੰਟਾਂ ਵਿੱਚ, ਉਹ ਕਰ ਸਕਦਾ ਹੈ! ਅਤੇ ਫਿਰ ਉਹ ਪੂਰੇ ਵਾਕਾਂ ਨੂੰ ਸਪਸ਼ਟ ਅਤੇ ਆਸਾਨੀ ਨਾਲ ਦੁਹਰਾਉਣਾ ਸ਼ੁਰੂ ਕਰ ਦਿੰਦਾ ਹੈ। ਲੋਕਾਂ ਨੂੰ ਪਤਾ ਲੱਗਦਾ ਹੈ ਅਤੇ ਖੁਸ਼ੀ ਨਾਲ ਭੜਕ ਉੱਠਦੇ ਹਨ। ਕਈ ਸਾਲ ਹੋ ਗਏ ਹਨ ਜਦੋਂ ਕਿਸੇ ਨੇ ਉਸਨੂੰ ਬੋਲਦੇ ਸੁਣਿਆ ਸੀ - ਉਹਨਾਂ ਨੂੰ ਯਾਦ ਨਹੀਂ ਕਿ ਕਿੰਨਾ ਸਮਾਂ ਹੋਇਆ। ਸਾਰਾ ਪਿੰਡ ਇਨ੍ਹਾਂ ਦੋਵਾਂ ਨੂੰ ਜਾਣਦਾ ਹੈ ਅਤੇ ਯਿਸੂ ਨੇ ਉਨ੍ਹਾਂ ਲਈ ਕੀ ਕੀਤਾ ਹੈ। ਹੁਣ ਕੌਣ ਯਿਸੂ ਦੇ ਪਿੱਛੇ ਚੱਲਣਾ ਚਾਹੁੰਦਾ ਹੈ? ਸਾਰੇ!! ਹੁਣੇ! ਪਿੰਡ ਜੀਉਂਦਾ ਹੋ ਗਿਆ ਹੈ ਅਤੇ ਕਦੇ ਵੀ ਪਹਿਲਾਂ ਵਰਗਾ ਨਹੀਂ ਰਹੇਗਾ...

ਅਸੀਂ ਸਾਰਿਆਂ ਨਾਲ ਮਿਲ ਕੇ ਪ੍ਰਾਰਥਨਾ ਕਰਦੇ ਹਾਂ। ਅਸੀਂ ਜਸ਼ਨ ਮਨਾਉਂਦੇ ਹਾਂ। ਸਾਡੇ ਆਉਣ ਵਾਲੇ ਮਿਸ਼ਨਰੀ ਅਤੇ ਸਥਾਨਕ ਪਾਦਰੀ ਵਾਰੀ-ਵਾਰੀ ਨਵੇਂ ਵਿਸ਼ਵਾਸੀਆਂ ਨੂੰ ਉਤਸ਼ਾਹਿਤ ਕਰਦੇ ਹਨ। ਅਸੀਂ ਬਿਮਾਰਾਂ ਲਈ ਪ੍ਰਾਰਥਨਾ ਕਰਦੇ

ਰਹਿੰਦੇ ਹਾਂ। ਅਸੀਂ ਪਹਿਲਾਂ ਹੀ ਸੋਚਣਾ ਸ਼ੁਰੂ ਕਰ ਦਿੰਦੇ ਹਾਂ ਕਿ ਇਸ ਪਿੰਡ ਵਿੱਚ ਇੱਕ ਪਾਦਰੀ ਕਿਵੇਂ ਲਿਆਉਣਾ ਹੈ ਅਤੇ ਇੱਕ ਰਾਤ ਵਿੱਚ ਜੋ ਕੁਝ ਪੂਰਾ ਕੀਤਾ ਗਿਆ ਹੈ ਉਸਨੂੰ ਇਕੱਠਾ ਕਰਨਾ ਹੈ।

ਆਇਰਿਸ ਮਿਨਿਸਟ੍ਰੀਜ਼ 9 ਨਵੰਬਰ 2004 ਦੇ ਨਿਊਜ਼ਲੈਟਰ ਤੋਂ। ਉਨ੍ਹਾਂ ਬਾਰੇ ਹੋਰ ਜਾਣਨਾ ਚਾਹੁੰਦੇ ਹੋ ਤਾਂ ਉਨ੍ਹਾਂ ਦੀ ਵੈੱਬਸਾਈਟ www.irismin.org 'ਤੇ ਜਾਓ।

ਚਾਰਲਸ ਸਪੁਰਜਨ - ਇੱਕ ਪਾਗਲ ਦੀ ਰਿਹਾਈ ਹੁੰਦੀ ਹੈ

ਇੱਕ ਹੋਰ ਵਿਅਕਤੀ, ਜੋ ਵੇਲਜ਼ ਤੋਂ ਲੰਡਨ ਆਇਆ ਸੀ, ਜੋ ਕਿਸੇ ਸਰੀਰਕ ਨੁਕਸ ਜਾਂ ਬਿਮਾਰੀ ਦੇ ਕਾਰਨ ਮਾਨਸਿਕ ਤੌਰ 'ਤੇ ਦੁਖੀ ਸੀ, ਨੇ ਆਪਣੇ ਪਰਿਵਾਰ ਨਾਲ ਬਹੁਤ ਹੀ ਤਰਸਯੋਗ ਢੰਗ ਨਾਲ ਬੇਨਤੀ ਕੀਤੀ ਕਿ ਉਹ ਸ਼੍ਰੀ ਸਪੁਰਜਨ ਨੂੰ ਬੁਲਾਉਣ, ਤਾਂ ਜੋ ਉਹ ਉਸਦੇ ਬਿਸਤਰੇ 'ਤੇ ਪ੍ਰਾਰਥਨਾ ਕਰ ਸਕੇ। ਉਨ੍ਹਾਂ ਨੇ ਇਸਨੂੰ ਇੱਕ ਪਾਗਲ ਮਨ ਦੀ ਮੂਰਖਤਾਪੂਰਨ ਬਹਾਨਾ ਸਮਝਿਆ। ਪਰ ਅੰਤ ਵਿੱਚ ਉਹ ਸ਼੍ਰੀ ਸਪੁਰਜਨ ਨੂੰ ਉਸਨੂੰ ਮਿਲਣ ਲਈ ਕਹਿਣ ਲਈ ਸਹਿਮਤ ਹੋ ਗਏ। ਉਸ ਦਿਨ ਸ਼੍ਰੀ ਸਪੁਰਜਨ ਦੀ ਪ੍ਰਾਰਥਨਾ ਦਾ ਗਰੀਬ ਪਾਗਲ 'ਤੇ ਬਹੁਤ ਹੀ ਸ਼ਾਂਤ ਪ੍ਰਭਾਵ ਪਿਆ ਅਤੇ ਅੰਸ਼ਕ ਤੌਰ 'ਤੇ ਉਸਦੇ ਮਾਨਸਿਕ ਸੰਤੁਲਨ ਨੂੰ ਬਹਾਲ ਕਰਨ ਲਈ ਜਾਪਿਆ। ਪਰਿਵਾਰ ਪਟੀਸ਼ਨ ਦੇ ਪ੍ਰਭਾਵ ਤੋਂ ਇੰਨਾ ਹੈਰਾਨ ਅਤੇ ਖੁਸ਼ ਸੀ ਕਿ, ਜਦੋਂ ਕਿ ਉਨ੍ਹਾਂ ਨੇ ਇਸਨੂੰ ਪੂਰੀ ਤਰ੍ਹਾਂ ਕੁਦਰਤੀ ਕਾਰਨਾਂ ਕਰਕੇ ਮੰਨਿਆ, ਉਨ੍ਹਾਂ ਨੇ ਸ਼੍ਰੀ ਸਪੁਰਜਨ ਦੀ ਵਾਪਸੀ ਲਈ ਬਹੁਤ ਹੀ ਗੰਭੀਰਤਾ ਨਾਲ ਵਿਚੋਲਗੀ ਕੀਤੀ। ਉਹ

ਉਸੇ ਰਾਤ, ਸ਼ਾਮ ਦੀ ਸੇਵਾ ਤੋਂ ਬਾਅਦ, ਘਰ ਆਇਆ, ਅਤੇ ਕੁਝ ਸਮੇਂ ਲਈ ਰੁਕਿਆ, ਮਰੀਜ਼ ਦੀ ਸਿਹਤਯਾਬੀ ਲਈ ਪੂਰੇ ਦਿਲ ਨਾਲ ਪ੍ਰਾਰਥਨਾ ਕੀਤੀ, ਜਿਸ ਵਿੱਚ ਗਰੀਬ ਅਪਾਹਜ ਬਹੁਤ ਹੀ ਤਰਸਯੋਗ ਢੰਗ ਨਾਲ ਸ਼ਾਮਲ ਹੋਏ। ਸ਼੍ਰੀ ਸਪੁਰਜਨ ਨੇ ਖੁਦ ਬਾਅਦ ਵਿੱਚ ਕਿਹਾ ਕਿ ਜਦੋਂ ਕਿ ਉਸਨੇ ਆਪਣੇ ਪੂਰੇ ਦਿਲ ਨਾਲ ਪ੍ਰਾਰਥਨਾ ਕੀਤੀ ਅਤੇ ਵਿਸ਼ਵਾਸ ਕਰਨ ਦੀ ਕੋਸ਼ਿਸ਼ ਕੀਤੀ ਕਿ ਮਰੀਜ਼ ਠੀਕ ਹੋ ਜਾਵੇਗਾ, ਫਿਰ ਵੀ ਉਹ ਆਪਣੇ ਆਪ ਨੂੰ ਯਕੀਨ ਨਹੀਂ ਦਿਵਾ ਸਕਿਆ ਕਿ ਉਸਦੀ ਮੁਲਾਕਾਤ ਨਰਸਾਂ ਦੀਆਂ ਭਾਵਨਾਵਾਂ ਨੂੰ ਸ਼ਾਂਤ ਕਰਨ ਤੋਂ ਇਲਾਵਾ ਕਿਸੇ ਹੋਰ

ਕੰਮ ਦੀ ਸੀ, ਜੋ ਕਿ ਗਰੀਬ ਆਦਮੀ ਦੀਆਂ ਚੀਕਾਂ ਤੋਂ ਪਰੇਸ਼ਾਨ ਸਨ। ਫਿਰ ਵੀ ਪ੍ਰਾਰਥਨਾ ਕਰਨ ਤੋਂ ਬਾਅਦ ਰਾਤ ਨੂੰ, ਬਿਮਾਰ ਆਦਮੀ ਇੱਕ ਚੀਕ-ਚਿਹਾੜੇ ਨਾਲ ਜਾਗਿਆ, ਜਿਸਨੇ ਉਸਦੀਆਂ ਨਰਸਾਂ ਨੂੰ ਡਰਾ ਦਿੱਤਾ। ਪਰ ਉਹ ਪੂਰੀ ਤਰ੍ਹਾਂ ਆਪਣੇ ਸਹੀ ਦਿਮਾਗ ਵਿੱਚ ਪਾਇਆ ਗਿਆ। ਉਸਨੇ ਐਲਾਨ ਕੀਤਾ ਕਿ ਉਸਨੇ ਮੁਕਤੀਦਾਤਾ ਨੂੰ ਮਿਲਣ ਦਾ ਸੁਪਨਾ ਦੇਖਿਆ ਸੀ, ਅਤੇ ਮੁਕਤੀਦਾਤਾ ਨੇ ਉਸਨੂੰ ਭਰੋਸਾ ਦਿਵਾਇਆ ਸੀ ਕਿ ਭੂਤਾਂ ਨੂੰ ਬਾਹਰ ਕੱਢ ਦਿੱਤਾ ਗਿਆ ਹੈ। ਕੁਝ ਦਿਨਾਂ ਬਾਅਦ, ਉਹ ਘਰੋਂ ਬਾਹਰ ਜਾਣ ਦੇ ਯੋਗ ਹੋ ਗਿਆ, ਅਤੇ ਥੋੜ੍ਹੀ ਦੇਰ ਬਾਅਦ ਕੈਨੇਡਾ ਭੇਜ ਦਿੱਤਾ ਗਿਆ, ਜਿੱਥੇ ਉਹ ਇੱਕ ਸਫਲ ਵਪਾਰੀ ਰਿਹਾ ਹੈ, ਜਿਸਨੂੰ 1882 ਵਿੱਚ ਉਸਦੀ ਕਬਰ 'ਤੇ ਲਿਜਾਇਆ ਗਿਆ ਸੀ।

ਰਸਲ ਐੱਚ. ਕੌਨਵੈਲ ਦੁਆਰਾ 1892 ਵਿੱਚ ਲਿਖੀ ਕਿਤਾਬ "ਚਾਰਲਸ ਹੈਡਨ ਸਪੁਰਜਨ ਦੀ ਜ਼ਿੰਦਗੀ" ਤੋਂ ਅੰਸ਼।

ਫਰਾਂਸਸਿ ਮੈਕਨੱਟ - ਸੁੱਕੀਆਂ ਲੱਤਾਂ ਵਾਲੀਆਂ ਔਰਤਾਂ ਠੀਕ ਹੋ ਗਈਆਂ

ਭਿੱਜਣ ਵਾਲੀ ਪ੍ਰਾਰਥਨਾ ਰਾਹੀਂ ਇਲਾਜ ਦੀ ਸਭ ਤੋਂ ਸ਼ਾਨਦਾਰ ਉਦਾਹਰਣ ਜੋ ਮੈਂ ਕਦੇ ਦੇਖੀ ਹੈ, ਫਰਵਰੀ 1975 ਵਿੱਚ ਦੱਖਣੀ ਅਮਰੀਕਾ ਦੇ ਰਿਓਨੇਗਰੋ, ਕੋਲੰਬੀਆ ਦੇ ਡਾਇਓਸੀਸ ਆਫ਼ ਸੋਨਸਨ ਵਿੱਚ ਇੱਕ ਰਿਟਰੀਟ ਤੋਂ ਬਾਅਦ ਹੋਈ। ਬਿਸ਼ਪ ਅਲਫੋਂਸੋ ਉਰੀਬੇ ਨੇ ਮੈਨੂੰ ਉੱਥੇ ਪੁਜਾਰੀਆਂ ਲਈ ਇੱਕ ਰਿਟਰੀਟ ਦੇਣ ਲਈ ਸੱਦਾ ਦਿੱਤਾ ਸੀ, ਅਤੇ ਸਾਡੀ ਟੀਮ ਵਿੱਚ ਫਾਦਰ ਕਾਰਲੋਸ ਐਲਡੂਨੇਟ, ਐਸਜੇ (ਚਿਲੀ), ਸਿਸਟਰ ਜੀਨ ਹਿੱਲ, ਓਪੀ, ਸ੍ਰੀਮਤੀ ਵਿਲੀਅਮ ਕੈਲਾਘਨ, ਅਤੇ ਅਲਬਰਟੋ ਡੇਲ ਕੋਰਲ ਅਨੁਵਾਦਕ ਵਜੋਂ ਸ਼ਾਮਲ ਸਨ। ਹਾਲਾਂਕਿ ਇਹ ਰਿਟਰੀਟ ਪੁਜਾਰੀਆਂ ਲਈ ਸੀ, ਪਰ ਦੂਜੇ ਲੋਕਾਂ ਨੇ ਇਸ ਬਾਰੇ ਸੁਣਿਆ ਅਤੇ ਪ੍ਰਾਰਥਨਾ ਲਈ ਬੇਨਤੀ ਕਰਨ ਲਈ ਰਿਟਰੀਟ ਗਰਾਊਂਡ ਵਿੱਚ ਆਏ।

ਇਸ ਲਈ ਇਹ ਦੇਖਣਾ ਮੇਰੇ ਲਈ ਕੋਈ ਹੈਰਾਨੀ ਵਾਲੀ ਗੱਲ ਨਹੀਂ ਸੀ ਕਿ ਪਿਛਲੀ ਕਾਨਫਰੰਸ ਤੋਂ ਬਾਅਦ (ਸ਼ਾਮ 4 ਵਜੇ ਦੇ ਕਰੀਬ) ਸ੍ਰੀਮਤੀ ਕੈਲਾਘਨ, ਸਿਸਟਰ ਜੀਨ ਅਤੇ ਹੋਰ ਇੱਕ ਨੌਜਵਾਨ ਕੋਲੰਬੀਆਈ ਔਰਤ ਲਈ ਪ੍ਰਾਰਥਨਾ ਕਰ ਰਹੇ ਸਨ; ਉਨ੍ਹਾਂ ਨੇ ਮੈਨੂੰ ਉਸਦੀ ਵਿਗੜੀ ਹੋਈ ਲੱਤ ਦਿਖਾਉਣ ਲਈ ਬੁਲਾਇਆ ਅਤੇ ਮੈਨੂੰ ਦੱਸਿਆ ਕਿ ਪਹਿਲਾਂ ਹੀ ਕੁਝ ਹੋ ਗਿਆ ਹੈ - ਕਿ ਲੱਤ ਇੱਕ ਇੰਚ ਜਾਂ ਇਸ ਤੋਂ ਵੱਧ ਵਧ ਗਈ ਸੀ। ਇਸ ਲਈ ਮੈਂ ਉਨ੍ਹਾਂ ਦੀ ਪ੍ਰਾਰਥਨਾ ਵਿੱਚ ਉਨ੍ਹਾਂ ਨਾਲ ਸ਼ਾਮਲ ਹੋ ਗਈ। 19 ਸਾਲਾ ਔਰਤ, ਟੇਰੇਸਾ ਪੈਟੀਨੋ ਨਾਲ ਗੱਲ ਕਰਦੇ ਹੋਏ, ਮੈਂ ਦੇਖਿਆ ਕਿ ਜਦੋਂ ਉਹ ਸਿਰਫ਼ ਪੰਜ ਸਾਲ ਦੀ ਸੀ ਤਾਂ ਉਸਨੇ ਇੱਕ ਦਲਦਲ ਵਿੱਚ ਇੱਕ ਤਿੱਖੀ ਚੀਜ਼ 'ਤੇ ਪੈਰ ਰੱਖਿਆ ਸੀ। ਸਹੀ ਡਾਕਟਰੀ ਸਹਾਇਤਾ ਦੀ ਘਾਟ ਕਾਰਨ, ਇੱਕ ਇਨਫੈਕਸ਼ਨ ਵਿਕਸਤ ਹੋਈ ਅਤੇ ਫਿਰ ਉਸਦੀ ਹੱਡੀ ਵਿੱਚ ਗਈ ਅਤੇ ਓਸਟੀਓਮਾਈਲਾਈਟਿਸ ਵਿੱਚ ਵਿਕਸਤ ਹੋ ਗਈ। ਨਤੀਜੇ ਵਜੋਂ ਉਸਦੀ ਸੱਜੀ ਲੱਤ ਗੋਡੇ ਤੋਂ ਹੇਠਾਂ ਤੱਕ ਵਿਗੜ ਗਈ ਸੀ। ਇਹ ਦੂਜੀ ਲੱਤ ਨਾਲੋਂ ਲਗਭਗ ਛੇ ਇੰਚ ਛੋਟੀ ਸੀ ਅਤੇ ਮਰੋੜ ਵੀ ਗਈ ਸੀ। ਉੱਥੇ ਇੱਕ ਡੂੰਘਾ ਦਾਗ ਵੀ ਸੀ ਜਿੱਥੇ ਇੱਕ ਅਸਫਲ ਹੱਡੀ ਗ੍ਰਾਫਟ ਦੀ ਕੋਸ਼ਿਸ਼ ਕੀਤੀ ਗਈ ਸੀ।

ਜਿਵੇਂ ਕਿ ਅਸੀਂ ਦੋ ਘੰਟੇ ਹੌਲੀ-ਹੌਲੀ ਪ੍ਰਾਰਥਨਾ ਕੀਤੀ, ਲੱਤ ਲਗਭਗ ਇੱਕ ਇੰਚ ਵਧੀ ਹੋਈ ਜਾਪਦੀ ਸੀ। ਸਾਡੇ ਵਿੱਚੋਂ ਲਗਭਗ ਅੱਠ ਪ੍ਰਾਰਥਨਾ ਕਰ ਰਹੇ ਸਨ, ਉਸਦੀ ਲੱਤ ਨੂੰ ਫੜ ਕੇ ਵਾਰੀ-ਵਾਰੀ ਲੈ ਰਹੇ ਸਨ (ਕਿਉਂਕਿ ਕਈ ਘੰਟਿਆਂ ਲਈ ਗੋਡੇ ਟੇਕਣਾ ਦਰਦਨਾਕ ਹੋ ਸਕਦਾ ਹੈ)। ਬਿਸ਼ਪ ਨੇ ਖੁਦ ਸਮੂਹ ਦੇ ਹਿੱਸੇ ਵਜੋਂ ਪ੍ਰਾਰਥਨਾ ਕੀਤੀ। ਫਿਰ ਅਸੀਂ ਰਾਤ ਦੇ ਖਾਣੇ ਲਈ ਬ੍ਰੇਕ ਲਿਆ ਅਤੇ ਉਸ ਰਾਤ ਦੋ ਘੰਟੇ ਹੋਰ ਪ੍ਰਾਰਥਨਾ ਕਰਨ ਲਈ ਵਾਪਸ ਆਏ। ਦੁਬਾਰਾ, ਅਜਿਹਾ ਲੱਗ ਰਿਹਾ ਸੀ ਕਿ ਉਸਦੀ ਲੱਤ ਹੋਰ ਇੰਚ ਵਧ ਗਈ। ਨਾਲ ਹੀ, ਮਰੋੜੀ ਹੋਈ ਲੱਤ ਹੌਲੀ-ਹੌਲੀ ਸਿੱਧੀ ਹੋ ਰਹੀ ਸੀ। ਤੁਸੀਂ ਇਸਨੂੰ ਹੁੰਦਾ ਨਹੀਂ ਦੇਖ ਸਕਦੇ ਸੀ, ਕਿਉਂਕਿ ਇਹ ਬਹੁਤ ਹੌਲੀ-ਹੌਲੀ ਸੀ, ਪਰ ਹਰ 10 ਮਿੰਟ ਜਾਂ ਇਸ ਤੋਂ ਬਾਅਦ ਲੰਬਾਈ ਦੀ ਤੁਲਨਾ ਕਰਕੇ, ਅਸੀਂ ਤੁਲਨਾਤਮਕ ਤਬਦੀਲੀ ਨੂੰ ਦੇਖ ਸਕਦੇ ਹਾਂ।

ਅਗਲੇ ਦਿਨ ਅਸੀਂ ਮੈਡਿਲਿਨ ਵਿੱਚ ਅਲਬਰਟੋ ਡੇਲ ਕੋਰਲ ਦੇ ਘਰ ਇਕੱਠੇ ਹੋਏ - ਦੁਬਾਰਾ ਬਿਸ਼ਪ ਉਰੀਬੇ ਨਾਲ - ਅਤੇ ਸਵੇਰੇ ਦੋ ਘੰਟੇ ਅਤੇ ਦੁਪਹਿਰ ਦੋ ਘੰਟੇ ਪ੍ਰਾਰਥਨਾ ਕੀਤੀ, ਇਸ ਤਰ੍ਹਾਂ ਦੀ ਪ੍ਰਾਰਥਨਾ ਤੁਹਾਡੇ ਤੋਂ ਬਹੁਤ ਕੁਝ ਖੋਹ ਲੈਂਦੀ ਹੈ। ਇਸ ਦਿਨ ਲੱਤ ਇੱਕ ਹੋਰ ਇੰਚ ਵਧਦੀ ਜਾਪਦੀ ਸੀ (ਇਹ ਇੱਕ ਦਿਨ ਪਹਿਲਾਂ ਲਗਭਗ ਤਿੰਨ ਇੰਚ ਵਧੀ ਸੀ), ਇਸ ਲਈ ਸ਼ਾਮ ਤੱਕ ਦੋਵਾਂ ਲੱਤਾਂ ਵਿੱਚ ਸਿਰਫ਼ ਦੋ ਇੰਚ ਦਾ ਅੰਤਰ ਸੀ। ਸਭ ਤੋਂ ਵੱਧ ਹੈਰਾਨੀ ਦੀ ਗੱਲ ਹੈ ਕਿ, ਸੱਜਾ ਪੈਰ, ਜੋ ਕਿ ਸਮਤਲ ਸੀ ਅਤੇ ਜਿਸਦੀ ਕੋਈ ਕਮਾਨ ਨਹੀਂ ਸੀ, ਵਧਦਾ ਗਿਆ ਅਤੇ ਉਦੋਂ ਤੱਕ ਆਕਾਰ ਬਦਲਦਾ ਰਿਹਾ ਜਦੋਂ ਤੱਕ ਕਿ ਕਮਾਨ ਆਮ ਪੈਰ ਵਾਂਗ ਨਹੀਂ ਆ ਗਿਆ। ਵਿਗੜੇ ਹੋਏ ਪੈਰ ਦੀਆਂ ਉਂਗਲਾਂ , ਜੋ ਕਿ ਦੂਜੇ ਪੈਰ ਦੇ ਉਂਗਲਾਂ ਦੇ ਆਕਾਰ ਦੇ ਲਗਭਗ ਅੱਧੇ ਸਨ, ਵੀ ਉਦੋਂ ਤੱਕ ਵਧਦੀਆਂ ਗਈਆਂ ਜਦੋਂ ਤੱਕ ਉਹ ਉਸਦੇ ਆਮ ਪੈਰ ਦੇ ਉਂਗਲਾਂ ਦੇ ਆਕਾਰ ਦੇ ਲਗਭਗ ਨਹੀਂ ਹੋ ਗਈਆਂ। ਕੁਝ ਘੰਟਿਆਂ ਵਿੱਚ ਉਸਦੇ ਸੱਜੇ ਪੈਰ ਦੀਆਂ ਉਂਗਲਾਂ ਦਾ ਆਕਾਰ ਲਗਭਗ ਦੁੱਗਣਾ ਹੋ ਗਿਆ ਸੀ!

ਕਈ ਹੋਰ ਅਸਾਧਾਰਨ ਘਟਨਾਵਾਂ ਵਾਪਰੀਆਂ ਜਿਨ੍ਹਾਂ ਨੇ ਸਾਨੂੰ ਇਲਾਜ ਬਾਰੇ ਪਹਿਲਾਂ ਹੀ ਸਿੱਖੇ ਗਏ ਕੁਝ ਕਾਰਕਾਂ ਨੂੰ ਬਿਹਤਰ ਢੰਗ ਨਾਲ ਸਮਝਣ ਵਿੱਚ ਮਦਦ ਕੀਤੀ

। ਉਨ੍ਹਾਂ ਦਾ ਸਬੰਧ ਸਰੀਰਕ ਇਲਾਜ ਅਤੇ ਅਧਿਆਤਮਿਕ ਇਲਾਜ ਵਿਚਕਾਰ ਸਬੰਧ ਨਾਲ ਸੀ। ਦੋ ਵਾਰ ਸਾਨੂੰ ਅਹਿਸਾਸ ਹੋਇਆ ਕਿ ਅਧਿਆਤਮਿਕ ਪੱਧਰ 'ਤੇ ਇਲਾਜ ਦੀ ਲੋੜ ਸੀ; ਦੋਵੇਂ ਅਹਿਸਾਸ - ਇੱਕ ਸਵੇਰੇ, ਇੱਕ ਦੁਪਹਿਰ - ਇਸ ਲਈ ਆਏ ਕਿਉਂਕਿ ਇਲਾਜ ਅਤੇ ਵਿਕਾਸ ਰੁਕ ਗਿਆ ਜਾਪਦਾ ਸੀ। ਪਹਿਲੀ ਵਾਰ ਇਲਾਜ ਬੰਦ ਕਰਨ ਤੋਂ ਬਾਅਦ ਸਾਨੂੰ ਪਤਾ ਲੱਗਾ ਕਿ ਟੇਰੇਸਾ ਨੂੰ ਆਪਣੀ ਮਾਂ ਨੂੰ ਓਸਟੀਓ ਦੇ ਵਿਕਸਤ ਹੋਣ ਤੋਂ ਬਾਅਦ ਜੋ ਹੋਇਆ ਸੀ ਉਸ ਲਈ ਮਾਫ਼ ਕਰਨ ਦੀ ਲੋੜ ਸੀ। ਕਿਉਂਕਿ ਉਸਦਾ ਪਰਿਵਾਰ ਗਰੀਬ ਸੀ, ਟੇਰੇਸਾ ਦੀ ਮਾਂ ਨੂੰ ਟੇਰੇਸਾ ਨੂੰ ਛੱਡਣਾ ਪਿਆ ਅਤੇ ਉਸਨੂੰ ਹੋਰ ਲੋਕਾਂ ਨਾਲ ਬਿਠਾਉਣਾ ਪਿਆ ਜੋ ਉਸਨੂੰ ਸਹੀ ਡਾਕਟਰੀ ਇਲਾਜ ਕਰਵਾਉਣ ਦਾ ਖਰਚਾ ਦੇ ਸਕਦੇ ਸਨ। ਇਹ ਇੱਕੋ ਇੱਕ ਚੀਜ਼ ਸੀ ਜੋ ਹਾਲਾਤਾਂ ਵਿੱਚ ਕੀਤੀ ਜਾ ਸਕਦੀ ਸੀ ਪਰ ਟੇਰੇਸਾ ਨੂੰ ਇੱਕ ਬੱਚੇ ਦੇ ਰੂਪ ਵਿੱਚ

ਇਹ ਅਸਵੀਕਾਰ ਵਰਗਾ ਜਾਪਦਾ ਸੀ। ਜਦੋਂ ਅਸੀਂ ਟੇਰੇਸਾ ਨੂੰ ਆਪਣੀ ਮਾਂ ਨੂੰ ਮਾਫ਼ ਕਰਨ ਲਈ ਕਿਹਾ ਅਤੇ ਅਸਵੀਕਾਰ ਦੀਆਂ ਭਾਵਨਾਵਾਂ ਦੇ ਅੰਦਰੂਨੀ ਇਲਾਜ ਲਈ ਪ੍ਰਾਰਥਨਾ ਕਰਨ ਤੋਂ ਬਾਅਦ, ਟੇਰੇਸਾ ਦੀ ਲੱਤ ਦੁਬਾਰਾ ਸਿੱਧੀ ਅਤੇ ਵਧਣ ਲੱਗੀ।

ਦੂਜੀ ਘਟਨਾ ਦੁਪਹਿਰ ਵੇਲੇ ਵਾਪਰੀ ਜਦੋਂ ਲੱਤ ਦੁਬਾਰਾ ਵਧਣੀ ਬੰਦ ਹੋ ਗਈ (ਇਸ ਦਾ ਪਤਾ ਲਗਾਉਣਾ ਹਮੇਸ਼ਾ ਮੁਸ਼ਕਲ ਸੀ, ਕਿਉਂਕਿ ਇਸਦੀ ਜਾਂਚ ਸਿਰਫ਼ ਅੱਧੇ ਘੰਟੇ ਦੇ ਸਮੇਂ ਵਿੱਚ ਤੁਲਨਾਤਮਕ ਮਾਪ ਦੁਆਰਾ ਹੀ ਕੀਤੀ ਜਾ ਸਕਦੀ ਸੀ)। ਇਸ ਵਾਰ ਅਸੀਂ ਦੇਖਿਆ ਕਿ ਟੇਰੇਸਾ ਦਾ ਇੱਕ ਭਰਾ ਕੁਝ ਸਾਲ ਪਹਿਲਾਂ ਇੱਕ ਹਾਦਸੇ ਵਿੱਚ ਬੁਰੀ ਤਰ੍ਹਾਂ ਜ਼ਖਮੀ ਹੋ ਗਿਆ ਸੀ ਅਤੇ ਉਸਨੇ ਆਪਣੀ ਅਪਾਹਜ ਹਾਲਤ ਪਰਮਾਤਮਾ ਨੂੰ ਭੇਟ ਕੀਤੀ ਸੀ ਜੇਕਰ ਉਹ ਉਸਦੇ ਭਰਾ ਦੀ ਜਾਨ ਬਖਸ਼ ਦੇਵੇ। ਇਸ ਲਈ ਉਹ ਇਲਾਜ ਹੋਣ ਬਾਰੇ ਦੋਸ਼ੀ ਮਹਿਸੂਸ ਕਰ ਰਹੀ ਸੀ, ਕਿਉਂਕਿ ਇਹ ਉਸਨੂੰ ਇੱਕ ਵਾਰ ਪਰਮਾਤਮਾ ਨਾਲ ਕੀਤੇ ਵਾਅਦੇ ਤੋਂ ਪਿੱਛੇ ਹਟਣ ਵਰਗਾ ਜਾਪਦਾ ਸੀ। ਇੱਥੇ ਬਿਸ਼ਪ ਉਰੀਬੇ ਨੇ ਆਪਣੇ ਅਧਿਕਾਰ ਦੀ ਵਰਤੋਂ ਕਰਕੇ ਮਦਦ ਕਰਨ ਲਈ ਕਦਮ ਰੱਖਿਆ, ਪਰਮਾਤਮਾ ਦੇ ਪ੍ਰਤੀਨਿਧੀ ਵਜੋਂ ਉਸਨੂੰ ਕਿਸੇ ਵੀ ਅਜਿਹੀ ਸੁੱਖਣਾ ਦੇ ਪ੍ਰਭਾਵਾਂ ਤੋਂ ਮੁਕਤ ਕਰਨ ਲਈ। ਇੱਕ ਵਾਰ ਫਿਰ ਉਸਦੀ ਲੱਤ ਠੀਕ ਹੋਣ ਲੱਗੀ।

ਜਿਵੇਂ ਹੀ ਪ੍ਰਾਰਥਨਾ ਦਾ ਉਹ ਦਿਨ ਖਤਮ ਹੋਇਆ, ਅਸੀਂ ਇਹ ਵੀ ਦੇਖਿਆ ਕਿ ਉਸਦੀ ਲੱਤ 'ਤੇ ਡੂੰਘਾ ਜ਼ਖ਼ਮ ਸਤ੍ਹਾ ਦੇ ਨੇੜੇ ਕਿਵੇਂ ਵਧ ਗਿਆ ਸੀ ਅਤੇ ਦੋ ਥਾਵਾਂ ਨੂੰ ਛੱਡ ਕੇ, ਇਹ ਹੁਣ ਉਸ ਜਾਮਨੀ ਰੰਗ ਦੀ ਬਜਾਏ ਚਿੱਟਾ ਸੀ ਜੋ ਇਸਦੀ ਲੰਬਾਈ ਦੌਰਾਨ ਸੀ ਜਦੋਂ ਅਸੀਂ ਇੱਕ ਦਿਨ ਪਹਿਲਾਂ ਸ਼ੁਰੂ ਕੀਤਾ ਸੀ। ਕਿਉਂਕਿ ਹੁਣ ਤੱਕ ਉਸਦੀ ਸੱਜੀ ਲੱਤ ਜ਼ਮੀਨ ਤੱਕ ਪਹੁੰਚਣ ਲਈ ਕਾਫ਼ੀ ਵਧ ਗਈ ਸੀ (ਸਾਲਾਂ ਤੋਂ ਉਸਨੂੰ ਬੈਸਾਖੀਆਂ ਦੀ ਲੋੜ ਸੀ ਕਿਉਂਕਿ ਉਸਦੀ ਸੱਜੀ ਲੱਤ ਜ਼ਮੀਨ ਤੱਕ ਪਹੁੰਚਣ ਲਈ ਬਹੁਤ ਛੋਟੀ ਸੀ), ਟੇਰੇਸਾ ਬਚਪਨ ਤੋਂ ਪਹਿਲੀ ਵਾਰ ਤੁਰਨ ਦੀ ਕੋਸ਼ਿਸ਼ ਕਰਨਾ ਚਾਹੁੰਦੀ ਸੀ, ਪਰ ਅਸੀਂ ਉਸਨੂੰ ਡਾਕਟਰ ਤੋਂ ਜਾਂਚ ਕਰਵਾਉਣ ਤੱਕ ਉਡੀਕ ਕਰਨ ਲਈ ਕਿਹਾ।

ਅਲਬਰਟੋ ਨੇ ਉਸਨੂੰ ਡਾਕਟਰ ਕੋਲ ਲਿਜਾਣ ਅਤੇ ਇੱਕ ਟੀਮ ਬਣਾਉਣ ਦੀ ਪੇਸ਼ਕਸ਼ ਕੀਤੀ ਜੋ ਉਸਦੇ ਨਾਲ ਪ੍ਰਾਰਥਨਾ ਕਰਦੀ ਰਹੇਗੀ। ਬਿਸ਼ਪ ਉਰੀਬੇ ਨੇ ਵੀ ਹਫ਼ਤੇ ਵਿੱਚ ਇੱਕ ਵਾਰ ਉਸਦੇ ਘਰ ਰੁਕਣ ਅਤੇ ਉਸਦੇ ਨਾਲ ਪ੍ਰਾਰਥਨਾ ਕਰਨ ਦਾ ਵਾਅਦਾ ਕੀਤਾ। ਉਦੋਂ ਤੋਂ ਉਸਦੀ ਲੱਤ ਵਧਦੀ ਰਹੀ ਹੈ ਜਦੋਂ ਤੱਕ ਕਿ ਸਿਰਫ ਅੱਧਾ ਇੰਚ ਦਾ ਫਰਕ ਨਹੀਂ ਰਹਿ ਗਿਆ। ਇੱਕ ਸੈਸ਼ਨ ਵਿੱਚ ਉਸਦਾ ਪੈਰ ਇੱਕ ਮੋੜ 'ਤੇ ਘੁੰਮਿਆ ਜਦੋਂ ਤੱਕ ਉਸਦੀ ਲੱਤ ਦੇ ਹੇਠਾਂ ਇੱਕ ਚੱਕਰੀਦਾਰ ਦਾਗ ਗੋਡੇ ਤੋਂ ਪੈਰ ਤੱਕ ਸਿੱਧੀ ਲਾਈਨ ਨਹੀਂ ਬਣ ਗਿਆ। ਸਮੂਹ ਨੇ ਇੱਕ ਡਾਕਟਰ ਨਾਲ ਜਾਂਚ ਕੀਤੀ ਜਿਸਨੇ ਟੇਰੇਸਾ ਦੀ ਜਾਂਚ ਕੀਤੀ ਅਤੇ ਕਿਹਾ ਕਿ ਹੱਡੀ ਅਜੇ ਵੀ ਟੁੱਟੀ ਹੋਈ ਹੈ ਅਤੇ ਕਮਜ਼ੋਰ ਹੈ ਅਤੇ ਅਜੇ ਤੁਰਨ ਦੇ ਵਿਰੁੱਧ ਸਲਾਹ ਦਿੱਤੀ ਗਈ। ਅਲਬਰਟੋ ਹੋਰ ਵਿਕਾਸ ਦਾ ਵਰਣਨ ਕਰਦਾ ਹੈ: ਡਾਕਟਰ ਕੋਲ ਉਸਦੀ ਮੁਲਾਕਾਤ ਤੋਂ ਥੋੜ੍ਹੀ ਦੇਰ ਬਾਅਦ, ਇੱਕ ਸਮੂਹ ਬਿਸ਼ਪ ਉਰੀਬੇ ਨਾਲ ਹੋਰ ਪ੍ਰਾਰਥਨਾ ਲਈ ਦੁਬਾਰਾ ਇਕੱਠਾ ਹੋਇਆ। ਜਿਵੇਂ ਹੀ ਅਸੀਂ ਟੇਰੇਸਾ 'ਤੇ ਹੱਥ ਰੱਖਿਆ ਅਸੀਂ ਦੇਖਿਆ ਕਿ ਹੱਡੀ ਟੁੱਟਣ ਵਾਲੀ ਜਗ੍ਹਾ ਕਾਫ਼ੀ ਗਰਮ ਸੀ ਅਤੇ ਗੱਠ ਦਾ ਆਕਾਰ ਬਹੁਤ ਘੱਟ ਗਿਆ ਸੀ।

ਅਸੀਂ ਲਗਭਗ ਦੋ ਘੰਟੇ ਪ੍ਰਾਰਥਨਾ ਕੀਤੀ ਅਤੇ ਅੰਤ ਵਿੱਚ ਬਿਸ਼ਪ ਉਰੀਬੇ ਨੇ ਟੇਰੇਸਾ ਨੂੰ ਆਪਣੀ ਲੱਤ ਅਤੇ ਪੈਰ ਖਿੱਚਣ ਲਈ ਕਿਹਾ, ਇੱਕ ਅਜਿਹਾ ਕੰਮ ਜਿਸ ਨਾਲ ਹਮੇਸ਼ਾ ਬਹੁਤ ਦਰਦ ਹੁੰਦਾ ਸੀ। ਝਿਜਕਦੇ ਹੋਏ, ਟੇਰੇਸਾ ਨੇ ਆਪਣੀ ਲੱਤ ਖਿੱਚੀ ਅਤੇ ਜਿਵੇਂ ਹੀ ਉਸਨੇ ਅਜਿਹਾ ਕੀਤਾ, ਹੱਡੀ ਸਾਲਾਂ ਵਿੱਚ ਪਹਿਲੀ ਵਾਰ ਆਪਣੀ ਜਗ੍ਹਾ 'ਤੇ ਰਹੀ। ਜਦੋਂ ਉਸਨੇ ਆਪਣੀ ਲੱਤ ਨੂੰ ਹਿਲਾਇਆ ਤਾਂ ਉਸਨੂੰ ਕੋਈ ਦਰਦ ਜਾਂ ਬੇਅਰਾਮੀ ਮਹਿਸੂਸ ਨਹੀਂ ਹੋਈ।

ਅਸੀਂ ਸਾਰੇ ਬਹੁਤ ਖੁਸ਼ ਅਤੇ ਸ਼ੁਕਰਗੁਜ਼ਾਰ ਸੀ, ਕਿਉਂਕਿ ਅਜਿਹਾ ਲੱਗ ਰਿਹਾ ਸੀ ਕਿ ਹੱਡੀ ਨੂੰ ਜੋੜ ਦਿੱਤਾ ਗਿਆ ਸੀ। ਹਾਲਾਂਕਿ, ਅਸੀਂ ਟੇਰੇਸਾ ਨੂੰ ਉਸਦੀ ਲੱਤ ਦੀ ਵਰਤੋਂ ਕਰਨ ਤੋਂ ਪਹਿਲਾਂ ਡਾਕਟਰ ਨੂੰ ਮਿਲਣ ਦੀ ਸਲਾਹ ਦਿੱਤੀ। ਕਈ ਦਿਨਾਂ ਬਾਅਦ ਉਸਨੇ ਇੱਕ ਨਹੀਂ ਬਲਕਿ ਦੋ ਡਾਕਟਰਾਂ ਨੂੰ ਦੇਖਿਆ, ਜਿਨ੍ਹਾਂ ਦੋਵਾਂ ਨੇ ਪੁਸ਼ਟੀ ਕੀਤੀ ਕਿ ਉਸਦੀ ਹੱਡੀ ਨੂੰ ਜੋੜ ਦਿੱਤਾ ਗਿਆ ਹੈ।"
ਹੁਣ, 14 ਸਾਲਾਂ ਵਿੱਚ ਪਹਿਲੀ ਵਾਰ, ਟੇਰੇਸਾ ਦੁਬਾਰਾ ਤੁਰ ਰਹੀ ਹੈ। ਇਹ ਹਿਸਾਬ

ਲਗਾਉਣਾ ਅਸੰਭਵ ਹੈ ਕਿ ਇਸ ਅਸਾਧਾਰਨ ਇਲਾਜ ਵਿੱਚ ਕਿੰਨੇ ਘੰਟੇ ਭਿੱਜਣ ਵਾਲੀ ਪ੍ਰਾਰਥਨਾ ਕੀਤੀ ਗਈ। ਨਾ ਹੀ ਕਿੰਨੇ ਲੋਕਾਂ ਨੇ ਪ੍ਰਾਰਥਨਾ ਕੀਤੀ। ਅਤੇ ਲੱਤ ਲਈ ਅਜੇ ਵੀ ਹੋਰ ਪ੍ਰਾਰਥਨਾ ਦੀ ਜ਼ਰੂਰਤ ਹੈ, ਅਜੇ ਵੀ ਹੋਰ ਇਲਾਜ ਦੀ ਜ਼ਰੂਰਤ ਹੈ। ਪਰ ਜ਼ਿਆਦਾਤਰ ਇਲਾਜ, ਜਿਸ ਲਈ ਉਸਦੀ ਲੱਤ ਅਤੇ ਪੈਰ ਵਧਣ ਅਤੇ ਸਿੱਧੇ ਹੋਣ ਅਤੇ ਠੀਕ ਹੋਣ ਦੀ ਜ਼ਰੂਰਤ ਸੀ - ਜਦੋਂ ਡਾਕਟਰਾਂ ਨੇ ਹੋਰ ਸੁਧਾਰ ਹੋਣ ਦੀ ਉਮੀਦ ਛੱਡ ਦਿੱਤੀ ਸੀ - ਹੁਣ ਹੋ ਗਿਆ ਹੈ।
ਫਿਰ ਤੋਂ - ਇਹ ਯਕੀਨੀ ਤੌਰ 'ਤੇ ਕਹਿਣਾ ਅਸੰਭਵ ਹੈ - ਮੈਨੂੰ ਨਹੀਂ ਲੱਗਦਾ ਕਿ ਟੇਰੇਸਾ ਦਾ ਕੋਈ ਵੀ ਇਲਾਜ ਹੋਇਆ ਹੁੰਦਾ ਜੇਕਰ ਅਸੀਂ ਇਲਾਜ ਲਈ ਪ੍ਰਾਰਥਨਾ ਕਰਨ ਲਈ ਲੋੜੀਂਦੇ ਸਮੇਂ ਦੇ ਤੱਤ ਬਾਰੇ ਕੁਝ ਨਾ ਸਿੱਖਿਆ ਹੁੰਦਾ, ਅਤੇ ਨਾ ਹੀ ਜੇ ਦੋਸਤ ਟੇਰੇਸਾ ਦੇ ਆਲੇ-ਦੁਆਲੇ ਪ੍ਰਾਰਥਨਾ ਵਿੱਚ ਘੰਟੇ ਬਿਤਾਉਣ ਲਈ ਤਿਆਰ ਨਾ ਹੁੰਦੇ।

ਟੇਰੇਸਾ ਵਾਂਗ ਵਿਗੜੀ ਹੋਈ ਲੱਤ ਵਿੱਚ ਤਬਦੀਲੀਆਂ ਹੁੰਦੀਆਂ ਦੇਖਣਾ ਬਹੁਤ ਦਿਲਚਸਪ ਹੁੰਦਾ ਹੈ; ਜਦੋਂ ਉਹ ਮਹਿਸੂਸ ਕਰਦੀ ਸੀ ਕਿ ਉਸਦੀ ਲੱਤ ਮਜ਼ਬੂਤ ਹੁੰਦੀ ਹੈ ਤਾਂ ਉਸਦੀਆਂ ਅੱਖਾਂ ਵਿੱਚ ਸ਼ੁਕਰਗੁਜ਼ਾਰੀ ਦੇ ਹੰਝੂ ਦੇਖਣਾ ਉਹ ਸਭ ਮਨੁੱਖੀ ਇਨਾਮ ਹੈ ਜਿਸਦੀ ਕਿਸੇ ਨੂੰ ਵੀ ਉਸਦੇ ਨਾਲ ਘੰਟਿਆਂ ਬੱਧੀ ਪ੍ਰਾਰਥਨਾ ਕਰਨ ਤੋਂ ਬਾਅਦ ਜ਼ਰੂਰਤ ਹੋਵੇਗੀ। ਪਰ ਜਦੋਂ ਤੁਸੀਂ ਪ੍ਰਾਰਥਨਾ ਕਰਨਾ ਸ਼ੁਰੂ ਕਰਦੇ ਹੋ, ਤਾਂ ਤੁਸੀਂ ਕਦੇ ਨਹੀਂ ਜਾਣਦੇ - ਜਦੋਂ ਤੱਕ ਪਰਮਾਤਮਾ ਇਹ ਨਹੀਂ ਦੱਸਦਾ - ਕਿੰਨਾ ਕੁਝ ਹੋ ਸਕਦਾ ਹੈ, ਜਾਂ ਨਹੀਂ। ਅਤੇ ਇਹ ਸਖ਼ਤ ਮਿਹਨਤ ਹੈ - ਕਈ ਵਾਰ, ਥਕਾਵਟ ਵਾਲਾ। ਕੋਈ ਹੈਰਾਨੀ ਨਹੀਂ ਕਿ ਯਿਸੂ ਨੇ ਆਪਣੇ ਇਲਾਜਾਂ ਨੂੰ "ਕੰਮ" ਕਿਹਾ - "ਮੇਰੇ ਪਿਤਾ ਦੇ ਨਾਮ ਵਿੱਚ ਮੈਂ ਜੋ ਕੰਮ ਕਰਦਾ ਹਾਂ ਉਹ ਮੇਰੇ ਗਵਾਹ ਹਨ" (ਯੂਹੰਨਾ 10:25), "ਚਮਤਕਾਰਾਂ" ਦੀ ਬਜਾਏ। ਭਿੱਜਣ ਵਾਲੀ ਪ੍ਰਾਰਥਨਾ ਦੇ ਪ੍ਰਭਾਵਾਂ ਨੂੰ ਦੇਖ ਕੇ
ਮੈਨੂੰ ਇਲਾਜ ਬਾਰੇ ਇੱਕ ਬਿਲਕੁਲ ਨਵਾਂ ਦ੍ਰਿਸ਼ਟੀਕੋਣ ਮਿਲਿਆ ਹੈ। ਇਹ ਪਹਿਲਾਂ ਹੁੰਦਾ ਸੀ ਕਿ ਜਦੋਂ ਮੈਂ ਇੱਕ ਅਪੰਗ ਨੂੰ ਲੰਘਦਾ ਸੀ ਤਾਂ ਮੈਂ ਸੋਚਦਾ ਸੀ ਕਿ ਕੀ ਪ੍ਰਾਰਥਨਾ ਉਸਨੂੰ ਠੀਕ ਕਰੇਗੀ, ਪਰ ਉਸੇ ਸਮੇਂ ਮੈਨੂੰ ਲੱਗਦਾ ਸੀ ਕਿ ਇਲਾਜ ਦੀਆਂ ਸੰਭਾਵਨਾਵਾਂ - ਹਾਲਾਂਕਿ ਸੰਭਵ ਸਨ - ਬਹੁਤ ਘੱਟ ਸਨ। ਹੁਣ ਜਦੋਂ ਮੈਂ ਇੱਕ ਅਪੰਗ

ਨੂੰ ਦੇਖਦਾ ਹਾਂ ਤਾਂ ਮੈਂ ਸੋਚਦਾ ਹਾਂ ਕਿ ਕੀ ਉਸਨੂੰ ਠੀਕ ਨਹੀਂ ਕੀਤਾ ਜਾ ਸਕਦਾ, ਜਾਂ ਘੱਟੋ ਘੱਟ ਨਾਟਕੀ ਢੰਗ ਨਾਲ ਸੁਧਾਰਿਆ ਜਾ ਸਕਦਾ ਸੀ, ii ਸਿਰਫ਼ ਕੋਈ ਅਜਿਹਾ ਸੀ ਜੋ ਉਸਦੇ ਕੋਲ ਬੈਠ ਕੇ ਪ੍ਰਾਰਥਨਾ ਕਰਨ ਲਈ ਸਮਾਂ ਕੱਢ ਸਕਦਾ ਸੀ।

"ਦ ਪਾਵਰ ਟੂ ਹੀਲ" ਤੋਂ ਅੰਸ਼ । ਫਰਾਂਸਿਸ ਮੈਕਨੱਟ, ਇਸ ਸਮੇਂ, ਇੱਕ ਕੈਥੋਲਿਕ ਪਾਦਰੀ ਸੀ ਅਤੇ ਕੈਥੋਲਿਕ ਚਰਚ ਦੇ ਅੰਦਰ ਕ੍ਰਿਸ਼ਮਈ ਨਵੀਨੀਕਰਨ ਨੂੰ ਬਹੁਤ ਪ੍ਰਭਾਵਿਤ ਕਰ ਰਿਹਾ ਸੀ। 1970 ਦੇ ਦਹਾਕੇ ਵਿੱਚ ਉਸਨੇ ਪੁਜਾਰੀਵਾਦ ਛੱਡ ਦਿੱਤਾ, ਅੰਤ ਵਿੱਚ ਵਿਆਹ ਕਰਵਾ ਲਿਆ, ਫਲੋਰੀਡਾ ਦੇ ਐਪੀਸਕੋਪਲ ਡਾਇਓਸੀਸ ਵਿੱਚ ਸ਼ਾਮਲ ਹੋ ਗਿਆ ਅਤੇ ਈਸਾਈ ਹੀਲਿੰਗ ਮੰਤਰਾਲਾ ਸ਼ੁਰੂ ਕੀਤਾ। ਤੁਸੀਂ ਮੰਤਰਾਲੇ ਦੀ ਵੈੱਬਸਾਈਟ 'ਤੇ ਵਧੇਰੇ ਜਾਣਕਾਰੀ ਪ੍ਰਾਪਤ ਕਰ ਸਕਦੇ ਹੋ: www.christianhealingmin.org

ਹੇਡੀ ਬੇਕਰ ਅਤੇ ਸੁਪ੍ਰੇਸਾ ਸਥਿਲ - ਪਾਦਰੀ ਮੌਤ ਦੇ ਬਿੰਦੂ 'ਤੇ ਠੀਕ ਹੋਏ

3 ਅਗਸਤ, ਮੈਪੁਟੋ, ਮੋਜ਼ਾਮਬੀਕ — ਸਾਡੇ ਮੋਜ਼ਾਮਬੀਕ ਦੇ ਰਾਸ਼ਟਰੀ ਨਿਰਦੇਸ਼ਕ, ਸੁਰਪ੍ਰੇਸਾ ਸਿਥੋਲ, ਨਕਾਰਾਤਮਕ ਸੋਚ ਦੇ ਅਯੋਗ ਜਾਪਦੇ ਹਨ। ਪਵਿੱਤਰ ਆਤਮਾ ਨਾਲ ਭਰਪੂਰ, ਉਹ ਖੁੱਲ੍ਹ ਕੇ ਮੁਸਕਰਾਉਂਦਾ ਹੈ ਅਤੇ ਹਰ ਹਾਲਾਤ ਵਿੱਚ ਆਸਾਨੀ ਨਾਲ ਹੱਸਦਾ ਹੈ। ਉਹ ਝਾੜੀਆਂ ਵਿੱਚ ਮੇਰਾ ਨਿਰੰਤਰ ਸਾਥੀ ਹੈ, ਅਤੇ ਅਸੀਂ ਹਰ ਜਗ੍ਹਾ ਇਕੱਠੇ ਪ੍ਰਚਾਰ ਕਰਦੇ ਹਾਂ। ਯਿਸੂ ਨੇ ਅਲੌਕਿਕ ਤੌਰ 'ਤੇ ਉਸਨੂੰ ਉਸਦੇ ਪਿੰਡ ਦੇ ਜਾਦੂ-ਟੂਣੇ ਕਰਨ ਵਾਲੇ ਮਾਪਿਆਂ ਤੋਂ ਦੂਰ ਬੁਲਾਇਆ ਹੈ ਅਤੇ ਉਸਨੂੰ ਸਾਡੇ ਚਰਚਾਂ ਵਿੱਚ ਇੱਕ ਸ਼ਕਤੀਸ਼ਾਲੀ ਆਗੂ ਬਣਾ ਦਿੱਤਾ ਹੈ।

ਪਰ ਅੱਜ ਇੱਕ ਪਲ ਲਈ ਉਹ ਹੋਰ ਵੀ ਗੰਭੀਰ ਹੈ। ਉਹ ਦੱਖਣੀ ਅਫ਼ਰੀਕਾ ਤੋਂ ਫ਼ੋਨ 'ਤੇ ਹੈ, ਅਤੇ ਫਿਰ ਸਾਨੂੰ ਵਿਸ਼ਵਾਸ ਦੀ ਪਰੀਖਿਆ ਦਾ ਸਾਹਮਣਾ ਕਰਨਾ ਪੈਂਦਾ ਹੈ। ਸਾਈਮਨ ਨਡੂਬਾਨੀ, ਸਾਡੇ ਸਭ ਤੋਂ ਮਜ਼ਬੂਤ ਪਾਦਰੀਆਂ ਵਿੱਚੋਂ ਇੱਕ ਅਤੇ ਦੱਖਣੀ ਅਫ਼ਰੀਕਾ ਵਿੱਚ ਸਾਡੇ ਲੀਡਰਸ਼ਿਪ ਕਮਿਸ਼ਨ ਦਾ ਮੈਂਬਰ, ਬਿਮਾਰ ਹੈ। ਦਰਅਸਲ, ਉਹ ਲਗਭਗ ਮਰ ਚੁੱਕਾ ਹੈ। ਖੰਘ ਅਤੇ ਦਸਤ ਤੋਂ ਸ਼ੁਰੂ ਹੋ ਕੇ, ਉਹ

ਇੱਕ ਸਾਲ ਤੋਂ ਘੱਟ ਰਿਹਾ ਹੈ, ਪਰ ਡਾਕਟਰ ਲਈ ਪੈਸੇ ਤੋਂ ਬਿਨਾਂ ਉਸਦਾ ਪਤਾ ਨਹੀਂ ਲੱਗ ਸਕਿਆ। ਲੋਕ ਸੁਝਾਅ ਦਿੰਦੇ ਹਨ ਕਿ ਉਸਨੂੰ ਪੇਟ ਦਾ ਕੈਂਸਰ, ਜਾਂ ਏਡਜ਼ ਹੈ - ਪਰ ਉਸਦਾ ਐੱਚਆਈਵੀ-ਨੈਗੇਟਿਵ ਟੈਸਟ ਕੀਤਾ ਗਿਆ ਹੈ। ਆਮ ਤੌਰ 'ਤੇ ਇੱਕ ਬਹੁਤ ਵੱਡਾ ਆਦਮੀ, ਉਹ ਪਹਿਲਾਂ ਵਾਂਗ ਸੁੰਗੜਿਆ ਹੋਇਆ ਸ਼ੈੱਲ ਹੈ। ਪਿਛਲੇ ਤਿੰਨ ਦਿਨਾਂ ਵਿੱਚ ਉਹ ਬਹੁਤ ਵਿਗੜ ਗਿਆ ਹੈ। ਉਸਨੂੰ ਬਹੁਤ ਦਰਦ ਹੈ। ਉਹ ਖਾ ਨਹੀਂ ਸਕਦਾ। ਉਹ ਤੁਰ ਨਹੀਂ ਸਕਦਾ। ਅੱਜ ਉਹ ਬਿਸਤਰੇ ਵਿੱਚ ਹਿੱਲ ਵੀ ਨਹੀਂ ਸਕਦਾ ਜਾਂ ਪਲਟ ਵੀ ਨਹੀਂ ਸਕਦਾ। ਉਸਦੀ ਨਜ਼ਰ ਧੁੰਦਲੀ ਹੈ, ਅਤੇ ਪਿਛਲੇ ਕੁਝ ਘੰਟਿਆਂ ਵਿੱਚ ਉਸਦੀ ਬੋਲੀ ਅਤੇ ਸੁਣਨ ਸ਼ਕਤੀ ਖਤਮ ਹੋ ਗਈ ਹੈ।

ਇਹ ਸਮਝਣਾ ਔਖਾ ਹੈ, ਪਰ ਸਾਈਮਨ ਸਾਡੇ ਸਭ ਤੋਂ ਵੱਧ ਪ੍ਰਤਿਭਾਸ਼ਾਲੀ ਪ੍ਰਚਾਰਕਾਂ ਵਿੱਚੋਂ ਇੱਕ ਰਿਹਾ ਹੈ, ਅਤੇ ਉਸਨੇ ਬਹੁਤ ਵਿਸ਼ਵਾਸ ਦਿਖਾਇਆ ਹੈ। ਯਿਸੂ ਨੇ ਉਸਨੂੰ ਅੰਨ੍ਹੇ ਅਤੇ ਅਪਾਹਜਾਂ ਨੂੰ ਤੁਰੰਤ ਠੀਕ ਕਰਨ ਲਈ ਵਰਤਿਆ ਹੈ। ਉਸਦੇ ਚਰਚ ਵਿੱਚ ਬਹੁਤ ਸਾਰੇ ਨਿਰਾਸ਼ ਲੋਕ ਉਸਦੇ ਕੋਲ ਪ੍ਰਾਰਥਨਾ ਲਈ ਆਏ ਹਨ, ਅਤੇ ਉਨ੍ਹਾਂ ਨੂੰ ਬਚਾਇਆ ਗਿਆ ਹੈ। ਉਸਨੂੰ ਪਰਮੇਸ਼ੁਰ ਦੇ ਇੱਕ ਮਹਾਨ ਆਦਮੀ ਵਜੋਂ ਜਾਣਿਆ ਜਾਂਦਾ ਹੈ। ਪਰ ਹੁਣ ਉਹ ਮੌਤ ਦੇ ਦਰਵਾਜ਼ੇ 'ਤੇ ਹੈ, ਬੇਸਹਾਰਾ ਅਤੇ ਬੇਸਹਾਰਾ। ਉਸਦੇ ਕੋਲ ਕੋਈ ਪੈਸਾ, ਬੀਮਾ ਜਾਂ ਸਿਹਤ ਲਾਭ ਨਹੀਂ ਹਨ। ਉਸਦਾ ਪਰਿਵਾਰ ਆਵਾਜਾਈ ਤੋਂ ਬਿਨਾਂ ਹੈ। ਉਸਦੀ ਪਤਨੀ ਰੋ ਰਹੀ ਹੈ ਅਤੇ ਉਸਦੇ ਅੰਤ ਵਿੱਚ ਹੈ।

ਇਹ ਸੱਚਮੁੱਚ ਬਹੁਤ ਭਿਆਨਕ ਖ਼ਬਰ ਹੈ। ਰੱਬ ਦੀ ਸਾਖ ਦਾ ਕੀ ਹਾਲ ਹੈ? ਸਾਡੇ ਚਰਚ ਇਸ ਨਿਰਾਸ਼ਾ ਨੂੰ ਕਿਵੇਂ ਸੰਭਾਲਣਗੇ? ਅਸੀਂ ਕੀ ਕਹਾਂਗੇ? ਸੁਰਪ੍ਰੇਸਾ ਅਤੇ ਮੈਂ ਫ਼ੋਨ 'ਤੇ ਪ੍ਰਾਰਥਨਾ ਕਰਦੇ ਹਾਂ, ਅਤੇ ਅਸੀਂ ਹੋਰ ਬਹੁਤ ਸਾਰੇ ਲੋਕਾਂ ਨਾਲ ਪ੍ਰਾਰਥਨਾ ਕਰਦੇ ਰਹਿੰਦੇ ਹਾਂ। ਸੁਰਪ੍ਰੇਸਾ ਸਾਈਮਨ ਨੂੰ ਹਸਪਤਾਲ ਲੈ ਜਾਂਦੀ ਹੈ ਅਤੇ ਉਸਦੇ ਪਤਲੇ, ਹੱਡੀਆਂ ਵਾਲੇ ਸਰੀਰ ਨੂੰ ਉਸਦੇ ਕਮਰੇ ਵਿੱਚ ਲੈ ਜਾਂਦੀ ਹੈ। ਸਾਈਮਨ ਕੋਮਾ ਵਿੱਚ ਹੈ, ਅਤੇ ਫਿਰ ਵੀ ਸੁਰਪ੍ਰੇਸਾ ਨੂੰ ਹਰ ਦਸ ਮਿੰਟਾਂ ਬਾਅਦ ਉਸਨੂੰ ਟਾਇਲਟ ਲੈ ਕੇ ਜਾਣਾ ਪੈਂਦਾ ਹੈ। ਇਹ ਬਹੁਤ ਗੜਬੜ ਹੈ। ਡਾਕਟਰ ਨੂੰ ਉਮੀਦ ਹੈ ਕਿ ਸਾਈਮਨ ਅੱਜ ਰਾਤ ਮਰ ਜਾਵੇਗਾ। ਜੇ ਉਹ ਤਿੰਨ ਦਿਨ ਜੀਉਂਦਾ ਰਿਹਾ, ਤਾਂ ਇਹ ਇੱਕ

ਚਮਤਕਾਰ ਹੋਵੇਗਾ। ਸਾਈਮਨ ਦੀ ਪਤਨੀ ਇੰਨੀ ਡਰੀ ਹੋਈ ਅਤੇ ਪਰੇਸ਼ਾਨ ਹੈ ਕਿ ਉਹ ਉਸਨੂੰ ਦੇਖਣ ਲਈ ਹਸਪਤਾਲ ਵੀ ਨਹੀਂ ਆਵੇਗੀ।

ਸੁਰਪ੍ਰੇਸਾ, ਹੇਡੀ ਅਤੇ ਮੇਰੀਆਂ ਕੁਝ ਦਿਨਾਂ ਵਿੱਚ ਮੋਜ਼ਾਮਬੀਕ ਵਿੱਚ ਵੱਡੀਆਂ ਕਾਨਫਰੰਸ ਮੀਟਿੰਗਾਂ ਹੋਣ ਵਾਲੀਆਂ ਹਨ। ਸਾਨੂੰ ਹਜ਼ਾਰਾਂ ਬਿਮਾਰ ਅਤੇ ਬੇਸਹਾਰਾ ਲੋਕਾਂ ਨੂੰ ਖੁਸ਼ਖਬਰੀ ਸੁਣਾਉਣੀ ਹੈ ਜਿਨ੍ਹਾਂ ਕੋਲ ਯਿਸੂ ਤੋਂ ਇਲਾਵਾ ਕੋਈ ਉਮੀਦ ਨਹੀਂ ਹੈ। ਅਸੀਂ ਪ੍ਰਭੂ ਦੀ ਸਾਖ ਦਾ ਬਚਾਅ ਨਹੀਂ ਕਰ ਸਕਦੇ। ਅਸੀਂ ਸਿਰਫ਼ ਉਸਨੂੰ ਪਿਆਰ ਕਰਦੇ ਰਹਾਂਗੇ। ਸਾਈਮਨ ਤੁਹਾਡਾ ਹੈ, ਯਿਸੂ। ਤੁਸੀਂ ਉਸਦੇ ਪਰਮੇਸ਼ੁਰ ਅਤੇ ਡਾਕਟਰ ਬਣੋ। ਅਸੀਂ ਤੁਹਾਡੇ ਹਾਂ, ਅਤੇ ਅਸੀਂ ਤੁਹਾਡੇ ਲਈ ਜੀਉਂਦੇ ਰਹਾਂਗੇ।

ਅਤੇ ਇਸ ਤਰ੍ਹਾਂ ਰਾਤ ਭਰ ਅਤੇ ਅਗਲੇ ਦਿਨ ਅਸੀਂ ਸਾਈਮਨ ਲਈ ਪ੍ਰਾਰਥਨਾ ਕਰਦੇ ਰਹਿੰਦੇ ਹਾਂ - ਅਤੇ ਮਾਪੂਟੋ ਅਤੇ ਉੱਤਰ ਵਿੱਚ ਆਪਣੀਆਂ ਮੀਟਿੰਗਾਂ ਦੀ ਤਿਆਰੀ ਕਰਦੇ ਰਹਿੰਦੇ ਹਾਂ। ਇੱਕ ਹੋਰ ਰਾਤ ਆਉਂਦੀ ਹੈ, ਅਤੇ ਸਾਈਮਨ ਅਜੇ ਵੀ ਬਹੁਤ ਮੁਸ਼ਕਿਲ ਨਾਲ ਜ਼ਿੰਦਾ ਹੈ। ਅਸੀਂ ਜਾਂਦੇ ਹਾਂ। ਉਸਦੇ ਦਿਲ ਵਿੱਚ ਉੱਪਰ ਜਾਣ ਤੋਂ ਇਲਾਵਾ ਕੋਈ ਦਿਸ਼ਾ ਨਹੀਂ ਹੈ। ਸ਼ਨੀਵਾਰ ਆਉਂਦਾ ਹੈ, ਅਤੇ ਸੁਰਪ੍ਰੇਸਾ ਤੋਂ ਅੱਜ ਰਾਤ ਸਾਡੇ ਦੱਖਣੀ ਸੂਬਿਆਂ ਲਈ ਸਾਡੀ ਖੇਤਰੀ ਕਾਨਫਰੰਸ ਖੋਲ੍ਹਣ ਦੀ ਉਮੀਦ ਹੈ। ਪਰ ਉਹ ਅਜੇ ਵੀ ਸਾਈਮਨ ਨਾਲ ਹਸਪਤਾਲ ਵਿੱਚ ਹੈ। ਮੈਂ ਉਸਨੂੰ ਦੁਬਾਰਾ ਬੁਲਾਉਂਦਾ ਹਾਂ, ਵਿਸ਼ਵਾਸ ਦੀ ਚੰਗੀ ਲੜਾਈ ਲੜ ਰਿਹਾ ਹਾਂ, ਕਿਉਂਕਿ ਉਸਨੂੰ ਤੁਰੰਤ ਮੋਜ਼ਾਮਬੀਕ ਜਾਣ ਦੀ ਜ਼ਰੂਰਤ ਹੈ।

ਸੁਰਪ੍ਰੇਸਾ ਸ਼ਾਨਦਾਰ ਤਰੀਕੇ ਨਾਲ ਜਵਾਬ ਦਿੰਦੀ ਹੈ। "ਖੈਰ, ਲੱਗਦਾ ਹੈ ਕਿ ਕੋਈ ਵੱਡਾ ਚਮਤਕਾਰ ਹੋਇਆ ਹੈ। ਮੈਂ ਅੱਜ ਸਵੇਰੇ ਸਾਈਮਨ ਨਾਲ ਬੈਠੀ ਹਾਂ, ਅਤੇ ਅਸੀਂ ਘੰਟਿਆਂ ਤੋਂ ਗੱਲਾਂ ਕਰ ਰਹੇ ਹਾਂ ਅਤੇ ਹੱਸ ਰਹੇ ਹਾਂ। ਦਰਅਸਲ, ਸਾਈਮਨ ਨੂੰ ਹਸਪਤਾਲ ਜਾਣਾ ਜਾਂ ਇੱਥੇ ਕਿਉਂ ਹੈ ਯਾਦ ਨਹੀਂ ਹੈ! ਉਹ ਠੀਕ ਹੈ। ਡਾਕਟਰ ਉਸਨੂੰ ਕੁਝ ਵਾਧੂ ਖੂਨ ਦੇਣਗੇ, ਕੁਝ ਟੈਸਟ ਕਰਨਗੇ, ਅਤੇ ਉਸਨੂੰ ਘਰ ਭੇਜ ਦੇਣਗੇ..."

ਸੁਰਪ੍ਰੇਸਾ ਸਾਈਮਨ ਨੂੰ ਖਾਣੇ ਅਤੇ ਆਵਾਜਾਈ ਲਈ ਪੈਸੇ ਛੱਡ ਦਿੰਦੀ ਹੈ, ਅਤੇ ਮਾਪੂਟੋ ਚਲੀ ਜਾਂਦੀ ਹੈ ਜਿੱਥੇ ਸਾਡੀ ਇੱਕ ਸ਼ਾਨਦਾਰ ਮੀਟਿੰਗ ਹੁੰਦੀ ਹੈ। ਕੁਝ ਦਿਨਾਂ ਬਾਅਦ ਅਸੀਂ ਫ਼ੋਨ 'ਤੇ ਸੁਣਦੇ ਹਾਂ ਕਿ ਸਾਈਮਨ ਸੌ ਪ੍ਰਤੀਸ਼ਤ ਹੈ ਅਤੇ ਉਹ ਸਭ ਕੁਝ ਕਰ ਰਿਹਾ ਹੈ ਜੋ ਉਹ ਪਹਿਲਾਂ ਕਰਦਾ ਸੀ... ਯਿਸੂ ਦਾ ਆਖਰੀ ਕਹਿਣਾ ਹੈ!

ਆਇਰਿਸ ਮਿਨਿਸਟ੍ਰੀਜ਼ 14 ਅਗਸਤ 2002 ਦੇ ਨਿਊਜ਼ਲੈਟਰ ਤੋਂ। ਹੋਰ ਪੜ੍ਹਨਾ ਚਾਹੁੰਦੇ ਹੋ ਤਾਂ ਇੱਥੇ ਜਾਓ: www.irismin.org

ਜੇਮਸ ਮੂਰ ਹਕਿਸਨ - ਲੂਪਸ ਤੋ ਠੀਕ ਹੋਈ ਔਰਤ

ਸਾਡੇ ਜ਼ਮਾਨੇ ਵਿੱਚ ਮਸੀਹ ਦੇ ਇਲਾਜ ਦੇ ਸਭ ਤੋਂ ਸੁੰਦਰ ਉਦਾਹਰਣਾਂ ਵਿੱਚੋਂ ਇੱਕ ਇੱਕ ਗਰੀਬ ਔਰਤ ਦੀ ਹੈ ਜੋ ਲੂਪਸ ਤੋਂ ਪੀੜਤ ਸੀ। ਉਸਨੇ ਆਪਣਾ ਗੁਜ਼ਾਰਾ ਧੋ ਕੇ ਕੀਤਾ ਸੀ, ਪਰ ਜਿਵੇਂ-ਜਿਵੇਂ ਸਮਾਂ ਬੀਤਦਾ ਗਿਆ, ਲੋਕ ਉਸਦੀ ਬਿਮਾਰੀ ਕਾਰਨ ਉਸਨੂੰ ਨੌਕਰੀ 'ਤੇ ਰੱਖਣ ਤੋਂ ਡਰਨ ਲੱਗ ਪਏ। ਫਿਰ ਉਸਨੂੰ ਮਹਿਸੂਸ ਹੋਇਆ ਕਿ ਉਹ ਇੱਕ ਬਾਹਰੀ ਔਰਤ ਸੀ, ਅਤੇ ਉਸਨੂੰ ਨਹੀਂ ਪਤਾ ਸੀ ਕਿ ਕਿਵੇਂ ਜੀਣਾ ਹੈ। ਉਸਦਾ ਦੁੱਖ ਅਤੇ ਕਸ਼ਟ ਇੰਨਾ ਵੱਡਾ ਸੀ ਕਿ ਉਹ ਆਪਣੀ ਜਾਨ ਲੈ ਕੇ ਸਭ ਕੁਝ ਖਤਮ ਕਰਨ ਲਈ ਪਰਤਾਏ ਗਏ। ਉਸਨੂੰ ਪ੍ਰਾਰਥਨਾ ਅਤੇ ਹੱਥ ਰੱਖਣ ਲਈ ਲਿਆਂਦਾ ਗਿਆ ਸੀ, ਅਤੇ ਮੈਂ ਉਸ ਗਰੀਬ ਛੋਟੀ ਔਰਤ ਦਾ ਦ੍ਰਿਸ਼ ਕਦੇ ਨਹੀਂ ਭੁੱਲਾਂਗਾ, ਜੋ ਬਿਲਕੁਲ ਦੁਖੀ ਦਿਖਾਈ ਦੇ ਰਹੀ ਸੀ, ਉਸਦਾ ਚਿਹਰਾ ਬਿਮਾਰੀ ਦਾ ਢੇਰ ਸੀ। ਮੈਂ ਸਿਰਫ਼ ਉਸਦਾ ਹੱਥ ਫੜ ਕੇ ਮਸੀਹ ਦੇ ਹੱਥ ਵਿੱਚ ਰੱਖ ਸਕਦਾ ਸੀ। ਜਿਵੇਂ-ਜਿਵੇਂ ਅਸੀਂ ਇਕੱਠੇ ਪ੍ਰਾਰਥਨਾ ਕੀਤੀ, ਮੈਂ ਉਸਦੀ ਦਇਆ ਪ੍ਰਤੀ ਇੰਨਾ ਸੁਚੇਤ ਸੀ ਕਿ ਮੈਂ ਹੰਝੂਆਂ ਨੂੰ ਰੋਕ ਨਹੀਂ ਸਕਿਆ। ਮੈਨੂੰ ਪਤਾ ਸੀ ਕਿ ਯਿਸੂ ਸਾਡੇ ਨਾਲ ਮੌਜੂਦ ਸੀ, ਪਰ ਉਸਦੀ ਅਧਿਆਤਮਿਕ ਅੱਖਾਂ ਉਸਨੂੰ ਦੇਖਣ ਲਈ ਖੁੱਲ੍ਹ ਗਈਆਂ, ਅਤੇ ਉਸਨੇ ਮੈਨੂੰ ਬਾਅਦ ਵਿੱਚ ਕਿਹਾ, 'ਮੈਂ ਪ੍ਰਭੂ ਨੂੰ ਦੇਖਿਆ। ਉਹ ਮੇਰੇ ਸਾਹਮਣੇ ਖੜ੍ਹਾ ਸੀ, ਅਤੇ ਉਸਦੇ ਹੱਥ ਤੁਹਾਡੇ ਉੱਤੇ ਸਨ।' ਸਾਡੇ ਪ੍ਰਭੂ ਨੇ ਉਸ ਔਰਤ ਨੂੰ ਚੰਗਾ ਕੀਤਾ, ਅਤੇ ਅਸੀਂ ਅੱਜ ਆਪਣੇ ਪੂਰੇ ਦਿਲ ਨਾਲ ਕਹਿ ਸਕਦੇ ਹਾਂ, ਜਾਂ ਇਹ ਸੱਚ ਹੈ 'ਹੇ ਮੇਰੀ ਜਾਨ, ਪ੍ਰਭੂ ਨੂੰ ਅਸੀਸ ਦੇ, ਅਤੇ ਉਸਦੇ ਸਾਰੇ ਉਪਕਾਰ ਨਾ ਭੁੱਲੋ: ਜੋ

ਤੁਹਾਡੀਆਂ ਸਾਰੀਆਂ ਬੁਰਾਈਆਂ ਨੂੰ ਮਾਫ਼ ਕਰਦਾ ਹੈ, ਜੋ ਤੁਹਾਡੀਆਂ ਸਾਰੀਆਂ ਬਿਮਾਰੀਆਂ ਨੂੰ ਚੰਗਾ ਕਰਦਾ ਹੈ; ਜੋ ਤੁਹਾਡੀ ਜ਼ਿੰਦਗੀ ਨੂੰ ਤਬਾਹੀ ਤੋਂ ਛੁਟਕਾਰਾ ਦਿੰਦਾ ਹੈ; ਜੋ ਤੁਹਾਨੂੰ ਪਿਆਰ ਭਰੀ ਦਇਆ ਅਤੇ ਕੋਮਲ ਦਇਆ ਨਾਲ ਮੁਕਟ ਪਹਿਨਾਉਂਦਾ ਹੈ।'

ਜੇਮਜ਼ ਮੂਰ ਹਿਕਸਨ ਦੁਆਰਾ ਲਿਖੀ ਕਿਤਾਬ *"ਦਿ ਬ੍ਰਾਈਡਗ੍ਰੂਮ ਕਮਥ"* ਤੋਂ ਅੰਸ਼ ।

ਇੱਕ ਸਰਾਪ ਟੁੱਟ ਗਿਆ ਅਤੇ ਇੱਕ ਔਰਤ ਤੁਰ ਪਈ।

ਕਹਾਉਤਾਂ 17:19 ਵਿੱਚ ਲਿਖਿਆ ਹੈ, "ਜਿਹੜਾ ਬੁਰਾਈ ਨੂੰ ਭਲਿਆਈ ਦੇ ਬਦਲੇ ਦਿੰਦਾ ਹੈ, ਉਹ ਉਸ ਉੱਤੇ ਸਰਾਪ ਪਾਉਂਦਾ ਹੈ।" ਅਸਲੀਅਤ ਇਹ ਹੈ ਕਿ ਜੇ ਤੁਸੀਂ ਉਸ ਵਿਅਕਤੀ ਨਾਲ ਬੁਰਾਈ ਕਰਦੇ ਹੋ ਜੋ ਤੁਹਾਡੇ ਨਾਲ ਭਲਿਆਈ ਕਰਦਾ ਹੈ ਤਾਂ ਸਰਾਪ ਛੱਡ ਦਿੱਤਾ ਜਾਵੇਗਾ। ਇੱਕ ਹੋਰ ਮਰਕੁਸ 11:12-14, 21 ਅਤੇ 22 ਵਿੱਚ ਹੈ। ਇਹ ਯਿਸੂ ਅੰਜੀਰ ਦੇ ਦਰੱਖਤ ਨੂੰ ਸਰਾਪ ਦੇ ਰਿਹਾ ਹੈ। ਇਸ ਮਾਮਲੇ ਵਿੱਚ ਉਸਨੇ ਅੰਜੀਰ ਦੇ ਦਰੱਖਤ ਨੂੰ ਸਰਾਪ ਦਿੱਤਾ ਪਰ ਪ੍ਰਭਾਵ ਇੱਕ ਦਿਨ ਲਈ ਦਿਖਾਈ ਨਹੀਂ ਦਿੱਤਾ। ਲੋਕ ਸੋਚਦੇ ਹਨ ਕਿ ਕਿਉਂਕਿ ਉਹ ਸਰਾਪ ਕਹਿੰਦੇ ਹਨ ਪਰ ਸਮੱਸਿਆ ਤੁਰੰਤ ਸਪੱਸ਼ਟ ਨਹੀਂ ਹੁੰਦੀ ਹੈ, ਇਸ ਲਈ ਇਸਦਾ ਕੋਈ ਪ੍ਰਭਾਵ ਨਹੀਂ ਹੁੰਦਾ। ਇਸਦਾ ਪ੍ਰਭਾਵ ਜ਼ਰੂਰ ਹੁੰਦਾ ਹੈ, ਭਾਵੇਂ ਤੁਸੀਂ ਇਸਨੂੰ ਇੱਕ ਪਲ ਵਿੱਚ ਦੇਖੋ ਜਾਂ ਦਸ ਸਾਲਾਂ ਤੋਂ ਵੱਧ। ਪ੍ਰਭਾਵ ਲੋਕਾਂ 'ਤੇ ਪਵੇਗਾ।

ਇੱਕ ਵਾਰ ਜਦੋਂ ਮੈਂ ਮੈਕਸੀਕੋ ਵਿੱਚ ਸੀ, ਮੈਂ ਇੱਕ ਔਰਤ ਲਈ ਪ੍ਰਾਰਥਨਾ ਕੀਤੀ ਜਿਸਦੀ ਸਰੀਰਕ ਹਾਲਤ ਠੀਕ ਨਹੀਂ ਸੀ। ਪ੍ਰਭੂ ਨੇ ਮੈਨੂੰ ਇੱਕ ਗੱਲ ਦੱਸੀ ਕਿ ਉਸਦੇ ਭਰਾਵਾਂ ਅਤੇ ਭੈਣਾਂ ਨੇ ਉਸਨੂੰ ਤਿੰਨ ਸਾਲ ਦੀ ਉਮਰ ਤੋਂ ਹੀ ਸਰਾਪ ਦਿੱਤਾ ਸੀ। ਉਹ ਲਗਭਗ ਪੂਰੀ ਤਰ੍ਹਾਂ ਅਪਾਹਜ ਸੀ ਅਤੇ ਸਾਨੂੰ ਤੁਰਨਾ ਪਿਆ ਅਤੇ ਉਸਨੂੰ ਉਸਦੇ ਭਰਾਵਾਂ ਅਤੇ ਭੈਣਾਂ ਨੂੰ ਮਾਫ਼ ਕਰਨਾ ਪਿਆ। ਮੈਨੂੰ ਉਸ ਉੱਤੇ ਸਰਾਪ ਦੀ ਸ਼ਕਤੀ ਨੂੰ ਤੋੜਨਾ ਪਿਆ ਅਤੇ ਜਦੋਂ ਮੈਂ ਅਜਿਹਾ ਕੀਤਾ ਤਾਂ ਪ੍ਰਭੂ ਨੇ ਉਸਨੂੰ ਪੂਰੀ ਤਰ੍ਹਾਂ ਠੀਕ

ਕਰ ਦਿੱਤਾ। ਉਸਨੇ ਆਪਣਾ ਵਾਕਰ ਲੈ ਕੇ ਇੱਕ ਪਾਸੇ ਸੁੱਟ ਦਿੱਤਾ ਅਤੇ ਪ੍ਰਭੂ ਨੇ ਉਸਨੂੰ ਉਸੇ ਵੇਲੇ ਠੀਕ ਕਰ ਦਿੱਤਾ। ਮੈਂ ਹੈਰਾਨ ਸੀ ਕਿ ਕੋਈ ਚਮਤਕਾਰ ਅਸਲ ਵਿੱਚ ਹੋ ਸਕਦਾ ਹੈ। ਤੁਸੀਂ ਜਾਣਦੇ ਹੋ ਕਿ ਚਰਚ ਵਿੱਚ ਕਿੰਨੀ ਵਾਰ ਉਸ ਲਈ ਪ੍ਰਾਰਥਨਾ ਕੀਤੀ ਗਈ ਸੀ ਅਤੇ ਉਹ ਠੀਕ ਨਹੀਂ ਹੋਈ? ਅਜਿਹਾ ਕਿਉਂ ਹੋ ਰਿਹਾ ਸੀ ਇਸਦਾ ਇੱਕ ਮੂਲ ਕਾਰਨ ਸੀ। ਜਦੋਂ ਤੁਸੀਂ ਲੋਕਾਂ ਨਾਲ ਭਾਵਨਾਤਮਕ, ਅਧਿਆਤਮਿਕ, ਜਾਂ ਸਰੀਰਕ ਤੌਰ 'ਤੇ ਪੇਸ਼ ਆ ਰਹੇ ਹੋ ਅਤੇ ਕੋਈ ਸਫਲਤਾ ਨਹੀਂ ਮਿਲਦੀ ਹੈ ਤਾਂ ਤੁਹਾਨੂੰ ਉਸ ਵਿਅਕਤੀ ਦੇ ਜੀਵਨ ਵਿੱਚ ਹੋਰ ਟਰੈਕਾਂ ਨੂੰ ਡੂੰਘਾਈ ਨਾਲ ਖੋਦਣ ਅਤੇ ਜਾਣ ਦੀ ਲੋੜ ਹੈ।

ਇਸਦਾ ਇੱਕ ਕਾਰਨ ਹੈ ਕਿ ਇਹ ਅਜੇ ਵੀ ਮੌਜੂਦ ਹੈ। ਕੀ ਤੁਸੀਂ ਜਾਣਦੇ ਹੋ ਕਿ ਚਰਚ ਇਲਾਜ ਬਾਰੇ ਇੰਨਾ ਉਲਝਣ ਵਿੱਚ ਕਿਉਂ ਹੈ? ਅਸੀਂ ਇਹ ਨਹੀਂ ਸਮਝ ਸਕਦੇ ਕਿ ਪਰਮਾਤਮਾ ਕਿਉਂ ਕਹਿੰਦਾ ਹੈ ਕਿ ਉਹ ਲੋਕਾਂ ਨੂੰ ਚੰਗਾ ਕਰੇਗਾ ਅਤੇ ਫਿਰ ਉਹ ਠੀਕ ਨਹੀਂ ਹੋ ਰਹੇ। ਕਿਰਪਾ ਕਰਕੇ ਸਮਝੋ, ਦਿਆਲਤਾ ਵਿੱਚ, ਇਹ ਬਿਨਾਂ ਕਿਸੇ ਕਾਰਨ ਦੇ ਨਹੀਂ ਹੁੰਦਾ। ਇਸ ਬ੍ਰਹਿਮੰਡ ਵਿੱਚ ਕੁਝ ਵੀ ਬਿਨਾਂ ਕਿਸੇ ਕਾਰਨ ਦੇ ਨਹੀਂ ਹੁੰਦਾ।

ਦੁਆਰਾ

"ਬਲੈਸਿੰਗ ਐਂਡ ਸਰਾਪਸ" ਸਿੱਖਿਆ ਤੋਂ । ਉਹਨਾਂ ਦੀ ਇਜਾਜ਼ਤ ਨਾਲ ਵਰਤਿਆ ਗਿਆ। ਵਧੇਰੇ ਜਾਣਕਾਰੀ ਲਈ ਵੇਖੋ: http://plumblinem.com http://healingandrevival.com/testimonies/?p=226

ਗ੍ਰੇਟਰ ਐਕਸਪਲੋਇਟਸ - 1- ਆਡੀਓ ਪੋਡਕਾਸਟ ਲਿੰਕ

ਅਧਿਆਇ 1 ਜਾਣ-ਪਛਾਣ -
https://anchor.fm/otakada.org/episodes/Introd–to-Enough-is-Enough-to-Captivity-of-Satan-and-Welcome-to-Freedom-in-Christ—light-baptism-eshkai

ਅਧਿਆਇ 2 ਭਾਗ 1 -
https://anchor.fm/otakada.org/episodes/Part-1-Enough-is-Enough-to-Captivity-of-Satan-welcome-to-freedom-powered-by-hunger-and-anger-part-1-esfrdk

ਅਧਿਆਇ 3 ਭਾਗ 2
https://anchor.fm/otakada.org/episodes/Enough-is-Enough-to-Captivity-and-welcome-to-Freedom—COVID-19 ਦਾ ਇਲਾਜ ਕਿਵੇਂ ਕਰਨਾ ਹੈ ਜਾਂ ਠੀਕ ਕਿਵੇਂ ਹੋਣਾ ਹੈ–part-2-er35cm

ਅਧਿਆਇ 4 ਭਾਗ 3 -
https://anchor.fm/otakada.org/episodes/Enough-is-Enough-to-CAPTIVITY-of-the-devil–Welcome-to-FREEDOM-in-Christ-Jesus—Activation-part-3-er5bu4

ਅਧਿਆਇ 5 ਭਾਗ 4 -
https://anchor.fm/otakada.org/episodes/Enough-to-Captivity-of-Satan–Welcome-to-the-Freedom-in-Christ-can-Christians-be-demonized–Part-4-errv2l

ਅਧਿਆਇ 6 ਅਤੇ 7 - ਭਾਗ 5 ਅਤੇ 6 -
https://anchor.fm/otakada.org/episodes/Seven-7-critical-

steps-to-deliverance--How-to-Identify-and-Expel-Demon-Groupings-part-5-6-esap4h

ਅਧਿਆਇ 8 ਭਾਗ 7 - https://anchor.fm/otakada.org/episodes/The-Holy-Ghost-POWER-resident-in-YOU-in-words-transferred-through-the-air-into-WATER-and-OIL-part-7-esv324

ਅਧਿਆਇ 9 ਭਾਗ 8 - ਪੋਡਕਾਸਟ ਲਿੰਕ: https://anchor.fm/otakada.org/episodes/Part-8—Enough-is-Enough-to-Captivity-of-Satan-and-Welcome-to-Freedom-in-Christ-Jesus—Where-on-et3d3

ਅਧਿਆਇ 10 ਭਾਗ 9 - https://anchor.fm/otakada.org/episodes/Freedom-from-Schizophrenia--QA-and-Practical-guidelines-on-Healing--deliverance-and-restoration-etgret

ਗ੍ਰੇਟਰ ਐਕਸਪਲੋਇਟਸ - 1 - ਵੀਡੀਓ ਯੂਟਿਊਬ ਲਿੰਕ

ਅਧਿਆਇ 1 ਜਾਣ-ਪਛਾਣ - https://youtu.be/B-JVbeIMBDY

ਅਧਿਆਇ 2 ਭਾਗ 1 - https://youtu.be/MrjLuZC8N1c

ਅਧਿਆਇ 3 ਭਾਗ 2 - https://youtu.be/ydFE_lD8SqU

ਅਧਿਆਇ 4 ਭਾਗ 3 - https://youtu.be/4A2heCj3B5I

ਅਧਿਆਇ 5 ਭਾਗ 4 - https://youtu.be/ILEBjZeQAMs

ਅਧਿਆਇ 6 ਅਤੇ 7 - ਭਾਗ 5 ਅਤੇ 6 - https://youtu.be/mzXVmNH880Q

ਅਧਿਆਇ 8 ਭਾਗ 7 - https://youtu.be/gUuO1IuRKnc

ਅਧਿਆਇ 9 ਭਾਗ 8 - https://youtu.be/9wzp-2vYLDQ

ਅਧਿਆਇ 10 ਭਾਗ 9 - https://youtu.be/f4NEJFp7A18

ਵੱਡੇ ਕਾਰਨਾਮੇ - 1 - ਅਧਿਆਇ 1- ਗੁਲ਼ਾਮੀ ਲਈ ਕਾਫੀ ਦੀ ਜਾਣ-ਪਛਾਣ ਅਤੇ ਮਸੀਹ ਵਿੱਚ ਆਜ਼ਾਦੀ ਦਾ ਸਵਾਗਤ

ਇਸ ਵਗਿੜੀ ਦੁਨੀਆਂ ਵਿੱਚ ਪਰਮਾਤਮਾ ਦੀ ਰੋਸਨ਼ੀ ਜਗਾਉਣਾ + ਪਵੱਿਤਰ ਆਤਮਾ ਵਿੱਚ ਬਪਤਸਿਮਾ ਲਈ ਪ੍ਰਾਰਥਨਾ + ਟ੍ਰੇਵਰ ਪਲੇਸ ਦੇ ਟ੍ਰੇਵਰ ਫੈਰੇਲ ਅਤੇ ਰੌਬਰਟ ਡਬਲਯੂ. ਸੈਮ਼ਬਾਚ ਦੁਆਰਾ ਇਲੈਕਟ੍ਰਕਿ ਕੁਰਸੀ ਤੋਂ ਬਚੇ ਇੱਕ *ਆਦਮੀ ਦੀ ਜਾਨ ਬਾਰੇ 2 ਕਹਾਣੀਆਂ - ਜਾਣ-ਪਛਾਣ*

ਧਰਮ ਗ੍ਰੰਥ ਦਾ ਹਵਾਲਾ:

ਮੱਤੀ 5:14-16

ਦ ਪੈਸ਼ਨ ਟ੍ਰਾਂਸਲੇਸ਼ਨ

14 "ਤੁਹਾਡੀ ਜ਼ਿੰਦਗੀ ਦੁਨੀਆਂ ਨੂੰ ਰੌਸ਼ਨ ਕਰਦੀ ਹੈ। ਦੂਜਿਆਂ ਨੂੰ ਦੂਰੋਂ ਆਪਣਾ ਚਾਨਣ ਦੇਖਣ ਦਓਿ, ਕਉਿਂਕ ਿਤੁਸੀ ਇੱਕ ਸ਼ਹਿਰ ਨੂੰ ਕਵਿੇਂ ਲੁਕਾ ਸਕਦੇ ਹੋ ਜੋ ਪਹਾੜੀ ਦੀ ਚੋਟੀ 'ਤੇ ਖੜ੍ਹਾ ਹੈ? 15 ਅਤੇ ਕੌਣ ਦੀਵਾ ਜਗਾ ਕੇ ਇਸਨੂੰ ਕਸਿ ਿਅਣਜਾਣ ਜਗ੍ਹਾ 'ਤੇ ਲੁਕਾ ਸਕਦਾ ਹੈ? [b] ਇਸ ਦੀ ਬਜਾਏ, ਇਹ ਉੱਥੇ ਰੱਖਿਆ ਗਿਆ ਹੈ ਜਥਿੇ ਘਰ ਵਿੱਚ ਹਰ ਕੋਈ ਇਸਦੀ ਰੌਸ਼ਨੀ ਤੋਂ ਲਾਭ ਉਠਾ ਸਕਦਾ ਹੈ। 16 ਇਸ ਲਈ ਆਪਣਾ ਚਾਨਣ ਨਾ ਲੁਕਾਓ! ਇਸਨੂੰ ਦੂਜਿਆਂ ਦੇ ਸਾਹਮਣੇ ਚਮਕਣ ਦਓਿ, ਤਾਂ ਜੋ ਤੁਹਾਡੇ ਪ੍ਰਸ਼ੰਸਾਯੋਗ ਕੰਮ ਉਨ੍ਹਾਂ ਉੱਤੇ ਰੌਸ਼ਨੀ ਵਾਂਗ ਚਮਕਣ, ਅਤੇ ਫਰਿ ਉਹ ਤੁਹਾਡੇ ਸਵਰਗ ਵਿੱਚ ਪਿਤਾ ਦੀ ਉਸਤਤ ਕਰਨ।"

ਜਿਵੇਂ ਕਿ ਮੈਂ ਸ਼ੈਤਾਨ ਦੀ ਕੈਦ ਲਈ ਕਾਫ਼ੀ ਹੈ ਅਤੇ ਮਸੀਹ ਵਿੱਚ ਆਜ਼ਾਦੀ ਵਿੱਚ ਤੁਹਾਡਾ ਸਵਾਗਤ ਹੈ - ਇਸ ਵਿਗੜੀ ਹੋਈ ਦੁਨੀਆਂ ਵਿੱਚ ਪਰਮਾਤਮਾ ਦਾ ਪ੍ਰਕਾਸ਼ ਪ੍ਰਕਾਸ਼ ਕਰਨਾ + ਪਵਿੱਤਰ ਆਤਮਾ ਵਿੱਚ ਬਪਤਿਸਮਾ + 2 ਕਹਾਣੀਆਂ ਦੀ ਜਾਣ-ਪਛਾਣ ਪੇਸ਼ ਕਰ ਰਿਹਾ ਹਾਂ, ਮੈਂ ਚਾਹੁੰਦਾ ਹਾਂ ਕਿ ਅਸੀਂ ਇਨ੍ਹਾਂ ਸੱਤ ਮਹੱਤਵਪੂਰਨ *A, B, C, D, E* , F ਅਤੇ G ਗੁਣਾਂ ਨੂੰ ਆਪਣੇ ਆਪ ਵਿੱਚ ਨੋਟ ਕਰੀਏ, ਯਾਦ ਰੱਖੀਏ ਅਤੇ ਤੈਨਾਤ ਕਰੀਏ (ਉਕਸਾਈਏ) ਤਾਂ ਜੋ ਅਸੀਂ ਦੁਸ਼ਟ ਦੇ ਪ੍ਰਭਾਵ ਅਤੇ ਨਿਯੰਤਰਣ ਅਧੀਨ ਦੁਨੀਆਂ ਵਿੱਚ ਮਸੀਹ ਦੀ ਰੌਸ਼ਨੀ ਨੂੰ ਪ੍ਰਕਾਸ਼ਮਾਨ ਕਰਨ ਵਿੱਚ ਸਫਲ ਹੋ ਸਕੀਏ। ਮਸੀਹ ਵਿੱਚ ਆਜ਼ਾਦੀ ਸਿਰਫ ਸਾਡੇ ਜੀਵਨ ਦੇ ਆਲੇ ਦੁਆਲੇ ਦੇ ਫਲਾਂ ਵਿੱਚ ਹੀ ਪ੍ਰਗਟ ਕੀਤੀ ਜਾ ਸਕਦੀ ਹੈ। ਇਹ ਸੱਤ ਗੁਣ ਬਹੁਤ ਮਹੱਤਵਪੂਰਨ ਹਨ ਕਿਉਂਕਿ ਇਹ ਸਾਨੂੰ ਉਹ ਸਭ ਕੁਝ ਬਣਾਉਣ ਵਿੱਚ ਮਦਦ ਕਰਦੇ ਹਨ ਜੋ ਸਾਨੂੰ ਬਣਨ ਅਤੇ ਕਰਨ ਦੀ ਲੋੜ ਹੈ। ਉਹ ਹਨ:

1- A: ਉਪਲਬਧਤਾ

2- ਬੀ: ਦਲੇਰੀ

3- ਸੀ: ਦਇਆ

4- ਡੀ: ਨਿਰਧਾਰਨ

5- ਈ: ਦਲਿੱ ਪਿਆਰ

6-F: ਭਿਆਨਕ ਗੁੱਸਾ

7-G: ਬਹੁਤ ਭੁੱਖ

ਸਾਨੂੰ ਪਵਿੱਤਰ ਆਤਮਾ ਨੂੰ ਪ੍ਰਾਰਥਨਾ ਨਾਲ ਬੇਨਤੀ ਕਰਨ ਦੀ ਲੋੜ ਹੈ ਕਿ ਉਹ ਸਾਨੂੰ ਇਨ੍ਹਾਂ ਗੁਣਾਂ ਨੂੰ ਆਪਣੇ ਅੰਦਰ ਵੱਖ-ਵੱਖ ਪੱਧਰਾਂ 'ਤੇ ਜਗਾਉਣ ਵਿੱਚ ਮਦਦ

ਕਰੇ ਜਿਵੇਂ-ਜਿਵੇਂ ਮੌਕੇ ਮਿਲਦੇ ਹਨ ਜਾਂ ਅਸੀਂ ਪਵਿੱਤਰ ਆਤਮਾ ਦੇ ਪ੍ਰੇਰਨਾ ਨਾਲ ਮੌਕੇ ਪੈਦਾ ਕਰਦੇ ਹਾਂ।

ਜਦੋਂ ਅਸੀਂ ਆਪਣੀ ਦੁਨੀਆਂ ਵਿੱਚ ਮੁਸ਼ਕਲ ਹਾਲਾਤਾਂ ਅਤੇ ਹਾਲਾਤਾਂ ਦਾ ਸਾਹਮਣਾ ਕਰਦੇ ਹਾਂ ਜਾਂ ਉਨ੍ਹਾਂ ਦਾ ਸਾਹਮਣਾ ਕਰਦੇ ਹਾਂ ਤਾਂ ਅਸੀਂ ਸਭ ਤੋਂ ਵੱਡੀ ਗਲਤੀ ਇਹ ਕਰ ਸਕਦੇ ਹਾਂ ਕਿ ਅਸੀਂ ਉਨ੍ਹਾਂ ਤੋਹਫ਼ਿਆਂ ਅਤੇ ਯੋਗਤਾਵਾਂ ਦਾ ਦੂਜਾ ਅੰਦਾਜ਼ਾ ਲਗਾਉਣਾ ਸ਼ੁਰੂ ਕਰ ਦੇਈਏ ਜੋ ਪਰਮਾਤਮਾ ਨੇ ਸਾਡੇ ਵਿੱਚੋਂ ਹਰੇਕ ਵਿੱਚ ਜਮ੍ਹਾਂ ਕੀਤੀਆਂ ਹਨ ਤਾਂ ਜੋ ਉਸਨੂੰ ਸਾਡੀ ਹਨੇਰੀ ਦੁਨੀਆਂ ਵਿੱਚ ਪ੍ਰਕਾਸ਼ਮਾਨ ਕੀਤਾ ਜਾ ਸਕੇ। ਅਸੀਂ ਜੋ ਨਹੀਂ ਕਰਨਾ ਚਾਹੁੰਦੇ ਉਹ ਹੈ ਤੋਹਫ਼ਿਆਂ ਨੂੰ ਦੱਬਣਾ ਅਤੇ ਕੁਝ ਨਹੀਂ ਕਰਨਾ। ਅਸੀਂ ਸਾਰੇ ਯਕੀਨ ਕਰ ਸਕਦੇ ਹਾਂ ਕਿ ਪਰਮਾਤਮਾ ਸਾਨੂੰ ਇਸ ਗੱਲ ਦਾ ਲੇਖਾ ਦੇਵੇਗਾ ਕਿ ਅਸੀਂ ਆਪਣੇ ਅੰਦਰਲੇ ਖਜ਼ਾਨੇ ਨੂੰ ਉਸਦੀ ਮਹਿਮਾ ਲਈ ਕਿਵੇਂ ਲਗਾਇਆ ਹੈ।

ਉਪਰੋਕਤ ਸ਼ਾਸਤਰ ਉੱਤੇ ਵਿਚਾਰ ਕਰਨ ਨਾਲ, ਇਹ ਸਵਾਲ ਉੱਠ ਸਕਦੇ ਹਨ ਕਿ ਇਹ ਰੋਸ਼ਨੀ ਕੀ ਹੈ? ਇਹ ਮੇਰੇ ਪਰਮਾਤਮਾ ਦੁਆਰਾ ਦਿੱਤੇ ਗਏ ਤੋਹਫ਼ੇ ਵਿੱਚ ਕਿਵੇਂ ਅਨੁਵਾਦ ਕਰਦੀ ਹੈ ਅਤੇ ਮੈਨੂੰ ਆਪਣੇ ਅੰਦਰਲੇ ਇਸ ਰੋਸ਼ਨੀ ਨੂੰ ਪਰਮਾਤਮਾ ਦੀ ਮਹਿਮਾ ਲਈ ਇੱਕ ਹਨੇਰੇ ਸੰਸਾਰ ਵਿੱਚ ਜਾਣੂ ਅਤੇ ਪ੍ਰਗਟ ਕਰਨ ਲਈ ਕੀ ਕਰਨਾ ਚਾਹੀਦਾ ਹੈ?

ਸ਼ੁਰੂਆਤ ਕਰਨ ਦਾ ਸਥਾਨ ਯਿਸੂ ਨੂੰ ਵੇਖਣਾ ਹੈ ਕਿਉਂਕਿ ਇਹ ਯਿਸੂ ਹੈ ਜੋ ਦੁਨੀਆਂ ਦਾ ਚਾਨਣ ਹੈ। ਸਾਨੂੰ ਉਸ ਨੂੰ ਆਪਣੀ ਦੁਨੀਆਂ ਵਿੱਚ ਦੂਜਿਆਂ ਲਈ ਪ੍ਰਕਾਸ਼ਮਾਨ ਕਰਨਾ ਹੈ। ਆਓ ਯਿਸੂ ਦੇ ਦ੍ਰਿਸ਼ਟੀਕੋਣ ਅਤੇ ਮਿਸ਼ਨ ਬਿਆਨ ਵਿੱਚ ਲੂਕਾ 4:18,19 ਨੂੰ ਵੇਖੀਏ ਕਿਉਂਕਿ ਉਸਦਾ ਮਿਸ਼ਨ ਅਤੇ ਦ੍ਰਿਸ਼ਟੀਕੋਣ ਬਿਆਨ ਵਿਸਥਾਰ ਦੁਆਰਾ ਸਾਡਾ ਮਿਸ਼ਨ ਅਤੇ ਦ੍ਰਿਸ਼ਟੀਕੋਣ ਬਿਆਨ ਹੈ:

ਲੂਕਾ 4:18-21

ਦ ਪੈਸ਼ਨ ਟ੍ਰਾਂਸਲੇਸ਼ਨ

18-19 "ਪ੍ਰਭੂ ਦਾ ਆਤਮਾ ਮੇਰੇ ਉੱਤੇ ਹੈ, ਅਤੇ ਉਸਨੇ ਮੈਨੂੰ ਗਰੀਬਾਂ ਲਈ ਉਮੀਦ, ਟੁੱਟੇ ਦਲਿ ਵਾਲਿਆਂ ਲਈ ਆਜ਼ਾਦੀ, ਅਤੇ ਅੰਨ੍ਹਿਆਂ ਲਈ ਨਵੀਆਂ ਅੱਖਾਂ, ਅਤੇ ਕੈਦੀਆਂ ਨੂੰ ਪ੍ਰਚਾਰ ਕਰਨ ਲਈ ਮਸਹ ਕੀਤਾ ਹੈ, 'ਤੁਸੀ ਆਜ਼ਾਦ ਹੋ ਗਏ ਹੋ!' ਮੈ ਜੁਬਲੀ ਦਾ ਸੰਦੇਸ. ਸਾਂਝਾ ਕਰਨ ਆਇਆ ਹਾਂ, ਕਉਿਂਕ ਿਪਰਮੇਸੁ਼ਰ ਦੀ ਮਹਾਨ ਪ੍ਰਵਾਨਗੀ ਦਾ ਸਮਾਂ ਸੁਰੂ ਹੋ ਗਿਆ ਹੈ।"

20 ਜਦੋਂ ਉਸਨੇ ਇਹ ਪੜ੍ਹਿਆ, ਉਸਨੇ ਪੋਥੀ ਨੂੰ ਲਪੇਟਆਿ, ਸੇਵਕ ਨੂੰ ਵਾਪਸ ਦੱਿਤਾ ਅਤੇ ਬੈਠ ਗਿਆ। ਸਾਰੇ ਲੋਕ ਯਸੂਿ ਵੱਲ ਵੇਖ ਰਹੇ ਸਨ, ਹੈਰਾਨ ਸਨ ਕ ਿਉਹ ਕੀ ਕਹਣਿ ਵਾਲਾ ਸੀ। 21 ਫਰਿ ਉਸਨੇ ਅੱਗੇ ਕਹਿਾ, "ਇਹ ਪੋਥੀਆਂ ਅੱਜ ਤੁਹਾਡੇ ਸਾਹਮਣੇ ਪੂਰੀਆਂ ਹੋਈਆਂ ਹਨ।"

ਯਿਸੂ ਨੇ, ਇਹ ਯਕੀਨੀ ਬਣਾਉਣ ਲਈ ਕਿ ਲੋਕ ਇਸ ਮਿਸ਼ਨ ਅਤੇ ਦਰਸ਼ਨ ਬਾਰੇ ਸ਼ੱਕ ਵਿੱਚ ਨਾ ਰਹਿਣ, ਉਸਨੇ ਬਿਲਕੁਲ ਉਹੀ ਕੀਤਾ ਜੋ ਉਸ ਭਵਿੱਖਬਾਣੀ ਨੇ ਉਸਦੇ ਬਾਰੇ ਕਿਹਾ ਸੀ ਅਤੇ ਇਸਨੂੰ ਪੂਰਾ ਕੀਤਾ। ਤੁਸੀਂ ਬਿਰਤਾਂਤ ਇੱਥੇ ਪੜ੍ਹੋ:

ਮੱਤੀ 4:23-25

ਦ ਪੈਸ਼ਨ ਟ੍ਰਾਂਸਲੇਸ਼ਨ

ਯਸੂਿ ਦੀ ਚੰਗਾਈ ਦੀ ਸੇਵਕਾਈ

23 ਯਸੂਿ ਨੇ ਗਲੀਲ ਦੇ ਸਾਰੇ ਪ੍ਰਾਂਤ ਵੱਿਚ ਥਾਂ-ਥਾਂ ਸੇਵਾ ਕੀਤੀ। ਉਹ ਪ੍ਰਾਰਥਨਾ ਸਥਾਨਾਂ ਵੱਿਚ ਉਪਦੇਸ. ਦੰਿਦਾ ਸੀ, ਰਾਜ ਦੀ ਉਮੀਦ ਦਾ ਪ੍ਰਚਾਰ ਕਰਦਾ ਸੀ [b] ਅਤੇ ਲੋਕਾਂ ਵੱਿਚੋਂ ਹਰ ਤਰ੍ਹਾਂ ਦੀਆਂ ਬਮਿਾਰੀਆਂ ਅਤੇ ਬਮਿਾਰੀਆਂ ਨੂੰ ਠੀਕ ਕਰਦਾ ਸੀ। 24 ਉਸਦੀ ਪ੍ਰਸੱਿਧੀ ਹਰ ਥਾਂ ਫੈਲ ਗਈ!

ਬਹੁਤ ਸਾਰੇ ਲੋਕ ਜੋ ਹਰ ਤਰ੍ਹਾਂ ਦੀ ਬਿਮਾਰੀ ਨਾਲ ਪੀੜਤਿ ਅਤੇ ਦੁਖੀ ਸਨ, ਉਨ੍ਹਾਂ ਨੂੰ ਯਿਸੂ ਕੋਲ ਇਲਾਜ ਲਈ ਲਿਆਂਦਾ ਗਿਆ - ਮਿਰਗੀ, ਅਧਰੰਗੀ, ਅਤੇ ਭੂਤ ਸ਼ਕਤੀਆਂ ਦੁਆਰਾ ਤੜਫ ਰਹੇ ਸਾਰੇ ਲੋਕਾਂ ਨੂੰ ਮੁਕਤ ਕਰ ਦਿੱਤਾ ਗਿਆ। ਹਰ ਕੋਈ ਜਸਿਨੂੰ ਯਿਸੂ ਕੋਲ ਲਿਆਂਦਾ ਗਿਆ ਸੀ ਉਹ ਚੰਗਾ ਹੋ ਗਿਆ!

25 ਇਸ ਦੇ ਨਤੀਜੇ ਵਜੋਂ ਲੋਕਾਂ ਦੀ ਵੱਡੀ ਭੀੜ ਉਸ ਦੇ ਪਿੱਛੇ-ਪਿੱਛੇ ਆਈ, ਜਸਿ ਵਿੱਚ ਗਲੀਲ, ਯਰੂਸ਼ਲਮ, ਯਹੂਦਾਹ ਦੀ ਧਰਤੀ, ਦਸ ਸ਼ਹਰਿਾਂ ਦੇ ਇਲਾਕੇ ਜਨ੍ਹਿਾਂ ਨੂੰ ਦਕਿਾਪੁਲਸਿ ਕਹਿਾ ਜਾਂਦਾ ਹੈ, ਅਤੇ ਯਰਦਨ ਨਦੀ ਦੇ ਪਾਰ ਤੋਂ ਲੋਕ ਸ਼ਾਮਲ ਸਨ।

ਅਤੇ ਚੇਲਿਆਂ ਨੂੰ 3 ਸਾਲਾਂ ਤੱਕ ਸਿਖਲਾਈ ਦੇਣ ਤੋਂ ਬਾਅਦ, ਉਸਨੇ ਉਨ੍ਹਾਂ ਨੂੰ ਇਸ ਮਿਸ਼ਨ ਅਤੇ ਦ੍ਰਿਸ਼ਟੀਕੋਣ ਨੂੰ ਲਾਗੂ ਕਰਨ ਲਈ ਖੁੱਲ੍ਹਾ ਛੱਡ ਦਿੱਤਾ। ਅਸੀਂ ਇਸਦਾ ਇੱਕ ਸਨੈਪਸ਼ਾਟ ਇਸ ਵਿੱਚ ਦੇਖ ਸਕਦੇ ਹਾਂ

ਰਸੂਲਾਂ ਦੇ ਕਰਤੱਬ 5:12-16

ਦ ਪੈਸਨ਼ ਟ੍ਰਾਂਸਲੇਸਨ਼

ਰਸੂਲ ਚਮਤਕਾਰ, ਨਸਿ਼ਾਨੀਆਂ ਅਤੇ ਅਚੰਭੇ ਕਰਦੇ ਹਨ

12 ਰਸੂਲਾਂ ਨੇ ਲੋਕਾਂ ਵਿੱਚ ਬਹੁਤ ਸਾਰੇ ਨਸਿ਼ਾਨ, ਅਚੰਭੇ ਅਤੇ ਚਮਤਕਾਰ ਕੀਤੇ। 13 ਅਤੇ ਵਸਿ਼ਵਾਸੀ ਸੁਲੇਮਾਨ ਦੀ ਪੁਰਖ ਦੇ ਨਾਮ ਨਾਲ ਜਾਣੇ ਜਾਂਦੇ ਇਲਾਕੇ ਦੇ ਮੰਦਰ ਦੇ ਵਿਹੜਿਆਂ ਵਿੱਚ ਨਯਿਮਤਿ ਤੌਰ 'ਤੇ ਇਕੱਠੇ ਹੁੰਦੇ ਸਨ ਅਤੇ ਕੋਈ ਵੀ ਉਨ੍ਹਾਂ ਨੂੰ ਨੁਕਸਾਨ ਪਹੁੰਚਾਉਣ ਦੀ ਹਮਿਤ ਨਹੀ ਕਰਦਾ ਸੀ, ਕਉਿਂਕਿ ਸਾਰੇ ਉਨ੍ਹਾਂ ਦਾ ਬਹੁਤ ਸਤਕਿਾਰ ਕਰਦੇ ਸਨ।

14 ਲਗਾਤਾਰ ਹੋਰ ਵੀ ਬਹੁਤ ਸਾਰੇ ਲੋਕ ਪ੍ਰਭੂ ਵਿੱਚ ਵਿਸ਼ਵਾਸ ਕਰਦੇ ਗਏ ਅਤੇ ਉਨ੍ਹਾਂ ਦੀ ਗਿਣਤੀ ਵਿੱਚ ਸ਼ਾਮਲ ਹੁੰਦੇ ਗਏ - ਆਦਮੀਆਂ ਅਤੇ ਔਰਤਾਂ ਦੋਵਾਂ ਦੀ ਇੱਕ ਵੱਡੀ ਭੀੜ। 15 ਦਰਅਸਲ, ਜਦੋਂ ਲੋਕਾਂ ਨੂੰ ਪਤਾ ਲੱਗਾ ਕਿ ਪਤਰਸ ਤੁਰਨ ਵਾਲਾ ਹੈ, ਤਾਂ ਉਹ ਬਿਮਾਰਾਂ ਨੂੰ ਸੜਕਾਂ 'ਤੇ ਲੈ ਜਾਂਦੇ ਸਨ ਅਤੇ ਉਨ੍ਹਾਂ ਨੂੰ ਮੰਜੀਆਂ ਅਤੇ ਮੰਜੀਆਂ 'ਤੇ ਪਾ ਦਿੰਦੇ ਸਨ, ਇਹ ਜਾਣਦੇ ਹੋਏ ਕਿ ਉਸ ਵਿੱਚੋਂ ਨਿਕਲਣ ਵਾਲੀ ਅਦਭੁਤ ਸ਼ਕਤੀ ਉਨ੍ਹਾਂ 'ਤੇ ਛਾਂ ਕਰੇਗੀ ਅਤੇ ਉਨ੍ਹਾਂ ਨੂੰ ਚੰਗਾ ਕਰੇਗੀ। 16 ਆਸ ਪਾਸ ਦੇ ਪਿੰਡਾਂ ਤੋਂ ਵੱਡੀ ਗਿਣਤੀ ਵਿੱਚ ਲੋਕ ਯਰੂਸ਼ਲਮ ਵਿੱਚ ਆਏ। ਉਹ ਆਪਣੇ ਨਾਲ ਬਿਮਾਰਾਂ ਅਤੇ ਭੂਤਾਂ ਤੋਂ ਪੀੜਤ ਲੋਕਾਂ ਨੂੰ ਲਿਆਏ - ਅਤੇ ਹਰ ਕੋਈ ਚੰਗਾ ਹੋ ਗਿਆ!

ਤਾਂ ਫਿਰ, ਇਨ੍ਹਾਂ ਆਮ ਆਦਮੀਆਂ ਨੂੰ ਇੱਕ ਅਲੌਕਿਕ ਪਰਮਾਤਮਾ ਦੇ ਸੁਪਰਮੈਨ ਕਿਉ ਬਣਾਇਆ? ABCDEFG ਗੁਣਾਂ ਵਿੱਚ ਤੁਹਾਡੀ ਕੀ ਮਦਦ ਕਰ ਸਕਦੀ ਹੈ ਜਿਨ੍ਹਾਂ ਬਾਰੇ ਅਸੀਂ ਪਹਿਲਾਂ ਚਰਚਾ ਕੀਤੀ ਸੀ। ਇਸ ਦਾ ਜਵਾਬ ਜਿਸੂ ਦੇ ਆਖਰੀ ਕਥਨ ਵਿੱਚ ਹੈ

ਰਸੂਲਾਂ ਦੇ ਕਰਤੱਬ 1:3-8

ਦ ਪੈਸ਼ਨ ਟ੍ਰਾਂਸਲੇਸ਼ਨ

3 ਆਪਣੀ ਸਲੀਬ ਦੇ ਦੁੱਖਾਂ ਤੋਂ ਬਾਅਦ, ਯਿਸੂ ਚਾਲੀ ਦਿਨਾਂ ਦੀ ਮਿਆਦ ਵਿੱਚ ਇਨ੍ਹਾਂ ਹੀ ਰਸੂਲਾਂ ਨੂੰ ਕਈ ਵਾਰ ਜਿੰਦਾ ਦਿਖਾਈ ਦਿੱਤਾ। ਯਿਸੂ ਨੇ ਉਨ੍ਹਾਂ ਨੂੰ ਕਈ ਯਕੀਨਨ ਨਿਸ਼ਾਨੀਆਂ ਨਾਲ ਸਾਬਤ ਕੀਤਾ ਕਿ ਉਹ ਜੀ ਉੱਠਿਆ ਸੀ।

ਇਨ੍ਹਾਂ ਮੁਲਾਕਾਤਾਂ ਦੌਰਾਨ, ਉਸਨੇ ਉਨ੍ਹਾਂ ਨੂੰ ਪਰਮੇਸ਼ੁਰ ਦੇ ਰਾਜ ਦੇ ਖੇਤਰ ਦੀਆਂ ਸੱਚਾਈਆਂ ਸਿਖਾਈਆਂ 4 ਅਤੇ ਉਨ੍ਹਾਂ ਨਾਲ ਭੋਜਨ ਸਾਂਝਾ ਕੀਤਾ।

ਯਿਸੂ ਨੇ ਉਨ੍ਹਾਂ ਨੂੰ ਹਦਿਾਇਤ ਦੱਿਤੀ, "ਯਰੂਸ਼ਲਮ ਛੱਡ ਕੇ ਨਾ ਜਾਓ, ਪਰ ਇੱਥੇ ਇੰਤਜ਼ਾਰ ਕਰੋ ਜਦੋਂ ਤੱਕ ਤੁਸੀ ਉਹ ਤੋਹਫ਼ਾ ਪ੍ਰਾਪਤ ਨਹੀ ਕਰਦੇ ਜਸਿ ਬਾਰੇ ਮੈ ਤੁਹਾਨੂੰ ਦੱਸਿਆ ਸੀ, ਜਸਿਦਾ ਪਤਿਾ ਨੇ ਵਾਅਦਾ ਕੀਤਾ ਹੈ। 5 ਕਉਿਂਕ ਯੂਹੰਨਾ ਨੇ ਤੁਹਾਨੂੰ ਪਾਣੀ ਵਿੱਚ ਬਪਤਸਿਮਾ ਦੱਿਤਾ ਸੀ, ਪਰ ਹੁਣ ਤੋਂ ਕੁਝ ਦਨਿਾਂ ਬਾਅਦ, ਤੁਹਾਨੂੰ ਪਵੱਿਤਰ ਆਤਮਾ ਵਿੱਚ ਬਪਤਸਿਮਾ ਦੱਿਤਾ ਜਾਵੇਗਾ!"

6 ਹਰ ਵਾਰ ਜਦੋਂ ਉਹ ਇਕੱਠੇ ਹੁੰਦੇ ਸਨ, ਤਾਂ ਉਹ ਯਿਸੂ ਨੂੰ ਪੁੱਛਦੇ ਸਨ, "ਪ੍ਰਭੂ, ਕੀ ਹੁਣ ਸਮਾਂ ਆ ਗਿਆ ਹੈ ਕਿ ਤੂੰ ਇਸਰਾਏਲ ਨੂੰ ਆਜ਼ਾਦ ਕਰੇਂ ਅਤੇ ਸਾਡਾ ਰਾਜ ਮੁੜ ਸਥਾਪਤਿ ਕਰੇਂ?"

7 ਉਸਨੇ ਜਵਾਬ ਦੱਿਤਾ, "ਪਤਿਾ ਹੀ ਉਹ ਹੈ ਜੋ ਨਸ਼ਿਚਤਿ ਤਾਰੀਖ਼ਾਂ ਅਤੇ ਉਨ੍ਹਾਂ ਦੇ ਪੂਰੇ ਹੋਣ ਦੇ ਸਮੇਂ ਨਰਿਧਾਰਤ ਕਰਦਾ ਹੈ। ਤੁਹਾਨੂੰ ਉਨ੍ਹਾਂ ਸਾਰੀਆਂ ਚੀਜ਼ਾਂ ਦਾ ਸਮਾਂ ਜਾਣਨ ਦੀ ਆਗਆਿ ਨਹੀ ਹੈ ਜੋ ਉਸਨੇ ਆਪਣੇ ਅਧਕਿਾਰ ਨਾਲ ਤਆਿਰ ਕੀਤੀਆਂ ਹਨ। 8 ਪਰ ਮੈ ਤੁਹਾਨੂੰ ਇਹ ਵਾਅਦਾ ਕਰਦਾ ਹਾਂ - ਪਵੱਿਤਰ ਆਤਮਾ ਤੁਹਾਡੇ ਉੱਤੇ ਆਵੇਗਾ ਅਤੇ ਤੁਸੀ ਸ਼ਕਤੀ ਨਾਲ ਭਰਪੂਰ ਹੋ ਜਾਵੋਗੇ। ਅਤੇ ਤੁਸੀ ਯਰੂਸ਼ਲਮ, ਪੂਰੇ ਯਹੂਦਿਯਾ, ਦੂਰ-ਦੁਰਾਡੇ ਸੂਬਿਆਂ [h] - ਇੱਥੋਂ ਤੱਕ ਕਿ ਧਰਤੀ ਦੇ ਸਭ ਤੋਂ ਦੂਰ-ਦੁਰਾਡੇ ਥਾਵਾਂ ਤੱਕ ਮੇਰੇ ਸੰਦੇਸ਼ਵਾਹਕ ਹੋਵੋਗੇ!"

ਯੂਹੰਨਾ ਨੇ ਇਸ ਤੱਥ ਨੂੰ ਉਜਾਗਰ ਕੀਤਾ ਕਿ ਸ਼ੈਤਾਨ ਸਾਡੀ ਦੁਨੀਆਂ ਵਿੱਚ ਸ਼ਾਸਨ ਕਰਦਾ ਹੈ ਅਤੇ 1 ਯੂਹੰਨਾ 5:19 ਅਤੇ 1 ਯੂਹੰਨਾ 3:8 ਵਿੱਚ ਉਸ ਕੰਮ 'ਤੇ ਦੁਬਾਰਾ ਜ਼ੋਰ ਦਿੱਤਾ ਜਿਸ ਲਈ ਯਿਸੂ ਦੁਨੀਆਂ ਵਿੱਚ ਆਇਆ ਸੀ ਅਤੇ ਮੈਂ ਪੜ੍ਹਿਆ:

1 ਯੂਹੰਨਾ 5:19

ਦ ਪੈਸ਼ਨ ਟ੍ਰਾਂਸਲੇਸ਼ਨ

19 ਅਸੀ ਜਾਣਦੇ ਹਾਂ ਕਿ ਅਸੀ ਪਰਮੇਸ਼ੁਰ ਦੇ ਬੱਚੇ ਹਾਂ ਅਤੇ ਸਾਰਾ ਸੰਸਾਰ ਉਸ ਦੁਸ਼ਟ ਦੇ ਕਸ਼ਟ ਅਤੇ ਪ੍ਰਭਾਵ ਹੇਠ ਪਇਆ ਹੋਇਆ ਹੈ।

ਅਤੇ **1 ਯੂਹੰਨਾ 3:8**

ਦ ਪੈਸ਼ਨ ਟ੍ਰਾਂਸਲੇਸ਼ਨ

8 ਪਰ ਜਹਿੜਾ ਪਾਪੀ ਜੀਵਨ ਜੀਉਂਦਾ ਰਹਿੰਦਾ ਹੈ ਉਹ ਸੈਤਾਨ ਤੋਂ ਹੈ, ਕਉਿਂਕਿ ਸੈਤਾਨ ਸੁਰੂ ਤੋਂ ਹੀ ਪਾਪ ਕਰਦਾ ਆ ਰਹਿਾ ਹੈ। ਪਰਮੇਸ਼ੁਰ ਦਾ ਪੁੱਤਰ ਇਸੇ ਲਈ ਪ੍ਰਗਟ ਹੋਇਆ ਸੀ ਤਾਂ ਜੋ ਸੈਤਾਨ ਦੇ ਕੰਮਾਂ ਨੂੰ ਨਸ਼ਟ ਕਰ ਸਕੇ।

ਜਿਸੂ ਨੇ ਮੱਤੀ 12:29 ਵਿੱਚ ਕਿਹਾ ਸੀ - "ਕੋਈ ਵੀ ਕਿਸੇ ਤਾਕਤਵਰ ਆਦਮੀ ਦੇ ਘਰ ਵਿੱਚ ਵੜ ਕੇ ਉਸਦਾ ਮਾਲ ਨਹੀਂ ਲੁੱਟ ਸਕਦਾ ਜਦੋਂ ਤੱਕ ਪਹਿਲਾਂ ਉਸ ਤਾਕਤਵਰ ਆਦਮੀ ਨੂੰ ਬੰਨ੍ਹ ਨਾ ਲਵੇ; ਫਿਰ ਉਹ ਉਸਦਾ ਘਰ ਲੁੱਟ ਸਕਦਾ ਹੈ।

ਅਸੀਂ ਆਪਣੀ ਤਾਕਤ ਨਾਲ ਸ਼ਹਿਰ ਨਹੀਂ ਲੈ ਸਕਦੇ ਪਰ ਪਵਿੱਤਰ ਆਤਮਾ ਦੀ ਸ਼ਕਤੀ ਨਾਲ:

ਯੂਹੰਨਾ ਬਪਤਿਸਮਾ ਦੇਣ ਵਾਲੇ ਨੂੰ **ਲੂਕਾ 3:16 ਵਚਿ ਸੁਣੋ।**

ਦ ਪੈਸ਼ਨ ਟ੍ਰਾਂਸਲੇਸ਼ਨ

16 ਪਰ ਯੂਹੰਨਾ ਨੇ ਉਨ੍ਹਾਂ ਨੂੰ ਇਹ ਕਹਿ ਕੇ ਸਪੱਸ਼ਟ ਕੀਤਾ, "ਇੱਕ ਆ ਰਹਿਾ ਹੈ ਜੋ ਮੇਰੇ ਨਾਲੋਂ ਵੀ ਸ਼ਕਤੀਸ਼ਾਲੀ ਹੈ। ਉਹ ਸਰਬੋਤਮ ਹੈ। ਦਰਅਸਲ, ਮੈ ਉਸਦਾ ਗੁਲਾਮ ਬਣਨ ਦੇ ਵੀ ਯੋਗ ਨਹੀ ਹਾਂ। ਮੈ ਤੁਹਾਨੂੰ ਸਰਿਫ਼ ਇਸ ਨਦੀ ਵਚਿ ਬਪਤਸਿਮਾ ਦੇ ਸਕਦਾ ਹਾਂ, ਪਰ ਉਹ ਤੁਹਾਨੂੰ ਪਵੱਤਿਰ ਆਤਮਾ ਅਤੇ ਆਪਣੀ ਭਆਿਨਕ ਅੱਗ ਵਚਿ ਬਪਤਸਿਮਾ ਦੇਵੇਗਾ।"

ਪਵਿੱਤਰ ਆਤਮਾ ਉਹ ਸਹਾਇਕ ਹੈ ਜੋ ਦੁਸ਼ਮਣ, ਸ਼ੈਤਾਨ ਦੇ ਗੜ੍ਹ ਨੂੰ ਢਾਹ ਦੇਣ ਤੋਂ ਬਾਅਦ ਮਸੀਹ ਦੀ ਰੌਸ਼ਨੀ ਨੂੰ ਜਗਾ ਕੇ ਇੱਕ ਹਨੇਰੇ ਸੰਸਾਰ ਵਿੱਚ ਰਾਜ ਨੂੰ ਅੱਗੇ ਵਧਾਉਣ ਵਿੱਚ ਸਾਡੀ ਮਦਦ ਕਰੇਗਾ। ਅਸੀਂ ਪਵਿੱਤਰ ਆਤਮਾ ਵਿੱਚ ਬਪਤਿਸਮਾ ਲੈਣ ਦੁਆਰਾ ਕਿਵੇਂ ਤਿਆਰ ਹੁੰਦੇ ਹਾਂ।

ਪਵਿੱਤਰ ਆਤਮਾ ਵਿੱਚ ਬਪਤਿਸਮਾ ਇੱਕ ਸ਼ਕਤੀਸ਼ਾਲੀ ਅਨੁਭਵ ਹੈ, ਜੋ ਆਤਮਾ ਨਾਲ ਭਰਪੂਰ ਵਿਸ਼ਵਾਸੀਆਂ ਨੂੰ ਗਵਾਹੀ ਅਤੇ ਸੇਵਕਾਈ ਲਈ ਤਿਆਰ ਕਰਦਾ ਹੈ ਜਿੱਥੇ ਅਸੀਂ ਉੱਪਰ ਦਿੱਤੇ 7 ਗੁਣਾਂ ਨੂੰ ਬਹੁਤ ਆਸਾਨੀ ਨਾਲ ਪ੍ਰਗਟ ਕਰ ਸਕਦੇ ਹਾਂ।

ਤੁਸੀਂ ਇਸ ਪ੍ਰਾਰਥਨਾ ਨੂੰ ਪ੍ਰਾਰਥਨਾ ਕਰਕੇ ਪਵਿੱਤਰ ਆਤਮਾ ਦਾ ਬਪਤਿਸਮਾ ਪ੍ਰਾਪਤ ਕਰ ਸਕਦੇ ਹੋ ਤਾਂ ਜੋ ਤੁਹਾਡੇ ਪੇਟ ਵਿੱਚੋਂ ਜੀਵਤ ਪਾਣੀ ਦੀਆਂ ਨਦੀਆਂ ਵਗਣ ਜੋ ਤੁਹਾਨੂੰ ਤਾਜ਼ਗੀ ਦੇਣ ਅਤੇ ਸਖ਼ਤ ਵਿਰੋਧ ਦੇ ਬਾਵਜੂਦ ਦੁਨੀਆਂ ਵਿੱਚ ਉਸਦੀ ਰੋਸ਼ਨੀ ਨੂੰ ਪ੍ਰਕਾਸ਼ਮਾਨ ਕਰਨ ਦੀ ਸੇਵਾ ਲਈ ਸ਼ਕਤੀ ਪ੍ਰਦਾਨ ਕਰਨ:

ਆਓ ਪ੍ਰਾਰਥਨਾ ਕਰੀਏ:

ਹੇ ਪ੍ਰਭੂ, ਮੈਨੂੰ ਆਪਣੀ ਸ਼ਕਤੀ ਦਾ ਭਾਂਡਾ ਬਣਾ, ਯਿਸੂ ਦੇ ਨਾਮ ਤੇ, ਸਵਰਗ ਖੁੱਲ੍ਹ ਜਾਵੇ ਅਤੇ ਤੇਰੀ ਮਹਿਮਾ, ਪਰਮੇਸ਼ੁਰ, ਯਿਸੂ ਦੇ ਨਾਮ ਤੇ ਮੇਰੇ ਉੱਤੇ ਡਿੱਗੇ। ਹੇ ਪਰਮੇਸ਼ੁਰ, ਮੇਰੀਆਂ ਅੱਖਾਂ, ਕੰਨਾਂ ਅਤੇ ਮੂੰਹ ਨੂੰ ਬਪਤਿਸਮਾ ਦੇ ਕਿ ਮੈਂ ਅਦਭੁਤ ਚੀਜ਼ਾਂ ਪ੍ਰਾਪਤ ਕਰਾਂ, ਸੁਣਾਂ ਅਤੇ ਬੋਲਾਂ। ਮੈਨੂੰ ਯਿਸੂ ਦੇ ਨਾਮ ਤੇ ਤਾਜ਼ੀ ਅੱਗ ਅਤੇ ਤਾਜ਼ਾ ਮਸਹ ਪ੍ਰਾਪਤ ਹੋਵੇ। ਪਰਮੇਸ਼ੁਰ ਦੀ ਅੱਗ ਮੇਰੇ ਜੀਵਨ ਵਿੱਚ ਹਨੇਰੇ ਦੇ ਹਰ ਕੰਮ ਨੂੰ ਭਸਮ ਕਰ ਦੇਵੇ।

ਪਰਮਾਤਮਾ ਦੀ ਆਤਮਾ ਮੇਰੀ ਬੁੱਧੀ, ਇੱਛਾ ਅਤੇ ਭਾਵਨਾਵਾਂ ਨੂੰ ਯਿਸੂ ਦੇ ਨਾਮ ਵਿੱਚ ਸ਼ੁੱਧ ਕਰੇ।

ਪਰਮਾਤਮਾ ਦੀ ਆਤਮਾ ਮੇਰੀ ਆਤਮਾ, ਆਤਮਾ ਅਤੇ ਸਰੀਰ ਨੂੰ ਯਸ਼ੂ ਦੇ ਨਾਮ ਵਿੱਚ ਸੁ਼ੱਧ ਕਰੇ।

ਲੂਕਾ 3:16 ਵਿੱਚ ਆਪਣੇ ਵਾਅਦੇ ਅਨੁਸਾਰ ਮੈਨੂੰ ਪਵਿੱਤਰ ਆਤਮਾ ਅਤੇ ਅੱਗ ਨਾਲ ਬਪਤਸਿਮਾ ਦਓਿ।

ਪ੍ਰਭੂ, ਦੁਨੀਆਂ ਭਰ ਵਿੱਚ ਮਸੀਹ ਦੇ ਸਰੀਰ ਉੱਤੇ ਤੁਹਾਡੀ ਆਤਮਾ ਦੀ ਇੱਕ ਨਵੀ ਵਰਖਾ ਹੋਵੇ ਪਿਤਾ ਜੀ, ਯਸ਼ੂ ਦੇ ਨਾਮ ਤੇ, ਮੈ ਤੁਹਾਡੇ ਕੋਲ ਜੋ ਕੁਝ ਹੈ ਉਹ ਮੇਰੇ ਲਈ ਚਾਹੁੰਦਾ ਹਾਂ।

ਮੈ ਚਾਹੁੰਦਾ ਹਾਂ ਕਿ ਪਵਿੱਤਰ ਆਤਮਾ ਦੀ ਭਰਪੂਰਤਾ ਮੇਰੇ ਜੀਵਨ ਵਿੱਚ ਆਤਮਾ ਦੇ ਸਾਰੇ ਦਾਨਾਂ ਦੇ ਨਾਲ ਕੰਮ ਕਰੇ। ਇਸ ਲਈ ਮੈ ਹੁਣ ਤੁਹਾਡੇ ਸਾਹਮਣੇ ਆਪਣੇ ਆਪ ਨੂੰ ਨਮਿਰ ਬਣਾਉਦਾ ਹਾਂ ਅਤੇ ਮੈ ਤੁਹਾਨੂੰ ਤੁਹਾਡੇ ਬਚਨ ਅਨੁਸਾਰ ਬੇਨਤੀ ਕਰਦਾ ਹਾਂ, ਮੈਨੂੰ ਹੁਣ ਪਵਿੱਤਰ ਆਤਮਾ ਵਿੱਚ ਬਪਤਸਿਮਾ ਦਓਿ। ਮੈ ਆਪਣੇ ਆਪ ਨੂੰ ਉਨ੍ਹਾਂ ਤੋਹਫਿਆਂ ਵਿੱਚ ਵਹਣਿ ਲਈ ਸਮਰਪਤਿ ਕਰਦਾ ਹਾਂ ਜੋ ਪਵਿੱਤਰ ਆਤਮਾ ਮੇਰੇ ਰਾਹੀ ਪ੍ਰਦਰਸਤਿ ਕਰੇਗਾ ਜਾਂ ਪ੍ਰਕਾਸ਼ ਕਰੇਗਾ।

ਪਰਮਾਤਮਾ ਦਾ ਮਸਹ, ਮਹਮਿਾ ਅਤੇ ਸ਼ਕਤੀ ਮੇਰੇ ਉੱਤੇ ਅਤੇ ਹੁਣੇ ਮੇਰੇ ਜੀਵਨ ਵਿੱਚ ਆਵੇ।

ਮੈਨੂੰ ਅੱਜ ਤੋ ਅੱਗੇ ਸੇਵਾ ਲਈ ਉੱਪਰ ਦੱਸੇ ਗਏ ਸਾਰੇ ਸੱਤ ਗੁਣਾਂ - ਉਪਲਬਧਤਾ, ਦਲੇਰੀ, ਹਮਦਰਦੀ, ਦ੍ਰੜ੍ਹਿਤਾ ਅਤੇ ਦਲਿੋਂ ਪਆਿਰ - ਨਾਲ ਸ਼ਕਤੀ ਦਤਿੀ ਜਾਵੇ। ਅਗਨੀ ਅਤੇ ਮਹਾਨ ਭੁੱਖ।

ਪ੍ਰਭੂ ਯਸ਼ੂ, ਮੈਨੂੰ ਆਪਣੀ ਪਵਿੱਤਰ ਆਤਮਾ ਨਾਲ ਬਪਤਸਿਮਾ ਦੇਣ ਲਈ ਤੁਹਾਡਾ ਧੰਨਵਾਦ। ਆਮੀਨ।”

ਮੈਂ ਆਪਣੀ ਜੀਭ ਇਸ ਲਈ ਸੌਂਪਦਾ ਹਾਂ ਤਾਂ ਜੋ ਪਵਿੱਤਰ ਆਤਮਾ ਮੈਨੂੰ ਬੋਲਣ ਦੇਵੇ ਤਾਂ ਜੋ ਉਹ ਮੇਰੇ ਰਾਹੀ ਬੋਲ ਸਕੇ। ਮੈਂ ਵਿਸ਼ਵਾਸ ਦੁਆਰਾ ਪਵਿੱਤਰ ਆਤਮਾ ਦਾ ਬਪਤਸਿਮਾ ਪ੍ਰਾਪਤ ਕਰਦਾ ਹਾਂ, ਇਹ ਮੇਰਾ ਹੈ ਅਤੇ ਹੁਣ ਮੇਰੇ ਕੋਲ ਹੈ।

ਹੁਣ, ਬਸ ਪਰਮਾਤਮਾ ਦੀ ਉਸਤਤ ਕਰਨੀ ਸ਼ੁਰੂ ਕਰੋ ਅਤੇ ਆਪਣੇ ਅੰਦਰੋਂ ਆਉਣ ਵਾਲੇ ਸ਼ਬਦਾਂ ਨੂੰ ਆਪਣੇ ਮੂੰਹੋਂ ਬਾਹਰ ਆਉਣ ਦਿਓ। ਤੁਹਾਨੂੰ ਉਹ ਬੋਲਣਾ ਪਵੇਗਾ ਜੋ ਪਵਿੱਤਰ ਆਤਮਾ ਤੁਹਾਨੂੰ ਸ਼ਬਦ ਦੇਵੇਗਾ।

ਤੁਸੀਂ ਇਹ ਸਭ ਘਰ ਵਿੱਚ, ਕਾਰ ਵਿੱਚ, ਦਫ਼ਤਰ ਵਿੱਚ, ਕਿਤੇ ਵੀ ਕਰ ਸਕਦੇ ਹੋ ਜਿੱਥੇ ਤੁਹਾਨੂੰ ਲਿਜਾਇਆ ਜਾਂਦਾ ਹੈ ਜਾਂ ਪ੍ਰਾਰਥਨਾ ਕਰਨ ਦਾ ਮੌਕਾ ਮਿਲ ਸਕਦਾ ਹੈ।

ਸਾਡੀ ਸਲਾਹ ਨੂੰ ਸਾਬਤ ਕਰਨ ਲਈ, ਇੱਥੇ ਦੋ ਸੱਚੀਆਂ ਕਹਾਣੀਆਂ ਹਨ ਜੋ ਅੱਜ ਅਸੀ ਸਿੱਖੀਆਂ 7 ਗੁਣਾਂ ਦੀ ਵਰਤੋਂ ਨਾਲ ਸੰਬੰਧਤਿ ਹਨ।

ਸਾਨੂੰ ਸਾਰਿਆਂ ਨੂੰ ਖੁਸ਼ਖਬਰੀ ਦਾ ਪ੍ਰਚਾਰ ਕਰਨ ਅਤੇ ਬਿਮਾਰਾਂ ਨੂੰ ਚੰਗਾ ਕਰਕੇ ਪਰਮਾਤਮਾ ਦੀ ਮੌਜੂਦਗੀ ਦਾ ਪ੍ਰਦਰਸ਼ਨ ਕਰਨ ਲਈ ਬੁਲਾਇਆ ਗਿਆ ਹੈ। ਅਸੀਂ ਸਾਰੇ ਮੁੱਢਲੀਆਂ ਗੱਲਾਂ ਕਰਨ ਲਈ ਤਿਆਰ ਹਾਂ, ਹਰ ਕਿਸੇ ਕੋਲ ਇਲਾਜ ਅਤੇ ਮੁਕਤੀ ਦੀ ਸੇਵਾ ਦੇ ਇਸ ਖੇਤਰ ਵਿੱਚ ਕੋਈ ਮੁੱਖ ਕੰਮ ਜਾਂ ਦਫਤਰ ਨਹੀਂ ਹੁੰਦਾ।

ਸਾਡਾ ਮੁੱਖ ਕੰਮ ਪ੍ਰਸ਼ਾਸਨ ਹੋ ਸਕਦਾ ਹੈ, ਜੋ ਪਵਿੱਤਰ ਆਤਮਾ ਦੁਆਰਾ ਪ੍ਰਭਾਵਿਤ ਹੋਵੇ। ਅਸੀਂ ਸਰਕਾਰ ਵਿੱਚ ਪ੍ਰਧਾਨ ਮੰਤਰੀ ਦੇ ਅਹੁਦੇ 'ਤੇ ਹੋ ਸਕਦੇ ਹਾਂ ਅਤੇ ਅਸੀਂ ਪ੍ਰਮਾਤਮਾ ਦੇ ਮਕਸਦ ਦੇ ਪੱਖ ਵਿੱਚ ਕਾਨੂੰਨ ਬਣਾ ਕੇ ਇੱਕ ਰਾਸ਼ਟਰ ਦੀ ਕਿਸਮਤ ਨੂੰ ਧਾਰਮਿਕਤਾ ਵੱਲ ਬਦਲ ਸਕਦੇ ਹਾਂ। ਕੁਝ ਹਸਪਤਾਲ ਵਿੱਚ ਡਾਕਟਰ ਹੋ ਸਕਦੇ

ਹਨ ਜੋ ਬ੍ਰਹਮ ਪ੍ਰੇਰਨਾ ਅਤੇ ਦਵਾਈ ਦੁਆਰਾ ਬਿਮਾਰਾਂ ਨੂੰ ਚੰਗਾ ਕਰਨ ਦੀ ਸੇਵਾ ਕਰ ਰਹੇ ਹਨ।

ਅਸੀਂ ਅੱਜ ਇਹ ਦੋ ਕਹਾਣੀਆਂ ਪੇਸ਼ ਕਰਦੇ ਹਾਂ ਅਤੇ ਮੈਂ ਤੁਹਾਨੂੰ ਇਨ੍ਹਾਂ ਕਹਾਣੀਆਂ ਵਿੱਚ ਉੱਪਰ ਦਿੱਤੇ 7 ਗੁਣਾਂ ਵੱਲ ਧਿਆਨ ਦੇਣ ਲਈ ਉਤਸ਼ਾਹਿਤ ਕਰਦਾ ਹਾਂ:

ਇੱਕ ਤੇਰਾਂ ਸਾਲਾਂ ਦੇ ਟ੍ਰੈਵਰ ਦੀ ਹੈ, ਜਿਸਨੇ ਬੇਘਰਾਂ ਲਈ ਸਮਾਜ ਵਿੱਚ ਬੁਰਾਈਆਂ ਨੂੰ ਦੂਰ ਕਰਨ ਲਈ ਦਲੇਰਾਨਾ ਕਦਮ ਚੁੱਕਿਆ ਸੀ ਅਤੇ ਦੂਜੀ ਕਹਾਣੀ ਇੱਕ ਔਰਤ ਦੇ ਵਿਚਕਾਰ ਟਕਰਾਅ ਬਾਰੇ ਹੈ ਜਿਸਦੇ ਪੁੱਤਰ ਨੂੰ ਬਿਜਲੀ ਦੀ ਕੁਰਸੀ 'ਤੇ ਫਾਂਸੀ ਦਿੱਤੀ ਜਾਣੀ ਸੀ ਅਤੇ ਪ੍ਰਚਾਰਕ ਦੀ ਆਖਰੀ ਮਿੰਟਾਂ ਦੀ ਪ੍ਰਾਰਥਨਾ ਨੇ ਫਾਂਸੀ ਨੂੰ ਟਾਲ ਦਿੱਤਾ:

ਟ੍ਰੇਵਰ ਫੈਰਲ

ਟ੍ਰੈਵਰ ਫੇਰੇਲ (ਜਨਮ 1972) ਇੱਕ ਅਮਰੀਕੀ ਨਾਗਰਿਕ ਹੈ ਜਿਸਨੇ ਇੱਕ ਨੌਜਵਾਨ ਕਿਸ਼ੋਰ ਦੇ ਰੂਪ ਵਿੱਚ ਬੇਘਰ ਲੋਕਾਂ ਦੀ ਸਹਾਇਤਾ ਲਈ ਆਪਣੇ ਯਤਨਾਂ ਲਈ ਜਨਤਾ ਦੀ ਨਜ਼ਰ ਖਿੱਚੀ। ਉਸਨੇ 1983 ਵਿੱਚ ਬੇਘਰਾਂ ਲਈ ਟ੍ਰੈਵਰ ਦੀ ਮੁਹਿੰਮ ਸ਼ੁਰੂ ਕੀਤੀ, ਜਦੋਂ ਉਹ 11 ਸਾਲ ਦਾ ਸੀ। 8 ਦਸੰਬਰ, 1983 ਨੂੰ, ਉਸਨੇ ਗਲੀ ਦੇ ਲੋਕਾਂ 'ਤੇ ਇੱਕ ਨਿਊਜ਼ ਪ੍ਰੋਗਰਾਮ ਦੇਖਿਆ। ਇਸਨੇ ਉਸਨੂੰ ਆਪਣੇ ਮਾਪਿਆਂ, ਫ੍ਰੈਂਕ ਅਤੇ ਜੈਨੇਟ ਫੇਰੇਲ ਤੋਂ ਪੁੱਛਣ ਲਈ ਪ੍ਰੇਰਿਤ ਕੀਤਾ ਕਿ ਉਹ ਕਿਵੇਂ ਮਦਦ ਕਰ ਸਕਦਾ ਹੈ। ਉਹ ਉਸ ਰਾਤ ਆਪਣੇ ਪੁੱਤਰ ਨੂੰ ਫਿਲਾਡੇਲਫੀਆ ਲੈ ਗਏ ਤਾਂ ਜੋ ਸੈਂਟਰ ਸਿਟੀ ਵਿੱਚ ਯੂਨੀਅਨ ਲੀਗ ਦੇ ਸਾਹਮਣੇ ਫੁੱਟਪਾਥ 'ਤੇ ਸੌਂ ਰਹੇ ਇੱਕ ਬੇਘਰ ਆਦਮੀ ਨੂੰ ਬਿਸਤਰਾ ਦਿੱਤਾ ਜਾ ਸਕੇ। ਉਸਨੇ ਅਤੇ ਉਸਦੇ ਮਾਪਿਆਂ ਨੇ ਬਾਅਦ ਵਿੱਚ ਇੱਕ ਬੇਘਰ ਆਸਰਾ, ਟ੍ਰੈਵਰ'ਜ਼ ਪਲੇਸ ਦੀ ਸਥਾਪਨਾ ਕੀਤੀ। ਉਸਦੇ ਮਾਪਿਆਂ ਨੇ ਇੱਕ ਕਿਤਾਬ ਵੀ ਲਿਖੀ, ਜਿਸਨੂੰ ਟ੍ਰੈਵਰ'ਜ਼ ਪਲੇਸ ਵੀ ਕਿਹਾ ਜਾਂਦਾ ਹੈ, ਇਸ ਤਰ੍ਹਾਂ ਕੀਤੇ ਗਏ ਕੰਮਾਂ ਦਾ ਹੋਰ ਵਰਣਨ ਕਰਨ ਲਈ, ਅੱਗੇ ਦੀ ਕਾਰਵਾਈ ਦੀ ਬੇਨਤੀ ਦੇ ਨਾਲ। ਇਹ 1985 ਵਿੱਚ ਪ੍ਰਕਾਸ਼ਿਤ ਹੋਇਆ ਸੀ।

ਟ੍ਰੇਵਰ ਫੈਰਲ ਦੇ ਕੰਮ ਨੂੰ ਰਾਸ਼ਟਰਪਤੀ ਰੋਨਾਲਡ ਰੀਗਨ ਨੇ 1986 ਦੇ ਰਾਸ਼ਟਰਪਤੀ ਦੇ ਸਟੇਟ ਆਫ਼ ਦ ਯੂਨੀਅਨ ਭਾਸ਼ਣ ਵਿੱਚ ਮਾਨਤਾ ਦਿੱਤੀ ਸੀ। ਸ਼ੈਲਟਰ ਦੀਆਂ ਗਤੀਵਿਧੀਆਂ ਨੂੰ ਦਰਸਾਉਂਦੀ ਇੱਕ ਟੀਵੀ ਫਿਲਮ, ਜਿਸਦਾ ਸਿਰਲੇਖ ਸੀ ਕ੍ਰਿਸਮਸ ਔਨ ਡਿਵੀਜ਼ਨ ਸਟ੍ਰੀਟ, 1991 ਵਿੱਚ ਪ੍ਰਸਾਰਿਤ ਹੋਈ। ਇਸ ਵਿੱਚ ਅਦਾਕਾਰ ਫਰੈੱਡ ਸੇਵੇਜ ਨੂੰ ਟ੍ਰੇਵਰ ਵਜੋਂ ਪੇਸ਼ ਕੀਤਾ ਗਿਆ ਸੀ। ਲੜੀਵਾਰ ਲਾਈਫਸਟੋਰੀਜ਼: ਫੈਮਿਲੀਜ਼ ਇਨ ਕ੍ਰਾਈਸਿਸ ਦੇ 1994 ਦੇ ਐਪੀਸੋਡ, ਜਿਸਦਾ ਸਿਰਲੇਖ ਸੀ ਬ੍ਰਦਰਲੀ ਲਵ: ਦ ਟ੍ਰੇਵਰ ਫੈਰਲ ਸਟੋਰੀ, ਨੇ ਵੀ ਉਸਦੇ ਯਤਨਾਂ ਦਾ ਵਰਣਨ ਕੀਤਾ।

ਜਦੋਂ ਫੈਰੇਲ 18 ਸਾਲ ਦਾ ਸੀ, ਤਾਂ ਪਰਿਵਾਰ ਨੇ ਮੁਹਿੰਮ ਵਿੱਚ ਆਪਣੀਆਂ ਕੋਸ਼ਿਸ਼ਾਂ ਬੰਦ ਕਰ ਦਿੱਤੀਆਂ। ਫੈਰੇਲ ਵਰਤਮਾਨ ਵਿੱਚ ਯੂਨਾਈਟਿਡ ਪਾਰਸਲ ਸਰਵਿਸ ਲਈ ਕੰਮ ਕਰਦਾ ਹੈ ਅਤੇ ਫਿਲਾਡੇਲਫੀਆ ਵਿੱਚ ਲੈਂਕੈਸਟਰ ਐਵੇਨਿਊ 'ਤੇ ਇੱਕ ਥ੍ਰਿਫਟ ਦੁਕਾਨ ਚਲਾਉਂਦਾ ਹੈ। 1985 ਵਿੱਚ, ਫੈਰੇਲ ਨੂੰ 35 ਸਾਲ ਜਾਂ ਇਸ ਤੋਂ ਘੱਟ ਉਮਰ ਦੇ ਵਿਅਕਤੀ ਦੁਆਰਾ ਸਭ ਤੋਂ ਵੱਡੀ ਜਨਤਕ ਸੇਵਾ ਲਈ ਸੈਮੂਅਲ ਐਸ. ਬੀਅਰਡ ਅਵਾਰਡ ਮਿਲਿਆ, ਇਹ ਪੁਰਸਕਾਰ ਜੈਫਰਸਨ ਅਵਾਰਡਸ ਦੁਆਰਾ ਹਰ ਸਾਲ ਦਿੱਤਾ ਜਾਂਦਾ ਹੈ।

ਪੂਰੀ ਕਹਾਣੀ:

ਕਹਾਣੀ 1: ਇੱਕ ਲਾਪਰਵਾਹ ਅਤੇ ਪਿਆਰ ਰਹਿਤ ਦੁਨੀਆਂ ਵਿੱਚ ਮਸੀਹ ਦੇ ਪਿਆਰ ਨੂੰ ਫੈਲਾਉਣ ਵਿੱਚ ਟ੍ਰੇਵਰ ਦੀ ਕਹਾਣੀ।

ਇੱਕ ਸੱਚੀ ਕਹਾਣੀ, ਟ੍ਰੇਵਰ ਨਾਮ ਦੇ ਮੁੰਡੇ ਬਾਰੇ। ਇਹ ਦਰਸਾਉਂਦਾ ਹੈ ਕਿ ਬੱਚੇ ਛੋਟੀਆਂ-ਛੋਟੀਆਂ ਚੀਜ਼ਾਂ ਕਰ ਸਕਦੇ ਹਨ ਜੋ ਵੱਡਾ ਫ਼ਰਕ ਪਾਉਂਦੀਆਂ ਹਨ। ਇੱਕ ਰਾਤ ਟ੍ਰੇਵਰ ਉਹੀ ਕਰ ਰਿਹਾ ਸੀ ਜੋ ਬਹੁਤ ਸਾਰੇ 13 ਸਾਲ ਦੇ ਬੱਚੇ ਕਰਦੇ ਹੋਣਗੇ: ਉਹ ਟੀਵੀ ਦੇਖ ਰਿਹਾ ਸੀ। ਖ਼ਬਰਾਂ ਵਿੱਚ ਉਸਨੇ ਫਿਲਾਡੇਲਫੀਆ ਦੇ ਇੱਕ ਡਾਊਨਟਾਊਨ ਇਲਾਕੇ ਵਿੱਚ, ਜਿੱਥੇ ਉਹ ਰਹਿੰਦਾ ਸੀ, ਕੁਝ ਬੇਘਰ ਲੋਕਾਂ ਬਾਰੇ ਇੱਕ ਕਹਾਣੀ ਦੇਖੀ ਜੋ ਸੜਕਾਂ 'ਤੇ ਠੰਡ ਵਿੱਚ ਸੌਂ ਰਹੇ ਸਨ। ਟ੍ਰੇਵਰ ਨੇ ਕਦੇ ਵੀ ਇਹ ਸੋਚਣ ਲਈ ਨਹੀਂ ਰੁਕਿਆ ਸੀ ਕਿ ਉਹ ਉਸੇ ਸ਼ਹਿਰ ਦੇ ਇੱਕ ਕਾਫ਼ੀ ਖੁਸ਼ਹਾਲ

ਉਪਨਗਰ ਵਿੱਚ ਰਹਿਣ ਲਈ ਕਿੰਨਾ ਖੁਸ਼ਕਿਸਮਤ ਸੀ। ਬੇਘਰ ਲੋਕਾਂ ਦੀ ਕਹਾਣੀ ਨੇ ਉਸਦੇ ਦਿਲ ਨੂੰ ਛੂਹ ਲਿਆ ਅਤੇ ਉਹ ਸੋਚਣ ਲੱਗਾ ਕਿ ਉਹ ਇਨ੍ਹਾਂ ਲੋਕਾਂ ਦੀ ਮਦਦ ਲਈ ਕੀ ਕਰ ਸਕਦਾ ਹੈ। ਟ੍ਰੇਵਰ ਲਈ ਇਸਨੂੰ ਭੁੱਲਣਾ ਆਸਾਨ ਹੋ ਸਕਦਾ ਸੀ। ਟੀਵੀ 'ਤੇ ਤੁਸੀਂ ਕਈ ਵਾਰ ਬਹੁਤ ਸਾਰੀਆਂ ਦੁਖਦਾਈ ਕਹਾਣੀਆਂ ਦੇਖਦੇ ਹੋ। ਇਹ ਇੱਕ ਹੋਰ ਘਟਨਾ ਹੋ ਸਕਦੀ ਸੀ ਜਿਸਨੂੰ ਉਸਨੇ ਅਣਡਿੱਠਾ ਕਰ ਦਿੱਤਾ। ਟ੍ਰੇਵਰ ਨੇ ਵੀ ਸੋਚਿਆ ਹੋਵੇਗਾ, ਖੈਰ, ਮੈਂ ਇਸ ਬਾਰੇ ਕੀ ਕਰ ਸਕਦਾ ਹਾਂ? ਮੈਂ ਤਾਂ ਸਿਰਫ਼ ਇੱਕ ਬੱਚਾ ਹਾਂ, ਪਰ ਉਸਨੇ ਨਹੀਂ ਕੀਤਾ। ਇਸ ਦੀ ਬਜਾਏ ਉਹ ਸੋਚਣ ਲੱਗਾ ਕਿ ਉਹ ਕਿਵੇਂ ਮਦਦ ਕਰ ਸਕਦਾ ਹੈ ਅਤੇ ਇਸ ਕਾਰਨ ਉਸਨੂੰ ਯਾਦ ਆਇਆ ਕਿ ਉਨ੍ਹਾਂ ਦੇ ਗੈਰਾਜ ਵਿੱਚ ਕੁਝ ਵਾਧੂ, ਅਣਵਰਤੇ ਕੰਬਲ ਸਨ। ਇਸ ਲਈ, ਉਹ ਆਪਣੇ ਪਿਤਾ ਕੋਲ ਗਿਆ ਅਤੇ ਪੁੱਛਿਆ ਕਿ ਕੀ ਉਹ ਉਨ੍ਹਾਂ ਨੂੰ ਸ਼ਹਿਰ ਦੇ ਉਨ੍ਹਾਂ ਲੋਕਾਂ ਕੋਲ ਲੈ ਜਾ ਸਕਦਾ ਹੈ ਜਿਨ੍ਹਾਂ ਕੋਲ ਰਾਤ ਕੱਟਣ ਲਈ ਕੋਈ ਘਰ ਨਹੀਂ ਸੀ।

ਟ੍ਰੇਵਰ ਦੇ ਪਿਤਾ ਨੂੰ ਇਹ ਬੇਨਤੀ ਥੋੜ੍ਹੀ ਅਜੀਬ ਲੱਗੀ ਹੋਵੇਗੀ। ਸਾਡੇ ਲਈ ਉਨ੍ਹਾਂ ਚੀਜ਼ਾਂ ਨੂੰ ਫੜੀ ਰੱਖਣਾ ਆਸਾਨ ਹੈ ਜੋ ਸਾਡੇ ਕੋਲ ਹਨ, ਬਾਲਗਾਂ ਲਈ ਇਹ ਸੋਚਣਾ ਆਸਾਨ ਹੈ ਕਿ ਉਨ੍ਹਾਂ ਨੇ ਆਪਣੀ ਮਾਲਕੀ ਵਾਲੀ ਚੀਜ਼ ਪ੍ਰਾਪਤ ਕਰਨ ਲਈ ਸਖ਼ਤ ਮਿਹਨਤ ਕੀਤੀ ਹੈ, ਤਾਂ ਉਹ ਇਸਨੂੰ ਕਿਉਂ ਦੇ ਦੇਣ? ਮੇਰਾ ਅੰਦਾਜ਼ਾ ਹੈ ਕਿ ਇਹ ਇੱਕ ਬੱਚੇ ਵਾਂਗ ਹੀ ਹੈ ਜੋ ਸੋਚਦਾ ਹੈ, ਇਸ ਨਵੀਂ ਸਾਈਕਲ ਨੂੰ ਖਰੀਦਣ ਵਿੱਚ ਮਦਦ ਕਰਨ ਲਈ ਆਪਣੀ ਜੇਬ ਦੇ ਪੈਸੇ ਬਚਾਉਣ ਵਿੱਚ ਬਹੁਤ ਸਮਾਂ ਲੱਗਿਆ, ਤਾਂ ਮੈਂ ਇਸਨੂੰ ਇੱਕ ਦੋਸਤ ਨੂੰ ਕਿਉਂ ਉਧਾਰ ਦੇਵਾਂ ਜਿਸਨੂੰ ਜਲਦੀ ਘਰ ਪਹੁੰਚਣ ਦੀ ਜ਼ਰੂਰਤ ਹੈ?

ਹੁਣ, ਟ੍ਰੇਵਰ ਦਾ ਡੈਡੀ ਇੱਕ ਦਿਆਲੂ ਇਨਸਾਨ ਸੀ। ਉਹ ਟ੍ਰੇਵਰ ਨੂੰ ਸ਼ਹਿਰ ਦੇ ਡਾਊਨਟਾਊਨ ਵਿੱਚ ਸੜਕਾਂ 'ਤੇ ਕੁਝ ਲੋਕਾਂ ਨੂੰ ਉਨ੍ਹਾਂ ਦੇ ਕੁਝ ਵਾਧੂ ਕੰਬਲ ਵੰਡਣ ਲਈ ਲੈ ਗਿਆ ਸੀ। ਮੈਨੂੰ ਲੱਗਦਾ ਹੈ ਕਿ ਜਦੋਂ ਉਸ ਰਾਤ ਸੌਣ ਦਾ ਸਮਾਂ ਆਇਆ ਤਾਂ ਲੋਕ ਨਵੇਂ ਕੰਬਲਾਂ ਦੀ ਨਿੱਘ ਲਈ ਕਾਫ਼ੀ ਖੁਸ਼ ਸਨ।

ਟ੍ਰੇਵਰ ਵੀ ਖੁਸ਼ ਸੀ। ਉਸਨੂੰ ਕੰਬਲ ਵੰਡ ਕੇ ਚੰਗਾ ਲੱਗਿਆ। ਉਸਨੇ ਇੱਕ ਅੰਦਰੂਨੀ ਨਿੱਘ ਮਹਿਸੂਸ ਕੀਤਾ, ਲਗਭਗ ਜਿਵੇਂ ਉਹ ਖੁਦ ਇੱਕ ਭਾਵਨਾਤਮਕ ਕੰਬਲ ਵਿੱਚ ਲਪੇਟਿਆ ਹੋਇਆ ਹੋਵੇ। ਪਰ ਉਸਨੂੰ ਅਹਿਸਾਸ ਹੋਇਆ ਕਿ ਇੱਕ ਜੋਖਮ ਸੀ - ਇਹ ਇੰਨਾ ਚੰਗਾ ਲੱਗ ਸਕਦਾ ਹੈ ਕਿ ਤੁਸੀਂ ਇਸਨੂੰ ਦੁਬਾਰਾ ਕਰਨਾ ਚਾਹੋਗੇ।

ਅਗਲੇ ਦਿਨ ਟ੍ਰੇਵਰ ਆਪਣੇ ਸਥਾਨਕ ਕਰਿਆਨੇ ਦੀ ਦੁਕਾਨ ਅਤੇ ਆਪਣੇ ਆਂਢ-ਗੁਆਂਢ ਵਿੱਚ ਹੋਰ ਜਨਤਕ ਥਾਵਾਂ 'ਤੇ ਗਿਆ ਜਿੱਥੇ ਨੋਟਿਸ ਬੋਰਡ ਲੱਗੇ ਹੋਏ ਸਨ। ਉਸਨੇ ਲੋਕਾਂ ਨੂੰ ਕਿਸੇ ਵੀ ਵਾਧੂ ਕੰਬਲ ਜਾਂ ਭੋਜਨ ਦਾਨ ਕਰਨ ਲਈ ਕਿਹਾ ਜਿਸਦੀ ਉਹਨਾਂ ਨੂੰ ਲੋੜ ਨਹੀਂ ਸੀ। ਨਤੀਜਾ ਹੈਰਾਨੀਜਨਕ ਸੀ। ਦਿਆਲਤਾ ਛੂਤ ਵਾਲੀ ਸੀ। ਟ੍ਰੇਵਰ ਨੂੰ ਇੰਨੇ ਸਾਰੇ ਲੋਕ ਮਦਦ ਕਰਨ ਲਈ ਤਿਆਰ ਸਨ ਕਿ ਇੱਕ ਹਫ਼ਤੇ ਦੇ ਅੰਦਰ-ਅੰਦਰ ਉਸਨੇ ਆਪਣੇ ਪਿਤਾ ਦੇ ਗੈਰੇਜ ਨੂੰ ਭੋਜਨ ਅਤੇ ਕੰਬਲਾਂ ਨਾਲ ਭਰ ਦਿੱਤਾ। ਟ੍ਰੇਵਰ ਨੇ ਆਪਣੀ ਦਿਆਲਤਾ ਨਾਲ ਜੋ ਸ਼ੁਰੂ ਕੀਤਾ ਸੀ ਉਹ ਵਧਦਾ ਅਤੇ ਪੂਰੇ ਭਾਈਚਾਰੇ ਵਿੱਚ ਫੈਲ ਗਿਆ। ਬਹੁਤ ਦੇਰ ਨਹੀਂ ਹੋਈ ਜਦੋਂ ਲੋਕਾਂ ਦੀ ਦਰਿਆਦਿਲੀ ਉਸਦੇ ਪਿਤਾ ਦੇ ਗੈਰੇਜ ਤੋਂ ਭਰ ਗਈ ਅਤੇ ਟ੍ਰੇਵਰ ਅਤੇ ਉਸਦੇ ਪਿਤਾ ਨੂੰ ਦਾਨ ਕੀਤੇ ਜਾ ਰਹੇ ਸਾਰੇ ਤੋਹਫ਼ਿਆਂ ਨੂੰ ਰੱਖਣ ਲਈ ਇੱਕ ਵੱਡੀ ਇਮਾਰਤ ਦੀ ਭਾਲ ਕਰਨੀ ਪਈ। ਕੀ ਤੁਸੀਂ ਵਿਸ਼ਵਾਸ ਕਰੋਗੇ ਕਿ ਹੁਣ ਫਿਲਾਡੇਲਫੀਆ ਵਿੱਚ ਬਹੁਤ ਸਾਰੇ ਵਿਸ਼ੇਸ਼ ਗੋਦਾਮ ਹਨ ਜੋ ਬੇਘਰਾਂ ਨੂੰ ਖੁਆਉਣ ਅਤੇ ਗਰਮ ਕਰਨ ਲਈ ਭੋਜਨ ਅਤੇ ਕੰਬਲਾਂ ਦਾ ਭੰਡਾਰ ਕਰਦੇ ਹਨ? ਉਨ੍ਹਾਂ ਸਾਰਿਆਂ ਨੂੰ "ਟ੍ਰੇਵਰਸ ਪਲੇਸ" ਕਿਹਾ ਜਾਂਦਾ ਹੈ।

ਸਾਡੇ ਦਾਅਵੇ ਵਿੱਚ ਵਿਚਾਰ ਲਈ ਕਹਾਣੀ 1 ਦੀ ਵਰਤੋਂ :

'ਕੀ ਇਹ ਹੋ ਸਕਦਾ ਹੈ ਕਿ ਪਰਮਾਤਮਾ ਨਾਈਜੀਰੀਆ ਵਿੱਚ ਅਲਮਾਜਾਰੀ ਮੁੱਦੇ ਨੂੰ ਹੱਲ ਕਰਨ ਲਈ ਕਿਸੇ ਨੂੰ ਬੁਲਾ ਰਿਹਾ ਹੋਵੇ ਤਾਂ ਜੋ ਸਾਡੀ ਧਰਤੀ 'ਤੇ ਇੱਕ ਧਰਮੀ ਪੀੜ੍ਹੀ ਪੈਦਾ ਕਰਨ ਲਈ ਬੋਰਡਿੰਗ, ਭੋਜਨ ਅਤੇ ਈਸਾਈ-ਕੇਂਦ੍ਰਿਤ ਸਿੱਖਿਆ ਪ੍ਰਦਾਨ ਕੀਤੀ ਜਾ ਸਕੇ? ਜੇਕਰ ਅਸੀਂ ਅਜਿਹਾ ਨਹੀਂ ਕਰਦੇ, ਤਾਂ ਸ਼ੈਤਾਨ ਉਨ੍ਹਾਂ ਨੂੰ ਮਾਰਨ, ਚੋਰੀ ਕਰਨ ਅਤੇ ਤਬਾਹ ਕਰਨ ਦੇ ਆਪਣੇ ਉਦੇਸ਼ ਲਈ ਹਾਈਜੈਕ ਕਰ ਲਵੇਗਾ। ਅਸੀਂ ਜੋ ਮਰਜ਼ੀ ਗੱਲ ਕਰ ਸਕਦੇ ਹਾਂ ਪਰ ਸਾਡਾ ਕੰਮ

ਸਭ ਕੁਝ ਹੋਣ ਦੇ ਬਾਵਜੂਦ ਮਸੀਹ ਦੇ ਪ੍ਰਕਾਸ਼ ਅਤੇ ਪਿਆਰ ਨੂੰ ਪ੍ਰਸਾਰਿਤ ਕਰਨਾ ਹੈ ਅਤੇ ਇਹ ਉਹਨਾਂ ਨੂੰ ਇਸ ਸਾਡੇ ਯਿਸੂ ਬਾਰੇ ਕੀ ਕਹਿਣਾ ਹੈ ਸੁਣਨ ਲਈ ਖੋਲ੍ਹ ਦੇਵੇਗਾ। ਮੱਤੀ 25:1-46 ਪੜ੍ਹੋ।

ਕਹਾਣੀ 2: ਬਜਿਲੀ ਦੀ ਕੁਰਸੀ ਤੋਂ ਬਚੀ ਮਨੁੱਖ ਦੀ ਜਾਨ - ਪਾਦਰੀ ਦੀ ਧੀ ਦੁਆਰਾ ਦੱਸੀ ਗਈ ਕਹਾਣੀ - ਇੱਕ ਬੇਇਨਸਾਫ਼ੀ ਵਾਲੀ ਦੁਨੀਆਂ ਵਿੱਚ ਮਸੀਹ ਦੇ ਪ੍ਰਕਾਸ.ਨੂੰ ਪ੍ਰਕਾਸ.ਮਾਨ ਕਰਨ ਵਿੱਚ ਵਚਿੱਲਗੀ ਪ੍ਰਾਰਥਨਾ ਦੀ ਸ.ਕਤੀ /

ਉਹ 1960 ਵਿੱਚ ਨਿਊ ਜਰਸੀ ਦੇ ਨੇਵਾਰਕ ਵਿੱਚ ਪ੍ਰਚਾਰ ਕਰ ਰਿਹਾ ਸੀ। ਸਮਾਂ: ਰਾਤ 9:30 ਵਜੇ ਇੱਕ ਔਰਤ ਵਿਚਕਾਰਲੀ ਗਲੀ ਵਿੱਚੋਂ ਲੰਘਦੀ ਆਈ, ਅਤੇ ਮੇਰੇ ਪਿਤਾ ਜੀ, ਆਰ.ਡਬਲਯੂ. ਸ਼ਾਂਬਾਚ, ਜਾਣਦੇ ਸਨ ਕਿ ਇਸਦਾ ਕੀ ਅਰਥ ਸੀ। ਇਸਦਾ ਮਤਲਬ ਸੀ ਕਿ ਕੋਈ ਉਸਦੇ ਸੰਦੇਸ਼ ਨੂੰ ਰੋਕਣ ਵਾਲਾ ਸੀ। ਉਹ ਵਿਚਕਾਰਲੀ ਗਲੀ ਵਿੱਚੋਂ ਲੰਘੀ ਅਤੇ ਉਸ ਰਾਤ ਪ੍ਰਚਾਰਕ ਦੇ ਸਾਹਮਣੇ ਖੜ੍ਹੀ ਸੀ। ਉਸਦੇ ਹੱਥ ਵਿੱਚ ਬਾਈਬਲ ਸੀ ਅਤੇ ਉਹ ਇੱਕ ਮਹਾਨ ਕਲਾ ਦਾ ਪ੍ਰਚਾਰ ਕਰ ਰਿਹਾ ਸੀ! ਕਿਸੇ ਦੀ ਹਿੰਮਤ ਕਿਵੇਂ ਹੋਈ ਕਿ ਉਹ ਰੱਬ ਦੇ ਬੰਦੇ ਨੂੰ ਰੋਕੇ?

ਦਰਅਸਲ, ਉਹ ਕੀਮਤੀ ਔਰਤ ਉਸਨੂੰ ਉਸ ਤਰ੍ਹਾਂ ਦੀ ਬੇਚੈਨ ਵਿਸ਼ਵਾਸ ਨਾਲ ਰੋਕ ਰਹੀ ਸੀ, ਜਿਵੇਂ ਚਾਰ ਆਦਮੀਆਂ ਨੇ ਉਸ ਜਗ੍ਹਾ ਦੀ ਛੱਤ ਪਾੜ ਦਿੱਤੀ ਜਿੱਥੇ ਯਿਸੂ ਸਿੱਖਿਆ ਦੇ ਰਿਹਾ ਸੀ ਤਾਂ ਜੋ ਉਨ੍ਹਾਂ ਦਾ ਦੋਸਤ ਇੱਕ ਚਮਤਕਾਰ ਕਰ ਸਕੇ। ਉਨ੍ਹਾਂ ਦੀ ਨਿਹਚਾ ਨੇ ਪ੍ਰਭੂ ਨੂੰ ਪ੍ਰੇਰਿਤ ਕੀਤਾ, ਅਤੇ ਇਹੀ ਅਸਲ ਵਿਸ਼ਵਾਸ ਕਰਦਾ ਹੈ।

ਜਦੋਂ ਨੇਵਾਰਕ ਦੀ ਉਹ ਔਰਤ ਮੇਰੇ ਪਿਤਾ ਕੋਲ ਆਈ, ਤਾਂ ਉਸਨੇ ਕਿਹਾ, "ਭਰਾ ਸ਼ਮਬਾਚ, ਕਿਰਪਾ ਕਰਕੇ ਮੈਨੂੰ ਮਾਫ਼ ਕਰ ਦਿਓ। ਮੈਂ ਆਪਣੀ ਜ਼ਿੰਦਗੀ ਵਿੱਚ ਕਦੇ ਕਿਸੇ ਪ੍ਰਚਾਰਕ ਨੂੰ ਨਹੀਂ ਰੋਕਿਆ। ਪਰ ਇਹ ਇੱਕ ਐਮਰਜੈਂਸੀ ਹੈ। ਮੇਰਾ ਪੁੱਤਰ ਦਸ ਵਜੇ ਬਿਜਲੀ ਦੀ ਕੁਰਸੀ 'ਤੇ ਮਰਨ ਵਾਲਾ ਹੈ।"

ਆਪਣੇ ਇਕਬਾਲ ਨਾਲ, ਭਰਾ ਸ਼ਮਬਾਚ ਨੇ ਸੋਚਿਆ, "ਹਾਏ ਰੱਬਾ!" ਉਸਨੇ ਪ੍ਰਚਾਰ ਨੂੰ ਸਿੱਧਾ ਉਸ ਤੋਂ ਬਾਹਰ ਕਰ ਦਿੱਤਾ। ਜਦੋਂ ਉਸਨੇ ਇਹ ਸੁਣਿਆ, ਤਾਂ ਉਹ ਹੋਰ ਸ਼ਬਦ ਦਾ ਪ੍ਰਚਾਰ ਨਹੀਂ ਕਰ ਸਕਿਆ।

ਉਸਨੇ ਹਸਪਤਾਲਾਂ ਵਿੱਚ ਮਰਨ ਵਾਲੇ ਲੋਕਾਂ ਲਈ ਪ੍ਰਾਰਥਨਾ ਕੀਤੀ ਸੀ, ਪਰ ਉਸਨੇ ਕਦੇ ਵੀ ਕਿਸੇ ਅਜਿਹੇ ਵਿਅਕਤੀ ਲਈ ਪ੍ਰਾਰਥਨਾ ਨਹੀਂ ਕੀਤੀ ਜੋ ਬਿਜਲੀ ਦੀ ਕੁਰਸੀ 'ਤੇ ਮਰਨ ਵਾਲਾ ਸੀ। ਇਸ ਆਦਮੀ ਨੂੰ ਉਸਦੇ ਸਾਥੀਆਂ ਦੀ ਇੱਕ ਜਿਊਰੀ ਨੇ ਦੋਸ਼ੀ ਠਹਿਰਾਇਆ ਸੀ। ਉਸਨੂੰ ਦੋਸ਼ੀ ਪਾਇਆ ਗਿਆ ਸੀ। ਉਹ ਉਸ ਕਤਲ ਦਾ ਭੁਗਤਾਨ ਕਰਨ ਲਈ ਮਰਨ ਵਾਲਾ ਸੀ ਜੋ ਉਨ੍ਹਾਂ ਨੇ ਕਿਹਾ ਸੀ ਕਿ ਉਸਨੇ ਕੀਤਾ ਹੈ - ਅਤੇ ਇਹ ਤੀਹ ਮਿੰਟਾਂ ਵਿੱਚ ਹੋਣ ਵਾਲਾ ਸੀ। ਭਰਾ ਸ਼ਾਂਬਾਚ ਪ੍ਰਚਾਰ ਨਹੀਂ ਕਰ ਸਕਦਾ ਸੀ! ਉਸਨੇ ਕਿਤਾਬ ਬੰਦ ਕਰ ਦਿੱਤੀ। ਉਹ ਪ੍ਰਾਰਥਨਾ ਵੀ ਨਹੀਂ ਕਰ ਸਕਦਾ ਸੀ! ਉਸਨੇ ਚਰਚ ਵਿੱਚ ਹਰ ਕਿਸੇ ਨੂੰ ਖੜ੍ਹੇ ਹੋਣ ਲਈ ਕਿਹਾ।

ਲੋਕ ਅਕਸਰ ਮੇਰੇ ਪਿਤਾ ਜੀ ਨੂੰ ਪੁੱਛਦੇ ਸਨ, "ਕੀ ਮੈਨੂੰ ਪਵਿੱਤਰ ਆਤਮਾ ਦੀ ਲੋੜ ਹੈ?" ਜਦੋਂ ਸਾਨੂੰ ਇਸ ਔਰਤ ਵਰਗੀਆਂ ਜ਼ਰੂਰਤਾਂ ਦਾ ਸਾਹਮਣਾ ਕਰਨਾ ਪੈਂਦਾ ਹੈ, ਤਾਂ ਇੱਕ ਵਿਅਕਤੀ ਨੂੰ ਪ੍ਰਾਰਥਨਾ ਕਰਨ ਦਾ ਕੋਈ ਪਤਾ ਨਹੀਂ ਹੁੰਦਾ। ਇਸ ਲਈ ਸਾਨੂੰ ਸਾਰਿਆਂ ਨੂੰ ਪਵਿੱਤਰ ਆਤਮਾ ਦੀ ਸੰਪੂਰਨਤਾ ਦੀ ਲੋੜ ਹੈ!

ਪਵਿੱਤਰ ਆਤਮਾ ਨੇ ਮੇਰੇ ਪਿਤਾ ਜੀ ਰਾਹੀਂ ਪ੍ਰਾਰਥਨਾ ਕਰਨੀ ਸ਼ੁਰੂ ਕਰ ਦਿੱਤੀ। ਉਸਨੇ ਕਿਹਾ ਕਿ ਇਹ ਮਹਿਸੂਸ ਹੋਇਆ ਜਿਵੇਂ ਕਿਸੇ ਨੇ ਉਸਨੂੰ ਚੋਗਾ ਪਾਇਆ ਹੋਵੇ - ਇਹ ਚਮਤਕਾਰਾਂ ਲਈ ਮਸਹ ਦਾ ਚੋਗਾ ਸੀ, ਅਤੇ ਉਹ ਮਸਹ ਨੂੰ ਮਹਿਸੂਸ ਕਰ ਸਕਦਾ ਸੀ। ਜਦੋਂ ਉਹ ਭਾਸ਼ਾਵਾਂ ਵਿੱਚ ਪ੍ਰਾਰਥਨਾ ਕਰ ਰਿਹਾ ਸੀ ਤਾਂ ਇੱਕ ਦੋਹਰਾ ਹਿੱਸਾ ਉਸਦੇ ਉੱਤੇ ਟਿਕਿਆ ਹੋਇਆ ਸੀ। ਫਿਰ, ਜਿਵੇਂ ਹੀ ਉਸਨੇ ਇਸਨੂੰ ਕਿਹਾ, ਉਸਨੇ ਅੰਗਰੇਜ਼ੀ ਵਿੱਚ ਪ੍ਰਾਰਥਨਾ ਕਰਕੇ ਪਵਿੱਤਰ ਆਤਮਾ ਨੂੰ ਸੁਣਨਾ ਸ਼ੁਰੂ ਕਰ ਦਿੱਤਾ। ਜਦੋਂ ਉਸਨੇ ਅੰਗਰੇਜ਼ੀ ਵਿੱਚ ਪ੍ਰਾਰਥਨਾ ਕਰਨੀ ਸ਼ੁਰੂ ਕੀਤੀ, ਤਾਂ ਉਹ ਜੋ ਕਹਿ ਰਿਹਾ ਸੀ ਉਸ ਨੇ ਉਸਨੂੰ ਹੈਰਾਨ ਕਰ ਦਿੱਤਾ:

"ਪ੍ਰਭੂ, ਯਿਸੂ ਦੇ ਨਾਮ ਤੇ, ਪਵਿੱਤਰ ਆਤਮਾ ਰਾਹੀਂ ਅਸਲੀ ਕਾਤਲ ਨੂੰ ਦੋਸ਼ੀ ਠਹਿਰਾਓ। ਉਸਨੂੰ ਅਪਰਾਧ ਦਾ ਇਕਬਾਲ ਕਰਵਾਓ।"

ਅੰਦਰ, ਮੇਰਾ ਪਿਤਾ ਆਪਣੇ ਆਪ ਨੂੰ ਲੱਤਾਂ ਮਾਰ ਰਿਹਾ ਸੀ। ਉਸਨੇ ਸੋਚਿਆ, ਚੁੱਪ ਕਰ, ਮੂਰਖ। ਆਦਮੀ ਨੂੰ ਪਹਿਲਾਂ ਹੀ ਦੋਸ਼ੀ ਠਹਿਰਾਇਆ ਜਾ ਚੁੱਕਾ ਹੈ। ਉਹ ਪਰਮਾਤਮਾ ਨੂੰ ਅਸਲੀ ਕਾਤਲ ਨੂੰ ਫੜਨ ਲਈ ਬੇਨਤੀ ਕਰ ਰਿਹਾ ਸੀ। ਉਸਨੂੰ ਨਹੀਂ ਪਤਾ ਸੀ, ਪਰ ਪਵਿੱਤਰ ਆਤਮਾ ਜਾਣਦਾ ਸੀ ਕਿ ਇਸ ਔਰਤ ਦੇ ਪੁੱਤਰ ਨੇ ਅਪਰਾਧ ਨਹੀਂ ਕੀਤਾ ਸੀ। ਪਵਿੱਤਰ ਆਤਮਾ ਮੇਰੇ ਪਿਤਾ ਦੁਆਰਾ ਪ੍ਰਾਰਥਨਾ ਕਰ ਰਹੀ ਸੀ, "ਅਸਲੀ ਕਾਤਲ ਨੂੰ ਫੜੋ ਅਤੇ ਉਸਨੂੰ ਇਕਬਾਲ ਕਰਨ ਲਈ ਕਹੋ।"

ਪਿਤਾ ਜੀ ਨੇ ਪ੍ਰਾਰਥਨਾ ਖਤਮ ਕਰਨ ਤੋਂ ਬਾਅਦ, ਉਸ ਔਰਤ ਵੱਲ ਦੇਖਿਆ ਅਤੇ ਕਿਹਾ, "ਘਰ ਜਾਓ, ਸੌਂ ਜਾਓ - ਅਤੇ ਸੌਂ ਜਾਓ! ਤੁਹਾਡਾ ਪੁੱਤਰ ਬਿਜਲੀ ਦੀ ਕੁਰਸੀ 'ਤੇ ਨਹੀਂ ਮਰੇਗਾ!" ਉਸਨੇ ਫਿਰ ਆਪਣੇ ਆਪ ਨੂੰ ਝਿੜਕਿਆ, ਸੋਚਿਆ, ਚੁੱਪ ਕਰ ਜਾਓ, ਮੂਰਖ ਪ੍ਰਚਾਰਕ! ਯਾਦ ਰੱਖੋ, ਤੁਹਾਨੂੰ ਕੱਲ੍ਹ ਰਾਤ ਇੱਥੇ ਵਾਪਸ ਆਉਣਾ ਪਵੇਗਾ ਅਤੇ ਪ੍ਰਚਾਰ ਕਰਨਾ ਪਵੇਗਾ!

ਕਈ ਵਾਰ ਪਵਿੱਤਰ ਆਤਮਾ ਅਜਿਹੀਆਂ ਗੱਲਾਂ ਕਹੇਗਾ ਜਿਨ੍ਹਾਂ 'ਤੇ ਵਿਸ਼ਵਾਸ ਕਰਨਾ ਤੁਹਾਡੇ ਲਈ ਔਖਾ ਹੁੰਦਾ ਹੈ। ਕਈ ਵਾਰ ਜਦੋਂ ਤੁਸੀਂ ਪ੍ਰਚਾਰ ਕਰ ਰਹੇ ਹੁੰਦੇ ਹੋ, ਤਾਂ ਤੁਸੀਂ ਅਜਿਹੀਆਂ ਗੱਲਾਂ ਕਹਿੰਦੇ ਹੋ ਜੋ ਤੁਹਾਨੂੰ ਹੈਰਾਨ ਕਰ ਦਿੰਦੀਆਂ ਹਨ। ਪਰ ਇਹ ਤੁਸੀਂ ਨਹੀਂ ਬੋਲ ਰਹੇ ਹੋ, ਇਹ ਪਵਿੱਤਰ ਆਤਮਾ ਹੈ।

ਕੀ ਤੁਸੀਂ ਇਸ ਕਹਾਣੀ ਦੇ ਨਤੀਜੇ ਲਈ ਤਿਆਰ ਹੋ?

ਪਿਤਾ ਜੀ ਆਪਣੇ ਹੋਟਲ ਵਾਪਸ ਆਏ ਅਤੇ ਸੌਣ ਲਈ ਚਲੇ ਗਏ। ਉਹ ਅਗਲੀ ਸਵੇਰ ਉੱਠਿਆ ਅਤੇ ਇੱਕ ਬਲਾਕ ਦੂਰ ਡਿਨਰ 'ਤੇ ਗਿਆ। ਅੰਦਰ ਜਾਂਦੇ ਹੋਏ, ਉਸਨੇ ਨਿਊਯਾਰਕ ਡੇਲੀ ਨਿਊਜ਼ ਖਰੀਦੀ। ਮਹਿਮਾ! ਕੀ ਤੁਸੀਂ ਕਦੇ ਅਖਬਾਰ ਵੱਲ ਵੇਖਦਿਆਂ ਚੀਕਿਆ ਸੀ? ਖੈਰ, ਉਸਨੇ ਖਾਧਾ। ਤੁਹਾਨੂੰ ਪਤਾ ਹੈ ਸੁਰਖੀਆਂ ਵਿੱਚ ਕੀ ਲਿਖਿਆ ਸੀ? "ਇਲੈਕਟ੍ਰਿਕ ਕੁਰਸੀ ਤੋਂ ਮਨੁੱਖ ਦੀ ਜਾਨ ਬਚ ਗਈ -

ਪੰਨਾ 3 'ਤੇ ਕਹਾਣੀ।" ਉਸਨੇ ਨਾਸ਼ਤਾ ਨਹੀਂ ਕੀਤਾ। ਓਹ, ਨਹੀਂ। ਉਹ ਉਸ ਕਿਨਾਰੇ 'ਤੇ ਬੈਠ ਗਿਆ ਅਤੇ ਪੰਨਾ 3 ਤੱਕ ਦਾ ਕਾਗਜ਼ ਪਾੜ ਦਿੱਤਾ। ਪਿਤਾ ਜੀ ਨੂੰ ਯਾਦ ਆਇਆ ਕਿ ਉਸ ਅਖਬਾਰ ਨੇ ਕੀ ਕਿਹਾ ਸੀ। ਉਹ ਤੁਹਾਨੂੰ ਜ਼ਿਲ੍ਹਾ ਵਕੀਲ ਦਾ ਨਾਮ ਦੱਸ ਸਕਦਾ ਸੀ। ਉਸਦਾ ਨਾਮ ਸ਼੍ਰੀ ਹੋਗਨ ਸੀ। ਕਹਾਣੀ ਵਿੱਚ ਲਿਖਿਆ ਸੀ, "ਕੱਲ੍ਹ ਰਾਤ 9:40 ਵਜੇ, ਸ਼੍ਰੀ ਹੋਗਨ ਨੂੰ ਇੱਕ ਆਦਮੀ ਦਾ ਫ਼ੋਨ ਆਇਆ।" (ਯਾਦ ਰੱਖੋ, ਇਹ 9:30 ਵਜੇ ਸੀ ਜਦੋਂ ਔਰਤ ਨੇ ਸੇਵਾ ਵਿੱਚ ਵਿਘਨ ਪਾਇਆ। 9:40 ਵਜੇ, ਪਰਮਾਤਮਾ ਨੇ ਔਰਤ ਦੀ ਪ੍ਰਾਰਥਨਾ ਦਾ ਜਵਾਬ ਦਿੱਤਾ। ਹੇ, ਹਲਲੂਯਾਹ!) ਦੂਜੇ ਪਾਸੇ ਵਾਲੇ ਆਦਮੀ ਨੇ ਕਿਹਾ, "ਤੁਸੀਂ ਗਲਤ ਆਦਮੀ ਨੂੰ ਸਾੜ ਰਹੇ ਹੋ।"

"ਤੁਹਾਡਾ ਕੀ ਮਤਲਬ ਹੈ? ਇਹ ਕੌਣ ਹੈ?" ਮਿਸਟਰ ਹੋਗਨ ਨੇ ਪੁੱਛਿਆ।

"ਕੋਈ ਗੱਲ ਨਹੀਂ ਕਿ ਇਹ ਕੌਣ ਹੈ। ਪਰ ਤੁਹਾਡੇ ਕੋਲ ਉੱਪਰਲੇ ਬ੍ਰੌਂਕਸ ਵਿੱਚ ਇੱਕ ਆਦਮੀ ਦੇ ਕਤਲ ਲਈ ਇੱਕ ਆਦਮੀ ਨੂੰ ਇਲੈਕਟ੍ਰਿਕ ਕੁਰਸੀ 'ਤੇ ਮਰਨ ਦਾ ਪ੍ਰੋਗਰਾਮ ਹੈ। ਤੁਹਾਨੂੰ ਉਸਦੀ ਲਾਸ਼ ਦੂਜੀ ਮੰਜ਼ਿਲ ਦੇ ਅਪਾਰਟਮੈਂਟ ਵਿੱਚ ਮਿਲੀ, ਚਾਕੂ ਦੇ ਜ਼ਖ਼ਮਾਂ ਨਾਲ ਮੂੰਹ ਹੇਠਾਂ।"

ਮਿਸਟਰ ਹੋਗਨ ਨੇ ਕਿਹਾ, "ਤੁਸੀਂ ਇਹ ਕਿਵੇਂ ਜਾਣਦੇ ਹੋ?"

ਉਸਨੇ ਕਿਹਾ, "ਮੈਂ ਹੀ ਉਹ ਹਾਂ ਜਿਸਨੇ ਅਪਰਾਧ ਕੀਤਾ ਹੈ।"

"ਤੁਸੀਂ ਕਿੱਥੇ ਹੋ?" ਮਿਸਟਰ ਹੋਗਨ ਨੇ ਪੁੱਛਿਆ।

ਉਸਨੇ ਜਵਾਬ ਦਿੱਤਾ, "ਮੈਂ ਇੱਕ ਖਾਸ ਇਲਾਕੇ ਤੋਂ ਦੋ ਬਲਾਕ ਦੂਰ ਹਾਂ। ਅਤੇ ਮੈਂ ਆਪਣੇ ਆਪ ਨੂੰ ਸਮਰਪਣ ਕਰਨ ਲਈ ਅੰਦਰ ਜਾ ਰਿਹਾ ਹਾਂ।"

ਮਿਸਟਰ ਹੋਗਨ ਨੇ ਫਾਂਸੀ ਰੋਕ ਦਿੱਤੀ। ਉਹ ਪ੍ਰਿਸਿੰਕਟ ਗਿਆ ਅਤੇ ਨਵੇਂ ਸ਼ੱਕੀ ਤੋਂ ਸਵੇਰੇ ਤਿੰਨ ਵਜੇ ਤੱਕ ਪੁੱਛਗਿੱਛ ਕਰਦਾ ਰਿਹਾ, ਉਸੇ ਸਵਾਲ 'ਤੇ। "ਤੁਸੀਂ ਆਪਣੇ ਆਪ ਨੂੰ ਕਿਉਂ ਸੌਂਪ ਦਿੱਤਾ?"

ਵਾਰ-ਵਾਰ ਉਹੀ ਜਵਾਬ ਆਇਆ, "ਯਾਰ, ਮੇਰਾ ਕਦੇ ਵੀ ਆਪਣੇ ਆਪ ਨੂੰ ਛੱਡਣ ਦਾ ਕੋਈ ਇਰਾਦਾ ਨਹੀਂ ਸੀ। ਪਰ ਜਦੋਂ ਮੈਂ ਕੱਲ੍ਹ ਰਾਤ ਤੁਹਾਨੂੰ ਫ਼ੋਨ ਕੀਤਾ, ਤਾਂ ਕਿਸੇ ਚੀਜ਼ ਨੇ ਮੈਨੂੰ ਫੜ ਲਿਆ ਅਤੇ ਮੈਨੂੰ ਇਕਬਾਲ ਕਰਨ ਲਈ ਮਜਬੂਰ ਕਰ ਦਿੱਤਾ।"

ਮੈਨੂੰ ਉਮੀਦ ਹੈ ਕਿ ਤੁਸੀਂ ਉਪਰੋਕਤ ਕਹਾਣੀਆਂ ਵਿੱਚੋਂ 7 ਗੁਣਾਂ ਨੂੰ ਸਮਝ ਲਿਆ ਹੋਵੇਗਾ?

ਜਾਓ ਅਤੇ ਉਸ ਚੱਕਰ ਵਿੱਚ ਵੀ ਅਜਿਹਾ ਹੀ ਕਰੋ ਜਿਸ ਵਿੱਚ ਪਰਮਾਤਮਾ ਨੇ ਤੁਹਾਨੂੰ ਬੁਲਾਇਆ ਹੈ। ਆਪਣੇ ਦਿਲ ਦੀ ਪਾਲਣਾ ਕਰੋ!

ਪ੍ਰਭੂ ਤੁਹਾਡੀ ਜ਼ਿੰਦਗੀ ਨੂੰ ਉਦੋਂ ਤੱਕ ਵਧਾਵੇ ਜਦੋਂ ਤੱਕ ਤੁਹਾਡੇ ਤੋਹਫ਼ੇ ਯਿਸੂ ਦੇ ਨਾਮ ਵਿੱਚ ਇੱਕ ਹਨੇਰੇ ਸੰਸਾਰ ਵਿੱਚ ਰੌਸ਼ਨੀ ਨਾ ਪਵੇ, ਆਮੀਨ।

ਗ੍ਰੇਟਰ ਐਕਸਪਲੋਇਟਸ - 1 - ਅਧਿਆਇ 2 - ਦੋ (2) ਕਹਾਣੀਆਂ - ਪਹਿਲੀ ਕਹਾਣੀ: ਨੋਰਵੇਲ ਹੇਅਸ ਦੁਆਰਾ:

ਚਮਤਕਾਰ ਦਾ ਕੰਮ - ਉਸਦੀ ਧੀ ਦੇ ਹੱਥ 'ਤੇ ਸਰਿਜਣਾਤਮਕ ਚਮਤਕਾਰ ਅਤੇ ਰਾਬਰਟ ਸੈਮ਼ਬਾਚ ਭਾਰਤ ਵਿੱਚ ਕਾਰਨਾਮੇ + ਸਵੈ-ਮੁਕਤੀ ਪ੍ਰਾਰਥਨਾ ਸਕ੍ਰਿਪਟ + ਇਲਾਜ, ਛੁਟਕਾਰਾ ਅਤੇ ਬਹਾਲੀ ਸਮਝੌਤਾ ਪ੍ਰਾਰਥਨਾ ਭਾਗ 1

ਪਿਆਰੇ ਦੋਸਤੋ,

ਕੁੱਲ ਮੁਕਤੀ - ਇਲਾਜ, ਛੁਟਕਾਰਾ ਅਤੇ ਬਹਾਲੀ - ਆਤਮਾ, ਆਤਮਾ ਅਤੇ ਸਰੀਰ ਲਈ ਤਿਆਰ ਕਰਨ ਦੀ ਸਾਡੀ ਲੜੀ ਵਿੱਚ ਤੁਹਾਡਾ ਸਵਾਗਤ ਹੈ, ਤੁਹਾਡੇ ਲਈ, ਤੁਹਾਡੇ ਦੋਸਤਾਂ ਲਈ ਅਤੇ ਕਿਸੇ ਵੀ ਵਿਅਕਤੀ ਲਈ ਜਿਸਨੂੰ ਪਰਮਾਤਮਾ ਦੇ ਸੰਪਰਕ ਦੀ ਸਖ਼ਤ ਲੋੜ ਹੈ।

ਮੈਂ ਅੱਜ ਤੁਹਾਡੇ ਲਈ ਦੋ ਉਤਸ਼ਾਹਜਨਕ ਕਹਾਣੀਆਂ ਲੈ ਕੇ ਆਇਆ ਹਾਂ ਤਾਂ ਜੋ ਤੁਸੀਂ ਆਪਣੇ ਵਿਸ਼ਵਾਸ ਨੂੰ ਮਜ਼ਬੂਤ ਕਰ ਸਕੋ ਤਾਂ ਜੋ ਤੁਸੀਂ ਅੱਜ ਆਪਣੇ ਚਮਤਕਾਰ ਨੂੰ ਪ੍ਰਾਪਤ ਕਰਨ ਲਈ ਜਾਂ ਕਿਸੇ ਹੋਰ ਲਈ ਵਿਸ਼ਵਾਸ ਵਿੱਚ ਜੁੜ ਸਕੋ। ਇਸ ਸੰਦੇਸ਼ ਦੇ ਅੰਤ ਵਿੱਚ, ਇਸ ਮੀਡੀਆ ਰਾਹੀਂ ਇਲਾਜ, ਛੁਟਕਾਰਾ ਅਤੇ ਬਹਾਲੀ - ਆਤਮਾ, ਆਤਮਾ ਅਤੇ ਸਰੀਰ ਦੁਆਰਾ ਪਰਮਾਤਮਾ ਦੀ ਸ਼ਕਤੀ ਨਾਲ ਜੁੜਨ ਲਈ ਇੱਕ ਪ੍ਰਾਰਥਨਾ ਅਤੇ ਸੰਪਰਕ ਬਿੰਦੂ ਹੈ ਜੋ ਯਿਸੂ ਦੇ ਨਾਮ ਵਿੱਚ ਹੈ, ਆਮੀਨ। ਇਸ ਲਈ, ਖੜ੍ਹੇ ਰਹੋ!

ਇਹ ਲੜੀਵਾਰ "**ਬਿਮਾਰੀ, ਗਰੀਬੀ ਅਤੇ ਅਧਿਆਤਮਕਿ ਮੌਤ ਲਈ ਕਾਫੀ ਹੈ ਅਤੇ ਤੁਹਾਡੀ ਆਤਮਾ, ਆਤਮਾ ਅਤੇ ਸਰੀਰ ਦੀ ਤੰਦਰੁਸਤੀ, ਛੁਟਕਾਰਾ ਅਤੇ ਬਹਾਲੀ ਲੜੀ ਵਿੱਚ** ਤੁਹਾਡਾ ਸਵਾਗਤ ਹੈ" ਸਿਰਲੇਖ ਹੇਠ ਹੈ, ਜੇਕਰ ਤੁਸੀਂ ਇਹਨਾਂ ਵਿੱਚੋਂ ਕਿਸੇ ਵੀ ਸਵਾਲ ਦਾ ਜਵਾਬ ਹਾਂ ਵਿੱਚ ਦਿੰਦੇ ਹੋ:

1) ਕੀ ਤੁਸੀ ਕੁਝ ਗੁਆ ਦਿੱਤਾ ਹੈ ਜਾਂ ਕੀ ਤੁਸੀ ਕੁਝ ਗੁਆ ਰਹੇ ਹੋ ਜਾਂ ਕੀ ਤੁਸੀ ਲਗਾਤਾਰ ਕੁਝ ਗੁਆਉਣ ਦੇ ਡਰ ਅਤੇ ਤਸੀਹੇ ਵਿੱਚ ਹੋ?

2) ਕੀ ਤੁਹਾਡੇ ਚੱਕਰ ਵਿੱਚ ਕੋਈ ਇਸ ਸਮੇਂ ਨੁਕਸਾਨ ਦਾ ਸਾਹਮਣਾ ਕਰ ਰਿਹਾ ਹੈ?

ਫਿਰ ਇਹ ਉਪਕਰਣ ਲੜੀ ਤੁਹਾਡੇ ਲਈ ਹੈ, ਇਹ ਤੁਹਾਡੇ ਪੁੱਤਰਾਂ ਅਤੇ ਧੀਆਂ ਲਈ ਹੈ; ਇਹ ਤੁਹਾਡੇ ਪਿਤਾਵਾਂ ਅਤੇ ਮਾਵਾਂ ਲਈ ਹੈ, ਇਹ ਤੁਹਾਡੇ ਚਾਚਿਆਂ ਅਤੇ ਮਾਸੀਆਂ ਲਈ ਹੈ, ਇਹ ਤੁਹਾਡੇ ਭਤੀਜਿਆਂ ਅਤੇ ਭਤੀਜੀਆਂ ਲਈ ਹੈ, ਇਹ ਤੁਹਾਡੇ ਦੋਸਤਾਂ ਅਤੇ ਦੁਸ਼ਮਣਾਂ ਲਈ ਹੈ। ਇਹ ਉਨ੍ਹਾਂ ਸਾਰਿਆਂ ਲਈ ਹੈ ਜਿਨ੍ਹਾਂ ਵਿੱਚ ਜੀਵਤ ਪਰਮਾਤਮਾ ਦਾ ਸਾਹ ਹੈ।

ਇੱਕ ਤਾਜ਼ਗੀ ਭਰੀ ਗੱਲ ਇਹ ਹੈ ਕਿ ਮੈਂ ਮਸੀਹ ਵਿੱਚ ਮੇਰੇ ਰਾਜਦੂਤ ਦੇ ਅਹੁਦੇ ਨੂੰ ਦਰਸਾਉਂਦੇ ਪੁਜਾਰੀ ਪਹਿਰਾਵੇ 'ਤੇ ਵਧਾਈਆਂ ਲਈ ਤੁਹਾਡਾ ਸਾਰਿਆਂ ਦਾ ਧੰਨਵਾਦ ਕਰਨਾ ਚਾਹੁੰਦਾ ਹਾਂ। ਸਾਨੂੰ ਸਾਰਿਆਂ ਨੂੰ ਇਹ ਅਹਿਸਾਸ ਹੋਣਾ ਚਾਹੀਦਾ ਹੈ ਕਿ ਅਸੀਂ ਰਾਜਦੂਤ ਹਾਂ ਅਤੇ ਪੁਜਾਰੀ ਦੇ ਦਫ਼ਤਰ ਵਿੱਚ ਬੁਲਾਏ ਗਏ ਹਾਂ। ਸਾਨੂੰ ਲਿਖਤੀ ਸ਼ਬਦਾਂ ਨੂੰ ਆਪਣੇ ਰੋਜ਼ਾਨਾ ਅਨੁਭਵ ਨਾਲ ਜੋੜਨ ਲਈ ਤਸਵੀਰਾਂ ਅਤੇ ਵਿਜ਼ੂਅਲ ਪ੍ਰਦਰਸ਼ਨਾਂ ਦੀ ਵਰਤੋਂ ਕਰਨ ਦੀ ਜ਼ਰੂਰਤ ਹੈ ਤਾਂ ਜੋ ਅਸੀਂ ਮਨੁੱਖ ਜਾਤੀ ਦੀ ਸੇਵਾ ਕਰਨ ਦੀ ਇਸ ਸ਼ਾਨਦਾਰ ਜ਼ਿੰਮੇਵਾਰੀ ਦੀ ਲਗਾਤਾਰ ਯਾਦ ਦਿਵਾ ਸਕੀਏ - ਛੁਡਾਏ ਗਏ ਅਤੇ ਛੁਡਾਏ ਗਏ ਦੋਵੇਂ - ਅਤੇ ਕੰਮ ਕਰਦੇ ਰਹੋ - ਸਾਨੂੰ ਗੱਲ 'ਤੇ ਚੱਲਣਾ ਚਾਹੀਦਾ ਹੈ। ਸਾਨੂੰ ਸਬੂਤ ਉਤਪਾਦਕ ਹੋਣਾ ਚਾਹੀਦਾ ਹੈ।

ਇਹ ਮੇਰੇ ਉਡੀਕ ਦੇ ਮੌਸਮਾਂ ਵਿੱਚ ਇੱਕ ਅਗਵਾਈ ਸੀ ਕਿ ਮੈਂ ਉਸ ਸਮਰੱਥਾ ਵਿੱਚ ਸੇਵਾ ਕਰਾਂ ਅਤੇ ਉਸ ਕੰਮ ਲਈ ਢੁਕਵੇਂ ਕੱਪੜੇ ਪਾਈਏ ਜਿਸ ਵਿੱਚ ਉਸਨੇ ਮੈਨੂੰ ਬੁਲਾਇਆ ਹੈ। ਅਸੀਂ ਸਾਰੇ ਸ਼ਾਹੀ ਪੁਜਾਰੀ ਵਰਗ ਹਾਂ - ਅਸੀਂ ਸਾਰੇ, ਮਸੀਹ ਵਿੱਚ ਸਾਰੇ ਵਿਸ਼ਵਾਸੀ ਆਪਣੇ ਆਪ ਵਿੱਚ ਸ਼ਾਹੀ ਵਰਗ ਵਿੱਚ ਹਾਂ। ਅਸੀਂ ਬ੍ਰਹਿਮੰਡ ਦੇ ਸਿਰਜਣਹਾਰ ਦੇ ਪੁੱਤਰ ਅਤੇ ਧੀਆਂ ਹਾਂ, ਜਿਸੂ ਮਸੀਹ ਸਾਡਾ ਭਰਾ ਹੈ ਅਤੇ ਸਾਨੂੰ ਜਿਸੂ ਦੇ ਨਾਮ ਵਿੱਚ ਦੂਜਿਆਂ ਦੀ ਸੇਵਾ ਕਰਨ ਲਈ ਬੁਲਾਇਆ ਗਿਆ ਹੈ, ਆਮੀਨ।

ਉਪਰੋਕਤ ਤੱਥ ਨੂੰ ਸਾਬਤ ਕਰਨ ਲਈ, ਮੈਂ ਰਸੂਲ **ਪਤਰਸ, ਯੂਹੰਨਾ ਅਤੇ ਪੌਲੁਸ** ਨੂੰ ਅੱਜ ਗਵਾਹੀ ਦੇ ਸਟੈਂਡ ਤੇ ਬੁਲਾਉਂਦਾ ਹਾਂ:

1 ਪਤਰਸ 2:9

ਐਮਪਲੀਫਾਈਡ ਬਾਈਬਲ

9 ਪਰ ਤੁਸੀ ਇੱਕ ਚੁਣਿਆ ਹੋਇਆ ਵੰਸ, ਸ਼ਾਹੀ ਪੁਜਾਰੀਆਂ ਦੀ ਮੰਡਲੀ, ਪਵਿੱਤਰ ਕੌਮ, ਪਰਮੇਸੁ਼ਰ ਦੇ ਖਾਸ ਲੋਕ ਹੋ , ਤਾਂ ਜੋ ਤੁਸੀ ਉਸ ਦੇ ਗੁਣਾਂ ਦਾ ਪ੍ਰਚਾਰ ਕਰੋ ਜਸਿਨੇ ਤੁਹਾਨੂੰ ਹਨੇਰੇ ਤੋਂ ਆਪਣੇ ਸ਼ਾਨਦਾਰ ਚਾਨਣ ਵਚਿ ਬੁਲਾਇਆ ਹੈ।

ਪਰਕਾਸ਼ ਦੀ ਪੋਥੀ 1:5-6

ਐਮਪਲੀਫਾਈਡ ਬਾਈਬਲ

5 ਅਤੇ ਯਸੂ ਮਸੀਹ ਵੱਲੋਂ, ਜੋ [a] ਵਫ਼ਾਦਾਰ ਅਤੇ ਭਰੋਸੇਮੰਦ ਗਵਾਹ, [b] ਮੁਰਦਆਿਂ ਵਚਿੋਂ ਜੇਠਾ, ਅਤੇ ਧਰਤੀ ਦੇ ਰਾਜਆਿਂ ਦਾ ਸ਼ਾਸਕ ਹੈ। ਉਸ ਨੂੰ ਜੋ [ਹਮੇਸ਼ਾ] ਸਾਨੂੰ ਪਆਿਰ ਕਰਦਾ ਹੈ ਅਤੇ ਜਸਿਨੇ [ਇੱਕ ਵਾਰ] [c] ਸਾਨੂੰ ਆਪਣੇ ਲਹੂ (ਉਸਦੀ ਕੁਰਬਾਨੀ ਦੀ ਮੌਤ) ਦੁਆਰਾ ਸਾਡੇ ਪਾਪਾਂ ਤੋਂ ਮੁਕਤ ਕੀਤਾ ਹੈ - 6 ਅਤੇ ਸਾਨੂੰ ਇੱਕ ਰਾਜ [ਉਸਦੀ ਪਰਜਾ ਵਜੋਂ] ਬਣਾਇਆ, [d] ਉਸਦੇ

ਪਰਮੇਸ਼ੁਰ ਅਤੇ ਪਿਤਾ ਦੇ ਜਾਜਕ - ਉਸਦੀ ਮਹਿਮਾ , ਸ਼ਕਤੀ , ਮਹਿਮਾ ਅਤੇ ਰਾਜ ਜੁੱਗੋ ਜੁੱਗ ਹੋਵੇ। ਆਮੀਨ।

2 ਕੁਰੰਥੀਆਂ 5:20

ਐਮਪਲੀਫਾਈਡ ਬਾਈਬਲ

[20] ਇਸ ਲਈ ਅਸੀ ਮਸੀਹ ਦੇ ਰਾਜਦੂਤ ਹਾਂ, ਜਵਿੇਂ ਕ ਿਪਰਮੇਸ਼ੁਰ ਸਾਡੇ ਰਾਹੀ ਆਪਣੀ ਬੇਨਤੀ ਕਰ ਰਹਿਾ ਹੋਵੇ; ਅਸੀ [ਮਸੀਹ ਦੇ ਪ੍ਰਤੀਨਧਿੀਆਂ ਵਜੋ] ਮਸੀਹ ਵੱਲੋਂ ਤੁਹਾਡੇ ਅੱਗੇ ਬੇਨਤੀ ਕਰਦੇ ਹਾਂ ਕ ਿਤੁਸੀ ਪਰਮੇਸ਼ੁਰ ਨਾਲ ਮੇਲ ਮਲਿਾਪ ਕਰੋ।

ਪ੍ਰਮਾਤਮਾ ਦੇ ਘਰ ਵਿੱਚ ਲੋਕਾਂ ਦਾ ਕੋਈ ਖਾਸ ਸਮੂਹ ਨਹੀ ਹੈ ਕਉਿਂਕ ਿਅਸੀ ਸਾਰੇ ਭਰਾ ਹਾਂ। ਯਸ਼ੂ ਆਪਣੇ ਸਮੇਂ ਦੀ ਸਥਤਿੀ ਵਿੱਚ ਇੱਕ ਵਘਿਨ ਪੈਦਾ ਕਰਨ ਲਈ ਆਇਆ ਸੀ ਅਤੇ ਮਸੀਹ ਦੇ ਵਸਿਥਾਰ ਵਜੋਂ, ਸਾਨੂੰ ਉਸ ਵਘਿਨ ਨੂੰ ਕਾਇਮ ਰੱਖਣਾ ਚਾਹੀਦਾ ਹੈ ਤਾਂ ਜੋ ਉਸਦਾ ਕੰਮ ਮਨੁੱਖਾਂ ਦੀ ਪਰੰਪਰਾ ਦੁਆਰਾ ਬਨਿਾਂ ਕਸਿ ਰੁਕਾਵਟ ਦੇ ਚੱਲੇ।

ਮੈਂ ਮਰਕੁਸ ਨੂੰ ਗਵਾਹੀ ਦੇਣ ਵਾਲੇ ਸਟੈਂਡ ਤੇ ਬੁਲਾਉਂਦਾ ਹਾਂ, ਯਿਸੂ ਦੇ ਹੁਕਮਾਂ ਅਤੇ ਮਨੁੱਖਾਂ ਦੀ ਪਰੰਪਰਾ ਬਾਰੇ ਕਹੀਆਂ ਗੱਲਾਂ ਦੀ ਗਵਾਹੀ ਦਿੰਦਾ ਹਾਂ:

ਮਰਕੁਸ 7:8

ਐਮਪਲੀਫਾਈਡ ਬਾਈਬਲ

[8] ਤੁਸੀ ਪਰਮੇਸ਼ੁਰ ਦੇ ਹੁਕਮ ਨੂੰ ਅਣਗੌਲਿਆਂ ਕਰਦੇ ਹੋ ਅਤੇ ਮਨੁੱਖਾਂ ਦੀ ਪਰੰਪਰਾ ਨੂੰ [ਵਫ਼ਾਦਾਰੀ ਨਾਲ] ਫੜੀ ਰੱਖਦੇ ਹੋ।"

ਇਸ ਲਈ, ਜੇਕਰ ਮਰਕੁਸ 16:15-18 ਦਾ ਹੁਕਮ ਸਾਡੇ ਚਰਚਾਂ ਵਿੱਚ ਕੰਮ ਨਹੀਂ ਕਰ ਰਿਹਾ ਹੈ, ਤਾਂ ਇਸਦਾ ਅਰਥ ਹੈ ਕਿ ਮਨੁੱਖਾਂ ਦੀ ਪਰੰਪਰਾ ਨੇ ਪਰਮੇਸ਼ੁਰ ਦੇ ਹੁਕਮਾਂ ਦੀ ਥਾਂ ਲੈ ਲਈ ਹੈ ਕਿ ਉਹ ਬਾਹਰ ਜਾਣ, ਚੇਲੇ ਬਣਾਉਣ ਅਤੇ ਅਵਿਸ਼ਵਾਸੀਆਂ ਨੂੰ ਉਸਦੀ ਸ਼ਕਤੀ ਦਾ ਪ੍ਰਦਰਸ਼ਨ ਕਰਨ।

ਜੇ ਪਰਮਾਤਮਾ ਨੇ ਸਾਨੂੰ ਨਯੁਕਤ ਕੀਤਾ ਹੈ, ਤਾਂ ਮਨੁੱਖ ਦਾ ਨਯੁਕਤੀ ਕੀ ਹੈ? ਮਨੁੱਖਾਂ ਦੀ ਪਰੰਪਰਾ ਦਾ ਪ੍ਰਚਾਰ ਕਰਨ ਤੋਂ ਇਲਾਵਾ। ਪਰਮਾਤਮਾ ਨੂੰ ਪਰਮਾਤਮਾ ਹੀ ਰਹਿਣ ਦਿਓ ਅਤੇ ਹਰ ਆਦਮੀ ਜਾਂ ਔਰਤ ਜਾਂ ਸੰਗਠਨ ਨੂੰ ਝੂਠਾ ਹੋਣ ਦਿਓ!!!

ਸਾਡੀ ਸਥਿਤੀ ਦੁਨੀਆ ਦੀ ਜ਼ਿੰਮੇਵਾਰੀ ਵਾਲੀ ਸਥਿਤੀ ਵਰਗੀ ਨਹੀਂ ਹੈ। ਸਾਨੂੰ ਸਾਰੇ ਮੋਰਚਿਆਂ 'ਤੇ ਸੇਵਕ ਆਗੂ ਬਣਨਾ ਹੈ। ਯਿਸੂ ਦੀਆਂ ਗੱਲਾਂ ਪੜ੍ਹੋ

ਮਰਕੁਸ 9:35

ਐਮਪਲੀਫਾਈਡ ਬਾਈਬਲ

35 ਯਿਸੂ ਬੈਠ ਗਿਆ ਅਤੇ ਉਨ੍ਹਾਂ ਬਾਰਾਂ ਚੇਲਿਆਂ ਨੂੰ ਸੱਦਿਆ ਅਤੇ ਉਨ੍ਹਾਂ ਨੂੰ ਕਹਿ, "ਜੇਕਰ ਕੋਈ ਪਹਿਲਾ ਬਣਨਾ ਚਾਹੁੰਦਾ ਹੈ, ਤਾਂ ਉਸਨੂੰ ਸਭ ਤੋਂ ਛੋਟਾ ਹੋਣਾ ਚਾਹੀਦਾ ਹੈ ਅਤੇ ਸਭਨਾਂ ਦਾ ਸੇਵਕ ਹੋਣਾ ਚਾਹੀਦਾ ਹੈ।"

ਹੁਣ, ਸੇਵਕਾਈ: **ਬਿਮਾਰੀ, ਗਰੀਬੀ ਅਤੇ ਅਧਿਆਤਮਕਿ ਮੌਤ ਲਈ ਬਹੁਤ ਹੋ ਗਿਆ ਅਤੇ ਤੁਹਾਡੀ ਆਤਮਕਿ ਆਤਮਾ ਅਤੇ ਸਰੀਰ ਲੜੀ ਦੇ ਇਲਾਜ, ਮੁਕਤੀ ਅਤੇ ਬਹਾਲੀ ਲਈ ਤੁਹਾਡਾ ਸਵਾਗਤ ਹੈ।**

ਅੱਜ ਦੀ ਲੜੀ ਹੈ "ਬਸ ਕਾਫੀ ਹੈ, ਪਰਮਾਤਮਾ ਤੋਂ ਪ੍ਰਾਪਤ ਕਰਨ ਲਈ ਭੁੱਖ ਦੁਆਰਾ ਸੰਚਾਲਤਿ" ਅਤੇ ਸਾਡੀ ਵਰਿਾਸਤ ਤੋਂ ਸਾਨੂੰ ਅੰਨ੍ਹਾ ਕਰਨ ਲਈ ਸ਼ੈਤਾਨ ਨਾਲ ਗੁੱਸਾ! - ਭਾਗ 1

ਇਸ ਸੁਨੇਹੇ ਦੇ ਅੰਤ ਵਿੱਚ, ਮੈਂ ਤੁਹਾਨੂੰ ਇਹਨਾਂ ਮੀਡੀਆ ਰਾਹੀਂ ਸੰਪਰਕ ਕਰਕੇ ਆਪਣੀ ਆਤਮਾ ਦੀ ਮੁਕਤੀ ਲਈ ਜੀਉਂਦੇ ਯਿਸੂ ਨਾਲ ਸਬੰਧ ਬਣਾਉਣ ਲਈ ਸੱਦਾ ਦੇਵਾਂਗਾ, ਫਿਰ ਆਪਣੀ ਆਤਮਾ ਦੀ ਮੁਕਤੀ ਲਈ ਮੁਕਤੀ ਅਤੇ ਆਪਣੇ ਸਰੀਰਾਂ ਅਤੇ ਜੋ ਕੁਝ ਵੀ ਤੁਸੀਂ ਗੁਆ ਦਿੱਤਾ ਹੈ, ਯਿਸੂ ਮਸੀਹ ਦੇ ਨਾਮ 'ਤੇ ਮੁਕਤੀ ਲਈ ਇਲਾਜ ਅਤੇ ਬਹਾਲੀ। ਮੈਂ ਉੱਥੇ ਇੱਕ ਸਹਿਮਤੀ ਪ੍ਰਾਰਥਨਾ ਕਰ ਰਿਹਾ ਹਾਂ, ਤੁਹਾਨੂੰ ਸਿਰਫ਼ ਛੂਹਣ ਦੀ ਲੋੜ ਹੈ ਅਤੇ ਤੁਸੀਂ ਤੰਦਰੁਸਤ ਹੋ ਜਾਵੋਗੇ। ਪਰ ਪਹਿਲਾਂ, ਸਾਨੂੰ ਗੱਲ ਕਰਨ ਦੀ ਲੋੜ ਹੈ ਤਾਂ ਜੋ ਤੁਸੀਂ ਪਰਮਾਤਮਾ ਤੋਂ ਪ੍ਰਾਪਤ ਕਰਨ ਲਈ ਸਹੀ ਮਨ ਦੇ ਢਾਂਚੇ ਵਿੱਚ ਹੋ ਸਕੋ।

ਯਿਸੂ ਨੇ ਲੂਕਾ 4:17-21 ਵਿੱਚ ਆਪਣੇ ਮਿਸ਼ਨ ਅਤੇ ਆਪਣੇ ਦ੍ਰਿਸ਼ਟੀਕੋਣ ਬਾਰੇ ਉੱਚੀ ਅਤੇ ਸਪੱਸ਼ਟ ਗੱਲ ਕੀਤੀ, ਜੋ ਕਿ ਮੁਕਤੀ ਪ੍ਰਾਪਤ ਕਰਨ ਲਈ ਸੀ ਅਤੇ ਹੈ ਅਤੇ ਹਮੇਸ਼ਾ ਰਹੇਗਾ - ਸਾਰੀ ਮਨੁੱਖਤਾ ਲਈ ਆਜ਼ਾਦੀ, ਭਾਵੇਂ ਉਹ ਕਾਲਾ, ਚਿੱਟਾ, ਭੂਰਾ, ਛੋਟਾ, ਲੰਬਾ ਆਦਿ ਹੋਵੇ।

ਲੂਕਾ 4:17-21

ਦ ਪੈਸਨ਼ ਟ੍ਰਾਂਸਲੇਸਨ਼

16-17 ਜਦੋਂ ਉਹ ਨਾਸਰਤ ਆਇਆ, [a] ਜਥਿੇ ਉਸਨੂੰ ਪਾਲਆਿ ਗਆਿ ਸੀ,
ਤਾਂ ਉਹ ਪ੍ਰਾਰਥਨਾ ਸਥਾਨ ਵਚਿ ਗਆਿ, ਜਵਿੇਂ ਕ ਿਉਹ ਹਮੇਸ਼ਾ ਸਬਤ ਦੇ
ਦਨਿ ਕਰਦਾ ਸੀ। ਜਦੋਂ ਜਸਿੂ ਧਰਮ-ਗ੍ਰੰਥ ਪੜ੍ਹਨ ਲਈ ਸਾਹਮਣੇ
ਆਇਆ, [b] ਤਾਂ ਉਨ੍ਹਾਂ ਨੇ ਉਸਨੂੰ ਯਸਾਯਾਹ ਨਬੀ ਦੀ ਪੋਥੀ ਸੌਂਪ ਦੱਤਿੀ।
ਉਸਨੇ ਪੋਥੀ ਖੋਲ੍ਹੀ ਅਤੇ ਪੜ੍ਹੀ ਜਥਿੇ ਲਖਿਆਿ ਹੈ, 18-19 "ਪ੍ਰਭੂ ਦਾ
ਆਤਮਾ ਮੇਰੇ ਉੱਤੇ ਹੈ, ਅਤੇ ਉਸਨੇ ਮੈਨੂੰ ਗਰੀਬਾਂ ਲਈ ਉਮੀਦ [c] , ਟੁੱਟੇ ਦਲਿ
ਵਾਲਆਿਂ ਲਈ ਆਜ਼ਾਦੀ, ਅਤੇ ਅੰਨ੍ਹਆਿਂ ਲਈ ਨਵੀਆਂ ਅੱਖਾਂ [d] ਹੋਣ ਲਈ ਮਸਹ ਕੀਤਾ ਹੈ , ਅਤੇ ਕੈਦੀਆਂ ਨੂੰ
ਪ੍ਰਚਾਰ ਕਰਨ ਲਈ, [e] 'ਤੁਸੀ ਆਜ਼ਾਦ ਹੋ ਗਏ ਹੋ!' ਮੈ ਜੁਬਲੀ ਦਾ ਸੰਦੇਸ਼ ਸਾਂਝਾ
ਕਰਨ ਆਇਆ ਹਾਂ , [f] ਕਉਿਂਕ ਿਪਰਮੇਸ਼ੁਰ ਦੀ ਮਹਾਨ ਪ੍ਰਵਾਨਗੀ ਦਾ
ਸਮਾਂ [g] ਸ਼ੁਰੂ ਹੋ ਗਆਿ ਹੈ।" [h]

[20] ਜਦੋਂ ਉਸਨੇ ਇਹ ਪੜ੍ਹਿਆ, ਉਸਨੇ ਪੋਥੀ ਨੂੰ ਲਪੇਟਿਆ, ਸੇਵਕ ਨੂੰ ਵਾਪਸ ਦਿੱਤਾ ਅਤੇ ਬੈਠ ਗਿਆ। ਸਾਰੇ ਲੋਕ ਜਿਸੂ ਵੱਲ ਵੇਖ ਰਹੇ ਸਨ, ਹੈਰਾਨ ਸਨ ਕਿ ਉਹ ਕੀ ਕਹਣਿ ਵਾਲਾ ਸੀ। [21] ਫਰਿ ਉਸਨੇ ਅੱਗੇ ਕਹਿ, "ਇਹ ਪੋਥੀਆਂ ਅੱਜ ਤੁਹਾਡੇ ਸਾਹਮਣੇ ਪੂਰੀਆਂ ਹੋਈਆਂ ਹਨ।"

ਜਿਸੂ ਨੇ ਇਸਨੂੰ ਪ੍ਰਦਰਸ਼ਿਤ ਕੀਤਾ, ਅਤੇ ਸਾਨੂੰ ਇਹੀ ਕਰਨ ਦਾ ਹੁਕਮ ਦਿੱਤਾ - ਕੈਦੀਆਂ ਨੂੰ ਆਜ਼ਾਦੀ ਦਿਉ। ਇਸਨੂੰ **ਮਰਕੁਸ 16:15-19 ਵਿੱਚ ਪੜ੍ਹੋ।**

ਦ ਪੈਸਨ ਟ੍ਰਾਂਸਲੇਸਨ

[15] ਅਤੇ ਉਸਨੇ ਉਨ੍ਹਾਂ ਨੂੰ ਕਹਿ, "ਜਦੋਂ ਤੁਸੀ ਸਾਰੇ ਸੰਸਾਰ ਵਿੱਚ ਜਾਓ, ਤਾਂ ਸਾਰੀ ਮਨੁੱਖ ਜਾਤੀ ਨੂੰ ਖੁਸਖ਼ਬਰੀ ਦੀ ਸ਼ਾਨਦਾਰ ਖੁਸਖ਼ਬਰੀ ਦਾ ਖੁੱਲ੍ਹ ਕੇ ਪ੍ਰਚਾਰ ਕਰੋ! [16] ਜੋ ਕੋਈ ਖੁਸਖ਼ਬਰੀ ਵਿੱਚ ਵਸ਼ਿਵਾਸ ਕਰਦਾ ਹੈ ਅਤੇ ਬਪਤਸਿਮਾ ਲੈਂਦਾ ਹੈ ਉਹ ਬਚਾਇਆ ਜਾਵੇਗਾ, ਅਤੇ ਜੋ ਕੋਈ ਖੁਸਖ਼ਬਰੀ ਵਿੱਚ ਵਸ਼ਿਵਾਸ ਨਹੀ ਕਰਦਾ ਉਸਨੂੰ ਦੋਸੀ ਠਹਰਿਾਇਆ ਜਾਵੇਗਾ। [17] ਅਤੇ ਇਹ ਚਮਤਕਾਰੀ ਨਸ਼ਿਾਨੀਆਂ ਉਨ੍ਹਾਂ ਲੋਕਾਂ ਦੇ ਨਾਲ ਹੋਣਗੀਆਂ ਜੋ ਵਸ਼ਿਵਾਸ ਕਰਦੇ ਹਨ: ਉਹ ਮੇਰੇ ਨਾਮ ਦੀ ਸ਼ਕਤੀ ਨਾਲ ਭੂਤਾਂ ਨੂੰ ਕੱਢਣਗੇ। ਉਹ ਬੋਲੀਆਂ ਵਿੱਚ ਬੋਲਣਗੇ। [18] ਉਹ ਸੱਪਾਂ ਤੋਂ ਅਤੇ ਜ਼ਹਰਿੀਲੀ ਚੀਜ਼ ਪੀਣ ਤੋਂ ਅਲੌਕਕਿ ਤੌਰ 'ਤੇ ਸੁਰੱਖਿਅਤ ਰਹਣਿਗੇ। [a] ਅਤੇ ਉਹ ਬਮਿਾਰਾਂ ਉੱਤੇ ਹੱਥ ਰੱਖਣਗੇ ਅਤੇ ਉਨ੍ਹਾਂ ਨੂੰ ਚੰਗਾ ਕਰਨਗੇ।"

19 ਇਹ ਗੱਲਾਂ ਕਹਣਿ ਤੋਂ ਬਾਅਦ, ਜਿਸੂ ਨੂੰ ਸਵਰਗ ਵਿੱਚ ਉੱਪਰ ਉਠਾ ਲਿਆ ਗਆਿ ਅਤੇ ਪਰਮੇਸ਼ੁਰ ਦੇ ਸੱਜੇ ਹੱਥ ਬੈਠ ਗਆਿ ।

ਜੇ ਤੁਸੀ ਉੱਪਰ ਦਤਿੇ ਪਾਠ ਨੂੰ ਬਹੁਤ ਧਆਿਨ ਨਾਲ ਵੇਖਦੇ ਹੋ, ਤਾਂ ਆਇਤ 16 ਵਿੱਚ ਅਸੀ ਆਪਣੀਆਂ ਆਤਮਾਵਾਂ ਲਈ ਮੁਕਤੀ ਦੇਖਦੇ ਹਾਂ; ਆਇਤ 17 ਵਿੱਚ, ਅਸੀ ਆਪਣੀਆਂ ਰੂਹਾਂ ਲਈ ਮੁਕਤੀ ਦੇਖਦੇ ਹਾਂ ਅਤੇ ਆਇਤ 18 ਵਿੱਚ, ਅਸੀ ਆਪਣੇ ਸਰੀਰਾਂ ਲਈ ਮੁਕਤੀ ਦੇਖਦੇ ਹਾਂ।

ਸਾਡੇ ਵਿੱਚੋਂ ਬਹੁਤ ਸਾਰੇ ਲੋਕ ਆਇਤ 16 'ਤੇ ਹੀ ਰਾਜ਼ੀ ਹੋ ਗਏ ਹਨ - ਸਾਡੀਆਂ ਰੂਹਾਂ ਅਤੇ ਸਰੀਰਾਂ ਦੇ ਨੁਕਸਾਨਾਂ ਤੋਂ ਸਾਡੀਆਂ ਆਤਮਾਵਾਂ ਦੀ ਮੁਕਤੀ। ਅਸੀਂ ਆਖਰੀ ਦੋ ਨੂੰ ਛੱਡ ਦਿੱਤਾ ਹੈ ਜੋ ਸਾਡੇ ਲਈ ਪੂਰੀ ਆਜ਼ਾਦੀ ਦਾ ਆਨੰਦ ਲੈਣ ਲਈ ਕਾਫ਼ੀ ਮਹੱਤਵਪੂਰਨ ਹਨ। ਦਿਲਚਸਪ ਗੱਲ ਇਹ ਹੈ ਕਿ, ਸਾਰੀਆਂ 3 ਆਇਤਾਂ ਸਾਨੂੰ ਵਿਸ਼ਵਾਸ ਦੁਆਰਾ ਪ੍ਰਾਪਤ ਕਰਨ ਲਈ ਵਿਸ਼ਵਾਸ ਕਰਨ ਦੀ ਮੰਗ ਕਰਦੀਆਂ ਹਨ। ਸਾਨੂੰ ਯਿਸੂ ਨੂੰ ਸਵੀਕਾਰ ਕਰਨ ਵਿੱਚ ਕੋਈ ਸਮੱਸਿਆ ਨਹੀਂ ਹੈ। ਸਾਨੂੰ ਇਲਾਜ ਅਤੇ ਮੁਕਤੀ ਨੂੰ ਸਵੀਕਾਰ ਕਰਨ ਅਤੇ ਯਿਸੂ ਨੇ ਆਪਣੇ ਲਹੂ ਨਾਲ ਸਾਡੇ ਲਈ ਪ੍ਰਾਪਤ ਕੀਤੀ ਜਿੱਤ ਦਾ ਦਾਅਵਾ ਕਰਨ ਵਿੱਚ ਮੁਸ਼ਕਲ ਹੈ। ਅਤੇ ਇਸ ਲਈ, ਅਗਿਆਨਤਾ ਲਈ, ਅਸੀਂ ਦੁੱਖ ਝੱਲਦੇ ਹਾਂ ਅਤੇ ਸਾਡੇ ਦਿਨ ਛੋਟੇ ਹੋ ਜਾਂਦੇ ਹਨ। ਅਸੀਂ ਮਸੀਹ ਦੀ ਰੌਸ਼ਨੀ ਨੂੰ ਦੁਨੀਆਂ ਨੂੰ ਪ੍ਰੈਕਟੀਕਲ ਸਬੂਤ ਵਜੋਂ ਪ੍ਰਸਾਰਿਤ ਕਰਨ ਵਿੱਚ ਵੀ ਅਸਫਲ ਰਹਿੰਦੇ ਹਾਂ ਕਿ ਇਹ ਮੇਰੇ ਲਈ ਫੈਸ਼ਨ ਹੈ। ਅਸੀਂ ਗੱਲ ਕਰਦੇ ਹਾਂ, ਗੱਲ ਕਰਦੇ ਹਾਂ ਅਤੇ ਗੱਲ ਕਰਦੇ ਹਾਂ ਪਰ ਸੰਦੇਸ਼ ਦੀ ਕੋਈ ਪ੍ਰਮਾਣਿਕਤਾ ਨਹੀਂ ਹੁੰਦੀ।

ਯਿਸੂ ਨੇ ਕਦੇ ਵੀ ਕਿਸੇ ਨੂੰ ਬਿਨਾਂ ਕਿਸੇ ਚਿੰਨ੍ਹ ਅਤੇ ਅਚੰਭੇ ਦੇ ਬਾਹਰ ਨਹੀਂ ਭੇਜਿਆ ਕਿਉਂਕਿ ਡੂੰਘਾਈ ਨੂੰ ਡੂੰਘਾਈ ਤੱਕ ਬੁਲਾਉਣਾ ਪੈਂਦਾ ਹੈ। ਮਨੁੱਖ ਅਧਿਆਤਮਿਕ ਜੀਵ ਹਨ ਅਤੇ ਉਨ੍ਹਾਂ ਦੀਆਂ ਆਤਮਾਵਾਂ ਅਲੌਕਿਕ ਘਟਨਾਵਾਂ ਨਾਲ ਗੂੰਜਦੀਆਂ ਹਨ। ਕਿਉਂਕਿ ਚਰਚ ਦੇ ਇੱਕ ਵੱਡੇ ਹਿੱਸੇ ਨੇ ਅਲੌਕਿਕ ਨੂੰ ਘੱਟ ਕਰ ਦਿੱਤਾ ਹੈ, ਇਸ ਲਈ ਹੋਰ ਘੱਟ ਆਕਰਸ਼ਕ ਵਿਕਲਪ ਮਸੀਹ ਦੇ ਸਰੀਰ ਵਿੱਚ ਆਪਣਾ ਰਸਤਾ ਲੱਭ ਲੈਂਦੇ ਹਨ। ਇਹ ਦਿਲ ਤੋੜਨ ਵਾਲਾ ਹੈ, ਇਹ ਸ਼ਰਮਨਾਕ ਹੈ ਅਤੇ ਇਸ ਨਾਲ ਸਾਨੂੰ ਉਨ੍ਹਾਂ ਝੂਠਾਂ 'ਤੇ ਗੁੱਸਾ ਆਉਣਾ ਚਾਹੀਦਾ ਹੈ ਜੋ ਅਸੀਂ ਆਪਣੀਆਂ ਰੂਹਾਂ ਦੇ ਦੁਸ਼ਮਣ ਦੁਆਰਾ ਖਰੀਦੇ ਹਨ ਅਤੇ ਉਹ ਸਭ ਕੁਝ ਪ੍ਰਾਪਤ ਕਰਨ ਲਈ ਭੁੱਖੇ ਹਾਂ ਜੋ ਪਰਮੇਸ਼ੁਰ ਕੋਲ ਸਾਡੇ ਲਈ ਹੈ।

ਅਸੀਂ ਕੋਸੇ ਦਿਲ ਨਾਲ ਆਤਮਿਕ ਖੇਤਰ ਤੋਂ ਕੁਝ ਨਹੀਂ ਸਿੱਖ ਸਕਦੇ, ਮੇਰਾ ਰਵੱਈਆ ਠੀਕ ਹੈ ਅਤੇ ਮੈਂ ਅਜੇ ਵੀ ਪਰਮਾਤਮਾ ਤੋਂ ਸਭ ਤੋਂ ਵਧੀਆ ਦੀ ਉਮੀਦ ਕਰਦਾ ਹਾਂ।

ਯਿਸੂ ਨੇ ਧਰਮ-ਗ੍ਰੰਥਾਂ ਵਿੱਚ ਦੋ ਮਹੱਤਵਪੂਰਨ ਥਾਵਾਂ 'ਤੇ ਕਿਹਾ ਕਿ ਪਰਮਾਤਮਾ ਨੂੰ ਪ੍ਰਾਪਤ ਕਰਨ ਲਈ ਭੁੱਖ ਦੀ ਜ਼ਰੂਰਤ ਹੈ। ਮੈਂ ਅੱਜ ਗਵਾਹੀ ਦੇਣ ਵਾਲੇ ਸਟੈਂਡ ਨੂੰ ਬੁਲਾਉਂਦਾ ਹਾਂ **ਮੱਤੀ 5:3,6 ਜਨੂੰਨ ਅਨੁਵਾਦ**

*3 " **ਜਦੋਂ ਤੁਸੀ ਆਪਣੀ ਆਤਮਕਿ ਗਰੀਬੀ ਮਹਸਿੂਸ ਕਰਦੇ ਹੋ ਤਾਂ ਤੁਹਾਨੂੰ ਕਨਿੀ ਦੌਲਤ ਦੀ ਪੇਸ਼ਕਸ਼ ਕੀਤੀ ਜਾਂਦੀ ਹੈ**[a]**!**[b] **ਕਉਿਂਕ ਿਸਵਰਗ ਦੇ ਰਾਜ ਦੇ ਖੇਤਰ ਵਚਿ ਦਾਖਲ ਹੋਣ ਲਈ ਕੋਈ ਫੀਸ ਨਹੀ ਹੈ।***

*6 "ਜਦੋਂ ਤੁਸੀ ਧਾਰਮਕਿਤਾ ਦੀ **ਇੱਛਾ ਕਰਦੇ ਹੋ ਤਾਂ ਤੁਸੀ ਕਨਿੇ ਅਮੀਰ ਹੋ ਜਾਂਦੇ ਹੋ !**[a] **ਕਉਿਂਕ ਿਤੁਸੀ ਫਲਦਾਇਕਤਾ ਨਾਲ ਘਰਿ ਰਹੋਂਗੇ**।*

ਜੇ ਤੁਸੀਂ ਆਇਤ 3 ਨੂੰ ਵੇਖਦੇ ਹੋ, ਤਾਂ ਇਹ ਗਰੀਬੀ ਬਾਰੇ ਗੱਲ ਕਰਦਾ ਹੈ - ਗਰੀਬੀ ਮਹਿਸੂਸ ਕਰਦੇ ਹੋਏ, ਤੁਹਾਨੂੰ ਮੁਕਤੀ ਦਿੱਤੀ ਜਾਂਦੀ ਹੈ। ਲੋਕਾਂ ਨੂੰ ਮਸੀਹ ਨੂੰ ਆਪਣੀਆਂ ਜਾਨਾਂ ਦੇਣ ਲਈ ਮਜਬੂਰ ਕਰਨ ਦੀ ਕੋਸ਼ਿਸ਼ ਨਾ ਕਰੋ। ਉਨ੍ਹਾਂ ਨੂੰ ਇੱਕ ਅਜਿਹੇ ਬਿੰਦੂ 'ਤੇ ਪਹੁੰਚਣਾ ਪੈਂਦਾ ਹੈ ਜਿੱਥੇ ਉਹ ਇਹ ਮਹਿਸੂਸ ਕਰਦੇ ਹਨ ਕਿ ਉਹ ਮਸੀਹ ਤੋਂ ਬਿਨਾਂ ਕਿੰਨੇ ਗਰੀਬ ਹਨ, ਸਾਡੀਆਂ ਜ਼ਿੰਦਗੀਆਂ ਅਵਿਸ਼ਵਾਸੀ ਲੋਕਾਂ ਲਈ ਉਦਾਹਰਣਾਂ ਵਜੋਂ। ਦਰਅਸਲ, ਸਾਨੂੰ ਦੱਸਿਆ ਗਿਆ ਹੈ ਕਿ ਇਲਾਜ, ਛੁਟਕਾਰਾ ਅਤੇ ਬਹਾਲੀ ਅਵਿਸ਼ਵਾਸੀ ਲੋਕਾਂ ਲਈ ਇੱਕ ਨਿਸ਼ਾਨੀ ਹੋਣੀ ਚਾਹੀਦੀ ਹੈ। ਕਿਉਂਕਿ ਸਾਡੇ ਕੋਲ ਕੋਈ ਨਿਸ਼ਾਨੀ ਨਹੀਂ ਹੈ, ਲੋਕ ਵਾੜ 'ਤੇ ਲਟਕ ਰਹੇ ਹਨ, ਇੱਥੋਂ ਤੱਕ ਕਿ ਚਰਚ ਵਿੱਚ ਵੀ - ਪਰਮਾਤਮਾ ਦੀਆਂ ਚੀਜ਼ਾਂ ਪ੍ਰਤੀ ਪੂਰੀ ਤਰ੍ਹਾਂ ਕੋਸੇ। ਚਿੰਨ੍ਹ ਦਿਖਾਓ ਅਤੇ ਪ੍ਰਭੂ ਦੀ ਮੁਕਤੀ ਵੇਖੋ।

ਆਇਤ 6 ਦੀ ਦੂਜੀ ਆਇਤ ਧਾਰਮਿਕਤਾ ਲਈ "ਲੋਚ" ਸ਼ਬਦ ਦੀ ਵਰਤੋਂ ਕਰਦੀ ਹੈ। ਧਾਰਮਿਕਤਾ ਲਈ ਇੱਕ ਹੋਰ ਸ਼ਬਦ "ਭਲਾਈ" ਜਾਂ "ਨਿਆਂ" ਹੈ। ਯਿਸੂ ਕਹਿ ਰਿਹਾ ਹੈ ਕਿ ਜੇਕਰ ਤੁਸੀਂ ਭਲਾਈ ਜਾਂ ਨਿਆਂ ਦੀ ਇੱਛਾ ਨਹੀਂ ਰੱਖਦੇ, ਤਾਂ ਤੁਹਾਡੀ ਅਤੇ ਮੇਰੀ ਜ਼ਿੰਦਗੀ ਵਿੱਚ ਫਲਦਾਇਕਤਾ ਗੈਰਹਾਜ਼ਰ ਰਹੇਗੀ।

ਮੈਂ ਇਹ ਗੱਲ ਤੁਹਾਨੂੰ ਹੋਰ ਕਿਵੇਂ ਸਮਝਾ ਸਕਦਾ ਹਾਂ ਕਿ ਜੇਕਰ ਬ੍ਰਹਿਮੰਡ ਦੇ ਸਿਰਜਣਹਾਰ ਨੇ ਮੈਨੂੰ ਉਹ ਸਭ ਕੁਝ ਦਿੱਤਾ ਹੈ ਜੋ ਮੈਨੂੰ ਜੀਵਨ ਅਤੇ ਭਗਤੀ ਲਈ ਚਾਹੀਦਾ ਹੈ ਅਤੇ ਮੈਂ ਉਹ, ਉਹ ਚੰਗਿਆਈ, ਜਾਂ ਉਹ ਨਿਆਂ ਨਹੀਂ ਚਾਹੁੰਦਾ, ਤਾਂ ਇਹ ਸਾਡੇ ਰੋਜ਼ਾਨਾ ਦੇ ਅਨੁਭਵ ਵਿੱਚ ਇੱਕ ਵੱਡਾ ਅਨਿਆਂ ਅਤੇ ਬਦਸੂਰਤਤਾ ਹੈ।

ਯਿਸੂ ਨੇ ਸੀਤਲ-ਨਿਰਬਲਤਾ ਦੇ ਨਤੀਜੇ ਬਾਰੇ ਵੀ ਗੱਲ ਕੀਤੀ - ਮੈਂ ਗਵਾਹੀ ਦੇਣ ਵਾਲੇ ਸਟੈਂਡ ਨੂੰ ਬੁਲਾਉਂਦਾ ਹਾਂ:

ਪਰਕਾਸ਼ ਦੀ ਪੋਥੀ 3:16

ਐਮਪਲੀਫਾਈਡ ਬਾਈਬਲ

16 ਇਸ ਲਈ ਕਿਉਂਕਿ ਤੂੰ ਕੋਸਾ ਹੈ (ਆਤਮਕ ਤੌਰ 'ਤੇ ਬੇਕਾਰ), ਨਾ ਤਾਂ ਗਰਮ ਹੈ ਨਾ ਠੰਡਾ, ਮੈ ਤੈਨੂੰ ਆਪਣੇ ਮੂੰਹੋਂ ਉਗਲ ਸੁੱਟਾਂਗਾ [ਤੈਨੂੰ ਘਿਣਾਉਣੇ ਢੰਗ ਨਾਲ ਰੱਦ ਕਰਦਾ ਹਾਂ] ।

ਪਰਮਾਤਮਾ ਆਤਮਾਵਾਂ ਲਈ ਭਾਵੁਕ ਹੈ। ਇਸ ਹੱਦ ਤੱਕ ਕਿ ਉਸਨੂੰ ਆਪਣੇ ਪੁੱਤਰ ਨੂੰ ਸਾਡੇ ਲਈ ਮਰਨ ਲਈ ਭੇਜਣਾ ਪਿਆ ਤਾਂ ਜੋ ਅਸੀਂ ਉਹ ਸਭ ਕੁਝ ਲੈ ਸਕੀਏ ਜੋ ਚੋਰੀ ਹੋ ਗਿਆ ਹੈ। ਉਹ ਤੁਹਾਨੂੰ ਅਤੇ ਮੈਨੂੰ ਕਹਿੰਦਾ ਹੈ ਕਿ ਲੜਾਈ ਨੂੰ ਦੁਸ਼ਮਣ ਦੇ ਦਰਵਾਜ਼ਿਆਂ ਤੱਕ ਲੈ ਜਾਓ ਅਤੇ ਆਤਮਾਵਾਂ ਨੂੰ ਵਾਪਸ ਪ੍ਰਾਪਤ ਕਰੋ। ਦਿਖਾਓ ਕਿ ਤੁਸੀਂ ਨਿਸ਼ਾਨੀਆਂ ਦੁਆਰਾ ਲੁੱਟ ਦਾ ਮਾਲ ਵਾਪਸ ਲੈ ਰਹੇ ਹੋ ਤਾਂ ਜੋ ਵਾੜ 'ਤੇ ਬੈਠੇ ਹੋਰ ਵੀ ਅੰਦਰ ਆ ਜਾਣ: ਇੱਕ ਹੋਰ ਗਵਾਹ ਪੜ੍ਹੋ: **1 ਯੂਹੰਨਾ 3:8**

ਐਮਪਲੀਫਾਈਡ ਬਾਈਬਲ

8 ਜਹਿੜਾ ਪਾਪ ਕਰਦਾ ਹੈ [ਪਰਮੇਸ਼ੁਰ ਤੋਂ ਆਪਣੇ ਆਪ ਨੂੰ ਵੱਖ ਕਰਨਾ, ਅਤੇ ਅਣਆਗਿਆਕਾਰੀ, ਉਦਾਸੀਨਤਾ, ਜਾਂ ਬਗਾਵਤ ਦੇ ਕੰਮਾਂ ਦੁਆਰਾ ਉਸਨੂੰ ਨਾਰਾਜ਼ ਕਰਨਾ] ਉਹ ਸ਼ੈਤਾਨ ਦਾ ਹੈ [ਅਤੇ ਆਪਣੇ ਅੰਦਰੂਨੀ ਚਰਿੱਤਰ ਅਤੇ ਨੈਤਕਿ ਕਦਰਾਂ-ਕੀਮਤਾਂ ਨੂੰ ਉਸ ਤੋਂ ਲੈਂਦਾ ਹੈ, ਪਰਮੇਸ਼ੁਰ ਤੋਂ ਨਹੀਂ]; ਕਿਉਂਕਿ

ਸ਼ੈਤਾਨ ਨੇ ਸੁਰੂ ਤੋਂ ਹੀ ਪਾਪ ਕੀਤਾ ਹੈ ਅਤੇ ਪਰਮੇਸੁਰ ਦੇ ਕਾਨੂੰਨ ਦੀ ਉਲੰਘਣਾ ਕੀਤੀ ਹੈ। ਪਰਮੇਸੁਰ ਦਾ ਪੁੱਤਰ ਇਸੇ ਮਕਸਦ ਲਈ ਪ੍ਰਗਟ ਹੋਇਆ, ਤਾਂ ਜੋ ਸ਼ੈਤਾਨ ਦੇ ਕੰਮਾਂ ਨੂੰ ਨਸ਼ਟ ਕਰ ਸਕੇ।

ਅਤੇ ਯਿਸੂ ਤੁਹਾਨੂੰ ਵੀ ਇਹੀ ਕਰਨ ਅਤੇ ਇਸਦਾ ਮਤਲਬ ਜਾਣਨ ਲਈ ਕਹਿੰਦਾ ਹੈ। ਦ੍ਰਿੜ ਰਹੋ ਅਤੇ ਦੁਸ਼ਮਣ ਨੇ ਜੋ ਕੁਝ ਚੋਰੀ ਕੀਤਾ ਹੈ, ਕੁਝ ਨਹੀਂ, ਉਹ ਸਭ ਵਾਪਸ ਲੈ ਲਓ ਅਤੇ ਉਸ ਸਭ ਲਈ ਭੁੱਖੇ ਰਹੋ ਜੋ ਉਸ ਕੋਲ ਤੁਹਾਡੇ ਲਈ ਹੈ।

ਮੇਰੇ ਕੋਲ ਅੱਜ ਦੇ ਸੰਦੇਸ਼ ਨੂੰ ਮਜ਼ਬੂਤ ਕਰਨ ਲਈ ਦੋ (2) ਕਹਾਣੀਆਂ ਹਨ, ਤੁਹਾਡੇ ਵਿਸ਼ਵਾਸ ਨੂੰ ਮਜ਼ਬੂਤ ਕਰਨ ਲਈ ਅਤੇ ਫਿਰ ਅਸੀਂ ਯਿਸੂ ਮਸੀਹ ਦੇ ਨਾਮ 'ਤੇ ਆਤਮਾ, ਆਤਮਾ ਅਤੇ ਸਰੀਰ ਦੀ ਮੁਕਤੀ ਲਈ ਪ੍ਰਾਰਥਨਾ ਕਰਾਂਗੇ।

ਜਿਵੇਂ ਹੀ ਤੁਸੀਂ ਇਹ ਕਹਾਣੀਆਂ ਪੜ੍ਹਦੇ ਹੋ, **A, B, C, D, E, Powered by F ਅਤੇ G** - ਸੰਖੇਪ ਰੂਪ ਲੱਭੋ: **A - ਉਪਲਬਧਤਾ** ; B - **ਦਲੇਰੀ** ; C - **ਦਇਆ** ; D - **ਦ੍ਰਿੜਤਾ;** E - **ਅਰਨੈਸਟ ਪਿਆਰ** ; Powered by **F: ਅਗਨੀ ਕ੍ਰੋਧ** ਅਤੇ G: **ਮਹਾਨ ਭੁੱਖ**

ਪਹਿਲੀ ਕਹਾਣੀ: ਨੋਰਵੇਲ ਹੇਅਸ ਦੁਆਰਾ: ਚਮਤਕਾਰ ਦਾ ਕੰਮ - ਆਪਣੀਆਂ ਧੀਆਂ ਦੇ ਹੱਥ 'ਤੇ ਸਿਰਜਣਾਤਮਕ ਚਮਤਕਾਰ

ਮੈਂ ਦੇਸ਼ ਭਰ ਵਿੱਚ ਹਰ ਤਰ੍ਹਾਂ ਦੇ ਚਰਚਾਂ ਦਾ ਦੌਰਾ ਕੀਤਾ ਹੈ ਅਤੇ, ਸਮੁੱਚੇ ਤੌਰ 'ਤੇ, ਚਰਚ ਪਵਿੱਤਰ ਆਤਮਾ ਦੇ ਕਿਸੇ ਵੀ ਹੋਰ ਤੋਹਫ਼ੇ ਨਾਲੋਂ ਚਮਤਕਾਰਾਂ ਦੇ ਕੰਮ ਕਰਨ ਦੇ ਤੋਹਫ਼ੇ ਬਾਰੇ ਘੱਟ ਜਾਣਦਾ ਹੈ।

ਪਰਮੇਸ਼ੁਰ ਕੋਲ ਚਰਚ ਨੂੰ ਦਿੱਤਾ ਗਿਆ ਇੱਕ ਤੋਹਫ਼ਾ ਹੈ ਜਿਸਨੂੰ ਚਮਤਕਾਰਾਂ ਦਾ ਕੰਮ ਕਰਨਾ ਕਿਹਾ ਜਾਂਦਾ ਹੈ।

ਚਮਤਕਾਰਾਂ ਦਾ ਕੰਮ ਕੀ ਹੁੰਦਾ ਹੈ? ਇਹ ਇੱਕ ਸ਼ਕਤੀ ਦਾ ਤੋਹਫ਼ਾ ਹੈ, ਜਿੱਥੇ ਪਰਮਾਤਮਾ ਵੱਲੋਂ ਸ਼ਕਤੀ ਸਵਰਗ ਤੋਂ ਧਰਤੀ ਤੇ ਭੇਜੀ ਜਾਂਦੀ ਹੈ ਤਾਂ ਜੋ ਕੁਝ ਅਜਿਹਾ

ਕੀਤਾ ਜਾ ਸਕੇ ਜੋ ਮਨੁੱਖ ਦੀ ਕੁਦਰਤੀ ਸੋਚ ਤੋਂ ਪਰੇ ਹੈ। ਜਦੋਂ ਪਰਮਾਤਮਾ ਕੋਈ ਚਮਤਕਾਰ ਕਰਦਾ ਹੈ, ਇੱਕ ਅਲੌਕਿਕ ਚਮਤਕਾਰ, ਤਾਂ ਮਨੁੱਖ ਲਈ ਇਸ 'ਤੇ ਵਿਸ਼ਵਾਸ ਕਰਨਾ ਬਹੁਤ ਮੁਸ਼ਕਲ ਹੁੰਦਾ ਹੈ।

ਮੇਰੀ ਧੀ ਦੇ ਸਾਰੇ ਸਰੀਰ 'ਤੇ, ਖਾਸ ਕਰਕੇ ਉਸਦੇ ਹੱਥਾਂ 'ਤੇ, ਗੰਢਾਂ ਪੈਣ ਲੱਗ ਪਈਆਂ।

ਮਾਸਪੇਸੀ ਗੰਢਾਂ ਕੀ ਹਨ?

ਮਾਸਪੇਸ਼ੀਆਂ ਦੀਆਂ ਗੰਢਾਂ ਮਾਸਪੇਸ਼ੀਆਂ ਦੇ ਸਖ਼ਤ, ਸੰਵੇਦਨਸ਼ੀਲ ਖੇਤਰ ਹੁੰਦੇ ਹਨ ਜੋ ਮਾਸਪੇਸ਼ੀ ਦੇ ਆਰਾਮ ਕਰਨ 'ਤੇ ਵੀ ਕੱਸਦੇ ਅਤੇ ਸੁੰਗੜਦੇ ਹਨ। ਇਹ ਤਣਾਅ ਵਾਲੇ ਮਾਸਪੇਸ਼ੀ ਰੇਸ਼ੇ ਸਰੀਰ ਦੇ ਦੂਜੇ ਹਿੱਸਿਆਂ ਵਿੱਚ ਛੂਹਣ 'ਤੇ ਦਰਦ ਦਾ ਕਾਰਨ ਬਣ ਸਕਦੇ ਹਨ। ਇਹਨਾਂ ਨੂੰ ਟਰਿੱਗਰ ਪੁਆਇੰਟ ਵੀ ਕਿਹਾ ਜਾਂਦਾ ਹੈ।

ਮੈਂ ਇਸ ਬਾਰੇ ਕੁਝ ਨਹੀਂ ਕਰ ਸਕਦਾ ਸੀ। ਮੈਂ ਬਹੁਤ ਪ੍ਰਾਰਥਨਾ ਕੀਤੀ। ਫਿਰ ਮੈਂ ਸਰਜਨ ਨੂੰ ਉਨ੍ਹਾਂ ਨੂੰ ਕੱਟਣ ਲਈ ਕਿਹਾ। ਪਰ ਉਹ ਵਾਪਸ ਆਏ ਅਤੇ ਆਪਣੇ ਸਾਰੇ ਚਚੇਰੇ ਭਰਾਵਾਂ ਅਤੇ ਭਰਾਵਾਂ ਨੂੰ ਆਪਣੇ ਨਾਲ ਲੈ ਆਏ। ਮੈਂ ਕੁਝ ਹੋਰ ਪ੍ਰਾਰਥਨਾ ਕੀਤੀ, ਅਤੇ ਉਹ ਵੱਡੇ ਹੋ ਗਏ। ਮੈਂ ਹੋਰ ਪ੍ਰਾਰਥਨਾ ਕੀਤੀ, ਅਤੇ ਉਹ ਫੈਲ ਗਏ। ਮੈਨੂੰ ਨਹੀਂ ਪਤਾ ਸੀ ਕਿ ਕੀ ਕਰਨਾ ਹੈ।

ਮੇਰੇ ਕੋਲ ਤੁਹਾਡੇ ਲਈ ਖ਼ਬਰ ਹੈ: ਯਿਸੂ ਜਾਣਦਾ ਹੈ ਕਿ ਕੀ ਕਰਨਾ ਹੈ।

ਇੱਕ ਰਾਤ ਮੈਂ ਆਪਣੇ ਲਿਵਿੰਗ ਰੂਮ ਵਿੱਚੋਂ ਲੰਘ ਰਿਹਾ ਸੀ, ਸਿਰਫ਼ ਆਪਣੇ ਕੰਮ ਵਿੱਚ, ਅਤੇ ਅਚਾਨਕ ਮੈਂ ਕਿਸੇ ਹੋਰ ਦੁਨੀਆਂ ਵਿੱਚ ਚਲਾ ਗਿਆ। ਮੈਂ ਹੁਣ ਆਪਣੇ ਲਿਵਿੰਗ ਰੂਮ ਵਿੱਚ ਨਹੀਂ ਸੀ। ਮੈਂ ਉਸ ਦੁਨੀਆਂ ਵਿੱਚ ਸੀ ਜਿੱਥੇ ਰੱਬ ਰਹਿੰਦਾ ਹੈ। ਉਸਨੇ ਮੇਰੇ ਨਾਲ ਗੱਲ ਕਰਨੀ ਸ਼ੁਰੂ ਕਰ ਦਿੱਤੀ।

ਉਸਨੇ ਕਿਹਾ, "ਤੁਸੀਂ ਆਪਣੀ ਧੀ ਦੇ ਸਰੀਰ 'ਤੇ ਉਨ੍ਹਾਂ ਵਾਧੇ ਨੂੰ ਕਿੰਨਾ ਚਿਰ ਸਹਿਣ ਕਰੋਗੇ?"

"ਮੈਂ ਉਨ੍ਹਾਂ ਨੂੰ ਕਿੰਨਾ ਚਿਰ ਸਹਾਰਾਂਗਾ? ਉਹ ਮੇਰੇ ਉੱਤੇ ਨਹੀਂ ਹਨ, ਯਿਸੂ।"

ਉਸਨੇ ਕਿਹਾ, "ਤੁਸੀਂ ਇਸ ਘਰ ਦੇ ਮੁਖੀ ਹੋ।"

ਕੁਝ ਆਦਮੀ ਇਹ ਨਹੀਂ ਸਮਝਦੇ ਕਿ ਉਨ੍ਹਾਂ ਦੇ ਘਰ ਵਿੱਚ ਜੋ ਕੁਝ ਵਾਪਰਦਾ ਹੈ ਉਹ ਉਨ੍ਹਾਂ ਦੀ ਗਲਤੀ ਹੈ - ਉਨ੍ਹਾਂ ਦੀ ਅਤੇ ਸ਼ੈਤਾਨ ਦੀ। ਪ੍ਰਭੂ ਨੇ ਮੈਨੂੰ ਸਾਫ਼-ਸਾਫ਼ ਕਿਹਾ ਕਿ ਇਹ ਮੇਰੀ ਗਲਤੀ ਸੀ ਕਿਉਂਕਿ ਮੇਰੀ ਧੀ ਦੇ ਸਰੀਰ 'ਤੇ 42 ਗੰਢਾਂ ਸਨ।

ਇਹ ਮੇਰੀ ਗਲਤੀ ਕਿਵੇਂ ਹੋ ਸਕਦੀ ਹੈ? ਸ਼ੈਤਾਨ ਨੇ ਉਨ੍ਹਾਂ ਨੂੰ ਉੱਥੇ ਰੱਖਿਆ। ਮੈਨੂੰ ਪਤਾ ਹੈ, ਪਰ ਮੇਰੇ ਕੋਲ ਉਸਦੀ ਸ਼ਕਤੀ ਨੂੰ ਤੋੜਨ ਅਤੇ ਉਸਨੂੰ ਬਾਹਰ ਸੁੱਟਣ ਦਾ ਅਧਿਕਾਰ, ਅਧਿਕਾਰ, ਸ਼ਕਤੀ ਅਤੇ ਯਿਸੂ ਦਾ ਨਾਮ ਸੀ, ਮੈਂ ਆਪਣੀ ਧੀ ਲਈ ਪਰਮਾਤਮਾ ਤੋਂ ਇੱਕ ਚਮਤਕਾਰ ਦਾ ਦਾਅਵਾ ਕਰਨ ਦਾ। ਇਸਦਾ ਦੁਖਦਾਈ ਹਿੱਸਾ ਇਹ ਸੀ ਕਿ ਮੈਂ ਇਹ ਨਹੀਂ ਕੀਤਾ ਸੀ। ਇਸ ਲਈ ਜਿਵੇਂ-ਜਿਵੇਂ ਦਿਨ, ਹਫ਼ਤੇ ਅਤੇ ਮਹੀਨੇ ਬੀਤਦੇ ਗਏ, ਉਸਦਾ ਛੋਟਾ ਜਿਹਾ ਸਰੀਰ ਗੰਢਾਂ ਨਾਲ ਢੱਕਿਆ ਹੋਇਆ ਸੀ। ਚਮਤਕਾਰਾਂ ਦੇ ਕੰਮ ਕਰਨ ਦੀ ਦਾਤ ਪ੍ਰਤੀ ਮੇਰੀ ਅਗਿਆਨਤਾ ਅਤੇ ਆਪਣੇ ਘਰ ਵਿੱਚ ਸ਼ੈਤਾਨ ਉੱਤੇ ਅਧਿਕਾਰ ਪ੍ਰਾਪਤ ਕਰਨ ਵਿੱਚ ਮੇਰੀ ਅਸਫਲਤਾ ਦੇ ਕਾਰਨ, ਮੇਰੀ ਧੀ ਦੇ ਹਾਈ ਸਕੂਲ ਵਿੱਚ ਸਭ ਤੋਂ ਭੈੜੇ ਹੱਥ ਸਨ।

ਪਰਮੇਸ਼ੁਰ ਨੇ ਮੈਨੂੰ ਕਿਹਾ ਕਿ ਮੈਂ ਉਸਦੇ ਨਾਮ ਵਿੱਚ ਉਨ੍ਹਾਂ ਚੀਜ਼ਾਂ ਨੂੰ ਸਰਾਪ ਦੇਵਾਂ, ਅਤੇ ਉਹ ਅਲੋਪ ਹੋ ਜਾਣਗੀਆਂ। ਪਰ ਉਸਨੇ ਮੈਨੂੰ ਕਿਹਾ ਕਿ ਮੈਨੂੰ ਵਿਸ਼ਵਾਸ ਕਰਨਾ ਚਾਹੀਦਾ ਹੈ ਅਤੇ ਸ਼ੱਕ ਨਹੀਂ ਕਰਨਾ ਚਾਹੀਦਾ।

ਜਿਸ ਪਲ ਉਸਨੇ ਇਹ ਕਿਹਾ, ਮੈਂ ਆਪਣੇ ਸਰੀਰ ਵਿੱਚ ਵਾਪਸ ਆਉਣਾ ਸ਼ੁਰੂ ਕਰ ਦਿੱਤਾ। ਆਪਣੇ ਲਿਵਿੰਗ ਰੂਮ ਵਿੱਚ ਖੜ੍ਹਾ, ਮੈਂ ਦੁਬਾਰਾ ਨੌਰਵੇਲ ਹੇਅਸ ਵੱਲ ਮੁੜ ਰਿਹਾ ਸੀ। ਮੈਂ ਆਪਣੇ ਆਪ ਨੂੰ ਉੱਥੇ ਖੜ੍ਹਾ ਰੋਂਦਾ ਅਤੇ ਕੰਬਦਾ ਪਾਇਆ।

ਮੈਂ ਬਹੁਤ ਨਿਰਾਸ਼ ਸੀ। ਮੇਰੀ ਧੀ ਮੈਨੂੰ ਮਦਦ ਕਰਨ ਲਈ ਬੇਨਤੀ ਕਰ ਰਹੀ ਸੀ। ਉਸਦੇ ਹੱਥ ਇੰਨੇ ਬਦਸੂਰਤ ਸਨ ਕਿ ਉਹ ਡੇਟ ਕਰਨ ਤੋਂ ਵੀ ਸ਼ਰਮਿੰਦਾ ਸੀ।

ਜਦੋਂ ਮੈਂ ਪ੍ਰਮਾਤਮਾ ਨਾਲ ਗੱਲ ਕਰਕੇ ਵਾਪਸ ਆਇਆ, ਮੈਂ ਅੰਦਰ ਗਿਆ ਅਤੇ ਉਨ੍ਹਾਂ ਨੂੰ ਯਿਸੂ ਦੇ ਨਾਮ ਵਿੱਚ ਸਰਾਪ ਦਿੱਤਾ, ਉਨ੍ਹਾਂ ਨੂੰ ਮਰਨ ਅਤੇ ਅਲੋਪ ਹੋਣ ਲਈ ਕਿਹਾ। ਮੈਂ ਪ੍ਰਮਾਤਮਾ ਦੀ ਸ਼ਕਤੀ ਦੇ ਆਉਣ ਅਤੇ ਮੇਰੀ ਧੀ ਨੂੰ ਨਵੇਂ ਹੱਥ ਦੇਣ, ਉਸ ਲਈ ਇੱਕ ਚਮਤਕਾਰ ਕਰਨ ਲਈ ਜਿੱਤ ਦਾ ਦਾਅਵਾ ਕੀਤਾ।

ਤੁਹਾਨੂੰ ਉਹੀ ਕਹਿਣਾ ਪਵੇਗਾ ਜੋ ਤੁਸੀਂ ਕਹਿਣਾ ਚਾਹੁੰਦੇ ਹੋ। ਜਿੰਨਾ ਚਿਰ ਤੁਸੀਂ ਇੱਧਰ-ਉੱਧਰ ਘੁੰਮਦੇ ਰਹੋਗੇ ਅਤੇ ਪਰਮੇਸ਼ੁਰ ਦੇ ਬਚਨ 'ਤੇ ਦਲੇਰੀ ਨਾਲ ਖੜ੍ਹੇ ਹੋਣ ਦੀ ਆਪਣੀ ਜ਼ਿੰਮੇਵਾਰੀ ਤੋਂ ਪੱਲਾ ਝਾੜਦੇ ਰਹੋਗੇ, ਮੇਰੇ ਕੋਲ ਤੁਹਾਡੇ ਲਈ ਖ਼ਬਰ ਹੈ: ਤੁਹਾਨੂੰ ਕੁਝ ਵੀ ਨਹੀਂ ਮਿਲੇਗਾ। ਤੁਸੀਂ ਸਿਰਫ਼ ਪ੍ਰਾਰਥਨਾ ਕਰਨ ਜਾ ਰਹੇ ਹੋ।

ਤੁਸੀਂ ਇੱਕ ਬਾਈਬਲ ਅਧਿਆਪਕ, ਇੱਕ ਬਾਈਬਲ ਪ੍ਰਚਾਰਕ, ਇੱਕ ਪ੍ਰਚਾਰਕ, ਜਾਂ ਕੁਝ ਵੀ ਜੋ ਤੁਸੀਂ ਚਾਹੁੰਦੇ ਹੋ, ਹੋ ਸਕਦੇ ਹੋ, ਪਰ ਜੇਕਰ ਤੁਸੀਂ ਆਪਣੇ ਘਰ ਲਈ ਪਰਮੇਸ਼ੁਰ ਦੇ ਬਚਨ 'ਤੇ ਖੜ੍ਹੇ ਨਹੀਂ ਹੋ, ਤਾਂ ਸ਼ੈਤਾਨ ਅੰਦਰ ਆਵੇਗਾ ਅਤੇ ਤੁਹਾਡੇ ਪਰਿਵਾਰ ਨੂੰ ਮਾਰ ਦੇਵੇਗਾ। ਤੁਹਾਨੂੰ ਸ਼ੈਤਾਨ ਨੂੰ ਬਾਹਰ ਕੱਢਣਾ ਪਵੇਗਾ।

ਤੁਹਾਨੂੰ ਸ਼ੈਤਾਨ 'ਤੇ ਗੁੱਸਾ ਕਰਨਾ ਪਵੇਗਾ ਅਤੇ ਵਿਸ਼ਵਾਸ ਦੁਆਰਾ ਪਰਮੇਸ਼ੁਰ ਦੀ ਸ਼ਕਤੀ ਦਾ ਦਾਅਵਾ ਕਰਨਾ ਪਵੇਗਾ।

ਇੱਕ ਦੁਪਹਿਰ, ਮੈਂ ਜ਼ੋਨਾ ਦੇ ਕਮਰੇ ਵਿੱਚ ਇੱਕ ਆਵਾਜ਼ ਸੁਣੀ, ਜਿਵੇਂ ਕੋਈ ਡ੍ਰੈਸਰ ਪਲਟ ਰਿਹਾ ਹੋਵੇ। ਉਹ ਭੱਜਦੀ ਹੋਈ ਹਾਲਵੇਅ ਵਿੱਚੋਂ ਹੇਠਾਂ ਆਈ, ਉਸਦੇ ਸਾਹਮਣੇ ਉਸਦੇ ਹੱਥ ਫੜੀ ਹੋਈ, ਰੋ ਰਹੀ ਸੀ, "ਡੈਡੀ! ਡੈਡੀ! ਇਹ ਮੈਨੂੰ ਡਰਾਉਂਦਾ ਹੈ। ਇਹ ਡਰਾਉਣਾ ਹੈ। ਮੇਰੇ ਹੱਥਾਂ ਵੱਲ ਦੇਖੋ। ਮੇਰੇ ਕੋਲ ਨਵੇਂ ਹੱਥ ਹਨ! ਮੇਰੇ ਕੋਲ ਨਵੇਂ ਹੱਥ ਹਨ!"

ਮੈਂ ਦੇਖਿਆ, ਅਤੇ ਉਸਦੇ ਦੋਵੇਂ ਹੱਥ ਚਮਕਦਾਰ ਸਨ। ਉਹ ਸਭ ਤੋਂ ਸੁੰਦਰ ਹੱਥ ਸਨ ਜੋ ਮੈਂ ਕਦੇ ਕਿਸੇ 16 ਸਾਲ ਦੀ ਕੁੜੀ 'ਤੇ ਦੇਖੇ ਹਨ। ਮੈਂ ਉਸਦੇ ਛੋਟੇ ਹੱਥਾਂ ਨੂੰ ਫੜਿਆ ਅਤੇ ਉਨ੍ਹਾਂ ਨੂੰ ਉੱਪਰ ਚੁੱਕਿਆ। ਉਹ ਇੰਝ ਲੱਗ ਰਹੇ ਸਨ ਜਿਵੇਂ ਉਨ੍ਹਾਂ 'ਤੇ ਬੱਚੇ ਦੀ ਚਮੜੀ ਹੋਵੇ, ਇੰਨੇ ਗੁਲਾਬੀ ਅਤੇ ਤਾਜ਼ੇ ਦਿਖਾਈ ਦੇ ਰਹੇ ਸਨ, ਜਿਵੇਂ ਨਹਾਉਣ ਤੋਂ ਬਾਅਦ ਬੱਚੇ ਦੀ ਚਮੜੀ।

ਉਸਨੇ ਕਿਹਾ, "ਮੈਂ ਉੱਥੇ ਹੀ ਖੜ੍ਹੀ ਸੀ, ਡੈਡੀ, ਅਤੇ ਮੈਂ ਕੁਝ ਸਕਿੰਟਾਂ ਲਈ ਦੂਰ ਦੇਖਿਆ। ਜਦੋਂ ਮੈਂ ਪਿੱਛੇ ਮੁੜ ਕੇ ਦੇਖਿਆ, ਤਾਂ ਮੇਰੇ ਹੱਥ ਨਵੇਂ ਸਨ! ਮੇਰੇ ਹੱਥ ਨਵੇਂ ਹਨ! ਮੈਂ ਸਮਝ ਸਕਦੀ ਹਾਂ ਕਿ ਯਿਸੂ ਤੁਹਾਡੇ ਲਈ ਕੁਝ ਕਰ ਰਿਹਾ ਹੈ ਕਿਉਂਕਿ ਤੁਸੀਂ ਉਸ ਲਈ ਕੰਮ ਕਰਦੇ ਹੋ, ਡੈਡੀ। ਕੀ ਤੁਸੀਂ ਮੈਨੂੰ ਇਹ ਦੱਸਣਾ ਚਾਹੁੰਦੇ ਹੋ ਕਿ ਯਿਸੂ ਇੱਕ 16 ਸਾਲ ਦੀ ਕੁੜੀ ਨੂੰ ਇੰਨਾ ਪਿਆਰ ਕਰਦਾ ਹੈ ਕਿ ਉਹ ਉਸਨੂੰ ਨਵੇਂ ਹੱਥ ਦੇ ਸਕੇ?"

ਮੈਂ ਉਸ ਕੋਲ ਗਿਆ ਅਤੇ ਉਸਦਾ ਹੱਥ ਫਿਰ ਫੜਿਆ। ਮੈਂ ਕਿਹਾ, "ਹਾਂ, ਪਿਆਰੀ, ਯਿਸੂ 16 ਸਾਲ ਦੀਆਂ ਕੁੜੀਆਂ ਨੂੰ ਇੰਨਾ ਪਿਆਰ ਕਰਦਾ ਹੈ ਕਿ ਉਹ ਉਨ੍ਹਾਂ ਦੇ ਘਰ ਆ ਕੇ ਉਨ੍ਹਾਂ ਨੂੰ ਬਿਲਕੁਲ ਨਵੇਂ ਹੱਥਾਂ ਦਾ ਇੱਕ ਪੂਰਾ ਚਮਤਕਾਰ ਦੇ ਦੇਣ।"

ਮੈਂ ਤੁਹਾਨੂੰ ਦੱਸਣਾ ਚਾਹੁੰਦਾ ਹਾਂ ਕਿ ਮੈਂ ਹਰ ਸਮੇਂ ਆਪਣੀ ਧੀ ਦੇ ਹੱਥਾਂ ਬਾਰੇ ਗਵਾਹੀ ਦਿੰਦਾ ਹਾਂ। ਜਦੋਂ ਵੀ ਮੈਨੂੰ ਮੌਕਾ ਮਿਲਦਾ ਹੈ ਮੈਂ ਇਸਨੂੰ ਸਾਂਝਾ ਕਰਦਾ ਹਾਂ। ਮੈਂ ਇਸਨੂੰ ਕਈ ਵਾਰ ਟੀਵੀ 'ਤੇ ਸਾਂਝਾ ਕੀਤਾ ਹੈ, ਅਤੇ ਜਦੋਂ ਮੈਂ ਇਸਨੂੰ ਲਾਸ ਏਂਜਲਸ ਵਿੱਚ ਟੀਵੀ 'ਤੇ ਸਾਂਝਾ ਕੀਤਾ, ਤਾਂ ਐਮਸੀ ਇੰਨਾ ਰੋਣ ਲੱਗ ਪਿਆ ਕਿ ਉਹ ਕੁਝ ਵੀ ਨਹੀਂ ਕਰ ਸਕਿਆ। ਜਿੱਥੇ ਵੀ ਮੈਂ ਇਸਨੂੰ ਦੱਸਦਾ ਹਾਂ, ਪਰਮਾਤਮਾ ਦੀ ਆਤਮਾ ਮੇਰੇ ਉੱਤੇ ਮਸਹ ਕਰਦੀ ਹੈ ਅਤੇ ਮੇਰੇ ਉੱਤੇ ਘੁੰਮਦੀ ਹੈ ਜਿਵੇਂ ਹੀ ਮੈਂ ਆਪਣੀ ਧੀ ਲਈ ਪਰਮਾਤਮਾ ਦੇ ਚਮਤਕਾਰ ਬਾਰੇ ਦੱਸਦਾ ਹਾਂ।

ਦੇਖੋ, ਪਰਮਾਤਮਾ ਚਾਹੁੰਦਾ ਹੈ ਕਿ ਤੁਸੀਂ ਜਾਣੋ ਅਤੇ ਵਿਸ਼ਵਾਸ ਕਰੋ ਕਿ ਉਹ ਇੱਕ ਚਮਤਕਾਰ ਕਰਨ ਵਾਲਾ ਪਰਮਾਤਮਾ ਹੈ।

ਮੈਂ ਤੁਹਾਨੂੰ ਦੱਸਣਾ ਚਾਹੁੰਦਾ ਹਾਂ ਕਿ ਤੁਸੀਂ ਉਸ ਜਗ੍ਹਾ 'ਤੇ ਆ ਸਕਦੇ ਹੋ ਜਿੱਥੇ ਤੁਸੀਂ ਬਾਈਬਲ 'ਤੇ ਖੁਦ ਵਿਸ਼ਵਾਸ ਕਰਦੇ ਹੋ। ਤੁਸੀਂ ਆਪਣੇ ਚਮਤਕਾਰਾਂ 'ਤੇ ਖੁਦ ਵਿਸ਼ਵਾਸ ਕਰ ਸਕਦੇ ਹੋ। ਜਦੋਂ ਚੀਜ਼ਾਂ ਅਸੰਭਵ ਲੱਗਦੀਆਂ ਹਨ, ਤਾਂ ਪਰਮਾਤਮਾ ਵੱਲ ਦੇਖੋ ਅਤੇ ਉਸ 'ਤੇ ਖੁਦ ਵਿਸ਼ਵਾਸ ਕਰੋ। ਬਸ ਉੱਥੇ ਖੜ੍ਹੇ ਰਹੋ ਕਿਉਂਕਿ ਤੁਸੀਂ ਪਰਮਾਤਮਾ ਦੇ ਬੱਚੇ ਹੋ, ਕਹਿੰਦੇ ਹੋ, "ਮੈਂ ਪਰਮਾਤਮਾ 'ਤੇ ਵਿਸ਼ਵਾਸ ਕਰਦਾ ਹਾਂ," ਅਤੇ ਉਹ ਤੁਹਾਡੇ ਲਈ ਆਪਣੀ ਸ਼ਕਤੀ ਛੱਡ ਦੇਵੇਗਾ। ਇਹ ਸ਼ਕਤੀ ਦਾ ਇੱਕ ਵਿਸਫੋਟ ਹੈ ਜੋ ਸੰਤਰੇ ਦੇ ਦਰੱਖਤਾਂ ਨੂੰ ਢੱਕਣ ਲਈ ਕਾਫ਼ੀ ਹੈ। ਇਹ ਸ਼ਕਤੀ ਦਾ ਇੱਕ ਵਿਸਫੋਟ ਹੈ ਜੋ ਇੱਕ ਕੁਹਾੜੀ ਨੂੰ ਤੈਰ ਸਕਦਾ ਹੈ। ਇਹ ਇੱਕ ਗਧੇ ਨੂੰ ਬੋਲਣ ਲਈ ਕਾਫ਼ੀ ਸ਼ਕਤੀ ਹੈ। ਇਹ ਬਿਲਕੁਲ ਨਵੇਂ ਹੱਥ ਬਣਾਉਣ ਲਈ ਕਾਫ਼ੀ ਸ਼ਕਤੀ ਹੈ। ਇਹ ਸ਼ਕਤੀ ਦਾ ਇੱਕ ਵਿਸਫੋਟ ਹੈ ਜੋ ਤੁਹਾਨੂੰ ਜੋ ਵੀ ਤੁਸੀਂ ਚਾਹੁੰਦੇ ਹੋ ਦੇਣ ਲਈ, ਅਤੇ ਪਰਮਾਤਮਾ ਇਹ ਬਹੁਤ ਆਸਾਨੀ ਨਾਲ ਕਰਦਾ ਹੈ।

ਮੇਰੇ ਘਰ ਵਿੱਚ ਇੱਕ ਸ਼ਕਤੀ ਦਾ ਧਮਾਕਾ ਆਇਆ ਜਿਸਨੇ ਮੇਰੀ ਧੀ ਨੂੰ ਬਿਲਕੁਲ ਨਵੇਂ ਹੱਥ ਦਿੱਤੇ। ਹਰ ਵਾਰ ਜਦੋਂ ਮੈਂ ਉਸਨੂੰ ਫ਼ੋਨ 'ਤੇ ਕਹਿੰਦੀ ਹਾਂ, "ਖੈਰ, ਪਿਆਰੀ, ਪਵਿੱਤਰ ਆਤਮਾ ਨੇ ਮੈਨੂੰ ਕਿਹਾ ਸੀ ਕਿ ਮੈਂ ਉਨ੍ਹਾਂ ਨੂੰ ਯਿਸੂ ਦੇ ਤੁਹਾਡੇ ਹੱਥਾਂ ਲਈ ਕੀਤੇ ਚਮਤਕਾਰ ਬਾਰੇ ਦੱਸਾਂ," ਤਾਂ ਉਹ ਹਮੇਸ਼ਾ ਪੁੱਛਦੀ ਹੈ, "ਕੀ ਤੁਸੀਂ ਉਨ੍ਹਾਂ ਨੂੰ ਦੱਸਿਆ ਸੀ, ਡੈਡੀ, ਜਦੋਂ ਯਿਸੂ ਨੇ ਮੈਨੂੰ ਚਮਤਕਾਰ ਦਿੱਤਾ ਸੀ ਤਾਂ ਉਨ੍ਹਾਂ ਵਿੱਚੋਂ ਕੋਈ ਵੀ ਗੰਢ ਕਦੇ ਵਾਪਸ ਨਹੀਂ ਆਈ?" ਕੁਝ ਵੀ ਕਦੇ ਵਾਪਸ ਨਹੀਂ ਆਇਆ। ਪਰਮਾਤਮਾ ਇੱਕ ਚਮਤਕਾਰ ਕਰਨ ਵਾਲਾ ਪਰਮਾਤਮਾ ਹੈ।

ਚਮਤਕਾਰ ਇੱਕ ਤੋਹਫ਼ਾ ਹੁੰਦਾ ਹੈ। ਚਮਤਕਾਰਾਂ ਦੇ ਕੰਮ ਕਰਨ ਦਾ ਤੋਹਫ਼ਾ ਤੁਹਾਡੇ ਲਈ ਹੈ, ਜਿਵੇਂ ਕਿ ਆਤਮਾ ਚਾਹੁੰਦਾ ਹੈ। ਪਰ ਧਿਆਨ ਦਿਓ। ਪਵਿੱਤਰ ਆਤਮਾ ਹਮੇਸ਼ਾ ਉਨ੍ਹਾਂ ਲੋਕਾਂ ਲਈ ਚਾਹੁੰਦਾ ਹੈ ਜੋ 1 ਕੁਰਿੰਥੀਆਂ ਦੇ 12ਵੇਂ ਅਧਿਆਇ ਵਿੱਚ ਵਿਸ਼ਵਾਸ ਕਰਦੇ ਹਨ। ਤੁਸੀਂ ਦੇਖੋ, ਇਹ ਸੁੰਦਰ ਹਿੱਸਾ ਹੈ। ਆਤਮਾ ਹਮੇਸ਼ਾ ਬਾਈਬਲ ਵਿਸ਼ਵਾਸੀਆਂ ਲਈ ਚਾਹੁੰਦਾ ਹੈ! ਪਰਮੇਸ਼ੁਰ ਦੀ ਹਮੇਸ਼ਾ ਮਹਿਮਾ ਹੋਵੇ।

ਚਮਤਕਾਰਾਂ ਲਈ ਪ੍ਰਾਰਥਨਾ

ਜੇਕਰ ਤੁਹਾਨੂੰ ਪਰਮਾਤਮਾ ਤੋਂ ਚਮਤਕਾਰ ਦੀ ਲੋੜ ਹੈ, ਅਤੇ ਤੁਸੀਂ ਪਰਮਾਤਮਾ ਤੋਂ ਚਮਤਕਾਰ ਚਾਹੁੰਦੇ ਹੋ, ਅਤੇ ਤੁਸੀਂ ਵਿਸ਼ਵਾਸ ਕਰਦੇ ਹੋ ਕਿ ਯਿਸੂ ਤੁਹਾਡਾ ਚਮਤਕਾਰ ਕਰਨ ਵਾਲਾ ਹੈ, ਤਾਂ ਹੁਣੇ ਆਪਣਾ ਚਮਤਕਾਰ ਪ੍ਰਾਪਤ ਕਰੋ। ਇਸ ਨਾਲ ਕੋਈ ਫ਼ਰਕ ਨਹੀਂ ਪੈਂਦਾ ਕਿ ਇਹ ਕੀ ਹੈ। ਯਿਸੂ ਤੁਹਾਨੂੰ ਉਹ ਚਮਤਕਾਰ ਦੇਵੇਗਾ ਜਿਸਦੀ ਤੁਹਾਨੂੰ ਲੋੜ ਹੈ। ਇਹ ਪਰਮਾਤਮਾ ਦੀ ਆਤਮਾ ਦੁਆਰਾ ਦਿੱਤਾ ਜਾਂਦਾ ਹੈ, ਜਿਵੇਂ ਆਤਮਾ ਚਾਹੁੰਦਾ ਹੈ।

ਕਹੋ: "ਧੰਨਵਾਦ, ਯਿਸੂ। ਤੁਸੀਂ ਇੱਕ ਚਮਤਕਾਰ ਕਰਨ ਵਾਲੇ ਹੋ। ਬਚਨ ਸੱਚ ਹੈ। ਸੱਚ ਮੇਰੇ ਲਈ ਇੱਕ ਚਮਤਕਾਰ ਲਿਆਵੇਗਾ, ਜੇ ਮੈਂ ਇਸ ਵਿੱਚ ਵਿਸ਼ਵਾਸ ਕਰਦਾ ਹਾਂ। ਅਤੇ ਮੈਂ ਇਸ ਵਿੱਚ ਵਿਸ਼ਵਾਸ ਕਰਦਾ ਹਾਂ। ਇਹ ਇੱਕ ਤੋਹਫ਼ਾ ਹੈ, ਸਵਰਗ ਤੋਂ, ਵਿਸ਼ਵਾਸੀ ਲਈ ਮੁਫ਼ਤ। ਇਹ ਇੱਕ ਸ਼ਕਤੀ ਦੀ ਮਾਤਰਾ ਹੈ ਜੋ ਫਟਦੀ ਹੈ ਅਤੇ ਆਉਂਦੀ ਹੈ ਅਤੇ ਅਸੰਭਵ ਨੂੰ ਕਰ ਦਿੰਦੀ ਹੈ।

"ਯਿਸੂ, ਪਹਿਲੇ ਕੁਰਿੰਥੀਆਂ ਦੇ ਬਾਰ੍ਹਵੇਂ ਅਧਿਆਇ ਲਈ ਤੁਹਾਡਾ ਧੰਨਵਾਦ। ਮੈਨੂੰ ਯਿਸੂ ਦੇ ਨਾਮ 'ਤੇ ਆਪਣਾ ਚਮਤਕਾਰ ਪ੍ਰਾਪਤ ਹੁੰਦਾ ਹੈ। ਯਿਸੂ, ਮੇਰੇ ਚਮਤਕਾਰ ਲਈ ਤੁਹਾਡਾ ਧੰਨਵਾਦ।"

ਕਹਾਣੀ 2: ਭਾਰਤ ਸਾਂਬਾਚ ਦੁਆਰਾ

ਜਦੋਂ ਮੈਂ 1950 ਦੇ ਦਹਾਕੇ ਦੇ ਸ਼ੁਰੂ ਵਿੱਚ ਇੱਕ ਚਰਚ ਦਾ ਪਾਦਰੀ ਸੀ, ਤਾਂ ਅਸੀਂ ਭਾਰਤ ਵਿੱਚ ਇੱਕ ਮਿਸ਼ਨਰੀ ਨੂੰ ਉਸਦੀ ਤਨਖਾਹ ਦੇ ਕੇ ਸਪਾਂਸਰ ਕੀਤਾ। ਉਸਨੇ ਉੱਥੇ ਤੀਹ ਸਾਲ ਬਿਤਾਏ - ਤੀਹ ਲੰਬੇ ਸਾਲ।

ਇੱਕ ਵਾਰ, ਉਸਨੇ ਮੈਨੂੰ ਕੁਝ ਅਜਿਹਾ ਕਿਹਾ ਜਿਸਨੇ ਮੈਨੂੰ ਉਸਦਾ ਸਮਰਥਨ ਕਰਨ ਤੋਂ ਵੀ ਨਿਰਾਸ਼ ਕੀਤਾ। ਉਸਨੇ ਕਿਹਾ ਕਿ ਉਸਨੇ ਭਾਰਤ ਵਿੱਚ ਤੀਹ ਸਾਲ ਬਿਤਾਏ ਹਨ ਅਤੇ ਕਦੇ ਵੀ ਇੱਕ ਵੀ ਮੁਸਲਮਾਨ ਨੂੰ ਦੁਬਾਰਾ ਜਨਮ ਲੈਂਦੇ ਨਹੀਂ ਦੇਖਿਆ।

ਮੈਂ ਕਿਹਾ, "ਮੈਂ ਕਿਸ ਤਰ੍ਹਾਂ ਦਾ ਨਿਵੇਸ਼ ਕਰ ਰਿਹਾ ਹਾਂ? ਅਸੀਂ ਪੈਸਾ ਲਗਾ ਰਹੇ ਹਾਂ ਅਤੇ ਉਸ ਆਦਮੀ ਨੂੰ ਭਾਰਤ ਵਿੱਚ ਖੁਸ਼ਖਬਰੀ ਦਾ ਪ੍ਰਚਾਰ ਕਰਨ ਲਈ ਰੱਖ ਰਹੇ ਹਾਂ ਅਤੇ ਇੱਕ ਵੀ ਆਤਮਾ ਨਹੀਂ ਬਚਾਈ ਗਈ ਹੈ। ਹੁਣ ਸਮਾਂ ਆ ਗਿਆ ਹੈ ਕਿ ਅਸੀਂ ਆਪਣੀਆਂ ਤਰਜੀਹਾਂ ਨੂੰ ਮੁੜ ਵਿਵਸਥਿਤ ਕਰੀਏ।" ਇਸ ਲਈ ਮੈਂ ਇਹ ਪਤਾ ਲਗਾਉਣ ਲਈ ਭਾਰਤ ਗਿਆ ਕਿ ਕੀ ਹੋ ਰਿਹਾ ਹੈ।

1956 ਵਿੱਚ ਜਦੋਂ ਮੈਂ ਪਹਿਲੀ ਵਾਰ ਗਿਆ ਸੀ, ਤਾਂ ਮੈਂ 50,000 ਲੋਕਾਂ ਨੂੰ ਪ੍ਰਚਾਰ ਕੀਤਾ। ਮੈਂ ਸਾਰੇ ਬਾਜ਼ਾਰਾਂ ਵਿੱਚ ਗਿਆ। ਮੈਂ ਭਿਖਾਰੀ, ਅੰਨ੍ਹੇ ਲੋਕ ਅਤੇ ਉਹ ਲੋਕ ਦੇਖੇ ਜੋ ਤੁਰ ਨਹੀਂ ਸਕਦੇ ਸਨ। ਮੈਂ ਕਦੇ ਵੀ ਇੰਨੇ ਬਿਮਾਰ ਲੋਕ ਨਹੀਂ ਦੇਖੇ। ਭਾਰਤ ਦੁਨੀਆ ਦੇ ਸਭ ਤੋਂ ਗਰੀਬ ਦੇਸ਼ਾਂ ਵਿੱਚੋਂ ਇੱਕ ਹੈ ਜਿੱਥੇ ਬਹੁਤ ਸਾਰੇ ਬੇਘਰ, ਪੈਸੇ ਤੋਂ ਬਿਨਾਂ ਲੋਕ ਹਨ।

ਅਸੀਂ ਹਜ਼ਾਰਾਂ ਡਾਲਰ ਨਿਵੇਸ਼ ਕਰਕੇ ਇੱਕ ਅਜਿਹਾ ਢਾਂਚਾ ਬਣਾਇਆ ਜੋ ਲੋਕਾਂ ਨੂੰ ਤੇਜ਼ ਧੁੱਪ ਤੋਂ ਬਚਾਏ ਤਾਂ ਜੋ ਉਹ ਖੁਸ਼ਖਬਰੀ ਸੁਣ ਸਕਣ। ਉਸ ਉਦਘਾਟਨ ਵਾਲੇ ਦਿਨ, ਮੈਂ ਬਹੁਤ ਖੁਸ਼ ਸੀ। ਮੈਂ ਦੋ ਘੰਟੇ ਪ੍ਰਚਾਰ ਕੀਤਾ, ਅਤੇ ਮੇਰੇ ਦੁਭਾਸ਼ੀਏ ਨੇ ਦੋ ਘੰਟੇ ਅਨੁਵਾਦ ਕੀਤਾ - ਕੁੱਲ ਚਾਰ ਘੰਟੇ। ਉਹ ਚਾਹੁੰਦੇ ਸਨ ਕਿ ਮੈਂ ਅੱਗੇ ਵਧਾਂ। ਜਦੋਂ ਮੈਂ ਵੇਦੀ ਦਾ ਸੱਦਾ ਦਿੱਤਾ, ਤਾਂ ਮੈਂ ਬਹੁਤ ਨਿਰਾਸ਼ ਸੀ। ਮੈਂ 50,000 ਲੋਕਾਂ ਨੂੰ ਪ੍ਰਚਾਰ ਕੀਤਾ ਸੀ, ਅਤੇ ਇੱਕ ਵੀ ਆਤਮਾ ਯਿਸੂ ਨੂੰ ਸਵੀਕਾਰ ਕਰਨ ਲਈ ਨਹੀਂ ਆਈ ਸੀ।

ਮੇਰਾ ਮਨ ਮਿਸ਼ਨਰੀ ਵੱਲ ਵਾਪਸ ਚਲਾ ਗਿਆ ਅਤੇ ਮੈਂ ਕਿਹਾ, "ਓਹ, ਪ੍ਰਭੂ।" ਪਰ ਮੈਂ ਜਾਣਦਾ ਸੀ ਕਿ ਪਰਮੇਸ਼ੁਰ ਨੇ ਸਾਨੂੰ ਸਿਰਫ਼ ਬਚਨ ਦਾ ਪ੍ਰਚਾਰ ਕਰਨ ਤੋਂ ਇਲਾਵਾ ਹੋਰ ਵੀ ਕੁਝ ਕਰਨ ਲਈ ਬੁਲਾਇਆ ਸੀ। ਉਸਨੇ ਸਾਨੂੰ ਇੰਜੀਲ ਦਾ ਪ੍ਰਦਰਸ਼ਨ ਕਰਨ ਲਈ ਬੁਲਾਇਆ ਸੀ।

ਭਾਵੇਂ ਕੋਈ ਵੀ ਮਸੀਹ ਨੂੰ ਸਵੀਕਾਰ ਕਰਨ ਲਈ ਅੱਗੇ ਨਹੀਂ ਆਇਆ, ਅਤੇ ਭੀੜ ਸਪੱਸ਼ਟ ਤੌਰ 'ਤੇ ਅਸ਼ੀਰਵਾਦ ਲਈ ਤਿਆਰ ਸੀ, ਮੈਂ ਕਿਹਾ, "ਮੈਂ ਹੁਣ ਖਤਮ ਨਹੀਂ ਹੋਇਆ। ਪਰਮਾਤਮਾ ਕਹਿੰਦਾ ਹੈ ਕਿ ਚਿੰਨ੍ਹ ਉਸਦੇ ਬਚਨ ਦੀ ਪਾਲਣਾ ਕਰਦੇ ਹਨ।

ਮੈਂ ਉਹ ਕੀਤਾ ਜੋ ਪਰਮਾਤਮਾ ਨੇ ਮੈਨੂੰ ਕਰਨ ਲਈ ਬੁਲਾਇਆ ਸੀ; ਹੁਣ ਮੈਂ ਪਰਮਾਤਮਾ ਨੂੰ ਉਹ ਕਰਨ ਦੇਵਾਂਗਾ ਜੋ ਉਸਨੇ ਕਿਹਾ ਸੀ ਕਿ ਉਹ ਕਰਨ ਜਾ ਰਿਹਾ ਹੈ।" ਮੈਂ ਦਰਸ਼ਕਾਂ ਵਿੱਚੋਂ ਤਿੰਨ ਲੋਕਾਂ ਨੂੰ ਅੱਗੇ ਆਉਣ ਲਈ ਸੱਦਾ ਦਿੱਤਾ - ਉਹ ਭਿਖਾਰੀ ਸਨ। ਮੈਂ ਜਾਣਦਾ ਸੀ ਕਿ ਉਹ ਕੌਣ ਸਨ। ਇੱਕ ਅੰਨ੍ਹਾ ਸੀ, ਇੱਕ ਬੋਲ਼ਾ ਅਤੇ ਗੂੰਗਾ ਸੀ, ਅਤੇ ਦੂਜਾ ਇੱਕ ਅਪਾਹਜ ਔਰਤ ਸੀ ਜੋ ਕਦੇ ਵੀ ਸਿੱਧਾ ਨਹੀਂ ਤੁਰੀ ਸੀ। ਉਹ ਆਪਣੇ ਪੈਰਾਂ ਦੀਆਂ ਅੱਡੀਆਂ ਅਤੇ ਆਪਣੇ ਹੱਥਾਂ ਦੀਆਂ ਅੱਡੀਆਂ 'ਤੇ ਇੱਕ ਖਿਤਿਜੀ ਸਥਿਤੀ ਵਿੱਚ ਤੁਰਦੀ ਸੀ। ਉਸਨੂੰ ਇੱਕ ਬਿਮਾਰੀ ਸੀ ਜੋ ਉਸਨੂੰ ਸਿੱਧੇ ਖੜ੍ਹੇ ਹੋਣ ਤੋਂ ਰੋਕਦੀ ਸੀ।

50,000 ਲੋਕਾਂ ਦੇ ਦੇਖ ਰਹੇ ਹੋਣ ਦੇ ਨਾਲ, ਮੈਂ ਪਹਿਲਾਂ ਅੰਨ੍ਹੀ ਔਰਤ 'ਤੇ ਹੱਥ ਰੱਖਿਆ। ਮੈਂ ਕਿਹਾ, "ਯਿਸੂ ਦੇ ਨਾਮ 'ਤੇ, ਮੈਂ ਇਨ੍ਹਾਂ ਅੰਨ੍ਹੀਆਂ ਅੱਖਾਂ ਨੂੰ ਵੇਖਣ ਦਾ ਹੁਕਮ ਦਿੰਦਾ ਹਾਂ।" ਤੁਰੰਤ, ਪਰਮਾਤਮਾ ਨੇ ਉਸਦੀਆਂ ਅੱਖਾਂ ਖੋਲ੍ਹ ਦਿੱਤੀਆਂ ਅਤੇ ਉਹ ਦਰਸ਼ਕਾਂ ਵਿੱਚੋਂ ਭੱਜੀ, ਆਪਣੀ ਜੀਭ ਵਿੱਚ ਚੀਕਦੀ ਹੋਈ, "ਮੈਂ ਦੇਖ ਸਕਦੀ ਹਾਂ! ਮੈਂ ਦੇਖ ਸਕਦੀ ਹਾਂ!"

ਅੱਗੇ ਮੈਂ ਬੋਲ਼ੇ ਗੂੰਗੇ ਕੋਲ ਗਿਆ ਅਤੇ ਆਪਣੀਆਂ ਉਂਗਲਾਂ ਉਸਦੇ ਕੰਨਾਂ ਵਿੱਚ ਅਤੇ ਆਪਣਾ ਅੰਗੂਠਾ ਉਸਦੀ ਜੀਭ 'ਤੇ ਰੱਖਿਆ। ਮੈਂ ਕਿਹਾ, "ਯਿਸੂ ਦੇ ਨਾਮ 'ਤੇ, ਮੈਂ ਇਸ ਗੂੰਗੇ ਅਤੇ ਬੋਲ਼ੇ ਆਤਮਾ ਨੂੰ ਬਾਹਰ ਆਉਣ ਦਾ ਹੁਕਮ ਦਿੰਦਾ ਹਾਂ!" ਤੁਰੰਤ, ਆਤਮਾ ਨੇ ਜਵਾਬ ਦਿੱਤਾ ਅਤੇ ਉਹ ਆਦਮੀ ਕੁਝ ਮਿੰਟਾਂ ਵਿੱਚ ਅੰਗਰੇਜ਼ੀ ਬੋਲਣ ਲੱਗ ਪਿਆ। ਉਸਨੂੰ ਆਪਣੀ ਭਾਸ਼ਾ ਨਹੀਂ ਆਉਂਦੀ ਸੀ। ਉਹ ਪਹਿਲਾਂ ਇੱਕ ਬੋਲ਼ਾ ਗੂੰਗਾ ਸੀ, ਪਰ ਪਰਮਾਤਮਾ ਨੇ ਉਸਦੇ ਕੰਨ ਖੋਲ੍ਹ ਦਿੱਤੇ ਸਨ ਅਤੇ ਉਸਦੀ ਜੀਭ ਢਿੱਲੀ ਕਰ ਦਿੱਤੀ ਸੀ।

ਜਦੋਂ ਉਸ ਅਪਾਹਜ ਔਰਤ ਲਈ ਪ੍ਰਾਰਥਨਾ ਕਰਨ ਦਾ ਸਮਾਂ ਆਇਆ, ਤਾਂ ਮੈਂ ਕਿਹਾ, "ਹੁਣ ਮੈਂ ਮੁਹੰਮਦ ਦੇ ਨਾਮ 'ਤੇ ਇਸ ਔਰਤ 'ਤੇ ਹੱਥ ਰੱਖਣ ਜਾ ਰਿਹਾ ਹਾਂ। ਮੈਂ ਉਸਨੂੰ ਬਰਾਬਰ ਸਮਾਂ ਦੇਣ ਜਾ ਰਿਹਾ ਹਾਂ।" ਮੇਰਾ ਦੁਭਾਸ਼ੀਆ ਇਸ ਕਥਨ ਦਾ ਅਨੁਵਾਦ ਨਹੀਂ ਕਰਨਾ ਚਾਹੁੰਦਾ ਸੀ। "ਕਿਰਪਾ ਕਰਕੇ ਉਹ ਕਰੋ ਜੋ ਮੈਂ ਤੁਹਾਨੂੰ

ਕਰਨ ਲਈ ਕਹਿੰਦਾ ਹਾਂ ਸਰ - ਇਸ 'ਤੇ ਆਤਮਾ ਦੀ ਅਗਵਾਈ 'ਤੇ ਭਰੋਸਾ ਕਰੋ।" ਜੋ ਕਿ ਬਾਅਦ ਦੇ ਸਾਲਾਂ ਵਿੱਚ ਉਸਦੀ ਕਹਾਣੀ ਸੁਣਾਉਣ ਦੇ ਅਨੁਸਾਰ ਹੈ। ਇਹ ਅਸਲ ਵਿੱਚ ਸੀ "ਉਹ ਕਰੋ ਜੋ ਮੈਂ ਤੁਹਾਨੂੰ ਕਰਨ ਲਈ ਕਹਿੰਦਾ ਹਾਂ। ਤੁਸੀਂ ਮੇਰੇ ਦੁਭਾਸ਼ੀਏ ਹੋ; ਮੈਂ ਰੱਬ ਦਾ ਬੰਦਾ ਹਾਂ।"

ਦਰਸ਼ਕਾਂ ਵਿੱਚੋਂ ਇੱਕ ਵੀ ਵਿਅਕਤੀ ਨੂੰ ਉਸਦੇ ਉੱਠਣ ਦੀ ਉਮੀਦ ਨਹੀਂ ਸੀ, ਕਿਉਂਕਿ ਉਹ ਜਾਣਦੇ ਸਨ ਕਿ ਮੁਹੰਮਦ ਮਰ ਗਿਆ ਹੈ। ਮੈਂ ਕਿਹਾ, "ਹੁਣ, ਇਹੀ ਫ਼ਰਕ ਹੈ ਉਸ ਦੇਵਤੇ ਵਿੱਚ ਜਿਸਦੀ ਤੁਸੀਂ ਸੇਵਾ ਕਰਦੇ ਹੋ ਅਤੇ ਜਿਸਦੀ ਮੈਂ ਸੇਵਾ ਕਰਦਾ ਹਾਂ। ਮੈਂ ਇੱਥੇ ਤੁਹਾਡੇ ਦੇਵਤੇ ਨੂੰ ਨੀਵਾਂ ਦਿਖਾਉਣ ਲਈ ਨਹੀਂ ਆਇਆ; ਮੈਂ ਆਪਣੇ ਦੇਵਤੇ ਨੂੰ ਉੱਚਾ ਚੁੱਕਣ ਲਈ ਆਇਆ ਹਾਂ। ਤੁਸੀਂ ਆਪਣੇ ਧਾਰਮਿਕ ਸਥਾਨ 'ਤੇ ਜਾਂਦੇ ਹੋ। ਮੈਂ ਆਪਣੇ ਦੇਵਤੇ 'ਤੇ ਜਾਂਦਾ ਹਾਂ, ਪਰ ਮੇਰਾ ਖਾਲੀ ਹੈ ਕਿਉਂਕਿ ਉਹ ਹੁਣ ਉੱਥੇ ਨਹੀਂ ਹੈ। ਇਹੀ ਫ਼ਰਕ ਹੈ ਕਬਰਾਂ ਵਿੱਚ। ਮੈਂ ਤੁਹਾਨੂੰ ਇਹ ਦੱਸਣ ਲਈ ਆਇਆ ਹਾਂ ਕਿ ਮੇਰਾ ਯਿਸੂ ਮਰਿਆ ਨਹੀਂ ਹੈ - ਉਹ ਜ਼ਿੰਦਾ ਹੈ, ਅਤੇ ਉਹ ਅੱਜ ਵੀ ਉਹੀ ਹੈ ਜਿਵੇਂ ਉਹ ਕੱਲ੍ਹ ਸੀ।"

ਮੈਂ ਮੁਹੰਮਦ ਦੇ ਨਾਮ ਤੇ ਔਰਤ ਉੱਤੇ ਹੱਥ ਰੱਖਿਆ ਅਤੇ ਕਿਹਾ, "ਮੁਹੰਮਦ ਦੇ ਨਾਮ ਤੇ ਉੱਠ ਅਤੇ ਤੁਰ।" ਕਿਸੇ ਨੇ ਮੈਨੂੰ ਪੁੱਛਿਆ ਕਿ ਜੇ ਉਹ ਉੱਠਦੀ ਤਾਂ ਮੈਂ ਕੀ ਕਰਦਾ। ਮੈਨੂੰ ਲੱਗਦਾ ਹੈ ਕਿ ਮੈਂ ਧਰਮ ਬਦਲ ਲੈਂਦਾ। ਪਰ ਉਹ ਨਹੀਂ ਉੱਠੀ।

ਇਸ ਲਈ ਮੈਂ ਕਿਹਾ, "ਮੈਂ ਉਸ ਨਾਮ ਦੀ ਵਰਤੋਂ ਕਰਨ ਜਾ ਰਿਹਾ ਹਾਂ ਜੋ ਹਰ ਨਾਮ ਤੋਂ ਉੱਪਰ ਹੈ, ਯਿਸੂ ਦਾ ਨਾਮ - ਲੇਲਾ ਜੋ ਦੁਨੀਆਂ ਲਈ ਮਾਰਿਆ ਗਿਆ ਸੀ। ਯਿਸੂ ਭਾਰਤ ਦੇ ਲੋਕਾਂ ਅਤੇ ਸਾਰੀ ਦੁਨੀਆਂ ਲਈ ਮਰਿਆ।" ਔਰਤ ਨੇ ਅਠਵੰਜਾ ਸਾਲਾਂ ਵਿੱਚ ਇੱਕ ਸਿੱਧਾ ਕਦਮ ਨਹੀਂ ਚੁੱਕਿਆ ਸੀ। ਮੈਂ ਨਾਸਰਤ ਦੇ ਯਿਸੂ ਦੇ ਨਾਮ 'ਤੇ ਉਸ 'ਤੇ ਹੱਥ ਰੱਖੇ ਅਤੇ ਕਿਹਾ, "ਯਿਸੂ ਦੇ ਨਾਮ 'ਤੇ, ਉੱਠ ਅਤੇ ਤੁਰ।" ਉਹ ਆਪਣੀ ਜ਼ਿੰਦਗੀ ਵਿੱਚ ਪਹਿਲੀ ਵਾਰ ਸਿੱਧੀ ਖੜ੍ਹੀ ਹੋਈ ਅਤੇ ਤੁਰੀ, ਕਿਉਂਕਿ ਯਿਸੂ ਮਸੀਹ ਪਰਮੇਸ਼ੁਰ ਹੈ!

ਕੀ ਤੁਹਾਨੂੰ ਪਤਾ ਹੈ ਕੀ ਹੋਇਆ? ਉਸ ਭੀੜ ਵਿੱਚ ਲੋਕ ਦਰੱਖਤਾਂ ਤੋਂ ਛਾਲ ਮਾਰਨ ਲੱਗ ਪਏ, ਅਤੇ ਇੱਕ ਭੀੜ ਮੇਰੇ ਵੱਲ ਭੱਜਦੀ ਆਈ। ਮੈਂ ਆਪਣੇ ਦੁਭਾਸ਼ੀਏ ਦੇ ਪਿੱਛੇ ਛਾਲ ਮਾਰ ਦਿੱਤੀ। ਮੈਨੂੰ ਲੱਗਿਆ ਕਿ ਉਹ ਮੈਨੂੰ ਤਾਰ-ਤਾਰ ਅਤੇ ਖੰਭ ਮਾਰ ਕੇ ਆਪਣੇ ਦੇਸ਼ ਤੋਂ ਬਾਹਰ ਕੱਢਣ ਵਾਲੇ ਹਨ। ਮੈਂ ਲੋਕਾਂ ਦਾ ਇੰਨਾ ਹਮਲਾ ਕਦੇ ਨਹੀਂ ਦੇਖਿਆ। ਉਹ ਆਪਣੀ ਉੱਚੀ ਆਵਾਜ਼ ਵਿੱਚ ਕੁਝ ਚੀਕ ਰਹੇ ਸਨ। ਮੈਂ ਆਪਣੇ ਦੁਭਾਸ਼ੀਏ ਨੂੰ ਪੁੱਛਿਆ, "ਉਹ ਕੀ ਕਹਿ ਰਹੇ ਹਨ?"

ਉਸਨੇ ਕਹਿਾ, "ਉਹ ਉੱਚੀ-ਉੱਚੀ ਕਹਾਿ ਰਹੇ ਹਨ, 'ਜਸਿੂ ਜੀਉਂਦਾ ਹੈ! ਜਸਿੂ ਹੀ ਮਸੀਹ ਹੈ! ਜਸਿੂ ਹੀ ਪਰਮੇਸੁ਼ਰ ਹੈ!' ਉਹ ਮੁਕਤੀ ਪਾਉਣ ਲਈ ਆ ਰਹੇ ਹਨ।" ਕਨਿ੍ਹਾ ਰੋਮਾਂਚ! ਜਦੋਂ ਮੈ ਪ੍ਰਚਾਰ ਕੀਤਾ ਤਾਂ ਉਨ੍ਹਾਂ ਵਚਿੋਂ ਕੋਈ ਵੀ ਨਹੀ ਆਇਆ, ਪਰ ਜਦੋਂ ਉਨ੍ਹਾਂ ਨੇ ਖੁਸ਼ਖ਼ਬਰੀ ਦਾ ਪ੍ਰਦਰਸ਼ਨ ਦੇਖਿਆ, ਤਾਂ ਉਹ ਆਏ।

ਪਰਮੇਸੁ਼ਰ ਨੇ ਆਪਣੀ ਸ਼ਕਤੀ ਦਾ ਪ੍ਰਦਰਸ਼ਨ ਕਰਨ ਲਈ ਚਰਚ ਨੂੰ ਬੁਲਾਇਆ ਹੈ। ਕੀ ਤੁਸੀ ਖੁਸ਼ ਨਹੀ ਹੋ ਕਿ ਉਹ ਅੱਜ ਜੀਂਦਾ ਹੈ?

ਤਦ ਫਲਿਪਿੁਸ ਸਾਮਰਜਿਾ ਦੇ ਸ਼ਹਰਿ ਵਚਿ ਗਆਿ ਅਤੇ ਉਨ੍ਹਾਂ ਨੂੰ ਮਸੀਹ ਦਾ ਪ੍ਰਚਾਰ ਕੀਤਾ ਅਤੇ ਭੀੜ ਇੱਕ ਮਨ ਹੋ ਕੇ ਫਲਿਪਿੁਸ ਦੀਆਂ ਗੱਲਾਂ ਸੁਣਦੀ ਅਤੇ ਉਨ੍ਹਾਂ ਚਮਤਕਾਰਾਂ ਨੂੰ ਵੇਖਦੀ ਜੋ ਉਹ ਕਰਦਾ ਸੀ

(ਰਸੂਲਾਂ ਦੇ ਕਰਤੱਬ 8:5-6)।

ਤੁਹਾਡੀ ਆਤਮਾ ਲਈ ਮੁਕਤੀ:

ਮੁਕਤੀ ਦੀ ਪ੍ਰਾਰਥਨਾ - ਹੁਣੇ ਕਹੋ ਅਤੇ ਇਸਦਾ ਮਤਲਬ ਸਮਝੋ!

ਕੀ ਤੁਸੀਂ ਹੁਣ ਤੱਕ ਜੋ ਵੀ ਪੜ੍ਹਿਆ ਹੈ ਉਸ ਨਾਲ ਸਹਿਮਤ ਹੋ? ਜੇ ਤੁਸੀਂ ਸਹਿਮਤ ਹੋ, ਤਾਂ ਯਿਸੂ ਮਸੀਹ ਵਿੱਚ ਆਪਣੀ ਨਵੀਂ ਜ਼ਿੰਦਗੀ ਸ਼ੁਰੂ ਕਰਨ ਲਈ ਇੱਕ ਪਲ

ਵੀ ਹੋਰ ਇੰਤਜ਼ਾਰ ਨਾ ਕਰੋ। ਯਾਦ ਰੱਖੋ, ਇਹ ਪ੍ਰਾਰਥਨਾ ਕੋਈ ਜਾਦੂਈ ਫਾਰਮੂਲਾ ਨਹੀਂ ਹੈ। ਤੁਸੀਂ ਸਿਰਫ਼ ਆਪਣੇ ਦਿਲ ਨੂੰ ਪਰਮਾਤਮਾ ਅੱਗੇ ਪ੍ਰਗਟ ਕਰ ਰਹੇ ਹੋ। ਸਾਡੇ ਨਾਲ ਇਹ ਪ੍ਰਾਰਥਨਾ ਕਰੋ:

"ਪਿਤਾ ਜੀ, ਮੈਂ ਜਾਣਦਾ ਹਾਂ ਕਿ ਮੈਂ ਤੁਹਾਡੇ ਕਾਨੂੰਨ ਤੋੜੇ ਹਨ ਅਤੇ ਮੇਰੇ ਪਾਪਾਂ ਨੇ ਮੈਨੂੰ ਤੁਹਾਡੇ ਤੋਂ ਵੱਖ ਕਰ ਦਿੱਤਾ ਹੈ। ਮੈਨੂੰ ਸੱਚਮੁੱਚ ਅਫ਼ਸੋਸ ਹੈ, ਅਤੇ ਹੁਣ ਮੈਂ ਆਪਣੇ ਪਿਛਲੇ ਪਾਪੀ ਜੀਵਨ ਤੋਂ ਤੁਹਾਡੇ ਵੱਲ ਮੁੜਨਾ ਚਾਹੁੰਦਾ ਹਾਂ। ਕਿਰਪਾ ਕਰਕੇ ਮੈਨੂੰ ਮਾਫ਼ ਕਰੋ, ਅਤੇ ਮੈਨੂੰ ਦੁਬਾਰਾ ਪਾਪ ਕਰਨ ਤੋਂ ਬਚਣ ਵਿੱਚ ਮਦਦ ਕਰੋ। ਮੈਂ ਵਿਸ਼ਵਾਸ ਕਰਦਾ ਹਾਂ ਕਿ ਤੁਹਾਡਾ ਪੁੱਤਰ, ਯਿਸੂ ਮਸੀਹ ਮੇਰੇ ਪਾਪਾਂ ਲਈ ਮਰਿਆ, ਮੁਰਦਿਆਂ ਵਿੱਚੋਂ ਜੀ ਉੱਠਿਆ, ਜ਼ਿੰਦਾ ਹੈ, ਅਤੇ ਮੇਰੀ ਪ੍ਰਾਰਥਨਾ ਸੁਣਦਾ ਹੈ। ਮੈਂ ਯਿਸੂ ਨੂੰ ਸੱਦਾ ਦਿੰਦਾ ਹਾਂ ਕਿ ਉਹ ਮੇਰੇ ਜੀਵਨ ਦਾ ਪ੍ਰਭੂ ਬਣੇ, ਅੱਜ ਤੋਂ ਅੱਗੇ ਮੇਰੇ ਦਿਲ ਵਿੱਚ ਰਾਜ ਕਰੇ ਅਤੇ ਰਾਜ ਕਰੇ। ਕਿਰਪਾ ਕਰਕੇ ਆਪਣੀ ਪਵਿੱਤਰ ਆਤਮਾ ਭੇਜੋ ਤਾਂ ਜੋ ਮੈਂ ਤੁਹਾਡੀ ਆਗਿਆ ਮੰਨ ਸਕਾਂ, ਅਤੇ ਆਪਣੀ ਬਾਕੀ ਦੀ ਜ਼ਿੰਦਗੀ ਲਈ ਤੁਹਾਡੀ ਇੱਛਾ ਪੂਰੀ ਕਰ ਸਕਾਂ। ਯਿਸੂ ਦੇ ਨਾਮ ਵਿੱਚ ਮੈਂ ਪ੍ਰਾਰਥਨਾ ਕਰਦਾ ਹਾਂ, ਆਮੀਨ।"

https://www.otakada.org/get-free-40-days-online-discipleship-course-in-a-journey-with-jesus/ ਰਾਹੀਂ ਆਪਣੀ ਰਫ਼ਤਾਰ ਨਾਲ 40 ਦਿਨਾਂ ਦੀ ਯਾਤਰਾ ਔਨਲਾਈਨ ਸ਼ੁਰੂ ਕਰ ਸਕਦੇ ਹੋ।

ਕੀ ਤੁਸੀ ਬਿਮਾਰ ਹੋ ਜਾਂ ਤੁਹਾਨੂੰ ਛੁਟਕਾਰੇ ਜਾਂ ਬਹਾਲੀ ਦੀ ਲੋੜ ਹੈ?

ਉਨ੍ਹਾਂ ਲਈ ਜੋ ਕਿਸੇ ਵੀ ਰੂਪ ਜਾਂ ਰੂਪ ਵਿੱਚ ਬਿਮਾਰ ਜਾਂ ਬਿਮਾਰ ਹਨ, ਜਾਂ ਛੁਟਕਾਰਾ ਦੀ ਲੋੜ ਹੈ? ਜਾਂ ਬਹਾਲੀ, ਕਿਰਪਾ ਕਰਕੇ ਵਿਸ਼ਵਾਸ ਵਿੱਚ ਹੇਠਾਂ ਦਿੱਤੇ ਬਿੰਦੂ ਨੂੰ ਛੂਹੋ ***(ਵਸਿ਼ਵਾਸ ਤੁਹਾਡੀ ਮੌਜੂਦਾ ਸਥਤਿੀ ਦੇ ਸਹੀ ਸਕਾਰਾਤਮਕ ਨਤੀਜੇ ਨੂੰ ਵੇਖਣਾ ਹੈ, ਇਹ ਜਾਣਦੇ ਹੋਏ ਕ ਿਯਸਿੂ ਨੇ 2000 ਸਾਲ ਤੋਂ ਵੱਧ ਸਮਾਂ ਪਹਲਿਾਂ ਤੁਹਾਡੀ ਤੰਦਰੁਸਤੀ ਅਤੇ ਛੁਟਕਾਰਾ ਨੂੰ ਸੁਰੱਖਿਅਤ ਕਰਨ ਲਈ ਆਪਣਾ ਹਸਿਾ ਨਭਿਾਇਆ ਹੈ, ਇੱਕ ਡਾਊਨ ਪੇਮੈਂਟ ਦੇ ਰੂਪ ਵਿੱਚ ਬਹਾਲੀ, ਇਹ ਵਸਿ਼ਵਾਸ***

ਕਰਦੇ ਹੋਏ ਕਿ ਉਹ ਡਾਊਨ ਪੇਮੈਂਟ ਤੁਹਾਡੇ ਲਈ ਕਢਵਾਉਣ ਲਈ ਉਪਲਬਧ ਹੈ, ਜਿਵੇਂ ਕਿ ਬੈਂਕ ਵਿੱਚ ਤੁਹਾਡੇ ਚੈੱਕਿੰਗ ਖਾਤੇ ਵਿੱਚ ਇੱਕ ਸਕਾਰਾਤਮਕ ਬਕਾਇਆ, ਕੋਈ ਸਵਾਲ ਨਹੀ ਪੁੱਛਿਆ ਗਿਆ ਕਿਉਂਕਿ ਅਸੀ ਤੁਹਾਡੇ ਨਾਲ ਸਹਿਮਤ ਹਾਂ ਅਤੇ ਯਿਸੂ ਮਸੀਹ ਦੇ ਨਾਮ ਵਿੱਚ ਤੰਦਰੁਸਤ ਹੋਵੋ, ਆਮੀਨ)

ਤੁਹਾਡੇ ਦੁਆਰਾ ਮੈਨੂੰ ਅਤੇ ਉਨ੍ਹਾਂ ਨੂੰ ਦਿੱਤੇ ਗਏ ਅਧਿਕਾਰ ਦੁਆਰਾ, ਮੈ ਹੁਣ ਉਸ ਅਧਿਕਾਰ ਦੀ ਵਰਤੋਂ ਵਿਸ਼ਵਾਸ ਨਾਲ ਦੁਸ਼ਮਣ ਦੇ ਵਿਰੁੱਧ ਉਨ੍ਹਾਂ ਦੇ ਗੁੱਸੇ ਅਤੇ ਭੁੱਖ ਨਾਲ ਕਰਦਾ ਹਾਂ ਜੋ ਤੁਸੀ ਸਾਨੂੰ ਸਾਰਿਆਂ ਨੂੰ ਮੁਫਤ ਵਿੱਚ ਦਿੱਤਾ ਹੈ, ਮੈ ਹਰ ਬਿਮਾਰੀ, ਹਰ ਬਿਮਾਰੀ ਨੂੰ ਸਰਾਪ ਦੇਂਦਾ ਹਾਂ, ਭਾਵੇਂ ਉਹ ਕੈਂਸਰ ਹੋਵੇ, ਕੋਵਿਡ 19 ਹੋਵੇ, ਭਾਵੇਂ ਉਹ ਕਮਜੋਰੀਆਂ ਦੀ ਭਾਵਨਾ ਹੋਵੇ, ਭਾਵੇਂ ਉਹ ਸ਼ੈਤਾਨੀ ਕਬਜ਼ਾ ਹੋਵੇ ਜਾਂ ਜ਼ੁਲਮ ਹੋਵੇ, ਭਾਵੇਂ ਉਹ ਗਰੀਬੀ, ਰੁਕਾਵਟਾਂ, ਦੇਰੀ ਨਾਲ ਪੂਰਤੀ ਦੀ ਭਾਵਨਾ ਹੋਵੇ ਜੋ ਪਰਮੇਸ਼ੁਰ ਨੇ ਪਹਿਲਾਂ ਹੀ ਨਿਰਧਾਰਤ ਕੀਤਾ ਹੈ ਅਤੇ ਜਾਰੀ ਕੀਤਾ ਹੈ।

ਅਸੀ ਇਸ ਵਿਸੰਗਤੀ ਦੇ ਵਿਰੁੱਧ ਆਉਂਦੇ ਹਾਂ, ਮੈ ਉਨ੍ਹਾਂ ਨੂੰ ਬੰਨ੍ਹਦਾ ਹਾਂ, ਅਸੀ ਉਨ੍ਹਾਂ ਨੂੰ ਉਨ੍ਹਾਂ ਦੀ ਜੜ੍ਹ ਤੱਕ ਸਰਾਪ ਦੇਂਦੇ ਹਾਂ ਅਤੇ ਅਸੀ ਉਨ੍ਹਾਂ ਨੂੰ ਯਿਸੂ ਮਸੀਹ ਦੇ ਨਾਮ ਤੇ ਅਧਿਕਾਰ ਨਾਲ ਬਾਹਰ ਕੱਢ ਦੇਂਦੇ ਹਾਂ। ਆਮੀਨ। ਅਸੀ ਯਿਸੂ ਮਸੀਹ ਦੇ ਸ਼ਕਤੀਸ਼ਾਲੀ ਨਾਮ ਤੇ ਉਨ੍ਹਾਂ ਦੇ ਜੀਵਨ ਵਿੱਚ ਇਲਾਜ, ਮੁਕਤੀ ਅਤੇ ਬਹਾਲੀ ਦੀ ਰਿਹਾਈ ਦਾ ਸੱਦਾ ਦੇਂਦੇ ਹਾਂ। ਪ੍ਰਭੂ ਤੁਹਾਡਾ ਧੰਨਵਾਦ ਉਨ੍ਹਾਂ ਗਵਾਹੀਆਂ ਲਈ ਜੋ ਤੁਹਾਡੀ ਮਹਿਮਾ, ਸਨਮਾਨ ਅਤੇ ਪੂਜਾ ਲਈ ਕਾਇਮ ਹਨ। ਉਨ੍ਹਾਂ ਰੂਹਾਂ ਲਈ ਧੰਨਵਾਦ ਜੋ ਇਸ ਸੰਦੇਸ਼ ਦੇ ਨਤੀਜੇ ਵਜੋਂ ਤੁਹਾਡੇ ਰਾਜ ਵਿੱਚ ਸ਼ਾਮਲ ਕੀਤੀਆਂ ਜਾ ਰਹੀਆਂ ਹਨ, ਉਹ ਚਮਤਕਾਰ ਜੋ ਅਸੀ ਪਹਿਲਾਂ ਹੀ ਦੇਖ ਰਹੇ ਹਾਂ ਅਤੇ ਯਿਸੂ ਦੇ ਨਾਮ ਤੇ ਤੁਹਾਡੀ ਮਹਿਮਾ ਲਈ ਪ੍ਰਗਟ ਹੋ ਰਹੇ ਹਾਂ, ਆਮੀਨ। ਇਹ ਹੋ ਗਿਆ ਹੈ! ਖੁਸ਼ ਹੋਵੋ!

ਸੰਪਰਕ ਦੇ ਬਿੰਦੂ ਵਜੋਂ ਉਜਾਗਰ ਕੀਤੇ ਇਸ ਸਥਾਨ ਨੂੰ ਛੂਹੋ ਅਤੇ ਆਪਣੇ ਮੂੰਹ ਨਾਲ ਇਕਰਾਰ ਕਰੋ - ਮੈ ਠੀਕ ਹੋ ਗਿਆ ਹਾਂ, ਮੈਨੂੰ ਛੁਟਕਾਰਾ ਮਿਲ ਗਿਆ ਹੈ

ਅਤੇ ਮੈਂ ਆਪਣੀ ਆਤਮਾ, ਆਤਮਾ, ਸਰੀਰ ਅਤੇ ਆਪਣੇ ਆਲੇ ਦੁਆਲੇ ਯਿਸੂ ਮਸੀਹ ਦੇ ਨਾਮ 'ਤੇ ਬਹਾਲ ਹੋ ਗਿਆ ਹਾਂ, ਆਮੀਨ!!!

ਉਹ ਕਰਨਾ ਸ਼ੁਰੂ ਕਰੋ ਜੋ ਤੁਸੀਂ ਪਹਿਲਾਂ ਨਹੀਂ ਕਰ ਸਕਦੇ ਸੀ ਅਤੇ ਪੂਰੀ ਤਰ੍ਹਾਂ ਠੀਕ ਹੋਣ ਤੱਕ ਇਕਬਾਲ ਕਰਨਾ ਸ਼ੁਰੂ ਕਰੋ, ਯਿਸੂ ਦੇ ਨਾਮ ਵਿੱਚ ਛੁਟਕਾਰਾ ਬਹਾਲੀ ਤੁਹਾਡੇ ਜੀਵਨ ਵਿੱਚ ਇੱਕ ਫਲ ਨਹੀਂ ਬਣ ਜਾਂਦੀ, ਆਮੀਨ। ਪਰਮਾਤਮਾ ਲਈ ਭੁੱਖੇ ਰਹੋ, ਗੁੱਸੇ ਵਿੱਚ ਰਹੋ ਅਤੇ ਯਿਸੂ ਦੇ ਨਾਮ ਵਿੱਚ ਦੁਸ਼ਮਣ ਨੇ ਜੋ ਕੁਝ ਰੋਕਿਆ ਹੈ ਉਹ ਵਾਪਸ ਲੈ ਲਓ, ਆਮੀਨ।

ਨੋਟ:

ਪਰਮਾਤਮਾ ਦੀ ਮਹਿਮਾ ਲਈ ਇਲਾਜ ਅਤੇ ਦੁਸ਼ਮਣ ਦੀ ਸ਼ਰਮ ਲਈ ਗਵਾਹੀ ਦਿਓ! ਜੇਕਰ ਤੁਹਾਨੂੰ ਅਜੇ ਵੀ ਇਸ ਮੁੱਦੇ 'ਤੇ ਤੁਹਾਡੇ ਨਾਲ ਸਹਿਮਤ ਹੋਣ ਦੀ ਲੋੜ ਹੈ ਤਾਂ ਸਾਨੂੰ ਈਮੇਲ ਭੇਜੋ ਜਾਂ ਸਾਨੂੰ ਵਟਸਐਪ ਕਰੋ। ਅਤੇ ਅਗਲੇ ਹਫ਼ਤੇ ਵੀਰਵਾਰ ਤੋਂ ਸ਼ੁਰੂ ਹੋਣ ਵਾਲੀ ਉਪਕਰਣ ਲੜੀ ਵਿੱਚ ਜੁੜੋ। ਸਾਡੀ ਵੈੱਬਸਾਈਟ 'ਤੇ ਜਲਦੀ ਹੀ ਵੇਰਵੇ ਲੱਭੋ!

ਵੱਡੇ ਕਾਰਨਾਮੇ - 1 - ਅਧਿਆਇ 3 - ਭਾਗ 2 ਵਿੱਚ ਮਹਾਨ ਲੋਕਾਂ ਤੋਂ ਕਵਿੇਂ ਪਤਾ ਲਗਾਓ

ਕੈਦ ਲਈ ਬਹੁਤ ਹੋ ਗਿਆ ਅਤੇ ਆਜ਼ਾਦੀ ਵਿੱਚ ਤੁਹਾਡਾ ਸਵਾਗਤ ਹੈ - ਕੋਵਿਡ -19, ਕੈਂਸਰ ਅਤੇ ਹੋਰ ਚੀਜ਼ਾਂ ਤੋਂ ਕਵਿੇਂ ਠੀਕ ਹੋਣਾ ਹੈ ਜਾਂ ਠੀਕ ਕਵਿੇਂ ਹੋਣਾ ਹੈ - ਭਾਗ 2

ਇਹ ਆਪਣੇ ਆਪ ਅਤੇ ਦੂਜਿਆਂ ਲਈ ਇਲਾਜ, ਛੁਟਕਾਰਾ, ਅਤੇ ਬਹਾਲੀ ਲਈ ਇੱਕ ਲੈਸ ਕਰਨ ਵਾਲੀ ਲੜੀ ਹੈ!

ਇਲਾਜ ਮੁਕਤੀ ਅਤੇ ਬਹਾਲੀ ਲਈ ਇੱਕ ਵਿਹਾਰਕ ਵਿਹਾਰਕ ਸਿਖਲਾਈ

ਇਲਾਜ ਅਤੇ ਛੁਟਕਾਰਾ ਸੈਸ਼ਨਾਂ ਦਾ ਵੇਰਵਾ ਦੇਣ ਵਾਲਾ ਪੋਡਕਾਸਟ ਲਿੰਕ ਲੱਭੋ

ਇੱਥੇ https://anchor.fm/otakada.org/episodes/Enough-is-Enough-to-Captivity-and-welcome-to-Freedom—How-to-heal-or-be-cured-of-COVID–19–part-2-er35cm
ਯੂਟਿਊਬ ਲਿੰਕ ਵੇਖੋ : https://youtu.be/ydFE_lD8SqU ਤੁਸੀਂ ਇਸ ਵੀਡੀਓ ਵਿੱਚ ਦੇਖੋਗੇ ਕਿ COVID-19 ਤੋਂ ਕਿਵੇਂ ਠੀਕ ਹੋਣਾ ਹੈ ਜਾਂ ਠੀਕ ਹੋਣਾ ਹੈ, ਕੈਂਸਰ ਤੋਂ ਕਿਵੇਂ ਠੀਕ ਹੋਣਾ ਹੈ ਜਾਂ ਠੀਕ ਹੋਣਾ ਹੈ; ਹਾਈ ਬਲੱਡ ਪ੍ਰੈਸ਼ਰ ਤੋਂ ਕਿਵੇਂ ਠੀਕ ਹੋਣਾ ਹੈ ਜਾਂ ਠੀਕ ਹੋਣਾ ਹੈ, ਅਤੇ ਹੋਰ। ਤੁਹਾਡੀ ਆਤਮਾ, ਆਤਮਾ, ਸਰੀਰ ਅਤੇ ਤੁਹਾਡੇ ਆਲੇ ਦੁਆਲੇ ਦੇ ਸਾਰੇ ਲੋਕਾਂ ਵਿੱਚ ਇਲਾਜ, ਮੁਕਤੀ ਅਤੇ ਬਹਾਲੀ ਵਿੱਚ ਸੇਵਾ ਦੁਆਰਾ ਇੱਕ ਸਧਾਰਨ ਪ੍ਰਕਿਰਿਆ ਦਾ ਆਨੰਦ ਮਾਣੋ!

ਵੱਡੇ ਕਾਰਨਾਮੇ - 1 - ਅਧਿਆਇ 4 - ਮਹਾਨ ਲੋਕਾਂ ਤੋ ਕਵਿੰ ਪਤਾ ਲਗਾਓ - ਭਾਗ 3

ਸੈਤਾਨ ਦੀ ਕੈਦ ਲਈ ਕਾਫੀ ਹੈ ਅਤੇ ਮਸੀਹ ਯਸ਼ੂ ਵਿੱਚ ਆਜ਼ਾਦੀ ਵਿੱਚ ਤੁਹਾਡਾ ਸਵਾਗਤ ਹੈ - ਰੋਜ਼ਾਨਾ ਯੁੱਧ ਵਿੱਚ ਸਰਗਰਮੀ - ਪ੍ਰਾਰਥਨਾ ਦੇ ਸਥਾਨ 'ਤੇ ਹੱਥੀ ਲੈਸ ਕਰਨ ਲਈ ਰੋਜ਼ਾਨਾ ਘੋਸਣਾ ਪ੍ਰਾਰਥਨਾਵਾਂ - ਭਾਗ 3 - ਸੰਡੀ ਟ੍ਰਮਿ ਦੁਆਰਾ ਸਕ੍ਰਪਿਟ

ਪਿਆਰੇ ਦੋਸਤੋ, ਆਪਣੇ ਆਪ ਨੂੰ ਜਾਂ ਲੋਕਾਂ ਨੂੰ ਸ਼ੈਤਾਨ ਦੀ ਕੈਦ ਦੇ ਖੇਤਰ ਤੋਂ ਆਜ਼ਾਦੀ ਦੇ ਖੇਤਰ ਵਿੱਚ ਲਿਜਾਣਾ ਇੱਕ ਯੁੱਧ ਦਾ ਕੰਮ ਹੈ। ਯੁੱਧ ਦਾ ਐਲਾਨ। ਮਨੁੱਖਾਂ ਦੇ ਵਿਰੁੱਧ ਨਹੀਂ ਸਗੋਂ ਸਾਡੀ ਆਤਮਾ ਦੇ ਦੁਸ਼ਮਣਾਂ ਦੇ ਵਿਰੁੱਧ। ਪੌਲੁਸ **2 ਕੁਰਿੰਥੀਆਂ 10:2-6** ਵਿੱਚ ਕੁਰਿੰਥੀਆਂ ਨੂੰ ਨਸੀਹਤ ਦਿੰਦੇ ਹੋਏ

ਐਮਪਲੀਫਾਈਡ ਬਾਈਬਲ

[2] ਮੈ ਬੇਨਤੀ ਕਰਦਾ ਹਾਂ ਕਿ ਜਦੋਂ ਮੈ ਆਵਾਂਗਾ ਤਾਂ ਮੈ ਉਸ ਦਲੇਰੀ ਵੱਲ ਨਾ ਖਿੱਚਿਆ ਜਾਵਾਂ ਜੋ ਮੈ ਉਨ੍ਹਾਂ ਥੋੜ੍ਹੇ ਲੋਕਾਂ ਪ੍ਰਤੀ ਦਿਖਾਉਣਾ ਚਾਹੁੰਦਾ ਹਾਂ ਜੋ ਸਾਨੂੰ ਸਰੀਰ ਦੇ ਅਨੁਸਾਰ ਚੱਲਣ ਵਾਲੇ ਸਮਝਦੇ ਹਨ। [3] ਕਉਂਿਕ ਿਭਾਵੇਂ ਅਸੀ ਸਰੀਰ ਵਿੱਚ ਚੱਲਦੇ ਹਾਂ [ਮਨੁੱਖਾਂ ਵਾਂਗ], ਅਸੀ ਸਰੀਰ ਦੇ ਅਨੁਸਾਰ ਆਪਣੀ [ਆਤਮਕ] ਲੜਾਈ ਨਹੀ ਲੜ ਰਹੇ ਹਾਂ ਅਤੇ ਮਨੁੱਖਾਂ ਦੇ ਹਥਿਆਰਾਂ ਦੀ ਵਰਤੋਂ ਨਹੀ ਕਰ ਰਹੇ ਹਾਂ। [4] ਸਾਡੇ ਯੁੱਧ ਦੇ ਹਥਿਆਰ ਸਰੀਰਕ [ਮਾਸ ਅਤੇ ਲਹੂ ਦੇ ਹਥਿਆਰ] ਨਹੀ ਹਨ। ਸਾਡੇ ਹਥਿਆਰ ਕਿਲ੍ਹਿਆਂ ਨੂੰ ਤਬਾਹ ਕਰਨ ਲਈ ਬ੍ਰਹਮ ਤੌਰ 'ਤੇ ਸ਼ਕਤੀਸ਼ਾਲੀ ਹਨ। [5] ਅਸੀ ਗੁੰਝਲਦਾਰ ਦਲੀਲਾਂ ਅਤੇ ਹਰ

ਉੱਚੀ ਅਤੇ ਹੰਕਾਰੀ ਚੀਜ਼ ਨੂੰ ਤਬਾਹ ਕਰ ਰਹੇ ਹਾਂ ਜੋ ਪਰਮੇਸ਼ੁਰ ਦੇ [ਸੱਚੇ] ਗਿਆਨ ਦੇ ਵਿਰੁੱਧ ਖੜ੍ਹੀ ਹੁੰਦੀ ਹੈ, ਅਤੇ ਅਸੀ ਹਰ ਸੋਚ ਅਤੇ ਉਦੇਸ਼ ਨੂੰ ਮਸੀਹ ਦੀ ਆਗਿਆਕਾਰੀ ਲਈ ਬੰਧਕ ਬਣਾ ਰਹੇ ਹਾਂ, [6] ਜਦੋਂ ਤੁਹਾਡੀ ਆਪਣੀ ਆਗਿਆਕਾਰੀ [ਇੱਕ ਚਰਚ ਵਜੋਂ] ਪੂਰੀ ਹੋ ਜਾਂਦੀ ਹੈ, ਤਾਂ ਅਣਆਗਿਆਕਾਰੀ ਦੇ ਹਰ ਕੰਮ ਨੂੰ ਸਜ਼ਾ ਦੇਣ ਲਈ ਤਿਆਰ ਹਾਂ।

ਯਿਸੂ ਨੇ ਕਿਹਾ ਸੀ ਕਿ ਮੈਂ ਆਪਣਾ ਚਰਚ ਬਣਾਵਾਂਗਾ ਅਤੇ ਨਰਕ ਦਾ ਦਰਵਾਜ਼ਾ ਇਸ ਉੱਤੇ ਜਿੱਤ ਪ੍ਰਾਪਤ ਨਹੀਂ ਕਰੇਗਾ। ਉਸਨੇ ਆਤਮਾ ਦੇ ਤੋਹਫ਼ੇ ਵਿੱਚ ਕੁੰਜੀ ਦਿੱਤੀ ਹੈ ਜਿਵੇਂ ਕਿ ਪੌਲੁਸ ਨੇ 1 ਕੁਰਿੰਥੀਆਂ 12 ਵਿੱਚ ਕੁਰਿੰਥੀਆਂ ਨੂੰ ਨਸੀਹਤ ਦਿੱਤੀ ਸੀ। ਇਹ ਤੋਹਫ਼ੇ ਸਾਰੇ ਯੁੱਧ ਲਈ ਹਨ। ਜਦੋਂ ਅਸੀਂ ਤੋਹਫ਼ੇ ਦੀ ਵਰਤੋਂ ਨਹੀਂ ਕਰਦੇ, ਤਾਂ ਅਸੀਂ ਈਸਾਈ ਹੋਣ ਦੇ ਨਾਤੇ ਜਾਨੀ ਨੁਕਸਾਨ ਝੱਲਦੇ ਹਾਂ।

ਜਿਵੇਂ ਕਿ ਅਸੀਂ ਇਸ ਸਾਲ ਦੁਸ਼ਮਣ ਨਾਲ ਯੁੱਧ ਵਿੱਚ ਸ਼ਾਮਲ ਹੋ ਰਹੇ ਹਾਂ, ਬੰਦੀ ਲਈ ਕਾਫ਼ੀ ਹੋਣ ਦਾ ਐਲਾਨ ਕਰਨਾ, ਸਾਨੂੰ ਆਤਮਾ ਦੇ ਤੋਹਫ਼ੇ ਨੂੰ ਪੂਰੀ ਤਰ੍ਹਾਂ ਬੋਟਲ ਕਰਨ ਲਈ ਤਿਆਰ ਰਹਿਣਾ ਚਾਹੀਦਾ ਹੈ! ਇਹ ਸ਼ਸਤਰ ਅਧਿਆਤਮਿਕ ਸ਼ਸਤਰ ਹਨ ਅਤੇ ਅਧਿਆਤਮਿਕ ਸਾਧਨਾਂ ਦੁਆਰਾ ਲਾਗੂ ਕੀਤੇ ਜਾ ਸਕਦੇ ਹਨ। ਅਸੀਂ ਦੁਸ਼ਮਣ ਨਾਲ ਦਿਮਾਗੀ ਗਿਆਨ ਜਾਂ ਤਰਕ, ਦਲੀਲ ਜਾਂ ਗੱਲਬਾਤ ਜਾਂ ਕੋਮਲਤਾ ਨਾਲ ਨਹੀਂ ਲੜ ਸਕਦੇ। ਅਸੀਂ ਮਾਸ ਵਾਲੇ, ਧਰਤੀ ਨਾਲ ਜੁੜੇ ਹਥਿਆਰਾਂ ਦੀ ਵਰਤੋਂ ਕਰਕੇ ਪੂਰੇ ਸ਼ਸਤਰ ਨੂੰ ਲਾਗੂ ਜਾਂ ਪਹਿਨ ਨਹੀਂ ਸਕਦੇ। ਅਫ਼ਸੀਆਂ 6:11-18 ਨੂੰ 1 ਕੁਰਿੰਥੀਆਂ 12 ਵਿੱਚ 9 (ਨੌਂ) ਅਧਿਆਤਮਿਕ ਤੋਹਫ਼ਿਆਂ ਦੀ ਵਰਤੋਂ ਕਰਕੇ ਲਾਗੂ ਕੀਤਾ ਜਾ ਸਕਦਾ ਹੈ। ਇਸ ਲਈ ਅਸੀਂ ਇਸ ਬਾਰੇ ਅਣਜਾਣ ਨਹੀਂ ਹੋ ਸਕਦੇ। ਜੇਕਰ ਅਸੀਂ ਹਾਂ, ਤਾਂ ਧਰਤੀ 'ਤੇ ਕੋਈ ਰਸਤਾ ਨਹੀਂ ਹੈ ਜੇਕਰ ਅਸੀਂ ਆਪਣੇ ਆਪ ਨੂੰ ਜਾਂ ਲੋਕਾਂ ਨੂੰ ਲਾਗੂ ਕਰਨ ਵਾਲੇ ਕੋਣ ਰਾਹੀਂ ਬਾਹਰ ਕੱਢਣ ਦੇ ਯੋਗ ਹੋਵਾਂਗੇ ਜਿੱਥੇ ਅਸੀਂ ਧਰਤੀ 'ਤੇ ਇੱਥੇ ਭੌਤਿਕ ਨਤੀਜੇ ਦੇਖ ਸਕਦੇ ਹਾਂ।

ਸ਼ੈਤਾਨ ਤੋਂ ਕੈਦ ਕਰਨ ਅਤੇ ਮਸੀਹ ਵਿੱਚ ਆਜ਼ਾਦੀ ਵਿੱਚ ਸਵਾਗਤ ਕਰਨ ਲਈ ਕਾਫੀ ਦਾ ਇੰਜਣ ਕਾਫੀ ਹੈ

ਮੈਂ ਇਸ ਪੋਡਕਾਸਟ ਅਤੇ ਯੂਟਿਊਬ ਵੀਡੀਓ ਵਿੱਚ 50 ਮਿੰਟਾਂ ਦੀ 100 ਰੋਜ਼ਾਨਾ ਘੋਸ਼ਣਾ ਪ੍ਰਾਰਥਨਾਵਾਂ ਸ਼ਾਮਲ ਕੀਤੀਆਂ ਹਨ ਜੋ ਤੁਹਾਨੂੰ ਹਮਲਾਵਰ ਹੋ ਕੇ ਵਿਸ਼ਵਾਸ ਦੀ ਚੰਗੀ ਲੜਾਈ ਲੜਨ ਵਿੱਚ ਮਦਦ ਕਰਨਗੀਆਂ ਕਿਉਂਕਿ ਇਸੇ ਕਾਰਨ ਮਸੀਹ ਦੁਸ਼ਟ ਦੇ ਕੰਮ ਨੂੰ ਨਸ਼ਟ ਕਰਨ ਲਈ ਆਇਆ ਸੀ (1 ਯੂਹੰਨਾ 3:8)। ਇਹ ਅਸਲ ਵਿੱਚ ਸਾਡੀ ਸੇਵਕਾਈ ਹੈ। ਯੁੱਧ ਕਰਨਾ ਅਤੇ ਲੋਕਾਂ ਨੂੰ ਪਰਮੇਸ਼ੁਰ ਦੇ ਰਾਜ ਵਿੱਚ ਪਹੁੰਚਾਉਣਾ। ਇਹ ਰੋਜ਼ਾਨਾ ਇੰਜਣ ਹੈ ਜੋ ਜੇਕਰ ਗੰਭੀਰਤਾ ਨਾਲ ਕੀਤਾ ਜਾਵੇ, ਤਾਂ ਹਰ ਸਮੇਂ ਜਿੱਤ ਨੂੰ ਯਕੀਨੀ ਬਣਾਏਗਾ। ਬਿਨਾਂ ਰੁਕੇ ਪ੍ਰਾਰਥਨਾ ਕਰਨਾ ਧਰਤੀ ਦੇ ਖੇਤਰ ਵਿੱਚ ਪਰਮੇਸ਼ੁਰ ਦੇ ਰਾਜ ਲਈ ਸਫਲ ਉੱਦਮ ਲਈ ਪਹਿਰੇਦਾਰ ਹੈ - ਯਿਸੂ ਦੀ ਅਗਵਾਈ ਬਿਨਾਂ ਰੁਕੇ ਪ੍ਰਾਰਥਨਾ ਕਰਨ ਵਿੱਚ ਉਦਾਹਰਣ ਦੁਆਰਾ ਕੀਤੀ ਗਈ ਹੈ ਅਤੇ ਸਾਨੂੰ ਵੀ ਇਸੇ ਤਰ੍ਹਾਂ ਕਰਨਾ ਚਾਹੀਦਾ ਹੈ।

ਪੋਡਕਾਸਟ/ਵੀਡੀਓ ਦਾ ਆਨੰਦ ਮਾਣੋ ਅਤੇ ਆਪਣੀ ਮਰਜ਼ੀ ਨਾਲ ਆਪਣੇ ਸ਼ਬਦ ਸ਼ਾਮਲ ਕਰੋ, ਪਰ ਇਸਨੂੰ ਰੋਜ਼ਾਨਾ ਦਾ ਮਾਮਲਾ ਬਣਾਓ। ਮੈਂ ਬਲੌਗ ਲਿੰਕ ਰਾਹੀਂ ਡਾਊਨਲੋਡ ਕਰਨ ਲਈ ਸਾਡੀ ਵੈੱਬਸਾਈਟ 'ਤੇ ਟੈਕਸਟ/ਪੀਡੀਐਫ ਵਿਕਲਪ ਵੀ ਸ਼ਾਮਲ ਕਰ ਰਿਹਾ ਹਾਂ। ਕਿਰਪਾ ਕਰਕੇ ਪ੍ਰਾਰਥਨਾ ਸਥਾਨ 'ਤੇ ਘੱਟੋ-ਘੱਟ ਇੱਕ ਘੰਟਾ ਸਮਰਪਿਤ ਕਰਨ ਲਈ ਸਮਾਂ ਕੱਢੋ। ਇਹ ਸਿਰਫ਼ ਸ਼ੁਰੂਆਤ ਹੈ।

ਪੀਐਸ: ਜਦੋਂ ਸਾਡੇ 'ਤੇ ਹਮਲਾ ਕੀਤਾ ਜਾਂਦਾ ਹੈ ਜਾਂ ਦੂਜਿਆਂ 'ਤੇ ਹਮਲਾ ਕੀਤਾ ਜਾਂਦਾ ਹੈ, ਤਾਂ ਗੁਪਤ ਜਗ੍ਹਾ 'ਤੇ ਪ੍ਰਾਰਥਨਾ ਕਰਨ ਵਿੱਚ ਅਸੀ ਜੋ ਇੱਕ ਘੰਟਾ ਅਸਫਲ ਰਹਿੰਦੇ ਹਾਂ, ਉਹ ਸ਼ੈਤਾਨ ਦੀ ਕੈਦ ਵਿੱਚ ਘੰਟਿਆਂ ਦੀ ਪੀੜਾ ਬਣ ਜਾਂਦਾ ਹੈ। ਸ਼ੈਤਾਨ ਇੱਕ ਸਖ਼ਤ ਕੰਮ ਕਰਨ ਵਾਲਾ ਹੈ ਅਤੇ ਸਾਨੂੰ ਖੁੱਲ੍ਹਣ ਦੀ ਇਜਾਜ਼ਤ ਨਹੀ ਦੇਣੀ ਚਾਹੀਦੀ। ਸਾਨੂੰ ਯਸੂ ਮਸੀਹ ਦੇ ਨਾਮ 'ਤੇ ਹਮਲਾ ਕਰਨਾ ਚਾਹੀਦਾ ਹੈ, ਆਮੀਨ।

ਘੋਸ਼ਣਾ ਪ੍ਰਾਰਥਨਾਵਾਂ 100 ਘੋਸ਼ਣਾਵਾਂ ਵਿੱਚੋਂ 50 ਮਿੰਟ:

ਯੁੱਧ ਵਿੱਚ ਸਰਗਰਮੀ - ਰੋਜ਼ਾਨਾ ਘੋਸ਼ਣਾਵਾਂ

ਮੈਂ ਇੱਥੇ 92 ਹੁਕਮਾਂ ਦੀ ਇੱਕ ਸੂਚੀ ਤਿਆਰ ਕੀਤੀ ਹੈ ਅਤੇ ਆਡੀਓ ਸੰਸਕਰਣ 'ਤੇ 100 ਜੋ ਤੁਹਾਡੀ ਮੌਜੂਦਗੀ ਅਤੇ ਆਤਮਾ ਵਿੱਚ ਸਰਗਰਮ-ਡਿਊਟੀ ਸਥਿਤੀ ਦਾ ਐਲਾਨ ਕਰਨ ਵਾਲੀ ਇੱਕ ਸਰਗਰਮ ਸ਼ਕਤੀ ਵਜੋਂ ਕੰਮ ਕਰਨਗੇ। ਕੀਤੇ ਗਏ ਐਲਾਨ ਇੱਕ ਪ੍ਰਾਰਥਨਾ ਦੇ ਰੂਪ ਵਿੱਚ ਰੱਖੇ ਗਏ ਹਨ, ਇੱਕ ਅਧਿਕਾਰੀ ਦੇ ਸਹੁੰ ਚੁੱਕ ਬਿਆਨ ਦੇ ਸਮਾਨ। ਇਹਨਾਂ ਵਿੱਚੋਂ ਹਰ ਇੱਕ ਧਰਮ-ਗ੍ਰੰਥ 'ਤੇ ਅਧਾਰਤ ਹੈ। ਮੈਂ ਉਸ ਧਰਮ-ਗ੍ਰੰਥ ਦਾ ਹਵਾਲਾ ਦਿੱਤਾ ਹੈ ਜਿਸ ਤੋਂ ਹਰੇਕ ਭਾਗ ਬਣਾਇਆ ਗਿਆ ਹੈ।

ਇਸ ਪ੍ਰਾਰਥਨਾ ਨੂੰ ਰੋਜ਼ਾਨਾ ਵਰਤੋ, ਅਤੇ ਇਸਨੂੰ ਆਪਣੇ ਦਿਲੋਂ ਪ੍ਰਾਰਥਨਾ ਕਰੋ। ਇਸਨੂੰ ਯਾਦ ਰੱਖੋ। ਆਪਣੀਆਂ ਰੋਜ਼ਾਨਾ ਭਗਤੀਆਂ ਵਿੱਚ ਸ਼ਾਸਤਰ ਦੇ ਹਵਾਲਿਆਂ ਦੀ ਵਰਤੋਂ ਕਰੋ। ਉਹਨਾਂ ਦਾ ਅਧਿਐਨ ਕਰੋ। ਉਹ ਤੁਹਾਨੂੰ ਵਿਸ਼ਵਾਸ ਦੀ ਚੰਗੀ ਲੜਾਈ ਲੜਨ ਲਈ ਸ਼ਕਤੀ ਦੇਣਗੇ। ਹਾਲਾਤਾਂ ਅਤੇ ਸਥਿਤੀਆਂ ਨੂੰ ਬਿਹਤਰ ਲਈ ਬਦਲਦੇ ਹੋਏ ਦੇਖੋ। ਯਾਦ ਰੱਖੋ, ਇਹ ਉਦੋਂ ਹੀ ਹੁੰਦਾ ਹੈ ਜਦੋਂ ਤੁਸੀਂ ਕਿਸੇ ਲੜਾਈ ਜਾਂ ਅਸੰਭਵ ਸਥਿਤੀ ਦੇ ਵਿਚਕਾਰ ਹੁੰਦੇ ਹੋ, ਅਤੇ ਜਦੋਂ ਕੋਈ ਵੀ ਜਾਂ ਕੁਝ ਵੀ ਨਹੀਂ ਹੁੰਦਾ ਜੋ ਤੁਹਾਨੂੰ ਪਰਮਾਤਮਾ ਤੋਂ ਇਲਾਵਾ ਬਚਾ ਜਾਂ ਛੁਡਾ ਸਕਦਾ ਹੈ, ਤਾਂ ਇੱਕ ਸੱਚਾ ਯੋਧਾ ਪੈਦਾ ਹੁੰਦਾ ਹੈ। ਦੁਸ਼ਮਣ ਦੀਆਂ ਰਣਨੀਤੀਆਂ ਨੂੰ ਛੱਡਣ, ਹਾਰ ਮੰਨਣ ਜਾਂ ਸ਼ਿਕਾਰ ਹੋਣ ਦੀ ਬਜਾਏ, ਆਪਣੇ ਸੰਘਰਸ਼, ਪਰੀਖਿਆ ਅਤੇ ਪਰਤਾਵੇ ਦੇ ਸਮੇਂ ਨੂੰ ਰਣਨੀਤਕ ਪ੍ਰਾਰਥਨਾ ਅਤੇ ਅਧਿਆਤਮਿਕ ਯੁੱਧ ਦੀ ਕਲਾ ਵਿੱਚ ਸਿਖਲਾਈ ਪ੍ਰਾਪਤ ਕਰਨ ਦੇ ਬ੍ਰਹਮ ਮੌਕਿਆਂ ਵਜੋਂ ਸਮਝੋ। ਯਕੀਨ ਰੱਖੋ ਕਿ ਇਹ ਸਮਾਂ ਪ੍ਰਮਾਣਿਕ ਸਿਖਲਾਈ ਦੇ ਆਧਾਰ ਹਨ ਜੋ ਪਰਮਾਤਮਾ ਨੇ ਤੁਹਾਨੂੰ ਸੱਚੇ ਰਾਜ ਵਿੱਚ ਲਿਆਉਣ ਲਈ ਚੁਣੇ ਹਨ। ਜਿਵੇਂ ਕਿ ਇਹ ਡੇਵਿਡ ਲਈ ਸੀ, ਉਹ ਉਹੀ ਆਧਾਰ ਹੋ ਸਕਦੇ ਹਨ ਜਿਨ੍ਹਾਂ ਦੀ ਵਰਤੋਂ ਪਰਮਾਤਮਾ ਤੁਹਾਨੂੰ ਅੰਤਮ ਘਟਨਾ ਲਈ ਸਿਖਲਾਈ ਦੇਣ ਲਈ ਕਰਦਾ ਹੈ: **ਸੰਭਾਵਨਾ ਦਾ ਵੱਧ ਤੋਂ ਵੱਧਕਰਨ ਅਤੇ ਪੰਜਾਂ ਖੇਤਰਾਂ ਵਿੱਚ ਉਦੇਸ.ਦੀ ਪੂਰਤੀ।**

ਬਾਈਬਲ ਅੱਯੂਬ 22:27-28 ਵਿੱਚ ਕਹਿੰਦੀ ਹੈ ਕਿ ਤੁਹਾਨੂੰ "ਉਸ ਅੱਗੇ ਪ੍ਰਾਰਥਨਾ ਕਰਨੀ ਚਾਹੀਦੀ ਹੈ, ਅਤੇ ਉਹ ਤੁਹਾਡੀ ਸੁਣੇਗਾ।" ਸ਼ਬਦ " *make* " ਦਾ ਅਰਥ ਹੈ "ਰਚਨਾ ਕਰਨਾ, ਬਣਾਉਣਾ, ਜਾਂ ਡਿਜ਼ਾਈਨ ਕਰਨਾ।" ਹੇਠ ਲਿਖੇ ਹਰੇਕ ਐਲਾਨ ਨੂੰ ਧਰਮ-ਗ੍ਰੰਥ ਦੇ ਆਧਾਰ 'ਤੇ ਰਚਿਆ, ਬਣਾਇਆ ਅਤੇ ਡਿਜ਼ਾਈਨ ਕੀਤਾ ਗਿਆ ਹੈ। ਹਰੇਕ ਐਲਾਨ ਦੇ ਅੰਤ ਵਿੱਚ ਸ਼ਾਸਤਰ ਹਵਾਲੇ ਦਿੱਤੇ ਗਏ ਹਨ। ਜਿਵੇਂ ਤੁਸੀਂ ਪ੍ਰਾਰਥਨਾ ਕਰਦੇ ਹੋ, ਇਸ ਭਰੋਸੇ ਨਾਲ ਪ੍ਰਾਰਥਨਾ ਕਰੋ ਕਿ "ਨਰਕ ਦੇ ਦਰਵਾਜ਼ੇ ਜਿੱਤ ਨਹੀਂ ਸਕਣਗੇ" (ਮੱਤੀ 16:18)। ਯਾਦ ਰੱਖੋ, ਇਹ ਐਲਾਨ ਆਤਮਾਵਾਂ ਨਾਲ ਲੜਨ ਲਈ ਕੀਤੇ ਗਏ ਹਨ ਨਾ ਕਿ ਲੋਕਾਂ ਨਾਲ। ਕੋਈ ਰਹਿਮ ਨਾ ਕਰੋ; ਕਿਸੇ ਨੂੰ ਬੰਧਕ ਨਾ ਬਣਾਓ! ਯਾਦ ਰੱਖੋ ਕਿ ਜਿੰਨਾ ਸੰਭਵ ਹੋ ਸਕੇ ਆਮ ਅਤੇ ਖਾਸ ਹੋਣਾ ਚਾਹੀਦਾ ਹੈ ਜਦੋਂ ਤੁਹਾਡੇ ਕੋਲ ਤੁਹਾਡੇ ਲਈ I ਜਾਂ ਉਹ ਲਈ ਉਹ ਜਾਂ ਉਸ ਲਈ ਉਸ ਲਈ ਜਾਂ ਅਸੀਂ ਉਹਨਾਂ ਲਈ ਆਦਿ ਦੀ ਥਾਂ ਲੈਣ ਵਾਲੇ ਵੇਰਵੇ ਹੋਣ।

ਅਧਿਆਤਮਿਕ ਯੁੱਧ ਲਈ ਕਿਰਿਆਸ਼ੀਲਤਾ ਦੀਆਂ ਪ੍ਰਾਰਥਨਾਵਾਂ

ਰੱਬ ਦੇ ਅਧਿਕਾਰਤ **ਵਿਧਾਇਕ ਅਤੇ ਕਾਨੂੰਨ ਲਾਗੂ ਕਰਨ ਵਾਲੇ ਏਜੰਟ ਵਜੋ** :

1. **ਮੈ** ਜੀ ਉੱਠੇ ਯਿਸੂ ਦੇ ਨਾਮ ਤੇ ਆਇਆ ਹਾਂ, ਜਿਸਦਾ ਮੈਂ ਹਾਂ ਅਤੇ ਜਿਸਦੀ ਮੈਂ ਸੇਵਾ ਕਰਦਾ ਹਾਂ, "ਕਿ ਯਿਸੂ ਦੇ ਨਾਮ ਤੇ ਹਰ ਗੋਡਾ ਝੁਕੇ, ਸਵਰਗ ਵਿੱਚ, ਧਰਤੀ ਵਿੱਚ, ਅਤੇ ਧਰਤੀ ਦੇ ਹੇਠ; ਅਤੇ ਹਰ ਜੀਭ ਇਹ ਕਬੂਲ

ਕਰੇ ਕਿ ਯਿਸੂ ਮਸੀਹ ਪ੍ਰਭੂ ਹੈ" (ਫ਼ਿਲਿੱਪੀਆਂ 2:10-11; ਜ਼ਬੂਰ 82 ਵੀ ਵੇਖੋ)।

2. **ਮੈ** ਸ਼ੈਤਾਨ ਦੀਆਂ ਯੋਜਨਾਵਾਂ ਅਤੇ ਉਦੇਸ਼ਾਂ ਦੇ ਉਲਟ ਪਰਮੇਸ਼ੁਰ ਦੀਆਂ ਮੂਲ ਯੋਜਨਾਵਾਂ ਅਤੇ ਉਦੇਸ਼ਾਂ ਨੂੰ ਪ੍ਰਭਾਵਿਤ ਕਰਦਾ ਹਾਂ ਅਤੇ ਲਾਗੂ ਕਰਦਾ ਹਾਂ (ਦਾਨੀਏਲ 6)।
3. **ਮੈ ਫ਼ਰਮਾਨ ਦਿੰਦਾ ਹਾਂ** ਅਤੇ ਐਲਾਨ ਕਰਦਾ ਹਾਂ ਕਿ ਇਸ ਲੜਾਈ ਵਿੱਚ ਮੇਰੇ ਵਿਰੁੱਧ ਬਣਾਇਆ ਗਿਆ ਕੋਈ ਵੀ ਅੰਦਰੂਨੀ (ਅੰਦਰੂਨੀ) ਜਾਂ ਬਾਹਰੀ (ਬਾਹਰੀ) ਹਥਿਆਰ, ਭਾਵੇਂ ਉਹ ਭਾਵਨਾਤਮਕ, ਵਿੱਤੀ, ਸਮਾਜਿਕ, ਸਰੀਰਕ, ਮਨੋਵਿਗਿਆਨਕ, ਅੰਤਰ-ਵਿਅਕਤੀਗਤ, ਅਧਿਆਤਮਿਕ, ਜਾਂ ਸੰਗਠਨਾਤਮਕ ਹੋਵੇ, ਸਫਲ ਨਹੀਂ ਹੋਵੇਗਾ (1 ਸਮੂਏਲ 17:47; ਯਸਾਯਾਹ 54:17; ਯਿਰਮਿਯਾਹ 51:20; ਯੂਹੰਨਾ 14:30; 2 ਕੁਰਿੰਥੀਆਂ 7:5; ਅਫ਼ਸੀਆਂ 4:27)।
4. **ਮੈ** ਆਪਣੇ ਉੱਤੇ ਚਾਨਣ ਅਤੇ ਪ੍ਰਭੂ ਦਾ ਸ਼ਸਤਰ ਰੱਖਦਾ ਹਾਂ (ਰੋਮੀਆਂ 13:12; ਅਫ਼ਸੀਆਂ 6:13-17):

• ਸੱਚਾਈ ਮੇਰੀ ਕਮਰ ਨੂੰ ਢੱਕਣ ਲਈ (ਜਬੂਰ 51:6)

• ਮੇਰੇ ਦਲਿ ਅਤੇ ਛਾਤੀ ਦੇ ਖੋਲ ਨੂੰ ਢੱਕਣ ਲਈ ਧਾਰਮਕਿਤਾ ਦਾ ਸੀਨਾਬੰਦ (ਜਬੂਰ 5:12; 2 ਕੁਰੰ. 6:7)

• ਮੇਰੇ ਪੈਰਾਂ ਨੂੰ ਢੱਕਣ ਲਈ ਸ਼ਾਂਤੀ ਦੀ ਖੁਸ਼ਖ਼ਬਰੀ (ਯਸਾਯਾਹ 52:7)

• ਵਸ਼ਿਵਾਸ ਦੀ ਢਾਲ ਜੋ ਮੇਰੇ ਸਰੀਰ ਨੂੰ ਰੱਖਆਿਤਮਕ ਅਤੇ ਹਮਲਾਵਰ ਢੰਗ ਨਾਲ ਢੱਕਦੀ ਹੈ (ਇਬਰਾਨੀਆਂ 10:38; 11:1, 6)

• ਮੇਰੇ ਸਰਿ ਨੂੰ ਢੱਕਣ ਲਈ ਮੁਕਤੀ ਦਾ ਟੋਪ (ਯਸਾ. 59:17; 1 ਥੱਸ. 5:8)

• ਆਤਮਾ ਦੀ ਤਲਵਾਰ, ਜੋ ਕਿ ਪਰਮੇਸੁਰ ਦਾ ਬਚਨ ਹੈ (ਅਫਸੀਆਂ 6:17; ਪ੍ਰਕਾਸ਼.ਦੀ ਪੋਥੀ 1:16)

• **ਪ੍ਰਭੂ ਯਸੂ ਮਸੀਹ (ਰੋਮੀਆਂ 13:14)**

- **ਧਾਰਮਕਿਤਾ ਦਾ ਚੋਗਾ (ਯਸਾ. 61:10)**
- **ਪਰਮੇਸੁਰ ਦੀ ਮਹਿਮਾ ਮੇਰਾ ਇਨਾਮ ਹੈ (ਯਸਾਯਾਹ 58:8)।**
- **ਮੈ ਫਰਮਾਉਂਦਾ ਹਾਂ** ਅਤੇ ਐਲਾਨ ਕਰਦਾ ਹਾਂ ਕਿ ਮੇਰੇ ਯੁੱਧ ਦੇ ਹਥਿਆਰ ਸਰੀਰਕ ਨਹੀਂ ਹਨ ਸਗੋਂ ਪਰਮੇਸ਼ੁਰ ਦੁਆਰਾ ਸ਼ਕਤੀਸ਼ਾਲੀ ਹਨ (1 ਸਮੂਏਲ 17:45; ਰੋਮੀਆਂ 13:12; 2 ਕੁਰਿੰ. 10:3-6; ਅਫ਼. 6:13-18)।
- **ਮੈ ਕਲ੍ਹਿਆਂ ਨੂੰ ਢਾਹ ਦੇਂਦਾ ਹਾਂ** ਅਤੇ ਵਿਅਰਥ ਕਲਪਨਾਵਾਂ ਅਤੇ ਹਰ ਉੱਚੀ ਚੀਜ਼ ਨੂੰ ਢਾਹ ਦਿੰਦਾ ਹਾਂ ਜੋ ਯਿਸੂ ਮਸੀਹ ਦੇ ਗਿਆਨ ਦੇ ਵਿਰੁੱਧ ਆਪਣੇ ਆਪ ਨੂੰ ਉੱਚਾ ਚੁੱਕਦੀ ਹੈ। ਮੇਰੇ ਵਿਚਾਰ ਹੁਣ ਮਸੀਹ ਦੀ ਪ੍ਰਭੂਤਾ ਦੇ ਅਧੀਨ ਹਨ (ਯਸਾਯਾਹ 14:13-14; ਹਿਜ਼ਕੀਏਲ 28:2; 2 ਕੁਰਿੰ. 10:5)।
- **ਮੈ ਕਹਿੰਦਾ ਹਾਂ** ਕਿ ਪਰਮਾਤਮਾ ਦਾ ਮਸਹ ਮੇਰੇ ਜੀਵਨ ਦੇ ਹਰ ਜੂਲੇ ਨੂੰ ਨਸ਼ਟ ਕਰ ਦਿੰਦਾ ਹੈ ਅਤੇ ਮੇਰੀ ਆਤਮਾ, ਆਤਮਾ ਅਤੇ ਸਰੀਰ ਹੁਣ ਬ੍ਰਹਮ ਪ੍ਰਣਾਲੀਆਂ ਦੇ ਅਨੁਸਾਰ ਕ੍ਰਮ ਵਿੱਚ ਕੰਮ ਕਰਦੇ ਹਨ (1 ਕੁਰਿੰ. 9:27; 14:40)।
- **ਮੈ ਫਰਮਾਉਂਦਾ ਹਾਂ** ਅਤੇ ਐਲਾਨ ਕਰਦਾ ਹਾਂ ਕਿ ਮੈਂ ਚੰਗਾ ਹੋ ਗਿਆ ਹਾਂ ਅਤੇ ਆਤਮਾ ਨਾਲ ਭਰਪੂਰ ਹਾਂ; ਬਿਮਾਰੀ ਅਤੇ ਰੋਗ ਮੇਰੇ ਤੋਂ ਬਹੁਤ ਦੂਰ ਹਨ (ਯਸਾਯਾਹ 53:5)।
- **ਮੈ** ਬ੍ਰਹਮ ਮਾਪਦੰਡ, ਸੀਮਾਵਾਂ ਅਤੇ ਸੀਮਾਵਾਂ ਸਥਾਪਿਤ ਕਰਦਾ ਹਾਂ ਅਤੇ ਅੰਦਰਲੀਆਂ ਸਾਰੀਆਂ ਗਤੀਵਿਧੀਆਂ ਨੂੰ ਨਿਯੰਤਰਿਤ ਕਰਨ ਲਈ ਸਵਰਗ ਦੇ ਰਾਜ ਦੇ ਕਾਨੂੰਨ ਬਣਾਉਂਦਾ ਅਤੇ ਸਥਾਪਿਤ ਕਰਦਾ ਹਾਂ (1 ਇਤਹਾਸ 4:10; ਜ਼ਬੂਰ 147:14; ਯਸਾਯਾਹ 60:18)।
- **ਮੈ** ਹਰ ਸ਼ੈਤਾਨੀ ਮਨਜ਼ੂਰੀ, ਵਿਗਾੜਨ ਵਾਲੀ ਗਤੀਵਿਧੀ, ਹੁਕਮ, ਨਿਰਦੇਸ਼, ਆਦੇਸ਼, ਜਾਂ ਆਦੇਸ਼ ਨੂੰ ਰੱਦ ਕਰਦਾ ਹਾਂ ਜੋ ਮੇਰੇ ਜੀਵਨ,

ਸੇਵਕਾਈ ਅਤੇ ਪਰਿਵਾਰ ਸੰਬੰਧੀ ਪ੍ਰਭੂ ਦੀ ਇੱਛਾ ਦਾ ਵਿਰੋਧ ਕਰਦਾ ਹੈ (ਮੱਤੀ 18:18)।

- **ਮੈਂ** ਆਪਣੀ ਸੇਵਕਾਈ, ਆਪਣੀ ਜ਼ਿੰਦਗੀ, ਅਤੇ ਪਰਿਵਾਰਕ ਮੈਂਬਰਾਂ, ਦੋਸਤਾਂ ਅਤੇ ਸਹਿਯੋਗੀਆਂ ਦੇ ਜੀਵਨ ਸੰਬੰਧੀ ਸ਼ੈਤਾਨੀ ਫੈਸਲਿਆਂ ਅਤੇ ਨਿਯਮਾਂ ਨੂੰ ਰੱਦ ਕਰਦਾ ਹਾਂ (ਯਸਾਯਾਹ 38:1-5; 39:6-8; ਮੱਤੀ 16:19)।
- **ਮੈਂ** ਹਵਾ ਦੇ ਰਸਤੇ, ਗਲੈਕਸੀਆਂ, ਪ੍ਰਣਾਲੀਆਂ, ਗੋਲਿਆਂ, ਸਟ੍ਰੈਟੋਸਫੀਅਰਾਂ, ਗੋਲਾਕਾਰ, ਵਾਯੂਮੰਡਲ, ਖੇਤਰਾਂ, ਖੇਤਰਾਂ ਅਤੇ ਡੋਮੇਨਾਂ 'ਤੇ ਨਿਯੰਤਰਣ ਲੈਂਦਾ ਹਾਂ (ਯਿਰਮਿਯਾਹ 1:10; ਮੱਤੀ 16:19; 18:18; 1 ਕੁਰਿੰ. 6:2-3; ਅਫ਼. 2:6; ਪ੍ਰਕਾਸ਼ ਦੀ ਪੋਥੀ 5:10; 11:12)।
- **ਮੈਂ** ਮਾਲਕ ਆਤਮਾਵਾਂ ਨੂੰ ਬਾਹਰ ਕੱਢਦਾ ਹਾਂ ਅਤੇ ਇਸ ਹੁਕਮ ਸੰਬੰਧੀ ਕਿਸੇ ਵੀ ਸ਼ੈਤਾਨੀ ਝਗੜੇ, ਵਿਵਾਦ, ਯਤਨਾਂ ਅਤੇ ਵਿਰੋਧ ਨੂੰ ਸੰਭਾਲਣ ਲਈ ਮੀਕਾਏਲ, ਹੋਰ ਮਹਾਂ ਦੂਤਾਂ ਅਤੇ ਦੂਤਾਂ ਦੇ ਮੇਜ਼ਬਾਨ ਨੂੰ ਨਿਯੁਕਤ ਕਰਦਾ ਹਾਂ (2 ਰਾਜਿਆਂ 7:5-7; 2 ਇਤਹਾਸ 32:21; ਦਾਨੀਏਲ 3:24-25; 6:22; 10:13; ਜ਼ਬੂਰ 91:11; 103:20; ਇਬ. 1:14)।
- **ਮੈਂ** ਸਫਲ ਬ੍ਰਹਮ ਅਤੇ ਦੂਤਾਂ ਦੇ ਕੰਮਾਂ, ਅੰਡਰ-ਕਿਰਡਿੰਗ, ਮਜ਼ਬੂਤੀ ਅਤੇ ਸਹਾਇਤਾ ਦਾ ਐਲਾਨ ਕਰਦਾ ਹਾਂ। ਜ਼ਬੂਰ 103:20 ਵਿੱਚ ਤੁਹਾਡੇ ਬਚਨ ਦੇ ਅਨੁਸਾਰ, ਦੂਤ ਹੁਣ ਮੇਰੀ ਸ਼ਖਸੀਅਤ, ਜਾਇਦਾਦ ਅਤੇ ਜਾਇਦਾਦ ਦੀ ਰਾਖੀ ਕਰਨ ਅਤੇ ਰੱਖਿਆ ਕਰਨ ਲਈ "ਸ਼ਕਤੀ ਵਿੱਚ ਉੱਤਮ" ਹਨ (2 ਰਾਜਿਆਂ 6:17; ਦਾਨੀਏਲ 3:15-30; ਰਸੂਲਾਂ ਦੇ ਕਰਤੱਬ 12:1-10)।
- **ਯਹੋਵਾਹ-ਗਬਿੱਰ** , ਮੇਰੇ ਨਾਲ ਲੜਨ ਵਾਲਿਆਂ ਨਾਲ ਲੜੋ; ਮੇਰੇ ਨਾਲ ਲੜਨ ਵਾਲਿਆਂ ਨਾਲ ਲੜੋ। ਢਾਲ ਅਤੇ ਢਾਲ ਫੜੋ, ਅਤੇ ਮੇਰੀ ਸਹਾਇਤਾ ਲਈ ਖੜ੍ਹੇ ਹੋਵੋ! ਬਰਛਾ ਅਤੇ ਬਰਛੀ ਵੀ ਕੱਢੋ ਅਤੇ ਉਨ੍ਹਾਂ ਦਾ ਰਸਤਾ ਬੰਦ ਕਰੋ ਜੋ ਮੇਰਾ ਪਿੱਛਾ ਕਰਦੇ ਹਨ ਅਤੇ ਮੇਰਾ ਪਿੱਛਾ ਕਰਦੇ ਹਨ। ਆਪਣੇ ਯੁੱਧ ਦੇ ਕੱਪੜੇ ਪਹਿਨੋ। ਆਪਣੇ ਯੰਤਰ ਇਕੱਠੇ ਕਰੋ;

ਆਪਣੇ ਬ੍ਰਹਮ ਸ਼ਸਤਰ ਤੋਂ ਆਪਣੇ ਹਥਿਆਰ ਅਤੇ ਗੋਲਾ ਬਾਰੂਦ ਇਕੱਠਾ ਕਰੋ। ਆਪਣੇ ਤੀਰ ਚਮਕਾਓ, ਆਪਣੀਆਂ ਢਾਲਾਂ ਇਕੱਠੀਆਂ ਕਰੋ, ਅਤੇ ਬਦਲਾ ਲੈਣ ਨੂੰ ਆਪਣਾ ਅੰਤਮ ਟੀਚਾ ਬਣਾਓ ਜਿਵੇਂ ਤੁਸੀਂ ਰਥਾਂ, ਘੋੜਿਆਂ ਅਤੇ ਸਵਾਰਾਂ ਨੂੰ ਉਲਟਾ ਦਿੰਦੇ ਹੋ। ਮੇਰੇ ਦੁਸ਼ਮਣਾਂ ਦੇ ਦਿਲਾਂ 'ਤੇ ਦਹਿਸ਼ਤ ਫੈਲ ਜਾਵੇ ਅਤੇ ਉਨ੍ਹਾਂ ਦੇ ਦਿਲਾਂ ਨੂੰ ਅਸਫਲ ਕਰ ਦੇਵੇ।

- **ਮੈ ਫ਼ਰਮਾਨ ਦੰਦਿਾ ਹਾਂ** ਅਤੇ ਐਲਾਨ ਕਰਦਾ ਹਾਂ ਕਿ ਤੇਰੇ ਦੁਆਰਾ ਮੈਂ ਫੌਜਾਂ ਵਿੱਚੋਂ ਦੌੜਦਾ ਹਾਂ ਅਤੇ ਕੰਧਾਂ ਟੱਪਦਾ ਹਾਂ। ਤੂੰ ਮੇਰਾ ਪਰਮੇਸ਼ੁਰ ਹੈਂ: ਉਹ ਪਰਮੇਸ਼ੁਰ ਜੋ ਮੈਨੂੰ ਤਾਕਤ ਨਾਲ ਲੱਕ ਬੰਨ੍ਹਦਾ ਹੈ ਅਤੇ ਮੇਰਾ ਰਸਤਾ ਸੰਪੂਰਨ ਬਣਾਉਂਦਾ ਹੈ। ਤੂੰ ਹੀ ਮੇਰੇ ਪੈਰਾਂ ਨੂੰ ਹਰਨੀਆਂ ਦੇ ਪੈਰਾਂ ਵਾਂਗ ਬਣਾਉਂਦਾ ਹੈਂ, ਮੈਨੂੰ ਸਥਿਰਤਾ ਦਿੰਦਾ ਹੈਂ ਤਾਂ ਜੋ ਮੈਂ ਮਜ਼ਬੂਤੀ ਨਾਲ ਖੜ੍ਹਾ ਹੋ ਸਕਾਂ ਅਤੇ ਪਰੀਖਿਆ ਅਤੇ ਮੁਸੀਬਤ ਦੀਆਂ ਖ਼ਤਰਨਾਕ ਉਚਾਈਆਂ 'ਤੇ ਅੱਗੇ ਵਧ ਸਕਾਂ। ਤੂੰ ਮੈਨੂੰ ਮੇਰੇ ਉੱਚੇ ਸਥਾਨਾਂ 'ਤੇ ਸੁਰੱਖਿਅਤ ਢੰਗ ਨਾਲ ਬਿਠਾਇਆ ਹੈਂ। ਤੂੰ ਮੇਰੇ ਹੱਥਾਂ ਨੂੰ ਯੁੱਧ ਕਰਨਾ ਅਤੇ ਮੇਰੀਆਂ ਉਂਗਲਾਂ ਨੂੰ ਲੜਨਾ ਸਿਖਾਉਂਦਾ ਹੈਂ, ਮੈਨੂੰ ਅਲੌਕਿਕ ਤਾਕਤ ਅਤੇ ਯੋਗਤਾਵਾਂ ਦਿੰਦਾ ਹੈਂ ਤਾਂ ਜੋ ਮੇਰੀਆਂ ਬਾਹਾਂ ਸਟੀਲ ਦੇ ਧਨੁਸ਼ ਨੂੰ ਤੋੜ ਦੇਣ। ਤੂੰ ਮੇਰੀ ਚੱਟਾਨ, ਮੇਰੀ ਢਾਲ ਅਤੇ ਮੇਰਾ ਮਜ਼ਬੂਤ ਬੁਰਜ ਹੈਂ। ਤੂੰ ਮੈਨੂੰ ਆਪਣੀ ਮੁਕਤੀ ਦੀ ਢਾਲ ਨਾਲ ਲੈਸ ਕੀਤਾ ਹੈ, ਅਤੇ ਤੇਰਾ ਸੱਜਾ ਹੱਥ ਮੈਨੂੰ ਇਸ ਲੜਾਈ ਵਿੱਚ ਇੱਕ ਜੇਤੂ ਵਜੋਂ ਸਥਾਪਿਤ ਕਰਦਾ ਹੈ। ਦੁਸ਼ਮਣ ਨੂੰ ਹਰਾਓ। ਮੈਨੂੰ ਉਸਦੀ ਗਰਦਨ ਦਿਓ। ਮੈਨੂੰ ਉਨ੍ਹਾਂ ਦਾ ਪਿੱਛਾ ਕਰਨ ਅਤੇ ਉਨ੍ਹਾਂ ਨੂੰ ਫੜਨ ਦਿਓ ਜਦੋਂ ਤੱਕ ਉਹ ਜ਼ਖਮੀ ਅਤੇ ਖਾਧੇ ਨਾ ਜਾਣ, ਮੇਰੇ ਪੈਰਾਂ 'ਤੇ ਡਿੱਗਣ, ਦੁਬਾਰਾ ਕਦੇ ਨਾ ਉੱਠਣ। ਮੇਰਾ ਨਾਮ ਸਵਰਗ ਵਿੱਚ ਸਥਾਪਿਤ ਕਰੋ। ਜੋ ਮੇਰੇ ਬਾਰੇ ਸੁਣਦੇ ਹਨ ਉਹ ਮੇਰੀ ਅਧੀਨਗੀ ਕਰਨ ਅਤੇ ਮੇਰੀ ਪਾਲਣਾ ਕਰਨ।
- **ਮੈ ਐਲਾਨ ਕਰਦਾ ਹਾਂ** ਕਿ ਇਹ ਤੂੰ ਹੀ ਹੈਂ ਜਿਸਨੇ ਮੈਨੂੰ ਅਸੀਸ ਦਿੱਤੀ ਹੈ। ਇਹ ਤੂੰ ਹੀ ਹੈਂ ਜੋ ਮੈਨੂੰ ਸ਼ਕਤੀ ਦਿੰਦਾ ਹੈਂ। ਇਹ ਮੇਰੀ ਤਾਕਤ ਜਾਂ ਮੇਰੀ ਸ਼ਕਤੀ ਦੁਆਰਾ ਨਹੀਂ, ਸਗੋਂ ਪ੍ਰਭੂ ਦੇ ਆਤਮਾ ਦੁਆਰਾ ਹੈ। ਕਿਉਂਕਿ

ਜਦੋਂ ਦੁਸ਼ਮਣ ਹੜ੍ਹ ਵਾਂਗ ਆਵੇਗਾ, ਤਾਂ ਤੇਰਾ ਆਤਮਾ ਉਸ ਦੇ ਵਿਰੁੱਧ ਇੱਕ ਝੰਡਾ ਉੱਚਾ ਕਰੇਗਾ (ਕੂਚ 15:3; ਬਿਵਸਥਾ ਸਾਰ 32:41–42; ਜ਼ਬੂਰ 7:13; 18:29–50; 35:1–8; 144:5–7; ਯਸਾਯਾਹ 42:13–14; 59:16–19; ਹਾਜ. 2:22)।

- **ਮੈ** ਆਪਣੇ ਜੀਵਨ, ਸੇਵਕਾਈ ਅਤੇ ਪਰਿਵਾਰ ਨਾਲ ਸਬੰਧਤ ਸ਼ੈਤਾਨੀ ਕਾਰਜਾਂ ਵਾਲੇ ਕਿਸੇ ਵੀ ਸ਼ੈਤਾਨੀ ਸ਼ਖਸੀਅਤਾਂ ਦੀਆਂ ਹੋਰ ਵਿਰੋਧੀ ਗਤੀਵਿਧੀਆਂ ਨੂੰ ਵਰਜਦਾ ਹਾਂ ਅਤੇ ਅਸਵੀਕਾਰ ਕਰਦਾ ਹਾਂ, ਅਤੇ ਮੈਂ ਉਨ੍ਹਾਂ ਨਾਲ ਯੁੱਧ ਕਰਦਾ ਹਾਂ (ਨਹਮਯਾਹ 4:14)।
- **ਮੈ** ਕਿਸੇ ਵੀ ਸ਼ੈਤਾਨੀ ਰੁਕਾਵਟ ਅਤੇ ਦਖਲਅੰਦਾਜ਼ੀ ਜਾਂ ਵਿਰੋਧ ਨੂੰ ਅਸਵੀਕਾਰ ਕਰਦਾ ਹਾਂ ਅਤੇ ਵਰਜਿਤ ਕਰਦਾ ਹਾਂ (ਦਾਨੀਏਲ 10:1-13)।
- **ਮੈ** ਆਪਣੇ ਜੀਵਨ ਅਤੇ ਆਪਣੀ ਆਤਮਾ ਸੰਬੰਧੀ ਸ਼ੈਤਾਨੀ ਝਗੜਿਆਂ, ਇਰਾਦਿਆਂ, ਭੜਕਾਹਟਾਂ ਅਤੇ ਗੱਲਬਾਤ ਦਾ ਵਿਰੋਧ ਕਰਦਾ ਹਾਂ, ਅਤੇ ਉਨ੍ਹਾਂ ਸਾਰੀਆਂ ਗਤੀਵਿਧੀਆਂ ਅਤੇ ਵਿਰੋਧੀ ਤਾਕਤਾਂ ਦੇ ਉੱਪਰ ਭਵਿੱਖਬਾਣੀ ਦੇ ਉਦੇਸ਼ ਅਤੇ ਬ੍ਰਹਮ ਕਿਸਮਤ ਨੂੰ ਥੋਪਦਾ ਹਾਂ ਜੋ ਮੇਰੇ ਜੀਵਨ ਸੰਬੰਧੀ ਮਸੀਹ ਯਿਸੂ ਵਿੱਚ ਪਰਮੇਸ਼ੁਰ ਦੀ ਇੱਛਾ ਦੇ ਵਿਰੁੱਧ ਹਨ (1 ਸਮੂਏਲ 1:1-8; 1 ਰਾਜਿਆਂ 22:1-23; 1 ਇਤਹਾਸ 21:1-2; ਅੱਯੂਬ 1:7-12; 3:25; ਯਹੂਦਾਹ 9)।
- **ਮੈ** ਸ਼ੈਤਾਨੀ ਪਰੇਸ਼ਾਨੀ ਨੂੰ ਬੰਨ੍ਹਦਾ ਹਾਂ ਅਤੇ ਸ਼ੈਤਾਨੀ ਇਕਾਗਰਤਾ ਨੂੰ ਝਿੜਕਦਾ ਹਾਂ (2 ਸਮੂਏਲ 11:1-2)। ਮੈਂ ਸਾਰੀਆਂ ਸ਼ੈਤਾਨੀ ਨਿਗਰਾਨੀਆਂ ਨੂੰ ਰੋਕਦਾ ਹਾਂ ਅਤੇ ਮਨ੍ਹਾ ਕਰਦਾ ਹਾਂ (1 ਸਮੂਏਲ 18; ਮੱਤੀ 26:4; ਮਰਕੁਸ 11:18; ਲੂਕਾ 6:11; ਰਸੂਲਾਂ ਦੇ ਕਰਤੱਬ 16:16-19)।
- **ਮੈ** ਝੂਠੇ ਬੋਝ ਚੁੱਕਦਾ ਹਾਂ ਅਤੇ ਭਾਰੀਪਨ, ਜ਼ੁਲਮ ਅਤੇ ਉਦਾਸੀ ਦੀਆਂ ਭਾਵਨਾਵਾਂ ਨੂੰ ਦੂਰ ਕਰਦਾ ਹਾਂ। ਮੈਂ ਉਨ੍ਹਾਂ ਨੂੰ ਪ੍ਰਭੂ ਉੱਤੇ ਸੁੱਟਦਾ ਹਾਂ ਜੋ ਸੰਭਾਲਦਾ ਹੈ। ਮੈਂ ਹਿੱਲਾਂਗਾ ਨਹੀਂ (ਜ਼ਬੂਰ 12:5; 54:2; 55:22; ਯਸਾਯਾਹ 10:27; 61:3; ਮੱਤੀ 11:28–30; ਯੂਹੰਨਾ 14:1)।

- **ਮੈ ਫਰਮਾਨ ਦੰਦਿਾ ਹਾਂ** ਅਤੇ ਐਲਾਨ ਕਰਦਾ ਹਾਂ ਕਿ ਮਸਹ ਦੁਆਰਾ, ਸਾਰੇ ਨੇਮ, ਇਕਰਾਰਨਾਮੇ, ਜ਼ੰਜੀਰਾਂ, ਬੇੜੀਆਂ, ਬੰਧਨ, ਪ੍ਰਵਿਰਤੀਆਂ ਅਤੇ ਬੰਧਨ ਜੋ ਪਰਮਾਤਮਾ ਦੀ ਮੂਲ ਯੋਜਨਾ ਅਤੇ ਉਦੇਸ਼ ਦੀ ਪੂਰਤੀ ਦੇ ਉਲਟ, ਵਿਰੋਧ ਕਰਦੇ ਹਨ, ਜਾਂ ਰੁਕਾਵਟ ਪਾਉਂਦੇ ਹਨ, ਟੁੱਟ ਜਾਂਦੇ ਹਨ। ਮੈਂ ਪੀੜ੍ਹੀ-ਦਰ-ਪੀੜ੍ਹੀ/ਸ਼ੈਤਾਨੀ/ਸ਼ੈਤਾਨੀ ਗੱਠਜੋੜਾਂ, ਵਫ਼ਾਦਾਰੀ, ਰੂਹ ਦੇ ਬੰਧਨਾਂ, ਵਿਰਾਸਤ ਦੀਆਂ ਆਤਮਾਵਾਂ ਅਤੇ ਸਰਾਪਾਂ ਤੋਂ ਮੁਕਤ ਹਾਂ। ਮੈਂ ਉਨ੍ਹਾਂ ਨੂੰ ਪ੍ਰਭੂ ਦੀ ਤਲਵਾਰ, ਲਹੂ ਅਤੇ ਆਤਮਾ ਦੁਆਰਾ ਤੋੜਦਾ ਹਾਂ। ਮੈਂ ਆਪਣੇ ਡੀਐਨਏ ਨਾਲ ਗੱਲ ਕਰਦਾ ਹਾਂ ਅਤੇ ਐਲਾਨ ਕਰਦਾ ਹਾਂ ਕਿ ਮੈਂ ਇੱਕ ਪੀੜ੍ਹੀ ਤੋਂ ਦੂਜੀ ਪੀੜ੍ਹੀ ਤੱਕ ਜਾਣ ਵਾਲੇ ਕਿਸੇ ਵੀ ਅਤੇ ਸਾਰੇ ਪ੍ਰਭਾਵਾਂ ਤੋਂ ਮੁਕਤ ਹਾਂ - ਜੈਵਿਕ, ਸਮਾਜਿਕ, ਭਾਵਨਾਤਮਕ, ਸਰੀਰਕ, ਮਨੋਵਿਗਿਆਨਕ, ਅਧਿਆਤਮਿਕ ਤੌਰ 'ਤੇ, ਜਾਂ ਕਿਸੇ ਹੋਰ ਚੈਨਲ ਦੁਆਰਾ ਜੋ ਮੈਨੂੰ ਅਣਜਾਣ ਹੈ ਪਰ ਪਰਮਾਤਮਾ ਨੂੰ ਜਾਣਿਆ ਜਾਂਦਾ ਹੈ। ਮੈਂ ਹਰ ਆਤਮਾ ਦਾ ਵਿਰੋਧ ਕਰਦਾ ਹਾਂ ਜੋ ਮੇਰੀ ਆਤਮਾ ਲਈ ਦਰਬਾਨ ਜਾਂ ਦਰਬਾਨ ਵਜੋਂ ਕੰਮ ਕਰਦੀ ਹੈ, ਅਤੇ ਮੈਂ ਕਿਸੇ ਵੀ ਹੋਰ ਚੇਤੰਨ ਜਾਂ ਅਚੇਤ ਗੱਠਜੋੜ, ਸੰਗਤ, ਵਫ਼ਾਦਾਰੀ, ਜਾਂ ਨੇਮ ਨੂੰ ਤਿਆਗ ਦਿੰਦਾ ਹਾਂ। ਮੈਂ ਆਪਣੇ ਆਪ ਨੂੰ ਬ੍ਰਹਮ ਮੁਕਤੀ ਲਈ ਖੋਲ੍ਹਦਾ ਹਾਂ। ਪਿਤਾ ਜੀ, ਹੁਣ ਆਪਣਾ ਰਸਤਾ ਅਪਣਾਓ! ਮੇਰੇ ਸੰਬੰਧ ਵਿੱਚ ਉਨ੍ਹਾਂ ਗੱਲਾਂ ਨੂੰ ਸੰਪੂਰਨ ਕਰੋ (ਬਿਵਸਥਾ ਸਾਰ 5:9; 7:8-9; ਉਪਦੇਸ਼ਕ 7:26; ਯਸਾਯਾਹ 61:1; ਰਸੂਲਾਂ ਦੇ ਕਰਤੱਬ 8:9-13; ਗਲਾਤੀਆਂ 5:1; 1 ਥੱਸ. 5:23-24; 2 ਤਿਮੋ. 2:25)।
- **ਮੈ ਫਰਮਾਨ ਦੰਦਿਾ ਹਾਂ** ਅਤੇ ਐਲਾਨ ਕਰਦਾ ਹਾਂ ਕਿ ਇੱਕ ਪ੍ਰਾਰਥਨਾ ਢਾਲ, ਮਸਹ, ਅੱਗ ਦੀਆਂ ਕੰਧਾਂ, ਧੂੰਏਂ ਦੇ ਪਰਦੇ, ਅਤੇ ਇੱਕ *ਖ਼ੂਨ ਦੀ* ਰੇਖਾ ਮੇਰੇ ਆਲੇ ਦੁਆਲੇ ਸੁਰੱਖਿਆ ਦੇ ਵਾੜ ਬਣਾਉਂਦੀ ਹੈ ਅਤੇ ਮੈਨੂੰ ਦੁਸ਼ਮਣ, ਜਾਣੂ ਆਤਮਾਵਾਂ, ਅਤੇ ਕਿਸੇ ਵੀ ਅਤੇ ਸਾਰੇ ਸ਼ੈਤਾਨੀ ਸ਼ਖਸੀਅਤਾਂ ਦੇ ਕਹਿਰ ਤੋਂ ਛੁਪਾਉਂਦੀ ਹੈ, ਜਿਸ ਨਾਲ ਉਨ੍ਹਾਂ ਲਈ ਆਤਮਾ ਦੇ ਖੇਤਰ ਵਿੱਚ ਮੈਨੂੰ ਪ੍ਰਭਾਵਸ਼ਾਲੀ ਢੰਗ ਨਾਲ ਟਰੈਕ ਕਰਨਾ ਜਾਂ ਟਰੇਸ ਕਰਨਾ ਮੁਸ਼ਕਲ ਹੋ ਜਾਂਦਾ ਹੈ, ਜੇ ਅਸੰਭਵ ਨਹੀਂ। ਸੁਰੱਖਿਆ ਦੇ ਇਹਨਾਂ

ਵਾੜਾਂ ਵਿੱਚ ਕੋਈ ਛੇਦ ਜਾਂ ਪ੍ਰਵੇਸ਼ ਨਹੀਂ ਹੋਵੇਗਾ (ਕੂਚ 12:13; ਅੱਯੂਬ 1:7-10; ਜ਼ਬੂਰ 91; ਜ਼ਕ. 2:5)।

- **ਮੈਂ** ਆਪਣਾ ਨਾਮ ਵਾਯੂਮੰਡਲ ਵਿੱਚ ਛੱਡਦਾ ਹਾਂ ਅਤੇ ਐਲਾਨ ਕਰਦਾ ਹਾਂ ਕਿ ਪ੍ਰਾਰਥਨਾ ਯੋਧੇ, ਵਿਚੋਲੇ, ਅਤੇ ਭਵਿੱਖਬਾਣੀ ਕਰਨ ਵਾਲੇ ਰਾਖੇ ਮੈਨੂੰ ਆਤਮਾ ਦੇ ਖੇਤਰ ਵਿੱਚ ਚੁੱਕ ਰਹੇ ਹਨ। ਮੈਂ ਕਹਿੰਦਾ ਹਾਂ ਕਿ ਉਹ ਆਪਣੇ ਪਹਿਰੇਦਾਰਾਂ ਤੋਂ ਨਹੀਂ ਰੁਕਣਗੇ ਜਾਂ ਹੇਠਾਂ ਨਹੀਂ ਆਉਣਗੇ ਜਦੋਂ ਤੱਕ ਉਨ੍ਹਾਂ ਦੇ ਕੰਮ ਪੂਰੇ ਨਹੀਂ ਹੋ ਜਾਂਦੇ। ਮੈਂ ਫ਼ਰਮਾਨ ਦਿੰਦਾ ਹਾਂ ਅਤੇ ਐਲਾਨ ਕਰਦਾ ਹਾਂ ਕਿ ਉਹ ਪਵਿੱਤਰ ਆਤਮਾ ਅਤੇ ਯਿਸੂ ਮਸੀਹ ਦੇ ਨਿਰਦੇਸ਼ਨ ਹੇਠ ਆਪਣੇ ਵਿਚੋਲੇ ਦੇ ਕੰਮ ਕਰਨਗੇ, ਜੋ ਮੇਰਾ ਮੁੱਖ ਵਿਚੋਲਾ ਹੈ (ਯਿਰਮਿਯਾਹ 27:18; ਹਿਜ਼ਕੀਏਲ 3:17; ਲੂਕਾ 18:7; ਯੂਹੰਨਾ 16:13; ਰੋਮੀਆਂ 8:26–27, 34; ਇਬ. 7:25)।
- **ਮੈਂ ਫਰਮਾਉਂਦਾ** ਅਤੇ ਐਲਾਨ ਕਰਦਾ ਹਾਂ ਕਿ ਪ੍ਰਭੂ ਦਾ ਆਤਮਾ ਮੇਰੇ ਉੱਤੇ ਹੈ - ਬੁੱਧੀ, ਸਮਝ, ਬ੍ਰਹਮ ਸਲਾਹ, ਅਲੌਕਿਕ ਸ਼ਕਤੀ, ਗਿਆਨ, ਅਤੇ ਯਹੋਵਾਹ ਦੇ ਅਤਿਅੰਤ ਡਰ ਦੀ ਆਤਮਾ। ਜਿਵੇਂ-ਜਿਵੇਂ ਮੈਂ ਅੱਗੇ ਵਧਦਾ ਹਾਂ, ਮੈਂ ਬ੍ਰਹਮ ਤੌਰ 'ਤੇ ਸ਼ਕਤੀਸ਼ਾਲੀ ਹੁੰਦਾ ਹਾਂ ਅਤੇ ਹੁਨਰ ਅਤੇ ਸਮਝ ਵਿੱਚ ਵਾਧਾ ਕਰਦਾ ਹਾਂ (ਯਸਾਯਾਹ 11:2-3; ਅਫ਼ਸੀਆਂ 1:17-18; ਕੁਲੁੱਸੀਆਂ 1:9-11; 3:10)।
- **ਮੈਂ** ਸ਼ੈਤਾਨੀ ਪ੍ਰਭਾਵ, ਭਰਮ, ਅਨੁਮਾਨ, ਧਾਰਨਾਵਾਂ, ਸੁਝਾਅ, ਸ਼ੱਕ ਅਤੇ ਧੋਖੇ ਨੂੰ ਮਿਟਾ ਦਿੰਦਾ ਹਾਂ ਅਤੇ ਨਸ਼ਟ ਕਰਦਾ ਹਾਂ ਜੋ ਮੇਰੀ ਆਤਮਾ ਲਈ ਇੱਕ ਛਲ ਜਾਂ ਘਾਤ ਵਜੋਂ ਸਥਾਪਤ ਕੀਤੇ ਗਏ ਹਨ ਅਤੇ ਜਿਨ੍ਹਾਂ ਨੂੰ ਮੇਰੇ ਨਾਲ, ਮੇਰੇ ਲਈ, ਮੇਰੇ ਵੱਲੋਂ ਪ੍ਰਾਰਥਨਾ ਕਰਨ ਲਈ ਨਿਯੁਕਤ ਕੀਤਾ ਗਿਆ ਹੈ, ਅਤੇ ਜਿਹੜੇ ਮੇਰੇ ਨਾਲ ਕੰਮ ਕਰਦੇ ਹਨ, ਉਹ ਮੇਰੇ ਨਾਲ ਨਿਯੁਕਤ ਕੀਤੇ ਗਏ ਹਨ, ਅਤੇ ਰੋਜ਼ਾਨਾ ਮੇਰੇ ਨਾਲ ਗੱਲਬਾਤ ਕਰਦੇ ਹਨ (1 ਰਾਜਿਆਂ 22:5-40; ਰਸੂਲਾਂ ਦੇ ਕਰਤੱਬ 13:50; 2 ਥੱਸ. 2)।
- **ਮੈਂ** ਸ਼ੈਤਾਨ ਦੀਆਂ ਚਾਲਾਂ ਦਾ ਜ਼ੋਰਦਾਰ ਵਿਰੋਧ ਕਰਦਾ ਹਾਂ ਅਤੇ ਆਪਣੇ ਸਵਰਗੀ ਪਿਤਾ ਦੇ ਸਿੰਘਾਸਣ ਕਮਰੇ ਵਿੱਚੋਂ ਨਿਕਲਣ ਵਾਲੇ ਬ੍ਰਹਮ ਵਿਚਾਰਾਂ, ਪ੍ਰੇਰਨਾ, ਪ੍ਰਕਾਸ਼, ਸੂਝ, ਬੁੱਧੀ, ਗਿਆਨ ਅਤੇ ਸਮਝ ਨੂੰ

ਹਾਈਜੈਕ ਕਰਨ ਦੀ ਮਨਾਹੀ ਕਰਦਾ ਹਾਂ, ਖਾਸ ਕਰਕੇ ਉਹ ਜੋ ਧਰਤੀ ਦੇ ਖੇਤਰ ਅਤੇ ਸਵਰਗ ਵਿੱਚ ਮੇਰੇ ਰਾਜ ਅਧਿਕਾਰ ਨੂੰ ਸ਼ੁਰੂ ਕਰਦੇ ਹਨ, ਉਤੇਜਿਤ ਕਰਦੇ ਹਨ, ਕਾਇਮ ਰੱਖਦੇ ਹਨ ਅਤੇ ਮਜ਼ਬੂਤ ਕਰਦੇ ਹਨ, ਅਤੇ ਜੋ ਪਰਮੇਸ਼ੁਰ ਦੇ ਮੁਕਤੀ ਦੇ ਉਦੇਸ਼ ਨੂੰ ਸੁਵਿਧਾਜਨਕ ਬਣਾਉਂਦੇ ਹਨ (ਮੱਤੀ 13:19; ਅਫ਼ਸੀਆਂ 6:11)।

- **ਮੈਂ ਸਾਰੇ ਧਿਆਨ ਭਟਕਾਉਣ ਵਾਲੇ, ਪਰੇਸ਼ਾਨ ਕਰਨ ਵਾਲੇ ਅਤੇ ਵਨਿਾਸ਼ਕਾਰੀ ਉਪਾਵਾਂ ਨੂੰ ਰੋਕ ਦੱਿਤਾ ਹੈ** । ਇਸੇ ਕਾਰਨ ਕਰਕੇ ਪਰਮੇਸ਼ੁਰ ਦੇ ਪੁੱਤਰ ਨੂੰ ਪ੍ਰਗਟ ਕੀਤਾ ਗਿਆ ਸੀ, ਕਿ ਉਹ ਦੁਸ਼ਮਣ ਦੇ ਕੰਮਾਂ ਨੂੰ ਨਸ਼ਟ ਕਰੇਗਾ (ਯੂਹੰਨਾ 2:15-17; ਰਸੂਲਾਂ ਦੇ ਕਰਤੱਬ 16:16-19; 1 ਯੂਹੰਨਾ 3:8)।
- **ਮੈਂ** ਸ਼ੈਤਾਨੀ ਰੋਕਾਂ, ਪਾਬੰਦੀਆਂ, ਅਤੇ ਸਾਰੀਆਂ ਸੀਮਾਵਾਂ ਦੇ ਵਿਰੁੱਧ ਜਿੱਤ ਪ੍ਰਾਪਤ ਕਰਦਾ ਹਾਂ। ਮੈਂ ਫ਼ਰਮਾਨ ਦਿੰਦਾ ਹਾਂ ਅਤੇ ਐਲਾਨ ਕਰਦਾ ਹਾਂ ਕਿ ਸਾਰੀਆਂ ਅਦਿੱਖ ਅਤੇ ਅਜਿੱਤ ਕੰਧਾਂ ਤਬਾਹ ਹੋ ਗਈਆਂ ਹਨ (ਯਹੋਸ਼ੁਆ 6:1; ਕੁਲੁੱਸੀਆਂ 1:16)।
- **ਮੈਂ** ਸ਼ੈਤਾਨੀ/ਸ਼ੈਤਾਨੀ ਗਤੀਵਿਧੀਆਂ ਦੇ ਵਿਰੁੱਧ ਬ੍ਰਹਮ ਨਿਆਂ ਲਾਗੂ ਕਰਦਾ ਹਾਂ, ਅਤੇ ਮੈਂ ਏਲੀਯਾਹ ਅਤੇ ਯੇਹੂ ਦੀ ਆਤਮਾ ਵਿੱਚ ਯੁੱਧ ਕਰਦਾ ਹਾਂ (1 ਰਾਜਿਆਂ 18; 2 ਰਾਜਿਆਂ 9:1–10:28)।
- **ਮੈਂ** ਕਿਸੇ ਵੀ ਸ਼ੈਤਾਨੀ ਕਾਰਵਾਈਆਂ, ਚਾਲਾਂ, ਹੇਰਾਫੇਰੀਆਂ, ਤੋੜ-ਮਰੋੜ, ਰਣਨੀਤੀਆਂ, ਰਣਨੀਤੀਆਂ, ਸਾਜ਼ਿਸ਼ਾਂ, ਯੋਜਨਾਵਾਂ ਅਤੇ ਚਾਲਾਂ ਨੂੰ ਅਸਵੀਕਾਰ ਕਰਦਾ ਹਾਂ, ਰੱਦ ਕਰਦਾ ਹਾਂ, ਅਤੇ ਜ਼ਬਰਦਸਤੀ ਵਿਰੋਧ ਕਰਦਾ ਹਾਂ ਜੋ ਪਰਮੇਸ਼ੁਰ ਦੀਆਂ ਮੂਲ ਯੋਜਨਾਵਾਂ ਅਤੇ ਉਦੇਸ਼ਾਂ ਨੂੰ ਉਨ੍ਹਾਂ ਦੇ ਤੇਜ਼, ਤੇਜ਼ ਅਤੇ ਤੇਜ਼ ਪ੍ਰਗਟਾਵੇ ਤੋਂ ਰੋਕਣ, ਰੋਕਣ, ਨਿਰਾਸ਼ ਕਰਨ, ਅਸਫਲ ਕਰਨ, ਇਨਕਾਰ ਕਰਨ ਜਾਂ ਦੇਰੀ ਕਰਨ ਲਈ ਤਿਆਰ ਕੀਤੇ ਗਏ ਹਨ, ਖਾਸ ਕਰਕੇ ਉਨ੍ਹਾਂ ਦੇ ਸਹੀ ਸਮੇਂ ਅਤੇ ਮੌਸਮ ਵਿੱਚ (ਦਾਨੀਏਲ 7:25)।
- **ਮੈਂ** ਆਪਣੇ ਜੀਵਨ ਅਤੇ ਸੇਵਕਾਈ ਜਾਂ ਆਪਣੇ ਪਰਿਵਾਰ ਦੇ ਜੀਵਨ ਨਾਲ ਸਬੰਧਤ ਕਿਸੇ ਵੀ ਸਮੇਂ ਜਾਂ ਕਾਨੂੰਨਾਂ ਵਿੱਚ ਤਬਦੀਲੀ ਅਤੇ

ਬਦਲਾਅ ਦੀ ਮਨਾਹੀ ਕਰਦਾ ਹਾਂ। ਮੈਂ ਪਰਮਾਤਮਾ ਦੀਆਂ ਕੋਰੀਓਗ੍ਰਾਫਿਕ, ਸਿੰਫੋਨਿਕ, ਅਤੇ ਆਰਕੈਸਟਰੇਟਿਡ ਹਰਕਤਾਂ ਦੇ ਅਨੁਸਾਰ ਸਮਕਾਲੀ ਅਤੇ ਸਮਕਾਲੀ ਹੁੰਦਾ ਹਾਂ (ਉਤਪਤ 1:1-5; ਦਾਨੀਏਲ 6:1-15; 7:15-27)।

- **ਮੈ ਇਹ ਸਥਾਪਿਤ ਕਰਦਾ ਹਾਂ** ਕਿ ਜੇਕਰ ਕਾਨੂੰਨ, ਕਾਨੂੰਨ, ਕੋਡੀਫਿਕੇਸ਼ਨ, ਬਿੱਲ, ਚਾਰਟਰ ਅਤੇ ਸੰਵਿਧਾਨ ਬਦਲੇ ਜਾਂਦੇ ਹਨ, ਤਾਂ ਉਹ ਮੇਰੇ ਹੱਕ ਵਿੱਚ ਬਦਲੇ ਜਾਂਦੇ ਹਨ ਤਾਂ ਜੋ ਮੈਂ ਆਪਣੀ ਨਿਯੁਕਤੀ ਦੀ ਜਗ੍ਹਾ ਅਤੇ ਉਸ ਧਰਤੀ ਵਿੱਚ ਖੁਸ਼ਹਾਲ ਹੋ ਸਕਾਂ ਜਿਸ ਵਿੱਚ ਮੈਂ ਰਹਿੰਦਾ ਹਾਂ (ਦਾਨੀਏਲ 6:25-28)।
- **ਮੈ ਫ਼ਰਮਾਨ ਦੇਂਦਾ ਹਾਂ** ਅਤੇ ਐਲਾਨ ਕਰਦਾ ਹਾਂ ਕਿ ਮੇਰੇ ਸਮੇਂ ਅਤੇ ਰੁੱਤਾਂ ਪ੍ਰਭੂ ਦੇ ਹੱਥਾਂ ਵਿੱਚ ਹਨ ਅਤੇ ਉਹਨਾਂ ਨੂੰ ਕਿਸੇ ਵੀ ਵਿਅਕਤੀ ਜਾਂ ਕਿਸੇ ਵੀ ਚੀਜ਼ ਦੁਆਰਾ ਬਦਲਿਆ ਜਾਂ ਵਿਵਸਥਿਤ ਨਹੀਂ ਕੀਤਾ ਜਾਵੇਗਾ। ਮੈਂ ਯਿੱਸਾਕਾਰ ਦੇ ਪੁੱਤਰਾਂ ਦੇ ਮਸਹ ਅਧੀਨ ਕੰਮ ਕਰਦਾ ਹਾਂ, ਅਤੇ ਪਰਮੇਸ਼ੁਰ ਮੈਨੂੰ ਮੇਰੇ ਸਮਿਆਂ ਅਤੇ ਰੁੱਤਾਂ ਨੂੰ ਸਹੀ ਢੰਗ ਨਾਲ ਸਮਝਣ ਦੀ ਬ੍ਰਹਮ ਯੋਗਤਾ ਦਿੰਦਾ ਹੈ (1 ਇਤਹਾਸ 12:32; ਜ਼ਬੂਰ 31:15; ਉਪਦੇਸ਼ਕ 3:1-8; ਦਾਨੀਏਲ 2:21-22)।
- **ਮੈ ਫ਼ਰਮਾਨ ਦੇਂਦਾ ਹਾਂ** ਅਤੇ ਐਲਾਨ ਕਰਦਾ ਹਾਂ ਕਿ ਮੇਰੀ ਆਤਮਾ ਦੀਆਂ ਅੱਖਾਂ ਬ੍ਰਹਮ ਗਤੀਵਿਧੀਆਂ ਦੀ ਸਹੀ ਸਮਝ ਅਤੇ ਵਿਆਖਿਆ ਲਈ 20/20 ਦ੍ਰਿਸ਼ਟੀ ਨਾਲ ਕੰਮ ਕਰਦੀਆਂ ਹਨ। ਮੇਰੇ ਕੰਨ ਆਤਮਾ ਦੀ ਸਹੀ ਬਾਰੰਬਾਰਤਾ ਦੇ ਅਨੁਕੂਲ ਹਨ, ਅਤੇ ਮੇਰੇ ਕੋਲ ਸਪਸ਼ਟ ਸੰਚਾਰ ਹੈ (2 ਰਾਜਿਆਂ 6:17; ਅੱਯੂਬ 42:5; ਜ਼ਬੂਰ 119:18; ਯਸਾਯਾਹ 29:18; ਯਿਰਮਿਯਾਹ 1:11-16; 2 ਕੁਰਿੰਥੀਆਂ 4:4; 7:2; ਅਫ਼ਸੀਆਂ 4:18; ਪ੍ਰਕਾਸ਼ 4:1)।
- **ਮੈ ਫ਼ਰਮਾਉਂਦਾ ਹਾਂ** ਕਿ ਅੱਜ ਮੈਂ ਪਰਮੇਸ਼ੁਰ ਦੇ ਬ੍ਰਹਮ ਸਮਾਂ-ਸਾਰਣੀ/ਕੈਲੰਡਰ ਦੇ ਅਨੁਸਾਰ ਕੰਮ ਕਰਦਾ ਹਾਂ। ਮੈਂ ਫ਼ਰਮਾਉਂਦਾ ਹਾਂ ਕਿ ਪਰਮੇਸ਼ੁਰ ਦਾ ਏਜੰਡਾ ਮੇਰਾ ਏਜੰਡਾ ਹੈ। ਮੈਂ ਆਪਣਾ ਨਹੀਂ ਹਾਂ; ਮੈਨੂੰ ਇੱਕ ਕੀਮਤ ਦੇ ਕੇ ਖਰੀਦਿਆ ਗਿਆ ਹੈ। ਇਸ ਲਈ ਮੈਂ ਆਪਣੇ ਆਪ ਨੂੰ

ਸਿਰਫ਼ ਉਸੇ ਦੇ ਹਵਾਲੇ ਕਰਦਾ ਹਾਂ। ਮੈਂ ਐਲਾਨ ਕਰਦਾ ਹਾਂ ਕਿ, ਯਿਸੂ ਵਾਂਗ, "ਮੈਂ ਆਉਂਦਾ ਹਾਂ: ਪੋਥੀ ਦੇ ਵਾਲੀਅਮ ਵਿੱਚ ਮੇਰੇ ਬਾਰੇ ਲਿਖਿਆ ਹੋਇਆ ਹੈ" (ਜ਼ਬੂਰ 40:7; ਜ਼ਬੂਰ 139:16 ਵੀ ਦੇਖੋ; 1 ਕੁਰਿੰ. 7:23; ਯਾਕੂਬ 4:7)।

- **ਪਿਤਾ ਜੀ,** ਮੁਸੀਬਤਾਂ ਪੈਦਾ ਕਰਨ ਵਾਲਿਆਂ, ਮਖੌਲ ਕਰਨ ਵਾਲਿਆਂ, ਮਖੌਲ ਕਰਨ ਵਾਲਿਆਂ, ਮਖੌਲ ਕਰਨ ਵਾਲਿਆਂ, ਸਤਾਉਣ ਵਾਲਿਆਂ ਅਤੇ ਚਰਿੱਤਰ ਹੱਤਿਆਰਿਆਂ ਦੀਆਂ ਯੋਜਨਾਵਾਂ ਨੂੰ ਉਖਾੜ ਸੁੱਟੋ। ਸ਼ੈਤਾਨੀ ਪ੍ਰਤੀਨਿਧੀਆਂ ਦਾ ਪਰਦਾਫਾਸ਼ ਕਰੋ ਅਤੇ ਮੈਨੂੰ ਮੇਰੇ ਨਾਸ਼ ਲਈ ਸਥਾਪਿਤ ਸਾਜ਼ਿਸ਼ਾਂ ਅਤੇ ਯੋਜਨਾਵਾਂ ਦੀ ਪਛਾਣ ਕਰਨ, ਵਿਰੋਧ ਕਰਨ ਅਤੇ ਉਨ੍ਹਾਂ ਨੂੰ ਦੂਰ ਕਰਨ ਲਈ ਬ੍ਰਹਮ ਰਣਨੀਤੀਆਂ ਅਤੇ ਜੁਗਤਾਂ ਪ੍ਰਦਾਨ ਕਰੋ (ਅਸਥ. 9:25; ਜ਼ਬੂਰ 5:10; 7:14-16; 34:21; 35:1-8; 52:5; 83:13-17; 141:10; ਕਹਾਉਤਾਂ 26:27; 28:10; ਦਾਨੀਏਲ 3, 6; ਮੱਤੀ 7:15-23; 2 ਕੁਰਿੰ. 11:14-15):
- **ਆਪਣਾ ਬਰਛਾ ਕੱਢੋ ਅਤੇ ਉਨ੍ਹਾਂ ਨੂੰ ਰਾਹ ਵਿੱਚ ਰੋਕੋ।**
- **ਉਨ੍ਹਾਂ ਨੂੰ ਸ਼ਰਮਿੰਦਾ ਹੋਣ ਦਓ ਅਤੇ ਸ਼ਰਮਿੰਦਾ ਹੋਣ ਦਓ।**
- **ਉਨ੍ਹਾਂ ਨੂੰ ਆਪਣੀਆਂ ਹੀ ਸਲਾਹਾਂ ਨਾਲ ਡਿੱਗਣ ਦਓ।**
- **ਉਨ੍ਹਾਂ ਨੂੰ ਵਾਪਸ ਮੋੜ ਦਿੱਤਾ ਜਾਵੇ ਅਤੇ ਉਲਝਣ ਵਿੱਚ ਪਾ ਦਿੱਤਾ ਜਾਵੇ।**
- **ਉਨ੍ਹਾਂ ਨੂੰ ਹਵਾ ਦੁਆਰਾ ਉਡਾਏ ਗਏ ਤੂੜੀ ਵਾਂਗ ਹੋਣ ਦਓ।**
- **ਪ੍ਰਭੂ ਦੇ ਦੂਤ ਨੂੰ ਉਨ੍ਹਾਂ ਨੂੰ ਸਤਾਉਣ ਦਓ।**
- **ਉਨ੍ਹਾਂ ਦਾ ਰਾਹ ਹਨੇਰੇ ਅਤੇ ਤਿਲਕਣ ਵਾਲੇ ਥਾਵਾਂ ਵਿੱਚੋਂ ਹੋਵੇ, ਅਤੇ ਯਹੋਵਾਹ ਦਾ ਦੂਤ ਉਨ੍ਹਾਂ ਦਾ ਪਿੱਛਾ ਕਰੇ ਅਤੇ ਉਨ੍ਹਾਂ ਨੂੰ ਦੁੱਖ ਦੇਵੇ।**
- **ਜਿਹੜੇ ਮੇਰੀ ਜਾਨ ਭਾਲਦੇ ਹਨ ਅਤੇ ਮੰਗਦੇ ਹਨ, ਉਨ੍ਹਾਂ ਨੂੰ ਸ਼ਰਮਿੰਦਾ ਅਤੇ ਬੇਇੱਜ਼ਤ ਕੀਤਾ ਜਾਵੇ।**
- **ਜਿਹੜੇ ਮੇਰੇ ਉੱਤੇ ਹਮਲਾ ਕਰਨ ਦੀਆਂ ਯੋਜਨਾਵਾਂ ਬਣਾਉਂਦੇ ਹਨ, ਉਨ੍ਹਾਂ ਨੂੰ ਪਿੱਛੇ ਹਟਣ ਅਤੇ ਸ਼ਰਮਿੰਦਾ ਹੋਣ ਦਓ।**

- ਉਨ੍ਹਾਂ ਉੱਤੇ ਅਚਾਨਕ ਤਬਾਹੀ ਆ ਜਾਵੇ।
- ਉਨ੍ਹਾਂ ਨੂੰ ਆਪਣੀ ਹੀ ਤਬਾਹੀ ਵਿੱਚ ਡਿੱਗਣ ਦਓ।
- ਉਨ੍ਹਾਂ ਉੱਤੇ ਅਣਜਾਣੇ ਵਿੱਚ ਤਬਾਹੀ ਆ ਜਾਵੇ।
- ਉਨ੍ਹਾਂ ਨੂੰ ਠੋਕਰ ਖਾਣ ਦਓ ਅਤੇ ਉਸੇ ਤਬਾਹੀ ਵਿੱਚ ਡਿੱਗਣ ਦਓ ਜੋ ਉਨ੍ਹਾਂ ਨੇ ਮੇਰੇ ਲਈ ਰਚੀ ਹੈ।
- ਉਨ੍ਹਾਂ ਨੂੰ ਉਨ੍ਹਾਂ ਹਥਿਆਰਾਂ ਨਾਲ ਜ਼ਖ਼ਮੀ ਅਤੇ ਤਬਾਹ ਕਰ ਦਓ ਜੋ ਉਨ੍ਹਾਂ ਨੇ ਮੇਰੇ ਲਈ ਬਣਾਏ ਹਨ।
- ਉਨ੍ਹਾਂ ਨੂੰ ਉਸੇ ਜਾਲ ਵਿੱਚ ਫਸਣ ਦਓ ਜੋ ਉਨ੍ਹਾਂ ਨੇ ਮੇਰੇ ਲਈ ਵਿਛਾਇਆ ਸੀ।
- ਉਨ੍ਹਾਂ ਨੂੰ ਉਸੇ ਟੋਏ ਵਿੱਚ ਡਿੱਗਣ ਦਓ ਜੋ ਉਨ੍ਹਾਂ ਨੇ ਮੇਰੇ ਲਈ ਪੁੱਟਿਆ ਸੀ।
- ਉਨ੍ਹਾਂ ਨੂੰ ਉਸੇ ਫੰਦੇ ਨਾਲ ਲਟਕਾ ਦਿੱਤਾ ਜਾਵੇ ਜਸਿ ਵਿੱਚ ਉਨ੍ਹਾਂ ਨੇ ਮੇਰੇ ਲਈ ਪਾਇਆ ਸੀ।
- ਉਨ੍ਹਾਂ ਨੂੰ ਉਸੇ ਅੱਗ ਵਿੱਚ ਸਾੜ ਦਿੱਤਾ ਜਾਵੇ ਜੋ ਉਨ੍ਹਾਂ ਨੇ ਮੇਰੇ ਲਈ ਜਗਾਈ ਹੈ।
- ਉਨ੍ਹਾਂ ਨੂੰ ਉਨ੍ਹਾਂ ਜਾਨਵਰਾਂ ਦੁਆਰਾ ਖਾ ਜਾਣ ਦਓ ਜੋ ਉਨ੍ਹਾਂ ਨੇ ਮੇਰੇ ਲਈ ਤਿਆਰ ਕੀਤੇ ਹਨ।
- ਉਨ੍ਹਾਂ ਦੀ ਸ਼ਰਾਰਤ ਦੇ ਕੰਮ ਵਿੱਚ ਹੀ ਉਨ੍ਹਾਂ ਨੂੰ ਮਾਰ ਦਓ।
- ਉਨ੍ਹਾਂ ਦੀ ਸ਼ਰਾਰਤ ਉਨ੍ਹਾਂ ਨੂੰ ਦੁੱਗਣੀ ਮੋੜ ਦਿੱਤੀ ਜਾਵੇ।
- ਉਨ੍ਹਾਂ ਨੂੰ ਉਨ੍ਹਾਂ ਦੇ ਰਹਣਿ ਵਾਲੇ ਸਥਾਨ ਤੋਂ ਬਾਹਰ ਕੱਢ ਦਓ।
- ਉਨ੍ਹਾਂ ਨੂੰ ਜੀਉਂਦਿਆਂ ਦੀ ਧਰਤੀ ਤੋਂ ਉਖਾੜ ਸੁੱਟੋ।
- ਬੁਰਾਈ ਉਨ੍ਹਾਂ ਨੂੰ ਮਾਰ ਦੇਵੇ ਅਤੇ ਬਰਬਾਦੀ ਉਨ੍ਹਾਂ ਦਾ ਭਾਗ ਹੋਵੇ।
- ਉਨ੍ਹਾਂ ਨੂੰ ਉਲਝਣ ਵਿੱਚ ਘੁੰਮਦੇ ਪਹੀਏ ਵਾਂਗ ਬਣਾਓ।
- ਉਨ੍ਹਾਂ ਨੂੰ ਹਵਾ ਦੇ ਅੱਗੇ ਉੱਡਦੇ ਘਾਹ ਵਾਂਗ ਬਣਾ ਦੇ।
- ਉਨ੍ਹਾਂ ਨੂੰ ਅੱਗ ਨਾਲ ਸੜਦੀ ਲੱਕੜ ਵਾਂਗ ਬਣਾ ਦਓ।

- **ਆਪਣੇ ਤੂਫ਼ਾਨ ਨਾਲ ਉਨ੍ਹਾਂ ਨੂੰ ਸਤਾਓ।**
- **ਉਨ੍ਹਾਂ ਦੇ ਦਿਲਾਂ ਵਿੱਚ ਡਰ ਅਤੇ ਦਹਿਸ਼ਤ ਪੈਦਾ ਕਰੋ।**
- **ਉਨ੍ਹਾਂ ਨੂੰ ਹਮੇਸ਼ਾ ਲਈ ਸ਼ਰਮਿੰਦਾ ਅਤੇ ਪਰੇਸ਼ਾਨ ਰਹਿਣ ਦਿਓ।**
- **ਮੈਂ** ਸਵਰਗ ਦੇ ਮੇਜ਼ਬਾਨਾਂ ਨੂੰ ਹਨੇਰੇ ਦੇ ਮੇਜ਼ਬਾਨਾਂ ਵਿਰੁੱਧ ਯੁੱਧ ਕਰਨ ਲਈ ਨਿਯੁਕਤ ਕਰਦਾ ਹਾਂ (1 ਸਮੂਏਲ 17)। ਹੇਠ ਲਿਖਿਆਂ ਤੋਂ ਨਿਕਲਣ ਵਾਲੀਆਂ ਹੋਰ ਸ਼ੈਤਾਨੀ ਹਰਕਤਾਂ ਅਤੇ ਸ਼ੈਤਾਨੀ ਗਤੀਵਿਧੀਆਂ 'ਤੇ ਹੁਕਮ ਸੰਭਾਲੋ, ਰੋਕ ਲਗਾਓ ਅਤੇ ਰੋਕ ਲਗਾਓ:
- **ਪਤਾਲ ਅਤੇ ਇਸਦੇ ਛੇ ਖੇਤਰ (ਯਸਾ. 14:9, 15; 38:18; ਦਾਨੀਏਲ 7:1-28; ਪ੍ਰਕਾਸ਼.ਦੀ ਪੋਥੀ 20:13-14)**
- **ਮੌਤ (ਅੱਯੂਬ 34:22; 1 ਕੁਰਿੰ. 15:55)**
- **ਨਰਕ/ਸੀਓਲ/ਪਤਾਲ (ਯਸਾ. 14:19)**
- **ਕਬਰ (ਯਸਾ. 38:10; ਹਜਿ. 31:15)**
- **ਟੋਆ (ਹਜ਼ਿਕ਼ੀਏਲ 32:23)**
- **ਅਥਾਹ ਕੁੰਡ, ਟੋਏ ਦਾ ਹੇਠਲਾ ਖੇਤਰ (ਯਸਾ. 38:17; ਜ਼ਬੂਰ 30:3)**
- **ਸਮੁੰਦਰ ਦੇ ਇਲਾਕੇ (ਅੱਯੂਬ 41:1-31; ਹਜ਼ਿਕ਼ੀਏਲ 26:16)**
- **ਸਵਰਗ (ਅਫ਼ਸੀਆਂ 2:6; 6:12; ਪ੍ਰਕਾਸ਼.ਦੀ ਪੋਥੀ 12:7)**
- **ਧਰਤੀ, ਧਰਤੀ ਹੇਠਲਾ, ਅਤੇ ਆਕਾਸ਼ੀ ਖੇਤਰ (ਯਸਾਯਾਹ 14:12-14; ਯਰਮਿਯਾਹ 1:10; ਲੂਕਾ 11:16-26; ਰੋਮੀਆਂ 8:14-23; ਫਿਲਿੱਪੀਆਂ 2:10)**
- **ਮੈਂ** ਦੁਸ਼ਮਣ ਦੇ ਸਾਰੇ ਅਸਫਲ ਉਪਾਵਾਂ, ਰਣਨੀਤੀਆਂ ਅਤੇ ਚਾਲਾਂ ਉੱਤੇ ਭਵਿੱਖਬਾਣੀ ਦੇ ਸ਼ਬਦ ਨੂੰ ਉੱਚਾ ਕਰਦਾ ਹਾਂ (1 ਤਿਮੋ. 1:18-20)।
- **ਮੈਂ** ਯਸਾਯਾਹ 54:17 ਦੇ ਅਨੁਸਾਰ, ਗਲਤ ਸ਼ਬਦਾਂ, ਬੁਰੀਆਂ ਇੱਛਾਵਾਂ, ਜਾਦੂ-ਟੂਣੇ, ਜਾਦੂ-ਟੂਣੇ, ਮਜ਼ਾਕ, ਸਰਾਪਾਂ ਨੂੰ ਉਲਟਾਉਂਦਾ ਅਤੇ ਉਲਟਾਉਂਦਾ ਹਾਂ, ਜਾਦੂ-ਟੂਣਿਆਂ ਦੀਆਂ ਪ੍ਰਾਰਥਨਾਵਾਂ, ਅਤੇ ਹਰ ਵਿਅਰਥ ਸ਼ਬਦ ਜੋ ਪਰਮੇਸ਼ੁਰ ਦੀਆਂ ਮੂਲ ਯੋਜਨਾਵਾਂ ਅਤੇ ਉਦੇਸ਼ਾਂ ਦੇ ਵਿਰੁੱਧ ਬੋਲਿਆ ਜਾਂਦਾ ਹੈ।

- **ਮੈ** ਇਨ੍ਹਾਂ ਕਥਨਾਂ ਅਤੇ ਫ਼ਰਮਾਨ ਨਾਲ ਜੁੜੇ ਸਰਾਪ ਨੂੰ ਉਲਟਾਉਂਦਾ ਹਾਂ ਅਤੇ ਐਲਾਨ ਕਰਦਾ ਹਾਂ ਕਿ ਇਹ ਖੜ੍ਹੇ ਨਹੀਂ ਰਹਿਣਗੇ, ਇਹ ਪੂਰੇ ਨਹੀਂ ਹੋਣਗੇ, ਇਹ ਜੜ੍ਹ ਨਹੀਂ ਫੜਨਗੇ, ਅਤੇ ਉਨ੍ਹਾਂ ਦੇ ਹਿੰਸਕ ਜ਼ੁਬਾਨੀ ਵਰਤਾਓ ਉਨ੍ਹਾਂ ਨੂੰ ਦੁੱਗਣੇ ਮੋੜ ਦਿੱਤੇ ਜਾਣਗੇ।
- **ਮੈ ਐਲਾਨ ਕਰਦਾ ਹਾਂ** ਕਿ ਹਰ ਝੂਠੀ ਜੀਭ ਗਲਤ ਹੈ ਅਤੇ ਸੱਚਾਈ ਦੀ ਜਿੱਤ ਹੁੰਦੀ ਹੈ। ਉਨ੍ਹਾਂ ਦੀਆਂ ਨਾਸਾਂ ਵਿੱਚ ਕੁੰਡੀ ਲਗਾ, ਉਨ੍ਹਾਂ ਦੇ ਬੁੱਲ੍ਹਾਂ ਨੂੰ ਲਗਾਮ ਦੇ, ਅਤੇ ਮੈਨੂੰ ਉਨ੍ਹਾਂ ਦੀਆਂ ਜੀਭਾਂ ਦੇ ਕ੍ਰੋਧ ਤੋਂ ਛੁਪਾ (ਅੱਯੂਬ 5:21; ਜ਼ਬੂਰ 5:6-10; ਯਸਾਯਾਹ 37:29)।
- **ਮੈ** ਝੂਠ, ਨਿੰਦਿਆ, ਅੰਦਾਜ਼ੇ, ਦੋਸ਼, ਗਲਤ ਬਿਆਨਬਾਜ਼ੀ ਅਤੇ ਚਰਿੱਤਰ ਹੱਤਿਆ ਦੇ ਵਿਰੁੱਧ ਹਾਂ। ਪਿਤਾ ਜੀ, ਬ੍ਰਹਮ ਨਿਰਣੇ ਨਾਲ ਅਕਾਸ਼ ਨੂੰ ਝੁਕਾ ਦਿਓ; ਉਨ੍ਹਾਂ ਨੂੰ ਖਿੰਡਾ ਦੇਣ ਲਈ ਬਿਜਲੀ ਭੇਜੋ; ਉਨ੍ਹਾਂ ਨੂੰ ਤਬਾਹ ਕਰਨ ਲਈ ਆਪਣੇ ਤੀਰ ਚਲਾਓ; ਉੱਪਰੋਂ ਆਪਣਾ ਹੱਥ ਭੇਜੋ ਅਤੇ ਮੈਨੂੰ ਉਨ੍ਹਾਂ ਤੋਂ ਛੁਟਕਾਰਾ ਦਿਵਾਓ। ਮੈਂ ਉਨ੍ਹਾਂ ਦੇ ਕਮਜ਼ੋਰ ਕਰਨ ਵਾਲੇ ਯਤਨਾਂ ਜਾਂ ਪਹਿਲਕਦਮੀਆਂ ਦੁਆਰਾ ਕੋਈ ਜ਼ਮੀਨ ਜਾਂ ਇਲਾਕਾ ਨਹੀਂ ਗੁਆਵਾਂਗਾ (1 ਰਾਜਿਆਂ 21:1-16; ਜ਼ਬੂਰ 144:5-7)।
- **ਮੈ** ਭਰਾਵਾਂ ਉੱਤੇ ਦੋਸ਼ ਲਾਉਣ ਵਾਲੇ ਨੂੰ ਮੇਰੇ ਸੰਪਰਕ ਵਿੱਚ ਆਉਣ ਵਾਲੇ ਕਿਸੇ ਵੀ ਵਿਅਕਤੀ ਦੀ ਆਤਮਾ ਜਾਂ ਮਨ ਨੂੰ ਸੰਚਾਲਿਤ ਕਰਨ ਜਾਂ ਪ੍ਰਭਾਵਿਤ ਕਰਨ ਤੋਂ ਵਰਜਦਾ ਹਾਂ (ਪ੍ਰਕਾਸ਼ ਦੀ ਪੋਥੀ 12:10)।
- **ਮੈ** ਕਿਸੇ ਵੀ ਕਲੰਕ ਦੇ ਪ੍ਰਭਾਵ ਨੂੰ ਉਲਟਾਉਂਦਾ ਹਾਂ ਅਤੇ ਐਲਾਨ ਕਰਦਾ ਹਾਂ ਕਿ ਬ੍ਰਹਮ ਕਿਰਪਾ, ਕਿਰਪਾ, ਸਨਮਾਨ, ਅਤੇ ਸ਼ੁਭਕਾਮਨਾਵਾਂ ਹੁਣ ਮੇਰੇ, ਮੇਰੇ ਪਰਿਵਾਰ ਅਤੇ ਉਸ ਕੰਮ/ਸੇਵਾ ਬਾਰੇ ਸਾਰੀਆਂ ਨਕਾਰਾਤਮਕ ਭਾਵਨਾਵਾਂ, ਧਾਰਨਾਵਾਂ ਅਤੇ ਵਿਚਾਰਾਂ ਦੀ ਥਾਂ ਲੈ ਲੈਂਦੀਆਂ ਹਨ ਜਿਸ ਨੂੰ ਪੂਰਾ ਕਰਨ ਲਈ ਮੈਨੂੰ ਬੁਲਾਇਆ ਗਿਆ ਹੈ।
- **ਮੈ ਫ਼ਰਮਾਨ ਦਿੰਦਾ ਹਾਂ** ਅਤੇ ਐਲਾਨ ਕਰਦਾ ਹਾਂ ਕਿ ਮਹਾਨਤਾ ਅਤੇ ਮਹਾਨਤਾ ਮੇਰਾ ਹਿੱਸਾ ਹਨ (ਉਤਪਤ 12:1-3; ਜ਼ਬੂਰ 5:12)।
- **ਪਤਿਾ ਜੀ** , ਜਾਦੂਗਰਾਂ ਅਤੇ ਜੰਗਬਾਜ਼ਾਂ ਦੇ ਚਿੰਨ੍ਹਾਂ ਨੂੰ ਨਿਰਾਸ਼ ਕਰੋ ਜੋ ਮਸਹ ਦਾ ਸਾਹਮਣਾ ਕਰਦੇ ਹਨ ਜਿਵੇਂ ਤੁਸੀਂ ਮੂਸਾ ਦੇ ਦਿਨਾਂ ਵਿੱਚ ਜੈਨੇਸ

ਅਤੇ ਜੰਬਰੇਸ ਨਾਲ ਕੀਤਾ ਸੀ। ਝੂਠੇ, ਜੋਤਸ਼ੀ, ਮਨੋ-ਵਿਗਿਆਨੀ, ਭਵਿੱਖਬਾਣੀ ਕਰਨ ਵਾਲੇ, ਜਾਦੂਗਰ ਅਤੇ ਇਸ ਤਰ੍ਹਾਂ ਦੇ ਲੋਕਾਂ ਦੇ ਸੰਕੇਤਾਂ ਨੂੰ ਉਲਝਾਓ। ਜਾਦੂਗਰਾਂ ਨੂੰ ਮੂਰਖ ਬਣਾਓ, ਅਤੇ ਉਨ੍ਹਾਂ ਦੇ ਹਨੇਰੇ ਗਿਆਨ ਨੂੰ ਮੂਰਖਤਾ ਬਣਾਓ (ਯਸਾਯਾਹ 44:25; 2 ਤਿਮੋ. 3:8)।

- **ਝੜਿਕੋ** ਅਤੇ ਤੋੜੋ, ਅਤੇ ਉਨ੍ਹਾਂ ਨੂੰ ਆਤਮਾ ਦੁਆਰਾ ਗਿਰਫ਼ਤਾਰ ਕਰੋ। ਹਰ ਗੁਪਤ ਅਤੇ/ਜਾਂ ਗੁਪਤ ਕੋਸ਼ਿਸ਼ ਅਤੇ ਯਤਨ ਨੂੰ ਅਸਫਲ ਹੋਣ ਦਿਓ (2 ਇਤਹਾਸ 20:35; ਨਹਮਯਾਹ 4:7-8; ਅਸਥ. 3-9; ਅੱਯੂਬ 5:12-14; ਜ਼ਬੂਰ 35:4; 55:9; 70:2; 83:17; 129:5)।
- **ਉਨ੍ਹਾਂ ਯੰਤਰਾਂ ਨੂੰ ਨਰਿਾਸ਼ ਕਰੋ ਜੋ ਉਨ੍ਹਾਂ ਨੇ ਇਸ ਤਰ੍ਹਾਂ ਬਣਾਏ ਹਨ ਕਿ ਉਨ੍ਹਾਂ ਦੇ ਹੱਥ ਆਪਣਾ ਕੰਮ ਨਹੀ ਕਰ ਸਕਦੇ।**
- **ਉਨ੍ਹਾਂ ਨੂੰ ਉਨ੍ਹਾਂ ਦੇ ਆਪਣੇ ਚਲਾਕ ਅਤੇ ਚਲਾਕ ਤਰੀਕਿਆਂ ਨਾਲ ਫੜੋ।**
- **ਉਨ੍ਹਾਂ ਨੂੰ ਦਨਿ ਵੇਲੇ ਹਨੇਰੇ ਨਾਲ ਮਲਿਣ ਦਓਿ ਅਤੇ ਦੁਪਹਰਿ ਨੂੰ ਰਾਤ ਵਾਂਗ ਟੋਹਣ ਦਓਿ।**
- **ਸ਼ੈਤਾਨੀ ਡੇਟਾਬੇਸਾਂ 'ਤੇ ਹਮਲਾ ਕਰਨ ਲਈ ਬ੍ਰਹਮ ਵਾਇਰਸ ਛੱਡੋ, ਅਤੇ ਉਨ੍ਹਾਂ ਨੂੰ ਖਾਣ ਅਤੇ ਨਸ਼ਟ ਕਰਨ ਦਾ ਹੁਕਮ ਦਓਿ।**
- **ਭਵਖਿ ਦੇ ਸਾਰੇ ਸ਼ੈਤਾਨੀ ਸੰਚਾਰ ਅਤੇ ਨੈੱਟਵਰਕਗਿ ਨੂੰ ਅਸਫਲ ਹੋਣ ਦਓਿ। ਕੋਈ ਵੀ ਕੋਸਮਿ. ਸਰਿਫ. ਅਸੰਗਤਤਾ ਅਤੇ ਗਲਤਫਹਮੀਆਂ ਪੈਦਾ ਕਰੇਗੀ।**
- **ਉਨ੍ਹਾਂ ਵਚਿ ਉਲਝਣ ਦੀ ਭਾਵਨਾ ਭੇਜੋ।**
- **ਉਨ੍ਹਾਂ ਦੀਆਂ ਜੀਭਾਂ ਵੰਡੀਆਂ ਜਾਣ।**
- **ਤੋੜ-ਫੋੜ, ਭੰਨ-ਤੋੜ ਅਤੇ ਰੁਕਾਵਟਾਂ ਨੂੰ ਉਲਟਾਓ ਅਤੇ ਉਲਟਾਓ।**
- **ਬਦਲੇ ਦੇ ਹਰ ਹਮਲੇ ਨੂੰ ਅਸਫਲ ਹੋਣ ਦਓਿ।**
- **ਪੱਕਾ ਕਰ** , ਅਤੇ ਆਪਣੇ ਦੂਤਾਂ ਦੀ ਸਲਾਹ ਨੂੰ ਪੂਰਾ ਕਰ (ਯਸਾਯਾਹ 44:26)।
- **ਭੇਜੋ** (ਯਹੋਸ਼ੁਆ 5:13-14; ਜ਼ਬੂਰ 103:20-22)।

- **ਨੂੰ ਗ੍ਰਫਿਤਾਰ ਕਰੋ** ਜੋ ਈਜ਼ਬਲ ਜਾਂ ਬੇਲੀਅਲ ਦੀ ਆਤਮਾ ਵਿੱਚ ਕੰਮ ਕਰਦੇ ਹਨ। ਉਨ੍ਹਾਂ ਨੂੰ ਮਸਹ ਦਾ ਵਿਰੋਧ ਨਾ ਕਰਨ, ਅਧਿਕਾਰ ਹੜੱਪਣ, ਜਾਂ ਕੁਦਰਤੀ ਜਾਂ ਆਤਮਾ ਦੇ ਖੇਤਰ ਵਿੱਚ ਕੋਈ ਆਧਾਰ ਪ੍ਰਾਪਤ ਨਾ ਕਰਨ (1 ਸਮੂਏਲ 10:27; 1 ਰਾਜਿਆਂ 19:1-5; 21:1-16)।
- **ਮੈਂ** ਸ਼ੈਤਾਨੀ ਪ੍ਰਗਟਾਵੇ ਦੀ ਮਨਾਹੀ ਕਰਦਾ ਹਾਂ ਅਤੇ ਕਹਿੰਦਾ ਹਾਂ ਕਿ ਬ੍ਰਹਮ "ਗਰਭਪਾਤ" ਉਪਾਅ ਅਤੇ "ਗਰਭਪਾਤ" ਸ਼ੈਤਾਨੀ ਕੁੱਖਾਂ ਅਤੇ ਇਨਕਿਊਬੇਟਰਾਂ ਵਿੱਚ ਹੁੰਦੇ ਹਨ (2 ਕੁਰਿੰ. 10:5)।
- ਹੁਣ ਪਿਤਾ ਜੀ, ਤੁਸੀਂ ਮੈਨੂੰ ਇੱਕ ਮਹਾਨ ਕੰਮ ਕਰਨ ਲਈ ਦਿੱਤਾ ਹੈ। ਮੈਂ ਵਿੱਤ ਅਤੇ ਸਾਰੇ ਸਰੋਤਾਂ ਨੂੰ ਜਾਰੀ ਕਰਨ ਲਈ ਲੜਦਾ ਹਾਂ ਜੋ ਮੇਰੇ ਹਨ। ਦੁਨੀਆਂ ਦੀ ਨੀਂਹ ਤੋਂ ਪਹਿਲਾਂ ਮੇਰੇ ਲਈ ਤਿਆਰ ਕੀਤੀ ਗਈ ਹਰ ਚੀਜ਼, ਜੋ ਮੇਰੇ ਜੀਵਨ (ਸੇਵਾ, ਬੁਲਾਵਾ) ਅਤੇ ਭਗਤੀ ਨਾਲ ਸਬੰਧਤ ਹੈ, ਹੁਣ ਮੇਰੇ ਕੋਲ ਆਉਂਦੀ ਹੈ। ਮੈਨੂੰ ਇਨਕਾਰ ਨਹੀਂ ਕੀਤਾ ਜਾਵੇਗਾ/ਨਹੀਂ ਕੀਤਾ ਜਾਵੇਗਾ। ਮੈਂ ਬਦਲਾਂ ਨੂੰ ਸਵੀਕਾਰ ਨਹੀਂ ਕਰਾਂਗਾ/ਨਹੀਂ ਕਰਾਂਗਾ। ਮੈਂ ਉੱਤਰ, ਦੱਖਣ, ਪੂਰਬ ਅਤੇ ਪੱਛਮ ਤੋਂ ਸਰੋਤਾਂ ਨੂੰ ਬੁਲਾਉਂਦਾ ਹਾਂ। ਮੈਂ ਫ਼ਰਮਾਨ ਦਿੰਦਾ ਹਾਂ ਅਤੇ ਐਲਾਨ ਕਰਦਾ ਹਾਂ ਕਿ ਪਰਮੇਸ਼ੁਰ ਦੀਆਂ ਮੂਲ ਯੋਜਨਾਵਾਂ ਅਤੇ ਉਦੇਸ਼ਾਂ ਨੂੰ ਪੂਰਾ ਕਰਨ ਲਈ ਮੇਰੇ ਲਈ ਜ਼ਰੂਰੀ ਹਰ ਸਰੋਤ ਹੁਣ ਬਿਨਾਂ ਦੇਰੀ ਦੇ ਮੇਰੇ ਕੋਲ ਆਉਂਦਾ ਹੈ (2 ਪਤਰਸ 1:3)।
- **ਮੈਂ ਫ਼ਰਮਾਨ ਦਿੰਦਾ ਹਾਂ** ਅਤੇ ਐਲਾਨ ਕਰਦਾ ਹਾਂ ਕਿ ਦੁਸ਼ਟਾਂ ਦੀ ਦੌਲਤ ਹੁਣ ਮੇਰੇ ਲਈ ਇਕੱਠੀ ਨਹੀਂ ਹੋ ਰਹੀ, ਸਗੋਂ ਹੁਣ ਖੁੱਲ੍ਹੀ ਹੋ ਗਈ ਹੈ। ਜਿਹੜੇ ਲੋਕ ਮੇਰੀ ਦੌਲਤ ਨੂੰ ਆਪਣੀ ਲੋੜ ਤੋਂ ਵੱਧ ਸਮੇਂ ਲਈ ਫੜੀ ਰੱਖਦੇ ਹਨ, ਉਨ੍ਹਾਂ ਨੂੰ ਬਿਨਾਂ ਕਿਸੇ ਰਾਹਤ ਦੇ ਦੁਖੀ ਅਤੇ ਤਸੀਹੇ ਦਿੱਤੇ ਜਾਣ ਜਦੋਂ ਤੱਕ ਉਹ ਉਸ ਚੀਜ਼ ਨੂੰ ਨਹੀਂ ਛੱਡ ਦਿੰਦੇ ਜੋ ਮੇਰਾ ਹੱਕ ਹੈ। ਮੈਂ ਸ਼ੈਤਾਨ ਨੂੰ ਹੁਕਮ ਦਿੰਦਾ ਹਾਂ ਕਿ ਉਹ "ਇਸਨੂੰ ਖੰਘੇ," ਇਸਨੂੰ ਥੁੱਕ ਦੇਵੇ, ਇਸਨੂੰ ਖੋਲ੍ਹ ਦੇਵੇ, ਇਸਨੂੰ ਛੱਡ ਦੇਵੇ, ਅਤੇ ਇਸਨੂੰ ਜਾਣ ਦੇਵੇ (ਅੱਯੂਬ 20:15-18; ਜ਼ਬੂਰ 66:12; ਉਪਦੇਸ਼ਕ 2:26)।
- **ਯਹੋਵਾਹ-ਯਰਿਹ** , ਰਾਜਿਆਂ ਦੇ ਕਮਰ ਕੱਸੇ ਖੋਲ੍ਹ ਦੇ! ਯਿਸੂ ਦੇ ਨਾਮ ਤੇ, ਹੁਕਮ ਦੇ ਕਿ ਦੋਵੇਂ ਪੱਤੇ ਵਾਲੇ ਦਰਵਾਜ਼ੇ ਖੋਲ੍ਹ ਦਿੱਤੇ ਜਾਣ। ਮੇਰੇ ਅੱਗੇ

ਜਾਓ ਅਤੇ ਟੇਢੇ ਸਥਾਨਾਂ ਨੂੰ ਸਿੱਧਾ ਕਰੋ। ਪਿੱਤਲ ਦੇ ਦਰਵਾਜ਼ੇ ਤੋੜ ਦਿਓ, ਅਤੇ ਲੋਹੇ ਦੇ ਸਲਾਖਾਂ ਨੂੰ ਕੱਟ ਦਿਓ। ਮੈਨੂੰ ਆਪਣੀ ਮਹਿਮਾ ਵਿੱਚ ਧਨ ਦੇ ਅਨੁਸਾਰ, ਆਪਣੀ ਕੋਮਲ ਦਇਆ ਅਤੇ ਬੇਅੰਤ ਕਿਰਪਾ, ਹਨੇਰੇ ਦੇ ਖਜ਼ਾਨੇ, ਅਤੇ ਗੁਪਤ ਸਥਾਨਾਂ ਦੇ ਲੁਕਵੇਂ ਧਨ ਪ੍ਰਦਾਨ ਕਰੋ (ਯਸਾ. 45:1-3)। ਮੈਂ ਐਲਾਨ ਕਰਦਾ ਹਾਂ ਕਿ ਖੋਰਸ ਦਾ ਮਸਹ ਮੇਰੇ ਜੀਵਨ ਵਿੱਚ ਬਿਨਾਂ ਕਿਸੇ ਰੁਕਾਵਟ ਅਤੇ ਅਸ਼ੁੱਧਤਾ ਦੇ ਵਹਿੰਦਾ ਹੈ (ਯਸਾ. 60:10-17; ਫ਼ਿਲਿੱਪੀਆਂ 4:19)।

- **ਉੱਚੇ ਕਰੋ** , ਅਤੇ ਸਦਾ ਲਈ ਉੱਚੇ ਰਹੋ, ਹੇ ਸਦੀਵੀ ਦਰਵਾਜ਼ਿਆਂ (ਦਰਵਾਜ਼ਿਆਂ) ਕਿ ਮਹਿਮਾ ਦਾ ਰਾਜਾ, ਬਲਵਾਨ ਅਤੇ ਸ਼ਕਤੀਸ਼ਾਲੀ ਪ੍ਰਭੂ, ਸੈਨਾਂ ਦਾ ਪ੍ਰਭੂ, ਅੰਦਰ ਆਵੇ (ਜ਼ਬੂਰ 24:7-10)। ਮੈਂ ਆਪਣੀ ਜਾਗਰੂਕਤਾ ਦਾ ਐਲਾਨ ਕਰਦਾ ਹਾਂ ਜੋ ਉਸਨੂੰ ਪਹੁੰਚ ਤੋਂ ਇਨਕਾਰ ਨਹੀਂ ਕਰ ਸਕਦੀ। ਇਸ ਲਈ, ਮੈਂ ਉਸ ਅਧਿਕਾਰ ਤੋਂ ਇਨਕਾਰ ਨਹੀਂ ਕਰਾਂਗਾ ਜੋ ਮੇਰਾ ਹੈ!
- **ਮੈ** ਗ਼ੈਰ-ਯਹੂਦੀ ਫ਼ੌਜਾਂ, ਮੇਰੇ ਨਬੀ ਤਰਸ਼ੀਸ਼ ਤੋਂ ਸੋਨਾ ਅਤੇ ਚਾਂਦੀ, ਅਤੇ ਸ਼ਬਾ ਦੀ ਮੇਰੀ ਨਬੀ ਰਾਣੀ, ਨੂੰ ਰਾਜਿਆਂ ਦੇ ਰਾਜੇ ਦੇ ਪੁੱਤਰਾਂ ਅਤੇ ਧੀਆਂ ਲਈ ਢੁਕਵੀਂ ਹਰ ਕੀਮਤੀ ਜਾਇਦਾਦ/ਸਰੋਤ/ਦਾਨ ਨਾਲ ਲੱਦਿਆ ਹੋਇਆ ਲਿਆਉਣ ਦਾ ਫ਼ਰਮਾਨ ਅਤੇ ਐਲਾਨ ਕਰਦਾ ਹਾਂ।
- **ਮੈ ਫ਼ਰਮਾਨ ਦੀਂਦਾ ਹਾਂ** ਅਤੇ ਐਲਾਨ ਕਰਦਾ ਹਾਂ ਕਿ ਮੈਂ ਰਾਜਿਆਂ ਦੀ ਛਾਤੀ ਤੋਂ ਪਰਾਈਆਂ ਕੌਮਾਂ ਦਾ ਦੁੱਧ ਚੁੰਘਾਂਗਾ (ਯਸਾਯਾਹ 60:16)। ਮੈਂ ਵੱਡਾ ਹੋਵਾਂਗਾ ਜਿਵੇਂ ਸਮੁੰਦਰ ਦੀ ਭਰਪੂਰਤਾ ਮੇਰੇ ਵਿੱਚ ਬਦਲ ਜਾਂਦੀ ਹੈ (ਯਸਾਯਾਹ 60:5)। ਪਰਦੇਸੀਆਂ ਦੇ ਪੁੱਤਰ ਮੇਰੀਆਂ ਕੰਧਾਂ ਬਣਾਉਣਗੇ, ਅਤੇ ਉਨ੍ਹਾਂ ਦੇ ਰਾਜੇ ਮੇਰੀ ਸੇਵਾ ਕਰਨਗੇ (ਅੱਯੂਬ 27:16-17; ਯਸਾਯਾਹ 60)।
- **ਮੈ ਫ਼ਰਮਾਨ ਦੀਂਦਾ ਹਾਂ** ਅਤੇ ਐਲਾਨ ਕਰਦਾ ਹਾਂ ਕਿ ਮੇਰੇ ਪਰਮਾਤਮਾ ਨੇ ਮੈਨੂੰ ਮੇਰੇ ਅਮੀਰ ਸਥਾਨ ਵਿੱਚ ਲਿਆਂਦਾ ਹੈ, ਅਤੇ ਮੈਂ ਆਪਣੇ ਭਵਿੱਖਬਾਣੀ ਗੋਸ਼ਨ ਵਿੱਚ ਰਹਿੰਦਾ ਹਾਂ। ਮੈਂ ਉਸ ਧਰਤੀ ਵਿੱਚ ਧਨ ਵਿੱਚ ਵਾਧਾ ਕਰਦਾ ਹਾਂ ਅਤੇ ਖੁਸ਼ਹਾਲ ਹੁੰਦਾ ਹਾਂ ਜਿੱਥੇ ਮੈਂ ਰਹਿੰਦਾ ਹਾਂ ਅਤੇ

ਪਰਮਾਤਮਾ ਦੇ ਰਾਜਦੂਤ ਵਜੋਂ ਭੇਜਿਆ ਗਿਆ ਹਾਂ। ਉਸਦੇ ਅਧਿਕਾਰਤ ਪ੍ਰਤੀਨਿਧੀ ਵਜੋਂ, ਸਾਰੇ ਕੂਟਨੀਤਕ ਅਤੇ ਕੁਲੀਨ ਅਧਿਕਾਰ, ਵਿਸ਼ੇਸ਼ ਅਧਿਕਾਰ, ਸਤਿਕਾਰ ਅਤੇ ਸਨਮਾਨ ਮੈਨੂੰ ਦਿੱਤੇ ਜਾਂਦੇ ਹਨ। ਕਿਰਪਾ, ਸੱਚਾਈ, ਚੰਗਿਆਈ ਅਤੇ ਦਇਆ ਮੇਰੇ ਅੰਗ-ਰੱਖਿਅਕ ਹਨ।

- **ਮੈ ਫ਼ਰਮਾਨ ਦੇਂਦਾ ਹਾਂ** ਅਤੇ ਐਲਾਨ ਕਰਦਾ ਹਾਂ ਕਿ ਬੁੱਧੀ ਮੇਰਾ ਸਲਾਹਕਾਰ ਹੈ; ਪਵਿੱਤਰ ਆਤਮਾ ਮੇਰਾ ਸਲਾਹਕਾਰ ਹੈ; ਯਿਸੂ ਮਸੀਹ ਮੇਰਾ ਵਕੀਲ ਹੈ। ਪਰਮੇਸ਼ੁਰ, ਏਲ ਏਲਿਓਨ, ਮੇਰੇ ਇਕਲੌਤੇ ਜੱਜ ਨੇ ਐਲਾਨ ਕੀਤਾ ਹੈ ਅਤੇ ਇਸ ਲਈ ਮੈਂ ਸਥਾਪਿਤ ਕਰਦਾ ਹਾਂ ਕਿ ਮੇਰੇ ਅਧਿਕਾਰੀ ਸ਼ਾਂਤੀ ਹਨ, ਮੇਰੇ ਵਸੂਲਣ ਵਾਲੇ ਧਾਰਮਿਕਤਾ ਹਨ, ਮੇਰੀਆਂ ਕੰਧਾਂ ਮੁਕਤੀ ਹਨ, ਅਤੇ ਮੇਰੇ ਦਰਵਾਜ਼ੇ ਉਸਤਤ ਹਨ (ਉਤਪਤ 47:27; ਯਸਾਯਾਹ 60:17-18)।
- **ਮੈ ਫ਼ਰਮਾਨ ਦੇਂਦਾ ਹਾਂ** ਅਤੇ ਐਲਾਨ ਕਰਦਾ ਹਾਂ ਕਿ ਮੇਰੀ ਮਿਹਰਬਾਨੀ ਦਾ ਨਿਰਧਾਰਤ ਸਮਾਂ ਨਿਰਾਸ਼ ਨਹੀਂ ਹੋਵੇਗਾ (ਜ਼ਬੂਰ 102:13)।
- **ਮੈ** ਆਪਣੇ ਜੀਵਨ, ਸੇਵਕਾਈ, ਪਰਿਵਾਰ ਦੇ ਹਰੇਕ ਮੈਂਬਰ, ਸਾਥੀ ਅਤੇ ਦੋਸਤ ਦੇ ਜੀਵਨ ਉੱਤੇ ਦੌਲਤ ਅਤੇ ਖੁਸ਼ਹਾਲੀ ਲਈ ਹੇਠ ਲਿਖੇ ਮਸਹ ਛੱਡਦਾ ਹਾਂ ਤਾਂ ਜੋ ਪਰਮਾਤਮਾ ਅਤੇ ਕੇਵਲ ਪਰਮਾਤਮਾ ਦੇ ਨਾਮ ਦੀ ਮਹਿਮਾ ਹੋਵੇ:
- **ਯਅਬੇਸ ਦਾ ਮਸਹ (1 ਇਤਹਾਸ 4:10)**
- **ਅਬਰਾਹਾਮ ਵੱਲੋਂ ਮਸਹ (ਉਤਪਤ 12:1-3)**
- **ਮਲਕਸਿਦਿਕ ਦਾ ਮਸਹ (ਉਤਪਤ 14:18; ਇਬ. 5:6-10)**
- **ਯੂਸੁਫ.ਦਾ ਮਸਹ ਕਰਨਾ (ਜਬੂਰ 105:21)**
- **ਜੈਕੋਬੀਅਨ ਮਸਹ (ਉਤਪਤ 28:1; 30:43)**
- **ਇਸਹਾਕ ਦਾ ਮਸਹ ਕਰਨਾ (ਉਤਪਤ 26:1-14)**
- **ਮਸੀਹਾ ਦਾ ਮਸਹ (ਲੂਕਾ 8:1-3)**
- **ਸੁਲੇਮਾਨੀ ਮਸਹ (1 ਇਤਹਾਸ 29; 2 ਇਤਹਾਸ 9)**
- **ਸੱਤ ਗੁਣਾ ਅਦਨ ਦੇ ਰਾਜ ਵਿੱਚ ਮਸਹ (ਉਤਪਤ 1:28, 30; 2:15)**

- **ਉਜ਼ੀਆਹੀਅਨ ਮਸਹ ਕਰਨਾ (2 ਇਤਹਾਸ 26:5-15)**
- **ਯਹੋਸ਼ੁਆ ਦਾ ਮਸਹ ਕਰਨਾ (ਯਹੋਸ਼ੁਆ 6:1-3)**
- **ਮੈ** ਹਰ ਰੋਜ਼ ਲਾਭਾਂ ਨਾਲ ਭਰਿਆ ਹੋਇਆ ਹਾਂ (ਜ਼ਬੂਰ 68:19)।
- **ਮੈ** ਵਾਂਝੇਪਣ ਦੀ ਭਾਵਨਾ ਦੇ ਵਿਰੁੱਧ ਹਾਂ। ਪ੍ਰਭੂ ਮੇਰੇ ਹੱਥਾਂ ਦੇ ਕੰਮ ਨੂੰ ਸਫਲ ਬਣਾਉਂਦਾ ਹੈ। ਉਸਦੇ ਦੁਆਰਾ ਅਤੇ ਉਸਦੇ ਦੁਆਰਾ ਮੈਂ ਮਹਾਨ ਕਾਰਨਾਮੇ ਪੂਰੇ ਕਰਦਾ ਹਾਂ। ਮੈਂ ਫਿਰ ਦੁਹਰਾਉਂਦਾ ਹਾਂ, ਮੈਨੂੰ ਇਨਕਾਰ ਨਹੀਂ ਕੀਤਾ ਜਾਵੇਗਾ (ਦਾਨੀਏਲ 11:32)!
- **ਮੈ** ਯਿਸੂ ਦੇ ਨਾਮ ਵਿੱਚ ਸਫਲਤਾ ਅਤੇ ਤਰੱਕੀ ਦਾ ਐਲਾਨ ਕਰਦਾ ਹਾਂ (2 ਕੁਰਿੰ. 2:14)। **ਮੈ ਫ਼ਰਮਾਨ ਦਦਿਾ ਹਾਂ** ਅਤੇ ਐਲਾਨ ਕਰਦਾ ਹਾਂ ਕਿ ਸਵਰਗ ਦਾ ਰਾਜ ਰਾਜ ਕਰਦਾ ਹੈ ਅਤੇ ਰਾਜ ਕਰਦਾ ਹੈ (ਪ੍ਰਕਾ. 11:15)।
- **ਮੈ** ਇਨ੍ਹਾਂ ਸ਼ਬਦਾਂ ਨੂੰ ਆਤਮਾ ਦੇ ਖੇਤਰ ਵਿੱਚ ਯੂਰੋਕਲਾਈਡਨ ਹਵਾਵਾਂ ਵਾਂਗ ਭੇਜਦਾ ਹਾਂ ਜੋ ਦੁਸ਼ਮਣ ਦੇ ਕੈਂਪਾਂ ਨੂੰ ਢਾਹ ਦੇਣ ਅਤੇ ਤਬਾਹ ਕਰਨ ਲਈ ਹਨ। ਆਤਮਾ ਅਤੇ ਸਵਰਗ ਦੀਆਂ ਚਾਰ ਹਵਾਵਾਂ ਨੂੰ ਨਾਸ਼ ਕਰਨ ਵਾਲੀਆਂ, ਜਿੱਤਣ ਵਾਲੀਆਂ ਹਵਾਵਾਂ ਵਾਂਗ ਵਗਾਓ (ਯਿਰਮਿਯਾਹ 51:1; ਰਸੂਲਾਂ ਦੇ ਕਰਤੱਬ 27:14)।
- **ਮੈ ਫ਼ਰਮਾਨ ਦਦਿਾ ਹਾਂ** ਅਤੇ ਐਲਾਨ ਕਰਦਾ ਹਾਂ ਕਿ ਇਹ ਪ੍ਰਾਰਥਨਾ ਅਤੇ ਭਵਿੱਖ ਦੀਆਂ ਸਾਰੀਆਂ ਪ੍ਰਾਰਥਨਾਵਾਂ ਆਤਮਾ ਦੇ ਖੇਤਰ ਵਿੱਚ ਬ੍ਰਹਮ ਪ੍ਰੋਜੈਕਟਾਈਲਾਂ ਦੀਆਂ ਵਿਸ਼ੇਸ਼ਤਾਵਾਂ ਨੂੰ ਅਪਣਾਉਂਦੀਆਂ ਹਨ ਅਤੇ ਉਹ ਬਲਦ ਦੀ ਅੱਖ ਨੂੰ ਮਾਰਦੀਆਂ ਹਨ (ਜ਼ਬੂਰ 57:4)।
- **ਮੈ ਫ਼ਰਮਾਨ ਦਦਿਾ ਹਾਂ** ਕਿ ਇਸ ਪ੍ਰਾਰਥਨਾ ਨੂੰ ਨਿਯੰਤਰਿਤ ਕਰਨ ਵਾਲੇ ਨਿਯਮ ਅਤੇ ਸਾਰੀਆਂ ਅਧਿਆਤਮਿਕ ਯੁੱਧ ਰਣਨੀਤੀਆਂ ਅਤੇ ਜੁਗਤਾਂ ਬਚਨ, ਲਹੂ ਅਤੇ ਆਤਮਾ ਦੁਆਰਾ ਬੰਨ੍ਹੀਆਂ ਹੋਈਆਂ ਹਨ (1 ਯੂਹੰਨਾ 5:7-8)।
- **ਮੈ ਫ਼ਰਮਾਨ ਦਦਿਾ ਹਾਂ** ਕਿ ਹਰ ਆਤਮਾ ਜੋ ਉਨ੍ਹਾਂ ਦੇ ਸ਼ੈਤਾਨੀ ਕੰਮ ਤੋਂ ਮੁਕਤ ਹੋਈ ਹੈ, ਹੁਣ ਯਿਸੂ ਦੇ ਪੈਰਾਂ ਦੀ ਚੌਂਕੀ ਦਾ ਹਿੱਸਾ ਬਣ ਜਾਂਦੀ ਹੈ

(ਜ਼ਬੂਰ 110:1)। *ਮੈਂ ਯਿਸੂ ਦੇ ਨਾਮ ਤੇ ਇਸ ਪ੍ਰਾਰਥਨਾ ਨੂੰ ਮੋਹਰ ਲਗਾਉਂਦਾ ਹਾਂ... ਆਮੀਨ!*

- **ਪਿਤਾ, ਸਾਡੇ ਅੰਦਰ ਆਪਣੀ ਮਹਿਮਾ ਅਤੇ ਕਰਿਪਾ ਦੇ ਅਸੀਮ ਧਨ ਨੂੰ ਉਜਾਗਰ ਕਰੋ ਜਦੋਂ ਤੱਕ ਕਿ ਅਲੌਕਿਕ ਸ਼ਕਤੀ ਸਾਡੇ ਅੰਦਰਲੇ ਸਰੀਰ ਨੂੰ ਤੁਹਾਡੀ ਬ੍ਰਹਮ ਸ਼ਕਤੀ ਅਤੇ ਵਿਸਫੋਟਕ ਸ਼ਕਤੀ ਨਾਲ ਯਿਸੂ ਮਸੀਹ ਦੇ ਨਾਮ ਤੇ ਭਰ ਨਹੀ ਦਿੰਦੀ, ਆਮੀਨ ਅਫ਼ਸੀਆਂ 3:16-21**
- **ਪਵਿੱਤਰ ਆਤਮਾ, ਜਿਵੇਂ ਕਿ ਅਸੀ ਲਗਾਤਾਰ ਤੁਹਾਡੇ ਆਤਮਾ ਨੂੰ ਸਾਡੇ ਅੰਦਰ ਉਤੇਜਿਤ ਕਰਦੇ ਹਾਂ ਅਤੇ ਇਸਨੂੰ ਦੂਜਿਆਂ ਦੇ ਜੀਵਨ ਵਿੱਚ ਵਿਸ਼ਵਾਸ ਦੁਆਰਾ ਪ੍ਰਗਟ ਕਰਦੇ ਹਾਂ, ਮਸੀਹ ਦਾ ਜੀਵਨ ਸਾਡੇ ਅੰਦਰ ਡੂੰਘਾਈ ਨਾਲ ਜਾਰੀ ਹੋਵੇ ਕਿਉਂਕਿ ਮਸੀਹ ਦਾ ਪਿਆਰ ਯਿਸੂ ਮਸੀਹ ਦੇ ਨਾਮ ਵਿੱਚ ਸਾਡੇ ਜੀਵਨ ਦਾ ਸਰੋਤ ਅਤੇ ਜੜ੍ਹ ਬਣ ਜਾਂਦਾ ਹੈ, ਆਮੀਨ ਅਫ਼ਸੀਆਂ 3:16-21**
- **ਸਾਨੂੰ ਯਿਸੂ ਮਸੀਹ ਦੇ ਨਾਮ ਤੇ, ਮਸੀਹ ਦੇ ਸਾਰੇ ਪਹਿਲੂਆਂ ਵਿੱਚ ਹੈਰਾਨੀਜਨਕ ਪਿਆਰ ਦੀ ਵੱਡੀ ਭੀੜ ਦਾ ਅਨੁਭਵ ਕਰਨ ਲਈ ਬ੍ਰਹਮ ਸ਼ਕਤੀ ਅਤੇ ਸ਼ਕਤੀ ਪ੍ਰਾਪਤ ਹੁੰਦੀ ਹੈ ਆਮੀਨ ਅਫ਼ਸੀਆਂ 3:16-21**
- **ਅਸੀ ਤੁਹਾਡੇ ਪਿਆਰ ਦੀ ਵਹਾਅ ਨੂੰ ਆਪਣੇ ਜੀਵਨ ਵਿੱਚ ਉਦੋਂ ਤੱਕ ਪ੍ਰਾਪਤ ਕਰਦੇ ਹਾਂ ਜਦੋਂ ਤੱਕ ਅਸੀ ਯਿਸੂ ਮਸੀਹ ਦੇ ਨਾਮ ਵਿੱਚ ਪਰਮੇਸ਼ੁਰ ਦੀ ਸੰਪੂਰਨਤਾ ਨਾਲ ਭਰਪੂਰ ਨਹੀ ਹੋ ਜਾਂਦੇ, ਆਮੀਨ ਅਫ਼ਸੀਆਂ 3:16-21**
- **ਸਾਨੂੰ ਹਿੰਮਤ ਅਤੇ ਤੰਦਰੁਸਤ ਮਨ ਪ੍ਰਾਪਤ ਹੁੰਦਾ ਹੈ ਕਿ ਅਸੀ ਆਪਣੇ ਅੰਦਰ ਕੰਮ ਕਰ ਰਹੀ ਪਰਮਾਤਮਾ ਦੀ ਸ਼ਕਤੀਸ਼ਾਲੀ ਸ਼ਕਤੀ ਨੂੰ ਪ੍ਰਗਟ ਕਰ ਸਕੀਏ ਜੋ ਸਾਡੀ ਬੇਨਤੀ, ਸਾਡੇ ਸਭ ਤੋਂ ਅਵਿਸ਼ਵਾਸਯੋਗ ਸੁਪਨੇ, ਅਤੇ ਯਿਸੂ ਮਸੀਹ ਦੇ ਨਾਮ ਤੇ ਸਾਡੀ ਸਭ ਤੋਂ ਜੰਗਲੀ ਕਲਪਨਾ ਤੋਂ ਵੀ ਵੱਧ ਪ੍ਰਾਪਤ ਕਰਨ ਅਤੇ ਪ੍ਰਾਪਤ ਕਰਨ ਲਈ ਬੇਅੰਤ ਹੈ, ਆਮੀਨ ਅਫ਼ਸੀਆਂ 3:16-21**

- ਪਿਤਾ ਜੀ, ਅਸੀ ਯਸ਼ੂ ਦੇ ਨਾਮ ਵਿੱਚ, ਤੁਹਾਡੀ ਚਮਤਕਾਰੀ ਸ਼ਕਤੀ ਨੂੰ ਸਾਡੇ ਅੰਦਰ ਬੁਲਾਉਂਦੇ ਹਾਂ ਜੋ ਸਾਨੂੰ ਹਰ ਸਮੇਂ ਅਤੇ ਹਰ ਸਮੇਂ ਕੰਮ ਕਰਨ ਲਈ ਊਰਜਾ ਦਿੰਦੀ ਹੈ, ਆਮੀਨ ਅਫ਼ਸੀਆਂ 3:16-21
- ਪ੍ਰਭੂ ਪਰਮੇਸੁਰ, ਆਪਣੇ ਅੱਗੇ ਅਤੇ ਮਨੁੱਖਾਂ ਦੇ ਅੱਗੇ ਯਸ਼ੂ ਮਸੀਹ ਦੇ ਨਾਮ ਤੇ ਕਰਿਪਾ ਅਤੇ ਬੁੱਧੀ ਨੂੰ ਵਧਾਓ, ਆਮੀਨ ਅਫ਼ਸੀਆਂ 3:16-21
- ਯਸ਼ੂ ਦੇ ਨਾਮ ਵਿੱਚ ਭੂਤਕਾਲ, ਵਰਤਮਾਨ ਅਤੇ ਭਵਿੱਖ ਦੇ ਕਾਰਨਾਮਿਆਂ ਦੇ ਨਤੀਜੇ ਵਜੋਂ ਨਿਰੰਤਰ ਉੱਠਦੀ ਸਾਰੀ ਮਹਿਮਾਮਈ ਉਸਤਤ ਨੂੰ ਸਵੀਕਾਰ ਕਰੋ, ਆਮੀਨ ਅਫ਼ਸੀਆਂ 3:16-21
- ਇਹ ਬਚਨ ਜੋ ਨਿੱਕਲ ਗਏ ਹਨ, ਸਾਡੇ ਕੋਲ ਵਿਅਰਥ ਨਹੀ ਮੁੜਨਗੇ ਪਰ ਉਸ ਮਕਸਦ ਨੂੰ ਪੂਰਾ ਕਰਨਗੇ ਜਸਿ ਲਈ ਉਹ ਭੇਜੇ ਗਏ ਸਨ ਅਤੇ ਸਾਡੇ ਪਰਮੇਸੁਰ ਯਸਾਯਾਹ 55:11 ਦੀ ਮਹਿਮਾ ਦੀ ਗਵਾਹੀ ਦੇ ਨਾਲ ਵਾਪਸ ਆਉਣਗੇ।

- ਮੈ ਆਪਣੇ ਕੰਮ ਦਾ ਐਲਾਨ ਕਰਦਾ ਹਾਂ ਅਤੇ ਪਰਮੇਸੁਰ ਦੇ ਲਖਿ ਬਚਨ, ਗਆਿਨ ਅਤੇ ਪਵਿੱਤਰ ਆਤਮਾ ਦੇ ਨਰਿਦੇਸਨ਼ ਨਾਲ ਚੱਲਦਾ ਹਾਂ, ਜੋ ਮੈਨੂੰ ਰੋਜ਼ਾਨਾ ਯਸ਼ੂ ਮਸੀਹ ਦੇ ਨਾਮ ਵਿੱਚ ਬਚਨ ਦੇ ਨਾਲ ਇਕਸਾਰਤਾ ਵਿੱਚ ਲਿਆਉਂਦਾ ਹੈ, ਆਮੀਨ। ਯੂਹੰਨਾ 16:13, 2 ਤਮਿੋਥਿਉਸ 3:15-16

- ਮੈ ਫ਼ਰਮਾਨ ਦੀਂਦਾ ਹਾਂ ਅਤੇ ਐਲਾਨ ਕਰਦਾ ਹਾਂ ਕ ਿਅੱਜ ਤੋ ਅੱਗੇ ਜਵਿੇਂ ਹੀ ਮੈ ਬਮਿਾਰਾਂ ਉੱਤੇ ਆਪਣੇ ਹੱਥ ਰੱਖਾਂਗਾ, ਉਹ ਠੀਕ ਹੋ ਜਾਣਗੇ, ਮੈ ਨਵੀਆਂ ਬੋਲੀਆਂ ਵਿੱਚ ਬੋਲਾਂਗਾ। ਮੇਰੇ ਕੋਲ ਵਆਿਖਆਿਵਾਂ ਹੋਣਗੀਆਂ, ਬਮਿਾਰ ਤੁਰੰਤ ਠੀਕ ਹੋ ਜਾਣਗੇ ਅਤੇ ਮੈ ਆਪਣੇ ਆਪ ਨੂੰ, ਆਪਣੇ ਪਰਵਿਾਰ ਨੂੰ ਅਤੇ ਆਪਣੇ ਆਲੇ ਦੁਆਲੇ ਦੇ ਹਰ ਵਅਿਕਤੀ ਨੂੰ ਯਸ਼ੂ ਮਸੀਹ ਦੇ ਕੀਮਤੀ ਲਹੂ ਨਾਲ ਉਨ੍ਹਾਂ ਦੇ ਲੱਛਣਾਂ ਅਤੇ ਬਮਿਾਰੀਆਂ ਤੋਂ ਬਚਾਉਂਦਾ ਹਾਂ ਜਨਿ੍ਹਾਂ ਲਈ ਅਸੀ ਯਸ਼ੂ ਮਸੀਹ ਦੇ ਨਾਮ 'ਤੇ ਆਤਮਕਿ, ਆਤਮਕਿ ਜਾਂ ਸਰੀਰਕ ਤੌਰ

'ਤੇ ਪ੍ਰਾਰਥਨਾ ਕਰਦੇ ਹਾਂ। ਮਰਕੁਸ 16:15-18, ਯੂਹੰਨਾ 7:38, ਲੂਕਾ 10:19

- ਮੈ ਫ਼ਰਮਾਨ ਦੀਂਦਾ ਹਾਂ ਅਤੇ ਐਲਾਨ ਕਰਦਾ ਹਾਂ ਕਿ ਅੱਜ ਤੋਂ ਅੱਗੇ, ਮੈ ਪਵਿੱਤਰ ਆਤਮਾ ਵਿੱਚ ਆਪਣੇ ਆਪ ਨੂੰ ਮਜਬੂਤ ਕਰਨ ਲਈ ਘੱਟੋ-ਘੱਟ 1 ਘੰਟਾ ਜਾਂ ਇਸ ਤੋਂ ਵੱਧ ਭਾਸ਼ਾਵਾਂ ਵਿੱਚ ਬੋਲਣ ਵਿੱਚ ਹਿੱਸਾ ਲਵਾਂਗਾ ਤਾਂ ਜੋ ਮੈ ਉਸ ਸੇਵਕਾਈ ਵਿੱਚ ਪ੍ਰਭਾਵਸ਼ਾਲੀ ਹੋ ਸਕਾਂ ਜਸਿ ਲਈ ਪਰਮੇਸੁਰ਼ ਨੇ ਮੈਨੂੰ ਬੁਲਾਇਆ ਹੈ। ਯਹੂਦਾਹ 1:20, ਮਰਕੁਸ 16:17, ਯਸਾਯਾਹ 28:11, 1 ਕੁਰਿੰਥੀਆਂ 14:39, 1 ਕੁਰਿੰਥੀਆਂ 14:18

- ਮੈ ਫ਼ਰਮਾਨ ਦੀਂਦਾ ਹਾਂ ਅਤੇ ਐਲਾਨ ਕਰਦਾ ਹਾਂ ਕਿ ਅੱਜ ਤੋਂ ਅੱਗੇ, ਮੈ ਸਰਬਸ਼ਕਤੀਮਾਨ ਪਰਮੇਸੁਰ਼ ਦੀ ਮਹਮਿਾ ਲਈ ਇਲਾਜ, ਛੁਟਕਾਰਾ, ਚਮਤਕਾਰਾਂ ਅਤੇ ਧਨ ਦੇ ਅਲੌਕਕਿ ਖੇਤਰ ਵਿੱਚ ਕੰਮ ਕਰਦਾ ਹਾਂ। ਮਰਕੁਸ 16:15-18; ਮੱਤੀ 28:17-20; ਪ੍ਰਕਾਸ਼.ਦੀ ਪੋਥੀ 5:12; 1 ਤਮਿਥਿਉਸ 5:18; ਫਲਿੱਪੀਆਂ 4:19; ਕਹਾਉਤਾਂ 8:18; 1 ਰਾਜਆਿਂ 10:23; ਉਤਪਤ 49:25; ਬਵਿਸਥਾ ਸਾਰ 18:1-14

- ਮੈ ਫ਼ਰਮਾਉਂਦਾ ਹਾਂ ਅਤੇ ਐਲਾਨ ਕਰਦਾ ਹਾਂ ਕਿ ਮੈ ਪਵਿੱਤਰ ਆਤਮਾ ਵਿੱਚ ਆਪਣੀ ਦਾਤ ਨੂੰ ਉਤੇਜਤਿ ਕਰਾਂਗਾ ਤਾਂ ਜੋ ਪਵਿੱਤਰ ਆਤਮਾ ਨੇ ਮੇਰੇ ਵਿੱਚ ਜੋ ਦਾਤ ਜਮ੍ਹਾ ਕੀਤੀ ਹੈ ਉਸਨੂੰ ਬਾਹਰ ਕੱਢ ਸਕਾਂ। ਜਬੂਰ 80:2, ਜਬੂਰ 35:23, 2 ਤਮਿਥਿਉਸ 1:6, 2 ਪਤਰਸ 1:13

- ਮੈ ਅੱਜ ਤੋਂ ਅੱਗੇ ਐਲਾਨ ਕਰਦਾ ਹਾਂ ਅਤੇ ਭਵਿੱਖਬਾਣੀ ਕਰਦਾ ਹਾਂ ਕਿ ਮੈ ਭਵਿੱਖਬਾਣੀ ਦੇ ਦਾਨ ਦੇ ਖੇਤਰ ਵਿੱਚ ਕੰਮ ਕਰਦਾ ਹਾਂ - ਗਆਿਨ ਦਾ ਬਚਨ, ਬੁੱਧੀ ਦਾ ਬਚਨ, ਭਾਸ਼ਾਵਾਂ ਦੀ ਵਆਿਖਆਿ ਅਤੇ ਪਰਮੇਸੁਰ਼ ਦੇ ਬਚਨ ਦੀ ਉਸਾਰੀ, ਦਸਿ਼ ਅਤੇ ਪ੍ਰਗਟਾਵੇ ਅਤੇ

ਯੁੱਧ ਲਈ ਵੱਖ-ਵੱਖ ਕਸਿਮਾਂ ਦੀਆਂ ਭਾਸ਼ਾਵਾਂ। ਰੋਮੀਆਂ 15:12; ਰੋਮੀਆਂ 14:19; ਅਫਸ਼ੀਆਂ 4:29,12,16; 1 ਕੁਰੰਥੀਆਂ 14:12,3,26 2 ਕੁਰੰਥੀਆਂ 12:19; ਜਹੂਦਾਹ 1:20

- ਮੈ ਫਰਮਾਨ ਦੰਦਿਾ ਹਾਂ ਅਤੇ ਐਲਾਨ ਕਰਦਾ ਹਾਂ ਕ ਿਮੈ ਇਸ ਚੇਤਨਾ ਨਾਲ ਕੰਮ ਕਰਦਾ ਹਾਂ ਅਤੇ ਚੱਲਦਾ ਹਾਂ ਕ ਿਪਤਿਾ, ਪੁੱਤਰ ਅਤੇ ਪਵੱਤਿਰ ਆਤਮਾ ਮੇਰੇ ਅੰਦਰ ਵੱਸਦੇ ਹਨ ਅਤੇ ਮੈ ਉਨ੍ਹਾਂ ਦਾ ਰਾਜਦੂਤ ਹਾਂ, ਆਪਣੇ ਆਲੇ ਦੁਆਲੇ ਸਵਰਗ ਦੀ ਅਸਲੀਅਤ ਨੂੰ ਧਰਤੀ 'ਤੇ ਲਆਿਉਂਦਾ ਹਾਂ ਅਤੇ ਦੁਨੀਆ ਨੂੰ ਦੱਸਦਾ ਹਾਂ ਕ ਿਸਾਰੇ ਮਾਮਲਆਿਂ ਵਚਿ ਪਰਮੇਸੁਰ ਦੇ ਰਾਜ ਦਾ ਮਨ ਕੀ ਹੈ। ਕਹਾਉਤਾਂ 13:14; ਅਫਸ਼ੀਆਂ 6:20; 2 ਕੁਰੰਥੀਆਂ 5:20; 2 ਕੁਰੰਥੀਆਂ 6:1,16 ਯੂਹੰਨਾ 17:10,23,26

- ਮੈ ਫਰਮਾਨ ਦੰਦਿਾ ਹਾਂ ਅਤੇ ਐਲਾਨ ਕਰਦਾ ਹਾਂ ਕ ਿਅੱਜ ਤੋਂ ਅੱਗੇ, ਇਲਾਜ, ਛੁਟਕਾਰਾ, ਚਮਤਕਾਰ, ਸਰਿਜਣਾ ਅਤੇ ਦੌਲਤ ਦੀ ਵੰਡ ਮੇਰੇ ਜੀਵਨ ਸ਼ੈਲੀ ਹੈ ਨਾ ਕ ਿਯਸੂ ਮਸੀਹ ਦੇ ਨਾਮ 'ਤੇ ਕੋਈ ਘਟਨਾ। ਕਾਫੀ ਇਲਾਜ ਸੈਸਨ਼ ਹਨ। ਮੱਤੀ 4:23; ਮੱਤੀ 16:10; ਮੱਤੀ 14:21; ਲੂਕਾ 6:35; ਰਸੂਲਾਂ ਦੇ ਕਰਤੱਬ 10:38; ਅਫਸ਼ੀਆਂ 6:7; ਫਲਿੱਪੀਆਂ 2:13; ਯਾਕੂਬ 2:26 ਯਹੋਸ਼ੁਆ 1:8 ਯਾਕੂਬ 1:27; ਯਾਕੂਬ 4:17

- ਮੈ ਫਰਮਾਨ ਦੰਦਿਾ ਹਾਂ ਅਤੇ ਐਲਾਨ ਕਰਦਾ ਹਾਂ ਕ ਿਇਸ ਦਨਿ ਤੋਂ ਅੱਗੇ, ਮੈ ਰੋਜ਼ਾਨਾ ਸਵੈ-ਜੀਵਨ ਲਈ ਮਰਦਾ ਹਾਂ, ਮੈ ਆਪਣੀ ਸਲੀਬ ਚੁੱਕਦਾ ਹਾਂ ਅਤੇ ਆਪਣੇ ਅੰਦਰ ਪਵੱਤਿਰ ਆਤਮਾ ਦੇ ਪ੍ਰੇਰਣਾ ਅਤੇ ਅਗਵਾਈ ਦੀ ਪਾਲਣਾ ਕਰਦਾ ਹਾਂ ਤਾਂ ਜੋ ਮੇਰੇ ਅੰਦਰ ਪਵੱਤਿਰ ਆਤਮਾ ਦੀ ਸ਼ਕਤੀ ਦੇ ਕਾਰਜ ਮੇਰੇ ਜੀਵਨ ਵਚਿ ਵੱਧ ਤੋਂ ਵੱਧ ਹੋਣ। ਮਰਕੁਸ 10:21; ਮੱਤੀ 16:24, ਲੂਕਾ 9:23; ਮਰਕੁਸ 8:34; 2 ਕੁਰੰਥੀਆਂ 4:16; 1 ਕੁਰੰਥੀਆਂ 15:34

- ਮੈ ਫ਼ਰਮਾਨ ਦੀਂਦਾ ਹਾਂ ਅਤੇ ਐਲਾਨ ਕਰਦਾ ਹਾਂ ਕਿ ਆਤਮਾ ਦਾ ਫਲ - ਬ੍ਰਹਮ ਪਿਆਰ ਇਸਦੇ ਸਾਰੇ ਪ੍ਰਗਟਾਵੇ ਵਿੱਚ ਗਰਮ ਹੁੰਦਾ ਹੈ - ਖੁਸੀ ਜੋ ਭਰ ਜਾਂਦੀ ਹੈ; ਸਾਂਤੀ ਜੋ ਕਾਬੂ ਕਰਦੀ ਹੈ; ਧੀਰਜ ਜੋ ਕਾਇਮ ਰਹਿੰਦਾ ਹੈ; ਕਾਰਜ ਵਿੱਚ ਦਿਆਲਤਾ; ਗੁਣਾਂ ਨਾਲ ਭਰਪੂਰ ਜੀਵਨ; ਵਿਸ਼ਵਾਸ ਜੋ ਪ੍ਰਬਲ ਹੁੰਦਾ ਹੈ; ਦਿਲ ਦੀ ਕੋਮਲਤਾ; ਆਤਮਾ ਦੀ ਤਾਕਤ ਯਿਸੂ ਦੇ ਨਾਮ ਵਿੱਚ ਮੇਰੇ ਵਿੱਚ ਅਸੀਮ ਹੈ, ਆਮੀਨ ਮੱਤੀ 7:20-23; ਗਲਾਤੀਆਂ 5:19-21

- ਮੈ ਫ਼ਰਮਾਨ ਦੀਂਦਾ ਹਾਂ ਅਤੇ ਐਲਾਨ ਕਰਦਾ ਹਾਂ, ਮੈ ਲੋਕਾਂ ਨੂੰ ਮਸੀਹ ਵੱਲ ਲੈ ਜਾਵਾਂਗਾ ਅਤੇ ਉਨ੍ਹਾਂ ਨੂੰ ਆਤਮਾ ਵਿੱਚ ਬਪਤਿਸਮਾ ਦੇਵਾਂਗਾ, ਇਸ ਗੱਲ ਦੇ ਸਬੂਤ ਦੇ ਨਾਲ ਕਿ ਉਹ ਵੱਖੋ-ਵੱਖਰੀਆਂ ਭਾਸਾਵਾਂ ਵਿੱਚ ਬੋਲਦੇ ਹਨ ਅਤੇ ਉਨ੍ਹਾਂ ਨੂੰ ਯਿਸੂ ਦੇ ਬਚਨ ਵਿੱਚ ਮੈਨੂੰ ਸਿਖਾਏ ਗਏ ਸਾਰੇ ਉਪਦੇਸਾਂ ਦੀ ਪਾਲਣਾ ਕਰਨ ਲਈ ਤਿਆਰ ਕਰਦੇ ਹਨ। ਮੱਤੀ 28:18-20; ਮਰਕੁਸ 16:15-18

- ਮੈ ਫ਼ਰਮਾਉਂਦਾ ਹਾਂ ਅਤੇ ਐਲਾਨ ਕਰਦਾ ਹਾਂ, ਮੈ ਆਪਣੇ ਪੂਰੇ ਦਿਲ, ਆਤਮਾ ਅਤੇ ਸ਼ਕਤੀ ਨਾਲ ਪਰਮਾਤਮਾ ਨੂੰ ਪਿਆਰ ਕਰਾਂਗਾ ਅਤੇ ਦੂਜਿਆਂ ਨੂੰ ਆਪਣੇ ਵਾਂਗ ਪਿਆਰ ਕਰਾਂਗਾ ਜਿਵੇਂ ਮੈ ਆਪਣੇ ਸੰਪਰਕ ਵਿੱਚ ਆਉਣ ਵਾਲੇ ਦੂਜਿਆਂ ਪ੍ਰਤੀ ਪੂਰੇ ਸਤਕਿਾਰ ਅਤੇ ਇਮਾਨਦਾਰੀ ਨਾਲ ਪੇਸ਼ ਆਉਂਦਾ ਹਾਂ। ਮੱਤੀ 22:37

- ਮੈਨੂੰ ਪਰਮਾਤਮਾ ਦਾ ਪਿਆਰ, ਸਾਡੇ ਪ੍ਰਭੂ ਯਿਸੂ ਮਸੀਹ ਦੀ ਕਰਿਪਾ ਅਤੇ ਪਵਿੱਤਰ ਆਤਮਾ ਦੀ ਸਥਾਈ ਮੌਜੂਦਗੀ ਪ੍ਰਾਪਤ ਹੋਈ ਹੈ ਤਾਂ ਜੋ ਮੈ ਇਨ੍ਹਾਂ ਸਾਰੀਆਂ ਵਚਨਬੱਧਤਾਵਾਂ ਨੂੰ ਯਿਸੂ ਦੇ ਨਾਮ ਵਿੱਚ ਰਹਿਣ ਵਾਲੇ ਫਲਾਂ ਵਿੱਚ ਪਾ ਸਕਾਂ, ਆਮੀਨ।

ਵੱਡੇ ਕਾਰਨਾਮੇ - 1 - ਅਧਿਆਇ 5 - ਮਹਾਨ ਲੋਕਾਂ ਤੋ ਕਵਿੰ ਪਤਾ ਲਗਾਓ - ਭਾਗ 4

ਸੈਤਾਨ ਦੀ ਕੈਦ ਲਈ ਕਾਫੀ ਹੈ ਅਤੇ ਮਸੀਹ ਵਿੱਚ ਆਜ਼ਾਦੀ ਵਿੱਚ ਤੁਹਾਡਾ ਸਵਾਗਤ ਹੈ - ਕੀ ਈਸਾਈਆਂ ਨੂੰ ਭੂਤ ਬਣਾਇਆ ਜਾ ਸਕਦਾ ਹੈ? ਝੂਠ ਬੰਦੀ, ਸੈਤਾਨ ਬਹੁਤ ਸਾਰੇ ਈਸਾਈਆਂ ਨੂੰ ਅਗਿਆਨਤਾ ਦੁਆਰਾ ਕੈਦ ਵਿੱਚ ਰੱਖਣ ਲਈ ਵੇਚਦਾ ਹੈ। ਆਪਣੇ ਜੀਵਨ ਵਿੱਚ ਉਨ੍ਹਾਂ ਦੀ ਮੌਜੂਦਗੀ ਨੂੰ ਕਵਿੰ ਖੋਜਣਾ ਹੈ ਅਤੇ ਉਨ੍ਹਾਂ ਨੂੰ ਦੂਰ ਕਰਨਾ ਹੈ + ਇੱਕ ਚੋਟੀ ਦੇ ਕਾਂਗਰਸਨਲ ਏਡਜ.ਤੋ ਸੱਚੀ ਕਹਾਣੀ ਡੇਰੇਕ ਪ੍ਰਸਿੰ ਦੁਆਰਾ ਦੱਸੇ ਗਏ ਮਾਰਗਦਰਸਨ਼ ਸਵੈ-ਮੁਕਤੀ ਦੀ ਗਵਾਹੀ ਭਾਗ 4 + ਸਵੈ-ਮੁਕਤੀ ਪ੍ਰਾਰਥਨਾ ਸਕ੍ਰਪਿਟ + ਇਲਾਜ, ਛੁਟਕਾਰਾ ਅਤੇ ਬਹਾਲੀ ਸਮਝੌਤਾ ਪ੍ਰਾਰਥਨਾ

ਪਿਆਰੇ ਭਰਾਵੋ ਅਤੇ ਭੈਣੋ, ਇਹ ਸ਼ੈਤਾਨ ਦੀ ਕੈਦ ਲਈ ਕਾਫ਼ੀ ਹੈ ਕਾਫ਼ੀ ਹੈ ਦਾ ਭਾਗ 4 ਹੈ ਅਤੇ ਮਸੀਹ ਯਿਸੂ ਵਿੱਚ ਆਜ਼ਾਦੀ ਵਿੱਚ ਤੁਹਾਡਾ ਸਵਾਗਤ ਹੈ।

ਇਸ ਲੜੀ ਵਿੱਚ, ਅਸੀਂ ਦੁਸ਼ਮਣ ਨਾਲ ਲੜਨ ਲਈ ਯੋਧਿਆਂ ਦੀ ਇੱਕ ਫੌਜ ਤਿਆਰ ਕਰ ਰਹੇ ਹਾਂ ਅਤੇ ਤਿੰਨ ਪੱਧਰਾਂ 'ਤੇ ਮਸੀਹ ਵਿੱਚ ਕੈਦੀਆਂ ਨੂੰ ਆਜ਼ਾਦੀ ਦਿਵਾ ਸਕਦੇ ਹਾਂ - ਆਤਮਾ ਦੀ ਮੁਕਤੀ ਜਿਸਨੂੰ ਦੁਬਾਰਾ ਜਨਮ ਕਿਹਾ ਜਾਂਦਾ ਹੈ, ਆਤਮਾ ਦੀ ਮੁਕਤੀ, ਜਿਸਨੂੰ ਮੁਕਤੀ ਕਿਹਾ ਜਾਂਦਾ ਹੈ ਅਤੇ ਸਾਡੇ ਸਰੀਰਾਂ ਦੀ ਮੁਕਤੀ ਜਿਸਨੂੰ ਇਲਾਜ ਕਿਹਾ ਜਾਂਦਾ ਹੈ।

ਇਹ ਇੱਕ ਵੰਡੇ ਹੋਏ ਢਾਂਚੇ ਵਿੱਚ ਖੁਦ ਕਰਨ ਦੀ ਰਣਨੀਤੀ ਹੈ ਅਤੇ ਪ੍ਰਭੂ ਯਿਸੂ ਮਸੀਹ ਸਾਡਾ ਮੁੱਖ ਸੈਨਾਪਤੀ ਹੈ। ਸਾਡਾ ਕੰਮ ਤੁਹਾਨੂੰ ਸ਼ਾਮਲ ਹੋਣ ਲਈ ਤਿਆਰ ਕਰਨਾ ਹੈ। ਆਪਣੇ ਆਪ ਨੂੰ, ਆਪਣੇ ਅਜ਼ੀਜ਼ਾਂ ਅਤੇ ਆਪਣੇ ਦਾਇਰੇ ਦੇ ਹੋਰਾਂ ਨੂੰ ਆਜ਼ਾਦ ਕਰਨਾ। ਸਾਡਾ ਉਦੇਸ਼ ਹਰ ਵਿਸ਼ਵਾਸੀ ਵਿੱਚ ਸੁੱਤੇ ਹੋਏ ਦੈਂਤ ਨੂੰ ਜਗਾਉਣਾ ਹੈ ਅਤੇ ਤੁਹਾਨੂੰ ਜੰਗ ਦੇ ਮੈਦਾਨ ਵਿੱਚ ਇੱਕ ਯੋਧੇ ਦੀ ਮਾਨਸਿਕਤਾ ਸਿੱਖਣ ਅਤੇ ਯਿਸੂ ਦੇ ਨਾਮ 'ਤੇ ਜਾਨੀ ਨੁਕਸਾਨ ਕੀਤੇ ਬਿਨਾਂ ਸਫਲ ਮੁਹਿੰਮ ਵਿੱਚ ਸ਼ਾਮਲ ਹੋਣ ਲਈ ਪ੍ਰੇਰਿਤ ਕਰਨਾ ਹੈ।
ਤੁਹਾਨੂੰ ਇਹ ਸਮਝਣਾ ਚਾਹੀਦਾ ਹੈ ਕਿ " **ਸਭ ਤੋਂ ਵਧੀਆ ਬਚਾਅ** ਇੱਕ ਚੰਗਾ ਹਮਲਾ ਹੈ", ਇੱਕ ਕਹਾਵਤ ਜੋ ਖੇਡਾਂ ਅਤੇ ਫੌਜੀ ਲੜਾਈ ਸਮੇਤ ਕਈ ਯਤਨਾਂ ਦੇ ਖੇਤਰਾਂ ਵਿੱਚ ਲਾਗੂ ਕੀਤੀ ਗਈ ਹੈ। ਇਸਨੂੰ ਯੁੱਧ ਦੇ ਰਣਨੀਤਕ ਹਮਲਾਵਰ ਸਿਧਾਂਤ ਵਜੋਂ ਵੀ ਜਾਣਿਆ ਜਾਂਦਾ ਹੈ।

ਜੇ ਤੁਸੀਂ 12ਵੀਂ ਆਇਤ ਤੋਂ ਸ਼ੁਰੂ ਕਰਦੇ ਹੋਏ ਅਫ਼ਸੀਆਂ 6 'ਤੇ ਧਿਆਨ ਨਾਲ ਦੇਖੋਗੇ, ਤਾਂ ਤੁਸੀਂ ਜਲਦੀ ਦੇਖੋਗੇ ਕਿ ਪਰਮਾਤਮਾ ਨੇ ਤੁਹਾਡੀ ਪਿੱਠ ਲਈ ਕੋਈ ਸ਼ਸਤਰ ਨਹੀਂ ਦਿੱਤਾ ਕਿਉਂਕਿ ਉਹ ਸਾਨੂੰ ਕਿਸੇ ਵੀ ਸਮੇਂ ਸ਼ਾਮਲ ਹੋਣ ਅਤੇ ਵੱਖ ਨਾ ਹੋਣ ਦੀ ਉਮੀਦ ਕਰਦਾ ਹੈ। ਭੱਜਣ ਵਾਲੇ ਸਿਪਾਹੀਆਂ ਜਾਂ ਦੁਬਾਰਾ ਲੜਨ ਲਈ ਭੱਜਣ ਲਈ ਕੋਈ ਜਗ੍ਹਾ ਨਹੀਂ ਹੈ ਕਿਉਂਕਿ ਸਵਰਗੀ ਲੋਕਾਂ ਵਿੱਚ ਲੜਾਈ ਪਹਿਲਾਂ ਹੀ ਜਿੱਤੀ ਜਾ ਚੁੱਕੀ ਹੈ। ਸਾਡਾ ਕੰਮ ਆਪਣੇ ਅਧਿਕਾਰ ਅਤੇ ਪਵਿੱਤਰ ਆਤਮਾ ਦੁਆਰਾ ਸਾਨੂੰ ਦਿੱਤੀ ਗਈ ਸ਼ਕਤੀ ਦੀ ਵਰਤੋਂ ਉਸ ਜਿੱਤ ਨੂੰ ਲਾਗੂ ਕਰਨ ਲਈ ਕਰਨਾ ਹੈ ਕਿਉਂਕਿ ਦੁਸ਼ਮਣ ਹਮੇਸ਼ਾ ਆਪਣੀ ਸੀਮਾ 'ਤੇ ਕਦਮ ਰੱਖਣਾ ਚਾਹੇਗਾ। ਪਾਣੀਆਂ ਦੀ ਜਾਂਚ ਕਰਨਾ ਕਿ ਕੀ ਅਸੀਂ ਅਣਜਾਣ ਹਾਂ। ਬਦਕਿਸਮਤੀ ਨਾਲ, ਸਾਡੇ ਵਿੱਚੋਂ ਬਹੁਤ ਸਾਰੇ ਦੁਸ਼ਟ ਦੇ ਚਾਲਾਂ ਤੋਂ ਅਣਜਾਣ ਹਨ।
ਇਸਨੂੰ ਪੜ੍ਹੋ:

1 ਪਤਰਸ 5:7-9
ਐਮਪਲੀਫਾਈਡ ਬਾਈਬਲ

[7] ਆਪਣੀਆਂ ਸਾਰੀਆਂ ਚਿੰਤਾਵਾਂ [ਆਪਣੀਆਂ ਸਾਰੀਆਂ ਚਿੰਤਾਵਾਂ, ਆਪਣੀਆਂ ਸਾਰੀਆਂ ਚਿੰਤਾਵਾਂ, ਅਤੇ ਆਪਣੀਆਂ ਸਾਰੀਆਂ ਚਿੰਤਾਵਾਂ, ਇੱਕ ਵਾਰ ਅਤੇ ਹਮੇਸ਼ਾ ਲਈ] ਉਸ ਉੱਤੇ ਸੁੱਟ ਦਓਿ, ਕਉਿਂਕ ਿਉਹ ਤੁਹਾਡੀ ਪਰਵਾਹ ਕਰਦਾ ਹੈ [ਡੂੰਘੇ ਪਆਿਰ ਨਾਲ, ਅਤੇ ਤੁਹਾਡੀ ਬਹੁਤ ਧਆਿਨ ਨਾਲ ਨਗਿਰਾਨੀ ਕਰਦਾ ਹੈ] । [8] ਸੁਚੇਤ ਰਹੋ [ਚੰਗੀ ਤਰ੍ਹਾਂ ਸੰਤੁਲਤਿ ਅਤੇ ਸਵੈ-ਅਨੁਸ਼ਾਸਤਿ], ਹਰ ਸਮੇਂ ਸੁਚੇਤ ਅਤੇ ਸਾਵਧਾਨ ਰਹੋ। ਤੁਹਾਡਾ ਉਹ ਦੁਸ਼ਮਣ, ਸ਼ੈਤਾਨ, ਗਰਜਦੇ ਸ਼ੇਰ [ਭਆਿਨਕ ਭੁੱਖਾ] ਵਾਂਗ ਘੁੰਮਦਾ ਫਰਿਦਾ ਹੈ, ਕਸਿ ਨੂੰ ਨਗਿਲਣ ਲਈ ਲੱਭਦਾ ਹੈ। [9] ਪਰ ਉਸਦਾ ਵਰਿੋਧ ਕਰੋ, ਆਪਣੀ ਨਹਿਚਾ ਵਚਿ ਦ੍ਰਗੜ੍ਹ ਰਹੋ [ਉਸਦੇ ਹਮਲੇ ਦੇ ਵਰੁਿੱਧ - ਜੜ੍ਹਾਂ, ਸਥਾਪਤਿ, ਅਚੱਲ], ਇਹ ਜਾਣਦੇ ਹੋਏ ਕ ਿਦੁਨੀਆਂ ਭਰ ਵਚਿ ਤੁਹਾਡੇ ਭਰਾਵਾਂ ਅਤੇ ਭੈਣਾਂ ਨੂੰ ਵੀ ਉਹੀ ਦੁੱਖ ਝੱਲਣੇ ਪੈ ਰਹੇ ਹਨ । [ਤੁਸੀ ਇਕੱਲੇ ਨਹੀ ਦੁੱਖ ਝੱਲਦੇ।]

ਤੁਸੀਂ ਇਨ੍ਹਾਂ ਆਇਤਾਂ ਵਿੱਚ ਦੇਖ ਸਕਦੇ ਹੋ ਕਿ ਸ਼ੈਤਾਨ ਸਾਨੂੰ ਨਿਗਲਣ, ਦੁਪਹਿਰ ਦੇ ਖਾਣੇ, ਰਾਤ ਦੇ ਖਾਣੇ ਅਤੇ ਰਾਤ ਦੇ ਖਾਣੇ ਲਈ ਸਾਨੂੰ ਜ਼ਿੰਦਾ ਖਾਣ ਲਈ ਬਹੁਤ ਭੁੱਖਾ ਹੈ। ਇਸ ਕਿਸਮ ਦੇ ਦੁਸ਼ਮਣ ਦਾ ਸਾਹਮਣਾ ਕਰਨ ਲਈ, ਤੁਹਾਨੂੰ ਹੇਠ ਲਿਖਿਆਂ ਦੀ ਜ਼ਰੂਰਤ ਹੈ ਜਿਵੇਂ ਕਿ ਅਸੀਂ ਪਹਿਲਾਂ ਉਜਾਗਰ ਕੀਤਾ ਹੈ ਜਿਵੇਂ ਕਿ **A, B, C, D, E, F ਅਤੇ G। ਮੈਨੂੰ ਇਸ ਗੱਲ 'ਤੇ ਜ਼ੋਰ ਦੇਣਾ ਚਾਹੀਦਾ ਹੈ ਕ ਿਇਹ ਪ੍ਰਾਰਥਨਾ ਹਰ ਕਸਿ ਲਈ ਨਹੀ ਹੈ। ਚੁਣੇ ਹੋਏ ਕੁਝ ਲੋਕ ਇਨ੍ਹਾਂ 7 ਗੁਣਾਂ ਦੁਆਰਾ ਆਪਣੇ ਆਪ ਨੂੰ ਨਾਮਾਂਕਣ ਲਈ ਪਹਲਿਾਂ ਤੋਂ ਯੋਗ ਬਣਾ ਲੈਣਗੇ।**

ਉਹ ਇਸ ਪ੍ਰਕਾਰ ਹਨ :

A. **ਉਪਲਬਧਤਾ (ਆਤਮਾ, ਆਤਮਾ ਅਤੇ ਸਰੀਰ)**
B. **ਦਲੇਰੀ**
C. **ਦੂਜਆਿਂ ਲਈ ਹਮਦਰਦੀ**
D. **ਨਰਿਣਾ**
E. **ਦਲਿੋਂ ਪਆਿਰ**
F. **ਭਆਿਨਕ ਗੁੱਸਾ**

G. **ਬਹੁਤ ਭੁੱਖ**

ਜੇਕਰ ਤੁਹਾਡੇ ਕੋਲ ਘੱਟੋ-ਘੱਟ ਤੱਤਾਂ ਵਜੋਂ ਇਹ ਗੁਣ ਨਹੀਂ ਹਨ, ਤਾਂ ਇੱਕ ਸਫਲ ਮੁਹਿੰਮ ਚਲਾਉਣਾ ਅਸੰਭਵ ਹੋਵੇਗਾ ਕਿਉਂਕਿ ਉਪਰੋਕਤ ਸਾਰੇ ਤੱਤਾਂ ਨੂੰ ਇਕੱਠੇ ਮਿਲਾਉਣ ਦੀ ਜ਼ਰੂਰਤ ਹੈ ਤਾਂ ਜੋ ਤਬਦੀਲੀ ਲਿਆਉਣ ਲਈ ਸਰ੍ਹੋਂ ਦੇ ਦਾਣੇ ਵਰਗਾ ਵਿਸ਼ਵਾਸ ਪੈਦਾ ਕੀਤਾ ਜਾ ਸਕੇ ਕਿਉਂਕਿ ਪਰਮਾਤਮਾ ਭੁੱਖੇ ਲੋਕਾਂ ਨੂੰ ਭੋਜਨ ਦਿੰਦਾ ਹੈ, ਠੰਡੇ ਜਾਂ ਕੋਸੇ ਬੱਚਿਆਂ ਨੂੰ ਨਹੀਂ, ਭਾਵੇਂ ਇਹ ਇਲਾਜ, ਮੁਕਤੀ ਅਤੇ ਬਹਾਲੀ ਦੇ ਅੰਦਰ ਅਤੇ ਬਾਹਰ ਹੋਵੇ।
ਲੁੱਟ ਦਾ ਮਾਲ ਇਕੱਠਾ ਕਰਨ ਲਈ ਤਿਆਰ ਹੈ ਪਰ ਉਹਨਾਂ ਨੂੰ ਸਾਡੇ ਅਨੁਭਵ ਵਿੱਚ ਇਕੱਠਾ ਕਰਨ ਲਈ ਇੱਕ ਸਰ੍ਹੋਂ ਦੇ ਦਾਣੇ, ਇਕਸਾਰ ਵਿਸ਼ਵਾਸ ਦੀ ਲੋੜ ਹੈ।

ਅੱਜ, ਅਸੀਂ **ਸੈਤਾਨ ਦੀ ਕੈਦ ਲਈ ਕਾਫੀ ਹੈ ਅਤੇ ਮਸੀਹ ਵਚਿ ਆਜ਼ਾਦੀ ਵਚਿ ਤੁਹਾਡਾ ਸਵਾਗਤ ਹੈ - ਕੀ ਈਸਾਈਆਂ ਨੂੰ ਭੂਤ ਬਣਾਇਆ ਜਾ ਸਕਦਾ ਹੈ? ਝੂਠ ਕੈਦੀ, ਸੈਤਾਨ ਬਹੁਤ ਸਾਰੇ ਈਸਾਈਆਂ ਨੂੰ ਅਗਆਿਨਤਾ ਦੁਆਰਾ ਕੈਦ ਵਚਿ ਰੱਖਣ ਲਈ ਵੇਚਦਾ ਹੈ। ਆਪਣੀ ਜੀਂਦਗੀ ਵਚਿ ਉਨ੍ਹਾਂ ਦੀ ਮੌਜੂਦਗੀ ਨੂੰ ਕਵਿੇਂ ਖੋਜਣਾ ਹੈ ਅਤੇ ਉਨ੍ਹਾਂ ਨੂੰ ਕਵਿੇਂ ਦੂਰ ਕਰਨਾ ਹੈ + ਇੱਕ ਚੋਟੀ ਦੇ ਕਾਂਗਰਸਨਲ ਏਡਜ. ਤੋਂ ਸੱਚੀ ਕਹਾਣੀ ਗਾਈਡਡ ਸਵੈ-ਮੁਕਤੀ ਦੀ ਗਵਾਹੀ** ਭਾਗ 4। ਅਸੀਂ ਸ਼ੈਤਾਨ ਦੁਆਰਾ ਵੇਚੇ ਜਾਂਦੇ ਝੂਠਾਂ 'ਤੇ ਨਜ਼ਰ ਮਾਰਾਂਗੇ ਜੋ ਉਸਨੂੰ ਬੇਨਕਾਬ ਕਰਕੇ ਬਹੁਤਿਆਂ ਨੂੰ ਬੰਨ੍ਹਣ ਲਈ ਵੇਚਦਾ ਹੈ।
ਮੇਰੀ ਸਮਝ ਅਨੁਸਾਰ, ਦੁਸ਼ਟ ਆਤਮਾਵਾਂ ਜਾਂ ਭੂਤ "ਦੁਸ਼ਟਤਾ ਦੇ ਆਤਮਿਕ ਸਮੂਹਾਂ" (ਅਫ਼ਸੀਆਂ 6:12) ਦਾ ਹੇਠਲਾ ਤਬਕਾ ਹਨ ਜਿਨ੍ਹਾਂ ਨੂੰ ਸ਼ੈਤਾਨ ਮਨੁੱਖਤਾ ਦੇ ਵਿਰੁੱਧ ਨਿਰਦੇਸ਼ਤ ਕਰਦਾ ਹੈ। ਸ਼ੈਤਾਨ ਦੁਆਰਾ ਉਨ੍ਹਾਂ ਨੂੰ ਤਿੰਨ ਮੁੱਖ ਉਦੇਸ਼ ਦਿੱਤੇ ਗਏ ਹਨ:

1. ਪਹਲਿਾਂ ਸਾਨੂੰ ਤਸੀਹੇ ਦੇਣ ਅਤੇ ਦੁਖ ਦੇਣ ਲਈ;
2. ਦੂਜਾ, ਸਾਨੂੰ ਮਸੀਹ ਨੂੰ ਮੁਕਤੀਦਾਤਾ ਵਜੋਂ ਜਾਣਨ ਤੋਂ ਰੋਕਣ ਲਈ;
ਅਤੇ ਇਸ ਵਚਿ ਅਸਫਲ ਰਹਣਿ 'ਤੇ, ਤੀਜਾ,
3. ਸਾਨੂੰ ਮਸੀਹ ਦੀ ਪ੍ਰਭਾਵਸ਼ਾਲੀ ਢੰਗ ਨਾਲ ਸੇਵਾ ਕਰਨ ਤੋਂ ਰੋਕਣ ਲਈ।

ਨੂੰ ਭੂਤ ਬਣਾਇਆ ਜਾ ਸਕਦਾ ਹੈ, ਮਨ ਉੱਤੇ ਬਾਹਰੀ ਪ੍ਰਭਾਵ ਤੋਂ ਸ਼ੁਰੂ ਹੋ ਕੇ, ਅੰਸ਼ਕ ਕਬਜ਼ਾ ਜਿੱਥੇ ਉਹ ਅੰਸ਼ਕ ਤੌਰ 'ਤੇ ਮਨ ਉੱਤੇ ਕਬਜ਼ਾ ਕਰ ਲੈਂਦੇ ਹਨ ਅਤੇ ਪੂਰਾ ਦਬਦਬਾ ਜਿੱਥੇ ਭੂਤ ਵਾਲਾ ਵਿਅਕਤੀ ਆਪਣੀ ਮਰਜ਼ੀ ਗੁਆ ਦਿੰਦਾ ਹੈ।

ਸਾਡੇ ਤੱਕ ਪਹੁੰਚ ਉਦੋਂ ਹੁੰਦੀ ਹੈ ਜਦੋਂ ਅਸੀਂ ਕੁੜੱਤਣ, ਮਾਫ਼ ਨਾ ਕਰਨ, ਨਾਰਾਜ਼ਗੀ, ਹੰਕਾਰ ਅਤੇ ਬਗਾਵਤ ਆਦਿ ਦੇ ਦਰਵਾਜ਼ੇ ਖੋਲ੍ਹਦੇ ਹਾਂ, ਜੋ ਈਸਾਈਆਂ ਨੂੰ ਬਹੁਤ ਪਰੇਸ਼ਾਨ ਕਰਦੇ ਹਨ, ਦੁਸ਼ਮਣ ਨੂੰ ਸਾਡੇ ਮਨਾਂ ਵਿੱਚ ਇੱਕ ਪੈਰ ਰੱਖਣ ਅਤੇ ਇੱਕ ਜਗ੍ਹਾ, ਇੱਕ ਨਿਵਾਸ ਸਥਾਨ ਦਿੰਦੇ ਹਨ।

ਪਵਿੱਤਰ ਆਤਮਾ ਇੱਕ ਅਜਿਹੇ ਭਾਂਡੇ ਵਿੱਚ ਵਾਸ ਕਰੇਗਾ ਜੋ ਪੂਰੀ ਤਰ੍ਹਾਂ ਸਾਫ਼ ਨਹੀਂ ਹੈ, ਬਸ਼ਰਤੇ ਉਸਨੂੰ ਮਨੁੱਖੀ ਸ਼ਖਸੀਅਤ ਦੇ ਕੇਂਦਰੀ, ਨਿਯੰਤਰਿਤ ਖੇਤਰ: ਦਿਲ ਤੱਕ ਪਹੁੰਚ ਦਿੱਤੀ ਗਈ ਹੋਵੇ।

ਇਹ ਸਿੱਖਿਆ ਕਿ ਕਿਸੇ ਵਿਅਕਤੀ ਦੇ ਜੀਵਨ ਦਾ ਹਰ ਖੇਤਰ ਪਵਿੱਤਰ ਆਤਮਾ ਦੇ ਅੰਦਰ ਵੱਸਣ ਤੋਂ ਪਹਿਲਾਂ ਪੂਰੀ ਤਰ੍ਹਾਂ ਸਾਫ਼ ਹੋਣਾ ਚਾਹੀਦਾ ਹੈ, ਦੋ ਅਣਚਾਹੇ ਨਤੀਜਿਆਂ ਵਿੱਚੋਂ ਇੱਕ ਪੈਦਾ ਕਰ ਸਕਦੀ ਹੈ। ਇਹ ਕੁਝ ਇਮਾਨਦਾਰ ਵਿਸ਼ਵਾਸੀਆਂ ਨੂੰ ਪਵਿੱਤਰ ਆਤਮਾ ਦੀ ਭਰਪੂਰਤਾ ਦੀ ਭਾਲ ਕਰਨ ਤੋਂ ਰੋਕ ਸਕਦੀ ਹੈ, ਕਿਉਂਕਿ ਉਹ ਆਪਣੇ ਆਪ ਨੂੰ ਕਹਿੰਦੇ ਹਨ, ਮੈਂ ਕਦੇ ਵੀ ਉਸ ਮਿਆਰ ਤੱਕ ਨਹੀਂ ਪਹੁੰਚ ਸਕਾਂਗਾ। ਜਾਂ ਇਸ ਤਰ੍ਹਾਂ ਦੀ ਸਿੱਖਿਆ ਦੂਜਿਆਂ ਨੂੰ ਜਿਨ੍ਹਾਂ ਨੇ ਪਵਿੱਤਰ ਆਤਮਾ ਦਾ ਬਪਤਿਸਮਾ ਪ੍ਰਾਪਤ ਕੀਤਾ ਹੈ, ਸਵੈ-ਧਰਮੀ ਪਖੰਡ ਦੇ ਰੂਪ ਵਿੱਚ ਦਬਾਅ ਪਾ ਸਕਦੀ ਹੈ। ਉਨ੍ਹਾਂ ਦਾ ਤਰਕ ਕੁਝ ਇਸ ਤਰ੍ਹਾਂ ਹੈ: ਮੈਂ ਪਵਿੱਤਰ ਆਤਮਾ ਪ੍ਰਾਪਤ ਕਰਨ ਲਈ ਸੰਪੂਰਨ ਹੋਣਾ ਚਾਹੀਦਾ ਸੀ, ਇਸ ਲਈ ਹੁਣ ਮੈਨੂੰ ਹਰ ਸਮੇਂ ਸੰਪੂਰਨ ਰਹਿਣਾ ਪਵੇਗਾ। ਨਤੀਜਾ ਇੱਕ ਮਨਘੜਤ ਈਸਾਈ ਜੀਵਨ ਸ਼ੈਲੀ ਹੈ। ਅਜਿਹੇ ਲੋਕ ਅਜੇ ਵੀ ਆਪਣਾ ਗੁੱਸਾ ਗੁਆ ਬੈਠਦੇ ਹਨ ਪਰ ਹੁਣ ਉਹ ਇਸਨੂੰ ਧਰਮੀ ਗੁੱਸਾ ਕਹਿੰਦੇ ਹਨ। ਉਹ ਅਜੇ ਵੀ ਆਪਣੇ ਸੇਵਕ ਜਾਂ ਆਪਣੇ ਸਾਥੀ ਈਸਾਈਆਂ ਦੀ ਆਲੋਚਨਾ ਕਰਦੇ ਹਨ ਪਰ ਉਹ ਇਸਨੂੰ ਸਮਝਦਾਰੀ ਕਹਿੰਦੇ ਹਨ। ਉਹ ਅਜੇ ਵੀ ਆਪਣੀਆਂ ਸਰੀਰਕ ਭੁੱਖਾਂ ਨੂੰ ਜ਼ਿਆਦਾ ਕਰਦੇ ਹਨ ਪਰ ਉਹ ਇਸਨੂੰ ਇਹ ਕਹਿ ਕੇ ਜਾਇਜ਼ ਠਹਿਰਾਉਂਦੇ ਹਨ, "ਸਭ ਕੁਝ ਜਾਇਜ਼ ਹੈ।"

ਪਾਪ ਨਾਲ ਨਜਿੱਠਣਾ ਇੱਕ ਜੀਵਨ-ਮੌਤ ਦਾ ਸੰਘਰਸ਼ ਹੈ। ਇਹ ਸਵੀਕਾਰ ਕਰਨਾ ਸ਼ਰਮਨਾਕ ਨਹੀਂ ਹੈ ਕਿ ਪਾਪ ਅਜੇ ਵੀ ਸਾਡੇ ਜੀਵਨ ਵਿੱਚ ਕੰਮ ਕਰ ਰਿਹਾ ਹੈ। ਇਸ ਦੇ ਉਲਟ, ਸਾਡਾ ਵੱਡਾ ਖ਼ਤਰਾ ਇਸਨੂੰ ਸਵੀਕਾਰ ਕਰਨ ਤੋਂ ਇਨਕਾਰ ਕਰਨ ਵਿੱਚ ਹੈ, ਜੋ ਸਾਨੂੰ ਪਰਤਾਵਿਆਂ ਦਾ ਸਾਹਮਣਾ ਕਰਨ ਲਈ ਤਿਆਰ ਨਹੀਂ ਰੱਖਦਾ ਜਦੋਂ ਉਹ ਆਉਂਦੇ ਹਨ। ਜੇਕਰ ਪਵਿੱਤਰ ਆਤਮਾ ਸਾਡੇ ਅੰਦਰ ਉਸਦੇ ਨਿਵਾਸ ਨੂੰ ਲੈਣ ਲਈ ਸੰਪੂਰਨ ਹੋਣ ਤੱਕ ਇੰਤਜ਼ਾਰ ਕਰੇ, ਤਾਂ ਇਹ ਇੱਕ ਪ੍ਰੋਫੈਸਰ ਵਾਂਗ ਹੋਵੇਗਾ ਜੋ ਆਪਣੇ ਵਿਦਿਆਰਥੀਆਂ ਨੂੰ ਕਹਿੰਦਾ ਹੈ, "ਮੈਂ ਤੁਹਾਨੂੰ ਉਦੋਂ ਸਿਖਾਉਣਾ ਸ਼ੁਰੂ ਕਰ ਦਿਆਂਗਾ ਜਦੋਂ ਤੁਸੀਂ ਆਪਣੀਆਂ ਪ੍ਰੀਖਿਆਵਾਂ ਪਾਸ ਕਰ ਲਓਗੇ।" ਉਸਦੇ ਵਿਦਿਆਰਥੀ ਜਵਾਬ ਦੇਣਗੇ, "ਪਰ ਪ੍ਰੋਫੈਸਰ, ਸਾਨੂੰ ਇਸਦੀ ਲੋੜ ਨਹੀਂ ਹੈ! ਸਾਨੂੰ ਤੁਹਾਨੂੰ ਹੁਣੇ ਸਾਨੂੰ ਸਿਖਾਉਣਾ ਸ਼ੁਰੂ ਕਰਨ ਦੀ ਲੋੜ ਹੈ, ਇਸ ਲਈ ਅਸੀਂ ਸਿੱਖਾਂਗੇ ਕਿ ਸਾਨੂੰ ਆਪਣੀਆਂ ਪ੍ਰੀਖਿਆਵਾਂ ਪਾਸ ਕਰਨ ਲਈ ਕੀ ਚਾਹੀਦਾ ਹੈ।" ਇਹ ਹੁਣ ਹੈ ਕਿ ਸਾਨੂੰ ਪਵਿੱਤਰ ਆਤਮਾ ਦੀ ਲੋੜ ਹੈ, ਤਾਂ ਜੋ ਸਾਨੂੰ ਬੁਰਾਈ ਦੀ ਸ਼ਕਤੀ ਨੂੰ ਦੂਰ ਕਰਨ ਅਤੇ ਪਰਮੇਸ਼ੁਰ ਦੇ ਪਵਿੱਤਰਤਾ ਦੇ ਮਿਆਰ ਨੂੰ ਪ੍ਰਾਪਤ ਕਰਨ ਲਈ ਉਸਦੀ ਮਦਦ ਲਗਾਤਾਰ ਉਪਲਬਧ ਹੋ ਸਕੇ। ਟਕਰਾਅ ਦਾ ਇੱਕ ਖਾਸ ਖੇਤਰ ਜਿਸ ਵਿੱਚ ਸਾਨੂੰ ਪਵਿੱਤਰ ਆਤਮਾ ਦੀ ਮਦਦ ਦੀ ਲੋੜ ਹੈ ਉਹ ਹੈ ਭੂਤਾਂ ਨਾਲ ਨਜਿੱਠਣਾ।

ਜੇਕਰ ਪਵਿੱਤਰ ਆਤਮਾ ਇਹ ਸਮਝਦਾ ਹੈ ਕਿ ਸਾਡੇ ਅੰਦਰ ਭੂਤ ਹਨ ਤਾਂ ਉਹ ਆਪਣੀ ਮਦਦ ਤੋਂ ਨਹੀਂ ਹਟਦਾ। ਇਸ ਦੇ ਉਲਟ, ਉਹ ਸਾਡੀ ਜ਼ਰੂਰਤ ਨੂੰ ਸਾਡੇ ਨਾਲੋਂ ਜ਼ਿਆਦਾ ਸਪੱਸ਼ਟ ਤੌਰ 'ਤੇ ਦੇਖਦਾ ਹੈ, ਅਤੇ ਉਹ ਸਾਨੂੰ ਉਨ੍ਹਾਂ ਨੂੰ ਕੱਢਣ ਦੀ ਸ਼ਕਤੀ ਦਿੰਦਾ ਹੈ। ਕਿਉਂਕਿ ਉਹ ਸਾਡੇ 'ਤੇ ਦਇਆ ਕਰਦਾ ਹੈ, ਉਹ ਸਾਡੇ ਅੰਦਰ ਆਪਣਾ ਨਿਵਾਸ ਕਰਨ ਲਈ ਤਿਆਰ ਹੈ, ਅਤੇ ਦੁਸ਼ਮਣ ਦੀ ਸਾਰੀ ਸ਼ਕਤੀ ਉੱਤੇ ਮਸੀਹ ਦੀ ਜਿੱਤ ਸਥਾਪਤ ਕਰਨ ਲਈ ਸਾਡੇ ਨਾਲ ਕੰਮ ਕਰਨ ਲਈ ਤਿਆਰ ਹੈ। ਸਾਡੀ ਤਰੱਕੀ ਇਸ ਗੱਲ 'ਤੇ ਨਿਰਭਰ ਕਰਦੀ ਹੈ ਕਿ ਅਸੀਂ ਆਪਣੇ ਅੰਦਰ ਪਵਿੱਤਰ ਆਤਮਾ ਨਾਲ ਕਿਸ ਹੱਦ ਤੱਕ ਸਹਿਯੋਗ ਕਰਦੇ ਹਾਂ।

ਮੈ ਇੱਕ ਵਾਰ ਫਰਿ ਜ਼ੋਰ ਦੇਵਾਂਗਾ: ਪਵਿੱਤਰ ਆਤਮਾ ਸਾਡੇ ਅੰਦਰ ਇਸ ਲਈ ਨਹੀਂ ਆਉਂਦਾ ਕਿਉਂਕਿ ਅਸੀਂ ਪਹਿਲਾਂ ਹੀ ਸੰਪੂਰਨ ਹਾਂ। ਉਹ ਸਾਡੀ ਮਦਦ ਕਰਨ ਲਈ ਆਉਂਦਾ ਹੈ ਤਾਂ ਜੋ ਅਸੀਂ ਸੰਪੂਰਨ ਬਣ ਸਕੀਏ। ਯਕੀਨਨ, ਪਵਿੱਤਰ ਆਤਮਾ

ਭੂਤਾਂ ਨਾਲ ਸਾਡੀ ਲੜਾਈ ਵਿੱਚ ਸਾਡੀ ਮਦਦ ਨਹੀਂ ਕਰੇਗਾ ਜੇਕਰ ਅਸੀਂ ਪਾਪ ਵਿੱਚ ਜੀਉਂਦੇ ਰਹਿਣ ਦਾ ਇਰਾਦਾ ਰੱਖਦੇ ਹਾਂ। ਪਰ ਜੇਕਰ ਅਸੀਂ ਆਪਣੇ ਪਾਪਾਂ ਨੂੰ ਪਛਾਣਦੇ ਹਾਂ ਅਤੇ ਦਿਲੋਂ ਤੋਬਾ ਕਰਦੇ ਹਾਂ, ਤਾਂ ਉਹ ਸਾਡੇ ਨਾਲ ਉਨ੍ਹਾਂ ਭੂਤਾਂ ਨਾਲ ਲੜੇਗਾ ਜੋ ਸਾਨੂੰ ਗੁਲਾਮ ਬਣਾਉਂਦੇ ਹਨ। ਉਸਦੀ ਮਦਦ ਨਾਲ ਅਸੀਂ ਉਨ੍ਹਾਂ ਨੂੰ ਕੱਢਣ ਅਤੇ ਆਜ਼ਾਦ ਹੋਣ ਦੇ ਯੋਗ ਹੋਵਾਂਗੇ।

ਆਓ ਹੇਠਾਂ ਦਿੱਤੀ ਕਹਾਣੀ 'ਤੇ ਨਜ਼ਰ ਮਾਰੀਏ ਤਾਂ ਜੋ ਇਸ ਤੱਥ ਨੂੰ ਪ੍ਰਮਾਣਿਤ ਕੀਤਾ ਜਾ ਸਕੇ ਕਿ ਦੁਬਾਰਾ ਜਨਮ ਲੈਣ ਵਾਲੇ, ਆਤਮਾ ਨਾਲ ਭਰਪੂਰ ਈਸਾਈ ਭੂਤਾਂ ਲਈ ਇੱਕ ਨਿਵਾਸ ਸਥਾਨ ਹੋ ਸਕਦੇ ਹਨ ਕਿਉਂਕਿ ਅਸੀਂ ਉਨ੍ਹਾਂ ਨੂੰ ਆਪਣੇ ਜੀਵਨ ਵਿੱਚ ਜਾਣਬੁੱਝ ਕੇ ਬਣਾਏ ਗਏ ਖੁੱਲ੍ਹਿਆਂ ਰਾਹੀਂ ਜਗ੍ਹਾ ਦਿੰਦੇ ਹਾਂ।

ਡੇਰੇਕ ਪ੍ਰਿੰਸ ਦੁਆਰਾ ਦੱਸੇ ਗਏ ਮਾਰਗਦਰਸ਼ਨ ਦੁਆਰਾ ਭੂਤਾਂ ਤੋਂ ਪ੍ਰਾਪਤ ਕੀਤੀ ਗਈ ਚੋਟੀ ਦੀ ਕਾਂਗਰਸ ਸਹਾਇਤਾ ਦੀ ਸੱਚੀ ਕਹਾਣੀ ਗਵਾਹੀ:

ਇਸ ਤੋਂ ਬਾਅਦ ਦਿੱਤੀ ਗਈ ਗਵਾਹੀ ਵਿੱਚ, ਵਾਸ਼ਿੰਗਟਨ, ਡੀ.ਸੀ. ਵਿੱਚ ਇੱਕ ਕਾਂਗਰਸ ਸਹਾਇਕ, ਆਪਣੇ ਨਿੱਜੀ ਸੰਘਰਸ਼ਾਂ ਬਾਰੇ ਸਪੱਸ਼ਟ ਤੌਰ 'ਤੇ ਦੱਸਦੀ ਹੈ:

ਮੈਂ ਲਗਭਗ ਸੱਤ ਸਾਲ ਪਹਿਲਾਂ ਆਤਮਾ ਵਿੱਚ ਬਪਤਿਸਮਾ ਲਿਆ ਸੀ। ਪਿਛਲੇ ਸਾਲ ਜੂਨ ਦੇ ਅਖੀਰ ਵਿੱਚ, ਵਾਸ਼ਿੰਗਟਨ, ਡੀ.ਸੀ. ਦੇ ਇੱਕ ਚਰਚ ਵਿੱਚ, ਮੈਨੂੰ ਨਸਾਂ ਦੇ ਬੋਲ਼ੇਪਣ ਦਾ ਤੁਰੰਤ ਇਲਾਜ ਮਿਲਿਆ। ਫਿਰ ਅਗਸਤ ਵਿੱਚ ਮੇਰੇ ਡਾਕਟਰ ਨੇ ਪੁਸ਼ਟੀ ਕੀਤੀ ਕਿ ਮੈਂ ਛਾਤੀਆਂ ਵਿੱਚ ਸਿਸਟ ਅਤੇ ਟਿਊਮਰ ਤੋਂ ਠੀਕ ਹੋ ਗਿਆ ਹਾਂ। ਮੈਂ ਇੱਕ ਕਾਂਗਰਸਮੈਨ ਲਈ ਇੱਕ ਉੱਚ ਸਟਾਫ ਮੈਂਬਰ ਸੀ ਅਤੇ, ਜਦੋਂ ਕਿ ਉਹ ਨਿੱਜੀ ਤੌਰ 'ਤੇ ਮੇਰੇ ਇਲਾਜ ਦੇ ਅਨੁਭਵ ਤੋਂ ਬਹੁਤ ਖੁਸ਼ ਸੀ, ਮੇਰੀ ਗਵਾਹੀ ਨੂੰ ਉਨ੍ਹਾਂ ਰਾਜਨੀਤਿਕ ਸਰਕਲਾਂ ਵਿੱਚ ਚੰਗਾ ਨਹੀਂ ਮੰਨਿਆ ਗਿਆ ਜਿੱਥੇ ਮੈਂ ਗਿਆ ਸੀ। ਸਤੰਬਰ ਵਿੱਚ ਮੈਂ ਆਪਣੀ ਨੌਕਰੀ ਤੋਂ ਅਸਤੀਫਾ ਦੇ ਦਿੱਤਾ ਅਤੇ ਅਗਲੇ ਕੁਝ ਮਹੀਨੇ ਆਰਾਮ ਕਰਨ ਅਤੇ ਪ੍ਰਭੂ ਨਾਲ ਸਮਾਂ ਬਿਤਾਉਣ ਵਿੱਚ ਬਿਤਾਏ।

ਫਿਰ ਦਸੰਬਰ ਦੇ ਅੱਧ ਵਿੱਚ ਮੈਂ ਉਦਾਸ ਅਤੇ ਨਿਰਾਸ਼ ਹੋ ਗਿਆ। ਜਨਵਰੀ ਦਾ ਪਹਿਲਾ ਹਫ਼ਤਾ ਬਹੁਤ ਭਿਆਨਕ ਸੀ! ਇੱਕ ਦਿਨ ਮੇਰਾ ਆਪਾ ਖੁੱਸ ਗਿਆ। ਮੈਂ ਇੱਥੇ ਬਿਲਕੁਲ ਇਕੱਲਾ ਸੀ, ਅਤੇ ਇਹ ਇੱਕ ਬਹੁਤ ਹੀ ਮਾਮੂਲੀ ਮਾਮਲੇ ਨਾਲ

ਸਬੰਧਤ ਸੀ। ਮੈਨੂੰ ਤੁਰੰਤ ਅਹਿਸਾਸ ਹੋਇਆ ਕਿ ਮੈਂ ਕੀ ਪਾਪ ਕੀਤਾ ਸੀ - ਗੁੱਸਾ। ਅਤੇ ਜਿਵੇਂ ਹੀ ਮੈਂ ਅੰਗਰੇਜ਼ੀ ਵਿੱਚ ਮਾਫ਼ੀ ਲਈ ਪ੍ਰਾਰਥਨਾ ਕਰਨ ਦੀ ਕੋਸ਼ਿਸ਼ ਕੀਤੀ, ਮੈਂ ਘੁੱਟਿਆ ਮਹਿਸੂਸ ਕੀਤਾ ... ਭਾਵਨਾਵਾਂ ਤੋਂ ਨਹੀਂ, ਸਗੋਂ ਮੇਰੇ ਗਲੇ 'ਤੇ ਇੱਕ ਵੱਖਰਾ ਦਬਾਅ - ਇੱਕ ਬਹੁਤ ਹੀ ਅਸਲੀ ਸਰੀਰਕ ਸ਼ਕਤੀ। ਇੱਕ ਦੋਸਤ ਨੇ ਸੁਝਾਅ ਦਿੱਤਾ ਕਿ ਮੈਨੂੰ ਮੁਕਤੀ ਦੀ ਲੋੜ ਹੋ ਸਕਦੀ ਹੈ। ਇਸ ਲਈ ਮੈਂ ਮੁਕਤੀ ਅਤੇ ਭੂਤ ਵਿਗਿਆਨ ਨਾਲ ਸੰਬੰਧਿਤ ਤੁਹਾਡੀਆਂ ਟੇਪਾਂ ਖਰੀਦੀਆਂ।

ਮੈਂ ਹਮੇਸ਼ਾ ਆਤਮਾਵਾਂ, ਭੂਤਾਂ, ਭੂਤਾਂ ਅਤੇ ਤੁਹਾਡੇ ਕੋਲ ਜੋ ਹੈ, ਬਾਰੇ ਕਿਸੇ ਵੀ ਚੀਜ਼ ਤੋਂ ਦੂਰ ਰਿਹਾ ਹਾਂ, ਇਹ ਵਿਸ਼ਵਾਸ ਕਰਦੇ ਹੋਏ ਕਿ ਜੇ ਮੈਂ ਉਨ੍ਹਾਂ ਨੂੰ ਇਕੱਲਾ ਛੱਡ ਦਿੱਤਾ, ਤਾਂ ਉਹ ਜ਼ਰੂਰ ਮੈਨੂੰ ਇਕੱਲਾ ਛੱਡ ਦੇਣਗੇ। ਮੈਂ ਬਸ ਆਤਮਾਵਾਂ ਅਤੇ ਭੂਤਾਂ ਨਾਲ ਭਰਿਆ ਕੋਈ ਟਰੱਕ ਨਹੀਂ ਚਾਹੁੰਦਾ ਸੀ! ਫਿਰ ਵੀ, ਮੈਂ ਤੁਹਾਡੀਆਂ ਮੁਕਤੀ ਬਾਰੇ ਟੇਪਾਂ ਸੁਣੀਆਂ। ਮੇਰੀ ਬਾਈਬਲ ਮੇਜ਼ 'ਤੇ ਸੀ ਅਤੇ ਜਦੋਂ ਤੁਸੀਂ ਧਰਮ-ਗ੍ਰੰਥਾਂ ਦੀ ਪਾਲਣਾ ਕਰਦੇ ਸੀ ਤਾਂ ਮੈਂ ਵੀ ਪਾਲਣਾ ਕਰਨ ਦਾ ਫੈਸਲਾ ਕੀਤਾ। ਟੇਪ ਦੇ ਅੰਤ ਵਿੱਚ, ਜਦੋਂ ਤੁਸੀਂ ਆਪਣੀ ਕਲਾਸ ਨੂੰ ਹਦਾਇਤਾਂ ਦਿੱਤੀਆਂ, ਮੈਂ ਵੀ ਪਾਲਣਾ ਕਰਨ ਦਾ ਫੈਸਲਾ ਕੀਤਾ। ਫਿਰ ਤੁਸੀਂ ਮੁਕਤੀ ਲਈ ਪ੍ਰਾਰਥਨਾ ਸ਼ੁਰੂ ਕੀਤੀ, ਪਰ ਟੇਪ ਅਚਾਨਕ ਖਤਮ ਹੋ ਗਈ - ਅਤੇ ਲਗਭਗ ਆਖਰੀ ਗੱਲ ਜੋ ਤੁਸੀਂ ਟੇਪ 'ਤੇ ਕਹੀ ਸੀ, ਉਹ ਹੈ, "ਯਾਦ ਰੱਖੋ, ਯਿਸੂ ਤੁਹਾਡਾ ਮੁਕਤੀਦਾਤਾ ਹੈ।" ਮੈਨੂੰ ਨਹੀਂ ਪਤਾ ਸੀ ਕਿ ਕੀ ਉਮੀਦ ਕਰਨੀ ਹੈ ਜਾਂ ਕੀ ਕਰਨਾ ਹੈ। ਇਸ ਲਈ ਪ੍ਰਭੂ ਅੱਗੇ ਮੇਰੀ ਪ੍ਰਾਰਥਨਾ ਇਹ ਸੀ ਕਿ ਮੈਨੂੰ ਨਹੀਂ ਪਤਾ ਸੀ ਕਿ ਕੀ ਕਰਨਾ ਹੈ, ਪਰ ਕਿਉਂਕਿ ਉਹ ਮੇਰਾ ਮੁਕਤੀਦਾਤਾ ਸੀ, ਮੈਂ ਆਪਣੇ ਆਪ ਨੂੰ ਪੂਰੀ ਤਰ੍ਹਾਂ ਉਸ ਨੂੰ ਸਮਰਪਿਤ ਕਰ ਰਿਹਾ ਸੀ।

ਮੈਂ ਉਨ੍ਹਾਂ ਚੀਜ਼ਾਂ ਦਾ ਨਾਮ ਲਿਆ ਜੋ ਪ੍ਰਭੂ ਦੀਆਂ ਨਹੀਂ ਸਨ ਜੋ ਮੈਨੂੰ ਬੁਰੀਆਂ ਅਤੇ ਪਾਪੀ ਲੱਗਦੀਆਂ ਸਨ ਅਤੇ ਜਿਨ੍ਹਾਂ ਨੂੰ ਮੈਂ ਆਪਣੇ ਆਪ ਵਿੱਚ ਸ਼ਾਮਲ ਨਹੀਂ ਕਰਨਾ ਚਾਹੁੰਦਾ ਸੀ - ਨਾਰਾਜ਼ਗੀ, ਮਾਫ਼ ਨਾ ਕਰਨਾ, ਸ਼ੱਕ, ਚਿੰਤਾਵਾਂ, ਡਰ, ਆਦਿ। ਜਿਵੇਂ ਕਿ ਮੈਂ ਕਿਹਾ ਹੈ, ਮੈਨੂੰ ਨਹੀਂ ਪਤਾ ਸੀ ਕਿ ਕੀ ਉਮੀਦ ਕਰਨੀ ਹੈ। ਬਹੁਤ ਹੀ ਕੁਝ ਮਿੰਟਾਂ ਦੇ ਅੰਦਰ, ਦੋ ਜਾਂ ਤਿੰਨ ਤੋਂ ਵੱਧ ਨਹੀਂ, ਮੈਂ ਬਹੁਤ ਹੀ ਨਿਰਾਸ਼ਾਜਨਕ ਤਰੀਕੇ

ਨਾਲ ਥੱਕਣ ਅਤੇ ਗਲਾ ਘੁੱਟਣ ਲੱਗ ਪਿਆ। ਲਗਭਗ ਦਸ ਮਿੰਟ ਬਾਅਦ, ਮੈਨੂੰ ਮਹਿਸੂਸ ਹੋਇਆ ਕਿ ਮੇਰਾ ਪੇਟ ਦਾ ਖੇਤਰ ਕਦੇ ਵੀ ਪਹਿਲਾਂ ਵਰਗਾ ਨਹੀਂ ਰਹੇਗਾ! ਪਰ ਮੈਨੂੰ ਇਹ ਮਹਿਸੂਸ ਨਹੀਂ ਹੋਇਆ ਜਾਂ ਵਿਸ਼ਵਾਸ ਨਹੀਂ ਹੋਇਆ ਕਿ ਮੈਂ ਪੂਰੀ ਤਰ੍ਹਾਂ ਰਿਹਾ ਹੋ ਗਿਆ ਹਾਂ।

ਫਿਰ ਮੈਂ ਭੂਤਾਂ ਜਾਂ ਆਤਮਾਵਾਂ ਨੂੰ ਆਪਣੇ ਨਾਮ ਦੱਸਣ ਲਈ ਕਿਹਾ ਅਤੇ ਮੈਂ ਉਨ੍ਹਾਂ ਨੂੰ ਬਾਹਰ ਆਉਣ ਦਾ ਹੁਕਮ ਦਿੱਤਾ। ਅਜਿਹਾ ਨਹੀਂ ਹੋਇਆ। ਕਿਉਂ, ਮੈਨੂੰ ਨਹੀਂ ਪਤਾ। ਫਿਰ ਮੈਂ ਪ੍ਰਭੂ ਨੂੰ ਕਿਹਾ ਕਿ ਉਹ ਮੈਨੂੰ ਦੱਸੇ ਕਿ ਕੀ ਹੋਰ ਵੀ ਹਨ, ਅਤੇ ਨਾਮ ਕੀ ਸਨ, ਤਾਂ ਜੋ ਮੈਂ ਉਨ੍ਹਾਂ ਤੋਂ ਛੁਟਕਾਰਾ ਮੰਗ ਸਕਾਂ। ਪਹਿਲਾ ਆਤਮਘਾਤੀ ਸੀ, ਅਤੇ ਤਾਕਤ ਕੁਝ ਸ਼ਾਨਦਾਰ ਸੀ। ਮੈਂ ਇਸਨੂੰ ਆਪਣੇ ਸਿਰ ਦੇ ਉੱਪਰ ਤੱਕ ਮਹਿਸੂਸ ਕੀਤਾ। ਮੈਨੂੰ ਕੁਝ ਰਾਹਤ ਮਹਿਸੂਸ ਹੋਈ, ਪਰ ਪੂਰੀ ਤਰ੍ਹਾਂ ਨਹੀਂ। ਮੈਂ ਪ੍ਰਭੂ ਨੂੰ ਕਿਹਾ ਕਿ ਮੈਨੂੰ ਦੱਸੇ ਕਿ ਕੀ ਹੋਰ ਵੀ ਹਨ - ਅਤੇ ਮੈਨੂੰ ਦੱਸਿਆ ਗਿਆ ਕਿ ਇਹ ਬੋਲ਼ੀ ਆਤਮਾ ਸੀ। ਇਸਦੀ ਛੁਟਕਾਰਾ ਸ਼ਾਨਦਾਰ ਸੀ! ਇਹ ਕਿਸੇ ਵੀ ਹੋਰ ਚੀਜ਼ ਨਾਲੋਂ ਜ਼ਿਆਦਾ ਦੇਰ ਤੱਕ ਚੱਲਿਆ, ਅਤੇ ਤਾਕਤ ਨੇ ਅਸਲ ਵਿੱਚ ਮੇਰੇ ਪੇਟ ਨੂੰ ਆਪਣੀ ਪਿੱਠ ਵੱਲ ਖਿੱਚ ਲਿਆ, ਅਤੇ ਮੈਂ ਸਰੀਰਕ ਤੌਰ 'ਤੇ ਆਪਣੇ ਪੇਟ ਦੇ ਹਿੰਸਕ ਉਖਾੜਨ ਨੂੰ ਮਹਿਸੂਸ ਕੀਤਾ, ਅਤੇ ਇਸ ਵਿੱਚ ਵੀ ਮੈਂ ਆਪਣੇ ਸਿਰ ਵਿੱਚ ਦਬਾਅ ਮਹਿਸੂਸ ਕੀਤਾ। ਮੈਂ ਪੂਰੀ ਤਰ੍ਹਾਂ ਮੁਕਤ ਹਾਂ, ਅਤੇ ਉਦੋਂ ਤੋਂ ਹੀ ਇੰਨੀ ਸ਼ਾਨਦਾਰ ਸ਼ਾਂਤੀ ਜਾਣੀ ਹੈ।

ਜੀਵਨ ਵਿੱਚ ਉਹਨਾਂ ਦੀ ਪਛਾਣ ਕਰਨ ਵਿੱਚ ਸਾਡੀ ਮਦਦ ਕਰਨ ਵਾਲੀਆਂ ਗਤੀਵਿਧੀਆਂ ਦੀਆਂ ਵਿਸ਼ੇਸ਼ਤਾਵਾਂ ਕੀ ਹਨ?

ਅਸੀਂ ਪਹਿਲਾਂ ਦੱਸਿਆ ਸੀ ਕਿ ਉਨ੍ਹਾਂ ਦੇ ਤਿੰਨ ਮੁੱਖ ਉਦੇਸ਼ ਸ਼ੈਤਾਨ ਦੁਆਰਾ ਨਿਰਧਾਰਤ ਕੀਤੇ ਗਏ ਹਨ: ***ਪਹਿਲਾ ਸਾਨੂੰ ਤਸੀਹੇ ਦੇਣਾ ਅਤੇ ਦੁਖੀ ਕਰਨਾ; ਦੂਜਾ, ਸਾਨੂੰ ਮਸੀਹ ਨੂੰ ਮੁਕਤੀਦਾਤਾ ਵਜੋਂ ਜਾਣਨ ਤੋਂ ਰੋਕਣਾ; ਅਤੇ ਇਸ ਵਿੱਚ ਅਸਫਲ ਰਹਿਣਾ, ਤੀਜਾ, ਸਾਨੂੰ ਮਸੀਹ ਦੀ ਪ੍ਰਭਾਵਸ਼ਾਲੀ ਢੰਗ ਨਾਲ ਸੇਵਾ ਕਰਨ ਤੋਂ ਰੋਕਣਾ।*** ਇਨ੍ਹਾਂ ਉਦੇਸ਼ਾਂ ਨੂੰ ਪੂਰਾ ਕਰਨ ਵਿੱਚ, ਭੂਤ ਆਮ ਤੌਰ 'ਤੇ ਅਦਿੱਖ

ਹੁੰਦੇ ਹਨ। ਉਨ੍ਹਾਂ ਨੂੰ ਮਨੁੱਖੀ ਅੱਖਾਂ ਦੁਆਰਾ ਨਹੀਂ ਦੇਖਿਆ ਜਾ ਸਕਦਾ। ਹਾਲਾਂਕਿ, ਅਸੀਂ ਉਨ੍ਹਾਂ ਦੀ ਮੌਜੂਦਗੀ ਅਤੇ ਗਤੀਵਿਧੀ ਨੂੰ ਉਸੇ ਤਰ੍ਹਾਂ ਪਛਾਣ ਸਕਦੇ ਹਾਂ ਜਿਵੇਂ ਅਸੀਂ ਹਵਾ ਦੀ ਮੌਜੂਦਗੀ ਨੂੰ ਪਛਾਣਦੇ ਹਾਂ। ਦਰਅਸਲ, ਇਹ ਇੱਕ ਢੁਕਵੀਂ ਤੁਲਨਾ ਹੈ ਕਿਉਂਕਿ ਇਬਰਾਨੀ ਅਤੇ ਯੂਨਾਨੀ ਦੋਵਾਂ ਵਿੱਚ, ਆਤਮਾ ਲਈ ਸ਼ਬਦ ਹਵਾ ਲਈ ਸ਼ਬਦ ਵੀ ਹੈ। ਅਸੀਂ ਅਸਲ ਵਿੱਚ ਕਦੇ ਵੀ ਹਵਾ ਨੂੰ ਨਹੀਂ ਦੇਖਦੇ, ਪਰ ਅਸੀਂ ਹਵਾ ਦੁਆਰਾ ਪੈਦਾ ਕੀਤੇ ਪ੍ਰਭਾਵਾਂ ਨੂੰ ਦੇਖਦੇ ਹਾਂ: ਗਲੀਆਂ ਵਿੱਚ ਉੱਠਦੀ ਧੂੜ, ਅਸਮਾਨ ਵਿੱਚ ਬੱਦਲ, ਸਾਰੇ ਇੱਕ ਦਿਸ਼ਾ ਵਿੱਚ ਝੁਕਦੇ ਦਰੱਖਤ, ਸਾਡੇ ਦ੍ਰਿਸ਼ਟੀਕੋਣ ਦੇ ਖੇਤਰ ਵਿੱਚ ਮੀਂਹ ਵਗਦਾ ਹੈ। ਇਹ ਸਾਰੇ **"ਨਸ਼ਿਾਨ"** ਹਵਾ ਦੀ ਮੌਜੂਦਗੀ ਅਤੇ ਗਤੀਵਿਧੀ ਨੂੰ ਦਰਸਾਉਂਦੇ ਹਨ। ਇਹੀ ਗੱਲ ਭੂਤਾਂ ਨਾਲ ਵੀ ਹੈ। ਅਸੀਂ ਆਮ ਤੌਰ 'ਤੇ ਉਨ੍ਹਾਂ ਨੂੰ ਨਹੀਂ ਦੇਖਦੇ, ਪਰ ਅਸੀਂ ਕੁਝ ਵਿਸ਼ੇਸ਼ ਕਿਰਿਆਵਾਂ ਦੁਆਰਾ ਉਨ੍ਹਾਂ ਦੀ ਮੌਜੂਦਗੀ ਨੂੰ ਪਛਾਣਦੇ ਹਾਂ। ਹੇਠਾਂ ਸੂਚੀਬੱਧ ਉਨ੍ਹਾਂ ਦੀਆਂ ਗਤੀਵਿਧੀਆਂ ਵਿੱਚੋਂ ਕੁਝ ਸਭ ਤੋਂ ਆਮ ਹਨ: **1. ਭੂਤ ਭਰਮਾਉਂਦੇ ਹਨ। 2. ਭੂਤ ਪਰੇਸ਼ਾਨ ਕਰਦੇ ਹਨ। 3. ਭੂਤ ਤਸੀਹੇ ਦੰਿਦੇ ਹਨ। 4. ਭੂਤ ਮਜਬੂਰ ਕਰਦੇ ਹਨ। 5. ਭੂਤ ਗੁਲਾਮ ਬਣਾਉਂਦੇ ਹਨ। 6. ਭੂਤ ਨਸ਼ੇ.ਪੈਦਾ ਕਰਦੇ ਹਨ। 7. ਭੂਤ ਭ੍ਰਸ਼ਿਟ ਕਰਦੇ ਹਨ। 8. ਭੂਤ ਧੋਖਾ ਦੰਿਦੇ ਹਨ। 9. ਭੂਤ ਭੌਤਕਿ ਸਰੀਰ 'ਤੇ ਹਮਲਾ ਕਰਦੇ ਹਨ। ਅਸੀ ਇਹਨਾਂ ਨੂੰ ਲੜੀ ਦੇ ਭਾਗ 5 ਵਚਿ ਵਸਿਤਾਰ ਕਰਾਂਗੇ। ਪਰ ਹੁਣ ਲਈ, ਆਓ ਚੇਤਾਵਨੀ ਸੰਕੇਤਾਂ 'ਤੇ ਨਜ਼ਰ ਮਾਰੀਏ ਜੋ ਸਾਨੂੰ ਕਾਰਵਾਈ ਕਰਨ ਲਈ ਸੰਕੇਤ ਦੇਣਗੇ।**

ਚੇਤਾਵਨੀ ਸੰਕੇਤ - ਛੁਟਕਾਰੇ ਦੀ ਸੰਭਾਵਤਿ ਜ਼ਰੂਰਤ - ਸੰਭਾਵਤਿ ਸੰਕੇਤ ਵਜੋਂ ਦੇਖਣ ਲਈ ਚੀਜ਼ਾਂ:

ਹੇਠ ਲਖਿੀਆਂ ਵਸਿਸ਼ੇਤਾਵਾਂ ਨੂੰ ਧਆਿਨ ਨਾਲ ਦੇਖਣ ਦੀ ਲੋੜ ਹੈ ਜਦੋਂ ਉਹ ਸਮੇਂ ਦੇ ਨਾਲ-ਨਾਲ ਸਪੱਸ਼ਟ, ਨਰਿੰਤਰ ਜਾਂ ਵਾਰ-ਵਾਰ ਆਉਂਦੀਆਂ ਹਨ, ਜਾਂ ਪ੍ਰਗਤੀਸ਼ੀਲ ਹੁੰਦੀਆਂ ਹਨ - ਘੱਟ ਹੋਣ ਦੀ ਬਜਾਏ ਵਧੇਰੇ, ਅਤਅਿੰਤ ਬਣ ਜਾਂਦੀਆਂ ਹਨ। ਇਹਨਾਂ ਚੇਤਾਵਨੀਆਂ ਦੇ ਵਰੁੱਧ ਆਪਣੇ ਆਪ ਦੀ ਜਾਂਚ

ਕਰੋ। ਵਵਿਹਾਰ ਦੇ ਹੇਠਾਂ ਦਤਿੇ ਥੰਬਨੇਲ ਵਰਣਨ ਮਦਦ ਲਈ ਕਾਲ ਹੋ ਸਕਦੇ ਹਨ:

1. ਉਲਝਣ ਵਾਲੀ ਜਾਂ ਅਸੰਗਤ ਸੋਚ: ਹਕੀਕਤ ਨਾਲ ਸੰਪਰਕ ਗੁਆਉਣਾ - ਭਰਮ (ਵਪਿਰੀਤ ਸਬੂਤਾਂ ਦੇ ਬਾਵਜੂਦ ਗਲਤ ਵਸ਼ਿਵਾਸਾਂ ਦੀ ਨਰਿੰਤਰਤਾ) - ਭਰਮ; ਬੋਲੀ ਦਾ ਟੁੱਟਣਾ।
2. ਜਨੂੰਨ: ਦੂਜਆਿਂ ਨੂੰ ਛੱਡ ਕੇ ਕਸਿ ਵਸਿ.ਜਾਂ ਵਚਿਾਰ ਨਾਲ ਲੀਨ ਹੋਣਾ, ਮਜਬੂਰੀਆਂ, ਬੇਕਾਬੂ ਇੱਛਾਵਾਂ।
3. ਨਜਿੱਠਣ ਵਿੱਚ ਅਸਮਰੱਥਾ: ਛੋਟੀਆਂ-ਮੋਟੀਆਂ ਸਮੱਸਆਿਵਾਂ ਦੇ ਨਾਲ, ਰੋਜ਼ਾਨਾ ਰੁਟੀਨ ਦੇ ਨਾਲ।
4. ਦੋਸਤ ਬਣਾਉਣ/ਰੱਖਣ ਵਚਿ ਮੁਸ਼ਕਲ: ਮਾੜੀ ਸਮਾਜਕਿ ਕੁਸ਼ਲਤਾ, ਇਕੱਲਤਾ, ਸਮਾਜ ਤੋਂ ਦੂਰੀ, ਟੋਨਰ" ਜੀਵਨ ਸ਼ੈਲੀ।
5. ਹਰ ਪਾਸੇ ਅਸਫਲਤਾ ਦਾ ਇੱਕ ਨਮੂਨਾ: ਸਕੂਲ ਵਚਿ, ਕੰਮ ਤੇ, ਖੇਡਾਂ ਵਚਿ, ਨਜਿੀ ਸਬੰਧਾਂ ਵਚਿ।
6. ਲੰਬੇ ਸਮੇਂ ਤੱਕ ਜਾਂ ਗੰਭੀਰ ਡਪਿਰੈਸ਼ਨ: ਖੁਦਕੁਸ਼ੀ ਦੀਆਂ ਧਮਕੀਆਂ/ਕੋਸ਼ਸ਼ਿਾਂ।
7. ਅਪਰਪਿੱਕਤਾ: ਬਚਪਨ ਦਾ ਵਵਿਹਾਰ (ਜਵਿੇਂ ਕ ਬਸਿਤਰੇ 'ਤੇ ਗਲਿਾ ਕਰਨਾ), ਮਾਂ 'ਤੇ ਬਹੁਤ ਜਆਿਦਾ ਨਰਿਭਰਤਾ (ਬਚਪਨ ਵਚਿ ਬਹੁਤ ਜਆਿਦਾ ਚਬਿੜਨਾ, ਕਸ਼ੋਰਾਂ ਅਤੇ ਵੀਹਵਆਿਂ ਵਚਿ ਲਗਾਤਾਰ ਨਰਿਭਰਤਾ), ਸਾਥੀਆਂ ਦੇ ਸਮੂਹ ਨਾਲ ਤਾਲਮੇਲ ਰੱਖਣ ਵਚਿ ਅਸਫਲਤਾ।
8. ਸਰੀਰਕ ਬਮਿਾਰੀਆਂ ਦੀ ਇੱਕ ਲੜੀ ਜੋ ਆਮ ਕੋਰਸ ਨਹੀ ਚਲਾਉਂਦੀਆਂ ਅਤੇ/ਜਾਂ ਇਲਾਜ ਦਾ ਜਵਾਬ ਦੇਣ ਵਚਿ ਅਸਫਲ ਰਹੰਿਦੀਆਂ ਹਨ।
9. ਨਜਿੀ ਸਫਾਈ ਦੀ ਅਣਦੇਖੀ (ਖਸਤਾ ਹਾਲ ਅਤੇ ਗੰਦਾ ਵਾਤਾਵਰਣ) ਜਾਂ ਵਵਿਸਥਾ ਅਤੇ ਸਫਾਈ ਪ੍ਰਤੀ ਅਤਕਿਥਨੀ ਵਾਲੀ ਚੰਿਤਾ।
10. ਨਵੇਂ ਲੋਕਾਂ ਅਤੇ ਥਾਵਾਂ ਦੇ ਅਨੁਕੂਲ ਹੋਣ ਵਚਿ ਮੁਸ਼ਕਲ।
11. ਬੇਲੋੜੀ ਚੰਿਤਾ ਅਤੇ ਚੰਿਤਾ: ਡਰ, ਸਤਾਏ ਜਾਣ ਦੀਆਂ ਭਾਵਨਾਵਾਂ।

12. ਬਹੁਤ ਜਆਿਦਾ ਜਾਂ ਬਹੁਤ ਘੱਟ ਨੀਂਦ।
13. ਬਹੁਤ ਜਆਿਦਾ ਸਵੈ-ਕੇਂਦਰਤਿਤਾ: ਦੂਜੇ ਲੋਕਾਂ ਦੀਆਂ ਭਾਵਨਾਵਾਂ, ਕੰਮਾਂ, ਵਚਿਾਰਾਂ ਪ੍ਰਤੀ ਉਦਾਸੀਨਤਾ, ਦੂਜੇ ਦੇ ਦਰਦ ਜਾਂ ਜਰੂਰਤ ਪ੍ਰਤੀ ਹਮਦਰਦੀ ਦੀ ਘਾਟ।
14. ਭਾਰ ਵਚਿ ਕਾਫੀ ਤੇਜੀ ਨਾਲ ਵਾਧਾ ਜਾਂ ਕਮੀ।
15. ਚੁੱਪ, "ਸਧਿ" ਭਾਵਨਾਵਾਂ (ਉਤੇਜਨਾ ਪ੍ਰਤੀ ਗੁੱਸੇ, ਖੁਸੀ, ਉਦਾਸ ਪ੍ਰਤੀਕ੍ਰਆਿਵਾਂ ਦੀ ਅਣਹੋਂਦ) ਜਾਂ ਅਣਉਚਤਿ ਭਾਵਨਾਵਾਂ (ਤਖਿ, ਸਮਝ ਤੋਂ ਬਾਹਰ ਮੂਡ ਸਵੰਗਿ, ਗੰਭੀਰ ਪਲਾਂ 'ਤੇ ਮੂਰਖਤਾ, ਅਣਪਛਾਤੇ ਹੰਝੂ)।
16. ਨਕਾਰਾਤਮਕ ਸਵੈ-ਚੱਤਿਰ ਅਤੇ ਦ੍ਰਸਿ਼ਟੀਕੋਣ: "ਹੀਣਤਾ" ਕੰਪਲੈਕਸ, ਨਕਿੰਮੇਪਣ ਦੀਆਂ ਭਾਵਨਾਵਾਂ।
17. ਯੋਜਨਾਵਾਂ ਵਚਿ ਵਾਰ-ਵਾਰ ਅਚਾਨਕ ਬਦਲਾਅ: ਨੌਕਰੀ, ਸਕੂਲ ਪ੍ਰੋਗਰਾਮ, ਰਹਣਿ-ਸਹਣਿ ਦੇ ਪ੍ਰਬੰਧ ਨਾਲ ਜੁੜੇ ਰਹਣਿ ਵਚਿ ਅਸਮਰੱਥਾ, ਮੁਲਾਕਾਤਾਂ ਨੂੰ ਪੂਰਾ ਕਰਨ ਵਚਿ ਅਸਫਲਤਾ, ਫੈਸਲਆਿਂ ਦੀ ਪਾਲਣਾ ਕਰਨਾ।
18. ਬਹੁਤ ਜਆਿਦਾ ਹਮਲਾਵਰਤਾ (ਲੜਾਈ, ਦੁਸਮ਼ਣੀ, ਹੰਸਿਾ, ਗੁੱਸਾ) ਜਾਂ ਅਤਕਿਥਨੀ ਵਾਲਾ ਨਮਿਰਤਾ (ਆਮ ਮੁਕਾਬਲੇਬਾਜੀ ਅਤੇ ਸਵੈ-ਦਾਅਵੇ ਦੀ ਘਾਟ, ਸਾਹਮਣਾ ਕਰਨ ਤੋਂ ਇਨਕਾਰ, ਦਲੀਲ ਤੋਂ ਬਚਣਾ)।
19. ਗੈਰ-ਵਾਜਬ ਜਾਂ ਤਰਕਹੀਣ ਜੋਖਮ ਲੈਣਾ।
20. ਜੋਸ਼ ਅਤੇ ਉਤਸ਼ਾਹ ਦੀ ਘਾਟ: ਸੁਸਤਤਾ, ਉਦਾਸੀ, ਮੂਡ ਆਦਤਨ "ਨਰਿਾਸ਼", ਸੀਮਤ ਜਾਂ ਹਾਸੇ ਦੀ ਭਾਵਨਾ ਦੀ ਘਾਟ।

ਤੁਹਾਡੀ ਮੁਕਤੀ ਦੇ ਛੇ ਮੁੱਢਲੇ ਕਦਮ ਹਨ:

1. ਆਪਣੀਆਂ ਸਮੱਸਆਿਵਾਂ ਦੀ ਪਛਾਣ ਕਰੋ।
2. ਮਾਫ਼ ਕਰੋ, ਪ੍ਰਾਰਥਨਾ ਕਰੋ ਅਤੇ ਆਪਣੇ ਆਪ ਨੂੰ ਪਰਮਾਤਮਾ ਨਾਲ ਸਹੀ ਬਣਾਓ।

3. ਆਪਣੇ ਅਤੇ ਆਪਣੇ ਵੰਸਜ਼ਾਂ ਉੱਤੇ ਲੱਗੇ ਸਰਾਪਾਂ ਅਤੇ ਰੂਹਾਂ ਦੇ ਬੰਧਨਾਂ ਨੂੰ ਤੋੜ ਦਓਿ।
4. ਆਪਣੇ ਭੂਤਾਂ ਨੂੰ ਬਾਹਰ ਕੱਢੋ।
5. ਆਪਣੀ ਆਤਮਾ ਅਤੇ ਸਰੀਰ ਦੀ ਤੰਦਰੁਸਤੀ ਲਈ ਪ੍ਰਾਰਥਨਾ ਕਰੋ।
6. ਆਪਣੀ ਸੋਚ ਅਤੇ ਕੰਮ ਕਰਨ ਦੇ ਢੰਗ ਨੂੰ ਬਦਲ ਕੇ ਆਪਣੀ ਜ਼ਿੰਦਗੀ ਨੂੰ ਅਨੁਸ਼ਾਸਤਿ ਕਰੋ।

ਸਵੈ-ਮੁਕਤੀ ਲਈ ਛੋਟੀ ਪ੍ਰਾਰਥਨਾ।

"ਪ੍ਰਭੂ ਯਸ਼ੂ ਮਸੀਹ, ਮੈਂ ਵਸ਼ਿਵਾਸ ਕਰਦਾ ਹਾਂ ਕਿ ਤੁਸੀ ਮੇਰੇ ਪਾਪਾਂ ਲਈ ਸਲੀਬ 'ਤੇ ਮਰ ਗਏ ਅਤੇ ਮੁਰਦਆਿਂ ਵਿੱਚੋਂ ਜੀ ਉੱਠੇ। ਤੁਸੀ ਮੈਨੂੰ ਆਪਣੇ ਲਹੂ ਨਾਲ ਛੁਡਾਇਆ ਅਤੇ ਮੈ ਤੁਹਾਡਾ ਹਾਂ, ਅਤੇ ਮੈ ਤੁਹਾਡੇ ਲਈ ਜੀਣਾ ਚਾਹੁੰਦਾ ਹਾਂ। ਮੈ ਆਪਣੇ ਸਾਰੇ ਜਾਣੇ-ਪਛਾਣੇ ਅਤੇ ਅਣਜਾਣੇ ਪਾਪਾਂ ਦਾ ਇਕਰਾਰ ਕਰਦਾ ਹਾਂ। ਮੈ ਉਨ੍ਹਾਂ ਸਾਰਆਿਂ ਨੂੰ ਤਆਿਗ ਦੀਂਦਾ ਹਾਂ। ਮੈ ਬਾਕੀ ਸਾਰਆਿਂ ਨੂੰ ਮਾਫ਼ ਕਰਦਾ ਹਾਂ ਜਵਿੇਂ ਕਿ ਮੈ ਚਾਹੁੰਦਾ ਹਾਂ ਕਿ ਤੁਸੀ ਮੈਨੂੰ ਮਾਫ਼ ਕਰੋ। ਮੈਨੂੰ ਹੁਣੇ ਮਾਫ਼ ਕਰੋ ਅਤੇ ਮੈਨੂੰ ਆਪਣੇ ਲਹੂ ਨਾਲ ਸ਼ੁੱਧ ਕਰੋ। ਮੈ ਯਸ਼ੂ ਮਸੀਹ ਦੇ ਲਹੂ ਲਈ ਤੁਹਾਡਾ ਧੰਨਵਾਦ ਕਰਦਾ ਹਾਂ ਜੋ ਮੈਨੂੰ ਹੁਣ ਸਾਰੇ ਪਾਪਾਂ ਤੋਂ ਸ਼ੁੱਧ ਕਰਦਾ ਹੈ। ਅਤੇ ਮੈ ਹੁਣ ਆਪਣੇ ਛੁਡਾਉਣ ਵਾਲੇ ਵਜੋਂ ਤੁਹਾਡੇ ਕੋਲ ਆਇਆ ਹਾਂ। ਤੁਸੀ ਮੇਰੀਆਂ ਖਾਸ ਜ਼ਰੂਰਤਾਂ ਨੂੰ ਜਾਣਦੇ ਹੋ - ਉਹ ਚੀਜ਼ ਜੋ ਬੰਨ੍ਹਦੀ ਹੈ, ਉਹ ਤਸੀਹੇ ਦੀਂਦੀ ਹੈ, ਜੋ ਅਸ਼ੁੱਧ ਕਰਦੀ ਹੈ; ਉਹ ਦੁਸ਼ਟ ਆਤਮਾ, ਉਹ ਅਸ਼ੁੱਧ ਆਤਮਾ - ਮੈ ਤੁਹਾਡੇ ਬਚਨ ਦੇ ਵਾਅਦੇ ਦਾ ਦਾਅਵਾ ਕਰਦਾ ਹਾਂ, "ਜੋ ਕੋਈ ਪ੍ਰਭੂ ਦਾ ਨਾਮ ਲੈਂਦਾ ਹੈ ਉਸਨੂੰ ਛੁਡਾਇਆ ਜਾਵੇਗਾ।" ਮੈ ਹੁਣ ਤੁਹਾਨੂੰ ਪੁਕਾਰਦਾ ਹਾਂ। ਪ੍ਰਭੂ ਯਸ਼ੂ ਮਸੀਹ ਦੇ ਨਾਮ 'ਤੇ, ਮੈਨੂੰ ਛੁਡਾ ਅਤੇ ਮੈਨੂੰ ਆਜ਼ਾਦ ਕਰ। ਸ਼ੈਤਾਨ, ਮੈ ਤੁਹਾਨੂੰ ਅਤੇ ਤੁਹਾਡੇ ਸਾਰੇ ਕੰਮਾਂ ਨੂੰ ਤਆਿਗ ਦੀਂਦਾ ਹਾਂ। ਮੈ ਯਸ਼ੂ ਦੇ ਨਾਮ 'ਤੇ, ਆਪਣੇ ਆਪ ਨੂੰ ਤੁਹਾਡੇ ਤੋਂ ਛੁਡਾ ਲੈਂਦਾ ਹਾਂ, ਅਤੇ ਮੈ ਤੁਹਾਨੂੰ ਹੁਕਮ ਦੀਂਦਾ ਹਾਂ ਕਿ ਤੁਸੀ ਮੈਨੂੰ ਹੁਣੇ ਯਸ਼ੂ ਦੇ ਨਾਮ 'ਤੇ ਛੱਡ ਦਓਿ। ਆਮੀਨ!"

ਇਸਨੂੰ ਆਪਣੇ ਦਲਿੱ ਆਉਣ ਦਓਿ ਅਤੇ ਪ੍ਰਭੂ ਦੀ ਮੁਕਤੀ ਵੇਖੋ!

ਕੀ ਤੁਸੀ ਬਮਿਾਰ ਹੋ ਜਾਂ ਤੁਹਾਨੂੰ ਠੀਕ ਹੋਣ ਦੀ ਲੋੜ ਹੈ?

ਉਨ੍ਹਾਂ ਲਈ ਜੋ ਕਸਿ ਵੀ ਰੂਪ ਜਾਂ ਰੂਪ ਵਚਿ ਬਮਿਾਰ ਜਾਂ ਬਮਿਾਰ ਹਨ, ਜਾਂ ਛੁਟਕਾਰਾ ਦੀ ਲੋੜ ਹੈ? ਜਾਂ ਬਹਾਲੀ ਲਈ, ਕਰਿਪਾ ਕਰਕੇ ਵਸਿ਼ਵਾਸ ਵਚਿ ਹੇਠਾਂ ਦਤਿੇ ਬਾਂਹ ਨੂੰ ਛੂਹੋ (ਵਸਿ਼ਵਾਸ ਤੁਹਾਡੀ ਮੌਜੂਦਾ ਸਥਤਿੀ ਦੇ ਸਹੀ ਸਕਾਰਾਤਮਕ ਨਤੀਜੇ ਨੂੰ ਵੇਖਣਾ ਹੈ, ਇਹ ਜਾਣਦੇ ਹੋਏ ਕ ਿਯਸਿੂ ਨੇ 2000 ਸਾਲ ਪਹਲਿਾਂ ਤੁਹਾਡੀ ਤੰਦਰੁਸਤੀ ਅਤੇ ਛੁਟਕਾਰਾ ਨੂੰ ਸੁਰੱਖਅਿਤ ਕਰਨ ਲਈ ਆਪਣਾ ਹਸਿਾ ਨਭਿਾਇਆ ਹੈ, ਇੱਕ ਡਾਊਨ ਪੇਮੈਂਟ ਦੇ ਰੂਪ ਵਚਿ ਬਹਾਲੀ, ਇਹ ਵਸਿ਼ਵਾਸ ਕਰਦੇ ਹੋਏ ਕ ਿਉਹ ਡਾਊਨ ਪੇਮੈਂਟ ਤੁਹਾਡੇ ਲਈ ਕਢਵਾਉਣ ਲਈ ਉਪਲਬਧ ਹੈ, ਜਵਿੇਂ ਕ ਿਬੈਂਕ ਵਚਿ ਤੁਹਾਡੇ ਚੈੱਕਗਿ ਖਾਤੇ ਵਚਿ ਇੱਕ ਸਕਾਰਾਤਮਕ ਬਕਾਇਆ, ਕੋਈ ਸਵਾਲ ਨਹੀ ਪੁੱਛਆਿ ਗਆਿ ਕਉਿਂਕ ਿਅਸੀ ਤੁਹਾਡੇ ਨਾਲ ਸਹਮਿਤ ਹਾਂ ਅਤੇ ਯਸਿੂ ਮਸੀਹ ਦੇ ਨਾਮ ਵਚਿ ਤੰਦਰੁਸਤ ਹੋਵੋ, ਆਮੀਨ)

ਤੁਹਾਡੇ ਦੁਆਰਾ ਮੈਨੂੰ ਅਤੇ ਉਨ੍ਹਾਂ ਨੂੰ ਦਤਿੇ ਗਏ ਅਧਕਿਾਰ ਦੁਆਰਾ, ਮੈਂ ਹੁਣ ਵਸਿ਼ਵਾਸ ਨਾਲ ਉਸ ਅਧਕਿਾਰ ਦੀ ਵਰਤੋਂ ਦੁਸ਼ਮਣ ਦੇ ਵਰਿੁੱਧ ਉਨ੍ਹਾਂ ਦੇ ਗੁੱਸੇ ਅਤੇ ਭੁੱਖ ਨਾਲ ਕਰਦਾ ਹਾਂ ਜੋ ਤੁਸੀ ਉਨ੍ਹਾਂ ਸਾਰਆਿਂ ਨੂੰ ਮੁਫਤ ਵੱਚਿ ਦੱਤਿਾ ਹੈ, ਮੈਂ ਹਰ ਬਮਿਾਰੀ, ਹਰ ਬਮਿਾਰੀ ਨੂੰ ਸਰਾਪ ਦੀਂਦਾ ਹਾਂ, ਭਾਵੇਂ ਇਹ ਕੈਂਸਰ ਹੋਵੇ, ਕੋਵਡਿ 19 ਹੋਵੇ, ਭਾਵੇਂ ਇਹ ਕਮਜ਼ੋਰੀਆਂ ਦੀ ਭਾਵਨਾ ਹੋਵੇ, ਭਾਵੇਂ ਇਹ ਸ਼ੈਤਾਨੀ ਕਬਜ਼ਾ ਹੋਵੇ ਜਾਂ ਜ਼ੁਲਮ, ਭਾਵੇਂ ਇਹ ਗਰੀਬੀ, ਰੁਕਾਵਟਾਂ, ਉਸ ਚੀਜ਼ ਦੀ ਦੇਰੀ ਨਾਲ ਪੂਰਤੀ ਜੋ ਪਰਮੇਸ਼ੁਰ ਨੇ ਪਹਲਿਾਂ ਹੀ ਨਰਿਧਾਰਤ ਕੀਤੀ ਹੈ ਅਤੇ ਜਾਰੀ ਕੀਤੀ ਹੈ। ਅਸੀ ਵਸਿੰਗਤੀ ਦੇ ਵਰਿੁੱਧ ਆਉਂਦੇ ਹਾਂ, ਮੈਂ ਉਨ੍ਹਾਂ ਨੂੰ ਬੰਨ੍ਹਦਾ ਹਾਂ, ਅਸੀ ਉਨ੍ਹਾਂ ਨੂੰ ਉਨ੍ਹਾਂ ਦੀ ਜੜ੍ਹ ਤੱਕ ਸਰਾਪ ਦੰਿਦੇ ਹਾਂ ਅਤੇ ਅਸੀ ਉਨ੍ਹਾਂ ਨੂੰ ਯਸਿੂ ਮਸੀਹ ਦੇ ਨਾਮ 'ਤੇ ਅਧਕਿਾਰ ਦੁਆਰਾ ਬਾਹਰ ਕੱਢ ਦੰਿਦੇ ਹਾਂ। ਆਮੀਨ। ਅਸੀ ਯਸਿੂ ਮਸੀਹ ਦੇ ਸ਼ਕਤੀਸ਼ਾਲੀ ਨਾਮ 'ਤੇ

ਉਨ੍ਹਾਂ ਦੇ ਜੀਵਨ ਵਿੱਚ ਇਲਾਜ, ਛੁਟਕਾਰਾ ਅਤੇ ਬਹਾਲੀ ਦੀ ਰਿਹਾਈ ਦਾ ਸੱਦਾ ਦਿੰਦੇ ਹਾਂ। ਪ੍ਰਭੂ, ਤੁਹਾਡੀ ਮਹਿਮਾ, ਸਨਮਾਨ ਅਤੇ ਪੂਜਾ ਲਈ ਕਾਇਮ ਰਹਿਣ ਵਾਲੀਆਂ ਗਵਾਹੀਆਂ ਲਈ ਧੰਨਵਾਦ। ਇਸ ਸੰਦੇਸ਼ ਦੇ ਨਤੀਜੇ ਵਜੋਂ ਤੁਹਾਡੇ ਰਾਜ ਵਿੱਚ ਜੋੜੇ ਜਾ ਰਹੇ ਰੂਹਾਂ ਲਈ ਧੰਨਵਾਦ, ਉਹ ਚਮਤਕਾਰ ਜੋ ਅਸੀ ਪਹਿਲਾਂ ਹੀ ਯਿਸੂ ਦੇ ਨਾਮ 'ਤੇ ਦੇਖ ਰਹੇ ਹਾਂ ਅਤੇ ਤੁਹਾਡੀ ਮਹਿਮਾ ਲਈ ਪ੍ਰਗਟ ਹੋ ਰਹੇ ਹਾਂ, ਆਮੀਨ। ਇਹ ਹੋ ਗਿਆ ਹੈ! ਖੁਸ਼ ਹੋਵੋ!

ਸੰਪਰਕ ਦੇ ਬਿੰਦੂ ਵਜੋਂ ਉਜਾਗਰ ਕੀਤੇ ਇਸ ਸਥਾਨ ਨੂੰ ਛੂਹੋ ਅਤੇ ਆਪਣੇ ਮੂੰਹ ਨਾਲ ਇਕਰਾਰ ਕਰੋ - ਮੈਂ ਹਾਂ
ਚੰਗਾ ਹੋ ਗਿਆ ਹਾਂ, ਮੈਨੂੰ ਛੁਟਕਾਰਾ ਮਿਲ ਗਿਆ ਹੈ ਅਤੇ ਮੈਂ ਆਪਣੀ ਆਤਮਾ, ਆਤਮਾ, ਸਰੀਰ ਅਤੇ ਆਪਣੇ ਆਲੇ ਦੁਆਲੇ ਯਿਸੂ ਮਸੀਹ ਦੇ ਨਾਮ ਤੇ ਬਹਾਲ ਹੋ ਗਿਆ ਹਾਂ, ਆਮੀਨ!!!

ਉਹ ਕਰਨਾ ਸ਼ੁਰੂ ਕਰੋ ਜੋ ਤੁਸੀ ਪਹਿਲਾਂ ਨਹੀ ਕਰ ਸਕਦੇ ਸੀ ਅਤੇ ਪੂਰੀ ਤਰ੍ਹਾਂ ਠੀਕ ਹੋਣ ਤੱਕ ਇਕਬਾਲ ਕਰਨਾ ਸ਼ੁਰੂ ਕਰੋ, ਯਿਸੂ ਦੇ ਨਾਮ ਵਿੱਚ ਛੁਟਕਾਰਾ ਬਹਾਲੀ ਤੁਹਾਡੇ ਜੀਵਨ ਵਿੱਚ ਇੱਕ ਫਲ ਨਹੀ ਬਣ ਜਾਂਦੀ, ਆਮੀਨ। ਪਰਮਾਤਮਾ ਲਈ ਭੁੱਖੇ ਰਹੋ, ਗੁੱਸੇ ਵਿੱਚ ਰਹੋ ਅਤੇ ਯਿਸੂ ਦੇ ਨਾਮ ਵਿੱਚ ਦੁਸ਼ਮਣ ਨੇ ਜੋ ਕੁਝ ਰੋਕਿਆ ਹੈ ਉਹ ਵਾਪਸ ਲੈ ਲਓ, ਆਮੀਨ।
ਨੋਟ:
ਪਰਮਾਤਮਾ ਦੀ ਮਹਿਮਾ ਲਈ ਇਲਾਜ ਅਤੇ ਦੁਸ਼ਮਣ ਦੀ ਸ਼ਰਮ ਲਈ ਗਵਾਹੀ ਦਓਿ! ਜੇਕਰ ਤੁਹਾਨੂੰ ਅਜੇ ਵੀ ਇਸ ਮੁੱਦੇ 'ਤੇ ਤੁਹਾਡੇ ਨਾਲ ਸਹਿਮਤ ਹੋਣ ਦੀ ਲੋੜ ਹੈ ਤਾਂ ਸਾਨੂੰ ਈਮੇਲ ਭੇਜੋ ਜਾਂ ਸਾਨੂੰ ਵਟਸਐਪ ਕਰੋ। ਅਤੇ ਅਗਲੇ ਹਫ਼ਤੇ ਵੀਰਵਾਰ ਤੋਂ ਸ਼ੁਰੂ ਹੋਣ ਵਾਲੀ ਉਪਕਰਣ ਲੜੀ ਵਿੱਚ ਜੁੜੋ। ਸਾਡੀ ਵੈੱਬਸਾਈਟ 'ਤੇ ਜਲਦੀ ਹੀ ਵੇਰਵੇ ਲੱਭੋ!

ਵੱਡੇ ਕਾਰਨਾਮੇ - 1 ਅਧਿਆਇ 6 ਅਤੇ 7 - ਮੁਕਤੀ ਲਈ ਸੱਤ (7) ਮਹੱਤਵਪੂਰਨ ਕਦਮ +

ਫ੍ਰੈਂਕ ਅਤੇ ਇਡਾ ਮੇ ਹੈਮੰਡ ਦੁਆਰਾ ਦੱਸੇ ਗਏ ਚਾਰ (4) ਮੁਢਲੇ ਹਸਿਿਆਂ ਵਚਿ ਰਣਨੀਤਕ ਤੌਰ 'ਤੇ ਕਵਿੰ ਜਤਿ ਪ੍ਰਾਪਤ ਕਰਨੀ ਹੈ - ਭਾਗ 5 ਅਤੇ ਭਾਗ 6 + ਸਵੈ-ਮੁਕਤੀ ਪ੍ਰਾਰਥਨਾ ਸਕ੍ਰਪਿਟ + ਇਲਾਜ, ਮੁਕਤੀ ਅਤੇ ਬਹਾਲੀ ਸਮਝੌਤੇ ਦੀ ਪ੍ਰਾਰਥਨਾ

ਪਿਆਰੇ ਭਰਾਵੋ ਅਤੇ ਭੈਣੋ, ਅੱਜ, ਅਸੀਂ ਤੁਹਾਡੇ ਲਈ ਸਾਡੀ ਲੜੀ ਦਾ ਭਾਗ 5 ਅਤੇ ਭਾਗ 6 ਲੈ ਕੇ ਆਏ ਹਾਂ: ਕੈਦ ਲਈ ਕਾਫ਼ੀ ਹੈ ਅਤੇ ਮਸੀਹ ਵਿੱਚ ਆਜ਼ਾਦੀ ਦਾ ਸਵਾਗਤ ਹੈ।

ਜਦੋਂ ਤੁਸੀ ਅਤੇ ਮੈਂ ਪਛਿਲੇ ਸਾਲ - 1 ਅਕਤੂਬਰ ਤੋਂ 29 ਦਸੰਬਰ, 2020 ਤੱਕ, 90 ਦਨਿਾਂ ਦੀ ਮਆਿਦ ਦੌਰਾਨ ਆਪਣੇ ਆਪ, ਪਰਵਿਾਰ, ਚਰਚ, ਆਪਣੀਆਂ ਕੌਮਾਂ ਅਤੇ ਦੁਨੀਆ ਦੀਆਂ ਕੌਮਾਂ ਨਾਲ ਸਬੰਧਤ ਮੁੱਦਆਿਂ 'ਤੇ ਪ੍ਰਾਰਥਨਾ ਕਰਨ ਵਚਿ ਕਾਫੀ ਸਮਾਂ ਬਤਿਾਇਆ , ਪ੍ਰਮਾਤਮਾ ਤੋਂ ਇਨ੍ਹਾਂ ਪੰਜਾਂ ਸ਼ਾਨਾਂ 'ਤੇ ਉਸ ਦੇ ਰਾਜ ਅਤੇ ਉਸਦੀ ਇੱਛਾ ਮੰਗੀ, ਤਾਂ ਇੱਕ ਅਜਹਿਾ ਤਰੀਕਾ ਹੈ ਜਸਿ ਨਾਲ ਪ੍ਰਭੂ ਉਨ੍ਹਾਂ ਪੰਜਾਂ ਸ਼ਾਨਾਂ ਦੇ ਹਰੇਕ ਬੱਚੇ ਲਈ ਆਪਣੇ ਦਲਿ ਦੇ ਸਾਹਮਣੇ ਵਾਲੇ ਹਸਿੇ ਵਚਿ ਜੋ ਹੈ, ਉਸ ਨਾਲ ਇੱਕ ਨੂੰ ਗਰਭਵਤੀ ਕਰਦਾ ਹੈ।

ਮੇਰਾ ਦਿਲੋਂ ਵਿਸ਼ਵਾਸ ਹੈ ਕਿ ਇਸ ਸਮੇਂ ਲਈ, ਇਹ ਸ਼ੈਤਾਨ ਦੇ ਬੰਧਨਾਂ ਤੋਂ ਛੁਟਕਾਰਾ ਪਾਉਣ ਨਾਲ ਸਬੰਧਤ ਹੈ ਜੋ ਉਹ ਸਾਨੂੰ ਦੇਣ ਲਈ ਮਰਿਆ। ਬਹੁਤ ਸਾਰੇ ਲੋਕ ਹਰ ਰੋਜ਼ ਮਸੀਹ ਨੂੰ ਆਪਣੀਆਂ ਜਾਨਾਂ ਦਿੰਦੇ ਹਨ ਪਰ ਜੇ ਤੁਸੀਂ ਅਤੇ ਮੈਂ ਪਵਿੱਤਰ ਆਤਮਾ ਦੇ ਲੈਂਸਾਂ ਨਾਲ ਆਪਣੀਆਂ ਜ਼ਿੰਦਗੀਆਂ ਨੂੰ ਆਲੋਚਨਾਤਮਕ ਤੌਰ 'ਤੇ ਦੇਖਦੇ ਹਾਂ - ਤਾਂ ਅਸੀਂ ਸਮਝਾਂਗੇ ਕਿ ਸਾਡੇ ਜੀਵਨ ਵਿੱਚ ਕੁਝ ਖੇਤਰ ਹਨ ਜੋ ਸ਼ੈਤਾਨ ਦੇ ਬੰਧਨ ਹੇਠ ਹਨ ਜਿਨ੍ਹਾਂ ਨਾਲ ਸਾਡੀ ਆਤਮਾ ਵਿੱਚ, ਸਾਡੀਆਂ ਰੂਹਾਂ ਵਿੱਚ ਜਾਂ ਸਾਡੇ ਸਰੀਰਾਂ ਵਿੱਚ ਅਤੇ ਸਾਡੇ ਆਲੇ ਦੁਆਲੇ ਅਣਥੱਕ ਪ੍ਰਾਰਥਨਾ ਨਹੀਂ ਨਜਿੱਠ ਸਕਦੀ। ਇਸ ਲਈ ਸਾਡੀ ਆਤਮਾ ਦੇ ਦੁਸ਼ਮਣ ਨਾਲ ਸਿੱਧੀ ਲੜਾਈ ਦੀ ਲੋੜ ਹੈ - ਰਾਜ ਦੇ ਹੁਕਮ ਨੂੰ ਲਾਗੂ ਕਰਨਾ ਜੋ ਅਸੀਂ ਆਪਣੀਆਂ ਅਲਮਾਰੀਆਂ ਦੀਆਂ ਧੂੜ ਭਰੀਆਂ ਸ਼ੈਲਫਾਂ 'ਤੇ ਛੱਡ ਦਿੱਤਾ ਹੈ। ਪਰਮਾਤਮਾ ਨੂੰ ਉਸ ਲੜਾਈ ਨਾਲ ਲੜਨ ਲਈ ਕਹਿਣਾ ਜੋ ਉਸਨੇ ਪਹਿਲਾਂ ਹੀ ਸਾਡੇ ਲਈ ਜਿੱਤੀ ਹੈ ਅਤੇ ਸਾਨੂੰ ਲੜਾਈ ਕਰਨ ਦੀ ਚਾਬੀ ਦੇਣਾ.. ਜਦੋਂ ਤੱਕ ਉਹ ਵਾਪਸ ਨਹੀਂ ਆਉਂਦਾ, ਜ਼ਿੰਮੇਵਾਰੀ ਅਤੇ ਤਰਜੀਹ ਦੀ ਗਲਤ ਥਾਂ ਹੈ। ਇੱਕ ਗਲਤ ਦਿਸ਼ਾ ਵਿੱਚ ਅਤੇ ਗਲਤ ਦਿਸ਼ਾ ਵਿੱਚ ਭੇਜਿਆ ਗਿਆ ਹੁਕਮ।

ਇਹ ਸਹੀ ਯੁੱਧ ਦਾ ਕੰਮ, ਮੈਨੂੰ ਲੱਗਦਾ ਹੈ ਕਿ ਇਹ ਉਹ ਥਾਂ ਹੈ ਜਿੱਥੇ ਮਜ਼ਦੂਰ ਘੱਟ ਹੁੰਦੇ ਹਨ। ਦੁਸ਼ਮਣ ਨਾਲ ਲੜਾਈ ਦੀ ਪਹਿਲੀ ਕਤਾਰ ਵਿੱਚ।

ਮੈਂ ਕਹਿ ਰਿਹਾ ਹਾਂ, ਸਾਨੂੰ ਰੂਹਾਂ ਨੂੰ ਜਿੱਤਣਾ ਚਾਹੀਦਾ ਹੈ, ਉਨ੍ਹਾਂ ਵਿੱਚੋਂ ਬਹੁਤ ਸਾਰੇ ਅਤੇ ਉਨ੍ਹਾਂ ਨੂੰ ਵਿਸ਼ਵਾਸ ਦੀ ਚੰਗੀ ਲੜਾਈ ਲੜਨ ਲਈ ਤਿਆਰ ਕਰਨਾ ਚਾਹੀਦਾ ਹੈ ਤਾਂ ਜੋ ਉਹ ਉਸ ਆਜ਼ਾਦੀ ਦਾ ਅਨੁਭਵ ਕਰ ਸਕਣ ਜੋ ਮਸੀਹ ਮਰਿਆ ਅਤੇ ਸਾਨੂੰ ਸਾਰਿਆਂ ਨੂੰ ਦੇਣ ਲਈ ਦੁਬਾਰਾ ਜੀ ਉੱਠਿਆ। ਕਬਜ਼ਾ ਕਰਨ ਵਾਲਾ ਖੇਤਰ ਸਾਡੇ ਮਨਾਂ ਅਤੇ ਸਾਡੇ ਸਰੀਰਾਂ ਵਿੱਚ ਹੈ ਤਾਂ ਜੋ ਬਿਨਾਂ ਜ਼ਿਆਦਾ ਗੱਲ ਕੀਤੇ, ਗੁਆਚੇ ਹੋਏ ਲੋਕ ਦੇਖ ਸਕਣ ਕਿ ਅਸੀਂ ਰੋਜ਼ਾਨਾ ਕੀ ਅਨੁਭਵ ਕਰ ਰਹੇ ਹਾਂ - ਮਸੀਹ ਵਿੱਚ ਆਜ਼ਾਦੀ - ਪੂਰਾ ਚੱਕਰ। ਸਿਰਫ਼ ਆਤਮਾ ਵਿੱਚ ਹੀ ਨਹੀਂ, ਸਗੋਂ ਸਾਡੀਆਂ ਆਤਮਾਵਾਂ ਅਤੇ ਸਾਡੇ ਸਰੀਰਾਂ ਵਿੱਚ ਵੀ।

ਮੈਂ **ਡਾ. ਜੌਨ ਲੇਕ; ਡੇਰੇਕ ਪ੍ਰਿੰਸ, ਫ੍ਰੈਂਕ ਹੈਮਨ, ਇਡਾ ਮੇਅ** ਅਤੇ ਗੈਰਹਾਜ਼ਰੀ ਵਿੱਚ ਹੋਰ ਬਹੁਤ ਸਾਰੇ ਲੋਕਾਂ ਦੀ ਸ਼ਲਾਘਾ ਕਰਨਾ ਚਾਹੁੰਦਾ ਹਾਂ ਜੋ ਪ੍ਰਭੂ ਦੇ ਨਾਲ ਰਹੇ

ਹਨ ਕਿ ਮੈਨੂੰ ਸੰਤਾਂ ਦੁਆਰਾ ਪਿਛਲੇ 100 ਸਾਲਾਂ ਦੇ ਸਫਲ ਕਾਰਨਾਮ ਦੀ ਖੋਜ ਦੌਰਾਨ ਉਨ੍ਹਾਂ ਦੀਆਂ ਲਿਖਤਾਂ ਦੁਆਰਾ ਚੇਲਾਪਣ ਪ੍ਰਾਪਤ ਹੋਇਆ ਹੈ ਅਤੇ ਸਾਡੇ ਵਿੱਚੋਂ ਇੰਨੇ ਸਾਰੇ, ਮੈਂ ਸੰਮਲਿਤ, ਆਧੁਨਿਕ ਦਿਨ ਦੇ ਈਸਾਈ, ਮਰਕੁਸ 16:15-19 ਵਿੱਚ ਯਿਸੂ ਮਸੀਹ ਦੁਆਰਾ ਸਾਨੂੰ ਦਿੱਤੇ ਗਏ ਸ਼ਕਤੀ ਅਤੇ ਅਧਿਕਾਰ ਤੋਂ ਵਾਂਝੇ ਕਿਉਂ ਹਨ ਤਾਂ ਜੋ ਹਨੇਰੇ ਦੀਆਂ ਤਾਕਤਾਂ ਦਾ ਸਾਹਮਣਾ ਕਰਨ ਅਤੇ ਉਨ੍ਹਾਂ ਵਿਰੁੱਧ ਇੱਕ ਸਫਲ ਹਮਲਾਵਰ ਮੁਹਿੰਮ ਚਲਾਉਣ ਲਈ। ਧਰਤੀ ਦੇ ਖੇਤਰ ਵਿੱਚ ਉਹ ਜੋ ਪਹਿਲਾਂ ਹੀ ਜਿੱਤ ਚੁੱਕਾ ਹੈ ਉਸਨੂੰ ਲਾਗੂ ਕਰੋ।

ਇਹ ਦਸਤਾਵੇਜ਼ ਬਹੁਤ ਸਮੇਂ ਸਿਰ ਅਤੇ ਪੂਰੀ ਤਰ੍ਹਾਂ ਸਿੱਖਿਆਦਾਇਕ ਸਾਬਤ ਹੋਏ ਹਨ ਕਿ ਮਸੀਹ ਵਿੱਚ ਵਿਸ਼ਵਾਸੀ ਦੀ ਸ਼ਕਤੀ ਅਤੇ ਅਧਿਕਾਰ ਦੁਸ਼ਟਤਾ ਦੇ ਖੇਤਰ ਉੱਤੇ ਹੈ ਜੋ ਹਮੇਸ਼ਾ ਕੁਝ ਲੋਕਾਂ ਦੁਆਰਾ ਇੰਨੀ ਗੁਪਤਤਾ ਵਿੱਚ ਢੱਕਿਆ ਰਹਿੰਦਾ ਹੈ, ਬਹੁਤ ਘੱਟ ਸਫਲਤਾ ਦੇ ਨਾਲ ਕਿਉਂਕਿ ਉਹ ਆਪਣੇ ਆਪ ਨੂੰ ਦੁਬਾਰਾ ਪੈਦਾ ਕਰਨ ਵਿੱਚ ਅਸਫਲ ਰਹੇ ਹਨ। ਇਹ ਇੱਕ ਵਰਗ ਦੀ ਚੀਜ਼ ਬਣ ਗਈ ਹੈ, ਮਾਣ ਵਾਲੀ ਚੀਜ਼ ਜੋ ਸਾਰੇ ਵਿਸ਼ਵਾਸੀਆਂ ਲਈ ਹੈ।

ਮੈਂ ਜਾਣਦਾ ਹਾਂ ਕਿ ਇਹ ਦੁਸ਼ਮਣ ਦੀ ਇੱਕ ਚਾਲ ਹੈ ਜੋ ਬਹੁਤਿਆਂ ਨੂੰ ਅਗਿਆਨਤਾ ਰਾਹੀਂ ਆਪਣੀਆਂ ਚਾਲਾਂ ਨਾਲ ਬੰਨ੍ਹ ਕੇ ਰੱਖਦੀ ਹੈ। ਉਸ ਨਾਮ ਵਿੱਚ ਅਧਿਕਾਰ ਦੁਆਰਾ ਜੋ ਹਰ ਦੂਜੇ ਨਾਮ ਤੋਂ ਉੱਪਰ ਹੈ, ਸਾਡੇ ਧੰਨ ਅਤੇ ਕਿਸ਼ਮਿਸ਼ ਯਿਸੂ ਮਸੀਹ ਦਾ ਨਾਮ, ਮੈਂ ਕਹਿੰਦਾ ਹਾਂ "ਸ਼ੈਤਾਨ ਦੀ ਕੈਦ ਲਈ ਕਾਫ਼ੀ ਹੈ" ਇਹ ਪਹਿਲਾਂ ਹੀ ਇੱਕ ਸੰਭਾਵਨਾ ਹੈ ਜੇਕਰ ਅਸੀਂ ਤਿਆਰ ਹਾਂ, ਤਾਂ ਅਸੀਂ ਆਪਣੀ ਮੁਕਤੀ ਦਾ ਫਲ ਖਾਵਾਂਗੇ - ਮੇਰੇ ਦੁਆਰਾ ਵਿਆਖਿਆ ਕੀਤੀ ਗਈ।
ਆਓ ਪੜ੍ਹੀਏ

ਯਸਾਯਾਹ 1:19 (NKJV):

ਜੇ ਤੁਸੀਂ ਤਿਆਰ ਅਤੇ ਆਗਿਆਕਾਰੀ ਹੋ, ਤਾਂ ਤੁਸੀਂ ਧਰਤੀ ਦੇ ਚੰਗੇ ਫਲ ਖਾਓਗੇ;

ਚੰਗਾ **ਖਾਣ** ਲਈ , **ਸਾਨੂੰ ਉਸਦੇ ਬਚਨ ਵਿੱਚ ਦਿੱਤੇ ਗਏ ਸਾਰੇ ਹੁਕਮਾਂ ਦੀ ਵਿਚਾਰਾਂ, ਸ਼ਬਦਾਂ ਅਤੇ ਕਰਿਆਿਵਾਂ ਦੁਆਰਾ ਪਾਲਣਾ ਕਰਨ ਲਈ ਤਆਿਰ ਅਤੇ ਆਗਆਿਕਾਰੀ** ਹੋਣਾ ਚਾਹੀਦਾ ਹੈ। ਕਈ ਵਾਰ ਪ੍ਰਭੂ ਸਾਨੂੰ ਕੁਝ **ਕਰਨ ਲਈ ਕਹੇਗਾ** ਅਤੇ **ਅਸੀ** ਉਸਦੀ ਪਾਲਣਾ ਕਰਾਂਗੇ, ਪਰ ਅਸੀਂ ਅਜਿਹਾ ਬੇਰਹਿਮੀ ਨਾਲ ਜਾਂ ਪਿਆਰ ਰਹਿਤ ਰਵੱਈਏ ਨਾਲ **ਕਰ ਸਕਦੇ ਹਾਂ।**

ਇਹ ਯਿਸੂ ਦੇ ਨਾਮ ਵਿੱਚ ਸਾਡਾ ਹਿੱਸਾ ਨਹੀਂ ਹੈ। ਅਸੀਂ ਤਿਆਰ ਹਾਂ ਅਤੇ ਅਸੀਂ ਮਰਕੁਸ 16:15-19 ਵਿੱਚ ਯਿਸੂ ਦੇ ਦਿੱਤੇ ਗਏ ਸਾਰੇ ਹੁਕਮਾਂ ਦੀ ਪਾਲਣਾ ਕਰਦੇ ਹਾਂ, ਪਰਮੇਸ਼ੁਰ ਨੂੰ ਪਿਆਰ ਕਰਨ ਅਤੇ ਯਿਸੂ ਦੇ ਨਾਮ ਵਿੱਚ ਦੂਜਿਆਂ ਨੂੰ ਆਪਣੇ ਵਾਂਗ ਪਿਆਰ ਕਰਨ ਦੀ ਭਾਵਨਾ ਨਾਲ, ਆਮੀਨ।

ਜੇਕਰ ਅਸੀਂ ਤਿਆਰ ਨਹੀਂ ਹਾਂ ਅਤੇ ਅਸੀਂ ਉਨ੍ਹਾਂ ਹੁਕਮਾਂ ਨੂੰ ਮੰਨਣ ਲਈ ਆਗਿਆਕਾਰੀ ਨਹੀਂ ਹਾਂ, ਤਾਂ ਸਾਡੇ ਵਿੱਚ ਅਤੇ ਸਾਡੇ ਆਲੇ ਦੁਆਲੇ ਕੋਈ ਖਲਾਅ ਨਹੀਂ ਹੋਵੇਗਾ, ਦੁਸ਼ਮਣ ਧਰਤੀ ਦੀ ਚੰਗੀ ਚੀਜ਼ ਖਾ ਜਾਵੇਗਾ - ਮਰਦਾਂ ਅਤੇ ਔਰਤਾਂ ਦੀਆਂ ਆਤਮਾਵਾਂ, ਮੁੰਡੇ ਅਤੇ ਕੁੜੀਆਂ, ਪਿਤਾ ਅਤੇ ਮਾਵਾਂ ਅਤੇ ਜੀਵਨ ਅਤੇ ਭਗਤੀ ਨਾਲ ਸਬੰਧਤ ਹਰ ਚੀਜ਼ - ਇਹ ਯਿਸੂ ਦੇ ਨਾਮ ਵਿੱਚ ਸਾਡਾ ਹਿੱਸਾ ਨਹੀਂ ਹੈ। ਆਮੀਨ।

ਤਾਂ ਸਾਡੀ ਮਾਨਸਿਕਤਾ ਕੀ ਹੋਣੀ ਚਾਹੀਦੀ ਹੈ? ਇਸਨੂੰ ਹੌਲੀ-ਹੌਲੀ ਪੜ੍ਹੋ ਅਤੇ ਮਨਨ ਕਰੋ - :

2 ਪਤਰਸ 1:3

ਐਮਪਲੀਫਾਈਡ ਬਾਈਬਲ

[3] ਕਿਉਂਕਿ ਉਸਦੀ ਬ੍ਰਹਮ ਸ਼ਕਤੀ ਨੇ ਸਾਨੂੰ [ਬਿਲਕੁਲ] ਉਹ ਸਭ ਕੁਝ ਦਿੱਤਾ ਹੈ ਜੋ [ਇੱਕ ਗਤੀਸ਼ੀਲ ਆਤਮਕਿ] ਜੀਵਨ ਅਤੇ ਭਗਤੀ ਲਈ ਜਰੂਰੀ ਹੈ, ਉਸ ਦੇ ਸੱਚੇ ਅਤੇ ਨਿੱਜੀ ਗਆਿਨ ਦੁਆਰਾ ਜਸਿਨੇ ਸਾਨੂੰ ਆਪਣੀ ਮਹਮਿਾ ਅਤੇ ਉੱਤਮਤਾ ਨਾਲ ਬੁਲਾਇਆ ਹੈ।

ਇਹ ਸਾਡੀ ਮਾਨਸਿਕਤਾ ਹੋਣੀ ਚਾਹੀਦੀ ਹੈ। ਅਸੀਂ ਮਸੀਹ ਵਿੱਚ ਜੇਤੂ ਹਾਂ - ਭੂਤਕਾਲ, ਵਰਤਮਾਨ ਅਤੇ ਭਵਿੱਖ! ਅਸੀਂ ਹਮੇਸ਼ਾ ਜਿੱਤਦੇ ਹਾਂ। ਅਸੀਂ ਕਿਸੇ ਵੀ ਫਰੰਟਲਾਈਨ 'ਤੇ ਹਾਰਨ ਵਾਲੇ ਨਹੀਂ ਹਾਂ। ਆਮੀਨ?

ਇਸ ਲਈ, ਭਾਗ 4 ਵਿੱਚ, ਅਸੀਂ ਸਿਰਲੇਖ ਦੀ ਪੜਚੋਲ ਕੀਤੀ - ਕੀ ਈਸਾਈਆਂ ਨੂੰ ਭੂਤ ਬਣਾਇਆ ਜਾ ਸਕਦਾ ਹੈ? ਸ਼ੈਤਾਨ ਸਾਡੇ ਜੀਵਨ ਵਿੱਚ ਆਪਣੇ ਕਾਰਜ ਨੂੰ ਛੁਪਾਉਣ ਲਈ ਸਾਨੂੰ ਝੂਠ ਵੇਚਦਾ ਹੈ, ਤੁਸੀਂ ਅਤੇ ਮੈਂ ਕਿਵੇਂ ਜਾਣਦੇ ਹਾਂ ਕਿ ਉਹ ਸਾਡੇ ਅੰਦਰ ਅਤੇ ਆਲੇ ਦੁਆਲੇ ਕੰਮ ਕਰ ਰਹੇ ਹਨ ਅਤੇ ਅਸੀਂ ਉਨ੍ਹਾਂ ਨੂੰ ਕਿਵੇਂ ਬਾਹਰ ਕੱਢ ਸਕਦੇ ਹਾਂ ਅਤੇ ਅਸੀਂ ਇਸਨੂੰ ਇੱਕ ਔਰਤ ਦੁਆਰਾ ਦੂਰ ਤੋਂ ਸਵੈ-ਮੁਕਤੀ ਦੀ ਕਹਾਣੀ ਨਾਲ ਜੋੜਿਆ ਹੈ। ਤੁਸੀਂ ਇਸਨੂੰ ਹੇਠਾਂ ਦਿੱਤੇ ਲਿੰਕ ਰਾਹੀਂ ਲੱਭ ਸਕਦੇ ਹੋ ਜਾਂ ਸਾਡੀ ਵੈੱਬਸਾਈਟ https://www.otakada.org 'ਤੇ ਸਿੱਧੇ ਜਾ ਸਕਦੇ ਹੋ।

ਇਸ ਭਾਗ 5 ਅਤੇ ਭਾਗ 6 ਵਿੱਚ, ਅਸੀਂ ਪੜਚੋਲ ਕਰ ਰਹੇ ਹਾਂ - **"ਮੁਕਤੀ ਲਈ ਸੱਤ (7) ਮਹੱਤਵਪੂਰਨ ਕਦਮ + ਭੂਤ ਸਮੂਹਾਂ ਦੀ ਪਛਾਣ ਅਤੇ ਉਨ੍ਹਾਂ ਨੂੰ ਕਵਿੇ ਕੱਢਣਾ ਹੈ ਅਤੇ ਅੰਤਮਿ ਟਕਰਾਅ ਦਾ ਦ੍ਰਸਿਟੀਕੋਣ ਅਤੇ ਸਮੂਲੀਅਤ ਦੀਆਂ ਚਾਰ (4) ਫਰੰਟਲਾਈਨਾਂ 'ਤੇ ਰਣਨੀਤਕ ਤੌਰ 'ਤੇ ਕਵਿੇ ਜਤਿਣਾ ਹੈ - ਭਾਗ 5 ਅਤੇ ਭਾਗ 6"**
ਓਟਾਕਾਡਾ ਸਾਈਬਰ ਚਰਚ ਵਿਖੇ, ਅਸੀਂ 2 ਮਿਲੀਅਨ ਤੋਂ ਵੱਧ ਸਮੱਗਰੀ ਨਾਲ ਰਾਸ਼ਟਰਾਂ ਨੂੰ ਸੀਡ ਕਰ ਰਹੇ ਹਾਂ, ਅਤੇ ਪਰਮਾਤਮਾ ਆਪਣੇ ਬਚਨ ਵਿੱਚ ਸਦੀਵੀ ਸੱਚਾਈ ਦੁਆਰਾ ਜੀਵਨ ਨੂੰ ਬਦਲ ਰਿਹਾ ਹੈ!

ਤੁਹਾਡੇ ਨਾਲ ਮਲਿ ਕੇ, ਅਸੀ
ਆਪਣੇ ਦਲਿਾਂ ਵਚਿ ਵਸਿ਼ਾਲ ਆਤਮਕਿ ਮੰਦਰ ਬਣਾ ਰਹੇ ਹਾਂ ਤਾਂ ਜੋ ਪ੍ਰਮਾਤਮਾ ਦੀ ਆਤਮਾ ਇਨ੍ਹਾਂ ਸਮਆਿਂ ਅਤੇ ਮੌਸਮਾਂ ਵਚਿ ਆਸਾਨੀ ਨਾਲ ਅੰਦਰ ਵਾਸ ਕਰ ਸਕੇ ਅਤੇ ਕੰਮ ਕਰ ਸਕੇ, ਇਸ ਲਈ ਸਾਡੇ ਨਾਲ ਰਹੋ ਅਤੇ ਸਾਡੇ ਨਾਲ ਬਣੋ!
ਪ੍ਰਭੂ ਦੇ ਦਿਨ ਬਾਰੇ, ਪੌਲੁਸ ਨੇ ਥੱਸਲੁਨੀਕੀਆਂ ਨੂੰ ਲਿਖਿਆ

1 ਥੱਸਲੁਨੀਕੀਆਂ 5:14-23

ਐਮਪਲੀਫਾਈਡ ਬਾਈਬਲ

*14 ਅਸੀ ਤੁਹਾਨੂੰ [ਦਲਿੋ] ਤਾਕੀਦ ਕਰਦੇ ਹਾਂ, ਵਸਿ਼ਵਾਸੀਓ, ਉਨ੍ਹਾਂ ਲੋਕਾਂ ਨੂੰ
ਚੇਤਾਵਨੀ ਦਓਿ ਜੋ [ਅਨੁਸ਼ਾਸਨਹੀਣ, ਬੇਕਾਬੂ, ਬੇਢੰਗੇ] ਹਨ, ਡਰਪੋਕਾਂ ਨੂੰ
[ਜਨ੍ਹਿਾਂ ਵਿੱਚ ਅਧਆਿਤਮਕਿ ਹਮਿੰਤ ਦੀ ਘਾਟ ਹੈ] ਨੂੰ ਉਤਸ਼ਾਹਤਿ ਕਰੋ,
[ਅਧਆਿਤਮਕਿ ਤੌਰ 'ਤੇ] ਕਮਜ਼ੋਰਾਂ ਦੀ ਮਦਦ ਕਰੋ, ਸਾਰਆਿਂ ਨਾਲ ਬਹੁਤ
ਧੀਰਜ ਰੱਖੋ [ਹਮੇਸ਼ਾ ਆਪਣੇ ਗੁੱਸੇ ਨੂੰ ਕਾਬੂ ਵੱਿਚ ਰੱਖੋ]। 15 ਧਆਿਨ ਰੱਖੋ
ਕਿ ਕੋਈ ਵੀ ਦੂਜੇ ਨੂੰ ਬੁਰਾਈ ਦੇ ਬਦਲੇ ਬੁਰਾਈ ਨਾ ਕਰੇ, ਸਗੋਂ ਹਮੇਸ਼ਾ ਉਹੀ
ਭਾਲੋ ਜੋ ਇੱਕ ਦੂਜੇ ਲਈ ਅਤੇ ਸਾਰੇ ਲੋਕਾਂ ਲਈ ਚੰਗਾ ਹੋਵੇ। 16 ਹਮੇਸ਼ਾ ਖੁਸ਼
ਰਹੋ ਅਤੇ ਆਪਣੀ ਨਹਿਚਾ ਵੱਿਚ ਖੁਸ਼ ਰਹੋ; 17 ਪ੍ਰਾਰਥਨਾ ਵੱਿਚ ਨਰਿੰਤਰ
ਅਤੇ ਦ੍ਰਗੜਿ ਰਹੋ; 18 ਹਰ ਸਥਤਿੀ ਵੱਿਚ [ਭਾਵੇਂ ਹਾਲਾਤ ਕੁਝ ਵੀ ਹੋਣ]
ਧੰਨਵਾਦੀ ਹੋਵੋ ਅਤੇ ਲਗਾਤਾਰ ਪਰਮੇਸ਼ੁਰ ਦਾ ਧੰਨਵਾਦ ਕਰੋ; ਕਉਿਂਕ ਿਇਹ
ਮਸੀਹ ਯਸਿੂ ਵੱਿਚ ਤੁਹਾਡੇ ਲਈ ਪਰਮੇਸ਼ੁਰ ਦੀ ਇੱਛਾ ਹੈ। 19 [ਪਵੱਤਿਰ]
ਆਤਮਾ ਦੇ ਕੰਮ ਅਤੇ ਮਾਰਗਦਰਸ਼ਨ ਨੂੰ ਨਾ ਬੁਝਾਓ [ਅਧੀਨ ਨਾ ਹੋਵੋ, ਜਾਂ
ਪ੍ਰਤੀਕਰਿਆਿ ਨਾ ਕਰੋ]। 20 ਭਵਖਿਬਾਣੀਆਂ ਜਾਂ ਭਵਖਿਬਾਣੀਆਂ [ਬੋਲੇ
ਗਏ ਪ੍ਰਗਟਾਵੇ—ਹਦਾਇਤਾਂ ਜਾਂ ਉਪਦੇਸ਼ ਜਾਂ ਚੇਤਾਵਨੀ ਦੇ ਸ਼ਬਦ] ਦੇ
ਤੋਹਫਆਿਂ ਨੂੰ ਤੁੱਛ ਨਾ ਸਮਝੋ ਜਾਂ ਰੱਦ ਨਾ ਕਰੋ। 21 ਪਰ ਸਾਰੀਆਂ ਗੱਲਾਂ ਦੀ
ਧਆਿਨ ਨਾਲ ਜਾਂਚ ਕਰੋ। ਤਾਂ ਜੋ ਤੁਸੀ ਪਛਾਣ ਸਕੋ ਕ ਿਕੀ ਚੰਗਾ ਹੈ]। ਜੋ ਚੰਗਾ
ਹੈ ਉਸਨੂੰ ਮਜਬੂਤੀ ਨਾਲ ਫੜੀ ਰੱਖੋ। 22 ਹਰ ਤਰ੍ਹਾਂ ਦੀ ਬੁਰਾਈ ਤੋਂ ਦੂਰ ਰਹੋ [ਇਸ
ਤੋਂ ਦੂਰ ਰਹੋ ਅਤੇ ਦੂਰ ਰਹੋ]।
23 ਹੁਣ ਸ਼ਾਂਤੀ ਦਾਤਾ ਪਰਮੇਸ਼ੁਰ ਆਪ ਤੁਹਾਨੂੰ ਪੂਰੀ ਤਰ੍ਹਾਂ ਪਵੱਤਿਰ ਕਰੇ
[ਭਾਵ, ਤੁਹਾਨੂੰ ਅਸ਼ਲੀਲ ਅਤੇ ਗੰਦੀਆਂ ਚੀਜ਼ਾਂ ਤੋਂ ਵੱਖਰਾ ਕਰੇ, ਤੁਹਾਨੂੰ ਸ਼ੁੱਧ,
ਸੰਪੂਰਨ ਅਤੇ ਬੇਦਾਗ਼ ਕਰੇ—ਉਸ ਦੇ ਲਈ ਪਵੱਤਿਰ ਕੀਤਾ ਜਾਵੇ—ਉਸ ਦੇ
ਮਕਸਦ ਲਈ ਵੱਖ ਕੀਤਾ ਜਾਵੇ]; ਅਤੇ ਤੁਹਾਡਾ ਆਤਮਾ, ਜਾਨ ਅਤੇ ਸਰੀਰ
ਸਾਡੇ ਪ੍ਰਭੂ ਯਸਿੂ ਮਸੀਹ ਦੇ ਆਉਣ 'ਤੇ ਸੰਪੂਰਨ ਅਤੇ ਦੋਸ਼ ਰਹਤਿ ਰੱਖੇ
ਜਾਣ।*

ਪਤਰਸ ਨੇ ਸਾਨੂੰ ਆਪਣੇ ਆਖਰੀ ਪੱਤਰਾਂ ਵਿੱਚ ਵਿਸ਼ਵਾਸੀਆਂ ਨੂੰ ਵੀ ਚੇਤਾਵਨੀ ਦਿੱਤੀ ਕਿ ਅਸੀਂ ਆਪਣੇ ਵਿਰੋਧੀ ਦੀਆਂ ਚਾਲਾਂ ਤੋਂ ਅਣਜਾਣ ਨਾ ਰਹੀਏ

1 ਪਤਰਸ 5:7-9
ਐਮਪਲੀਫਾਈਡ ਬਾਈਬਲ

[7] ਆਪਣੀਆਂ ਸਾਰੀਆਂ ਚਿੰਤਾਵਾਂ [ਆਪਣੀਆਂ ਸਾਰੀਆਂ ਚਿੰਤਾਵਾਂ, ਆਪਣੀਆਂ ਸਾਰੀਆਂ ਚਿੰਤਾਵਾਂ, ਅਤੇ ਆਪਣੀਆਂ ਸਾਰੀਆਂ ਚਿੰਤਾਵਾਂ, ਇੱਕ ਵਾਰ ਅਤੇ ਹਮੇਸ਼ਾ ਲਈ] ਉਸ ਉੱਤੇ ਸੁੱਟ ਦਓਿ, ਕਉਿਂਕ ਿਉਹ ਤੁਹਾਡੀ ਪਰਵਾਹ ਕਰਦਾ ਹੈ [ਡੂੰਘੇ ਪਆਿਰ ਨਾਲ, ਅਤੇ ਤੁਹਾਡੀ ਬਹੁਤ ਧਆਿਨ ਨਾਲ ਨਗਿਰਾਨੀ ਕਰਦਾ ਹੈ]।
[8] ਸੁਚੇਤ ਰਹੋ [ਚੰਗੀ ਤਰ੍ਹਾਂ ਸੰਤੁਲਤਿ ਅਤੇ ਸਵੈ-ਅਨੁਸ਼ਾਸਤਿ], ਹਰ ਸਮੇਂ ਸੁਚੇਤ ਅਤੇ ਸਾਵਧਾਨ ਰਹੋ। ਤੁਹਾਡਾ ਉਹ ਦੁਸ਼ਮਣ, ਸ਼ੈਤਾਨ, ਗਰਜਦੇ ਸ਼ੇਰ [ਭਆਿਨਕ ਭੁੱਖਾ] ਵਾਂਗ ਘੁੰਮਦਾ ਫਰਿਦਾ ਹੈ, ਕਸਿ ਿਨੂੰ ਨਗਿਲਣ ਲਈ ਲੱਭਦਾ ਹੈ।
[9] ਪਰ ਉਸਦਾ ਵਰਿਧ ਕਰੋ, ਆਪਣੀ ਨਹਿਚਾ ਵਚਿ ਦ੍ਰਿੜ ਰਹੋ [ਉਸਦੇ ਹਮਲੇ ਦੇ ਵਰੁਿੱਧ - ਜੜ੍ਹਾਂ, ਸਥਾਪਤਿ, ਅਚੱਲ], ਇਹ ਜਾਣਦੇ ਹੋਏ ਕ ਿਦੁਨੀਆਂ ਭਰ ਵਚਿ ਤੁਹਾਡੇ ਭਰਾਵਾਂ ਅਤੇ ਭੈਣਾਂ ਨੂੰ ਵੀ ਉਹੀ ਦੁੱਖ ਝੱਲਣੇ ਪੈ ਰਹੇ ਹਨ। [ਤੁਸੀ ਇਕੱਲੇ ਨਹੀ ਦੁੱਖ ਝੱਲਦੇ।]

ਇਸ ਸਵਾਲ ਦੇ ਜਵਾਬ ਵਿੱਚ - ਕੀ ਭੂਤ ਈਸਾਈਆਂ ਵਿੱਚ ਵੱਸ ਸਕਦੇ ਹਨ? ਅਸੀਂ ਆਖਰੀ ਭਾਗ ਦੇਖਦੇ ਹਾਂ

1 ਥੱਸਲੁਨੀਕੀਆਂ 23 ਕਹਿੰਦਾ ਹੈ *[23] ਹੁਣ ਸ਼ਾਂਤੀ ਦਾਤਾ ਪਰਮੇਸ਼ੁਰ ਆਪ ਤੁਹਾਨੂੰ ਪੂਰੀ ਤਰ੍ਹਾਂ ਪਵੱਤਿਰ ਕਰੇ [ਭਾਵ, ਤੁਹਾਨੂੰ ਅਪਵੱਤਿਰ ਅਤੇ ਅਸ਼ਲੀਲ ਚੀਜ਼ਾਂ ਤੋਂ ਵੱਖਰਾ ਕਰੇ, ਤੁਹਾਨੂੰ ਸ਼ੁੱਧ ਅਤੇ ਸੰਪੂਰਨ ਅਤੇ ਬੇਦਾਗ਼ ਕਰੇ—ਉਸ ਲਈ ਪਵੱਤਿਰ ਕੀਤਾ ਜਾਵੇ—ਉਸ ਦੇ ਮਕਸਦ ਲਈ ਵੱਖ ਕੀਤਾ ਜਾਵੇ]; ਅਤੇ ਤੁਹਾਡਾ ਆਤਮਾ, ਆਤਮਾ ਅਤੇ ਸਰੀਰ ਸਾਡੇ ਪ੍ਰਭੂ ਯਸੂਿ ਮਸੀਹ ਦੇ ਆਉਣ 'ਤੇ ਸੰਪੂਰਨ ਅਤੇ [ਬੇਦਾਗ਼ ਪਾਏ ਜਾਣ] ਰੱਖੇ ਜਾਣ।*

ਪਵਿੱਤਰੀਕਰਨ ਸ਼ਬਦ ਯੂਨਾਨੀ ਭਾਸ਼ਾ ਵਿੱਚ ਮੁਕਤੀ ਦਾ ਸ਼ਬਦ ਹੈ। ਸਾਡੇ ਵਿਚਾਰ ਜੀਵਨ ਵਿੱਚ ਮੁਕਤੀ ਜੋ ਗਲਤ ਭਾਵਨਾਵਾਂ ਵੱਲ ਲੈ ਜਾਂਦੀ ਹੈ, ਜੋ ਗਲਤ ਕੰਮਾਂ ਵੱਲ ਲੈ ਜਾਂਦੀ ਹੈ। ਇਹ ਭਾਵਨਾਵਾਂ , ਬੁੱਧੀ **ਅਤੇ** ਇੱਛਾ ਸ਼ਕਤੀ ਦੇ ਖੇਤਰ ਵਿੱਚ ਹਨ । ਜਦੋਂ ਸਾਨੂੰ ਵਿਸ਼ਵਾਸ ਦੁਆਰਾ ਸਾਡੀ ਆਤਮਾ ਦੀ ਮੁਕਤੀ ਪ੍ਰਾਪਤ ਹੁੰਦੀ ਹੈ - ਇੱਛਾ ਸ਼ਕਤੀ ਦਾ ਇੱਕ ਕਾਰਜ - ਤਾਂ ਆਤਮਾ ਨਵਿਆਇਆ ਜਾਂਦਾ ਹੈ ਜਾਂ ਮੁਰਦਾ ਅਵਸਥਾ ਤੋਂ ਜ਼ਿੰਦਾ ਹੋ ਜਾਂਦਾ ਹੈ। ਆਤਮਾ ਅਤੇ ਸਰੀਰ ਨੂੰ ਕੰਮ ਦੀ ਲੋੜ ਹੁੰਦੀ ਹੈ - ਜਿਸ ਲਈ ਇੱਛਾ ਸ਼ਕਤੀ ਦੀ ਵੀ ਲੋੜ ਹੁੰਦੀ ਹੈ।

ਇਸੇ ਲਈ ਪੌਲੁਸ ਨੇ ਫਲਿੱਪੀਆਂ 2:12ਅ,13 ਵਿੱਚ ਲਿਖਿਆ ਸੀ - "ਡਰਦੇ ਅਤੇ ਕੰਬਦੇ ਹੋਏ ਆਪਣੀ ਮੁਕਤੀ ਦਾ ਕੰਮ ਕਰੋ। ਕਿਉਂਕਿ ਇਹ ਪਰਮੇਸ਼ੁਰ ਹੈ ਜੋ ਤੁਹਾਡੇ ਵਿੱਚ ਆਪਣੀ ਨੇਕ ਇੱਛਾ ਨੂੰ ਪੂਰਾ ਕਰਨ ਅਤੇ ਇੱਛਾ ਅਨੁਸਾਰ ਕੰਮ ਕਰਨ ਲਈ ਕੰਮ ਕਰਦਾ ਹੈ।"

ਇਨ੍ਹਾਂ ਲੜੀਵਾਰਾਂ ਵਿੱਚ, ਅਸੀਂ ਦੁਸ਼ਮਣ ਨਾਲ ਮੁੱਠਭੇੜ ਕਰਨ ਅਤੇ ਤਿੰਨ ਪੱਧਰਾਂ 'ਤੇ ਮਸੀਹ ਵਿੱਚ ਕੈਦੀਆਂ ਨੂੰ ਆਜ਼ਾਦੀ ਦੇਣ ਲਈ ਯੋਧਿਆਂ ਦੀ ਇੱਕ ਫੌਜ ਤਿਆਰ ਕਰ ਰਹੇ ਹਾਂ - ਆਤਮਾ ਦੀ ਮੁਕਤੀ ਜਿਸਨੂੰ ਦੁਬਾਰਾ ਜਨਮ ਕਿਹਾ ਜਾਂਦਾ ਹੈ, ਆਤਮਾ ਦੀ ਮੁਕਤੀ, ਜਿਸਨੂੰ ਮੁਕਤੀ ਕਿਹਾ ਜਾਂਦਾ ਹੈ ਅਤੇ ਸਾਡੇ ਸਰੀਰਾਂ ਦੀ ਮੁਕਤੀ ਜਿਸਨੂੰ ਇਲਾਜ ਕਿਹਾ ਜਾਂਦਾ ਹੈ।

ਇਹ ਇੱਕ ਵੰਡੇ ਹੋਏ ਢਾਂਚੇ ਵਿੱਚ ਖੁਦ ਕਰਨ ਦੀ ਰਣਨੀਤੀ ਹੈ, ਅਨੁਸ਼ਾਸਿਤ ਇੱਛਾ ਸ਼ਕਤੀ ਦਾ ਇੱਕ ਕਾਰਜ ਹੈ ਅਤੇ ਪ੍ਰਭੂ ਯਿਸੂ ਮਸੀਹ ਸਾਡਾ ਮੁੱਖ ਸੈਨਾਪਤੀ ਹੈ। ਸਾਡਾ ਕੰਮ ਤੁਹਾਨੂੰ ਸ਼ਾਮਲ ਹੋਣ ਲਈ ਤਿਆਰ ਕਰਨਾ ਹੈ। ਆਪਣੇ ਆਪ ਨੂੰ, ਆਪਣੇ ਅਜ਼ੀਜ਼ਾਂ ਅਤੇ ਆਪਣੇ ਦਾਇਰੇ ਦੇ ਹੋਰਾਂ ਨੂੰ ਆਜ਼ਾਦ ਕਰਨਾ। ਸਾਡਾ ਉਦੇਸ਼ ਹਰ ਵਿਸ਼ਵਾਸੀ ਵਿੱਚ ਸੁੱਤੇ ਹੋਏ ਦੈਂਤ ਨੂੰ ਜਗਾਉਣਾ ਹੈ ਅਤੇ ਤੁਹਾਨੂੰ ਜੰਗ ਦੇ ਮੈਦਾਨ ਵਿੱਚ ਇੱਕ ਯੋਧੇ ਦੀ ਮਾਨਸਿਕਤਾ ਸਿੱਖਣ ਅਤੇ ਯਿਸੂ ਦੇ ਨਾਮ 'ਤੇ ਜਾਨੀ ਨੁਕਸਾਨ ਕੀਤੇ ਬਿਨਾਂ ਸਫਲ ਮੁਹਿੰਮ ਵਿੱਚ ਸ਼ਾਮਲ ਹੋਣਾ ਹੈ।

ਤੁਹਾਨੂੰ ਇਹ ਸਮਝਣਾ ਚਾਹੀਦਾ ਹੈ ਕਿ " **ਸਭ ਤੋਂ ਵਧੀਆ ਬਚਾਅ** ਇੱਕ ਚੰਗਾ ਹਮਲਾ ਹੈ", ਇੱਕ ਕਹਾਵਤ ਜੋ ਖੇਡਾਂ ਅਤੇ ਫੌਜੀ ਲੜਾਈ ਸਮੇਤ ਕਈ ਖੇਤਰਾਂ ਵਿੱਚ

ਲਾਗੂ ਕੀਤੀ ਗਈ ਹੈ। ਇਸਨੂੰ ਯੁੱਧ ਦੇ ਰਣਨੀਤਕ ਹਮਲਾਵਰ ਸਿਧਾਂਤ ਵਜੋਂ ਵੀ ਜਾਣਿਆ ਜਾਂਦਾ ਹੈ।

ਅਸੀਂ ਪਹਿਲਾਂ ਭਾਗ 4 ਵਿੱਚ ਜ਼ਿਕਰ ਕੀਤਾ ਸੀ ਕਿ ਭੱਜਣ ਵਾਲੇ ਸਿਪਾਹੀਆਂ ਜਾਂ ਦੁਬਾਰਾ ਲੜਨ ਲਈ ਭੱਜਣ ਲਈ ਕੋਈ ਥਾਂ ਨਹੀਂ ਹੈ ਕਿਉਂਕਿ ਸਵਰਗ ਵਿੱਚ ਲੜਾਈ ਪਹਿਲਾਂ ਹੀ ਜਿੱਤੀ ਜਾ ਚੁੱਕੀ ਹੈ। ਸਾਡਾ ਕੰਮ ਆਪਣੇ ਅਧਿਕਾਰ ਅਤੇ ਪਵਿੱਤਰ ਆਤਮਾ ਦੁਆਰਾ ਸਾਨੂੰ ਦਿੱਤੀ ਗਈ ਸ਼ਕਤੀ ਦੀ ਵਰਤੋਂ ਉਸ ਜਿੱਤ ਨੂੰ ਲਾਗੂ ਕਰਨ ਲਈ ਕਰਨਾ ਹੈ ਕਿਉਂਕਿ ਦੁਸ਼ਮਣ ਹਮੇਸ਼ਾ ਆਪਣੀ ਸੀਮਾ 'ਤੇ ਕਦਮ ਰੱਖਣਾ ਚਾਹੇਗਾ। ਪਾਣੀਆਂ ਦੀ ਜਾਂਚ ਕਰਨਾ ਕਿ ਕੀ ਅਸੀਂ ਅਣਜਾਣ ਹਾਂ। ਬਦਕਿਸਮਤੀ ਨਾਲ, ਸਾਡੇ ਵਿੱਚੋਂ ਬਹੁਤ ਸਾਰੇ ਦੁਸ਼ਟ ਦੇ ਚਾਲਾਂ ਤੋਂ ਅਣਜਾਣ ਹਨ।

ਇਸ ਕਿਸਮ ਦੇ ਦੁਸ਼ਮਣ ਦਾ ਇੱਕ ਅਨੁਸ਼ਾਸਿਤ ਫੌਜ ਦੇ ਰੂਪ ਵਿੱਚ ਸਾਹਮਣਾ ਕਰਨ ਲਈ, ਸਾਨੂੰ ਹੇਠ ਲਿਖਿਆਂ ਦੀ ਲੋੜ ਹੈ ਜਿਵੇਂ ਕਿ ਅਸੀਂ ਪਹਿਲਾਂ **A, B, C, D, E, F ਅਤੇ G ਵਚਿ ਉਜਾਗਰ ਕੀਤਾ ਹੈ। ਮੈਨੂੰ ਇਸ ਗੱਲ 'ਤੇ ਜ਼ੋਰ ਦੇਣਾ ਪਵੇਗਾ ਕਿ ਇਹ ਲੜੀ ਹਰ ਕਸਿ ਲਈ ਨਹੀ ਹੈ। ਚੁਣੇ ਹੋਏ ਕੁਝ ਲੋਕ ਇਨ੍ਹਾਂ 7 ਗੁਣਾਂ ਦੁਆਰਾ ਆਪਣੇ ਆਪ ਨੂੰ ਦਾਖਲੇ ਲਈ ਪਹਲਿਾਂ ਤੋ ਯੋਗ ਬਣਾ ਲੈਣਗੇ।**

ਉਹ ਇਸ ਪ੍ਰਕਾਰ ਹਨ :

A. **ਉਪਲਬਧਤਾ (ਆਤਮਾ, ਆਤਮਾ ਅਤੇ ਸਰੀਰ)**
B. **ਦਲੇਰੀ**
C. **ਦੂਜਆਿਂ ਲਈ ਹਮਦਰਦੀ**
D. **ਨਰਿਣਾ**
E. **ਦਲਿੋਂ ਪਆਿਰ**
F. **ਭਆਿਨਕ ਗੁੱਸਾ**
G. **ਬਹੁਤ ਭੁੱਖ**

ਜੇਕਰ ਤੁਹਾਡੇ ਕੋਲ ਘੱਟੋ-ਘੱਟ ਤੱਤਾਂ ਵਜੋਂ ਇਹ ਗੁਣ ਨਹੀਂ ਹਨ, ਤਾਂ ਇੱਕ ਸਫਲ ਮੁਹਿੰਮ ਚਲਾਉਣਾ ਅਸੰਭਵ ਹੋਵੇਗਾ ਕਿਉਂਕਿ ਉਪਰੋਕਤ ਸਾਰੇ ਤੱਤਾਂ ਨੂੰ ਇਕੱਠੇ ਮਿਲਾਉਣ ਦੀ ਜ਼ਰੂਰਤ ਹੈ ਤਾਂ ਜੋ ਤਬਦੀਲੀ ਲਿਆਉਣ ਲਈ ਸਰ੍ਹੋਂ ਦੇ ਦਾਣੇ ਵਰਗਾ ਵਿਸ਼ਵਾਸ ਪੈਦਾ ਕੀਤਾ ਜਾ ਸਕੇ ਕਿਉਂਕਿ ਪਰਮਾਤਮਾ ਭੁੱਖੇ ਲੋਕਾਂ ਨੂੰ ਭੋਜਨ ਦਿੰਦਾ ਹੈ, ਠੰਡੇ ਜਾਂ ਕੋਸੇ ਬੱਚਿਆਂ ਨੂੰ ਨਹੀਂ, ਭਾਵੇਂ ਇਹ ਇਲਾਜ, ਮੁਕਤੀ ਅਤੇ ਬਹਾਲੀ ਦੇ ਅੰਦਰ ਅਤੇ ਬਾਹਰ ਹੋਵੇ।

ਲੁੱਟ ਦਾ ਮਾਲ ਇਕੱਠਾ ਕਰਨ ਲਈ ਤਿਆਰ ਹੈ ਪਰ ਉਹਨਾਂ ਨੂੰ ਸਾਡੇ ਅਨੁਭਵ ਵਿੱਚ ਇਕੱਠਾ ਕਰਨ ਲਈ ਇੱਕ ਸਰ੍ਹੋਂ ਦੇ ਦਾਣੇ, ਇਕਸਾਰ ਵਿਸ਼ਵਾਸ ਦੀ ਲੋੜ ਹੈ।

ਅੱਜ, **ਸ਼ੈਤਾਨ ਦੀ ਕੈਦ ਲਈ ਕਾਫੀ ਹੈ ਅਤੇ ਮਸੀਹ ਯਿਸੂ ਵਿੱਚ ਆਜ਼ਾਦੀ ਵਿੱਚ ਤੁਹਾਡਾ ਸਵਾਗਤ ਹੈ - ਮੁਕਤੀ ਲਈ ਸੱਤ (7) ਮਹੱਤਵਪੂਰਨ ਕਦਮ + ਭੂਤ ਸਮੂਹਾਂ ਦੀ ਪਛਾਣ ਅਤੇ ਬਾਹਰ ਕੱਢਣਾ ਅਤੇ ਅੰਤਮਿ ਟਕਰਾਅ ਦਾ ਦ੍ਰਸ਼ਿਟੀਕੋਣ ਅਤੇ ਸਮੂਲੀਅਤ ਦੀਆਂ ਚਾਰ (4) ਫਰੰਟਲਾਈਨਾਂ 'ਤੇ ਰਣਨੀਤਕ ਤੌਰ 'ਤੇ ਕਵਿੰ ਜਤਿਣਾ ਹੈ - ਭਾਗ 5 ਭਾਗ 6**

ਮੇਰੀ ਸਮਝ ਅਨੁਸਾਰ, ਦੁਸ਼ਟ ਆਤਮਾਵਾਂ ਜਾਂ ਭੂਤ "ਦੁਸ਼ਟਤਾ ਦੇ ਆਤਮਿਕ ਸਮੂਹਾਂ" (ਅਫ਼ਸੀਆਂ 6:12) ਦਾ ਹੇਠਲਾ ਤਬਕਾ ਹਨ ਜਿਨ੍ਹਾਂ ਨੂੰ ਸ਼ੈਤਾਨ ਮਨੁੱਖਤਾ ਦੇ ਵਿਰੁੱਧ ਨਿਰਦੇਸ਼ਤ ਕਰਦਾ ਹੈ। ਸ਼ੈਤਾਨ ਦੁਆਰਾ ਉਨ੍ਹਾਂ ਨੂੰ ਤਿੰਨ ਮੁੱਖ ਉਦੇਸ਼ ਦਿੱਤੇ ਗਏ ਹਨ:

1. ਪਹਿਲਾਂ ਸਾਨੂੰ ਤਸੀਹੇ ਦੇਣ ਅਤੇ ਦੁਖ ਦੇਣ ਲਈ;
2. ਦੂਜਾ, ਸਾਨੂੰ ਮਸੀਹ ਨੂੰ ਮੁਕਤੀਦਾਤਾ ਵਜੋਂ ਜਾਣਨ ਤੋਂ ਰੋਕਣ ਲਈ;
ਅਤੇ ਇਸ ਵਿੱਚ ਅਸਫਲ ਰਹਣਿ 'ਤੇ, ਤੀਜਾ,
3. ਸਾਨੂੰ ਮਸੀਹ ਦੀ ਪ੍ਰਭਾਵਸ਼ਾਲੀ ਢੰਗ ਨਾਲ ਸੇਵਾ ਕਰਨ ਤੋਂ ਰੋਕਣ ਲਈ।

ਇੱਥੇ ਭੂਤਾਂ ਦੇ ਨੌਂ (9) ਗੁਣ ਹਨ

1. ਭੂਤ ਭਰਮਾਉਂਦੇ ਹਨ। 2. ਭੂਤ ਤੰਗ ਕਰਦੇ ਹਨ। 3. ਭੂਤ ਤਸੀਹੇ ਦਿੰਦੇ ਹਨ। 4. ਭੂਤ ਮਜਬੂਰ ਕਰਦੇ ਹਨ। 5. ਭੂਤ ਗੁਲਾਮ ਬਣਾਉਂਦੇ ਹਨ। 6. ਭੂਤ ਨਸ਼ੇ ਪੈਦਾ ਕਰਦੇ ਹਨ। 7. ਭੂਤ ਭ੍ਰਿਸ਼ਟ ਕਰਦੇ ਹਨ। 8. ਭੂਤ ਧੋਖਾ ਦਿੰਦੇ ਹਨ। 9. ਭੂਤ ਭੌਤਿਕ ਸਰੀਰ 'ਤੇ ਹਮਲਾ ਕਰਦੇ ਹਨ।

ਹੁਣ ਅਸੀ ਮੁਕਤੀ ਦੇ ਸੱਤ (7) ਕਦਮਾਂ 'ਤੇ ਵਿਚਾਰ ਕਰਦੇ ਹਾਂ: 1) ਇਮਾਨਦਾਰੀ; 2) ਨਮਿਰਤਾ; 3) ਪਛਤਾਵਾ 4) ਤਿਆਗ 5) ਮਾਫੀ 6) ਪ੍ਰਾਰਥਨਾ 7) ਯੁੱਧ।
ਇੱਥੇ ਵੇਰਵੇ ਹਨ:

ਮੁਕਤੀ ਲਈ ਸੱਤ ਕਦਮ

1. ਇਮਾਨਦਾਰੀ

ਜੇਕਰ ਕਿਸੇ ਨੂੰ ਪਰਮਾਤਮਾ ਤੋਂ ਮੁਕਤੀ ਦੀ ਅਸੀਸ ਪ੍ਰਾਪਤ ਕਰਨ ਦੀ ਉਮੀਦ ਹੈ ਤਾਂ ਉਸਨੂੰ ਆਪਣੇ ਆਪ ਨਾਲ ਅਤੇ ਪਰਮਾਤਮਾ ਨਾਲ ਇਮਾਨਦਾਰ ਹੋਣਾ ਚਾਹੀਦਾ ਹੈ। ਇਮਾਨਦਾਰੀ ਦੀ ਘਾਟ ਵਿਅਕਤੀ ਦੇ ਜੀਵਨ ਦੇ ਖੇਤਰਾਂ ਨੂੰ ਹਨੇਰੇ ਵਿੱਚ ਰੱਖਦੀ ਹੈ। ਭੂਤ ਆਤਮਾਵਾਂ ਅਜਿਹੇ ਹਨੇਰੇ ਵਿੱਚ ਵਧਦੀਆਂ-ਫੁੱਲਦੀਆਂ ਹਨ। ਇਮਾਨਦਾਰੀ ਉਹਨਾਂ ਨੂੰ ਰੌਸ਼ਨੀ ਵਿੱਚ ਲਿਆਉਣ ਵਿੱਚ ਮਦਦ ਕਰਦੀ ਹੈ। ਕੋਈ ਵੀ ਪਾਪ ਜਿਸਦਾ ਇਕਬਾਲ ਨਹੀਂ ਕੀਤਾ ਜਾਂਦਾ ਜਾਂ ਤੋਬਾ ਨਹੀਂ ਕੀਤੀ ਜਾਂਦੀ, ਭੂਤ ਨੂੰ ਬਣੇ ਰਹਿਣ ਦਾ "ਕਾਨੂੰਨੀ ਅਧਿਕਾਰ" ਦਿੰਦਾ ਹੈ। ਪਰਮਾਤਮਾ ਤੋਂ ਮੰਗੋ ਕਿ ਉਹ ਤੁਹਾਨੂੰ ਆਪਣੇ ਆਪ ਨੂੰ ਉਸੇ ਤਰ੍ਹਾਂ ਦੇਖਣ ਵਿੱਚ ਮਦਦ ਕਰੇ ਜਿਵੇਂ ਉਹ ਤੁਹਾਨੂੰ ਦੇਖਦਾ ਹੈ ਅਤੇ ਕਿਸੇ ਵੀ ਚੀਜ਼ ਨੂੰ ਪ੍ਰਕਾਸ਼ ਵਿੱਚ ਲਿਆਵੇ ਜੋ ਉਸ ਦੀ ਨਹੀਂ ਹੈ। ਮੈਂ ਤੇਰੇ ਅੱਗੇ ਆਪਣੇ ਪਾਪ ਦਾ ਇਕਰਾਰ ਕਰਦਾ ਹਾਂ, ਅਤੇ ਮੈਂ ਆਪਣੀ ਬਦੀ ਨਹੀਂ ਲੁਕਾਈ। ਮੈਂ ਆਖਿਆ, ਮੈਂ ਆਪਣੇ ਅਪਰਾਧ ਯਹੋਵਾਹ ਅੱਗੇ ਕਬੂਲ ਕਰਾਂਗਾ; ਅਤੇ ਤੂੰ ਮੇਰੇ ਪਾਪ ਦੀ ਬਦੀ ਨੂੰ ਮਾਫ਼ ਕਰ ਦਿੱਤਾ। ਜ਼ਬੂਰ 32:5

ਹੇ ਪਰਮੇਸ਼ੁਰ, ਮੈਨੂੰ ਖੋਜ ਅਤੇ ਮੇਰੇ ਦਿਲ ਨੂੰ ਜਾਣ: ਮੈਨੂੰ ਪਰਖੋ, ਅਤੇ ਮੇਰੇ ਵਿਚਾਰਾਂ ਨੂੰ ਜਾਣ: ਅਤੇ ਵੇਖੋ ਕਿ ਕੀ ਮੇਰੇ ਵਿੱਚ ਕੋਈ ਬੁਰਾਈ ਹੈ, ਅਤੇ ਮੈਨੂੰ ਸਦੀਵੀ ਰਾਹ ਵਿੱਚ ਲੈ ਜਾਓ। ਜ਼ਬੂਰ 139:23,24

2. ਨਮਿਰਤਾ

ਇਸ ਵਿੱਚ ਇਹ ਮਾਨਤਾ ਸ਼ਾਮਲ ਹੈ ਕਿ ਵਿਅਕਤੀ ਪਰਮਾਤਮਾ ਅਤੇ ਮੁਕਤੀ ਲਈ ਉਸਦੇ ਪ੍ਰਬੰਧਾਂ 'ਤੇ ਨਿਰਭਰ ਹੈ।

ਪਰਮੇਸ਼ੁਰ ਹੰਕਾਰੀਆਂ ਦਾ ਵਿਰੋਧ ਕਰਦਾ ਹੈ, ਪਰ ਨਿਮਰ ਲੋਕਾਂ ਉੱਤੇ ਕਿਰਪਾ ਕਰਦਾ ਹੈ। ਇਸ ਲਈ ਆਪਣੇ ਆਪ ਨੂੰ ਪਰਮੇਸ਼ੁਰ ਦੇ ਅਧੀਨ ਕਰੋ। ਸ਼ੈਤਾਨ ਦਾ ਵਿਰੋਧ ਕਰੋ ਅਤੇ ਉਹ ਤੁਹਾਡੇ ਕੋਲੋਂ ਭੱਜ ਜਾਵੇਗਾ। ਯਾਕੂਬ 4:7

ਇਸ ਵਿੱਚ ਪਰਮੇਸ਼ੁਰ ਦੇ ਸੇਵਕਾਂ ਦੁਆਰਾ ਮੁਕਤੀ ਵਿੱਚ ਸੇਵਾ ਕਰਨ ਦੇ ਨਾਲ ਇੱਕ ਪੂਰੀ ਤਰ੍ਹਾਂ ਖੁੱਲ੍ਹਾਪਣ ਵੀ ਸ਼ਾਮਲ ਹੈ।

ਇੱਕ ਦੂਜੇ ਦੇ ਸਾਹਮਣੇ ਆਪਣੇ ਪਾਪਾਂ ਦਾ ਇਕਰਾਰ ਕਰੋ, ਅਤੇ ਇੱਕ ਦੂਜੇ ਲਈ ਪ੍ਰਾਰਥਨਾ ਕਰੋ, ਤਾਂ ਜੋ ਤੁਸੀਂ ਚੰਗੇ ਹੋ ਜਾਓ। ਯਾਕੂਬ 5:16a

3. ਪਛਤਾਵਾ

ਪਛਤਾਵਾ ਪਾਪ ਅਤੇ ਸ਼ੈਤਾਨ ਤੋਂ ਦੂਰ ਰਹਿਣ ਦਾ ਪੱਕਾ ਇਰਾਦਾ ਹੈ। ਵਿਅਕਤੀ ਨੂੰ ਆਪਣੇ ਜੀਵਨ ਵਿੱਚ ਹਰ ਬੁਰਾਈ ਨੂੰ ਨਫ਼ਰਤ ਕਰਨੀ ਚਾਹੀਦੀ ਹੈ ਅਤੇ ਇਸ ਨਾਲ ਸਹਿਮਤੀ ਤੋਂ ਬਾਹਰ ਹੋਣਾ ਚਾਹੀਦਾ ਹੈ।

"ਕੀ ਦੋ ਇਕੱਠੇ ਚੱਲ ਸਕਦੇ ਹਨ, ਜੇ ਉਨ੍ਹਾਂ ਦੀ ਸਹਿਮਤੀ ਨਾ ਹੋਵੇ?" (ਆਮੋਸ 3:3) ਮਨੁੱਖ ਨੂੰ ਆਪਣੇ ਪਾਪਾਂ ਤੋਂ ਘਿਣ ਕਰਨੀ ਚਾਹੀਦੀ ਹੈ।

ਅਤੇ ਉੱਥੇ ਤੁਸੀਂ ਆਪਣੇ ਰਾਹਾਂ ਨੂੰ ਅਤੇ ਆਪਣੇ ਸਾਰੇ ਕੰਮਾਂ ਨੂੰ ਯਾਦ ਕਰੋਗੇ, ਜਿਨ੍ਹਾਂ ਵਿੱਚ ਤੁਸੀਂ ਭ੍ਰਿਸ਼ਟ ਹੋਏ ਸੀ; ਅਤੇ ਤੁਸੀਂ ਆਪਣੀਆਂ ਸਾਰੀਆਂ ਬੁਰਾਈਆਂ ਦੇ ਕਾਰਨ ਜੋ ਤੁਸੀਂ ਕੀਤੀਆਂ ਹਨ, ਆਪਣੀ ਨਜ਼ਰ ਵਿੱਚ ਆਪਣੇ ਆਪ ਨੂੰ ਘਿਣਾਉਣੇ ਸਮਝੋਗੇ। ਹਿਜ਼ਕੀਏਲ 20:43

ਛੁਟਕਾਰਾ ਸਿਰਫ਼ ਸਮੱਸਿਆਵਾਂ ਤੋਂ ਰਾਹਤ ਪ੍ਰਾਪਤ ਕਰਨ ਲਈ ਨਹੀਂ ਵਰਤਿਆ ਜਾਣਾ ਚਾਹੀਦਾ, ਸਗੋਂ ਪਰਮੇਸ਼ੁਰ ਦੁਆਰਾ ਮੰਗੀਆਂ ਗਈਆਂ ਸਾਰੀਆਂ ਗੱਲਾਂ ਦੀ ਆਗਿਆਕਾਰੀ ਦੁਆਰਾ ਯਿਸੂ ਵਰਗੇ ਬਣਨ ਲਈ ਵਰਤਿਆ ਜਾਣਾ ਚਾਹੀਦਾ ਹੈ। ਤੋਬਾ ਉਨ੍ਹਾਂ ਸਾਰੀਆਂ ਚੀਜ਼ਾਂ ਤੋਂ ਮੁੜਨਾ ਹੈ ਜੋ ਅਧਿਆਤਮਿਕ ਵਿਕਾਸ, ਸੇਵਕਾਈ ਅਤੇ ਸੰਗਤ ਵਿੱਚ ਰੁਕਾਵਟ ਪਾਉਂਦੀਆਂ ਹਨ। ਤੋਬਾ ਲਈ ਸਾਰੇ ਪਾਪਾਂ ਦਾ ਖੁੱਲ੍ਹ ਕੇ ਇਕਬਾਲ ਕਰਨ ਦੀ ਲੋੜ ਹੁੰਦੀ ਹੈ। ਇਹ ਭੂਤ ਆਤਮਾਵਾਂ ਦੇ ਕਾਨੂੰਨੀ ਅਧਿਕਾਰਾਂ ਨੂੰ ਖੋਹ ਲੈਂਦਾ ਹੈ।

4. ਤਿਆਗ

ਤਿਆਗ ਬੁਰਾਈ ਦਾ ਤਿਆਗ ਹੈ। ਤਿਆਗ ਪਛਤਾਵੇ ਦੇ ਨਤੀਜੇ ਵਜੋਂ ਕੀਤੀ ਗਈ ਕਾਰਵਾਈ ਹੈ।

ਜਦੋਂ ਉਸਨੇ (ਯੂਹੰਨਾ ਬਪਤਿਸਮਾ ਦੇਣ ਵਾਲੇ) ਬਹੁਤ ਸਾਰੇ ਫ਼ਰੀਸੀਆਂ ਅਤੇ ਸਦੂਕੀਆਂ ਨੂੰ ਆਪਣੇ ਬਪਤਿਸਮੇ ਲਈ ਆਉਂਦੇ ਦੇਖਿਆ, ਤਾਂ ਉਸਨੇ ਉਨ੍ਹਾਂ ਨੂੰ ਕਿਹਾ, "ਹੇ ਸੱਪਾਂ ਦੀ ਪੀੜ੍ਹੀ, ਤੁਹਾਨੂੰ ਆਉਣ ਵਾਲੇ ਕ੍ਰੋਧ ਤੋਂ ਭੱਜਣ ਲਈ ਕਿਸਨੇ ਚੇਤਾਵਨੀ ਦਿੱਤੀ ਹੈ? ਇਸ ਲਈ ਫਲ ਲਿਆਓ, ਤੋਬਾ ਲਈ ਮਿਲੋ। ਮੱਤੀ 3:7,8

ਪਛਤਾਵੇ ਲਈ ਫਲ ਪੈਦਾ ਕਰਨ ਵਿੱਚ ਸ਼ਬਦਾਂ ਤੋਂ ਵੱਧ ਕੁਝ ਸ਼ਾਮਲ ਹੈ। ਇਹ ਪਛਤਾਵੇ ਦਾ ਪ੍ਰਦਰਸ਼ਨ ਹੈ... ਇਸ ਗੱਲ ਦਾ ਸਬੂਤ ਹੈ ਕਿ ਵਿਅਕਤੀ ਸੱਚਮੁੱਚ ਆਪਣੇ ਪਾਪਾਂ ਤੋਂ ਮੁੜਿਆ ਹੈ। ਉਦਾਹਰਣ ਵਜੋਂ, ਜੇਕਰ ਕੋਈ ਕਾਮ-ਵਾਸਨਾ ਤੋਂ ਤੋਬਾ ਕਰਦਾ ਹੈ ਤਾਂ ਉਸਨੂੰ ਕੁਝ ਅਸ਼ਲੀਲ ਸਮੱਗਰੀ ਨੂੰ ਨਸ਼ਟ ਕਰਨ ਦੀ ਲੋੜ ਹੋ ਸਕਦੀ ਹੈ। ਜੇਕਰ ਕਿਸੇ ਨੇ ਧਾਰਮਿਕ ਗਲਤੀ ਤੋਂ ਤੋਬਾ ਕੀਤੀ ਹੈ ਤਾਂ ਉਸਨੂੰ ਉਸ ਗਲਤੀ ਨਾਲ ਜੁੜੇ ਸਾਰੇ ਸਾਹਿਤ ਅਤੇ ਚੀਜ਼ਾਂ ਨੂੰ ਨਸ਼ਟ ਕਰਕੇ ਇਸਨੂੰ ਪੂਰੀ ਤਰ੍ਹਾਂ ਤਿਆਗਣ ਦੀ ਲੋੜ ਹੋ ਸਕਦੀ ਹੈ।

ਅਤੇ ਬਹੁਤ ਸਾਰੇ ਵਿਸ਼ਵਾਸ ਕਰਨ ਵਾਲੇ ਆਏ ਅਤੇ ਆਪਣੇ ਕੀਤੇ ਕਰਤੂਤਾਂ ਨੂੰ ਕਬੂਲ ਕੀਤਾ ਅਤੇ ਪ੍ਰਗਟ ਕੀਤਾ।

ਉਨ੍ਹਾਂ ਵਿੱਚੋਂ ਬਹੁਤ ਸਾਰੇ ਜੋ ਜਾਦੂ-ਟੂਣੇ ਕਰਦੇ ਸਨ, ਆਪਣੀਆਂ ਕਿਤਾਬਾਂ ਇਕੱਠੀਆਂ ਕਰਕੇ ਸਾਰਿਆਂ ਦੇ ਸਾਹਮਣੇ ਸਾੜ ਦਿੱਤੀਆਂ: ਅਤੇ ਉਨ੍ਹਾਂ ਨੇ ਉਨ੍ਹਾਂ ਦੀ

ਕੀਮਤ ਗਿਣ ਕੇ ਪੰਜਾਹ ਹਜ਼ਾਰ ਚਾਂਦੀ ਦੇ ਸਿੱਕੇ ਕੱਢੇ। ਰਸੂਲਾਂ ਦੇ ਕਰਤੱਬ 19:18,19
ਤਿਆਗ ਦਾ ਅਰਥ ਹੈ ਸ਼ੈਤਾਨ ਅਤੇ ਉਸਦੇ ਸਾਰੇ ਕੰਮਾਂ ਤੋਂ ਸਾਫ਼ ਟੁੱਟਣਾ।

5. ਮਾਫੀ

ਪਰਮਾਤਮਾ ਉਨ੍ਹਾਂ ਸਾਰਿਆਂ ਨੂੰ ਖੁੱਲ੍ਹ ਕੇ ਮਾਫ਼ ਕਰਦਾ ਹੈ ਜੋ ਆਪਣੇ ਪਾਪਾਂ ਦਾ ਇਕਰਾਰ ਕਰਦੇ ਹਨ ਅਤੇ ਉਸਦੇ ਪੁੱਤਰ ਰਾਹੀਂ ਮਾਫ਼ੀ ਮੰਗਦੇ ਹਨ। (ਦੇਖੋ 1 ਯੂਹੰਨਾ 1:9)। ਉਹ ਸਾਡੇ ਤੋਂ ਉਨ੍ਹਾਂ ਸਾਰਿਆਂ ਨੂੰ ਮਾਫ਼ ਕਰਨ ਦੀ ਉਮੀਦ ਕਰਦਾ ਹੈ ਜਿਨ੍ਹਾਂ ਨੇ ਕਦੇ ਵੀ ਸਾਡੇ ਨਾਲ ਕਿਸੇ ਵੀ ਤਰ੍ਹਾਂ ਦਾ ਬੁਰਾ ਕੀਤਾ ਹੈ।
ਕਿਉਂਕਿ ਜੇ ਤੁਸੀਂ ਮਨੁੱਖਾਂ ਨੂੰ ਉਨ੍ਹਾਂ ਦੇ ਅਪਰਾਧ ਮਾਫ਼ ਕਰਦੇ ਹੋ, ਤਾਂ ਤੁਹਾਡਾ ਸਵਰਗੀ ਪਿਤਾ ਵੀ ਤੁਹਾਨੂੰ ਮਾਫ਼ ਕਰੇਗਾ: ਪਰ ਜੇ ਤੁਸੀਂ ਮਨੁੱਖਾਂ ਨੂੰ ਉਨ੍ਹਾਂ ਦੇ ਅਪਰਾਧ ਮਾਫ਼ ਨਹੀਂ ਕਰਦੇ, ਤਾਂ ਤੁਹਾਡਾ ਪਿਤਾ ਵੀ ਤੁਹਾਡੇ ਅਪਰਾਧ ਮਾਫ਼ ਨਹੀਂ ਕਰੇਗਾ। ਮੱਤੀ 6:14,15
ਮਾਫ਼ ਕਰਨ ਦੀ ਇੱਛਾ ਮੁਕਤੀ ਲਈ ਬਿਲਕੁਲ ਜ਼ਰੂਰੀ ਹੈ। (ਮੱਤੀ 18:21-35 ਵੇਖੋ)। ਕੋਈ ਵੀ ਮੁਕਤੀ ਸੇਵਕ ਮੁਕਤੀ ਨਹੀਂ ਕਰਵਾ ਸਕਦਾ ਜਦੋਂ ਤੱਕ ਉਮੀਦਵਾਰ ਨੇ ਪਰਮੇਸ਼ੁਰ ਦੀਆਂ ਸ਼ਰਤਾਂ ਪੂਰੀਆਂ ਨਹੀਂ ਕੀਤੀਆਂ।

6. ਪ੍ਰਾਰਥਨਾ

ਪ੍ਰਮਾਤਮਾ ਨੂੰ ਪ੍ਰਾਰਥਨਾ ਕਰੋ ਕਿ ਉਹ ਤੁਹਾਨੂੰ ਯਿਸੂ ਦੇ ਨਾਮ ਤੇ ਛੁਡਾਵੇ ਅਤੇ ਤੁਹਾਨੂੰ ਆਜ਼ਾਦ ਕਰੇ।
ਜੋ ਕੋਈ ਪ੍ਰਭੂ ਦਾ ਨਾਮ ਲਵੇਗਾ, ਉਹ ਬਚਾਇਆ ਜਾਵੇਗਾ। ਯੋਏਲ 2:32

7. ਯੁੱਧ

ਪ੍ਰਾਰਥਨਾ ਅਤੇ ਯੁੱਧ ਦੋ ਵੱਖਰੀਆਂ ਅਤੇ ਵੱਖਰੀਆਂ ਗਤੀਵਿਧੀਆਂ ਹਨ। ਪ੍ਰਾਰਥਨਾ ਪਰਮਾਤਮਾ ਵੱਲ ਹੈ ਅਤੇ ਯੁੱਧ ਦੁਸ਼ਮਣ ਵੱਲ ਹੈ। ਦੁਸ਼ਟ ਸ਼ਕਤੀਆਂ ਵਿਰੁੱਧ ਸਾਡੀ ਲੜਾਈ ਸਰੀਰਕ ਨਹੀਂ ਬਲਕਿ ਆਤਮਿਕ ਹੈ (ਅਫ਼ਸੀਆਂ 6:10-12 ਵੇਖੋ; II

ਕੁਰਿੰ. 10:3-5)। ਪਰਮਾਤਮਾ ਦੇ ਅਧੀਨਗੀ ਦੇ ਹਥਿਆਰਾਂ ਦੀ ਵਰਤੋਂ ਕਰੋ, ਜਿਸਦਾ ਲਹੂ ਹੈ।

ਯਿਸੂ ਮਸੀਹ, ਪਰਮੇਸ਼ੁਰ ਦਾ ਬਚਨ, ਅਤੇ ਇੱਕ ਵਿਸ਼ਵਾਸੀ ਵਜੋਂ ਤੁਹਾਡੀ ਗਵਾਹੀ। (ਜਾਕੂਬ 4:7; ਪ੍ਰਕਾਸ਼ ਦੀ ਪੋਥੀ 12:1 I; ਅਫ਼ਸੀਆਂ 6:17 ਵੇਖੋ)। ਆਤਮਾਵਾਂ ਨੂੰ ਪਛਾਣੋ, ਉਨ੍ਹਾਂ ਨੂੰ ਸਿੱਧੇ ਨਾਮ ਨਾਲ ਇੱਕ ਉੱਚੀ ਆਵਾਜ਼ ਵਿੱਚ ਸੰਬੋਧਿਤ ਕਰੋ, ਅਤੇ ਵਿਸ਼ਵਾਸ ਵਿੱਚ ਉਨ੍ਹਾਂ ਨੂੰ ਯਿਸੂ ਦੇ ਨਾਮ ਵਿੱਚ ਜਾਣ ਦਾ ਹੁਕਮ ਦਿਓ। ਦ੍ਰਿੜਤਾ ਅਤੇ ਜਿੱਤ ਦੇ ਭਰੋਸੇ ਨਾਲ ਲੜਾਈ ਵਿੱਚ ਸ਼ਾਮਲ ਹੋਵੋ। ਮਸੀਹ ਅਸਫਲ ਨਹੀਂ ਹੋ ਸਕਦਾ! ਉਹ ਮੁਕਤੀਦਾਤਾ ਹੈ!

"ਅਤੇ ਇਹ ਨਿਸ਼ਾਨੀਆਂ ਉਨ੍ਹਾਂ ਦੇ ਨਾਲ-ਨਾਲ ਹੋਣਗੀਆਂ ਜੋ ਵਿਸ਼ਵਾਸ ਕਰਦੇ ਹਨ; ਉਹ ਮੇਰੇ ਨਾਮ ਤੇ ਭੂਤਾਂ ਨੂੰ ਕੱਢਣਗੇ।" ਮਰਕੁਸ 16:17a

"ਵੇਖੋ, ਮੈਂ ਤੁਹਾਨੂੰ ਸੱਪਾਂ ਅਤੇ ਬਿੱਛੂਆਂ ਨੂੰ ਮਿਧਣ ਦੀ ਸ਼ਕਤੀ ਦਿੰਦਾ ਹਾਂ, ਅਤੇ ਦੁਸ਼ਮਣ ਦੀ ਸਾਰੀ ਸ਼ਕਤੀ ਉੱਤੇ: ਅਤੇ ਕੋਈ ਵੀ ਚੀਜ਼ ਤੁਹਾਨੂੰ ਕਿਸੇ ਵੀ ਤਰ੍ਹਾਂ ਨੁਕਸਾਨ ਨਹੀਂ ਪਹੁੰਚਾਏਗੀ।" ਲੂਕਾ 10:19

"ਯਹੋਵਾਹ ਮੇਰੀ ਚੱਟਾਨ, ਮੇਰਾ ਗੜ੍ਹ ਅਤੇ ਮੇਰਾ ਛੁਡਾਉਣ ਵਾਲਾ ਹੈ।" ਜ਼ਬੂਰ 18:2a

ਅਸੀ ਤੁਹਾਨੂੰ ਭੂਤਾਂ ਦੇ ਸਮੂਹ ਦੇ ਕੇ ਇਸਦਾ ਵਸਿਤਾਰ ਕਰ ਰਹੇ ਹਾਂ। ਇੱਕ ਇੱਕਲਾ ਭੂਤ ਇੱਕ ਗੜ੍ਹ ਵਜੋ ਕੰਮ ਕਰਦਾ ਹੈ ਅਤੇ ਦੂਸਰੇ ਇਸ ਮੁੱਖ ਗੜ੍ਹ ਵਾਲੇ ਭੂਤ ਦੇ ਨਾਲ ਕ੍ਰਾਈਸਟ ਆਰਮੀ ਦੇ ਜੀਵਨ ਵਿੱਚ ਹੋਰ ਤਬਾਹੀ ਮਚਾਉਂਦੇ ਹਨ, ਜਸਿਦੀ ਤੁਸੀ ਹੋ। ਸਾਡੀ ਇੱਛਾ ਸ਼ਕਤੀ ਦੁਆਰਾ ਕਸਿ ਨਕਾਰਾਤਮਕ ਆਦਤ ਦੇ ਅਧਾਰ ਤੇ ਆਪਣੇ ਆਪ ਨੂੰ ਜੋੜਦੇ ਹਨ ਅਤੇ ਇਹ ਉਹਨਾਂ ਨੂੰ ਵਸਿ਼ਵਾਸੀ ਦੇ ਰੂਹਾਨੀ ਅਤੇ ਸਰੀਰਕ ਖੇਤਰ ਵਿੱਚ ਰਹਣਿ ਲਈ ਇੱਕ ਚੁੰਬਕ ਵਾਂਗ ਸੱਦਾ ਦੀਂਦਾ ਹੈ। ਯਾਦ ਰੱਖੋ, ਹਨੇਰਾ ਹਨੇਰੇ ਨੂੰ ਆਕਰਸਤਿ ਕਰਦਾ ਹੈ। ਰੌਸ਼ਨੀ ਹਨੇਰੇ ਨੂੰ ਦੂਰ ਕਰਦੀ ਹੈ।

ਅਸੀ ਜੋ ਵੀ ਕਰਦੇ ਹਾਂ ਜਸਿ ਨਾਲ ਪਰਮੇਸੁਰ਼ ਸਹਮਿਤ ਨਹੀ ਹੁੰਦਾ ਜਾਂ ਬਾਈਬਲ ਦੀਆਂ ਚੰਗੀਆਂ ਕਤਿਾਬਾਂ ਵਿੱਚ ਨਹੀ ਹੁੰਦਾ ਉਹ ਹਨੇਰਾ ਹੈ।

ਗਲਾਤੀਆਂ 5 ਦੇਖੋ ਜਿੱਥੇ ਪੌਲੁਸ ਨੇ ਦੱਸਿਆ ਕਿ ਅਸੀ ਮਸੀਹ ਦੁਆਰਾ ਦਿੱਤੀ ਗਈ ਆਜ਼ਾਦੀ ਨੂੰ ਕਿਵੇਂ ਰੱਖ ਸਕਦੇ ਹਾਂ। ਆਜ਼ਾਦੀ ਤੋਂ ਬਾਹਰ ਕੋਈ ਵੀ ਚੀਜ਼ ਹਨੇਰੇ ਦੇ ਖੇਤਰ ਲਈ ਇੱਕ ਆਕਰਸਣ ਹੈ। ਯਾਦ ਰੱਖੋ, ਉਹ ਬੇਚੈਨੀ ਨਾਲ ਇੱਕ ਨਿਵਾਸ ਸਥਾਨ ਦੀ ਭਾਲ ਕਰ ਰਹੇ ਹਨ ਅਤੇ ਮਨੁੱਖੀ ਸਰੀਰ ਸਭ ਤੋਂ ਵੱਧ ਤਰਜੀਹਾਂ ਵਿੱਚੋਂ ਇੱਕ ਹੈ।
ਇਸਨੂੰ ਪੜ੍ਹੋ:

ਗਲਾਤੀਆਂ 5:13-25
ਐਮਪਲੀਫਾਈਡ ਬਾਈਬਲ
13 ਕਿਉਂਕਿ ਤੁਸੀ, ਮੇਰੇ ਭਰਾਵੋ, ਆਜ਼ਾਦੀ ਲਈ ਸੱਦੇ ਗਏ ਸੀ; ਪਰ ਆਪਣੀ
ਆਜ਼ਾਦੀ ਨੂੰ [a] ਪਾਪੀ ਸੁਭਾਅ (ਦੁਨੀਆਦਾਰੀ, ਸੁਆਰਥ) ਦਾ ਮੌਕਾ ਨਾ ਬਣਨ
ਦਿਓ, ਸਗੋਂ [b] ਪਿਆਰ ਦੁਆਰਾ ਇੱਕ ਦੂਜੇ ਦੀ ਸੇਵਾ ਕਰੋ ਅਤੇ ਸਭ ਤੋਂ
ਵਧੀਆ ਭਾਲੋ। 14 ਕਿਉਂਕਿ ਸਾਰੀ ਸ਼ਰਾ [ਮਨੁੱਖੀ ਰਿਸ਼ਤਿਆਂ ਸੰਬੰਧੀ] ਇੱਕ
ਹੁਕਮ ਵਿੱਚ ਪੂਰੀ ਹੁੰਦੀ ਹੈ, "ਤੂੰ ਆਪਣੇ ਗੁਆਂਢੀ ਨੂੰ ਆਪਣੇ ਜਿਹਾ ਪਿਆਰ
ਕਰ [ਭਾਵ, ਤੈਨੂੰ ਦੂਜਿਆਂ ਲਈ ਨਿਰਸੁਆਰਥ ਚਿੰਤਾ ਕਰਨੀ ਚਾਹੀਦੀ ਹੈ ਅਤੇ
ਉਨ੍ਹਾਂ ਦੇ ਭਲੇ ਲਈ ਕੰਮ ਕਰਨੇ ਚਾਹੀਦੇ ਹਨ]।" 15 ਪਰ ਜੇ ਤੂੰ ਇੱਕ ਦੂਜੇ ਨੂੰ
[ਝਗੜੇ ਅਤੇ ਝਗੜੇ ਵਿੱਚ] ਚੱਕਦਾ ਅਤੇ ਖਾਂਦਾ ਹੈਂ, ਤਾਂ ਧਿਆਨ ਰੱਖਣਾ ਕਿ
ਤੂੰ [ਆਪਣੀ ਪੂਰੀ ਸੰਗਤ ਦੇ ਨਾਲ] ਇੱਕ ਦੂਜੇ ਦੁਆਰਾ ਨਾਸ਼ ਨਾ ਹੋ ਜਾਵੇਂ।

16 ਪਰ ਮੈ ਕਹਿੰਦਾ ਹਾਂ, [ਪਵਿੱਤਰ] ਆਤਮਾ ਵਿੱਚ ਆਦਤ ਅਨੁਸਾਰ ਚੱਲੋ
[ਉਸਨੂੰ ਭਾਲੋ ਅਤੇ ਉਸਦੀ ਅਗਵਾਈ ਲਈ ਜਵਾਬਦੇਹ ਬਣੋ], ਅਤੇ ਫਿਰ ਤੁਸੀ
[c] ਪਾਪੀ ਸੁਭਾਅ ਦੀ ਇੱਛਾ ਨੂੰ ਪੂਰਾ ਨਹੀ ਕਰੋਗੇ [ਜੋ ਕਿ ਪਰਮੇਸ਼ੁਰ ਅਤੇ
ਉਸਦੇ ਹੁਕਮਾਂ ਦੀ ਪਰਵਾਹ ਕੀਤੇ ਬਿਨਾਂ ਭਾਵੁਕ ਤੌਰ 'ਤੇ ਜਵਾਬ ਦਿੰਦਾ ਹੈ]।
17 ਕਿਉਂਕਿ ਪਾਪੀ ਸੁਭਾਅ ਦੀ ਇੱਛਾ ਆਤਮਾ ਦੇ ਵਿਰੁੱਧ ਹੈ, ਅਤੇ [ਇੱਛਾ]
ਆਤਮਾ [d] ਪਾਪੀ ਸੁਭਾਅ ਦਾ ਵਿਰੋਧ ਕਰਦੀ ਹੈ; ਕਿਉਂਕਿ ਇਹ [ਦੋਵੇਂ, ਪਾਪੀ
ਸੁਭਾਅ ਅਤੇ ਆਤਮਾ] ਇੱਕ ਦੂਜੇ ਦੇ ਸਿੱਧੇ ਵਿਰੋਧ ਵਿੱਚ ਹਨ [ਲਗਾਤਾਰ
ਟਕਰਾਅ ਵਿੱਚ], ਇਸ ਲਈ ਤੁਸੀ [ਵਿਸ਼ਵਾਸੀ ਹੋਣ ਦੇ ਨਾਤੇ] [ਹਮੇਸ਼ਾ] ਉਹ
[ਚੰਗੇ ਕੰਮ] ਨਹੀ ਕਰਦੇ ਜੋ ਤੁਸੀ ਕਰਨਾ ਚਾਹੁੰਦੇ ਹੋ। 18 ਪਰ ਜੇ ਤੁਸੀ ਆਤਮਾ

ਦੁਆਰਾ ਨਿਰਦੇਸਿਤ ਅਤੇ ਅਗਵਾਈ ਕੀਤੇ ਜਾਂਦੇ ਹੋ, ਤਾਂ ਤੁਸੀ ਕਾਨੂੰਨ ਦੇ
ਅਧੀਨ ਨਹੀ ਹੋ। 19 ਹੁਣ [e] ਪਾਪੀ ਸੁਭਾਅ ਦੇ ਕੰਮ ਸਾਫ਼-ਸਾਫ਼ ਦਿਖਾਈ ਦਿੰਦੇ ਹਨ:
ਉਹ ਹਨ ਜਿਨਸੀ ਅਨੈਤਕਿਤਾ, ਅਪਵਿੱਤਰਤਾ, ਕਾਮੁਕਤਾ (ਪੂਰੀ ਗੈਰ-
ਜਿੰਮੇਵਾਰੀ, ਸਵੈ-ਨਿਯੰਤਰਣ ਦੀ ਘਾਟ), 20 [f] ਮੂਰਤੀ-ਪੂਜਾ, [g] ਜਾਦੂ-ਟੂਣਾ,
ਵੈਰ, ਝਗੜਾ, ਈਰਖਾ, ਕ੍ਰੋਧ ਦੇ ਦੌਰੇ, ਝਗੜੇ, ਮਤਭੇਦ, ਧੜੇਬੰਦੀਆਂ [ਜੋ
ਧਰਮ-ਧਰੋਹ ਨੂੰ ਉਤਸ਼ਾਹਿਤ ਕਰਦੀਆਂ ਹਨ], 21 ਈਰਖਾ, ਸ਼ਰਾਬੀਪੁਣਾ,
ਹੰਗਾਮਾ ਕਰਨ ਵਾਲਾ ਵਿਵਹਾਰ, ਅਤੇ ਇਸ ਤਰ੍ਹਾਂ ਦੀਆਂ ਹੋਰ ਚੀਜ਼ਾਂ। ਮੈ
ਤੁਹਾਨੂੰ ਪਹਿਲਾਂ ਹੀ ਚੇਤਾਵਨੀ ਦਿੰਦਾ ਹਾਂ, ਜਿਵੇਂ ਮੈ ਪਹਿਲਾਂ ਕੀਤਾ ਸੀ, ਕਿ
ਜਿਹੜੇ ਲੋਕ ਅਜਿਹੇ ਕੰਮ ਕਰਦੇ ਹਨ ਉਹ ਪਰਮੇਸ਼ੁਰ ਦੇ ਰਾਜ ਦੇ ਵਾਰਸ ਨਹੀ
ਹੋਣਗੇ। 22 ਪਰ ਆਤਮਾ ਦਾ ਫਲ [ਸਾਡੇ ਅੰਦਰ ਉਸਦੀ ਮੌਜੂਦਗੀ ਦਾ
ਨਤੀਜਾ] ਪਿਆਰ [ਦੂਜਿਆਂ ਲਈ ਨਿਰਸੁਆਰਥ ਚਿੰਤਾ], ਖੁਸ਼ੀ, [ਅੰਦਰੂਨੀ]
ਸ਼ਾਂਤੀ, ਧੀਰਜ [ਉਡੀਕ ਕਰਨ ਦੀ ਯੋਗਤਾ ਨਹੀ, ਪਰ ਅਸੀ ਉਡੀਕ ਕਰਦੇ
ਸਮੇਂ ਕਿਵੇਂ ਕੰਮ ਕਰਦੇ ਹਾਂ], ਦਇਆਲਤਾ, ਭਲਾਈ, ਵਫ਼ਾਦਾਰੀ, 23 ਕੋਮਲਤਾ,
ਸੰਜਮ ਹੈ। ਅਜਿਹੀਆਂ ਚੀਜ਼ਾਂ ਦੇ ਵਿਰੁੱਧ ਕੋਈ ਕਾਨੂੰਨ ਨਹੀ ਹੈ। 24 ਅਤੇ
ਜਿਹੜੇ ਮਸੀਹ ਯਿਸੂ ਦੇ ਹਨ ਉਨ੍ਹਾਂ ਨੇ [h] ਪਾਪੀ ਸੁਭਾਅ ਨੂੰ ਇਸਦੇ ਜਨੂੰਨ
ਅਤੇ ਭੁੱਖਾਂ ਸਮੇਤ ਸਲੀਬ 'ਤੇ ਚੜ੍ਹਾ ਦਿੱਤਾ ਹੈ।

25 ਜੇਕਰ ਅਸੀ [ਪਵਿੱਤਰ] ਆਤਮਾ ਦੁਆਰਾ ਜੀਉਣ ਦਾ [ਦਾਅਵਾ ਕਰਦੇ ਹਾਂ], ਤਾਂ ਸਾਨੂੰ ਆਤਮਾ ਦੁਆਰਾ ਵੀ ਚੱਲਣਾ ਚਾਹੀਦਾ ਹੈ [ਨਿੱਜੀ ਇਮਾਨਦਾਰੀ, ਈਸ਼ਵਰੀ ਚਰਿੱਤਰ, ਅਤੇ ਨੈਤਕਿ ਹਿੰਮਤ ਨਾਲ - ਪਵਿੱਤਰ ਆਤਮਾ ਦੁਆਰਾ ਸਮਰਥਤ ਸਾਡਾ ਆਚਰਣ]।

ਦਾਨਵ ਸਮੂਹ

ਭੂਤਾਂ ਦੀ ਪਛਾਣ ਉਨ੍ਹਾਂ ਦੇ ਸੁਭਾਅ ਅਨੁਸਾਰ ਕੀਤੀ ਜਾਂਦੀ ਹੈ। *ਨਫ਼ਰਤ ਦੇ ਭੂਤ ਨੂੰ* "ਨਫ਼ਰਤ" ਕਿਹਾ ਜਾਂਦਾ ਹੈ। ਹਰੇਕ ਭੂਤ ਇੱਕ ਮਾਹਰ ਹੁੰਦਾ ਹੈ। ਇੱਕ ਨਫ਼ਰਤ ਵਾਲਾ ਭੂਤ ਕਾਮ ਨੂੰ ਨਹੀਂ ਪਾਲਦਾ - ਉਹ ਸਿਰਫ਼ ਨਫ਼ਰਤ ਨੂੰ ਉਤਸ਼ਾਹਿਤ ਕਰਦਾ ਹੈ। ਜਦੋਂ ਭੂਤਾਂ ਨੂੰ ਆਪਣੇ ਨਾਮ ਰੱਖਣ ਦਾ ਹੁਕਮ ਦਿੱਤਾ ਜਾਂਦਾ ਹੈ, ਤਾਂ ਉਹ ਆਮ ਤੌਰ 'ਤੇ ਆਪਣੇ ਸੁਭਾਅ ਦੇ ਅਨੁਸਾਰ ਆਪਣੇ ਨਾਮ ਰੱਖਣਗੇ, ਜਿਵੇਂ ਕਿ *ਬਗਾਵਤ*

, *ਸਰਾਪ, ਉਦਾਸੀਨਤਾ* , ਆਦਿ। ਕਦੇ-ਕਦੇ ਇੱਕ ਭੂਤ "ਜਿਮ" ਜਾਂ "ਸ਼ਿਰਲੀ" ਵਰਗਾ ਨਿੱਜੀ ਨਾਮ ਦੇਵੇਗਾ। ਕਈ ਵਾਰ ਉਹ ਵਿਦੇਸ਼ੀ ਨਾਮ ਦੇਣਗੇ। ਇਹ ਮੁਕਤੀ ਸੇਵਕ ਨੂੰ ਉਨ੍ਹਾਂ ਦੇ ਅਸਲ ਸੁਭਾਅ ਨੂੰ ਜਾਣਨ ਤੋਂ ਰੋਕਣ ਲਈ ਇੱਕ ਧੋਖਾ ਦੇਣ ਵਾਲਾ ਉਪਾਅ ਹੈ। ਸੇਵਕ ਨੂੰ ਭੂਤਾਂ ਨੂੰ ਉਨ੍ਹਾਂ ਦੇ ਸੁਭਾਅ ਨੂੰ ਪ੍ਰਗਟ ਕਰਨ ਦਾ ਹੁਕਮ ਦੇਣਾ ਚਾਹੀਦਾ ਹੈ, ਇਹ ਕਹਿੰਦੇ ਹੋਏ, "ਤੇਰਾ ਸੁਭਾਅ ਕੀ ਹੈ, ਭੂਤ?"

ਅੰਦਰ ਰਹਿਣ ਵਾਲੇ ਭੂਤ ਕਦੇ-ਕਦੇ ਇਕੱਲੇ ਮਿਲਦੇ ਹਨ; ਉਹ ਸਮੂਹਾਂ ਵਿੱਚ ਇਕੱਠੇ ਹੁੰਦੇ ਹਨ। ਅਜਿਹੇ ਸਮੂਹਾਂ ਨੂੰ ਬਸਤੀਆਂ, ਕਬੀਲੇ ਜਾਂ ਪਰਿਵਾਰ ਕਿਹਾ ਜਾ ਸਕਦਾ ਹੈ। ਜਦੋਂ ਇੱਕ ਭੂਤ ਦਾ ਪਤਾ ਲੱਗ ਜਾਂਦਾ ਹੈ ਜਾਂ ਪਛਾਣਿਆ ਜਾਂਦਾ ਹੈ, ਤਾਂ ਕਿਸੇ ਨੂੰ ਤੁਰੰਤ ਆਪਣੇ ਸਾਥੀਆਂ ਦੀ ਭਾਲ ਕਰਨ ਲਈ ਸੁਚੇਤ ਹੋਣਾ ਚਾਹੀਦਾ ਹੈ। ਕਿਸੇ ਵਿਅਕਤੀ ਦੇ ਜੀਵਨ ਦੇ ਇੱਕ ਖਾਸ ਖੇਤਰ ਨੂੰ ਨਿਯੰਤਰਿਤ ਕਰਨ ਦੇ ਉਦੇਸ਼ ਨਾਲ ਭੂਤਾਂ ਦੇ ਸਮੂਹ ਨੂੰ ਇਕੱਠਾ ਕੀਤਾ ਜਾਂਦਾ ਹੈ। ਇਸ ਲਈ, ਕਿਸੇ ਵੀ ਖਾਸ ਸਮੂਹ ਵਿੱਚ ਆਤਮਾਵਾਂ ਦਾ ਇੱਕ ਬਹੁਤ ਹੀ ਤਰਕਪੂਰਨ ਪੈਟਰਨ ਪਾਇਆ ਜਾ ਸਕਦਾ ਹੈ। ਕੁਝ ਕਿਸਮਾਂ ਦੀਆਂ ਆਤਮਾਵਾਂ ਇੱਕੋ ਜਿਹੇ ਸੁਮੇਲ ਵਿੱਚ ਵਾਰ-ਵਾਰ ਮਿਲਦੀਆਂ ਹਨ; ਹਾਲਾਂਕਿ, ਕਿਸੇ ਨੂੰ ਇਹ ਨਹੀਂ ਮੰਨਣਾ ਚਾਹੀਦਾ ਕਿ ਸੁਮੇਲ ਹਮੇਸ਼ਾ ਇੱਕੋ ਜਿਹਾ ਰਹੇਗਾ।

ਸਮੂਹਾਂ ਲਈ ਸੰਭਾਵਨਾਵਾਂ ਅਸੀਮਤ ਹਨ।

"ਸ਼ਕਤੀਸ਼ਾਲੀ ਆਦਮੀ" ਜਾਂ ਸ਼ਾਸਕ ਆਤਮਾ ਹੋਵੇਗਾ । ਅਕਸਰ ਸੇਵਕਾਈ ਦੌਰਾਨ ਇੱਕ ਸ਼ਾਸਕ ਆਤਮਾ ਦੀ ਵਿਸ਼ੇਸ਼ ਤੌਰ 'ਤੇ ਪਛਾਣ ਕੀਤੀ ਜਾਵੇਗੀ। ਇਹ ਹਮੇਸ਼ਾ ਜ਼ਰੂਰੀ ਨਹੀਂ ਹੁੰਦਾ ਕਿ ਉਸਨੂੰ ਛੁਟਕਾਰੇ ਨੂੰ ਪ੍ਰਭਾਵਤ ਕਰਨ ਲਈ ਇੱਕ ਸ਼ਾਸਕ ਆਤਮਾ ਵਜੋਂ ਪਛਾਣਿਆ ਜਾਵੇ। ਅਜਿਹੀ ਪਛਾਣ ਨੂੰ ਆਮ ਤੌਰ 'ਤੇ ਕਾਰਨ ਦਿੱਤੇ ਜਾਣਗੇ। ਪਹਿਲਾਂ, ਪਵਿੱਤਰ ਆਤਮਾ ਪ੍ਰਕਿਰਿਆ ਦੇ ਕ੍ਰਮ ਨੂੰ ਨਿਰਦੇਸ਼ਤ ਕਰ ਰਿਹਾ ਹੋ ਸਕਦਾ ਹੈ। ਛੁਟਕਾਰੇ ਦਾ ਸੇਵਕ ਪ੍ਰਭੂ ਦੁਆਰਾ ਦਿੱਤੀ ਗਈ ਕਿਸੇ ਵੀ ਲੜਾਈ ਯੋਜਨਾ ਪ੍ਰਤੀ ਸੁਚੇਤ ਰਹਿਣਾ ਚਾਹੇਗਾ। ਅਜਿਹੀਆਂ ਸਥਿਤੀਆਂ ਹਨ ਜਿੱਥੇ ਪ੍ਰਭੂ ਨਿਰਦੇਸ਼ ਦੇਵੇਗਾ ਕਿ ਸ਼ਾਸਕ ਆਤਮਾ ਨਾਲ ਪਹਿਲਾਂ ਨਜਿੱਠਿਆ ਜਾਵੇ ਅਤੇ ਫਿਰ ਉਸਦੇ ਸਾਥੀਆਂ ਨਾਲ। ਹੋਰ ਸਮਿਆਂ 'ਤੇ ਪ੍ਰਭੂ ਦੀ ਅਗਵਾਈ ਪਹਿਲਾਂ

ਛੋਟੀਆਂ ਆਤਮਾਵਾਂ ਨੂੰ ਬਾਹਰ ਕੱਢਣਾ ਹੋਵੇਗਾ ਅਤੇ ਸ਼ਾਸਕ ਆਤਮਾ ਨੂੰ ਅੰਤ ਵਿੱਚ। ਇਹ ਸਵਾਲ ਕਰਨ ਵਿੱਚ ਕੋਈ ਅਸਲ ਯੋਗਤਾ ਨਹੀਂ ਜਾਪਦੀ ਕਿ ਪ੍ਰਭੂ ਇੱਕ ਪਾਸੇ ਅਤੇ ਫਿਰ ਦੂਜੇ ਪਾਸੇ ਕਿਉਂ ਅਗਵਾਈ ਕਰਦਾ ਹੈ। ਇੱਕ ਚੰਗੇ ਸਿਪਾਹੀ ਨੂੰ ਆਪਣੇ ਕਮਾਂਡਰ ਤੋਂ ਪੁੱਛਗਿੱਛ ਕੀਤੇ ਬਿਨਾਂ ਆਦੇਸ਼ਾਂ ਦੀ ਪਾਲਣਾ ਕਰਨ ਲਈ ਸਿਖਲਾਈ ਦਿੱਤੀ ਜਾਂਦੀ ਹੈ। ਕਈ ਵਾਰ ਉਸਨੂੰ ਹਮਲੇ ਦਾ ਆਪਣਾ ਰਸਤਾ ਚੁਣਨ ਵਿੱਚ ਬਹੁਤ ਖੁੱਲ੍ਹ ਦਿੱਤੀ ਜਾ ਸਕਦੀ ਹੈ, ਅਤੇ ਕਈ ਵਾਰ ਉਸਦੇ ਆਦੇਸ਼ ਕਾਫ਼ੀ ਖਾਸ ਹੁੰਦੇ ਹਨ। ਇਹੀ ਗੱਲ ਅਧਿਆਤਮਿਕ ਯੁੱਧ ਦੀਆਂ ਲੜਾਈਆਂ ਵਿੱਚ ਵੀ ਸੱਚ ਹੈ।

ਦੂਜਾ ਕਾਰਨ ਜਿਸ ਕਰਕੇ ਸ਼ਾਸਕ ਆਤਮਾ ਦੀ ਪਛਾਣ ਕੀਤੀ ਜਾ ਸਕਦੀ ਹੈ ਉਹ ਇਹ ਹੈ ਕਿ ਇਹ ਮੁਕਤੀ ਪ੍ਰਾਪਤ ਕਰਨ ਵਾਲੇ ਵਿਅਕਤੀ ਦੇ ਫਾਇਦੇ ਲਈ ਹੈ। ਇਹ ਜਾਣਨਾ ਕਾਫ਼ੀ ਮਦਦਗਾਰ ਹੋ ਸਕਦਾ ਹੈ ਕਿ ਭਵਿੱਖ ਵਿੱਚ ਕਿਸ ਆਤਮਾ ਤੋਂ ਵਿਸ਼ੇਸ਼ ਤੌਰ 'ਤੇ ਸਾਵਧਾਨ ਰਹਿਣਾ ਹੈ। ਕੁਝ ਆਤਮਾਵਾਂ ਖਾਸ ਤੌਰ 'ਤੇ ਆਦਤਾਂ ਦੇ ਪੈਟਰਨਾਂ ਨਾਲ ਜੁੜੀਆਂ ਹੁੰਦੀਆਂ ਹਨ ਜਿਨ੍ਹਾਂ ਨੂੰ ਬਦਲਣਾ ਚਾਹੀਦਾ ਹੈ ਅਤੇ ਸਰੀਰਕ ਮਨੁੱਖ ਦੇ ਖੇਤਰਾਂ ਨੂੰ ਸਲੀਬ 'ਤੇ ਚੜ੍ਹਾਉਣਾ ਚਾਹੀਦਾ ਹੈ। ਮੁਕਤੀ ਤੋਂ ਬਾਅਦ ਵਿਅਕਤੀ ਨੂੰ ਆਪਣੀ ਮੁਕਤੀ ਬਣਾਈ ਰੱਖਣ ਲਈ ਆਪਣੇ ਆਪ ਕੁਝ ਲੜਾਈਆਂ ਲੜਨੀਆਂ ਪੈਣਗੀਆਂ। ਇਹ ਜਾਣਨਾ ਬਹੁਤ ਮਦਦਗਾਰ ਹੈ ਕਿ ਕੋਈ ਕੀ ਲੜ ਰਿਹਾ ਹੈ, ਅਤੇ ਮਾਸ ਕੀ ਹੈ ਅਤੇ ਸ਼ੈਤਾਨ ਆਤਮਾ ਕੀ ਹੈ। ਸੈਂਕੜੇ ਮੁਕਤੀ ਸੈਸ਼ਨਾਂ ਅਤੇ ਸ਼ੈਤਾਨ ਸਮੂਹਾਂ ਨਾਲ ਨਜਿੱਠਣ ਵਿੱਚ ਪ੍ਰਾਪਤ ਕੀਤੇ ਤਜਰਬੇ ਤੋਂ, ਮੈਨੂੰ ਯਕੀਨ ਹੈ ਕਿ ਸ਼ਾਸਕ ਆਤਮਾ ਇੱਕ ਖਾਸ ਖੇਤਰ 'ਤੇ ਹਮਲਾ ਕਰਨ ਵਾਲੀ ਪਹਿਲੀ ਆਤਮਾ ਹੈ। ਕਿਉਂਕਿ ਉਹ ਪ੍ਰਵੇਸ਼ ਪ੍ਰਾਪਤ ਕਰਨ ਵਾਲਾ ਪਹਿਲਾ ਵਿਅਕਤੀ ਹੈ, ਉਹ ਆਪਣੇ ਆਪ ਨੂੰ ਸ਼ਾਸਕ ਵਜੋਂ ਸਥਾਪਿਤ ਕਰ ਸਕਦਾ ਹੈ। ਫਿਰ ਉਹ ਦੂਜੀਆਂ ਆਤਮਾਵਾਂ ਦੇ ਪ੍ਰਵੇਸ਼ ਦਾ ਰਸਤਾ ਖੋਲ੍ਹਣ ਦੀ ਕੁੰਜੀ ਬਣ ਜਾਂਦਾ ਹੈ। ਜਦੋਂ ਭੂਤਾਂ ਨੂੰ ਬਾਹਰ ਕੱਢਿਆ ਜਾ ਰਿਹਾ ਹੁੰਦਾ ਹੈ ਤਾਂ ਸ਼ਾਸਕ ਆਤਮਾ ਨੂੰ ਹੁਕਮ ਦੇਣਾ ਅਸਧਾਰਨ ਨਹੀਂ ਹੈ, "ਬਾਹਰ ਆਓ ਅਤੇ ਆਪਣੇ ਸਾਰੇ ਸਾਥੀਆਂ ਨੂੰ ਆਪਣੇ ਨਾਲ ਲਿਆਓ!" ਜਾਂ "ਬਾਹਰ ਆਓ ਅਤੇ ਆਪਣੀਆਂ ਸਾਰੀਆਂ ਜੜ੍ਹਾਂ ਲਿਆਓ!" ਜੇਕਰ ਕਿਸੇ ਸਮੂਹ ਦੇ ਕਿਸੇ ਵੀ ਹਿੱਸੇ ਨੂੰ ਬਾਹਰ ਨਹੀਂ ਕੱਢਿਆ ਜਾਂਦਾ, ਤਾਂ ਸਮੂਹ ਨੂੰ ਵਾਪਸ ਅੰਦਰ

ਜਾਣ ਦੇਣ ਦਾ ਰਸਤਾ ਛੱਡ ਦਿੱਤਾ ਜਾਂਦਾ ਹੈ। ਇਸ ਕਾਰਨ ਕਰਕੇ ਛੁਟਕਾਰਾ ਜਿੰਨਾ ਸੰਭਵ ਹੋ ਸਕੇ ਪੂਰੀ ਤਰ੍ਹਾਂ ਹੋਣਾ ਚਾਹੀਦਾ ਹੈ।

ਇੱਕ ਦਿੱਤੇ ਸਮੂਹ ਦੇ ਅੰਦਰ ਇੱਕ ਖਾਸ ਕਿਸਮ ਦੀ ਇੱਕ ਤੋਂ ਵੱਧ ਆਤਮਾ ਮਿਲ ਸਕਦੀ ਹੈ। ਉਦਾਹਰਣ ਵਜੋਂ, ਕੁੜੱਤਣ ਕਲੋਨੀ ਵਿੱਚ *ਨਾਰਾਜ਼ਗੀ ਦੇ ਕਈ ਭੂਤ ਹੋ ਸਕਦੇ ਹਨ।* ਨਾਲ ਹੀ, ਇੱਕ ਖਾਸ ਕਿਸਮ ਦਾ ਭੂਤ ਇੱਕ ਤੋਂ ਵੱਧ ਸਮੂਹਾਂ ਵਿੱਚ ਮੌਜੂਦ ਹੋ ਸਕਦਾ ਹੈ। ਉਦਾਹਰਣ ਵਜੋਂ, ਕੁੜੱਤਣ ਕਬੀਲੇ ਵਿੱਚ *ਗੁੱਸੇ ਦਾ ਭੂਤ* ਅਤੇ ਸੰਪੂਰਨਤਾ ਕਬੀਲੇ ਵਿੱਚ ਇੱਕ ਹੋਰ ਗੁੱਸੇ ਦਾ ਭੂਤ ਪਾਇਆ ਜਾ ਸਕਦਾ ਹੈ। ਇੱਕ ਮੁਕਤੀ ਵਿੱਚ ਆਤਮਾਵਾਂ ਦੇ ਕਈ ਸਮੂਹਾਂ ਨੂੰ ਬਾਹਰ ਕੱਢ ਦਿੱਤਾ ਗਿਆ ਸੀ। ਹਰੇਕ ਸਮੂਹ ਵਿੱਚ *ਉਦਾਸੀ ਦੀ ਆਤਮਾ ਸੀ।* ਇਹ ਸਿਰਫ਼ ਸਮਝਦਾਰੀ ਦੇ ਅਲੌਕਿਕ ਤੋਹਫ਼ੇ ਦੇ ਸੰਚਾਲਨ ਦੁਆਰਾ ਹੀ ਜਾਣਿਆ ਜਾ ਸਕਦਾ ਹੈ ਕਿ ਆਤਮਾਵਾਂ ਦੇ ਅਜਿਹੇ ਸਾਰੇ ਸੁਮੇਲਾਂ ਨਾਲ ਨਜਿੱਠਿਆ ਗਿਆ ਹੈ।
ਉਦਾਹਰਣ ਵਜੋਂ: ਕੁੜੱਤਣ

ਕੁੜੱਤਣ

ਇਬਰਾਨੀਆਂ 12:15 ਵਿੱਚ ਇੱਕ ਚੇਤਾਵਨੀ ਦਿੱਤੀ ਗਈ ਹੈ: "ਕਿਤੇ ਨਾ ਹੋਵੇ ਕਿ ਕੁੜੱਤਣ ਦੀ ਕੋਈ ਜੜ੍ਹ ਉੱਗ ਕੇ ਤੁਹਾਨੂੰ ਪਰੇਸ਼ਾਨ ਕਰੇ, ਅਤੇ ਇਸ ਕਰਕੇ ਬਹੁਤ ਸਾਰੇ ਭ੍ਰਿਸ਼ਟ ਹੋ ਜਾਣ।" ਕੁੜੱਤਣ ਦੀ ਜੜ੍ਹ ਬਹੁਤ ਸਾਰੀਆਂ "ਮੁਸੀਬਤਾਂ" ਲਈ ਜ਼ਿੰਮੇਵਾਰ ਹੈ। ਦਿਲ ਵਿੱਚ ਕਿਸੇ ਵੀ ਸਮੇਂ ਲਈ ਰੱਖੀ ਗਈ ਕੁੜੱਤਣ ਦੁਸ਼ਟ ਦੂਤਾਂ ਦੇ ਹਮਲੇ ਲਈ ਦਰਵਾਜ਼ਾ ਖੋਲ੍ਹ ਦੇਵੇਗੀ। ਇਹ ਸ਼ਾਇਦ ਦੁਸ਼ਟ ਦੂਤਾਂ ਦੀ ਗਤੀਵਿਧੀ ਲਈ ਸਭ ਤੋਂ ਆਮ ਖੁੱਲ੍ਹਾ ਰਸਤਾ ਹੈ। ਜ਼ਿਆਦਾਤਰ ਮਾਮਲਿਆਂ ਵਿੱਚ ਕੁੜੱਤਣ ਨਜ਼ਦੀਕੀ ਪਰਿਵਾਰ ਦੇ ਕਿਸੇ ਵਿਅਕਤੀ ਪ੍ਰਤੀ ਹੁੰਦੀ ਹੈ।

ਕੁੜੱਤਣ ਦੀਆਂ ਆਤਮਾਵਾਂ ਦੁਖਦਾਈ ਘਟਨਾਵਾਂ ਨੂੰ ਜ਼ਿੰਦਾ ਰੱਖਦੀਆਂ ਹਨ। ਕਈ ਸਾਲ ਪਹਿਲਾਂ ਵਾਪਰੀਆਂ ਗੱਲਾਂ ਯਾਦਾਂ ਵਿੱਚ ਓਨੀਆਂ ਹੀ ਤਾਜ਼ੀਆਂ ਅਤੇ ਜ਼ਿੰਦਾ ਹਨ ਜਿਵੇਂ ਉਹ ਅੱਜ ਹੀ ਵਾਪਰੀਆਂ ਹੋਣ। ਇਸ ਤਰ੍ਹਾਂ, ਵਿਅਕਤੀ ਨਾ ਸਿਰਫ਼

ਮੌਜੂਦਾ ਸਮੱਸਿਆਵਾਂ ਦਾ ਸਾਹਮਣਾ ਕਰਦਾ ਹੈ ਬਲਕਿ ਹਮੇਸ਼ਾ ਦੁੱਖਾਂ ਦੇ ਬੈਕਲਾਗ ਦਾ ਸਾਹਮਣਾ ਕਰਦਾ ਹੈ। *ਮਾਫ਼ ਨਾ ਕਰਨ ਦੀ ਭਾਵਨਾ* ਦੁੱਖਾਂ ਦੇ ਹਰ ਵੇਰਵੇ ਨੂੰ ਜ਼ਿੰਦਾ ਰੱਖਦੀ ਹੈ; ਵਿਅਕਤੀ ਦੇ ਮਨ ਵਿੱਚ ਉਨ੍ਹਾਂ ਦੀ ਲਗਾਤਾਰ ਸਮੀਖਿਆ ਕਰਦੀ ਹੈ। ਸਭ ਤੋਂ ਮਾਮੂਲੀ ਦੁੱਖ ਨਾ ਤਾਂ ਮਾਫ਼ ਕੀਤਾ ਜਾਂਦਾ ਹੈ ਅਤੇ ਨਾ ਹੀ ਭੁੱਲਿਆ ਜਾਂਦਾ ਹੈ। ਜਦੋਂ ਵੀ ਕੁੜੱਤਣ ਦਾ ਰਵੱਈਆ ਪਾਇਆ ਜਾਂਦਾ ਹੈ, ਤਾਂ ਕੋਈ *ਕੁੜੱਤਣ, ਨਾਰਾਜ਼ਗੀ* ਅਤੇ *ਨਫ਼ਰਤ ਦੇ ਭੂਤ ਲੱਭਣ ਦੀ ਉਮੀਦ ਕਰ ਸਕਦਾ ਹੈ।* ਕੁਝ ਮਾਮਲਿਆਂ ਵਿੱਚ ਆਤਮਾਵਾਂ ਦੀ ਲੜੀ ਸਮੂਹ ਵਿੱਚ ਹੋਰ ਜਾਂ ਸਾਰੀਆਂ ਆਤਮਾਵਾਂ ਨੂੰ ਸ਼ਾਮਲ ਕਰਦੀ ਰਹਿੰਦੀ ਹੈ।

ਭੂਤ ਸਮੂਹਾਂ ਦੀ ਹੇਠ ਲਿਖੀ ਸੂਚੀ ਅਸਲ ਮੁਕਤੀ ਸੈਸ਼ਨਾਂ ਰਾਹੀਂ ਅਨੁਭਵ ਕੀਤੇ ਗਏ ਨਮੂਨਿਆਂ ਨੂੰ ਦਰਸਾਉਂਦੀ ਹੈ।

ਇਹ ਸਮੂਹ ਸਰਿਫ.ਇਸ ਗੱਲ ਦਾ ਸੁਝਾਅ ਦੰਿਦੇ ਹਨ ਕ ਿਕੀ ਹੋ ਸਕਦਾ ਹੈ। ਸੂਚੀ ਕਸਿ ਵੀ ਤਰ੍ਹਾਂ ਥਕਾਵਟ ਵਾਲੀ ਨਹੀ ਹੈ, ਅਤੇ ਨਾ ਹੀ ਸਮੂਹਾਂ ਨੂੰ ਅਟੱਲ ਰੱਖਣਾ ਚਾਹੀਦਾ ਹੈ।

ਸੂਚੀਬੱਧ ਕੁਝ ਸਮੂਹਾਂ ਦੀ ਵਿਆਖਿਆ ਦਿੱਤੀ ਗਈ ਹੈ। ਇਹ ਆਤਮਾਵਾਂ ਦੇ ਖਾਸ ਸਮੂਹਾਂ ਦੁਆਰਾ ਪੈਦਾ ਹੋਣ ਵਾਲੀਆਂ ਸਮੱਸਿਆਵਾਂ ਬਾਰੇ ਕੁਝ ਸਮਝ ਪ੍ਰਦਾਨ ਕਰਨ ਲਈ ਹੈ। ਜ਼ਿਆਦਾਤਰ ਸਮੂਹ ਆਪਣੇ ਆਪ ਵਿੱਚ ਸਪੱਸ਼ਟ ਹਨ।

ਸਾਡਾ ਮੰਨਣਾ ਹੈ ਕਿ ਇੱਥੇ ਦਿੱਤੀ ਗਈ ਜਾਣਕਾਰੀ ਉਨ੍ਹਾਂ ਲੋਕਾਂ ਲਈ ਬਹੁਤ ਵਿਹਾਰਕ ਮੁੱਲ ਦੀ ਸਾਬਤ ਹੋਵੇਗੀ ਜੋ ਮੁਕਤੀ ਸੇਵਕਾਈ ਵਿੱਚ ਜਾ ਰਹੇ ਹਨ। ਇਹ ਕਿਸੇ ਨੂੰ ਵੀ ਇਹ ਸਮਝਣ ਵਿੱਚ ਮਦਦ ਕਰੇਗੀ ਕਿ ਭੂਤ ਆਪਣੇ ਆਪ ਨੂੰ ਸਮੂਹਾਂ ਵਿੱਚ ਕਿਵੇਂ ਸਥਾਪਿਤ ਕਰਦੇ ਹਨ। ਸਾਲਾਂ ਦੇ ਅਧਿਐਨ ਅਤੇ ਤਜਰਬੇ ਨੂੰ ਕੁਝ ਪੰਨਿਆਂ ਵਿੱਚ ਸੰਖੇਪ ਕੀਤਾ ਗਿਆ ਹੈ।

ਆਮ ਭੂਤ ਸਮੂਹ

1. ਕੁੜੱਤਣ

ਨਾਰਾਜ਼ਗੀ ਨਫ਼ਰਤ ਮਾਫ਼ ਨਾ ਕਰਨਾ ਹਿੰਸਾ ਗੁੱਸਾ ਬਦਲਾ ਕਤਲ

2. ਬਗਾਵਤ

ਸਵੈ-ਇੱਛਾ ਜ਼ਿੱਦੀ ਅਣਆਗਿਆਕਾਰੀ ਅਧੀਨਗੀ ਵਿਰੋਧੀ

3. ਸਟ੍ਰਾਈਫ

ਝਗੜਾ ਝਗੜਾ ਬਹਿਸ ਝਗੜਾ ਲੜਾਈ

4. ਨਯਿੰਤਰਣ

ਅਧਿਕਾਰਤਾ ਦਬਦਬਾ ਜਾਦੂ-ਟੂਣਾ

5. ਬਦਲਾ ਲੈਣਾ

ਨਫ਼ਰਤ ਦੇ ਬਾਵਜੂਦ ਤਬਾਹੀ ਉਦਾਸੀ ਦੁੱਖ ਬੇਰਹਿਮੀ

6. ਦੋਸ਼.

ਨਿਰਣਾ ਆਲੋਚਨਾ ਗਲਤੀ ਖੋਜ

7. ਅਸਵੀਕਾਰ

ਅਸਵੀਕਾਰ ਦਾ ਡਰ ਸਵੈ-ਅਸਵੀਕਾਰ

8. ਅਸੁਰੱਖਿਆ

ਹੀਣਤਾ ਆਤਮ-ਤਰਸ ਇਕੱਲਤਾ ਡਰਪੋਕਤਾ ਸ਼ਰਮ ਅਯੋਗਤਾ ਅਯੋਗਤਾ

9. ਈਰਖਾ

ਈਰਖਾ ਸ਼ੱਕ ਅਵਿਸ਼ਵਾਸ ਸਵਾਰਥ

10. ਕਢਵਾਉਣਾ

ਦਿਨ ਵੇਲੇ ਸੁਪਨੇ ਦੇਖਣਾ ਕਲਪਨਾ ਦਿਖਾਵਾ ਅਸਤਿਤਵ

11. ਬਚ ਨਕਿਲਣਾ

ਉਦਾਸੀਨਤਾ ਸਟੋਇਮਿਜ਼ਮ ਪੈਸਿਵਟੀ ਨੀਂਦ ਸ਼ਰਾਬ ਨਸ਼ੇ

12 ਅਪਾਹਜਤਾ

ਫੰਕ ਉਦਾਸੀਨਤਾ ਸੁਸਤੀ

13. ਡਪਿਰੈਸਨ

ਨਿਰਾਸ਼ਾ ਨਿਰਾਸ਼ਾ ਨਿਰਾਸ਼ਾ ਹਾਰਵਾਦ

ਨਿਰਾਸ਼ਾ ਨਿਰਾਸ਼ਾ ਖੁਦਕੁਸ਼ੀ ਮੌਤ ਇਨਸੌਮਨੀਆ ਬਿਮਾਰੀ

14. ਸਹਿਤ

ਉਦਾਸੀ ਦਾ ਬੋਝ ਘਿਣਾਉਣਾ

15. ਚੰਤਿਾ

ਚਿੰਤਾ ਡਰ ਡਰ ਡਰ

16. ਘਬਰਾਹਟ

ਤਣਾਅ ਸਿਰ ਦਰਦ ਘਬਰਾਹਟ ਦੀਆਂ ਆਦਤਾਂ ਬੇਚੈਨੀ ਉਤੇਜਨਾ

ਇਨਸੌਮਨੀਆ ਰੋਵਿੰਗ

17. ਸੰਵੇਦਨਸੀਲਤਾ

ਸਵੈ-ਜਾਗਰੂਕਤਾ ਮਨੁੱਖ ਦਾ ਡਰ ਨਾਮਨਜ਼ੂਰ ਹੋਣ ਦਾ ਡਰ

18. ਅਤਆਿਚਾਰ

ਬੇਇਨਸਾਫ਼ੀ ਨਿਰਣੇ ਦਾ ਡਰ ਨਿੰਦਾ ਦਾ ਡਰ ਦੋਸ਼ ਦਾ ਡਰ

ਤਾੜਨਾ ਦਾ ਡਰ ਸੰਵੇਦਨਸ਼ੀਲਤਾ

19. ਮਾਨਸਕਿ ਬਮਿਾਰੀ

ਪਾਗਲਪਨ ਪਾਗਲਪਨ ਮੇਨੀਆ ਮੰਦਬੁੱਧੀ ਬੁਢਾਪਾ ਸ਼ਾਈਜ਼ੋਫਰੀਨੀਆ

20. ਸ਼ਾਈਜੋਫ਼ਰੀਨੀਆ

21. ਪੈਰਾਨੋਆ

ਈਰਖਾ ਈਰਖਾ ਸ਼ੱਕ ਅਵਿਸ਼ਵਾਸ ਅਤਿਆਚਾਰ ਡਰ ਟਕਰਾਅ

22. ਉਲਝਣ

ਨਿਰਾਸ਼ਾ ਅਸੰਗਤਤਾ ਭੁੱਲਣਾ

23. ਸ਼ੱਕ

ਅਵਿਸ਼ਵਾਸ ਸੰਦੇਹਵਾਦ

24. ਫੈਸਲਾ ਨਾ ਲੈਣਾ

ਟਾਲ-ਮਟੋਲ ਸਮਝੌਤਾ ਉਲਝਣ ਭੁੱਲਣਾ ਉਦਾਸੀਨਤਾ

25. ਸਵੈ-ਧੋਖਾ

ਸਵੈ-ਭਰਮ ਸਵੈ-ਭਰਮ ਮਾਣ

26. ਮਨ-ਬਾਈਡਿੰਗ

ਉਲਝਣ ਮਨੁੱਖ ਦਾ ਡਰ ਅਸਫਲਤਾ ਦਾ ਡਰ ਜਾਦੂਈ ਆਤਮਾਵਾਂ ਪ੍ਰੇਤਵਾਦ ਆਤਮਾਵਾਂ

27. ਮਨ ਮੂਰਤੀ ਪੂਜਾ

ਬੁੱਧੀਵਾਦ ਤਰਕਸ਼ੀਲਤਾ ਹੰਕਾਰ

28. ਡਰ (ਹਰ ਕਿਸਮ ਦੇ)

ਫੋਬੀਆ (ਹਰ ਤਰ੍ਹਾਂ ਦਾ) ਹਿਸਟੀਰੀਆ

29. ਅਧਿਕਾਰ ਦਾ ਡਰ

ਝੂਠ ਬੋਲਣਾ

30. ਮਾਣ

ਹੰਕਾਰ ਸਵੈ-ਧਾਰਮਿਕਤਾ ਹੰਕਾਰ ਮਹੱਤਵ ਹੰਕਾਰ

31. ਪ੍ਰਭਾਵ
ਨਾਟਕ ਨਾਟਕ ਅਦਾਕਾਰੀ ਸੂਝ-ਬੂਝ ਦਿਖਾਵਾ

32. ਲਾਲਚ
ਕਲੈਪਟੋਮੇਨੀਆ ਪਦਾਰਥ ਚੋਰੀ ਕਰਨਾ ਕਾਮ ਲਾਲਚ ਅਸੰਤੁਸ਼ਟੀ

33. ਸੰਪੂਰਨਤਾ
ਹੰਕਾਰ ਵਿਅਰਥ ਹੰਕਾਰ ਨਿਰਾਸ਼ਾ ਆਲੋਚਨਾ ਚਿੜਚਿੜਾਪਨ ਅਸਹਿਣਸ਼ੀਲਤਾ ਗੁੱਸਾ

34. ਮੁਕਾਬਲਾ
ਡਰਾਈਵਿੰਗ ਆਰਗੂਮੈਂਟ ਪ੍ਰਾਈਡ ਈਗੋ

35. ਬੇਸਬਰੀ
ਅੰਦੋਲਨ ਨਿਰਾਸ਼ਾ ਅਸਹਿਣਸ਼ੀਲਤਾ ਨਾਰਾਜ਼ਗੀ ਆਲੋਚਨਾ

36. ਝੂਠਾ ਬੋਝ
ਝੂਠੀ ਜ਼ਿੰਮੇਵਾਰੀ ਝੂਠੀ ਦਇਆ

37. ਦੁੱਖ
ਦੁੱਖ ਦਿਲ ਦਰਦ ਦਿਲ ਟੁੱਟਣਾ ਰੋਣਾ ਉਦਾਸੀ ਬੇਰਹਿਮ

38. ਥਕਾਵਟ
ਥਕਾਵਟ ਥਕਾਵਟ ਆਲਸ

39. ਕਮਜ਼ੋਰੀ
(ਕੋਈ ਵੀ ਬਿਮਾਰੀ ਜਾਂ ਬਿਮਾਰੀ)

40. ਮੌਤ

41. ਵਿਰਾਸਤ
(ਸਰੀਰਕ) (ਭਾਵਨਾਤਮਕ) (ਮਾਨਸਿਕ) (ਸਰਾਪ)

42. ਹਾਈਪਰਐਕਟੀਵਿਟੀ
ਬੇਚੈਨੀ ਡਰਾਈਵਿੰਗ ਦਬਾਅ

43. ਸਰਾਪ
ਈਸ਼ਨਿੰਦਾ ਕੋਰਸ ਮਜ਼ਾਕ ਗੱਪ-ਸ਼ੱਪ ਆਲੋਚਨਾ ਨਿੰਦਿਆ ਮਜ਼ਾਕ ਬੇਇੱਜ਼ਤੀ
ਰੇਲਿੰਗ

44. ਨਸ਼ਾ ਕਰਨ ਵਾਲਾ ਅਤੇ ਜਬਰਦਸਤੀ ਨਿਕੋਟੀਨ ਅਲਕੋਹਲ
ਦਵਾਈਆਂ ਦਵਾਈਆਂ
ਕੈਫੀਨ ਪੇਟੂਪਨ

45. ਪੇਟੂ
ਘਬਰਾਹਟ ਜਬਰਦਸਤੀ ਖਾਣਾ ਨਾਰਾਜ਼ਗੀ ਨਿਰਾਸ਼ਾ ਆਲਸ
ਸਵੈ-ਤਰਸ ਸਵੈ-ਇਨਾਮ

46. ਸਵੈ-ਦੋਸ਼.
ਸਵੈ-ਨਫ਼ਰਤ ਸਵੈ-ਨਿੰਦਾ

47. ਦੋਸ਼.
ਨਿੰਦਾ ਸ਼ਰਮ
ਬੇਕਾਰਤਾ ਸ਼ਰਮਿੰਦਗੀ

48. ਜਨਿਸੀ ਅਪਵੱਿਤਰਤਾ
ਕਾਮ-ਵਾਸਨਾ ਕਲਪਨਾ ਕਾਮ-ਵਾਸਨਾ ਹੱਥਰਸੀ ਸਮਲਿੰਗਤਾ ਸਮਲਿੰਗਤਾ
ਵਿਭਚਾਰ ਵਿਭਚਾਰ ਵਿਭਚਾਰ ਵਿਭਚਾਰ

ਬਲਾਤਕਾਰ ਐਕਸਪੋਜਰ ਫਰਿਜਿਡਿਟੀ

49. ਸੱਭਿਆਚਾਰ

ਯਹੋਵਾਹ ਦਾ ਗਵਾਹ

ਈਸਾਈ ਵਿਗਿਆਨ

ਰੋਸੀਕ੍ਰੂਸੀਅਨਵਾਦ

ਥੀਓਸੋਫੀ

ਯੂਰੈਂਟੀਆ

ਸੁਬੁਦ

ਲਤੀਹਾਨ

ਏਕਤਾ

ਮੋਰਮੋਨਿਜ਼ਮ

ਬਹਾਈ ਧਰਮ

ਏਕਤਾਵਾਦ (ਬਾਈਬਲ ਅਤੇ ਪਰਮਾਤਮਾ ਨੂੰ ਆਧਾਰ ਵਜੋਂ ਵਰਤਣ ਵਾਲੇ ਨਿਵਾਸ, ਸਮਾਜ ਅਤੇ ਸਮਾਜਿਕ ਏਜੰਸੀਆਂ ਪਰ ਯਿਸੂ ਮਸੀਹ ਦੇ ਖੂਨ ਦੇ ਪ੍ਰਾਸਚਿਤ ਨੂੰ ਛੱਡ ਕੇ)

50. ਓਕੁਲਟ

ਓਈਜਾ ਬੋਰਡ ਪਾਮਿਸਟਰੀ, ਹੱਥ ਲਿਖਤ ਵਿਸ਼ਲੇਸ਼ਣ, ਆਟੋਮੈਟਿਕ ਹੱਥ ਲਿਖਤ, ਈਐਸਪੀ

ਹਿਪਨੋਟਿਜ਼ਮ ਕੁੰਡਲੀ ਜੋਤਿਸ਼

ਲੇਵੀਟੇਸ਼ਨ ਫਾਰਚੂਨ ਟੇਲਿੰਗ ਵਾਟਰ ਵਿਚਿੰਗ ਟੈਰੋ ਕਾਰਡ ਪੈਂਡੂਲਮ ਜਾਦੂ-ਟੂਣਾ ਕਾਲਾ ਜਾਦੂ ਚਿੱਟਾ ਜਾਦੂ ਕੰਜੂਰੇਸ਼ਨ ਇੰਕੈਂਟੇਸ਼ਨ ਚਾਰਮਜ਼ ਫੈਟਿਸ਼ ਆਦਿ।

51. ਧਾਰਮਕਿ

ਰਸਮਵਾਦ ਰਸਮਵਾਦ ਸਿਧਾਂਤਕ ਜਨੂੰਨ ਭਰਮਾਉਣਾ, ਸਿਧਾਂਤਕ ਗਲਤੀ, ਪਰਮਾਤਮਾ ਦਾ ਡਰ। ਨਰਕ ਦਾ ਡਰ ਗੁਆਚੀ ਮੁਕਤੀ ਦਾ ਡਰ ਧਾਰਮਿਕਤਾ ਆਦਿ।

52. ਪ੍ਰੇਤਵਾਦ
ਸੀਂਸ ਸਪਿਰਿਟ ਨੇਕਰੋਮੈਨਸੀ ਆਦਿ ਦੀ ਅਗਵਾਈ ਕਰਦਾ ਹੈ।

53. ਝੂਠੇ ਧਰਮ
ਬੁੱਧ ਧਰਮ ਤਾਓ ਧਰਮ ਹਿੰਦੂ ਧਰਮ ਇਸਲਾਮ ਸ਼ਿੰਟੋ ਧਰਮ ਕਨਫਿਊਸ਼ਸਵਾਦ ਆਦਿ।

ਆਖਰੀ ਟਕਰਾਅ - ਅਧਿਆਤਮਕਿ ਸੁਪਨਾ

ਅਸੀਂ ਸਾਰੇ ਜਾਣਦੇ ਹਾਂ ਕਿ ਬਾਈਬਲ ਦੇ ਇਤਿਹਾਸ ਦੌਰਾਨ, ਪਰਮੇਸ਼ੁਰ ਨੇ ਕਦੇ-ਕਦੇ ਆਪਣੇ ਸੇਵਕਾਂ ਨਾਲ ਦਰਸ਼ਨਾਂ ਅਤੇ ਸੁਪਨਿਆਂ ਰਾਹੀਂ ਗੱਲ ਕੀਤੀ। ਪੰਤੇਕੁਸਤ ਦੇ ਦਿਨ, ਪਤਰਸ ਨੇ ਨਬੀ ਯੋਏਲ ਤੋਂ ਹਵਾਲਾ ਦਿੱਤਾ:
ਅਤੇ ਇਹ ਹੋਵੇਗਾ, ਪਰਮੇਸ਼ੁਰ ਕਹਿੰਦਾ ਹੈ, ਅੰਤ ਦੇ ਦਿਨਾਂ ਵਿੱਚ, ਮੈਂ ਆਪਣੇ ਆਤਮਾ ਵਿੱਚੋਂ ਸਾਰੇ ਸਰੀਰਾਂ ਉੱਤੇ ਵਹਾ ਦਿਆਂਗਾ; ਅਤੇ ਤੁਹਾਡੇ ਪੁੱਤਰ ਅਤੇ ਤੁਹਾਡੀਆਂ ਧੀਆਂ ਭਵਿੱਖਬਾਣੀ ਕਰਨਗੇ, ਅਤੇ ਤੁਹਾਡੇ ਜਵਾਨ ਦਰਸ਼ਣ ਵੇਖਣਗੇ, ਅਤੇ ਤੁਹਾਡੇ ਬੁੱਢੇ ਸੁਪਨੇ ਵੇਖਣਗੇ। ਰਸੂਲਾਂ ਦੇ ਕਰਤੱਬ 2:17
9 ਜੁਲਾਈ, 1970 ਨੂੰ ਪ੍ਰਭੂ ਨੇ ਮੇਰੇ ਨਾਲ ਇੱਕ ਅਧਿਆਤਮਿਕ ਸੁਪਨੇ ਵਿੱਚ ਗੱਲ ਕੀਤੀ। ਉਸਨੇ ਮੈਨੂੰ ਸਪੱਸ਼ਟ ਕਰ ਦਿੱਤਾ ਕਿ ਮੈਂ ਇਸ ਸੁਪਨੇ ਰਾਹੀਂ ਮੈਨੂੰ ਦਿਖਾਏ ਗਏ ਸੱਚ ਦੀ ਸੇਵਾ ਕਰਨੀ ਹੈ। ਮੈਂ ਪ੍ਰਾਰਥਨਾ ਕਰਦਾ ਹਾਂ ਕਿ ਇਹ ਤੁਹਾਡੇ ਲਈ ਇੱਕ ਆਸ਼ੀਰਵਾਦ ਅਤੇ ਪ੍ਰੇਰਨਾ ਹੋਵੇ ਜਿਵੇਂ ਕਿ ਇਹ ਬਹੁਤ ਸਾਰੇ ਹੋਰ ਲੋਕਾਂ ਲਈ ਰਿਹਾ ਹੈ ਜਿਨ੍ਹਾਂ ਨਾਲ ਇਹ ਸਾਂਝਾ ਕੀਤਾ ਗਿਆ ਹੈ।

ਸੁਪਨਾ

ਜਿਵੇਂ ਹੀ ਸੁਪਨਾ ਸ਼ੁਰੂ ਹੋਇਆ, ਮੈਂ ਆਪਣੇ ਆਪ ਨੂੰ ਇੱਕ ਵੱਡੇ ਸਟੇਡੀਅਮ ਵਿੱਚ ਦਾਖਲ ਹੁੰਦਾ ਪਾਇਆ।
ਸਟੈਂਡ ਪੂਰੀ ਤਰ੍ਹਾਂ ਲੋਕਾਂ ਨਾਲ ਭਰੇ ਹੋਏ ਸਨ, ਅਤੇ ਜੋ ਹੋਣ ਵਾਲਾ ਸੀ ਉਸ ਬਾਰੇ ਉਤਸ਼ਾਹ ਅਤੇ ਉਮੀਦ ਦਾ ਮਾਹੌਲ ਸੀ। ਇਹ ਇੱਕ ਬੇਸਬਾਲ ਖੇਡ ਹੋਣਾ ਸੀ, ਅਤੇ

ਮੈਂ ਖਿਡਾਰੀਆਂ ਵਿੱਚੋਂ ਇੱਕ ਹੋਣਾ ਸੀ। ਮੈਂ ਪਹਿਲਾਂ ਹੀ ਆਪਣੀ ਵਰਦੀ ਵਿੱਚ ਸੀ। ਮੇਰੀ ਟੀਮ ਦੀ ਵਰਦੀ ਲਾਲ ਸੀ ਅਤੇ

ਗੋਰੇ। ਮੈਂ ਵਿਰੋਧੀ ਟੀਮ ਦੇ ਮੈਂਬਰਾਂ ਨੂੰ ਦੇਖਿਆ ਅਤੇ ਉਹ ਕਾਲੇ ਅਤੇ ਚਿੱਟੇ ਵਰਦੀਆਂ ਵਿੱਚ ਸਨ।

ਜਿਵੇਂ ਹੀ ਮੈਂ ਮੈਦਾਨ ਵੱਲ ਵਧਿਆ ਮੈਨੂੰ ਅਹਿਸਾਸ ਹੋਇਆ ਕਿ ਮੇਰੀ ਸਾਰੀ ਟੀਮ ਦੇ ਮੈਂਬਰ ਵਿਰੋਧੀ ਟੀਮ ਦੇ ਸਾਰੇ ਮੈਂਬਰਾਂ ਨਾਲ ਇੱਕ ਗਰਮ ਵਿਵਾਦ ਵਿੱਚ ਇੱਕ ਪਾਸੇ ਸਨ। ਮੈਂ ਰੇਹੜੀ ਵਿੱਚ ਹਿੱਸਾ ਨਹੀਂ ਲੈਣਾ ਚਾਹੁੰਦਾ ਸੀ ਅਤੇ ਮੈਦਾਨ ਵੱਲ ਤੁਰ ਪਿਆ, ਇਸ ਉਮੀਦ ਵਿੱਚ ਕਿ ਬਾਕੀ ਜਲਦੀ ਹੀ ਮੇਰੇ ਨਾਲ ਉੱਥੇ ਆ ਜਾਣਗੇ। ਜਿਵੇਂ ਹੀ ਮੈਂ ਮੈਦਾਨ ਵੱਲ ਵਧਿਆ, ਵਿਰੋਧੀ ਟੀਮ ਦਾ ਇੱਕ ਮੈਂਬਰ ਮੇਰੇ ਨਾਲ ਬਾਹਰ ਚਲਾ ਗਿਆ। ਮੇਰਾ ਮਨ ਰੁਝੇਵੇਂ ਨੂੰ ਜਾਰੀ ਰੱਖਣ ਲਈ ਚਿੰਤਾ ਨਾਲ ਭਰ ਗਿਆ। ਸੂਰਜ ਦੀ ਸਥਿਤੀ ਤੋਂ ਮੈਨੂੰ ਪਤਾ ਸੀ ਕਿ ਦਿਨ ਦੀ ਰੌਸ਼ਨੀ ਵਿੱਚ ਲਗਭਗ ਦੋ ਘੰਟੇ ਬਾਕੀ ਹਨ। ਕਾਰਵਾਈ ਜਲਦੀ ਸ਼ੁਰੂ ਹੋਣੀ ਚਾਹੀਦੀ ਹੈ।

ਅੰਤ ਵਿੱਚ ਸਾਈਡਲਾਈਨ 'ਤੇ ਬਹਿਸ ਖਤਮ ਹੋ ਗਈ, ਅਤੇ ਟੀਮਾਂ ਆਪਣੀਆਂ ਪੁਜੀਸ਼ਨਾਂ ਲੈਣ ਲੱਗ ਪਈਆਂ। ਸਾਡੀ ਟੀਮ ਮੈਦਾਨ ਵਿੱਚ ਹੋਣੀ ਸੀ ਅਤੇ ਵਿਰੋਧੀ ਟੀਮ ਬੱਲੇਬਾਜ਼ੀ 'ਤੇ। ਮੈਂ ਖੱਬੇ ਮੈਦਾਨ ਵਿੱਚ ਚਲਾ ਗਿਆ ਸੀ ਇਹ ਮਹਿਸੂਸ ਕਰਦੇ ਹੋਏ ਕਿ ਮੈਨੂੰ ਅਜੇ ਤੱਕ ਇਹ ਪਤਾ ਨਹੀਂ ਲੱਗਿਆ ਸੀ ਕਿ ਮੈਂ ਕਿਸ ਸਥਿਤੀ ਵਿੱਚ ਖੇਡਾਂਗਾ। ਮੈਂ ਆਪਣੇ ਕੋਚ ਨੂੰ ਲੱਭਿਆ ਅਤੇ ਦੇਖਿਆ ਕਿ ਉਹ ਮੈਦਾਨ ਦੇ ਵਿਚਕਾਰ ਸੀ। ਉਸਨੇ ਮੈਨੂੰ ਤੀਜੇ ਬੇਸ ਨੂੰ ਕਵਰ ਕਰਨ ਲਈ ਇਸ਼ਾਰਾ ਕੀਤਾ, ਅਤੇ ਮੈਂ ਤੁਰੰਤ ਉੱਥੇ ਆਪਣੀ ਪੁਜੀਸ਼ਨ ਲੈ ਲਈ।

ਸਾਡੀ ਟੀਮ ਨੇ "ਇਸ ਬਾਰੇ ਗੱਲ ਕਰਨੀ" ਸ਼ੁਰੂ ਕਰ ਦਿੱਤੀ, ਜਿਵੇਂ ਕਿ ਉਹ ਕਹਿੰਦੇ ਹਨ। ਅਸੀਂ ਸਾਰੇ ਇੱਕ ਦੂਜੇ ਨੂੰ ਹੌਸਲਾ ਦੇਣ ਵਾਲੇ ਸ਼ਬਦ ਬੋਲ ਰਹੇ ਸੀ ਅਤੇ ਸ਼ਮੂਲੀਅਤ ਦੀ ਭਾਵਨਾ ਵਿੱਚ ਸ਼ਾਮਲ ਹੋ ਰਹੇ ਸੀ। ਅੱਗੇ, ਅਸੀਂ ਆਪਣੀਆਂ ਲੱਤਾਂ ਨੂੰ ਉੱਪਰ ਚੁੱਕਣ ਦੀਆਂ ਕਸਰਤਾਂ ਕਰਨੀਆਂ ਸ਼ੁਰੂ ਕਰ ਦਿੱਤੀਆਂ - ਆਪਣੀਆਂ ਬਾਹਾਂ ਨੂੰ ਖਿੱਚਣਾ, ਆਪਣੇ ਗੋਡੇ ਮੋੜਨਾ ਅਤੇ ਆਪਣੀ ਪਿੱਠ ਮੋੜਨਾ। ਹੁਣ ਖੇਡ ਸ਼ੁਰੂ ਕਰਨ ਦਾ ਸਮਾਂ ਆ ਗਿਆ ਸੀ।

ਪਿੱਚਰ ਨੇ ਪਹਿਲੀ ਗੇਂਦ ਪਲੇਟ ਦੇ ਪਾਰ ਸੁੱਟ ਦਿੱਤੀ। ਵਿਰੋਧੀ ਬੱਲੇਬਾਜ਼ ਨੇ ਆਪਣੀ ਪੂਰੀ ਤਾਕਤ ਨਾਲ ਇਸ ਵਿੱਚ ਵਾਰ ਕੀਤਾ। ਉਸਨੇ ਮਾਰਿਆ
ਇੱਕ ਬਹੁਤ ਉੱਚੀ, ਉੱਡਦੀ ਗੇਂਦ। ਮੈਂ ਇਸਨੂੰ ਮੇਰੇ ਸਿਰ ਦੇ ਉੱਪਰੋਂ ਲੰਘਦੇ ਹੋਏ ਅਤੇ ਖੇਡ ਦੇ ਮੈਦਾਨ ਦੇ ਬਾਹਰ ਪਿੱਛੇ, ਪਿੱਛੇ, ਪਿੱਛੇ ਫਾਊਲ ਹੁੰਦੇ ਹੋਏ ਦੇਖਿਆ। ਡਰ ਨੇ ਮੇਰੇ ਦਿਲ ਨੂੰ ਜਕੜ ਲਿਆ। ਮੈਂ ਸੋਚਿਆ, "ਜੇ ਉਨ੍ਹਾਂ ਦੇ ਸਾਰੇ ਖਿਡਾਰੀ ਇੰਨੇ ਮਜ਼ਬੂਤ ਹਨ ਤਾਂ ਸਾਡੇ ਕੋਲ ਕੀ ਮੌਕਾ ਹੈ?" ਮੈਨੂੰ ਅਹਿਸਾਸ ਹੋਇਆ ਕਿ ਮੈਨੂੰ ਬਹੁਤ ਸੁਚੇਤ ਰਹਿਣਾ ਚਾਹੀਦਾ ਹੈ। ਮੈਂ ਆਪਣਾ ਭਾਰ ਪੈਰ ਤੋਂ ਪੈਰ ਵੱਲ ਬਦਲ ਦਿੱਤਾ। ਜੇ ਅਗਲੀ ਗੇਂਦ ਮੇਰੀ ਦਿਸ਼ਾ ਵਿੱਚ ਆਉਂਦੀ ਹੈ ਤਾਂ ਮੈਨੂੰ ਇੱਕ ਬਿੱਲੀ ਵਾਂਗ ਚੁਸਤ ਹੋਣਾ ਚਾਹੀਦਾ ਹੈ ਜੋ ਗੇਂਦ ਨੂੰ ਫੜਨ ਅਤੇ ਖਿਡਾਰੀ ਨੂੰ ਬਾਹਰ ਕੱਢਣ ਲਈ ਕਿਸੇ ਵੀ ਦਿਸ਼ਾ ਵਿੱਚ ਜਾਣ ਲਈ ਤਿਆਰ ਹੋਵੇ। ਇਸ ਸਮੇਂ ਸੁਪਨਾ ਖਤਮ ਹੋ ਗਿਆ। ਜਦੋਂ ਮੈਂ ਜਾਗਿਆ ਅਤੇ ਸੁਪਨੇ ਨੂੰ ਯਾਦ ਕਰਨਾ ਸ਼ੁਰੂ ਕੀਤਾ ਤਾਂ ਮੇਰੀ ਸ਼ੁਰੂਆਤੀ ਪ੍ਰਤੀਕਿਰਿਆ ਨਿਰਾਸ਼ਾ ਦੀ ਸੀ। ਮੈਨੂੰ ਬੇਸਬਾਲ ਪਸੰਦ ਹੈ ਅਤੇ ਮੈਂ ਨਿਰਾਸ਼ ਸੀ ਕਿ ਮੈਂ ਸੁਪਨਾ ਪੂਰਾ ਨਹੀਂ ਕਰ ਸਕਿਆ।

ਵਿਆਖਿਆ

ਇੱਕ ਅਧਿਆਤਮਿਕ ਸੁਪਨਾ ਸਮਝਿਆ ਨਹੀਂ ਜਾ ਸਕਦਾ - ਇਸਦਾ ਅਰਥ ਕੱਢਣਾ ਜ਼ਰੂਰੀ ਹੈ। ਜਿਵੇਂ ਹੀ ਪਵਿੱਤਰ ਆਤਮਾ ਨੇ ਅਗਲੀ ਸਵੇਰ ਮੈਨੂੰ ਸੁਪਨਾ ਯਾਦ ਕਰਵਾਇਆ, ਉਸਨੇ ਮੈਨੂੰ ਵਿਆਖਿਆ ਕਰਨੀ ਸ਼ੁਰੂ ਕਰ ਦਿੱਤੀ। ਮੈਂ ਇੱਕ ਪੈਨਸਿਲ ਅਤੇ ਕਾਗਜ਼ ਫੜਿਆ ਅਤੇ ਜਿੰਨੀ ਜਲਦੀ ਹੋ ਸਕੇ ਵਿਆਖਿਆ ਲਿਖਣੀ ਸ਼ੁਰੂ ਕਰ ਦਿੱਤੀ। ਕੁਝ ਹੀ ਪਲਾਂ ਵਿੱਚ ਸਾਰੀ ਗੱਲ ਸਪੱਸ਼ਟ ਹੋ ਗਈ। ਇਹ ਬਿਨਾਂ ਕਿਸੇ ਰੁਕਾਵਟ ਦੇ ਲਿਖਿਆ ਗਿਆ ਜਿਵੇਂ ਆਤਮਾ ਮੈਨੂੰ ਦੇ ਰਿਹਾ ਸੀ।
ਖੇਡ ਦਾ ਮੈਦਾਨ ਸਾਰੀ ਦੁਨੀਆਂ ਨੂੰ ਦਰਸਾਉਂਦਾ ਸੀ। ਦਰਸ਼ਕਾਂ ਨਾਲ ਭਰੇ ਹੋਏ ਸਟੈਂਡ ਇਬਰਾਨੀਆਂ 12:1 ਵਿੱਚ ਪੇਸ਼ ਕੀਤੀ ਗਈ ਤਸਵੀਰ ਹੈ।

ਇਸ ਲਈ ਜਦੋਂ ਅਸੀਂ ਵੀ ਗਵਾਹਾਂ ਦੇ ਇੰਨੇ ਵੱਡੇ ਬੱਦਲ ਨਾਲ ਘਿਰੇ ਹੋਏ ਹਾਂ...
ਪ੍ਰਭੂ ਨੇ ਮੈਨੂੰ ਦੱਸਿਆ ਕਿ ਜਿਹੜੇ ਲੋਕ ਸਟੈਂਡ ਵਿੱਚ ਸਨ ਉਹ ਗਵਾਹਾਂ ਦੇ ਵੱਡੇ ਬੱਦਲ ਸਨ। ਉਹ ਸਾਰੇ ਈਸਾਈ ਸਨ ਜੋ ਕਦੇ ਜੀਉਂਦੇ ਰਹੇ ਹਨ ਅਤੇ ਹੁਣ ਆਪਣੀ

ਸਵਰਗੀ ਸਥਿਤੀ ਤੋਂ ਦੁਨੀਆਂ ਵੱਲ ਦੇਖ ਰਹੇ ਸਨ। ਪੁਰਾਣੇ ਅਤੇ ਨਵੇਂ ਨੇਮ ਦੇ ਜੁੱਗਾਂ ਦੇ ਸਾਰੇ ਪੁਰਖੇ ਅਤੇ ਸੰਤ ਸਟੈਂਡ ਵਿੱਚ ਸਨ। ਅਬਰਾਹਾਮ, ਯਾਕੂਬ, ਇਸਹਾਕ, ਯੂਸੁਫ਼, ਦਾਊਦ, ਦਾਨੀਏਲ, ਯਿਰਮਿਯਾਹ, ਯਸਾਯਾਹ , ਪਤਰਸ, ਯਾਕੂਬ ਅਤੇ ਯੂਹੰਨਾ ਅਤੇ ਬਾਕੀ ਸਾਰੇ ਸਨ। ਉਹ ਉਹ ਸਨ ਜੋ ਪਿਛਲੀਆਂ ਪੀੜ੍ਹੀਆਂ ਵਿੱਚ "ਪੈਨੈਂਟ ਰੇਸਾਂ" ਵਿੱਚ ਸਨ। ਉਨ੍ਹਾਂ ਵਿੱਚੋਂ ਬਹੁਤਿਆਂ ਨੇ ਚੰਗਾ ਪ੍ਰਦਰਸ਼ਨ ਕੀਤਾ ਸੀ ਅਤੇ ਇਬਰਾਨੀਆਂ ਦੇ ਗਿਆਰ੍ਹਵੇਂ ਅਧਿਆਇ ਵਿੱਚ ਦਰਜ "ਪ੍ਰਸਿੱਧੀ ਦੇ ਹਾਲ" ਵਿੱਚ ਸਨ। ਉਹ ਇਸ ਪੀੜ੍ਹੀ ਵਿੱਚ ਸਾਡੇ ਵਿੱਚੋਂ ਜਿਹੜੇ ਮੈਦਾਨ ਵਿੱਚ ਹਨ, ਉਹ ਕਿਵੇਂ ਕਰਨਗੇ, ਇਹ ਦੇਖਣ ਲਈ ਉਤਸੁਕਤਾ ਨਾਲ ਦੇਖ ਰਹੇ ਸਨ।

ਫਿਰ ਪ੍ਰਭੂ ਨੇ ਮੈਨੂੰ ਕਿਹਾ, "ਇਹ ਵਿਸ਼ਵ ਲੜੀ ਹੈ! ਇਹ ਬੁਰਾਈ ਦੀਆਂ ਤਾਕਤਾਂ ਅਤੇ ਧਾਰਮਿਕਤਾ ਦੀਆਂ ਤਾਕਤਾਂ ਵਿਚਕਾਰ ਅੰਤਮ ਟਕਰਾਅ ਹੈ। ਇਹ ਵਿਸ਼ਵ ਚੈਂਪੀਅਨਸ਼ਿਪ ਨੂੰ ਨਿਰਧਾਰਤ ਕਰਨ ਲਈ ਹੈ!"

ਫਿਰ ਮੈਨੂੰ ਵਰਦੀਆਂ ਦਾ ਅਰਥ ਦੱਸਿਆ ਗਿਆ। ਸਾਡੀਆਂ ਵਰਦੀਆਂ ਲਾਲ ਅਤੇ ਚਿੱਟੀਆਂ ਸਨ। ਲਾਲ ਰੰਗ ਯਿਸੂ ਦੇ ਲਹੂ ਨੂੰ ਦਰਸਾਉਂਦਾ ਹੈ। ਇਹ ਸਾਨੂੰ ਪ੍ਰਭੂ ਦੇ ਹੋਣ ਦੇ ਨਾਤੇ ਦਰਸਾਉਂਦਾ ਹੈ। ਲਹੂ ਮਸੀਹ ਯਿਸੂ ਵਿੱਚ ਸਾਡੀ ਸ਼ਕਤੀ ਦੀ ਗੱਲ ਕਰਦਾ ਹੈ। "ਉਨ੍ਹਾਂ ਨੇ ਲੇਲੇ ਦੇ ਲਹੂ ਨਾਲ ਉਸ (ਸ਼ੈਤਾਨ) ਨੂੰ ਹਰਾਇਆ ..." (ਪ੍ਰਕਾ. 12:11)। ਚਿੱਟਾ ਰੰਗ ਸ਼ੁੱਧਤਾ ਦੀ ਗੱਲ ਕਰਦਾ ਹੈ। ਅੱਜ ਪ੍ਰਭੂ ਦੀ ਟੀਮ ਵਿੱਚ ਜਿਹੜੇ ਲੋਕ ਹਨ, ਉਨ੍ਹਾਂ ਨੂੰ ਸ਼ੁੱਧਤਾ ਦੁਆਰਾ ਦਰਸਾਇਆ ਜਾਣਾ ਚਾਹੀਦਾ ਹੈ। ਆਤਮਾ ਨਿੱਜੀ ਪਵਿੱਤਰਤਾ ਅਤੇ ਵਿਹਾਰਕ ਧਾਰਮਿਕਤਾ 'ਤੇ ਜ਼ੋਰ ਦੇ ਰਿਹਾ ਹੈ। ਇਹ ਸਮਾਂ ਦੁਨੀਆਂ ਵਿੱਚ ਇੱਕ ਪੈਰ ਨਾਲ ਅਤੇ ਦੂਜੇ ਪੈਰ ਨਾਲ ਪਰਮੇਸ਼ੁਰ ਦੇ ਰਾਜ ਵਿੱਚ ਚੱਲਣ ਦਾ ਨਹੀਂ ਹੈ!
ਵਿਰੋਧੀ ਟੀਮ ਕਾਲੇ ਅਤੇ ਚਿੱਟੇ ਕੱਪੜੇ ਪਹਿਨੀ ਹੋਈ ਸੀ।

ਕਾਲਾ ਰੰਗ ਬੁਰਾਈ ਦਾ ਪ੍ਰਤੀਕ ਹੈ। ਇਹ ਸ਼ੈਤਾਨ ਅਤੇ ਉਸਦੇ ਬੁਰੇ ਕੰਮਾਂ ਨੂੰ ਦਰਸਾਉਂਦਾ ਹੈ। ਵਿਰੋਧੀ ਟੀਮ ਨੂੰ ਸਪੱਸ਼ਟ ਤੌਰ 'ਤੇ ਸ਼ੈਤਾਨ ਅਤੇ ਉਸਦੇ ਭੂਤ

ਆਤਮਾਵਾਂ ਦੇ ਮੇਜ਼ਬਾਨ ਵਜੋਂ ਪਛਾਣਿਆ ਗਿਆ ਸੀ। ਮੈਂ ਹੈਰਾਨ ਸੀ। ਸ਼ੈਤਾਨ ਦੀ ਟੀਮ ਦੀ ਵਰਦੀ ਵਿੱਚ ਵੀ ਚਿੱਟਾ ਸੀ। ਇਸਦਾ ਕੀ ਅਰਥ ਹੋ ਸਕਦਾ ਹੈ? ਜਦੋਂ ਮੇਰੇ ਮਨ ਵਿੱਚ ਸਵਾਲ ਬਣ ਰਿਹਾ ਸੀ ਤਾਂ ਆਤਮਾ ਜਵਾਬ ਦੇ ਰਹੀ ਸੀ... ਕਾਲਾ ਅਤੇ ਚਿੱਟਾ ਬੁਰਾਈ ਅਤੇ ਚੰਗਿਆਈ ਦੇ ਮਿਸ਼ਰਣ ਨੂੰ ਦਰਸਾਉਂਦਾ ਹੈ। ਸ਼ੈਤਾਨ ਕਦੇ ਵੀ ਸਾਡੇ 'ਤੇ ਸਾਰੇ ਕਾਲੇਪਨ ਅਤੇ ਬੁਰਾਈ ਨਾਲ ਨਹੀਂ ਆਉਂਦਾ। ਉਹ ਸਾਡੇ ਕੋਲ ਚਿੱਟੇ ਨਾਲ ਵੀ ਆਉਂਦਾ ਹੈ। ਕਾਲਾ ਅਤੇ ਚਿੱਟਾ *ਸੱਚ* ਅਤੇ *ਗਲਤੀ ਦੇ ਮਿਸ਼ਰਣ ਨੂੰ ਦਰਸਾਉਂਦਾ ਹੈ।* ਇਹ ਸ਼ੈਤਾਨ ਦੇ ਸਭ ਤੋਂ ਵੱਡੇ ਰਣਨੀਤਕ ਮਿਸ਼ਰਣਾਂ ਵਿੱਚੋਂ ਇੱਕ ਹੈ। ਅੱਜ, ਪਹਿਲਾਂ ਕਦੇ ਨਹੀਂ, ਚੰਗਿਆਈ ਅਤੇ ਬੁਰਾਈ ਦਾ ਮਿਸ਼ਰਣ ਹੈ; ਸੱਚ ਅਤੇ ਗਲਤੀ।

ਹੁਣ ਆਤਮਾ ਸਾਫ਼-ਸਾਫ਼ ਕਹਿੰਦਾ ਹੈ ਕਿ ਅੰਤ ਦੇ ਸਮੇਂ ਵਿੱਚ ਕੁਝ ਲੋਕ ਭਰਮਾਉਣ ਵਾਲੀਆਂ ਰੂਹਾਂ ਅਤੇ ਭੂਤਾਂ ਦੀਆਂ ਸਿੱਖਿਆਵਾਂ ਵੱਲ ਧਿਆਨ ਦੇ ਕੇ ਵਿਸ਼ਵਾਸ ਤੋਂ ਫਿਰ ਜਾਣਗੇ। 1 ਤਿਮੋਥਿਉਸ 4:1

ਮੈਂ ਇਸ ਟਕਰਾਅ ਵਿੱਚ ਕਿਉਂ ਸੀ? ਪ੍ਰਭੂ ਨੇ ਮੈਨੂੰ ਦਿਖਾਇਆ ਕਿ ਇਸ ਮੁਕਾਬਲੇ ਵਿੱਚ ਮੇਰੀ ਮੌਜੂਦਗੀ ਇੱਕ ਪ੍ਰਤੀਨਿਧ ਵਿਅਕਤੀ ਦੀ ਸੀ। ਮੈਂ ਉਨ੍ਹਾਂ ਬਹੁਤ ਸਾਰੇ ਈਸਾਈਆਂ ਦਾ ਪ੍ਰਤੀਨਿਧੀ ਸੀ ਜੋ ਨਰਕ ਦੀਆਂ ਤਾਕਤਾਂ ਦੇ ਵਿਰੁੱਧ ਹਮਲਾ ਕਰਨ ਲਈ ਅਧਿਆਤਮਿਕ ਟਕਰਾਅ ਦੇ ਖੇਤਰ ਵਿੱਚ ਅੱਗੇ ਵਧ ਰਹੇ ਹਨ।

ਮੈਂ ਪੁੱਛਿਆ, "ਪਰ, ਪ੍ਰਭੂ, ਮੇਰੇ ਸਾਰੇ ਸਾਥੀ ਵਿਰੋਧੀ ਟੀਮ ਨਾਲ ਬਹਿਸ ਵਿੱਚ ਪਾਸੇ ਕਿਉਂ ਹਨ?" ਪ੍ਰਭੂ ਨੇ ਸਮਝਾਇਆ ਕਿ ਇਹ ਦੁਸ਼ਮਣ ਦੀ ਇੱਕ ਹੋਰ ਚਾਲ ਹੈ। ਉਹ ਪਰਮੇਸ਼ੁਰ ਦੇ ਲੋਕਾਂ ਨੂੰ ਪਾਸੇ ਕਰਨ, ਅਤੇ ਮੁੱਖ ਕਾਰਵਾਈ ਤੋਂ ਬਾਹਰ ਕੱਢਣ ਅਤੇ ਉਨ੍ਹਾਂ ਨੂੰ ਬੰਨ੍ਹਣ ਦੀ ਕੋਸ਼ਿਸ਼ ਕਰਦਾ ਹੈ। ਉਸਨੇ ਮੈਨੂੰ ਦਿਖਾਇਆ ਕਿ ਇਹ *ਸੰਪਰਦਾਇਕ* ਈਸਾਈਅਤ ਦੀਆਂ ਵੰਡਾਂ ਨੂੰ ਦਰਸਾਉਂਦਾ ਹੈ। ਸ਼ੈਤਾਨ ਕੋਲ ਈਸਾਈਆਂ ਨੂੰ ਆਪਣੇ ਸਿਧਾਂਤਾਂ ਅਤੇ ਪਰੰਪਰਾਵਾਂ ਦਾ ਬਚਾਅ ਕਰਨ ਲਈ ਪਾਸੇ ਰੱਖਿਆ ਹੋਇਆ ਹੈ, ਇਹ ਬਹੁਤ ਘੱਟ ਸਮਝਦੇ ਹੋਏ ਕਿ ਉਨ੍ਹਾਂ ਨੂੰ ਸ਼ੈਤਾਨ ਦੁਆਰਾ ਧੋਖਾ ਦਿੱਤਾ ਗਿਆ ਹੈ। ਇਹ ਸਮਾਂ ਹੈ ਕਿ ਪਰਮੇਸ਼ੁਰ ਦੇ ਲੋਕ ਏਕਤਾ ਵਿੱਚ ਆਉਣ ਅਤੇ ਹੱਥ ਵਿੱਚ ਕੰਮ ਕਰਨ! ਅਸਲ ਵਿੱਚ ਇਹੀ ਹੈ ਜੋ ਅੱਜ ਪੂਰੀ ਦੁਨੀਆ ਵਿੱਚ ਪਵਿੱਤਰ ਆਤਮਾ ਦੇ ਮਹਾਨ ਵਹਾਅ ਦੇ ਨਤੀਜੇ ਵਜੋਂ ਹੋ ਰਿਹਾ ਹੈ।

ਮੇਰੀ ਚਿੰਤਾ ਇਹ ਸੀ ਕਿ ਦਿਨ ਖ਼ਤਮ ਹੋਣ ਵਾਲਾ ਸੀ। ਦਿਨ ਦੇ ਸਿਰਫ਼ ਦੋ ਘੰਟੇ ਹੀ ਬਚੇ ਸਨ। ਸੱਚਮੁੱਚ, ਉਹ ਰਾਤ ਆ ਰਹੀ ਹੈ ਜਦੋਂ ਕੋਈ ਵੀ ਆਦਮੀ ਕੰਮ ਨਹੀਂ ਕਰ ਸਕਦਾ। ਅਸੀਂ ਮਨੁੱਖੀ ਇਤਿਹਾਸ ਦੇ ਆਖਰੀ ਘੰਟਿਆਂ ਵਿੱਚ ਜੀ ਰਹੇ ਹਾਂ। ਸਾਨੂੰ ਹਰ ਮਿੰਟ ਨੂੰ ਗਿਣਨਾ ਚਾਹੀਦਾ ਹੈ। ਸਾਨੂੰ ਇਹ ਅਹਿਸਾਸ ਹੋਣਾ ਚਾਹੀਦਾ ਹੈ ਕਿ ਈਸਾਈ ਹੋਣ ਦੇ ਨਾਤੇ ਸਾਨੂੰ ਮੈਦਾਨ ਵਿੱਚ ਉਤਰਨਾ ਚਾਹੀਦਾ ਹੈ ਅਤੇ ਸ਼ੈਤਾਨ ਅਤੇ ਉਸਦੇ ਮੇਜ਼ਬਾਨਾਂ ਨੂੰ ਹਰਾਉਣਾ ਚਾਹੀਦਾ ਹੈ।

ਅੰਤ ਵਿੱਚ ਟੀਮਾਂ ਮੈਦਾਨ ਵਿੱਚ ਉਤਰਨ ਲੱਗੀਆਂ। ਇੱਕ ਆਦਮੀ ਟੀਮ ਨਹੀਂ ਬਣਾਉਂਦਾ! ਚਰਚ ਜੀਵਨ ਦੇ ਜਿਸ ਪੜਾਅ ਵਿੱਚ ਅਸੀਂ ਜਾ ਰਹੇ ਹਾਂ, ਉਸ ਲਈ ਟੀਮ ਵਰਕ ਦੀ ਲੋੜ ਹੈ... ਏਕਤਾ! ਪ੍ਰਭੂ ਨੇ ਫਿਰ ਮੈਨੂੰ ਯਾਦ ਦਿਵਾਇਆ ਕਿ ਇੱਕ ਬੇਸਬਾਲ ਟੀਮ ਵਿੱਚ ਨੌਂ ਖਿਡਾਰੀ ਸਨ। ਨੰਬਰ ਨੌਂ ਆਤਮਾ ਦੇ *ਨੌਂ ਤੋਹਫ਼ਿਆਂ ਅਤੇ ਆਤਮਾ ਦੇ ਨੌਂ ਫਲਾਂ ਦਾ ਸੁਝਾਅ ਦਿੰਦਾ ਹੈ* । ਸ਼ੈਤਾਨ ਦੀਆਂ ਤਾਕਤਾਂ ਨਾਲ ਇਸ ਆਖਰੀ ਟਕਰਾਅ ਵਿੱਚ ਪ੍ਰਭੂ ਦੀ ਟੀਮ ਵਿੱਚ ਸ਼ਾਮਲ ਲੋਕ ਪਵਿੱਤਰ ਆਤਮਾ ਦੇ ਨਿਰਦੇਸ਼ਨ ਹੇਠ ਕੰਮ ਕਰਨਗੇ, ਆਤਮਾ ਦੇ ਤੋਹਫ਼ੇ - ਬੁੱਧੀ ਦਾ ਬਚਨ, ਗਿਆਨ ਦਾ ਬਚਨ, ਵਿਸ਼ਵਾਸ, ਇਲਾਜ ਦੇ ਤੋਹਫ਼ੇ, ਚਮਤਕਾਰਾਂ ਦਾ ਕੰਮ, ਭਵਿੱਖਬਾਣੀ, ਆਤਮਾਵਾਂ ਦੀ ਪਛਾਣ, ਕਿਸਮਾਂ ਦੀਆਂ ਬੋਲੀਆਂ ਅਤੇ ਭਾਸ਼ਾਵਾਂ ਦੀ ਵਿਆਖਿਆ (ਵੇਖੋ 1 ਕੁਰਿੰ. 12:8-10) - ਉਨ੍ਹਾਂ ਦੀ ਸੇਵਕਾਈ ਵਿੱਚ ਕੰਮ ਕਰਨਗੇ। ਆਤਮਾ ਦਾ ਫਲ - ਪਿਆਰ, ਆਨੰਦ, ਸ਼ਾਂਤੀ, ਸਹਿਣਸ਼ੀਲਤਾ, ਕੋਮਲਤਾ, ਚੰਗਿਆਈ, ਵਿਸ਼ਵਾਸ, ਮਸਕੀਨੀ, ਸੰਜਮ - ਸਬੂਤ ਵਿੱਚ ਹੋਣਗੇ। (ਵੇਖੋ ਗਲਾ. 5:22,23)। ਪ੍ਰਭੂ ਦੀ ਉਸਤਤ ਕਰੋ! ਉਹ *ਸਾਡੇ ਦਿਨਾਂ ਵਿੱਚ ਆਪਣੀ ਟੀਮ ਨੂੰ ਮੈਦਾਨ ਵਿੱਚ ਲਿਆ ਰਿਹਾ ਹੈ।* ਇਹ ਇੱਕ *ਆਤਮਾ ਨਾਲ ਭਰੀ* ਟੀਮ ਹੈ। ਦੇ ਤੋਹਫ਼ੇ

ਚਰਚ ਵਿੱਚ ਆਤਮਾ ਬਹਾਲ ਕੀਤੀ ਜਾ ਰਹੀ ਹੈ। ਪਰਮੇਸ਼ੁਰ ਦੇ ਲੋਕਾਂ ਵਿੱਚ ਫਲ ਪਹਿਲਾਂ ਕਦੇ ਨਹੀਂ ਦਿਖਾਈ ਦੇ ਰਹੇ ਹਨ। ਉਹ ਰੁਕਾਵਟਾਂ ਜਿਨ੍ਹਾਂ ਨੇ ਸਾਨੂੰ ਵੱਖ ਕੀਤਾ ਹੈ ਅਤੇ ਸਾਨੂੰ ਇੰਨੇ ਸਮੇਂ ਤੋਂ ਇੱਕ ਪਾਸੇ ਰੱਖਿਆ ਹੈ, ਦੂਰ ਕੀਤੀਆਂ ਜਾ ਰਹੀਆਂ ਹਨ। ਸੰਪ੍ਰਦਾਇਕ ਰੁਕਾਵਟਾਂ ਢਹਿ ਰਹੀਆਂ ਹਨ। ਵੰਡਣ ਵਾਲੇ ਸਿਧਾਂਤਕ ਸਵਾਲ ਦੱਬੇ ਜਾ ਰਹੇ ਹਨ। ਯਿਸੂ ਪ੍ਰਭੂ ਹੈ! ਅਸੀਂ ਪਿਆਰ ਦੇ ਪ੍ਰਵਾਹ ਦਾ ਅਨੁਭਵ

ਕਰ ਰਹੇ ਹਾਂ। ਅਸੀਂ ਸਾਂਝੇ ਆਧਾਰ 'ਤੇ ਹਾਂ। ਅਸੀਂ ਪਵਿੱਤਰ ਆਤਮਾ ਦੇ ਅਧੀਨ ਇਕੱਠੇ ਪੂਜਾ ਅਤੇ ਸੇਵਾ ਕਰ ਸਕਦੇ ਹਾਂ।

ਜਦੋਂ ਮੈਂ ਮੈਦਾਨ ਵਿੱਚ ਉਤਰਿਆ ਤਾਂ ਇੱਕ ਵਿਰੋਧੀ ਟੀਮ ਦਾ ਮੈਂਬਰ ਮੇਰੇ ਨਾਲ ਬਾਹਰ ਆ ਗਿਆ। ਅਸਲ ਅਨੁਭਵ ਵਿੱਚ ਮੈਂ ਸੰਘਰਸ਼ ਦੇ ਮੈਦਾਨ ਵਿੱਚ ਉਤਰਿਆ ਜਦੋਂ ਮੈਨੂੰ ਪਵਿੱਤਰ ਆਤਮਾ ਦਾ ਅਨੁਭਵ ਹੋਇਆ। ਇਹ ਉਦੋਂ ਸੀ ਜਦੋਂ ਮੈਨੂੰ ਸ਼ਕਤੀ ਮਿਲੀ ਅਤੇ ਮੈਂ ਸ਼ੈਤਾਨ ਲਈ ਖ਼ਤਰਾ ਬਣ ਗਿਆ। ਉਸ ਅਨੁਭਵ ਤੋਂ ਬਾਅਦ ਹੀ ਆਤਮਾ ਦੇ ਤੋਹਫ਼ੇ ਮੇਰੀ ਸੇਵਕਾਈ ਵਿੱਚ ਕੰਮ ਕਰਨ ਲੱਗੇ, ਅਤੇ ਨਤੀਜੇ ਵਜੋਂ ਜ਼ਿਆਦਾਤਰ ਸ਼ਕਤੀ ਸ਼ੈਤਾਨ ਵੱਲ ਨਿਰਦੇਸ਼ਿਤ ਹੋਈ। ਪਵਿੱਤਰ ਆਤਮਾ ਵਿੱਚ ਬਪਤਿਸਮਾ ਨੇ ਮੇਰੀਆਂ ਸਮੱਸਿਆਵਾਂ ਦਾ ਅੰਤ ਨਹੀਂ ਕੀਤਾ - ਅਸਲ ਵਿੱਚ ਮੇਰੀਆਂ ਸਮੱਸਿਆਵਾਂ ਪਹਿਲਾਂ ਨਾਲੋਂ ਕਿਤੇ ਜ਼ਿਆਦਾ ਜਾਪਦੀਆਂ ਸਨ। ਰਾਤੋ-ਰਾਤ ਮੇਰੇ ਜ਼ਿਆਦਾਤਰ ਦੋਸਤ ਦੁਸ਼ਮਣ ਬਣ ਗਏ ਜਿਨ੍ਹਾਂ ਨੇ ਮੈਨੂੰ ਰੱਦ ਕਰ ਦਿੱਤਾ ਅਤੇ ਮੇਰੇ 'ਤੇ ਹੰਕਾਰ ਅਤੇ ਧੋਖੇ ਦਾ ਦੋਸ਼ ਲਗਾਇਆ। ਡਰ ਨੇ ਮੇਰੇ ਦਿਲ ਨੂੰ ਜਕੜ ਲਿਆ ਅਤੇ ਮੈਂ ਸੋਚਿਆ ਕਿ ਮੇਰਾ ਕੀ ਬਣੇਗਾ। ਭੂਤ ਸ਼ਕਤੀਆਂ ਮੇਰਾ ਮੁਕਾਬਲਾ ਕਰਨ ਲਈ ਮੈਦਾਨ ਵਿੱਚ ਆ ਗਈਆਂ ਸਨ!

ਇਸ ਸਮੇਂ ਮੈਂ ਖੱਬੇ ਮੈਦਾਨ ਵਿੱਚ ਖੜ੍ਹਾ ਸੀ। ਕੀ ਤੁਹਾਨੂੰ ਪਤਾ ਹੈ ਕਿ ਖੱਬੇ ਮੈਦਾਨ ਵਿੱਚ ਹੋਣ ਦਾ ਕੀ ਅਰਥ ਹੈ? ਇਹ ਪ੍ਰਗਟਾਵਾ ਇੱਕ ਅਜਿਹੇ ਵਿਅਕਤੀ ਦਾ ਵਰਣਨ ਕਰਨ ਲਈ ਵਰਤਿਆ ਗਿਆ ਹੈ ਜੋ ਉਲਝਣ ਵਿੱਚ ਹੈ ਅਤੇ ਨਹੀਂ ਜਾਣਦਾ ਕਿ ਉਹ ਕਿੱਥੇ ਹੈ। ਮੈਨੂੰ ਪਤਾ ਸੀ ਕਿ ਮੈਂ ਸੰਘਰਸ਼ ਵਿੱਚ ਸੀ ਅਤੇ ਮੈਦਾਨ ਵਿੱਚ ਸੀ ਪਰ ਮੈਨੂੰ ਇਸ ਗੱਲ ਦਾ ਕੋਈ ਪਤਾ ਨਹੀਂ ਸੀ ਕਿ ਮੇਰਾ ਕੀ ਹਿੱਸਾ ਸੀ। ਇਹ ਪਵਿੱਤਰ ਆਤਮਾ ਵਿੱਚ ਬਪਤਿਸਮਾ ਲੈਣ ਤੋਂ ਬਾਅਦ ਮੇਰੀ ਦੁਬਿਧਾ ਨੂੰ ਢੁਕਵੇਂ ਅਤੇ ਗ੍ਰਾਫਿਕ ਤੌਰ 'ਤੇ ਦਰਸਾਉਂਦਾ ਹੈ। ਕੀ ਇਹ ਨਹੀਂ ਹੈ?

ਬਹੁਤ ਸਾਰੇ ਈਸਾਈਆਂ ਦਾ ਵਰਣਨ ਕਰਦੇ ਹੋ? ਉਹ ਖੱਬੇ ਮੈਦਾਨ ਵਿੱਚ ਹਨ। ਉਨ੍ਹਾਂ ਨੂੰ ਕਦੇ ਵੀ ਆਪਣੀ ਜ਼ਿੰਦਗੀ ਲਈ ਪਰਮਾਤਮਾ ਦੀ ਇੱਛਾ ਨਹੀਂ ਮਿਲੀ। ਉਹ ਬਿਨਾਂ ਕਿਸੇ ਉਦੇਸ਼ ਦੇ ਭਟਕ ਰਹੇ ਹਨ। ਉਹ ਟੀਮ ਲਈ ਅਸਲ ਵਿੱਚ ਕੋਈ ਮਦਦ ਨਹੀਂ ਕਰ ਰਹੇ ਹਨ। ਜਿਸ ਜਗ੍ਹਾ ਨੂੰ ਉਨ੍ਹਾਂ ਨੇ ਭਰਨਾ ਹੈ ਉਹ ਖਾਲੀ ਛੱਡ ਦਿੱਤੀ

ਗਈ ਹੈ। ਰੈਂਕਾਂ ਵਿੱਚ ਇੱਕ ਪਾੜ੍ਹਾ ਹੈ। ਪਰ ਕੋਚ ਉੱਥੇ ਦਿਸ਼ਾ ਦੇਣ ਲਈ ਤਿਆਰ ਹੈ! ਕੋਚ ਕੌਣ ਹੈ? ਉਹ ਪਵਿੱਤਰ ਆਤਮਾ ਹੈ। ਅਤੇ ਉਸਨੂੰ ਕਿੱਥੇ ਪਾਇਆ ਜਾਣਾ ਹੈ? ਇਹ ਸੁਪਨੇ ਦੀ ਇੱਕ ਅਜੀਬ ਵਿਸ਼ੇਸ਼ਤਾ ਸੀ। ਆਮ ਤੌਰ 'ਤੇ ਕੋਚ ਪਾਸੇ ਜਾਂ ਡਗਆਊਟ ਵਿੱਚ ਹੁੰਦਾ ਹੈ। ਪਰ ਇੱਥੇ ਕੋਚ ਮੈਦਾਨ ਦੇ ਬਿਲਕੁਲ ਵਿਚਕਾਰ ਸੀ। ਅੱਜ ਪਵਿੱਤਰ ਆਤਮਾ ਕਿੱਥੇ ਹੈ? ਉਹ ਸਾਡੇ ਬਿਲਕੁਲ ਵਿਚਕਾਰ ਹੈ। ਜਦੋਂ ਅਸੀਂ ਉਸ ਵੱਲ ਦੇਖਦੇ ਹਾਂ ਤਾਂ ਉਹ ਸਾਨੂੰ ਦਿਸ਼ਾ ਦੇਣ ਲਈ ਉੱਥੇ ਹੈ। ਉਸਨੇ ਮੈਨੂੰ ਦਿਖਾਇਆ ਕਿ ਮੈਂ ਤੀਜੇ ਅਧਾਰ 'ਤੇ ਹੋਣਾ ਸੀ। ਅਸੀਂ ਇੱਕ ਪਲ ਵਿੱਚ ਇਸਦਾ ਅਰਥ ਸਮਝਾਂਗੇ।

ਵੱਖ-ਵੱਖ ਟੀਮ ਦੇ ਮੈਂਬਰ ਜਲਦੀ ਹੀ ਆਪਣੀਆਂ ਥਾਵਾਂ ਲੱਭ ਰਹੇ ਸਨ। ਖੇਡ ਜਲਦੀ ਹੀ ਸ਼ੁਰੂ ਹੋਣ ਵਾਲੀ ਸੀ। ਅਸੀਂ ਇੱਕ ਦੂਜੇ ਨੂੰ ਹੌਸਲਾ ਵਧਾਉਣ ਵਾਲੇ ਸ਼ਬਦ ਕਹਿਣੇ ਸ਼ੁਰੂ ਕਰ ਦਿੱਤੇ। ਵਾਹ, ਚਰਚ ਦੀ ਕਿੰਨੀ ਸੋਹਣੀ ਤਸਵੀਰ ਹੈ।

ਅਤੇ ਆਓ ਆਪਾਂ ਇੱਕ ਦੂਜੇ ਵੱਲ ਧਿਆਨ ਦੇਈਏ ਤਾਂ ਜੋ ਅਸੀਂ ਪ੍ਰੇਮ ਅਤੇ ਸ਼ੁਭ ਕਰਮਾਂ ਲਈ ਉਭਾਰੀਏ: ਆਪਸ ਵਿੱਚ ਇਕੱਠੇ ਹੋਣ ਨੂੰ ਨਾ ਛੱਡੀਏ, ਜਿਵੇਂ ਕਈਆਂ ਦਾ ਰਿਵਾਜ ਹੈ; ਸਗੋਂ ਇੱਕ ਦੂਜੇ ਨੂੰ ਉਪਦੇਸ਼ ਦੇਈਏ: ਅਤੇ ਇਹੀ ਹੋਰ ਵੀ ਵਧਦਾ ਜਾਵੇ, ਜਿਵੇਂ ਤੁਸੀਂ ਉਸ ਦਿਨ ਨੂੰ ਨੇੜੇ ਆਉਂਦਾ ਵੇਖਦੇ ਹੋ। ਇਬਰਾਨੀਆਂ 10:24,25

ਫਿਰ ਸਾਡੀਆਂ ਕਸਰਤਾਂ ਸ਼ੁਰੂ ਹੋਈਆਂ। ਪ੍ਰਭੂ ਨੇ ਮੈਨੂੰ ਦਿਖਾਇਆ ਕਿ ਬਾਲ ਖਿਡਾਰੀਆਂ ਦੀਆਂ ਸਰੀਰਕ ਕਸਰਤਾਂ ਈਸਾਈ ਲੋਕਾਂ ਦੇ ਅਧਿਆਤਮਿਕ ਅਭਿਆਸਾਂ ਦੇ ਸਮਾਨਾਂਤਰ ਹਨ। ਜੇਕਰ ਅਸੀਂ ਅਧਿਆਤਮਿਕ ਟਕਰਾਅ ਲਈ ਤੰਦਰੁਸਤ ਰਹਿਣਾ ਚਾਹੁੰਦੇ ਹਾਂ ਤਾਂ ਸਾਨੂੰ ਅਧਿਆਤਮਿਕ ਕਸਰਤ ਦੇ ਨਿਯਮਾਂ ਅਤੇ ਅਨੁਸ਼ਾਸਨਾਂ ਦੀ ਪਾਲਣਾ ਕਰਨੀ ਚਾਹੀਦੀ ਹੈ, ਪ੍ਰਾਰਥਨਾ ਵਿੱਚ ਆਪਣੇ ਗੋਡੇ ਮੋੜਨੇ, ਪ੍ਰਸ਼ੰਸਾ ਵਿੱਚ ਆਪਣੇ ਹੱਥ ਚੁੱਕਣੇ, ਪੂਜਾ ਵਿੱਚ ਆਪਣੀ ਪਿੱਠ ਮੋੜਨੀ ਚਾਹੀਦੀ ਹੈ! ਹਲਲੂਯਾਹ! ਵਿਸ਼ਵ ਚੈਂਪੀਅਨਸ਼ਿਪ ਦੇ ਟਕਰਾਅ ਵਿੱਚ ਹਿੱਸਾ ਲੈਣ ਵਾਲੇ ਹਮੇਸ਼ਾ ਉੱਚੀ ਸਥਿਤੀ ਵਿੱਚ ਰਹਿਣਗੇ। ਸਾਡੇ ਬਾਰੇ ਇਹ ਨਾ ਕਿਹਾ ਜਾਵੇ ਕਿ...

ਇਸ ਦੁਨੀਆਂ ਦੇ ਬੱਚੇ ਆਪਣੀ ਪੀੜ੍ਹੀ ਵਿੱਚ ਚਾਨਣ ਦੇ ਬੱਚਿਆਂ ਨਾਲੋਂ ਵਧੇਰੇ ਸਿਆਣੇ ਹਨ। ਲੂਕਾ 16:8ਅ
ਜੇਕਰ ਖੇਡ ਖੇਤਰ ਵਿੱਚ ਆਦਮੀ ਆਪਣੇ ਜੀਵਨ ਨੂੰ ਅਨੁਸ਼ਾਸਿਤ ਕਰ ਸਕਦੇ ਹਨ ਅਤੇ ਧਰਤੀ ਦਾ ਤਾਜ ਪ੍ਰਾਪਤ ਕਰਨ ਲਈ ਸਭ ਤੋਂ ਵਧੀਆ ਸਥਿਤੀ ਵਿੱਚ ਰਹਿ ਸਕਦੇ ਹਨ, ਤਾਂ ਇੱਕ ਈਸਾਈ ਨੂੰ ਸਭ ਤੋਂ ਵੱਡੇ ਸੰਘਰਸ਼ ਲਈ ਪੂਰੀ ਤਰ੍ਹਾਂ ਤਿਆਰ ਰਹਿਣ ਲਈ ਕਿੰਨੀ ਜ਼ਿਆਦਾ ਕੀਮਤ ਚੁਕਾਉਣੀ ਪਵੇਗੀ?

ਹੁਣ, ਟਕਰਾਅ ਸ਼ੁਰੂ ਹੋਣ ਦਾ ਸਮਾਂ ਆ ਗਿਆ ਸੀ। ਪਰਮਾਤਮਾ ਨੇ ਮੈਨੂੰ ਦਿਖਾਇਆ ਕਿ ਸਾਡੀ ਟੀਮ ਬਚਾਅ ਪੱਖੋਂ ਮੈਦਾਨ ਵਿੱਚ ਸੀ। ਉਸਨੇ ਮੈਨੂੰ ਦੱਸਿਆ ਕਿ ਮੈਂ ਉਸਦੇ ਲੋਕ ਕਾਫ਼ੀ ਸਮੇਂ ਤੋਂ ਇਸ ਸਥਿਤੀ ਵਿੱਚ ਸੀ। ਇਹ ਸਮਾਂ ਸੀ ਕਿ ਸ਼ੈਤਾਨ ਦਾ ਹੱਥ ਫੜਿਆ ਜਾਵੇ ਅਤੇ ਹਮਲਾ ਕੀਤਾ ਜਾਵੇ। ਇੱਕ ਚੰਗਾ ਬਚਾਅ ਮਹੱਤਵਪੂਰਨ ਹੈ, ਪਰ ਇਹ ਹਮਲਾ ਕਰਨ ਵਾਲੀ ਟੀਮ ਹੈ ਜੋ ਗੋਲ ਕਰਦੀ ਹੈ। ਅਧਿਆਤਮਿਕ ਯੁੱਧ ਦੁਆਰਾ ਚਰਚ ਅੱਜ ਹਮਲਾ ਕਰ ਰਿਹਾ ਹੈ। ਭੂਤਾਂ ਨੂੰ ਬਾਹਰ ਕੱਢਿਆ ਜਾ ਰਿਹਾ ਹੈ। ਅਧਿਆਤਮਿਕ ਹਨੇਰੇ ਦੀਆਂ ਰਿਆਸਤਾਂ ਅਤੇ ਸ਼ਕਤੀਆਂ 'ਤੇ ਹਮਲਾ ਕੀਤਾ ਜਾ ਰਿਹਾ ਹੈ ਅਤੇ ਉਨ੍ਹਾਂ ਨੂੰ ਹਰਾਇਆ ਜਾ ਰਿਹਾ ਹੈ। ਯਿਸੂ ਨੇ ਇੱਕ ਵਾਰ ਕਿਹਾ ਸੀ...
ਜੇ ਮੈਂ ਪਰਮੇਸ਼ੁਰ ਦੀ ਉਂਗਲ ਨਾਲ ਭੂਤਾਂ ਨੂੰ ਕੱਢਦਾ ਹਾਂ, ਤਾਂ ਬਿਨਾਂ ਸ਼ੱਕ ਪਰਮੇਸ਼ੁਰ ਦਾ ਰਾਜ ਤੁਹਾਡੇ ਉੱਤੇ ਆ ਪਹੁੰਚਿਆ ਹੈ। ਲੂਕਾ 11:20

ਇਹ ਅਧਿਆਤਮਿਕ ਲੜਾਈ ਅਤੇ ਅਧਿਆਤਮਿਕ ਜਿੱਤ ਦਾ ਦਿਨ ਹੈ। ਇਸ ਤੋਂ ਪਹਿਲਾਂ ਕਿ ਪਰਮੇਸ਼ੁਰ ਦਾ ਰਾਜ ਤੁਹਾਡੇ ਜਾਂ ਮੇਰੇ ਜੀਵਨ ਵਿੱਚ ਕਦੇ ਵੀ ਹਕੀਕਤ ਬਣ ਸਕੇ, ਨਰਕ ਦੀਆਂ ਤਾਕਤਾਂ ਦਾ ਸਾਹਮਣਾ ਕਰਨਾ ਪਵੇਗਾ ਜੋ ਸਾਨੂੰ ਘੇਰਦੀਆਂ ਹਨ। ਇਸ ਤੋਂ ਪਹਿਲਾਂ ਕਿ ਚਰਚ ਉਸ ਨੂੰ ਪੂਰਾ ਕਰ ਸਕੇ ਜੋ ਪ੍ਰਭੂ ਨੇ ਆਪਣੀ ਜੇਤੂ ਚਰਚ (ਮੱਤੀ 16:18) ਬਾਰੇ ਭਵਿੱਖਬਾਣੀ ਕੀਤੀ ਸੀ, ਇਸਨੂੰ ਲੈਣਾ ਪਵੇਗਾ ਸ਼ੈਤਾਨ ਦੇ ਵਿਰੁੱਧ ਹਮਲਾ। ਅਧਿਆਤਮਿਕ ਯੁੱਧ ਦਾ ਸੰਦੇਸ਼ ਅਤੇ ਅਭਿਆਸ ਅੱਜ ਪੂਰੇ ਚਰਚ ਵਿੱਚ ਤੇਜ਼ੀ ਨਾਲ ਫੈਲ ਰਿਹਾ ਹੈ। ਸ਼ੈਤਾਨ ਦਾ ਵਿਰੋਧ ਕੀਤਾ ਜਾ ਰਿਹਾ

ਹੈ ਅਤੇ ਉਸਨੂੰ ਭੱਜਣ ਲਈ ਮਜਬੂਰ ਕੀਤਾ ਜਾ ਰਿਹਾ ਹੈ। ਪਹਿਲੀ ਵਾਰ ਅਸੀਂ ਸ਼ੈਤਾਨ ਦਾ ਪਿਛਲਾ ਪਾਸਾ ਦੇਖ ਰਹੇ ਹਾਂ। ਇਹ ਇੱਕ ਸੁੰਦਰ ਨਜ਼ਾਰਾ ਹੈ!

ਮੈਨੂੰ ਇੱਕ ਦਿਨ ਖੇਤ ਵਿੱਚ ਗੇਂਦ ਖੇਡ ਰਹੇ ਮੁੰਡਿਆਂ ਦੀ ਕਹਾਣੀ ਯਾਦ ਆ ਰਹੀ ਹੈ। ਇੱਕ ਆਦਮੀ ਉੱਥੋਂ ਲੰਘ ਰਿਹਾ ਸੀ। ਉਸਨੇ ਇੱਕ ਮੁੰਡੇ ਨੂੰ ਪੁੱਛਿਆ ਕਿ ਖੇਡ ਕਿਵੇਂ ਚੱਲ ਰਹੀ ਹੈ। ਮੁੰਡੇ ਨੇ ਜਵਾਬ ਦਿੱਤਾ ਕਿ ਇਹ ਠੀਕ ਚੱਲ ਰਿਹਾ ਹੈ। ਆਦਮੀ ਨੇ ਸਕੋਰ ਬਾਰੇ ਪੁੱਛਿਆ। ਮੁੰਡੇ ਨੇ ਕਿਹਾ ਕਿ ਇਹ 35 ਤੋਂ 0 ਹੈ। ਆਦਮੀ ਜਾਣਨਾ ਚਾਹੁੰਦਾ ਸੀ ਕਿ ਇਹ ਕਿਸ ਦੇ ਹੱਕ ਵਿੱਚ ਹੈ। ਮੁੰਡੇ ਨੇ ਕਿਹਾ ਕਿ ਇਹ ਦੂਜੀ ਟੀਮ ਦੇ ਹੱਕ ਵਿੱਚ ਹੈ। ਫਿਰ ਆਦਮੀ ਨੇ ਟਿੱਪਣੀ ਕੀਤੀ ਕਿ ਮੁੰਡੇ ਦੀ ਟੀਮ ਬਹੁਤ ਬੁਰੀ ਤਰ੍ਹਾਂ ਹਾਰ ਰਹੀ ਹੈ। ਮੁੰਡੇ ਨੇ ਹੈਰਾਨ ਹੋ ਕੇ ਕਿਹਾ, "ਓ, ਨਹੀਂ, ਸਰ! ਸਾਨੂੰ ਹਾਰ ਨਹੀਂ ਮਿਲ ਰਹੀ।" ਹੁਣ ਆਦਮੀ ਹੈਰਾਨ ਸੀ। ਉਹ ਜਾਣਨਾ ਚਾਹੁੰਦਾ ਸੀ ਕਿ ਮੁੰਡੇ ਨੂੰ ਕਿਵੇਂ ਪਤਾ ਲੱਗਾ ਕਿ ਜਦੋਂ ਉਹ 35 ਤੋਂ 0 ਪਿੱਛੇ ਸਨ ਤਾਂ ਉਨ੍ਹਾਂ ਨੂੰ ਹਾਰ ਨਹੀਂ ਮਿਲ ਰਹੀ।
ਇਸ 'ਤੇ ਮੁੰਡੇ ਨੇ ਸਮਝਾਇਆ, "ਸਰ, ਅਸੀਂ ਅਜੇ ਬੱਲੇਬਾਜ਼ੀ ਕਰਨ ਨਹੀਂ ਆਏ।" ਚਰਚ ਦੀ ਕਿੰਨੀ ਵਧੀਆ ਤਸਵੀਰ ਹੈ! ਸ਼ੈਤਾਨ ਸਕੋਰ ਵਧਾ ਰਿਹਾ ਹੈ। ਪਰ ਹੁਣ ਸਮਾਂ ਆ ਗਿਆ ਹੈ ਕਿ ਚਰਚ ਹਮਲਾਵਰ ਹੋਵੇ ਅਤੇ ਸ਼ੈਤਾਨ ਨੂੰ ਹਰਾਏ। ਆਮੀਨ!

ਫਿਰ ਪਹਿਲੀ ਗੇਂਦ ਸੁੱਟੀ ਗਈ। ਵਿਰੋਧੀ ਬੱਲੇਬਾਜ਼ ਨੇ ਗੇਂਦ ਨੂੰ ਬਹੁਤ ਜ਼ੋਰ ਨਾਲ ਮਾਰਿਆ। ਗੇਂਦ ਬਹੁਤ ਉੱਚੀ ਅਤੇ ਦੂਰ ਤੱਕ ਗਈ ਪਰ ਫਾਊਲ ਹੋ ਗਈ। ਪ੍ਰਭੂ ਨੇ ਕਿਹਾ, "ਮੈਂ ਤੁਹਾਨੂੰ ਦੁਸ਼ਮਣ ਦਾ ਕੰਮ ਦਿਖਾਉਣਾ ਚਾਹੁੰਦਾ ਹਾਂ। ਇਹ ਉਸ ਗੇਂਦ ਵਾਂਗ ਹੈ ਜਿਸਨੂੰ ਮਾਰਿਆ ਗਿਆ ਸੀ। ਦੁਸ਼ਮਣ ਕੋਲ ਕੁਝ ਸ਼ਕਤੀ ਹੁੰਦੀ ਹੈ। ਅਤੇ ਉਹ ਜੋ ਕਰਦਾ ਹੈ ਉਹ ਅਕਸਰ ਬਹੁਤ ਉੱਚਾ ਅਤੇ ਪ੍ਰਭਾਵਸ਼ਾਲੀ ਹੁੰਦਾ ਹੈ, ਪਰ ਇਹ ਹਰ ਪਾਸੇ 'ਫਾਊਲ' ਹੁੰਦਾ ਹੈ।"

ਮੇਰੇ ਦਿਲ ਵਿੱਚ ਜੋ ਡਰ ਆਇਆ ਉਹ ਪਰਮੇਸ਼ੁਰ ਦੇ ਬਹੁਤ ਸਾਰੇ ਸੇਵਕਾਂ ਵਿੱਚ ਆਮ ਹੈ ਜਦੋਂ ਉਹ ਸ਼ੈਤਾਨ ਦੇ ਸਾਰੇ ਕੰਮਾਂ ਨੂੰ ਦੇਖਦੇ ਹਨ। ਉਹ ਸੋਚਦੇ ਹਨ ਕਿ ਕੀ ਜਿੱਤ ਦੀ ਕੋਈ ਸੰਭਾਵਨਾ ਹੈ। ਉਹ ਇੱਕ ਅਨੰਦ ਵਿੱਚ ਫਸ ਜਾਣ ਦੇ ਰੂਪ ਵਿੱਚ

ਸੋਚਣਾ ਸ਼ੁਰੂ ਕਰ ਦਿੰਦੇ ਹਨ। ਪਰ ਪਰਮੇਸ਼ੁਰ ਇਸ ਤਰ੍ਹਾਂ ਦੀ ਚਰਚ ਨੂੰ ਪੈਦਾ ਨਹੀਂ ਕਰ ਰਿਹਾ ਹੈ! ਉਹ ਇੱਕ ਅੱਤਵਾਦੀ ਚਰਚ ਦਾ ਪ੍ਰਭੂ ਹੈ। ਉਹ ਸਾਡੀ ਵਰਗੀ ਪੀੜ੍ਹੀ ਦੇ ਮੈਦਾਨ ਵਿੱਚ ਆਉਣ ਦੀ ਉਡੀਕ ਕਰ ਰਿਹਾ ਹੈ। ਉਸਦੀ ਅਗਵਾਈ ਵਿੱਚ ਇਹ ਕੀਤਾ ਜਾਵੇਗਾ। ਦੁਸ਼ਮਣ ਨੂੰ ਹਰਾਇਆ ਜਾਵੇਗਾ। ਕੀ ਤੁਸੀਂ ਟੀਮ ਵਿੱਚ ਹੋ? ਕੀ ਤੁਸੀਂ ਸ਼ੈਤਾਨ ਦੇ ਵਿਰੁੱਧ ਹਮਲਾ ਕਰ ਰਹੇ ਹੋ?

ਮੈਨੂੰ ਸੁਪਨੇ ਦੇ ਇਸ ਮੋੜ 'ਤੇ ਅਹਿਸਾਸ ਹੋਇਆ ਕਿ ਮੈਨੂੰ ਤਿਆਰ ਰਹਿਣਾ ਚਾਹੀਦਾ ਹੈ। ਮੈਨੂੰ ਆਪਣਾ ਸਭ ਤੋਂ ਵਧੀਆ ਪ੍ਰਦਰਸ਼ਨ ਕਰਨਾ ਚਾਹੀਦਾ ਹੈ। ਮੈਨੂੰ ਕਿਸੇ ਵੀ ਦਿਸ਼ਾ ਵਿੱਚ ਜਾਣ ਅਤੇ ਵਿਰੋਧੀ ਨੂੰ ਬਾਹਰ ਕੱਢਣ ਦੇ ਯੋਗ ਹੋਣਾ ਚਾਹੀਦਾ ਹੈ।

ਇਸ ਲਈ ਵੇਖੋ ਕਿ ਤੁਸੀਂ ਸਾਵਧਾਨੀ ਨਾਲ ਚੱਲਦੇ ਹੋ, ਮੂਰਖਾਂ ਵਾਂਗ ਨਹੀਂ, ਸਗੋਂ ਬੁੱਧੀਮਾਨਾਂ ਵਾਂਗ, ਸਮੇਂ ਨੂੰ ਲਾਭਦਾਇਕ ਢੰਗ ਨਾਲ ਵਰਤੋ, ਕਿਉਂਕਿ ਦਿਨ ਬੁਰੇ ਹਨ। ਅਫ਼ਸੀਆਂ 5:15,16

ਸੁਪਨਾ ਸਮੇਂ ਤੋਂ ਪਹਿਲਾਂ ਹੀ ਖਤਮ ਹੋ ਗਿਆ ਜਾਪਦਾ ਸੀ। ਮੈਂ ਪ੍ਰਭੂ ਤੋਂ ਪੁੱਛਿਆ ਕਿ ਮੈਨੂੰ ਖੇਡ ਦਾ ਅੰਤ ਕਿਉਂ ਨਹੀਂ ਦੇਖਣ ਦਿੱਤਾ ਗਿਆ। ਪ੍ਰਭੂ ਨੇ ਬਦਲੇ ਵਿੱਚ ਮੈਨੂੰ ਪੁੱਛਿਆ ਕਿ ਮੈਂ ਇਸਨੂੰ ਅੰਤ ਤੱਕ ਕਿਉਂ ਦੇਖਣਾ ਚਾਹੁੰਦਾ ਹਾਂ। ਮੈਂ ਸਮਝਾਇਆ ਕਿ ਮੈਂ ਨਤੀਜਾ ਜਾਣਨ ਦੀ ਇੱਛਾ ਰੱਖਦਾ ਹਾਂ। ਪ੍ਰਭੂ ਨੇ ਫਿਰ ਮੈਨੂੰ ਇੱਕ ਸੁੰਦਰ ਗੱਲ ਕਹੀ, "ਪੁੱਤਰ", ਉਸਨੇ ਕਿਹਾ, "ਤੁਹਾਨੂੰ ਨਤੀਜਾ ਜਾਣਨ ਦੀ ਜ਼ਰੂਰਤ ਨਹੀਂ ਹੈ; ਤੁਸੀਂ ਪਹਿਲਾਂ ਹੀ ਜਾਣਦੇ ਹੋ। ਮੇਰੇ ਬਚਨ ਨੇ ਤੁਹਾਨੂੰ ਵਾਅਦਾ ਕੀਤਾ ਹੈ ਕਿ ਤੁਸੀਂ ਜੇਤੂ ਟੀਮ ਵਿੱਚ ਹੋ। ਇਹ ਉਵੇਂ ਹੀ ਹੋਵੇਗਾ ਜਿਵੇਂ ਮੈਂ ਕਿਹਾ ਹੈ। ਨਹੀਂ, ਤੁਹਾਨੂੰ ਨਤੀਜਾ ਜਾਣਨ ਦੀ ਜ਼ਰੂਰਤ ਨਹੀਂ ਹੈ, ਪਰ ਤੁਹਾਨੂੰ ਇਹ ਜਾਣਨ ਦੀ ਜ਼ਰੂਰਤ ਹੈ ਕਿ ਅੰਤਮ

ਟਕਰਾਅ ਸੁਰੂ ਹੋ ਗਿਆ ਹੈ!"

ਹਾਂ, ਪਿਆਰੇ ਈਸਾਈ ਦੋਸਤੋ, ਅਸੀਂ ਯੁੱਗ ਦੇ ਅੰਤ ਵਿੱਚ ਹਾਂ। ਸ਼ੈਤਾਨ ਦੀਆਂ ਤਾਕਤਾਂ ਅਤੇ ਪਰਮਾਤਮਾ ਦੀ ਫੌਜ ਵਿਚਕਾਰ ਆਖਰੀ ਟਕਰਾਅ ਪਹਿਲਾਂ ਹੀ ਜਾਰੀ ਹੈ। ਅਸੀਂ ਹਰ ਪਾਸੇ ਇਸਦੇ ਸਬੂਤ ਦੇਖਦੇ ਹਾਂ। ਇਹ ਲੜਾਈ ਦਾ ਸੱਦਾ ਹੈ। ਹੁਣ ਹੋਰ ਦੇਰ ਕਰਨ ਦਾ ਸਮਾਂ ਨਹੀਂ ਹੈ। ਯੁੱਧ ਜਾਰੀ ਹੈ! ਕੀ ਤੁਸੀਂ ਸ਼ਾਮਲ ਹੋ?

ਸੀਕੁਅਲ

ਸੁਪਨੇ ਦੀ ਵਿਆਖਿਆ ਅਜੇ ਖਤਮ ਨਹੀਂ ਹੋਈ ਸੀ। ਮੈਨੂੰ ਆਧਾਰਾਂ ਦਾ ਅਰਥ ਦੱਸਿਆ ਗਿਆ ਸੀ। ਪਹਿਲਾ ਆਧਾਰ *ਸਮਾਜਿਕ ਸਬੰਧਾਂ ਨੂੰ ਦਰਸਾਉਂਦਾ ਸੀ* , ਦੂਜਾ *ਵਪਾਰਕ ਸਬੰਧਾਂ ਨੂੰ ਦਰਸਾਉਂਦਾ ਸੀ* , ਤੀਜਾ ਆਧਾਰ *ਚਰਚ ਦੇ ਸਬੰਧਾਂ ਨੂੰ ਦਰਸਾਉਂਦਾ ਸੀ।* ਇਸੇ ਲਈ ਮੈਨੂੰ ਤੀਜੇ ਆਧਾਰ 'ਤੇ ਨਿਯੁਕਤ ਕੀਤਾ ਗਿਆ ਸੀ। ਜਦੋਂ ਸ਼ੈਤਾਨ ਤੀਜੇ ਆਧਾਰ 'ਤੇ ਜਾਣ ਦੀ ਕੋਸ਼ਿਸ਼ ਕਰਦਾ ਸੀ ਤਾਂ ਉਸਨੂੰ ਬਾਹਰ ਕੱਢਣਾ ਮੇਰਾ ਕੰਮ ਸੀ - ਚਰਚ ਵਿੱਚ।

ਘਰੇਲੂ ਆਧਾਰ ਉਹੀ ਦਰਸਾਉਂਦਾ ਸੀ ਜਿਸਦਾ ਇਹ ਅਰਥ ਸੀ - *ਘਰੇਲੂ ਸਬੰਧ।* ਆਤਮਾ ਨੇ ਮੈਨੂੰ ਦਿਖਾਇਆ ਕਿ ਸਭ ਕੁਝ ਘਰੇਲੂ ਆਧਾਰ ਤੋਂ ਸ਼ੁਰੂ ਹੁੰਦਾ ਸੀ ਅਤੇ ਘਰੇਲੂ ਆਧਾਰ 'ਤੇ ਹੀ ਖਤਮ ਹੁੰਦਾ ਸੀ। ਜਦੋਂ ਲਾਰਡਜ਼ ਟੀਮ ਦੇ ਮੈਂਬਰ ਬੱਲੇਬਾਜ਼ੀ ਕਰਨ ਲਈ ਆਉਂਦੇ ਸਨ ਤਾਂ ਉਨ੍ਹਾਂ ਨੂੰ ਘਰ ਤੋਂ ਸ਼ੁਰੂਆਤ ਕਰਨੀ ਪੈਂਦੀ ਸੀ ਅਤੇ ਉੱਥੇ ਹੀ ਇੱਕ ਹਿੱਟ ਪ੍ਰਾਪਤ ਕਰਨਾ ਪੈਂਦਾ ਸੀ। ਭਾਵੇਂ ਉਹ ਸਮਾਜਿਕ, ਵਪਾਰਕ ਜਾਂ ਇੱਥੋਂ ਤੱਕ ਕਿ ਚਰਚ ਸਬੰਧਾਂ ਦੇ ਆਧਾਰਾਂ ਨੂੰ ਕਿੰਨੇ ਪ੍ਰਭਾਵਸ਼ਾਲੀ ਢੰਗ ਨਾਲ ਚਲਾਉਂਦੇ ਸਨ, ਜੇਕਰ ਉਨ੍ਹਾਂ ਨੇ ਘਰ ਤੋਂ ਹੀ ਸ਼ੁਰੂਆਤ ਨਾ ਕੀਤੀ ਹੁੰਦੀ ਤਾਂ ਉਹ ਪਖੰਡੀ ਸਨ!

ਪਰਮਾਤਮਾ ਅੱਜ ਸਹੀ ਘਰੇਲੂ ਜੀਵਨ 'ਤੇ ਜ਼ੋਰ ਦੇ ਰਿਹਾ ਹੈ। ਉਹ ਸਾਡੇ ਘਰਾਂ ਨੂੰ ਕ੍ਰਮਬੱਧ ਕਰ ਰਿਹਾ ਹੈ। ਉਹ ਪਤੀ ਅਤੇ ਪਿਤਾ ਨੂੰ ਘਰ ਵਿੱਚ ਉਸਦੇ ਅਧਿਕਾਰ ਦੇ ਸਥਾਨ 'ਤੇ ਬਹਾਲ ਕਰ ਰਿਹਾ ਹੈ। ਘਰ ਅਧਿਆਤਮਿਕ ਜੀਵਨ ਦਾ ਕੇਂਦਰ ਬਣ ਰਿਹਾ ਹੈ। ਇਹ ਪਰਮਾਤਮਾ ਦਾ ਬ੍ਰਹਮ ਹੁਕਮ ਹੈ। ਅਸੀਂ ਜ਼ਿੰਦਗੀ ਦੇ ਕਿਸੇ ਵੀ ਹੋਰ ਰਿਸ਼ਤੇ ਵਿੱਚ ਸਹੀ ਨਹੀਂ ਹੋ ਸਕਦੇ ਜਦੋਂ ਤੱਕ ਸਾਡੀ ਜ਼ਿੰਦਗੀ ਸਹੀ ਨਹੀਂ ਹੁੰਦੀ। ਘਰ। ਸ਼ੈਤਾਨ ਦੀ ਟੀਮ ਘਰ ਵਿੱਚ ਤੇਜ਼ ਗੇਂਦਾਂ ਅਤੇ ਕਰਵ ਗੇਂਦਾਂ ਸੁੱਟ ਰਹੀ ਹੈ। ਸ਼ੈਤਾਨ ਨੂੰ ਸਭ ਤੋਂ ਪਹਿਲਾਂ ਸਾਡੇ ਘਰਾਂ ਦੇ ਵਿਰੁੱਧ ਆਪਣੇ ਹਮਲੇ ਵਿੱਚ ਹਰਾਇਆ ਜਾਣਾ ਚਾਹੀਦਾ ਹੈ। ਪਰਿਵਾਰ ਦੇ ਹਰੇਕ ਮੈਂਬਰ ਨੂੰ ਉਹ ਭੂਮਿਕਾ ਨਿਭਾਉਣੀ ਚਾਹੀਦੀ ਹੈ ਜੋ ਪਰਮਾਤਮਾ ਨੇ ਨਿਰਧਾਰਤ ਕੀਤੀ ਹੈ:

ਪਤਨੀਓ, ਆਪਣੇ ਪਤੀਆਂ ਦੇ ਅਧੀਨ ਹੋਵੋ, ਜਿਵੇਂ ਪ੍ਰਭੂ ਦੇ... ਪਤੀਓ, ਆਪਣੀਆਂ ਪਤਨੀਆਂ ਨੂੰ ਪਿਆਰ ਕਰੋ, ਜਿਵੇਂ ਮਸੀਹ ਨੇ ਵੀ ਕਲੀਸਿਯਾ ਨੂੰ ਪਿਆਰ ਕੀਤਾ, ਅਤੇ ਆਪਣੇ ਆਪ ਨੂੰ ਇਸਦੇ ਲਈ ਦੇ ਦਿੱਤਾ... ਬੱਚਿਓ, ਪ੍ਰਭੂ ਵਿੱਚ ਆਪਣੇ ਮਾਪਿਆਂ ਦਾ ਕਹਿਣਾ ਮੰਨੋ; ਕਿਉਂਕਿ ਇਹ ਸਹੀ ਹੈ। ਅਫ਼ਸੀਆਂ 5:22,25, 6:1

ਈਸਾਈ ਜੀਵਨ ਲਈ ਪਹਿਲੀ ਪ੍ਰੀਖਿਆ ਘਰ ਵਿੱਚ ਆਉਂਦੀ ਹੈ। ਜੇਕਰ ਪਵਿੱਤਰ ਆਤਮਾ ਦਾ ਪਿਆਰ, ਖੁਸ਼ੀ ਅਤੇ ਸ਼ਾਂਤੀ ਸਾਡੇ ਆਪਣੇ ਘਰ ਦੇ ਮੈਂਬਰਾਂ ਨਾਲ ਸਾਡੇ ਜੀਵਨ ਵਿੱਚੋਂ ਨਹੀਂ ਨਿਕਲਦੀ, ਤਾਂ ਸ਼ੈਤਾਨ ਨੇ ਸਾਡੇ ਉੱਤੇ ਜਿੱਤ ਪ੍ਰਾਪਤ ਕਰ ਲਈ ਹੈ। ਜਦੋਂ ਇਹ ਸਪੱਸ਼ਟ ਹੋ ਜਾਂਦਾ ਹੈ ਕਿ ਸ਼ੈਤਾਨ ਪਹਿਲਾਂ ਹੀ ਸਾਡੇ ਘਰ ਵਿੱਚ ਅਤੇ ਆਪਣੇ ਆਪ ਰਾਹੀਂ ਪੈਰ ਜਮਾ ਚੁੱਕਾ ਹੈ, ਤਾਂ ਇਹ ਅਧਿਆਤਮਿਕ ਯੁੱਧ ਲਈ ਸੱਦਾ ਹੈ। ਆਪਣੇ ਜੀਵਨ ਵਿੱਚ ਅਤੇ ਆਪਣੇ ਪਰਿਵਾਰ ਵਿੱਚ ਸ਼ੈਤਾਨ ਨੂੰ ਹਰਾਓ ਅਤੇ ਫਿਰ ਤੁਸੀਂ ਜੀਵਨ ਦੇ ਹੋਰ ਖੇਤਰਾਂ ਵਿੱਚ ਯੁੱਧ ਨੂੰ ਜਾਰੀ ਰੱਖਣ ਦੇ ਯੋਗ ਹੋਵੋਗੇ। ਯਿਸੂ ਨੇ ਆਪਣੇ ਕਣ ਅਤੇ ਸ਼ਤੀਰ ਦੇ ਦ੍ਰਿਸ਼ਟਾਂਤ ਵਿੱਚ ਸਾਨੂੰ ਦਿਖਾਇਆ ਕਿ ਦੂਜਿਆਂ ਦੀ ਸੇਵਾ ਕਰਨ ਤੋਂ ਪਹਿਲਾਂ ਸਾਨੂੰ ਆਪਣੀ ਜ਼ਿੰਦਗੀ ਨੂੰ ਕ੍ਰਮਬੱਧ ਕਰਨਾ ਚਾਹੀਦਾ ਹੈ। ਆਓ ਇਹ ਯਕੀਨੀ ਬਣਾਈਏ ਕਿ *ਸਾਡੇ ਆਪਣੇ ਪਾਰਲਰਾਂ ਵਿੱਚ ਕੋਈ ਸੂਰ ਨਾ ਹੋਣ।*

ਸਵੈ-ਮੁਕਤੀ ਲਈ ਛੋਟੀ ਪ੍ਰਾਰਥਨਾ

"ਪ੍ਰਭੂ ਯਿਸੂ ਮਸੀਹ, ਮੈ ਵਿਸ਼ਵਾਸ ਕਰਦਾ ਹਾਂ ਕੀ ਤੁਸੀ ਮੇਰੇ ਪਾਪਾਂ ਲਈ ਸਲੀਬ 'ਤੇ ਮਰ ਗਏ ਅਤੇ ਮੁਰਦਿਆਂ ਵਚਿੱ ਜੀ ਉੱਠੇ। ਤੁਸੀ ਮੈਨੂੰ ਆਪਣੇ ਲਹੂ ਨਾਲ ਛੁਡਾਇਆ ਅਤੇ ਮੈ ਤੁਹਾਡਾ ਹਾਂ, ਅਤੇ ਮੈ ਤੁਹਾਡੇ ਲਈ ਜੀਣਾ ਚਾਹੁੰਦਾ ਹਾਂ। ਮੈ ਆਪਣੇ ਸਾਰੇ ਜਾਣੇ-ਪਛਾਣੇ ਅਤੇ ਅਣਜਾਣੇ ਪਾਪਾਂ ਦਾ ਇਕਰਾਰ ਕਰਦਾ ਹਾਂ। ਮੈ ਉਨ੍ਹਾਂ ਸਾਰਿਆਂ ਨੂੰ ਤਿਆਗ ਦੀਂਦਾ ਹਾਂ। ਮੈ ਬਾਕੀ ਸਾਰਿਆਂ ਨੂੰ ਮਾਫ਼ ਕਰਦਾ ਹਾਂ ਜਵਿੇਂ ਕੀ ਮੈ ਚਾਹੁੰਦਾ ਹਾਂ ਕੀ ਤੁਸੀ ਮੈਨੂੰ ਮਾਫ਼ ਕਰੋ। ਮੈਨੂੰ ਹੁਣੇ ਮਾਫ਼ ਕਰੋ ਅਤੇ ਮੈਨੂੰ ਆਪਣੇ ਲਹੂ ਨਾਲ ਸ਼ੁੱਧ ਕਰੋ। ਮੈ ਯਿਸੂ ਮਸੀਹ ਦੇ ਲਹੂ ਲਈ ਤੁਹਾਡਾ ਧੰਨਵਾਦ ਕਰਦਾ ਹਾਂ ਜੋ ਮੈਨੂੰ ਹੁਣ ਸਾਰੇ ਪਾਪਾਂ ਤੋਂ ਸ਼ੁੱਧ ਕਰਦਾ ਹੈ। ਅਤੇ ਮੈ ਹੁਣ ਆਪਣੇ ਛੁਡਾਉਣ ਵਾਲੇ ਵਜੋਂ ਤੁਹਾਡੇ ਕੋਲ ਆਇਆ ਹਾਂ। ਤੁਸੀ

ਮੇਰੀਆਂ ਖਾਸ ਜਰੂਰਤਾਂ ਨੂੰ ਜਾਣਦੇ ਹੋ - ਉਹ ਚੀਜ਼ ਜੋ ਬੰਨ੍ਹਦੀ ਹੈ, ਉਹ ਤਸੀਹੇ ਦਿੰਦੀ ਹੈ, ਜੋ ਅਸ਼ੁੱਧ ਕਰਦੀ ਹੈ; ਉਹ ਦੁਸ਼ਟ ਆਤਮਾ, ਉਹ ਅਸ਼ੁੱਧ ਆਤਮਾ - ਮੈ ਤੁਹਾਡੇ ਬਚਨ ਦੇ ਵਾਅਦੇ ਦਾ ਦਾਅਵਾ ਕਰਦਾ ਹਾਂ, "ਜੋ ਕੋਈ ਪ੍ਰਭੂ ਦਾ ਨਾਮ ਲੈਂਦਾ ਹੈ, ਛੁਡਾਇਆ ਜਾਵੇਗਾ।" ਮੈ ਹੁਣ ਤੁਹਾਨੂੰ ਬੁਲਾਉਂਦਾ ਹਾਂ। ਪ੍ਰਭੂ ਯਸ਼ੂ ਮਸੀਹ ਦੇ ਨਾਮ 'ਤੇ, ਮੈਨੂੰ ਛੁਡਾ ਅਤੇ ਮੈਨੂੰ ਆਜ਼ਾਦ ਕਰ। ਸੈਤਾਨ, ਮੈ ਤੁਹਾਨੂੰ ਅਤੇ ਤੁਹਾਡੇ ਸਾਰੇ ਕੰਮਾਂ ਨੂੰ ਤਿਆਗ ਦਿੰਦਾ ਹਾਂ। ਮੈ ਯਸ਼ੂ ਦੇ ਨਾਮ 'ਤੇ, ਆਪਣੇ ਆਪ ਨੂੰ ਤੁਹਾਡੇ ਤੋਂ ਛੁਡਾ ਲੈਂਦਾ ਹਾਂ, ਅਤੇ ਮੈ ਤੁਹਾਨੂੰ ਹੁਕਮ ਦਿੰਦਾ ਹਾਂ ਕਿ ਤੁਸੀ ਮੈਨੂੰ ਹੁਣੇ ਯਸ਼ੂ ਦੇ ਨਾਮ 'ਤੇ ਛੱਡ ਦਿਓ। ਆਮੀਨ!"

ਇਸਨੂੰ ਆਪਣੇ ਦਿਲ ਵਿੱਚ ਆਉਣ ਦਿਓ ਅਤੇ ਪ੍ਰਭੂ ਦੀ ਮੁਕਤੀ ਵੇਖੋ!

ਕੀ ਤੁਸੀ ਬਿਮਾਰ ਹੋ ਜਾਂ ਤੁਹਾਨੂੰ ਠੀਕ ਹੋਣ ਦੀ ਲੋੜ ਹੈ?

ਉਨ੍ਹਾਂ ਲਈ ਜੋ ਕਿਸੇ ਵੀ ਰੂਪ ਜਾਂ ਰੂਪ ਵਿੱਚ ਬਿਮਾਰ ਜਾਂ ਬਿਮਾਰ ਹਨ, ਜਾਂ ਛੁਟਕਾਰਾ ਦੀ ਲੋੜ ਹੈ? ਜਾਂ ਬਹਾਲੀ ਲਈ, ਕਿਰਪਾ ਕਰਕੇ ਵਿਸ਼ਵਾਸ ਵਿੱਚ ਹੇਠਾਂ ਦਿੱਤੇ ਬਿੰਦੂ ਨੂੰ ਛੂਹੋ (ਵਿਸ਼ਵਾਸ ਤੁਹਾਡੀ ਮੌਜੂਦਾ ਸਥਿਤੀ ਦੇ ਸਹੀ ਸਕਾਰਾਤਮਕ ਨਤੀਜੇ ਨੂੰ ਵੇਖਣਾ ਹੈ, ਇਹ ਜਾਣਦੇ ਹੋਏ ਕਿ ਯਸ਼ੂ ਨੇ 2000 ਸਾਲ ਪਹਿਲਾਂ ਤੁਹਾਡੀ ਤੰਦਰੁਸਤੀ ਅਤੇ ਛੁਟਕਾਰਾ ਨੂੰ ਸੁਰੱਖਿਅਤ ਕਰਨ ਲਈ ਆਪਣਾ ਹਿੱਸਾ ਨਿਭਾਇਆ ਹੈ, ਇੱਕ ਡਾਊਨ ਪੇਮੈਂਟ ਦੇ ਰੂਪ ਵਿੱਚ ਬਹਾਲੀ, ਇਹ ਵਿਸ਼ਵਾਸ ਕਰਦੇ ਹੋਏ ਕਿ ਉਹ ਡਾਊਨ ਪੇਮੈਂਟ ਤੁਹਾਡੇ ਲਈ ਕਢਵਾਉਣ ਲਈ ਉਪਲਬਧ ਹੈ, ਜਿਵੇਂ ਕਿ ਬੈਂਕ ਵਿੱਚ ਤੁਹਾਡੇ ਚੈੱਕਿੰਗ ਖਾਤੇ ਵਿੱਚ ਇੱਕ ਸਕਾਰਾਤਮਕ ਬਕਾਇਆ, ਕੋਈ ਸਵਾਲ ਨਹੀ ਪੁੱਛਿਆ ਗਿਆ ਕਿਉਂਕਿ ਅਸੀ ਤੁਹਾਡੇ ਨਾਲ ਸਹਿਮਤ ਹਾਂ ਅਤੇ ਯਸ਼ੂ ਮਸੀਹ ਦੇ ਨਾਮ ਵਿੱਚ ਤੰਦਰੁਸਤ ਹੋਵੋ, ਆਮੀਨ)

ਉਸ ਅਧਿਕਾਰ ਦੁਆਰਾ, ਜੋ ਤੁਸੀ ਮੈਨੂੰ ਅਤੇ ਉਨ੍ਹਾਂ ਨੂੰ ਦਿੱਤਾ ਹੈ, ਮੈ ਹੁਣ ਵਿਸ਼ਵਾਸ ਨਾਲ ਉਸ ਅਧਿਕਾਰ ਦੀ ਵਰਤੋਂ ਦੁਸ਼ਮਣ ਦੇ ਵਿਰੁੱਧ ਉਨ੍ਹਾਂ ਦੇ ਗੁੱਸੇ ਅਤੇ ਭੁੱਖ ਨਾਲ ਕਰਦਾ ਹਾਂ ਜੋ ਤੁਸੀ ਉਨ੍ਹਾਂ ਸਾਰਿਆਂ ਨੂੰ ਮੁਫਤ ਵਿੱਚ ਦਿੱਤਾ ਹੈ, ਮੈ ਹਰ ਬਿਮਾਰੀ, ਹਰ ਬਿਮਾਰੀ ਨੂੰ ਸਰਾਪ ਦਿੰਦਾ ਹਾਂ, ਭਾਵੇਂ ਇਹ ਕੈਂਸਰ ਹੋਵੇ, ਕੋਵਿਡ 19 ਹੋਵੇ, ਭਾਵੇਂ ਇਹ ਕਮਜ਼ੋਰੀਆਂ ਦੀ ਭਾਵਨਾ ਹੋਵੇ, ਭਾਵੇਂ

ਇਹ ਸ਼ੈਤਾਨੀ ਕਬਜ਼ਾ ਹੋਵੇ ਜਾਂ ਜ਼ੁਲਮ, ਭਾਵੇਂ ਇਹ ਗਰੀਬੀ, ਰੁਕਾਵਟਾਂ, ਉਸ ਚੀਜ਼ ਦੀ ਦੇਰੀ ਨਾਲ ਪੂਰਤੀ ਜੋ ਪਰਮੇਸ਼ੁਰ ਨੇ ਪਹਿਲਾਂ ਹੀ ਨਿਰਧਾਰਤ ਕੀਤੀ ਹੈ ਅਤੇ ਜਾਰੀ ਕੀਤੀ ਹੈ। ਅਸੀ ਵਿਸੰਗਤੀ ਦੇ ਵਿਰੁੱਧ ਆਉਂਦੇ ਹਾਂ, ਮੈ ਉਨ੍ਹਾਂ ਨੂੰ ਬੰਨ੍ਹਦਾ ਹਾਂ, ਅਸੀ ਉਨ੍ਹਾਂ ਨੂੰ ਉਨ੍ਹਾਂ ਦੀ ਜੜ੍ਹ ਤੱਕ ਸਰਾਪ ਦਿੰਦੇ ਹਾਂ ਅਤੇ ਅਸੀ ਉਨ੍ਹਾਂ ਨੂੰ ਯਿਸੂ ਮਸੀਹ ਦੇ ਨਾਮ 'ਤੇ ਅਧਿਕਾਰ ਦੁਆਰਾ ਬਾਹਰ ਕੱਢ ਦਿੰਦੇ ਹਾਂ। ਆਮੀਨ। ਅਸੀ ਯਿਸੂ ਮਸੀਹ ਦੇ ਸ਼ਕਤੀਸ਼ਾਲੀ ਨਾਮ 'ਤੇ ਉਨ੍ਹਾਂ ਦੇ ਜੀਵਨ ਵਿੱਚ ਇਲਾਜ, ਛੁਟਕਾਰਾ ਅਤੇ ਬਹਾਲੀ ਦੀ ਰਿਹਾਈ ਦਾ ਸੱਦਾ ਦਿੰਦੇ ਹਾਂ। ਪ੍ਰਭੂ, ਤੁਹਾਡੀ ਮਹਿਮਾ, ਸਨਮਾਨ ਅਤੇ ਪੂਜਾ ਲਈ ਕਾਇਮ ਰਹਿਣ ਵਾਲੀਆਂ ਗਵਾਹੀਆਂ ਲਈ ਧੰਨਵਾਦ। ਇਸ ਸੰਦੇਸ਼ ਦੇ ਨਤੀਜੇ ਵਜੋਂ ਤੁਹਾਡੇ ਰਾਜ ਵਿੱਚ ਜੋੜੇ ਜਾ ਰਹੇ ਰੂਹਾਂ ਲਈ ਧੰਨਵਾਦ, ਉਹ ਚਮਤਕਾਰ ਜੋ ਅਸੀ ਪਹਿਲਾਂ ਹੀ ਯਿਸੂ ਦੇ ਨਾਮ 'ਤੇ ਦੇਖ ਰਹੇ ਹਾਂ ਅਤੇ ਤੁਹਾਡੀ ਮਹਿਮਾ ਲਈ ਪ੍ਰਗਟ ਹੋ ਰਹੇ ਹਾਂ, ਆਮੀਨ। ਇਹ ਹੋ ਗਿਆ ਹੈ! ਖੁਸ਼ ਹੋਵੋ!

ਸੰਪਰਕ ਦੇ ਬਿੰਦੂ ਵਜੋਂ ਉਜਾਗਰ ਕੀਤੇ ਇਸ ਸਥਾਨ ਨੂੰ ਛੂਹੋ ਅਤੇ ਆਪਣੇ ਮੂੰਹ ਨਾਲ ਇਕਰਾਰ ਕਰੋ - ਮੈ ਠੀਕ ਹੋ ਗਿਆ ਹਾਂ, ਮੈਨੂੰ ਛੁਟਕਾਰਾ ਮਿਲ ਗਿਆ ਹੈ ਅਤੇ ਮੈ ਆਪਣੀ ਆਤਮਾ, ਆਤਮਾ, ਸਰੀਰ ਅਤੇ ਆਪਣੇ ਆਲੇ ਦੁਆਲੇ ਯਿਸੂ ਮਸੀਹ ਦੇ ਨਾਮ 'ਤੇ ਬਹਾਲ ਹੋ ਗਿਆ ਹਾਂ, ਆਮੀਨ!!!

ਉਹ ਕਰਨਾ ਸ਼ੁਰੂ ਕਰੋ ਜੋ ਤੁਸੀ ਪਹਿਲਾਂ ਨਹੀ ਕਰ ਸਕਦੇ ਸੀ ਅਤੇ ਪੂਰੀ ਤਰ੍ਹਾਂ ਠੀਕ ਹੋਣ ਤੱਕ ਇਕਬਾਲ ਕਰਨਾ ਸ਼ੁਰੂ ਕਰੋ, ਯਿਸੂ ਦੇ ਨਾਮ ਵਿੱਚ ਛੁਟਕਾਰਾ ਬਹਾਲੀ ਤੁਹਾਡੇ ਜੀਵਨ ਵਿੱਚ ਇੱਕ ਫਲ ਨਹੀ ਬਣ ਜਾਂਦੀ, ਆਮੀਨ। ਪਰਮਾਤਮਾ ਲਈ ਭੁੱਖੇ ਰਹੋ, ਗੁੱਸੇ ਵਿੱਚ ਰਹੋ ਅਤੇ ਯਿਸੂ ਦੇ ਨਾਮ ਵਿੱਚ ਦੁਸ਼ਮਣ ਨੇ ਜੋ ਕੁਝ ਰੋਕਿਆ ਹੈ ਉਹ ਵਾਪਸ ਲੈ ਲਓ, ਆਮੀਨ।

ਨੋਟ:

ਪਰਮਾਤਮਾ ਦੀ ਮਹਿਮਾ ਲਈ ਇਲਾਜ ਅਤੇ ਦੁਸ਼ਮਣ ਦੀ ਸ਼ਰਮ ਲਈ ਗਵਾਹੀ ਦਿਓ! ਜੇਕਰ ਤੁਹਾਨੂੰ ਅਜੇ ਵੀ ਇਸ ਮੁੱਦੇ 'ਤੇ ਤੁਹਾਡੇ ਨਾਲ ਸਹਿਮਤ ਹੋਣ ਦੀ ਲੋੜ ਹੈ ਤਾਂ ਸਾਨੂੰ ਈਮੇਲ ਭੇਜੋ ਜਾਂ ਸਾਨੂੰ ਵਟਸਐਪ ਕਰੋ। ਅਤੇ ਅਗਲੇ ਹਫਤੇ

ਵੀਰਵਾਰ ਤੋਂ ਸੁਰੂ ਹੋਣ ਵਾਲੀ ਉਪਕਰਣ ਲੜੀ ਵਿੱਚ ਜੁੜੋ। ਸਾਡੀ ਵੈੱਬਸਾਈਟ 'ਤੇ ਜਲਦੀ ਹੀ ਵੇਰਵੇ ਲੱਭੋ!

ਵੱਡੇ ਕਾਰਨਾਮੇ - 1 - ਅਧਿਆਇ 8 - ਭਾਗ 7 ਵਿੱਚ ਮਹਾਨ ਲੋਕਾਂ ਤੋਂ ਕਵਿੰ ਪਤਾ ਲਗਾਓ

- ਪਵਿੱਤਰ ਆਤਮਾ ਸ਼ਕਤੀ ਤੁਹਾਡੇ ਵਿੱਚ ਵੱਸਦੀ ਹੈ ਜੋ ਸ਼ਬਦਾਂ ਵਿੱਚ ਹਵਾ ਰਾਹੀ ਪਾਣੀ ਅਤੇ ਤੇਲ ਵਿੱਚ ਤਬਦੀਲ ਕੀਤੀ ਗਈ ਹੈ ਜੋ ਤੁਹਾਡੇ ਜੀਵਨ ਅਤੇ ਹੋਰਾਂ ਵਿੱਚ ਇਲਾਜ, ਮੁਕਤੀ ਅਤੇ ਬਹਾਲੀ ਲਈ ਏਜੰਟ ਵਜੋਂ ਹੈ - ਪਾਣੀ ਅਤੇ ਤੇਲ ਉੱਤੇ ਸ਼ਾਮਲ ਨਮੂਨਾ ਪ੍ਰਾਰਥਨਾ ਸਕ੍ਰਿਪਟ + ਇੱਕ ਪਾਦਰੀ ਅਤੇ ਇੱਕ ਦੀ ਮੁਕਤੀ ਬਾਰੇ 2 ਕਹਾਣੀਆਂ ਫ੍ਰੈਂਕ ਅਤੇ ਇਡਾ ਮੇ ਦੁਆਰਾ ਤੁਹਾਡੇ ਲਈ ਸਿੱਖਣ ਦੇ ਢੰਗ ਵਜੋਂ ਸਕਜ਼ਿਫ਼ਰੀਨੀਆ ਤੋਂ 6 ਸਾਲ ਦੀ ਕੁੜੀ ਅਤੇ ਹੋਰ ਭੂਤਾਂ ਦਾ ਮੇਜ਼ਬਾਨ - ਭਾਗ 7 + ਇਲਾਜ, ਛੁਟਕਾਰਾ ਅਤੇ ਬਹਾਲੀ ਲਈ ਇਕਰਾਰਨਾਮਾ ਪ੍ਰਾਰਥਨਾ

ਪਿਆਰੇ ਦੋਸਤੋ, ਅੱਜ ਅਸੀਂ ਤੁਹਾਡੇ ਲਈ ਸਾਡੀ ਲੜੀ ਦਾ ਸੱਤਵਾਂ ਭਾਗ ਲੈ ਕੇ ਆਏ ਹਾਂ: ਕੈਦ ਲਈ ਕਾਫ਼ੀ ਹੈ ਅਤੇ ਮਸੀਹ ਵਿੱਚ ਆਜ਼ਾਦੀ ਦਾ ਸਵਾਗਤ ਹੈ।

ਅਸੀਂ ਕਿਹਾ ਸੀ ਕਿ ਨਕਾਰਾਤਮਕ ਆਦਤਾਂ ਦੇ ਨਮੂਨੇ ਜਾਂ ਗ਼ੈਰ-ਸ਼ਾਸਤਰੀ ਜੀਵਨ ਸ਼ੈਲੀ ਰਾਹੀਂ, ਅਸੀਂ ਆਪਣੇ ਆਪ ਨੂੰ ਈਸਾਈ ਬਣਾਉਂਦੇ ਹਾਂ ਜੋ ਹਨੇਰੇ ਦੀਆਂ ਤਾਕਤਾਂ ਲਈ ਇੱਕ ਆਕਰਸ਼ਕ ਨਿਵਾਸ ਸਥਾਨ ਬਣਦੇ ਹਨ, ਪਰਮੇਸ਼ੁਰ ਦੇ ਜੀਵਨ ਢੰਗ ਦੀ ਅਣਆਗਿਆਕਾਰੀ ਦੀ ਜਾਣਬੁੱਝ ਕੇ ਚੋਣ ਕਰਕੇ। ਅਸੀਂ ਉਨ੍ਹਾਂ ਦੇ ਗੁਲਾਮ ਬਣ ਜਾਂਦੇ ਹਾਂ ਜਿਨ੍ਹਾਂ ਦੀ ਪਾਲਣਾ ਕਰਨ ਲਈ ਅਸੀਂ ਆਪਣੀਆਂ ਇੱਛਾਵਾਂ ਨੂੰ ਸੌਂਪ ਦਿੰਦੇ ਹਾਂ। ਇਸ ਨੁਕਤੇ ਨੂੰ ਮਜ਼ਬੂਤ ਕਰਨ ਲਈ, ਇੱਥੇ ਪੌਲੁਸ

ਰੋਮੀਆਂ 6:16 ਬਾਈਬਲ, ਕਲਾਸਕਿ ਐਡੀਸ਼ਨ

16 ਕੀ ਤੁਸੀ ਨਹੀ ਜਾਣਦੇ ਕਿ ਜੇ ਤੁਸੀ ਕਿਸੇ ਦੀ ਇੱਛਾ ਪੂਰੀ ਕਰਨ ਲਈ ਆਪਣੇ ਆਪ ਨੂੰ ਲਗਾਤਾਰ ਸੌਂਪ ਦਿੰਦੇ ਹੋ, ਤਾਂ ਤੁਸੀ ਉਸ ਦੇ ਗੁਲਾਮ ਹੋ ਜਿਸਦੀ ਤੁਸੀ ਪਾਲਣਾ ਕਰਦੇ ਹੋ, ਭਾਵੇਂ ਉਹ ਪਾਪ ਦੇ ਹੋਵੇ, ਜੋ ਮੌਤ ਵੱਲ ਲੈ ਜਾਂਦਾ ਹੈ, ਜਾਂ ਆਗਿਆਕਾਰੀ ਦੇ ਜਿਸ ਨਾਲ ਧਾਰਮਿਕਤਾ (ਸਹੀ ਕੰਮ ਕਰਨਾ ਅਤੇ ਪਰਮੇਸ਼ੁਰ ਨਾਲ ਸਹੀ ਸਥਿਤਿ) ਵੱਲ ਲੈ ਜਾਂਦਾ ਹੈ?

ਅਤੇ ਯਿਸੂ ਨੇ ਇਸ ਤੱਥ ਵੱਲ ਇਸ਼ਾਰਾ ਕੀਤਾ ਕਿ ਇਹ ਮਾਲਕ - ਸ਼ੈਤਾਨ ਇੱਕ ਸਖ਼ਤ ਅਤੇ ਵਿਨਾਸ਼ਕਾਰੀ ਕੰਮ ਕਰਨ ਵਾਲਾ ਹੈ.. ਇਸਨੂੰ ਪੜ੍ਹੋ

ਯੂਹੰਨਾ 10:10
ਐਮਪਲੀਫਾਈਡ ਬਾਈਬਲ, ਕਲਾਸਕਿ ਐਡੀਸ਼ਨ
10 ਚੋਰ ਸਿਰਫ਼ ਚੋਰੀ ਕਰਨ, ਮਾਰਨ ਅਤੇ ਨਸ਼ਟ ਕਰਨ ਲਈ ਆਉਂਦਾ ਹੈ। ਮੈ ਇਸ ਲਈ ਆਇਆ ਹਾਂ ਕਿ ਉਹ ਜੀਵਨ ਦਾ ਆਨੰਦ ਮਾਣ ਸਕਣ , ਅਤੇ ਇਸਨੂੰ ਭਰਪੂਰ ਰੂਪ ਵਿੱਚ ਪ੍ਰਾਪਤ ਕਰ ਸਕਣ (ਜਦੋਂ ਤੱਕ ਇਹ[a] ਨਾ ਭਰ ਜਾਵੇ) ।
ਪਰਮਾਤਮਾ ਨੇ ਸਾਨੂੰ ਚੋਣਾਂ ਕਰਨ ਦੀ ਆਜ਼ਾਦੀ ਦੀ ਦਾਤ ਦਿੱਤੀ ਹੈ ਪਰ ਉਸਨੇ ਸਾਨੂੰ ਆਪਣੀਆਂ ਚੋਣਾਂ ਦੇ ਨਤੀਜੇ ਦੀ ਚੋਣ ਕਰਨ ਦੀ ਆਜ਼ਾਦੀ ਨਹੀ ਦਿੱਤੀ। ਇੱਥੇ ਮੂਸਾ ਇਸਰਾਏਲ ਦੇ ਬੱਚਿਆਂ ਅਤੇ ਆਧੁਨਿਕ ਈਸਾਈਆਂ ਨੂੰ ਨਸੀਹਤ ਦਿੰਦਾ ਹੈ:

ਬਿਵਸਥਾ ਸਾਰ 30:16-20
ਐਮਪਲੀਫਾਈਡ ਬਾਈਬਲ, ਕਲਾਸਕਿ ਐਡੀਸ਼ਨ
16 ਜੇ ਤੁਸੀ ਯਹੋਵਾਹ ਆਪਣੇ ਪਰਮੇਸ਼ੁਰ ਦੇ ਹੁਕਮਾਂ ਨੂੰ ਮੰਨੋਗੇ ਜਿਨ੍ਹਾਂ ਦਾ ਮੈ ਅੱਜ ਤੁਹਾਨੂੰ ਹੁਕਮ ਦਿੰਦਾ ਹਾਂ ਕਿ ਤੁਸੀ ਯਹੋਵਾਹ ਆਪਣੇ ਪਰਮੇਸ਼ੁਰ ਨੂੰ ਪਿਆਰ ਕਰੋ, ਉਸ ਦੇ ਰਾਹਾਂ ਉੱਤੇ ਚੱਲੋ, ਅਤੇ ਉਸ ਦੇ ਹੁਕਮਾਂ, ਉਸ ਦੀਆਂ ਬਿਧੀਆਂ ਅਤੇ ਉਸ ਦੇ ਨਿਯਮਾਂ ਦੀ ਪਾਲਣਾ ਕਰੋ, ਤਾਂ ਤੁਸੀ ਜੀਉਂਦੇ ਰਹੋਗੇ ਅਤੇ ਵਧੋਗੇ, ਅਤੇ ਯਹੋਵਾਹ ਤੁਹਾਡਾ ਪਰਮੇਸ਼ੁਰ ਤੁਹਾਨੂੰ ਉਸ ਧਰਤੀ ਵਿੱਚ ਅਸੀਸ ਦੇਵੇਗਾ ਜਿਸ ਉੱਤੇ ਕਬਜ਼ਾ ਕਰਨ ਲਈ ਤੁਸੀ ਜਾ ਰਹੇ ਹੋ।

17 ਪਰ ਜੇ ਤੁਹਾਡਾ ਦਿਲ ਹਟ ਜਾਵੇ ਅਤੇ ਤੁਸੀ ਸੁਣਨ ਤੋਂ ਇਨਕਾਰ ਕਰੋ, ਪਰ
ਦੂਜੇ ਦੇਵਤਿਆਂ ਦੀ ਪੂਜਾ ਅਤੇ ਸੇਵਾ ਕਰਨ ਲਈ ਉਤਸੁਕ ਹੋਵੋ,
18 ਮੈ ਅੱਜ ਤੁਹਾਨੂੰ ਦੱਸਦਾ ਹਾਂ ਕਿ ਤੁਸੀ ਜਰੂਰ ਨਾਸ਼ ਹੋ ਜਾਓਗੇ, ਅਤੇ ਤੁਸੀ
ਉਸ ਧਰਤੀ ਵਿੱਚ ਬਹੁਤੀ ਦੇਰ ਜਿਉਂਦੇ ਨਹੀ ਰਹੋਗੇ ਜਿਸਨੂੰ ਤੁਸੀ ਯਰਦਨ
ਨਦੀ ਪਾਰ ਕਰਕੇ ਪ੍ਰਾਪਤ ਕਰਨ ਲਈ ਜਾ ਰਹੇ ਹੋ।
19 ਮੈ ਅੱਜ ਦੇ ਦਿਨ ਅਕਾਸ਼ ਅਤੇ ਧਰਤੀ ਨੂੰ ਤੁਹਾਡੇ ਵਿਰੁੱਧ ਗਵਾਹ ਬਣਾਉਂਦਾ
ਹਾਂ ਕਿ ਮੈ ਤੁਹਾਡੇ ਅੱਗੇ ਜੀਵਨ ਅਤੇ ਮੌਤ, ਬਰਕਤਾਂ ਅਤੇ ਸਰਾਪ ਰੱਖੇ ਹਨ;
ਇਸ ਲਈ ਜੀਵਨ ਨੂੰ ਚੁਣੋ ਤਾਂ ਜੋ ਤੁਸੀ ਅਤੇ ਤੁਹਾਡੀ ਅੰਸ ਜੀਉਂਦੇ ਰਹੋ।
20 ਅਤੇ ਯਹੋਵਾਹ ਆਪਣੇ ਪਰਮੇਸ਼ੁਰ ਨੂੰ ਪਿਆਰ ਕਰੋ, ਉਸਦੀ ਅਵਾਜ਼ ਨੂੰ ਸੁਣੋ
ਅਤੇ ਉਸ ਨਾਲ ਜੁੜੇ ਰਹੋ। ਕਿਉਂਕਿ ਉਹ ਤੁਹਾਡਾ ਜੀਵਨ ਅਤੇ ਤੁਹਾਡੇ ਦਿਨਾਂ
ਦੀ ਲੰਬਾਈ ਹੈ, ਤਾਂ ਜੋ ਤੁਸੀ ਉਸ ਧਰਤੀ ਵਿੱਚ ਵੱਸ ਸਕੋ ਜਿਸਦੀ ਸਹੁੰ
ਯਹੋਵਾਹ ਨੇ ਤੁਹਾਡੇ ਪੁਰਖਿਆਂ, ਅਬਰਾਹਾਮ, ਇਸਹਾਕ ਅਤੇ ਯਾਕੂਬ ਨਾਲ
ਖਾਧੀ ਸੀ।

ਜਾਣਬੁੱਝ ਕੇ ਕੀਤੀ ਗਈ ਚੋਣ ਨਾਲ, ਸਾਡੇ ਵਿੱਚੋਂ ਬਹੁਤ ਸਾਰੇ ਈਸਾਈਆਂ ਨੇ ਆਪਣੇ ਆਪ ਨੂੰ ਉਪਜਾਊ ਮਿੱਟੀ ਅਤੇ ਸ਼ੈਤਾਨੀਆਂ ਲਈ ਲਾਂਚਿੰਗ ਪੈਡ ਬਣਾਇਆ ਹੈ। ਅਸਲੀਅਤ ਇਹ ਹੈ ਕਿ ਸਾਡੇ ਵਿੱਚੋਂ ਬਹੁਤ ਸਾਰੇ ਇਸ ਬਾਰੇ ਜਾਣੂ ਨਹੀਂ ਹਨ ਅਤੇ ਇਹ ਦੁਸ਼ਟਤਾ ਦੀਆਂ ਤਾਕਤਾਂ ਦੇ ਡਿਜ਼ਾਈਨ ਦੁਆਰਾ ਹੈ ਜਦੋਂ ਤੱਕ ਅਸੀਂ ਪਵਿੱਤਰ ਆਤਮਾ ਨੂੰ ਮੁਕਤੀ ਲਈ ਆਪਣੀ ਖੋਜ ਰੌਸ਼ਨੀ ਸਾਡੇ ਉੱਤੇ ਪਾਉਣ ਦੀ ਆਗਿਆ ਨਹੀਂ ਦਿੰਦੇ। ਅਸੀਂ ਜਾਣਦੇ ਹਾਂ ਕਿ ਸਾਡੀ ਜ਼ਿੰਦਗੀ ਵਿੱਚ ਬਹੁਤ ਸਾਰੇ ਖੇਤਰ ਹਨ ਜੋ ਅਸੀਂ ਪੂਰੀ ਤਰ੍ਹਾਂ ਅਤੇ ਪੂਰੀ ਤਰ੍ਹਾਂ ਕਾਬੂ ਤੋਂ ਬਾਹਰ ਹਾਂ ਜਾਂ ਕੈਦ ਵਿੱਚ ਹਾਂ ਕਿ ਸਾਲਾਂ ਤੋਂ ਨਿਰੰਤਰ ਪ੍ਰਾਰਥਨਾ ਨੇ ਮਦਦ ਨਹੀਂ ਕੀਤੀ ਹੈ ਕਿਉਂਕਿ ਮੂਲ ਕਾਰਨ ਨਾਲ ਨਜਿੱਠਿਆ ਨਹੀਂ ਗਿਆ ਹੈ ਜੋ ਸਾਡੀ ਆਤਮਾ, ਆਤਮਾ ਅਤੇ ਸਰੀਰ ਵਿੱਚ ਪੂਰੀ ਤਰ੍ਹਾਂ ਇਲਾਜ, ਮੁਕਤੀ ਅਤੇ ਬਹਾਲੀ ਨੂੰ ਪਰੇਸ਼ਾਨ ਕਰਦਾ ਹੈ।

ਅੱਜ ਭਾਗ 7 ਵਿੱਚ, ਅਸੀਂ ਤੁਹਾਨੂੰ ਸ਼ੈਤਾਨ ਦੀ ਕੈਦ ਲਈ ਕਾਫ਼ੀ ਹੈ ਕਾਫ਼ੀ ਹੈ ਅਤੇ ਮਸੀਹ ਵਿੱਚ ਆਜ਼ਾਦੀ ਵਿੱਚ ਤੁਹਾਡਾ ਸਵਾਗਤ ਹੈ ਦੀ ਸਾਡੀ ਲੜੀ ਵਿੱਚ ਲਿਆਉਂਦੇ ਹਾਂ, **ਤੁਹਾਡੇ ਅਤੇ ਮੇਰੇ ਵਿੱਚ ਰਹਿਣ ਵਾਲੀ ਪਵਿੱਤਰ ਆਤਮਾ ਸ਼ਕਤੀ ਨੂੰ ਕਵਿੰ**

ਉਤੇਜਤਿ ਕਰਨਾ ਹੈ ਇਸ ਬਾਰੇ ਸੂਝ, ਹਵਾ ਰਾਹੀ ਪਾਣੀ ਅਤੇ ਤੇਲ ਵਿੱਚ ਤੁਹਾਡੇ ਜੀਵਨ ਅਤੇ ਹੋਰਾਂ ਵਿੱਚ ਇਲਾਜ, ਮੁਕਤੀ ਅਤੇ ਬਹਾਲੀ ਲਈ ਏਜੰਟ ਵਜੋਂ ਤਬਦੀਲ ਕੀਤਾ ਗਿਆ + ਇੱਕ ਪਾਦਰੀ ਅਤੇ ਇੱਕ 6 ਸਾਲ ਦੀ ਕੁੜੀ ਦੀ ਮੁਕਤੀ ਬਾਰੇ 2 ਕਹਾਣੀਆਂ ਤੁਹਾਡੇ ਲਈ ਸਖਿਣ ਦੇ ਵਕਰ ਵਜੋਂ - ਭਾਗ 7

ਯਾਦ ਰੱਖੋ, ਅਸੀਂ ਮਰਕੁਸ 16:15 ਵਿੱਚ ਦਿੱਤੇ ਹੁਕਮ ਨੂੰ ਸਫਲਤਾਪੂਰਵਕ ਲਾਗੂ ਕਰਨ ਲਈ ਤਿਆਰ ਹੋ ਰਹੇ ਹਾਂ।

ਮਰਕੁਸ 16:16-20

ਐਮਪਲੀਫਾਈਡ ਬਾਈਬਲ, ਕਲਾਸਕਿ ਐਡੀਸਨ

16 ਜਹਿੜਾ ਵਅਿਕਤੀ [ਜੋ ਖੁਸਖ਼ਬਰੀ ਅਤੇ ਉਸ ਉੱਤੇ ਵਸਿ਼ਵਾਸ ਕਰਦਾ ਹੈ ਅਤੇ ਉਸ ਉੱਤੇ ਭਰੋਸਾ ਕਰਦਾ ਹੈ ਜਸਿ ਉੱਤੇ ਇਹ ਦੱਸਦਾ ਹੈ] ਵਸਿ਼ਵਾਸ ਕਰਦਾ ਹੈ ਅਤੇ ਬਪਤਸਿਮਾ ਲੈਂਦਾ ਹੈ ਉਹ [[a] ਸਦੀਵੀ ਮੌਤ ਦੀ ਸਜ਼ਾ ਤੋਂ ਬਚਾਇਆ ਜਾਵੇਗਾ; ਪਰ ਜੋ ਵਅਿਕਤੀ [ਜੋ ਖੁਸਖ਼ਬਰੀ ਅਤੇ ਉਸ ਉੱਤੇ ਵਸਿ਼ਵਾਸ ਨਹੀ ਕਰਦਾ ਅਤੇ ਉਸ ਉੱਤੇ ਭਰੋਸਾ ਨਹੀ ਕਰਦਾ ਅਤੇ ਜਸਿ ਉੱਤੇ ਇਹ ਦੱਸਦਾ ਹੈ] ਵਸਿ਼ਵਾਸ ਨਹੀ ਕਰਦਾ, ਉਸਨੂੰ ਦੋਸੀ ਠਹਰਿਾਇਆ ਜਾਵੇਗਾ।

17 ਅਤੇ ਵਸਿ਼ਵਾਸ ਕਰਨ ਵਾਲਿਆਂ ਦੇ ਨਾਲ-ਨਾਲ ਇਹ ਨਸਿ਼ਾਨੀਆਂ ਵੀ ਹੋਣਗੀਆਂ : ਉਹ ਮੇਰੇ ਨਾਮ ਤੇ ਭੂਤਾਂ ਨੂੰ ਕੱਢਣਗੇ; ਉਹ ਨਵੀਆਂ-ਨਵੀਆਂ ਭਾਸ਼ਾਵਾਂ ਬੋਲਣਗੇ;

18 ਉਹ ਸੱਪਾਂ ਨੂੰ ਚੁੱਕਣਗੇ; ਅਤੇ ਜੇ ਉਹ ਕੋਈ ਘਾਤਕ ਚੀਜ਼ ਪੀ ਲੈਣਗੇ, ਤਾਂ ਵੀ ਉਨ੍ਹਾਂ ਨੂੰ ਕੋਈ ਨੁਕਸਾਨ ਨਹੀ ਹੋਵੇਗਾ; ਉਹ ਬਮਿਾਰਾਂ ਉੱਤੇ ਹੱਥ ਰੱਖਣਗੇ ਅਤੇ ਉਹ ਠੀਕ ਹੋ ਜਾਣਗੇ।

19 ਫਰਿ ਜਦੋਂ ਪ੍ਰਭੂ ਯਸੂ਼ ਉਨ੍ਹਾਂ ਨਾਲ ਗੱਲ ਕਰ ਹਟਿਆ, ਤਾਂ ਉਹ ਸਵਰਗ ਵਿੱਚ ਉਠਾ ਲਿਆ ਗਿਆ ਅਤੇ ਪਰਮੇਸੁ਼ਰ ਦੇ ਸੱਜੇ ਪਾਸੇ ਬੈਠ ਗਿਆ।

20 ਅਤੇ ਉਹ ਬਾਹਰ ਗਏ ਅਤੇ ਹਰ ਜਗ੍ਹਾ ਪ੍ਰਚਾਰ ਕੀਤਾ, ਜਦੋਂ ਕਿ ਪ੍ਰਭੂ ਉਨ੍ਹਾਂ ਨਾਲ ਕੰਮ ਕਰਦਾ ਰਹਿਾ ਅਤੇ ਸੰਦੇਸ਼ ਨੂੰ ਉਨ੍ਹਾਂ ਨਸਿ਼ਾਨੀਆਂ ਅਤੇ ਚਮਤਕਾਰਾਂ ਦੁਆਰਾ ਸਾਬਤ ਕਰਦਾ ਰਹਿਾ ਜੋ ਇਸਦੇ ਨਾਲ ਲੱਗਦੇ ਸਨ। ਆਮੀਨ (ਇਸੇ ਤਰ੍ਹਾਂ ਹੋਵੇ)।

ਅਸੀਂ ਪਿਛਲੀਆਂ ਲੜੀਵਾਂ ਵਿੱਚ ਜ਼ਿਕਰ ਕੀਤਾ ਸੀ ਕਿ ਮਸੀਹ ਵਿੱਚ ਸਾਰੇ ਵਿਸ਼ਵਾਸੀਆਂ ਨੂੰ ਯਿਸੂ ਦੇ ਇਸ ਹੁਕਮ ਨੂੰ ਸਫਲਤਾਪੂਰਵਕ ਲਾਗੂ ਕਰਨ ਲਈ, ਭੱਜਣ ਵਾਲੇ ਸਿਪਾਹੀਆਂ ਜਾਂ ਦੁਬਾਰਾ ਲੜਨ ਲਈ ਭੱਜਣ ਲਈ ਕੋਈ ਥਾਂ ਨਹੀਂ ਹੈ ਕਿਉਂਕਿ ਸਵਰਗ ਵਿੱਚ ਲੜਾਈ ਪਹਿਲਾਂ ਹੀ ਜਿੱਤੀ ਜਾ ਚੁੱਕੀ ਹੈ। ਸਾਡਾ ਕੰਮ ਆਪਣੇ ਅਧਿਕਾਰ ਦੀ ਵਰਤੋਂ ਕਰਨਾ ਹੈ ਅਤੇ ਉਸ ਜਿੱਤ ਨੂੰ ਲਾਗੂ ਕਰਨ ਲਈ ਸਾਨੂੰ ਨਿਵਾਸੀ ਪਵਿੱਤਰ ਆਤਮਾ ਦੁਆਰਾ ਸ਼ਕਤੀ ਦਿੱਤੀ ਗਈ ਹੈ ਕਿਉਂਕਿ ਦੁਸ਼ਮਣ ਹਮੇਸ਼ਾ ਆਪਣੀ ਸੀਮਾ 'ਤੇ ਕਦਮ ਰੱਖਣਾ ਚਾਹੇਗਾ। ਪਾਣੀਆਂ ਦੀ ਜਾਂਚ ਕਰ ਰਿਹਾ ਹੈ ਕਿ ਕੀ ਅਸੀਂ ਅਣਜਾਣ ਹਾਂ। ਬਦਕਿਸਮਤੀ ਨਾਲ, ਸਾਡੇ ਵਿੱਚੋਂ ਬਹੁਤ ਸਾਰੇ ਦੁਸ਼ਟ ਦੇ ਚਾਲਾਂ ਤੋਂ ਅਣਜਾਣ ਹਨ।

ਅਸੀਂ ਕਿਹਾ ਸੀ ਕਿ ਇਸ ਕਿਸਮ ਦੇ ਦੁਸ਼ਮਣ ਦਾ ਸਾਹਮਣਾ ਇੱਕ ਅਨੁਸ਼ਾਸਿਤ ਫੌਜ ਵਜੋਂ ਕਰਨ ਲਈ, ਸਾਨੂੰ ਹੇਠ ਲਿਖਿਆਂ ਦੀ ਲੋੜ ਹੈ ਜਿਵੇਂ ਕਿ **A, B, C, D, E, F ਅਤੇ G ਵਿੱਚ। ਮੈਨੂੰ ਇਸ ਗੱਲ 'ਤੇ ਜ਼ੋਰ ਦੇਣਾ ਪਵੇਗਾ ਕਿ ਇਹ ਲੜੀ ਹਰ ਕਿਸੇ ਲਈ ਨਹੀ ਹੈ। ਚੁਣੇ ਹੋਏ ਕੁਝ ਲੋਕ ਇਨ੍ਹਾਂ 7 ਗੁਣਾਂ ਦੁਆਰਾ ਆਪਣੇ ਆਪ ਨੂੰ ਭਰਤੀ ਲਈ ਪਹਿਲਾਂ ਤੋਂ ਯੋਗ ਬਣਾਉਣਗੇ। ਉਹ ਇਸ ਪ੍ਰਕਾਰ ਹਨ** :

A. **ਉਪਲਬਧਤਾ (ਆਤਮਾ, ਆਤਮਾ ਅਤੇ ਸਰੀਰ)**
B. **ਦਲੇਰੀ**
C. **ਦੂਜਿਆਂ ਲਈ ਹਮਦਰਦੀ**
D. **ਨਰਿਣਾ**
E. **ਦਲਿੋਂ ਪਿਆਰ**
F. **ਭਿਆਨਕ ਗੁੱਸਾ**
G. **ਬਹੁਤ ਭੁੱਖ**

ਜੇਕਰ ਤੁਹਾਡੇ ਕੋਲ ਘੱਟੋ-ਘੱਟ ਤੱਤਾਂ ਵਜੋਂ ਇਹ ਗੁਣ ਨਹੀਂ ਹਨ, ਤਾਂ ਇੱਕ ਸਫਲ ਮੁਹਿੰਮ ਚਲਾਉਣਾ ਅਸੰਭਵ ਹੋਵੇਗਾ ਕਿਉਂਕਿ ਉਪਰੋਕਤ ਸਾਰੇ ਤੱਤਾਂ ਨੂੰ ਇਕੱਠੇ

ਮਿਲਾਉਣ ਦੀ ਜ਼ਰੂਰਤ ਹੈ ਤਾਂ ਜੋ ਤਬਦੀਲੀ ਲਿਆਉਣ ਲਈ ਸਰ੍ਹੋਂ ਦੇ ਦਾਣੇ ਵਰਗਾ ਵਿਸ਼ਵਾਸ ਪੈਦਾ ਕੀਤਾ ਜਾ ਸਕੇ ਕਿਉਂਕਿ ਪਰਮਾਤਮਾ ਭੁੱਖੇ ਲੋਕਾਂ ਨੂੰ ਭੋਜਨ ਦਿੰਦਾ ਹੈ, ਠੰਡੇ ਜਾਂ ਕੋਸੇ ਬੱਚਿਆਂ ਨੂੰ ਨਹੀਂ, ਭਾਵੇਂ ਇਹ ਇਲਾਜ, ਮੁਕਤੀ ਅਤੇ ਬਹਾਲੀ ਦੇ ਅੰਦਰ ਅਤੇ ਬਾਹਰ ਹੋਵੇ।

ਲੁੱਟ ਦਾ ਮਾਲ ਇਕੱਠਾ ਕਰਨ ਲਈ ਤਿਆਰ ਹੈ ਪਰ ਇੱਕ ਸਰ੍ਹੋਂ ਦਾ ਦਾਣਾ, ਉਹਨਾਂ ਨੂੰ ਸਾਡੇ ਅਨੁਭਵ ਵਿੱਚ ਇਕੱਠਾ ਕਰਨ ਲਈ ਇਕਸਾਰ ਵਿਸ਼ਵਾਸ ਦੀ ਲੋੜ ਹੈ। ਅਸੀਂ ਆਤਮਾਵਾਂ, ਆਤਮਾਵਾਂ, ਅਤੇ ਹੋਰ ਰੂਹਾਂ ਅਤੇ ਇੱਕ ਸਫਲ ਮੁਹਿੰਮ ਚਲਾਉਣ ਲਈ ਜੀਵਤ ਪਰਮਾਤਮਾ ਦੀ ਫੌਜ ਦੇ ਰੂਪ ਵਿੱਚ ਸਾਨੂੰ ਲੋੜੀਂਦੀ ਹਰ ਚੀਜ਼ ਬਾਰੇ ਗੱਲ ਕਰ ਰਹੇ ਹਾਂ। ਅਸੀਂ ਤੁਹਾਨੂੰ ਉਨ੍ਹਾਂ ਲੋਕਾਂ ਤੋਂ ਸਿੱਖਣ ਲਈ ਇੱਥੇ ਹਾਂ ਜੋ ਸਾਡੇ ਤੋਂ ਅੱਗੇ ਵਧ ਚੁੱਕੇ ਹਨ।

ਹੁਣ ਅੱਜ ਸਾਡੀ ਪੇਸ਼ਕਾਰੀ ਦੇ ਪਹਿਲੇ ਹਿੱਸੇ 'ਤੇ ਨਜ਼ਰ ਮਾਰੋ - **ਪਵਿੱਤਰ ਆਤਮਾ ਸ਼ਕਤੀ ਜੋ ਤੁਹਾਡੇ ਵਿੱਚ ਵੱਸਦੀ ਹੈ, ਸ਼ਬਦਾਂ ਵਿੱਚ ਹਵਾ ਰਾਹੀ ਪਾਣੀ ਅਤੇ ਤੇਲ ਵਿੱਚ ਚਮਤਕਾਰੀ - ਇਲਾਜ, ਮੁਕਤੀ ਅਤੇ ਤੁਹਾਡੇ ਜੀਵਨ ਵਿੱਚ ਬਹਾਲੀ ਅਤੇ ਹੋਰਾਂ ਲਈ ਏਜੰਟ ਵਜੋਂ ਤਬਦੀਲ ਕੀਤੀ ਗਈ ਹੈ - - ਨਮੂਨਾ ਪ੍ਰਾਰਥਨਾ ਸਕ੍ਰਿਪਟ ਸ਼ਾਮਲ ਹੈ।**

ਅਸੀਂ ਜਿਸੂ ਤੋਂ ਸ਼ੁਰੂ ਕਰਦੇ ਹਾਂ, ਜੋ ਸਾਡੇ ਵਿਸ਼ਵਾਸ ਦਾ ਲੇਖਕ ਅਤੇ ਸੰਪੂਰਨ ਕਰਨ ਵਾਲਾ ਹੈ ਜਿਸਦੇ ਅੰਦਰ ਪਵਿੱਤਰ ਆਤਮਾ ਵੱਸਦਾ ਸੀ:

ਯੂਹੰਨਾ 9:1-7
ਐਮਪਲੀਫਾਈਡ ਬਾਈਬਲ, ਕਲਾਸਕਿ ਐਡੀਸ਼ਨ
9 ਜਦੋਂ ਉਹ ਜਾ ਰਹਿਾ ਸੀ, ਤਾਂ ਉਸ ਨੇ ਇੱਕ ਆਦਮੀ ਨੂੰ ਦੇਖਿਆ ਜੋ ਜਨਮ ਤੋਂ ਹੀ ਅੰਨ੍ਹਾ ਸੀ।
2 ਉਸ ਦੇ ਚੇਲਿਆਂ ਨੇ ਉਸ ਨੂੰ ਪੁੱਛਿਆ, "ਗੁਰੂ ਜੀ, ਕਸਿਨੇ ਪਾਪ ਕੀਤਾ, ਇਸ ਆਦਮੀ ਨੇ ਜਾਂ ਇਸ ਦੇ ਮਾਪਿਆਂ ਨੇ ਜੋ ਇਹ ਅੰਨ੍ਹਾ ਪੈਦਾ ਹੋਇਆ ਹੈ?"

*[3] ਯਸੂ ਨੇ ਉੱਤਰ ਦੱਤਿਾ, ਇਹ ਇਸ ਲਈ ਨਹੀ ਸੀ ਕ ਿਇਸ ਆਦਮੀ ਨੇ
ਪਾਪ ਕੀਤਾ ਸੀ ਅਤੇ ਨਾ ਹੀ ਇਹ ਦੇ ਮਾਪਿਆਂ ਨੇ, ਸਗੋਂ ਇਹ ਇਸ ਲਈ
ਅੰਨ੍ਹਾ ਜੰਮਿਆ ਸੀ ਕ ਿਪਰਮੇਸ਼ੁਰ ਦੇ ਕੰਮ ਉਸ ਵ ਿਚ ਪਰਗਟ ਹੋਣ।
[4] ਸਾਨੂੰ ਉਸ ਦੇ ਕੰਮ ਕਰਨੇ ਚਾਹੀਦੇ ਹਨ ਜਸਿਨੇ ਮੈਨੂੰ ਭੇਜਿਆ ਹੈ ਅਤੇ ਦਨਿ
ਚੜ੍ਹਦੇ ਸਾਰ ਉਸ ਦੇ ਕੰਮ ਵ ਿਚ ਰੁੱਝੇ ਰਹਣਿਾ ਚਾਹੀਦਾ ਹੈ ਕਉਿਂਕ ਿਰਾਤ ਹੋ
ਰਹੀ ਹੈ, ਜਦੋਂ ਕੋਈ ਵੀ ਕੰਮ ਨਹੀ ਕਰ ਸਕਦਾ।
[5] ਜਦਿ ਚਰਿ ਮੈ ਦੁਨੀਆਂ ਵ ਿਚ ਹਾਂ, ਮੈ ਦੁਨੀਆਂ ਦਾ ਚਾਨਣ ਹਾਂ।
[6] ਇਹ ਕਹ ਿਕੇ, ਉਸ ਨੇ ਜ਼ਮੀਨ ਤੇ ਥੁੱਕਿਆ ਅਤੇ ਆਪਣੇ ਥੁੱਕ ਨਾਲ ਮੱਟੀ
ਬਣਾਈ ਅਤੇ ਉਸ ਮਨੁੱਖ ਦੀਆਂ ਅੱਖਾਂ ਤੇ ਮਲ ਦੱਤੀ।
[7] ਅਤੇ ਉਸ ਨੇ ਉਸ ਨੂੰ ਕਹਿਾ, "ਜਾ, ਸਲਿਆਮ ਦੇ ਕੁੰਡ ਵ ਿਚ ਧੋ ਲੈ।"
ਸਲਿਆਮ ਦਾ ਅਰਥ ਹੈ "ਭੇਜਿਆ ਹੋਇਆ।" ਇਸ ਲਈ ਉਹ ਕੁੰਡ ਗਆਿ
ਅਤੇ ਧੋਤਾ ਅਤੇ ਸੁਜਾਖਾ ਹੋ ਕੇ ਵਾਪਸ ਆਇਆ।*

ਜੇਕਰ ਇਹ ਚਮਤਕਾਰ ਸਾਡੇ ਜ਼ਮਾਨੇ ਵਿੱਚ ਕਿਸੇ ਵਿਸ਼ਵਾਸੀ ਦੁਆਰਾ ਮਸੀਹ ਦੁਆਰਾ ਵਾਪਰਿਆ ਹੈ, ਤਾਂ ਅਸੀਂ ਜਲਦੀ ਹੀ ਨਿਰਣਾ ਕਰਾਂਗੇ ਅਤੇ ਕਹਾਂਗੇ, "ਸ਼ਾਇਦ ਅਸੀਂ ਜੂਜੂ ਦੀ ਵਰਤੋਂ ਕਰ ਰਹੇ ਹਾਂ। ਜਿਵੇਂ ਕਿ ਇਸ ਮਹੱਤਵਪੂਰਨ ਚਮਤਕਾਰ ਤੋਂ ਬਾਅਦ ਦੋਸ਼ੀ ਜਿਸੂ, ਜੇਕਰ ਤੁਸੀਂ ਯੂਹੰਨਾ 9 ਦੇ ਅੰਤ ਤੱਕ ਪੜ੍ਹੋਗੇ।"

ਜਿਸੂ ਸਾਨੂੰ ਇੱਥੇ ਇੱਕ ਸਿਧਾਂਤ ਦਿਖਾ ਰਿਹਾ ਹੈ ਜਿਸਨੂੰ ਅਸੀਂ ਆਪਣੇ ਦਿਨ ਅਤੇ ਯੁੱਗ ਵਿੱਚ ਲਾਗੂ ਕਰ ਸਕਦੇ ਹਾਂ ਅਤੇ ਕਰਨਾ ਚਾਹੀਦਾ ਹੈ ਕਿਉਕਿ ਅਸੀਂ ਪਵਿੱਤਰ ਆਤਮਾ ਨੂੰ ਆਪਣੇ ਅੰਦਰ ਰੱਖਦੇ ਹਾਂ ਅਤੇ ਜਦੋਂ ਅਸੀਂ ਨਿਵਾਸ ਪਵਿੱਤਰ ਆਤਮਾ ਦੀ ਸ਼ਕਤੀ ਨਾਲ ਕਿਸੇ ਵੀ ਚੀਜ਼ ਨਾਲ ਗੱਲ ਕਰਦੇ ਹਾਂ, ਤਾਂ ਸਾਡੇ ਦਿਲ ਦੇ ਇਰਾਦੇ ਪੂਰੇ ਹੋਣਗੇ। ਮੈਂ ਮਰੇ ਹੋਏ ਅਤੇ ਸੜਨ ਵਾਲੀਆਂ ਸਥਿਤੀਆਂ ਵਿੱਚ ਤਬਦੀਲੀ ਨੂੰ ਪ੍ਰਭਾਵਿਤ ਕਰਨ ਅਤੇ ਪ੍ਰਭਾਵਤ ਕਰਨ ਲਈ ਸ਼ਬਦਾਂ ਦੀ ਸ਼ਾਨਦਾਰ ਸ਼ਕਤੀ ਨੂੰ ਦੇਖਣ ਲਈ ਹੋਰ ਸ਼ਾਸਤਰ ਲਿਆਉਂਦਾ ਹਾਂ। ਫਿਰ, ਮੈਂ ਇੱਕ ਸਧਾਰਨ ਪ੍ਰਾਰਥਨਾ ਸ਼ਾਮਲ ਕਰਾਂਗਾ ਜਿਵੇਂ ਕਿ ਇੱਕ ਲਿਪੀ

ਜਿਸਦੀ ਵਰਤੋਂ ਅਸੀਂ ਆਪਣੀ ਸਥਿਤੀ ਅਤੇ ਹਾਲਾਤਾਂ ਲਈ ਕਰ ਸਕਦੇ ਹਾਂ ਅਤੇ ਅਨੁਕੂਲ ਬਣਾ ਸਕਦੇ ਹਾਂ:

ਕਹਾਉਤਾਂ 18:20-21

ਐਮਪਲੀਫਾਈਡ ਬਾਈਬਲ, ਕਲਾਸਕਿ ਐਡੀਸਨ਼

[20] ਮਨੁੱਖ ਦਾ ਮਨ ਆਪਣੇ ਮੂੰਹ ਦੇ ਫਲ ਨਾਲ ਭਰਿਆ ਰਹੇਗਾ, ਅਤੇ ਆਪਣੇ ਬਚਨਾਂ ਦੇ ਫਲ ਨਾਲ ਸੰਤੁਸ਼ਟ ਹੋਵੇਗਾ [ਚਾਹੇ ਚੰਗਾ ਹੋਵੇ ਜਾਂ ਬੁਰਾ]।

[21] ਮੌਤ ਅਤੇ ਜੀਵਨ ਜੀਭ ਦੇ ਵੱਸ ਵਿੱਚ ਹਨ, ਅਤੇ ਜੋ ਇਸਨੂੰ ਵਰਤਦੇ ਹਨ ਉਹ ਇਸਦਾ ਫਲ ਖਾਣਗੇ [ਮੌਤ ਜਾਂ ਜੀਵਨ ਲਈ]।

ਕਹਾਉਤਾਂ 18:4,6,16

ਐਮਪਲੀਫਾਈਡ ਬਾਈਬਲ, ਕਲਾਸਕਿ ਐਡੀਸਨ਼

[4] [ਸਿਆਣੇ ਅਤੇ ਬੁੱਧੀਮਾਨ] ਮਨੁੱਖ ਦੇ ਮੂੰਹ ਦੇ ਸ਼ਬਦ ਡੂੰਘੇ ਪਾਣੀਆਂ ਵਰਗੇ ਹਨ [ਬਹੁਤ ਜ਼ਿਆਦਾ ਅਤੇ ਸਮਝਣਾ ਔਖਾ], ਅਤੇ ਕੁਸ਼ਲ਼ ਅਤੇ ਪਰਮੇਸ਼ੁਰੀ ਬੁੱਧੀ ਦਾ ਚਸ਼ਮਾ ਇੱਕ ਵਗਦੀ ਨਦੀ [ਚਮਕਦੀ, ਤਾਜ਼ਾ, ਸ਼ੁੱਧ, ਅਤੇ ਜੀਵਨ ਦੇਣ ਵਾਲੀ] ਵਰਗਾ ਹੈ।

[6] ਮੂਰਖ ਦੇ ਬੁੱਲ੍ਹ ਝਗੜਾ ਲਿਆਉਂਦੇ ਹਨ, ਅਤੇ ਉਸਦਾ ਮੂੰਹ ਕੁੱਟ ਨੂੰ ਸੱਦਾ ਦਿੰਦਾ ਹੈ।

[16] ਆਦਮੀ ਦਾ ਤੋਹਫ਼ਾ ਉਸ ਲਈ ਜਗ੍ਹਾ ਬਣਾਉਂਦਾ ਹੈ ਅਤੇ ਉਸਨੂੰ ਮਹਾਨ ਲੋਕਾਂ ਦੇ ਸਾਹਮਣੇ ਲੈ ਜਾਂਦਾ ਹੈ।

ਪ੍ਰਾਰਥਨਾ ਤੋਂ ਪਹਿਲਾਂ, ਮੈਂ ਇਸਨੂੰ ਯਿਸੂ ਦੁਆਰਾ ਸਾਡੇ ਸ਼ਬਦਾਂ ਵਿੱਚ ਸ਼ਕਤੀ ਦੇ ਵਰਣਨ ਨਾਲ ਸਮਾਪਤ ਕਰਦਾ ਹਾਂ।

ਮਰਕੁਸ 11:20-26

ਐਮਪਲੀਫਾਈਡ ਬਾਈਬਲ, ਕਲਾਸਕਿ ਐਡੀਸਨ਼

[20] ਸਵੇਰ ਨੂੰ ਜਦੋਂ ਉਹ ਉੱਥੋਂ ਲੰਘ ਰਹੇ ਸਨ, ਤਾਂ ਉਨ੍ਹਾਂ ਨੇ ਦੇਖਿਆ ਕਿ ਅੰਜੀਰ ਦਾ ਦਰਖਤ ਜੜ੍ਹਾਂ ਤੱਕ ਸੁੱਕ ਗਿਆ ਸੀ।

[21] ਪਤਰਸ ਨੂੰ ਯਾਦ ਆਇਆ ਅਤੇ ਉਸਨੇ ਉਸਨੂੰ ਕਿਹਾ, "ਗੁਰੂ ਜੀ, ਵੇਖੋ, ਇਹ ਅੰਜੀਰ ਦਾ ਦਰਖਤ ਜਿਸ ਨੂੰ ਤੁਸੀ ਸਜ਼ਾ ਦਿੱਤੀ ਸੀ, ਸੁੱਕ ਗਿਆ ਹੈ।"

22 ਯਸੂ ਨੇ ਉਨ੍ਹਾਂ ਨੂੰ ਉੱਤਰ ਦਿੱਤਾ, "ਪਰਮੇਸੁਰ ਉੱਤੇ ਵਸਿਵਾਸ ਰੱਖੋ।"
23 ਮੈ ਤੁਹਾਨੂੰ ਸੱਚ ਦੱਸਦਾ ਹਾਂ, ਜੋ ਕੋਈ ਇਸ ਪਹਾੜ ਨੂੰ ਕਹੇ, ਉੱਠ ਅਤੇ ਸਮੁੰਦਰ ਵਚਿ ਸੁਟ ਦਿੱਤਾ ਜਾਵੇ, ਅਤੇ ਆਪਣੇ ਦਲਿ ਵਚਿ ਸ਼ੱਕ ਨਾ ਕਰੇ ਪਰ ਵਸਿਵਾਸ ਕਰੇ ਕਿ ਜੋ ਉਹ ਕਹਿੰਦਾ ਹੈ ਉਹ ਜਰੂਰ ਹੋਵੇਗਾ, ਤਾਂ ਉਹ ਦੇ ਲਈ ਉਹ ਕੀਤਾ ਜਾਵੇਗਾ।
24 ਇਸੇ ਕਰਕੇ ਮੈ ਤੁਹਾਨੂੰ ਦੱਸਦਾ ਹਾਂ ਕਿ ਤੁਸੀ ਪ੍ਰਾਰਥਨਾ ਵਚਿ ਜੋ ਵੀ ਮੰਗੋ, ਵਸਿਵਾਸ ਕਰੋ ਕਿ ਉਹ ਤੁਹਾਨੂੰ ਦਿੱਤਾ ਗਇਆ ਹੈ, ਅਤੇ ਤੁਹਾਨੂੰ ਦਿੱਤਾ ਜਾਵੇਗਾ।
25 ਅਤੇ ਜਦੋਂ ਤੁਸੀ ਪ੍ਰਾਰਥਨਾ ਕਰਨ ਲਈ ਖੜ੍ਹੇ ਹੋਵੋ, ਜੇ ਤੁਹਾਡਾ ਕਸਿ ਨਾਲ ਕੋਈ ਵਰਿਧ ਹੈ, ਤਾਂ ਉਸਨੂੰ ਮਾਫ਼ ਕਰੋ ਅਤੇ [a] ਛੱਡ ਦਓਿ (ਛੱਡ ਦਓਿ, ਜਾਣ ਦਓਿ), ਤਾਂ ਜੋ ਤੁਹਾਡਾ ਪਤਿਾ ਜੋ ਸਵਰਗ ਵਚਿ ਹੈ, ਤੁਹਾਡੀਆਂ [ਆਪਣੀਆਂ] ਕਮੀਆਂ ਅਤੇ ਕਮੀਆਂ ਨੂੰ ਮਾਫ਼ ਕਰੇ ਅਤੇ ਉਨ੍ਹਾਂ ਨੂੰ ਛੱਡ ਦੇਵੇ।
26 [b] ਪਰ ਜੇ ਤੁਸੀ ਮਾਫ਼ ਨਹੀ ਕਰਦੇ, ਤਾਂ ਤੁਹਾਡਾ ਸਵਰਗੀ ਪਤਿਾ ਵੀ ਤੁਹਾਡੀਆਂ ਗਲਤੀਆਂ ਅਤੇ ਕਮੀਆਂ ਨੂੰ ਮਾਫ਼ ਨਹੀ ਕਰੇਗਾ।

ਜੇ ਤੁਸੀ ਆਇਤ 23 ਨੂੰ ਵੇਖਦੇ ਹੋ, ਤਾਂ ਉਸਨੇ ਕਹਿਾ "ਜੋ ਕੋਈ ਕਹੇ"। ਕਿ ਜਸਿ ਵਚਿ ਤੁਹਾਨੂੰ ਵੀ ਸ਼ਾਮਲ ਕੀਤਾ ਗਇਆ ਹੈ। ਇਸ ਵਚਿ ਇਹ ਨਹੀ ਕਹਿਾ ਗਇਆ, "ਜੇ ਤੁਸੀ ਪਰਮੇਸੁਰ ਦੇ ਮਸਹ ਕੀਤੇ ਹੋਏ ਆਦਮੀ ਜਾਂ ਔਰਤ ਹੋ" ਇੱਕੋ ਇੱਕ ਸ਼ਰਤ ਇਹ ਹੈ ਕਿ" ਅਤੇ ਬਲਿਕੁਲ ਵੀ ਸ਼ੱਕ ਨਾ ਕਰੇ ਕਿ ਉਹ ਜੋ ਕਹਿੰਦਾ ਹੈ ਉਹ ਵਾਪਰੇਗਾ, ਇਹ ਉਸਦੇ ਲਈ ਕੀਤਾ ਜਾਵੇਗਾ"।

ਯਾਦ ਰੱਖੋ, ਇਹ ਪਵਤਿਰ ਆਤਮਾ ਦਤਿੇ ਜਾਣ ਤੋਂ ਪਹਲਿਾਂ ਦੀ ਗੱਲ ਹੈ। ਹੁਣ, ਤੁਹਾਡੇ ਅਤੇ ਮੇਰੇ ਅੰਦਰ ਪਵਤਿਰ ਆਤਮਾ ਵੱਸਦਾ ਹੈ। ਸਾਨੂੰ ਸਰਿਫ਼ ਉਸਨੂੰ ਉਤੇਜਤਿ ਕਰਨ ਦੀ ਲੋੜ ਹੈ। ਪੂਜਾ, ਉਸਤਤ, ਭਾਸ਼ਾਵਾਂ ਵਚਿ ਬੋਲਣ ਦੁਆਰਾ ਤਾਂ ਜੋ ਅਸੀ ਵਸਿਵਾਸ ਵਚਿ ਉਸ ਐਲਾਨ ਨੂੰ ਕਰਨ ਲਈ ਮਜਬੂਤ ਹੋਈਏ ਜੋ ਲਾਗੂ ਹੋਵੇਗਾ।

ਹੁਣ ਸੁਰੂ ਕਰੀਏ। ਨਮੂਨਾ ਪ੍ਰਾਰਥਨਾ ਲਖਿਤ

ਪਾਣੀ ਜਾਂ ਤੇਲ ਨੂੰ ਲਗਾਉਣ ਜਾਂ ਪੀਣ ਤੋਂ ਪਹਿਲਾਂ, ਆਪਣੇ ਉਦੇਸ਼ ਨੂੰ ਪ੍ਰਾਪਤ ਕਰਨ ਲਈ ਪਾਣੀ ਜਾਂ ਤੇਲ ਵਿੱਚ ਬੋਲਣ ਲਈ ਇੱਕ ਨਮੂਨਾ ਪ੍ਰਾਰਥਨਾ ਲਿਖਤ। ਯਾਦ ਰੱਖੋ, ਜਦੋਂ ਤੁਸੀਂ ਉਨ੍ਹਾਂ ਵਾਕਾਂ ਨੂੰ ਪਾਣੀ ਅਤੇ ਤੇਲ ਵਿੱਚ ਇਲਾਜ, ਛੁਟਕਾਰਾ ਅਤੇ ਬਹਾਲੀ ਦਾ ਏਜੰਟ ਬਣਾਉਂਦੇ ਹੋ ਤਾਂ ਤੁਹਾਨੂੰ ਲੋੜੀਂਦਾ ਨਤੀਜਾ ਸਪਸ਼ਟ ਤੌਰ 'ਤੇ ਦੇਖਣਾ ਚਾਹੀਦਾ ਹੈ। ਹਾਲਾਤ ਜਾਂ ਸਥਿਤੀ ਵਿੱਚ ਤਬਦੀਲੀ ਆਉਣ ਤੱਕ ਇਹ ਕਰਦੇ ਰਹੋ।

ਬੋਲਣਾ ਸ਼ੁਰੂ ਕਰੋ : ਪਾਣੀ ਹੋਵੇ ਜਾਂ ਤੇਲ, ਮੈਂ ਜੀਵਨ ਦਾ ਸਾਹ ਲੈਂਦਾ ਹਾਂ ਜੋ ਯਿਸੂ ਮਸੀਹ ਦੇ ਨਾਮ ਵਿੱਚ ਵਿਸ਼ਵਾਸ ਦੁਆਰਾ ਮੁਕਤੀ ਦੇ ਇਕਰਾਰ ਅਤੇ ਮੇਰੇ ਅੰਦਰ ਪਵਿੱਤਰ ਆਤਮਾ ਦੀ ਸ਼ਕਤੀ ਅਤੇ ਮੌਜੂਦਗੀ ਦੁਆਰਾ ਮੇਰੇ ਅੰਦਰ ਵੱਸਦਾ ਹੈ। - (ਵਿਸ਼ਵਾਸ ਦੁਆਰਾ ਹੁਣ ਪਾਣੀ ਜਾਂ ਤੇਲ ਵਿੱਚ ਹਵਾ ਫੂਕੋ, ਲੋੜੀਦਾ ਨਤੀਜਾ ਵੇਖੋ ਜੋ ਧਰਮ ਗ੍ਰੰਥ ਦੇ ਅਨੁਸਾਰ ਹੈ)

ਪਾਣੀ ਜਾਂ ਤੇਲ, ਪਵਿੱਤਰ ਆਤਮਾ ਦੀ ਸ਼ਕਤੀ ਨਾਲ, ਯਿਸੂ ਮਸੀਹ ਦੇ ਨਾਮ 'ਤੇ ਇਲਾਜ (ਜਿਸਨੂੰ ਤੁਸੀ ਚੰਗਾ ਕਰਨਾ ਚਾਹੁੰਦੇ ਹੋ ਉਸਨੂੰ ਨਾਮ ਦਿਓ), ਛੁਟਕਾਰਾ (ਜਿਸਨੂੰ ਤੁਸੀ ਛੁਟਕਾਰਾ ਚਾਹੁੰਦੇ ਹੋ ਉਸਨੂੰ ਨਾਮ ਦਿਓ), ਅਤੇ ਬਹਾਲੀ ਲਈ ਮਸਹ ਕੀਤੇ ਜਾਓ (ਜਿਸਨੂੰ ਤੁਸੀ ਬਹਾਲੀ ਚਾਹੁੰਦੇ ਹੋ ਉਸਨੂੰ ਨਾਮ ਦਿਓ) - (ਆਪਣੇ ਦਿਲ ਦੀ ਡੂੰਘਾਈ ਤੋਂ, ਪਵਿੱਤਰ ਆਤਮਾ ਦੀ ਸ਼ਕਤੀ ਦੁਆਰਾ ਪਾਣੀ ਜਾਂ ਤੇਲ ਵਿੱਚ ਫੂਕੋ - ਜਿਵੇਂ ਹਿਲਾਇਆ ਗਿਆ ਹੋਵੇ, ਬੋਲੀਆਂ ਵਿੱਚ ਬੋਲੋ)
ਜਿਵੇਂ ਹੀ ਮੈਂ ਇਹ ਮਸਹ ਕੀਤਾ ਹੋਇਆ ਪਾਣੀ ਲੈਂਦਾ ਹਾਂ ਅਤੇ ਪੀਂਦਾ ਹਾਂ ਜਾਂ ਤੇਲ ਲੈਂਦਾ ਹਾਂ ਅਤੇ ਲਗਾਉਂਦਾ ਹਾਂ, ਪਵਿੱਤਰ ਆਤਮਾ ਦੇ ਮਸਹ ਕਰਨ ਦੀ ਸ਼ਕਤੀ ਦੀਆਂ ਲਹਿਰਾਂ ਮੇਰੇ ਸਾਰੇ ਸਰੀਰ ਵਿੱਚ, ਮੇਰੇ ਸਰੀਰ ਦੇ ਅੰਦਰ ਫੈਲਣ ਦਿਓ ਅਤੇ ਯਿਸੂ ਮਸੀਹ ਦੇ ਨਾਮ ਤੇ ਪੂਰੀ ਤਰ੍ਹਾਂ ਤੰਦਰੁਸਤੀ, ਪੂਰੀ ਛੁਟਕਾਰਾ ਅਤੇ ਪੂਰੀ ਬਹਾਲੀ ਲਿਆਓ, ਆਮੀਨ (ਉਨ੍ਹਾਂ ਖੇਤਰਾਂ ਦੇ ਨਾਮ ਦੱਸੋ ਜਿੱਥੇ ਤੁਹਾਨੂੰ ਤੰਦਰੁਸਤੀ, ਮੁਕਤੀ ਅਤੇ ਬਹਾਲੀ ਦੀ ਲੋੜ ਹੈ)

ਮੈ ਜਸੂ ਮਸੀਹ ਦੇ ਨਾਮ ਤੇ ਆਪਣੀ ਆਤਮਾ, ਆਤਮਾ ਅਤੇ ਸਰੀਰ ਵਿੱਚ ਬ੍ਰਹਮ ਵਿਵਸਥਾ ਅਤੇ ਪੂਰਨ ਪੁਨਰਗਠਨ ਦਾ ਐਲਾਨ ਕਰਦਾ ਹਾਂ, ਆਮੀਨ।

ਮੈ ਤੁਹਾਡਾ ਧੰਨਵਾਦ ਕਰਦਾ ਹਾਂ, ਪਿਤਾ, ਮੈ ਤੁਹਾਡਾ ਧੰਨਵਾਦ ਕਰਦਾ ਹਾਂ, ਜਸੂ, ਮੈ ਤੁਹਾਡਾ ਧੰਨਵਾਦ ਕਰਦਾ ਹਾਂ, ਪਆਿਰੇ ਪਵਤਿਰ ਆਤਮਾ, ਪੂਰੀ ਤਰ੍ਹਾਂ ਠੀਕ ਹੋਣ ਲਈ (ਕਸਿ ਤੋ ਚੰਗਾ ਹੋਣਾ? ਉਨ੍ਹਾਂ ਦੇ ਨਾਮ ਦੱਸੋ, ਇਲਾਜ ਦਾ ਨਤੀਜਾ ਵੇਖੋ), ਛੁਟਕਾਰਾ (ਕਸਿ ਤੋ? ਉਨ੍ਹਾਂ ਦੇ ਨਾਮ ਦੱਸੋ, ਪ੍ਰਾਪਤ ਨਤੀਜਾ ਵੇਖੋ) ਅਤੇ ਬਹਾਲੀ (ਕਸਿ ਤੋ? ਉਨ੍ਹਾਂ ਦੇ ਨਾਮ ਦੱਸੋ, ਬਹਾਲ ਨਤੀਜਾ ਵੇਖੋ) ਆਮੀਨ ਅਤੇ ਆਮੀਨ।

ਪੀਐਸ - ਨਤੀਜਾ ਦੇਖਣਾ ਸ਼ੁਰੂ ਕਰੋ - ਹਮੇਸ਼ਾ, ਨਤੀਜਾ ਕਬੂਲ ਕਰਨਾ ਸ਼ੁਰੂ ਕਰੋ - ਹਮੇਸ਼ਾ, ਨਤੀਜਾ ਅਨੁਭਵ ਕਰਨਾ ਸ਼ੁਰੂ ਕਰੋ ਅਤੇ ਯਿਸੂ ਦੇ ਨਾਮ ਵਿੱਚ ਉਸਦੀ ਮਹਿਮਾ ਅਤੇ ਤੁਹਾਡੀਆਂ ਅਸੀਸਾਂ ਲਈ ਨਤੀਜੇ ਦੀ ਗਵਾਹੀ ਦਿਓ, ਆਮੀਨ। ਨਤੀਜਾ ਪੂਰਾ ਹੋਣ ਤੱਕ ਦੁਹਰਾਉਂਦੇ ਰਹੋ ਅਤੇ ਦੂਜਿਆਂ ਤੱਕ ਸ਼ਬਦ ਫੈਲਾਓ ਜਿਨ੍ਹਾਂ ਨੂੰ ਯਿਸੂ ਦੇ ਨਾਮ ਵਿੱਚ ਪਰਮਾਤਮਾ ਦੇ ਛੂਹ ਦੀ ਲੋੜ ਹੈ ਆਮੀਨ।

ਹੁਣ, ਆਓ ਇੱਕ ਪਾਦਰੀ ਅਤੇ ਇੱਕ 6 ਸਾਲ ਦੀ ਕੁੜੀ ਦੀ ਮੁਕਤੀ ਬਾਰੇ 2 ਕਹਾਣੀਆਂ ਨੂੰ ਤੁਹਾਡੇ ਲਈ ਇੱਕ ਸਖਿਣ ਦੇ ਢੰਗ ਵਜੋਂ ਲਈਏ।

ਕਹਾਣੀ 1 ਕੀ ਮੈਨੂੰ ਇੱਕ ਮੁਕਤੀ ਮੰਤਰੀ ਹੋਣਾ ਚਾਹੀਦਾ ਹੈ? ਮੈ ਮੁਕਤੀ ਵਿੱਚ ਕਵਿੇਂ ਸ਼ਾਮਲ ਹੋਇਆ - ਫਰੈਂਕ ਹੈਮੰਡ ਦੁਆਰਾ - ਇੱਕ ਪਾਦਰੀ ਦੀ ਮੁਕਤੀ।

"ਤੁਸੀਂ ਮੁਕਤੀ ਸੇਵਕਾਈ ਵਿੱਚ ਕਿਵੇਂ ਆਏ?" ਇਹ ਸਵਾਲ ਮੈਨੂੰ ਅਕਸਰ ਪੁੱਛਿਆ ਜਾਂਦਾ ਹੈ। ਇਹ ਨਿਸ਼ਚਤ ਤੌਰ 'ਤੇ ਅਜਿਹੀ ਚੀਜ਼ ਨਹੀਂ ਸੀ ਜਿਸਦੀ ਮੈਂ ਇੱਛਾ ਅਤੇ ਭਾਲ ਕੀਤੀ ਸੀ। ਮੈਂ ਅਕਸਰ ਲੋਕਾਂ ਨੂੰ ਕਹਿੰਦਾ ਹਾਂ, "ਜੇ ਤੁਸੀਂ ਜ਼ਮੀਨ 'ਤੇ ਬਾਹਰ ਦੇਖੋਗੇ ਤਾਂ ਤੁਹਾਨੂੰ ਮੇਰੇ ਪੈਰਾਂ ਦੀਆਂ ਉਂਗਲਾਂ ਦੁਆਰਾ ਬਣਾਏ ਗਏ ਖੁੱਡਾਂ ਮਿਲਣਗੀਆਂ ਜਦੋਂ ਮੈਨੂੰ ਇਸ ਕਾਰੋਬਾਰ ਵਿੱਚ ਖਿੱਚਿਆ ਜਾ ਰਿਹਾ ਸੀ।" ਪ੍ਰਭੂ ਨੇ

ਮੈਨੂੰ ਸੇਵਕਾਈ ਦੇ ਇਸ ਪਹਿਲੂ ਵਿੱਚ ਨਹੀਂ ਬੁਲਾਇਆ - ਉਸਨੇ ਮੈਨੂੰ ਇਸ ਵਿੱਚ ਧੱਕ ਦਿੱਤਾ! ਮੱਤੀ 9:38 ਵਿੱਚ ਯਿਸੂ ਆਪਣੇ ਚੇਲਿਆਂ ਨੂੰ ਪ੍ਰਾਰਥਨਾ ਕਰਨ ਲਈ ਕਹਿੰਦਾ ਹੈ ਕਿ ਫ਼ਸਲ ਦਾ ਪ੍ਰਭੂ ਮਜ਼ਦੂਰਾਂ ਨੂੰ "ਭੇਜ" ਦੇਵੇ। ਸ਼ਾਬਦਿਕ ਵਿਆਖਿਆ ਇਹ ਹੈ ਕਿ ਉਹ ਮਜ਼ਦੂਰਾਂ ਨੂੰ "ਧੱਕਾ" ਦੇਵੇਗਾ ਜਾਂ "ਬਾਹਰ ਕੱਢੇਗਾ"। ਇਸ ਤਰ੍ਹਾਂ ਮੈਂ "ਬੁਲਾਉਣਾ" ਅਨੁਭਵ ਕੀਤਾ। ਪ੍ਰਭੂ ਨੇ ਮੈਨੂੰ ਨਹੀਂ ਪੁੱਛਿਆ; ਉਸਨੇ ਮੈਨੂੰ ਦੱਸਿਆ!

ਇਹ ਜਾਣ ਕੇ ਬਹੁਤ ਹੀ ਰੋਮਾਂਚਕ ਖੋਜ ਹੋਈ ਕਿ ਯਿਸੂ "ਕੱਲ੍ਹ, ਅੱਜ ਅਤੇ ਹਮੇਸ਼ਾ ਲਈ ਇੱਕੋ ਜਿਹਾ ਹੈ" (ਇਬਰਾਨੀਆਂ 13:8)। ਜਦੋਂ ਮੈਂ ਪਵਿੱਤਰ ਆਤਮਾ ਵਿੱਚ ਬਪਤਿਸਮਾ ਲਿਆ ਤਾਂ ਮੈਨੂੰ ਪਤਾ ਲੱਗਾ ਕਿ ਚਮਤਕਾਰ ਉਦੋਂ ਖਤਮ ਨਹੀਂ ਹੋਏ ਜਦੋਂ ਬਾਰਾਂ ਰਸੂਲਾਂ ਦੀ ਮੌਤ ਹੋ ਗਈ ਜਾਂ ਜਦੋਂ ਧਰਮ-ਗ੍ਰੰਥ ਦਾ ਸਿਧਾਂਤ ਪੂਰਾ ਹੋ ਗਿਆ। ਚਮਤਕਾਰ ਅੱਜ ਲਈ ਹਨ। ਮੈਂ ਕੈਥਰੀਨ ਕੁਲਮੈਨ ਨੂੰ ਸੁਣਨ ਗਈ ਅਤੇ ਉਸ ਸੇਵਾ ਵਿੱਚ ਇਲਾਜ ਦੇ ਬਹੁਤ ਸਾਰੇ ਚਮਤਕਾਰਾਂ ਨੂੰ ਦੇਖਿਆ। ਮੇਰਾ ਵਿਸ਼ਵਾਸ ਤੇਜ਼ ਹੋ ਗਿਆ, ਅਤੇ ਮੈਂ ਉਨ੍ਹਾਂ ਦੋਸਤਾਂ ਬਾਰੇ ਸੋਚਣ ਲੱਗ ਪਈ ਜਿਨ੍ਹਾਂ ਨੂੰ ਇਲਾਜ ਦੀ ਲੋੜ ਸੀ।

ਇੱਕ ਸਾਥੀ ਪਾਦਰੀ ਮੇਰੇ ਦਿਲ ਵਿੱਚ ਬਹੁਤ ਵੱਸਦਾ ਸੀ। ਮੈਂ ਉਸਨੂੰ ਕਿਸੇ ਵੀ ਹੋਰ ਵਿਅਕਤੀ ਨਾਲੋਂ ਵੱਧ ਚੰਗਾ ਹੁੰਦਾ ਦੇਖਣਾ ਚਾਹੁੰਦਾ ਸੀ ਜਿਸ ਬਾਰੇ ਮੈਂ ਸੋਚ ਵੀ ਨਹੀਂ ਸਕਦਾ ਸੀ। ਸੋਲਾਂ ਸਾਲਾਂ ਤੋਂ ਉਸਨੂੰ ਲਗਾਤਾਰ ਸਿਰ ਦਰਦ ਹੋ ਰਿਹਾ ਸੀ। ਇਹ ਸਿਰ ਵਿੱਚ ਗੰਭੀਰ ਸੱਟ ਦਾ ਨਤੀਜਾ ਸੀ। ਡਾਕਟਰਾਂ ਨੇ ਕੋਈ ਹੱਲ ਨਹੀਂ ਦਿੱਤਾ। ਉਨ੍ਹਾਂ ਨੇ ਖੋਜੀ ਦਿਮਾਗੀ ਸਰਜਰੀ ਦਾ ਸੁਝਾਅ ਦਿੱਤਾ, ਪਰ ਫਰੈੱਡ ਇੰਨੀ ਖ਼ਤਰਨਾਕ ਸਰਜਰੀ ਲਈ ਸਹਿਮਤ ਨਹੀਂ ਹੋਇਆ ਜਿਸ ਵਿੱਚ ਮਦਦ ਦਾ ਵਾਅਦਾ ਬਹੁਤ ਘੱਟ ਸੀ। ਦਰਦ ਕਾਰਨ ਉਹ ਸੌਂ ਨਹੀਂ ਸਕਦਾ ਸੀ ਅਤੇ ਉਸ ਦੀਆਂ ਨਸਾਂ ਟੁੱਟ ਰਹੀਆਂ ਸਨ। ਉਹ ਪੜ੍ਹਾਈ ਨਹੀਂ ਕਰ ਸਕਦਾ ਸੀ ਅਤੇ ਆਪਣੇ ਉਪਦੇਸ਼ਾਂ ਲਈ ਢੁਕਵੀਂ ਤਿਆਰੀ ਨਹੀਂ ਕਰ ਸਕਦਾ ਸੀ। ਲਗਾਤਾਰ ਦਰਦ ਨੇ ਉਸਨੂੰ ਗੁੱਸੇ ਅਤੇ ਚਿੜਚਿੜਾ ਬਣਾ ਦਿੱਤਾ ਸੀ। ਉਸਦਾ ਪਰਿਵਾਰ ਭਾਰੀ ਤਣਾਅ ਵਿੱਚ ਸੀ। ਬੱਚੇ

ਕੋਈ ਰੌਲਾ ਨਹੀਂ ਪਾ ਸਕਦੇ ਸਨ। ਸਭ ਕੁਝ ਫਰੈੱਡ ਦੇ ਦੁੱਖ ਦੇ ਦੁਆਲੇ ਘੁੰਮਦਾ ਸੀ।

ਮੈਂ ਫਰੈੱਡ ਨੂੰ ਕਿਹਾ ਕਿ ਮੈਂ ਉਸ ਲਈ ਪ੍ਰਾਰਥਨਾ ਕਰਾਂਗਾ ਜਦੋਂ ਤੱਕ ਮੈਂ ਉਸਨੂੰ ਠੀਕ ਨਹੀਂ ਦੇਖ ਲੈਂਦਾ। ਇੱਕ ਹਫ਼ਤੇ ਲਈ ਹਰ ਰੋਜ਼ ਮੈਂ ਉਸਦੇ ਲਈ ਪ੍ਰਾਰਥਨਾ ਵਿੱਚ ਸਮਾਂ ਬਿਤਾਇਆ। ਫਿਰ ਇੱਕ ਸਵੇਰ ਜਦੋਂ ਮੈਂ ਪ੍ਰਾਰਥਨਾ ਕਰ ਰਿਹਾ ਸੀ, ਪ੍ਰਭੂ ਨੇ ਮੈਨੂੰ ਦੱਸਿਆ ਕਿ ਫਰੈੱਡ ਦੀ ਸਮੱਸਿਆ ਇੱਕ ਦੁਸ਼ਟ ਆਤਮਾ ਕਾਰਨ ਸੀ। ਕੀ ਮੈਂ ਸੱਚਮੁੱਚ ਪਰਮਾਤਮਾ ਦੀ ਆਵਾਜ਼ ਸੁਣੀ ਸੀ? ਮੈਂ ਆਪਣੇ ਦੋਸਤ ਨਾਲ ਅਜਿਹਾ ਪ੍ਰਕਾਸ਼ ਕਿਵੇਂ ਸਾਂਝਾ ਕਰ ਸਕਦਾ ਸੀ? ਉਹ ਕੀ ਸੋਚੇਗਾ? ਆਖ਼ਰਕਾਰ, ਮੈਨੂੰ ਭੂਤਾਂ ਬਾਰੇ ਕੀ ਪਤਾ ਸੀ? ਮੈਂ ਕੁਝ ਮੀਟਿੰਗਾਂ ਵਿੱਚ ਉਨ੍ਹਾਂ ਦੇ ਕੁਝ ਹਵਾਲੇ ਸੁਣੇ ਸਨ ਜਿਨ੍ਹਾਂ ਵਿੱਚ ਮੈਂ ਗਿਆ ਸੀ, ਪਰ ਮੈਂ ਇਸ ਵਿਸ਼ੇ 'ਤੇ ਕਦੇ ਕੁਝ ਨਹੀਂ ਪੜ੍ਹਿਆ ਸੀ। ਮੈਂ ਕਿਵੇਂ ਯਕੀਨ ਕਰ ਸਕਦਾ ਹਾਂ? ਮੈਨੂੰ ਕੀ ਕਰਨਾ ਚਾਹੀਦਾ ਹੈ?

ਫਰੈੱਡ ਨਾਲ ਆਪਣਾ ਖੁਲਾਸਾ ਸਾਂਝਾ ਕਰਨ ਦਾ ਪ੍ਰਭਾਵ ਦੂਰ ਨਹੀਂ ਹੋਇਆ; ਇਹ ਹੋਰ ਵੀ ਮਜ਼ਬੂਤ ਹੋ ਗਿਆ। ਇੱਕ ਦਿਨ ਜਦੋਂ ਅਸੀਂ ਇਕੱਠੇ ਸੀ ਤਾਂ ਮੈਂ ਸਾਵਧਾਨੀ ਨਾਲ ਇਸ ਵਿਸ਼ੇ ਵੱਲ ਧਿਆਨ ਦਿੱਤਾ। "ਫਰੈੱਡ, ਮੈਂ ਤੁਹਾਡੇ ਲਈ ਪ੍ਰਾਰਥਨਾ ਕਰਨ ਦਾ ਵਾਅਦਾ ਕੀਤਾ ਸੀ ਜਦੋਂ ਤੱਕ ਪਰਮਾਤਮਾ ਤੁਹਾਨੂੰ ਚੰਗਾ ਨਹੀਂ ਕਰ ਦਿੰਦਾ," ਮੈਂ ਯਾਦ ਦਿਵਾਇਆ। "ਮੈਂ ਹਰ ਰੋਜ਼ ਤੁਹਾਡੇ ਲਈ ਪ੍ਰਾਰਥਨਾ ਕਰ ਰਿਹਾ ਹਾਂ। ਦੂਜੇ ਦਿਨ ਪ੍ਰਭੂ ਨੇ ਮੈਨੂੰ ਦੱਸਿਆ ਕਿ ਤੁਹਾਡੀ ਸਮੱਸਿਆ ਕੀ ਹੈ।" ਮੈਂ ਫਰੈੱਡ ਦੀ ਪ੍ਰਤੀਕਿਰਿਆ ਲਈ ਰੁਕਿਆ। ਮੇਰਾ ਧਿਆਨ ਉਸਦਾ ਧਿਆਨ ਬਿਲਕੁਲ ਸਹੀ ਸੀ। "ਖੈਰ, ਪ੍ਰਭੂ ਦੀ ਉਸਤਤਿ ਕਰੋ," ਉਸਨੇ ਕਿਹਾ, "ਪ੍ਰਭੂ ਨੇ ਤੁਹਾਨੂੰ ਕੀ ਕਿਹਾ?" "ਹੁਣ, ਫਰੈੱਡ, ਮੈਨੂੰ ਨਹੀਂ ਪਤਾ ਕਿ ਤੁਸੀਂ ਇਸ ਬਾਰੇ ਕੀ ਸੋਚੋਗੇ," ਮੈਂ ਕਿਹਾ, ਸ਼ਬਦਾਂ ਨੂੰ ਓਨੀ ਹੀ ਧਿਆਨ ਨਾਲ ਚੁਣਦੇ ਹੋਏ ਜਿੰਨਾ ਮੈਂ ਜਾਣਦਾ ਸੀ, "ਪਰ ਪ੍ਰਭੂ ਨੇ ਮੈਨੂੰ ਦੱਸਿਆ ਕਿ ਤੁਹਾਡਾ ਸਿਰ ਦਰਦ ਇੱਕ ਭੂਤ ਕਾਰਨ ਹੁੰਦਾ ਹੈ।" ਮੈਂ ਆਪਣਾ ਸਾਹ ਰੋਕਿਆ ਜਦੋਂ ਮੈਂ ਉਸਦੇ ਚਿਹਰੇ 'ਤੇ ਪ੍ਰਤੀਕਿਰਿਆ ਲਈ ਦੇਖਿਆ। ਮੈਨੂੰ ਨਹੀਂ ਪਤਾ ਸੀ ਕਿ ਫਰੈੱਡ ਭੂਤਾਂ ਬਾਰੇ ਮੇਰੇ ਨਾਲੋਂ ਜ਼ਿਆਦਾ ਜਾਣਕਾਰ ਸੀ। ਉਸਨੇ ਇਸਨੂੰ ਹੌਲੀ-ਹੌਲੀ ਲਿਆ। "ਖੈਰ, ਪ੍ਰਭੂ ਦੀ ਉਸਤਤਿ ਕਰੋ!" ਉਸਨੇ ਕਿਹਾ, ਇੱਥੋਂ ਤੱਕ ਕਿ

ਖੁਸ਼ ਵੀ ਦਿਖਾਈ ਦੇ ਰਿਹਾ ਸੀ। "ਕੀ ਬਾਈਬਲ ਨਹੀਂ ਕਹਿੰਦੀ ਕਿ ਭੂਤਾਂ ਨੂੰ ਕੱਢਿਆ ਜਾ ਸਕਦਾ ਹੈ? ਮੈਂ ਚਾਹੁੰਦਾ ਹਾਂ ਕਿ ਤੁਸੀਂ ਇਸਨੂੰ ਮੇਰੇ ਵਿੱਚੋਂ ਕੱਢ ਦਿਓ।"

"ਹੁਣ, ਇੱਕ ਮਿੰਟ ਰੁਕੋ," ਮੈਂ ਵਿਰੋਧ ਕੀਤਾ। "ਮੈਨੂੰ ਭੂਤਾਂ ਨੂੰ ਕੱਢਣ ਬਾਰੇ ਕੁਝ ਨਹੀਂ ਪਤਾ, ਪਰ ਮੈਨੂੰ ਲੱਗਦਾ ਹੈ ਕਿ ਮੈਂ ਕੋਈ ਅਜਿਹਾ ਵਿਅਕਤੀ ਲੱਭ ਸਕਦਾ ਹਾਂ ਜੋ ਇਹ ਕਰਨਾ ਜਾਣਦਾ ਹੈ। ਮੈਨੂੰ ਕੁਝ ਦਿਨ ਪ੍ਰਾਰਥਨਾ ਕਰਨ ਲਈ ਦਿਓ ਕਿ ਤੁਹਾਡੇ ਲਈ ਇਹ ਕੌਣ ਕਰ ਸਕਦਾ ਹੈ। ਜਿਵੇਂ ਹੀ ਮੈਨੂੰ ਕੋਈ ਮਿਲੇਗਾ ਮੈਂ ਤੁਹਾਨੂੰ ਦੱਸ ਦਿਆਂਗਾ।"

ਮੈਂ ਸਿੱਧਾ ਪ੍ਰਾਰਥਨਾ ਕਰਨ ਲਈ ਗਿਆ ਅਤੇ ਪ੍ਰਮਾਤਮਾ ਨੂੰ ਬੇਨਤੀ ਕੀਤੀ ਕਿ ਉਹ ਮੈਨੂੰ ਇੱਕ ਮੁਕਤੀ ਸੇਵਕ ਕੋਲ ਲੈ ਜਾਵੇ। ਪ੍ਰਭੂ ਨੇ ਕਿਹਾ, ਤੁਸੀਂ ਇਹ ਕਰੋ।" ਇਸ ਲਈ ਮੈਂ ਦੁਬਾਰਾ ਪ੍ਰਾਰਥਨਾ ਕੀਤੀ। ਮੈਂ ਪ੍ਰਭੂ ਨੂੰ ਧਿਆਨ ਨਾਲ ਸਮਝਾਇਆ ਕਿ ਮੈਂ ਕਿੰਨਾ ਅਯੋਗ ਹਾਂ। ਮੈਂ ਬਲਦੀ ਝਾੜੀ 'ਤੇ ਮੂਸਾ ਨਾਲੋਂ ਵੀ ਭੈੜਾ ਸੁਣਿਆ ਹੋਵੇਗਾ ਜੋ ਬਹਾਨਾ ਬਣਾ ਰਿਹਾ ਸੀ ਕਿ ਉਹ ਆਪਣੇ ਲੋਕਾਂ ਨੂੰ ਮਿਸਰ ਤੋਂ ਕਿਉਂ ਨਹੀਂ ਬਾਹਰ ਕੱਢ ਸਕਦਾ। ਪ੍ਰਭੂ ਮੈਨੂੰ ਕੋਈ ਹੋਰ ਰਸਤਾ ਨਹੀਂ ਦੇਵੇਗਾ। ਮੈਨੂੰ ਸੇਵਕਾਈ ਕਰਨੀ ਚਾਹੀਦੀ ਹੈ।

ਮੇਰੇ ਮਨ ਵਿੱਚ ਕਈ ਵਿਚਾਰ ਘੁੰਮਣ ਲੱਗੇ। ਜੇ ਮੈਂ ਭੂਤਾਂ-ਪ੍ਰੇਤਾਂ 'ਤੇ ਸਿੱਧਾ ਹਮਲਾ ਕਰਾਂ ਤਾਂ ਮੇਰਾ ਕੀ ਬਣੇਗਾ? ਕੀ ਉਹ ਮੈਨੂੰ ਇੱਕ ਖਾਸ ਨਿਸ਼ਾਨਾ ਨਹੀਂ ਬਣਾਉਣਗੇ? ਮੈਂ ਜ਼ਰੂਰ ਮੁਸੀਬਤ ਵਿੱਚ ਹੋਵਾਂਗਾ। ਸੰਭਾਵਨਾਵਾਂ ਡਰਾਉਣੀਆਂ ਸਨ।

ਇੱਕ ਹਫ਼ਤੇ ਬਾਅਦ ਮੈਂ ਫਰੈੱਡ ਨਾਲ ਦੁਬਾਰਾ ਗੱਲ ਕੀਤੀ। ਮੈਂ ਉਸਨੂੰ ਪ੍ਰਾਰਥਨਾਵਾਂ ਦੇ ਨਤੀਜੇ ਦੱਸੇ। ਇਹ ਵਾਜਬ ਨਹੀਂ ਜਾਪਦਾ ਸੀ ਕਿ ਮੈਂ ਉਸਦੀ ਸੇਵਾ ਕਰਨ ਵਾਲਾ ਵਿਅਕਤੀ ਹੋਵਾਂ, ਪਰ ਉਹ ਇਸ ਨਾਲ ਸਹਿਮਤ ਹੋਣ ਲਈ ਪੂਰੀ ਤਰ੍ਹਾਂ ਤਿਆਰ ਸੀ। ਅਸੀਂ ਸਹਿਮਤ ਹੋਏ ਕਿ ਅਸੀਂ ਇੱਕ ਹੋਰ ਹਫ਼ਤਾ ਪ੍ਰਾਰਥਨਾ ਕਰਾਂਗੇ ਅਤੇ ਇਸ ਵਿਸ਼ੇ 'ਤੇ ਸ਼ਾਸਤਰਾਂ ਦੇ ਕਹਿਣ ਦਾ ਅਧਿਐਨ ਕਰਾਂਗੇ। ਫਿਰ ਅਸੀਂ ਅਤੇ ਸਾਡੀਆਂ ਪਤਨੀਆਂ ਇਕੱਠੇ ਹੋਵਾਂਗੇ ਅਤੇ ਦੇਖਾਂਗੇ ਕਿ ਕੀ ਹੋਵੇਗਾ।

ਉਹ ਦਿਨ ਆਇਆ ਜਦੋਂ ਸਾਨੂੰ ਕੋਸ਼ਿਸ਼ ਕੀਤੀ ਗਈ ਸੇਵਕਾਈ ਕਰਨੀ ਸੀ। ਫਰੈੱਡ ਅਤੇ ਉਸਦੀ ਪਤਨੀ ਸਾਡੇ ਘਰ ਰਾਤ ਦੇ ਖਾਣੇ ਲਈ ਮਿਲਣੇ ਸਨ, ਅਤੇ ਫਿਰ ਅਸੀਂ ਪ੍ਰਾਰਥਨਾ ਸਭਾ ਲਈ ਚਰਚ ਦੀ ਇਮਾਰਤ ਵਿੱਚ ਜਾਂਦੇ ਸੀ - ਜਾਂ ਜੋ ਵੀ ਹੁੰਦਾ। ਮੈਨੂੰ ਖੁਸ਼ੀ ਸੀ ਕਿ ਦਿਨ ਸਾਡੇ ਲਈ ਇੰਨਾ ਵਿਅਸਤ ਸੀ। ਸ਼ਹਿਰ ਤੋਂ ਬਾਹਰ ਇੱਕ ਕਾਰੋਬਾਰੀ ਯਾਤਰਾ ਕਰਨਾ ਜ਼ਰੂਰੀ ਸੀ। ਅਸੀਂ ਫਰੈੱਡ ਅਤੇ ਉਸਦੀ ਪਤਨੀ ਦੇ ਆਉਣ ਤੋਂ ਲਗਭਗ ਦੋ ਘੰਟੇ ਪਹਿਲਾਂ ਘਰ ਵਾਪਸ ਆ ਗਏ। ਮੇਰੇ ਦਰਵਾਜ਼ੇ 'ਤੇ ਇੱਕ ਛੋਟਾ ਜਿਹਾ ਪੈਂਫਲਿਟ ਸੀ, ਜੋ ਪੱਥਰ ਨਾਲ ਭਾਰਿਆ ਹੋਇਆ ਸੀ। ਇੱਕ ਦੋਸਤ ਸ਼ਹਿਰ ਵਿੱਚੋਂ ਆਇਆ ਸੀ ਅਤੇ ਮੈਨੂੰ ਘਰ ਨਾ ਮਿਲਣ ਕਰਕੇ ਮੇਰੇ ਲਈ ਛੋਟਾ ਪੈਂਫਲਿਟ ਛੱਡ ਗਿਆ ਸੀ। ਜਦੋਂ ਮੈਂ ਡੇਰੇਕ ਪ੍ਰਿੰਸ ਦੁਆਰਾ ਸਿਰਲੇਖ - *"ਭੂਤ ਕੱਢਣ ਦਾ ਇੱਕ ਜਾਣ-ਪਛਾਣ" ਪੜ੍ਹਿਆ ਤਾਂ ਮੈਨੂੰ ਆਪਣੀਆਂ ਅੱਖਾਂ 'ਤੇ ਵਿਸ਼ਵਾਸ ਨਹੀਂ ਹੋ ਰਿਹਾ ਸੀ* । ਮੇਰੇ ਦੋਸਤ ਨੂੰ ਆਉਣ ਵਾਲੀ ਸੇਵਕਾਈ ਬਾਰੇ ਨਹੀਂ ਪਤਾ ਸੀ। ਸਮਾਂ ਸੰਪੂਰਨ ਸੀ। ਇਹ ਪਰਮਾਤਮਾ ਹੋਣਾ ਚਾਹੀਦਾ ਸੀ!

ਕੁਝ ਮਿੰਟਾਂ ਦੇ ਅੰਦਰ-ਅੰਦਰ ਮੈਂ ਪੈਂਫਲੈਟ ਦੀ ਸਮੱਗਰੀ ਨੂੰ ਪੜ੍ਹ ਲਿਆ। ਇਹ ਬਹੁਤ ਹੀ ਵਿਹਾਰਕ ਸੀ ਅਤੇ ਮਦਦਗਾਰ ਜਾਣਕਾਰੀ ਨਾਲ ਭਰਿਆ ਹੋਇਆ ਸੀ। ਜਦੋਂ ਭੂਤ ਬਾਹਰ ਆਇਆ ਤਾਂ ਅਸੀਂ ਕਿਸੇ ਕਿਸਮ ਦੇ ਪ੍ਰਗਟਾਵੇ ਦਾ ਅੰਦਾਜ਼ਾ ਲਗਾ ਸਕਦੇ ਸੀ। ਘੱਟੋ ਘੱਟ ਮੈਨੂੰ ਪੂਰੇ ਮਾਮਲੇ ਬਾਰੇ ਥੋੜ੍ਹਾ ਹੋਰ ਵਿਸ਼ਵਾਸ ਮਹਿਸੂਸ ਹੋਇਆ। ਜਦੋਂ ਫਰੈੱਡ ਆਇਆ ਤਾਂ ਮੈਂ ਉਸਨੂੰ ਅਤੇ ਉਸਦੀ ਪਤਨੀ ਨੂੰ ਸੇਵਕਾਈ ਦੀ ਕੋਸ਼ਿਸ਼ ਕਰਨ ਤੋਂ ਪਹਿਲਾਂ ਕਿਤਾਬਚਾ ਪੜ੍ਹਨ ਲਈ ਕਿਹਾ।

ਅਸੀਂ ਭੂਤ ਨੂੰ ਲਲਕਾਰਨ ਤੋਂ ਪਹਿਲਾਂ ਪ੍ਰਾਰਥਨਾ ਵਿੱਚ ਕੁਝ ਸਮਾਂ ਬਿਤਾਇਆ। ਅਤੇ ਮੈਂ ਉਸ ਸਮੇਂ ਸਿਰਫ਼ ਇੱਕ ਭੂਤ ਦੇ ਰੂਪ ਵਿੱਚ ਸੋਚ ਰਿਹਾ ਸੀ। ਮੇਰੀ ਸਮਝ ਇਸ ਤੋਂ ਵੱਧ ਨਹੀਂ ਸੀ। ਫਰੈੱਡ ਅਜੇ ਵੀ ਆਪਣੇ ਗੋਡਿਆਂ 'ਤੇ ਸੀ ਜਦੋਂ ਮੈਂ ਸੁਝਾਅ ਦਿੱਤਾ ਕਿ ਅਸੀਂ ਭੂਤ ਨੂੰ ਸੰਬੋਧਿਤ ਕਰਨਾ ਸ਼ੁਰੂ ਕਰੀਏ। ਮੈਂ ਅਤੇ ਮੇਰੀ ਪਤਨੀ ਨੇ ਉਸਦੇ ਸਿਰ 'ਤੇ ਹੱਥ ਰੱਖੇ ਅਤੇ ਅਸੀਂ ਦੋਵਾਂ ਨੇ ਕਿਹਾ, "ਮੈਂ ਭੂਤ ਨੂੰ ਯਿਸੂ ਦੇ ਨਾਮ 'ਤੇ ਉਸ ਵਿੱਚੋਂ ਬਾਹਰ ਨਿਕਲਣ ਦਾ ਹੁਕਮ ਦਿੰਦਾ ਹਾਂ।" ਜਦੋਂ ਮੈਂ ਇਹ ਹੁਕਮ ਦਿੱਤਾ ਅਤੇ ਮੇਰੀ ਪਤਨੀ ਨੇ ਇਸਨੂੰ ਦੁਹਰਾਇਆ, ਤਾਂ ਅਸੀਂ ਇਹ ਦੇਖਣ ਲਈ ਇੰਤਜ਼ਾਰ

ਕੀਤਾ ਕਿ ਕੀ ਹੋਵੇਗਾ। ਅੰਤ ਵਿੱਚ, ਮੈਂ ਪੁੱਛਿਆ, "ਕੀ ਤੁਹਾਨੂੰ ਕੁਝ ਮਹਿਸੂਸ ਹੋਇਆ, ਫਰੈੱਡ? ਕੀ ਤੁਹਾਨੂੰ ਲੱਗਦਾ ਹੈ ਕਿ ਕੁਝ ਹੋਇਆ ਹੈ?" ਫਰੈੱਡ ਨੇ ਆਪਣਾ ਸਿਰ ਨਕਾਰਾਤਮਕ ਤੌਰ 'ਤੇ ਹਿਲਾਇਆ, ਝੂਠ ਨੂੰ ਕੁਝ ਵੀ ਮਹਿਸੂਸ ਨਹੀਂ ਹੋਇਆ ਸੀ। ਅਸੀਂ ਇੱਕ ਛੋਟੀ ਜਿਹੀ ਸਲਾਹ-ਮਸ਼ਵਰਾ ਕੀਤਾ ਅਤੇ ਇਸਨੂੰ ਦੁਬਾਰਾ ਕੋਸ਼ਿਸ਼ ਕਰਨ ਦਾ ਫੈਸਲਾ ਕੀਤਾ।

ਹੁਕਮ ਕਈ ਵਾਰ ਹੋਰ ਦਿੱਤਾ ਗਿਆ। ਫਰੈੱਡ ਨੂੰ ਕੀ ਹੋ ਰਿਹਾ ਸੀ? ਉਸਦਾ ਚਿਹਰਾ ਵਿਗੜ ਰਿਹਾ ਸੀ! ਉਹ ਬੋਲਣ ਦੀ ਕੋਸ਼ਿਸ਼ ਕਰ ਰਿਹਾ ਸੀ, ਪਰ ਉਹ ਕੋਈ ਸ਼ਬਦ ਨਹੀਂ ਕੱਢ ਸਕਿਆ। ਉਸਦਾ ਦਮ ਘੁੱਟ ਰਿਹਾ ਜਾਪਦਾ ਸੀ। ਹੁਣ ਆਰਾਮ ਕਰਨ ਦਾ ਸਮਾਂ ਨਹੀਂ ਸੀ। ਅਸੀਂ ਭੂਤ ਨੂੰ ਉਸ ਵਿੱਚੋਂ ਬਾਹਰ ਨਿਕਲਣ ਦਾ ਹੁਕਮ ਦਿੰਦੇ ਰਹੇ। ਫਰੈੱਡ ਜ਼ੋਰ ਨਾਲ ਖੰਘਣ ਲੱਗਾ। ਇਹ ਲਗਭਗ ਇੱਕ ਮਿੰਟ ਤੱਕ ਚੱਲਿਆ। ਫਿਰ ਉਹ ਫਰਸ਼ 'ਤੇ ਇੱਕ ਪਾਸੇ ਡਿੱਗ ਪਿਆ ਅਤੇ ਬੇਹੋਸ਼ ਪਿਆ ਰਿਹਾ। "ਕੀ ਇਹ ਬਾਹਰ ਹੈ, ਫਰੈੱਡ?" ਮੈਂ ਪੁੱਛਿਆ। "ਮੈਨੂੰ ਲੱਗਦਾ ਹੈ," ਉਸਨੇ ਫੁਸਫੁਸਾਇਆ। ਉਹ ਮੁਸ਼ਕਿਲ ਨਾਲ ਬੋਲ ਸਕਦਾ ਸੀ। "ਮੈਂ ਇੰਨਾ ਕਮਜ਼ੋਰ ਹਾਂ ਕਿ ਮੈਂ ਉੱਠ ਨਹੀਂ ਸਕਦਾ," ਉਸਨੇ ਸਮਝਾਇਆ। ਅਸੀਂ ਫਰੈੱਡ ਲਈ ਪ੍ਰਾਰਥਨਾ ਕੀਤੀ ਅਤੇ ਉਸਦੀ ਮੁਕਤੀ ਲਈ ਪਰਮਾਤਮਾ ਦਾ ਧੰਨਵਾਦ ਕੀਤਾ। ਫਰੈੱਡ ਨੂੰ ਬੈਠਣ ਦੇ ਯੋਗ ਹੋਣ ਤੋਂ ਘੱਟੋ-ਘੱਟ ਪੰਜ ਮਿੰਟ ਪਹਿਲਾਂ ਸਨ।

ਫਰੈੱਡ ਦੀ ਪਤਨੀ ਇਸ ਸਾਰੇ ਸਮੇਂ ਦੌਰਾਨ ਬੈਠੀ ਪ੍ਰਾਰਥਨਾ ਕਰ ਰਹੀ ਸੀ। ਹੁਣ ਮੈਂ ਉਸਨੂੰ ਹੌਲੀ ਹੌਲੀ ਗਾਉਂਦੇ ਸੁਣਿਆ। ਮੈਂ ਧੁਨ ਨੂੰ ਇੱਕ ਜਾਣਿਆ-ਪਛਾਣਿਆ ਭਜਨ ਪਛਾਣ ਲਿਆ... "ਅਮੇਜ਼ਿੰਗ ਗ੍ਰੇਸ"। ਮੈਂ ਸੋਚਿਆ ਕਿ ਮੈਂ ਵੀ ਉਸ ਨਾਲ ਭਜਨ ਵਿੱਚ ਸ਼ਾਮਲ ਹੋਵਾਂਗਾ, ਅਤੇ ਜਿਵੇਂ ਹੀ ਮੈਂ ਸ਼ਬਦਾਂ ਨੂੰ ਸੁਣਿਆ ਤਾਂ ਮੈਨੂੰ ਅਹਿਸਾਸ ਹੋਇਆ ਕਿ ਉਹ ਭਾਸ਼ਾਵਾਂ ਵਿੱਚ ਗਾ ਰਹੀ ਸੀ। ਕੁਝ ਹਫ਼ਤੇ ਪਹਿਲਾਂ ਮੈਂ ਉਸ ਲਈ ਪ੍ਰਾਰਥਨਾ ਕੀਤੀ ਸੀ ਕਿ ਉਹ ਪਵਿੱਤਰ ਆਤਮਾ ਵਿੱਚ ਬਪਤਿਸਮਾ ਲਵੇ, ਅਤੇ ਉਹ ਭਾਸ਼ਾਵਾਂ ਵਿੱਚ ਸਿਰਫ਼ ਇੱਕ ਛੋਟਾ ਜਿਹਾ ਵਾਕ ਬੋਲ ਸਕੀ ਸੀ। ਹੁਣ ਉਹ ਪੂਰੀ ਆਜ਼ਾਦੀ ਨਾਲ ਗਾ ਰਹੀ ਸੀ। ਅਸੀਂ ਚਾਰੇ ਜਣੇ ਖੁਸ਼ ਸੀ।

ਇੱਕ ਹਫ਼ਤੇ ਬਾਅਦ ਮੈਂ ਫਰੈੱਡ ਨੂੰ ਦੁਬਾਰਾ ਮਿਲਿਆ। ਮੈਂ ਉਸਦੇ ਸਿਰ ਦਰਦ ਬਾਰੇ ਰਿਪੋਰਟ ਲੈਣ ਲਈ ਉਤਸੁਕ ਸੀ। ਮੈਨੂੰ ਵਿਸ਼ਵਾਸ ਸੀ ਕਿ ਉਹ ਮੈਨੂੰ ਦੱਸੇਗਾ ਕਿ ਸਭ ਕੁਝ ਖਤਮ ਹੋ ਗਿਆ ਹੈ। "ਫ੍ਰੈਂਕ, ਮੈਨੂੰ ਨਹੀਂ ਪਤਾ ਕਿ ਇਸਦਾ ਕੀ ਕਰੀਏ," ਫਰੈੱਡ ਨੇ ਸ਼ੁਰੂ ਕੀਤਾ, "ਪਰ ਮੇਰਾ ਸਿਰ ਦਰਦ ਅਜੇ ਵੀ ਹੈ। ਇਹ ਹੁਣ ਠੀਕ ਨਹੀਂ ਹੈ।" ਨਿਰਾਸ਼ਾ ਦੀ ਬਿਮਾਰ ਭਾਵਨਾ ਮੇਰੇ ਉੱਤੇ ਆ ਗਈ। ਇੱਕ ਸੇਵਕਾਈ ਇੰਨੀ ਨਾਟਕੀ ਕਿਵੇਂ ਹੋ ਸਕਦੀ ਹੈ ਅਤੇ ਫਿਰ ਵੀ ਪ੍ਰਭਾਵਸ਼ਾਲੀ ਨਹੀਂ ਹੋ ਸਕਦੀ? ਅਸੀਂ ਦੋਵੇਂ ਹੈਰਾਨ ਸੀ।

ਫਰੈੱਡ ਨੇ ਮੈਨੂੰ ਦੱਸਿਆ ਕਿ ਉਸਨੇ ਕਿਸੇ ਹੋਰ ਰਾਜ ਵਿੱਚ ਇੱਕ ਚਰਚ ਨੂੰ ਪਾਦਰੀ ਬਣਾਉਣ ਦਾ ਸੱਦਾ ਸਵੀਕਾਰ ਕਰ ਲਿਆ ਹੈ। ਉਹ ਤੁਰੰਤ ਜਾ ਰਿਹਾ ਸੀ। ਛੇ ਮਹੀਨੇ ਪਹਿਲਾਂ ਅਸੀਂ ਉਸਨੂੰ ਦੁਬਾਰਾ ਦੇਖਿਆ ਸੀ। ਅਸੀਂ ਇੱਕ ਯਾਤਰਾ 'ਤੇ ਸੀ ਜੋ ਸਾਨੂੰ ਉਸਦੀ ਨਵੀਂ ਸੇਵਕਾਈ ਵਾਲੀ ਜਗ੍ਹਾ ਦੇ ਨੇੜੇ ਲੈ ਗਈ, ਇਸ ਲਈ ਅਸੀਂ ਕੁਝ ਵਾਧੂ ਮੀਲ ਗੱਡੀ ਚਲਾਈ ਤਾਂ ਜੋ ਅਸੀਂ ਉੱਥੇ ਜਾ ਸਕੀਏ ਅਤੇ ਰਾਤ ਬਿਤਾ ਸਕੀਏ। ਜਿਵੇਂ ਹੀ ਅਸੀਂ ਉਸ ਸ਼ਾਮ ਪ੍ਰਾਰਥਨਾ ਕੀਤੀ, ਇਹ ਫੈਸਲਾ ਕੀਤਾ ਗਿਆ ਕਿ ਸਾਨੂੰ ਫਰੈੱਡ ਦੀ ਦੁਬਾਰਾ ਸੇਵਾ ਕਰਨੀ ਚਾਹੀਦੀ ਹੈ। ਪਿਛਲੇ ਮਹੀਨਿਆਂ ਦੌਰਾਨ ਅਸੀਂ ਭੂਤਾਂ ਬਾਰੇ ਹੋਰ ਸਿੱਖਿਆ ਸੀ। ਉਨ੍ਹਾਂ ਵਿੱਚੋਂ ਇੱਕ ਤੋਂ ਵੱਧ ਹੋ ਸਕਦੇ ਹਨ। ਹੋ ਸਕਦਾ ਹੈ ਕਿ ਸਾਨੂੰ ਉਹ ਨਾ ਮਿਲਿਆ ਜਿਸਨੇ ਸਿਰ ਦਰਦ ਦਾ ਕਾਰਨ ਬਣਾਇਆ। ਅਸੀਂ ਹੋਰ ਵੀ ਦ੍ਰਿੜ ਰਹਾਂਗੇ।

ਅਸੀਂ ਫਰੈੱਡ ਨੂੰ ਕੁਰਸੀ 'ਤੇ ਬਿਠਾਇਆ ਜਦੋਂ ਅਸੀਂ ਉਸਦੇ ਆਲੇ-ਦੁਆਲੇ ਇਕੱਠੇ ਹੋਏ। ਉਹ ਬਹੁਤ ਸਹਿਯੋਗੀ ਸੀ। ਉਹ ਕੁਝ ਵੀ ਕਰਨ ਲਈ ਤਿਆਰ ਸੀ ਜੋ ਉਸਨੂੰ ਤਬਾਹ ਕਰ ਰਹੇ ਲਗਾਤਾਰ ਦਰਦ ਤੋਂ ਛੁਟਕਾਰਾ ਪਾਉਣ ਲਈ ਉਮੀਦ ਦੀ ਕਿਰਨ ਪੇਸ਼ ਕਰਦਾ ਸੀ। ਇਸ ਸਮੇਂ ਸਾਨੂੰ ਨਹੀਂ ਪਤਾ ਸੀ ਕਿ ਵੱਖ-ਵੱਖ ਕਿਸਮਾਂ ਦੀਆਂ ਆਤਮਾਵਾਂ ਦਾ ਪਤਾ ਕਿਵੇਂ ਲਗਾਇਆ ਜਾਵੇ ਅਤੇ ਸਾਨੂੰ ਕਦੇ ਵੀ ਖਾਸ ਭੂਤਾਂ ਬਾਰੇ ਕੋਈ ਅਲੌਕਿਕ ਸਮਝ ਨਹੀਂ ਮਿਲੀ। ਇਸ ਲਈ ਅਸੀਂ ਇੱਕ ਆਮ ਹੁਕਮ ਦਿੱਤਾ ਕਿ ਜੋ ਵੀ ਭੂਤ ਉਸ ਵਿੱਚ ਸਨ ਉਹ ਬਾਹਰ ਨਿਕਲ ਆਉਣ। ਹਰ ਵਾਰ ਜਦੋਂ ਅਸੀਂ ਹੁਕਮ ਦਿੰਦੇ ਸੀ, ਫਰੈੱਡ ਨੂੰ ਖੰਘ ਦਾ ਇੱਕ ਜਾਦੂ ਹੁੰਦਾ ਸੀ। ਉਹ ਆਪਣੇ ਗਲੇ ਵਿੱਚ ਦਬਾਅ ਮਹਿਸੂਸ ਕਰ ਸਕਦਾ ਸੀ ਜੋ ਖੰਘਣ ਨਾਲ ਆਰਾਮਦਾਇਕ ਹੋ ਜਾਂਦਾ ਸੀ।

ਇਹ ਲਗਭਗ ਛੇ ਵਾਰ ਹੋਇਆ। "ਕੀ ਤੁਹਾਡਾ ਸਿਰ ਦਰਦ ਅਜੇ ਤੱਕ ਠੀਕ ਨਹੀਂ ਹੋਇਆ?" ਮੈਂ ਪੁੱਛਿਆ। "ਨਹੀਂ, ਇਹ ਪਹਿਲਾਂ ਨਾਲੋਂ ਵੀ ਜ਼ਿਆਦਾ ਦਰਦ ਕਰਦਾ ਹੈ," ਫਰੈੱਡ ਨੇ ਸਮਝਾਇਆ। ਅਸੀਂ ਦੱਸ ਸਕਦੇ ਸੀ ਕਿ ਫਰੈੱਡ ਦੇ ਅੰਦਰ ਅਜੇ ਵੀ ਕੁਝ ਸੀ। ਮੈਨੂੰ ਯਾਦ ਆਇਆ ਕਿ ਮੈਂ ਮੁਕਤੀ ਬਾਰੇ ਇੱਕ ਟੇਪ ਸੁਣੀ ਸੀ ਜਿਸ ਵਿੱਚ ਮੰਤਰੀ ਨੇ ਭੂਤਾਂ ਨੂੰ ਆਪਣੇ ਨਾਮ ਰੱਖਣ ਦਾ ਹੁਕਮ ਦਿੱਤਾ ਸੀ। ਇਹ ਫੈਸਲਾ ਕੀਤਾ ਗਿਆ ਸੀ ਕਿ ਸਾਨੂੰ ਇਹ ਕੋਸ਼ਿਸ਼ ਕਰਨੀ ਚਾਹੀਦੀ ਹੈ।

"ਤੇਰਾ ਨਾਮ ਕੀ ਹੈ?" ਮੈਂ ਉਸ ਭੂਤ ਤੋਂ ਪੁੱਛਿਆ ਜੋ ਮੈਨੂੰ ਯਕੀਨ ਸੀ ਕਿ ਫਰੈੱਡ ਵਿੱਚ ਅਜੇ ਵੀ ਹੈ। "ਯਿਸੂ ਦੇ ਨਾਮ ਤੇ ਮੈਂ ਤੁਹਾਨੂੰ ਹੁਕਮ ਦਿੰਦਾ ਹਾਂ ਕਿ ਮੈਨੂੰ ਆਪਣਾ ਨਾਮ ਦੱਸੋ।" ਉਸਦਾ ਚਿਹਰਾ ਉਸੇ ਤਰ੍ਹਾਂ ਵਿਗੜਨ ਲੱਗ ਪਿਆ ਜਿਵੇਂ ਇਹ ਸ਼ੁਰੂਆਤੀ ਸੇਵਕਾਈ ਦੌਰਾਨ ਸੀ। ਅਸੀਂ ਉਸ ਚੀਜ਼ ਨੂੰ ਆਪਣਾ ਨਾਮ ਰੱਖਣ ਦਾ ਹੁਕਮ ਦਿੰਦੇ ਰਹੇ। ਫਰੈੱਡ ਦੇ ਬੁੱਲ੍ਹ ਬਾਹਰ ਨਿਕਲ ਆਏ ਅਤੇ ਉਸਦਾ ਮੂੰਹ ਇੱਕ ਚੀਕ-ਚਿਹਾੜਾ ਬਣ ਗਿਆ। ਬਹੁਤ ਹੌਲੀ ਹੌਲੀ ਅਤੇ ਇੱਕ ਅਜਿਹੀ ਆਵਾਜ਼ ਵਿੱਚ ਜੋ ਬਹੁਤ ਘੱਟ ਸੁਣਾਈ ਦੇ ਰਹੀ ਸੀ, ਇੱਕ ਸ਼ਬਦ ਬੋਲਿਆ ਗਿਆ - "P..a..i..n"।

ਇਹ ਇੰਨਾ ਸੌਖਾ ਲੱਗਦਾ ਸੀ। ਅਸੀਂ ਇਸਨੂੰ ਪਹਿਲਾਂ ਕਿਉਂ ਨਹੀਂ ਸਮਝਿਆ? *"ਦਰਦ ਦਾ ਭੂਤ*, ਫਰੈੱਡ ਵਿੱਚੋਂ ਬਾਹਰ ਆ ਜਾ!" ਸਾਡੇ ਸ਼ਬਦ ਜ਼ਿੱਦੀ ਸਨ। "ਯਿਸੂ ਦੇ ਨਾਮ ਤੇ, ਉਸ ਵਿੱਚੋਂ ਬਾਹਰ ਆ ਜਾ!" ਫਰੈੱਡ ਦੀ ਪਤਨੀ ਨੂੰ ਆਪਣੀ ਆਤਮਾ ਵਿੱਚ ਅਹਿਸਾਸ ਹੋ ਗਿਆ ਹੋਵੇਗਾ ਕਿ ਕੀ ਹੋਣ ਵਾਲਾ ਹੈ। ਉਸਨੇ ਕੌਫੀ ਟੇਬਲ ਤੋਂ ਇੱਕ ਅਖ਼ਬਾਰ ਫੜਿਆ ਅਤੇ ਫਰੈੱਡ ਦੇ ਪੈਰਾਂ ਵਿਚਕਾਰ ਫਰਸ਼ 'ਤੇ ਸੁੱਟ ਦਿੱਤਾ। ਤੁਰੰਤ ਫਰੈੱਡ ਨੇ ਖੰਘਿਆ ਅਤੇ ਕਾਗਜ਼ 'ਤੇ ਬਲਗਮ ਦੇ ਦੋ ਵੱਡੇ ਧੱਬੇ ਸੁੱਟ ਦਿੱਤੇ। ਭੂਤ ਬਾਹਰ ਆ ਗਿਆ! ਅਤੇ ਦਰਦ ਖਤਮ ਹੋ ਗਿਆ! ਲਗਭਗ ਪੰਜ ਸਾਲ ਬੀਤ ਗਏ ਹਨ ਅਤੇ ਫਰੈੱਡ ਅਜੇ ਵੀ ਠੀਕ ਹੈ। ਪਰਮਾਤਮਾ ਨੇ ਸਾਡੀਆਂ ਪ੍ਰਾਰਥਨਾਵਾਂ ਦਾ ਜਵਾਬ ਦਿੱਤਾ ਸੀ!

ਕਹਾਣੀ 2) ਇਡਾ ਮੇ ਇੱਕ ਨਾਟਕੀ ਬੱਚੇ ਦੀ ਛੁਟਕਾਰੇ ਦਾ ਵਰਣਨ ਕਰਦੀ ਹੈ 6 ਸਾਲ ਦੀ ਕੁੜੀ ਜੋ ਕਿਸਕਜ਼ੋਫ਼ਰੀਨੀਆ ਤੋਂ ਹੈ ਅਤੇ ਹੋਰ ਭੂਤਾਂ ਦਾ ਸਮੂਹ ਹੈ।

ਮੈਨੂੰ (ਇਡਾ ਮੇ) ਹੁਣ ਤੱਕ ਦੀ ਸਭ ਤੋਂ ਵੱਧ ਗ੍ਰਾਫਿਕ ਬੱਚੇ ਦੀ ਛੁਟਕਾਰੇ ਦੀ ਲੋੜ ਇੱਕ ਛੇ ਸਾਲ ਦੀ ਕੁੜੀ ਦੀ ਸੀ। ਅਸੀਂ ਉਸਨੂੰ ਮੈਰੀ ਕਹਾਂਗੇ। ਮੈਰੀ ਦੇ ਪਿਤਾ ਸਾਡੇ ਕੋਲ ਛੁਟਕਾਰੇ ਲਈ ਆਏ ਸਨ। ਇੰਟਰਵਿਊ ਦੌਰਾਨ, ਉਸਨੇ ਆਪਣੀ ਧੀ ਨੂੰ ਸੰਭਾਲਣ ਵਿੱਚ ਆ ਰਹੀ ਮੁਸ਼ਕਲ ਬਾਰੇ ਦੱਸਿਆ। ਉਸਦਾ ਅਤੇ ਉਸਦੀ ਪਤਨੀ ਦਾ ਤਲਾਕ ਹੋ ਗਿਆ ਸੀ ਅਤੇ ਉਹ ਕੁੜੀ ਦੀ ਪਰਵਰਿਸ਼ ਕਰ ਰਿਹਾ ਸੀ। ਉਸਨੇ ਕਿਹਾ ਕਿ ਉਹ ਸੰਭਾਲਣ ਲਈ ਸਭ ਤੋਂ ਮੁਸ਼ਕਲ ਬੱਚੀ ਸੀ, ਬਹੁਤ ਜ਼ਿੱਦੀ, ਆਪ-ਇੱਛਾਵਾਨ ਅਤੇ ਬਾਗ਼ੀ ਸੀ। ਉਹ ਕਾਫ਼ੀ ਚਿੰਤਤ ਸੀ ਕਿਉਂਕਿ ਉਸਦੇ ਸੁਭਾਅ ਕਾਰਨ ਉਹ ਇੰਨਾ ਜ਼ਿਆਦਾ ਗੁੱਸੇ ਵਿੱਚ ਆ ਜਾਂਦਾ ਸੀ ਕਿ ਉਹ ਉਸਨੂੰ ਬਹੁਤ ਜ਼ਿਆਦਾ ਸਜ਼ਾ ਦੇਵੇਗਾ। ਅਸੀਂ ਉਸਨੂੰ ਦੱਸਿਆ ਕਿ ਕੁੜੀ ਨੂੰ ਵੀ ਓਨੀ ਹੀ ਛੁਟਕਾਰੇ ਦੀ ਲੋੜ ਹੈ ਜਿੰਨੀ ਉਸਨੂੰ, ਜੇ ਜ਼ਿਆਦਾ ਨਹੀਂ, ਅਤੇ ਜ਼ੋਰ ਦੇ ਕੇ ਕਿਹਾ ਕਿ ਉਹ ਉਸਨੂੰ ਸਾਡੇ ਕੋਲ ਲਿਆਵੇ।

ਮੈਰੀ ਕੁਝ ਦਿਨਾਂ ਬਾਅਦ ਸਕੂਲ ਤੋਂ ਸਿੱਧੀ ਸਾਡੇ ਕੋਲ ਆਈ। ਮੈਨੂੰ ਇਹ ਦੱਸਣ ਦੀ ਲੋੜ ਹੈ ਕਿ ਜਦੋਂ ਮੈਂ ਉਸ ਨਾਲ ਜਾਣ-ਪਛਾਣ ਕਰ ਰਹੀ ਸੀ ਅਤੇ ਉਸਨੂੰ ਸਮਝਾ ਰਹੀ ਸੀ ਕਿ ਮੈਂ ਉਸਦੇ ਲਈ ਪ੍ਰਾਰਥਨਾ ਕਰਨਾ ਚਾਹੁੰਦੀ ਹਾਂ; ਉਸਨੇ ਲਗਭਗ ਅੱਧਾ ਥਰਮਸ ਸੰਤਰੇ ਦਾ ਜੂਸ ਪੀਤਾ। ਉਹ ਬਹੁਤ ਜ਼ਿਆਦਾ ਸਰਗਰਮ ਸੀ, ਚਰਚ ਦੇ ਪਿਊ ਤੋਂ ਛਾਲ ਮਾਰਦੀ ਰਹਿੰਦੀ ਸੀ, ਬੇਚੈਨੀ ਕਾਰਨ, ਸਾਡੇ ਗੱਲਬਾਤ ਕਰਨ ਵੇਲੇ ਬੈਠਣ ਤੋਂ ਬਿਲਕੁਲ ਅਸਮਰੱਥ ਸੀ।

ਮੈਂ ਕਿਹਾ, "ਮੈਰੀ, ਤੇਰੇ ਪਿਤਾ ਜੀ ਮੈਨੂੰ ਦੱਸਦੇ ਹਨ ਕਿ ਤੈਨੂੰ ਪਤਾ ਹੈ ਕਿ ਬੁਰੀਆਂ ਆਤਮਾਵਾਂ ਹੁੰਦੀਆਂ ਹਨ।" ਉਸਦੀਆਂ ਅੱਖਾਂ ਚੌੜੀਆਂ ਹੋ ਗਈਆਂ ਅਤੇ ਉਹ ਮੈਨੂੰ ਬਹੁਤ ਗੰਭੀਰਤਾ ਨਾਲ ਦੱਸਣ ਲੱਗੀ ਕਿ ਕਿਵੇਂ ਹਰ ਰਾਤ ਉਸਨੂੰ ਇਹ ਯਕੀਨੀ ਬਣਾਉਣਾ ਪੈਂਦਾ ਸੀ ਕਿ ਸਾਰੇ ਦਰਵਾਜ਼ੇ ਬੰਦ ਹੋਣੇ ਚਾਹੀਦੇ ਸਨ, ਇਸ ਤੋਂ ਪਹਿਲਾਂ ਕਿ ਉਹ ਸੌਂ ਸਕੇ। ਜਦੋਂ ਉਹ ਰਾਤ ਨੂੰ ਪੀਣ ਲਈ ਜਾਂ ਬਾਥਰੂਮ ਜਾਣ ਲਈ ਉੱਠਦੀ ਸੀ ਤਾਂ ਉਹ ਡਰਦੀ ਸੀ ਅਤੇ ਉਸਨੂੰ ਨਿੱਜੀ ਤੌਰ 'ਤੇ ਪਤਾ ਹੋਣਾ ਚਾਹੀਦਾ ਸੀ ਕਿ ਸਾਰੇ ਦਰਵਾਜ਼ੇ ਸੁਰੱਖਿਅਤ ਢੰਗ ਨਾਲ ਬੰਦ ਸਨ। ਮੈਂ ਕਿਹਾ, "ਹਾਂ, ਇਹ ਡਰ ਹੈ, ਮੈਰੀ। ਤੁਹਾਡੇ ਸਰੀਰ ਵਿੱਚ ਡਰ ਦੇ ਭੂਤ ਹਨ। ਉਹ ਤੁਹਾਨੂੰ ਡਰਾਉਂਦੇ ਹਨ ਅਤੇ ਮੈਂ ਤੁਹਾਡੇ ਲਈ ਪ੍ਰਾਰਥਨਾ ਕਰਨਾ ਚਾਹੁੰਦੀ ਹਾਂ ਅਤੇ ਉਨ੍ਹਾਂ ਨੂੰ ਤੁਹਾਡੇ ਸਰੀਰ ਤੋਂ

ਬਾਹਰ ਕੱਢਣਾ ਚਾਹੁੰਦੀ ਹਾਂ। ਉਹ ਤੁਹਾਡੇ ਅੰਦਰ ਆ ਗਏ ਹਨ ਅਤੇ ਜਦੋਂ ਮੈਂ ਪ੍ਰਾਰਥਨਾ ਕਰਦੀ ਹਾਂ ਤਾਂ ਉਹ ਤੁਹਾਡੇ ਮੂੰਹੋਂ ਨਿਕਲ ਕੇ ਚਲੇ ਜਾਣਗੇ।" ਉਸਨੇ ਮੇਰੇ ਸ਼ਬਦਾਂ ਨੂੰ ਸਾਦੇ, ਬੱਚਿਆਂ ਵਰਗੇ ਵਿਸ਼ਵਾਸ ਨਾਲ ਸਵੀਕਾਰ ਕੀਤਾ।

ਮੈਂ ਉਸਨੂੰ ਪ੍ਰਾਰਥਨਾ ਕਰਦੇ ਸਮੇਂ ਮੇਰੇ ਨਾਲ ਵਾਲੇ ਬੈਂਚ 'ਤੇ ਬੈਠਣ ਲਈ ਕਿਹਾ। ਉਸਨੇ ਬੈਠੀ, ਪਰ ਉਹ ਇੰਨੀ ਬੇਚੈਨ ਸੀ ਕਿ ਮੈਨੂੰ ਉਸਨੂੰ ਆਪਣੇ ਨੇੜੇ ਰੱਖਣ ਲਈ ਆਪਣੀ ਗੋਦੀ ਵਿੱਚ ਲੈਣਾ ਪਿਆ। ਉਹ ਮੇਰੀ ਗੋਦੀ ਵਿੱਚ ਆਪਣੀ ਪਿੱਠ ਮੇਰੇ ਵੱਲ ਕਰਕੇ ਬੈਠ ਗਈ। ਮੈਂ ਵਿਸ਼ਵਾਸ ਅਤੇ ਵਿਸ਼ਵਾਸ ਦੀ ਪ੍ਰਾਰਥਨਾ ਕਰਨੀ ਸ਼ੁਰੂ ਕਰ ਦਿੱਤੀ ਕਿ ਯਿਸੂ ਉਸਨੂੰ ਆਜ਼ਾਦ ਕਰਨ ਜਾ ਰਿਹਾ ਸੀ। ਪਵਿੱਤਰ ਆਤਮਾ ਨੇ ਮੈਨੂੰ ਬਹੁਤ ਸਪੱਸ਼ਟ ਤੌਰ 'ਤੇ ਕਿਹਾ ਕਿ ਮੈਂ ਆਪਣੀ ਆਵਾਜ਼ ਬਹੁਤ ਸ਼ਾਂਤ ਰੱਖਾਂ... ਗੱਲਬਾਤ ਦੇ ਸੁਰ ਤੋਂ ਘੱਟ। ਨਾਲ ਹੀ, ਇਸ ਤੋਂ ਬਾਅਦ ਮਰੀਅਮ ਦੇ ਮੂੰਹੋਂ ਨਿਕਲਣ ਵਾਲੇ ਹਰ ਸ਼ਬਦ ਨੂੰ ਭੂਤ ਬੋਲਣ ਵਾਲਾ ਜਾਂ ਭੂਤ ਤੋਂ ਪ੍ਰੇਰਿਤ ਸਮਝਣਾ।

ਫਿਰ ਮੈਂ ਭੂਤਾਂ ਨੂੰ ਸੰਬੋਧਨ ਕਰਨਾ ਸ਼ੁਰੂ ਕੀਤਾ। ਮੈਂ ਕਿਹਾ, "ਹੁਣ, ਤੁਸੀਂ ਭੂਤਾਂ ਵਿੱਚ ਵੱਸਦੇ ਹੋ, ਮਰੀਅਮ ਦੇ ਸਰੀਰ, ਮੈਂ ਚਾਹੁੰਦਾ ਹਾਂ ਕਿ ਤੁਸੀਂ ਜਾਣੋ ਕਿ ਮਰੀਅਮ ਯਿਸੂ ਦੇ ਲਹੂ ਨਾਲ ਢੱਕੀ ਹੋਈ ਹੈ ਕਿਉਂਕਿ ਉਸਦੇ ਪਿਤਾ ਦਾ ਯਿਸੂ ਨਾਲ ਰਿਸ਼ਤਾ ਹੈ। ਜਿਵੇਂ ਮੂਸਾ ਦੇ ਦਿਨਾਂ ਵਿੱਚ ਪਿਤਾ ਨੇ ਪੂਰੇ ਪਰਿਵਾਰ ਦੀ ਸੁਰੱਖਿਆ ਲਈ ਦਰਵਾਜ਼ੇ ਦੀ ਚੁਗਾਠ 'ਤੇ ਖ਼ੂਨ ਛਿੜਕਿਆ ਸੀ, ਉਸੇ ਤਰ੍ਹਾਂ ਮਰੀਅਮ ਵੀ ਖ਼ੂਨ ਦੇ ਢੱਕਣ ਹੇਠ ਹੈ। ਭੂਤਾਂ, ਮੈਂ ਤੁਹਾਨੂੰ ਇਹ ਵੀ ਦੱਸਣਾ ਚਾਹੁੰਦਾ ਹਾਂ ਕਿ ਮਰੀਅਮ ਦੇ ਪਿਤਾ ਨੇ ਤੁਹਾਡੇ ਭੂਤਾਂ ਬਾਰੇ ਪਰਮੇਸ਼ੁਰ ਦੇ ਬਚਨ ਦੀ ਸੱਚਾਈ ਸੁਣੀ ਹੈ ਅਤੇ ਸਵੀਕਾਰ ਕਰ ਲਈ ਹੈ। ਉਹ ਹੁਣ ਜਾਣਦਾ ਹੈ ਕਿ ਉਹ ਤੁਹਾਡੇ ਵਿਰੁੱਧ ਸੰਘਰਸ਼ ਕਰ ਰਿਹਾ ਹੈ, ਮਰੀਅਮ ਨਹੀਂ।"

ਮੈਨੂੰ ਪਤਾ ਲੱਗਾ ਕਿ ਮੈਰੀ ਫੁਸਫੁਸਾਉਂਦੀ ਸੀ ਅਤੇ ਮੈਂ ਆਲੇ-ਦੁਆਲੇ ਝੁਕ ਕੇ ਦੇਖਣ ਲਈ ਸੋਚਿਆ ਕਿ ਕੀ ਮੈਂ ਉਸਦੀ ਗੱਲ ਨੂੰ ਸਮਝ ਸਕਦਾ ਹਾਂ। ਉਹ ਫੁਸਫੁਸਾਉਂਦੀ ਸੀ, "ਮੈਨੂੰ ਪਸੰਦ ਨਹੀਂ ਜੋ ਤੁਸੀਂ ਕਹਿ ਰਹੇ ਹੋ।" ਮੈਂ ਜਵਾਬ ਦਿੱਤਾ, "ਮੈਂ ਜਾਣਦੀ ਹਾਂ ਕਿ ਤੁਹਾਨੂੰ ਇਹ ਪਸੰਦ ਨਹੀਂ ਹੈ, ਭੂਤ, ਕਿਉਂਕਿ ਮੈਂ ਤੁਹਾਨੂੰ ਬੇਨਕਾਬ ਕਰ ਰਹੀ

ਹਾਂ ਅਤੇ ਮੈਨੂੰ ਤੁਹਾਡੇ ਬਾਰੇ ਪਤਾ ਹੈ। ਮਰੀਅਮ ਨੂੰ ਜਨਮ ਲੈਣ ਤੋਂ ਪਹਿਲਾਂ ਹੀ ਤੁਹਾਡੇ ਦੁਆਰਾ ਤਸੀਹੇ ਦਿੱਤੇ ਗਏ ਹਨ। ਜਦੋਂ ਉਹ ਅਜੇ ਆਪਣੀ ਮਾਂ ਦੇ ਗਰਭ ਵਿੱਚ ਸੀ, ਤੁਹਾਡੇ ਵਿੱਚੋਂ ਕੁਝ ਉਸ ਵਿੱਚ ਦਾਖਲ ਹੋਏ ਸਨ। ਪਰ ਪਰਮੇਸ਼ੁਰ ਨੇ ਕਿਹਾ ਹੈ ਕਿ ਤੁਸੀਂ ਹੁਣ ਉਸਦੇ ਸਰੀਰ ਵਿੱਚ ਹੋਰ ਨਹੀਂ ਰਹਿ ਸਕਦੇ।" ਮੈਰੀ ਵਿੱਚ ਦੁਬਾਰਾ ਭੂਤ ਫੁਸਫੁਸਾਉਣ ਲੱਗਾ। ਇਸ ਵਾਰ ਬਹੁਤ ਹੀ ਸਖ਼ਤ ਜਬਾੜੇ ਵਾਲੇ ਵਿਰੋਧ ਕਰਨ ਵਾਲੇ ਸ਼ਬਦਾਂ ਵਿੱਚ ਉਨ੍ਹਾਂ ਨੇ ਵਿਰੋਧ ਕੀਤਾ, "ਮੈਨੂੰ ... ਨਹੀਂ ... ਪਸੰਦ ... ਕੀ ... ਕੀ ... ਤੂੰ... ਕਹਿ ਰਿਹਾ ਹੈ...!" ਮੈਂ ਆਪਣੀ ਆਵਾਜ਼ ਨੂੰ ਬਹੁਤ ਸ਼ਾਂਤ ਰੱਖਣ ਦਾ ਧਿਆਨ ਰੱਖਿਆ ਜਦੋਂ ਮੈਂ ਜਵਾਬ ਦਿੱਤਾ, "ਇਹ ਤੇਰੇ ਲਈ ਕੋਈ ਬਿਹਤਰ ਨਹੀਂ ਹੋਣ ਵਾਲਾ, ਭੂਤ, ਸਗੋਂ ਹੋਰ ਵੀ ਮਾੜਾ ਹੋਵੇਗਾ ਕਿਉਂਕਿ ਤੈਨੂੰ ਅੱਜ ਉਸ ਵਿੱਚੋਂ ਬਾਹਰ ਕੱਢ ਦਿੱਤਾ ਜਾਵੇਗਾ। ਤੂੰ ਆਪਣਾ ਘਰ ਗੁਆ ਰਿਹਾ ਹੈਂ।" ਇਸ 'ਤੇ ਭੂਤ ਚੀਕਿਆ ਅਤੇ ਫਿਰ ਜਵਾਬ ਦਿੱਤਾ, "ਮੈਨੂੰ ਪਸੰਦ ਨਹੀਂ ਹੈ ਕਿ ਤੂੰ ਕੀ ਕਹਿ ਰਹੀ ਹੈਂ; ਹੁਣ ਚੁੱਪ ਕਰ ਜਾ!" ਮੈਂ ਜਵਾਬ ਦਿੱਤਾ, "ਨਹੀਂ, ਮੈਂ ਚੁੱਪ ਨਹੀਂ ਰਹਾਂਗਾ, ਸਗੋਂ ਉਦੋਂ ਤੱਕ ਗੱਲ ਕਰਦਾ ਰਹਾਂਗਾ ਜਦੋਂ ਤੱਕ ਤੂੰ ਉਸਦੇ ਸਰੀਰ ਵਿੱਚੋਂ ਬਾਹਰ ਨਹੀਂ ਆ ਜਾਂਦਾ।"

ਮੈਂ ਭੂਤਾਂ ਨਾਲ ਹੌਲੀ ਜਿਹੀ ਗੱਲ ਕਰਨੀ ਜਾਰੀ ਰੱਖੀ। "ਹੁਣ, ਇੱਕ-ਇੱਕ ਕਰਕੇ ਤੁਸੀਂ ਭੂਤ ਯਿਸੂ ਦੇ ਨਾਮ 'ਤੇ ਆਪਣੇ ਆਪ ਨੂੰ ਪ੍ਰਗਟ ਕਰਨਾ ਸ਼ੁਰੂ ਕਰ ਦਿੰਦੇ ਹੋ।" ਤੁਰੰਤ ਮੈਰੀ ਨੇ ਫੁਸਫੁਸਾਉਂਦੇ ਹੋਏ ਕਹਿਣਾ ਸ਼ੁਰੂ ਕੀਤਾ, "ਤੁਸੀਂ ਮੈਨੂੰ ਪਿਆਰ ਨਹੀਂ ਕਰਦੇ; ਜੇ ਤੁਸੀਂ ਕਰਦੇ ਤਾਂ ਤੁਸੀਂ ਮੈਨੂੰ ਨਹੀਂ ਫੜਦੇ।" ਮੈਂ ਜਵਾਬ ਦਿੱਤਾ, "ਇਹ ਸਹੀ ਹੈ, ਅਸਵੀਕਾਰ ਭੂਤ, ਤੁਸੀਂ ਉਸਨੂੰ ਪਿਆਰ ਦੇ ਸੰਬੰਧਾਂ ਤੋਂ ਬੰਦ ਕਰ ਦਿੱਤਾ। ਤੁਸੀਂ ਉਸਨੂੰ ਇਹ ਸੋਚਣ ਲਈ ਮਜਬੂਰ ਕਰਦੇ ਹੋ ਕਿ ਕੋਈ ਵੀ ਉਸਨੂੰ ਪਿਆਰ ਨਹੀਂ ਕਰਦਾ। ਤੁਸੀਂ ਉਸਨੂੰ ਇਹ ਵੀ ਸੋਚਣ ਲਈ ਮਜਬੂਰ ਕਰਦੇ ਹੋ ਕਿ ਰੱਬ ਉਸਨੂੰ ਪਿਆਰ ਨਹੀਂ ਕਰਦਾ। ਤੁਸੀਂ ਉਸ ਵਿੱਚੋਂ ਬਾਹਰ ਆਉਣ ਜਾ ਰਹੇ ਹੋ, ਅਸਵੀਕਾਰ, ਯਿਸੂ ਦੇ ਨਾਮ 'ਤੇ।" ਇੱਕ-ਇੱਕ ਕਰਕੇ ਭੂਤਾਂ ਨੇ ਆਪਣਾ ਸੁਭਾਅ ਪ੍ਰਗਟ ਕਰਨਾ ਸ਼ੁਰੂ ਕਰ ਦਿੱਤਾ। ਉਹ ਇੰਨੀ ਜਲਦੀ ਆਏ ਕਿ ਮੇਰੇ ਕੋਲ ਅਕਸਰ ਸਿਰਫ਼ ਇੱਕ ਦਾ ਨਾਮ ਲੈਣ ਦਾ ਸਮਾਂ ਹੁੰਦਾ ਸੀ ਅਤੇ ਦੂਜਾ ਸਤ੍ਹਾ 'ਤੇ ਆ ਜਾਂਦਾ ਸੀ।

ਭੂਤ ਮੈਰੀ ਨੂੰ ਮੇਰੀ ਗੋਦੀ ਵਿੱਚੋਂ ਨਿਕਲਣ ਲਈ ਸੰਘਰਸ਼ ਕਰ ਰਹੇ ਸਨ, ਹਾਲਾਂਕਿ ਮੈਂ ਅਜੇ ਵੀ ਉਸਨੂੰ ਆਪਣੀਆਂ ਬਾਹਾਂ ਵਿੱਚ ਕਾਫ਼ੀ ਢਿੱਲੇ ਢੰਗ ਨਾਲ ਫੜਨ ਦੇ ਯੋਗ ਸੀ। ਅੰਤ ਵਿੱਚ ਮੈਨੂੰ ਉਸਦੀ ਇੱਕ ਲੱਤ ਨੂੰ ਆਪਣੀਆਂ ਬਾਹਾਂ ਦੇ ਵਿਚਕਾਰ ਰੱਖਣਾ ਪਿਆ, ਇਸ ਤਰ੍ਹਾਂ ਉਸਨੂੰ ਅੰਦਰ ਫੜਨਾ ਪਿਆ।

ਇੱਕ ਹੁਕ ਅਤੇ ਸਰੀਰਕ ਤੌਰ 'ਤੇ ਉਸਨੂੰ ਰੋਕ ਰਿਹਾ ਸੀ। ਨਫ਼ਰਤ ਦੇ ਭੂਤ ਨੇ ਆਪਣਾ ਚਿਹਰਾ ਮੇਰੇ ਚਿਹਰੇ 'ਤੇ ਰੱਖਿਆ, ਸਾਡੀਆਂ ਨੱਕਾਂ ਨੂੰ ਛੂਹਿਆ ਅਤੇ ਚੀਕਿਆ, "ਮੈਂ ਤੁਹਾਨੂੰ ਨਫ਼ਰਤ ਕਰਦਾ ਹਾਂ।" ਫਿਰ ਵੀ ਹੌਲੀ-ਹੌਲੀ ਬੋਲਦੇ ਹੋਏ ਮੈਂ ਭੂਤ ਨੂੰ ਸੰਬੋਧਿਤ ਕੀਤਾ, "ਬਾਹਰ ਆ ਜਾ, ਨਫ਼ਰਤ ਦੇ ਭੂਤ।" ਉਹ ਚੀਕਣ ਲੱਗੀ, "ਮੈਨੂੰ ਇੱਕ ਚਾਕੂ ਚਾਹੀਦਾ ਹੈ, ਮੈਨੂੰ ਇੱਕ..."

"ਚਾਕੂ।" ਮੈਂ ਪੁੱਛਿਆ। "ਤੂੰ ਚਾਕੂ ਨਾਲ ਕੀ ਚਾਹੁੰਦਾ ਹੈਂ?" ਭੂਤ ਨੇ ਮਰੀਅਮ ਦੇ ਦੰਦ ਭੰਨੇ ਅਤੇ ਕਿਹਾ, "ਤਾਂ ਮੈਂ ਤੈਨੂੰ ਮਾਰ ਸਕਦਾ ਹਾਂ।" 'ਠੀਕ ਹੈ, ਤੂੰ ਕਤਲ ਦਾ ਭੂਤ," ਮੈਂ ਹੁਕਮ ਦਿੱਤਾ, "ਤੂੰ ਯਿਸੂ ਦੇ ਨਾਮ 'ਤੇ ਬਾਹਰ ਆ।"

ਅੱਗੇ, ਮੈਰੀ ਖੜ੍ਹੀ ਹੋਈ, ਆਪਣੇ ਮੋਢੇ ਪਿੱਛੇ ਸੁੱਟੇ, ਆਪਣੇ ਹੱਥ ਆਪਣੇ ਕਮਰ 'ਤੇ ਰੱਖੇ ਅਤੇ ਜਵਾਬ ਦਿੱਤਾ, "ਕੋਈ ਵੀ ਮੈਨੂੰ ਕਦੇ ਨਹੀਂ ਦੱਸਦਾ ਕਿ ਕੀ ਕਰਨਾ ਹੈ!" ਮੈਂ ਕਿਹਾ, "ਬੇਵਕੂਫ਼ੀ, ਤੂੰ ਬਾਹਰ ਆ ਜਾ!"

ਜਿਵੇਂ ਹੀ ਅਗਲਾ ਭੂਤ ਬੋਲਿਆ, ਅਵਾਜ਼ ਵਿੱਚ ਇੱਕ ਖਾਸ ਤਬਦੀਲੀ ਆਈ। ਉਸਨੇ ਕਿਹਾ, "ਮੈਂ ਸਿਰਫ਼ ਉਹੀ ਕਰਦੀ ਹਾਂ ਜੋ ਮੈਂ ਕਰਨਾ ਚਾਹੁੰਦੀ ਹਾਂ।" ਮੈਂ ਕਿਹਾ, "ਆਪਣੇ ਆਪ ਬਾਹਰ ਆ ਜਾਵੇਗੀ।" ਫਿਰ ਅਵਾਜ਼ ਵਿੱਚ ਇੱਕ ਹੋਰ ਤਬਦੀਲੀ ਆਈ। "ਤੂੰ ਮੈਨੂੰ ਕਦੇ ਵੀ ਬਾਹਰ ਨਹੀਂ ਕੱਢੇਂਗਾ", ਨਵੀਂ ਆਵਾਜ਼ ਨੇ ਕਿਹਾ। "ਜ਼ਿੱਦੀ, ਤੈਨੂੰ ਵੀ ਬਾਹਰ ਆਉਣਾ ਪਵੇਗਾ", ਮੈਂ ਜ਼ਿੱਦ ਕੀਤੀ। ਫਿਰ ਮਰੀਅਮ ਨੇ ਆਪਣੇ ਹੱਥ ਪੰਜਿਆਂ ਵਾਂਗ ਉੱਚੇ ਕੀਤੇ ਅਤੇ ਮੇਰੇ ਚਿਹਰੇ ਵੱਲ ਫੇਫੜੇ ਮਾਰੇ; ਉਸਦੀਆਂ ਅੱਖਾਂ ਬਾਹਰ ਨਿਕਲ ਰਹੀਆਂ ਸਨ ਅਤੇ ਉਹ ਚੀਕ ਰਹੀ ਸੀ। ਮੈਂ ਕਿਹਾ, "ਪਾਗਲਪਨ, ਤੂੰ ਯਿਸੂ ਦੇ ਨਾਮ 'ਤੇ ਮਰੀਅਮ ਵਿੱਚੋਂ ਬਾਹਰ ਆ।" ਉਸਨੇ ਆਪਣੇ ਵਾਲਾਂ ਨੂੰ ਪੰਜੇ ਮਾਰਨੇ ਸ਼ੁਰੂ ਕਰ ਦਿੱਤੇ ਅਤੇ ਆਪਣਾ ਸਿਰ ਹਿਲਾਇਆ। ਮੈਂ ਕਿਹਾ, "ਮਾਨਸਿਕ ਬਿਮਾਰੀ ਅਤੇ ਪਾਗਲਪਨ, ਬਾਹਰ ਆ ਜਾਓ।" ਅੱਗੇ ਮੈਂ ਸ਼ਾਈਜ਼ੋਫਰੀਨੀਆ ਦੀ ਆਤਮਾ ਨੂੰ ਬੁਲਾਇਆ। "ਤੁਸੀਂ ਸ਼ਾਈਜ਼ੋਫਰੀਨੀਆ ਦੇ

ਭੂਤ, ਮੈਂ ਤੁਹਾਡਾ ਹੱਥ ਬੁਲਾਉਂਦਾ ਹਾਂ। ਤੁਸੀਂ ਆਪਣੇ ਦੋ ਵਿਰੋਧੀ ਸ਼ਖਸੀਅਤਾਂ ਨੂੰ ਬਾਹਰ ਲਿਆਉਂਦੇ ਹੋ ਜੋ ਤੁਸੀਂ ਉਸ ਵਿੱਚ ਸਥਾਪਿਤ ਕਰ ਰਹੇ ਹੋ। ਤੁਹਾਡੇ ਵਿੱਚੋਂ ਇੱਕ ਅਸਵੀਕਾਰ ਅਤੇ ਸਵੈ-ਤਰਸ ਵਿੱਚ ਜੜ੍ਹੀ ਹੋਈ ਹੈ ਅਤੇ ਦੂਜੀ ਬਗਾਵਤ ਅਤੇ ਕੁੜੱਤਣ ਵਿੱਚ ਜੜ੍ਹੀ ਹੋਈ ਹੈ। ਉਨ੍ਹਾਂ ਸ਼ਖਸੀਅਤਾਂ ਵਿੱਚੋਂ ਕੋਈ ਵੀ ਅਸਲ ਮਰੀਅਮ ਨਹੀਂ ਹੈ। ਮੈਂ ਅਸਲੀ ਮਰੀਅਮ ਨੂੰ ਉਹੀ ਬਣਨ ਲਈ ਛੱਡ ਦਿੰਦਾ ਹਾਂ ਜੋ ਯਿਸੂ ਉਸਨੂੰ ਬਣਾਉਣਾ ਚਾਹੁੰਦਾ ਹੈ।" ਇਸ ਨਾਲ ਉਸਨੇ ਮੇਰੇ 'ਤੇ ਜ਼ੋਰ ਨਾਲ ਪੰਜੇ ਮਾਰੇ, ਮੇਰੀਆਂ ਬਾਹਾਂ ਖੁਰਚੀਆਂ, ਅਤੇ ਮੇਰੇ ਲਈ ਫੇਫੜੇ ਮਾਰਦੇ ਹੋਏ ਉਸਨੇ ਮੇਰੇ ਬਲਾਊਜ਼ ਵਿੱਚ ਇੱਕ ਛੇਕ ਕੀਤਾ। ਜਦੋਂ ਉਹ ਮੇਰੇ ਬਲਾਊਜ਼ ਦਾ ਇੱਕ ਹਿੱਸਾ ਆਪਣੇ ਦੰਦਾਂ ਵਿੱਚ ਲੈ ਕੇ ਆਈ ਤਾਂ ਉਹ ਬਹੁਤ ਹੈਰਾਨ ਦਿਖਾਈ ਦਿੱਤੀ ਜਿਵੇਂ ਉਸਨੂੰ ਉਮੀਦ ਸੀ ਕਿ ਮੈਂ ਉਸਦੇ ਚਿਹਰੇ 'ਤੇ ਥੱਪੜ ਮਾਰਾਂਗਾ। ਮੈਂ ਦੱਸ ਸਕਦਾ ਸੀ ਕਿ ਇਹ ਅਸਲੀ ਮੈਰੀ ਸੀ ਜੋ ਹੈਰਾਨ ਸੀ। ਮੈਂ ਭੂਤਾਂ ਨੂੰ ਸੰਬੋਧਿਤ ਕੀਤਾ ਅਤੇ ਕਿਹਾ, "ਨਹੀਂ, ਭੂਤਾਂ, ਮੈਂ ਮੈਰੀ ਨੂੰ ਆਪਣਾ ਬਲਾਊਜ਼ ਬਰਬਾਦ ਕਰਨ ਲਈ ਨੁਕਸਾਨ ਨਹੀਂ ਪਹੁੰਚਾਵਾਂਗਾ ਕਿਉਂਕਿ ਮੈਂ ਉਸਨੂੰ ਤੁਹਾਡੇ ਤੋਂ ਵੱਖ ਕਰ ਸਕਦੀ ਹਾਂ। ਬਹੁਤ ਦੇਰ ਤੋਂ ਮੈਰੀ ਨੂੰ ਉਸਦੇ ਸਰੀਰ ਵਿੱਚ ਉਨ੍ਹਾਂ ਕੰਮਾਂ ਲਈ ਸਜ਼ਾ ਦਿੱਤੀ ਜਾ ਰਹੀ ਹੈ ਜੋ ਤੁਸੀਂ ਉਸ ਦੁਆਰਾ ਕੀਤੇ ਹਨ। ਤੁਸੀਂ ਭੂਤ ਲਗਭਗ ਅਛੂਤੇ ਹੋ।

ਅੱਜ ਗੱਲ ਵੱਖਰੀ ਹੈ; ਤੁਸੀਂ ਭੂਤ ਸਜ਼ਾ ਭੁਗਤ ਰਹੇ ਹੋ ਅਤੇ ਮੈਰੀ ਆਜ਼ਾਦ ਹੋ ਜਾਂਦੀ ਹੈ।" ਮਰੀਅਮ ਇੱਕ ਸਕਿੰਟ ਲਈ ਰਾਹਤ ਮਹਿਸੂਸ ਕੀਤੀ, ਫਿਰ ਦੂਜੇ ਭੂਤ ਆਪਣੇ ਆਪ ਨੂੰ ਪ੍ਰਗਟ ਕਰਨ ਲੱਗੇ।

ਅੰਤ ਵਿੱਚ, ਇਸ ਛੁਟਕਾਰੇ ਦੀ ਪ੍ਰਕਿਰਿਆ ਦੇ ਲਗਭਗ ਵੀਹ ਜਾਂ ਤੀਹ ਮਿੰਟਾਂ ਬਾਅਦ, ਮੈਰੀ ਇੱਕ ਤੋਂ ਬਾਅਦ ਇੱਕ ਲੰਬੀਆਂ ਚੀਕਾਂ ਮਾਰਨ ਲੱਗ ਪਈਆਂ ਅਤੇ ਖੁੱਲ੍ਹੇ ਰਹਿਣ ਲਈ ਬੇਨਤੀ ਕਰਨ ਲੱਗ ਪਈਆਂ। ਉਹ ਕਹਿੰਦੀ ਸੀ, "ਮੇਰੀ ਲੱਤ ਨਾ ਫੜੋ! ਮੇਰੀ ਲੱਤ ਨਾ ਫੜੋ!" ਪਵਿੱਤਰ ਆਤਮਾ ਨੇ ਮੈਨੂੰ ਸਮਝ ਦਿੱਤੀ ਕਿ ਉਸਦਾ ਮਾਸ ਹੁਣ ਹਿਲਾਇਆ ਹੋਇਆ ਹੈ ਅਤੇ ਮੈਨੂੰ ਉਸਨੂੰ ਛੱਡ ਦੇਣਾ ਚਾਹੀਦਾ ਹੈ ਅਤੇ ਉਸਨੂੰ ਆਪਣੇ ਨਾਲ ਵਾਲੇ ਬੈਂਚ 'ਤੇ ਬਿਠਾਉਣਾ ਚਾਹੀਦਾ ਹੈ। ਮੈਂ ਹਿਦਾਇਤ ਦਿੱਤੀ, "ਮੈਰੀ, ਮੈਂ ਤੁਹਾਨੂੰ ਬੈਂਚ 'ਤੇ ਬਿਠਾਉਣ ਜਾ ਰਹੀ ਹਾਂ।"

ਠੀਕ ਹੈ?" ਉਹ ਹੌਲੀ ਜਿਹੀ ਰੋ ਰਹੀ ਸੀ ਅਤੇ ਕਹਿ ਰਹੀ ਸੀ, "ਮੈਨੂੰ ਇਹ ਪਸੰਦ ਨਹੀਂ ਕਿ ਤੁਸੀਂ ਮੈਨੂੰ ਇਸ ਤਰ੍ਹਾਂ ਫੜੋ।" ਮੈਂ ਕਿਹਾ, "ਖੈਰ, ਮੈਨੂੰ ਮਾਫ਼ ਕਰਨਾ ਮੈਨੂੰ ਤੁਹਾਨੂੰ ਇੰਨਾ ਕੱਸ ਕੇ ਫੜਨਾ ਪਿਆ, ਪਰ ਬੁਰੀਆਂ ਆਤਮਾਵਾਂ ਤੁਹਾਨੂੰ ਮੇਰੇ ਨਾਲ ਲੜਨ ਲਈ ਮਜਬੂਰ ਕਰ ਰਹੀਆਂ ਸਨ।" ਮੈਂ ਹਮੇਸ਼ਾ ਭੂਤਾਂ 'ਤੇ ਦੋਸ਼ ਲਗਾਉਣ ਲਈ ਸਾਵਧਾਨ ਰਹਿੰਦੀ ਸੀ। ਆਪਣੇ ਬਚਕਾਨਾ ਢੰਗ ਨਾਲ ਉਹ ਇਸ ਗੱਲ ਦੀ ਕਦਰ ਕਰਦੀ ਜਾਪਦੀ ਸੀ ਕਿ ਉਹ ਆਖਰਕਾਰ ਆਪਣੇ ਆਪ ਦੀ ਬਜਾਏ ਦੋਸ਼ ਫੜ ਰਹੇ ਸਨ।

ਮੈਰੀ ਥੋੜ੍ਹੀ ਦੇਰ ਲਈ ਮੇਰੇ ਕੋਲ ਬੈਠੀ ਰਹੀ ਅਤੇ ਬਹੁਤ ਸ਼ਾਂਤ ਅਤੇ ਆਰਾਮਦਾਇਕ ਸੀ। ਪਵਿੱਤਰ ਆਤਮਾ ਨੇ ਮੈਨੂੰ ਕਿਹਾ ਕਿ ਮੈਨੂੰ ਹੁਣ ਬਾਕੀ ਰਹਿੰਦੇ ਭੂਤਾਂ ਨੂੰ ਜਲਦੀ ਬਾਹਰ ਆਉਣ ਦਾ ਹੁਕਮ ਦੇਣਾ ਚਾਹੀਦਾ ਹੈ। ਮੈਂ ਕਿਹਾ, "ਹੁਣ, ਜਿਸੂ ਦੇ ਨਾਮ ਤੇ, ਮੈਂ ਮਰੀਅਮ ਵਿੱਚ ਬਾਕੀ ਸਾਰੇ ਭੂਤਾਂ ਨੂੰ ਬਾਹਰ ਆਉਣ ਦਾ ਹੁਕਮ ਦਿੰਦੀ ਹਾਂ। ਜਿਸੂ ਦੇ ਨਾਮ ਤੇ ਹੁਣ ਬਾਹਰ ਆਓ!"

ਤੁਰੰਤ ਹੀ ਮੈਰੀ ਦੇ ਪੇਟ ਵਿੱਚ ਦਰਦ ਹੋਣ ਲੱਗ ਪਿਆ ਅਤੇ ਮੇਰੇ ਕਾਗਜ਼ ਦੇ ਤੌਲੀਏ ਤੱਕ ਪਹੁੰਚਣ ਤੋਂ ਪਹਿਲਾਂ ਹੀ ਉਸਨੇ ਚਿੱਕੜ ਦਾ ਇੱਕ ਵੱਡਾ ਗੋਲਾ ਉੱਪਰ ਸੁੱਟ ਦਿੱਤਾ। ਇਹ ਉਸਦੇ ਅਤੇ ਮੇਰੇ ਛੋਟੇ ਹੱਥਾਂ ਵਿੱਚ ਭਰ ਗਿਆ। ਉਸਨੇ ਉੱਪਰ ਵੱਲ ਦੇਖਿਆ ਅਤੇ ਹਲਕਾ ਜਿਹਾ ਮੁਸਕਰਾਇਆ ਅਤੇ ਫਿਰ ਬਿਲਕੁਲ ਸ਼ਾਂਤੀ ਵਿੱਚ ਬਦਲ ਗਿਆ।

ਯਾਦ ਰੱਖੋ, ਇਸ ਬਿਰਤਾਂਤ ਦੇ ਸ਼ੁਰੂ ਵਿੱਚ ਮੈਂ ਕਿਹਾ ਸੀ ਕਿ ਜਦੋਂ ਮੈਰੀ ਸੇਵਕਾਈ ਲਈ ਆਈ ਸੀ ਤਾਂ ਉਹ ਸੰਤਰੇ ਦੇ ਜੂਸ ਦਾ ਥਰਮਸ ਪੀ ਰਹੀ ਸੀ। ਉਸਨੇ ਜੋ ਸੁੱਟਿਆ ਉਸ ਵਿੱਚ ਜੂਸ ਦਾ ਕੋਈ ਨਿਸ਼ਾਨ ਨਹੀਂ ਸੀ। ਉਸਦੇ ਪੇਟ ਵਿੱਚੋਂ ਕੋਈ ਵੀ ਚਿੱਕੜ ਨਹੀਂ ਨਿਕਲਿਆ।

ਖੈਰ, ਅਸੀਂ ਉੱਥੇ ਬੈਠੇ ਅਤੇ ਲਗਭਗ ਪੰਦਰਾਂ ਮਿੰਟ ਗੱਲਾਂ ਕੀਤੀਆਂ। ਮੈਰੀ ਚੁੱਪਚਾਪ ਅਤੇ ਆਰਾਮਦਾਇਕ ਬੈਠੀ ਰਹੀ, ਪਹਿਲਾਂ ਦਿਖਾਏ ਗਏ ਅਤਿ-ਕਿਰਿਆਸ਼ੀਲ ਸੁਭਾਅ ਦੇ ਉਲਟ।

ਉਸਦਾ ਪਿਤਾ ਹੈਰਾਨ ਰਹਿ ਗਿਆ। ਉਸਨੇ ਮਿਸ਼ਰਤ ਅਤੇ ਉਲਝਣ ਵਾਲੀਆਂ ਭਾਵਨਾਵਾਂ ਨਾਲ ਤੂਫਾਨੀ ਛੁਟਕਾਰਾ ਦੇਖਿਆ ਸੀ। ਭੂਤਾਂ ਦੇ ਪ੍ਰਗਟਾਵੇ ਤੋਂ ਅਣਜਾਣ, ਅਤੇ ਭੂਤਾਂ ਦੀਆਂ ਬਹੁਤ ਸਾਰੀਆਂ ਵੱਖੋ-ਵੱਖਰੀਆਂ ਆਵਾਜ਼ਾਂ ਨੂੰ ਪਛਾਣਨ ਵਿੱਚ ਅਸਮਰੱਥ ਜਿਵੇਂ ਕਿ ਮੇਰੇ ਸਿੱਖਿਅਤ ਕੰਨ ਕਰ ਚੁੱਕੇ ਸਨ, ਮੈਰੀ ਦੇ ਪਿਤਾ ਨੇ ਸੋਚਿਆ ਕਿ ਅਸਲੀ ਮਰੀਅਮ ਨਾਲ ਬਹੁਤ ਬੁਰਾ ਸਲੂਕ ਕੀਤਾ ਜਾ ਰਿਹਾ ਸੀ ਅਤੇ ਕਿਹਾ ਕਿ ਇੱਕ ਵਾਰ ਉਹ ਦਖਲਅੰਦਾਜ਼ੀ ਤੋਂ ਬਚਣ ਲਈ ਸਿਰਫ ਇਹੀ ਕਰ ਸਕਦਾ ਸੀ। ਭਾਵੇਂ ਮੈਂ ਮੈਰੀ ਨੂੰ ਉਸਦੀ ਰਿਹਾਈ ਤੋਂ ਬਾਅਦ ਨਿੱਜੀ ਤੌਰ 'ਤੇ ਨਹੀਂ ਦੇਖਿਆ ਹੈ, ਪਰ ਮੈਨੂੰ ਕਈ ਚੰਗੀਆਂ ਰਿਪੋਰਟਾਂ ਮਿਲੀਆਂ ਹਨ। ਜ਼ਿਆਦਾਤਰ ਕਹਿੰਦੇ ਹਨ, "ਉਹ ਬਹੁਤ ਵੱਖਰੀ ਹੈ।" "ਉਹ ਪਹਿਲਾਂ ਵਰਗੀ ਨਹੀਂ ਹੈ।" "ਮੈਂ ਉਸਨੂੰ ਫੜ ਸਕਦੀ ਹਾਂ ਅਤੇ ਉਹ ਪਿਆਰ ਦਾ ਜਵਾਬ ਦਿੰਦੀ ਹੈ।" "ਤੁਸੀਂ ਬਿਲਕੁਲ ਨਹੀਂ ਕਰੋਗੇ ਮੰਨ ਲਓ ਕਿ ਉਹ ਉਹੀ ਕੁੜੀ ਹੈ।"

ਇਹ ਲਿਖਦੇ ਹੋਏ ਵੀ ਮੇਰੀਆਂ ਅੱਖਾਂ ਨਮ ਹੋ ਜਾਂਦੀਆਂ ਹਨ। ਉਹ ਇੱਕੋ ਇੱਕ ਛੁਟਕਾਰਾ ਹੈ ਜਿਸਨੇ ਮੈਨੂੰ ਕਦੇ ਵੀ ਰੋਣ ਲਈ ਮਜਬੂਰ ਕੀਤਾ। ਯੁੱਧ ਬਹੁਤ ਹੰਗਾਮਾ ਭਰਿਆ ਸੀ ਅਤੇ ਉਸ ਤੋਂ ਬਾਅਦ ਦੀ ਸ਼ਾਂਤੀ ਇੰਨੀ ਸੁੰਦਰ ਸੀ। ਮੈਂ ਆਪਣੇ ਹੰਝੂਆਂ ਨੂੰ ਰੋਕ ਨਹੀਂ ਸਕਿਆ। ਪਰਮਾਤਮਾ ਦੀ ਮਹਿਮਾ ਹੋਵੇ!

ਸਵੈ-ਮੁਕਤੀ ਲਈ ਛੋਟੀ ਪ੍ਰਾਰਥਨਾ।

"ਪ੍ਰਭੂ ਯਸੂ ਮਸੀਹ, ਮੈ ਵਸਿ਼ਵਾਸ ਕਰਦਾ ਹਾਂ ਕਿ ਤੁਸੀ ਮੇਰੇ ਪਾਪਾਂ ਲਈ ਸਲੀਬ 'ਤੇ ਮਰ ਗਏ ਅਤੇ ਮੁਰਦਆਿਂ ਵਚਿੋਂ ਜੀ ਉੱਠੇ। ਤੁਸੀ ਮੈਨੂੰ ਆਪਣੇ ਲਹੂ ਨਾਲ ਛੁਡਾਇਆ ਅਤੇ ਮੈ ਤੁਹਾਡਾ ਹਾਂ, ਅਤੇ ਮੈ ਤੁਹਾਡੇ ਲਈ ਜੀਣਾ ਚਾਹੁੰਦਾ ਹਾਂ। ਮੈ ਆਪਣੇ ਸਾਰੇ ਜਾਣੇ-ਪਛਾਣੇ ਅਤੇ ਅਣਜਾਣੇ ਪਾਪਾਂ ਦਾ ਇਕਰਾਰ ਕਰਦਾ ਹਾਂ। ਮੈ ਉਨ੍ਹਾਂ ਸਾਰਆਿਂ ਨੂੰ ਤਆਿਗ ਦਦਿਾ ਹਾਂ। ਮੈ ਬਾਕੀ ਸਾਰਆਿਂ ਨੂੰ ਮਾਫ਼ ਕਰਦਾ ਹਾਂ ਜਵਿੇਂ ਕਿ ਮੈ ਚਾਹੁੰਦਾ ਹਾਂ ਕਿ ਤੁਸੀ ਮੈਨੂੰ ਮਾਫ਼ ਕਰੋ। ਮੈਨੂੰ ਹੁਣੇ ਮਾਫ਼ ਕਰੋ ਅਤੇ ਮੈਨੂੰ ਆਪਣੇ ਲਹੂ ਨਾਲ ਸ਼ੁੱਧ ਕਰੋ। ਮੈ ਯਸੂ ਮਸੀਹ ਦੇ ਲਹੂ ਲਈ ਤੁਹਾਡਾ ਧੰਨਵਾਦ ਕਰਦਾ ਹਾਂ ਜੋ ਮੈਨੂੰ ਹੁਣ ਸਾਰੇ ਪਾਪਾਂ ਤੋ ਸ਼ੁੱਧ ਕਰਦਾ ਹੈ।

ਅਤੇ ਮੈਂ ਹੁਣ ਆਪਣੇ ਛੁਡਾਉਣ ਵਾਲੇ ਵਜੋਂ ਤੁਹਾਡੇ ਕੋਲ ਆਇਆ ਹਾਂ। ਤੁਸੀ ਮੇਰੀਆਂ ਖਾਸ ਜਰੂਰਤਾਂ ਨੂੰ ਜਾਣਦੇ ਹੋ - ਉਹ ਚੀਜ਼ ਜੋ ਬੰਨ੍ਹਦੀ ਹੈ, ਉਹ ਤਸੀਹੇ ਦਿੰਦੀ ਹੈ, ਜੋ ਅਸ਼ੁੱਧ ਕਰਦੀ ਹੈ; ਉਹ ਦੁਸਟ ਆਤਮਾ, ਉਹ ਅਸ਼ੁੱਧ ਆਤਮਾ - ਮੈਂ ਤੁਹਾਡੇ ਬਚਨ ਦੇ ਵਾਅਦੇ ਦਾ ਦਾਅਵਾ ਕਰਦਾ ਹਾਂ, "ਜੋ ਕੋਈ ਪ੍ਰਭੂ ਦਾ ਨਾਮ ਲੈਂਦਾ ਹੈ ਉਸਨੂੰ ਛੁਡਾਇਆ ਜਾਵੇਗਾ।" ਮੈਂ ਹੁਣ ਤੁਹਾਨੂੰ ਬੁਲਾਉਂਦਾ ਹਾਂ। ਪ੍ਰਭੂ ਯਿਸੂ ਮਸੀਹ ਦੇ ਨਾਮ 'ਤੇ, ਮੈਨੂੰ ਛੁਡਾ ਅਤੇ ਮੈਨੂੰ ਆਜ਼ਾਦ ਕਰ। ਸ਼ੈਤਾਨ, ਮੈਂ ਤੁਹਾਨੂੰ ਅਤੇ ਤੁਹਾਡੇ ਸਾਰੇ ਕੰਮਾਂ ਨੂੰ ਤਿਆਗ ਦਿੰਦਾ ਹਾਂ। ਮੈਂ ਯਿਸੂ ਦੇ ਨਾਮ 'ਤੇ, ਆਪਣੇ ਆਪ ਨੂੰ ਤੁਹਾਡੇ ਤੋਂ ਗੁਆ ਦਿੰਦਾ ਹਾਂ, ਅਤੇ ਮੈਂ ਤੁਹਾਨੂੰ ਹੁਕਮ ਦਿੰਦਾ ਹਾਂ ਕਿ ਤੁਸੀ ਮੈਨੂੰ ਹੁਣੇ ਯਿਸੂ ਦੇ ਨਾਮ 'ਤੇ ਛੱਡ ਦਿਓ। ਆਮੀਨ!"

ਇਸਨੂੰ ਆਪਣੇ ਦਿਲੀਂ ਆਉਣ ਦਿਓ ਅਤੇ ਪ੍ਰਭੂ ਦੀ ਮੁਕਤੀ ਵੇਖੋ!

ਕੀ ਤੁਸੀ ਬਿਮਾਰ ਹੋ ਜਾਂ ਤੁਹਾਨੂੰ ਠੀਕ ਹੋਣ ਦੀ ਲੋੜ ਹੈ?

ਉਨ੍ਹਾਂ ਲਈ ਜੋ ਕਿਸੇ ਵੀ ਰੂਪ ਜਾਂ ਰੂਪ ਵਿਚ ਬਿਮਾਰ ਜਾਂ ਬਿਮਾਰ ਹਨ, ਜਾਂ ਛੁਟਕਾਰਾ ਦੀ ਲੋੜ ਹੈ? ਜਾਂ ਬਹਾਲੀ ਲਈ, ਕਿਰਪਾ ਕਰਕੇ ਵਿਸ਼ਵਾਸ ਵਿਚ ਹੇਠਾਂ ਦਿੱਤੇ ਬਿੰਦੂ ਨੂੰ ਛੂਹੋ (ਵਿਸ਼ਵਾਸ ਤੁਹਾਡੀ ਮੌਜੂਦਾ ਸਥਿਤੀ ਦੇ ਸਹੀ ਸਕਾਰਾਤਮਕ ਨਤੀਜੇ ਨੂੰ ਵੇਖਣਾ ਹੈ, ਇਹ ਜਾਣਦੇ ਹੋਏ ਕਿ ਯਿਸੂ ਨੇ 2000 ਸਾਲ ਤੋਂ ਵੱਧ ਸਮਾਂ ਪਹਿਲਾਂ ਤੁਹਾਡੀ ਤੰਦਰੁਸਤੀ ਅਤੇ ਛੁਟਕਾਰਾ ਨੂੰ ਸੁਰੱਖਿਅਤ ਕਰਨ ਲਈ ਆਪਣਾ ਹਿੱਸਾ ਨਿਭਾਇਆ ਹੈ, ਇੱਕ ਡਾਊਨ ਪੇਮੈਂਟ ਦੇ ਰੂਪ ਵਿਚ ਬਹਾਲੀ, ਇਹ ਵਿਸ਼ਵਾਸ ਕਰਦੇ ਹੋਏ ਕਿ ਡਾਊਨ ਪੇਮੈਂਟ ਤੁਹਾਡੇ ਲਈ ਕਢਵਾਉਣ ਲਈ ਉਪਲਬਧ ਹੈ, ਜਿਵੇਂ ਕਿ ਬੈਂਕ ਵਿਚ ਤੁਹਾਡੇ ਚੈੱਕਿੰਗ ਖਾਤੇ ਵਿਚ ਇੱਕ ਸਕਾਰਾਤਮਕ ਬਕਾਇਆ, ਕੋਈ ਸਵਾਲ ਨਹੀ ਪੁੱਛਿਆ ਗਿਆ ਕਿਉਂਕਿ ਅਸੀ ਤੁਹਾਡੇ ਨਾਲ ਸਹਿਮਤ ਹਾਂ ਅਤੇ ਯਿਸੂ ਮਸੀਹ ਦੇ ਨਾਮ ਵਿਚ ਤੰਦਰੁਸਤ ਹੋਵੋ, ਆਮੀਨ)

ਉਸ ਅਧਿਕਾਰ ਦੁਆਰਾ, ਜੋ ਤੁਸੀ ਮੈਨੂੰ ਅਤੇ ਉਨ੍ਹਾਂ ਨੂੰ ਦਿੱਤਾ ਹੈ, ਮੈਂ ਹੁਣ ਉਸ ਅਧਿਕਾਰ ਦੀ ਵਰਤੋਂ ਵਿਸ਼ਵਾਸ ਨਾਲ ਦੁਸ਼ਮਣ ਦੇ ਵਿਰੁੱਧ ਉਨ੍ਹਾਂ ਦੇ ਗੁੱਸੇ

ਅਤੇ ਭੁੱਖ ਨਾਲ ਕਰਦਾ ਹਾਂ ਜੋ ਤੁਸੀ ਉਨ੍ਹਾਂ ਸਾਰਿਆਂ ਨੂੰ ਮੁਫਤ ਵਿੱਚ ਦਿੱਤਾ ਹੈ, ਮੈ ਹਰ ਬਿਮਾਰੀ, ਹਰ ਬਿਮਾਰੀ ਨੂੰ ਸਰਾਪ ਦਿੰਦਾ ਹਾਂ, ਭਾਵੇਂ ਇਹ ਕੈਂਸਰ ਹੋਵੇ, ਕੋਵਿਡ 19 ਹੋਵੇ, ਭਾਵੇਂ ਇਹ ਕਮਜ਼ੋਰੀਆਂ ਦੀ ਭਾਵਨਾ ਹੋਵੇ, ਭਾਵੇਂ ਇਹ ਸੈਤਾਨੀ ਕਬਜ਼ਾ ਹੋਵੇ ਜਾਂ ਜੁਲਮ, ਭਾਵੇਂ ਇਹ ਗਰੀਬੀ, ਰੁਕਾਵਟਾਂ, ਉਸ ਦੀ ਦੇਰੀ ਨਾਲ ਪੂਰਤੀ ਜੋ ਪਰਮੇਸੁਰ ਨੇ ਪਹਿਲਾਂ ਹੀ ਨਿਰਧਾਰਤ ਕੀਤੀ ਹੈ ਅਤੇ ਜਾਰੀ ਕੀਤੀ ਹੈ। ਅਸੀ ਵਮਿੰਗਤੀ ਦੇ ਵਿਰੁੱਧ ਆਉਂਦੇ ਹਾਂ, ਮੈ ਉਨ੍ਹਾਂ ਨੂੰ ਬੰਨ੍ਹਦਾ ਹਾਂ, ਅਸੀ ਉਨ੍ਹਾਂ ਨੂੰ ਉਨ੍ਹਾਂ ਦੀ ਜੜ੍ਹ ਤੱਕ ਸਰਾਪ ਦਿੰਦੇ ਹਾਂ ਅਤੇ ਅਸੀ ਉਨ੍ਹਾਂ ਨੂੰ ਯਿਸੂ ਮਸੀਹ ਦੇ ਨਾਮ 'ਤੇ ਅਧਿਕਾਰ ਦੁਆਰਾ ਬਾਹਰ ਕੱਢ ਦਿੰਦੇ ਹਾਂ। ਆਮੀਨ। ਅਸੀ ਯਿਸੂ ਮਸੀਹ ਦੇ ਸ਼ਕਤੀਸ਼ਾਲੀ ਨਾਮ 'ਤੇ ਉਨ੍ਹਾਂ ਦੇ ਜੀਵਨ ਵਿੱਚ ਇਲਾਜ, ਮੁਕਤੀ ਅਤੇ ਬਹਾਲੀ ਦੀ ਰਿਹਾਈ ਦਾ ਸੱਦਾ ਦਿੰਦੇ ਹਾਂ। ਪ੍ਰਭੂ, ਤੁਹਾਡੀ ਮਹਿਮਾ, ਸਨਮਾਨ ਅਤੇ ਪੂਜਾ ਲਈ ਕਾਇਮ ਰਹਿਣ ਵਾਲੀਆਂ ਗਵਾਹੀਆਂ ਲਈ ਧੰਨਵਾਦ। ਉਨ੍ਹਾਂ ਰੂਹਾਂ ਲਈ ਧੰਨਵਾਦ ਜੋ ਇਸ ਸੰਦੇਸ਼ ਦੇ ਨਤੀਜੇ ਵਜੋਂ ਤੁਹਾਡੇ ਰਾਜ ਵਿੱਚ ਸ਼ਾਮਲ ਕੀਤੀਆਂ ਜਾ ਰਹੀਆਂ ਹਨ, ਉਹ ਚਮਤਕਾਰ ਜੋ ਅਸੀ ਪਹਿਲਾਂ ਹੀ ਯਿਸੂ ਦੇ ਨਾਮ 'ਤੇ ਦੇਖ ਰਹੇ ਹਾਂ ਅਤੇ ਤੁਹਾਡੀ ਮਹਿਮਾ ਲਈ ਪ੍ਰਗਟ ਹੋ ਰਹੇ ਹਾਂ, ਆਮੀਨ। ਇਹ ਹੋ ਗਿਆ ਹੈ! ਖੁਸ਼ ਹੋਵੋ!

ਸੰਪਰਕ ਦੇ ਬਿੰਦੂ ਵਜੋਂ ਉਜਾਗਰ ਕੀਤੇ ਇਸ ਸਥਾਨ ਨੂੰ ਛੂਹੋ ਅਤੇ ਆਪਣੇ ਮੂੰਹ ਨਾਲ ਇਕਰਾਰ ਕਰੋ - ਮੈ ਠੀਕ ਹੋ ਗਿਆ ਹਾਂ, ਮੈਨੂੰ ਛੁਟਕਾਰਾ ਮਿਲ ਗਿਆ ਹੈ ਅਤੇ ਮੈ ਆਪਣੀ ਆਤਮਾ, ਆਤਮਾ, ਸਰੀਰ, ਅਤੇ ਆਪਣੇ ਆਲੇ ਦੁਆਲੇ ਯਿਸੂ ਮਸੀਹ ਦੇ ਨਾਮ 'ਤੇ ਬਹਾਲ ਹੋ ਗਿਆ ਹਾਂ, ਆਮੀਨ!!!

ਉਹ ਕਰਨਾ ਸ਼ੁਰੂ ਕਰੋ ਜੋ ਤੁਸੀ ਪਹਿਲਾਂ ਨਹੀ ਕਰ ਸਕਦੇ ਸੀ ਅਤੇ ਪੂਰੀ ਤਰ੍ਹਾਂ ਠੀਕ ਹੋਣ ਤੱਕ ਇਕਬਾਲ ਕਰਨਾ ਸ਼ੁਰੂ ਕਰੋ, ਯਿਸੂ ਦੇ ਨਾਮ ਵਿੱਚ ਛੁਟਕਾਰਾ ਬਹਾਲੀ ਤੁਹਾਡੇ ਜੀਵਨ ਵਿੱਚ ਇੱਕ ਫਲ ਨਹੀ ਬਣ ਜਾਂਦੀ, ਆਮੀਨ। ਪਰਮਾਤਮਾ ਲਈ ਭੁੱਖੇ ਰਹੋ, ਗੁੱਸੇ ਵਿੱਚ ਰਹੋ ਅਤੇ ਯਿਸੂ ਦੇ ਨਾਮ ਵਿੱਚ ਦੁਸ਼ਮਣ ਨੇ ਜੋ ਕੁਝ ਰੋਕਿਆ ਹੈ ਉਹ ਵਾਪਸ ਲੈ ਲਓ, ਆਮੀਨ।

ਨੋਟ:

ਪਰਮਾਤਮਾ ਦੀ ਮਹਿਮਾ ਲਈ ਇਲਾਜ ਅਤੇ ਦੁਸ਼ਮਣ ਦੀ ਸ਼ਰਮ ਲਈ ਗਵਾਹੀ ਦਓਿ! ਜੇਕਰ ਤੁਹਾਨੂੰ ਅਜੇ ਵੀ ਇਸ ਮੁੱਦੇ 'ਤੇ ਤੁਹਾਡੇ ਨਾਲ ਸਹਮਿਤ ਹੋਣ ਦੀ ਲੋੜ ਹੈ ਤਾਂ ਸਾਨੂੰ ਈਮੇਲ ਭੇਜੋ ਜਾਂ ਸਾਨੂੰ ਵਟਸਐਪ ਕਰੋ। ਅਤੇ ਅਗਲੇ ਹਫ਼ਤੇ ਵੀਰਵਾਰ ਤੋਂ ਸ਼ੁਰੂ ਹੋਣ ਵਾਲੀ ਉਪਕਰਣ ਲੜੀ ਵਿੱਚ ਜੁੜੋ। ਸਾਡੀ ਵੈੱਬਸਾਈਟ 'ਤੇ ਜਲਦੀ ਹੀ ਵੇਰਵੇ ਲੱਭੋ!

ਵੱਡੇ ਕਾਰਨਾਮੇ - 1 - ਅਧਿਆਇ ੧ - ਭਾਗ 8 ਵਿੱਚ ਮਹਾਨ ਲੋਕਾਂ ਤੋਂ ਕਵਿੰ ਪਤਾ ਲਗਾਓ

ਆਜ਼ਾਦੀ ਬਾਰੇ ਇਸ ਸਾਰੀ ਗੱਲਬਾਤ ਵਿੱਚ ਧਰਤੀ 'ਤੇ ਪਰਮਾਤਮਾ ਦੀ ਇੱਛਾ ਅਤੇ ਪ੍ਰਭੂਸੱਤਾ ਕਥਿੇ ਹੈ? ਇਹ ਕਉਿੰ ਨਹੀ ਹੈ ਕਹਿਰ ਕੋਈ ਜਸਿ ਲਈ ਅਸੀ ਪ੍ਰਾਰਥਨਾ ਕਰਦੇ ਹਾਂ ਉਹ ਚੰਗਾ, ਛੁਟਕਾਰਾ ਜਾਂ ਬਹਾਲ ਨਹੀ ਹੁੰਦਾ? ਕੁਝ ਕ੍ਰਮਵਾਰ ਜਾਂ ਅੰਸ਼ਕ ਕਉਿੰ ਹਨ? ਇਲਾਜ, ਛੁਟਕਾਰਾ ਅਤੇ ਬਹਾਲੀ ਵਚਿ ਕੀ ਰੁਕਾਵਟਾਂ ਹਨ? ਅਤੇ ਕੁਝ ਕਰੋ ਅਤੇ ਨਾ ਕਰੋ + ਇੱਕ (1) ਕਹਾਣੀ ਇਸ ਸਰਿਲੇਖ ਨੂੰ ਸਾਬਤ ਕਰਨ ਅਤੇ ਡਰ ਦੀ ਭਾਵਨਾ ਦੀ ਪਕੜ ਨੂੰ ਤੋੜਨ ਲਈ ਬ੍ਰੋ ਰੌਬਰਟ ਸੈਮਬਾਚ ਦੁਆਰਾ - ਭਾਗ 8 + ਸਵੈ-ਮੁਕਤੀ ਸਕ੍ਰਪਿਟ ਅਤੇ ਇਲਾਜ, ਛੁਟਕਾਰਾ ਅਤੇ ਬਹਾਲੀ ਲਈ ਸਹਮਿਤੀ ਦੀ ਪ੍ਰਾਰਥਨਾ

ਪਿਆਰੇ ਦੋਸਤੋ, ਅੱਜ ਅਸੀਂ ਤੁਹਾਡੇ ਲਈ ਸਾਡੀ ਲੜੀ ਦਾ ਅੱਠਵਾਂ ਹਿੱਸਾ ਲੈ ਕੇ ਆਏ ਹਾਂ ਜਿਸ ਵਿੱਚ "ਬਹੁਤ ਹੀ ਕਾਫ਼ੀ ਹੈ ਗ਼ੁਲਾਮੀ ਲਈ ਅਤੇ ਮਸੀਹ ਵਿੱਚ ਆਜ਼ਾਦੀ ਦਾ ਸਵਾਗਤ ਹੈ।" ਵਿਸ਼ਵਾਸ ਸੁਣਨ ਨਾਲ ਆਉਂਦਾ ਹੈ ਅਤੇ ਪਰਮੇਸ਼ੁਰ ਦੇ ਬਚਨ ਦੁਆਰਾ ਸੁਣਨਾ - ਰੋਮੀਆਂ 10:17। ਇਹ 8 ਵੀਂ ਲੜੀ ਅੱਜ ਆਪਣੇ ਅਤੇ ਦੂਜਿਆਂ ਲਈ ਇਲਾਜ ਪ੍ਰਾਪਤ ਕਰਨ ਵਾਲੇ ਕਿਸੇ ਵਿਅਕਤੀ ਲਈ ਆਖਰੀ ਰੁਕਾਵਟ ਹੋ ਸਕਦੀ ਹੈ। ਇਹ ਆਜ਼ਾਦੀ ਦੀ ਇੱਕ ਨਵੀਂ ਸ਼ੁਰੂਆਤ ਦਾ ਦਿਨ ਹੈ। ਇਸ ਲਈ ਮੇਰੇ ਨਾਲ ਰਹੋ, ਜੀਵਤ ਪਰਮੇਸ਼ੁਰ ਦੀ ਫੌਜ। ਇਹ ਇੱਕ ਲੈਸ ਕਰਨ ਵਾਲੀ ਲੜੀ ਹੈ।

ਯਿਸੂ ਨੇ ਇਸ ਤੱਥ ਵੱਲ ਇਸ਼ਾਰਾ ਕੀਤਾ ਕਿ ਸ਼ੈਤਾਨ ਇੱਕ ਚੋਰ ਹੈ, ਇੱਕ ਸਖ਼ਤ ਅਤੇ ਵਿਨਾਸ਼ਕਾਰੀ ਕੰਮ ਦਾ ਮਾਲਕ ਹੈ.. ਇਸਨੂੰ ਪੜ੍ਹੋ

ਯੂਹੰਨਾ 10:10

ਐਮਪਲੀਫਾਈਡ ਬਾਈਬਲ, ਕਲਾਸਕਿ ਐਡੀਸ਼ਨ

10 ਚੋਰ ਸਰਿਫ਼ ਚੋਰੀ ਕਰਨ, ਮਾਰਨ ਅਤੇ ਨਸ਼ਟ ਕਰਨ ਲਈ ਆਉਂਦਾ ਹੈ। ਮੈ
ਇਸ ਲਈ ਆਇਆ ਹਾਂ ਕਿ ਉਹ ਜੀਵਨ ਦਾ ਆਨੰਦ ਮਾਣ ਸਕਣ , ਅਤੇ
ਇਸਨੂੰ ਭਰਪੂਰ ਰੂਪ ਵਚਿ ਪ੍ਰਾਪਤ ਕਰ ਸਕਣ (ਜਦੋਂ ਤੱਕ ਇਹ[a] ਨਾ ਭਰ
ਜਾਵੇ) ।

ਇਸ ਦੁਸ਼ਮਣ ਨਾਲ ਨਜਠਿਣ ਵਚਿ, ਯਸ਼ੂ ਨੇ ਆਪਣੇ ਵਚਿ ਵਸ਼ਿਵਾਸ ਕਰਨ ਵਾਲਆਿਂ ਨੂੰ ਹੇਠ ਲਖਿ ਅਨੁਸਾਰ ਹੁਕਮ ਦੱਤਿਾ:

ਮਰਕੁਸ 16:16-20

ਐਮਪਲੀਫਾਈਡ ਬਾਈਬਲ, ਕਲਾਸਕਿ ਐਡੀਸ਼ਨ

16 ਜਹਿੜਾ ਵਅਿਕਤੀ [ਜੋ ਖੁਸ਼ਖ਼ਬਰੀ ਅਤੇ ਉਸ ਉੱਤੇ ਵਸ਼ਿਵਾਸ ਕਰਦਾ ਹੈ
ਅਤੇ ਉਸ ਉੱਤੇ ਭਰੋਸਾ ਕਰਦਾ ਹੈ ਜਸਿ ਉੱਤੇ ਇਹ ਦੱਸਦਾ ਹੈ] ਵਸ਼ਿਵਾਸ
ਕਰਦਾ ਹੈ ਅਤੇ ਬਪਤਸਿਮਾ ਲੈਂਦਾ ਹੈ ਉਹ [[a] ਸਦੀਵੀ ਮੌਤ ਦੀ ਸਜ਼ਾ ਤੋਂ
ਬਚਾਇਆ ਜਾਵੇਗਾ; ਪਰ ਜੋ ਵਅਿਕਤੀ [ਜੋ ਖੁਸ਼ਖ਼ਬਰੀ ਅਤੇ ਉਸ ਉੱਤੇ
ਵਸ਼ਿਵਾਸ ਨਹੀ ਕਰਦਾ ਅਤੇ ਉਸ ਉੱਤੇ ਭਰੋਸਾ ਨਹੀ ਕਰਦਾ ਅਤੇ ਜਸਿ ਉੱਤੇ
ਇਹ ਦੱਸਦਾ ਹੈ] ਵਸ਼ਿਵਾਸ ਨਹੀ ਕਰਦਾ, ਉਸਨੂੰ ਦੋਸ਼ੀ ਠਹਰਿਾਇਆ
ਜਾਵੇਗਾ।

17 ਅਤੇ ਵਸ਼ਿਵਾਸ ਕਰਨ ਵਾਲਆਿਂ ਦੇ ਨਾਲ-ਨਾਲ ਇਹ ਨਸ਼ਿਾਨੀਆਂ ਵੀ
ਹੋਣਗੀਆਂ : ਉਹ ਮੇਰੇ ਨਾਮ ਤੇ ਭੂਤਾਂ ਨੂੰ ਕੱਢਣਗੇ; ਉਹ ਨਵੀਆਂ-ਨਵੀਆਂ
ਭਾਸ਼ਾਵਾਂ ਬੋਲਣਗੇ;

18 ਉਹ ਸੱਪਾਂ ਨੂੰ ਚੁੱਕਣਗੇ; ਅਤੇ ਜੇ ਉਹ ਕੋਈ ਘਾਤਕ ਚੀਜ਼ ਪੀ ਲੈਣਗੇ, ਤਾਂ
ਵੀ ਉਨ੍ਹਾਂ ਨੂੰ ਕੋਈ ਨੁਕਸਾਨ ਨਹੀ ਹੋਵੇਗਾ; ਉਹ ਬਮਿਾਰਾਂ ਉੱਤੇ ਹੱਥ
ਰੱਖਣਗੇ ਅਤੇ ਉਹ ਠੀਕ ਹੋ ਜਾਣਗੇ।

[19] ਫਰਿ ਜਦੋਂ ਪ੍ਰਭੂ ਜਿਸੂ ਉਨ੍ਹਾਂ ਨਾਲ ਗੱਲ ਕਰ ਹਟਿਆ, ਤਾਂ ਉਹ ਸਵਰਗ ਵਿੱਚ ਉਠਾ ਲਿਆ ਗਿਆ ਅਤੇ ਪਰਮੇਸ਼ੁਰ ਦੇ ਸੱਜੇ ਪਾਸੇ ਬੈਠ ਗਿਆ।
[20] ਅਤੇ ਉਹ ਬਾਹਰ ਗਏ ਅਤੇ ਹਰ ਜਗ੍ਹਾ ਪ੍ਰਚਾਰ ਕੀਤਾ, ਜਦੋਂ ਕਿ ਪ੍ਰਭੂ ਉਨ੍ਹਾਂ ਨਾਲ ਕੰਮ ਕਰਦਾ ਰਿਹਾ ਅਤੇ ਸੰਦੇਸ਼ ਨੂੰ ਉਨ੍ਹਾਂ ਨਸ਼ਿਾਨੀਆਂ ਅਤੇ ਚਮਤਕਾਰਾਂ ਦੁਆਰਾ ਸਾਬਤ ਕਰਦਾ ਰਿਹਾ ਜੋ ਇਸਦੇ ਨਾਲ ਲੱਗਦੇ ਸਨ। ਆਮੀਨ (ਇਸੇ ਤਰ੍ਹਾਂ ਹੋਵੇ)।

ਅਸੀਂ ਪਿਛਲੀਆਂ ਲੜੀਵਾਰਾਂ ਵਿੱਚ ਜ਼ਿਕਰ ਕੀਤਾ ਸੀ ਕਿ ਸਾਰੇ ਵਿਸ਼ਵਾਸੀਆਂ ਲਈ ਜਿਸੂ ਦੇ ਇਸ ਹੁਕਮ ਨੂੰ ਸਫਲਤਾਪੂਰਵਕ ਲਾਗੂ ਕਰਨ ਲਈ, ਇਸ ਕਿਸਮ ਦੇ ਦੁਸ਼ਮਣ ਦਾ ਸਾਹਮਣਾ ਇੱਕ ਅਨੁਸ਼ਾਸਿਤ ਫੌਜ ਦੇ ਰੂਪ ਵਿੱਚ ਕਰਨ ਲਈ, ਜੋ ਸਾਡੇ ਕਮਾਂਡਰ-ਇਨ-ਚੀਫ਼ ਦੇ ਹੁਕਮ ਅੱਗੇ ਝੁਕਣ ਲਈ ਤਿਆਰ ਹੈ, ਸਾਨੂੰ ਹੇਠ ਲਿਖਿਆਂ ਦੀ ਲੋੜ ਹੈ ਜਿਵੇਂ ਕਿ **A, B, C, D, E, F ਅਤੇ G। ਮੈਨੂੰ ਇਸ ਗੱਲ 'ਤੇ ਜ਼ੋਰ ਦੇਣਾ ਚਾਹੀਦਾ ਹੈ ਕਿ ਇਹ ਲੜੀ ਹਰ ਕਸਿ ਲਈ ਨਹੀ ਹੈ। ਚੁਣੇ ਹੋਏ ਕੁਝ ਲੋਕ ਇਨ੍ਹਾਂ 7 ਗੁਣਾਂ ਦੁਆਰਾ ਆਪਣੇ ਆਪ ਨੂੰ ਦਾਖਲੇ ਲਈ ਪਹਿਲਾਂ ਤੋਂ ਯੋਗ ਬਣਾਉਣਗੇ। ਉਹ ਇਸ ਪ੍ਰਕਾਰ ਹਨ** :

A. **ਉਪਲਬਧਤਾ (ਆਤਮਾ, ਆਤਮਾ ਅਤੇ ਸਰੀਰ)**
B. **ਦਲੇਰੀ**
C. **ਦੂਜਿਆਂ ਲਈ ਹਮਦਰਦੀ**
D. **ਨਰਿਣਾ**
E. **ਦਲਿੰ ਪਿਆਰ**
F. **ਭਿਆਨਕ ਗੁੱਸਾ**
G. **ਬਹੁਤ ਭੁੱਖ**

ਜੇਕਰ ਤੁਹਾਡੇ ਕੋਲ ਘੱਟੋ-ਘੱਟ ਤੱਤਾਂ ਵਜੋਂ ਇਹ ਗੁਣ ਨਹੀਂ ਹਨ, ਤਾਂ ਇੱਕ ਸਫਲ ਮੁਹਿੰਮ ਚਲਾਉਣਾ ਅਸੰਭਵ ਹੋਵੇਗਾ ਕਿਉਂਕਿ ਉਪਰੋਕਤ ਸਾਰੇ ਤੱਤਾਂ ਨੂੰ ਇਕੱਠੇ ਮਿਲਾਉਣ ਦੀ ਜ਼ਰੂਰਤ ਹੈ ਤਾਂ ਜੋ ਤਬਦੀਲੀ ਲਿਆਉਣ ਲਈ ਸਰ੍ਹੋਂ ਦੇ ਦਾਣੇ ਵਰਗਾ ਵਿਸ਼ਵਾਸ ਪੈਦਾ ਕੀਤਾ ਜਾ ਸਕੇ ਕਿਉਂਕਿ ਪਰਮਾਤਮਾ ਭੁੱਖੇ ਲੋਕਾਂ ਨੂੰ ਭੋਜਨ ਦਿੰਦਾ

ਹੈ, ਠੰਡੇ ਜਾਂ ਕੋਸੇ ਬੱਚਿਆਂ ਨੂੰ ਨਹੀਂ, ਭਾਵੇਂ ਇਹ ਇਲਾਜ, ਮੁਕਤੀ ਅਤੇ ਬਹਾਲੀ ਦੇ ਅੰਦਰ ਅਤੇ ਬਾਹਰ ਹੋਵੇ।

ਲੁੱਟ ਦਾ ਮਾਲ ਇਕੱਠਾ ਕਰਨ ਲਈ ਤਿਆਰ ਹੈ ਪਰ ਇੱਕ ਸਰ੍ਹੋਂ ਦਾ ਦਾਣਾ, ਉਹਨਾਂ ਨੂੰ ਸਾਡੇ ਅਨੁਭਵ ਵਿੱਚ ਇਕੱਠਾ ਕਰਨ ਲਈ ਇਕਸਾਰ ਵਿਸ਼ਵਾਸ ਦੀ ਲੋੜ ਹੈ। ਅਸੀਂ ਆਤਮਾਵਾਂ, ਆਤਮਾਵਾਂ ਅਤੇ ਹੋਰ ਰੂਹਾਂ ਅਤੇ ਇੱਕ ਸਫਲ ਮੁਹਿੰਮ ਚਲਾਉਣ ਲਈ ਜੀਵਤ ਪਰਮਾਤਮਾ ਦੀ ਫੌਜ ਦੇ ਰੂਪ ਵਿੱਚ ਸਾਨੂੰ ਲੋੜੀਂਦੀ ਹਰ ਚੀਜ਼ ਬਾਰੇ ਗੱਲ ਕਰ ਰਹੇ ਹਾਂ। ਅਸੀਂ ਤੁਹਾਨੂੰ ਉਨ੍ਹਾਂ ਲੋਕਾਂ ਤੋਂ ਸਿੱਖਣ ਲਈ ਇੱਥੇ ਹਾਂ ਜੋ ਸਾਡੇ ਤੋਂ ਅੱਗੇ ਵਧ ਚੁੱਕੇ ਹਨ।

ਹੁਣ, ਅੱਜ ਦੇ ਭਾਗ 8 ਵਿੱਚ, ਅਸੀਂ ਕੁਝ ਮਹੱਤਵਪੂਰਨ ਸਵਾਲਾਂ ਦੀ ਪੜਚੋਲ ਕਰਨਾ ਚਾਹੁੰਦੇ ਹਾਂ ਜੋ ਵਿਸ਼ਵਾਸੀਆਂ ਦੇ ਮਨਾਂ ਵਿੱਚ ਉੱਠਦੇ ਰਹਿੰਦੇ ਹਨ ਜੋ ਪ੍ਰਮਾਤਮਾ ਤੋਂ ਉਹ ਪ੍ਰਾਪਤ ਕਰਨ ਵਿੱਚ ਰੁਕਾਵਟ ਬਣਦੇ ਹਨ ਜੋ ਉਸਨੇ ਸਾਨੂੰ ਮੁਫ਼ਤ ਵਿੱਚ ਦਿੱਤਾ ਹੈ। ਖਾਸ ਕਰਕੇ ਜਦੋਂ ਅਸੀਂ ਸਭ ਕੁਝ ਕਰ ਲਿਆ ਹੈ ਅਤੇ ਆਜ਼ਾਦੀ ਸਾਡੇ ਤੋਂ ਇੱਕ ਮਹਾਂਮਾਰੀ ਵਾਂਗ ਬਚ ਗਈ ਹੈ।

ਇਹ ਸਵਾਲ ਕੀ ਹਨ?

ਆਜ਼ਾਦੀ ਬਾਰੇ ਇਸ ਸਾਰੀ ਗੱਲਬਾਤ ਵਿੱਚ ਧਰਤੀ 'ਤੇ ਪਰਮਾਤਮਾ ਦੀ ਇੱਛਾ ਅਤੇ ਪ੍ਰਭੂਸੱਤਾ ਕਿੱਥੇ ਹੈ? ਇਹ ਕਿਉਂ ਨਹੀਂ ਹੈ ਕਿ ਹਰ ਕੋਈ ਜਿਸ ਲਈ ਅਸੀਂ ਪ੍ਰਾਰਥਨਾ ਕਰਦੇ ਹਾਂ ਉਹ ਚੰਗਾ, ਛੁਟਕਾਰਾ ਜਾਂ ਬਹਾਲ ਨਹੀਂ ਹੁੰਦਾ? ਕੁਝ ਕ੍ਰਮਵਾਰ ਜਾਂ ਅੰਸ਼ਕ ਕਿਉਂ ਹੁੰਦੇ ਹਨ? ਇਲਾਜ, ਛੁਟਕਾਰਾ ਅਤੇ ਬਹਾਲੀ ਵਿੱਚ ਕੀ ਰੁਕਾਵਟਾਂ ਹਨ? ਅਤੇ ਕੁਝ ਕਰੋ ਅਤੇ ਨਾ ਕਰੋ + ਇੱਕ (1) ਕਹਾਣੀ ਇਸ ਸਿਰਲੇਖ ਨੂੰ ਸਾਬਤ ਕਰਨ ਅਤੇ ਡਰ ਦੀ ਭਾਵਨਾ ਦੀ ਪਕੜ ਨੂੰ ਤੋੜਨ ਲਈ

ਆਓ ਉਨ੍ਹਾਂ ਨੂੰ ਇੱਕ ਤੋਂ ਬਾਅਦ ਇੱਕ ਸੰਬੋਧਿਤ ਕਰਨਾ ਸ਼ੁਰੂ ਕਰੀਏ।

1) ਕੀ ਇਲਾਜ ਅਤੇ ਛੁਟਕਾਰੇ ਦੀ ਸੇਵਾ ਕਰਦੇ ਸਮੇਂ "ਜੇ ਇਹ ਤੁਹਾਡੀ ਮਰਜੀ ਹੋਵੇ" ਪ੍ਰਾਰਥਨਾ ਕਰਨਾ ਸਹੀ ਹੈ?

ਇਸ ਤੱਥ ਨੂੰ ਸਥਾਪਿਤ ਕਰਨ ਤੋਂ ਬਾਅਦ ਕਿ ਇਹ ਪਰਮਾਤਮਾ ਦੀ ਇੱਛਾ ਹੈ ਕਿ ਹਰ ਕੋਈ ਜੋ ਵਿਸ਼ਵਾਸ ਨਾਲ ਉਸ ਕੋਲ ਆਉਂਦਾ ਹੈ, ਚੰਗਾ ਹੋਵੇ, ਜਿਵੇਂ ਕਿ ਅਸੀਂ ਇਸ ਲੜੀ ਦੇ ਭਾਗ 1 ਤੋਂ 7 ਵਿੱਚ ਪੂਰੀ ਤਰ੍ਹਾਂ ਪ੍ਰਮਾਣਿਤ ਕੀਤਾ ਹੈ ਕਿ ਕੈਦ ਲਈ ਕਾਫ਼ੀ ਹੈ ਅਤੇ ਆਜ਼ਾਦੀ ਵਿੱਚ ਸਵਾਗਤ ਹੈ, ਇਸ ਲਈ, ਫਿਰ ਸਾਡੇ ਲਈ ਇਲਾਜ ਅਤੇ ਮੁਕਤੀ ਦੀ ਸੇਵਾ ਕਰਦੇ ਸਮੇਂ **"ਜੇ ਇਹ ਤੁਹਾਡੀ ਇੱਛਾ ਹੋਵੇ" ਪ੍ਰਾਰਥਨਾ ਕਰਨ ਦੀ ਕੋਈ ਜਗ੍ਹਾ ਨਹੀ ਰਹਿੰਦੀ** । ਅਸੀਂ ਇਸ ਮਾਮਲੇ ਵਿੱਚ ਪਰਮਾਤਮਾ ਦੀ ਇੱਛਾ ਪਹਿਲਾਂ ਹੀ ਜਾਣਦੇ ਹਾਂ। ਅਸੀਂ ਜਾਣਦੇ ਹਾਂ ਕਿ ਪਰਮਾਤਮਾ ਦੀ ਇੱਛਾ ਹੈ ਕਿ ਹਰ ਕੋਈ ਚੰਗਾ ਹੋਵੇ ਅਤੇ ਮੁਕਤੀ ਪ੍ਰਾਪਤ ਕਰੇ ਜੇਕਰ ਉਹ ਵਿਸ਼ਵਾਸ ਕਰਨ ਲਈ ਤਿਆਰ ਹਨ।

ਯਿਸੂ ਸਾਡਾ ਆਦਰਸ਼ ਹੈ ਅਤੇ ਅਸੀਂ ਕਦੇ ਵੀ ਯਿਸੂ ਨੂੰ ਇਲਾਜ ਅਤੇ ਮੁਕਤੀ ਦੀ ਸੇਵਾ ਕਰਦੇ ਸਮੇਂ "ਜੇ ਤੇਰੀ ਮਰਜ਼ੀ ਹੋਵੇ" ਪ੍ਰਾਰਥਨਾ ਕਰਦੇ ਨਹੀਂ ਦੇਖਦੇ। ਇੱਕ ਵਾਰ ਵੀ ਨਹੀਂ! ਫਿਰ ਅਸੀਂ ਇੱਕ ਧਰਮ ਸ਼ਾਸਤਰ ਕਿਉਂ ਬਣਾਉਂਦੇ ਹਾਂ ਅਤੇ ਉਹ ਕੰਮ ਕਿਉਂ ਕਰਦੇ ਹਾਂ ਜੋ ਖੁਦ ਸ਼ਬਦ ਦੇ ਉਲਟ ਹਨ? ਕਿਉਂਕਿ ਯਿਸੂ ਸ਼ਬਦ ਹੈ ਯੂਹੰਨਾ 1:14 - ਜੀਵਨ ਅਤੇ ਸੇਵਕਾਈ ਵਿੱਚ ਸਾਡੀ ਸੰਪੂਰਨ, ਜੀਉਂਦੀ, ਸਾਹ ਲੈਣ ਵਾਲੀ ਉਦਾਹਰਣ।

ਸਿਰਫ਼ ਇੱਕ ਵਾਰ ਜਦੋਂ ਉਸਨੇ ਕਿਹਾ, "ਮੈਂ ਨਹੀਂ ਚਾਹੁੰਦਾ, ਪਰ ਜਿਵੇਂ ਤੂੰ ਚਾਹੁੰਦਾ ਹੈਂ" (ਮੱਤੀ 26:39,42) ਗਥਸਮਨੀ ਦੇ ਬਾਗ਼ ਵਿੱਚ ਸੀ ਜਦੋਂ ਉਹ ਸਲੀਬ 'ਤੇ ਜਾਣ ਦੀ ਤਿਆਰੀ ਕਰ ਰਿਹਾ ਸੀ। ਇਹ ਪਿਤਾ ਦੀ ਯੋਜਨਾ ਦੇ ਅੱਗੇ ਸਮਰਪਣ ਦੀ ਪ੍ਰਾਰਥਨਾ ਸੀ। ਹਰ ਵਾਰ ਜਦੋਂ ਲੋਕ ਇਲਾਜ ਲਈ ਕਹਿੰਦੇ ਸਨ, ਤਾਂ ਉਸਨੇ ਕਿਹਾ, "ਮੈਂ ਤਿਆਰ ਹਾਂ।" ਸਿਵਾਏ ਉਸ *ਸੀਰੋਫੋਨੀਸ਼ੀਆਈ ਔਰਤ* ਦੇ ਜੋ ਯਿਸੂ ਨੂੰ ਆਪਣੀ ਧੀ ਨੂੰ ਭੂਤ ਤੋਂ ਚੰਗਾ ਕਰਨ ਲਈ ਮਨਾਉਂਦੀ ਹੈ। ਇੱਕੋ ਇੱਕ ਕਾਰਨ ਇਹ ਸੀ ਕਿ, ਇਸ ਸਮੇਂ ਤੋਂ ਪਹਿਲਾਂ, ਯਿਸੂ ਯਹੂਦੀਆਂ ਨਾਲ ਕੀਤੇ ਨੇਮ ਦੇ ਅਧਾਰ ਤੇ ਕੰਮ ਕਰਦਾ ਸੀ ਪਰ ਉਸਦੀ ਨਿਹਚਾ ਅਤੇ ਦ੍ਰਿੜਤਾ ਦੇ ਕਾਰਨ, ਉਸਨੂੰ ਉਸਦੀ ਬੇਨਤੀ ਮਿਲੀ।

ਕਈ ਹੋਰ ਲੋਕ ਜਿਨ੍ਹਾਂ ਕੋਲ ਨੇਮ ਨਹੀਂ ਸੀ, ਉਹ ਵੀ ਸਿਰਫ਼ ਆਪਣੀ ਨਿਹਚਾ ਦੇ ਕਾਰਨ ਠੀਕ ਹੋ ਗਏ। ਮਰਕੁਸ 16:14-19 ਦੁਆਰਾ, ਸਾਨੂੰ ਹੁਣ ਅਵਿਸ਼ਵਾਸੀਆਂ ਲਈ ਵੀ ਅਜਿਹਾ ਕਰਨ ਦਾ ਅਧਿਕਾਰ ਦਿੱਤਾ ਗਿਆ ਹੈ ਜੋ ਪਵਿੱਤਰ ਆਤਮਾ ਵਿੱਚ ਬਪਤਿਸਮਾ ਦੁਆਰਾ ਵਿਸ਼ਵਾਸ ਕਰਦੇ ਹਨ - ਰਸੂਲਾਂ ਦੇ ਕਰਤੱਬ 1:4-8। ਉਸਨੂੰ ਆਗਿਆਕਾਰੀ ਵਿੱਚ ਚੱਲਣ ਅਤੇ ਪਿਤਾ ਦੀ ਮੁਕਤੀ ਦੀ ਯੋਜਨਾ ਦੇ ਅੱਗੇ ਝੁਕਣ ਦਾ ਵਿਕਲਪ ਚੁਣਨਾ ਪਿਆ ਜੋ ਕਿ ਸਿਰਫ ਉਸਦੀ ਸਲੀਬ 'ਤੇ ਮੌਤ ਦੁਆਰਾ ਹੀ ਸੰਭਵ ਹੋ ਸਕਦੀ ਸੀ।

ਕੀ ਅਸੀਂ ਕਦੇ ਉਸ ਪਾਪੀ ਲਈ ਪ੍ਰਾਰਥਨਾ ਕਰਾਂਗੇ ਜੋ ਸਾਡੇ ਕੋਲ ਮਾਫ਼ੀ ਪ੍ਰਾਪਤ ਕਰਨ ਲਈ ਆਇਆ ਹੈ? ਯਿਸੂ ਵਿੱਚ ਵਿਸ਼ਵਾਸ ਦੁਆਰਾ ਪਾਪਾਂ ਤੋਂ , **"ਪ੍ਰਭੂ, ਜੇ ਇਹ ਤੁਹਾਡੀ ਮਰਜੀ ਹੈ, ਤਾਂ ਕਰਿਪਾ ਕਰਕੇ ਉਸਦੇ ਪਾਪ ਮਾਫ. ਕਰੋ ਅਤੇ ਬਖਸੋ. ਉਸਨੂੰ ਸਦੀਵੀ ਜੀਵਨ। ਨਹੀ ਤਾਂ, ਜੇਕਰ ਇਹ ਤੁਹਾਡੀ ਮਰਜੀ ਨਹੀ ਹੈ ਕਾਂ ਉਸਨੂੰ ਜਾਣ ਦਓਿ। ਨਰਕ ਵਚਿ ਚਲੇ ਜਾਓ।"**
ਕਦੇ ਨਹੀਂ! ਅਸੀਂ ਕਦੇ ਵੀ ਅਜਿਹੀ ਪ੍ਰਾਰਥਨਾ ਨਹੀਂ ਕਰਾਂਗੇ, ਕਿਉਂਕਿ ਅਸੀਂ ਜਾਣਦੇ ਹਾਂ ਕਿ ਪਰਮੇਸ਼ੁਰ ਨੇ ਵਾਅਦਾ ਕੀਤਾ ਹੈ ਕਿ "ਉਸ ਦੇ ਨਾਮ ਦੁਆਰਾ, ਜੋ ਕੋਈ ਉਸ ਵਿੱਚ ਵਿਸ਼ਵਾਸ ਕਰਦਾ ਹੈ, ਉਸਨੂੰ ਪਾਪਾਂ ਦੀ ਮਾਫ਼ੀ ਮਿਲੇਗੀ" (ਰਸੂਲਾਂ ਦੇ ਕਰਤੱਬ 10:43) ਅਤੇ ਇਹ ਕਿ "ਪਰਮੇਸ਼ੁਰ ਨੇ ਦੁਨੀਆਂ ਨੂੰ ਇੰਨਾ ਪਿਆਰ ਕੀਤਾ ਕਿ ਉਸਨੇ ਆਪਣਾ ਇਕਲੌਤਾ ਪੁੱਤਰ ਦੇ ਦਿੱਤਾ, ਤਾਂ ਜੋ ਜੋ ਕੋਈ ਉਸ ਵਿੱਚ ਵਿਸ਼ਵਾਸ ਕਰਦਾ ਹੈ ਉਹ ਨਾਸ਼ ਨਾ ਹੋਵੇ ਪਰ ਸਦੀਵੀ ਜੀਵਨ ਪਾਵੇ" (ਯੂਹੰਨਾ 3:16)।

ਇਲਾਜ ਅਤੇ ਮੁਕਤੀ ਦੀ ਸੇਵਾ ਕਰਨ ਦਾ ਸਹੀ ਤਰੀਕਾ ਇਹ ਹੈ ਕਿ ਇਹ ਚੰਗੀ ਤਰ੍ਹਾਂ ਜਾਣਦੇ ਹੋਏ ਕੀਤਾ ਜਾਵੇ ਕਿ ਪਰਮਾਤਮਾ ਚਾਹੁੰਦਾ ਹੈ ਕਿ ਬਿਮਾਰ ਵਿਅਕਤੀ ਚੰਗਾ ਹੋਵੇ ਅਤੇ ਮੁਕਤੀ ਪ੍ਰਾਪਤ ਕਰੇ। ਅਸੀਂ ਇੱਥੇ ਧਰਤੀ ਉੱਤੇ ਉਸਦੀ ਇੱਛਾ ਨੂੰ ਲਾਗੂ ਕਰਨ ਲਈ ਹਾਂ, ਜਿਵੇਂ ਕਿ ਇਹ ਸਵਰਗ ਵਿੱਚ ਹੈ। ਕਿਸੇ ਵੀ ਵਿਅਕਤੀ ਦਾ ਇਲਾਜ ਅਤੇ ਮੁਕਤੀ ਪ੍ਰਾਪਤ ਕਰਨ ਲਈ ਸਵਾਗਤ ਕਰਨ ਲਈ ਸਾਡਾ ਪਹੁੰਚ ਉਹੀ ਹੋਣਾ ਚਾਹੀਦਾ ਹੈ ਜਦੋਂ ਉਹ ਪਾਪਾਂ ਦੀ ਮਾਫ਼ੀ ਪ੍ਰਾਪਤ ਕਰਨ ਲਈ ਆਉਂਦੇ ਹਨ। ਸਿਰਫ਼ ਵਿਸ਼ਵਾਸ ਕਰੋ! - ਉਹੀ ਪੈਕੇਜ!

2) ਕਉਿੰਕਿ ਪਰਮਾਤਮਾ ਸਰਬਸਕ਼ਤੀਮਾਨ ਹੈ, ਕੀ ਉਹ ਲੋਕਾਂ ਨੂੰ ਸਰਿਫ.ਉਦੋ ਹੀ ਚੰਗਾ ਨਹੀ ਕਰੇਗਾ ਜਦੋਂ ਉਹ ਚਾਹੁੰਦਾ ਹੈ?

ਇਹ ਇੱਕ ਇਮਾਨਦਾਰ ਸਵਾਲ ਹੈ ਜੋ ਬਹੁਤ ਸਾਰੇ ਪੁੱਛਦੇ ਹਨ ਅਤੇ ਇਸਦਾ ਜਵਾਬ ਦੇਣਾ ਵੀ ਕਾਫ਼ੀ ਚੁਣੌਤੀਪੂਰਨ ਹੈ। ਇਸ ਵਿੱਚ ਕੋਈ ਸ਼ੱਕ ਨਹੀਂ ਹੈ ਕਿ ਪਰਮਾਤਮਾ ਸਰਬਸ਼ਕਤੀਮਾਨ ਹੈ, ਉਹ ਕੁਝ ਵੀ ਕਰ ਸਕਦਾ ਹੈ। ਉਹ ਕਿਸੇ ਵੀ ਵਿਅਕਤੀ ਨੂੰ ਇੱਕ ਪਲ ਵਿੱਚ ਚੰਗਾ ਕਰ ਸਕਦਾ ਹੈ ਅਤੇ ਬਚਾ ਸਕਦਾ ਹੈ। ਅਸੀਂ ਇਹ ਵੀ ਜਾਣਦੇ ਹਾਂ ਕਿ ਪਰਮਾਤਮਾ ਸਰਬਸ਼ਕਤੀਮਾਨ ਹੈ ਅਤੇ ਆਪਣੀ ਮਰਜ਼ੀ ਨਾਲ ਅਤੇ ਜਦੋਂ ਵੀ ਉਹ ਚਾਹੁੰਦਾ ਹੈ ਕੰਮ ਕਰਦਾ ਹੈ। ਉਸਨੂੰ ਕੋਈ ਨਹੀਂ ਰੋਕ ਸਕਦਾ। ਤਾਂ ਫਿਰ ਇੱਕ ਚੰਗਾ, ਸ਼ਕਤੀਸ਼ਾਲੀ, ਪਿਆਰ ਕਰਨ ਵਾਲਾ ਪਰਮਾਤਮਾ, ਇੱਕ ਚੰਗਾ ਕਰਨ ਵਾਲਾ ਅਤੇ ਬਚਾਉਣ ਵਾਲਾ ਪਰਮਾਤਮਾ ਹਰ ਬਿਮਾਰ ਵਿਅਕਤੀ ਨੂੰ ਚੰਗਾ ਕਿਉ ਨਹੀਂ ਕਰਦਾ ਅਤੇ ਹਰ ਦੱਬੇ-ਕੁਚਲੇ ਵਿਅਕਤੀ ਨੂੰ ਕਿਉ ਨਹੀਂ ਬਚਾਉਂਦਾ? ਅਸੀਂ ਅਜੇ ਵੀ ਆਪਣੇ ਕੁਝ ਭਰਾਵਾਂ ਨੂੰ ਕਿਉ ਦੇਖਦੇ ਹਾਂ, ਇੱਥੋਂ ਤੱਕ ਕਿ ਉਹ ਵੀ ਜਿਨ੍ਹਾਂ ਨੇ ਵਫ਼ਾਦਾਰੀ ਨਾਲ ਪਰਮੇਸ਼ੁਰ ਦੀ ਸੇਵਾ ਕੀਤੀ ਹੈ ਅਤੇ ਜੋ ਉਸਨੂੰ ਬਹੁਤ ਪਿਆਰ ਕਰਦੇ ਹਨ, ਲੰਬੀ ਬਿਮਾਰੀ ਦੇ ਨਤੀਜੇ ਵਜੋਂ ਦਰਦ, ਬਿਮਾਰੀ ਅਤੇ ਮੌਤ ਝੱਲਦੇ ਹਨ? ਪਰਮਾਤਮਾ ਆਪਣੀ ਪ੍ਰਭੂਸੱਤਾ ਵਿੱਚ, ਉਹਨਾਂ ਨੂੰ ਚੰਗਾ ਕਿਉ ਨਹੀਂ ਕਰਦਾ ਅਤੇ ਉਹਨਾਂ ਨੂੰ ਚੰਗਾ ਕਿਉ ਨਹੀਂ ਕਰਦਾ?

ਅਸੀਂ ਇਸ ਨੂੰ ਤਿੰਨ ਹਿੱਸਿਆਂ ਵਿੱਚ ਸੰਬੋਧਿਤ ਕਰਾਂਗੇ:

ਏ, ਪਰਮਾਤਮਾ ਦੀ ਪ੍ਰਭੂਸੱਤਾ ਅਤੇ ਮਨੁੱਖ ਦੀ ਜੰਿਮਿਵਾਰੀ

ਬੀ, ਪਰਮਾਤਮਾ ਦੀ ਪ੍ਰਭੂਸੱਤਾ ਅਤੇ ਵਸਿ਼ਵਾਸ ਦਾ ਅਭਿਆਸ

ਸੀ, ਅਸੀ ਉਸ ਸੱਚਾਈ ਦੁਆਰਾ ਚੱਲਦੇ ਹਾਂ ਜੋ ਪ੍ਰਗਟ ਹੋਈ ਹੈ ਅਤੇ ਖੋਜ ਕਰਦੇ ਹਾਂ ਕਿ ਕੀ ਅਣਜਾਣ ਹੈ

ਏ, ਪਰਮਾਤਮਾ ਦੀ ਪ੍ਰਭੂਸੱਤਾ ਅਤੇ ਮਨੁੱਖ ਦੀ ਜ਼ਿੰਮੇਵਾਰੀ

ਜ਼ਬੂਰ 115:3,16 3 ਪਰ ਸਾਡਾ ਪਰਮੇਸ਼ੁਰ ਸਵਰਗ ਵਿੱਚ ਹੈ; ਉਹ ਜੋ ਚਾਹੁੰਦਾ ਹੈ ਉਹ ਕਰਦਾ ਹੈ। 16 ਸਵਰਗ, ਹਾਂ, ਸਵਰਗ ਯਹੋਵਾਹ ਦਾ ਹੈ; ਪਰ ਧਰਤੀ ਉਸ ਨੇ ਮਨੁੱਖਾਂ ਦੇ ਪੁੱਤਰਾਂ ਨੂੰ ਦਿੱਤੀ ਹੈ।

ਪਰਮਾਤਮਾ ਸਰਬਸ਼ਕਤੀਮਾਨ ਹੈ ਅਤੇ ਉਹ ਜੋ ਚਾਹੇ ਕਰਦਾ ਹੈ, ਜਿਵੇਂ ਕਿ ਧਰਮ-ਗ੍ਰੰਥ ਕਹਿੰਦਾ ਹੈ। ਹਾਲਾਂਕਿ, ਆਪਣੀ ਸਰਬਸ਼ਕਤੀਮਾਨਤਾ ਵਿੱਚ ਉਸਨੇ ਧਰਤੀ ਨੂੰ ਮਨੁੱਖਜਾਤੀ ਨੂੰ ਸੌਂਪਣ ਦਾ ਫੈਸਲਾ ਕੀਤਾ ਹੈ ਅਤੇ ਇਹ ਨਿਸ਼ਚਤ ਕੀਤਾ ਹੈ ਕਿ ਆਮ ਹਾਲਤਾਂ ਵਿੱਚ ਉਹ ਮਨੁੱਖ ਦੀ ਜ਼ਿੰਮੇਵਾਰੀ ਅਤੇ ਮਨੁੱਖ ਦੇ ਫੈਸਲਿਆਂ ਨੂੰ ਨਹੀਂ ਛੱਡੇਗਾ। ਪਰਮਾਤਮਾ ਨੇ ਇਹ ਇਸ ਹੱਦ ਤੱਕ ਕਰਨ ਦਾ ਫੈਸਲਾ ਕੀਤਾ ਹੈ ਕਿ ਅਦਨ ਦੇ ਬਾਗ਼ ਵਿੱਚ ਵੀ, ਜਦੋਂ ਆਦਮ ਅਤੇ ਹੱਵਾਹ ਅਣਆਗਿਆਕਾਰੀ ਅਤੇ ਪਾਪ ਕਰਨ ਵਾਲੇ ਸਨ, ਪਰਮਾਤਮਾ ਨੇ ਦਖਲ ਨਹੀਂ ਦਿੱਤਾ, ਹਾਲਾਂਕਿ ਉਹ ਕਰ ਸਕਦਾ ਸੀ। ਦਰਅਸਲ, ਪਰਮਾਤਮਾ ਇਹ ਸਭ ਕੁਝ ਸਮੇਂ ਤੋਂ ਪਹਿਲਾਂ ਜਾਣਦਾ ਸੀ ਅਤੇ ਫਿਰ ਵੀ ਉਹ ਮਨੁੱਖ ਨੂੰ ਬਣਾਉਣ ਅਤੇ ਉਸਨੂੰ ਅਦਨ ਦੇ ਬਾਗ਼ ਵਿੱਚ ਰੱਖਣ ਲਈ ਅੱਗੇ ਵਧਿਆ।

ਇਸ ਗੱਲ 'ਤੇ ਵਿਚਾਰ ਕਰੋ, ਪਰਮਾਤਮਾ ਨੇ ਆਪਣੀ ਪ੍ਰਭੂਸੱਤਾ ਵਿੱਚ ਸਾਰਿਆਂ ਲਈ ਮੁਕਤੀ ਦਾ ਮੁਫ਼ਤ ਤੋਹਫ਼ਾ ਪ੍ਰਦਾਨ ਕੀਤਾ ਹੈ। ਕਿਉਂਕਿ ਹਰੇਕ ਵਿਅਕਤੀ ਲਈ ਮੁਕਤੀ ਪ੍ਰਦਾਨ ਕੀਤੀ ਗਈ ਹੈ, ਇਸਦਾ ਮਤਲਬ ਇਹ ਨਹੀਂ ਹੈ ਕਿ ਹਰ ਵਿਅਕਤੀ ਆਪਣੇ ਆਪ ਬਚ ਜਾਂਦਾ ਹੈ। ਹਰੇਕ ਵਿਅਕਤੀ ਨੂੰ ਮੁਕਤੀ ਦੇ ਇਸ ਪ੍ਰਬੰਧ ਨੂੰ ਪ੍ਰਾਪਤ ਕਰਨ ਦੀ ਜ਼ਿੰਮੇਵਾਰੀ ਲੈਣੀ ਪੈਂਦੀ ਹੈ। ਬਾਈਬਲ ਅਜੇ ਵੀ ਕਹਿੰਦੀ ਹੈ, "ਜਿਹੜਾ ਪੁੱਤਰ ਵਿੱਚ ਵਿਸ਼ਵਾਸ ਕਰਦਾ ਹੈ, ਉਸਦਾ ਸਦੀਵੀ ਜੀਵਨ ਹੈ; ਅਤੇ ਜੋ ਪੁੱਤਰ ਨੂੰ ਨਹੀਂ ਮੰਨਦਾ, ਉਹ ਜੀਵਨ ਨਹੀਂ ਵੇਖੇਗਾ, ਪਰ ਪਰਮੇਸ਼ੁਰ ਦਾ ਕ੍ਰੋਧ ਉਸ ਉੱਤੇ ਰਹਿੰਦਾ ਹੈ" (ਯੂਹੰਨਾ 3:36)।

ਇਸੇ ਤਰ੍ਹਾਂ, ਸੇਵਾ, ਇਲਾਜ ਅਤੇ ਮੁਕਤੀ ਦੇ ਖੇਤਰ ਵਿੱਚ, ਆਮ ਹਾਲਤਾਂ ਵਿੱਚ ਸਾਡੇ ਲਈ ਜ਼ਿੰਮੇਵਾਰੀ ਦੇ ਕਈ ਖੇਤਰ ਹਨ:

(ੳ) ਸੇਵਾ ਕਰਨ ਵਾਲਿਆਂ ਦੀ ਜ਼ਿੰਮੇਵਾਰੀ ਹੈ ਕਿ ਉਹ ਕਿਰਪਾ ਵਿੱਚ ਵਧਣ (2 ਪਤਰਸ 3:18), ਅਧਿਆਤਮਿਕ ਤਾਕਤ ਵਿੱਚ ਵਧਣ (ਅਫ਼ਸੀਆਂ 3:16) ਅਤੇ ਵਿਸ਼ਵਾਸ ਵਿੱਚ ਅਤੇ ਪਰਮੇਸ਼ੁਰ ਦੇ ਮਸਹ ਅਤੇ ਸ਼ਕਤੀ ਨੂੰ ਚਲਾਉਣ ਦੀ ਸਾਡੀ

ਯੋਗਤਾ ਵਿੱਚ ਵਧਣ। ਹਰ ਜੂਲੇ ਨੂੰ ਤੋੜਨ, ਹਰ ਬੋਝ ਨੂੰ ਹਟਾਉਣ ਅਤੇ ਹਰ ਸਥਿਤੀ ਨੂੰ ਠੀਕ ਕਰਨ ਲਈ ਇੱਕ ਮਸਹ ਉਪਲਬਧ ਹੈ। ਕੀ ਇਹ ਸੰਭਵ ਹੈ ਕਿ ਅਸੀਂ ਸੇਵਕ ਹੋਣ ਦੇ ਨਾਤੇ, ਮਸਹ ਦੇ ਇਸ ਪੱਧਰ ਵਿੱਚ ਅੱਗੇ ਵਧਣ ਅਤੇ ਕਦਮ ਰੱਖਣ ਦੀ ਆਪਣੀ ਜ਼ਿੰਮੇਵਾਰੀ ਵਿੱਚ ਅਸਫਲ ਹੋ ਰਹੇ ਹਾਂ? ਸ਼ਾਇਦ ਅਸੀਂ ਅਜਿਹਾ ਕਦੇ-ਕਦਾਈ ਹੀ ਕਰਦੇ ਹਾਂ, ਇਸ ਦੀ ਬਜਾਏ ਕਿ ਉਸ ਖੇਤਰ ਵਿੱਚ ਵਧੇਰੇ ਨਿਰੰਤਰਤਾ ਨਾਲ ਕੰਮ ਕਰੀਏ।

(ਅ) ਇਹ ਹਰੇਕ ਵਿਅਕਤੀ ਦੀ ਜ਼ਿੰਮੇਵਾਰੀ ਹੈ ਕਿ ਉਹ ਆਪਣੇ ਸਰੀਰ ਦੀ ਦੇਖਭਾਲ ਕਰੇ, ਪਰਮੇਸ਼ੁਰ ਦੇ ਬਚਨ ਵਿੱਚ ਵਿਸ਼ਵਾਸ ਕਰੇ ਅਤੇ ਸ਼ੈਤਾਨ ਅਤੇ ਉਸ ਦੇ ਕੰਮਾਂ ਦਾ ਵਿਰੋਧ ਕਰੇ। ਪਰਮੇਸ਼ੁਰ ਸਾਡੇ ਲਈ ਅਜਿਹਾ ਨਹੀਂ ਕਰੇਗਾ।

ਇਸ ਸਮਝ ਨੂੰ ਦੇਖਦੇ ਹੋਏ, ਅਸੀਂ ਆਮ ਤੌਰ 'ਤੇ ਮਨੁੱਖ ਦੀ ਜ਼ਿੰਮੇਵਾਰੀ ਦੇ ਇਨ੍ਹਾਂ ਖੇਤਰਾਂ ਤੋਂ ਸੁਤੰਤਰ ਤੌਰ 'ਤੇ ਪਰਮਾਤਮਾ ਨੂੰ ਚੰਗਾ ਕਰਦੇ ਨਹੀਂ ਦੇਖਦੇ। ਉਸਨੇ ਅਜਿਹਾ ਨਾ ਕਰਨ ਦਾ ਪ੍ਰਭੂਸੱਤਾ ਨਾਲ ਫੈਸਲਾ ਕੀਤਾ ਹੈ। ਇਹ ਪਰਮਾਤਮਾ ਦੀ ਪ੍ਰਭੂਸੱਤਾ ਦਾ ਇੱਕ ਪੱਖ ਹੈ।

ਹਾਲਾਂਕਿ, ਅਜਿਹੇ ਮੌਕੇ ਆਉਂਦੇ ਹਨ ਜਦੋਂ ਪਰਮਾਤਮਾ ਦੋ ਖੇਤਰਾਂ (a) ਅਤੇ (b) ਵਿੱਚ ਮਨੁੱਖ ਦੀ ਅਸਫਲਤਾ ਦੇ ਬਾਵਜੂਦ ਅੱਗੇ ਵਧਦਾ ਹੈ, ਜਿਵੇਂ ਕਿ ਦੱਸਿਆ ਗਿਆ ਹੈ, ਅਤੇ ਫਿਰ ਵੀ ਇਲਾਜ ਅਤੇ ਮੁਕਤੀ ਦਾ ਕਾਰਨ ਬਣਦਾ ਹੈ। ਇਹ ਅਪਵਾਦ ਹੋਣਗੇ ਜੋ ਅਸੀਂ ਦੇਖਦੇ ਹਾਂ, ਆਮ ਨਹੀਂ। ਪਰਮਾਤਮਾ ਦੋ ਖੇਤਰਾਂ (a) ਅਤੇ (b) ਵਿੱਚ ਮਨੁੱਖ ਦੀ ਅਸਫਲਤਾ ਦੇ ਬਾਵਜੂਦ ਚਲਦਾ ਅਤੇ ਚੰਗਾ ਕਰਦਾ ਹੈ ਪਰਮਾਤਮਾ ਦੀ ਪ੍ਰਭੂਸੱਤਾ ਦਾ ਦੂਜਾ ਪਾਸਾ ਹੈ। ਪਰਮਾਤਮਾ ਦੀ ਪ੍ਰਭੂਸੱਤਾ ਨੂੰ ਸਮਝਣ ਵਿੱਚ, ਇੱਕੋ ਸਿੱਕੇ ਦੇ ਦੋ ਪਾਸੇ।

ਬੀ, ਪਰਮਾਤਮਾ ਦੀ ਪ੍ਰਭੂਸੱਤਾ ਅਤੇ ਵਸਿ਼ਵਾਸ ਦਾ ਅਭਿਆਸ

ਮੱਤੀ 13:58 58 ਉੱਥੇ ਯਿਸੂ ਨੇ ਉਨ੍ਹਾਂ ਦੇ ਅਵਿਸ਼ਵਾਸ ਦੇ ਕਾਰਨ ਬਹੁਤੇ ਕਰਿਸ਼ਮੇ ਨਾ ਕੀਤੇ।

ਮਰਕੁਸ 6:5,6 5 ਪਰ ਉਹ ਉੱਥੇ ਕੋਈ ਕਰਿਸ਼ਮਾ ਨਾ ਕਰ ਸਕਿਆ, ਸਿਵਾਏ ਇਸ ਦੇ ਕਿ ਉਸਨੇ ਕੁਝ ਬਿਮਾਰਾਂ ਉੱਤੇ ਆਪਣਾ ਹੱਥ ਰੱਖ ਕੇ ਉਨ੍ਹਾਂ ਨੂੰ ਚੰਗਾ ਕੀਤਾ।

6 ਅਤੇ ਉਹ ਉਨ੍ਹਾਂ ਦੀ ਅਵਿਸ਼ਵਾਸ ਕਾਰਨ ਹੈਰਾਨ ਹੋਇਆ। ਫਿਰ ਉਹ ਸਾਰੇ ਪਿੰਡਾਂ ਵਿੱਚ ਜਾ ਕੇ ਸਿੱਖਿਆ ਦਿੰਦਾ ਰਿਹਾ।

ਯਿਸੂ ਆਪਣੇ ਦੇਸ਼, ਨਾਸਰਤ ਵਿੱਚ ਵਾਪਸ ਘਰ ਆ ਗਿਆ ਸੀ, ਜਿੱਥੇ ਉਹ 30 ਸਾਲ ਦੀ ਉਮਰ ਤੱਕ ਇੱਕ ਤਰਖਾਣ ਦੇ ਪੁੱਤਰ ਵਜੋਂ ਵੱਡਾ ਹੋਇਆ ਸੀ। ਬਦਕਿਸਮਤੀ ਨਾਲ, ਉਸਦੇ ਆਪਣੇ ਦੇਸ਼ ਦੇ ਲੋਕ ਉਸਨੂੰ ਉਸੇ ਤਰ੍ਹਾਂ ਸਵੀਕਾਰ ਕਰਨ ਵਿੱਚ ਅਸਮਰੱਥ ਸਨ ਜਿਵੇਂ ਉਹ ਸੀ। ਉਹ ਉਸਨੂੰ ਇੱਕ ਤਰਖਾਣ ਦੇ ਪੁੱਤਰ ਵਜੋਂ ਦੇਖਦੇ ਸਨ, ਨਾ ਕਿ ਪਰਮੇਸ਼ੁਰ ਵੱਲੋਂ ਭੇਜੇ ਗਏ ਇੱਕ ਵਿਅਕਤੀ ਵਜੋਂ, ਚੰਗਾ ਕਰਨ ਅਤੇ ਛੁਡਾਉਣ ਲਈ ਮਸਹ ਕੀਤੇ ਹੋਏ ਵਜੋਂ। ਅਜਿਹੇ ਮਾਹੌਲ ਵਿੱਚ, ਯਿਸੂ ਨੇ ਉਨ੍ਹਾਂ ਦੇ ਅਵਿਸ਼ਵਾਸ ਦੇ ਕਾਰਨ ਬਹੁਤ ਸਾਰੇ ਸ਼ਕਤੀਸ਼ਾਲੀ ਕੰਮ ਨਹੀਂ ਕੀਤੇ।

ਜੇਕਰ ਪਰਮਾਤਮਾ ਸਰਬਸ਼ਕਤੀਮਾਨ ਹੈ (ਸਭ ਸ਼ਕਤੀਸ਼ਾਲੀ, ਸਭ ਤੋਂ ਉੱਪਰ ਅਤੇ ਸਭ ਤੋਂ ਸੁਤੰਤਰ) ਅਤੇ ਜਿਸਨੂੰ ਕੋਈ ਨਹੀਂ ਰੋਕ ਸਕਦਾ, ਤਾਂ ਉਹ ਫਿਰ ਵੀ ਆਪਣੇ ਲੋਕਾਂ ਤੋਂ ਨਿੱਜੀ ਵਿਸ਼ਵਾਸ ਦੀ ਵਰਤੋਂ ਕਿਉਂ ਚਾਹੁੰਦਾ ਹੈ ਜੇਕਰ ਉਨ੍ਹਾਂ ਨੇ ਆਪਣੇ ਜੀਵਨ ਵਿੱਚ ਉਸਦੇ ਸ਼ਕਤੀਸ਼ਾਲੀ ਕੰਮਾਂ ਦਾ ਅਨੁਭਵ ਕਰਨਾ ਹੈ?

ਇਹ ਵਿਵਾਦਪੂਰਨ ਲੱਗ ਸਕਦਾ ਹੈ, ਕਿ ਸਾਡਾ ਪਰਮਾਤਮਾ ਸਰਬਸ਼ਕਤੀਮਾਨ ਅਤੇ ਪ੍ਰਭੂਸੱਤਾਵਾਨ ਹੈ ਅਤੇ ਫਿਰ ਵੀ ਪਰਮਾਤਮਾ ਸਾਡੀ ਅਵਿਸ਼ਵਾਸ ਦੁਆਰਾ ਸੀਮਤ ਹੋ ਸਕਦਾ ਹੈ। ਉਹ ਆਮ ਤੌਰ 'ਤੇ ਕੰਮ ਨਹੀਂ ਕਰਦਾ ਅਤੇ ਨਾ ਹੀ ਕੰਮ ਕਰ ਸਕਦਾ ਹੈ ਜੇਕਰ ਵਿਸ਼ਵਾਸ ਨਹੀਂ ਹੈ।

ਜੇਕਰ ਸਭ ਕੁਝ ਕਿਰਪਾ ਦਾ ਮੁਫ਼ਤ ਤੋਹਫ਼ਾ ਹੈ, ਤਾਂ ਇਹ ਕਿਵੇਂ ਹੈ ਕਿ ਅਸੀਂ ਉਹਨਾਂ ਨੂੰ ਸਿਰਫ਼ ਵਿਸ਼ਵਾਸ ਦੁਆਰਾ ਪ੍ਰਾਪਤ ਕਰ ਸਕਦੇ ਹਾਂ? ਕਿਉਂਕਿ ਜਿਵੇਂ ਕਿ ਅਸੀਂ ਇਸਨੂੰ ਸਮਝਦੇ ਹਾਂ, ਕਿਰਪਾ ਪਰਮਾਤਮਾ ਦੇ ਚਰਿੱਤਰ ਦਾ ਪ੍ਰਗਟਾਵਾ ਹੈ ਜੋ ਸਾਡੇ ਦੁਆਰਾ ਕੀਤੇ ਗਏ ਕਿਸੇ ਵੀ ਕੰਮ ਤੋਂ ਸੁਤੰਤਰ ਹੈ, ਜਦੋਂ ਕਿ ਵਿਸ਼ਵਾਸ ਪਰਮਾਤਮਾ ਵਿੱਚ ਸਾਡੇ ਵਿਸ਼ਵਾਸ ਅਤੇ ਵਿਸ਼ਵਾਸ ਦਾ ਪ੍ਰਗਟਾਵਾ ਹੈ।

ਇੱਥੇ ਵਿਚਾਰਨ ਵਾਲੀਆਂ ਕੁਝ ਗੱਲਾਂ ਹਨ:

1) ਪਰਮਾਤਮਾ ਨੇ ਆਪਣੀ ਸਿਆਣਪ ਨਾਲ ਇਹ ਠੀਕ ਸਮਝਿਆ ਹੈ ਕਿ ਇਹ ਦੋ ਸਪੱਸ਼ਟ ਤੌਰ 'ਤੇ ਵਿਰੋਧੀ ਗੁਣ ਇਕੱਠੇ ਰਹਿਣ। ਪਰਮਾਤਮਾ ਦੀ ਨਿਰਵਿਵਾਦ

ਪ੍ਰਭੂਸੱਤਾ ਦਾ ਖੇਤਰ ਹੈ ਅਤੇ ਨਿਸ਼ਚਤ ਤੌਰ 'ਤੇ ਇਸਦੇ ਗਤੀਸ਼ੀਲ ਨਤੀਜਿਆਂ ਦੇ ਨਾਲ ਨਿੱਜੀ ਵਿਸ਼ਵਾਸ ਦਾ ਅਨਿੱਖੜਵਾਂ ਅਤੇ ਜ਼ਰੂਰੀ ਤੱਤ ਹੈ।

2) ਕੁਝ ਚੀਜ਼ਾਂ ਹਨ ਜੋ ਸਿਰਫ਼ ਪਰਮਾਤਮਾ ਦੀ ਪ੍ਰਭੂਸੱਤਾ 'ਤੇ ਨਿਰਭਰ ਕਰਦੀਆਂ ਹਨ ਜਿਵੇਂ ਕਿ ਪਰਮਾਤਮਾ ਦਾ ਸਦੀਵੀ ਉਦੇਸ਼ ਅਤੇ ਯੁਗਾਂ ਲਈ ਉਸਦੀ ਯੋਜਨਾ। ਇਹ ਕਿਸੇ ਵਿਅਕਤੀ ਦੇ ਵਿਸ਼ਵਾਸ ਦੇ ਅਭਿਆਸ ਤੋਂ ਸੁਤੰਤਰ ਤੌਰ 'ਤੇ ਪੂਰੇ ਕੀਤੇ ਜਾਣਗੇ। ਅਤੇ ਫਿਰ ਪਰਮਾਤਮਾ ਦੇ ਕੁਝ ਵਿਅਕਤੀਗਤ ਉਦੇਸ਼ ਹਨ, ਜਿਨ੍ਹਾਂ ਦੀ ਪੂਰਤੀ ਪਰਮਾਤਮਾ ਨਾਲ ਵਿਅਕਤੀ ਦੇ ਸਹਿਯੋਗ 'ਤੇ ਨਿਰਭਰ ਕਰਦੀ ਹੈ।

3) ਆਪਣੀ ਕਿਰਪਾ ਨਾਲ ਸਾਨੂੰ ਆਪਣੇ ਸਾਰੇ ਤੋਹਫ਼ੇ ਮੁਫ਼ਤ ਵਿੱਚ ਦੇ ਕੇ ਅਤੇ ਫਿਰ ਵੀ ਹਰੇਕ ਲਈ ਵਿਸ਼ਵਾਸ ਦੁਆਰਾ ਉਹਨਾਂ ਨੂੰ ਪ੍ਰਾਪਤ ਕਰਨਾ ਜ਼ਰੂਰੀ ਬਣਾਉਂਦੇ ਹੋਏ, ਪਰਮਾਤਮਾ ਹਰ ਵਿਅਕਤੀ ਨੂੰ ਆਪਣੇ ਤੋਂ ਪ੍ਰਾਪਤ ਕਰਨ ਦਾ "ਬਰਾਬਰ ਮੌਕਾ" ਦੇ ਰਿਹਾ ਹੈ। ਨਸਲ, ਰੰਗ, ਸਮਾਜਿਕ ਜਾਂ ਆਰਥਿਕ ਸਥਿਤੀ, ਅਤੇ ਪਿਛਲੇ ਅਨੁਭਵਾਂ ਦੀ ਪਰਵਾਹ ਕੀਤੇ ਬਿਨਾਂ, ਹਰੇਕ ਵਿਅਕਤੀ ਕੋਲ ਉਹੀ ਮੌਕਾ ਹੈ ਜੋ ਪਰਮਾਤਮਾ ਨੇ ਆਪਣੀ ਕਿਰਪਾ ਦੁਆਰਾ ਸਾਨੂੰ ਮੁਫ਼ਤ ਵਿੱਚ ਦਿੱਤਾ ਹੈ।

4) ਵਿਸ਼ਵਾਸ ਦੇ ਖੇਤਰ ਦੀਆਂ ਸੀਮਾਵਾਂ ਪਰਮਾਤਮਾ ਦੀ ਇੱਛਾ ਅਤੇ ਉਦੇਸ਼ ਦੁਆਰਾ ਨਿਰਧਾਰਤ ਕੀਤੀਆਂ ਜਾਂਦੀਆਂ ਹਨ। ਇਸ ਤੋਂ ਬਾਹਰ ਕੰਮ ਕਰਨਾ ਪਰਮਾਤਮਾ ਦੀ ਪ੍ਰਭੂਸੱਤਾ ਦੀ ਇੱਛਾ ਦੇ ਵਿਰੁੱਧ "ਖੜਕਾਉਣਾ" ਹੈ, ਅਤੇ ਕੋਈ ਵੀ ਅਜਿਹਾ ਕਰਨ ਵਿੱਚ ਸਫਲ ਨਹੀਂ ਹੋ ਸਕਦਾ।

ਇਸ ਲਈ ਹਰੇਕ ਵਿਸ਼ਵਾਸੀ ਲਈ ਇਹ ਸਿੱਖਣਾ ਬਹੁਤ ਜ਼ਰੂਰੀ ਹੈ ਕਿ ਵਿਸ਼ਵਾਸ ਦੁਆਰਾ ਕਿਵੇਂ ਜੀਣਾ ਹੈ।

ਫਿਰ ਵੀ ਪਰਮਾਤਮਾ ਵਿੱਚ ਵਿਸ਼ਵਾਸ ਦੇ ਇਸ ਸਿੱਕੇ ਦੇ ਦੋ ਪਾਸੇ ਹਨ। ਆਮ ਤੌਰ 'ਤੇ, ਪਰਮਾਤਮਾ ਨੇ ਪ੍ਰਭੂਸੱਤਾ ਨਾਲ ਇਹ ਤੈਅ ਕੀਤਾ ਹੈ ਕਿ ਉਹ ਹਮੇਸ਼ਾ ਵਿਸ਼ਵਾਸ ਦੇ ਜਵਾਬ ਵਿੱਚ ਕੰਮ ਕਰੇਗਾ। ***"ਤੁਹਾਡੀ ਨਿਹਚਾ ਦੇ ਅਨੁਸਾਰ, ਇਹ ਤੁਹਾਡੇ ਲਈ ਕੀਤਾ ਜਾਵੇ" (ਮੱਤੀ 9:29)*** ਵਿਸ਼ਵਾਸ ਪ੍ਰਤੀ ਉਸਦਾ ਜਵਾਬ ਹੈ। ਇਸ ਤਰ੍ਹਾਂ ਉਸਨੇ ਆਮ ਤੌਰ 'ਤੇ ਕੰਮ ਕਰਨ ਦਾ ਇਰਾਦਾ ਕੀਤਾ ਹੈ। ਦੂਜੇ ਪਾਸੇ, ਕਈ ਵਾਰ ਅਜਿਹਾ ਹੁੰਦਾ ਹੈ ਜਦੋਂ ਪਰਮਾਤਮਾ ਪ੍ਰਭੂਸੱਤਾ ਨਾਲ ਚੰਗਾ ਕਰਨ ਅਤੇ

ਬਚਾਉਣ ਲਈ ਅੱਗੇ ਵਧਦਾ ਹੈ, ਭਾਵੇਂ ਸਪੱਸ਼ਟ ਤੌਰ 'ਤੇ ਕੋਈ ਵਿਸ਼ਵਾਸ ਨਾ ਹੋਵੇ। ਇਹ ਵਾਪਰਦੇ ਹਨ, ਪਰ ਇਹ ਅਪਵਾਦ ਹਨ ਅਤੇ ਆਮ ਨਹੀਂ ਹਨ।

ਸੀ, ਅਸੀ ਉਸ ਸੱਚਾਈ ਦੁਆਰਾ ਚੱਲਦੇ ਹਾਂ ਜੋ ਪ੍ਰਗਟ ਹੋਈ ਹੈ ਅਤੇ ਅਣਜਾਣ ਚੀਜ.ਦੀ ਖੋਜ ਕਰਦੇ ਹਾਂ

ਬਿਵਸਥਾਸਾਰ 29:29 ਗੁਪਤ ਗੱਲਾਂ ਯਹੋਵਾਹ ਸਾਡੇ ਪਰਮੇਸ਼ੁਰ ਦੀਆਂ ਹਨ, ਪਰ ਜੋ ਪ੍ਰਗਟ ਹੋਈਆਂ ਹਨ ਉਹ ਸਾਡੇ ਅਤੇ ਸਾਡੇ ਬੱਚਿਆਂ ਲਈ ਸਦਾ ਲਈ ਹਨ, ਤਾਂ ਜੋ ਅਸੀਂ ਇਸ ਬਿਵਸਥਾ ਦੀਆਂ ਸਾਰੀਆਂ ਗੱਲਾਂ ਨੂੰ ਪੂਰਾ ਕਰੀਏ।
ਕਹਾਉਤਾਂ 25:2 ਪਰਮੇਸ਼ੁਰ ਦੀ ਮਹਿਮਾ ਗੱਲ ਨੂੰ ਗੁਪਤ ਰੱਖਣ ਵਿੱਚ ਹੈ, ਪਰ ਰਾਜਿਆਂ ਦੀ ਮਹਿਮਾ ਗੱਲ ਦੀ ਜਾਂਚ ਕਰਨ ਵਿੱਚ ਹੈ।
ਉਪਦੇਸ਼ਕ 1:13 ਅਤੇ ਮੈਂ ਆਪਣਾ ਮਨ ਲਗਾਇਆ ਕਿ ਮੈਂ ਬੁੱਧੀ ਨਾਲ ਉਨ੍ਹਾਂ ਸਾਰੀਆਂ ਗੱਲਾਂ ਦੀ ਭਾਲ ਅਤੇ ਖੋਜ ਕਰਾਂ ਜੋ ਅਕਾਸ਼ ਦੇ ਹੇਠ ਹੁੰਦੀਆਂ ਹਨ; ਇਹ ਔਖਾ ਕੰਮ ਜੋ ਪਰਮੇਸ਼ੁਰ ਨੇ ਮਨੁੱਖ ਦੇ ਪੁੱਤਰਾਂ ਨੂੰ ਦਿੱਤਾ ਹੈ, ਜਿਸ ਨਾਲ ਉਹ ਕੰਮ ਕਰ ਸਕਣ।

ਸਾਡੇ ਵੱਲੋਂ ਇਹ ਦਾਅਵਾ ਕਰਨਾ ਬਿਲਕੁਲ ਮੂਰਖਤਾ ਹੋਵੇਗੀ ਕਿ ਸਾਡੇ ਕੋਲ ਸਾਰੇ ਜਵਾਬ ਹਨ। ਤੱਥ ਇਹ ਹੈ ਕਿ ਸਾਡੇ ਕੋਲ ਨਹੀਂ ਹਨ। ਇਹ ਬਹੁਤ ਗਲਤ ਹੋਵੇਗਾ ਕਿ ਕਿਸੇ ਅਜਿਹੇ ਵਿਅਕਤੀ ਵੱਲ ਇਸ਼ਾਰਾ ਕੀਤਾ ਜਾਵੇ ਜਿਸਨੂੰ ਅਸੀਂ ਜਾਣਦੇ ਹਾਂ ਕਿ ਉਹ ਪਰਮੇਸ਼ੁਰ ਪ੍ਰਤੀ ਵਫ਼ਾਦਾਰ ਹੈ, ਜੋ ਪਰਮੇਸ਼ੁਰ ਨੂੰ ਬਹੁਤ ਪਿਆਰ ਕਰਦਾ ਹੈ ਅਤੇ ਮਸੀਹ ਦੇ ਕਾਰਨ ਲਈ ਮਰ ਵੀ ਸਕਦਾ ਹੈ, ਅਤੇ ਕਹੇ ਕਿ ਉਨ੍ਹਾਂ ਕੋਲ ਕੋਈ ਵਿਸ਼ਵਾਸ ਨਹੀਂ ਹੈ। ਜਦੋਂ ਅਸੀਂ ਆਪਣੇ ਕੁਝ ਭਰਾਵਾਂ ਨੂੰ ਦੇਖਦੇ ਹਾਂ, ਇੱਥੋਂ ਤੱਕ ਕਿ ਉਹ ਵੀ ਜਿਨ੍ਹਾਂ ਨੇ ਪਰਮੇਸ਼ੁਰ ਦੀ ਵਫ਼ਾਦਾਰੀ ਨਾਲ ਸੇਵਾ ਕੀਤੀ ਹੈ ਅਤੇ ਜੋ ਉਸਨੂੰ ਬਹੁਤ ਪਿਆਰ ਕਰਦੇ ਹਨ, ਦਰਦ, ਬਿਮਾਰੀ ਅਤੇ ਲੰਬੀ ਬਿਮਾਰੀ ਦੇ ਨਤੀਜੇ ਵਜੋਂ ਮਰਦੇ ਹਨ, ਅਤੇ ਅਸੀਂ ਪੁੱਛਦੇ ਹਾਂ "ਕਿਉਂ?" ਤਾਂ ਅਸੀਂ ਸਿਰਫ਼ ਇਹੀ ਕਹਿ ਸਕਦੇ ਹਾਂ ਕਿ "ਅਸੀਂ ਨਹੀਂ ਜਾਣਦੇ।"

ਅਸੀਂ ਜੋ ਕਰਨ ਦਾ ਇਰਾਦਾ ਰੱਖਦੇ ਹਾਂ ਉਹ ਹੈ ਉਸ ਸੱਚਾਈ ਅਨੁਸਾਰ ਜੀਣਾ ਜੋ ਅਸੀਂ ਜਾਣਦੇ ਹਾਂ। ਅਸੀਂ ਉਸ ਨਾਲ ਜੁੜੇ ਰਹਿੰਦੇ ਹਾਂ ਜੋ ਬਚਨ ਸਾਨੂੰ ਸਿਖਾਉਂਦਾ ਹੈ। ਅਸੀਂ ਉਸ ਸੱਚਾਈ ਨਾਲ ਸਮਝੌਤਾ ਨਹੀਂ ਕਰਦੇ ਜੋ ਸਪੱਸ਼ਟ ਤੌਰ 'ਤੇ ਪ੍ਰਗਟ ਕੀਤੀ ਗਈ ਹੈ। ਅਤੇ ਫਿਰ ਅਸੀਂ ਅਣਜਾਣ ਚੀਜ਼ ਦੀ ਖੋਜ ਕਰਦੇ ਰਹਿੰਦੇ ਹਾਂ। ਇਸਦਾ ਮਤਲਬ ਇਹ ਨਹੀਂ ਹੈ ਕਿ ਅਸੀਂ
ਹਰ 'ਕਿਉਂ' ਦਾ ਜਵਾਬ ਮਿਲੇਗਾ। ਅਸੀਂ ਜਿਸ ਚੀਜ਼ ਦੀ ਭਾਲ ਕਰਦੇ ਹਾਂ ਉਹ ਇਹ ਹੈ ਕਿ ਅਸੀਂ ਕਿਵੇਂ ਬਣ ਸਕਦੇ ਹਾਂ ਅਤੇ ਉਹ ਅਨੁਭਵ ਕਰ ਸਕਦੇ ਹਾਂ ਜੋ ਪਰਮੇਸ਼ੁਰ ਨੇ ਸਾਡੇ ਲਈ ਨਿਯੁਕਤ ਕੀਤਾ ਹੈ। ਉਹ ਚਾਹੁੰਦਾ ਹੈ ਕਿ ਅਸੀਂ ਆਪਣੇ ਮਾਲਕ ਅਤੇ ਸੇਵਕ ਵਾਂਗ ਬਣੀਏ ਜਿਵੇਂ ਪ੍ਰਭੂ ਯਿਸੂ ਨੇ ਕੀਤਾ ਸੀ। ਅਸੀਂ ਇਸ ਵਿੱਚ ਕਿਵੇਂ ਵਧਣਾ ਹੈ ਇਸ ਬਾਰੇ ਜਵਾਬ ਲੱਭਦੇ ਹਾਂ।
ਉਨ੍ਹਾਂ ਤਜਰਬਿਆਂ ਦੇ ਵਿਚਕਾਰ ਵੀ ਜਿੱਥੇ ਸਾਡੇ ਕੋਲ ਤੁਰੰਤ ਜਵਾਬ ਨਹੀਂ ਹੁੰਦੇ, ਅਸੀਂ "ਨਿਹਚਾ ਨਾਲ ਚੱਲਦੇ ਰਹਿੰਦੇ ਹਾਂ, ਨਾ ਕਿ ਵੇਖਣ ਨਾਲ" (2 ਕੁਰਿੰਥੀਆਂ 5:7)।

ਵਿਸ਼ਵਾਸ ਤਿਆਰ ਹੈ। ਜੋ ਪ੍ਰਗਟ ਹੋਇਆ ਹੈ ਉਸ ਅਨੁਸਾਰ ਜੀਉਣਾ ਅਤੇ ਜੋ ਪਰਮੇਸ਼ੁਰ ਬਾਰੇ ਜਾਣਿਆ ਜਾਂਦਾ ਹੈ, ਇਸਦੇ ਬਾਵਜੂਦ ਸਾਰੇ ਵਿਸ਼ਾਲ ਅਣਜਾਣਾਂ ਵਿੱਚੋਂ। ਵਿਸ਼ਵਾਸ ਕਰਦਾ ਹੈ ਅਣਜਾਣ ਚੀਜ਼ ਦੀ ਇਜਾਜ਼ਤ ਨਾ ਦਿਓ ਜੋ ਜਾਣਿਆ ਜਾਂਦਾ ਹੈ ਉਸ ਦੀ ਥਾਂ ਲੈਂਦਾ ਹੈ। ਵਿਸ਼ਵਾਸ ਹਨੇਰੇ ਦੀ ਇਜਾਜ਼ਤ ਨਹੀਂ ਦਿੰਦਾ ਅਸੀਂ ਰੌਸ਼ਨੀ ਨੂੰ ਕਾਬੂ ਕਰਨ ਤੋਂ ਪਰੇ ਹਾਂ। ਸਗੋਂ ਵਿਸ਼ਵਾਸ ਸਾਡੇ ਕੋਲ ਮੌਜੂਦ ਰੌਸ਼ਨੀ ਨੂੰ ਅਗਲੇ ਕਦਮ ਚੁੱਕਣ ਲਈ ਕਾਫ਼ੀ ਸਮਝਦਾ ਹੈ, ਭਾਵੇਂ ਹਨੇਰੇ ਦੀ ਦੁਨੀਆਂ ਪਰੇ ਕਿਉਂ ਨਾ ਹੋਵੇ।

ਅਸੀਂ ਇਸ ਗੱਲ ਦੇ ਜਵਾਬਾਂ ਦੀ ਭਾਲ ਜਾਰੀ ਰੱਖਦੇ ਹਾਂ ਕਿ ਸਾਨੂੰ ਆਪਣੇ ਅੰਤ ਵਿੱਚ ਕੀ ਕਰਨ ਦੀ ਲੋੜ ਹੈ, ਤਾਂ ਜੋ ਯਿਸੂ ਵਾਂਗ ਇਲਾਜ ਅਤੇ ਮੁਕਤੀ ਦੀ ਸੇਵਾ ਵਧੇਰੇ ਪ੍ਰਭਾਵਸ਼ਾਲੀ ਢੰਗ ਨਾਲ ਕੀਤੀ ਜਾ ਸਕੇ। ਅਸੀਂ ਉਸ ਲਈ ਪਰਮੇਸ਼ੁਰ ਵੱਲ ਪ੍ਰੇਰਦੇ ਰਹਿੰਦੇ ਹਾਂ ਜੋ ਅਸੀਂ ਨਹੀਂ ਜਾਣਦੇ। ਉਸਨੇ ਵਾਅਦਾ ਕੀਤਾ ਹੈ, "'ਮੈਨੂੰ ਪੁਕਾਰੋ, ਅਤੇ ਮੈਂ ਤੁਹਾਨੂੰ ਉੱਤਰ ਦਿਆਂਗਾ, ਅਤੇ ਤੁਹਾਨੂੰ ਵੱਡੀਆਂ ਅਤੇ ਸ਼ਕਤੀਸ਼ਾਲੀ ਗੱਲਾਂ

ਦਿਖਾਵਾਂਗਾ, ਜਿਨ੍ਹਾਂ ਬਾਰੇ ਤੁਸੀਂ ਨਹੀਂ ਜਾਣਦੇ'" (ਯਿਰਮਿਯਾਹ 33:3)। ਸੁਲੇਮਾਨ ਨੇ ਕਿਹਾ, "ਮੈਂ ਆਪਣਾ ਦਿਲ ਇਸ ਗੱਲ ਲਈ ਲਗਾਇਆ ਹੈ ਕਿ ਮੈਂ ਗਿਆਨ ਪ੍ਰਾਪਤ ਕਰਾਂ, ਬੁੱਧੀ ਅਤੇ ਚੀਜ਼ਾਂ ਦੇ ਕਾਰਨ ਦੀ ਖੋਜ ਅਤੇ ਭਾਲ ਕਰਾਂ..." (ਉਪਦੇਸ਼ਕ 7:25)। ਅਸੀਂ ਸ਼ਾਸਤਰਾਂ ਦਾ ਅਧਿਐਨ ਕਰਨਾ, ਖੋਜ ਕਰਨਾ, ਆਤਮਾ ਨੂੰ ਸੁਣਨਾ ਜਾਰੀ ਰੱਖਦੇ ਹਾਂ, ਤਾਂ ਜੋ ਅਸੀਂ ਉਹ ਸੂਝ ਪ੍ਰਾਪਤ ਕਰ ਸਕੀਏ ਜਿਸਦੀ ਸਾਡੇ ਕੋਲ ਇਸ ਸਮੇਂ ਘਾਟ ਹੈ ਜੋ ਸਾਨੂੰ ਵਧੇਰੇ ਸ਼ਕਤੀ ਅਤੇ ਅਧਿਕਾਰ ਨਾਲ ਸੇਵਾ ਕਰਨ ਵਿੱਚ ਮਦਦ ਕਰੇਗੀ। ਪ੍ਰਭੂ ਯਿਸੂ ਨੇ ਵਾਅਦਾ ਕੀਤਾ ਸੀ ਕਿ ਜੇ ਅਸੀਂ ਉਸਦੇ ਬਚਨ ਵਿੱਚ ਜਾਰੀ ਰਹਾਂਗੇ ਤਾਂ ਅਸੀਂ "ਸੱਚ ਨੂੰ ਜਾਣਾਂਗੇ, ਅਤੇ ਸੱਚ ਤੁਹਾਨੂੰ ਆਜ਼ਾਦ ਕਰੇਗਾ" (ਯੂਹੰਨਾ 8:31,32)।
ਅਸੀਂ ਪਰਮਾਤਮਾ ਦੇ ਹੋਰ ਵੀ ਨੇੜੇ ਜਾਣਾ ਜਾਰੀ ਰੱਖਦੇ ਹਾਂ।

ਅੰਤ ਵਿੱਚ, ਅਸੀਂ ਪ੍ਰਭੂ ਲਈ ਪਿਆਰ ਦੁਆਰਾ ਪ੍ਰੇਰਿਤ ਹੁੰਦੇ ਹਾਂ। ਅਸੀਂ ਉਸਨੂੰ ਪਿਆਰ ਕਰਦੇ ਹਾਂ ਕਿਉਂਕਿ ਉਸਨੇ ਪਹਿਲਾਂ ਸਾਨੂੰ ਪਿਆਰ ਕੀਤਾ ਸੀ (1 ਯੂਹੰਨਾ 4:19)। ਕੁਝ ਵੀ ਉਸਦੇ ਲਈ ਸਾਡੇ ਪਿਆਰ ਨੂੰ ਘੱਟ ਨਹੀਂ ਕਰਦਾ। ਅਸੀਂ ਉਸਨੂੰ ਪਿਆਰ ਕਰਦੇ ਹਾਂ ਭਾਵੇਂ ਵਿਸ਼ਵਾਸ ਦੀ ਪਰਖ ਹੁੰਦੀ ਹੈ ਅਤੇ ਉਮੀਦ ਟੁੱਟੀ ਹੋਈ ਜਾਪਦੀ ਹੈ। ਅਸੀਂ ਜਾਣਦੇ ਹਾਂ ਕਿ ਇੱਕ ਦਿਨ ਸਾਡੀ ਨਿਹਚਾ ਦ੍ਰਿਸ਼ਟੀ ਵਿੱਚ ਬਦਲ ਜਾਵੇਗੀ। ਸਾਡੀ ਉਮੀਦ ਸਾਕਾਰ ਹੋਵੇਗੀ। ਅਤੇ ਪਿਆਰ ਜਾਰੀ ਰਹੇਗਾ। "ਅਤੇ ਹੁਣ ਵਿਸ਼ਵਾਸ, ਉਮੀਦ, ਪਿਆਰ, ਇਹ ਤਿੰਨੇ ਰਹਿੰਦੇ ਹਨ; ਪਰ ਇਨ੍ਹਾਂ ਵਿੱਚੋਂ ਸਭ ਤੋਂ ਵੱਡਾ ਪਿਆਰ ਹੈ" (1 ਕੁਰਿੰਥੀਆਂ 13:13)।

ਹਰ ਕੋਈ ਠੀਕ ਕਉਿ ਨਹੀ ਹੁੰਦਾ?

ਅਸੀਂ ਇਹ ਸਵੀਕਾਰ ਕਰਦੇ ਹਾਂ ਕਿ ਹਰ ਉਹ ਵਿਅਕਤੀ ਜਿਸਦੀ ਅਸੀਂ ਸੇਵਾ ਕਰਦੇ ਹਾਂ, ਚੰਗਾ ਨਹੀਂ ਹੁੰਦਾ ਜਾਂ ਉਸਦਾ ਜਨਮ ਨਹੀਂ ਹੁੰਦਾ। ਮੈਨੂੰ ਯਕੀਨ ਹੈ ਕਿ ਹਰ ਮਹਾਨ ਇਲਾਜ ਪ੍ਰਚਾਰਕ ਅਤੇ ਪਰਮੇਸ਼ੁਰ ਦੇ ਆਦਮੀ ਜਾਂ ਔਰਤ ਨੇ ਇਸਦਾ ਸਾਹਮਣਾ ਕੀਤਾ ਹੈ ਅਤੇ ਇਸ ਸਵਾਲ ਦਾ ਜਵਾਬ ਦੇਣ ਲਈ ਸੰਘਰਸ਼ ਵੀ ਕੀਤਾ ਹੈ ਕਿ ਅਸੀਂ ਹਰ ਉਸ ਵਿਅਕਤੀ ਨੂੰ ਕਿਉ ਨਹੀਂ ਦੇਖਦੇ ਜਿਸਦੀ ਅਸੀਂ ਸੇਵਾ ਕਰਦੇ ਹਾਂ, ਚੰਗਾ ਅਤੇ ਜਨਮ ਕਿਉ ਨਹੀਂ ਹੁੰਦਾ।

ਇਸ ਸਵਾਲ ਦਾ ਜਵਾਬ ਬਹੁਤ ਹੀ ਵਿਅਕਤੀਗਤ ਹੈ ਕਿਉਂਕਿ ਅਸਲ ਸਥਿਤੀਆਂ ਵਿਅਕਤੀ ਤੋਂ ਵਿਅਕਤੀ ਵਿੱਚ ਵੱਖ-ਵੱਖ ਹੋ ਸਕਦੀਆਂ ਹਨ। ਅਸੀਂ ਇਹ ਮੰਨਦੇ ਹਾਂ ਕਿ ਕਈ ਚੀਜ਼ਾਂ ਹੋ ਸਕਦੀਆਂ ਹਨ ਜੋ ਇੱਕ ਵਿਅਕਤੀ ਨੂੰ ਆਪਣਾ ਇਲਾਜ ਜਾਂ ਛੁਟਕਾਰਾ ਪ੍ਰਾਪਤ ਕਰਨ ਤੋਂ ਰੋਕਦੀਆਂ ਹਨ। ਇਸਦੇ ਕਈ ਕਾਰਨ ਹੋ ਸਕਦੇ ਹਨ, ਕੁਝ ਸਾਨੂੰ ਪਤਾ ਹਨ ਅਤੇ ਕੁਝ ਅਣਜਾਣ ਕਾਰਨ।

ਹਾਲਾਂਕਿ, ਅਸੀਂ ਇਹਨਾਂ "ਅਸਫਲਤਾਵਾਂ" ਪ੍ਰਤੀ ਕਿਵੇਂ ਪ੍ਰਤੀਕਿਰਿਆ ਕਰਦੇ ਹਾਂ ਇਹ ਮਹੱਤਵਪੂਰਨ ਹੈ। ਸਾਨੂੰ ਹਮੇਸ਼ਾ ਇਹ ਯਾਦ ਰੱਖਣਾ ਚਾਹੀਦਾ ਹੈ ਕਿ ਕੋਈ ਵੀ ਅਸਫਲਤਾ ਸਾਡੇ ਪਾਸੇ ਹੈ, ਪਰਮਾਤਮਾ ਦੇ ਪਾਸੇ ਨਹੀਂ। ਪਰਮਾਤਮਾ ਆਪਣੇ ਬਚਨ ਪ੍ਰਤੀ ਸੱਚਾ ਹੈ। ਅਸੀਂ ਪਰਮਾਤਮਾ ਦੇ ਰਾਜ ਅਤੇ ਪਰਮਾਤਮਾ ਦੇ ਕੰਮ ਕਰਨ ਦੇ ਤਰੀਕਿਆਂ ਬਾਰੇ ਸੱਚਾਈ ਸਿੱਖਣ ਅਤੇ ਖੋਜਣ ਦੀ ਇੱਕ ਨਿਰੰਤਰ ਪ੍ਰਕਿਰਿਆ ਵਿੱਚ ਹਾਂ। ਸਾਡੇ ਵਿੱਚੋਂ ਕੋਈ ਵੀ ਆਪਣੇ ਗਿਆਨ ਵਿੱਚ ਸੰਪੂਰਨ ਨਹੀਂ ਹੈ। ਸਾਨੂੰ ਉਸਦੇ ਬਚਨ ਅਤੇ ਉਸਦੀ ਆਤਮਾ ਦੁਆਰਾ ਛੁਪੀ ਹੋਈ ਸੱਚਾਈ ਨੂੰ ਖੋਜਣ ਲਈ ਲਗਾਤਾਰ ਅੱਗੇ ਵਧਣ ਦੀ ਜ਼ਰੂਰਤ ਹੈ, ਤਾਂ ਜੋ ਅਸੀਂ ਉਸਦੀ ਪ੍ਰਤੀਨਿਧਤਾ ਵਧੇਰੇ ਸਹੀ ਢੰਗ ਨਾਲ ਕਰ ਸਕੀਏ ਅਤੇ ਉਹ ਕੰਮ ਕਰ ਸਕੀਏ ਜੋ ਉਸਨੇ ਸਾਡੇ ਲਈ ਨਿਰਧਾਰਤ ਕੀਤੇ ਹਨ।

ਇੱਥੇ ਹਨ

ਕੁਝ ਕਰਨ/ਨਹੀ ਕਰਨ ਵਾਲੇ ਕੰਮ ਜਦੋ ਅਸੀ ਉਨ੍ਹਾਂ ਸਥਿਤੀਆਂ ਦਾ ਸਾਹਮਣਾ ਕਰਦੇ ਹਾਂ ਜਥਿੇ ਅਸੀ ਜਨਿ੍ਹਾਂ ਲੋਕਾਂ ਦੀ ਸੇਵਾ ਕਰਦੇ ਹਾਂ, ਉਨ੍ਹਾਂ ਨੂੰ ਚੰਗਾ ਨਹੀ ਕੀਤਾ ਜਾਂਦਾ ਜਾਂ ਉਨ੍ਹਾਂ ਤੋ ਛੁਟਕਾਰਾ ਨਹੀ ਮਲਿਦਾ:

ਸੱਚ ਨਾਲ ਸਮਝੌਤਾ ਨਾ ਕਰੋ

ਸਾਨੂੰ ਸੱਚਾਈ ਨਾਲ ਸਮਝੌਤਾ ਨਹੀਂ ਕਰਨਾ ਚਾਹੀਦਾ। ਅਸੀਂ ਪਰਮੇਸ਼ੁਰ ਦੇ ਸੁਭਾਅ, ਪਰਮੇਸ਼ੁਰ ਦੇ ਬਚਨ ਅਤੇ ਸਲੀਬ 'ਤੇ ਮਸੀਹ ਦੇ ਪੂਰੇ ਕੀਤੇ ਕੰਮ ਬਾਰੇ ਆਪਣੀ ਸਮਝ ਨੂੰ ਨਹੀਂ ਬਦਲਦੇ। ਇਹ ਸੰਪੂਰਨ ਹਨ। ਪਰਮੇਸ਼ੁਰ ਕੌਣ ਹੈ, ਉਸਨੇ ਕੀ

ਵਾਅਦਾ ਕੀਤਾ ਹੈ ਅਤੇ ਮਸੀਹ ਨੇ ਸਲੀਬ 'ਤੇ ਪਹਿਲਾਂ ਹੀ ਕੀ ਪੂਰਾ ਕੀਤਾ ਹੈ, ਇਹ ਨਹੀਂ ਬਦਲੇਗਾ। ਸਾਨੂੰ ਆਪਣੇ ਅਨੁਭਵ ਨੂੰ ਅਨੁਕੂਲ ਬਣਾਉਣ ਲਈ ਆਪਣੇ ਧਰਮ ਸ਼ਾਸਤਰ ਨੂੰ ਸੋਧਣ ਦੇ ਪਰਤਾਵੇ ਤੋਂ ਇਨਕਾਰ ਕਰਨਾ ਚਾਹੀਦਾ ਹੈ। ਸਗੋਂ ਸਾਨੂੰ ਪਰਮੇਸ਼ੁਰ ਦੇ ਬਚਨ ਦੇ ਮਿਆਰ ਨਾਲ ਮੇਲ ਕਰਨ ਲਈ ਆਪਣੇ ਅਨੁਭਵ ਦੇ ਪੱਧਰ ਨੂੰ ਉੱਚਾ ਚੁੱਕਣ ਲਈ ਜ਼ੋਰ ਪਾਉਣਾ ਚਾਹੀਦਾ ਹੈ।

ਅੰਦਾਜ਼ਾ ਨਾ ਲਗਾਓ, ਬਸ ਸਵੀਕਾਰ ਕਰੋ "ਮੈਨੂੰ ਨਹੀ ਪਤਾ"

ਕਿਉਂਕਿ ਸਾਡੇ ਕੋਲ ਸਾਰੇ ਜਵਾਬ ਨਹੀਂ ਹਨ, ਸਾਨੂੰ ਅੰਦਾਜ਼ਾ ਨਹੀਂ ਲਗਾਉਣਾ ਚਾਹੀਦਾ ਅਤੇ ਜਾਣਨ ਦਾ ਦਿਖਾਵਾ ਨਹੀਂ ਕਰਨਾ ਚਾਹੀਦਾ। ਜਦੋਂ ਸਾਨੂੰ ਯਕੀਨ ਨਹੀਂ ਹੁੰਦਾ, ਤਾਂ ਸਾਨੂੰ "ਤੁਹਾਡੇ ਕੋਲ ਕਾਫ਼ੀ ਵਿਸ਼ਵਾਸ ਨਹੀਂ ਹੈ," "ਕੁਝ ਲੁਕਿਆ ਹੋਇਆ ਪਾਪ ਹੈ," "ਕੁਝ ਪੀੜ੍ਹੀਆਂ ਦੇ ਸਰਾਪ ਹਨ," ਆਦਿ ਵਰਗੇ ਬਿਆਨ ਦੇਣ ਤੋਂ ਬਚਣਾ ਚਾਹੀਦਾ ਹੈ। ਅਗਿਆਨਤਾ ਕਾਰਨ ਬੋਲਣ ਨਾਲ ਅਸੀਂ ਲੋਕਾਂ ਨੂੰ ਦੁਖੀ ਕਰ ਸਕਦੇ ਹਾਂ। ਇਹ ਕਹਿਣਾ ਕਾਫ਼ੀ ਹੈ, "ਮੈਨੂੰ ਨਹੀਂ ਪਤਾ ਕਿ ਤੁਸੀਂ ਠੀਕ ਕਿਉਂ ਨਹੀਂ ਹੋਏ ਪਰ ਤੁਹਾਡੇ ਲਈ ਪਰਮਾਤਮਾ ਦਾ ਪਿਆਰ ਪੱਕਾ ਹੈ ਅਤੇ ਉਸਦੀ ਇੱਛਾ ਹੈ ਕਿ ਉਹ ਤੁਹਾਡਾ ਭਲਾ ਚਾਹੁੰਦਾ ਹੈ।"

ਪਰਮਾਤਮਾ ਤੋਂ ਸੂਝ ਮੰਗੋ ਅਤੇ ਵਿਅਕਤੀ ਦੀ ਸੇਵਾ ਕਰਦੇ ਰਹੋ।

ਇਹ ਸੱਚ ਹੈ ਕਿ ਅਸੀਂ ਜਿਸ ਕਿਸੇ ਲਈ ਵੀ ਪ੍ਰਾਰਥਨਾ ਕਰਦੇ ਹਾਂ ਉਹ ਠੀਕ ਨਹੀਂ ਹੁੰਦਾ। ਪਰ ਇਸ ਨਾਲ ਸਾਨੂੰ ਹਰ ਵਿਅਕਤੀ ਨੂੰ ਇਲਾਜ ਅਤੇ ਮੁਕਤੀ ਦਿਵਾਉਣ ਲਈ ਜ਼ੋਰ ਪਾਉਣ ਅਤੇ ਆਪਣੀ ਪੂਰੀ ਕੋਸ਼ਿਸ਼ ਕਰਨ ਤੋਂ ਨਹੀਂ ਰੋਕਣਾ ਚਾਹੀਦਾ। ਅਸੀਂ ਪ੍ਰਾਰਥਨਾ ਕਰਦੇ ਰਹਿੰਦੇ ਹਾਂ ਅਤੇ ਜਦੋਂ ਵੀ ਸੰਭਵ ਹੋਵੇ ਉਸ ਵਿਅਕਤੀ ਦੀ ਸੇਵਾ ਕਰਨ ਲਈ ਵੱਖੋ-ਵੱਖਰੇ ਤਰੀਕਿਆਂ ਦੀ ਕੋਸ਼ਿਸ਼ ਕਰਦੇ ਰਹਿੰਦੇ ਹਾਂ। ਅਸੀਂ ਵਿਅਕਤੀ ਨੂੰ ਪ੍ਰਮਾਤਮਾ ਅੱਗੇ ਦਬਾਅ ਪਾਉਣ, ਪ੍ਰਾਰਥਨਾ ਕਰਦੇ ਰਹਿਣ, ਵਿਸ਼ਵਾਸ ਕਰਦੇ ਰਹਿਣ, ਆਪਣੇ ਇਲਾਜ ਲਈ ਪ੍ਰਮਾਤਮਾ ਦੀ ਉਸਤਤ ਕਰਦੇ ਰਹਿਣ ਅਤੇ ਪ੍ਰਮਾਤਮਾ ਦੇ ਬਚਨ ਨੂੰ ਮਜ਼ਬੂਤੀ ਨਾਲ ਫੜੀ ਰੱਖਣ ਲਈ ਉਤਸ਼ਾਹਿਤ

ਕਰਦੇ ਹਾਂ। ਪ੍ਰਮਾਤਮਾ ਤੋਂ ਸੂਝ ਮੰਗੋ, ਆਤਮਾ ਦੇ ਤੋਹਫ਼ਿਆਂ ਲਈ ਜੋ ਉਨ੍ਹਾਂ ਚੀਜ਼ਾਂ ਨੂੰ ਪ੍ਰਗਟ ਕਰਨਗੇ ਜੋ ਇਲਾਜ ਅਤੇ ਮੁਕਤੀ ਨੂੰ ਆਉਣ ਤੋਂ ਰੋਕ ਰਹੀਆਂ ਹਨ। ਕਈ ਵਾਰ ਵਿਅਕਤੀ ਨੂੰ ਕਿਸੇ ਪਾਪ ਤੋਂ ਤੋਬਾ ਕਰਨ, ਜਾਂ ਕਿਸੇ ਹੋਰ ਵਿਅਕਤੀ ਨੂੰ ਮਾਫ਼ੀ ਛੱਡਣ ਦੀ ਲੋੜ ਹੋ ਸਕਦੀ ਹੈ। ਪਵਿੱਤਰ ਆਤਮਾ ਪ੍ਰਤੀ ਸੰਵੇਦਨਸ਼ੀਲ ਰਹੋ ਅਤੇ ਜੋ ਪ੍ਰਮਾਤਮਾ ਦੀ ਆਤਮਾ ਪ੍ਰਗਟ ਕਰਦੀ ਹੈ ਉਸ ਨਾਲ ਵਹਿ ਜਾਓ।

ਰੱਬ ਦੀ ਵਡਿਆਈ ਕਰੋ, ਹਾਲਤ ਦੀ ਨਹੀ

ਸਾਨੂੰ ਪਰਮਾਤਮਾ ਦੀ ਵਡਿਆਈ ਕਰਨੀ ਹੈ ਨਾ ਕਿ ਹਾਲਤ ਦੀ। ਕਦੇ ਵੀ ਬਿਮਾਰੀ ਜਾਂ ਸ਼ੈਤਾਨ ਦੇ ਦਮਨਕਾਰੀ ਕੰਮ ਨੂੰ ਵੱਡਾ ਨਾ ਬਣਾਓ। ਕੋਈ ਵੀ ਬਿਮਾਰੀ ਕੋਈ ਵੀ ਸ਼ੈਤਾਨੀ ਕੰਮ ਸਾਡੇ ਪਰਮਾਤਮਾ ਤੋਂ ਵੱਡਾ ਨਹੀਂ ਹੈ। ਸਿਰਫ਼ ਇਸ ਲਈ ਕਿ ਅਸੀਂ ਕੋਈ ਇਲਾਜ ਜਾਂ ਛੁਟਕਾਰਾ ਨਹੀਂ ਦੇਖਿਆ, ਆਓ ਅਸੀਂ ਇਹ ਨਾ ਦਿਖਾਈਏ ਕਿ ਇਹ ਸਾਡੇ ਪਰਮਾਤਮਾ ਲਈ ਬਹੁਤ ਮੁਸ਼ਕਲ ਸਨ। ਸਾਡੇ ਪਰਮਾਤਮਾ ਲਈ ਕੁਝ ਵੀ ਬਹੁਤ ਮੁਸ਼ਕਲ ਨਹੀਂ ਹੈ। ਸਾਨੂੰ ਸਿਰਫ਼ ਇਹ ਸਿੱਖਣ ਦੀ ਲੋੜ ਹੈ ਕਿ ਉਸਦੀ ਸ਼ਕਤੀ ਨੂੰ ਹੋਰ ਪ੍ਰਭਾਵਸ਼ਾਲੀ ਢੰਗ ਨਾਲ ਕਿਵੇਂ ਜਾਰੀ ਕਰਨਾ ਹੈ। ਹਾਲਤ ਦੇ ਬਾਵਜੂਦ, ਅਸੀਂ ਖੁਸ਼ ਹੁੰਦੇ ਹਾਂ, ਅਸੀਂ ਹਮੇਸ਼ਾ ਪ੍ਰਾਰਥਨਾ ਕਰਦੇ ਹਾਂ ਅਤੇ ਹਰ ਚੀਜ਼ ਵਿੱਚ ਅਸੀਂ ਧੰਨਵਾਦ ਕਰਦੇ ਹਾਂ (1 ਥੱਸਲੁਨੀਕੀਆਂ 5:16-18) ਕਿਉਂਕਿ ਅਸੀਂ ਜਾਣਦੇ ਹਾਂ ਕਿ ਉਹ ਕੌਣ ਹੈ।

"ਦੇ ਬਾਵਜੂਦ" ਨਹੀ "ਕਉਂਕਿ"

ਪਰਮਾਤਮਾ ਕਿਸੇ ਵਿਅਕਤੀ ਨੂੰ ਬਿਮਾਰੀ, ਸਰੀਰਕ ਬਿਮਾਰੀਆਂ, ਕਿਸੇ ਵੀ ਸਰੀਰਕ ਸਮੱਸਿਆ ਦੇ "ਬਾਵਜੂਦ" ਵਰਤ ਸਕਦਾ ਹੈ। ਹਾਲਾਂਕਿ, ਇਸਦਾ ਆਪਣੇ ਆਪ ਇਹ ਮਤਲਬ ਨਹੀਂ ਹੈ ਕਿ ਜਿਸ ਸਥਿਤੀ ਵਿੱਚ ਉਹ ਹਨ ਉਹ ਉਹਨਾਂ ਲਈ ਪਰਮਾਤਮਾ ਦੀ ਸਭ ਤੋਂ ਵਧੀਆ ਹੈ। ਪਰਮਾਤਮਾ ਉਹਨਾਂ ਨੂੰ ਉਹਨਾਂ ਦੀ ਬਿਮਾਰੀ ਜਾਂ ਬਿਮਾਰੀ ਦੇ "ਕਾਰਨ" ਨਹੀਂ ਵਰਤ ਰਿਹਾ ਹੈ। ਪਰਮਾਤਮਾ ਸਥਿਤੀ ਦੇ ਬਾਵਜੂਦ ਕੰਮ ਕਰਦਾ ਹੈ। ਉਹ ਸਾਡੀਆਂ ਸੀਮਾਵਾਂ ਦੁਆਰਾ ਸੀਮਿਤ ਨਹੀਂ ਹੈ। ਉਹ ਯਿਸੂ

ਮਸੀਹ ਵਿੱਚ ਸਾਨੂੰ ਦਿੱਤੇ ਗਏ ਆਪਣੇ ਉਦੇਸ਼ ਅਤੇ ਕਿਰਪਾ ਦੇ ਕਾਰਨ ਕੰਮ ਕਰਦਾ ਹੈ (2 ਤਿਮੋਥਿਉਸ 1:9), ਬਿਮਾਰੀ ਹੋਵੇ ਜਾਂ ਕੋਈ ਬਿਮਾਰੀ ਨਾ ਹੋਵੇ! ਇਸੇ ਲਈ ਉਹ ਪਰਮਾਤਮਾ ਹੈ! ਇਸ ਲਈ ਜਦੋਂ ਪਰਮਾਤਮਾ ਕਿਸੇ ਵਿਅਕਤੀ ਨੂੰ ਉਸਦੀ ਬਿਮਾਰੀ ਜਾਂ ਬਿਮਾਰੀ ਦੇ ਬਾਵਜੂਦ ਵਰਤਦਾ ਹੈ, ਤਾਂ ਅਸੀਂ ਪਰਮਾਤਮਾ ਦੀ ਵਡਿਆਈ ਕਰਦੇ ਹਾਂ ਨਾ ਕਿ ਬਿਮਾਰੀ ਦੀ। ਉਹ ਬਿਮਾਰੀ ਅਜੇ ਵੀ ਅਜਿਹੀ ਚੀਜ਼ ਹੈ ਜਿਸ ਨਾਲ ਸਾਨੂੰ ਲੜਨ ਅਤੇ ਵਿਰੋਧ ਕਰਨ ਦੀ ਲੋੜ ਹੈ।

ਹੋਰ ਲਈ ਅੱਗੇ ਵਧਦੇ ਰਹੋ!

ਕੋਈ ਵੀ ਅਸਫਲਤਾ ਸਾਡੇ ਪਾਸੇ ਹੈ, ਪਰਮਾਤਮਾ ਦੀ ਨਹੀਂ। ਉਸਦੇ ਮਸਹ ਅਤੇ ਪ੍ਰਕਾਸ਼ ਲਈ ਜ਼ੋਰ ਦਿੰਦੇ ਰਹੋ ਕਿ ਕਿਵੇਂ "ਸਭਨਾਂ" ਅਤੇ "ਜਿੰਨੇ ਵੀ" ਲੋਕਾਂ ਨੂੰ ਚੰਗਾ ਕੀਤਾ ਜਾਵੇ, ਬਿਲਕੁਲ ਉਸੇ ਤਰ੍ਹਾਂ ਜਿਵੇਂ ਯਿਸੂ ਨੇ ਕੀਤਾ ਸੀ। ਉਹ ਸਾਡਾ ਮਿਆਰ ਹੈ। ਸਾਨੂੰ ਉਸਦੇ ਕੰਮ ਅਤੇ ਹੋਰ ਵੀ ਵੱਡੇ ਕੰਮ ਕਰਨ ਲਈ ਜ਼ੋਰ ਦੇਣਾ ਚਾਹੀਦਾ ਹੈ। ਇੱਥੇ ਘੱਟੋ-ਘੱਟ ਦੋ ਹੋਰ ਸੰਬੰਧਿਤ ਸਵਾਲ ਹਨ ਜਿਨ੍ਹਾਂ 'ਤੇ ਅਸੀਂ ਚਰਚਾ ਕਰ ਸਕਦੇ ਹਾਂ: ਕੁਝ ਇਲਾਜ ਹੌਲੀ-ਹੌਲੀ ਕਿਉਂ ਹੁੰਦੇ ਹਨ? ਅਤੇ ਕੁਝ ਇਲਾਜ ਅੰਸ਼ਕ ਅਤੇ ਪੂਰੇ ਕਿਉਂ ਨਹੀਂ ਹੁੰਦੇ?

ਕੁਝ ਇਲਾਜ ਹੌਲੀ-ਹੌਲੀ ਕਿਉਂ ਹੁੰਦੇ ਹਨ?

ਯਿਸੂ ਦੀ ਸੇਵਕਾਈ ਵਿੱਚ, ਇੱਕ ਘਟਨਾ ਤੋਂ ਇਲਾਵਾ ਜਿੱਥੇ ਉਸਨੇ ਇੱਕ ਅੰਨ੍ਹੇ ਆਦਮੀ ਨੂੰ ਦੋ ਵਾਰ ਛੂਹਿਆ ਸੀ, ਅਸੀਂ ਬਾਕੀ ਸਾਰੀਆਂ ਇਲਾਜ਼ਾਂ ਅਤੇ ਮੁਕਤੀਆਂ ਨੂੰ ਤੁਰੰਤ ਹੁੰਦੇ ਦੇਖਦੇ ਹਾਂ। ਹਾਲਾਂਕਿ, ਜਦੋਂ ਅਸੀਂ ਸੇਵਾ ਕਰਦੇ ਹਾਂ, ਤਾਂ ਕਈ ਵਾਰ ਅਜਿਹਾ ਹੁੰਦਾ ਹੈ, ਜਦੋਂ ਇਲਾਜ਼ ਸਮੇਂ ਦੇ ਨਾਲ ਹੌਲੀ-ਹੌਲੀ ਹੁੰਦੇ ਹਨ। ਇੱਕ ਵਾਰ ਫਿਰ ਇਸ ਸਵਾਲ ਦਾ ਜਵਾਬ ਅਸਲ ਵਿੱਚ ਇੱਕ ਵਿਅਕਤੀਗਤ ਹੁੰਦਾ ਹੈ ਅਤੇ ਵਿਅਕਤੀਗਤ ਸਥਿਤੀਆਂ 'ਤੇ ਨਿਰਭਰ ਕਰਦਾ ਹੈ। ਬਹੁਤ ਸਾਰੇ ਮਾਮਲਿਆਂ ਵਿੱਚ, ਸਾਨੂੰ ਨਹੀਂ ਪਤਾ ਕਿ ਚੀਜ਼ਾਂ ਤੁਰੰਤ ਹੋਣ ਦੀ ਬਜਾਏ ਹੌਲੀ-ਹੌਲੀ ਕਿਉਂ ਹੁੰਦੀਆਂ ਹਨ। ਹਾਲਾਂਕਿ, ਸਾਡਾ ਜਵਾਬ ਕੰਮ ਨੂੰ ਪੂਰਾ ਹੁੰਦਾ ਦੇਖਣ ਲਈ ਅੱਗੇ ਵਧਣ ਲਈ ਹੋਣਾ ਚਾਹੀਦਾ ਹੈ, ਭਾਵੇਂ ਇਸ ਵਿੱਚ ਕਿੰਨਾ ਵੀ ਸਮਾਂ ਲੱਗੇ। ਅਸੀਂ ਰਸਤੇ ਵਿੱਚ ਸੁਧਾਰ ਦੇ

ਹਰ ਪੜਾਅ ਦਾ ਜਸ਼ਨ ਮਨਾਉਂਦੇ ਹਾਂ। ਸਾਨੂੰ ਰਿਕਵਰੀ ਵਿੱਚ ਹਰ ਛੋਟੀ ਜਿਹੀ ਤਰੱਕੀ ਲਈ ਪ੍ਰਭੂ ਦਾ ਧੰਨਵਾਦ ਕਰਨਾ ਚਾਹੀਦਾ ਹੈ ਜੋ ਅਸੀਂ ਦੇਖਦੇ ਹਾਂ, ਪਰਮਾਤਮਾ ਦੀ ਉਸਤਤ ਕਰਦੇ ਰਹਿਣਾ ਚਾਹੀਦਾ ਹੈ ਅਤੇ ਪੂਰੀ ਤਰ੍ਹਾਂ ਇਲਾਜ਼ ਅਤੇ ਮੁਕਤੀ ਦੇਖਣ ਲਈ ਅੱਗੇ ਵਧਦੇ ਰਹਿਣਾ ਚਾਹੀਦਾ ਹੈ।

ਮਰਕੁਸ 8:22-26 22 ਫਿਰ ਉਹ ਬੈਤਸੈਦਾ ਆਇਆ; ਅਤੇ ਲੋਕ ਇੱਕ ਅੰਨ੍ਹੇ ਨੂੰ ਉਸਦੇ ਕੋਲ ਲਿਆਏ ਅਤੇ ਉਸਨੂੰ ਬੇਨਤੀ ਕੀਤੀ ਕਿ ਉਹ ਉਸਨੂੰ ਛੂਹ ਲਵੇ। 23 ਇਸ ਲਈ ਉਹ ਅੰਨ੍ਹੇ ਆਦਮੀ ਦਾ ਹੱਥ ਫੜ ਕੇ ਉਸਨੂੰ ਸ਼ਹਿਰੋਂ ਬਾਹਰ ਲੈ ਗਿਆ। ਅਤੇ ਜਦੋਂ ਉਸਨੇ ਉਸਦੀਆਂ ਅੱਖਾਂ 'ਤੇ ਥੁੱਕਿਆ ਅਤੇ ਆਪਣੇ ਹੱਥ ਉਸ ਉੱਤੇ ਰੱਖੇ, ਤਾਂ ਉਸਨੇ ਉਸਨੂੰ ਪੁੱਛਿਆ ਕਿ ਕੀ ਤੂੰ ਕੁਝ ਦੇਖ ਸਕਦਾ ਹੈਂ। 24 ਅਤੇ ਉਸਨੇ ਉੱਪਰ ਵੇਖਿਆ ਅਤੇ ਕਿਹਾ, "ਮੈਂ ਆਦਮੀਆਂ ਨੂੰ ਰੁੱਖਾਂ ਵਾਂਗ ਤੁਰਦੇ ਹੋਏ ਵੇਖਦਾ ਹਾਂ।" 25 ਫਿਰ ਉਸਨੇ ਆਪਣੇ ਹੱਥ ਉਸਦੀਆਂ ਅੱਖਾਂ 'ਤੇ ਰੱਖੇ ਅਤੇ ਉਸਨੂੰ ਦੁਬਾਰਾ ਵੇਖਿਆ। ਅਤੇ ਉਹ ਠੀਕ ਹੋ ਗਿਆ ਅਤੇ ਸਭ ਕੁਝ ਸਾਫ਼-ਸਾਫ਼ ਦਿਖਾਈ ਦਿੱਤਾ। 26 ਫਿਰ ਉਸਨੇ ਉਸਨੂੰ ਇਹ ਕਹਿ ਕੇ ਉਸਦੇ ਘਰ ਭੇਜ ਦਿੱਤਾ, "ਸ਼ਹਿਰ ਵਿੱਚ ਨਾ ਜਾਵੀਂ ਅਤੇ ਨਾ ਹੀ ਸ਼ਹਿਰ ਵਿੱਚ ਕਿਸੇ ਨੂੰ ਦੱਸੀਂ।"

ਯਿਸੂ ਇਸ ਅੰਨ੍ਹੇ ਆਦਮੀ ਨੂੰ ਆਪਣੀ ਸੇਵਾ ਕਰਨ ਲਈ ਸ਼ਹਿਰ ਤੋਂ ਬਾਹਰ ਕਿਉਂ ਲੈ ਗਿਆ? ਅਤੇ, ਉਸਦੀ ਨਜ਼ਰ ਪੂਰੀ ਤਰ੍ਹਾਂ ਠੀਕ ਹੋਣ ਤੋਂ ਪਹਿਲਾਂ ਯਿਸੂ ਨੂੰ ਉਸਨੂੰ ਦੋ ਵਾਰ ਕਿਉਂ ਛੂਹਣਾ ਪਿਆ? ਯਿਸੂ ਨੇ ਉਸਨੂੰ ਸ਼ਹਿਰ ਵਾਪਸ ਨਾ ਜਾਣ ਜਾਂ ਸ਼ਹਿਰ ਵਿੱਚ ਕਿਸੇ ਨੂੰ ਨਾ ਦੱਸਣ ਲਈ ਕਿਉਂ ਕਿਹਾ? ਸਾਰੇ ਬਹੁਤ ਹੀ ਦਿਲਚਸਪ ਸਵਾਲ। ਯਿਸੂ ਦੇ ਘੱਟੋ-ਘੱਟ ਚਾਰ ਚੇਲੇ ਬੈਤਸੈਦਾ ਤੋਂ ਆਏ ਸਨ। ਅੰਦ੍ਰਿਯਾਸ, ਸ਼ਮਊਨ ਪਤਰਸ, ਫ਼ਿਲਿੱਪੁਸ ਅਤੇ ਨਥਾਨਿਏਲ ਬੈਤਸੈਦਾ ਸ਼ਹਿਰ ਤੋਂ ਸਨ (ਯੂਹੰਨਾ 1:44)। ਬੈਤਸੈਦਾ ਉਨ੍ਹਾਂ ਸ਼ਹਿਰਾਂ ਵਿੱਚੋਂ ਇੱਕ ਸੀ ਜਿਨ੍ਹਾਂ ਨੂੰ ਪ੍ਰਭੂ ਯਿਸੂ ਨੇ ਉਨ੍ਹਾਂ ਸ਼ਕਤੀਸ਼ਾਲੀ ਚਮਤਕਾਰਾਂ ਦਾ ਜਵਾਬ ਦੇਣ ਦੀ ਇੱਛਾ ਨਾ ਹੋਣ ਕਰਕੇ ਝਿੜਕਿਆ ਸੀ ਜੋ ਉਨ੍ਹਾਂ ਨੇ ਦੇਖੇ ਸਨ (ਮੱਤੀ 11:21-26)। ਇਹ ਸਪੱਸ਼ਟ ਹੈ ਕਿ ਇਹ ਸ਼ਹਿਰ ਯਿਸੂ ਦੇ ਚਮਤਕਾਰਾਂ ਪ੍ਰਤੀ ਅਵਿਸ਼ਵਾਸੀ ਅਤੇ ਅਸਵੀਕਾਰਨਸ਼ੀਲ ਸੀ, ਸੰਭਵ ਤੌਰ 'ਤੇ ਉਨ੍ਹਾਂ

ਦੇ "ਬੁੱਧੀਮਾਨ ਅਤੇ ਸਮਝਦਾਰ" (ਮੱਤੀ 11:25) ਲੋਕਾਂ ਦੇ ਕਾਰਨ ਜਿਨ੍ਹਾਂ ਨੇ ਫਿਰ ਸ਼ਹਿਰ ਦੇ ਬਾਕੀ ਨਿਵਾਸੀਆਂ ਨੂੰ ਭ੍ਰਿਸ਼ਟ ਕਰ ਦਿੱਤਾ ਸੀ। ਘੱਟੋ-ਘੱਟ ਇੱਕ ਹੋਰ ਮੌਕੇ 'ਤੇ, ਜੈਰੁਸ ਦੇ ਘਰ, ਅਸੀਂ ਪ੍ਰਭੂ ਯਿਸੂ ਨੂੰ ਉਨ੍ਹਾਂ ਸਾਰਿਆਂ ਨੂੰ ਬਾਹਰ ਕੱਢਦੇ ਦੇਖਦੇ ਹਾਂ ਜੋ ਮਖੌਲ ਉਡਾਉਂਦੇ ਸਨ, ਜੋ ਅਵਿਸ਼ਵਾਸੀ ਅਤੇ ਉਸਦੀ ਸੇਵਕਾਈ ਪ੍ਰਤੀ ਅਸਵੀਕਾਰਨਸ਼ੀਲ ਸਨ (ਮਰਕੁਸ 5:40)।

ਭਾਵੇਂ ਇਹ ਹਵਾਲਾ ਇਸ ਗੱਲ ਦਾ ਜ਼ਿਕਰ ਨਹੀਂ ਕਰਦਾ, ਪਰ ਇਹ ਸੰਭਵ ਹੈ ਕਿ ਪ੍ਰਭੂ ਯਿਸੂ ਨੇ ਇਸ ਆਦਮੀ ਨੂੰ ਸ਼ਹਿਰ ਤੋਂ ਬਾਹਰ ਲੈ ਜਾ ਕੇ ਉਸਦੀ ਸੇਵਾ ਕੀਤੀ, ਅਤੇ ਉਸਨੂੰ ਸ਼ਹਿਰ ਵਾਪਸ ਨਾ ਜਾਣ ਜਾਂ ਸ਼ਹਿਰ ਦੇ ਲੋਕਾਂ ਨੂੰ ਨਾ ਦੱਸਣ ਦੀਆਂ ਹਦਾਇਤਾਂ ਦਿੱਤੀਆਂ, ਇਹ ਉਸਨੂੰ ਵੱਖ ਕਰਨ ਅਤੇ ਸ਼ਹਿਰ ਵਿੱਚ ਪ੍ਰਚਲਿਤ ਅਵਿਸ਼ਵਾਸ ਅਤੇ ਗ੍ਰਹਿਣਸ਼ੀਲਤਾ ਦੀ ਘਾਟ ਤੋਂ ਬਚਾਉਣ ਲਈ ਸੀ। ਬਿਲਕੁਲ ਇਹੀ ਕਾਰਨ ਹੈ ਕਿ ਪ੍ਰਭੂ ਯਿਸੂ ਨੇ ਜੈਰੁਸ ਦੀ ਧੀ ਨੂੰ ਦੁਬਾਰਾ ਜੀਉਂਦਾ ਕਰਨ ਵੇਲੇ ਪਤਰਸ, ਯਾਕੂਬ ਅਤੇ ਯੂਹੰਨਾ ਅਤੇ ਕੁੜੀ ਦੇ ਮਾਪਿਆਂ ਤੋਂ ਇਲਾਵਾ ਕਿਸੇ ਨੂੰ ਵੀ ਆਲੇ-ਦੁਆਲੇ ਹੋਣ ਦੀ ਇਜਾਜ਼ਤ ਨਹੀਂ ਦਿੱਤੀ। ਅੰਨ੍ਹੇ ਲੋਕਾਂ ਦੇ ਠੀਕ ਹੋਣ ਦੇ ਹੋਰ ਮਾਮਲਿਆਂ ਵਿੱਚ, ਪ੍ਰਭੂ ਯਿਸੂ ਨੇ ਮੁਫ਼ਤ ਵਿੱਚ ਸੇਵਾ ਕੀਤੀ, ਉਨ੍ਹਾਂ ਦੇ ਵਿਸ਼ਵਾਸ ਦੇ ਜਵਾਬ ਵਿੱਚ ਉਨ੍ਹਾਂ ਦੀ ਨਜ਼ਰ ਬਹਾਲ ਕੀਤੀ। ਜਦੋਂ ਕਿ ਮਰਕੁਸ 8 ਦੇ ਹਵਾਲੇ ਵਿੱਚ ਬੈਤਸੈਦਾ ਦੇ ਇਸ ਅੰਨ੍ਹੇ ਆਦਮੀ ਵਿੱਚ ਵਿਸ਼ਵਾਸ (ਜਾਂ ਇਸਦੀ ਘਾਟ) ਦਾ ਕੋਈ ਜ਼ਿਕਰ ਨਹੀਂ ਹੈ, ਇਹ ਸੰਭਵ ਹੈ ਕਿ ਉਹ ਸ਼ਹਿਰ ਵਿੱਚ ਪ੍ਰਚਲਿਤ ਅਵਿਸ਼ਵਾਸ ਤੋਂ ਪ੍ਰਭਾਵਿਤ ਹੋਏ ਹੋਣ। ਉਸਦੀ ਨਿਹਚਾ ਨੂੰ ਉਤਸ਼ਾਹਿਤ ਕੀਤਾ ਗਿਆ ਜਦੋਂ ਉਸਨੇ ਆਪਣੀਆਂ ਅੱਖਾਂ ਵਿੱਚ ਅੰਸ਼ਕ ਸੁਧਾਰ ਦੇਖਿਆ ਅਤੇ ਉਹ ਪੂਰੀ ਬਹਾਲੀ ਲਈ ਵਿਸ਼ਵਾਸ ਕਰਨ ਦੇ ਯੋਗ ਹੋ ਗਿਆ।

ਸ਼ਾਇਦ ਬੈਥਸੈਦਾ ਦੇ ਅੰਨ੍ਹੇ ਆਦਮੀ ਨਾਲ ਹੋਈ ਇਸ ਘਟਨਾ ਤੋਂ ਅਸੀਂ ਕੁਝ ਸਬਕ ਲੈ ਸਕਦੇ ਹਾਂ, ਉਹ ਇਹ ਹੈ ਕਿ ਅਸੀਂ ਲੋਕਾਂ ਨੂੰ ਸ਼ੱਕ ਅਤੇ ਅਵਿਸ਼ਵਾਸ ਦੇ ਮਾਹੌਲ ਤੋਂ ਵੱਖ ਕਰਨਾ ਸਿੱਖਦੇ ਹਾਂ ਤਾਂ ਜੋ ਉਨ੍ਹਾਂ ਦੇ ਵਿਸ਼ਵਾਸ ਵਿੱਚ ਮਦਦ ਮਿਲ ਸਕੇ। ਅਸੀਂ ਲੋਕਾਂ ਦੀ ਸਰੀਰਕ ਸਥਿਤੀ ਵਿੱਚ ਹੌਲੀ-ਹੌਲੀ ਸੁਧਾਰ ਦੇ ਬਾਵਜੂਦ ਉਨ੍ਹਾਂ ਦੇ ਵਿਸ਼ਵਾਸ ਨੂੰ ਉਤਸ਼ਾਹਿਤ ਕਰਦੇ ਹਾਂ ਅਤੇ ਇਲਾਜ ਪੂਰਾ ਹੋਣ ਤੱਕ ਅੱਗੇ ਵਧਦੇ ਰਹਿੰਦੇ ਹਾਂ।

ਕੁਝ ਇਲਾਜ ਅਧੂਰੇ ਅਤੇ ਅਪੂਰਨ ਕਿਉਂ ਹੁੰਦੇ ਹਨ?

ਇੱਕ ਹੋਰ ਗੱਲ ਜੋ ਅਸੀਂ ਇਲਾਜ ਦੀ ਸੇਵਾ ਕਰਦੇ ਸਮੇਂ ਦੇਖ ਸਕਦੇ ਹਾਂ ਉਹ ਇਹ ਹੈ ਕਿ ਕਈ ਵਾਰ ਕਈ ਸਮੱਸਿਆਵਾਂ ਵਾਲੇ ਲੋਕ ਕੁਝ ਸਥਿਤੀਆਂ ਤੋਂ ਠੀਕ ਹੋ ਜਾਂਦੇ ਹਨ ਅਤੇ ਉਨ੍ਹਾਂ ਦੇ ਸਰੀਰ ਵਿੱਚ ਹੋਰ ਬਿਮਾਰੀਆਂ ਬਣੀ ਰਹਿੰਦੀਆਂ ਹਨ। ਇੱਥੇ ਫਿਰ ਸਾਡੇ ਕੋਲ ਉਹ ਸਾਰੇ ਕਾਰਨ ਨਹੀਂ ਹੋਣਗੇ ਕਿ ਪੂਰੀ ਤਰ੍ਹਾਂ ਇਲਾਜ ਕਿਉ ਨਹੀਂ ਹੋਇਆ। ਸਾਨੂੰ ਰਿਕਵਰੀ ਵਿੱਚ ਹਰ ਛੋਟੀ ਜਿਹੀ ਤਰੱਕੀ ਲਈ ਪ੍ਰਭੂ ਦਾ ਧੰਨਵਾਦ ਕਰਨਾ ਚਾਹੀਦਾ ਹੈ ਜੋ ਅਸੀਂ ਦੇਖਦੇ ਹਾਂ, ਪਰਮਾਤਮਾ ਦੀ ਉਸਤਤ ਕਰਦੇ ਰਹਿਣਾ ਚਾਹੀਦਾ ਹੈ ਅਤੇ ਪੂਰੀ ਤਰ੍ਹਾਂ ਇਲਾਜ ਅਤੇ ਛੁਟਕਾਰਾ ਦੇਖਣ ਲਈ ਜ਼ੋਰ ਪਾਉਂਦੇ ਰਹਿਣਾ ਚਾਹੀਦਾ ਹੈ। ਵਿਅਕਤੀ ਨੂੰ ਉਤਸ਼ਾਹਿਤ ਕਰਦੇ ਰਹਿਣਾ ਚਾਹੀਦਾ ਹੈ ਅਤੇ ਕਿਸੇ ਵੀ ਤਰ੍ਹਾਂ ਵਿਅਕਤੀ ਨੂੰ ਸ਼ਰਮਿੰਦਾ ਜਾਂ ਨਿੰਦਾ ਨਹੀਂ ਕਰਨੀ ਚਾਹੀਦੀ। ਪਰਮਾਤਮਾ ਤੋਂ ਇਹ ਮੰਗ ਕਰਦੇ ਰਹਿਣਾ ਚਾਹੀਦਾ ਹੈ ਕਿ ਉਹ ਵਿਅਕਤੀ ਦੀ ਸੇਵਾ ਕਿਵੇਂ ਕਰਨੀ ਹੈ ਅਤੇ ਇਹ ਪ੍ਰਗਟ ਕਰੇ ਕਿ ਪੂਰੀ ਤਰ੍ਹਾਂ ਇਲਾਜ ਦੇਖਣ ਲਈ ਕੀ ਕਰਨ ਦੀ ਲੋੜ ਹੈ।

ਇਹ ਸੰਭਵ ਹੈ ਕਿ ਵੱਖ-ਵੱਖ ਸਥਿਤੀਆਂ ਦੇ ਕਾਰਨ ਵੱਖ-ਵੱਖ ਹੋਣ। ਇੱਕ ਪੂਰੀ ਤਰ੍ਹਾਂ ਸਰੀਰਕ ਬਿਮਾਰੀ ਹੋ ਸਕਦੀ ਹੈ ਜਿਸਨੂੰ ਇਲਾਜ ਦੀ ਜ਼ਰੂਰਤ ਸੀ ਅਤੇ ਤੁਰੰਤ ਠੀਕ ਹੋ ਗਈ ਸੀ। ਇੱਕ ਹੋਰ ਸਥਿਤੀ ਸ਼ੈਤਾਨੀ ਹੋ ਸਕਦੀ ਹੈ ਜਿਸ ਵਿੱਚ ਕਮਜ਼ੋਰੀ ਦੀ ਜ਼ਿੱਦੀ ਆਤਮਾ ਹੋਵੇ ਜਿਸਨੂੰ ਬਾਹਰ ਕੱਢਣ ਦੀ ਜ਼ਰੂਰਤ ਹੋਵੇ ਤਾਂ ਜੋ ਇਲਾਜ ਆ ਸਕੇ।

ਸ਼ਾਇਦ ਇੱਕ ਸਥਿਤੀ ਨੂੰ ਕਮਜ਼ੋਰੀ ਦੀ ਭਾਵਨਾ ਨੂੰ ਬਾਹਰ ਕੱਢ ਕੇ ਨਜਿੱਠਿਆ ਜਾ ਸਕਦਾ ਹੈ, ਜਦੋਂ ਕਿ ਦੂਜੀ ਸਥਿਤੀ ਨੂੰ ਠੀਕ ਕਰਨ ਲਈ, ਇਹ ਸੰਭਵ ਹੈ ਕਿ ਸਾਨੂੰ ਉਨ੍ਹਾਂ ਦੇ ਦਿਲਾਂ ਵਿੱਚ ਵਿਸ਼ਵਾਸ ਨੂੰ ਉਭਾਰਨ ਲਈ ਉਤਸ਼ਾਹਿਤ ਕਰਨ ਦੀ ਲੋੜ ਹੈ ਤਾਂ ਜੋ ਉਹ ਪ੍ਰਾਪਤ ਕਰ ਸਕਣ।

ਸਾਨੂੰ ਪਵਿੱਤਰ ਆਤਮਾ ਦੀ ਅਗਵਾਈ ਅਤੇ ਦਿਸ਼ਾ ਪ੍ਰਤੀ ਸੰਵੇਦਨਸ਼ੀਲ ਹੋਣ ਦੀ ਜ਼ਰੂਰਤ ਹੈ ਕਿ ਵਿਅਕਤੀ ਨੂੰ ਪਰਮਾਤਮਾ ਦੀ ਸ਼ਕਤੀ ਦੀ ਸਭ ਤੋਂ ਵਧੀਆ ਸੇਵਾ ਕਿਵੇਂ ਕਰਨੀ ਹੈ।

ਤਿੰਨ ਦਲਿ-ਰਵੱਈਏ ਜੋ ਪਰਮਾਤਮਾ ਨੂੰ ਚਮਤਕਾਰ ਕਰਨ ਦੀ ਆਗਿਆ ਦੰਿਦੇ ਹਨ

ABCDE ਅਤੇ F ਤੋਂ ਇਲਾਵਾ, ਜਿਨ੍ਹਾਂ ਦਾ ਅਸੀਂ ਪਹਿਲਾਂ ਜ਼ਿਕਰ ਕੀਤਾ ਹੈ, ਇਲਾਜ ਅਤੇ ਮੁਕਤੀ ਦੋਵਾਂ ਦੀ ਸੇਵਾ ਕਰਨ ਲਈ, ਅਤੇ ਨਾਲ ਹੀ ਲੋਕਾਂ ਨੂੰ ਇਲਾਜ ਅਤੇ ਮੁਕਤੀ ਪ੍ਰਾਪਤ ਕਰਨ ਲਈ ਤਿਆਰ ਰਹਿਣ ਲਈ ਉਤਸ਼ਾਹਿਤ ਕਰਨ ਲਈ, ਤਿੰਨ ਮਹੱਤਵਪੂਰਨ ਦਿਲੀ ਰਵੱਈਏ ਹਨ: ਵਿਸ਼ਵਾਸ, ਉਮੀਦ ਅਤੇ ਤੀਬਰ ਇੱਛਾ। ਲੋਕਾਂ ਦੀ ਸੇਵਾ ਕਰਦੇ ਸਮੇਂ, ਸਾਨੂੰ ਵਿਸ਼ਵਾਸ, ਉਮੀਦ ਅਤੇ ਤੀਬਰ ਇੱਛਾ ਨਾਲ ਚੱਲਣਾ ਚਾਹੀਦਾ ਹੈ। ਅਸੀਂ ਆਪਣੇ ਦਿਲਾਂ ਵਿੱਚ ਵਿਸ਼ਵਾਸ ਨਾਲ ਇਲਾਜ ਅਤੇ ਮੁਕਤੀ ਦੀ ਸੇਵਾ ਕਰਦੇ ਹਾਂ। ਸਾਡਾ ਅਵਿਸ਼ਵਾਸ ਸਾਡੇ ਵਿੱਚੋਂ ਵਹਿ ਰਹੀ ਪਰਮਾਤਮਾ ਦੀ ਸ਼ਕਤੀ ਵਿੱਚ ਰੁਕਾਵਟ ਬਣ ਸਕਦਾ ਹੈ। ਸਾਨੂੰ ਲੋਕਾਂ ਦੇ ਠੀਕ ਹੋਣ ਦੀ ਉਮੀਦ ਕਰਨੀ ਚਾਹੀਦੀ ਹੈ। ਲੋਕਾਂ ਦੇ ਮੁਕਤ ਹੋਣ ਅਤੇ ਤੰਦਰੁਸਤ ਹੋਣ ਦੀ ਉਮੀਦ ਕਰਨੀ ਚਾਹੀਦੀ ਹੈ। ਲੋਕਾਂ ਨੂੰ ਠੀਕ ਹੁੰਦੇ, ਤੰਦਰੁਸਤ ਹੁੰਦੇ ਅਤੇ ਪਰਮਾਤਮਾ ਦੀ ਮਹਿਮਾ ਲਈ ਆਜ਼ਾਦ ਹੁੰਦੇ ਦੇਖਣ ਦੀ ਤੀਬਰ ਇੱਛਾ ਰੱਖੋ।

ਜਿਵੇਂ ਕਿ ਅਸੀਂ ਲੋਕਾਂ ਦੀ ਸੇਵਾ ਕਰਦੇ ਹਾਂ, ਸਾਨੂੰ ਉਨ੍ਹਾਂ ਨੂੰ ਵਿਸ਼ਵਾਸ, ਉਮੀਦ ਅਤੇ ਤੰਦਰੁਸਤ ਹੋਣ ਦੀ ਤੀਬਰ ਇੱਛਾ ਦੇ ਸਥਾਨ ਵਿੱਚ ਆਉਣ ਵਿੱਚ ਮਦਦ ਕਰਨ ਦੀ ਜ਼ਰੂਰਤ ਹੈ। ਅਸੀਂ ਉਨ੍ਹਾਂ ਨੂੰ ਬਚਨ, ਪ੍ਰਾਰਥਨਾ ਅਤੇ ਪੂਜਾ ਦੁਆਰਾ ਉਤਸ਼ਾਹਿਤ ਕਰਦੇ ਹਾਂ। ਖ਼ੂਨ ਦੀ ਸਮੱਸਿਆ ਵਾਲੀ ਔਰਤ ਵਾਂਗ, ਸਾਨੂੰ ਲੋਕਾਂ ਨੂੰ ਵਿਸ਼ਵਾਸ ਵਿੱਚ ਅੱਗੇ ਵਧਣ 'ਤੇ ਕੁਝ ਵਾਪਰਨ ਦੀ ਉਮੀਦ ਕਰਨ ਲਈ ਉਤਸ਼ਾਹਿਤ ਕਰਨਾ ਚਾਹੀਦਾ ਹੈ। ਕਨਾਨੀ ਔਰਤ ਵਾਂਗ ਸਾਨੂੰ ਲੋਕਾਂ ਨੂੰ ਉਨ੍ਹਾਂ ਦੇ ਇਲਾਜ ਅਤੇ ਮੁਕਤੀ ਪ੍ਰਾਪਤ ਕਰਨ ਲਈ ਦ੍ਰਿੜ ਹੋਣ ਲਈ ਉਤਸ਼ਾਹਿਤ ਕਰਨਾ ਚਾਹੀਦਾ ਹੈ।

ਇਲਾਜ ਪ੍ਰਾਪਤ ਕਰਨ ਵਿੱਚ ਰੁਕਾਵਟਾਂ

ਭਾਵੇਂ ਇਹ ਇਲਾਜ ਅਤੇ ਮੁਕਤੀ ਪ੍ਰਾਪਤ ਕਰਨ ਵਿੱਚ "ਰੋਕਾਂ" ਜਾਂ ਰੁਕਾਵਟਾਂ ਦੀ ਪੂਰੀ ਸੂਚੀ ਨਹੀਂ ਹੈ, ਪਰ ਸਾਨੂੰ ਇਨ੍ਹਾਂ ਤੋਂ ਜਾਣੂ ਹੋਣ ਦੀ ਲੋੜ ਹੈ, ਜਿਵੇਂ ਕਿ ਅਸੀਂ ਲੋਕਾਂ ਦੀ ਸੇਵਾ ਕਰਦੇ ਹਾਂ। ਜੇਕਰ ਅਸੀਂ ਪਛਾਣਦੇ ਹਾਂ ਕਿ ਇਹਨਾਂ ਵਿੱਚੋਂ ਇੱਕ ਜਾਂ

ਵੱਧ ਰੁਕਾਵਟਾਂ ਮੌਜੂਦ ਹਨ, ਤਾਂ ਸਾਨੂੰ ਉਨ੍ਹਾਂ ਨੂੰ ਪਿਆਰ ਅਤੇ ਉਤਸ਼ਾਹਜਨਕ ਢੰਗ ਨਾਲ ਸੰਬੋਧਿਤ ਕਰਨਾ ਚਾਹੀਦਾ ਹੈ। ਸੇਵਾ ਕਰਦੇ ਸਮੇਂ ਕਦੇ ਵੀ ਵਿਅਕਤੀ ਦੀ ਆਲੋਚਨਾ, ਨਿੰਦਾ, ਦੋਸ਼ ਜਾਂ ਸ਼ਰਮਿੰਦਾ ਨਾ ਕਰੋ। ਸਾਨੂੰ ਲੋਕਾਂ ਦੇ ਜੀਵਨ ਵਿੱਚ "ਪਰਮਾਤਮਾ" ਦੀ ਜਗ੍ਹਾ ਲੈਣ ਦੀ ਕੋਸ਼ਿਸ਼ ਨਹੀਂ ਕਰਨੀ ਚਾਹੀਦੀ। ਅਸੀਂ ਸਿਰਫ਼ ਮਿੱਟੀ ਦੇ ਭਾਂਡੇ ਹਾਂ ਜੋ ਆਪਣੇ ਆਪ ਨੂੰ ਪਰਮਾਤਮਾ ਦੇ ਹੱਥਾਂ ਵਿੱਚ ਉਸਦੇ ਉਦੇਸ਼ਾਂ ਲਈ ਵਰਤਣ ਲਈ ਉਪਲਬਧ ਕਰਵਾਉਦੇ ਹਨ।

• ਗਿਆਨ ਦੀ ਘਾਟ (ਹੋਸੇਆ 4:6, ਯਸਾਯਾਹ 5:13)

• ਵਸਿਵਾਸ ਦੀ ਘਾਟ (ਮਰਕੁਸ 6:5,6)

• ਬਮਿਾਰੀ ਨੂੰ ਪਰਮਾਤਮਾ ਦੀ ਇੱਛਾ ਸਮਝਣਾ।

• ਠੀਕ ਹੋਣ ਦੀ ਲਗਾਤਾਰ ਇੱਛਾ ਦੀ ਘਾਟ। ਅਸਲ ਵਚਿ ਠੀਕ ਹੋਣ ਦੀ ਇੱਛਾ ਨਾ ਹੋਣਾ। ਸ਼ਾਇਦ, ਲੋਕਾਂ ਦੀ ਹਮਦਰਦੀ ਅਤੇ ਧਆਿਨ ਦਾ ਆਨੰਦ ਮਾਣਨਾ। ਸ਼ਾਇਦ ਇੱਕ ਵਾਰ ਜਦੋਂ ਉਹ ਠੀਕ ਹੋ ਜਾਂਦੇ ਹਨ ਤਾਂ ਆਮ ਜੰਮਿੇਵਾਰੀਆਂ ਨਾਲ ਜੰਿਦਗੀ ਜੀਉਣ ਦਾ ਡਰ।

• ਬਮਿਾਰੀ ਦਾ ਵਰਿੋਧ ਕਰਨ ਵਚਿ ਨਸ਼ਿਕਰਿਆ ਹੋਣਾ (ਗਲਤ ਆਸਣ ਜੋ ਇੱਕ ਨਸ਼ਿਕਰਿਆ ਵਸਿਵਾਸ ਵੱਲ ਲੈ ਜਾਂਦੇ ਹਨ: "ਜੇ ਇਹ ਪਰਮਾਤਮਾ ਦੀ ਇੱਛਾ ਹੈ, ਤਾਂ ਉਹ ਮੈਨੂੰ ਚੰਗਾ ਕਰੇਗਾ," "ਪਰਮਾਤਮਾ ਆਪਣੇ ਸਮੇਂ ਵਚਿ ਚੰਗਾ ਕਰੇਗਾ," "ਜੋ ਕੁਝ ਹੁੰਦਾ ਹੈ ਉਹ ਪਰਮਾਤਮਾ ਦੀ ਇੱਛਾ ਹੈ," ਆਦਿ)।

• ਗਲਤ ਦਲਿ ਦੇ ਰਵੱਈਏ: ਗੁੱਸਾ, ਨਾਰਾਜ਼ਗੀ, ਈਰਖਾ, ਮਾਫ਼ ਨਾ ਕਰਨਾ, ਕੁੜੱਤਣ, ਆਦ। ਕਹਾਉਤਾਂ 14:30 ਸ਼ਾਂਤ ਮਨ ਸਰੀਰ ਦਾ ਜੀਵਨ ਹੈ, ਪਰ ਈਰਖਾ ਹੱਡੀਆਂ ਦਾ ਸੜਨ ਹੈ। ਕਹਾਉਤਾਂ 17:22 ਖੁਸ਼ ਦਲਿ ਦਵਾਈ ਵਾਂਗ ਚੰਗਾ ਕਰਦਾ ਹੈ, ਪਰ ਟੁੱਟਿਆ ਹੋਇਆ ਆਤਮਾ ਹੱਡੀਆਂ ਨੂੰ ਸੁਕਾ ਦੰਿਦਾ ਹੈ।

• ਵਨਿਾਸ਼ਕਾਰੀ ਜੀਵਨ ਸ਼ੈਲੀ: ਜੇਕਰ ਕੋਈ ਵਅਿਕਤੀ ਅਜਹਿੀਆਂ ਚੀਜ਼ਾਂ ਕਰਦਾ ਰਹੰਿਦਾ ਹੈ ਜੋ ਉਸਦੀ ਸਹਿਤ ਲਈ ਸਵੈ-ਵਨਿਾਸ਼ਕਾਰੀ ਹਨ, ਜਵਿੇਂ ਕ ਸ਼ਰਾਬ, ਸਗਿਰਟਨੋਸ਼ੀ, ਨਸ਼ੇ, ਆਦ।

• ਹੋਰ ਅਣਜਾਣ ਗੱਲਾਂ: ਅਸੀ ਹਰ ਉਸ ਕਾਰਨ ਨੂੰ ਨਹੀ ਜਾਣਦੇ ਜੋ ਕਸਿ ਵਅਿਕਤੀ ਨੂੰ ਇਲਾਜ ਅਤੇ ਮੁਕਤੀ ਪ੍ਰਾਪਤ ਕਰਨ ਤੋਂ ਰੋਕ ਸਕਦਾ ਹੈ। ਇਸ ਲਈ ਅਸੀ ਪਵਤਿਰ ਆਤਮਾ ਨੂੰ ਸੁਣਨਾ ਸਖਿਦੇ ਹਾਂ ਅਤੇ ਉਹ ਸਾਨੂੰ ਦਖਿਾਏਗਾ ਕ ਿਖਾਸ ਸਥਤਿੀਆਂ ਵਚਿ ਕੀ ਕਰਨਾ ਹੈ।

ਇੱਕ ਕਹਾਣੀ _ ਡਰ ਦੀ ਭਾਵਨਾ ਦੀ ਪਕੜ ਤੋੜਨਾ - ਬ੍ਰੋ ਸਾਂਬਾਚ ਦੁਆਰਾ -

ਦੱਖਣੀ ਫਲਿਾਡੈਲਫੀਆ ਦੀਆਂ ਗਲੀਆਂ 'ਤੇ ਤੁਰਨਾ

ਬਾਈਬਲ ਕਹਿੰਦੀ ਹੈ, "ਪਰਮੇਸ਼ੁਰ ਨੇ ਸਾਨੂੰ ਡਰ ਦਾ ਆਤਮਾ ਨਹੀਂ ਦਿੱਤਾ..." (2 ਤਿਮੋਥਿਉਸ 1:7)। ਇਹ ਇਹ ਵੀ ਕਹਿੰਦੀ ਹੈ, "...ਡਰ ਵਿੱਚ ਤਸੀਹੇ ਸ਼ਾਮਲ ਹਨ..." (1 ਯੂਹੰਨਾ 4:18)। ਇਸ ਲਈ, ਮੈਂ ਇਹ ਸਿੱਟਾ ਕੱਢ ਸਕਦਾ ਹਾਂ ਕਿ ਡਰ ਇੱਕ ਤਸੀਹੇ ਦੇਣ ਵਾਲੀ ਆਤਮਾ ਹੈ। ਪਰਮੇਸ਼ੁਰ ਦੇ ਬਹੁਤ ਸਾਰੇ ਲੋਕ ਡਰ ਦੀ ਇਸ ਤਸੀਹੇ ਦੇਣ ਵਾਲੀ ਆਤਮਾ ਨਾਲ ਬੱਝੇ ਹੋਏ ਹਨ, ਭਾਵੇਂ ਉਹ ਬਚਨ ਦਾ ਪ੍ਰਚਾਰ ਸੁਣਦੇ ਹਨ।

ਡਰ ਵਿਸ਼ਵਾਸ ਦੇ ਉਲਟ ਹੈ। ਇਹ ਤੁਹਾਨੂੰ ਇੱਕ ਈਸਾਈ ਵਜੋਂ ਸਰਗਰਮ ਹੋਣ ਤੋਂ ਰੋਕ ਸਕਦਾ ਹੈ। ਜੇਕਰ ਤੁਸੀਂ ਡਰ ਦੀ ਭਾਵਨਾ ਨਾਲ ਬੱਝੇ ਹੋਏ ਹੋ, ਤਾਂ ਮੈਨੂੰ ਤੁਹਾਨੂੰ ਇਹ ਦੱਸਣ ਦੀ ਲੋੜ ਨਹੀਂ ਹੈ - ਤੁਹਾਨੂੰ ਮੁਕਤੀ ਦੇ ਚਮਤਕਾਰ ਦੀ ਲੋੜ ਹੈ। ਅਤੇ ਮੇਰੇ ਕੋਲ ਖੁਸ਼ਖਬਰੀ ਹੈ - ਪਰਮਾਤਮਾ ਚਾਹੁੰਦਾ ਹੈ ਕਿ ਤੁਸੀਂ ਆਪਣੇ ਜੀਵਨ ਵਿੱਚ ਡਰ ਤੋਂ ਛੁਟਕਾਰਾ ਪਾਓ ਅਤੇ ਤੁਹਾਨੂੰ ਆਜ਼ਾਦ ਕਰਨ ਲਈ ਤਿਆਰ ਅਤੇ ਤਿਆਰ ਹੈ।

ਇੱਕ ਵਾਰ, ਜਦੋਂ ਮੈਂ ਫਿਲਾਡੇਲਫੀਆ ਵਿੱਚ ਸੀ, ਮੈਂ ਇੱਕ ਔਰਤ ਨੂੰ ਮਿਲਿਆ ਜਿਸਨੂੰ **ਡਰ ਦੀ ਸਮੱਸਆਿ ਸੀ।**

ਮੈਂ ਨਿੱਜੀ ਇੰਟਰਵਿਊ ਕਰਦੀ ਸੀ ਜਿੱਥੇ ਲੋਕ ਆ ਕੇ ਮੈਨੂੰ ਇੱਕ-ਇੱਕ ਕਰਕੇ ਮਿਲ ਸਕਦੇ ਸਨ। ਇਹ ਔਰਤ ਪ੍ਰਭਾਵ ਪਾਉਣ ਦੀ ਕੋਸ਼ਿਸ਼ ਵਿੱਚ ਆਈ। ਉਹ ਥੋੜ੍ਹੀ ਜਿਹੀ ਭਾਸ਼ਾ ਵਿੱਚ ਗੱਲ ਕਰਦੀ ਸੀ ਅਤੇ ਫਿਰ ਬੈਠ ਜਾਂਦੀ ਸੀ।

ਮੈਂ ਕਿਹਾ, "ਮੈਂ ਤੁਹਾਡੇ ਲਈ ਕੀ ਕਰ ਸਕਦਾ ਹਾਂ?"

ਉਸਨੇ ਕਿਹਾ, "ਮੈਂ ਤੁਹਾਡੇ ਲਈ ਪ੍ਰਾਰਥਨਾ ਕਰਨ ਲਈ ਆਈ ਹਾਂ।"

ਮੈਂ ਕਿਹਾ, "ਮੈਂ ਦਿਨ ਵੇਲੇ ਪ੍ਰਾਰਥਨਾ ਨਹੀਂ ਕਰਦਾ। ਮੈਂ ਰਾਤ ਨੂੰ ਪ੍ਰਾਰਥਨਾ ਕਰਦਾ ਹਾਂ। ਤੁਸੀਂ ਦੇਖੋ, ਅਸੀਂ ਤੁਹਾਡੇ ਵਿਸ਼ਵਾਸ ਨੂੰ ਜਗਾਉਣ ਲਈ ਦਿਨ ਵੇਲੇ ਪ੍ਰਚਾਰ ਕਰਦੇ ਹਾਂ। ਫਿਰ ਜਦੋਂ ਵਿਸ਼ਵਾਸ ਜ਼ਿੰਦਾ ਹੁੰਦਾ ਹੈ ਤਾਂ ਅਸੀਂ ਰਾਤ ਦੀ ਸੇਵਾ ਦੌਰਾਨ ਤੁਹਾਡੇ ਉੱਤੇ ਹੱਥ ਰੱਖਦੇ ਹਾਂ।"

ਉਸਨੇ ਕਿਹਾ, "ਖੈਰ, ਮੈਂ ਰਾਤ ਨੂੰ ਨਹੀਂ ਆ ਸਕਦੀ।"

ਮੈਂ ਕਿਹਾ, "ਕੀ ਤੁਸੀਂ ਕੰਮ ਕਰ ਰਹੇ ਹੋ?"

"ਨਹੀਂ।"

"ਕੀ ਤੁਹਾਡੀ ਮੁਲਾਕਾਤ ਹੈ?"

"ਨਹੀਂ।"

"ਫਿਰ ਅੱਜ ਰਾਤ ਵਾਪਸ ਆ ਜਾ," ਮੈਂ ਉਸਨੂੰ ਕਿਹਾ।

"ਮੈਂ ਵਾਪਸ ਨਹੀਂ ਆਵਾਂਗਾ।"

ਮੈਂ ਕਿਹਾ, "ਖੈਰ, ਮੈਂ ਪ੍ਰਾਰਥਨਾ ਨਹੀਂ ਕਰ ਰਿਹਾ।"

ਇਹ ਸਖ਼ਤ ਲੱਗ ਸਕਦਾ ਹੈ, ਪਰ ਮੈਨੂੰ ਪਤਾ ਸੀ ਕਿ ਉਹ ਮੇਰੇ ਤੋਂ ਕੁਝ ਲੁਕਾ ਰਹੀ ਸੀ। ਮੈਂ ਇਸਨੂੰ ਆਪਣੇ ਮਨ ਵਿੱਚ ਸਮਝ ਲਿਆ। ਇਸ ਲਈ ਮੈਂ ਉਸਨੂੰ ਪੁੱਛਿਆ, "ਤੁਹਾਡੀ ਕੀ ਸਮੱਸਿਆ ਹੈ? ਮੈਂ ਜਾਣਨਾ ਚਾਹੁੰਦਾ ਹਾਂ।"

ਉਸਨੇ ਕਿਹਾ, "ਖੈਰ, ਮੈਨੂੰ ਹਾਈ ਬਲੱਡ ਪ੍ਰੈਸ਼ਰ ਹੈ, ਅਤੇ ਮੈਨੂੰ ਸ਼ੂਗਰ ਸ਼ੂਗਰ ਹੈ।"

"ਕੀ ਬੱਸ ਇੰਨਾ ਹੀ ਹੈ?" ਮੈਂ ਕਿਹਾ।

"ਹਾਂ, ਇਹ ਹੈ," ਉਸਨੇ ਜਵਾਬ ਦਿੱਤਾ।

ਮੈਂ ਕਿਹਾ, "ਨਹੀਂ, ਤੁਸੀਂ ਮੈਨੂੰ ਝੂਠ ਬੋਲ ਰਹੇ ਹੋ। ਤੁਸੀਂ ਮੈਨੂੰ ਦੱਸ ਰਹੇ ਹੋ ਕਿ ਤੁਸੀਂ ਅੱਜ ਰਾਤ ਨਹੀਂ ਆ ਸਕਦੇ। ਤੁਸੀਂ ਇਸ ਲਈ ਨਹੀਂ ਆ ਸਕਦੇ ਕਿਉਂਕਿ ਤੁਸੀਂ ਡਰ ਦੀ ਆਤਮਾ ਨਾਲ ਬੱਝੇ ਹੋਏ ਹੋ।"

ਉਸਨੇ ਕਿਹਾ, "ਤੁਹਾਨੂੰ ਕਿਵੇਂ ਪਤਾ ਲੱਗਾ?"

ਸੁਣੋ, ਉਹ ਪਰਮਾਤਮਾ ਦੀ ਇੱਕ ਬੱਚੀ ਸੀ। ਉਹ ਪ੍ਰਭੂ ਨੂੰ ਪਿਆਰ ਕਰਦੀ ਸੀ। ਪਰ ਉਹ ਅਜੇ ਵੀ ਡਰ ਦੀ ਆਤਮਾ ਨਾਲ ਬੱਝੀ ਹੋਈ ਸੀ।

ਉਸਨੇ ਕਿਹਾ, "ਮੈਂ ਪਿਛਲੇ ਬਾਰਾਂ ਸਾਲਾਂ ਤੋਂ ਰਾਤ ਨੂੰ ਘਰੋਂ ਬਾਹਰ ਨਹੀਂ ਗਈ। ਓ, ਭਰਾ ਸ਼ਮਬਾਚ, ਇਹ ਆਤਮਾ ਮੈਨੂੰ ਸਤਾਉਂਦੀ ਹੈ।"

ਮੈਂ ਕਿਹਾ, "ਦੇਖੋ, ਅੱਜ ਰਾਤ ਤੱਕ ਰੁਕੋ। ਲਾਗਲੇ ਘਰ ਜਾ ਕੇ ਇੱਕ ਸੈਂਡਵਿਚ ਖਰੀਦੋ। ਇੱਥੇ ਰੁਕੋ, ਅਤੇ ਮੈਂ ਅੱਜ ਰਾਤ ਤੁਹਾਡੇ ਲਈ ਪ੍ਰਾਰਥਨਾ ਕਰਾਂਗਾ। ਮੈਂ ਡਰ ਦੀ ਉਸ ਭਾਵਨਾ ਤੋਂ ਛੁਟਕਾਰਾ ਪਾਵਾਂਗਾ। ਪਰਮਾਤਮਾ ਨੇ ਮੈਨੂੰ ਭੂਤਾਂ ਨੂੰ ਕੱਢਣ ਦੀ ਸ਼ਕਤੀ ਦਿੱਤੀ ਹੈ, ਅਤੇ ਮੈਂ ਤੁਹਾਨੂੰ ਉਸ ਬੁਰੀ ਆਤਮਾ ਤੋਂ ਮੁਕਤ ਕਰਨ ਜਾ ਰਿਹਾ ਹਾਂ ਜੋ ਤੁਹਾਡੇ ਮਨ ਨੂੰ ਤਸੀਹੇ ਦੇ ਰਹੀ ਹੈ। ਜੇ ਤੁਸੀਂ ਰੁਕਦੇ ਹੋ, ਅਤੇ ਪਰਮਾਤਮਾ ਤੁਹਾਨੂੰ ਨਹੀਂ ਛੁਡਾਉਂਦਾ, ਤਾਂ ਮੈਂ ਅਤੇ ਮੇਰੀ ਪਤਨੀ ਤੁਹਾਨੂੰ ਨਿੱਜੀ ਤੌਰ 'ਤੇ ਘਰ ਲੈ ਜਾਵਾਂਗੇ।"

ਉਸਨੇ ਕਿਹਾ, "ਤੂੰ ਇਹ ਕਰੇਂਗਾ?"

ਮੈਂ ਕਿਹਾ, "ਮੈਂ ਇਹ ਕਰਾਂਗਾ। ਮੈਂ ਪਹਿਲਾਂ ਤੁਹਾਡੇ ਘਰ ਵੀ ਜਾਵਾਂਗਾ। ਤੁਸੀਂ ਮੇਰੀ ਪਤਨੀ ਨਾਲ ਕਾਰ ਵਿੱਚ ਰਹਿ ਸਕਦੇ ਹੋ। ਮੈਂ ਹਰ ਲਾਈਟ ਜਗਾਵਾਂਗਾ, ਸੋਫੇ ਅਤੇ ਕੁਰਸੀਆਂ ਦੇ ਪਿੱਛੇ ਦੇਖਾਂਗਾ, ਤੁਹਾਡੀ ਅਲਮਾਰੀ ਖੋਲ੍ਹਾਂਗਾ, ਅਤੇ ਯਕੀਨੀ ਬਣਾਵਾਂਗਾ ਕਿ ਉੱਥੇ ਕੋਈ ਨਹੀਂ ਹੈ।"

ਉਹ ਯਕੀਨ ਕਰ ਗਈ। ਉਸਨੇ ਕਿਹਾ, "ਠੀਕ ਹੈ, ਜੇ ਤੁਸੀਂ ਇਹ ਕਰੋਗੇ, ਤਾਂ ਮੈਂ ਰਹਾਂਗੀ।"

ਉਸ ਰਾਤ ਪ੍ਰਚਾਰ ਕਰਨ ਤੋਂ ਬਾਅਦ, ਮੈਂ ਉਸਨੂੰ ਪਹਿਲਾਂ ਪ੍ਰਾਰਥਨਾ ਲਈ ਬੁਲਾਇਆ। ਮੈਂ ਉਸ ਉੱਤੇ ਹੱਥ ਰੱਖੇ ਅਤੇ ਪਰਮਾਤਮਾ ਦੀ ਸ਼ਕਤੀ ਨੇ ਉਸਨੂੰ ਮਾਰਿਆ ਅਤੇ ਉਸਦੀ ਪਿੱਠ ਉੱਤੇ ਉਸਨੂੰ ਲੇਟਾਇਆ। ਮੈਂ ਉਸ ਰਾਤ ਲਗਭਗ 500 ਲੋਕਾਂ ਉੱਤੇ ਹੱਥ ਰੱਖੇ।

ਜਦੋਂ ਸਭ ਕੁਝ ਖਤਮ ਹੋ ਗਿਆ, ਮੈਂ ਅਤੇ ਮੇਰੀ ਪਤਨੀ ਉਸ ਔਰਤ ਨੂੰ ਲੱਭ ਰਹੇ ਸੀ ਕਿਉਂਕਿ ਮੈਂ ਉਸਨੂੰ ਘਰ ਪਹੁੰਚਾਉਣ ਦਾ ਵਾਅਦਾ ਕੀਤਾ ਸੀ। ਪਰ ਮੈਨੂੰ ਉਹ ਕਿਤੇ ਵੀ ਨਹੀਂ ਮਿਲੀ! ਮੈਂ ਬਾਹਰ ਭੱਜਿਆ ਅਤੇ ਸਾਰੀ ਜਗ੍ਹਾ ਵੇਖੀ। ਮੈਂ ਕਿਹਾ, "ਓਹ, ਪ੍ਰਭੂ। ਮੈਨੂੰ ਉਸ ਔਰਤ ਨੂੰ ਲੱਭਣਾ ਪਵੇਗਾ।" ਮੈਂ ਕਦੇ ਨਹੀਂ ਲੱਭਿਆ।

ਅਗਲੀ ਰਾਤ ਉਹ ਚੀਕਦੀ ਅਤੇ ਖੁਸ਼ੀ ਮਨਾਉਂਦੀ ਹੋਈ ਮੀਟਿੰਗ ਵਿੱਚ ਵਾਪਸ ਆਈ। ਰਾਤ ਨੂੰ!

ਮੈਂ ਕਿਹਾ, "ਇੱਥੇ ਉੱਪਰ ਆਓ। ਮੈਨੂੰ ਪਤਾ ਹੈ ਕਿ ਤੁਹਾਡੇ ਕੋਲ ਇੱਕ ਗਵਾਹੀ ਹੈ।" ਉਸਨੇ ਲੋਕਾਂ ਨੂੰ ਉਹ ਕਹਾਣੀ ਸੁਣਾਈ ਜੋ ਮੈਂ ਤੁਹਾਨੂੰ ਦੱਸੀ ਸੀ। ਉਸਨੇ ਕਿਹਾ, "ਮੈਂ ਜਾਣਦੀ ਹਾਂ ਕਿ ਭਰਾ ਸ਼ਮਬਾਚ ਨੇ ਮੈਨੂੰ ਕਿਹਾ ਸੀ ਕਿ ਉਹ ਅਤੇ ਉਸਦੀ ਪਤਨੀ ਕੱਲ੍ਹ ਰਾਤ ਮੈਨੂੰ ਘਰ ਲੈ ਜਾਣਗੇ। ਪਰ ਮੈਨੂੰ ਉਨ੍ਹਾਂ ਨੂੰ ਮੈਨੂੰ ਘਰ ਲੈ ਜਾਣ ਦੀ ਆਗਿਆ ਨਹੀਂ ਦੇਣੀ ਪਈ ਕਿਉਂਕਿ ਜਦੋਂ ਉਸਨੇ ਮੇਰੇ 'ਤੇ ਹੱਥ ਰੱਖਿਆ, ਤਾਂ ਡਰ ਦਾ ਉਹ ਸ਼ੈਤਾਨ ਚਲਾ ਗਿਆ। ਰੱਬ ਨੇ ਮੈਨੂੰ ਛੁਡਾਇਆ ਅਤੇ ਮੈਨੂੰ ਆਜ਼ਾਦ ਕਰ ਦਿੱਤਾ! ਮੈਂ ਘਰ ਦਾ ਪੂਰਾ ਰਸਤਾ ਤੁਰਿਆ।"

ਮੈਂ ਕਿਹਾ, "ਤੁਸੀਂ ਤੁਰੇ ਸੀ? ਫਿਲਾਡੇਲਫੀਆ ਵਿੱਚ?"

ਹੁਣ ਮੈਂ ਘਬਰਾ ਰਿਹਾ ਸੀ! ਉਹ ਦੱਖਣੀ ਫਿਲਾਡੇਲਫੀਆ ਵਿੱਚ ਤੀਹ ਬਲਾਕ ਦੂਰ ਰਹਿੰਦੀ ਸੀ। ਇਸਦਾ ਮਤਲਬ ਸੀ ਕਿ ਉਹ ਸ਼ਹਿਰ ਦੇ ਸਭ ਤੋਂ ਮਾੜੇ ਹਿੱਸੇ ਵਿੱਚੋਂ ਲੰਘੀ ਸੀ! ਇਹ ਉਹੀ ਔਰਤ ਸੀ ਜੋ ਰਾਤ ਨੂੰ ਬਾਹਰ ਜਾਣ ਤੋਂ ਡਰਦੀ ਸੀ!

ਉਸਨੇ ਕਿਹਾ, "ਮੈਂ ਸਵੇਰੇ ਤਿੰਨ ਵਜੇ ਉੱਥੇ ਪਹੁੰਚੀ। ਮੈਂ ਚਾਬੀ ਕੁੰਡਲੀ ਵਿੱਚ ਪਾ ਦਿੱਤੀ, ਪਰ ਮੈਨੂੰ ਇੰਨਾ ਚੰਗਾ ਲੱਗਿਆ ਕਿ ਮੈਂ ਇਸਨੂੰ ਵਾਪਸ ਬਾਹਰ ਕੱਢ ਲਿਆ ਅਤੇ ਸਾਰੀ ਰਾਤ ਗਲੀਆਂ ਵਿੱਚ ਘੁੰਮਦੀ ਰਹੀ, ਇਹ ਕਹਿੰਦੀ ਰਹੀ, 'ਸ਼ੈਤਾਨ, ਤੂੰ ਝੂਠਾ ਹੈਂ। ਮੈਨੂੰ ਹੁਣ ਤੇਰੇ ਤੋਂ ਡਰ ਨਹੀਂ ਲੱਗਦਾ!'"

ਰੱਬ ਨੇ ਉਸਨੂੰ ਡਰ ਤੋਂ ਛੁਡਾਇਆ! ਜੇਕਰ ਤੁਸੀਂ ਡਰ ਦੀ ਭਾਵਨਾ ਨਾਲ ਬੱਝੇ ਹੋਏ ਹੋ, ਤਾਂ ਉਹ ਤੁਹਾਡੇ ਲਈ ਵੀ ਇਹੀ ਕੰਮ ਕਰਨਾ ਚਾਹੁੰਦਾ ਹੈ। ਤੁਹਾਨੂੰ ਹੁਣ ਡਰਨ ਦੀ ਲੋੜ ਨਹੀਂ ਹੈ। ਤੁਸੀਂ ਪਿੱਛੇ ਮੁੜ ਸਕਦੇ ਹੋ ਅਤੇ ਵਿਸ਼ਵਾਸ ਨਾਲ ਦੁਸ਼ਮਣ ਦਾ ਸਾਹਮਣਾ ਕਰ ਸਕਦੇ ਹੋ ਕਿਉਂਕਿ ਰੱਬ ਤੁਹਾਡੇ ਨਾਲ ਹੈ!

ਮੈਨੂੰ ਤੁਹਾਡੇ ਲਈ ਪ੍ਰਾਰਥਨਾ ਕਰਨ ਦਿਓ:

ਪਿਤਾ ਜੀ, ਯਿਸੂ ਦੇ ਨਾਮ ਤੇ, ਮੈਂ ਇਸ ਪਾਠਕ ਵੱਲੋਂ ਤੁਹਾਡੇ ਕੋਲ ਆਇਆ ਹਾਂ ਜੋ ਡਰ ਨਾਲ ਬੱਝਾ ਹੋਇਆ ਹੈ। ਤੁਹਾਡਾ ਧੰਨਵਾਦ ਕਿ ਤੁਸੀਂ ਮੈਨੂੰ ਭੂਤਾਂ ਉੱਤੇ ਅਧਿਕਾਰ ਦਿੱਤਾ ਹੈ। ਡਰ, ਹੇ ਭੈੜੀ, ਦੁਖਦਾਈ ਆਤਮਾ, ਮੈਂ ਤੁਹਾਨੂੰ ਯਿਸੂ ਦੀ ਸਹੁੰ ਦਿੰਦਾ ਹਾਂ - ਇਸ ਵਿਅਕਤੀ ਦੇ ਜੀਵਨ ਉੱਤੇ ਆਪਣੀ ਪਕੜ ਛੱਡ ਦਿਓ। ਮੈਂ ਇਸਨੂੰ ਯਿਸੂ ਦੇ ਨਾਮ ਤੇ ਹੁਕਮ ਦਿੰਦਾ ਹਾਂ। ਪ੍ਰਭੂ, ਉਸਨੂੰ ਮੁਕਤੀ ਦਾ ਚਮਤਕਾਰ ਦਿਓ,

ਅਤੇ ਉਸਨੂੰ ਦੁਸ਼ਮਣ ਦੇ ਵਿਰੁੱਧ ਖੜ੍ਹੇ ਹੋਣ ਦੀ ਤਾਕਤ ਦਿਓ। ਯਿਸੂ ਦੇ ਨਾਮ ਤੇ, ਮੈਂ ਇਸਨੂੰ ਪੂਰਾ ਕਹਿੰਦਾ ਹਾਂ। ਆਮੀਨ ਅਤੇ ਆਮੀਨ।

ਸਵੈ-ਮੁਕਤੀ ਲਈ ਛੋਟੀ ਪ੍ਰਾਰਥਨਾ।

"ਪ੍ਰਭੂ ਯਸ਼ੂ ਮਸੀਹ, ਮੈ ਵਸਿ਼ਵਾਸ ਕਰਦਾ ਹਾਂ ਕ ਿਤੁਸੀ ਮੇਰੇ ਪਾਪਾਂ ਲਈ ਸਲੀਬ 'ਤੇ ਮਰ ਗਏ ਅਤੇ ਮੁਰਦਆਿਂ ਵਚਿੋਂ ਜੀ ਉੱਠੇ। ਤੁਸੀ ਮੈਨੂੰ ਆਪਣੇ ਲਹੂ ਨਾਲ ਛੁਡਾਇਆ ਅਤੇ ਮੈ ਤੁਹਾਡਾ ਹਾਂ, ਅਤੇ ਮੈ ਤੁਹਾਡੇ ਲਈ ਜੀਣਾ ਚਾਹੁੰਦਾ ਹਾਂ। ਮੈ ਆਪਣੇ ਸਾਰੇ ਜਾਣੇ-ਪਛਾਣੇ ਅਤੇ ਅਣਜਾਣੇ ਪਾਪਾਂ ਦਾ ਇਕਰਾਰ ਕਰਦਾ ਹਾਂ। ਮੈ ਉਨ੍ਹਾਂ ਸਾਰਆਿਂ ਨੂੰ ਤਆਿਗ ਦੰਿਦਾ ਹਾਂ। ਮੈ ਬਾਕੀ ਸਾਰਆਿਂ ਨੂੰ ਮਾਫ਼ ਕਰਦਾ ਹਾਂ ਜਵਿੇਂ ਕ ਿਮੈ ਚਾਹੁੰਦਾ ਹਾਂ ਕ ਿਤੁਸੀ ਮੈਨੂੰ ਮਾਫ਼ ਕਰੋ। ਮੈਨੂੰ ਹੁਣੇ ਮਾਫ਼ ਕਰੋ ਅਤੇ ਮੈਨੂੰ ਆਪਣੇ ਲਹੂ ਨਾਲ ਸ਼ੁੱਧ ਕਰੋ। ਮੈ ਯਸ਼ੂ ਮਸੀਹ ਦੇ ਲਹੂ ਲਈ ਤੁਹਾਡਾ ਧੰਨਵਾਦ ਕਰਦਾ ਹਾਂ ਜੋ ਮੈਨੂੰ ਹੁਣ ਸਾਰੇ ਪਾਪਾਂ ਤੋਂ ਸ਼ੁੱਧ ਕਰਦਾ ਹੈ। ਅਤੇ ਮੈ ਹੁਣ ਆਪਣੇ ਛੁਡਾਉਣ ਵਾਲੇ ਵਜੋਂ ਤੁਹਾਡੇ ਕੋਲ ਆਇਆ ਹਾਂ। ਤੁਸੀ ਮੇਰੀਆਂ ਖਾਸ ਜਰੂਰਤਾਂ ਨੂੰ ਜਾਣਦੇ ਹੋ - ਉਹ ਚੀਜ਼ ਜੋ ਬੰਨ੍ਹਦੀ ਹੈ, ਉਹ ਤਸੀਹੇ ਦੰਿਦੀ ਹੈ, ਜੋ ਅਸ਼ੁੱਧ ਕਰਦੀ ਹੈ; ਉਹ ਦੁਸ਼ਟ ਆਤਮਾ, ਉਹ ਅਸ਼ੁੱਧ ਆਤਮਾ - ਮੈ ਤੁਹਾਡੇ ਬਚਨ ਦੇ ਵਾਅਦੇ ਦਾ ਦਾਅਵਾ ਕਰਦਾ ਹਾਂ, "ਜੋ ਕੋਈ ਪ੍ਰਭੂ ਦਾ ਨਾਮ ਲੈਂਦਾ ਹੈ ਉਸਨੂੰ ਛੁਡਾਇਆ ਜਾਵੇਗਾ।" ਮੈ ਹੁਣ ਤੁਹਾਨੂੰ ਬੁਲਾਉਂਦਾ ਹਾਂ। ਪ੍ਰਭੂ ਯਸ਼ੂ ਮਸੀਹ ਦੇ ਨਾਮ 'ਤੇ, ਮੈਨੂੰ ਛੁਡਾ ਅਤੇ ਮੈਨੂੰ ਆਜ਼ਾਦ ਕਰ। ਸ਼ੈਤਾਨ, ਮੈ ਤੁਹਾਨੂੰ ਅਤੇ ਤੁਹਾਡੇ ਸਾਰੇ ਕੰਮਾਂ ਨੂੰ ਤਆਿਗ ਦੰਿਦਾ ਹਾਂ। ਮੈ ਯਸ਼ੂ ਦੇ ਨਾਮ 'ਤੇ, ਆਪਣੇ ਆਪ ਨੂੰ ਤੁਹਾਡੇ ਤੋਂ ਗੁਆ ਦੰਿਦਾ ਹਾਂ, ਅਤੇ ਮੈ ਤੁਹਾਨੂੰ ਹੁਕਮ ਦੰਿਦਾ ਹਾਂ ਕ ਿਤੁਸੀ ਮੈਨੂੰ ਹੁਣੇ ਯਸ਼ੂ ਦੇ ਨਾਮ 'ਤੇ ਛੱਡ ਦਓਿ। ਆਮੀਨ!"

ਇਸਨੂੰ ਆਪਣੇ ਦਲਿੋਂ ਆਉਣ ਦਓਿ ਅਤੇ ਪ੍ਰਭੂ ਦੀ ਮੁਕਤੀ ਵੇਖੋ!

ਕੀ ਤੁਸੀ ਬਮਿਾਰ ਹੋ ਜਾਂ ਤੁਹਾਨੂੰ ਠੀਕ ਹੋਣ ਦੀ ਲੋੜ ਹੈ?

ਉਨ੍ਹਾਂ ਲਈ ਜੋ ਕਸਿ ਵੀ ਰੂਪ ਜਾਂ ਰੂਪ ਵਿੱਚ ਬਮਿਾਰ ਜਾਂ ਬਮਿਾਰ ਹਨ, ਜਾਂ ਮੁਕਤੀ ਦੀ ਲੋੜ ਹੈ? ਜਾਂ ਬਹਾਲੀ, ਕਰਿਪਾ ਕਰਕੇ ਵਸਿ਼ਵਾਸ ਵਿੱਚ ਹੇਠਾਂ ਦਤਿ ਬਓਿ ਨੂੰ ਛੂਹੋ (ਵਸਿ਼ਵਾਸ ਤੁਹਾਡੀ ਮੌਜੂਦਾ ਸਥਤਿੀ ਦੇ ਸਹੀ ਸਕਾਰਾਤਮਕ ਨਤੀਜੇ ਨੂੰ ਵੇਖਣਾ ਹੈ, ਇਹ ਜਾਣਦੇ ਹੋਏ ਕ ਿਯਸ਼ੂ ਨੇ 2000 ਸਾਲ ਤੋਂ ਵੱਧ ਸਮਾਂ ਪਹਲਿਾਂ ਤੁਹਾਡੀ ਤੰਦਰੁਸਤੀ ਅਤੇ ਮੁਕਤੀ ਨੂੰ ਸੁਰੱਖਿਅਤ ਕਰਨ ਲਈ ਆਪਣਾ ਹਸਿਾ ਨਭਿਾਇਆ ਹੈ, ਇੱਕ ਡਾਊਨ ਪੇਮੈਂਟ ਦੇ ਰੂਪ ਵਿੱਚ ਬਹਾਲੀ, ਇਹ ਵਸਿ਼ਵਾਸ ਕਰਦੇ ਹੋਏ ਕ ਿਡਾਊਨ ਪੇਮੈਂਟ ਤੁਹਾਡੇ ਲਈ ਕਢਵਾਉਣ ਲਈ ਉਪਲਬਧ ਹੈ, ਜਵਿੇਂ ਕ ਿਬੈਂਕ ਵਿੱਚ ਤੁਹਾਡੇ ਚੈੱਕਗਿ ਖਾਤੇ ਵਿੱਚ ਇੱਕ ਸਕਾਰਾਤਮਕ ਬਕਾਇਆ, ਕੋਈ ਸਵਾਲ ਨਹੀ ਪੁੱਛਿਆ ਗਿਆ ਕਉਿਂਕ ਿਅਸੀ ਤੁਹਾਡੇ ਨਾਲ ਸਹਮਿਤ ਹਾਂ ਅਤੇ ਯਸ਼ੂ ਮਸੀਹ ਦੇ ਨਾਮ ਵਿੱਚ ਤੰਦਰੁਸਤ ਹੋਵੋ, ਆਮੀਨ)

ਉਸ ਅਧਕਿਾਰ ਦੁਆਰਾ, ਜੋ ਤੁਸੀ ਮੈਨੂੰ ਅਤੇ ਉਨ੍ਹਾਂ ਨੂੰ ਦੱਤਿਾ ਹੈ, ਮੈ ਹੁਣ ਵਸਿ਼ਵਾਸ ਨਾਲ ਉਸ ਅਧਕਿਾਰ ਦੀ ਵਰਤੋਂ ਦੁਸ਼ਮਣ ਦੇ ਵਰੁੱਧ ਉਨ੍ਹਾਂ ਦੇ ਗੁੱਸੇ ਅਤੇ ਭੁੱਖ ਨਾਲ ਕਰਦਾ ਹਾਂ ਜੋ ਤੁਸੀ ਉਨ੍ਹਾਂ ਸਾਰਆਿਂ ਨੂੰ ਮੁਫਤ ਵੱਚਿ ਦੱਤਿਾ ਹੈ, ਮੈ ਹਰ ਬਮਿਾਰੀ, ਹਰ ਬਮਿਾਰੀ ਨੂੰ ਸਰਾਪ ਦੇਂਦਿਾ ਹਾਂ, ਭਾਵੇਂ ਇਹ ਕੈਂਸਰ ਹੋਵੇ, ਕੋਵਡਿ 19 ਹੋਵੇ, ਭਾਵੇਂ ਇਹ ਕਮਜੋਰੀਆਂ ਦੀ ਭਾਵਨਾ ਹੋਵੇ, ਭਾਵੇਂ ਇਹ ਸ਼ੈਤਾਨੀ ਕਬਜ਼ਾ ਹੋਵੇ ਜਾਂ ਜ਼ੁਲਮ, ਭਾਵੇਂ ਇਹ ਗਰੀਬੀ, ਰੁਕਾਵਟਾਂ, ਉਸ ਚੀਜ਼ ਦੀ ਦੇਰੀ ਨਾਲ ਪੂਰਤੀ ਜੋ ਪਰਮੇਸ਼ੁਰ ਨੇ ਪਹਲਿਾਂ ਹੀ ਨਰਿਧਾਰਤ ਕੀਤੀ ਹੈ ਅਤੇ ਜਾਰੀ ਕੀਤੀ ਹੈ। ਅਸੀ ਵਮਿੰਗਤੀ ਦੇ ਵਰੁੱਧ ਆਉਂਦੇ ਹਾਂ, ਮੈ ਉਨ੍ਹਾਂ ਨੂੰ ਬੰਨ੍ਹਦਾ ਹਾਂ, ਅਸੀ ਉਨ੍ਹਾਂ ਨੂੰ ਉਨ੍ਹਾਂ ਦੀ ਜੜ੍ਹ ਤੱਕ ਸਰਾਪ ਦੇਂਦਿੇ ਹਾਂ ਅਤੇ ਅਸੀ ਉਨ੍ਹਾਂ ਨੂੰ ਯਸ਼ੂ ਮਸੀਹ ਦੇ ਨਾਮ 'ਤੇ ਅਧਕਿਾਰ ਦੁਆਰਾ ਬਾਹਰ ਕੱਢ ਦੇਂਦਿੇ ਹਾਂ। ਆਮੀਨ। ਅਸੀ ਯਸ਼ੂ ਮਸੀਹ ਦੇ ਸ਼ਕਤੀਸ਼ਾਲੀ ਨਾਮ 'ਤੇ ਉਨ੍ਹਾਂ ਦੇ ਜੀਵਨ ਵੱਚਿ ਇਲਾਜ, ਛੁਟਕਾਰਾ ਅਤੇ ਬਹਾਲੀ ਦੀ ਰਹਿਾਈ ਦਾ ਸੱਦਾ ਦੇਂਦਿੇ ਹਾਂ। ਪ੍ਰਭੂ, ਤੁਹਾਡੀ ਮਹਮਿਾ, ਸਨਮਾਨ ਅਤੇ ਪੂਜਾ ਲਈ ਕਾਇਮ ਰਹਣਿ ਵਾਲੀਆਂ ਗਵਾਹੀਆਂ ਲਈ ਧੰਨਵਾਦ। ਇਸ ਸੰਦੇਸ਼ ਦੇ ਨਤੀਜੇ ਵਜੋ

ਤੁਹਾਡੇ ਰਾਜ ਵਿੱਚ ਜੋੜੇ ਜਾ ਰਹੇ ਰੂਹਾਂ ਲਈ ਧੰਨਵਾਦ, ਉਹ ਚਮਤਕਾਰ ਜੋ ਅਸੀ ਪਹਿਲਾਂ ਹੀ ਯਿਸੂ ਦੇ ਨਾਮ 'ਤੇ ਦੇਖ ਰਹੇ ਹਾਂ ਅਤੇ ਤੁਹਾਡੀ ਮਹਿਮਾ ਲਈ ਪ੍ਰਗਟ ਹੋ ਰਹੇ ਹਾਂ, ਆਮੀਨ। ਇਹ ਹੋ ਗਿਆ ਹੈ! ਖੁਸ਼ ਹੋਵੋ!

ਸੰਪਰਕ ਦੇ ਬਿੰਦੂ ਵਜੋਂ ਉਜਾਗਰ ਕੀਤੇ ਇਸ ਸਥਾਨ ਨੂੰ ਛੂਹੋ ਅਤੇ ਆਪਣੇ ਮੂੰਹ ਨਾਲ ਇਕਰਾਰ ਕਰੋ - ਮੈਂ ਠੀਕ ਹੋ ਗਿਆ ਹਾਂ, ਮੈਨੂੰ ਛੁਟਕਾਰਾ ਮਿਲ ਗਿਆ ਹੈ ਅਤੇ ਮੈਂ ਆਪਣੀ ਆਤਮਾ, ਆਤਮਾ, ਸਰੀਰ ਅਤੇ ਆਪਣੇ ਆਲੇ ਦੁਆਲੇ ਯਿਸੂ ਮਸੀਹ ਦੇ ਨਾਮ 'ਤੇ ਬਹਾਲ ਹੋ ਗਿਆ ਹਾਂ, ਆਮੀਨ!!!

ਉਹ ਕਰਨਾ ਸ਼ੁਰੂ ਕਰੋ ਜੋ ਤੁਸੀ ਪਹਿਲਾਂ ਨਹੀ ਕਰ ਸਕਦੇ ਸੀ ਅਤੇ ਪੂਰੀ ਤਰ੍ਹਾਂ ਠੀਕ ਹੋਣ ਤੱਕ ਇਕਬਾਲ ਕਰਨਾ ਸ਼ੁਰੂ ਕਰੋ, ਯਿਸੂ ਦੇ ਨਾਮ ਵਿੱਚ ਛੁਟਕਾਰਾ ਬਹਾਲੀ ਤੁਹਾਡੇ ਜੀਵਨ ਵਿੱਚ ਇੱਕ ਫਲ ਨਹੀ ਬਣ ਜਾਂਦੀ, ਆਮੀਨ। ਪਰਮਾਤਮਾ ਲਈ ਭੁੱਖੇ ਰਹੋ, ਗੁੱਸੇ ਵਿੱਚ ਰਹੋ ਅਤੇ ਯਿਸੂ ਦੇ ਨਾਮ ਵਿੱਚ ਦੁਸ਼ਮਣ ਨੇ ਜੋ ਕੁਝ ਰੋਕਿਆ ਹੈ ਉਹ ਵਾਪਸ ਲੈ ਲਓ, ਆਮੀਨ।

ਨੋਟ:
ਪਰਮਾਤਮਾ ਦੀ ਮਹਿਮਾ ਲਈ ਇਲਾਜ ਅਤੇ ਦੁਸ਼ਮਣ ਦੀ ਸ਼ਰਮ ਲਈ ਗਵਾਹੀ ਦਓਿ! ਜੇਕਰ ਤੁਹਾਨੂੰ ਅਜੇ ਵੀ ਇਸ ਮੁੱਦੇ 'ਤੇ ਤੁਹਾਡੇ ਨਾਲ ਸਹਿਮਤ ਹੋਣ ਦੀ ਲੋੜ ਹੈ ਤਾਂ ਸਾਨੂੰ ਈਮੇਲ ਭੇਜੋ ਜਾਂ ਸਾਨੂੰ ਵਟਸਐਪ ਕਰੋ। ਅਤੇ ਅਗਲੇ ਹਫਤੇ ਵੀਰਵਾਰ ਤੋਂ ਸ਼ੁਰੂ ਹੋਣ ਵਾਲੀ ਉਪਕਰਣ ਲੜੀ ਵਿੱਚ ਜੁੜੋ। ਸਾਡੀ ਵੈੱਬਸਾਈਟ 'ਤੇ ਜਲਦੀ ਹੀ ਵੇਰਵੇ ਲੱਭੋ!

ਵੱਡੇ ਕਾਰਨਾਮੇ - 1 - ਅਧਿਆਇ 10 - ਇਲਾਜ, ਛੁਟਕਾਰਾ ਅਤੇ ਬਹਾਲੀ ਬਾਰੇ ਆਮ ਸਵਾਲਾਂ ਦੇ ਜਵਾਬ ਪ੍ਰਾਪਤ ਕਰੋ + ਸੇਵਾ ਕਰਨ ਲਈ ਵਿਹਾਰਕ ਦਸ਼ਿ–ਨਰਿਦੇਸ. ਇਲਾਜ, ਛੁਟਕਾਰਾ ਅਤੇ ਬਹਾਲੀ + ਪਵੱਤਿਰ ਆਤਮਾ ਦੁਆਰਾ ਇਡਾ ਮੇ ਹੈਮੰਡ ਨੂੰ ਪ੍ਰਗਟ ਕੀਤੇ ਗਏ ਸ਼ਾਈਜ਼ੋਫਰੀਨੀਆ ਦਾ ਸੰਸਲੇਸਣ ਅਤੇ ਆਤਮਾ ਨਾਲ ਕਵਿੰ ਨਜਠਿਣਾ ਹੈ ਭਾਗ ੧

ਪਿਆਰੇ ਦੋਸਤੋ, ਅੱਜ ਅਸੀਂ ਤੁਹਾਡੇ ਲਈ ਸਾਡੀ ਲੜੀ ਦਾ ਹਿੱਸਾ 9 ਲੈ ਕੇ ਆਏ ਹਾਂ ਜਿਸ ਵਿੱਚ ਕੈਦ ਲਈ ਕਾਫ਼ੀ ਹੈ ਅਤੇ ਮਸੀਹ ਵਿੱਚ ਆਜ਼ਾਦੀ ਦਾ ਸਵਾਗਤ ਹੈ। ਵਿਸ਼ਵਾਸ ਸੁਣਨ ਨਾਲ ਆਉਂਦਾ ਹੈ ਅਤੇ ਪਰਮੇਸ਼ੁਰ ਦੇ ਬਚਨ ਦੁਆਰਾ ਸੁਣਨਾ - ਰੋਮੀਆਂ 10:17। ਪਰਮੇਸ਼ੁਰ ਨੇ ਹੋਸ਼ੇਆ ਨਬੀ ਨੂੰ **ਹੋਸੇਆ 4:6-7 ਵਚਿ ਦੱਸਿਆ।**

ਐਮਪਲੀਫਾਈਡ ਬਾਈਬਲ, ਕਲਾਸਕਿ ਐਡੀਸਨ

6 ਮੇਰੀ ਪਰਜਾ ਗਆਿਨ ਦੀ ਘਾਟ ਕਾਰਨ ਨਾਸ ਹੋਈ ਹੈ; ਕਉਿਂਕਿ ਤੂੰ [ਜਾਜਕ ਕੌਮ] ਨੇ ਗਆਿਨ ਨੂੰ ਰੱਦ ਕੀਤਾ ਹੈ, ਇਸ ਲਈ ਮੈ ਤੈਨੂੰ ਵੀ ਰੱਦ ਕਰਾਂਗਾ ਕਿ ਤੂੰ ਮੇਰਾ ਜਾਜਕ ਨਾ ਰਹੇਂ; ਕਉਿਂਕਿ ਤੂੰ ਆਪਣੇ ਪਰਮੇਸੁਰ ਦੀ ਬਵਿਸਥਾ ਨੂੰ ਭੁੱਲ ਗਆਿ ਹੈ, ਇਸ ਲਈ ਮੈ ਤੇਰੇ ਬੱਚਆਿਂ ਨੂੰ ਵੀ ਭੁੱਲ ਜਾਵਾਂਗਾ।

[7] ਜਿੰਨਾ ਉਹ ਵਧੇ ਅਤੇ [ਖੁਸ਼ਹਾਲੀ ਅਤੇ ਸ਼ਕਤੀ ਵਿੱਚ] ਵਧੇ, ਓਨਾ ਹੀ ਉਨ੍ਹਾਂ ਨੇ ਮੇਰੇ ਵਿਰੁੱਧ ਪਾਪ ਕੀਤਾ, ਮੈਂ ਉਨ੍ਹਾਂ ਦੀ ਮਹਿਮਾ ਨੂੰ ਸ਼ਰਮ ਵਿੱਚ ਬਦਲ ਦਿਆਂਗਾ।

ਆਓ ਇੱਕ ਪਲ ਲਈ ਉੱਪਰ ਦਿੱਤੇ ਸ਼ਬਦਾਂ ਬਾਰੇ ਸੋਚੀਏ। ਪਰਮਾਤਮਾ ਕਹਿੰਦਾ ਹੈ ਜਿਵੇਂ ਅਸੀਂ ਗਿਆਨ ਨੂੰ ਰੱਦ ਕਰਦੇ ਹਾਂ। ਧਰਮ ਗ੍ਰੰਥ ਵਿੱਚ ਪ੍ਰਗਟ ਕੀਤੇ ਗਏ ਉਸਦੇ ਗਿਆਨ ਦੇ ਅਨੁਸਾਰ, ਉਹ ਸਾਨੂੰ ਉਸਦੀ ਪੁਜਾਰੀ ਵਜੋਂ ਸੇਵਾ ਕਰਨ ਤੋਂ ਵੀ ਰੱਦ ਕਰ ਦੇਵੇਗਾ। ਉਹ ਕਹਿੰਦਾ ਹੈ ਕਿਉਂਕਿ ਅਸੀਂ ਪਰਮਾਤਮਾ ਦੇ ਕਾਨੂੰਨ ਨੂੰ ਭੁੱਲ ਗਏ ਹਾਂ, ਉਹ ਕਹਿੰਦਾ ਹੈ ਕਿ ਉਹ ਸਾਡੇ ਬੱਚਿਆਂ ਨੂੰ ਵੀ ਭੁੱਲ ਜਾਵੇਗਾ। ਸੰਖੇਪ ਵਿੱਚ, ਉਹ ਸਾਨੂੰ ਅਤੇ ਸਾਡੇ ਬੱਚਿਆਂ ਨੂੰ ਭੁੱਲ ਜਾਵੇਗਾ। ਇਹੀ ਉਹ ਸ਼ਬਦ ਹੈ ਅਤੇ ਪਰਮਾਤਮਾ ਜੋ ਕਹਿੰਦਾ ਹੈ ਉਹ ਅਗਿਆਨਤਾ ਜਾਂ ਪਰਮਾਤਮਾ ਦੇ ਕੰਮਾਂ ਦੇ ਗਿਆਨ ਦੀ ਘਾਟ ਦੇ ਨਤੀਜੇ ਵਜੋਂ ਕਰੇਗਾ। ਪਰਮਾਤਮਾ ਨੇ ਆਇਤ 6 ਦੇ ਪਹਿਲੇ ਹਿੱਸੇ ਨਾਲ ਇੱਕ ਸ਼ਬਦ ਵੀ ਜੋੜਿਆ। ਉਸਨੇ ਕਿਹਾ ਕਿ ਅਸੀਂ ਆਪਣੀ ਖੁਸ਼ਹਾਲੀ ਦੇ ਮਾਪ ਦੁਆਰਾ ਉਸਦੇ ਵਿਰੁੱਧ ਪਾਪ ਕਰ ਰਹੇ ਹਾਂ। ਜਿੰਨਾ ਜ਼ਿਆਦਾ ਅਸੀਂ ਖੁਸ਼ਹਾਲ ਹੁੰਦੇ ਹਾਂ, ਓਨਾ ਹੀ ਅਸੀਂ ਸਵੈ-ਨਿਰਭਰ ਬਣਦੇ ਹਾਂ ਅਤੇ ਜਿੰਨਾ ਜ਼ਿਆਦਾ ਅਸੀਂ ਪਰਮਾਤਮਾ ਨੂੰ ਭੁੱਲ ਜਾਂਦੇ ਹਾਂ।

ਕੀ ਤੁਹਾਨੂੰ ਇਹ ਅਜੀਬ ਲੱਗਦਾ ਹੈ ਕਿ ਜਦੋਂ ਅਸੀਂ ਗੰਭੀਰਤਾ ਨਾਲ ਪਰਮਾਤਮਾ ਨੂੰ ਹੱਲ ਲੱਭਣ ਲਈ ਕਹਿੰਦੇ ਹਾਂ ਤਾਂ ਹੀ ਸਾਡੇ ਕੋਲ ਵਿਕਲਪ ਖਤਮ ਹੋ ਜਾਂਦੇ ਹਨ? ਜਦੋਂ ਅਸੀਂ ਬਿਮਾਰ ਹੁੰਦੇ ਹਾਂ, ਤਾਂ ਸਭ ਤੋਂ ਪਹਿਲਾਂ ਜੋ ਵਿਅਕਤੀ ਮਨ ਵਿੱਚ ਆਉਂਦਾ ਹੈ ਉਹ ਹੈ ਵਿਕਲਪਕ ਪੇਸ਼ਕਸ਼ਾਂ ਜਦੋਂ ਗਿਲਿਅਡ ਦਾ ਮਲ੍ਹਮ ਸਾਡੇ ਅੰਦਰ ਰਹਿੰਦਾ ਹੈ। ਜਦੋਂ ਸਭ ਕੁਝ ਅਸਫਲ ਹੋ ਜਾਂਦਾ ਹੈ ਤਾਂ ਅਸੀਂ ਪਰਮਾਤਮਾ ਨੂੰ ਇੱਕ ਵਾਧੂ ਟਾਇਰ ਵਜੋਂ ਵਰਤਦੇ ਹਾਂ।

ਜਦੋਂ ਸਾਨੂੰ ਪਰਮਾਤਮਾ ਦਾ ਬਚਨ ਜਾਂ ਕੋਈ ਵੀ ਅਜਿਹੀ ਚੀਜ਼ ਪੇਸ਼ ਕੀਤੀ ਜਾਂਦੀ ਹੈ ਜੋ ਸਾਡੀਆਂ ਚਿੰਤਾਵਾਂ ਨੂੰ ਦੂਰ ਕਰਨ ਵਿੱਚ ਮਦਦ ਕਰਨ ਲਈ ਗਿਆਨ (ਗਿਆਨ) ਲਿਆਉਂਦੀ ਹੈ, ਤਾਂ ਅਸੀਂ ਕਹਿੰਦੇ ਹਾਂ ਕਿ ਸਾਡੇ ਕੋਲ ਸਮਾਂ ਨਹੀਂ ਹੈ। ਪਰ ਸਾਨੂੰ ਕਿਸੇ ਵੀ ਅਜਿਹੀ ਚੀਜ਼ ਵਿੱਚ ਡੁੱਬਣ ਦਾ ਕੋਈ ਇਤਰਾਜ਼ ਨਹੀਂ ਹੈ ਜੋ

ਸਾਡਾ ਮਨੋਰੰਜਨ ਕਰਦੀ ਹੈ ਜਾਂ ਅਜਿਹੀ ਕੋਈ ਵੀ ਚੀਜ਼ ਜੋ ਸਾਨੂੰ ਸੰਸਾਰਿਕ ਲਾਭ ਦਿੰਦੀ ਹੈ।

ਅਸੀਂ ਆਪਣੇ ਵਿੱਤੀ ਮਾਮਲਿਆਂ ਵਿੱਚ ਘੰਟਿਆਂ ਬੱਧੀ ਘੰਟੀਆਂ ਲਗਾ ਸਕਦੇ ਹਾਂ ਪਰ ਜਦੋਂ ਰਾਜ ਨਾਲ ਸਬੰਧਤ ਚੀਜ਼ਾਂ ਦੀ ਗੱਲ ਆਉਂਦੀ ਹੈ, ਤਾਂ ਅਸੀਂ ਆਪਣੀਆਂ ਘੜੀਆਂ ਵੱਲ ਬੇਚੈਨੀ ਨਾਲ ਦੇਖਦੇ ਹਾਂ ਜਾਂ ਉਸ ਸੰਦੇਸ਼ ਨੂੰ ਸਮਝਣ ਤੋਂ ਪਹਿਲਾਂ ਹੀ ਸੌਂ ਜਾਂਦੇ ਹਾਂ ਜੋ ਉਹ ਸਾਨੂੰ ਦੇਣ ਦੀ ਕੋਸ਼ਿਸ਼ ਕਰ ਰਿਹਾ ਹੈ ਜੋ ਸਾਡੀ ਮੁਕਤੀ ਹੈ। ਅਸੀਂ ਡਾਕਟਰ ਨੂੰ ਮਿਲਣ ਲਈ ਘੰਟਿਆਂ ਬੱਧੀ ਉਡੀਕ ਕਰ ਸਕਦੇ ਹਾਂ ਪਰ ਸਾਡੇ ਕੋਲ ਉਸ ਉਪਕਰਣ ਲਈ ਇੱਕ ਘੰਟਾ ਵੀ ਨਹੀਂ ਹੈ ਜੋ ਸਾਨੂੰ ਆਪਣੇ ਕੰਮ ਵਿੱਚ ਸੰਪੂਰਨਤਾ ਲਿਆਉਣ ਅਤੇ ਪ੍ਰਭੂ ਦੇ ਨਾਲ ਚੱਲਣ ਲਈ ਲੋੜੀਂਦਾ ਹੈ।

ਫਿਰ ਅਸੀਂ ਕਿਸਨੂੰ ਮੂਰਖ ਬਣਾ ਰਹੇ ਹਾਂ? ਰੱਬ ਨੂੰ ਜਾਂ ਆਪਣੇ ਆਪ ਨੂੰ? ਅਤੇ ਅਸੀਂ ਸੋਚਦੇ ਹਾਂ ਕਿ ਸਾਡੀਆਂ ਪ੍ਰਾਰਥਨਾਵਾਂ ਸਵਰਗ ਦਾ ਧਿਆਨ ਕਿਉਂ ਨਹੀਂ ਖਿੱਚਦੀਆਂ - ਜਿਸ ਦਿਨ ਅਸੀਂ ਰੱਬ ਨੂੰ ਗੰਭੀਰਤਾ ਨਾਲ ਲੈਣਾ ਸ਼ੁਰੂ ਕਰਾਂਗੇ, ਉਹ ਸਾਨੂੰ ਗੰਭੀਰਤਾ ਨਾਲ ਲੈਣਾ ਸ਼ੁਰੂ ਕਰ ਦੇਵੇਗਾ।
ਯਹੋਵਾਹ ਅਜੇ ਵੀ ਤੁਹਾਨੂੰ ਅਤੇ ਮੈਨੂੰ ਕਹਿ ਰਿਹਾ ਹੈ - **ਯਰਮਿਯਾਹ 29:13**

ਐਮਪਲੀਫਾਈਡ ਬਾਈਬਲ, ਕਲਾਸਕਿ ਐਡੀਸਨ
[13] ਤਦ ਤੁਸੀ ਮੈਨੂੰ ਭਾਲੋਗੇ, ਮੇਰੀ ਭਾਲ ਕਰੋਗੇ, ਅਤੇ ਮੈਨੂੰ ਮੰਗੋਗੇ [ਇੱਕ ਜਰੂਰੀ ਲੋੜ ਵਜੋਂ] ਅਤੇ ਜਦੋਂ ਤੁਸੀ ਮੈਨੂੰ ਆਪਣੇ ਪੂਰੇ ਦਲਿ ਨਾਲ ਭਾਲੋਗੇ ਤਾਂ ਮੈਨੂੰ ਪਾਓਗੇ।

ਇਹੀ ਕਾਰਨ ਹੈ ਕਿ ਇਹ ਲੜੀ ਹਰ ਕਿਸੇ ਲਈ ਨਹੀਂ ਹੈ। ਇਹ ਲੜੀ ਉਨ੍ਹਾਂ ਲਈ ਹੈ ਜਿਨ੍ਹਾਂ ਨੂੰ ਪਰਮਾਤਮਾ ਦੀ ਸਾਰੀ ਭੁੱਖ ਹੈ। ਸਾਨੂੰ ਆਪਣੇ ਆਪ ਨੂੰ ਹੇਠ ਲਿਖਿਆਂ ਨਾਲ ਪਹਿਲਾਂ ਤੋਂ ਯੋਗ ਬਣਾਉਣਾ ਚਾਹੀਦਾ ਹੈ:
A: ਉਪਲਬਧਤਾ - ਆਤਮਾ, ਆਤਮਾ ਅਤੇ ਸਰੀਰ;
ਅ: ਅਧਕਿਾਰ ਅਤੇ ਸ਼ਕਤੀ ਦੀ ਵਰਤੋਂ ਕਰਨ ਦੀ ਦਲੇਰੀ;
C: ਜਥਿੇ ਲੋਕ ਦੁਖੀ ਹੋ ਰਹੇ ਹਨ ਉੱਥੇ ਬੈਠਣ ਲਈ ਦਇਆ;

ਡੀ: ਜਿੱਤ ਤੱਕ ਅੱਗੇ ਵਧਣ ਦਾ ਦ੍ਰਿੜ੍ਹ ਇਰਾਦਾ;
ਈ: ਸੱਚਾ ਪਿਆਰ ਜੋ ਸਤਹੀ ਤੌਰ 'ਤੇ ਨਹੀ ਹੈ;
F: ਸ਼ੈਤਾਨ ਨਾਲ ਭਿਆਨਕ ਗੁੱਸਾ ਅਤੇ
ਜੀ: ਸਾਡੇ ਅੰਦਰ ਅਤੇ ਆਲੇ ਦੁਆਲੇ ਪਰਮਾਤਮਾ ਦੀ ਸੰਪੂਰਨਤਾ ਲਈ ਬਹੁਤ ਭੁੱਖ ਹੈ ਤਾਂ ਜੋ ਅਸੀ ਉਸਦੇ ਲਈ ਦੁਨੀਆ ਨੂੰ ਛੂਹ ਸਕੀਏ।

ਮੈਨੂੰ ਪਸੰਦ ਹੈ ਕਿ ਅਸੀਂ ਜਿਸੂ ਦੇ ਇਸ ਬਚਨ ਉੱਤੇ ਮਨਨ ਕਰੀਏ - **ਲੂਕਾ 18:7-8**

ਐਮਪਲੀਫਾਈਡ ਬਾਈਬਲ, ਕਲਾਸਕਿ ਐਡੀਸ਼ਨ

[7] ਅਤੇ ਕੀ [ਸਾਡਾ ਧਰਮੀ] ਪਰਮੇਸ਼ੁਰ ਆਪਣੇ ਚੁਣੇ ਹੋਏ ਲੋਕਾਂ (ਉਸਦੇ ਚੁਣੇ ਹੋਏ ਲੋਕਾਂ) ਦੀ ਰੱਖਿਆ , ਰੱਖਿਆ ਅਤੇ ਬਦਲਾ ਨਹੀ ਲਵੇਗਾ, ਜੋ ਦਨਿ ਰਾਤ ਉਸਨੂੰ ਪੁਕਾਰਦੇ ਹਨ? ਕੀ ਉਹ [a] ਉਨ੍ਹਾਂ ਨੂੰ ਮੁਲਤਵੀ ਕਰੇਗਾ ਅਤੇ [b] ਉਨ੍ਹਾਂ ਵੱਲੋਂ ਮਦਦ ਵਿੱਚ ਦੇਰੀ?

[8] ਮੈ ਤੁਹਾਨੂੰ ਦੱਸਦਾ ਹਾਂ, ਉਹ ਉਨ੍ਹਾਂ ਦੀ ਰੱਖਿਆ ਕਰੇਗਾ , ਉਨ੍ਹਾਂ ਦੀ ਰੱਖਿਆ ਕਰੇਗਾ ਅਤੇ ਉਨ੍ਹਾਂ ਦਾ ਬਦਲਾ ਜਲਦੀ ਲਵੇਗਾ ' ਪਰ ਜਦੋਂ ਮਨੁੱਖ ਦਾ ਪੁੱਤਰ ਆਵੇਗਾ, ਕੀ ਉਹ ਧਰਤੀ ਉੱਤੇ ਵਸਿ਼ਵਾਸ ਵਿੱਚ ਦ੍ਰਿੜ੍ਹਤਾ ਪਾਵੇਗਾ?

ਜਦੋਂ ਪ੍ਰਭੂ ਆਵੇਗਾ ਤਾਂ ਉਹ ਤੁਹਾਨੂੰ ਅਤੇ ਮੈਨੂੰ ਵਿਸ਼ਵਾਸ ਵਿੱਚ ਪਾਵੇ। ਵਿਸ਼ਵਾਸ ਦੀ ਉਹ ਕਿਸਮ ਜੋ ਸੁਣਨ ਨਾਲ ਅਤੇ ਪਰਮੇਸ਼ੁਰ ਦੇ ਬਚਨ ਦੁਆਰਾ ਸੁਣਨ ਨਾਲ ਆਉਂਦੀ ਹੈ, ਅਨੁਸਾਰੀ ਕਾਰਵਾਈ ਕਰਦੇ ਹੋਏ - ਰੋਮੀਆਂ 10:17। ਆਮੀਨ? ਆਮੀਨ

ਬਮਿਾਰੀ ਅਤੇ ਇਲਾਜ ਬਾਰੇ ਆਮ ਸਵਾਲਾਂ ਦੇ ਜਵਾਬ

ਉਦਾਹਰਣਾਂ: **ਪੌਲੁਸ ਦਾ ਕੰਡਾ; ਅੱਯੂਬ ਦੀਆਂ ਮੁਸੀਬਤਾਂ; ਕਸਿ ਨੂੰ ਸ਼ੈਤਾਨ ਦੇ ਹਵਾਲੇ ਕਰਨਾ; ਕੁਰਿੰਥੁਸ ਚਰਚ—ਬਹੁਤ ਸਾਰੇ ਕਮਜ਼ੋਰ, ਬਹੁਤ ਸਾਰੇ ਬਮਿਾਰ, ਅਤੇ ਬਹੁਤ ਸਾਰੇ ਸਮੇਂ ਤੋਂ ਪਹਿਲਾਂ ਮਰ ਜਾਂਦੇ ਹਨ; ਤਮਿਥਿਉਸ ਦਾ ਪੇਟ; ਹਜ਼ਿਕੀਯਾਹ ਦੀ ਬਮਿਾਰੀ; ਤ੍ਰੋਫਮਿਸ ਬਮਿਾਰ ਰਹਿ ਗਿਆ; ਇਪਾਫ਼ਰੋਦੀਤੁਸ - ਮਸੀਹ ਦੇ ਕੰਮ ਲਈ ਉਹ ਮੌਤ ਦੇ ਨੇੜੇ ਆ ਗਿਆ; ਕੀ**

ਬਮਿਾਰੀ ਪ੍ਰਭੂ ਦੀ ਤਾੜਨਾ ਹੈ? ਕੀ ਵਸਿ਼ਵਾਸ ਅਤੇ ਦਵਾਈ ਨੂੰ ਜੋੜਨਾ ਠੀਕ ਹੈ? ਕੀ ਆਪਣੀ ਸਹਿਤ ਦਾ ਧਿਆਨ ਰੱਖਣਾ ਅਵਸਿ਼ਵਾਸ ਦੀ ਨਸਿ਼ਾਨੀ ਹੈ?

ਬਾਈਬਲ ਵਿੱਚ ਕਈ ਅਜਿਹੇ ਹਵਾਲੇ ਹਨ ਜਿਨ੍ਹਾਂ ਨੂੰ ਅਕਸਰ ਗਲਤ ਸਮਝਿਆ ਜਾਂਦਾ ਹੈ ਅਤੇ ਬਿਮਾਰੀ ਅਤੇ ਹੋਰ ਸ਼ੈਤਾਨੀ ਕੰਮਾਂ ਨੂੰ ਸਹਿਣ ਕਰਨ ਦੇ ਆਧਾਰ ਵਜੋਂ ਵਰਤਿਆ ਜਾਂਦਾ ਹੈ। ਅੱਜ ਦੇ ਸੰਦੇਸ਼ ਵਿੱਚ, ਅਸੀਂ ਇਹਨਾਂ ਵਿੱਚੋਂ ਕੁਝ 'ਤੇ ਇੱਕ ਨਜ਼ਰ ਮਾਰਦੇ ਹਾਂ ਅਤੇ ਇਹਨਾਂ ਨੂੰ ਸਮਝਣ ਲਈ ਸਮਝ ਪ੍ਰਦਾਨ ਕਰਦੇ ਹਾਂ। ਸਾਨੂੰ ਇਹ ਯਾਦ ਰੱਖਣਾ ਚਾਹੀਦਾ ਹੈ ਕਿ ਸਾਰੇ ਧਰਮ-ਗ੍ਰੰਥ ਦੀ ਵਿਆਖਿਆ ਬਾਕੀ ਧਰਮ-ਗ੍ਰੰਥ ਦੀ ਰੌਸ਼ਨੀ ਵਿੱਚ ਅਤੇ ਯਿਸੂ ਮਸੀਹ ਦੇ ਵਿਅਕਤੀ ਦੀ ਰੌਸ਼ਨੀ ਵਿੱਚ ਕੀਤੀ ਜਾਣੀ ਚਾਹੀਦੀ ਹੈ।

ਅਸੀਂ ਪਰਮਾਤਮਾ ਬਾਰੇ ਜੋ ਕੁਝ ਵੀ ਜਾਣਦੇ ਹਾਂ, ਉਹ ਉਸ ਪਰਮਾਤਮਾ ਦੁਆਰਾ ਜੋ ਦੇਖਿਆ ਅਤੇ ਸੁਣਿਆ ਜਾਂਦਾ ਹੈ, ਉਸ ਨਾਲ ਮੇਲ ਖਾਂਦਾ ਹੋਣਾ ਚਾਹੀਦਾ ਹੈ ਜੋ ਮਨੁੱਖ ਬਣੇ, ਯਿਸੂ ਮਸੀਹ। ਜੋ ਵੀ ਅਸੀਂ ਪਰਮਾਤਮਾ ਬਾਰੇ ਸਮਝਣ ਦਾ ਦਾਅਵਾ ਕਰਦੇ ਹਾਂ ਅਤੇ ਯਿਸੂ ਦੇ ਕਹੇ ਅਤੇ ਕੀਤੇ ਅਨੁਸਾਰ ਨਹੀਂ ਹੈ, ਉਸ 'ਤੇ ਸਵਾਲ ਉਠਾਏ ਜਾ ਸਕਦੇ ਹਨ ਅਤੇ ਰੱਦ ਕੀਤੇ ਜਾ ਸਕਦੇ ਹਨ। ਯਿਸੂ ਮਸੀਹ ਸੰਪੂਰਨ ਧਰਮ ਸ਼ਾਸਤਰ ਹੈ, ਉਹ ਸ਼ਬਦ ਜੋ ਮਨੁੱਖ ਬਣਿਆ।

ਪੌਲੁਸ ਦਾ ਕਾਂਟਾ

2 ਕੁਰਿੰਥੀਆਂ 12:7-10 7 ਅਤੇ ਇਸ ਲਈ ਕਿ ਮੈਂ ਪ੍ਰਕਾਸ਼ਨਾਂ ਦੀ ਬਹੁਤਾਤ ਕਰਕੇ ਬਹੁਤ ਜ਼ਿਆਦਾ ਫੁੱਲ ਨਾ ਜਾਵਾਂ, ਮੇਰੇ ਸਰੀਰ ਵਿੱਚ ਇੱਕ ਕੰਡਾ ਚੋਭਿਆ ਗਿਆ, ਸ਼ੈਤਾਨ ਦਾ ਦੂਤ ਜੋ ਮੈਨੂੰ ਮਾਰਨ ਲਈ ਮਜਬੂਰ ਕਰਦਾ ਹੈ, ਤਾਂ ਜੋ ਮੈਂ ਬਹੁਤ ਜ਼ਿਆਦਾ ਫੁੱਲ ਨਾ ਜਾਵਾਂ। 8 ਇਸ ਗੱਲ ਬਾਰੇ ਮੈਂ ਪ੍ਰਭੂ ਅੱਗੇ ਤਿੰਨ ਵਾਰ ਬੇਨਤੀ ਕੀਤੀ ਕਿ ਇਹ ਮੇਰੇ ਤੋਂ ਦੂਰ ਹੋ ਜਾਵੇ। 9 ਅਤੇ ਉਸਨੇ ਮੈਨੂੰ ਕਿਹਾ, "ਮੇਰੀ ਕਿਰਪਾ ਤੇਰੇ ਲਈ ਕਾਫ਼ੀ ਹੈ, ਕਿਉਂਕਿ ਮੇਰੀ ਤਾਕਤ ਕਮਜ਼ੋਰੀ ਵਿੱਚ ਪੂਰੀ ਹੁੰਦੀ ਹੈ।" ਇਸ ਲਈ ਮੈਂ ਬਹੁਤ ਖੁਸ਼ੀ ਨਾਲ ਆਪਣੀਆਂ ਕਮਜ਼ੋਰੀਆਂ ਵਿੱਚ ਮਾਣ ਕਰਾਂਗਾ, ਤਾਂ ਜੋ ਮਸੀਹ ਦੀ ਸ਼ਕਤੀ ਮੇਰੇ ਉੱਤੇ ਠਹਿਰੇ। 10 ਇਸ ਲਈ ਮੈਂ ਮਸੀਹ ਦੇ ਲਈ ਕਮਜ਼ੋਰੀਆਂ,

ਬਦਨਾਮੀਆਂ, ਜ਼ਰੂਰਤਾਂ, ਅਤਿਆਚਾਰਾਂ, ਮੁਸੀਬਤਾਂ ਵਿੱਚ ਖੁਸ਼ ਹਾਂ। ਕਿਉਂਕਿ ਜਦੋਂ ਮੈਂ ਕਮਜ਼ੋਰ ਹੁੰਦਾ ਹਾਂ, ਤਾਂ ਮੈਂ ਤਾਕਤਵਰ ਹੁੰਦਾ ਹਾਂ।

ਪੌਲੁਸ ਰਸੂਲ ਨੂੰ ਸੱਚਮੁੱਚ ਬਹੁਤ ਸਾਰੇ ਪ੍ਰਕਾਸ਼ ਮਿਲੇ। ਆਪਣੇ ਬਹੁਤ ਸਾਰੇ ਨਿੱਜੀ ਅਨੁਭਵਾਂ, ਮੁਲਾਕਾਤਾਂ ਅਤੇ ਤੀਜੇ ਸਵਰਗ ਵਿੱਚ ਲਿਜਾਏ ਜਾਣ ਤੋਂ ਇਲਾਵਾ, ਪੌਲੁਸ ਨੇ ਨਵੇਂ ਨੇਮ ਦੇ ਪ੍ਰਕਾਸ਼ ਦਾ ਬਹੁਤ ਸਾਰਾ ਹਿੱਸਾ ਸਮਝਿਆ ਅਤੇ ਲਿਖਿਆ। ਅਜਿਹਾ ਨਾ ਹੋਵੇ ਕਿ ਪੌਲੁਸ ਹੰਕਾਰ ਨਾਲ ਫੁੱਲ ਜਾਵੇ, ਪਰਮੇਸ਼ੁਰ ਨੇ "ਸਰੀਰ ਵਿੱਚ ਇੱਕ ਕੰਡਾ" ਹੋਣ ਦਿੱਤਾ। ਹੁਣ ਬਹੁਤ ਸਾਰੇ ਅੰਦਾਜ਼ਾ ਲਗਾਉਂਦੇ ਹਨ ਕਿ ਇਹ "ਸਰੀਰ ਵਿੱਚ ਇੱਕ ਕੰਡਾ" ਕੀ ਸੀ। ਕੁਝ ਕਹਿੰਦੇ ਹਨ ਕਿ ਇਹ ਬਿਮਾਰੀ ਸੀ, ਅੱਖਾਂ ਦੀ ਸਮੱਸਿਆ ਸੀ, ਹੱਥ ਦੀ ਸਮੱਸਿਆ ਸੀ।

ਹਾਲਾਂਕਿ, ਰਸੂਲ ਕਹਿੰਦਾ ਹੈ ਕਿ ਇਹ "ਸ਼ੈਤਾਨ ਦਾ ਇੱਕ ਦੂਤ (ਯੂਨਾਨੀ ਐਂਜਲੋਸ = ਦੂਤ) ਸੀ।" ਪੌਲੁਸ ਸਪੱਸ਼ਟ ਤੌਰ 'ਤੇ ਕਹਿੰਦਾ ਹੈ ਕਿ ਸਰੀਰ ਵਿੱਚ ਕੰਡਾ ਸ਼ੈਤਾਨ ਦਾ ਦੂਤ ਸੀ। ਯੂਨਾਨੀ ਵਿੱਚ ਦੂਤ ਸ਼ਬਦ, ਦੂਤ ਲਈ ਵਰਤਿਆ ਜਾਣ ਵਾਲਾ ਉਹੀ ਸ਼ਬਦ ਹੈ, ਅਤੇ ਉਦਾਹਰਣ ਵਜੋਂ ਪ੍ਰਕਾਸ਼ ਦੀ ਕਿਤਾਬ, ਅਧਿਆਇ 2 ਅਤੇ 3 ਵਿੱਚ "ਚਰਚ ਦੇ ਦੂਤ" ਵਿੱਚ ਵਰਤਿਆ ਗਿਆ ਹੈ, ਜਦੋਂ ਪ੍ਰਭੂ ਨੇ ਹਰੇਕ ਚਰਚ ਨੂੰ ਸੰਬੋਧਿਤ ਕੀਤਾ ਸੀ। ਇਸ ਲਈ ਸ਼ੈਤਾਨ ਦਾ ਦੂਤ ਇੱਕ ਅਧਿਆਤਮਿਕ ਜੀਵ ਸੀ ਜੋ ਪੌਲੁਸ ਦੀ ਸੇਵਕਾਈ ਵਿੱਚ "ਬੱਟ ਮਾਰਨ" (ਭਾਵ ਵਾਰ-ਵਾਰ ਮਾਰਨ) ਦਾ ਲਗਾਤਾਰ ਵਿਰੋਧ ਕਰਦਾ ਸੀ। ਪਿਛਲੇ ਅਧਿਆਇ ਵਿੱਚ, ਪੌਲੁਸ ਨੇ ਉਨ੍ਹਾਂ ਬਹੁਤ ਸਾਰੀਆਂ ਮੁਸ਼ਕਲਾਂ, ਮੁਸੀਬਤਾਂ, ਕਮਜ਼ੋਰੀਆਂ ਦਾ ਵਰਣਨ ਕੀਤਾ ਜਿਨ੍ਹਾਂ ਨੂੰ ਉਸਨੇ ਸਹਿਣ ਕੀਤਾ। ਇੱਥੇ ਉਹ ਕਿਹਾ ਹੈ, "ਕੀ ਉਹ ਮਸੀਹ ਦੇ ਸੇਵਕ ਹਨ?—ਮੈਂ ਮੂਰਖ ਵਾਂਗ ਬੋਲਦਾ ਹਾਂ—ਮੈਂ ਹੋਰ ਹਾਂ: ਮਿਹਨਤਾਂ ਵਿੱਚ ਵਧੇਰੇ , ਹੱਦ ਤੋਂ ਵੱਧ ਕੋਰੜੇ ਖਾਣ ਵਿੱਚ, ਜੇਲ੍ਹਾਂ ਵਿੱਚ ਵਧੇਰੇ, ਮੌਤਾਂ ਵਿੱਚ ਅਕਸਰ।

ਯਹੂਦੀਆਂ ਤੋਂ ਪੰਜ ਵਾਰ ਮੈਨੂੰ ਚਾਲੀ ਕੋਰੜੇ ਮਾਰੇ ਗਏ, ਇੱਕ ਤੋਂ ਘੱਟ। ਤਿੰਨ ਵਾਰ ਮੈਨੂੰ ਡੰਡਿਆਂ ਨਾਲ ਮਾਰਿਆ ਗਿਆ; ਇੱਕ ਵਾਰ ਮੈਨੂੰ ਪੱਥਰ ਮਾਰੇ ਗਏ; ਤਿੰਨ ਵਾਰ ਮੇਰਾ ਜਹਾਜ਼ ਟੁੱਟ ਗਿਆ; ਇੱਕ ਰਾਤ ਅਤੇ ਇੱਕ ਦਿਨ ਮੈਂ ਡੂੰਘੇ ਸਮੁੰਦਰ ਵਿੱਚ ਰਿਹਾ ਹਾਂ; ਅਕਸਰ ਯਾਤਰਾਵਾਂ ਵਿੱਚ, ਪਾਣੀਆਂ ਦੇ ਖ਼ਤਰਿਆਂ ਵਿੱਚ, ਡਾਕੂਆਂ ਦੇ

ਖ਼ਤਰਿਆਂ ਵਿੱਚ, ਆਪਣੇ ਹੀ ਦੇਸ਼ ਵਾਸੀਆਂ ਦੇ ਖ਼ਤਰਿਆਂ ਵਿੱਚ, ਗੈਰ-ਯਹੂਦੀਆਂ ਦੇ ਖ਼ਤਰਿਆਂ ਵਿੱਚ, ਸ਼ਹਿਰ ਵਿੱਚ ਖ਼ਤਰਿਆਂ ਵਿੱਚ, ਉਜਾੜ ਵਿੱਚ ਖ਼ਤਰਿਆਂ ਵਿੱਚ, ਸਮੁੰਦਰ ਵਿੱਚ ਖ਼ਤਰਿਆਂ ਵਿੱਚ, ਝੂਠੇ ਭਰਾਵਾਂ ਵਿੱਚ ਖ਼ਤਰਿਆਂ ਵਿੱਚ; ਥਕਾਵਟ ਅਤੇ ਮਿਹਨਤ ਵਿੱਚ, ਅਕਸਰ ਨੀਂਦ ਨਾ ਆਉਣ ਵਿੱਚ, ਭੁੱਖ ਅਤੇ ਪਿਆਸ ਵਿੱਚ, ਅਕਸਰ ਵਰਤ ਰੱਖਣ ਵਿੱਚ, ਠੰਡ ਅਤੇ ਨੰਗੇਪਣ ਵਿੱਚ" (2 ਕੁਰਿੰਥੀਆਂ 11:23-27)। ਜਦੋਂ ਕਿ ਇਹਨਾਂ ਵਿੱਚੋਂ ਕੁਝ ਮੁਸ਼ਕਲਾਂ ਉਸਨੇ ਆਪਣੇ ਆਪ ਉੱਤੇ ਲਈਆਂ, ਇਹਨਾਂ ਵਿੱਚੋਂ ਬਹੁਤ ਸਾਰੀਆਂ ਉਸ ਕੰਮ ਦੇ ਵਿਰੋਧ ਵਜੋਂ ਆਈਆਂ ਜੋ ਉਹ ਕਰ ਰਿਹਾ ਸੀ।
ਇਨ੍ਹਾਂ ਸਾਰਿਆਂ ਨੇ "ਉਸਦੇ ਪੈਰ ਜ਼ਮੀਨ 'ਤੇ ਰੱਖਣ" ਲਈ ਕੰਮ ਕੀਤਾ, ਉਸਨੂੰ ਨਿਮਰਤਾ ਨਾਲ ਚੱਲਣ ਵਿੱਚ ਮਦਦ ਕੀਤੀ ਇਹ ਜਾਣਦੇ ਹੋਏ ਕਿ ਉਸਨੂੰ ਪ੍ਰਭੂ 'ਤੇ ਨਿਰਭਰ ਕਰਨਾ ਪਵੇਗਾ। ਪੌਲੁਸ ਨੇ ਇਸ ਸ਼ੈਤਾਨੀ ਜੀਵ ਦੇ ਚਲੇ ਜਾਣ ਲਈ ਤਿੰਨ ਵਾਰ ਪ੍ਰਾਰਥਨਾ ਕੀਤੀ। ਇਸ ਸਥਿਤੀ ਵਿੱਚ, ਪਰਮੇਸ਼ੁਰ ਨੇ ਸ਼ੈਤਾਨ ਦੇ ਦੂਤ ਨੂੰ ਰਸਤੇ ਤੋਂ ਨਹੀਂ ਹਟਾਇਆ। ਇਸ ਦੀ ਬਜਾਏ, ਉਸਨੇ ਪੌਲੁਸ ਨੂੰ ਅੱਗੇ ਵਧਣ ਅਤੇ ਇਸ ਸ਼ੈਤਾਨੀ ਜੀਵ ਦੇ ਕਰਮਾਂ 'ਤੇ ਕਾਬੂ ਪਾਉਣ ਲਈ ਆਪਣੀ ਕਿਰਪਾ 'ਤੇ ਭਰੋਸਾ ਕਰਨ ਲਈ ਕਿਹਾ। ਇਸ ਲਈ ਪੌਲੁਸ ਸਮਝ ਗਿਆ ਕਿ ਉਸਦੇ ਸਭ ਤੋਂ ਕਮਜ਼ੋਰ ਪਲਾਂ ਵਿੱਚ ਵੀ, ਪਰਮੇਸ਼ੁਰ ਦੀ ਕਿਰਪਾ ਉਸਨੂੰ ਮਜ਼ਬੂਤ ਰੱਖਣ ਲਈ ਕਾਫ਼ੀ ਸੀ।

ਅੱਜ ਵਿਸ਼ਵਾਸੀ ਹੋਣ ਦੇ ਨਾਤੇ, ਸਾਡੇ ਵਿੱਚੋਂ ਕਿਸੇ ਨੂੰ ਵੀ ਇੰਨੀ ਭਰਪੂਰ ਖੁਲਾਸੇ ਨਹੀਂ ਮਿਲੇ ਹਨ। ਸਾਨੂੰ ਪੌਲੁਸ ਵਾਂਗ ਇਸ ਤਰ੍ਹਾਂ ਨਹੀਂ ਵਰਤਿਆ ਗਿਆ ਹੈ ਕਿ ਸਾਨੂੰ "ਸਰੀਰ ਵਿੱਚ ਕੰਡਾ" ਦਿੱਤਾ ਜਾਵੇ, ਜੋ ਕਿ ਸ਼ੈਤਾਨ ਦਾ ਦੂਤ ਹੈ ਜੋ ਸਾਨੂੰ ਨਿਮਰ ਰੱਖਣ ਲਈ ਮਾਰਦਾ ਹੈ। ਇਸ ਤੋਂ ਇਲਾਵਾ, ਸਾਡੇ ਲਈ ਇਹ ਦਾਅਵਾ ਕਰਨਾ ਕਿ ਸਾਡੀ ਬਿਮਾਰੀ "ਸਰੀਰ ਵਿੱਚ ਇੱਕ ਕੰਡਾ" ਹੈ ਜੋ ਸਾਨੂੰ ਇੱਕ ਮਹਾਨ ਅਧਿਆਤਮਿਕ ਉਦੇਸ਼ ਲਈ ਦਿੱਤਾ ਗਿਆ ਹੈ, ਕਾਫ਼ੀ ਗੈਰ-ਸ਼ਾਸਤਰੀ ਅਤੇ ਸਵੈ-ਉੱਚਾ ਹੈ। ਸਾਨੂੰ ਬਿਮਾਰੀ ਨਾਲ ਲੜਨਾ ਚਾਹੀਦਾ ਹੈ ਕਿਉਂਕਿ ਸ਼ੈਤਾਨ ਦਾ ਕੰਮ ਹੈ ਜਿਸਦਾ ਸਾਡੇ ਸਰੀਰਾਂ ਵਿੱਚ ਕੋਈ ਅਧਿਕਾਰ ਨਹੀਂ ਹੈ।

ਅੱਯੂਬ ਦੀਆਂ ਮੁਸ਼ਕਲਾਂ

ਅੱਯੂਬ 1:12 ਤਾਂ ਸੈਤਾਨ ਯਹੋਵਾਹ ਦੇ ਹਜ਼ੂਰੋਂ ਚੱਲਿਆ ਗਿਆ।

ਅੱਯੂਬ 2:6,7 6 ਯਹੋਵਾਹ ਨੇ ਸੈਤਾਨ ਨੂੰ ਕਹਿ, "ਵੇਖ, ਉਹ ਤੇਰੇ ਹੱਥ ਵਿੱਚ ਹੈ, ਪਰ ਉਸਦੀ ਜਾਨ ਬਚਾ ਲੈ।" 7 ਤਾਂ ਸੈਤਾਨ ਯਹੋਵਾਹ ਦੇ ਹਜ਼ੂਰੋਂ ਚੱਲਿਆ ਗਿਆ ਅਤੇ ਅੱਯੂਬ ਨੂੰ ਪੈਰ ਦੀ ਤਲੀ ਤੋਂ ਲੈ ਕੇ ਸਰਿ ਦੀ ਚੋਟੀ ਤੱਕ ਦਰਦਨਾਕ ਫੋੜਿਆਂ ਨਾਲ ਮਾਰਿਆ।

ਅੱਯੂਬ 2:10 ਇਸ ਸਾਰੇ ਮਾਮਲੇ ਵਿੱਚ ਅੱਯੂਬ ਨੇ ਆਪਣੇ ਬੁੱਲ੍ਹਾਂ ਨਾਲ ਪਾਪ ਨਹੀ ਕੀਤਾ।

ਅੱਯੂਬ 3:25 ਕਉਿਂਕਿ ਜਸਿ ਗੱਲ ਤੋਂ ਮੈ ਬਹੁਤ ਡਰਦਾ ਸੀ, ਉਹ ਮੇਰੇ ਉੱਤੇ ਆ ਪਈ, ਅਤੇ ਜਸਿ ਗੱਲ ਤੋਂ ਮੈ ਡਰਦਾ ਸੀ, ਉਹ ਮੇਰੇ ਨਾਲ ਵਾਪਰੀ।

ਅੱਯੂਬ 42:10 ਅਤੇ ਜਦੋਂ ਅੱਯੂਬ ਨੇ ਆਪਣੇ ਦੋਸਤਾਂ ਲਈ ਪ੍ਰਾਰਥਨਾ ਕੀਤੀ ਤਾਂ ਯਹੋਵਾਹ ਨੇ ਉਸ ਦੇ ਨੁਕਸਾਨ ਨੂੰ ਬਹਾਲ ਕੀਤਾ। ਸੱਚਮੁੱਚ ਯਹੋਵਾਹ ਨੇ ਅੱਯੂਬ ਨੂੰ ਪਹਲਿਾਂ ਨਾਲੋਂ ਦੁੱਗਣਾ ਦੱਤਿਾ।

ਯਾਕੂਬ 5:11 ਅਸੀ ਉਨ੍ਹਾਂ ਨੂੰ ਧੰਨ ਆਖਦੇ ਹਾਂ ਜਹਿੜੇ ਸਬਰ ਕਰਦੇ ਹਨ। ਤੁਸੀ ਅੱਯੂਬ ਦੇ ਸਬਰ ਬਾਰੇ ਸੁਣਆਿ ਹੈ ਅਤੇ ਪ੍ਰਭੂ ਦੇ ਅੰਤ ਨੂੰ ਵੀ ਵੇਖਆਿ ਹੈ - ਕਿ ਪ੍ਰਭੂ ਬਹੁਤ ਹੀ ਦਇਆਲੂ ਅਤੇ ਦਇਆਲੂ ਹੈ।

ਇਹ ਸ਼ੈਤਾਨ ਹੀ ਸੀ ਜਸਿਨੇ ਅੱਯੂਬ ਅਤੇ ਉਸਦੇ ਪਰਵਿਾਰ ਨੂੰ ਹਰ ਤਰ੍ਹਾਂ ਦੀਆਂ ਮੁਸੀਬਤਾਂ ਅਤੇ ਬਮਿਾਰੀਆਂ ਦਾ ਕਾਰਨ ਬਣਾਇਆ (ਅੱਯੂਬ1:12; 2:7)। ਅਸੀ ਸ਼ੈਤਾਨ ਦੇ ਕੰਮਾਂ ਲਈ ਸ਼ਾਮਲਿ ਨਹੀ ਹੋ ਸਕਦੇ। ਇਹ ਸੱਚ ਹੈ ਕਿ ਸ਼ੈਤਾਨ ਨੇ ਸ਼ੈਤਾਨ ਨੂੰ ਅੱਯੂਬ ਨੂੰ ਛੂਹਣ ਦੀ ਇਜਾਜ਼ਤ ਦੱਤੀ ਸੀ, ਜੋ ਕਿ ਨਹੀ ਤਾਂ ਇਸ਼ਾਦੀ ਸੁਰੱਖਆਿ ਹੇਠ ਸੀ ਕਉਿਂਕਿ ਪ੍ਰਮਾਤਮਾ ਨੇ "ਉਸਦੇ ਆਲੇ-ਦੁਆਲੇ ਇੱਕ ਵਾੜ ਬਣਾਈ ਸੀ" (ਅੱਯੂਬ 1:10)। ਪਰ ਇਹ ਫਰਿ ਵੀ ਸ਼ੈਤਾਨ ਹੀ ਸੀ ਜਸਿਨੇ ਸਾਰੀਆਂ ਮੁਸੀਬਤਾਂ ਨੂੰ ਵਾਪਰਨ ਦੱਤਿਾ, ਮੌਸਮ ਅਤੇ ਕੁਦਰਤ ਦੇ ਤੱਤਾਂ ਦੀ ਵਰਤੋਂ ਕਰਕੇ।

ਅੱਜ ਸਾਡੇ ਸੰਸਾਰ ਵਿੱਚ, ਸ਼ੈਤਾਨ ਅਤੇ ਉਸਦੇ ਦੁਸ਼ਟ ਦੂਤਾਂ ਨੂੰ ਆਪਣੇ ਬੁਰੇ ਸ਼ੈਤਾਨੀ ਕੰਮ ਕਰਨ ਦੀ ਇਜਾਜ਼ਤ ਹੈ। ਆਮ ਤੌਰ 'ਤੇ, ਪਰਮੇਸ਼ੁਰ ਸ਼ੈਤਾਨ ਅਤੇ ਦੁਸ਼ਟ ਦੂਤਾਂ ਨੂੰ ਇੱਕ ਵਿਸ਼ਵਾਸੀ ਦੇ ਵਿਰੁੱਧ ਪਰਤਾਵਿਆਂ, ਰੁਕਾਵਟਾਂ ਅਤੇ ਹੋਰ ਰੁਕਾਵਟਾਂ ਨਾਲ

ਆਉਣ ਤੋਂ ਨਹੀਂ ਰੋਕਦਾ। ਅਸੀਂ ਸਾਰੇ ਇਸ ਤਰ੍ਹਾਂ ਦੀਆਂ ਚੀਜ਼ਾਂ ਦਾ ਸਾਹਮਣਾ ਕਰਦੇ ਹਾਂ। ਪਰਮੇਸ਼ੁਰ ਇਨ੍ਹਾਂ ਚੀਜ਼ਾਂ ਨੂੰ ਉਨ੍ਹਾਂ ਲੋਕਾਂ ਦੇ ਵਿਰੁੱਧ ਵੀ ਜਾਰੀ ਰੱਖਣ ਦੀ ਇਜਾਜ਼ਤ ਦਿੰਦਾ ਹੈ ਜੋ ਉਸ ਵਿੱਚ ਵਿਸ਼ਵਾਸ ਕਰਦੇ ਹਨ। ਪਰਮੇਸ਼ੁਰ ਇਨ੍ਹਾਂ ਨੂੰ ਸਾਡੀ ਸਿਖਲਾਈ ਅਤੇ ਮਸੀਹ ਦੇ ਸਮਾਨਤਾ ਵਿੱਚ ਪਰਿਪੱਕ ਹੋਣ ਦੇ ਹਿੱਸੇ ਵਜੋਂ ਵਰਤਦਾ ਹੈ। ਉਹ ਸਾਨੂੰ ਚੰਗੀ ਲੜਾਈ ਲੜਨ, ਸ਼ੈਤਾਨ ਦਾ ਵਿਰੋਧ ਕਰਨ, ਹਨੇਰੇ ਦੀਆਂ ਸ਼ਕਤੀਆਂ ਨਾਲ ਲੜਨ, ਹਰ ਅੱਗ ਵਾਲਾ ਤੀਰ ਬੁਝਾਉਣ ਅਤੇ ਜਿੱਤ ਪ੍ਰਾਪਤ ਕਰਨ ਵਾਲੇ ਜੀਵਨ ਜੀਉਣ ਲਈ ਕਹਿੰਦਾ ਹੈ। ਵਿਸ਼ਵਾਸੀ ਹੋਣ ਦੇ ਨਾਤੇ ਅਸੀਂ ਬ੍ਰਹਮ ਸੁਰੱਖਿਆ ਨੂੰ ਯੋਗ ਬਣਾ ਸਕਦੇ ਹਾਂ (ਜ਼ਬੂਰ 34:7; ਜ਼ਬੂਰ 91; ਯਸਾਯਾਹ 54:17; 1 ਯੂਹੰਨਾ 5:18) ਜਾਂ ਡਰ, ਸ਼ੱਕ ਜਾਂ ਅਣਆਗਿਆਕਾਰੀ ਦੁਆਰਾ ਆਪਣੇ ਆਪ ਨੂੰ ਸ਼ੈਤਾਨੀ ਹਮਲਿਆਂ ਲਈ ਕਮਜ਼ੋਰ ਬਣਾ ਸਕਦੇ ਹਾਂ ਜਿਨ੍ਹਾਂ ਨੂੰ ਸਾਨੂੰ ਹੋਰ ਹੱਦ ਤੱਕ ਕਾਬੂ ਨਹੀਂ ਕਰਨਾ ਚਾਹੀਦਾ। ਪਰਮੇਸ਼ੁਰ ਨੇ ਸਾਨੂੰ ਦੁਸ਼ਮਣ 'ਤੇ ਕਾਬੂ ਪਾਉਣ ਲਈ ਹਰ ਹਥਿਆਰ ਦਿੱਤਾ ਹੈ (ਅਫ਼ਸੀਆਂ 6:10-18), ਕੁਝ ਅਜਿਹਾ ਜੋ ਅੱਯੂਬ ਨੂੰ ਜ਼ਰੂਰੀ ਤੌਰ 'ਤੇ ਸਮਝ ਨਹੀਂ ਆਇਆ। ਨਵੇਂ ਨੇਮ ਵਿੱਚ ਸਾਡੇ ਕੋਲ ਜੋ ਕੁਝ ਹੈ, ਉਸ ਦੇ ਮੱਦੇਨਜ਼ਰ, ਅੱਯੂਬ ਦੇ ਉਲਟ, ਸਾਨੂੰ ਅਸਲ ਵਿੱਚ ਦੁਸ਼ਮਣ ਦੁਆਰਾ ਹਰਾਉਣ ਦੀ ਕੋਈ ਲੋੜ ਨਹੀਂ ਹੈ, ਭਾਵੇਂ ਉਸਦੀਆਂ ਫੌਜਾਂ ਸਾਡੇ ਵਿਰੁੱਧ ਆਉਣ।

ਇਸ ਸਭ ਕੁਝ ਦੇ ਵਿਚਕਾਰ, ਅੱਯੂਬ ਨੇ ਪ੍ਰਭੂ ਵਿੱਚ ਆਪਣੀ ਇਮਾਨਦਾਰੀ ਅਤੇ ਵਿਸ਼ਵਾਸ ਬਣਾਈ ਰੱਖਿਆ। ਉਹ ਪਰਮਾਤਮਾ ਪ੍ਰਤੀ ਆਪਣੀ ਸ਼ਰਧਾ ਵਿੱਚ ਦ੍ਰਿੜ ਰਿਹਾ। ਅੱਯੂਬ ਦਾ ਇਹ ਸਬਰ ਉਹੀ ਹੈ ਜਿਸਦੀ ਸਾਨੂੰ ਨਕਲ ਕਰਨੀ ਚਾਹੀਦੀ ਹੈ, ਇਹ ਜਾਣਦੇ ਹੋਏ ਕਿ ਪ੍ਰਭੂ ਸੱਚਮੁੱਚ ਦਿਆਲੂ ਅਤੇ ਦਿਆਲੂ ਹੈ, ਅਤੇ ਉਹ ਅੰਤ ਵਿੱਚ ਚੀਜ਼ਾਂ ਨੂੰ ਸਾਡੇ ਭਲੇ ਲਈ ਮੋੜ ਦੇਵੇਗਾ। ਅੱਯੂਬ ਬਾਰੇ ਇੱਕ ਹੋਰ ਪਹਿਲੂ ਇਹ ਹੈ ਕਿ ਉਹ ਇੱਕ ਅਜਿਹਾ ਆਦਮੀ ਜਾਪਦਾ ਸੀ ਜਿਸਨੂੰ ਬਹੁਤ ਡਰ ਸੀ ਕਿ ਅਜਿਹੀਆਂ ਆਫ਼ਤਾਂ ਉਸ ਉੱਤੇ ਆ ਸਕਦੀਆਂ ਹਨ ਅਤੇ ਉਨ੍ਹਾਂ ਨੇ ਅਜਿਹਾ ਹੀ ਕੀਤਾ। ਡਰ ਗਲਤ ਦਿਸ਼ਾ ਵਿੱਚ ਵਿਸ਼ਵਾਸ ਹੈ। ਇਹ ਸਾਡੀ ਜ਼ਿੰਦਗੀ ਵਿੱਚ ਗਲਤ ਚੀਜ਼ਾਂ ਨੂੰ ਆਕਰਸ਼ਿਤ ਕਰਦਾ ਹੈ। ਪਰਮੇਸ਼ੁਰ ਦੇ ਬੱਚੇ ਹੋਣ ਦੇ ਨਾਤੇ, ਅਸੀਂ ਅਜਿਹੇ

ਡਰ ਤੋਂ ਬਿਨਾਂ ਜੀਣਾ ਸਿੱਖ ਸਕਦੇ ਹਾਂ, ਅਤੇ ਵਿਸ਼ਵਾਸ ਵਿੱਚ ਆਰਾਮ ਕਰ ਸਕਦੇ ਹਾਂ।

ਇੱਕ ਨੂੰ ਸੈਤਾਨ ਦੇ ਹਵਾਲੇ ਕਰਨਾ

1 ਕੁਰਿੰਥੀਆਂ 5:1-5 1 ਇਹ ਖ਼ਬਰ ਸੁਣਾਈ ਗਈ ਹੈ ਕਿ ਤੁਹਾਡੇ ਵਿੱਚ ਹਰਾਮਕਾਰੀ ਹੈ, ਅਤੇ ਅਜਿਹੀ ਹਰਾਮਕਾਰੀ ਜਿਸਦਾ ਨਾਮ ਵੀ ਗੈਰ-ਯਹੂਦੀ ਲੋਕਾਂ ਵਿੱਚ ਨਹੀ ਲਿਆ ਜਾਂਦਾ - ਕਿ ਇੱਕ ਆਦਮੀ ਆਪਣੇ ਪਿਤਾ ਦੀ ਪਤਨੀ ਰੱਖਦਾ ਹੈ! 2 ਅਤੇ ਤੁਸੀ ਫੁੱਲੇ ਹੋਏ ਹੋ, ਅਤੇ ਸੋਗ ਨਹੀ ਕਰਦੇ, ਇਸ ਲਈ ਕਿ ਜਿਸਨੇ ਇਹ ਕੰਮ ਕੀਤਾ ਹੈ ਉਹ ਤੁਹਾਡੇ ਵਿੱਚੋਂ ਦੂਰ ਕੀਤਾ ਜਾਵੇ। 3 ਕਿਉਂਕਿ ਮੈ ਸਰੀਰ ਵਿੱਚ ਗੈਰਹਾਜ਼ਰ ਪਰ ਆਤਮਾ ਵਿੱਚ ਮੌਜੂਦ ਹੋਣ ਕਰਕੇ, ਪਹਿਲਾਂ ਹੀ ਉਸ ਵਿਅਕਤੀ ਦਾ ਨਿਆਂ ਕਰ ਚੁੱਕਾ ਹਾਂ (ਜਿਵੇਂ ਕਿ ਮੈ ਮੌਜੂਦ ਸੀ) ਜਿਸਨੇ ਇਹ ਕੰਮ ਕੀਤਾ ਹੈ। 4 ਸਾਡੇ ਪ੍ਰਭੂ ਯਿਸੂ ਮਸੀਹ ਦੇ ਨਾਮ ਤੇ, ਜਦੋਂ ਤੁਸੀ ਮੇਰੇ ਆਤਮਾ ਦੇ ਨਾਲ, ਸਾਡੇ ਪ੍ਰਭੂ ਯਿਸੂ ਮਸੀਹ ਦੀ ਸ਼ਕਤੀ ਨਾਲ ਇਕੱਠੇ ਹੁੰਦੇ ਹੋ, 5 ਅਜਿਹੇ ਵਿਅਕਤੀ ਨੂੰ ਸਰੀਰ ਦੇ ਨਾਸ਼ ਲਈ ਸੈਤਾਨ ਦੇ ਹਵਾਲੇ ਕਰੋ, ਤਾਂ ਜੋ ਉਸਦੀ ਆਤਮਾ ਪ੍ਰਭੂ ਯਿਸੂ ਦੇ ਦਿਨ ਬਚਾਈ ਜਾ ਸਕੇ।

1 ਤਿਮੋਥਿਉਸ 1:20 ਹੁਮਿਨਿਯੁਸ ਅਤੇ ਸਿਕੰਦਰ ਉਨ੍ਹਾਂ ਵਿੱਚੋਂ ਹਨ। ਮੈ ਉਨ੍ਹਾਂ ਨੂੰ ਸੈਤਾਨ ਦੇ ਹਵਾਲੇ ਕਰ ਦਿੱਤਾ ਹੈ ਤਾਂ ਜੋ ਉਹ ਪਰਮੇਸ਼ੁਰ ਦੀ ਨਿੰਦਿਆ ਨਾ ਕਰਨਾ ਸਿੱਖਣ।

2 ਤਿਮੋਥਿਉਸ 2:17-18 17 ਅਤੇ ਉਨ੍ਹਾਂ ਦਾ ਸੰਦੇਸ਼ ਕੈਂਸਰ ਵਾਂਗ ਫੈਲ ਜਾਵੇਗਾ। ਹੁਮਿਨਿਯੁਸ ਅਤੇ ਫਿਲੇਤੁਸ ਵੀ ਇਸੇ ਤਰ੍ਹਾਂ ਦੇ ਹਨ, 18 ਜਿਹੜੇ ਸੱਚਾਈ ਤੋਂ ਭਟਕ ਗਏ ਹਨ, ਇਹ ਕਹਿ ਕੇ ਕਿ ਜੀ ਉੱਠਣਾ ਪਹਿਲਾਂ ਹੀ ਬੀਤ ਚੁੱਕਾ ਹੈ; ਅਤੇ ਉਹ ਕੁਝ ਲੋਕਾਂ ਦੇ ਵਿਸ਼ਵਾਸ ਨੂੰ ਵਿਗਾੜਦੇ ਹਨ।

2 ਤਿਮੋਥਿਉਸ 4:14-15 14 ਸਿਕੰਦਰ ਠਠੇਰੇ ਨੇ ਮੇਰਾ ਬਹੁਤ ਨੁਕਸਾਨ ਕੀਤਾ ਹੈ। ਪ੍ਰਭੂ ਉਸਨੂੰ ਉਸਦੇ ਕੰਮਾਂ ਦਾ ਫਲ ਦੇਵੇਗਾ। 15 ਤੂੰ ਵੀ ਉਸ ਤੋਂ ਖ਼ਬਰਦਾਰ ਰਹਿਣਾ ਕਿਉਂਕਿ ਉਸਨੇ ਸਾਡੀਆਂ ਗੱਲਾਂ ਦਾ ਬਹੁਤ ਵਿਰੋਧ ਕੀਤਾ ਹੈ।

ਸਿਰਫ਼ ਦੋ ਹੀ ਮੌਕੇ ਸਨ ਜਦੋਂ ਪੌਲੁਸ ਰਸੂਲ ਕਿਸੇ ਨੂੰ ਸ਼ੈਤਾਨ ਦੇ ਹਵਾਲੇ ਕਰਨ ਦਾ ਜ਼ਿਕਰ ਕਰਦਾ ਸੀ। ਕੁਰਿੰਥੁਸ ਦੀ ਕਲੀਸਿਯਾ ਵਿੱਚ, ਇਸਦਾ ਸਬੰਧ ਅਨੈਤਿਕਤਾ ਵਿੱਚ ਰਹਿਣ ਵਾਲੇ ਇੱਕ ਆਦਮੀ ਦੀ ਅਨੁਸ਼ਾਸਨ ਨਾਲ ਸੀ, ਜਿਸਨੇ ਸ਼ੁਰੂ ਵਿੱਚ ਤੋਬਾ ਨਹੀਂ ਕੀਤੀ। ਪੌਲੁਸ ਚਾਹੁੰਦਾ ਸੀ ਕਿ ਇਸ ਆਦਮੀ ਨੂੰ ਕੁਝ ਸਮੇਂ ਲਈ ਸਥਾਨਕ ਕਲੀਸਿਯਾ ਵਿੱਚੋਂ ਬਾਹਰ ਕੱਢ ਦਿੱਤਾ ਜਾਵੇ (1 ਕੁਰਿੰਥੀਆਂ 5:13) ਅਤੇ ਸਰੀਰ ਦੇ ਨਾਸ਼ ਲਈ ਸ਼ੈਤਾਨ ਦੇ ਹਵਾਲੇ ਕਰ ਦਿੱਤਾ ਜਾਵੇ, ਤਾਂ ਜੋ ਉਸਦੀ ਆਤਮਾ ਬਚਾਈ ਜਾ ਸਕੇ। ਅਸੀਂ ਮੰਨਦੇ ਹਾਂ ਕਿ ਪੌਲੁਸ ਆਪਣੇ ਰਸੂਲ ਅਧਿਕਾਰ ਦੀ ਵਰਤੋਂ ਕਰ ਰਿਹਾ ਹੈ ਅਤੇ ਤੋਬਾ ਨਾ ਕਰਨ ਵਾਲੇ ਪਾਪੀ ਵਿਵਹਾਰ ਲਈ ਅਨੁਸ਼ਾਸਨ ਦੇ ਰਿਹਾ ਹੈ। ਉਸ ਆਦਮੀ ਨੂੰ ਸਥਾਨਕ ਚਰਚ ਤੋਂ, ਇੱਕ ਅਰਥ ਵਿੱਚ, ਸਰੀਰਕ ਅਤੇ ਅਧਿਆਤਮਿਕ ਤੌਰ 'ਤੇ ਦੂਰ ਕੀਤਾ ਜਾ ਰਿਹਾ ਸੀ। ਇਸਦਾ ਮਤਲਬ ਸੀ ਕਿ ਉਸ ਕੋਲ ਆਮ ਤੌਰ 'ਤੇ ਜੋ ਸੁਰੱਖਿਆ ਹੁੰਦੀ ਸੀ ਉਹ ਵਾਪਸ ਲੈ ਲਈ ਗਈ ਸੀ ਅਤੇ ਉਹ ਹੁਣ ਆਪਣੇ ਪਾਪ ਕਾਰਨ ਸ਼ੈਤਾਨ ਲਈ ਕਮਜ਼ੋਰ ਸੀ। ਫਿਰ ਸ਼ੈਤਾਨ ਭੌਤਿਕ ਖੇਤਰ ਵਿੱਚ ਨੁਕਸਾਨ ਪਹੁੰਚਾਉਣ ਲਈ ਕੁਝ ਵੀ ਕਰ ਸਕਦਾ ਸੀ, ਪਰ ਉਸ ਆਦਮੀ ਨੂੰ ਤੋਬਾ ਕਰਨ ਲਈ ਇਸਦੀ ਇਜਾਜ਼ਤ ਸੀ।

ਸਾਡੇ ਕੋਲ 2 ਕੁਰਿੰਥੀਆਂ ਵਿੱਚ ਬਾਅਦ ਵਿੱਚ ਇੱਕ ਰਿਕਾਰਡ ਹੈ, ਜਿੱਥੇ ਥੋੜ੍ਹੇ ਸਮੇਂ ਬਾਅਦ, ਪੌਲੁਸ ਦਾ ਚਰਚ ਨੂੰ ਹੁਕਮ ਹੈ: "ਇਹ ਸਜ਼ਾ ਜੋ ਬਹੁਗਿਣਤੀ ਦੁਆਰਾ ਦਿੱਤੀ ਗਈ ਸੀ, ਅਜਿਹੇ ਆਦਮੀ ਲਈ ਕਾਫ਼ੀ ਹੈ, ਇਸ ਲਈ, ਇਸਦੇ ਉਲਟ, ਤੁਹਾਨੂੰ ਉਸਨੂੰ ਮਾਫ਼ ਕਰਨਾ ਅਤੇ ਦਿਲਾਸਾ ਦੇਣਾ ਚਾਹੀਦਾ ਹੈ, ਕਿਤੇ ਅਜਿਹਾ ਨਾ ਹੋਵੇ ਕਿ ਉਹ ਬਹੁਤ ਜ਼ਿਆਦਾ ਦੁੱਖ ਨਾਲ ਡੁੱਬ ਜਾਵੇ। ਇਸ ਲਈ ਮੈਂ ਤੁਹਾਨੂੰ ਬੇਨਤੀ ਕਰਦਾ ਹਾਂ ਕਿ ਤੁਸੀਂ ਉਸ ਲਈ ਆਪਣੇ ਪਿਆਰ ਦੀ ਪੁਸ਼ਟੀ ਕਰੋ" (2 ਕੁਰਿੰਥੀਆਂ 2:6-8)। ਇਸ ਗੱਲ ਦਾ ਕੋਈ ਰਿਕਾਰਡ ਨਹੀਂ ਹੈ ਕਿ ਇਸ ਆਦਮੀ ਨੇ ਅਸਲ ਵਿੱਚ ਕੁਝ ਸਰੀਰਕ ਨੁਕਸਾਨ ਝੱਲਿਆ ਸੀ। ਕਿਸੇ ਵੀ ਹਾਲਤ ਵਿੱਚ, ਇਹ ਜਾਪਦਾ ਹੈ ਕਿ ਬਹੁਤ ਦੁੱਖ ਅਤੇ ਸੱਚਾ ਪਛਤਾਵਾ ਸੀ, ਇਸ ਲਈ ਪੌਲੁਸ ਖੁਦ ਲਿਖਦਾ ਹੈ: "ਕਿਉਂਕਿ ਜੇ ਮੈਂ ਸੱਚਮੁੱਚ ਕੁਝ ਮਾਫ਼ ਕੀਤਾ ਹੈ, ਤਾਂ ਮੈਂ ਉਸਨੂੰ ਤੁਹਾਡੇ ਲਈ ਮਸੀਹ ਦੀ ਹਾਜ਼ਰੀ ਵਿੱਚ ਮਾਫ਼ ਕਰ ਦਿੱਤਾ ਹੈ" (2 ਕੁਰਿੰਥੀਆਂ 2:10)।

ਦੂਜਾ ਮਾਮਲਾ ਅਫ਼ਸੁਸ ਦੀ ਕਲੀਸਿਯਾ ਦੇ ਦੋ ਬਾਗ਼ੀ ਆਦਮੀਆਂ, ਹਾਇਮੇਨੀਅਸ ਅਤੇ ਸਿਕੰਦਰ ਨਾਲ ਸਬੰਧਤ ਸੀ। ਹਾਇਮੇਨੀਅਸ ਉਹ ਸੀ ਜੋ ਸ਼ਾਇਦ ਪੌਲੁਸ ਅਤੇ ਮਸੀਹ ਬਾਰੇ ਸੱਚਾਈ ਦੀ ਨਿੰਦਾ (ਬੁਰਾਈ ਬੋਲ ਰਿਹਾ ਸੀ), ਅਤੇ ਝੂਠੇ ਸਿਧਾਂਤ ਦਾ ਪ੍ਰਚਾਰ ਕਰ ਰਿਹਾ ਸੀ ਕਿ ਪੁਨਰ ਉਥਾਨ ਪਹਿਲਾਂ ਹੀ ਖਤਮ ਹੋ ਗਿਆ ਹੈ, ਜਿਸ ਕਾਰਨ ਕੁਝ ਲੋਕ ਵਿਸ਼ਵਾਸ ਤੋਂ ਡਿੱਗ ਗਏ ਸਨ। ਸਿਕੰਦਰ ਉਹ ਵਿਅਕਤੀ ਜਾਪਦਾ ਸੀ ਜਿਸਨੇ ਪੌਲੁਸ ਦਾ ਵਿਰੋਧ ਕੀਤਾ, ਉਹ ਗੱਲਾਂ ਬੋਲੀਆਂ ਜਿਨ੍ਹਾਂ ਨਾਲ ਪੌਲੁਸ ਨੂੰ ਬਹੁਤ ਨੁਕਸਾਨ ਹੋਇਆ। ਦੋਵਾਂ ਮਾਮਲਿਆਂ ਵਿੱਚ, ਪੌਲੁਸ ਇਨ੍ਹਾਂ ਆਦਮੀਆਂ ਨੂੰ ਚਰਚ ਵਿੱਚੋਂ ਛੱਡਣ ਅਤੇ ਉਨ੍ਹਾਂ ਨੂੰ ਸ਼ੈਤਾਨ ਦੇ ਹਵਾਲੇ ਕਰਨ ਲਈ ਰਸੂਲ ਅਧਿਕਾਰ ਦੀ ਵਰਤੋਂ ਕਰਦਾ ਹੈ। ਰਸੂਲ ਦੇ ਦਿਲ ਨੂੰ ਜਾਣਦੇ ਹੋਏ, ਇਹ ਇਸ ਇਰਾਦੇ ਨਾਲ ਕੀਤਾ ਗਿਆ ਹੋਵੇਗਾ ਕਿ ਇਹ ਆਦਮੀ ਤੋਬਾ ਕਰਨ ਅਤੇ ਸੱਚਾਈ ਵੱਲ ਇਕਸਾਰ ਹੋਣ। ਪਰ ਇਸ ਮਾਮਲੇ ਵਿੱਚ ਸਾਡੇ ਕੋਲ ਨਤੀਜੇ ਦਾ ਕੋਈ ਰਿਕਾਰਡ ਨਹੀਂ ਹੈ।

ਇਹ ਸੱਚ ਹੈ ਕਿ ਜਦੋਂ ਕੋਈ ਅਣਆਗਿਆਕਾਰੀ, ਬਗਾਵਤ ਅਤੇ ਪਰਮਾਤਮਾ ਦੀਆਂ ਸੀਮਾਵਾਂ ਤੋਂ ਪਰੇ ਚੱਲਦਾ ਹੈ, ਤਾਂ ਉਹ ਸ਼ੈਤਾਨ ਦੇ ਅੱਗੇ ਕਮਜ਼ੋਰ ਹੋ ਜਾਂਦਾ ਹੈ। ਹਾਲਾਂਕਿ, ਵਿਸ਼ਵਾਸੀ ਹੋਣ ਦੇ ਨਾਤੇ, ਸਾਨੂੰ ਸ਼ੈਤਾਨ ਦੇ ਹਵਾਲੇ ਕੀਤੇ ਜਾਣ ਤੋਂ ਡਰਨ ਦੀ ਕੋਈ ਲੋੜ ਨਹੀਂ ਹੈ, ਕਿਉਂਕਿ ਅਸੀਂ ਪਰਮਾਤਮਾ ਵੱਲ ਦਬਾਅ ਪਾ ਰਹੇ ਹਾਂ, ਉਸ ਤੋਂ ਦੂਰ ਨਹੀਂ।

ਕੁਰਿੰਥੁਸ ਦਾ ਚਰਚ—ਬਹੁਤ ਸਾਰੇ ਕਮਜ਼ੋਰ, ਬਹੁਤ ਸਾਰੇ ਬਮਿਾਰ, ਅਤੇ ਬਹੁਤ ਸਾਰੇ ਸਮੇਂ ਤੋਂ ਪਹਲਿਾਂ ਮਰ ਜਾਂਦੇ ਹਨ

1 ਕੁਰੰਿਥੀਆਂ 11:17-34 17 ਹੁਣ ਇਹ ਹਦਿਾਇਤਾਂ ਦੰਿਦੇ ਹੋਏ ਮੈਂ ਤੁਹਾਡੀ ਪ੍ਰਸ਼ੰਸਾ ਨਹੀ ਕਰਦਾ, ਕਉਿਂਕ ਿਤੁਸੀ ਚੰਗੇ ਲਈ ਨਹੀ ਸਗੋਂ ਬੁਰੇ ਲਈ ਇਕੱਠੇ ਹੁੰਦੇ ਹੋ। 18 ਸਭ ਤੋਂ ਪਹਲਿਾਂ, ਜਦੋਂ ਤੁਸੀ ਇੱਕ ਕਲੀਸਯਿਾ ਦੇ ਰੂਪ ਵਚਿ ਇਕੱਠੇ ਹੁੰਦੇ ਹੋ, ਤਾਂ ਮੈਂ ਸੁਣਦਾ ਹਾਂ ਕ ਿਤੁਹਾਡੇ ਵਚਿ ਫੁੱਟ ਪੈਂਦੀ ਹੈ, ਅਤੇ ਕੁਝ ਹੱਦ ਤੱਕ ਮੈਂ ਇਸਨੂੰ ਮੰਨਦਾ ਹਾਂ। 19 ਕਉਿਂਕ ਿਤੁਹਾਡੇ ਵਚਿ ਧੜੇਬੰਦੀਆਂ ਵੀ ਹੋਣੀਆਂ ਚਾਹੀਦੀਆਂ ਹਨ, ਤਾਂ ਜੋ ਤੁਹਾਡੇ ਵਚਿੋਂ ਉਹ ਪਛਾਣੇ ਜਾਣ ਕ ਿਕੌਣ

ਪ੍ਰਵਾਨ ਹਨ। 20 ਇਸ ਲਈ ਜਦੋਂ ਤੁਸੀ ਇੱਕ ਜਗ੍ਹਾ ਇਕੱਠੇ ਹੁੰਦੇ ਹੋ, ਤਾਂ
ਇਹ ਪ੍ਰਭੂ ਦਾ ਭੋਜਨ ਨਹੀ ਖਾਣਾ ਹੈ। 21 ਕਿਉਂਕਿ ਖਾਣ ਵੇਲੇ, ਹਰ ਕੋਈ
ਦੂਜਿਆਂ ਤੋਂ ਪਹਿਲਾਂ ਆਪਣਾ ਭੋਜਨ ਖਾਂਦਾ ਹੈ; ਅਤੇ ਇੱਕ ਭੁੱਖਾ ਰਹਿੰਦਾ ਹੈ
ਅਤੇ ਦੂਜਾ ਸ਼ਰਾਬੀ ਹੁੰਦਾ ਹੈ। 22 ਕੀ! ਕੀ ਤੁਹਾਡੇ ਕੋਲ ਖਾਣ-ਪੀਣ ਲਈ ਘਰ
ਨਹੀ ਹਨ? ਜਾਂ ਕੀ ਤੁਸੀ ਪਰਮੇਸ਼ੁਰ ਦੀ ਕਲੀਸਿਯਾ ਨੂੰ ਤੁੱਛ ਸਮਝਦੇ ਹੋ ਅਤੇ
ਉਨ੍ਹਾਂ ਲੋਕਾਂ ਨੂੰ ਸ਼ਰਮਿੰਦਾ ਕਰਦੇ ਹੋ ਜਿਨ੍ਹਾਂ ਕੋਲ ਕੁਝ ਨਹੀ ਹੈ? ਮੈ ਤੁਹਾਨੂੰ
ਕੀ ਕਹਾਂ? ਕੀ ਮੈ ਇਸ ਵਿੱਚ ਤੁਹਾਡੀ ਪ੍ਰਸੰਸ਼ਾ ਕਰਾਂਗਾ? ਮੈ ਤੁਹਾਡੀ ਪ੍ਰਸੰਸ਼ਾ
ਨਹੀ ਕਰਦਾ। 23 ਕਿਉਂਕਿ ਮੈਨੂੰ ਪ੍ਰਭੂ ਤੋਂ ਉਹ ਪ੍ਰਾਪਤ ਹੋਇਆ ਜੋ ਮੈ ਤੁਹਾਨੂੰ
ਸੌਂਪਿਆ ਸੀ: ਕਿ ਪ੍ਰਭੂ ਯਿਸੂ ਨੇ ਉਸੇ ਰਾਤ ਜਿਸ ਰਾਤ ਉਸਨੂੰ ਫੜਵਾਇਆ
ਗਿਆ ਸੀ ਰੋਟੀ ਲਈ; 24 ਅਤੇ ਜਦੋਂ ਉਸਨੇ ਧੰਨਵਾਦ ਕੀਤਾ, ਤਾਂ ਉਸਨੇ
ਇਸਨੂੰ ਤੋੜਿਆ ਅਤੇ ਕਿਹਾ, "ਲਓ, ਖਾਓ; ਇਹ ਮੇਰਾ ਸਰੀਰ ਹੈ ਜੋ ਤੁਹਾਡੇ
ਲਈ ਤੋੜਿਆ ਗਿਆ ਹੈ। ਮੇਰੀ ਯਾਦ ਵਿੱਚ ਇਹ ਕਰੋ।" 25 ਇਸੇ ਤਰ੍ਹਾਂ
ਉਸਨੇ ਰਾਤ ਦੇ ਖਾਣੇ ਤੋਂ ਬਾਅਦ ਪਿਆਲਾ ਵੀ ਲਿਆ ਅਤੇ ਕਿਹਾ, "ਇਹ
ਪਿਆਲਾ ਮੇਰੇ ਲਹੂ ਵਿੱਚ ਨਵਾਂ ਨੇਮ ਹੈ। ਜਿੰਨੀ ਵਾਰ ਤੁਸੀ ਇਸਨੂੰ ਪੀਂਦੇ ਹੋ,
ਮੇਰੀ ਯਾਦ ਵਿੱਚ ਇਹ ਕਰੋ।" 26 ਕਿਉਂਕਿ ਜਿੰਨੀ ਵਾਰ ਤੁਸੀ ਇਹ ਰੋਟੀ
ਖਾਂਦੇ ਹੋ ਅਤੇ ਇਹ ਪਿਆਲਾ ਪੀਂਦੇ ਹੋ, ਤੁਸੀ ਪ੍ਰਭੂ ਦੀ ਮੌਤ ਦਾ ਐਲਾਨ ਕਰਦੇ
ਹੋ ਜਦੋਂ ਤੱਕ ਉਹ ਨਹੀ ਆਉਂਦਾ। 27 ਇਸ ਲਈ ਜੋ ਕੋਈ ਇਹ ਰੋਟੀ ਖਾਂਦਾ
ਹੈ ਜਾਂ ਪ੍ਰਭੂ ਦਾ ਇਹ ਪਿਆਲਾ ਗਲਤ ਢੰਗ ਨਾਲ ਪੀਂਦਾ ਹੈ, ਉਹ ਪ੍ਰਭੂ ਦੇ
ਸਰੀਰ ਅਤੇ ਲਹੂ ਦਾ ਦੋਸ਼ੀ ਹੋਵੇਗਾ। 28 ਪਰ ਇੱਕ ਆਦਮੀ ਆਪਣੇ ਆਪ ਨੂੰ
ਪਰਖੇ, ਅਤੇ ਇਸ ਤਰ੍ਹਾਂ ਉਸਨੂੰ ਰੋਟੀ ਖਾਣੀ ਚਾਹੀਦੀ ਹੈ ਅਤੇ ਪਿਆਲਾ ਪੀਣਾ
ਚਾਹੀਦਾ ਹੈ। 29 ਕਿਉਂਕਿ ਜੋ ਕੋਈ ਗਲਤ ਢੰਗ ਨਾਲ ਖਾਂਦਾ ਅਤੇ ਪੀਂਦਾ ਹੈ,
ਉਹ ਪ੍ਰਭੂ ਦੇ ਸਰੀਰ ਨੂੰ ਨਹੀ ਸਮਝਦਾ, ਆਪਣੇ ਆਪ ਨੂੰ ਸਜ਼ਾ ਦਿੰਦਾ ਹੈ।
30 ਇਸ ਕਾਰਨ ਤੁਹਾਡੇ ਵਿੱਚੋਂ ਬਹੁਤ ਸਾਰੇ ਕਮਜ਼ੋਰ ਅਤੇ ਬਿਮਾਰ ਹਨ, ਅਤੇ
ਬਹੁਤ ਸਾਰੇ ਸੌਂ ਰਹੇ ਹਨ। 31 ਕਿਉਂਕਿ ਜੇ ਅਸੀ ਆਪਣੇ ਆਪ ਨੂੰ ਨਿਰਣਾ
ਕਰਦੇ, ਤਾਂ ਸਾਡਾ ਨਿਰਣਾ ਨਹੀ ਕੀਤਾ ਜਾਂਦਾ। 32 ਪਰ ਜਦੋਂ ਸਾਡਾ ਨਿਆਂ
ਕੀਤਾ ਜਾਂਦਾ ਹੈ, ਤਾਂ ਪ੍ਰਭੂ ਸਾਨੂੰ ਤਾੜਦਾ ਹੈ ਤਾਂ ਜੋ ਅਸੀ ਦੁਨੀਆਂ ਦੇ ਨਾਲ

ਨਿੰਦਿਆ ਨਾ ਕੀਤੀ ਜਾਵੇ। 33 ਇਸ ਲਈ, ਮੇਰੇ ਭਰਾਵੋ, ਜਦੋਂ ਤੁਸੀ ਭੋਜਨ ਕਰਨ ਲਈ ਇਕੱਠੇ ਹੁੰਦੇ ਹੋ, ਤਾਂ ਇੱਕ ਦੂਜੇ ਦੀ ਉਡੀਕ ਕਰੋ।
34 ਪਰ ਜੇ ਕੋਈ ਭੁੱਖਾ ਹੈ, ਤਾਂ ਉਹ ਘਰ ਵਿੱਚ ਖਾਵੇ, ਤਾਂ ਜੋ ਤੁਸੀ ਸਜ਼ਾ ਲਈ ਇਕੱਠੇ ਨਾ ਹੋਵੋ। ਅਤੇ ਬਾਕੀ ਗੱਲਾਂ ਮੈਂ ਆ ਕੇ ਸੁਧਾਰਾਂਗਾ।

ਕੁਰਿੰਥੁਸ ਦੀ ਕਲੀਸਿਯਾ, ਭਾਵੇਂ ਕਿ ਲੋਕਾਂ ਦਾ ਇੱਕ ਬਹੁਤ ਹੀ ਅਧਿਆਤਮਿਕ ਸਮੂਹ ਸੀ, ਪਰ ਉਹਨਾਂ ਨੂੰ ਨੈਤਿਕ ਮਿਆਰਾਂ, ਚਰਚ ਦੀਆਂ ਇਕੱਠਾਂ ਵਿੱਚ ਆਚਰਣ ਅਤੇ ਇੱਕ ਸੰਯੁਕਤ ਭਾਈਚਾਰੇ ਦੇ ਰੂਪ ਵਿੱਚ ਇਕੱਠੇ ਰਹਿਣ ਦੇ ਖੇਤਰਾਂ ਵਿੱਚ ਬਹੁਤ ਸਾਰੀਆਂ ਸਮੱਸਿਆਵਾਂ ਦਾ ਹੱਲ ਕਰਨਾ ਪਿਆ। ਇਸਦਾ ਇੱਕ ਹਿੱਸਾ ਪ੍ਰਭੂ ਦੇ ਮੇਜ਼ ਨੂੰ ਮਨਾਉਣ ਵਿੱਚ ਉਨ੍ਹਾਂ ਦਾ ਆਚਰਣ ਸੀ। ਇਸ ਨੂੰ ਸ਼ਰਧਾ ਨਾਲ ਪੇਸ਼ ਕਰਨ ਅਤੇ ਇਸਨੂੰ ਅਧਿਆਤਮਿਕ ਅਰਥ ਨਾਲ ਕਰਨ ਦੀ ਬਜਾਏ, ਇਹ ਚਰਚ ਦੇ ਇਕੱਠ ਵਿੱਚ ਦਾਅਵਤ ਕਰਨ, ਖਾਣ-ਪੀਣ ਦਾ ਸਮਾਂ ਬਣ ਗਿਆ। ਉਨ੍ਹਾਂ ਨੇ ਇਸਨੂੰ ਇਕੱਠੇ ਦਾਅਵਤ ਕਰਨ ਦੇ ਸਮੇਂ ਵਿੱਚ ਬਦਲ ਦਿੱਤਾ, ਜੋ ਪੌਲੁਸ ਕਹਿੰਦਾ ਹੈ ਕਿ ਉਹ ਘਰ ਵਿੱਚ ਕਰ ਸਕਦੇ ਸਨ। ਪ੍ਰਭੂ ਦੁਆਰਾ ਉਸਦੀ ਮੌਤ, ਪੁਨਰ ਉਥਾਨ ਅਤੇ ਜਲਦੀ ਹੀ ਵਾਪਸੀ ਦੀ ਮਹਾਨ ਸ਼ਰਧਾ ਅਤੇ ਅਧਿਆਤਮਿਕ ਘੋਸ਼ਣਾ ਦਾ ਸਮਾਂ ਹੋਣ ਦਾ ਇਰਾਦਾ ਕੀ ਸੀ, ਉਹ ਦੁਪਹਿਰ ਦੇ ਖਾਣੇ ਦੀ ਦਾਅਵਤ ਵਰਗਾ ਬਣ ਗਿਆ!

ਸਿੱਟੇ ਵਜੋਂ, ਮਸੀਹ ਦੀ ਸਲੀਬ ਦੇ ਲਾਭਾਂ, ਅਸੀਸਾਂ ਅਤੇ ਸ਼ਕਤੀ ਦਾ ਆਨੰਦ ਲੈਣ ਦੀ ਬਜਾਏ, ਇਸਦੇ ਉਲਟ, ਇਹ ਕੁਰਿੰਥੁਸ ਪਵਿੱਤਰ ਮੇਜ਼ ਦਾ ਅਪਮਾਨ ਕਰਕੇ, ਆਪਣੇ ਆਪ ਨੂੰ ਪਰਮੇਸ਼ੁਰ ਦੇ ਨਿਆਂ ਲਈ ਇੱਕ ਜਗ੍ਹਾ 'ਤੇ ਰੱਖ ਰਹੇ ਸਨ। ਨਤੀਜੇ ਵਜੋਂ, ਬਹੁਤ ਸਾਰੇ ਲੋਕ ਇਲਾਜ, ਮੁਕਤੀ ਅਤੇ ਸੰਪੂਰਨਤਾ ਦੇ ਸਲੀਬ ਦੇ ਲਾਭਾਂ ਦਾ ਆਨੰਦ ਲੈਣ ਦੀ ਬਜਾਏ, ਬਿਮਾਰ, ਕਮਜ਼ੋਰ ਅਤੇ ਸਮੇਂ ਤੋਂ ਪਹਿਲਾਂ ਮਰ ਰਹੇ ਸਨ। ਪ੍ਰਭੂ ਦੀ ਮੇਜ਼ ਜਿਸ ਮਕਸਦ ਨਾਲ ਦਿੱਤੀ ਗਈ ਸੀ, ਉਹ ਇਹ ਸੀ ਕਿ ਅਸੀਂ ਇਸ ਪਵਿੱਤਰ ਜਸ਼ਨ ਵਿੱਚ ਪ੍ਰਭੂ ਦੀ ਮੌਤ ਦਾ ਐਲਾਨ ਕਰੀਏ ਅਤੇ ਇਸ ਤਰ੍ਹਾਂ ਯਿਸੂ ਮਸੀਹ ਦੀ ਸਲੀਬ ਦੇ ਪੂਰੇ ਆਸ਼ੀਰਵਾਦ ਦਾ ਅਨੁਭਵ ਕਰੀਏ। ਇਹ ਪਰਮਾਤਮਾ ਦੀ ਯੋਜਨਾ ਅਤੇ ਇੱਛਾ ਹੈ। ਇਹ ਪਰਮਾਤਮਾ ਦੀ ਇੱਛਾ ਹੈ। ਇਹ ਉਸਦਾ ਇਰਾਦਾ ਨਹੀਂ ਹੈ ਕਿ ਉਸਦੇ ਲੋਕ ਕਮਜ਼ੋਰ, ਬਿਮਾਰ ਅਤੇ ਸਮੇਂ ਤੋਂ ਪਹਿਲਾਂ ਮਰ ਜਾਣ।

ਹਾਲਾਂਕਿ, ਪਵਿੱਤਰ ਚੀਜ਼ਾਂ ਦਾ ਬੇਰਹਿਮੀ ਨਾਲ ਨਿਰਾਦਰ ਕਰਕੇ ਅਤੇ ਇਸਨੂੰ ਦਾਅਵਤ ਦਾ ਸਮਾਂ ਬਣਾ ਕੇ, ਆਪਣੇ ਜੀਵਨ ਦੀ ਜਾਂਚ ਕਰਨ ਅਤੇ ਪ੍ਰਭੂ ਦੇ ਸਰੀਰ ਨੂੰ ਸਮਝਣ 'ਤੇ ਧਿਆਨ ਨਾ ਦੇ ਕੇ, ਅਸੀਂ ਪਰਮਾਤਮਾ ਦਾ ਇਰਾਦਾ ਕੀਤਾ ਆਸ਼ੀਰਵਾਦ ਪ੍ਰਾਪਤ ਕਰਨ ਵਿੱਚ ਅਸਫਲ ਰਹਿੰਦੇ ਹਾਂ ਅਤੇ ਇਸ ਦੀ ਬਜਾਏ ਪਰਮਾਤਮਾ ਦੀ ਸੁਰੱਖਿਆ ਤੋਂ ਬਾਹਰ ਨਿਕਲ ਜਾਂਦੇ ਹਾਂ ਅਤੇ ਆਪਣੇ ਆਪ ਨੂੰ ਕਮਜ਼ੋਰੀ, ਬਿਮਾਰੀ ਅਤੇ ਸਮੇਂ ਤੋਂ ਪਹਿਲਾਂ ਮੌਤ ਲਈ ਕਮਜ਼ੋਰ ਬਣਾਉਂਦੇ ਹਾਂ। ਅਸੀਂ ਪਰਮਾਤਮਾ ਦੇ ਨਿਰਣੇ ਦੇ ਵਿਵਹਾਰ ਨੂੰ (A) ਬ੍ਰਹਮ ਸੁਰੱਖਿਆ ਤੋਂ ਪਿੱਛੇ ਹਟਣਾ ਅਤੇ (B) ਪਰਮਾਤਮਾ ਦੁਆਰਾ ਲੋਕਾਂ ਦਾ ਧਿਆਨ ਖਿੱਚਣ ਲਈ ਇਹਨਾਂ ਤੱਤਾਂ (ਕਮਜ਼ੋਰੀ, ਬਿਮਾਰੀ ਅਤੇ ਸਮੇਂ ਤੋਂ ਪਹਿਲਾਂ ਮੌਤ) ਦੀ ਆਗਿਆ ਦੇਣਾ ਜਾਂ ਸ਼ਾਮਲ ਕਰਨਾ, ਤਾਂ ਜੋ ਸਾਨੂੰ ਸਹੀ ਰਸਤੇ 'ਤੇ ਵਾਪਸ ਲਿਆਂਦਾ ਜਾ ਸਕੇ। ਇਹ ਪਰਮਾਤਮਾ ਦੀ ਇੱਛਾ ਨਹੀਂ ਹੈ, ਪਰ ਕੀ ਹੁੰਦਾ ਹੈ ਜਦੋਂ ਅਸੀਂ ਪਰਮਾਤਮਾ ਦੇ ਡਿਜ਼ਾਈਨ ਤੋਂ ਬਾਹਰ ਨਿਕਲਦੇ ਹਾਂ ਅਤੇ ਅਣਆਗਿਆਕਾਰੀ ਵਿੱਚ ਚੱਲਦੇ ਹਾਂ। ਜੇਕਰ ਅਸੀਂ ਆਪਣੇ ਆਪ ਦਾ ਨਿਰਣਾ ਕਰਦੇ ਹਾਂ ਅਤੇ ਆਗਿਆਕਾਰੀ ਵਿੱਚ ਚੱਲਦੇ ਹਾਂ, ਤਾਂ ਅਸੀਂ ਇਹਨਾਂ ਤੋਂ ਬਚ ਸਕਦੇ ਹਾਂ।

ਅੱਜ ਵਿਸ਼ਵਾਸੀ ਹੋਣ ਦੇ ਨਾਤੇ, ਸਾਨੂੰ ਪ੍ਰਭੂ ਦੇ ਮੇਜ਼ ਵਿੱਚ "ਗਲਤ" ਤੌਰ 'ਤੇ ਹਿੱਸਾ ਲੈਣ ਕਾਰਨ ਕਮਜ਼ੋਰੀ, ਬਿਮਾਰੀ ਅਤੇ ਅਚਨਚੇਤੀ ਮੌਤ ਤੋਂ ਡਰਨ ਦੀ ਲੋੜ ਨਹੀਂ ਹੈ, ਸਿਰਫ਼ ਇਸ ਲਈ ਕਿਉਂਕਿ ਸਾਨੂੰ ਸਿਖਾਇਆ ਗਿਆ ਹੈ ਕਿ ਇਸਨੂੰ ਸਹੀ ਕਿਵੇਂ ਕਰਨਾ ਹੈ। ਅਸੀਂ ਜਾਣਦੇ ਹਾਂ ਕਿ ਹਰ ਵਾਰ ਜਦੋਂ ਅਸੀਂ ਪ੍ਰਭੂ ਦੇ ਮੇਜ਼ ਵਿੱਚ ਹਿੱਸਾ ਲੈਂਦੇ ਹਾਂ ਤਾਂ ਸਾਨੂੰ ਕੀ ਕਰਨਾ ਹੈ। ਅਜਿਹਾ ਨਹੀਂ ਹੈ ਕਿ ਪਰਮਾਤਮਾ ਸਾਡੇ 'ਤੇ ਸਜ਼ਾ ਪਾਉਣ ਲਈ ਸਭ ਤੋਂ ਛੋਟੀ ਗਲਤੀ ਦੀ ਉਡੀਕ ਕਰ ਰਿਹਾ ਹੈ! ਸਗੋਂ ਹਰ ਵਾਰ ਜਦੋਂ ਅਸੀਂ ਪ੍ਰਭੂ ਦੇ ਮੇਜ਼ ਦਾ ਜਸ਼ਨ ਮਨਾਉਂਦੇ ਹਾਂ, ਤਾਂ ਅਸੀਂ ਉਸਦੇ ਦਿਲ ਵਿੱਚ ਖੁਸ਼ੀ ਅਤੇ ਦੁਸ਼ਮਣ ਕੈਂਪ ਵਿੱਚ ਡਰ ਲਿਆਉਂਦੇ ਹਾਂ!

ਟਿਮੋਥੀ ਦਾ ਪੇਟ

1 ਤਿਮੋਥਿਉਸ 5:23 ਸਿਰਫ਼ ਪਾਣੀ ਹੀ ਨਾ ਪੀਤਾ ਕਰ, ਸਗੋਂ ਆਪਣੇ ਢਿੱਡ ਲਈ ਅਤੇ ਆਪਣੀਆਂ ਵਾਰ-ਵਾਰ ਬਿਮਾਰੀਆਂ ਲਈ ਥੋੜ੍ਹੀ ਜਿਹੀ ਮੈਅ ਵੀ ਪੀਤਾ ਕਰ।

ਇਸ ਆਇਤ ਤੋਂ ਇਹ ਸਪੱਸ਼ਟ ਹੁੰਦਾ ਹੈ ਕਿ ਤਿਮੋਥਿਉਸ ਨੂੰ ਕਿਸੇ ਕਿਸਮ ਦੀ ਵਾਰ-ਵਾਰ ਪੇਟ ਦੀ ਸਮੱਸਿਆ ਸੀ ਅਤੇ ਸ਼ਾਇਦ ਹੋਰ ਸਰੀਰਕ ਬਿਮਾਰੀਆਂ ਵੀ ਸਨ। ਕੀ ਇਹ ਕੁਝ ਅਜਿਹਾ ਸੀ ਜੋ ਅਫ਼ਸੁਸ ਆਉਣ ਤੋਂ ਬਾਅਦ ਹੀ ਉਸ ਨਾਲ ਹੋਣ ਲੱਗ ਪਿਆ ਸੀ ਜਾਂ ਕੀ ਇਹ ਸਮੱਸਿਆਵਾਂ ਬਹੁਤ ਸਮੇਂ ਪਹਿਲਾਂ ਤੋਂ ਮੌਜੂਦ ਸਨ, ਇਹ ਪਤਾ ਨਹੀਂ ਹੈ। ਨਾਲ ਹੀ, ਇਹ ਵੀ ਪਤਾ ਨਹੀਂ ਹੈ ਕਿ ਤਿਮੋਥਿਉਸ ਨੂੰ ਇਹ ਸਮੱਸਿਆਵਾਂ ਸਿਰਫ਼ ਥੋੜ੍ਹੇ ਸਮੇਂ ਲਈ ਸਨ ਜਾਂ ਕੀ ਇਹ ਲਗਾਤਾਰ ਸਮੱਸਿਆਵਾਂ ਸਨ। ਇਸ ਲਈ ਇਸ ਤਰ੍ਹਾਂ ਦੀਆਂ ਕੋਈ ਵੀ ਟਿੱਪਣੀਆਂ ਸ਼ੁੱਧ ਅੰਦਾਜ਼ੇ ਹੋਣਗੀਆਂ। ਅਸੀਂ ਇਹ ਜਾਣਦੇ ਹਾਂ ਕਿ ਤਿਮੋਥਿਉਸ ਨੇ ਅਫ਼ਸੁਸ ਵਿੱਚ ਚਰਚ ਦੀ ਅਗਵਾਈ ਕੀਤੀ ਸੀ ਅਤੇ ਉਸਦੀ ਸੇਵਕਾਈ ਇਨ੍ਹਾਂ ਬਿਮਾਰੀਆਂ ਕਾਰਨ ਨਹੀਂ ਰੁਕੀ।

ਪੌਲੁਸ ਰਸੂਲ ਨੇ ਤਿਮੋਥਿਉਸ ਦੇ ਪੇਟ ਦੀ ਸਮੱਸਿਆ ਲਈ ਵਾਈਨ ਦੀ ਵਰਤੋਂ ਦੀ ਸਿਫ਼ਾਰਸ਼ ਕੀਤੀ ਸੀ ਕਿਉਂਕਿ ਇਹ ਦਵਾਈ ਵਿੱਚ ਬਹੁਤ ਮਹੱਤਵ ਰੱਖਦੀ ਸੀ। ਇਸ ਲਈ ਅਸੀਂ ਇਹ ਸਿੱਟਾ ਕੱਢ ਸਕਦੇ ਹਾਂ ਕਿ ਕੁਦਰਤੀ ਅਤੇ ਡਾਕਟਰੀ ਉਪਚਾਰਾਂ ਦੀ ਵਰਤੋਂ ਕਰਨਾ ਠੀਕ ਹੈ, ਨਾਲ ਹੀ ਆਪਣੇ ਦਿਲਾਂ ਨੂੰ ਪਰਮਾਤਮਾ ਪ੍ਰਤੀ ਸਮਰਪਿਤ ਰੱਖਣਾ ਵੀ ਠੀਕ ਹੈ।

ਹਜ਼ਿਕੀਜਾਹ ਦੀ ਬਮਿਾਰੀ

2 ਰਾਜਿਆਂ 20:1-7 1 ਉਨ੍ਹਾਂ ਦਿਨਾਂ ਵਿੱਚ ਹਿਜ਼ਕੀਜਾਹ ਬਿਮਾਰ ਸੀ ਅਤੇ ਮਰਨ
ਕਿਨਾਰੇ ਸੀ। ਆਮੋਸ ਦਾ ਪੁੱਤਰ ਯਸਾਯਾਹ ਨਬੀ ਉਸ ਕੋਲ ਗਿਆ ਅਤੇ ਉਸ ਨੂੰ
ਕਿਹਾ, "ਯਹੋਵਾਹ ਇਹ ਆਖਦਾ ਹੈ: 'ਆਪਣੇ ਘਰ ਦੀ ਵਿਵਸਥਾ ਕਰ, ਕਿਉਂਕਿ
ਤੂੰ ਮਰ ਜਾਵੇਂਗਾ, ਅਤੇ ਨਹੀਂ ਜੀਵੇਂਗਾ।'" 2 ਤਦ ਉਸਨੇ ਆਪਣਾ ਮੂੰਹ ਕੰਧ ਵੱਲ
ਮੋੜਿਆ ਅਤੇ ਯਹੋਵਾਹ ਅੱਗੇ ਪ੍ਰਾਰਥਨਾ ਕੀਤੀ, 3 "ਹੇ ਯਹੋਵਾਹ, ਹੁਣ ਯਾਦ ਕਰ
ਕਿ ਮੈਂ ਕਿਵੇਂ ਤੇਰੇ ਅੱਗੇ ਸੱਚਾਈ ਅਤੇ ਵਫ਼ਾਦਾਰ ਦਿਲ ਨਾਲ ਚੱਲਿਆ ਹਾਂ, ਅਤੇ ਉਹ
ਕੀਤਾ ਹੈ ਜੋ ਤੇਰੀ ਨਿਗਾਹ ਵਿੱਚ ਚੰਗਾ ਸੀ।" ਅਤੇ ਹਿਜ਼ਕੀਜਾਹ ਬਹੁਤ ਰੋਇਆ।
4 ਅਤੇ ਇਸ ਤਰ੍ਹਾਂ ਹੋਇਆ ਕਿ ਯਸਾਯਾਹ ਦੇ ਵਿਚਕਾਰਲੇ ਵਿਹੜੇ ਵਿੱਚ ਜਾਣ ਤੋਂ
ਪਹਿਲਾਂ ਹੀ ਯਹੋਵਾਹ ਦਾ ਬਚਨ ਉਸ ਕੋਲ ਆਇਆ, 5 "ਵਾਪਸ ਜਾ ਅਤੇ ਮੇਰੀ
ਪਰਜਾ ਦੇ ਪ੍ਰਧਾਨ ਹਿਜ਼ਕੀਜਾਹ ਨੂੰ ਆਖ ਕਿ ਯਹੋਵਾਹ ਤੇਰੇ ਪਿਤਾ ਦਾਊਦ ਦਾ

ਪਰਮੇਸ਼ੁਰ ਇਹ ਆਖਦਾ ਹੈ: ਮੈਂ ਤੇਰੀ ਪ੍ਰਾਰਥਨਾ ਸੁਣੀ ਹੈ, ਮੈਂ ਤੇਰੇ ਹੰਝੂ ਵੇਖੇ ਹਨ। ਮੈਂ ਤੈਨੂੰ ਜ਼ਰੂਰ ਚੰਗਾ ਕਰਾਂਗਾ। ਤੀਜੇ ਦਿਨ ਤੂੰ ਯਹੋਵਾਹ ਦੇ ਘਰ ਜਾਵੇਂਗਾ। 6 ਅਤੇ ਮੈਂ ਤੇਰੇ ਦਿਨਾਂ ਵਿੱਚ ਪੰਦਰਾਂ ਸਾਲ ਹੋਰ ਵਧਾਵਾਂਗਾ। ਮੈਂ ਤੈਨੂੰ ਅਤੇ ਇਸ ਸ਼ਹਿਰ ਨੂੰ ਅੱਸ਼ੂਰ ਦੇ ਰਾਜੇ ਦੇ ਹੱਥੋਂ ਛੁਡਾਵਾਂਗਾ। "ਮੈਂ ਆਪਣੇ ਲਈ ਅਤੇ ਆਪਣੇ ਸੇਵਕ ਦਾਊਦ ਦੇ ਲਈ ਇਸ ਸ਼ਹਿਰ ਦੀ ਰੱਖਿਆ ਕਰਾਂਗਾ।" '" 7 ਤਦ ਯਸਾਯਾਹ ਨੇ ਆਖਿਆ, "ਅੰਜੀਰਾਂ ਦੀ ਇੱਕ ਗੁੱਛੀ ਲਓ।" ਇਸ ਲਈ ਉਨ੍ਹਾਂ ਨੇ ਇਸਨੂੰ ਲੈ ਕੇ ਫੋੜੇ ਉੱਤੇ ਲਗਾਇਆ ਅਤੇ ਉਹ ਠੀਕ ਹੋ ਗਿਆ।

ਯਸਾਯਾਹ 38:21 ਯਸਾਯਾਹ ਨੇ ਆਖਿਆ ਸੀ, "ਉਹ ਅੰਜੀਰਾਂ ਦੀ ਇੱਕ ਗੁੰਨ੍ਹੀ ਲੈ ਕੇ ਫੋੜੇ ਉੱਤੇ ਲੇਪ ਕਰਨ, ਤਾਂ ਉਹ ਠੀਕ ਹੋ ਜਾਵੇਗਾ।"

ਰਾਜਾ ਹਿਜ਼ਕੀਯਾਹ ਬਿਮਾਰ ਸੀ ਅਤੇ ਮੌਤ ਦੇ ਨੇੜੇ ਸੀ। ਨਬੀ ਦੀ ਚੇਤਾਵਨੀ ਸੁਣਨ ਤੋਂ ਬਾਅਦ, ਹਿਜ਼ਕੀਯਾਹ ਯਹੋਵਾਹ ਵੱਲ ਮੁੜਦਾ ਹੈ ਅਤੇ ਪ੍ਰਾਰਥਨਾ ਕਰਦਾ ਹੈ। ਪ੍ਰਮਾਤਮਾ ਰਾਜੇ ਦੀ ਪ੍ਰਾਰਥਨਾ ਸੁਣਦਾ ਹੈ ਅਤੇ ਨਬੀ ਨੂੰ ਲੋਕਾਂ ਨੂੰ ਅੰਜੀਰਾਂ ਦੇ ਇੱਕ ਗੁੰਨ੍ਹੇ ਤੋਂ ਇੱਕ ਪੇਸਟ ਬਣਾਉਣ ਅਤੇ ਇਸਨੂੰ ਫੋੜੇ 'ਤੇ ਲਗਾਉਣ ਲਈ ਕਹਿੰਦਾ ਹੈ (ਕੁਝ ਸੰਸਕਰਣਾਂ ਵਿੱਚ 'ਅਲਸਰ' ਜਾਂ 'ਟਿਊਮਰ' ਲਿਖਿਆ ਜਾਂਦਾ ਹੈ)। ਹਿਜ਼ਕੀਯਾਹ ਠੀਕ ਹੋ ਜਾਂਦਾ ਹੈ ਅਤੇ ਹੋਰ 15 ਸਾਲ ਜੀਉਂਦਾ ਰਹਿੰਦਾ ਹੈ।

ਸਪੱਸ਼ਟ ਹੈ ਕਿ ਪਰਮਾਤਮਾ ਹਿਜ਼ਕੀਯਾਹ ਨੂੰ ਅੰਜੀਰਾਂ ਤੋਂ ਬਣੇ ਪੇਸਟ ਦੀ ਵਰਤੋਂ ਕੀਤੇ ਬਿਨਾਂ ਵੀ ਠੀਕ ਕਰ ਸਕਦਾ ਸੀ। ਕੀ ਅੰਜੀਰਾਂ ਤੋਂ ਬਣੇ ਪੇਸਟ ਵਿੱਚ ਫੋੜੇ ਲਈ ਕੋਈ ਇਲਾਜ ਜਾਂ ਚਿਕਿਤਸਕ ਗੁਣ ਸਨ, ਇਹ ਯਕੀਨੀ ਨਹੀਂ ਹੈ। ਭਾਵੇਂ ਇਸਦਾ ਚਿਕਿਤਸਕ ਮੁੱਲ ਸੀ ਜਾਂ ਨਹੀਂ, ਅਸੀਂ ਇਸ ਗੱਲ ਦੀ ਪੁਸ਼ਟੀ ਕਰ ਸਕਦੇ ਹਾਂ ਕਿ ਪਰਮਾਤਮਾ ਕੁਦਰਤੀ ਤੱਤਾਂ ਦੀ ਵਰਤੋਂ ਦੇ ਵਿਰੁੱਧ ਨਹੀਂ ਹੈ ਜਿਨ੍ਹਾਂ ਰਾਹੀਂ (ਜਾਂ ਜਿਸ ਦੇ ਨਾਲ) ਉਸਦਾ ਇਲਾਜ ਕਿਸੇ ਵਿਅਕਤੀ ਨੂੰ ਕੀਤਾ ਜਾਂਦਾ ਹੈ।

ਟ੍ਰੋਫਿਮਸ ਬਿਮਾਰ ਹੋ ਗਿਆ

2 ਤਿਮੋਥਿਉਸ 4:20 ਇਰਾਸਤੁਸ ਕੁਰਿੰਥੁਸ ਵਿੱਚ ਰਿਹਾ, ਪਰ ਤ੍ਰੋਫ਼ਿਮੁਸ ਨੂੰ ਮੈਂ ਮਿਲੇਤੁਸ ਵਿੱਚ ਬਿਮਾਰ ਛੱਡ ਦਿੱਤਾ ਹੈ।

ਰਸੂਲ ਪੌਲੁਸ ਇੱਕ ਅਜਿਹਾ ਆਦਮੀ ਸੀ ਜਿਸਨੇ ਆਤਮਾ ਦੀ ਸ਼ਕਤੀ ਨਾਲ ਸੇਵਾ ਕੀਤੀ ਅਤੇ ਜਿੱਥੇ ਵੀ ਉਸਨੇ ਸੇਵਾ ਕੀਤੀ ਉੱਥੇ ਬਹੁਤ ਸਾਰੀਆਂ ਥਾਵਾਂ 'ਤੇ ਸ਼ਕਤੀਸ਼ਾਲੀ ਇਲਾਜ, ਚਮਤਕਾਰ, ਚਿੰਨ੍ਹ ਅਤੇ ਅਚੰਭੇ ਹੋਏ ਦੇਖੇ। ਹਾਲਾਂਕਿ, ਉਹ ਅਜੇ ਵੀ ਇਹ ਦੱਸਦੇ ਹੋਏ ਲਿਖਦਾ ਹੈ ਕਿ ਉਸਨੇ ਰੋਮ ਜਾਣ ਤੋਂ ਪਹਿਲਾਂ ਆਪਣੀ ਟੀਮ ਦੇ ਇੱਕ ਮੈਂਬਰ, ਤ੍ਰੋਫਿਮਸ ਨੂੰ ਮਿਲੇਤੁਸ ਵਿੱਚ ਬਿਮਾਰ ਛੱਡ ਦਿੱਤਾ ਸੀ (ਰਸੂਲਾਂ ਦੇ ਕਰਤੱਬ 20:4,15),।

ਭਾਵੇਂ ਪੌਲੁਸ ਨੇ ਖ਼ੁਦ ਸੰਪੂਰਨ ਨਤੀਜੇ ਨਹੀਂ ਦੇਖੇ, ਪਰ ਉਹ ਆਤਮਾ ਦੇ ਕੰਮ, ਇਲਾਜ, ਚਮਤਕਾਰਾਂ, ਆਤਮਾ ਦੇ ਤੋਹਫ਼ਿਆਂ, ਚਿੰਨ੍ਹਾਂ ਅਤੇ ਅਚੰਭਿਆਂ ਨੂੰ ਬਦਨਾਮ ਨਹੀਂ ਕਰਦਾ। ਦਰਅਸਲ, ਉਹ ਆਪਣੀਆਂ ਚਿੱਠੀਆਂ ਵਿੱਚ ਇਨ੍ਹਾਂ 'ਤੇ ਜ਼ੋਰ ਦੇ ਕੇ ਲਿਖਦਾ ਹੈ।

ਸਾਨੂੰ ਨਹੀਂ ਪਤਾ ਕਿ ਤ੍ਰੋਫਿਮਸ ਨਾਲ ਅਸਲ ਵਿੱਚ ਕੀ ਹੋਇਆ ਸੀ। ਸਾਨੂੰ ਨਹੀਂ ਪਤਾ ਕਿ ਇਹ ਇੱਕ ਅਸਥਾਈ ਬਿਮਾਰੀ ਸੀ ਜਿਸ ਤੋਂ ਉਹ ਜਲਦੀ ਠੀਕ ਹੋ ਗਿਆ ਸੀ। ਕਿਸੇ ਵੀ ਹਾਲਤ ਵਿੱਚ, ਅਸੀਂ ਮੰਨਦੇ ਹਾਂ ਕਿ ਸਾਡੇ ਕੋਲ ਹਮੇਸ਼ਾ ਸਾਰੇ ਜਵਾਬ ਨਹੀਂ ਹੁੰਦੇ। ਪਰ ਅਸੀਂ ਅਜੇ ਵੀ ਪ੍ਰਭੂ ਦੇ ਕੰਮ ਵਿੱਚ ਅੱਗੇ ਵਧਦੇ ਰਹਿੰਦੇ ਹਾਂ, ਆਤਮਾ ਦੀ ਸ਼ਕਤੀ ਨਾਲ ਸੇਵਾ ਕਰਦੇ ਹਾਂ, ਜਿਵੇਂ ਪੌਲੁਸ ਨੇ ਕੀਤਾ ਸੀ।

ਇਪਾਫ਼ਰੋਦੀਤੁਸ—ਮਸੀਹ ਦੇ ਕੰਮ ਲਈ ਉਹ ਮੌਤ ਦੇ ਨੇੜੇ ਪਹੁੰਚ ਗਿਆ

ਫ਼ਿਲਿੱਪੀਆਂ 2:25-30 25 ਪਰ ਮੈਂ ਇਪਾਫ਼ਰੋਦੀਤੁਸ ਨੂੰ ਤੁਹਾਡੇ ਕੋਲ ਭੇਜਣਾ ਜ਼ਰੂਰੀ ਸਮਝਿਆ, ਮੇਰਾ ਭਰਾ, ਸਾਥੀ ਕਾਮਾ ਅਤੇ ਸਾਥੀ ਸਿਪਾਹੀ, ਪਰ ਤੁਹਾਡਾ ਸੰਦੇਸ਼ਵਾਹਕ ਅਤੇ ਮੇਰੀ ਲੋੜ ਪੂਰੀ ਕਰਨ ਵਾਲਾ; 26 ਕਿਉਂਕਿ ਉਹ ਤੁਹਾਡੇ ਸਾਰਿਆਂ ਲਈ ਤਰਸਦਾ ਸੀ, ਅਤੇ ਦੁਖੀ ਸੀ ਕਿਉਂਕਿ ਤੁਸੀਂ ਸੁਣਿਆ ਸੀ ਕਿ ਉਹ ਬਿਮਾਰ ਸੀ। 27 ਕਿਉਂਕਿ ਉਹ ਸੱਚਮੁੱਚ ਬਿਮਾਰ ਸੀ, ਮਰਨ ਕਿਨਾਰੇ ਸੀ; ਪਰ ਪਰਮੇਸ਼ੁਰ ਨੇ ਉਸ ਉੱਤੇ ਦਇਆ ਕੀਤੀ, ਸਿਰਫ਼ ਉਸ ਉੱਤੇ ਹੀ ਨਹੀਂ, ਸਗੋਂ ਮੇਰੇ ਉੱਤੇ ਵੀ, ਤਾਂ ਜੋ ਮੈਨੂੰ ਦੁੱਖ ਉੱਤੇ ਦੁੱਖ ਨਾ ਪਵੇ। 28 ਇਸ ਲਈ ਮੈਂ ਉਸਨੂੰ ਹੋਰ ਵੀ ਉਤਸੁਕਤਾ ਨਾਲ ਭੇਜਿਆ, ਤਾਂ ਜੋ ਜਦੋਂ ਤੁਸੀਂ ਉਸਨੂੰ ਦੁਬਾਰਾ ਵੇਖੋਂ ਤਾਂ ਤੁਸੀਂ ਖੁਸ਼ ਹੋਵੋ ਅਤੇ ਮੇਰਾ ਦੁੱਖ ਘੱਟ ਜਾਵੇ। 29 ਇਸ ਲਈ, ਉਸਨੂੰ ਪ੍ਰਭੂ ਵਿੱਚ ਪੂਰੀ ਖੁਸ਼ੀ

ਨਾਲ ਕਬੂਲ ਕਰੋ, ਅਤੇ ਅਜਿਹੇ ਲੋਕਾਂ ਦਾ ਆਦਰ ਕਰੋ; 30 ਕਿਉਂਕਿ ਮਸੀਹ ਦੇ ਕੰਮ ਲਈ ਉਹ ਮੌਤ ਦੇ ਨੇੜੇ ਆਇਆ, ਆਪਣੀ ਜਾਨ ਦੀ ਪਰਵਾਹ ਨਾ ਕਰਦੇ ਹੋਏ, ਮੇਰੀ ਸੇਵਾ ਵਿੱਚ ਜੋ ਕਮੀ ਸੀ ਉਸਨੂੰ ਪੂਰਾ ਕਰਨ ਲਈ।

ਫ਼ਿਲਿੱਪੀਆਂ 4:18 ਮੇਰੇ ਕੋਲ ਸਭ ਕੁਝ ਹੈ ਅਤੇ ਮੈਂ ਬਹੁਤ ਕੁਝ ਪ੍ਰਾਪਤ ਕੀਤਾ ਹੈ। ਮੈਂ ਤੁਹਾਡੇ ਭੇਜੇ ਹੋਏ ਭੋਜਨ ਇਪਾਫ਼ਰੋਦੀਤੁਸ ਤੋਂ ਪ੍ਰਾਪਤ ਕਰਕੇ ਭਰਪੂਰ ਹਾਂ। ਇਹ ਇੱਕ ਸੁਗੰਧਿਤ ਸੁਗੰਧ ਵਾਲਾ ਅਤੇ ਇੱਕ ਪ੍ਰਸੰਨ ਬਲੀਦਾਨ ਹੈ ਜੋ ਪਰਮੇਸ਼ੁਰ ਨੂੰ ਪ੍ਰਸੰਨ ਕਰਦਾ ਹੈ।

ਫ਼ਿਲਿੱਪੀਆਂ 1:22-24 22 ਪਰ ਜੇ ਮੈਂ ਸਰੀਰ ਵਿੱਚ ਜੀਉਂਦਾ ਰਹਾਂਗਾ, ਤਾਂ ਇਹ ਮੇਰੀ ਮਿਹਨਤ ਦਾ ਫਲ ਹੋਵੇਗਾ; ਪਰ ਮੈਂ ਕੀ ਚੁਣਾਂਗਾ, ਇਹ ਮੈਂ ਨਹੀਂ ਦੱਸ ਸਕਦਾ। 23 ਕਿਉਂਕਿ ਮੈਂ ਦੋਵਾਂ ਵਿਚਕਾਰ ਬਹੁਤ ਦੱਬਿਆ ਹੋਇਆ ਹਾਂ, ਮੇਰੀ ਇੱਛਾ ਹੈ ਕਿ ਮੈਂ ਛੱਡ ਕੇ ਮਸੀਹ ਦੇ ਨਾਲ ਰਹਾਂ, ਜੋ ਕਿ ਕਿਤੇ ਬਿਹਤਰ ਹੈ। 24 ਪਰ ਸਰੀਰ ਵਿੱਚ ਰਹਿਣਾ ਤੁਹਾਡੇ ਲਈ ਜ਼ਿਆਦਾ ਜ਼ਰੂਰੀ ਹੈ।

ਪੌਲੁਸ ਨੂੰ ਰੋਮ ਵਿੱਚ ਕੈਦ ਕੀਤਾ ਗਿਆ ਸੀ। ਇਪਾਫ਼ਰੋਦੀਤੁਸ ਨੂੰ ਫ਼ਿਲਿੱਪੈ ਦੀ ਕਲੀਸਿਯਾ ਨੇ ਰਸੂਲ ਦੀ ਸੇਵਾ ਕਰਨ ਲਈ ਭੇਜਿਆ ਸੀ ਜਦੋਂ ਉਹ ਜੇਲ੍ਹ ਵਿੱਚ ਸੀ। ਪੌਲੁਸ ਰਸੂਲ ਦੀ ਸੇਵਾ ਕਰਦੇ ਹੋਏ, ਇਪਾਫ਼ਰੋਦੀਤੁਸ ਨੇ ਆਪਣੇ ਆਪ ਨੂੰ ਇੰਨਾ ਜ਼ਿਆਦਾ ਫੈਲਾਇਆ ਹੋਇਆ ਜਾਪਦਾ ਹੈ ਕਿ ਉਹ ਮੌਤ ਦੇ ਨੇੜੇ ਪਹੁੰਚ ਗਿਆ ਸੀ, ਆਪਣੀ ਜ਼ਿੰਦਗੀ ਦੇ ਸੰਬੰਧ ਵਿੱਚ ਨਹੀਂ। ਸਾਨੂੰ ਇਹ ਨਹੀਂ ਪਤਾ ਕਿ ਉਸਨੇ ਕਿੰਨੀ ਸੇਵਾ ਕੀਤੀ ਅਤੇ ਉਸਨੇ ਕਿੰਨੀ ਮਿਹਨਤ ਕੀਤੀ। ਪਰ ਇਹ ਧਿਆਨ ਦੇਣ ਯੋਗ ਹੈ ਕਿ ਪ੍ਰਭੂ ਦੀ ਸੇਵਾ ਕਰਨ ਦੀ ਪ੍ਰਕਿਰਿਆ ਵਿੱਚ, ਉਹ ਬਿਮਾਰ ਹੋ ਗਿਆ ਅਤੇ ਲਗਭਗ ਮਰ ਗਿਆ। ਪਰਮਾਤਮਾ ਦੀ ਦਇਆ ਦੁਆਰਾ ਉਸਦੀ ਜਾਨ ਬਚ ਗਈ ਅਤੇ ਇਪਾਫ਼ਰੋਦੀਤੁਸ ਜਿਉਂਦਾ ਰਿਹਾ।

ਸਿਰਫ਼ ਇਸ ਲਈ ਕਿ ਅਸੀਂ ਪ੍ਰਭੂ ਅਤੇ ਉਸਦੇ ਲੋਕਾਂ ਦੀ ਸੇਵਾ ਕਰਨ ਲਈ ਮਸੀਹੀ ਸੇਵਕਾਈ ਵਿੱਚ ਹਾਂ, ਸਾਨੂੰ ਆਪਣੇ ਆਪ ਚੰਗੀ ਸਿਹਤ ਅਤੇ ਤਾਕਤ ਦੀ ਗਰੰਟੀ ਨਹੀਂ ਮਿਲਦੀ। ਸਾਨੂੰ ਆਪਣੀ ਸਿਹਤ ਦੀ ਦੇਖਭਾਲ ਕਰਨ ਦੀ ਆਪਣੀ ਜ਼ਿੰਮੇਵਾਰੀ ਦੇ ਹਿੱਸੇ ਵਜੋਂ ਉਹ ਵੀ ਕਰਨ ਦੀ ਲੋੜ ਹੈ ਜੋ ਜ਼ਰੂਰੀ ਹੈ। ਇਹ ਸੰਭਵ ਹੈ ਕਿ ਅਸੀਂ

ਜ਼ਿਆਦਾ ਕੰਮ ਕਰ ਸਕਦੇ ਹਾਂ ਅਤੇ ਇਸ ਪ੍ਰਕਿਰਿਆ ਵਿੱਚ ਮੌਤ ਦਾ ਜੋਖਮ ਲੈ ਸਕਦੇ ਹਾਂ।

ਭਾਵੇਂ ਕਿ ਮਸੀਹ ਦੇ ਮਕਸਦ ਲਈ ਮਰਦੇ ਦਮ ਤੱਕ ਕੰਮ ਕਰਨਾ ਨੇਕ ਜਾਪਦਾ ਹੈ, ਪਰ ਇਹ ਬਹੁਤ ਹੀ ਬੇਲੋੜਾ ਅਤੇ ਬੇਕਾਰ ਹੈ। ਅਸੀਂ ਪਰਮੇਸ਼ੁਰ, ਉਸਦੇ ਰਾਜ ਅਤੇ ਧਰਤੀ ਉੱਤੇ ਉਸਦੇ ਲੋਕਾਂ ਲਈ ਜਿਉਂਦੇ ਜੀਅ ਵਧੇਰੇ ਲਾਭਦਾਇਕ ਹਾਂ, ਜੇਕਰ ਅਸੀਂ ਮਰ ਚੁੱਕੇ ਹੁੰਦੇ। ਬੇਸ਼ੱਕ, ਮਸੀਹ ਦੇ ਨਾਲ ਰਹਿਣਾ ਅਤੇ ਜਾਣਾ ਕਿਤੇ ਬਿਹਤਰ ਹੈ। ਹਾਲਾਂਕਿ, ਉਸਦੇ ਚਰਚ ਅਤੇ ਉਸਦੇ ਰਾਜ ਦੇ ਮਕਸਦ ਲਈ, ਆਪਣੀ ਸਿਹਤ ਦਾ ਧਿਆਨ ਰੱਖਣਾ, ਇੱਕ ਲੰਬੀ, ਸਿਹਤਮੰਦ ਅਤੇ ਫਲਦਾਇਕ ਜ਼ਿੰਦਗੀ ਜੀਉਣਾ ਬਿਹਤਰ ਹੈ।

ਕੀ ਬਮਿਾਰੀ ਪ੍ਰਭੂ ਦੀ ਤਾੜਨਾ ਹੈ?

1 ਕੁਰਿੰਥੀਆਂ 11:28-32 *28 ਪਰ ਮਨੁੱਖ ਆਪਣੇ ਆਪ ਨੂੰ ਪਰਖੇ, ਅਤੇ ਇਸ ਤਰ੍ਹਾਂ ਉਹ ਰੋਟੀ ਖਾਵੇ ਅਤੇ ਪਿਆਲੇ ਵਿੱਚੋਂ ਪੀਵੇ। 29 ਕਿਉਂਕਿ ਜਿਹੜਾ ਵਿਅਕਤੀ ਅਯੋਗ ਢੰਗ ਨਾਲ ਖਾਂਦਾ ਅਤੇ ਪੀਂਦਾ ਹੈ, ਉਹ ਪ੍ਰਭੂ ਦੇ ਸਰੀਰ ਨੂੰ ਨਾ ਸਮਝਦੇ ਹੋਏ ਆਪਣੇ ਆਪ ਨੂੰ ਸਜ਼ਾ ਦਿੰਦਾ ਹੈ। 30 ਇਸੇ ਕਰਕੇ ਤੁਹਾਡੇ ਵਿੱਚੋਂ ਬਹੁਤ ਸਾਰੇ ਕਮਜ਼ੋਰ ਅਤੇ ਬਿਮਾਰ ਹਨ, ਅਤੇ ਬਹੁਤ ਸਾਰੇ ਸੌਂ ਜਾਂਦੇ ਹਨ। 31 ਕਿਉਂਕਿ ਜੇ ਅਸੀਂ ਆਪਣੇ ਆਪ ਨੂੰ ਜਾਂਚਦੇ, ਤਾਂ ਸਾਡਾ ਨਿਰਣਾ ਨਹੀਂ ਕੀਤਾ ਜਾਂਦਾ। 32 ਪਰ ਜਦੋਂ ਸਾਡਾ ਨਿਰਣਾ ਕੀਤਾ ਜਾਂਦਾ ਹੈ, ਤਾਂ ਸਾਨੂੰ ਪ੍ਰਭੂ ਦੁਆਰਾ ਤਾੜਨਾ ਦਿੱਤੀ ਜਾਂਦੀ ਹੈ ਤਾਂ ਜੋ ਅਸੀਂ ਦੁਨੀਆਂ ਦੇ ਨਾਲ ਦੋਸ਼ੀ ਨਾ ਠਹਿਰਾਏ ਜਾਈਏ।*

ਇਬਰਾਨੀਆਂ 12:5-11 *5 ਅਤੇ ਤੁਸੀਂ ਉਸ ਉਪਦੇਸ਼ ਨੂੰ ਭੁੱਲ ਗਏ ਹੋ ਜੋ ਤੁਹਾਨੂੰ ਪੁੱਤਰਾਂ ਵਾਂਗ ਕਿਹਾ ਜਾਂਦਾ ਹੈ: "ਮੇਰੇ ਪੁੱਤਰ, ਪ੍ਰਭੂ ਦੀ ਤਾੜਨਾ ਨੂੰ ਤੁੱਛ ਨਾ ਸਮਝੋ, ਅਤੇ ਜਦੋਂ ਉਹ ਤੁਹਾਨੂੰ ਝਿੜਕਦਾ ਹੈ ਤਾਂ ਹੌਸਲਾ ਨਾ ਹਾਰੋ; 6 ਕਿਉਂਕਿ ਜਿਸਨੂੰ ਪ੍ਰਭੂ ਪਿਆਰ ਕਰਦਾ ਹੈ, ਉਹ ਤਾੜਨਾ ਦਿੰਦਾ ਹੈ, ਅਤੇ ਹਰ ਪੁੱਤਰ ਨੂੰ ਜਿਸਨੂੰ ਉਹ ਪ੍ਰਾਪਤ ਕਰਦਾ ਹੈ, ਉਸਨੂੰ ਤਾੜਨਾ ਦਿੰਦਾ ਹੈ।" 7 ਜੇ ਤੁਸੀਂ ਤਾੜਨਾ ਸਹਾਰਦੇ ਹੋ, ਤਾਂ ਪਰਮੇਸ਼ੁਰ ਤੁਹਾਡੇ ਨਾਲ ਪੁੱਤਰਾਂ ਵਾਂਗ ਪੇਸ਼ ਆਉਂਦਾ ਹੈ; ਕਿਉਂਕਿ ਕਿਹੜਾ ਪੁੱਤਰ*

ਹੈ ਜਿਸਨੂੰ ਪਿਤਾ ਤਾੜਨਾ ਨਹੀਂ ਦਿੰਦਾ? 8 ਪਰ ਜੇ ਤੁਸੀਂ ਤਾੜਨਾ ਤੋਂ ਬਿਨਾਂ ਹੋ, ਜਿਸ ਦੇ ਸਾਰੇ ਹਿੱਸੇਦਾਰ ਬਣ ਗਏ ਹਨ, ਤਾਂ ਤੁਸੀਂ ਨਾਜਾਇਜ਼ ਹੋ, ਪੁੱਤਰ ਨਹੀਂ। 9 ਇਸ ਤੋਂ ਇਲਾਵਾ, ਸਾਡੇ ਮਨੁੱਖੀ ਪਿਤਾ ਸਨ ਜਿਨ੍ਹਾਂ ਨੇ ਸਾਨੂੰ ਤਾੜਨਾ ਦਿੱਤੀ, ਅਤੇ ਅਸੀਂ ਉਨ੍ਹਾਂ ਦਾ ਆਦਰ ਕੀਤਾ। ਕੀ ਅਸੀਂ ਆਤਮਾਵਾਂ ਦੇ ਪਿਤਾ ਦੇ ਅਧੀਨ ਹੋ ਕੇ ਜੀਉਂਦੇ ਨਹੀਂ ਰਹਾਂਗੇ? 10 ਕਿਉਂਕਿ ਉਨ੍ਹਾਂ ਨੇ ਸੱਚਮੁੱਚ ਕੁਝ ਦਿਨਾਂ ਲਈ ਸਾਨੂੰ ਆਪਣੀ ਮਰਜ਼ੀ ਅਨੁਸਾਰ ਤਾੜਨਾ ਦਿੱਤੀ, ਪਰ ਉਸਨੇ ਸਾਡੇ ਲਾਭ ਲਈ, ਤਾਂ ਜੋ ਅਸੀਂ ਉਸਦੀ ਪਵਿੱਤਰਤਾ ਵਿੱਚ ਹਿੱਸੇਦਾਰ ਬਣ ਸਕੀਏ। 11 ਹੁਣ ਕੋਈ ਵੀ ਤਾੜਨਾ ਇਸ ਵੇਲੇ ਅਨੰਦਮਈ ਨਹੀਂ ਸਗੋਂ ਦੁਖਦਾਈ ਜਾਪਦੀ ਹੈ; ਪਰ ਬਾਅਦ ਵਿੱਚ ਇਹ ਉਨ੍ਹਾਂ ਲੋਕਾਂ ਨੂੰ ਧਾਰਮਿਕਤਾ ਦਾ ਸ਼ਾਂਤੀਪੂਰਨ ਫਲ ਦਿੰਦੀ ਹੈ ਜਿਨ੍ਹਾਂ ਨੂੰ ਇਸ ਦੁਆਰਾ ਸਿਖਲਾਈ ਦਿੱਤੀ ਗਈ ਹੈ।

ਪਰਕਾਸ਼ ਦੀ ਪੋਥੀ 3:19 *ਜਿੰਨਿਆਂ ਨੂੰ ਮੈਂ ਪਿਆਰ ਕਰਦਾ ਹਾਂ, ਮੈਂ ਉਨ੍ਹਾਂ ਨੂੰ ਝਿੜਕਦਾ ਅਤੇ ਤਾੜਦਾ ਹਾਂ। ਇਸ ਲਈ ਜੋਸ਼ੀਲਾ ਬਣੋ ਅਤੇ ਤੋਬਾ ਕਰੋ।*

ਜ਼ਬੂਰ 103:10-13 10 ਉਸਨੇ ਸਾਡੇ ਨਾਲ ਸਾਡੇ ਪਾਪਾਂ ਦੇ ਅਨੁਸਾਰ ਨਹੀਂ ਕੀਤਾ, ਨਾ ਹੀ ਸਾਨੂੰ ਸਾਡੀਆਂ ਬਦੀਆਂ ਦੇ ਅਨੁਸਾਰ ਸਜ਼ਾ ਦਿੱਤੀ। 11 ਕਿਉਂਕਿ ਜਿੰਨਾ ਅਕਾਸ਼ ਧਰਤੀ ਤੋਂ ਉੱਚਾ ਹੈ, ਓਨਾ ਹੀ ਉਸਦੀ ਦਯਾ ਉਨ੍ਹਾਂ ਲੋਕਾਂ ਲਈ ਹੈ ਜੋ ਉਸਦਾ ਭੈਅ ਮੰਨਦੇ ਹਨ; 12 ਜਿੰਨਾ ਪੂਰਬ ਪੱਛਮ ਤੋਂ ਦੂਰ ਹੈ, ਓਨਾ ਹੀ ਉਸਨੇ ਸਾਡੇ ਅਪਰਾਧ ਸਾਡੇ ਤੋਂ ਦੂਰ ਕਰ ਦਿੱਤੇ ਹਨ। 13 ਜਿਵੇਂ ਇੱਕ ਪਿਤਾ ਆਪਣੇ ਬੱਚਿਆਂ ਤੇ ਤਰਸ ਖਾਂਦਾ ਹੈ, ਓਵੇਂ ਹੀ ਯਹੋਵਾਹ ਉਨ੍ਹਾਂ ਤੇ ਤਰਸ ਖਾਂਦਾ ਹੈ ਜੋ ਉਸਦਾ ਭੈਅ ਮੰਨਦੇ ਹਨ।

ਸਾਡੇ ਵਿੱਚੋਂ ਕੌਣ ਮਾਪੇ ਹੋਣ ਦੇ ਨਾਤੇ ਜੇਕਰ ਸਾਡੇ ਬੱਚੇ ਕੁਝ ਗਲਤ ਕਰਦੇ ਹਨ, ਤਾਂ ਉਹ ਉਨ੍ਹਾਂ ਨੂੰ ਠੀਕ ਕਰਨਾ ਚਾਹੇਗਾ ਅਤੇ ਉਨ੍ਹਾਂ ਨੂੰ ਸਹੀ ਅਤੇ ਸਹੀ ਸਿਖਾਉਣਾ ਚਾਹੇਗਾ ਕਿ ਉਨ੍ਹਾਂ ਨੂੰ ਕੋਈ ਬਿਮਾਰੀ ਦੇ ਕੇ, ਉਨ੍ਹਾਂ ਨੂੰ ਕਿਸੇ ਹਾਦਸੇ ਵਿੱਚ ਪਾ ਕੇ, ਉਨ੍ਹਾਂ ਨੂੰ ਬਿਮਾਰ ਬਿਸਤਰੇ 'ਤੇ ਪਾ ਕੇ, ਜਾਂ ਉਨ੍ਹਾਂ ਨੂੰ ਕੈਂਸਰ ਜਾਂ ਕੋਈ ਹੋਰ ਕਮਜ਼ੋਰ ਜਾਂ ਘਾਤਕ ਬਿਮਾਰੀ ਦੇ ਕੇ? ਮੈਨੂੰ ਲੱਗਦਾ ਹੈ ਕਿ ਇਹ ਕਹਿਣਾ ਸੁਰੱਖਿਅਤ ਹੋਵੇਗਾ ਕਿ ਸਾਡੇ ਵਿੱਚੋਂ ਕੋਈ ਵੀ ਅਜਿਹਾ ਕੰਮ ਨਹੀਂ ਕਰੇਗਾ! ਸਾਡੇ ਵਿੱਚੋਂ ਜ਼ਿਆਦਾਤਰ ਬੱਚੇ ਨਾਲ ਸਖ਼ਤੀ ਨਾਲ ਗੱਲ ਕਰਕੇ ਸ਼ੁਰੂਆਤ ਕਰਨਗੇ, ਕਈ ਵਾਰ ਉਨ੍ਹਾਂ ਨੂੰ ਇੱਕ

ਜਾਂ ਦੋ ਵਾਰ ਮਾਰਨਾ ਸ਼ੁਰੂ ਕਰ ਦੇਣਗੇ ਅਤੇ ਫਿਰ ਸ਼ਾਇਦ ਉਨ੍ਹਾਂ ਦੇ ਕੁਝ ਵਿਸ਼ੇਸ਼ ਅਧਿਕਾਰਾਂ ਨੂੰ ਹਟਾ ਦੇਣਗੇ। ਜੇਕਰ ਬੱਚੇ ਵੱਡੇ ਹਨ, ਜਿੱਥੇ ਮਾਰਨਾ ਹੁਣ ਉਚਿਤ ਨਹੀਂ ਹੈ, ਤਾਂ ਅਸੀਂ ਬੈਠ ਕੇ ਉਨ੍ਹਾਂ ਨਾਲ ਤਰਕ ਕਰਦੇ ਹਾਂ ਅਤੇ ਉਨ੍ਹਾਂ ਨੂੰ ਸਹੀ ਸਿਖਾਉਣ ਲਈ ਸਮਝਾਉਣ ਦੀ ਕੋਸ਼ਿਸ਼ ਕਰਦੇ ਹਾਂ। ਜੇਕਰ ਅਸੀਂ ਬੁਰੇ ਹਾਂ, ਜਾਣਦੇ ਹਾਂ ਕਿ ਆਪਣੇ ਬੱਚਿਆਂ ਨਾਲ ਇਸ ਤਰ੍ਹਾਂ ਕਿਵੇਂ ਪੇਸ਼ ਆਉਣਾ ਹੈ, ਤਾਂ ਸਾਡਾ ਸਵਰਗੀ ਪਿਤਾ ਆਪਣੇ ਬੱਚਿਆਂ ਨਾਲ ਕਿੰਨਾ ਵਧੀਆ ਢੰਗ ਨਾਲ ਪੇਸ਼ ਆਉਂਦਾ ਹੈ, ਤਾਂ ਜੋ ਉਨ੍ਹਾਂ ਨੂੰ ਪਿਆਰ ਨਾਲ ਸਹੀ ਕੀਤਾ ਜਾ ਸਕੇ, ਹਦਾਇਤ ਦਿੱਤੀ ਜਾ ਸਕੇ, ਸਿਖਾਇਆ ਜਾ ਸਕੇ ਅਤੇ ਉਨ੍ਹਾਂ ਦੀ ਜ਼ਿੰਦਗੀ ਲਈ ਸਭ ਤੋਂ ਵਧੀਆ ਕੀ ਹੈ, ਇਸ ਵਿੱਚ ਉਨ੍ਹਾਂ ਦੀ ਅਗਵਾਈ ਕੀਤੀ ਜਾ ਸਕੇ।

ਪ੍ਰਭੂ ਦੀ ਤਾੜਨਾ ਦੇ ਮੁੱਦੇ ਨੂੰ ਅਕਸਰ ਗਲਤ ਸਮਝਿਆ ਜਾਂਦਾ ਹੈ ਅਤੇ ਗਲਤ ਢੰਗ ਨਾਲ ਪੇਸ਼ ਕੀਤਾ ਜਾਂਦਾ ਹੈ। ਲੋਕ ਬਿਮਾਰ ਹੋ ਜਾਂਦੇ ਹਨ, ਅਤੇ ਫਿਰ ਦਾਅਵਾ ਕਰਦੇ ਹਨ ਕਿ ਪਰਮਾਤਮਾ ਨੇ ਉਨ੍ਹਾਂ ਨੂੰ ਇੱਕ ਡੂੰਘਾ ਅਧਿਆਤਮਿਕ ਸਬਕ ਸਿਖਾਉਣ ਲਈ ਬਿਮਾਰ ਕੀਤਾ ਹੈ। ਅਸੀਂ ਸਹਿਮਤ ਹਾਂ ਕਿ ਧਰਤੀ ਉੱਤੇ ਮਾਪੇ ਵੀ ਆਪਣੇ ਬੱਚਿਆਂ ਨਾਲ ਅਜਿਹਾ ਕੁਝ ਨਹੀਂ ਕਰਨਗੇ, ਜਦੋਂ ਅਸੀਂ ਪਰਮਾਤਮਾ ਉੱਤੇ ਅਜਿਹਾ ਕਰਨ ਦਾ ਦੋਸ਼ ਲਗਾਉਂਦੇ ਹਾਂ, ਤਾਂ ਅਸੀਂ ਉਸਨੂੰ ਸਾਡੇ ਧਰਤੀ ਉੱਤੇ ਮਾਪਿਆਂ ਨਾਲੋਂ ਵੀ ਮਾੜਾ ਬਣਾਉਂਦੇ ਹਾਂ। ਉਦਾਹਰਣ ਵਜੋਂ ਇੱਕ ਵਿਸ਼ਵਾਸੀ ਨੂੰ ਲਓ ਜੋ ਬਿਮਾਰ ਹੋ ਜਾਂਦਾ ਹੈ ਅਤੇ ਇਸ ਲਈ ਉਸਨੂੰ ਕੁਝ ਦਿਨ (ਜਾਂ ਹਫ਼ਤੇ) ਬਿਸਤਰੇ ਵਿੱਚ ਬਿਤਾਉਣੇ ਪੈਂਦੇ ਹਨ। ਬਿਸਤਰੇ ਵਿੱਚ ਲੇਟ ਕੇ, ਹੋਰ ਕੁਝ ਕਰਨ ਤੋਂ ਬਿਨਾਂ, ਵਿਸ਼ਵਾਸੀ ਚੰਗੀਆਂ ਈਸਾਈ ਕਿਤਾਬਾਂ ਪੜ੍ਹਨਾ ਜਾਂ ਬਹੁਤ ਸਾਰੇ ਉਪਦੇਸ਼ ਸੁਣਨਾ ਸ਼ੁਰੂ ਕਰ ਦਿੰਦਾ ਹੈ ਅਤੇ ਇਸ ਲਈ ਇਹਨਾਂ ਦੁਆਰਾ ਅਧਿਆਤਮਿਕ ਸਮਝ ਪ੍ਰਾਪਤ ਕਰਦਾ ਹੈ ਅਤੇ ਅਧਿਆਤਮਿਕ ਤੌਰ 'ਤੇ ਮਜ਼ਬੂਤ ਮਹਿਸੂਸ ਕਰਦਾ ਹੈ। ਸਮੇਂ ਦੇ ਨਾਲ, ਵਿਸ਼ਵਾਸੀ ਸਿਹਤ ਵਿੱਚ ਵਾਪਸ ਆ ਜਾਂਦਾ ਹੈ। ਸਭ ਤੋਂ ਆਮ ਵਿਆਖਿਆ ਜੋ ਅਸੀਂ ਸੁਣਾਂਗੇ ਉਹ ਇਹ ਹੈ ਕਿ ਪਰਮਾਤਮਾ ਨੇ ਇਸ ਵਿਅਕਤੀ ਨੂੰ ਅਧਿਆਤਮਿਕ ਤੌਰ 'ਤੇ ਮਜ਼ਬੂਤ ਕਰਨ ਅਤੇ ਉਨ੍ਹਾਂ ਨੂੰ ਉਹ ਖਾਸ ਅਧਿਆਤਮਿਕ ਸਬਕ ਸਿਖਾਉਣ ਲਈ ਬਿਮਾਰ ਕੀਤਾ ਹੈ। ਮੇਰਾ ਤਰਕ ਇਹ ਹੈ ਕਿ, ਪਹਿਲਾਂ ਅਸੀਂ ਪਰਮਾਤਮਾ 'ਤੇ ਉਹ ਕੰਮ ਕਰਨ ਦਾ ਦੋਸ਼ ਲਗਾ ਰਹੇ ਹਾਂ ਜੋ ਅਸੀਂ ਮਾਪਿਆਂ ਵਜੋਂ ਆਪਣੇ ਆਪ ਨੂੰ

ਪਰਮੇਸ਼ੁਰ ਨੂੰ ਸਾਡੇ ਨਾਲੋਂ ਮਾੜਾ ਨਹੀਂ ਬਣਾਵਾਂਗੇ। ਦੂਜਾ, ਜੇਕਰ ਉਹ ਵਿਸ਼ਵਾਸੀ ਜਦੋਂ ਚੰਗੀ ਸਿਹਤ ਵਿੱਚ ਹੁੰਦਾ, ਉਹੀ ਕਿਤਾਬਾਂ ਪੜ੍ਹਦਾ ਅਤੇ ਉਹੀ ਉਪਦੇਸ਼ ਸੁਣਦਾ, ਤਾਂ ਉਹ ਉਹੀ ਅਧਿਆਤਮਿਕ ਸਬਕ ਸਿੱਖ ਸਕਦਾ ਸੀ!

ਸ਼ਬਦ "ਤਾੜਨਾ" ਹੈ ਯੂਨਾਨੀ 'paideuo' ਜੋ ਕਿ ਸਿੱਧਾ ਮਤਲਬ ਹੈ "ਸਿਖਲਾਈ ਦੇਣਾ" ਇੱਕ ਬੱਚਾ, ਯਾਨੀ ਕਿ ਸਿੱਖਿਆ ਦੇਣਾ, ਜਾਂ (ਭਾਵ) ਅਨੁਸ਼ਾਸਨ (ਸਜ਼ਾ ਦੁਆਰਾ)," ਨੂੰ "ਸਿਖਾਉਣਾ, ਸਿੱਖਣਾ, ਸਿਖਾਉਣਾ" (ਸਟ੍ਰਾਂਗਜ਼ ਕੰਕਾਰਡੈਂਸ)। ਇਸ ਸ਼ਬਦ ਦਾ ਅਨੁਵਾਦ "ਸਿੱਖਿਆ ਗਿਆ" (ਰਸੂਲਾਂ ਦੇ ਕਰਤੱਬ 7:22) ਵਜੋਂ ਵੀ ਕੀਤਾ ਗਿਆ ਹੈ "ਮੂਸਾ ਨੇ ਮਿਸਰੀਆਂ ਦੀ ਸਾਰੀ ਬੁੱਧੀ ਸਿੱਖੀ ਸੀ, ਅਤੇ ਉਹ ਬਚਨਾਂ ਅਤੇ ਕੰਮਾਂ ਵਿੱਚ ਸ਼ਕਤੀਸ਼ਾਲੀ ਸੀ।" ਇਸ ਸ਼ਬਦ ਦਾ ਅਨੁਵਾਦ "ਸਿੱਖਿਆ ਗਿਆ" (ਰਸੂਲਾਂ ਦੇ ਕਰਤੱਬ 22:3) ਵੀ ਕੀਤਾ ਗਿਆ ਹੈ ਕਿਉਂਕਿ ਪੌਲੁਸ ਗਮਲੀਏਲ ਦੁਆਰਾ ਆਪਣੀ ਪਰਵਰਿਸ਼ ਨੂੰ ਸਿਖਾਏ ਜਾਣ ਦਾ ਹਵਾਲਾ ਦਿੰਦਾ ਹੈ। "ਮੈਂ ਸੱਚਮੁੱਚ ਇੱਕ ਯਹੂਦੀ ਹਾਂ, ਕਿਲਿਕੀਆ ਦੇ ਤਰਸੁਸ ਵਿੱਚ ਪੈਦਾ ਹੋਇਆ ਸੀ, ਪਰ ਇਸ ਸ਼ਹਿਰ ਵਿੱਚ ਗਮਲੀਏਲ ਦੇ ਚਰਨਾਂ ਵਿੱਚ ਪਲਿਆ, ਸਾਡੇ ਪੁਰਖਿਆਂ ਦੇ ਕਾਨੂੰਨ ਦੀ ਸਖ਼ਤੀ ਅਨੁਸਾਰ ਸਿਖਾਇਆ ਗਿਆ, ਅਤੇ ਪਰਮੇਸ਼ੁਰ ਪ੍ਰਤੀ ਜੋਸ਼ੀਲਾ ਸੀ ਜਿਵੇਂ ਤੁਸੀਂ ਸਾਰੇ ਅੱਜ ਹੋ।" ਇਹ ਸ਼ਬਦ ਸਰੀਰਕ ਸੱਟਾਂ (ਲੂਕਾ 23:16,22) ਨੂੰ ਦਰਸਾਉਣ ਲਈ ਵੀ ਵਰਤਿਆ ਜਾਂਦਾ ਹੈ, ਜੋ ਪਿਲਾਤੁਸ ਨੇ ਯਿਸੂ ਵਿੱਚ ਕੋਈ ਨੁਕਸ ਨਾ ਲੱਭਦਿਆਂ ਕਰਨ ਦੀ ਪੇਸ਼ਕਸ਼ ਕੀਤੀ ਅਤੇ ਉਸਨੂੰ ਜਾਣ ਦਿੱਤਾ, ਉਮੀਦ ਕਰਦੇ ਹੋਏ ਕਿ ਇਹ ਯਹੂਦੀਆਂ ਨੂੰ ਸ਼ਾਂਤ ਕਰੇਗਾ। ਫਿਰ ਤਾੜਨਾ ਦਾ ਸਬੰਧ ਸਿੱਖਿਆ (ਸਿੱਖਣਾ, ਸਿਖਲਾਈ, ਹਦਾਇਤ), ਸੁਧਾਰ ਅਤੇ ਕਈ ਵਾਰ ਸਜ਼ਾ ਨਾਲ ਹੈ। ਤਾੜਨਾ ਦਾ ਮੂਲ ਉਦੇਸ਼ ਵਿਅਕਤੀ ਨੂੰ ਕੁਝ ਸਿੱਖਣ ਵਿੱਚ ਮਦਦ ਕਰਨਾ ਹੈ। ਸਿੱਖਿਆ, ਤਬਾਹੀ ਨਹੀਂ, ਉਦੇਸ਼ ਹੈ।

ਆਮ ਹਾਲਾਤਾਂ ਵਿੱਚ ਤਾੜਨਾ ਦਾ ਸਬੰਧ ਸਿੱਖਿਆ, ਸੁਧਾਰ ਅਤੇ ਸਜ਼ਾ ਨਾਲ ਹੁੰਦਾ ਹੈ ਜੋ ਇੱਕ ਬੱਚੇ ਵਾਂਗ ਪਿਆਰ ਨਾਲ ਕੀਤੀ ਜਾਂਦੀ ਹੈ, ਅਤੇ ਸਿਰਫ਼ ਅਤਿਅੰਤ ਸਥਿਤੀਆਂ ਵਿੱਚ ਹੀ ਨਿਰਣੇ ਨਾਲ ਹੁੰਦਾ ਹੈ।

ਆਮ ਤੌਰ 'ਤੇ, ਤਾੜਨਾ ਬੱਚੇ ਨੂੰ ਸਿਖਲਾਈ ਦੇਣ ਨਾਲ ਸੰਬੰਧਿਤ ਹੁੰਦੀ ਹੈ ਅਤੇ ਇਸ ਲਈ ਇਹ ਪਿਆਰ ਨਾਲ ਕੀਤੇ ਗਏ ਕਿਸੇ ਕੰਮ ਨੂੰ ਦਰਸਾਉਂਦੀ ਹੈ, ਗੁੱਸੇ ਨਾਲ ਨਹੀਂ। ਆਮ ਤੌਰ 'ਤੇ ਤਾੜਨਾ ਦਾ ਸਬੰਧ ਸਿੱਖਿਆ, ਸੁਧਾਰ ਅਤੇ ਸਜ਼ਾ ਨਾਲ ਹੁੰਦਾ ਹੈ ਜੋ ਇੱਕ ਬੱਚੇ ਵਾਂਗ ਪਿਆਰ ਨਾਲ ਕੀਤੀ ਜਾਂਦੀ ਹੈ, ਅਤੇ ਸਿਰਫ਼ ਅਤਿਅੰਤ ਸਥਿਤੀਆਂ ਵਿੱਚ ਹੀ ਨਿਰਣੇ ਨਾਲ ਹੁੰਦਾ ਹੈ।

ਇਬਰਾਨੀਆਂ 12 ਪ੍ਰਭੂ ਦੀ ਤਾੜਨਾ ਦੇ ਉਦੇਸ਼ ਦਾ ਵਰਣਨ ਕਰਦਾ ਹੈ ਜੋ ਸਾਨੂੰ ਪਵਿੱਤਰਤਾ ਅਤੇ ਧਾਰਮਿਕਤਾ ਵਿੱਚ ਸਿਖਲਾਈ ਦੇਣਾ ਹੈ। ਇਸ ਲਈ ਹੁਣ, ਆਪਣੇ ਪਹਿਲੇ ਸਵਾਲ ਵੱਲ ਵਾਪਸ: ਕੀ ਇੱਕ ਧਰਤੀ ਉੱਤੇ ਮਾਪੇ ਆਪਣੇ ਬੱਚਿਆਂ ਨੂੰ ਸਹੀ ਕੰਮ ਕਰਨਾ ਸਿੱਖਣ ਲਈ ਬਿਮਾਰੀ ਅਤੇ ਬਿਮਾਰੀ ਦੀ ਵਰਤੋਂ ਕਰਨਗੇ? ਨਹੀਂ! ਫਿਰ ਵੀ, ਸਾਡਾ ਪਰਮੇਸ਼ੁਰ ਜੋ ਕਿ ਬੇਅੰਤ ਤੌਰ 'ਤੇ ਇੱਕ ਮਹਾਨ ਪਿਤਾ ਹੈ, ਸਦੀਵੀ ਪਿਆਰ ਕਰਨ ਵਾਲਾ ਸਵਰਗੀ ਪਿਤਾ, ਆਪਣੇ ਬੱਚਿਆਂ ਨੂੰ ਰੋਜ਼ਾਨਾ ਜੀਵਨ ਦੇ ਆਮ ਢੰਗ ਵਿੱਚ ਤਾੜਨਾ ਦੇਣ ਲਈ ਬਿਮਾਰ ਨਹੀਂ ਕਰੇਗਾ। ਆਪਣੇ ਨਾਲ ਰੋਜ਼ਾਨਾ ਚੱਲਣ ਦੇ ਆਮ ਢੰਗ ਵਿੱਚ, ਪਰਮੇਸ਼ੁਰ ਆਪਣੇ ਬਚਨ, ਆਪਣੀ ਆਤਮਾ ਅਤੇ ਹੋਰ ਵਿਸ਼ਵਾਸੀਆਂ ਦੀ ਸੰਗਤ ਦੀ ਵਰਤੋਂ ਸਾਡੇ ਜੀਵਨ ਵਿੱਚ ਆਪਣੇ ਅਨੁਸ਼ਾਸਨ ਨੂੰ ਲਾਗੂ ਕਰਨ ਲਈ ਕਰੇਗਾ।

ਅਸੀਂ ਇਸ ਅਧਿਆਇ ਵਿੱਚ ਪਹਿਲਾਂ ਕੁਰਿੰਥੁਸ ਦੀ ਕਲੀਸਿਯਾ ਬਾਰੇ ਚਰਚਾ ਕੀਤੀ ਹੈ, ਜਿੱਥੇ ਉਹ ਪੂਰੀ ਤਰ੍ਹਾਂ ਵਿਵਸਥਾ ਤੋਂ ਬਾਹਰ ਸਨ ਅਤੇ ਪ੍ਰਭੂ ਦੇ ਮੇਜ਼ ਨੂੰ ਪਵਿੱਤਰ ਭਾਗੀਦਾਰੀ ਦੀ ਬਜਾਏ ਇੱਕ ਦਾਅਵਤ ਬਣਾ ਕੇ ਇਸਦਾ ਅਪਮਾਨ ਕੀਤਾ। ਉਨ੍ਹਾਂ ਦੇ ਮਾਮਲੇ ਵਿੱਚ ਜੋ ਹੋਇਆ ਉਹ ਇਹ ਹੈ ਕਿ ਅਣਆਗਿਆਕਾਰੀ ਦੁਆਰਾ, ਉਨ੍ਹਾਂ ਨੇ ਇਲਾਜ, ਸਿਹਤ ਅਤੇ ਸੰਪੂਰਨਤਾ ਦੇ ਇੱਛਤ ਆਸ਼ੀਰਵਾਦ ਨੂੰ ਗੁਆ ਦਿੱਤਾ ਅਤੇ ਇਸ ਦੀ ਬਜਾਏ ਆਪਣੇ ਆਪ ਨੂੰ ਕਮਜ਼ੋਰੀ, ਬਿਮਾਰੀ ਅਤੇ ਮੌਤ ਲਈ ਕਮਜ਼ੋਰ ਬਣਾ ਲਿਆ। ਪਰਮੇਸ਼ੁਰ ਨੇ ਇਨ੍ਹਾਂ ਚੀਜ਼ਾਂ ਨੂੰ ਆਪਣੇ ਬ੍ਰਹਮ ਅਨੁਸ਼ਾਸਨੀ ਵਿਹਾਰ ਦੇ ਹਿੱਸੇ ਵਜੋਂ ਇਜਾਜ਼ਤ ਦਿੱਤੀ ਤਾਂ ਜੋ ਉਨ੍ਹਾਂ ਨੂੰ ਪ੍ਰਭੂ ਦੇ ਮੇਜ਼ ਨੂੰ ਕਰਨ ਦੇ ਸਹੀ ਤਰੀਕੇ 'ਤੇ ਵਾਪਸ ਲਿਆਂਦਾ ਜਾ ਸਕੇ। ਹਾਲਾਂਕਿ, ਇਹ ਵਿਸ਼ਵਾਸੀਆਂ ਵਜੋਂ ਉਨ੍ਹਾਂ ਲਈ ਪ੍ਰਭੂ ਦਾ ਆਮ ਅਨੁਸ਼ਾਸਨੀ ਵਿਹਾਰ ਨਹੀਂ ਸੀ, ਸਗੋਂ ਬ੍ਰਹਮ ਨਿਰਣੇ ਦਾ ਮਾਮਲਾ ਸੀ। ਯਿਸੂ ਮਸੀਹ ਦੇ ਵਿਅਕਤੀ ਵਿੱਚ ਪ੍ਰਗਟ ਕੀਤੇ ਗਏ ਪਰਮੇਸ਼ੁਰ ਦੇ

ਸੁਭਾਅ ਅਤੇ ਪਰਮੇਸ਼ੁਰ ਦੇ ਕੰਮ ਬਾਰੇ ਸ਼ਾਸਤਰ ਜੋ ਕੁਝ ਪ੍ਰਗਟ ਕਰਦਾ ਹੈ, ਉਸ ਦੇ ਪ੍ਰਕਾਸ਼ ਵਿੱਚ, ਇੱਕ ਵਿਸ਼ਵਾਸੀ ਲਈ ਜੋ ਪ੍ਰਭੂ ਦੇ ਨਾਲ ਚੱਲ ਰਿਹਾ ਹੈ, ਇਹ ਕਹਿਣਾ ਗਲਤ ਹੋਵੇਗਾ ਕਿ ਪ੍ਰਭੂ ਉਸਨੂੰ ਕਿਸੇ ਬਿਮਾਰੀ ਨਾਲ ਤਾੜਨਾ ਦੇ ਰਿਹਾ ਹੈ।

ਕੀ ਵਸਿਵ਼ਾਸ ਅਤੇ ਦਵਾਈ ਨੂੰ ਜੋੜਨਾ ਠੀਕ ਹੈ?

ਰਾਜਾ ਹਿਜ਼ਕੀਯਾਹ ਅਤੇ ਤਿਮੋਥਿਉਸ ਦੀਆਂ ਉਦਾਹਰਣਾਂ ਨੂੰ ਵੇਖਣ ਤੋਂ ਬਾਅਦ, ਅਸੀਂ ਵਿਸ਼ਵਾਸ ਕਰਦੇ ਹਾਂ ਕਿ ਵਿਸ਼ਵਾਸ ਅਤੇ ਦਵਾਈ ਨੂੰ ਜੋੜਨ ਵਿੱਚ ਕੁਝ ਵੀ ਗਲਤ ਨਹੀਂ ਹੈ। ਪਰਮਾਤਮਾ ਨੇ ਸਾਨੂੰ ਗਿਆਨ, ਤਕਨਾਲੋਜੀ ਅਤੇ ਕੁਦਰਤੀ ਸਰੋਤਾਂ ਦੇ ਸਰੋਤ ਸੌਂਪੇ ਹਨ ਜਿਨ੍ਹਾਂ ਦੀ ਵਰਤੋਂ ਅਸੀਂ ਉਸਦੇ ਉਦੇਸ਼ਾਂ ਅਤੇ ਉਸਦੀ ਮਹਿਮਾ ਲਈ ਕਰਨੀ ਹੈ। ਅਸੀਂ ਜਾਣਦੇ ਹਾਂ ਕਿ ਪਰਮਾਤਮਾ ਦਾ ਉਦੇਸ਼ ਲੋਕਾਂ ਨੂੰ ਚੰਗਾ ਕਰਨਾ ਅਤੇ ਚੰਗਾ ਕਰਨਾ ਹੈ। ਅਸੀਂ ਜਾਣਦੇ ਹਾਂ ਕਿ ਜਦੋਂ ਲੋਕ ਠੀਕ ਹੁੰਦੇ ਹਨ ਤਾਂ ਪਰਮਾਤਮਾ ਨੂੰ ਮਹਿਮਾ ਮਿਲਦੀ ਹੈ। ਇਸ ਲਈ ਅਸੀਂ ਇਲਾਜ ਲਿਆਉਣ ਲਈ ਪਰਮਾਤਮਾ ਦੁਆਰਾ ਦਿੱਤੇ ਗਏ ਸਰੋਤਾਂ ਦੀ ਵਰਤੋਂ ਕਰਨ ਤੋਂ ਝਿਜਕਦੇ ਨਹੀਂ ਹਾਂ।

ਜਦੋਂ ਅਸੀਂ ਦਵਾਈ ਦਿੰਦੇ ਹਾਂ ਜਾਂ ਡਾਕਟਰੀ ਸਹਾਇਤਾ ਪ੍ਰਾਪਤ ਕਰਦੇ ਹਾਂ, ਤਾਂ ਵੀ ਸਾਡੀਆਂ ਨਜ਼ਰਾਂ ਪ੍ਰਭੂ 'ਤੇ ਹੁੰਦੀਆਂ ਹਨ ਕਿ ਉਹ ਸਾਨੂੰ ਤੰਦਰੁਸਤੀ ਅਤੇ ਇਲਾਜ ਦਿਵਾਏ। ਸਾਡਾ ਵਿਸ਼ਵਾਸ ਉਸਦੇ ਬਚਨ ਵਿੱਚ ਹੈ ਅਤੇ ਉਸਦੀ ਤੰਦਰੁਸਤੀ ਦੀ ਸ਼ਕਤੀ ਅੰਤ ਵਿੱਚ ਉਸੇ ਤੋਂ ਆਉਂਦੀ ਹੈ।

ਕੀ ਆਪਣੀ ਸਹਿਤ ਦਾ ਧਆਿਨ ਰੱਖਣਾ ਅਵਸਿ਼ਵਾਸ ਦੀ ਨਸਿ਼ਾਨੀ ਹੈ?

ਇਪਾਫ਼ਰੋਦੀਤੁਸ ਤੋਂ ਅਸੀਂ ਇੱਕ ਸਬਕ ਸਿੱਖ ਸਕਦੇ ਹਾਂ ਕਿ ਜਦੋਂ ਅਸੀਂ ਪ੍ਰਭੂ ਅਤੇ ਉਸਦੇ ਲੋਕਾਂ ਦੀ ਸੇਵਾ ਕਰਦੇ ਹੋਏ ਮਸੀਹੀ ਸੇਵਕਾਈ ਵਿੱਚ ਆਪਣਾ ਕੰਮ ਕਰਦੇ ਹਾਂ, ਤਾਂ ਸਾਨੂੰ ਜ਼ਿੰਮੇਵਾਰ ਰਹਿਣ ਅਤੇ ਆਪਣੀ ਸਿਹਤ ਦਾ ਧਿਆਨ ਰੱਖਣ ਦੀ ਵੀ ਲੋੜ ਹੁੰਦੀ ਹੈ। ਨਹੀਂ ਤਾਂ ਸਾਡੇ ਆਪਣੇ ਸਰੀਰਾਂ ਨੂੰ ਨਜ਼ਰਅੰਦਾਜ਼ ਕਰਨ ਦੀ ਸੰਭਾਵਨਾ ਹੁੰਦੀ ਹੈ ਅਤੇ ਸਾਨੂੰ ਸੌਂਪਿਆ ਗਿਆ ਕੰਮ ਪੂਰਾ ਕੀਤੇ ਬਿਨਾਂ ਸਮੇਂ ਤੋਂ ਪਹਿਲਾਂ ਮਰਨ ਦਾ ਖ਼ਤਰਾ ਹੁੰਦਾ ਹੈ। ਜਦੋਂ ਕਿ ਅਸੀਂ ਆਪਣੀ ਜ਼ਿੰਮੇਵਾਰੀ ਦੇ ਹਿੱਸੇ

ਵਜੋਂ, ਇਲਾਜ, ਸੰਪੂਰਨਤਾ ਅਤੇ ਸਿਹਤ ਲਈ ਪ੍ਰਭੂ ਵੱਲ ਦੇਖਦੇ ਹਾਂ, ਸਾਡੇ ਲਈ ਆਪਣੀ ਸਿਹਤ ਦਾ ਧਿਆਨ ਰੱਖਣਾ ਜ਼ਰੂਰੀ ਹੈ। ਸਾਨੂੰ ਚੰਗੀ ਸਿਹਤ ਬਣਾਈ ਰੱਖਣ ਲਈ ਉਹ ਕਰਨ ਦੀ ਜ਼ਰੂਰਤ ਹੈ ਜੋ ਸਾਡੇ ਲਈ ਉਪਲਬਧ ਹੈ ਅਤੇ ਸਾਡੇ ਸਾਧਨਾਂ ਦੇ ਅੰਦਰ ਹੈ। ਉਦਾਹਰਣ ਵਜੋਂ, ਸਾਡੇ ਵਿੱਚੋਂ ਕੁਝ ਨਿਯਮਤ (ਜਿਵੇਂ ਕਿ ਸਾਲਾਨਾ) ਸਿਹਤ ਜਾਂਚਾਂ ਦੀ ਵਰਤੋਂ ਕਰ ਸਕਦੇ ਹਨ, ਆਪਣੀ ਖੁਰਾਕ ਦੇਖ ਸਕਦੇ ਹਨ, ਕਸਰਤ ਕਰ ਸਕਦੇ ਹਨ, ਅਤੇ ਇਸ ਤਰ੍ਹਾਂ ਦੇ ਹੋਰ ਵੀ ਬਹੁਤ ਕੁਝ ਕਰ ਸਕਦੇ ਹਨ। ਜਿੱਥੇ ਜ਼ਰੂਰੀ ਹੋਵੇ, ਡਾਕਟਰਾਂ ਦੁਆਰਾ ਸਿਫ਼ਾਰਸ਼ ਕੀਤੇ ਅਨੁਸਾਰ ਰੋਕਥਾਮ ਉਪਾਅ ਕਰੋ। ਇਹ ਅਵਿਸ਼ਵਾਸ ਦੀ ਨਿਸ਼ਾਨੀ ਨਹੀਂ ਹੋਵੇਗੀ, ਸਗੋਂ ਚੰਗੀ ਦੇਖ-ਭਾਲ ਦਾ ਪ੍ਰਗਟਾਵਾ ਹੋਵੇਗੀ। ਇਲਾਜ ਅਤੇ ਸਿਹਤ ਲਈ ਸਾਡੀ ਨਿਹਚਾ ਪ੍ਰਭੂ ਵਿੱਚ ਬਣੀ ਰਹਿੰਦੀ ਹੈ।

ਇਲਾਜ ਦੀ ਸੇਵਾ ਬਾਰੇ ਵਿਹਾਰਕ ਦਿਸ਼ਾ-ਨਿਰਦੇਸ਼

ਇਲਾਜ ਦੀ ਸੇਵਾ ਕਰਨ ਦੇ ਤਰੀਕੇ

ਕਈ ਤਰੀਕੇ ਹਨ ਜਿਨ੍ਹਾਂ ਨਾਲ ਅਸੀਂ ਕਿਸੇ ਬਿਮਾਰ ਵਿਅਕਤੀ ਦੀ ਸੇਵਾ ਕਰ ਸਕਦੇ ਹਾਂ। ਕੋਈ ਨਿਸ਼ਚਿਤ ਤਰੀਕਾ ਜਾਂ ਪ੍ਰਕਿਰਿਆ ਨਹੀਂ ਹੈ ਜਿਸਦੀ ਸਾਨੂੰ ਹਰ ਵਾਰ ਵਰਤੋਂ ਕਰਨ ਦੀ ਲੋੜ ਹੁੰਦੀ ਹੈ। ਅਸੀਂ ਜੋ ਕਰਨ ਦੀ ਕੋਸ਼ਿਸ਼ ਕਰਦੇ ਹਾਂ ਉਹ ਹੈ ਧਰਮ-ਗ੍ਰੰਥ ਵਿੱਚ ਦੱਸੇ ਗਏ ਇਲਾਜ ਦੀ ਸੇਵਾ ਦੇ ਵੱਖ-ਵੱਖ ਤਰੀਕਿਆਂ ਤੋਂ ਜਾਣੂ ਹੋਣਾ। ਸਿੱਖੋ ਕਿ ਧਰਮ-ਗ੍ਰੰਥ ਵਿੱਚ ਪਹਿਲਾਂ ਹੀ ਦਿਖਾਈ ਦੇਣ ਵਾਲੇ ਤਰੀਕਿਆਂ ਨਾਲ ਸੇਵਾ ਕਿਵੇਂ ਕਰਨੀ ਹੈ। ਕਿਸੇ ਵੀ ਸਮੇਂ ਕਿਸੇ ਵੀ ਤਰੀਕੇ ਨਾਲ ਸੇਵਾ ਕਰਨ ਲਈ ਤਿਆਰ ਰਹੋ। ਫਿਰ ਪ੍ਰਭੂ ਪ੍ਰਤੀ ਸੰਵੇਦਨਸ਼ੀਲ ਰਹੋ ਅਤੇ ਇਲਾਜ ਦੀ ਸੇਵਾ ਵਿੱਚ, ਆਪਣੇ ਦਿਲ ਵਿੱਚ ਜੋ ਵੀ ਤਰੀਕਾ ਵਰਤਣ ਲਈ ਤੁਸੀਂ ਮੁਕਤ ਮਹਿਸੂਸ ਕਰਦੇ ਹੋ, ਉਸ ਦੀ ਵਰਤੋਂ ਕਰੋ।

ਯਾਦ ਰੱਖੋ, ਕਿ ਇਲਾਜ ਵਿਧੀ ਵਿੱਚ ਨਹੀਂ, ਸਗੋਂ ਵਿਅਕਤੀ ਵਿੱਚ ਹੁੰਦਾ ਹੈ। ਯਿਸੂ ਹੀ ਇਲਾਜ ਕਰਨ ਵਾਲਾ ਹੈ। ਇਲਾਜ ਇਸ ਲਈ ਨਹੀਂ ਹੁੰਦਾ ਕਿਉਂਕਿ ਅਸੀਂ ਸਭ

ਕੁਝ ਸਹੀ ਕੀਤਾ ਹੈ। ਇਲਾਜ ਉਸਦੀ ਸ਼ਕਤੀ ਦੇ ਕਾਰਨ ਹੁੰਦਾ ਹੈ ਜੋ ਬਿਮਾਰ ਵਿਅਕਤੀ ਵਿੱਚ ਵਗਦੀ ਹੈ ਅਤੇ ਉਸਨੂੰ ਚੰਗਾ ਕਰਦੀ ਹੈ।

ਇਹ ਗੱਲ ਧਿਆਨ ਵਿੱਚ ਰੱਖੋ ਕਿ ਇਹਨਾਂ ਦੀ ਚਰਚਾ ਸਿਰਫ਼ ਇੱਕ ਸੁਯੋਗ ਦ੍ਰਿਸ਼ਟੀਕੋਣ ਤੋਂ ਕੀਤੀ ਗਈ ਹੈ, ਇਹਨਾਂ ਨੂੰ ਇਸ ਤਰੀਕੇ ਨਾਲ ਵੰਡਿਆ ਜਾਂ ਵੱਖਰਾ ਨਹੀਂ ਕੀਤਾ ਜਾਣਾ ਚਾਹੀਦਾ ਕਿ ਜੇਕਰ ਅਸੀਂ ਇੱਕ ਢੰਗ ਵਰਤ ਰਹੇ ਹਾਂ, ਤਾਂ ਸਾਨੂੰ ਇਸਨੂੰ ਦੂਜੇ ਤਰੀਕਿਆਂ ਨਾਲ ਨਹੀਂ ਜੋੜਨਾ ਚਾਹੀਦਾ। ਅਸਲੀਅਤ ਵਿੱਚ, ਸੇਵਕਾਈ ਦੌਰਾਨ ਅਸੀਂ ਆਮ ਤੌਰ 'ਤੇ ਇਲਾਜ ਦੀ ਸੇਵਾ ਕਰਨ ਲਈ ਇਹਨਾਂ ਤਰੀਕਿਆਂ ਦੇ ਸੁਮੇਲ ਦੀ ਵਰਤੋਂ ਕਰਾਂਗੇ।

ਇਹ ਵੀ ਯਾਦ ਰੱਖੋ ਕਿ ਭਾਵੇਂ ਅਸੀਂ ਇੱਥੇ ਖਾਸ ਤੌਰ 'ਤੇ ਸਰੀਰਕ ਇਲਾਜ ਬਾਰੇ ਚਰਚਾ ਕਰ ਰਹੇ ਹਾਂ, ਅਸਲੀਅਤ ਵਿੱਚ, ਅਜਿਹੀਆਂ ਸਥਿਤੀਆਂ ਹੋਣਗੀਆਂ ਜਦੋਂ ਅਸੀਂ ਸਰੀਰਕ ਇਲਾਜ, ਛੁਟਕਾਰਾ ਅਤੇ ਅੰਦਰੂਨੀ ਇਲਾਜ ਦੀ ਸੇਵਾ ਕਰਾਂਗੇ, ਸਾਰੇ ਇਕੱਠੇ ਵਹਿ ਰਹੇ ਹਨ। ਇੱਥੇ ਫਿਰ ਕੋਈ ਖਾਸ ਕ੍ਰਮ ਨਹੀਂ ਹੈ ਜਿਸ ਵਿੱਚ ਹਰੇਕ ਦਾ ਪ੍ਰਬੰਧ ਕੀਤਾ ਜਾਣਾ ਚਾਹੀਦਾ ਹੈ। ਕਈ ਵਾਰ, ਅਸੀਂ ਛੁਟਕਾਰਾ ਨਾਲ ਸ਼ੁਰੂ ਕਰ ਸਕਦੇ ਹਾਂ, ਫਿਰ ਸਰੀਰਕ ਇਲਾਜ ਦੀ ਸੇਵਾ ਕਰ ਸਕਦੇ ਹਾਂ ਅਤੇ ਫਿਰ ਅੰਦਰੂਨੀ ਇਲਾਜ ਦੀ। ਹੋਰ ਵਾਰ ਪਰਮਾਤਮਾ ਸਾਡੀ ਅਗਵਾਈ ਵੱਖਰੇ ਢੰਗ ਨਾਲ ਕਰ ਸਕਦਾ ਹੈ। ਇਹ ਵੀ ਯਾਦ ਰੱਖੋ ਕਿ ਜਦੋਂ ਅਸੀਂ ਸਰੀਰਕ ਇਲਾਜ ਦੀ ਸੇਵਾ ਕਰ ਰਹੇ ਹੋ ਸਕਦੇ ਹਾਂ, ਉਸੇ ਸਮੇਂ ਪਰਮਾਤਮਾ ਕਿਸੇ ਵਿਅਕਤੀ ਦੇ ਜੀਵਨ ਵਿੱਚ ਮੁਕਤੀ ਅਤੇ ਅੰਦਰੂਨੀ ਇਲਾਜ ਦਾ ਕੰਮ ਕਰ ਰਿਹਾ ਹੋ ਸਕਦਾ ਹੈ। ਅਸੀਂ ਹਮੇਸ਼ਾ ਉਸ ਸਭ ਕੁਝ ਤੋਂ ਜਾਣੂ ਨਹੀਂ ਹੋ ਸਕਦੇ ਜੋ ਇੱਕ ਵਿਅਕਤੀ ਵਿੱਚ ਹੋ ਰਿਹਾ ਹੈ ਜਦੋਂ ਉਹ ਪਰਮਾਤਮਾ ਦੇ ਛੋਹ ਦਾ ਅਨੁਭਵ ਕਰ ਰਹੇ ਹੁੰਦੇ ਹਨ।

ਅਸੀਂ ਇੱਥੇ ਧਰਮ-ਗ੍ਰੰਥ ਵਿੱਚ ਦਰਸਾਏ ਅਨੁਸਾਰ ਸੇਵਾ/ਸਿਹਤ ਪ੍ਰਾਪਤ ਕਰਨ ਦੇ ਕਈ ਤਰੀਕੇ ਸੰਖੇਪ ਵਿੱਚ ਪੇਸ਼ ਕਰਦੇ ਹਾਂ।

ਪਰਮਾਤਮਾ ਵਿੱਚ ਨਿੱਜੀ ਵਿਸ਼ਵਾਸ ਦੁਆਰਾ

ਪਰਮੇਸ਼ੁਰ ਨੇ ਐਲਾਨ ਕੀਤਾ ਹੈ ਕਿ ਉਸਦਾ ਬਚਨ ਸਾਡੇ ਸਾਰੇ ਸਰੀਰ ਲਈ ਦਵਾਈ ਹੈ (ਕਹਾਉਤਾਂ 4:20-22)। ਇਸ ਲਈ ਕੋਈ ਵੀ ਪਰਮੇਸ਼ੁਰ ਦੇ ਬਚਨ ਵਿੱਚ ਮਨਨ ਕਰਕੇ ਅਤੇ ਉਸ ਦੇ ਬਚਨ ਤੋਂ ਪੈਦਾ ਹੋਈ ਨਿਹਚਾ ਦੀ ਵਰਤੋਂ ਕਰਕੇ ਇਲਾਜ ਪ੍ਰਾਪਤ ਕਰ ਸਕਦਾ ਹੈ (ਰੋਮੀਆਂ 10:17)। ਜਦੋਂ ਵਿਸ਼ਵਾਸ ਉਸ ਬਚਨ ਨਾਲ ਮਿਲਾਇਆ ਜਾਂਦਾ ਹੈ ਜੋ ਅਸੀਂ ਪ੍ਰਾਪਤ ਕਰਦੇ ਹਾਂ, ਤਾਂ ਪਰਮੇਸ਼ੁਰ ਦੀ ਸ਼ਕਤੀ ਇਲਾਜ ਦਾ ਚਮਤਕਾਰ ਕਰਨ ਲਈ ਜਾਰੀ ਹੁੰਦੀ ਹੈ।

ਵਿਸ਼ਵਾਸ ਦੇ ਕਾਨੂੰਨ ਨੂੰ ਸਿਰਫ਼ ਇਸ ਤਰ੍ਹਾਂ ਕਿਹਾ ਗਿਆ ਹੈ: "ਤੁਹਾਡੀ ਨਿਹਚਾ ਦੇ ਅਨੁਸਾਰ, ਤੁਹਾਡੇ ਲਈ ਵੀ ਹੋਵੇ" (ਮੱਤੀ 9:29)। ਜਦੋਂ ਅਸੀਂ ਆਪਣੇ ਦਿਲਾਂ ਵਿੱਚ ਵਿਸ਼ਵਾਸ ਨੂੰ ਛੱਡ ਦਿੰਦੇ ਹਾਂ ਤਾਂ ਸਾਨੂੰ ਹਮੇਸ਼ਾ ਪ੍ਰਾਪਤ ਹੋਵੇਗਾ। ਇਹ ਇੱਕ ਕਾਨੂੰਨ ਹੈ ਜੋ ਪਰਮੇਸ਼ੁਰ ਨੇ ਸਥਾਪਿਤ ਕੀਤਾ ਹੈ।

ਤੁਸੀਂ ਆਪਣੇ ਇਲਾਜ ਲਈ ਪਰਮਾਤਮਾ ਵਿੱਚ ਵਿਸ਼ਵਾਸ ਰੱਖ ਸਕਦੇ ਹੋ। ਉਦਾਹਰਣਾਂ: ਖ਼ੂਨ ਵਗਣ ਵਾਲੀ ਔਰਤ (ਮੱਤੀ 9:22), ਦੋ ਅੰਨ੍ਹੇ ਆਦਮੀ (ਮੱਤੀ 9:22-30), ਦਸ ਕੋੜ੍ਹੀਆਂ ਵਿੱਚੋਂ ਇੱਕ (ਲੂਕਾ 17:11-19), ਯਰੀਹੋ ਦੇ ਬਾਹਰ ਅੰਨ੍ਹਾ ਆਦਮੀ (ਲੂਕਾ 18:35-42)।

ਪਰਮਾਤਮਾ ਵਿੱਚ ਵਿਸ਼ਵਾਸ ਕਈ ਤਰੀਕਿਆਂ ਨਾਲ ਪ੍ਰਗਟ ਕੀਤਾ ਜਾ ਸਕਦਾ ਹੈ:

1. ਵਿਸ਼ਵਾਸ ਕਰਨਾ ਅਤੇ ਬੋਲਣਾ (ਮੱਤੀ 17:20, ਮਰਕੁਸ 11:23, ਰੋਮੀਆਂ 10:9,10)। ਅਸੀਂ ਆਪਣੇ ਦਿਲਾਂ ਨਾਲ ਵਿਸ਼ਵਾਸ ਕਰਦੇ ਹਾਂ ਅਤੇ ਆਪਣੇ ਮੂੰਹਾਂ ਨਾਲ ਇਕਰਾਰ ਕਰਦੇ ਹਾਂ। ਇਹ ਵਿਸ਼ਵਾਸ ਪ੍ਰਗਟ ਕਰਨ ਦਾ ਇੱਕ ਤਰੀਕਾ ਹੈ।
2. ਆਪਣੇ ਵਿਸ਼ਵਾਸ 'ਤੇ ਵਿਸ਼ਵਾਸ ਕਰਨਾ ਅਤੇ ਉਸ 'ਤੇ ਅਮਲ ਕਰਨਾ। ਦੂਜਿਆਂ ਲਈ ਨਿਹਚਾ ਦਾ ਅਭਿਆਸ ਕਰਨਾ ਅਸੀਂ ਕਿਸੇ ਹੋਰ ਦੇ ਠੀਕ ਹੋਣ ਲਈ ਪਰਮੇਸ਼ੁਰ ਵਿੱਚ ਵਿਸ਼ਵਾਸ ਰੱਖ ਸਕਦੇ ਹਾਂ। ਉਦਾਹਰਣਾਂ: ਆਪਣੇ ਨੌਕਰ ਲਈ ਰੋਮੀ ਸੂਬੇਦਾਰ (ਮੱਤੀ 8:10-13), ਆਪਣੀ ਧੀ ਲਈ ਕਨਾਨੀ ਔਰਤ (ਮੱਤੀ 15:28), ਹੈਕਲ ਦੇ ਦਰਵਾਜ਼ੇ

'ਤੇ ਲੰਗੜੇ ਆਦਮੀ ਲਈ ਪਤਰਸ ਅਤੇ ਯੂਹੰਨਾ (ਰਸੂਲਾਂ ਦੇ ਕਰਤੱਬ 3:16)। ਜਿੱਥੇ ਦੋ ਜਾਂ ਦੋ ਤੋਂ ਵੱਧ ਇਕੱਠੇ ਵਿਸ਼ਵਾਸ ਕਰਦੇ ਹਨ, ਉੱਥੇ ਪਰਮਾਤਮਾ ਵਿੱਚ ਆਪਸੀ ਵਿਸ਼ਵਾਸ ਹੋ ਸਕਦਾ ਹੈ। ਉਦਾਹਰਣ: ਚਾਰ ਦੋਸਤ ਅਤੇ ਉਨ੍ਹਾਂ ਦਾ ਅਧਰੰਗੀ ਦੋਸਤ (ਮੱਤੀ 9:2), ਬਜ਼ੁਰਗਾਂ ਦਾ ਇੱਕ ਸਮੂਹ ਵਿਸ਼ਵਾਸ ਦੀ ਪ੍ਰਾਰਥਨਾ ਕਰ ਰਿਹਾ ਹੈ (ਯਾਕੂਬ 5:14-15)। ਅਸੀਂ ਕਿਸੇ ਹੋਰ ਲਈ ਪਰਮਾਤਮਾ ਵਿੱਚ ਸਮੂਹਿਕ ਵਿਸ਼ਵਾਸ ਵੀ ਰੱਖ ਸਕਦੇ ਹਾਂ, ਜਿੱਥੇ ਵੱਡੀ ਗਿਣਤੀ ਵਿੱਚ ਲੋਕ ਇੱਕ ਚਮਤਕਾਰ ਲਈ ਇਕੱਠੇ ਵਿਸ਼ਵਾਸ ਕਰਦੇ ਹਨ। ਉਦਾਹਰਣ: ਪੌਲੁਸ ਨੂੰ ਪੱਥਰ ਮਾਰ ਕੇ ਮਰਿਆ ਸਮਝ ਕੇ ਛੱਡਣ ਤੋਂ ਬਾਅਦ ਚੇਲੇ ਉਸਦੇ ਆਲੇ-ਦੁਆਲੇ ਇਕੱਠੇ ਹੋਏ (ਰਸੂਲਾਂ ਦੇ ਕਰਤੱਬ 14:19-20)। ਸਮਝੌਤੇ ਦੀ ਪ੍ਰਾਰਥਨਾ ਰਾਹੀਂ ਮੱਤੀ 18:18-20 18 "ਮੈਂ ਤੁਹਾਨੂੰ ਸੱਚ ਕਹਿੰਦਾ ਹਾਂ, ਜੋ ਕੁਝ ਤੁਸੀਂ ਧਰਤੀ ਉੱਤੇ ਬੰਨ੍ਹੋਗੇ ਉਹ ਸਵਰਗ ਵਿੱਚ ਬੰਨ੍ਹਿਆ ਜਾਵੇਗਾ, ਅਤੇ ਜੋ ਕੁਝ ਤੁਸੀਂ ਧਰਤੀ ਉੱਤੇ ਖੋਲ੍ਹੋਗੇ ਉਹ ਸਵਰਗ ਵਿੱਚ ਖੋਲ੍ਹਿਆ ਜਾਵੇਗਾ। 19 "ਮੈਂ ਤੁਹਾਨੂੰ ਫਿਰ ਕਹਿੰਦਾ ਹਾਂ ਕਿ ਜੇ ਤੁਹਾਡੇ ਵਿੱਚੋਂ ਦੋ ਜਣੇ ਧਰਤੀ ਉੱਤੇ ਕਿਸੇ ਵੀ ਗੱਲ ਲਈ ਸਹਿਮਤ ਹੋ ਕੇ ਮੰਗਣ, ਤਾਂ ਉਹ ਮੇਰੇ ਸਵਰਗੀ ਪਿਤਾ ਦੁਆਰਾ ਉਨ੍ਹਾਂ ਲਈ ਕੀਤਾ ਜਾਵੇਗਾ। 20 ਕਿਉਂਕਿ ਜਿੱਥੇ ਦੋ ਜਾਂ ਤਿੰਨ ਮੇਰੇ ਨਾਮ ਉੱਤੇ ਇਕੱਠੇ ਹੁੰਦੇ ਹਨ, ਮੈਂ ਉੱਥੇ ਉਨ੍ਹਾਂ ਦੇ ਵਿਚਕਾਰ ਹੁੰਦਾ ਹਾਂ।" ਕਈ ਵਾਰ ਅਜਿਹਾ ਹੁੰਦਾ ਹੈ, ਜਦੋਂ ਅਸੀਂ ਇੱਕ ਸਮੂਹ ਵਿੱਚ ਸੇਵਾ ਕਰ ਰਹੇ ਹੁੰਦੇ ਹਾਂ, ਤਾਂ ਅਸੀਂ ਪ੍ਰਾਰਥਨਾ ਕਰ ਸਕਦੇ ਹਾਂ ਅਤੇ/ਜਾਂ ਸ਼ੈਤਾਨ ਜੋ ਕਰ ਰਿਹਾ ਹੈ ਉਸਨੂੰ ਬੰਨ੍ਹਣ ਲਈ ਅਧਿਕਾਰ ਦੀ ਵਰਤੋਂ ਕਰ ਸਕਦੇ ਹਾਂ ਅਤੇ ਵਿਅਕਤੀ ਨੂੰ ਉਸ ਤੋਂ ਮੁਕਤ ਕਰੋ ਜੋ ਦੁਸ਼ਮਣ ਨੇ ਉਨ੍ਹਾਂ 'ਤੇ ਪਾਇਆ ਹੈ। ਅਸੀਂ ਇਹ ਸਹਿਮਤੀ ਨਾਲ ਕਰਦੇ ਹਾਂ, ਜਦੋਂ ਕਿ ਆਪਣੇ ਵਿਸ਼ਵਾਸ ਨੂੰ ਛੱਡਦੇ ਹਾਂ ਅਤੇ ਆਪਣੇ ਪਰਮਾਤਮਾ ਦੁਆਰਾ ਦਿੱਤੇ ਅਧਿਕਾਰ ਦੀ ਵਰਤੋਂ ਕਰਦੇ ਹਾਂ। ਸਹਿਮਤੀ ਵਿੱਚ ਸ਼ਕਤੀ ਹੈ ਅਤੇ ਇਹ ਸ਼ਕਤੀਸ਼ਾਲੀ ਪ੍ਰਭਾਵ ਵਿੱਚ ਆਉਂਦਾ ਹੈ।

ਵਸਿ਼ਵਾਸ ਦੀ ਪ੍ਰਾਰਥਨਾ ਰਾਹੀ

ਯਾਕੂਬ 5:14,15 14 *ਕੀ ਤੁਹਾਡੇ ਵਿੱਚੋਂ ਕੋਈ ਬਿਮਾਰ ਹੈ? ਤਾਂ ਉਹ ਕਲੀਸਿਯਾ ਦੇ ਬਜ਼ੁਰਗਾਂ ਨੂੰ ਬੁਲਾਵੇ ਅਤੇ ਉਹ ਪ੍ਰਭੂ ਦੇ ਨਾਮ ਤੇ ਉਸ ਉੱਤੇ ਤੇਲ ਮਲ ਕੇ ਉਸ ਲਈ ਪ੍ਰਾਰਥਨਾ ਕਰਨ। 15 ਅਤੇ ਵਿਸ਼ਵਾਸ ਦੀ ਪ੍ਰਾਰਥਨਾ ਬਿਮਾਰ ਨੂੰ ਬਚਾਵੇਗੀ, ਅਤੇ ਪ੍ਰਭੂ ਉਸਨੂੰ ਉਠਾਵੇਗਾ। ਅਤੇ ਜੇ ਉਸਨੇ ਪਾਪ ਕੀਤੇ ਹਨ, ਤਾਂ ਉਸਨੂੰ ਮਾਫ਼ ਕੀਤਾ ਜਾਵੇਗਾ।*

ਮੱਤੀ 21:22 *ਅਤੇ ਜੋ ਕੁਝ ਤੁਸੀਂ ਵਿਸ਼ਵਾਸ ਕਰਕੇ ਪ੍ਰਾਰਥਨਾ ਵਿੱਚ ਮੰਗੋਗੇ, ਉਹ ਤੁਹਾਨੂੰ ਮਿਲੇਗਾ।"*

ਯੂਹੰਨਾ 14:14 ਜੇਕਰ ਤੁਸੀਂ ਮੇਰੇ ਨਾਮ ਤੇ ਕੁਝ ਮੰਗੋਗੇ, ਤਾਂ ਮੈਂ ਉਹ ਕਰਾਂਗਾ।
ਰਸੂਲਾਂ ਦੇ ਕਰਤੱਬ 28:8 ਅਤੇ ਇਸ ਤਰ੍ਹਾਂ ਹੋਇਆ ਕਿ ਪੁਬਲਿਯੁਸ ਦਾ ਪਿਤਾ ਬੁਖ਼ਾਰ ਅਤੇ ਪੇਚਸ਼ਾਂ ਨਾਲ ਬਿਮਾਰ ਪਿਆ ਸੀ, ਪੌਲੁਸ ਨੇ ਉਸ ਕੋਲ ਜਾ ਕੇ ਪ੍ਰਾਰਥਨਾ ਕੀਤੀ ਅਤੇ ਉਸ ਉੱਤੇ ਆਪਣੇ ਹੱਥ ਰੱਖ ਕੇ ਉਸ ਨੂੰ ਚੰਗਾ ਕਰ ਦਿੱਤਾ।
ਯਾਕੂਬ ਦੀ ਪੋਥੀ ਦੇ ਹਵਾਲੇ ਵਿੱਚ ਕਲੀਸਿਯਾ ਦੇ ਬਜ਼ੁਰਗਾਂ (ਆਤਮਿਕ ਆਗੂਆਂ) ਨੂੰ ਬਿਮਾਰ ਵਿਅਕਤੀ ਲਈ ਵਿਸ਼ਵਾਸ ਦੀ ਪ੍ਰਾਰਥਨਾ ਕਰਨ ਲਈ ਕਿਹਾ ਗਿਆ ਹੈ। ਇਹ ਪ੍ਰਭੂ ਯਿਸੂ ਦੇ ਨਾਮ ਵਿੱਚ ਅਤੇ ਤੇਲ ਦੇ ਮਸਹ ਨਾਲ ਕੀਤਾ ਜਾਂਦਾ ਹੈ। ਸਾਰੇ ਵਿਸ਼ਵਾਸੀ ਕਿਸੇ ਦੇ ਠੀਕ ਹੋਣ ਲਈ ਵਿਸ਼ਵਾਸ ਦੀ ਪ੍ਰਾਰਥਨਾ ਕਰ ਸਕਦੇ ਹਨ। ਇਸ ਲਈ ਸਾਨੂੰ ਵਿਸ਼ਵਾਸ ਦੀ ਪ੍ਰਾਰਥਨਾ ਸਿਰਫ਼ ਬਜ਼ੁਰਗਾਂ ਤੱਕ ਸੀਮਤ ਨਹੀਂ ਰੱਖਣੀ ਚਾਹੀਦੀ। ਚੰਗਾਈ ਇਸ ਲਈ ਹੁੰਦੀ ਹੈ ਕਿਉਂਕਿ ਅਸੀਂ ਪ੍ਰਭੂ ਯਿਸੂ ਮਸੀਹ ਦੇ ਨਾਮ 'ਤੇ ਵਿਸ਼ਵਾਸ ਦੀ ਪ੍ਰਾਰਥਨਾ ਕਰਦੇ ਹਾਂ।

ਹੁਕਮ ਦੇ ਸਬ਼ਦ ਰਾਹੀ

ਮੱਤੀ 8:16 *ਜਦੋਂ ਸ਼ਾਮ ਹੋਈ, ਤਾਂ ਲੋਕ ਉਸ ਕੋਲ ਬਹੁਤ ਸਾਰੇ ਲੋਕਾਂ ਨੂੰ ਲਿਆਏ ਜਿਨ੍ਹਾਂ ਨੂੰ ਭੂਤ ਚਿੰਬੜੇ ਹੋਏ ਸਨ। ਅਤੇ ਉਸਨੇ ਆਪਣੇ ਬਚਨ ਨਾਲ ਭੂਤਾਂ ਨੂੰ ਕੱਢ ਦਿੱਤਾ ਅਤੇ ਸਾਰੇ ਬਿਮਾਰਾਂ ਨੂੰ ਚੰਗਾ ਕੀਤਾ।*

ਲੂਕਾ 4:38,39 *38 ਫਿਰ ਉਹ ਸਭਾ ਘਰ ਤੋਂ ਉੱਠ ਕੇ ਸ਼ਮਊਨ ਦੇ ਘਰ ਗਿਆ। ਪਰ ਸ਼ਮਊਨ ਦੀ ਸੱਸ ਨੂੰ ਤੇਜ਼ ਬੁਖ਼ਾਰ ਸੀ, ਇਸ ਲਈ ਉਨ੍ਹਾਂ ਨੇ ਉਸ ਨੂੰ ਉਸ ਲਈ ਬੇਨਤੀ ਕੀਤੀ। 39 ਇਸ ਲਈ ਉਹ ਉਸ ਦੇ ਕੋਲ ਖੜ੍ਹਾ ਹੋ ਗਿਆ ਅਤੇ ਬੁਖ਼ਾਰ ਨੂੰ ਝਿੜਕਿਆ, ਅਤੇ ਬੁਖ਼ਾਰ ਉੱਤਰ ਗਿਆ। ਅਤੇ ਉਹ ਉਸੇ ਵੇਲੇ ਉੱਠ ਕੇ ਉਨ੍ਹਾਂ ਦੀ ਸੇਵਾ ਕਰਨ ਲੱਗ ਪਈ।*

ਮੱਤੀ 17:20 *ਤਾਂ ਯਿਸੂ ਨੇ ਉਨ੍ਹਾਂ ਨੂੰ ਕਿਹਾ, "ਤੁਹਾਡੀ ਅਵਿਸ਼ਵਾਸ ਦੇ ਕਾਰਨ; ਕਿਉਂਕਿ ਮੈਂ ਤੁਹਾਨੂੰ ਸੱਚ ਕਹਿੰਦਾ ਹਾਂ ਕਿ ਜੇ ਤੁਹਾਡੇ ਵਿੱਚ ਰਾਈ ਦੇ ਦਾਣੇ ਜਿੰਨੀ ਵੀ ਨਿਹਚਾ ਹੋਵੇ ਤਾਂ ਤੁਸੀਂ ਇਸ ਪਹਾੜ ਨੂੰ ਕਹੋਗੇ, 'ਇੱਥੋਂ ਹਟ ਕੇ ਉੱਥੇ ਚਲਾ ਜਾਹ', ਅਤੇ ਉਹ ਹਟ ਜਾਵੇਗਾ; ਅਤੇ ਤੁਹਾਡੇ ਲਈ ਕੁਝ ਵੀ ਅਸੰਭਵ ਨਹੀਂ ਹੋਵੇਗਾ।*

ਜਿਵੇਂ ਅਸੀਂ ਯਿਸੂ ਨੂੰ ਕਰਦੇ ਦੇਖਦੇ ਹਾਂ, ਅਸੀਂ ਬਿਮਾਰੀ ਜਾਂ ਦੁਸ਼ਟ ਆਤਮਾ ਨੂੰ ਹੁਕਮ ਦਾ ਇੱਕ ਸ਼ਬਦ ਬੋਲਦੇ ਹਾਂ ਅਤੇ ਉਸਨੂੰ ਚਲੇ ਜਾਣ ਦਾ ਹੁਕਮ ਦਿੰਦੇ ਹਾਂ। ਯਿਸੂ ਨੇ ਬੁਖਾਰ ਨੂੰ ਝਿੜਕਿਆ ਅਤੇ ਉਹ ਚਲਾ ਗਿਆ। ਇਸੇ ਤਰ੍ਹਾਂ, ਅਸੀਂ ਬਿਮਾਰੀ ਜਾਂ ਬਿਮਾਰੀ ਨੂੰ ਝਿੜਕਦੇ ਹਾਂ ਅਤੇ ਯਿਸੂ ਦੇ ਸ਼ਕਤੀਸ਼ਾਲੀ ਨਾਮ ਵਿੱਚ ਇਸਨੂੰ ਚਲੇ ਜਾਣ ਦਾ ਹੁਕਮ ਦਿੰਦੇ ਹਾਂ। ਅਸੀਂ ਇਹ ਆਪਣੇ ਦਿਲ ਵਿੱਚ ਵਿਸ਼ਵਾਸ ਨਾਲ ਕਰਦੇ ਹਾਂ। ਯਿਸੂ ਨੇ ਕਿਹਾ ਕਿ ਜੇਕਰ ਸਾਡੇ ਵਿੱਚ ਵਿਸ਼ਵਾਸ ਹੈ ਅਤੇ ਅਸੀਂ ਪਹਾੜ ਨੂੰ ਹਿੱਲਣ ਦਾ ਹੁਕਮ ਦਿੰਦੇ ਹਾਂ, ਤਾਂ ਇਹ ਹਿੱਲ ਜਾਵੇਗਾ, ਅਤੇ ਕੁਝ ਵੀ ਅਸੰਭਵ ਨਹੀਂ ਹੋਵੇਗਾ। ਅਸੀਂ ਬਿਮਾਰੀ ਅਤੇ ਬਿਮਾਰੀ ਨੂੰ ਝਿੜਕਣ ਲਈ ਇੱਕ ਸ਼ਬਦ ਬੋਲ ਸਕਦੇ ਹਾਂ ਜਦੋਂ ਵਿਅਕਤੀ ਸਾਡੀ ਮੌਜੂਦਗੀ ਵਿੱਚ ਹੁੰਦਾ ਹੈ ਜਾਂ ਜਦੋਂ ਵਿਅਕਤੀ ਭੂਗੋਲਿਕ ਤੌਰ 'ਤੇ ਕਿਸੇ ਵੱਖਰੇ ਸਥਾਨ 'ਤੇ ਹੁੰਦਾ ਹੈ। ਆਤਮਾ ਦੇ ਖੇਤਰ ਵਿੱਚ ਅਸਲ ਵਿੱਚ ਕੋਈ "ਦੂਰੀ" ਨਹੀਂ ਹੈ।

ਹੱਥ ਰੱਖਣ ਦੁਆਰਾ (ਤੇਲ ਦੇ ਮਸਹ ਨਾਲ, ਹੁਕਮ ਦੇ ਸ਼ਬਦ ਨਾਲ)

ਮੱਤੀ 8:3 ਤਦ ਯਿਸੂ ਨੇ ਆਪਣਾ ਹੱਥ ਵਧਾ ਕੇ ਉਸਨੂੰ ਛੂਹਿਆ ਅਤੇ ਕਹਿ, "ਮੈਂ ਚਾਹੁੰਦਾ ਹਾਂ; ਤੂੰ ਸੁੱਧ ਹੋ ਜਾ।" ਉਸੇ ਵੇਲੇ ਉਸਦਾ ਕੋੜ੍ਹ ਜਾਂਦਾ ਰਿਹਾ।

ਮੱਤੀ 8:15 ਤਾਂ ਯਿਸੂ ਨੇ ਉਸਦਾ ਹੱਥ ਛੂਹਿਆ ਅਤੇ ਉਸਦਾ ਬੁਖਾਰ ਲਹਿ ਗਿਆ। ਅਤੇ ਉਸਨੇ ਉੱਠ ਕੇ ਉਨ੍ਹਾਂ ਦੀ ਸੇਵਾ ਕੀਤੀ।

ਮੱਤੀ 9:29 ਫਿਰ ਉਸ ਨੇ ਉਨ੍ਹਾਂ ਦੀਆਂ ਅੱਖਾਂ ਨੂੰ ਛੂਹਿਆ ਅਤੇ ਕਿਹਾ, "ਤੁਹਾਡੀ ਨਿਹਚਾ ਅਨੁਸਾਰ ਤੁਹਾਡੇ ਨਾਲ ਹੋਵੇ।"

ਮੱਤੀ 20:34 ਯਿਸੂ ਨੂੰ ਤਰਸ ਆਇਆ ਅਤੇ ਉਸਨੇ ਉਨ੍ਹਾਂ ਦੀਆਂ ਅੱਖਾਂ ਨੂੰ ਛੂਹਿਆ ਅਤੇ ਉਹ ਝੱਟ ਸੁਜਾਖੇ ਹੋ ਗਏ ਅਤੇ ਉਸਦੇ ਮਗਰ ਹੋ ਤੁਰੇ।

ਮਰਕੁਸ 6:12-13 12 ਇਸ ਲਈ ਉਹ ਬਾਹਰ ਗਏ ਅਤੇ ਪ੍ਰਚਾਰ ਕੀਤਾ ਕਿ ਲੋਕ ਤੋਬਾ ਕਰਨ। 13 ਅਤੇ ਉਨ੍ਹਾਂ ਨੇ ਬਹੁਤ ਸਾਰੇ ਭੂਤਾਂ ਨੂੰ ਕੱਢ ਦਿੱਤਾ, ਅਤੇ ਬਹੁਤ ਸਾਰੇ ਬੀਮਾਰਾਂ ਨੂੰ ਤੇਲ ਮਲ ਕੇ ਚੰਗਾ ਕੀਤਾ।

ਮਰਕੁਸ 7:32-35 32 ਫਿਰ ਉਹ ਇੱਕ ਬੋਲ਼ੇ ਅਤੇ ਬੋਲਣ ਵਿੱਚ ਨੁਕਸ ਵਾਲੇ ਨੂੰ ਉਸ ਕੋਲ ਲਿਆਏ, ਅਤੇ ਉਨ੍ਹਾਂ ਨੇ ਉਸ ਅੱਗੇ ਬੇਨਤੀ ਕੀਤੀ ਕਿ ਉਹ ਆਪਣਾ ਹੱਥ ਉਸ ਉੱਤੇ ਰੱਖੇ। 33 ਅਤੇ ਉਹ ਉਸ ਨੂੰ ਭੀੜ ਤੋਂ ਦੂਰ ਲੈ ਗਿਆ, ਅਤੇ ਆਪਣੀਆਂ ਉਂਗਲਾਂ ਉਸ ਦੇ ਕੰਨਾਂ ਵਿੱਚ ਪਾਈਆਂ, ਅਤੇ ਥੁੱਕਿਆ ਅਤੇ ਉਸਦੀ ਜੀਭ ਨੂੰ ਛੂਹਿਆ। 34 ਫਿਰ, ਆਕਾਸ਼ ਵੱਲ ਵੇਖ ਕੇ, ਉਸਨੇ ਹਉਕਾ ਭਰਿਆ ਅਤੇ ਉਸਨੂੰ ਕਿਹਾ, "ਇਫ਼ਥਾ," ਯਾਨੀ "ਖੁੱਲ੍ਹ ਜਾ।" 35 ਤੁਰੰਤ ਹੀ ਉਸਦੇ ਕੰਨ ਖੁੱਲ੍ਹ ਗਏ, ਅਤੇ ਉਸਦੀ ਜੀਭ ਦੀ ਰੁਕਾਵਟ ਖੁੱਲ੍ਹ ਗਈ, ਅਤੇ ਉਹ ਸਾਫ਼-ਸਾਫ਼ ਬੋਲ ਸਕਦਾ ਸੀ।

ਲੂਕਾ 4:40 ਜਦੋਂ ਸੂਰਜ ਡੁੱਬਣ ਲੱਗਾ, ਤਾਂ ਉਹ ਸਾਰੇ ਲੋਕ ਜਿਨ੍ਹਾਂ ਦੇ ਘਰ ਕਈ ਤਰ੍ਹਾਂ ਦੀਆਂ ਬਿਮਾਰੀਆਂ ਤੋਂ ਪੀੜਤ ਸਨ, ਉਨ੍ਹਾਂ ਨੂੰ ਉਸ ਕੋਲ ਲਿਆਏ; ਅਤੇ ਉਸਨੇ ਉਨ੍ਹਾਂ ਵਿੱਚੋਂ ਹਰ ਇੱਕ ਉੱਤੇ ਆਪਣਾ ਹੱਥ ਰੱਖ ਕੇ ਉਨ੍ਹਾਂ ਨੂੰ ਚੰਗਾ ਕੀਤਾ।

ਲੂਕਾ 13:13 ਅਤੇ ਯਿਸੂ ਨੇ ਉਸ ਉੱਤੇ ਆਪਣੇ ਹੱਥ ਰੱਖੇ, ਤਾਂ ਉਹ ਉਸੇ ਵੇਲੇ ਸਿੱਧੀ ਹੋ ਗਈ ਅਤੇ ਪਰਮੇਸ਼ੁਰ ਦੀ ਵਡਿਆਈ ਕਰਨ ਲੱਗੀ।

ਮਰਕੁਸ 16:17,18 17 ਅਤੇ ਵਿਸ਼ਵਾਸ ਕਰਨ ਵਾਲਿਆਂ ਦੇ ਨਾਲ-ਨਾਲ ਇਹ ਨਿਸ਼ਾਨੀਆਂ ਹੋਣਗੀਆਂ: ਉਹ ਮੇਰਾ ਨਾਮ ਲੈ ਕੇ ਭੂਤਾਂ ਨੂੰ ਕੱਢਣਗੇ; ਉਹ ਨਵੀਆਂ ਬੋਲੀਆਂ ਬੋਲਣਗੇ; 18 ਉਹ ਸੱਪਾਂ ਨੂੰ ਚੁੱਕ ਲੈਣਗੇ; ਅਤੇ ਜੇ ਉਹ

ਕੋਈ ਘਾਤਕ ਚੀਜ. ਪੀ ਲੈਣਗੇ, ਤਾਂ ਇਹ ਉਨ੍ਹਾਂ ਨੂੰ ਨੁਕਸਾਨ ਨਹੀ ਪਹੁੰਚਾਏਗੀ; ਉਹ ਬਮਿਾਰਾਂ 'ਤੇ ਹੱਥ ਰੱਖਣਗੇ ਅਤੇ ਉਹ ਠੀਕ ਹੋ ਜਾਣਗੇ।"

ਹੱਥ ਰੱਖਣ ਦੁਆਰਾ ਬਿਮਾਰਾਂ ਨੂੰ ਚੰਗਾ ਕਰਨਾ ਸੇਵਾ ਕਰਨ ਦਾ ਇੱਕ ਆਮ ਤਰੀਕਾ ਹੈ। ਅਸੀਂ ਯਿਸੂ ਦੇ ਸ਼ਕਤੀਸ਼ਾਲੀ ਨਾਮ ਵਿੱਚ ਬਿਮਾਰ ਵਿਅਕਤੀ ਉੱਤੇ ਹੱਥ ਰੱਖਦੇ ਹਾਂ ਅਤੇ ਬਿਮਾਰੀ ਨੂੰ ਚਲੇ ਜਾਣ ਦਾ ਹੁਕਮ ਦਿੰਦੇ ਹਾਂ। ਅਸੀਂ ਉਮੀਦ ਕਰਦੇ ਹਾਂ ਕਿ ਹੱਥ ਰੱਖਣ ਦੁਆਰਾ ਪਵਿੱਤਰ ਆਤਮਾ ਦੀ ਸ਼ਕਤੀ ਦਾ ਪ੍ਰਬੰਧ ਕੀਤਾ ਜਾਵੇਗਾ। ਹੱਥ ਰੱਖਣ ਦੁਆਰਾ ਇਲਾਜ ਦੀ ਸੇਵਾ ਕਈ ਤਰੀਕਿਆਂ ਨਾਲ ਕੀਤੀ ਜਾ ਸਕਦੀ ਹੈ, ਉਦਾਹਰਣ ਵਜੋਂ:

1 ਯਿਸੂ ਦੇ ਨਾਮ ਵਿੱਚ ਵਿਸ਼ਵਾਸ ਦੀ ਪ੍ਰਾਰਥਨਾ ਦੇ ਨਾਲ ਹੱਥ ਰੱਖਣਾ

2 ਯਿਸੂ ਦੇ ਨਾਮ ਤੇ ਹੱਥ ਰੱਖਣਾ ਅਤੇ ਹੁਕਮ ਜਾਰੀ ਕਰਨਾ

3 ਵਿਸ਼ਵਾਸ ਦੀ ਪ੍ਰਾਰਥਨਾ ਦੇ ਨਾਲ ਹੱਥ ਰੱਖਣਾ ਅਤੇ ਤੇਲ ਨਾਲ ਮਲਣਾ

4 ਪ੍ਰਭੂ ਦੇ ਨਾਮ ਤੇ ਹੱਥ ਰੱਖਣਾ ਅਤੇ ਤੇਲ ਮਲਣਾ (ਕੋਈ ਵੀ ਮੌਖਿਕ ਪ੍ਰਾਰਥਨਾ ਜ਼ਰੂਰੀ ਨਹੀਂ ਹੈ) ਜਦੋਂ ਲੋਕਾਂ ਉੱਤੇ ਹੱਥ ਰੱਖਣ ਦੁਆਰਾ ਸੇਵਾ ਕੀਤੀ ਜਾਂਦੀ ਹੈ, ਤਾਂ ਉਹ ਆਤਮਾ ਵਿੱਚ "ਮਾਰੇ" ਜਾ ਸਕਦੇ ਹਨ ਜਾਂ ਨਹੀਂ ਵੀ। ਇਹ ਜ਼ਰੂਰੀ ਨਹੀਂ ਹੈ ਕਿ ਲੋਕ "ਸ਼ਕਤੀ ਹੇਠ ਡਿੱਗਣ" ਜਦੋਂ ਉਨ੍ਹਾਂ ਉੱਤੇ ਹੱਥ ਰੱਖੇ ਜਾਂਦੇ ਹਨ। ਜੇ ਅਜਿਹਾ ਹੁੰਦਾ ਹੈ ਤਾਂ ਇਹ ਠੀਕ ਹੈ। ਜੇ ਅਜਿਹਾ ਨਹੀਂ ਹੁੰਦਾ, ਤਾਂ ਅਸੀਂ ਬਹੁਤ ਚਿੰਤਤ ਨਹੀਂ ਹਾਂ। ਆਮ ਤੌਰ 'ਤੇ, ਅਸੀਂ ਸਰੀਰ ਦੇ ਉਸ ਹਿੱਸੇ 'ਤੇ ਹੱਥ ਰੱਖਦੇ ਹਾਂ ਜਿੱਥੇ ਇਲਾਜ ਕਰਨ ਦੀ ਲੋੜ ਹੁੰਦੀ ਹੈ। ਇਹ ਆਮ ਗੱਲ ਹੈ, ਹਾਲਾਂਕਿ ਇਹ ਲੋੜ ਨਹੀਂ ਹੈ। ਕਈ ਵਾਰ, ਜਦੋਂ ਕੋਈ ਆਦਮੀ ਕਿਸੇ ਔਰਤ ਦੀ ਸੇਵਾ ਕਰ ਰਿਹਾ ਹੁੰਦਾ ਹੈ, ਤਾਂ ਅਸੀਂ ਔਰਤ ਨੂੰ ਉਸਦੇ ਸਰੀਰ ਦੇ ਉਸ ਹਿੱਸੇ 'ਤੇ ਆਪਣਾ ਹੱਥ ਰੱਖਣ ਲਈ ਕਹਿ ਸਕਦੇ ਹਾਂ ਜੋ ਪ੍ਰਭਾਵਿਤ ਹੈ, ਜਦੋਂ ਕਿ ਆਦਮੀ ਆਪਣਾ ਹੱਥ ਔਰਤ ਦੇ ਸਿਰ 'ਤੇ ਰੱਖਦਾ ਹੈ।

5 ਜਦੋਂ ਬਿਮਾਰ ਤੁਹਾਨੂੰ ਛੂਹ ਲਵੇ ਮੱਤੀ 9:20 ਅਤੇ ਅਚਾਨਕ, ਇੱਕ ਔਰਤ, ਜਿਸਨੂੰ ਬਾਰਾਂ ਸਾਲਾਂ ਤੋਂ ਖੂਨ ਵਗ ਰਿਹਾ ਸੀ, ਪਿੱਛੇ ਤੋਂ ਆਈ ਅਤੇ ਉਸਦੇ ਕੱਪੜੇ ਦੇ ਪੱਲੇ ਨੂੰ ਛੂਹਿਆ।

ਮੱਤੀ 14:36 ਅਤੇ ਉਸ ਅੱਗੇ ਬੇਨਤੀ ਕੀਤੀ ਕਿ ਉਹ ਸਿਰਫ਼ ਉਸਦੇ ਕੱਪੜੇ ਦੇ ਪੱਲੇ ਨੂੰ ਹੀ ਛੂਹਣ। ਅਤੇ ਜਿੰਨਿਆਂ ਨੇ ਵੀ ਉਸ ਨੂੰ ਛੂਹਿਆ, ਉਹ ਪੂਰੀ ਤਰ੍ਹਾਂ ਚੰਗੇ ਹੋ ਗਏ।

ਕਈ ਵਾਰ ਲੋਕ ਵਿਸ਼ਵਾਸ ਨਾਲ ਸਾਡੇ ਤੱਕ ਪਹੁੰਚ ਸਕਦੇ ਹਨ ਅਤੇ ਸਾਨੂੰ ਛੂਹ ਸਕਦੇ ਹਨ। ਉਨ੍ਹਾਂ ਦਾ ਛੂਹਣਾ ਉਨ੍ਹਾਂ ਦਾ ਵਿਸ਼ਵਾਸ ਦਾ ਕੰਮ ਹੈ ਅਤੇ ਪਰਮਾਤਮਾ ਦੀ ਸ਼ਕਤੀ ਨਾਲ ਉਨ੍ਹਾਂ ਦਾ ਸੰਪਰਕ ਹੈ। ਪਰਮਾਤਮਾ ਅਜਿਹਾ ਕਰਨ ਵਿੱਚ ਉਨ੍ਹਾਂ ਦੇ ਵਿਸ਼ਵਾਸ ਦਾ ਸਨਮਾਨ ਕਰਦਾ ਹੈ ਅਤੇ ਉਨ੍ਹਾਂ ਨੂੰ ਆਪਣਾ ਇਲਾਜ ਮਿਲਦਾ ਹੈ।

ਵਸ਼ਿਵਾਸ ਦੀ ਘੋਸਣਾ ਰਾਹੀ

ਮੱਤੀ 8:13 ਤਦ ਯਸ਼ੂ ਨੇ ਸੂਬੇਦਾਰ ਨੂੰ ਕਹਿਾ, "ਜਾਹ; ਜਵਿੇਂ ਤੂੰ ਵਸ਼ਿਵਾਸ ਕੀਤਾ ਹੈ, ਤੇਰੇ ਲਈ ਵੀ ਉਵੇਂ ਹੀ ਹੋਵੇ।" ਅਤੇ ਉਸਦਾ ਨੌਕਰ ਉਸੇ ਘੜੀ ਚੰਗਾ ਹੋ ਗਆਿ।

ਮੱਤੀ 15:28 ਤਦ ਯਸ਼ੂ ਨੇ ਉੱਤਰ ਦਤਿਾ ਅਤੇ ਉਸ ਨੂੰ ਕਹਿਾ, "ਹੇ ਬੀਬੀ, ਤੇਰੀ ਨਹਿਚਾ ਵੱਡੀ ਹੈ! ਜਵਿੇਂ ਤੂੰ ਚਾਹੁੰਦੀ ਹੈਂ ਤਵਿੇਂ ਹੀ ਹੋਵੇ।" ਅਤੇ ਉਸਦੀ ਧੀ ਉਸੇ ਵੇਲੇ ਚੰਗੀ ਹੋ ਗਈ।

ਯੂਹੰਨਾ 4:50 ਯਸ਼ੂ ਨੇ ਉਸਨੂੰ ਕਹਿਾ, "ਜਾਹ, ਤੇਰਾ ਪੁੱਤਰ ਜਉਿਂਦਾ ਹੈ।" ਇਸ ਲਈ ਉਸ ਆਦਮੀ ਨੇ ਯਸ਼ੂ ਦੇ ਕਹੇ ਸ਼ਬਦ ਵਚਿ ਵਸ਼ਿਵਾਸ ਕੀਤਾ ਅਤੇ ਆਪਣੇ ਰਾਹ ਚਲਾ ਗਆਿ।

ਯੂਹੰਨਾ 5:8,9 8 ਯਸ਼ੂ ਨੇ ਉਸਨੂੰ ਕਹਿਾ, "ਉੱਠ, ਆਪਣਾ ਬਸਿਤਰਾ ਚੁੱਕ ਅਤੇ ਤੁਰ।" 9 ਅਤੇ ਉਹ ਆਦਮੀ ਉਸੇ ਵੇਲੇ ਚੰਗਾ ਹੋ ਗਆਿ, ਆਪਣਾ ਬਸਿਤਰਾ ਚੁੱਕ ਕੇ ਤੁਰਨ ਲੱਗ ਪਆਿ। ਅਤੇ ਉਹ ਦਨਿ ਸਬਤ ਦਾ ਦਨਿ ਸੀ।

ਕਈ ਵਾਰ ਅਜਿਹਾ ਹੁੰਦਾ ਹੈ ਜਦੋਂ ਪ੍ਰਭੂ ਸਾਨੂੰ ਸਿਰਫ਼ ਉਸ ਵਿਅਕਤੀ ਨੂੰ ਇਹ ਐਲਾਨ ਕਰਨ ਲਈ ਪ੍ਰੇਰਿਤ ਕਰ ਸਕਦਾ ਹੈ ਕਿ ਇਲਾਜ ਹੋ ਗਿਆ ਹੈ। ਜ਼ਰੂਰੀ ਨਹੀਂ ਕਿ ਕੋਈ ਪ੍ਰਾਰਥਨਾ ਜਾਂ ਹੁਕਮ ਹੋਵੇ, ਜਾਂ ਇਹਨਾਂ ਦਾ ਕੋਈ ਸੁਮੇਲ ਵੀ ਹੋਵੇ।

ਅਸੀਂ ਵਿਸ਼ਵਾਸ ਅਤੇ ਅਧਿਕਾਰ ਨਾਲ ਐਲਾਨ ਕਰਦੇ ਹਾਂ ਕਿ ਕੰਮ ਹੋ ਗਿਆ ਹੈ। ਪਰਮਾਤਮਾ ਕੰਮ ਕਰਦਾ ਹੈ। ਵਿਅਕਤੀ ਦੇਖਦਾ ਹੈ ਕਿ ਇਲਾਜ ਹੋ ਗਿਆ ਹੈ।

ਵਸਿ਼ਵਾਸ ਵਿੱਚ ਕੰਮ ਕਰਨ ਦੁਆਰਾ

ਮੱਤੀ 9:6,7 6 ਪਰ ਇਸ ਲਈ ਜੋ ਤੁਸੀ ਜਾਣੋ ਕਿ ਮਨੁੱਖ ਦੇ ਪੁੱਤਰ ਕੋਲ ਧਰਤੀ ਉੱਤੇ ਪਾਪ ਮਾਫ਼ ਕਰਨ ਦੀ ਸ਼ਕਤੀ ਹੈ" - ਫਿਰ ਉਸਨੇ ਅਧਰੰਗੀ ਨੂੰ ਕਹਿ, "ਉੱਠ, ਆਪਣਾ ਬਸਿਤਰਾ ਚੁੱਕ ਅਤੇ ਆਪਣੇ ਘਰ ਚੱਲਿਆ ਜਾ।" 7 ਅਤੇ ਉਹ ਉੱਠ ਕੇ ਆਪਣੇ ਘਰ ਚਲਾ ਗਿਆ।

ਮੱਤੀ 12:13 ਫਿਰ ਉਸਨੇ ਉਸ ਆਦਮੀ ਨੂੰ ਕਹਿ, "ਆਪਣਾ ਹੱਥ ਅੱਗੇ ਕਰ।" ਅਤੇ ਉਸ ਨੇ ਆਪਣਾ ਹੱਥ ਅੱਗੇ ਕੀਤਾ ਤਾਂ ਉਹ ਦੂਜੇ ਹੱਥ ਵਰਗਾ ਹੀ ਠੀਕ ਹੋ ਗਿਆ।

ਯੂਹੰਨਾ 9:7 ਅਤੇ ਉਸ ਨੇ ਉਸ ਨੂੰ ਕਹਿ, "ਜਾ, ਸਲਿੱਆਮ ਦੇ ਕੁੰਡ ਵਿੱਚ ਧੋ ਲੈ" (ਜਸਿਦਾ ਅਰਥ ਹੈ, ਭੇਜਿਆ ਗਿਆ)। ਇਸ ਲਈ ਉਹ ਗਿਆ ਅਤੇ ਧੋਤਾ ਅਤੇ ਸੁਜਾਖਾ ਹੋ ਕੇ ਵਾਪਸ ਆਇਆ।

ਰਸੂਲਾਂ ਦੇ ਕਰਤੱਬ 3:6-8 6 ਤਦ ਪਤਰਸ ਨੇ ਕਹਿ, "ਮੇਰੇ ਕੋਲ ਚਾਂਦੀ ਤੇ ਸੋਨਾ ਨਹੀ ਹੈ, ਪਰ ਜੋ ਮੇਰੇ ਕੋਲ ਹੈ ਉਹ ਮੈ ਤੈਨੂੰ ਦਿੰਦਾ ਹਾਂ: ਯਸਿੂ ਮਸੀਹ ਨਾਸਰਤ ਦੇ ਨਾਮ ਤੇ, ਉੱਠ ਅਤੇ ਤੁਰ।" 7 ਅਤੇ ਉਸਨੇ ਉਸਦਾ ਸੱਜਾ ਹੱਥ ਫੜ ਕੇ ਉਸਨੂੰ ਉਠਾਇਆ, ਅਤੇ ਉਸੇ ਵੇਲੇ ਉਸਦੇ ਪੈਰਾਂ ਅਤੇ ਗਟਿਆਂ ਵਿੱਚ ਤਾਕਤ ਆ ਗਈ। 8 ਇਸ ਲਈ ਉਹ ਛਾਲ ਮਾਰ ਕੇ ਖੜ੍ਹਾ ਹੋ ਗਿਆ ਅਤੇ ਤੁਰਨ ਲੱਗ ਪਿਆ ਅਤੇ ਉਨ੍ਹਾਂ ਦੇ ਨਾਲ ਮੰਦਰ ਵਿੱਚ ਗਿਆ - ਤੁਰਦਾ, ਛਾਲਾਂ ਮਾਰਦਾ ਅਤੇ ਪਰਮੇਸੁਰ ਦੀ ਉਸਤਤ ਕਰਦਾ।

ਰਸੂਲਾਂ ਦੇ ਕਰਤੱਬ 14:8-10 8 ਅਤੇ ਲੁਸਤ੍ਰਾ ਵਿੱਚ ਇੱਕ ਆਦਮੀ ਬੈਠਾ ਸੀ ਜਸਿਦੇ ਪੈਰਾਂ ਵਿੱਚ ਕੋਈ ਕਮਜੋਰੀ ਨਹੀ ਸੀ, ਇੱਕ ਅਪਾਹਜ ਆਦਮੀ ਜੋ ਆਪਣੀ ਮਾਂ ਦੀ ਕੁੱਖੋਂ ਲੰਗੜਾ ਸੀ ਅਤੇ ਕਦੇ ਤੁਰਿਆ ਨਹੀ ਸੀ। 9 ਇਸ ਆਦਮੀ ਨੇ ਪੌਲੁਸ ਨੂੰ ਬੋਲਦੇ ਸੁਣਿਆ। ਪੌਲੁਸ ਨੇ ਉਸਨੂੰ ਧਿਆਨ ਨਾਲ

ਵੇਖਿਆ ਅਤੇ ਵੇਖਿਆ ਕਿ ਉਸਨੂੰ ਚੰਗਾ ਹੋਣ ਦੀ ਵਸਿ਼ਵਾਸ ਹੈ, 10 ਇਸ ਲਈ ਉਸਨੇ ਉੱਚੀ ਆਵਾਜ਼ ਵਿੱਚ ਕਹਿਾ, "ਆਪਣੇ ਪੈਰਾਂ ਤੇ ਸਿੱਧਾ ਖੜ੍ਹਾ ਹੋ ਜਾ!" ਅਤੇ ਉਹ ਛਾਲ ਮਾਰ ਕੇ ਤੁਰ ਪਿਆ।

ਕਈ ਵਾਰ ਅਜਿਹਾ ਹੁੰਦਾ ਹੈ ਜਦੋਂ ਪਵਿੱਤਰ ਆਤਮਾ ਸਾਨੂੰ ਬਿਮਾਰ ਵਿਅਕਤੀ ਨੂੰ ਆਪਣੇ ਵਿਸ਼ਵਾਸ ਅਨੁਸਾਰ ਕੰਮ ਕਰਨ ਲਈ ਕਹਿਣ ਲਈ ਪ੍ਰੇਰਿਤ ਕਰ ਸਕਦਾ ਹੈ। ਇਹ ਆਮ ਤੌਰ 'ਤੇ ਉਨ੍ਹਾਂ ਨੂੰ ਕੁਝ ਅਜਿਹਾ ਕਰਨ ਲਈ ਨਿਰਦੇਸ਼ ਦਿੰਦਾ ਹੈ ਜੋ ਉਹ ਆਪਣੀ ਬਿਮਾਰੀ ਕਾਰਨ ਕਰਨ ਦੇ ਅਯੋਗ ਹਨ। ਕਈ ਵਾਰ ਅਸੀਂ ਉਨ੍ਹਾਂ ਦੀ ਸ਼ੁਰੂਆਤ ਵਿੱਚ ਮਦਦ ਕਰ ਸਕਦੇ ਹਾਂ ਕਿਉਂਕਿ ਉਹ ਅਜਿਹਾ ਕਰਨ ਦੀ ਕੋਸ਼ਿਸ਼ ਕਰਦੇ ਹਨ। ਜਿਵੇਂ ਹੀ ਲੋਕ ਆਪਣੇ ਵਿਸ਼ਵਾਸ ਅਨੁਸਾਰ ਕੰਮ ਕਰਨਾ ਸ਼ੁਰੂ ਕਰਦੇ ਹਨ, ਪਰਮਾਤਮਾ ਦੀ ਸ਼ਕਤੀ ਉਨ੍ਹਾਂ ਨੂੰ ਚੰਗਾ ਕਰਦੀ ਹੈ। ਉਹ ਆਪਣੇ ਇਲਾਜ ਲਈ ਸਿੱਧੇ ਕਦਮ ਰੱਖਦੇ ਹਨ।

ਜਦੋਂ ਲੋਕ ਵਸਿ਼ਵਾਸ ਵਿੱਚ ਕੰਮ ਕਰਦੇ ਹਨ

ਮੱਤੀ 9:20-22 20 ਅਤੇ ਅਚਾਨਕ, ਇੱਕ ਔਰਤ, ਜਸਿਨੂੰ ਬਾਰਾਂ ਸਾਲਾਂ ਤੋਂ ਖ਼ੂਨ ਵਗ ਰਹਿਾ ਸੀ, ਪਛਿੇ ਤੋਂ ਆਈ ਅਤੇ ਉਸਦੇ ਕੱਪੜੇ ਦੇ ਪੱਲੇ ਨੂੰ ਛੂਹਿਆ। 21 ਕਿਉਂਕਿ ਉਸਨੇ ਆਪਣੇ ਮਨ ਵਿੱਚ ਸੋਚਿਆ, "ਜੇਕਰ ਮੈ ਉਸਦੇ ਕੱਪੜੇ ਨੂੰ ਛੂਹ ਲਵਾਂ, ਤਾਂ ਮੈ ਚੰਗੀ ਹੋ ਜਾਵਾਂਗੀ।" 22 ਪਰ ਯਸਿੂ ਮੁੜਿਆ ਅਤੇ ਉਸਨੂੰ ਵੇਖ ਕੇ ਕਹਿਾ, "ਧੀਏ, ਹੌਸਲਾ ਰੱਖ! ਤੇਰੀ ਨਹਿਚਾ ਨੇ ਤੈਨੂੰ ਚੰਗਾ ਕੀਤਾ ਹੈ।" ਅਤੇ ਉਹ ਔਰਤ ਉਸੇ ਵੇਲੇ ਚੰਗੀ ਹੋ ਗਈ।

ਮਰਕੁਸ 2:3-5 3 ਫਰਿ ਉਹ ਉਸ ਕੋਲ ਆਏ ਅਤੇ ਇੱਕ ਅਧਰੰਗੀ ਨੂੰ ਲਆਿਏ ਜਸਿ ਨੂੰ ਚਾਰ ਆਦਮੀ ਚੁੱਕ ਕੇ ਲੈ ਗਏ ਸਨ। 4 ਅਤੇ ਜਦੋਂ ਉਹ ਭੀੜ ਕਾਰਨ ਉਸ ਦੇ ਨੇੜੇ ਨਾ ਆ ਸਕੇ, ਤਾਂ ਉਨ੍ਹਾਂ ਨੇ ਛੱਤ ਖੋਲ੍ਹ ਦੱਤੀ ਜਥਿੇ ਉਹ ਸੀ। ਇਸ ਲਈ ਜਦੋਂ ਉਹ ਅੰਦਰ ਗਏ, ਤਾਂ ਉਨ੍ਹਾਂ ਨੇ ਉਸ ਮੰਜੇ ਨੂੰ ਹੇਠਾਂ ਉਤਾਰ ਦੱਤਿਾ ਜਸਿ ਉੱਤੇ ਅਧਰੰਗੀ ਪਆਿ ਸੀ। 5 ਜਦੋਂ ਯਸਿੂ ਨੇ ਉਨ੍ਹਾਂ ਦੀ

ਨਹਿਚਾ ਦੇਖੀ, ਤਾਂ ਉਸਨੇ ਅਧਰੰਗੀ ਨੂੰ ਕਹਿ, "ਪੁੱਤਰ, ਤੇਰੇ ਪਾਪ ਮਾਫ਼ ਹੋ ਗਏ ਹਨ।"

ਇਸੇ ਤਰ੍ਹਾਂ, ਲੋਕ ਵਿਸ਼ਵਾਸ ਨਾਲ ਕੰਮ ਕਰ ਸਕਦੇ ਹਨ ਬਿਨਾਂ ਦੱਸੇ। ਬਿਲਕੁਲ ਉਸੇ ਤਰ੍ਹਾਂ ਜਿਵੇਂ ਖ਼ੂਨ ਵਗਣ ਵਾਲੀ ਔਰਤ ਭੀੜ ਵਿੱਚੋਂ ਲੰਘੀ ਅਤੇ ਯਿਸੂ ਦੇ ਕੱਪੜੇ ਦੇ ਪੱਲੇ ਨੂੰ ਛੂਹਿਆ। ਇਹ ਉਸਦੀ ਵਿਸ਼ਵਾਸ ਦਾ ਕੰਮ ਸੀ। ਪਰਮੇਸ਼ੁਰ ਨੇ ਇਸਦਾ ਸਨਮਾਨ ਕੀਤਾ। ਉਹ ਚਾਰ ਆਦਮੀ ਜੋ ਆਪਣੇ ਅਧਰੰਗੀ ਦੋਸਤ ਨੂੰ ਯਿਸੂ ਕੋਲ ਲਿਆਏ ਸਨ, ਆਪਣੀ ਨਿਹਚਾ 'ਤੇ ਕੰਮ ਕਰ ਰਹੇ ਸਨ। ਉਹ ਛੱਤ 'ਤੇ ਜਾਣ ਅਤੇ ਆਪਣੇ ਦੋਸਤ ਨੂੰ ਛੱਤ ਤੋਂ ਹੇਠਾਂ ਉਤਾਰਨ ਦੀ ਹੱਦ ਤੱਕ ਗਏ। ਯਿਸੂ ਨੇ ਉਨ੍ਹਾਂ ਦਾ ਵਿਸ਼ਵਾਸ ਦੇਖਿਆ। ਉਨ੍ਹਾਂ ਦਾ ਦੋਸਤ ਚੰਗਾ ਹੋ ਗਿਆ। ਉਨ੍ਹਾਂ ਦਾ ਵਿਸ਼ਵਾਸ ਦਾ ਕੰਮ ਉਨ੍ਹਾਂ ਅਤੇ ਪਰਮੇਸ਼ੁਰ ਵਿਚਕਾਰ ਇੱਕ ਚੀਜ਼ ਹੈ। ਪਰਮੇਸ਼ੁਰ ਉਨ੍ਹਾਂ ਦੇ ਦਿਲ ਨੂੰ ਦੇਖਦਾ ਹੈ ਅਤੇ ਜਵਾਬ ਦਿੰਦਾ ਹੈ।

ਆਤਮਾ ਦੇ ਦਾਨਾਂ ਰਾਹੀ

1 ਕੁਰਿੰਥੀਆਂ 12:7-11 7 ਪਰ ਹਰੇਕ ਨੂੰ ਆਤਮਾ ਦਾ ਪ੍ਰਗਟਾਵਾ ਸਭ ਦੇ ਲਾਭ ਲਈ ਦਿੱਤਾ ਜਾਂਦਾ ਹੈ: 8 ਕਿਉਂਕਿ ਇੱਕ ਨੂੰ ਆਤਮਾ ਦੁਆਰਾ ਬੁੱਧ ਦਾ ਬਚਨ ਦਿੱਤਾ ਜਾਂਦਾ ਹੈ, ਦੂਜੇ ਨੂੰ ਉਸੇ ਆਤਮਾ ਦੁਆਰਾ ਗਿਆਨ ਦਾ ਬਚਨ, 9 ਦੂਜੇ ਨੂੰ ਉਸੇ ਆਤਮਾ ਦੁਆਰਾ ਵਿਸ਼ਵਾਸ, ਦੂਜੇ ਨੂੰ ਉਸੇ ਆਤਮਾ ਦੁਆਰਾ ਚੰਗਾ ਕਰਨ ਦੀਆਂ ਦਾਤਾਂ, 10 ਦੂਜੇ ਨੂੰ ਚਮਤਕਾਰ ਕਰਨ ਦਾ ਕੰਮ, ਦੂਜੇ ਨੂੰ ਭਵਿੱਖਬਾਣੀ, ਦੂਜੇ ਨੂੰ ਆਤਮਾਵਾਂ ਦੀ ਪਛਾਣ ਕਰਨ ਦਾ, ਦੂਜੇ ਨੂੰ ਵੱਖ-ਵੱਖ ਕਿਸਮਾਂ ਦੀਆਂ ਬੋਲੀਆਂ ਬੋਲਣ ਦਾ, ਅਤੇ ਦੂਜੇ ਨੂੰ ਭਾਸ਼ਾਵਾਂ ਦਾ ਅਰਥ ਦੱਸਣ ਦਾ। 11 ਪਰ ਇੱਕੋ ਆਤਮਾ ਇਹ ਸਭ ਕੁਝ ਕਰਦਾ ਹੈ, ਹਰੇਕ ਨੂੰ ਵੱਖ-ਵੱਖ ਤੌਰ 'ਤੇ ਜਿਵੇਂ ਉਹ ਚਾਹੁੰਦਾ ਹੈ ਵੰਡਦਾ ਹੈ।

ਇਬਰਾਨੀਆਂ 2:3,4 3 ਅਸੀ ਕਿਵੇਂ ਬਚ ਸਕਦੇ ਹਾਂ ਜੇਕਰ ਅਸੀ ਇੰਨੀ ਵੱਡੀ ਮੁਕਤੀ ਨੂੰ ਨਜ਼ਰਅੰਦਾਜ਼ ਕਰੀਏ, ਜਿਸ ਬਾਰੇ ਪਹਿਲਾਂ ਪ੍ਰਭੂ ਨੇ ਗੱਲ ਕਰਨੀ ਸ਼ੁਰੂ ਕੀਤੀ ਸੀ, ਅਤੇ ਜਿਨ੍ਹਾਂ ਨੇ ਉਸਨੂੰ ਸੁਣਿਆ ਸੀ, ਉਨ੍ਹਾਂ ਦੁਆਰਾ ਸਾਨੂੰ

ਪੁਸ਼ਟੀ ਕੀਤੀ ਗਈ ਸੀ। 4 ਪਰਮੇਸ਼ੁਰ ਵੀ ਆਪਣੀ ਮਰਜੀ ਦੇ ਅਨੁਸਾਰ ਨਿਸ਼ਾਨੀਆਂ, ਅਚੰਭਿਆਂ, ਕਈ ਤਰ੍ਹਾਂ ਦੇ ਚਮਤਕਾਰਾਂ ਅਤੇ ਪਵਿੱਤਰ ਆਤਮਾ ਦੇ ਦਾਨਾਂ ਨਾਲ ਗਵਾਹੀ ਦੀਂਦਾ ਰਿਹਾ?

ਪਰਮਾਤਮਾ ਆਤਮਾ ਦੇ ਦਾਨਾਂ ਰਾਹੀਂ ਇਲਾਜ ਦਾ ਕੰਮ ਕਰਦਾ ਹੈ। ਆਮ ਤੌਰ 'ਤੇ ਇਹ ਇਲਾਜ ਦੇ ਦਾਨਾਂ, ਅਤੇ ਗਿਆਨ ਦੇ ਸ਼ਬਦਾਂ ਦਾ ਸੰਚਾਲਨ ਹੁੰਦਾ ਹੈ, ਕਈ ਵਾਰ ਚਮਤਕਾਰਾਂ ਦੇ ਕੰਮ ਅਤੇ ਵਿਸ਼ਵਾਸ ਦੇ ਦਾਨ ਦੇ ਨਾਲ। ਆਤਮਾ ਦੇ ਹੋਰ ਤੋਹਫ਼ੇ ਵੀ ਉਸੇ ਸਮੇਂ ਕਾਰਜਸ਼ੀਲ ਹੋ ਸਕਦੇ ਹਨ। ਇਲਾਜ ਅਤੇ ਮੁਕਤੀ ਦੀ ਸੇਵਾ ਦੇ ਸਮੇਂ ਬੁੱਧੀ ਦਾ ਸ਼ਬਦ, ਆਤਮਾ ਦੀ ਪਛਾਣ ਜਾਂ ਭਵਿੱਖਬਾਣੀ ਵੀ ਜਾਰੀ ਕੀਤੀ ਜਾ ਸਕਦੀ ਹੈ।

ਸਾਨੂੰ ਲੋਕਾਂ ਦੀ ਸੇਵਾ ਕਰਦੇ ਸਮੇਂ ਇਹਨਾਂ ਨੂੰ ਕਾਰਜਸ਼ੀਲ ਬਣਾਉਣ ਦੀ ਇੱਛਾ ਰੱਖਣੀ ਚਾਹੀਦੀ ਹੈ। ਇਹਨਾਂ ਦਾਤਾਂ ਦੇ ਜਾਰੀ ਹੋਣ ਲਈ ਸਾਨੂੰ ਵਿਸ਼ਵਾਸ ਵਿੱਚ ਬਾਹਰ ਨਿਕਲਣਾ ਚਾਹੀਦਾ ਹੈ। ਇਹ ਸਾਡਾ ਹਿੱਸਾ ਹੈ। ਪਰਮਾਤਮਾ ਆਮ ਤੌਰ 'ਤੇ ਆਤਮਾ ਦੇ ਇਹਨਾਂ ਦਾਤਾਂ ਦੇ ਕਿਸੇ ਵੀ ਸੁਮੇਲ ਨੂੰ ਜਾਰੀ ਕਰਕੇ, ਵਿਸ਼ਵਾਸ ਵਿੱਚ ਬਾਹਰ ਨਿਕਲਣ ਦੀ ਸਾਡੀ ਇੱਛਾ ਅਤੇ ਇੱਛਾ ਦਾ ਜਵਾਬ ਦਿੰਦਾ ਹੈ।

ਕਈ ਵਾਰ ਇਹ ਤੋਹਫ਼ੇ ਉਦੋਂ ਜਾਰੀ ਕੀਤੇ ਜਾਂਦੇ ਹਨ ਜਦੋਂ ਕੋਈ ਵੀ ਸੱਚਮੁੱਚ ਬਹੁਤ ਵਿਸ਼ਵਾਸ ਵਿੱਚ ਨਹੀਂ ਹੁੰਦਾ ਜਾਂ ਕੁਝ ਹੋਣ ਦੀ ਉਮੀਦ ਨਹੀਂ ਕਰਦਾ। ਨਾ ਤਾਂ ਸੇਵਾ ਕਰਨ ਵਾਲਾ ਅਤੇ ਨਾ ਹੀ ਜਿਸ ਵਿਅਕਤੀ ਦੀ ਸੇਵਾ ਕੀਤੀ ਜਾ ਰਹੀ ਹੈ, ਉਹ ਬਹੁਤ ਵਿਸ਼ਵਾਸ ਵਿੱਚ ਹੁੰਦਾ ਹੈ, ਫਿਰ ਵੀ ਦਾਤਾਂ ਦੇ ਸੰਚਾਲਨ ਕਾਰਨ ਇਲਾਜ, ਛੁਟਕਾਰਾ ਅਤੇ ਚਮਤਕਾਰ ਅਜੇ ਵੀ ਹੁੰਦੇ ਹਨ। ਉਦਾਹਰਣ ਵਜੋਂ, ਇੱਕ ਅਵਿਸ਼ਵਾਸੀ ਜੋ ਇੱਕ ਮੀਟਿੰਗ ਵਿੱਚ ਸਿਰਫ਼ ਇੱਕ ਦਰਸ਼ਕ ਵਜੋਂ ਹੁੰਦਾ ਹੈ, ਜਿਸਨੂੰ ਪ੍ਰਭੂ ਯਿਸੂ ਮਸੀਹ ਵਿੱਚ ਕੋਈ ਗਿਆਨ ਜਾਂ ਵਿਸ਼ਵਾਸ ਨਹੀਂ ਹੁੰਦਾ, ਸੇਵਾ ਦੌਰਾਨ ਇਲਾਜ ਦਾ ਇੱਕ ਹੈਰਾਨੀਜਨਕ ਚਮਤਕਾਰ ਪ੍ਰਾਪਤ ਕਰ ਸਕਦਾ ਹੈ ਜਦੋਂ ਕਿ ਕੋਈ ਵੀ ਅਸਲ ਵਿੱਚ ਇਸ ਵਿਅਕਤੀ ਨੂੰ ਪ੍ਰਾਰਥਨਾ ਜਾਂ ਸੇਵਾ ਨਹੀਂ ਕਰਦਾ। ਇਹ ਪਰਮਾਤਮਾ ਦਾ ਇੱਕ ਪ੍ਰਭੂਸੱਤਾ ਵਾਲਾ ਕੰਮ ਹੋਵੇਗਾ ਜੋ ਉਸ ਵਿਅਕਤੀ ਦਾ ਧਿਆਨ ਖਿੱਚਦਾ ਹੈ ਅਤੇ ਉਨ੍ਹਾਂ ਨੂੰ ਮਸੀਹ ਵਿੱਚ ਵਿਸ਼ਵਾਸ ਵੱਲ ਖਿੱਚਦਾ ਹੈ।

ਚੰਗਾਈ ਮਸਹ ਰਾਹੀ

ਲੂਕਾ 5:17 ਇੱਕ ਦਨਿ ਅਜਹਿਾ ਹੋਇਆ ਕਿ ਜਦੋਂ ਉਹ ਉਪਦੇਸ਼ ਦੇ ਰਹਿਾ ਸੀ ਤਾਂ ਫ਼ਰੀਸੀ ਅਤੇ ਨੇਮ ਦੇ ਉਪਦੇਸ਼ਕ ਗਲੀਲ, ਯਹੂਦਯਿਾ ਅਤੇ ਯਰੂਸ਼ਲਮ ਦੇ ਹਰੇਕ ਨਗਰ ਤੋਂ ਆਏ ਹੋਏ ਕੋਲ ਬੈਠੇ ਸਨ ਅਤੇ ਪ੍ਰਭੂ ਦੀ ਸ਼ਕਤੀ ਉਨ੍ਹਾਂ ਨੂੰ ਚੰਗਾ ਕਰਨ ਲਈ ਮੌਜੂਦ ਸੀ।

ਲੂਕਾ 6:19 ਅਤੇ ਸਾਰੀ ਭੀੜ ਉਸਨੂੰ ਛੂਹਣਾ ਚਾਹੁੰਦੀ ਸੀ ਕਉਿਂਕਿ ਉਸ ਵਚਿੋਂ ਸ਼ਕਤੀ ਨਕਿਲ ਕੇ ਸਭਨਾਂ ਨੂੰ ਚੰਗਾ ਕਰਦੀ ਸੀ।

ਲੂਕਾ 8:46-47 46 ਪਰ ਯਸਿੂ ਨੇ ਕਹਿਾ, "ਕਸਿ ਨੇ ਮੈਨੂੰ ਛੂਹਆਿ ਹੈ, ਕਉਿਂਕਿ ਮੈ ਮਹਸਿੂਸ ਕੀਤਾ ਕਿ ਮੇਰੇ ਵਚਿੋਂ ਸ਼ਕਤੀ ਨਕਿਲ ਰਹੀ ਹੈ।" 47 ਜਦੋਂ ਉਸ ਔਰਤ ਨੇ ਦੇਖਆਿ ਕਿ ਉਹ ਲੁਕੀ ਨਹੀ ਰਹੀ, ਤਾਂ ਉਹ ਕੰਬਦੀ ਹੋਈ ਆਈ ਅਤੇ ਉਸਦੇ ਅੱਗੇ ਡਗਿ ਪਈ ਅਤੇ ਸਾਰੇ ਲੋਕਾਂ ਦੇ ਸਾਹਮਣੇ ਉਸਨੂੰ ਦੱਸਆਿ ਕਿ ਉਸਨੇ ਉਸਨੂੰ ਕਉਿਂ ਛੂਹਆਿ ਸੀ ਅਤੇ ਉਹ ਕਵਿੇਂ ਤੁਰੰਤ ਠੀਕ ਹੋ ਗਈ ਸੀ।

ਮਸਹ ਪਵਿੱਤਰ ਆਤਮਾ ਦੀ ਮੌਜੂਦਗੀ ਅਤੇ ਸ਼ਕਤੀ ਹੈ। ਮਸਹ ਕਿਸੇ ਵਿਅਕਤੀ ਨੂੰ ਸ਼ਕਤੀ ਦੇ ਸਕਦਾ ਹੈ ਜਾਂ ਵਿਸ਼ਵਾਸੀਆਂ ਦੀ ਇੱਕ ਮੰਡਲੀ (ਇਕੱਠ) ਉੱਤੇ ਮੌਜੂਦ ਹੋ ਸਕਦਾ ਹੈ ਤਾਂ ਜੋ ਪਰਮੇਸ਼ੁਰ ਦੀ ਸ਼ਕਤੀ ਨੂੰ ਪ੍ਰਗਟ ਕੀਤਾ ਜਾ ਸਕੇ। ਪ੍ਰਭੂ ਯਿਸੂ ਨੇ ਪਵਿੱਤਰ ਆਤਮਾ ਦੀ ਸ਼ਕਤੀ ਦੁਆਰਾ ਸੇਵਾ ਕੀਤੀ (ਰਸੂਲਾਂ ਦੇ ਕਰਤੱਬ 10:38)। ਇਹੀ ਸ਼ਕਤੀ ਸਾਰੇ ਵਿਸ਼ਵਾਸੀਆਂ ਲਈ ਉਪਲਬਧ ਹੈ (ਰਸੂਲਾਂ ਦੇ ਕਰਤੱਬ 1:8) ਅਤੇ ਇਸ ਲਈ ਇਹ ਸਾਡੇ ਵਿੱਚੋਂ ਵਹਿ ਸਕਦੀ ਹੈ, ਜਿਵੇਂ ਇਹ ਯਿਸੂ ਵਿੱਚੋਂ ਵਹਿ ਗਈ ਸੀ। ਚੰਗਾ ਕਰਨ ਵਾਲਾ ਮਸਹ ਪਵਿੱਤਰ ਆਤਮਾ ਦੀ ਮੌਜੂਦਗੀ ਅਤੇ ਸ਼ਕਤੀ ਹੈ ਜੋ ਇਲਾਜ ਕਰਵਾਉਣ ਦਾ ਕਾਰਨ ਬਣਦੀ ਹੈ। ਜਦੋਂ ਯਿਸੂ ਸੇਵਾ ਕਰਦਾ ਸੀ, ਤਾਂ ਪ੍ਰਭੂ ਦੀ ਸ਼ਕਤੀ ਲੋਕਾਂ ਨੂੰ ਚੰਗਾ ਕਰਨ ਲਈ ਮੌਜੂਦ ਸੀ। ਚੰਗਾ ਕਰਨ ਵਾਲੀ ਸ਼ਕਤੀ (ਚੰਗਾ ਕਰਨ ਵਾਲਾ ਗੁਣ ਜਾਂ ਚੰਗਾ ਕਰਨ ਵਾਲਾ ਮਸਹ)

ਉਸ ਵਿੱਚੋਂ ਨਿਕਲੀ ਅਤੇ ਬਹੁਤ ਸਾਰੇ ਲੋਕਾਂ ਨੂੰ ਚੰਗਾ ਕੀਤਾ ਜਿਨ੍ਹਾਂ ਨੇ ਉਸਨੂੰ ਛੂਹਿਆ।

ਜਦੋਂ ਅਸੀਂ ਇਲਾਜ ਦੀ ਸੇਵਾ ਕਰਦੇ ਹਾਂ, ਤਾਂ ਸਾਨੂੰ ਪਵਿੱਤਰ ਆਤਮਾ ਦੀ ਉਹੀ ਇਲਾਜ ਸ਼ਕਤੀ ਦੀ ਇੱਛਾ ਅਤੇ ਉਮੀਦ ਕਰਨੀ ਚਾਹੀਦੀ ਹੈ ਕਿ ਉਹ ਸਾਡੇ ਵਿੱਚੋਂ ਵਹੇ ਅਤੇ ਬਿਮਾਰਾਂ ਨੂੰ ਚੰਗਾ ਕਰੇ। ਕਈ ਵਾਰ ਅਸੀਂ ਇਸ ਇਲਾਜ ਸ਼ਕਤੀ ਦੇ ਪ੍ਰਵਾਹ ਨੂੰ ਪਛਾਣ ਸਕਦੇ ਹਾਂ (ਮੌਜੂਦ)। ਕਈ ਵਾਰ ਅਸੀਂ ਕੁਝ ਵੀ ਮਹਿਸੂਸ ਨਹੀਂ ਕਰਦੇ, ਅਤੇ ਫਿਰ ਵੀ ਅਸੀਂ ਵਿਸ਼ਵਾਸ ਨਾਲ ਸੇਵਾ ਕਰਦੇ ਹਾਂ ਇਹ ਜਾਣਦੇ ਹੋਏ ਕਿ ਪਵਿੱਤਰ ਆਤਮਾ ਦੀ ਸ਼ਕਤੀ ਸਾਡੇ ਰਾਹੀਂ ਜਾਰੀ ਕੀਤੀ ਜਾ ਰਹੀ ਹੈ।

ਵਿਸ਼ੇਸ਼ ਮਸਹ ਰਾਹੀ

ਰਸੂਲਾਂ ਦੇ ਕਰਤੱਬ 5:12-16 12 ਰਸੂਲਾਂ ਦੇ ਹੱਥੋਂ ਲੋਕਾਂ ਵਿੱਚ ਬਹੁਤ ਸਾਰੇ ਨਿਸ਼ਾਨ ਅਤੇ ਚਮਤਕਾਰ ਕੀਤੇ ਗਏ। ਅਤੇ ਉਹ ਸਾਰੇ ਸੁਲੇਮਾਨ ਦੇ ਦਲਾਨ ਵਿੱਚ ਇੱਕ ਮਨ ਹੋ ਕੇ ਸਨ। 13 ਪਰ ਬਾਕੀਆਂ ਵਿੱਚੋਂ ਕਿਸੇ ਦਾ ਵੀ ਉਨ੍ਹਾਂ ਨਾਲ ਜੁੜਨ ਦਾ ਹੌਸਲਾ ਨਹੀ ਸੀ, ਪਰ ਲੋਕ ਉਨ੍ਹਾਂ ਦਾ ਬਹੁਤ ਆਦਰ ਕਰਦੇ ਸਨ। 14 ਅਤੇ ਵਿਸ਼ਵਾਸੀਆਂ ਦੀ ਭੀੜ, ਆਦਮੀਆਂ ਅਤੇ ਔਰਤਾਂ ਦੋਵਾਂ, ਪ੍ਰਭੂ ਵਿੱਚ ਵਧਦੀ ਗਈ, 15 ਇਸ ਲਈ ਉਹ ਬੀਮਾਰਾਂ ਨੂੰ ਬਾਹਰ ਗਲੀਆਂ ਵਿੱਚ ਲਿਆਉਂਦੇ ਸਨ ਅਤੇ ਉਨ੍ਹਾਂ ਨੂੰ ਮੰਜੀਆਂ ਅਤੇ ਪਲੰਘਾਂ 'ਤੇ ਪਾ ਦਿੰਦੇ ਸਨ ਤਾਂ ਜੋ ਘੱਟੋ ਘੱਟ ਪਤਰਸ ਦਾ ਪਰਛਾਵਾਂ ਉਨ੍ਹਾਂ ਵਿੱਚੋਂ ਕੁਝ ਉੱਤੇ ਪਵੇ। 16 ਨਾਲੇ ਆਲੇ-ਦੁਆਲੇ ਦੇ ਸ਼ਹਿਰਾਂ ਤੋਂ ਬਹੁਤ ਸਾਰੀ ਭੀੜ ਯਰੂਸ਼ਲਮ ਵਿੱਚ ਇਕੱਠੀ ਹੁੰਦੀ ਸੀ, ਉਹ ਬੀਮਾਰਾਂ ਨੂੰ ਅਤੇ ਉਨ੍ਹਾਂ ਲੋਕਾਂ ਨੂੰ ਲਿਆਉਂਦੇ ਸਨ ਜੋ ਦੁਸ਼ਟ ਆਤਮਾਵਾਂ ਤੋਂ ਸਤਾਏ ਹੋਏ ਸਨ, ਅਤੇ ਉਹ ਸਾਰੇ ਠੀਕ ਹੋ ਜਾਂਦੇ ਸਨ।

ਕਈ ਵਾਰ ਅਜਿਹਾ ਹੁੰਦਾ ਹੈ ਜਦੋਂ ਇਲਾਜ ਲਈ ਇੱਕ ਵਿਸ਼ੇਸ਼ ਮਸਹ ਸਾਡੇ ਉੱਤੇ ਵਿਅਕਤੀਗਤ ਤੌਰ 'ਤੇ ਜਾਂ ਪੂਰੇ ਇਕੱਠ ਉੱਤੇ ਆਉਂਦਾ ਹੈ। ਜਦੋਂ ਅਜਿਹਾ ਹੁੰਦਾ ਹੈ, ਤਾਂ ਬਹੁਤ ਸਾਰੇ ਅਸਾਧਾਰਨ ਅਤੇ ਅਣਗਿਣਤ ਚਮਤਕਾਰ ਆਪਣੇ ਆਪ ਹੋਣੇ ਸ਼ੁਰੂ ਹੋ ਜਾਂਦੇ ਹਨ। ਸਾਨੂੰ ਸੰਵੇਦਨਸ਼ੀਲ ਹੋਣਾ ਚਾਹੀਦਾ ਹੈ ਅਤੇ ਇਸ ਨੂੰ ਪਛਾਣਨਾ

ਚਾਹੀਦਾ ਹੈ ਅਤੇ ਉਸ ਸਮੇਂ ਪਵਿੱਤਰ ਆਤਮਾ ਜੋ ਕੁਝ ਪੂਰਾ ਕਰਨਾ ਚਾਹੁੰਦਾ ਹੈ ਉਸ ਨਾਲ ਵਹਿਣਾ ਚਾਹੀਦਾ ਹੈ, ਤਾਂ ਜੋ ਲੋਕਾਂ ਨੂੰ ਛੂਹਿਆ ਜਾ ਸਕੇ। ਸਾਨੂੰ ਅਜਿਹੇ ਸਮੇਂ 'ਤੇ ਆਤਮਾ ਦੇ ਕੰਮ ਨੂੰ ਨਹੀਂ ਬੁਝਾਉਣਾ ਚਾਹੀਦਾ ਕਿਉਂਕਿ ਪਰਮਾਤਮਾ ਜਾਣਬੁੱਝ ਕੇ ਇਸ ਵਿਸ਼ੇਸ਼ ਮਸਹ ਨੂੰ ਇੱਕ ਕਾਰਨ ਕਰਕੇ ਜਾਰੀ ਕਰ ਰਿਹਾ ਹੈ। ਇੱਕ "ਇਲਾਜ ਲਈ ਮਾਹੌਲ", ਜਿੱਥੇ ਇਲਾਜ ਦਾ ਮਸਹ ਇੱਕ ਇਕੱਠ ਉੱਤੇ ਅਧਿਆਤਮਿਕ ਮਾਹੌਲ ਨੂੰ ਭਰ ਦਿੰਦਾ ਹੈ, ਪ੍ਰਾਰਥਨਾ, ਪੂਜਾ, ਉੱਚ ਪੱਧਰੀ ਵਿਸ਼ਵਾਸ ਅਤੇ ਉਮੀਦ ਦੁਆਰਾ ਬਣਾਇਆ ਜਾ ਸਕਦਾ ਹੈ। ਜਦੋਂ ਕਿ ਇਲਾਜ ਲਈ ਇੱਕ ਮਾਹੌਲ ਬਣਾਉਣਾ ਮਦਦਗਾਰ ਅਤੇ ਫਾਇਦੇਮੰਦ ਹੁੰਦਾ ਹੈ, ਇਹ ਬਹੁਤ ਸਾਰੇ ਹਮੇਸ਼ਾ ਸੰਭਵ ਨਹੀਂ ਹੁੰਦੇ, ਕਿਉਂਕਿ ਯਿਸੂ ਵਾਂਗ, ਸਾਨੂੰ ਵਿਰੋਧੀ ਵਾਤਾਵਰਣ ਵਿੱਚ ਸੇਵਾ ਕਰਨੀ ਪੈ ਸਕਦੀ ਹੈ। ਪਰਮਾਤਮਾ ਵਾਤਾਵਰਣ ਦੀ ਪਰਵਾਹ ਕੀਤੇ ਬਿਨਾਂ ਸ਼ਕਤੀਸ਼ਾਲੀ ਢੰਗ ਨਾਲ ਅੱਗੇ ਵਧ ਸਕਦਾ ਹੈ ਅਤੇ ਇਸ ਲਈ ਸਾਨੂੰ ਹਮੇਸ਼ਾਂ ਪਰਮਾਤਮਾ ਦੀ ਆਤਮਾ ਪ੍ਰਤੀ ਖੁੱਲ੍ਹਾ ਅਤੇ ਸੰਵੇਦਨਸ਼ੀਲ ਰਹਿਣਾ ਚਾਹੀਦਾ ਹੈ।

ਪਛਤਾਵਾ ਅਤੇ ਪਾਪ ਤਿਆਗਣ ਦੁਆਰਾ

ਯੂਹੰਨਾ 5:14 ***ਬਾਅਦ ਵਿੱਚ ਯਿਸੂ ਨੇ ਉਸਨੂੰ ਮੰਦਰ ਵਿੱਚ ਲੱਭਿਆ ਅਤੇ ਉਸਨੂੰ ਕਿਹਾ, "ਵੇਖ, ਤੂੰ ਚੰਗਾ ਹੋ ਗਿਆ ਹੈਂ। ਪਾਪ ਨਾ ਕਰੀਂ, ਨਹੀ ਤਾਂ ਤੇਰੇ ਨਾਲ ਇਸ ਤੋਂ ਵੀ ਮਾੜੀ ਗੱਲ ਵਾਪਰ ਸਕਦੀ ਹੈ।"***

ਯੂਹੰਨਾ 9:1-3 ***1 ਜਦੋਂ ਯਿਸੂ ਉੱਥੋਂ ਲੰਘ ਰਿਹਾ ਸੀ, ਤਾਂ ਉਸਨੇ ਇੱਕ ਆਦਮੀ ਨੂੰ ਦੇਖਿਆ ਜੋ ਜਨਮ ਤੋਂ ਅੰਨ੍ਹਾ ਸੀ। 2 ਉਸਦੇ ਚੇਲਿਆਂ ਨੇ ਉਸਨੂੰ ਪੁੱਛਿਆ, "ਗੁਰੂ ਜੀ, ਕਸਿਨੇ ਪਾਪ ਕੀਤਾ, ਇਸ ਆਦਮੀ ਨੇ ਜਾਂ ਇਸ ਦੇ ਮਾਪਿਆਂ ਨੇ, ਕਿ ਇਹ ਅੰਨ੍ਹਾ ਪੈਦਾ ਹੋਇਆ ਹੈ?" 3 ਯਿਸੂ ਨੇ ਜਵਾਬ ਦਿੱਤਾ, "ਨਾ ਤਾਂ ਇਸ ਆਦਮੀ ਨੇ ਪਾਪ ਕੀਤਾ, ਨਾ ਹੀ ਇਸ ਦੇ ਮਾਪਿਆਂ ਨੇ, ਪਰ ਇਸ ਲਈ ਕਿ ਪਰਮੇਸ਼ੁਰ ਦੇ ਕੰਮ ਇਸ ਵਿੱਚ ਪ੍ਰਗਟ ਹੋਣ।"***

ਸਾਰੀਆਂ ਬਿਮਾਰੀਆਂ ਵਿਅਕਤੀ ਵਿੱਚ ਨਿੱਜੀ ਪਾਪ ਦਾ ਸੰਕੇਤ ਨਹੀਂ ਹਨ, ਜਿਵੇਂ ਕਿ ਯੂਹੰਨਾ 9 ਵਿੱਚ ਅੰਨ੍ਹੇ ਜਨਮੇ ਆਦਮੀ ਦੇ ਮਾਮਲੇ ਵਿੱਚ ਦੇਖਿਆ ਗਿਆ ਹੈ। ਹਾਲਾਂਕਿ, ਇਹ ਸੰਭਵ ਹੈ ਕਿ ਵਿਅਕਤੀ ਦੇ ਜੀਵਨ ਵਿੱਚ ਕੋਈ ਪਾਪ ਹੋ ਸਕਦਾ ਹੈ

ਜਿਸਨੇ ਸਰੀਰਕ ਬਿਮਾਰੀ ਦਾ ਦਰਵਾਜ਼ਾ ਖੋਲ੍ਹਿਆ ਹੋਵੇ। ਇਹ ਸੰਭਵ ਹੈ ਕਿ ਯੂਹੰਨਾ 5 ਵਿੱਚ ਅਪੰਗ ਆਦਮੀ, ਕਿਸੇ ਖਾਸ ਪਾਪ ਕਾਰਨ ਉਸ ਅਪੰਗ ਹਾਲਤ ਵਿੱਚ ਆਇਆ ਸੀ। ਜਦੋਂ ਪ੍ਰਭੂ ਨੇ ਉਸਨੂੰ ਚੰਗਾ ਕੀਤਾ ਅਤੇ ਫਿਰ ਉਸਨੂੰ ਤਾੜਨਾ ਦਿੱਤੀ, "ਪਾਪ ਨਾ ਕਰ ਨਹੀਂ ਤਾਂ ਤੇਰੇ ਉੱਤੇ ਇਸ ਤੋਂ ਵੀ ਭੈੜੀ ਗੱਲ ਆਵੇ," ਤਾਂ ਉਹ ਸਮਝ ਗਿਆ ਕਿ ਇਸਦਾ ਕੀ ਅਰਥ ਹੈ। ਅਜਿਹਾ ਨਹੀਂ ਸੀ ਕਿ ਉਹ ਕਦੇ ਵੀ "ਪਾਪ" ਨਹੀਂ ਕਰੇਗਾ ਪਰ ਯਿਸੂ ਉਸ ਪਾਪ (ਜਾਂ ਪਾਪਾਂ) ਦਾ ਜ਼ਿਕਰ ਕਰ ਰਿਹਾ ਸੀ ਜਿਸਨੇ ਉਸਨੂੰ ਪਹਿਲਾਂ ਉਸ ਅਪੰਗ ਹਾਲਤ ਵਿੱਚ ਲਿਆਂਦਾ। ਵਿਚਾਰ ਕਰੋ ਕਿ ਕੀ ਹੁੰਦਾ ਜੇਕਰ ਉਹ ਅਪੰਗ ਆਦਮੀ ਜਿਸਨੂੰ ਯੂਹੰਨਾ 5 ਵਿੱਚ ਚੰਗਾ ਕੀਤਾ ਗਿਆ ਹੈ, ਜਾ ਕੇ ਪਾਪ ਕਰਦਾ। ਜਿਵੇਂ ਕਿ ਯਿਸੂ ਨੇ ਕਿਹਾ ਸੀ "ਇੱਕ ਭੈੜੀ ਗੱਲ" ਨੇ ਉਸਨੂੰ ਦੁਖੀ ਕੀਤਾ ਹੋ ਸਕਦਾ ਹੈ। ਉਸਨੂੰ ਤੋਬਾ ਕਰਨ ਅਤੇ ਉਸ ਪਾਪ ਨੂੰ ਤਿਆਗਣ ਦੀ ਜ਼ਰੂਰਤ ਹੋਏਗੀ ਤਾਂ ਜੋ ਉਹ ਠੀਕ ਹੋ ਸਕੇ ਅਤੇ ਦੁਬਾਰਾ ਚੰਗਾ ਹੋ ਸਕੇ।

ਜਦੋਂ ਅਸੀਂ ਇਲਾਜ ਦੀ ਸੇਵਾ ਕਰਦੇ ਹਾਂ, ਤਾਂ ਪ੍ਰਭੂ ਸਾਨੂੰ ਪਹਿਲਾਂ ਉਸ ਵਿਅਕਤੀ ਦੇ ਜੀਵਨ ਵਿੱਚ ਪਾਪ ਨਾਲ ਨਜਿੱਠਣ ਲਈ ਨਿਰਦੇਸ਼ਿਤ ਕਰ ਸਕਦਾ ਹੈ ਜਿਸਦੀ ਸੇਵਾ ਕੀਤੀ ਜਾ ਰਹੀ ਹੈ। ਫਿਰ ਅਸੀਂ ਇਸ ਨੂੰ ਵਿਅਕਤੀ ਨਾਲ ਪਿਆਰ ਨਾਲ ਸੰਬੋਧਿਤ ਕਰਦੇ ਹਾਂ ਅਤੇ ਉਨ੍ਹਾਂ ਨੂੰ ਪਛਤਾਵਾ ਅਤੇ ਉਸ ਪਾਪ ਨਾਲ ਜੁੜੀਆਂ ਚੀਜ਼ਾਂ ਨੂੰ ਤਿਆਗਣ ਦੁਆਰਾ ਅਗਵਾਈ ਕਰਦੇ ਹਾਂ। ਮਾਫ਼ ਨਾ ਕਰਨ ਦੀ ਭਾਵਨਾ, ਨਫ਼ਰਤ, ਗੁੱਸਾ ਅਤੇ ਹੋਰ ਗਲਤ ਦਿਲ ਦੇ ਰਵੱਈਏ ਹੋ ਸਕਦੇ ਹਨ ਜੋ ਵਿਅਕਤੀ ਆਪਣੇ ਅੰਦਰ ਰੱਖ ਸਕਦਾ ਹੈ, ਜਿਨ੍ਹਾਂ ਨੂੰ ਤਿਆਗਣ ਦੀ ਲੋੜ ਹੈ। ਆਮ ਤੌਰ 'ਤੇ ਅਸੀਂ ਉਸ ਵਿਅਕਤੀ ਨੂੰ ਜੀਵਨ ਸ਼ੈਲੀ ਦੇ ਤਰੀਕਿਆਂ, ਪਾਪੀ ਆਦਤਾਂ, ਅਸ਼ੁੱਧ ਆਤਮਾਵਾਂ ਨੂੰ ਸਮਰਪਣ, ਸ਼ੈਤਾਨੀ ਸ਼ਕਤੀਆਂ ਨਾਲ ਸਬੰਧਾਂ ਨੂੰ ਰੱਦ ਕਰਨ ਅਤੇ ਦਰਵਾਜ਼ੇ/ਪ੍ਰਵੇਸ਼ ਬਿੰਦੂਆਂ ਨੂੰ ਬੰਦ ਕਰਨ ਲਈ ਪ੍ਰੇਰਿਤ ਕਰਦੇ ਹਾਂ।

ਮੁਕਤੀ ਦੁਆਰਾ

ਮੱਤੀ 9:32,33 32 ਜਦੋਂ ਉਹ ਅਤੇ ਉਨ੍ਹਾਂ ਦੇ ਚੇਲੇ ਬਾਹਰ ਨਕਿਲ ਰਹੇ ਸਨ, ਤਾਂ ਵੇਖੋ, ਲੋਕ ਇੱਕ ਗੂੰਗੇ ਅਤੇ ਭੂਤ ਚਿੰਬੜੇ ਹੋਏ ਆਦਮੀ ਨੂੰ ਯਿਸੂ ਕੋਲ

ਲਿਆਏ। 33 ਅਤੇ ਜਦੋਂ ਭੂਤ ਕੱਢਿਆ ਗਿਆ, ਤਾਂ ਉਹ ਗੂੰਗੇ ਨੇ ਗੱਲ ਕਰਨੀ ਸ਼ੁਰੂ ਕਰ ਦਿੱਤੀ। ਭੀੜ ਹੈਰਾਨ ਹੋ ਕੇ ਕਹਣਿ ਲੱਗੀ, "ਇਸਰਾਏਲ ਵਿੱਚ ਇਸ ਤਰ੍ਹਾਂ ਕਦੇ ਨਹੀ ਦੇਖਿਆ ਗਿਆ।"

ਮੱਤੀ 12:22 ਫਿਰ ਲੋਕ ਉਸ ਕੋਲ ਇੱਕ ਅੰਨ੍ਹਾ ਅਤੇ ਗੂੰਗਾ ਆਦਮੀ ਲਿਆਏ ਜਸਿ ਨੂੰ ਭੂਤ ਚਿੰਬੜਿਆ ਹੋਇਆ ਸੀ; ਅਤੇ ਉਸਨੇ ਉਸਨੂੰ ਚੰਗਾ ਕੀਤਾ, ਅਜਹਿਾ ਕਿ ਉਹ ਅੰਨ੍ਹਾ ਅਤੇ ਗੂੰਗਾ ਆਦਮੀ ਬੋਲਣ ਅਤੇ ਵੇਖਣ ਲੱਗ ਪਿਆ।

ਲੂਕਾ 13:11-13 11 ਅਤੇ ਵੇਖੋ, ਉੱਥੇ ਇੱਕ ਔਰਤ ਸੀ ਜਸਿ ਨੂੰ ਅਠਾਰਾਂ ਸਾਲਾਂ ਤੋਂ ਕਮਜ਼ੋਰੀ ਦਾ ਆਤਮਾ ਚਿੰਬੜਿਆ ਹੋਇਆ ਸੀ ਅਤੇ ਉਹ ਕੁੱਬੀ ਸੀ ਅਤੇ ਕਸਿ ਤਰ੍ਹਾਂ ਵੀ ਉੱਠ ਨਹੀ ਸਕਦੀ ਸੀ। 12 ਪਰ ਜਦੋਂ ਯਸ਼ੂ ਨੇ ਉਸਨੂੰ ਵੇਖਿਆ, ਤਾਂ ਉਸਨੇ ਉਸਨੂੰ ਆਪਣੇ ਕੋਲ ਬੁਲਾਇਆ ਅਤੇ ਉਸਨੂੰ ਕਹਿਾ, "ਔਰਤ, ਤੂੰ ਆਪਣੀ ਬਮਿਾਰੀ ਤੋਂ ਛੁੱਟ ਗਈ ਹੈ।" 13 ਅਤੇ ਉਸਨੇ ਆਪਣੇ ਹੱਥ ਉਸ ਉੱਤੇ ਰੱਖੇ, ਅਤੇ ਉਹ ਉਸੇ ਵੇਲੇ ਸਿੱਧੀ ਹੋ ਗਈ ਅਤੇ ਪਰਮੇਸ਼ੁਰ ਦੀ ਵਡਆਿਈ ਕਰਨ ਲੱਗ ਪਈ।

ਧਿਆਨ ਦਿਓ ਕਿ ਉਪਰੋਕਤ ਮਾਮਲਿਆਂ ਵਿੱਚ ਅਸੀਂ ਅੰਨ੍ਹਾਪਣ, ਬੋਲਾਪਣ, ਗੂੰਗਾਪਣ ਅਤੇ ਕੁੱਬੜਪਨ ਭੂਤਾਂ ਦੀ ਮੌਜੂਦਗੀ ਕਾਰਨ ਹੁੰਦੇ ਦੇਖਦੇ ਹਾਂ । ਇਸਦਾ ਮਤਲਬ ਇਹ ਨਹੀਂ ਹੈ ਕਿ ਹਰ ਅੰਨ੍ਹਾਪਣ, ਬੋਲਾਪਣ, ਗੂੰਗਾਪਣ ਜਾਂ ਪਿੱਠ ਦੀ ਸਮੱਸਿਆ ਕਮਜ਼ੋਰੀ ਦੀ ਭਾਵਨਾ ਕਾਰਨ ਹੁੰਦੀ ਹੈ। ਕੁਝ ਅੰਨ੍ਹਾਪਣ ਦੁਰਘਟਨਾਵਾਂ ਜਾਂ ਹੋਰ ਕਾਰਨਾਂ ਕਰਕੇ ਹੋ ਸਕਦਾ ਹੈ। ਅਸੀਂ ਪਰਮਾਤਮਾ ਦੀ ਆਤਮਾ ਨੂੰ ਸੁਣਨ ਅਤੇ ਉਸਦੀ ਅਗਵਾਈ ਦੀ ਪਾਲਣਾ ਕਰਨ ਦੀ ਕੋਸ਼ਿਸ਼ ਕਰਦੇ ਹਾਂ। ਜਦੋਂ ਸਾਨੂੰ ਯਕੀਨ ਨਹੀਂ ਹੁੰਦਾ, ਤਾਂ ਅਸੀਂ ਇਲਾਜ ਦੀ ਸੇਵਾ ਕਰਨ ਲਈ ਅੱਗੇ ਵਧਦੇ ਹਾਂ ਅਤੇ ਮੌਜੂਦ ਕਿਸੇ ਵੀ ਕਮਜ਼ੋਰੀ ਦੀ ਭਾਵਨਾ ਨੂੰ ਵੀ ਸੰਬੋਧਿਤ ਕਰਦੇ ਹਾਂ। ਬਹੁਤ ਸਾਰੀਆਂ ਲਾਇਲਾਜ ਬਿਮਾਰੀਆਂ ਅਤੇ ਹੋਰ ਸਰੀਰਕ ਸਥਿਤੀਆਂ ਜਿਨ੍ਹਾਂ ਦਾ ਕਾਰਨ ਪਛਾਣਿਆ ਨਹੀਂ ਜਾ ਸਕਦਾ, ਆਮ ਤੌਰ 'ਤੇ ਕਮਜ਼ੋਰੀ ਦੀ ਭਾਵਨਾ ਦਾ ਸੰਕੇਤ ਦਿੰਦੇ ਹਨ ਜਿਸਨੂੰ ਬਾਹਰ ਕੱਢਣ ਦੀ ਜ਼ਰੂਰਤ ਹੁੰਦੀ ਹੈ।

ਤਿੰਨ ਇੰਜੀਲਾਂ ਉਸ ਨੌਜਵਾਨ ਮੁੰਡੇ ਦਾ ਮਾਮਲਾ ਵੀ ਦਰਜ ਕਰਦੀਆਂ ਹਨ ਜਿਸਨੂੰ ਮਿਰਗੀ ਅਤੇ ਦੌਰੇ ਪੈਂਦੇ ਜਾਪਦੇ ਸਨ (ਮੱਤੀ 17:14-18 ਮਰਕੁਸ 9:17-27 ਲੂਕਾ 9:37-43)। ਇਹ ਅਸਲ ਵਿੱਚ ਸ਼ੈਤਾਨੀ ਕਬਜ਼ੇ ਦਾ ਮਾਮਲਾ ਸੀ ਜਿਸਨੇ ਬੋਲ਼ੇਪਣ, ਗੂੰਗੇਪਣ, ਪਾਗਲਪਨ ਅਤੇ ਆਤਮ ਹੱਤਿਆ ਦੀਆਂ ਪ੍ਰਵਿਰਤੀਆਂ ਪੈਦਾ ਕੀਤੀਆਂ। ਇਸ ਲਈ ਜਦੋਂ ਯਿਸੂ ਨੇ ਆਤਮਾ ਕੱਢਿਆ, ਤਾਂ ਮੁੰਡਾ ਠੀਕ ਹੋ ਗਿਆ। ਅਸੀਂ ਡਾਕਟਰੀ ਤੌਰ 'ਤੇ ਜਾਣਦੇ ਹਾਂ ਕਿ ਮਿਰਗੀ ਇੱਕ ਰਸਾਇਣਕ ਅਸੰਤੁਲਨ ਕਾਰਨ ਹੁੰਦੀ ਹੈ ਜਿਸ ਲਈ ਚਮਤਕਾਰਾਂ ਦੀ ਲੋੜ ਹੁੰਦੀ ਹੈ। ਪਰ ਕੁਝ ਮਾਮਲਿਆਂ ਵਿੱਚ ਕਮਜ਼ੋਰੀ ਦੀ ਇੱਕ ਅੰਤਰੀਵ ਭਾਵਨਾ ਵੀ ਹੋ ਸਕਦੀ ਹੈ ਜਿਸ ਨਾਲ ਨਜਿੱਠਣ ਦੀ ਵੀ ਲੋੜ ਹੁੰਦੀ ਹੈ।

ਪ੍ਰਭੂ ਦੇ ਮੇਜ.ਦਾ ਜਸਨ ਮਨਾਉਂਦੇ ਸਮੇਂ ਵਸਿ਼ਵਾਸ ਦੇ ਅਭਿਆਸ ਦੁਆਰਾ

1 ਕੁਰਿੰਥੀਆਂ 11:26 ਕਿਉਂਕਿ ਜਿੰਨੀ ਵਾਰ ਤੁਸੀਂ ਇਹ ਰੋਟੀ ਖਾਂਦੇ ਹੋ ਅਤੇ ਇਹ ਪਿਆਲਾ ਪੀਂਦੇ ਹੋ, ਤੁਸੀਂ ਪ੍ਰਭੂ ਦੀ ਮੌਤ ਦਾ ਐਲਾਨ ਕਰਦੇ ਰਹਿੰਦੇ ਹੋ ਜਦੋਂ ਤੱਕ ਉਹ ਨਾ ਆਵੇ।

ਸਾਡੇ ਪ੍ਰਭੂ ਯਿਸੂ ਮਸੀਹ ਦਾ ਸਲੀਬ ਸਾਡਾ "ਮੁਕਤੀ ਦਾ ਐਲਾਨ" ਹੈ। ਇਹ ਉਹ ਜਗ੍ਹਾ ਹੈ ਜਿੱਥੇ ਪਾਪਾਂ ਦੀ ਮਾਫ਼ੀ, ਸਰੀਰ ਅਤੇ ਮਨ ਲਈ ਇਲਾਜ ਅਤੇ ਸੰਪੂਰਨਤਾ, ਅਤੇ ਪਤਝੜ ਨੂੰ ਉਲਟਾਉਣ ਲਈ ਲੋੜੀਂਦੀ ਹਰ ਚੀਜ਼ ਪ੍ਰਦਾਨ ਕੀਤੀ ਗਈ ਸੀ। ਪ੍ਰਭੂ ਯਿਸੂ ਨੇ ਉਸ ਦੀ ਯਾਦ ਵਿੱਚ ਅਕਸਰ ਕਰਨ ਲਈ "ਪ੍ਰਭੂ ਦਾ ਰਾਤ ਦਾ ਭੋਜਨ" ਜਾਂ "ਪ੍ਰਭੂ ਦਾ ਮੇਜ਼" ਸਥਾਪਿਤ ਕੀਤਾ। ਹਰ ਵਾਰ ਜਦੋਂ ਅਸੀਂ ਪ੍ਰਭੂ ਦੇ ਮੇਜ਼ ਦਾ ਸੇਵਨ ਕਰਦੇ ਹਾਂ, ਤਾਂ ਅਸੀਂ "ਪ੍ਰਭੂ ਦੀ ਮੌਤ ਦਾ ਐਲਾਨ ਕਰਦੇ ਹਾਂ।" ਅਸੀਂ ਪ੍ਰਭੂ ਦੇ ਮੇਜ਼ ਵਿੱਚ "ਪ੍ਰਭੂ ਦੇ ਸਰੀਰ ਨੂੰ ਸਮਝਦੇ ਹੋਏ" ਹਿੱਸਾ ਲੈਂਦੇ ਹਾਂ। ਅਸੀਂ ਪਛਾਣਦੇ ਹਾਂ ਕਿ ਮਸੀਹ ਨੇ ਸਲੀਬ 'ਤੇ ਆਪਣੇ ਸਰੀਰ ਵਿੱਚ ਸਾਡੇ ਲਈ ਕੀ ਪੂਰਾ ਕੀਤਾ। ਪ੍ਰਭੂ ਦਾ ਮੇਜ਼ ਸਲੀਬ 'ਤੇ ਮਸੀਹ ਦੇ ਪੂਰੇ ਕੀਤੇ ਕੰਮ ਵਿੱਚ ਸਾਡੇ ਵਿਸ਼ਵਾਸ ਦੀ ਘੋਸ਼ਣਾ ਜਾਂ ਘੋਸ਼ਣਾ ਹੈ ਅਤੇ ਇਸ ਤੱਥ ਦਾ ਕਿ ਉਹ ਜੀ ਉੱਠਿਆ ਹੈ ਅਤੇ ਦੁਬਾਰਾ ਆਵੇਗਾ। ਇਹ ਉਹ ਸਮਾਂ ਹੈ ਜਿੱਥੇ ਅਸੀਂ ਆਪਣੇ ਵਿਸ਼ਵਾਸ ਨੂੰ ਇੱਛਾ ਅਤੇ ਉਮੀਦ ਨਾਲ

ਜੋੜਦੇ ਹਾਂ ਕਿ ਸਲੀਬ ਦੇ ਪੂਰੇ ਆਸ਼ੀਰਵਾਦ ਸਾਡੇ ਜੀਵਨ ਵਿੱਚ ਅਸਲ ਅਤੇ ਪ੍ਰਭਾਵਸ਼ਾਲੀ ਬਣਾਏ ਜਾਣ। ਅਸੀਂ ਉਮੀਦ ਕਰਦੇ ਹਾਂ ਕਿ ਪਵਿੱਤਰ ਆਤਮਾ ਸਾਡੇ ਜੀਵਨ ਦੇ ਹਰ ਹਿੱਸੇ ਵਿੱਚ ਲਾਗੂ ਕਰੇ, ਮਸੀਹ ਦੇ ਸਲੀਬ ਦੇ ਪੂਰੇ ਆਸ਼ੀਰਵਾਦ। ਅਸੀਂ ਪਰਮੇਸ਼ੁਰ ਦੀ ਆਤਮਾ ਨੂੰ ਸੱਦਾ ਦਿੰਦੇ ਹਾਂ ਕਿ ਉਹ ਸਾਡੇ ਜੀਵਨ ਵਿੱਚ ਸਲੀਬ ਦੀ ਸ਼ਕਤੀ ਨੂੰ ਪ੍ਰਭਾਵਸ਼ਾਲੀ ਬਣਾਵੇ। ਮਸੀਹ ਦਾ ਸਲੀਬ ਉੱਤੇ ਕੰਮ ਪਵਿੱਤਰ ਆਤਮਾ ਦੀ ਸ਼ਕਤੀ ਦੁਆਰਾ ਪੂਰਾ ਹੋਇਆ (ਇਬਰਾਨੀਆਂ 9:14)। ਇਹੀ ਆਤਮਾ ਸਾਡੇ ਜੀਵਨ ਵਿੱਚ ਸਲੀਬ ਦੀ ਸ਼ਕਤੀ ਅਤੇ ਅਸੀਸਾਂ ਨੂੰ ਪ੍ਰਭਾਵਸ਼ਾਲੀ ਬਣਾਉਣ ਲਈ ਇੱਥੇ ਹੈ। ਹਰ ਵਾਰ ਜਦੋਂ ਅਸੀਂ ਪ੍ਰਭੂ ਦੇ ਮੇਜ਼ ਦਾ ਹਿੱਸਾ ਲੈਂਦੇ ਹਾਂ ਤਾਂ ਸਾਨੂੰ ਇਸ ਉਮੀਦ ਨਾਲ ਅਜਿਹਾ ਕਰਨਾ ਚਾਹੀਦਾ ਹੈ। ਪਰਮੇਸ਼ੁਰ ਸਾਡੀ ਨਿਹਚਾ ਨੂੰ ਸ਼ਕਤੀ ਦੇ ਕੰਮਾਂ ਨਾਲ ਪੂਰਾ ਕਰੇਗਾ (2 ਥੱਸਲੁਨੀਕੀਆਂ 1:11)।

ਕੁਰਿੰਥੁਸ ਦੇ ਲੋਕ ਇਸ ਬਰਕਤ ਤੋਂ ਵਾਂਝੇ ਰਹਿ ਰਹੇ ਸਨ ਕਿਉਂਕਿ ਉਨ੍ਹਾਂ ਨੇ ਪ੍ਰਭੂ ਦੀ ਮੇਜ਼ ਨੂੰ ਯੋਗ ਢੰਗ ਨਾਲ ਨਹੀਂ ਖਾਧਾ। ਉਹ ਇਸਨੂੰ ਖਾਣ-ਪੀਣ ਅਤੇ ਸ਼ਰਾਬ ਪੀਣ ਦੇ ਸਮੇਂ ਵਜੋਂ ਵਰਤ ਰਹੇ ਸਨ। ਪਰਮੇਸ਼ੁਰ ਦੀ ਬਰਕਤ ਦਾ ਅਨੁਭਵ ਕਰਨ ਦੀ ਬਜਾਏ, ਉਨ੍ਹਾਂ ਨੇ ਆਪਣੇ ਆਪ 'ਤੇ ਸਜ਼ਾ ਲਿਆਂਦੀ ਅਤੇ ਕਮਜ਼ੋਰੀ, ਬਿਮਾਰੀ ਅਤੇ ਅਚਨਚੇਤੀ ਮੌਤ ਦਾ ਸਾਹਮਣਾ ਕਰਨਾ ਪਿਆ। "ਕਿਉਂਕਿ ਜੋ ਕੋਈ ਅਯੋਗ ਢੰਗ ਨਾਲ ਖਾਂਦਾ ਅਤੇ ਪੀਂਦਾ ਹੈ ਉਹ ਪ੍ਰਭੂ ਦੇ ਸਰੀਰ ਨੂੰ ਨਾ ਸਮਝਦੇ ਹੋਏ ਆਪਣੇ ਆਪ ਨੂੰ ਸਜ਼ਾ ਦਿੰਦਾ ਹੈ। ਇਸ ਕਰਕੇ ਤੁਹਾਡੇ ਵਿੱਚੋਂ ਬਹੁਤ ਸਾਰੇ ਕਮਜ਼ੋਰ ਅਤੇ ਬਿਮਾਰ ਹਨ, ਅਤੇ ਬਹੁਤ ਸਾਰੇ ਸੌਂ ਜਾਂਦੇ ਹਨ" (1 ਕੁਰਿੰਥੀਆਂ 11:29,30)। ਪ੍ਰਭੂ ਦੀ ਮੇਜ਼ ਵਿੱਚ ਹਿੱਸਾ ਲੈ ਕੇ ਕਮਜ਼ੋਰੀ, ਬਿਮਾਰੀ ਅਤੇ ਮੌਤ ਤੋਂ ਬਚਿਆ ਜਾ ਸਕਦਾ ਸੀ ਜਿਵੇਂ ਕਿ ਇਸਨੂੰ ਕਰਨਾ ਚਾਹੀਦਾ ਹੈ।

ਪ੍ਰਾਰਥਨਾ ਕੱਪੜਿਆਂ ਦੀ ਵਰਤੋਂ ਰਾਹੀ

ਰਸੂਲਾਂ ਦੇ ਕਰਤੱਬ 19:11,12 11 ਹੁਣ ਪਰਮੇਸ਼ੁਰ ਨੇ ਪੌਲੁਸ ਦੇ ਹੱਥਾਂ ਰਾਹੀ ਅਨੋਖੇ ਚਮਤਕਾਰ ਕੀਤੇ, 12 ਇੱਥੋਂ ਤੱਕ ਕਿ ਰੁਮਾਲ ਜਾਂ ਐਪਰਨ ਵੀ ਉਸ ਦੇ ਸਰੀਰ ਤੋਂ ਬਿਮਾਰਾਂ ਉੱਤੇ ਪਾਏ ਜਾਂਦੇ ਸਨ, ਅਤੇ ਉਨ੍ਹਾਂ ਦੀਆਂ ਬਿਮਾਰੀਆਂ

ਦੂਰ ਹੋ ਜਾਂਦੀਆਂ ਸਨ ਅਤੇ ਦੁਸ਼ਟ ਆਤਮਾਵਾਂ ਉਨ੍ਹਾਂ ਵਿੱਚੋਂ ਨਿਕਲ ਜਾਂਦੀਆਂ ਸਨ।

ਅਸੀਂ ਪਰਮੇਸ਼ੁਰ ਨੂੰ ਪੌਲੁਸ ਰਾਹੀਂ ਚਮਤਕਾਰ ਕਰਦੇ ਹੋਏ ਦੇਖਦੇ ਹਾਂ ਜਿੱਥੇ ਪੌਲੁਸ ਤੋਂ ਬਿਮਾਰਾਂ ਅਤੇ ਭੂਤ-ਪ੍ਰੇਤ ਲੋਕਾਂ ਕੋਲ ਲਿਜਾਏ ਗਏ ਰੁਮਾਲ ਅਤੇ ਐਪਰਨ ਚੰਗਾਈ ਅਤੇ ਛੁਟਕਾਰਾ ਲਿਆਉਂਦੇ ਸਨ। ਪਰਮੇਸ਼ੁਰ ਅਜੇ ਵੀ ਇਸ ਵਿਧੀ ਰਾਹੀਂ ਕੰਮ ਕਰਦਾ ਹੈ। ਇਸ ਲਈ ਜਿੱਥੇ ਪ੍ਰਭੂ ਸਾਡੀ ਅਗਵਾਈ ਕਰਦਾ ਹੈ, ਅਸੀਂ ਕੱਪੜੇ ਦੇ ਟੁਕੜਿਆਂ ਉੱਤੇ ਪ੍ਰਾਰਥਨਾ ਕਰ ਸਕਦੇ ਹਾਂ ਅਤੇ ਉਨ੍ਹਾਂ ਨੂੰ ਬਿਮਾਰਾਂ ਕੋਲ ਲੈ ਜਾ ਸਕਦੇ ਹਾਂ। ਜਦੋਂ ਇਹ ਵਿਸ਼ਵਾਸ ਨਾਲ ਬਿਮਾਰਾਂ ਉੱਤੇ ਰੱਖੇ ਜਾਂਦੇ ਹਨ, ਤਾਂ ਉਨ੍ਹਾਂ ਨੂੰ ਚੰਗਾਈ ਅਤੇ ਛੁਟਕਾਰਾ ਮਿਲਦਾ ਹੈ। ਪਰਮੇਸ਼ੁਰ ਹੋਰ ਭੌਤਿਕ ਚੀਜ਼ਾਂ ਦੀ ਵਰਤੋਂ ਵੀ ਕਰ ਸਕਦਾ ਹੈ ਜਿਵੇਂ ਕਿ ਤੇਲ, ਪਾਣੀ, ਆਦਿ।

ਕੱਪੜੇ/ਵਸਤਾਂ/ਵਸਤੂਆਂ ਦੀ ਵਰਤੋਂ ਕਰਦੇ ਸਮੇਂ ਇੱਥੇ ਸਾਵਧਾਨੀ ਵਰਤਣ ਦੀ ਇੱਕ ਗੱਲ। ਕਈ ਵਾਰ ਜੇਕਰ ਲੋਕਾਂ ਨੂੰ ਸਹੀ ਢੰਗ ਨਾਲ ਹਦਾਇਤ ਨਹੀਂ ਦਿੱਤੀ ਜਾਂਦੀ, ਤਾਂ ਉਹ ਉਸ ਚੀਜ਼ ਨੂੰ ਪੂਜਾ ਦੀ ਵਸਤੂ ਵਜੋਂ, ਇੱਕ ਜਾਦੂ ਜਾਂ ਕਿਸੇ ਹੋਰ ਅਲੌਕਿਕ ਵਸਤੂ ਵਜੋਂ ਬਣਾ ਸਕਦੇ ਹਨ ਜੋ ਉਨ੍ਹਾਂ ਦਾ ਧਿਆਨ ਖਿੱਚਦੀ ਹੈ। ਇਹ ਮਹੱਤਵਪੂਰਨ ਹੈ ਕਿ ਅਸੀਂ ਇਹ ਸਪੱਸ਼ਟ ਕਰੀਏ ਕਿ ਇਹ ਪ੍ਰਭੂ ਯਿਸੂ ਹੈ ਜੋ ਇਲਾਜ ਲਿਆਉਂਦਾ ਹੈ ਅਤੇ ਉਸ ਚੀਜ਼ ਨੂੰ ਸਿਰਫ਼ ਸੰਪਰਕ ਦੇ ਬਿੰਦੂ ਵਜੋਂ ਵਰਤਿਆ ਜਾਂਦਾ ਹੈ। ਪ੍ਰਭੂ ਉਸ ਵਸਤੂ ਦੀ ਵਰਤੋਂ ਕੀਤੇ ਬਿਨਾਂ ਵੀ ਇਲਾਜ ਲਿਆ ਸਕਦਾ ਹੈ।

ਹੋਰ ਅਸਾਧਾਰਨ ਤਰੀਕਿਆਂ ਰਾਹੀ

ਜਦੋਂ ਕਿ ਅਸੀਂ ਕੁਝ ਤਰੀਕਿਆਂ ਨੂੰ ਸੂਚੀਬੱਧ ਕਰਨ ਦੀ ਕੋਸ਼ਿਸ਼ ਕੀਤੀ ਹੈ ਜਿਨ੍ਹਾਂ ਵਿੱਚ ਇਲਾਜ ਕੀਤਾ ਜਾਂਦਾ ਹੈ, ਕਿਰਪਾ ਕਰਕੇ ਯਾਦ ਰੱਖੋ ਕਿ ਇਹ ਇੱਕ ਪੂਰੀ ਸੂਚੀ ਨਹੀਂ ਹੈ। ਪ੍ਰਭੂ ਹੋਰ ਅਸਾਧਾਰਨ, ਅਸਾਧਾਰਨ ਤਰੀਕਿਆਂ ਦੀ ਵਰਤੋਂ ਕਰ ਸਕਦਾ ਹੈ ਅਤੇ ਸਾਨੂੰ ਉਸ ਲਈ ਖੁੱਲ੍ਹੇ ਰਹਿਣਾ ਚਾਹੀਦਾ ਹੈ। ਇਸ ਤੱਥ 'ਤੇ ਵਿਚਾਰ ਕਰੋ ਕਿ ਪ੍ਰਭੂ ਯਿਸੂ ਨੇ ਕੁਝ ਮਾਮਲਿਆਂ ਵਿੱਚ ਕੁਝ ਅਸਾਧਾਰਨ ਤਰੀਕਿਆਂ ਨਾਲ ਵੀ ਸੇਵਾ ਕੀਤੀ। ਇੱਕ ਵਾਰ ਜਦੋਂ ਇੱਕ ਬੋਲ਼ੇ ਅਤੇ ਗੂੰਗੇ ਵਿਅਕਤੀ ਦੀ ਸੇਵਾ ਕਰ

ਰਹੇ ਸੀ, ਤਾਂ ਪ੍ਰਭੂ ਯਿਸੂ ਨੇ ਉਸ ਵਿਅਕਤੀ ਦੇ ਕੰਨਾਂ ਵਿੱਚ ਆਪਣੀਆਂ ਉਂਗਲਾਂ ਪਾਈਆਂ, ਫਿਰ ਥੁੱਕਿਆ ਅਤੇ ਆਪਣੇ ਥੁੱਕ ਨਾਲ ਉਸ ਆਦਮੀ ਦੀ ਜੀਭ ਨੂੰ ਛੂਹਿਆ ਅਤੇ ਉਸ ਆਦਮੀ ਨੇ ਸੁਣਿਆ ਅਤੇ ਬੋਲਿਆ (ਮਰਕੁਸ 7:32-25)। ਇੱਕ ਹੋਰ ਅੰਨ੍ਹੇ ਆਦਮੀ ਲਈ, ਯਿਸੂ ਨੇ ਉਸਦੀਆਂ ਅੱਖਾਂ 'ਤੇ ਥੁੱਕਿਆ ਅਤੇ ਉਸ ਉੱਤੇ ਆਪਣੇ ਹੱਥ ਰੱਖੇ, ਅਤੇ ਅੰਨ੍ਹੇ ਆਦਮੀ ਨੇ ਦੇਖਿਆ (ਮਰਕੁਸ 8:22-26)। ਇੱਕ ਹੋਰ ਅੰਨ੍ਹੇ ਆਦਮੀ ਲਈ, ਯਿਸੂ ਨੇ ਜ਼ਮੀਨ 'ਤੇ ਥੁੱਕਿਆ ਅਤੇ ਆਪਣੀ ਥੁੱਕ ਨਾਲ ਮਿੱਟੀ ਬਣਾਈ, ਅੰਨ੍ਹੇ ਆਦਮੀ ਦੀਆਂ ਅੱਖਾਂ 'ਤੇ ਮਿੱਟੀ ਪਾ ਦਿੱਤੀ ਅਤੇ ਉਸਨੂੰ ਕਿਹਾ, "ਜਾ, ਸਿਲੋਆਮ ਦੇ ਤਲਾਅ ਵਿੱਚ ਧੋ" ਅਤੇ ਇਹ ਅੰਨ੍ਹਾ ਆਦਮੀ ਚੰਗਾ ਹੋ ਗਿਆ (ਯੂਹੰਨਾ 9:6,7)। ਰਸੂਲਾਂ ਦੇ ਕਰਤੱਬ ਦੀ ਕਿਤਾਬ ਵਿੱਚ, ਅਸੀਂ ਪੜ੍ਹਦੇ ਹਾਂ ਕਿ ਪਰਮੇਸ਼ੁਰ ਨੇ ਪਤਰਸ ਦੇ ਪਰਛਾਵੇਂ ਦੀ ਵਰਤੋਂ ਕਰਕੇ ਚੰਗਾਈ ਕਿਵੇਂ ਕੀਤੀ।

ਇਸ ਲਈ ਸਾਨੂੰ ਪ੍ਰਭੂ ਦੇ ਨਿਰਦੇਸ਼ਨ ਲਈ ਖੁੱਲ੍ਹੇ ਰਹਿਣਾ ਚਾਹੀਦਾ ਹੈ ਅਤੇ ਜੇਕਰ ਉਹ ਸਾਨੂੰ ਅਗਵਾਈ ਦਿੰਦਾ ਹੈ ਤਾਂ ਅਸਾਧਾਰਨ ਤਰੀਕਿਆਂ ਨਾਲ ਸੇਵਾ ਕਰਨੀ ਚਾਹੀਦੀ ਹੈ। ਹਾਲਾਂਕਿ, ਕਿਸੇ ਅਜਿਹੀ ਚੀਜ਼ ਤੋਂ ਰੁਟੀਨ ਨਾ ਬਣਾਓ ਜਿਸਨੂੰ ਪ੍ਰਭੂ ਨੇ ਤੁਹਾਨੂੰ ਕਿਸੇ ਖਾਸ ਸਥਿਤੀ ਵਿੱਚ ਵਰਤਣ ਲਈ ਕਿਹਾ ਹੈ। ਉਸਦੀ ਅਗਵਾਈ ਦੀ ਪਾਲਣਾ ਕਰਦੇ ਰਹੋ। ਇੱਥੇ ਸਾਡਾ ਟੀਚਾ ਕਿਸੇ ਨਵੇਂ ਢੰਗ ਨੂੰ ਉਤਸ਼ਾਹਿਤ ਕਰਨਾ ਜਾਂ ਇਲਾਜ ਦੀ ਸੇਵਾ ਦੇ ਕਿਸੇ ਅਸਾਧਾਰਨ ਤਰੀਕੇ ਨਾਲ ਆਪਣੀ ਪਛਾਣ ਲੱਭਣਾ ਨਹੀਂ ਹੈ। ਸਾਡਾ ਉਦੇਸ਼ ਲੋਕਾਂ ਨੂੰ ਚੰਗਾ ਕਰਨਾ ਅਤੇ ਹਰ ਚੀਜ਼ ਵਿੱਚ ਪ੍ਰਭੂ ਦੀ ਵਡਿਆਈ ਕਰਨਾ ਹੈ।

ਸੇਵਾ ਇਲਾਜ - ਇੱਕ-ਇੱਕ ਕਰਕੇ

ਜਦੋਂ ਕਿਸੇ ਵਿਅਕਤੀ ਨੂੰ ਨਿੱਜੀ ਤੌਰ 'ਤੇ ਇਲਾਜ ਦੀ ਸੇਵਾ ਕਰਦੇ ਹੋ, ਤਾਂ ਜੇ ਸੰਭਵ ਹੋਵੇ ਤਾਂ ਬਚਨ ਦੀ ਸੇਵਾ ਦੁਆਰਾ ਵਿਅਕਤੀ ਦੇ ਵਿਸ਼ਵਾਸ ਨੂੰ ਬਣਾਉਣ ਲਈ ਸਮਾਂ ਕੱਢੋ। ਆਪਣੇ ਇਲਾਜ ਅਤੇ ਮੁਕਤੀ ਲਈ ਆਧਾਰ ਸਾਂਝਾ ਕਰੋ। ਫਿਰ ਅਸੀਂ ਉੱਪਰ ਦੱਸੇ ਗਏ ਕਿਸੇ ਵੀ ਤਰੀਕੇ ਦੀ ਵਰਤੋਂ ਕਰਕੇ ਸੇਵਾ ਕਰਦੇ ਹਾਂ, ਜਿਵੇਂ ਕਿ ਢੁਕਵਾਂ ਹੋਵੇ। ਅਸੀਂ ਇਲਾਜ ਅਤੇ ਚਮਤਕਾਰਾਂ ਦੇ ਕੰਮ ਦੇ ਤੋਹਫ਼ਿਆਂ ਦੇ ਪ੍ਰਵਾਹ ਦੀ ਇੱਛਾ

ਰੱਖਦੇ ਹਾਂ ਅਤੇ ਭਾਲਦੇ ਹਾਂ। ਅਗਲੇ ਅਧਿਆਇ ਵਿੱਚ, ਅਸੀਂ ਇੱਕ-ਇੱਕ ਕਰਕੇ ਇਲਾਜ ਦੀ ਸੇਵਾ ਕਰਨ ਲਈ ਇੱਕ ਸਰਲ ਅਤੇ ਆਸਾਨ ਤਰੀਕਾ ਸਿੱਖਦੇ ਹਾਂ।

ਇੱਕ ਵੱਡੇ ਇਕੱਠ ਵਿੱਚ ਇਲਾਜ ਦੀ ਸੇਵਾ ਕਰਨਾ

ਜਦੋਂ ਕਿ ਇੱਕ ਵੱਡੇ ਇਕੱਠ ਵਿੱਚ ਇਲਾਜ ਦੀ ਸੇਵਾ ਕਰਦੇ ਸਮੇਂ ਕੋਈ ਨਿਰਧਾਰਤ ਫਾਰਮੈਟ ਜਾਂ ਪ੍ਰਵਾਹ ਦੀ ਪਾਲਣਾ ਨਹੀਂ ਕਰਨੀ ਪੈਂਦੀ, ਇੱਥੇ ਇੱਕ ਵੱਡੇ ਮਾਹੌਲ ਵਿੱਚ ਸੇਵਾ ਕਰਨ ਦੇ ਕੁਝ ਆਮ ਤਰੀਕੇ ਹਨ। ਸਾਡਾ ਆਮ ਤਰੀਕਾ ਲੋਕਾਂ ਦੇ ਦਿਲਾਂ ਵਿੱਚ ਵਿਸ਼ਵਾਸ ਪੈਦਾ ਕਰਨ ਲਈ ਬਚਨ ਦਾ ਪ੍ਰਚਾਰ ਕਰਨਾ ਹੈ, ਜਦੋਂ ਵੀ ਸੰਭਵ ਹੋਵੇ। ਫਿਰ ਅਸੀਂ ਪ੍ਰਭੂ ਦੀ ਅਗਵਾਈ ਦੀ ਪਾਲਣਾ ਕਰਨ ਦੀ ਕੋਸ਼ਿਸ਼ ਕਰਦੇ ਹਾਂ ਕਿ ਕਿਵੇਂ ਸੇਵਾ ਕਰਨੀ ਹੈ। ਕਈ ਵਾਰ ਪ੍ਰਭੂ ਸਾਨੂੰ ਇੱਕ ਚੰਗਾ ਕਰਨ ਵਾਲੀ ਪ੍ਰਾਰਥਨਾ ਲਾਈਨ ਜਾਂ ਇੱਕ ਵੇਦੀ ਕਾਲ ਲਈ ਬੁਲਾਉਣ ਲਈ ਨਿਰਦੇਸ਼ਿਤ ਕਰ ਸਕਦਾ ਹੈ ਜਿੱਥੇ ਲੋਕ ਸੇਵਾ ਪ੍ਰਾਪਤ ਕਰਨ ਲਈ ਸਾਹਮਣੇ ਆਉਂਦੇ ਹਨ। ਕਈ ਵਾਰ, ਗਿਆਨ ਦੇ ਸ਼ਬਦਾਂ ਦੁਆਰਾ ਅਸੀਂ ਇਲਾਜ ਲਈ ਖਾਸ ਮਾਮਲਿਆਂ ਨੂੰ ਬੁਲਾਉਂਦੇ ਹਾਂ, ਅਤੇ ਫਿਰ ਬਾਅਦ ਵਿੱਚ ਦੂਜਿਆਂ ਨੂੰ ਠੀਕ ਕਰਨ ਲਈ ਸਮੂਹਿਕ ਤੌਰ 'ਤੇ ਸੇਵਾ ਕਰਦੇ ਹਾਂ। ਕੋਈ ਨਿਰਧਾਰਤ ਫਾਰਮੂਲਾ ਨਹੀਂ ਹੈ। ਕੁੰਜੀ ਪ੍ਰਭੂ ਪ੍ਰਤੀ ਸੰਵੇਦਨਸ਼ੀਲ ਹੋਣਾ ਅਤੇ ਉਸਦੀ ਅਗਵਾਈ ਦੀ ਪਾਲਣਾ ਕਰਨਾ ਹੈ। ਹੇਠਾਂ ਕੁਝ ਆਮ ਚੀਜ਼ਾਂ ਹਨ ਜੋ ਅਸੀਂ ਬਚਨ ਦੀ ਸੇਵਾ ਤੋਂ ਬਾਅਦ ਸਮੂਹਿਕ ਤੌਰ 'ਤੇ ਇਲਾਜ ਦੀ ਸੇਵਾ ਕਰਦੇ ਸਮੇਂ ਕਰਦੇ ਹਾਂ।

ਅਸੀਂ ਲੋਕਾਂ ਨੂੰ ਕਹਿ ਸਕਦੇ ਹਾਂ ਕਿ ਜੇ ਸੰਭਵ ਹੋਵੇ ਤਾਂ ਸਰੀਰ ਦੇ ਉਸ ਹਿੱਸੇ 'ਤੇ ਆਪਣਾ ਹੱਥ ਰੱਖਣ ਜਿਸਨੂੰ ਇਲਾਜ ਦੀ ਲੋੜ ਹੈ। ਇਹ ਉਨ੍ਹਾਂ ਦੇ ਵਿਸ਼ਵਾਸ ਦਾ ਅਭਿਆਸ ਕਰਨ ਅਤੇ ਉਨ੍ਹਾਂ ਨੂੰ ਪ੍ਰਭੂ ਵੱਲ ਇੱਕ ਖਾਸ ਚਮਤਕਾਰ ਲਈ ਦੇਖਣ ਵਿੱਚ ਮਦਦ ਕਰਨ ਦਾ ਇੱਕ ਸਧਾਰਨ ਕਦਮ ਹੈ।

ਜਦੋਂ ਅਸੀਂ ਆਮ ਤੌਰ 'ਤੇ ਸਮੂਹਿਕ ਇਲਾਜ ਦੀ ਸੇਵਾ ਕਰਦੇ ਹਾਂ, ਤਾਂ ਅਸੀਂ ਅਸ਼ੁੱਧ ਆਤਮਾਵਾਂ ਅਤੇ ਕਮਜ਼ੋਰੀ ਦੀਆਂ ਆਤਮਾਵਾਂ ਨੂੰ ਬਾਹਰ ਕੱਢਣ ਨਾਲ ਸ਼ੁਰੂਆਤ ਕਰਦੇ ਹਾਂ। ਇਹ ਸ਼ੈਤਾਨ ਹਨ ਜੋ ਲੋਕਾਂ ਨੂੰ ਉਨ੍ਹਾਂ ਦੀ ਬਿਮਾਰੀ ਵਿੱਚ ਰੱਖਦੇ ਹਨ

ਅਤੇ ਇਲਾਜ ਨੂੰ ਆਉਣ ਤੋਂ ਰੋਕਦੇ ਹਨ। ਇਸ ਲਈ ਅਸੀਂ ਸਮੂਹਿਕ ਮੁਕਤੀ ਦੇ ਸਮੇਂ ਵਿੱਚੋਂ ਲੰਘਦੇ ਹਾਂ। ਅਸੀਂ ਪ੍ਰਭੂ ਪ੍ਰਤੀ ਸੰਵੇਦਨਸ਼ੀਲ ਹੋਣ ਦੀ ਕੋਸ਼ਿਸ਼ ਕਰਦੇ ਹਾਂ ਜਿਵੇਂ ਕਿ ਉਹ ਆਤਮਾਵਾਂ ਦੀ ਪਛਾਣ ਦੁਆਰਾ ਪ੍ਰਗਟ ਕਰਦਾ ਹੈ, ਖਾਸ ਕਿਸਮ ਦੀਆਂ ਆਤਮਾਵਾਂ ਜਿਨ੍ਹਾਂ ਨੂੰ ਝਿੜਕਣ ਦੀ ਜ਼ਰੂਰਤ ਹੈ।

ਫਿਰ ਅਸੀਂ ਲੋਕਾਂ ਨੂੰ ਠੀਕ ਹੋਣ ਲਈ ਹੁਕਮ ਦੇ ਸ਼ਬਦ ਜਾਰੀ ਕਰਦੇ ਹਾਂ। ਇਸ ਸਮੇਂ ਦੌਰਾਨ ਅਸੀਂ ਗਿਆਨ ਦੇ ਸ਼ਬਦਾਂ ਲਈ ਪ੍ਰਭੂ ਪ੍ਰਤੀ ਸੰਵੇਦਨਸ਼ੀਲ ਰਹਿੰਦੇ ਹਾਂ ਅਤੇ ਖਾਸ ਸਥਿਤੀਆਂ ਨੂੰ ਬੁਲਾਉਂਦੇ ਹਾਂ ਜੋ ਠੀਕ ਹੋ ਰਹੀਆਂ ਹਨ ਜਾਂ ਖਾਸ ਸਥਿਤੀਆਂ ਦਾ ਵਰਣਨ ਕਰਦੇ ਹਾਂ ਜੋ ਬਿਮਾਰੀ ਜਾਂ ਸਮੱਸਿਆ ਦਾ ਕਾਰਨ ਬਣ ਸਕਦੀਆਂ ਹਨ। ਗਿਆਨ ਦੇ ਇਹ ਖਾਸ ਸ਼ਬਦ ਜਾਂ ਸਥਿਤੀਆਂ ਦਾ ਵਰਣਨ ਲੋਕਾਂ ਦੇ ਦਿਲਾਂ ਵਿੱਚ ਵਿਸ਼ਵਾਸ ਪੈਦਾ ਕਰਦੇ ਹਨ ਅਤੇ ਉਹਨਾਂ ਨੂੰ ਉਨ੍ਹਾਂ ਦੇ ਇਲਾਜ ਦੇ ਚਮਤਕਾਰ ਨੂੰ ਪ੍ਰਾਪਤ ਕਰਨ ਲਈ ਪ੍ਰੇਰਿਤ ਕਰਦੇ ਹਨ।

ਅਸੀਂ ਪਵਿੱਤਰ ਆਤਮਾ ਦੀ ਸ਼ਕਤੀ ਨੂੰ ਸੱਦਾ ਦਿੰਦੇ ਹਾਂ ਕਿ ਉਹ ਉਸਦੀ ਇਲਾਜ ਸ਼ਕਤੀ (ਚੰਗਾ ਕਰਨ ਵਾਲਾ ਮਸਹ) ਨਾਲ ਉਨ੍ਹਾਂ 'ਤੇ ਪ੍ਰਭਾਵ ਪਾਵੇ ਅਤੇ ਇਲਾਜ ਅਤੇ ਚਮਤਕਾਰਾਂ ਦੇ ਤੋਹਫ਼ੇ ਜਾਰੀ ਕੀਤੇ ਜਾਣ। ਇੱਕ ਵਾਰ ਫਿਰ ਪਵਿੱਤਰ ਆਤਮਾ ਠੀਕ ਹੋਣ ਦੀਆਂ ਖਾਸ ਸਥਿਤੀਆਂ ਨੂੰ ਪ੍ਰਗਟ ਕਰ ਸਕਦੀ ਹੈ ਅਤੇ ਅਸੀਂ ਇਨ੍ਹਾਂ ਨੂੰ ਬੁਲਾਉਂਦੇ ਹਾਂ।

ਫਿਰ ਅਸੀਂ ਲੋਕਾਂ ਨੂੰ ਆਪਣੇ ਇਲਾਜ ਦੀ ਜਾਂਚ ਕਰਨ ਅਤੇ ਆਪਣੇ ਵਿਸ਼ਵਾਸ 'ਤੇ ਅਮਲ ਕਰਨ ਲਈ ਉਤਸ਼ਾਹਿਤ ਕਰਦੇ ਹਾਂ। ਅਕਸਰ ਜਦੋਂ ਲੋਕ ਆਪਣੇ ਸਰੀਰ ਦੀ ਜਾਂਚ ਕਰਨਾ ਅਤੇ ਆਪਣੇ ਵਿਸ਼ਵਾਸ 'ਤੇ ਅਮਲ ਕਰਨਾ ਸ਼ੁਰੂ ਕਰਦੇ ਹਨ, ਤਾਂ ਇਲਾਜ ਦੇ ਚਮਤਕਾਰ ਹੁੰਦੇ ਹਨ। ਉਨ੍ਹਾਂ ਨੂੰ ਪਤਾ ਲੱਗਦਾ ਹੈ ਕਿ ਉਹ ਪੂਰੀ ਤਰ੍ਹਾਂ ਠੀਕ ਹੋ ਗਏ ਹਨ ਜਾਂ ਪਹਿਲਾਂ ਨਾਲੋਂ ਬਿਹਤਰ ਹੋ ਗਏ ਹਨ। ਜਿਹੜੇ ਲੋਕ ਕੁਝ ਸੁਧਾਰ ਦੇਖਦੇ ਹਨ, ਉਨ੍ਹਾਂ ਨੂੰ ਧੰਨਵਾਦੀ ਹੋਣ ਅਤੇ ਪੂਰੀ ਤਰ੍ਹਾਂ ਠੀਕ ਹੋਣ ਦੀ ਉਮੀਦ ਕਰਨ ਲਈ ਉਤਸ਼ਾਹਿਤ ਕਰੋ।

ਗਵਾਹੀਆਂ ਵਿਸ਼ਵਾਸ ਵਧਾਉਂਦੀਆਂ ਹਨ। ਇਸ ਲਈ ਜੇਕਰ ਸੰਭਵ ਹੋਵੇ, ਤਾਂ ਅਸੀਂ ਲੋਕਾਂ ਨੂੰ ਉਤਸ਼ਾਹਿਤ ਕਰਦੇ ਹਾਂ ਕਿ ਉਹ ਆਉਣ ਅਤੇ ਉਨ੍ਹਾਂ ਇਲਾਜਾਂ ਦੀਆਂ ਗਵਾਹੀਆਂ ਸਾਂਝੀਆਂ ਕਰਨ ਜੋ ਉਸੇ ਸਮੇਂ ਹੋਈਆਂ ਹਨ ਅਤੇ ਪ੍ਰਮਾਣਿਤ ਹਨ। ਅਜਿਹੀਆਂ ਸਥਿਤੀਆਂ ਵਿੱਚ ਜਿੱਥੇ ਵਿਅਕਤੀਗਤ ਗਵਾਹੀਆਂ ਲੈਣਾ ਸੰਭਵ ਨਹੀਂ ਹੈ, ਅਸੀਂ ਲੋਕਾਂ ਨੂੰ ਆਪਣੇ ਹੱਥ ਚੁੱਕ ਕੇ ਜਾਂ ਕਿਸੇ ਹੋਰ ਤਰੀਕੇ ਨਾਲ ਉਨ੍ਹਾਂ ਦੇ ਠੀਕ ਹੋਣ ਦਾ ਸੰਕੇਤ ਦੇਣ ਲਈ ਉਤਸ਼ਾਹਿਤ ਕਰਦੇ ਹਾਂ। ਇਹ ਸੱਚ ਹੈ ਕਿ ਕੁਝ ਸਥਿਤੀਆਂ ਹੋ ਸਕਦੀਆਂ ਹਨ ਜਿਨ੍ਹਾਂ ਦੀ ਪੁਸ਼ਟੀ ਸਿਰਫ਼ ਡਾਕਟਰੀ ਟੈਸਟਾਂ ਅਤੇ ਜਾਂਚਾਂ ਦੁਆਰਾ ਹੀ ਕੀਤੀ ਜਾ ਸਕਦੀ ਹੈ। ਅਜਿਹੇ ਮਾਮਲਿਆਂ ਵਿੱਚ, ਲੋਕਾਂ ਨੂੰ ਪਹਿਲਾਂ ਆਪਣੇ ਡਾਕਟਰ ਕੋਲ ਜਾਣ, ਚੀਜ਼ਾਂ ਦੀ ਪੁਸ਼ਟੀ ਕਰਵਾਉਣ ਅਤੇ ਫਿਰ ਬਾਅਦ ਵਿੱਚ ਗਵਾਹੀ ਦੇਣ ਲਈ ਉਤਸ਼ਾਹਿਤ ਕਰੋ।

ਜਦੋਂ ਕਿਸੇ ਵੱਡੇ ਇਕੱਠ ਵਿੱਚ ਸੇਵਾ ਕਰਦੇ ਹੋ ਤਾਂ ਆਮ ਤੌਰ 'ਤੇ ਅਣਕਿਆਸੇ ਪਾਪ, ਖੁੱਲ੍ਹੇ ਦਰਵਾਜ਼ੇ, ਆਦਿ ਵਰਗੇ ਨਿੱਜੀ ਵਿਅਕਤੀਗਤ ਮੁੱਦਿਆਂ ਨਾਲ ਨਜਿੱਠਣਾ ਸੰਭਵ ਨਹੀਂ ਹੁੰਦਾ। ਇਹ ਪਵਿੱਤਰ ਆਤਮਾ 'ਤੇ ਛੱਡ ਦਿਓ ਕਿ ਉਹ ਵਿਅਕਤੀ ਨਾਲ ਉਸ ਤਰ੍ਹਾਂ ਪੇਸ਼ ਆਵੇ ਜਿਵੇਂ ਉਹ ਚਾਹੁੰਦਾ ਹੈ। ਜੇਕਰ ਪਵਿੱਤਰ ਆਤਮਾ ਕੁਝ ਪਾਪਾਂ ਜਾਂ ਪਿਛਲੀਆਂ ਗਤੀਵਿਧੀਆਂ ਨੂੰ ਪ੍ਰਗਟ ਕਰਦਾ ਹੈ ਜਿਨ੍ਹਾਂ ਨੂੰ ਤੋਬਾ ਕਰਨ ਅਤੇ ਤਿਆਗਣ ਦੀ ਜ਼ਰੂਰਤ ਹੈ, ਤਾਂ ਇਨ੍ਹਾਂ ਨੂੰ ਬੁਲਾਓ ਅਤੇ ਲੋਕਾਂ ਨੂੰ ਅਜਿਹੇ ਮਾਮਲਿਆਂ 'ਤੇ ਪ੍ਰਾਰਥਨਾ ਵਿੱਚ ਅਗਵਾਈ ਕਰੋ। ਹਾਲਾਂਕਿ, ਇਹ ਕਿਸੇ ਖਾਸ ਵਿਅਕਤੀ ਨੂੰ ਅਪਮਾਨਿਤ ਜਾਂ ਬੇਨਕਾਬ ਕੀਤੇ ਬਿਨਾਂ ਕਰੋ। ਸਾਡਾ ਟੀਚਾ ਲੋਕਾਂ ਨੂੰ ਉਸਾਰਨਾ ਹੈ, ਉਨ੍ਹਾਂ ਨੂੰ ਤਬਾਹ ਕਰਨਾ ਨਹੀਂ।

ਇਲਾਜ ਟੀਮਾਂ

ਲੂਕਾ 10:1,9 1 ਇਨ੍ਹਾਂ ਗੱਲਾਂ ਤੋਂ ਬਾਅਦ ਪ੍ਰਭੂ ਨੇ ਸੱਤਰ ਹੋਰ ਆਦਮੀ ਚੁਣੇ। ਉਸਨੇ ਉਨ੍ਹਾਂ ਨੂੰ ਦੋ-ਦੋ ਕਰਕੇ ਆਪਣੇ ਅੱਗੇ-ਅੱਗੇ ਹਰ ਉਸ ਸ਼ਹਿਰ ਅਤੇ ਜਗ੍ਹਾ ਭੇਜਿਆ ਜਿੱਥੇ ਉਹ ਖੁਦ ਜਾਣ ਵਾਲਾ ਸੀ। 9 ਅਤੇ ਉੱਥੇ ਬਿਮਾਰਾਂ ਨੂੰ ਚੰਗਾ ਕਰੋ ਅਤੇ ਉਨ੍ਹਾਂ ਨੂੰ ਦੱਸੋ, 'ਪਰਮੇਸ਼ੁਰ ਦਾ ਰਾਜ ਤੁਹਾਡੇ ਨੇੜੇ ਆ ਗਿਆ ਹੈ।'

ਜਦੋਂ ਪ੍ਰਭੂ ਯਿਸੂ ਨੇ ਆਪਣੇ ਚੇਲਿਆਂ ਨੂੰ ਬਾਹਰ ਭੇਜਿਆ, ਤਾਂ ਉਸਨੇ ਉਨ੍ਹਾਂ ਨੂੰ ਦੋ-ਦੋ ਦੀਆਂ ਟੀਮਾਂ ਵਿੱਚ ਪਰਮੇਸ਼ੁਰ ਦੇ ਰਾਜ ਦਾ ਪ੍ਰਚਾਰ ਕਰਨ, ਬਿਮਾਰਾਂ ਨੂੰ ਚੰਗਾ ਕਰਨ ਅਤੇ ਭੂਤਾਂ ਨੂੰ ਕੱਢਣ ਦੇ ਹੁਕਮ ਨਾਲ ਭੇਜਿਆ। ਇਸ ਧਾਰਨਾ ਨੂੰ ਸਾਡੇ ਦਿਨਾਂ ਤੱਕ ਫੈਲਾਉਂਦੇ ਹੋਏ, ਅਸੀਂ ਜਾਣਦੇ ਹਾਂ ਕਿ ਇੱਕ ਟੀਮ ਦੇ ਰੂਪ ਵਿੱਚ ਇਲਾਜ ਅਤੇ ਮੁਕਤੀ ਦੀ ਸੇਵਾ ਕਰਨਾ ਸ਼ਕਤੀਸ਼ਾਲੀ ਹੈ। ਸਾਡੇ ਕੋਲ ਸਥਾਨਕ ਚਰਚ ਦੇ ਅੰਦਰ ਸੇਵਾ ਲਈ ਇਲਾਜ ਟੀਮਾਂ ਹੋ ਸਕਦੀਆਂ ਹਨ ਜੋ ਸੇਵਾਵਾਂ ਦੌਰਾਨ ਸੇਵਾ ਕਰ ਸਕਦੀਆਂ ਹਨ ਜਾਂ ਇਲਾਜ ਟੀਮਾਂ ਜੋ ਮਾਲਾਂ, ਗਲੀਆਂ, ਸਕੂਲਾਂ/ਕਾਲਜਾਂ ਅਤੇ ਹੋਰ ਖੇਤਰਾਂ ਵਿੱਚ ਖੁਸ਼ਖਬਰੀ ਲਈ ਜਾਂਦੀਆਂ ਹਨ। ਇਲਾਜ ਟੀਮਾਂ ਹਸਪਤਾਲਾਂ ਵਿੱਚ ਜਾਂ ਬਿਮਾਰਾਂ ਦੀ ਸੇਵਾ ਕਰਨ ਲਈ ਘਰ-ਘਰ ਵੀ ਸੇਵਾ ਕਰ ਸਕਦੀਆਂ ਹਨ। ਇਲਾਜ ਟੀਮਾਂ ਰਸਮੀ ਤੌਰ 'ਤੇ ਸਥਾਨਕ ਚਰਚ ਦੁਆਰਾ ਆਯੋਜਿਤ ਕੀਤੀਆਂ ਜਾ ਸਕਦੀਆਂ ਹਨ ਜਾਂ ਕੁਝ ਸਮਾਨ ਸੋਚ ਵਾਲੇ, ਭਾਵੁਕ ਲੋਕਾਂ ਦਾ ਇੱਕ ਸਵੈ-ਇੱਛਾ ਨਾਲ ਇਕੱਠ ਹੋ ਸਕਦੀਆਂ ਹਨ ਜੋ ਆਪਣੇ ਆਪ ਨੂੰ ਪ੍ਰਭੂ ਲਈ ਉਪਲਬਧ ਕਰਵਾਉਂਦੇ ਹਨ।

ਇੱਕ ਇਲਾਜ ਟੀਮ ਵਜੋਂ ਸਫਲਤਾਪੂਰਵਕ ਕੰਮ ਕਰਨ ਲਈ ਇੱਥੇ ਕੁਝ ਮੁੱਖ ਤੱਤ ਹਨ:

- ਅਸਲ ਵਿੱਚ, ਇਲਾਜ ਟੀਮਾਂ ਦੋ ਜਾਂ ਦੋ ਤੋਂ ਵੱਧ ਲੋਕਾਂ ਤੋਂ ਬਣੀਆਂ ਹੁੰਦੀਆਂ ਹਨ ਜਿਨ੍ਹਾਂ ਨੂੰ ਇਲਾਜ ਅਤੇ ਛੁਟਕਾਰਾ ਦੀ ਸੇਵਾ ਕਰਨ ਬਾਰੇ ਸਿਖਲਾਈ ਦਿੱਤੀ ਗਈ ਹੁੰਦੀ ਹੈ।
- ਹਰ ਵਾਰ ਜਦੋਂ ਉਹ ਸੇਵਾ ਕਰਦੇ ਹਨ ਤਾਂ ਉਹ ਏਕਤਾ ਅਤੇ ਸਹਿਮਤੀ ਵਿੱਚ ਵਹਿੰਦੇ ਹਨ।
- ਸੇਵਾ ਕਰਦੇ ਸਮੇਂ ਕੋਈ ਵੀ ਪ੍ਰਮੁੱਖਤਾ ਜਾਂ ਮਹੱਤਵ ਨਹੀਂ ਚਾਹੁੰਦਾ।
- ਉਹ ਇੱਕ ਦੂਜੇ ਦੇ ਸਮਰਥਕ ਅਤੇ ਉਤਸ਼ਾਹਜਨਕ ਹਨ। ਉਹ ਵਿਸ਼ਵਾਸ ਦੇ ਤੱਤ ਅਤੇ ਜੋਖਮ ਨੂੰ ਸਮਝਦੇ ਹਨ ਜੋ ਹਰੇਕ ਟੀਮ ਮੈਂਬਰ ਸੇਵਾ ਕਰਨ ਲਈ ਬਾਹਰ ਨਿਕਲਦੇ ਸਮੇਂ ਲੈ ਰਿਹਾ ਹੈ, ਅਤੇ ਇਸ ਲਈ ਚੁੱਪਚਾਪ ਵਿਸ਼ਵਾਸ ਵਿੱਚ ਇੱਕ ਦੂਜੇ ਦਾ ਸਮਰਥਨ ਕਰਦੇ ਹਨ।

- ਕੋਈ ਵੀ ਪਰਮੇਸ਼ੁਰ ਦੁਆਰਾ ਕੀਤੇ ਗਏ ਕਿਸੇ ਵੀ ਇਲਾਜ ਦੇ ਚਮਤਕਾਰ ਜਾਂ ਕੰਮ ਦਾ ਨਿੱਜੀ ਸਿਹਰਾ ਨਹੀਂ ਲੈਂਦਾ। ਸਾਰੀ ਮਹਿਮਾ ਪ੍ਰਭੂ ਨੂੰ ਦਿੱਤੀ ਜਾਂਦੀ ਹੈ।
- ਟੀਮ ਦੇ ਮੈਂਬਰ ਆਪਣੀਆਂ ਕਹਾਣੀਆਂ ਅਤੇ ਸਿੱਖਿਆਵਾਂ (ਸਫਲਤਾਵਾਂ ਅਤੇ ਗਲਤੀਆਂ) ਬਾਰੇ ਇੱਕ ਦੂਜੇ ਨਾਲ ਅਤੇ ਹੋਰ ਇਲਾਜ ਟੀਮਾਂ ਨਾਲ ਚਰਚਾ ਕਰਦੇ ਹਨ, ਤਾਂ ਜੋ ਹਰ ਕੋਈ ਇਲਾਜ ਅਤੇ ਮੁਕਤੀ ਦੀ ਸੇਵਾ ਕਰਨਾ ਸਿੱਖਣ ਵਿੱਚ ਲਾਭ ਉਠਾ ਸਕੇ ਅਤੇ ਵਧ ਸਕੇ।
- ਟੀਮ ਦੇ ਮੈਂਬਰ ਪ੍ਰਾਰਥਨਾ, ਪੂਜਾ ਅਤੇ ਸੰਗਤ ਲਈ ਨਿਯਮਿਤ ਤੌਰ 'ਤੇ ਇਕੱਠੇ ਮਿਲਦੇ ਹਨ ਜੋ ਏਕਤਾ ਅਤੇ ਆਪਸੀ ਸਮਝ ਦੀ ਭਾਵਨਾ ਪੈਦਾ ਕਰਦਾ ਹੈ। ਇਹ ਟੀਮ ਦੇ ਮੈਂਬਰਾਂ ਨੂੰ ਇੱਕ ਦੂਜੇ ਨੂੰ ਸਮਝਣ ਅਤੇ ਸੇਵਾ ਕਰਨ ਲਈ ਬਾਹਰ ਜਾਣ ਵੇਲੇ ਇਕੱਠੇ ਵਹਿਣ ਵਿੱਚ ਮਦਦ ਕਰਦਾ ਹੈ। ਲੋਕਾਂ ਨੂੰ ਆਪਣੀ ਨਿਹਚਾ ਦਾ ਸਬੂਤ ਦੇਣਾ ਲੋਕਾਂ ਨੂੰ ਬਾਹਰ ਨਿਕਲਣ ਅਤੇ ਆਪਣੇ ਵਿਸ਼ਵਾਸ ਦਾ ਅਭਿਆਸ ਕਰਨ ਲਈ ਉਤਸ਼ਾਹਿਤ ਕਰਨ ਲਈ ਇੱਥੇ ਕੁਝ ਸਧਾਰਨ ਦਿਸ਼ਾ-ਨਿਰਦੇਸ਼ ਦਿੱਤੇ ਗਏ ਹਨ :
- ਇਹ ਆਤਮਾ ਦੁਆਰਾ ਕਰੋ। ਯਕੀਨੀ ਬਣਾਓ ਕਿ ਪਵਿੱਤਰ ਆਤਮਾ ਤੁਹਾਨੂੰ ਉਨ੍ਹਾਂ ਨਾਲ ਇਹ ਗੱਲ ਕਰਨ ਲਈ ਪ੍ਰੇਰਿਤ ਕਰ ਰਿਹਾ ਹੈ। ਨਹੀਂ ਤਾਂ, ਸਕਾਰਾਤਮਕ ਉਤਸ਼ਾਹ ਲਿਆਓ ਤਾਂ ਜੋ ਉਹ ਆਪਣੀ ਨਿਹਚਾ ਦਾ ਅਭਿਆਸ ਕਰਦੇ ਹੋਏ ਉਹ ਕਰਨ ਜੋ ਉਹ ਕਰਨ ਵਿੱਚ ਆਰਾਮਦਾਇਕ ਹਨ।
- ਹੰਕਾਰੀ ਨਾ ਬਣੋ। ਉਦਾਹਰਣ ਵਜੋਂ—ਜੇਕਰ ਕੋਈ ਵਿਅਕਤੀ ਵਿਜ਼ੂਅਲ ਏਡਜ਼ (ਐਨਕਾਂ ਜਾਂ ਕੰਟੈਕਟ ਲੈਂਸ) ਦੀ ਵਰਤੋਂ ਕਰਦਾ ਹੈ ਜੋ ਕਹਿੰਦਾ ਹੈ ਕਿ ਉਹ ਆਪਣੇ ਧਰਮ ਦਾ ਪ੍ਰਦਰਸ਼ਨ ਕਰ ਰਿਹਾ ਹੈ ਅਤੇ ਹੰਕਾਰ ਨਾਲ ਆਪਣੇ ਵਿਜ਼ੂਅਲ ਏਡਜ਼ ਤੋਂ ਛੁਟਕਾਰਾ ਪਾ ਲੈਂਦਾ ਹੈ, ਤਾਂ ਇਸਦੇ ਗੰਭੀਰ ਨਤੀਜੇ ਹੋ ਸਕਦੇ ਹਨ! ਦੂਜੇ ਪਾਸੇ, ਜਦੋਂ ਉਨ੍ਹਾਂ ਦੀਆਂ ਅੱਖਾਂ ਠੀਕ ਹੋ ਜਾਂਦੀਆਂ ਹਨ, ਤਾਂ ਐਨਕਾਂ ਪਹਿਨਣਾ ਉਨ੍ਹਾਂ ਲਈ ਬਹੁਤ ਅਸਹਿਜ

ਹੋਵੇਗਾ। ਇਹੀ ਸਹੀ ਸਮਾਂ ਹੈ ਆਪਣੇ ਵਿਜ਼ੂਅਲ ਏਡਜ਼ ਨੂੰ ਉਤਾਰਨ ਦਾ।

- ਇਸ ਪਲ ਦੇ ਉਤਸ਼ਾਹ ਨੂੰ ਮੂਰਖਤਾ ਭਰੇ ਕੰਮ ਕਰਨ ਲਈ ਮਜਬੂਰ ਨਾ ਹੋਣ ਦਿਓ। ਸਿਆਣਪ ਵਰਤੋ।
- ਡਾਕਟਰ ਦੀ ਜਗ੍ਹਾ ਨਾ ਲਓ। ਡਾਕਟਰੀ ਸਲਾਹ ਨਾ ਦਿਓ। ਲੋਕਾਂ ਨੂੰ ਆਪਣੀਆਂ ਦਵਾਈਆਂ ਜਾਂ ਡਾਕਟਰੀ ਇਲਾਜ ਬੰਦ ਕਰਨ ਲਈ ਨਾ ਕਹੋ। ਉਨ੍ਹਾਂ ਨੂੰ ਆਪਣੇ ਡਾਕਟਰ ਨਾਲ ਸਲਾਹ-ਮਸ਼ਵਰੇ ਦੇ ਆਧਾਰ 'ਤੇ ਅਜਿਹਾ ਕਰਨ ਦਿਓ।
- ਲੋਕਾਂ ਨੂੰ ਆਪਣਾ ਇਲਾਜ ਕਿਵੇਂ ਬਣਾਈ ਰੱਖਣਾ ਹੈ ਸਿਖਾਉਣਾ ਜੇਕਰ ਕਿਸੇ ਵਿਅਕਤੀ ਨੂੰ ਕਿਸੇ ਖਾਸ ਖੇਤਰ ਵਿੱਚ ਇਲਾਜ ਦਾ ਅਹਿਸਾਸ ਮਿਲਦਾ ਹੈ, ਤਾਂ ਇਸਦਾ ਮਤਲਬ ਇਹ ਨਹੀਂ ਹੈ ਕਿ ਉਸਨੂੰ ਕਦੇ ਵੀ ਕੋਈ ਹੋਰ ਬਿਮਾਰੀ ਨਹੀਂ ਹੋਵੇਗੀ ਜਾਂ ਬਿਮਾਰੀ ਕਦੇ ਦੁਬਾਰਾ ਨਹੀਂ ਆਵੇਗੀ। ਲੋਕਾਂ ਨੂੰ ਇਹ ਸਿਖਾਉਣ ਦੀ ਜ਼ਰੂਰਤ ਹੈ ਕਿ ਵਿਵਹਾਰਕ ਤਰੀਕਿਆਂ ਨਾਲ ਅਤੇ ਪਰਮਾਤਮਾ ਵਿੱਚ ਵਿਸ਼ਵਾਸ ਦੁਆਰਾ ਇਲਾਜ ਨੂੰ ਕਿਵੇਂ ਬਣਾਈ ਰੱਖਣਾ ਹੈ। ਲੋਕਾਂ ਨੂੰ ਇਹ ਸਿੱਖਣ ਦੀ ਜ਼ਰੂਰਤ ਹੈ ਕਿ ਬਚਨ ਵਿੱਚ ਮਨਨ ਕਿਵੇਂ ਕਰਨਾ ਹੈ, ਆਪਣੀ ਤੰਦਰੁਸਤੀ ਨੂੰ ਬਣਾਈ ਰੱਖਣ ਅਤੇ ਸਿਹਤ ਵਿੱਚ ਚੱਲਣ ਲਈ ਪਰਮਾਤਮਾ ਵਿੱਚ ਆਪਣਾ ਵਿਸ਼ਵਾਸ ਕਿਵੇਂ ਬਣਾਉਣਾ ਹੈ। ਲੋਕਾਂ ਨੂੰ ਬਚਨ ਬੋਲਣਾ, ਵਿਸ਼ਵਾਸ ਦੀ ਚੰਗੀ ਲੜਾਈ ਲੜਨਾ ਅਤੇ ਪਰਮਾਤਮਾ ਵਿੱਚ ਵਿਸ਼ਵਾਸ ਕਰਨਾ ਸਿੱਖਣ ਦੀ ਜ਼ਰੂਰਤ ਹੈ ਕਿ ਉਹ ਆਪਣੀ ਖੁਦ ਦੀ ਤੰਦਰੁਸਤੀ ਪ੍ਰਾਪਤ ਕਰੇਗਾ ਅਤੇ ਬਣਾਈ ਰੱਖੇਗਾ। ਇਸ ਲਈ ਜੇਕਰ ਸੰਭਵ ਹੋਵੇ, ਤਾਂ ਲੋਕਾਂ ਨੂੰ ਅਜਿਹਾ ਕਰਨ ਲਈ ਸਰੋਤ (ਕਿਤਾਬਾਂ, ਉਪਦੇਸ਼, ਸਿੱਖਿਆ) ਅਤੇ ਦਿਸ਼ਾ ਪ੍ਰਦਾਨ ਕਰੋ।

ਇਸ ਤੋਂ ਇਲਾਵਾ, ਕੁਝ ਬੁਨਿਆਦੀ ਚੀਜ਼ਾਂ ਹਨ ਜੋ ਅਸੀਂ ਸਾਰੇ ਕਰ ਸਕਦੇ ਹਾਂ ਜਿਵੇਂ ਕਿ ਸਹੀ ਖੁਰਾਕ, ਆਰਾਮ ਅਤੇ ਕਸਰਤ ਜੋ ਨਿਰੰਤਰ ਸਿਹਤ ਲਈ ਮਹੱਤਵਪੂਰਨ ਹਨ।

ਮੰਤਰੀ ਇਲਾਜ ਲਈ ਨਿੱਜੀ ਤਿਆਰੀ

ਜਦੋਂ ਕਿ ਪਰਮਾਤਮਾ ਹੀ ਚੰਗਾ ਕਰਨ ਵਾਲਾ ਹੈ ਅਤੇ ਇਹ ਉਸਦੀ ਸ਼ਕਤੀ ਹੈ ਜੋ ਲੋਕਾਂ ਨੂੰ ਚੰਗਾ ਕਰਦੀ ਹੈ ਅਤੇ ਛੁਡਾਉਂਦੀ ਹੈ, ਪਰ ਕੁਝ ਚੀਜ਼ਾਂ ਹਨ ਜੋ ਅਸੀਂ ਪਰਮਾਤਮਾ ਦੇ ਨਾਲ ਚੰਗੇ ਸਹਿਯੋਗੀ ਬਣਨ ਲਈ ਕਰ ਸਕਦੇ ਹਾਂ ਤਾਂ ਜੋ ਅਸੀਂ ਲੋਕਾਂ ਨੂੰ ਉਸਦੀ ਚੰਗਾ ਕਰਨ ਦੀ ਸ਼ਕਤੀ ਦੀ ਸੇਵਾ ਕਰ ਸਕੀਏ। ਇੱਥੇ ਕੁਝ ਚੀਜ਼ਾਂ ਸਧਾਰਨ ਯਾਦ-ਦਹਾਨੀਆਂ ਵਜੋਂ ਸੂਚੀਬੱਧ ਹਨ:

ਬਚਨ ਵਿੱਚ ਵਧਣਾ

ਨਿਰੰਤਰ ਧਿਆਨ ਦੁਆਰਾ ਸਾਡੇ ਅੰਦਰ ਚੰਗਾਈ, ਮਸਹ, ਚਮਤਕਾਰ, ਮੁਕਤੀ, ਅਧਿਕਾਰ ਬਾਰੇ ਬਚਨ ਨੂੰ ਭਰਪੂਰ ਢੰਗ ਨਾਲ ਸਥਾਪਿਤ ਕੀਤਾ ਜਾਵੇ। ਪਰਮਾਤਮਾ ਵਿੱਚ ਸਾਡਾ ਵਿਸ਼ਵਾਸ ਮਜ਼ਬੂਤ ਹੋਣਾ ਚਾਹੀਦਾ ਹੈ ਅਤੇ ਵਿਸ਼ਵਾਸ ਵਿਕਸਤ ਕਰਨ ਦੇ ਤਰੀਕਿਆਂ ਵਿੱਚੋਂ ਇੱਕ ਹੈ ਬਚਨ ਰਾਹੀਂ। ਸਾਨੂੰ ਬਿਮਾਰੀ ਦੀ ਮੁਸ਼ਕਲ ਜਾਂ ਸ਼ੈਤਾਨੀ ਜ਼ੁਲਮ ਤੋਂ ਡਰਨਾ ਨਹੀਂ ਚਾਹੀਦਾ ਜਿਸਦਾ ਅਸੀਂ ਸਾਹਮਣਾ ਕਰਦੇ ਹਾਂ।

ਮਸਹ ਵਿੱਚ ਵਧਣਾ

ਸਾਨੂੰ ਪਵਿੱਤਰ ਆਤਮਾ ਪ੍ਰਤੀ ਡੂੰਘੀ ਸੰਗਤ ਅਤੇ ਸੰਵੇਦਨਸ਼ੀਲਤਾ ਵਿਕਸਤ ਕਰਨੀ ਚਾਹੀਦੀ ਹੈ। ਭਾਸ਼ਾਵਾਂ ਵਿੱਚ ਪ੍ਰਾਰਥਨਾ ਕਰਨਾ ਇਸ ਨੂੰ ਵਿਕਸਤ ਕਰਨ ਦਾ ਇੱਕ ਅਨਿੱਖੜਵਾਂ ਅੰਗ ਹੈ। ਅਸੀਂ ਪਰਮਾਤਮਾ ਦੇ ਹੋਰ ਸੇਵਕਾਂ ਦੁਆਰਾ ਸੰਗਤ, ਨਿਗਰਾਨੀ, ਸਿੱਖਣ ਅਤੇ ਪ੍ਰਾਪਤ ਕਰਕੇ ਮਸਹ ਵਿੱਚ ਵੀ ਵਧਦੇ ਹਾਂ। ਉਸਦੀ ਮੌਜੂਦਗੀ ਅਤੇ ਸ਼ਕਤੀ ਦੀ ਹੋਰ ਇੱਛਾ। ਆਤਮਾ ਦੇ ਤੋਹਫ਼ਿਆਂ ਦੇ ਹੋਰ ਸੰਚਾਲਨ ਦੀ ਇੱਛਾ।

ਆਗਿਆਕਾਰੀ, ਪ੍ਰਾਰਥਨਾ, ਪੂਜਾ ਅਤੇ ਵਰਤ ਰਾਹੀ ਨੇੜਤਾ ਵਿੱਚ ਵਾਧਾ

ਪ੍ਰਭੂ ਨਾਲ ਆਪਣੇ ਰਿਸ਼ਤੇ ਨੂੰ ਆਗਿਆਕਾਰੀ ਰਾਹੀਂ, ਪ੍ਰਾਰਥਨਾ, ਪੂਜਾ ਅਤੇ ਵਰਤ ਵਿੱਚ ਉਸ ਨਾਲ ਇਕੱਲੇ ਸਮਾਂ ਬਿਤਾਉਣ ਦੁਆਰਾ ਵਧਣਾ।

ਦਲਿ ਦੀ ਸੁ਼ੱਧਤਾ ਬਣਾਈ ਰੱਖਣਾ

ਸਾਨੂੰ ਇੱਕ ਸ਼ੁੱਧ ਦਿਲ ਬਣਾਈ ਰੱਖਣਾ ਚਾਹੀਦਾ ਹੈ। ਸਾਨੂੰ ਆਪਣੇ ਦਿਲਾਂ ਨੂੰ ਮੁਕਾਬਲੇ, ਈਰਖਾ, ਹੰਕਾਰ ਅਤੇ ਆਪਣੇ ਆਪ ਦੀਆਂ ਗਲਤ ਪ੍ਰੇਰਣਾਵਾਂ ਤੋਂ ਬਚਾਉਣਾ ਚਾਹੀਦਾ ਹੈ। ਸਾਨੂੰ ਆਪਣੇ ਦਿਲਾਂ ਨੂੰ ਪ੍ਰਸਿੱਧੀ, ਦੌਲਤ ਅਤੇ ਕਿਸੇ ਵੀ ਹੋਰ ਚੀਜ਼ ਲਈ ਗਲਤ ਪਿਆਰ ਤੋਂ ਬਚਾਉਣਾ ਚਾਹੀਦਾ ਹੈ ਜੋ ਪਰਮਾਤਮਾ ਨੂੰ ਪ੍ਰਸੰਨ ਨਹੀਂ ਕਰਦੀ।

ਬਾਹਰ ਨਕਿਲਣ ਦੁਆਰਾ ਵਸਿ਼ਵਾਸ ਵਿੱਚ ਵਾਧਾ

ਪਾਣੀ ਉੱਤੇ ਤੁਰਨ ਦਾ ਇੱਕੋ ਇੱਕ ਤਰੀਕਾ ਹੈ ਕਿਸ਼ਤੀ ਤੋਂ ਬਾਹਰ ਨਿਕਲਣਾ। ਕਿਉਂਕਿ ਉਸਨੇ ਸਾਨੂੰ 'ਆਓ' ਸ਼ਬਦ ਕਿਹਾ ਹੈ ਅਤੇ ਦਿੱਤਾ ਹੈ, ਇਸ ਲਈ ਸਾਡੀ ਵਾਰੀ ਹੈ ਕਿ ਅਸੀਂ ਬਾਹਰ ਨਿਕਲੀਏ। ਇਹ ਵਿਸ਼ਵਾਸ ਦਾ ਕਦਮ ਹੈ। ਸਾਨੂੰ ਪਿਛਲੇ ਤਜ਼ਰਬਿਆਂ ਤੋਂ ਵੀ ਅਸਫਲਤਾ ਦੇ ਡਰ ਨੂੰ ਦੂਰ ਕਰਨਾ ਚਾਹੀਦਾ ਹੈ। ਅਕਸਰ ਇਹ ਵਿਚਾਰ "ਜੇ ਕੁਝ ਨਹੀਂ ਹੁੰਦਾ ਤਾਂ ਕੀ ਹੁੰਦਾ" ਸਾਡੇ ਦਿਮਾਗ ਵਿੱਚ ਆਉਂਦਾ ਹੈ। ਹਾਲਾਂਕਿ, ਅਸੀਂ ਇਸਨੂੰ "ਜੇ ਕੁਝ ਹੁੰਦਾ ਹੈ ਤਾਂ ਕੀ ਹੁੰਦਾ ਹੈ" ਨਾਲ ਬਦਲ ਸਕਦੇ ਹਾਂ। ਜਦੋਂ ਸਾਡੇ ਮਨ ਵਿੱਚ ਸ਼ੱਕ ਭਰ ਜਾਂਦੇ ਹਨ, ਤਾਂ ਅਸੀਂ ਆਪਣੇ ਆਪ ਨੂੰ ਇਹ ਕਹਿੰਦੇ ਹੋਏ ਉਤਸ਼ਾਹਿਤ ਕਰਦੇ ਹਾਂ ਕਿ "ਮੈਂ ਕੁਝ ਹੋਣ ਦੀ ਉਮੀਦ ਕਰ ਰਿਹਾ ਹਾਂ।"

ਹਮੇਸ਼ਾ ਪਰਮਾਤਮਾ ਨੂੰ ਸਾਰੀ ਮਹਮਿਾ ਦੇਣਾ

ਪਰਮਾਤਮਾ ਸਾਡੇ ਦਿਲ ਨੂੰ ਵੇਖਦਾ ਹੈ। ਕੀ ਅਸੀਂ ਸੱਚਮੁੱਚ ਉਸਦੀ ਉਸਤਤ ਕਰਦੇ ਹਾਂ ਅਤੇ ਉਸਨੂੰ ਸਾਰੀ ਮਹਿਮਾ ਦਿੰਦੇ ਹਾਂ ਜਾਂ ਅਸੀਂ ਕੁਝ ਮਹਿਮਾ ਆਪਣੇ ਲਈ ਰੱਖਦੇ ਹਾਂ। ਸਾਡੇ ਕੋਲ ਹਰ ਸਮੇਂ ਇੱਕ ਅਜਿਹਾ ਦਿਲ ਹੋਣਾ ਚਾਹੀਦਾ ਹੈ ਜੋ ਉਸਨੂੰ

ਵਾਪਰਨ ਵਾਲੀ ਹਰ ਚੀਜ਼ ਲਈ ਸਾਰੀ ਉਸਤਤ, ਮਹਿਮਾ, ਸਨਮਾਨ ਅਤੇ ਪੂਜਾ ਪੇਸ਼ ਕਰਦਾ ਹੈ।

ਬਚਣ ਲਈ ਕੁਝ ਖਤਰੇ

ਝੂਠੇ ਵਾਅਦੇ ਨਾ ਕਰੋ

ਅਸੀਂ ਸਾਰੇ ਜੋ ਸੇਵਾ ਕਰਦੇ ਹਾਂ, ਉਸ ਜਗ੍ਹਾ 'ਤੇ ਪਹੁੰਚਣਾ ਚਾਹੁੰਦੇ ਹਾਂ ਜਿੱਥੇ ਅਸੀਂ ਜਿਸ ਕਿਸੇ ਦੀ ਵੀ ਸੇਵਾ ਕਰਦੇ ਹਾਂ, ਉਹ ਠੀਕ ਹੋ ਜਾਵੇ। ਇਸ ਟੀਚੇ ਦੀ ਪ੍ਰਾਪਤੀ ਵਿੱਚ ਅਤੇ ਉਸ ਟੀਚੇ ਤੱਕ ਪਹੁੰਚਣ ਦੇ ਆਪਣੇ ਜੋਸ਼ ਵਿੱਚ ਅਸੀਂ ਅਜਿਹੇ ਬਿਆਨ ਦਿੰਦੇ ਹਾਂ ਜੋ ਕਾਫ਼ੀ ਹੰਕਾਰੀ ਹਨ। ਉਦਾਹਰਣ ਵਜੋਂ, ਜੇ ਅਸੀਂ ਲੋਕਾਂ ਦੇ ਇਕੱਠ ਦੇ ਸਾਹਮਣੇ ਖੜ੍ਹੇ ਹੁੰਦੇ ਹਾਂ ਅਤੇ ਕਹਿੰਦੇ ਹਾਂ ਕਿ "ਅੱਜ ਰਾਤ ਹਰ ਕੋਈ ਠੀਕ ਹੋ ਜਾਵੇਗਾ," ਤਾਂ ਇਹ ਇੱਕ ਚੰਗਾ ਬਿਆਨ ਹੋ ਸਕਦਾ ਹੈ, ਪਰ ਅਸਲ ਪ੍ਰੀਖਿਆ ਮੀਟਿੰਗ ਦੇ ਅੰਤ ਵਿੱਚ ਹੁੰਦੀ ਹੈ, ਜਦੋਂ ਅਸੀਂ ਜਾਂਚ ਕਰਦੇ ਹਾਂ ਕਿ ਕੀ ਹਰ ਕੋਈ ਠੀਕ ਹੋਇਆ ਹੈ। ਜੇ ਉਹ ਨਹੀਂ ਕਰਦੇ, ਤਾਂ ਕੋਈ ਝੂਠ ਬੋਲ ਰਿਹਾ ਸੀ! ਇੱਕ ਹੋਰ ਢੁਕਵਾਂ ਬਿਆਨ "ਅੱਜ ਰਾਤ ਹਰ ਕੋਈ ਠੀਕ ਹੋ ਸਕਦਾ ਹੈ" ਹੈ ਜੋ ਕਿ ਪਰਮੇਸ਼ੁਰ ਦੇ ਬਚਨ 'ਤੇ ਅਧਾਰਤ ਇੱਕ ਸੱਚਾ ਅਤੇ ਵੈਧ ਬਿਆਨ ਹੈ। ਜਦੋਂ ਅਸੀਂ ਸੰਪੂਰਨ ਮਿਆਰ ਵੱਲ ਵਧ ਰਹੇ ਹਾਂ, ਆਓ ਅਸੀਂ ਇਸ ਗੱਲ ਦਾ ਧਿਆਨ ਰੱਖੀਏ ਕਿ ਅਸੀਂ ਕੀ ਕਹਿੰਦੇ ਹਾਂ ਅਤੇ ਅਸੀਂ ਰਸਤੇ ਵਿੱਚ ਚੀਜ਼ਾਂ ਕਿਵੇਂ ਕਰਦੇ ਹਾਂ। ਸਿਰਫ਼ ਉਹੀ ਕਹੋ ਜੋ ਪਰਮੇਸ਼ੁਰ ਨੇ ਕਿਹਾ ਹੈ।

ਡਿੱਗਣਾ ਜਾਂ ਠੀਕ ਹੋਣਾ—ਕੀ ਜਿਆਦਾ ਜਰੂਰੀ ਹੈ?

ਸਾਡਾ ਧਿਆਨ ਲੋਕਾਂ ਨੂੰ ਚੰਗਾ ਕਰਨ 'ਤੇ ਹੈ ਨਾ ਕਿ ਉਨ੍ਹਾਂ ਨੂੰ ਜ਼ਮੀਨ 'ਤੇ "ਡਿੱਗਣ" ਲਈ। ਬਦਕਿਸਮਤੀ ਨਾਲ, ਸਾਡੇ ਕੁਝ ਈਸਾਈ ਸਰਕਲਾਂ ਵਿੱਚ, ਅਸੀਂ ਸੇਵਕਾਂ ਨੂੰ ਲੋਕਾਂ ਨੂੰ ਧੱਕਾ ਦੇਣ ਜਾਂ "ਭਾਰੀ ਹੱਥ" ਨਾਲ ਹੇਠਾਂ ਆਉਣ ਦੀ ਪ੍ਰਵਿਰਤੀ ਵਾਲੇ ਦੇਖਦੇ ਹਾਂ ਤਾਂ ਜੋ ਉਨ੍ਹਾਂ ਨੂੰ ਜ਼ਮੀਨ 'ਤੇ ਧੱਕਿਆ ਜਾ ਸਕੇ। ਜਦੋਂ ਕਿ ਇਹ ਦੇਖਣ ਵਾਲਿਆਂ ਨੂੰ ਚੰਗਾ ਲੱਗਦਾ ਹੈ, ਜਿਵੇਂ ਕਿ ਲੋਕ "ਸ਼ਕਤੀ ਦੇ ਹੇਠਾਂ ਡਿੱਗਣ" ਦੇ

"ਆਤਮਾ ਵਿੱਚ ਮਾਰੇ" ਜਾ ਰਹੇ ਸਨ, ਇਹ ਅਸਲ ਵਿੱਚ ਇੱਕ ਮਦਦਗਾਰ ਅਭਿਆਸ ਨਹੀਂ ਹੈ। ਆਓ ਅਸੀਂ ਲੋਕਾਂ ਨੂੰ ਚੰਗਾ ਕਰਨ ਦੀ ਸੇਵਾ ਕਰਨ 'ਤੇ ਧਿਆਨ ਕੇਂਦਰਿਤ ਕਰੀਏ, ਨਾ ਕਿ ਇੱਕ ਚੰਗਾ ਪ੍ਰਦਰਸ਼ਨ ਕਰਨ 'ਤੇ। ਜੇਕਰ ਲੋਕ ਹੇਠਾਂ ਚਲੇ ਜਾਂਦੇ ਹਨ ਕਿਉਂਕਿ ਉਹ ਪਵਿੱਤਰ ਆਤਮਾ ਦੀ ਮੌਜੂਦਗੀ ਤੋਂ ਪ੍ਰਭਾਵਿਤ ਹੁੰਦੇ ਹਨ ਜੋ ਕਿ ਠੀਕ ਹੈ। ਪਰ ਅਸਲ ਪ੍ਰੀਖਿਆ ਇਹ ਹੈ ਕਿ ਜਦੋਂ ਉਹ ਜ਼ਮੀਨ ਤੋਂ ਉੱਪਰ ਆਉਂਦੇ ਹਨ, ਤਾਂ ਕੀ ਉਹ ਠੀਕ ਹੁੰਦੇ ਹਨ ਅਤੇ ਮੁਕਤ ਹੁੰਦੇ ਹਨ?
ਅੰਤ ਵਿੱਚ, ਆਓ ਆਪਾਂ ਜਿਸੂ ਦੀ ਸੇਵਕਾਈ ਦੇ ਨਮੂਨੇ ਉੱਤੇ ਚੱਲੀਏ, ਜਦੋਂ ਅਸੀਂ ਇਲਾਜ ਅਤੇ ਮੁਕਤੀ ਦੀ ਸੇਵਾ ਕਰਕੇ ਲੋਕਾਂ ਦੀ ਸੇਵਾ ਕਰਨ ਲਈ ਅੱਗੇ ਵਧਦੇ ਹਾਂ।

ਪਵੱਤਿਰ ਆਤਮਾ ਦੁਆਰਾ ਇਡਾ ਮੇ ਨੂੰ ਪ੍ਰਗਟ ਕੀਤੇ ਗਏ ਸ਼ਾਈਜੋਫਰੀਨੀਆ ਦਾ ਸੰਸਲੇਸਣ ਅਤੇ ਆਤਮਾ ਨਾਲ ਕਵਿੇਂ ਨਜਿੱਠਣਾ ਹੈ

ਸ਼ਾਈਜ਼ੋਫਰੀਨੀਆ ਇੱਕ ਬਹੁਤ ਹੀ ਆਮ ਸਮੱਸਿਆ ਹੈ। ਮਾਨਸਿਕ ਬਿਮਾਰੀ ਦੇ ਖੇਤਰ ਵਿੱਚ ਕੁਝ ਅਧਿਕਾਰੀਆਂ ਦਾ ਅੰਦਾਜ਼ਾ ਹੈ ਕਿ ਸੰਯੁਕਤ ਰਾਜ ਅਮਰੀਕਾ ਵਿੱਚ ਪੰਜਾਹ ਮਿਲੀਅਨ ਵਿਅਕਤੀ ਕੁਝ ਹੱਦ ਤੱਕ ਸ਼ਾਈਜ਼ੋਫਰੀਨੀਆ ਤੋਂ ਪੀੜਤ ਹੋ ਸਕਦੇ ਹਨ, "... ਰਾਜ ਦੇ ਮਨੋਵਿਗਿਆਨਕ ਹਸਪਤਾਲਾਂ ਵਿੱਚ ਦਾਖਲੇ ਦਾ ਲਗਭਗ 50% ਸ਼ਾਈਜ਼ੋਫਰੀਨੀਆ ਤੋਂ ਪੀੜਤ ਹੋਣ ਦਾ ਅਨੁਮਾਨ ਹੈ, ਹਰ ਸਾਲ 300,000 ਨਵੇਂ ਕੇਸ ਹੁੰਦੇ ਹਨ।" ਕੁਝ ਕੇਸ ਗੰਭੀਰ ਹੁੰਦੇ ਹਨ ਜਦੋਂ ਕਿ ਕੁਝ ਕਾਫ਼ੀ ਹਲਕੇ ਹੁੰਦੇ ਹਨ, ਜਿਨ੍ਹਾਂ ਨੂੰ ਕਿਸੇ ਪੇਸ਼ੇਵਰ ਇਲਾਜ ਦੀ ਲੋੜ ਨਹੀਂ ਹੁੰਦੀ। ਸ਼ਾਈਜ਼ੋਫਰੀਨੀਆ ਮਾਨਸਿਕ ਸਿਹਤ ਪੇਸ਼ੇਵਰਾਂ ਲਈ ਇੱਕ ਬਹੁਤ ਹੀ ਹੈਰਾਨ ਕਰਨ ਵਾਲੀ ਸਮੱਸਿਆ ਬਣੀ ਹੋਈ ਹੈ। ਕਾਰਨ ਅਤੇ ਇਲਾਜ ਅਨਿਸ਼ਚਿਤਤਾ ਵਿੱਚ ਘਿਰਿਆ ਹੋਇਆ ਹੈ।

ਸ਼ਖਸੀਅਤ ਦੀ ਗੜਬੜ, ਵਿਗਾੜ ਅਤੇ ਵਿਘਨ, ਜਿਸਨੂੰ ਸਕਿਜ਼ੋਫਰੀਨੀਆ ਜਾਂ ਡਿਮੈਂਸ਼ੀਆ ਪ੍ਰੈਕੋਕਸ ਕਿਹਾ ਜਾਂਦਾ ਹੈ, ਨੂੰ ਮੁਕਤੀ ਮੰਤਰੀ ਅਕਸਰ ਸਾਹਮਣਾ ਕਰਦੇ ਹਨ। ਲਗਭਗ ਹਰ ਵਿਅਕਤੀ ਜੋ ਸਾਡੇ ਕੋਲ ਮੁਕਤੀ ਲਈ ਆਉਂਦਾ ਹੈ, ਉਸ ਵਿੱਚ ਸ਼ੈਤਾਨੀ ਆਤਮਾਵਾਂ ਦੇ ਨੈੱਟਵਰਕ ਦੇ ਵੱਖ-ਵੱਖ ਪੱਧਰ ਪਾਏ ਜਾਂਦੇ ਹਨ ਜੋ

ਸਕਿਜ਼ੋਫਰੀਨੀਆ ਦਾ ਕਾਰਨ ਬਣਦੇ ਹਨ। ਪ੍ਰਭੂ ਨੇ ਕਿਰਪਾ ਨਾਲ ਸਾਨੂੰ **ਇਸ ਸਮੱਸਿਆ 'ਤੇ ਇੱਕ ਵਸਿਸ਼.ਪ੍ਰਕਾਸ਼.ਦੱਿਤਾ ਹੈ, ਜੋ** ਸਾਨੂੰ ਬਹੁਤ ਸਾਰੇ ਲੋਕਾਂ ਨੂੰ ਸ਼ਖਸੀਅਤ ਦੀ ਸੰਪੂਰਨਤਾ ਵਿੱਚ ਬਹਾਲ ਕਰਨ ਦੇ ਯੋਗ ਬਣਾਉਂਦਾ ਹੈ। ਜਦੋਂ ਤੋਂ ਇਹ ਪ੍ਰਕਾਸ਼ ਮੇਰੀ ਪਤਨੀ, ਇਡਾ ਮੇ ਨੂੰ ਆਇਆ, ਮੈਂ ਉਸਨੂੰ ਇਸਦਾ ਬਾਕੀ ਹਿੱਸਾ ਲਿਖਣ ਲਈ ਕਿਹਾ ਹੈ।

ਸਕਜ਼ਿਫ੍ਰੇਨਕਿ ਪ੍ਰਕਾਸ਼.ਇਡਾ ਮੇ ਹੈਮੰਡ

ਅਸੀਂ ਇੱਕ ਅਜਿਹੇ ਵਿਅਕਤੀ ਨਾਲ ਮੁਕਤੀ ਵਿੱਚ ਬਹੁਤ ਨੇੜਿਓਂ ਕੰਮ ਕਰ ਰਹੇ ਸੀ ਜਿਸਨੇ ਵਾਰ-ਵਾਰ ਸੇਵਾ ਕਰਨ ਤੋਂ ਬਾਅਦ ਵੀ ਬਹੁਤ ਸੁਧਾਰ ਨਹੀਂ ਦਿਖਾਇਆ। ਇਹ ਵਿਅਕਤੀ ਮੁਕਤੀ ਦੀ ਇੱਛਾ ਰੱਖਣ ਲਈ ਬਹੁਤ ਗੰਭੀਰ ਸੀ। ਉਹ ਪ੍ਰਭੂ ਨੂੰ ਬਹੁਤ ਪਿਆਰ ਕਰਦੀ ਸੀ, ਉਹ ਆਪਣੇ ਪੂਰੇ ਦਿਲ ਨਾਲ ਵਿਸ਼ਵਾਸ ਕਰਦੀ ਸੀ ਕਿ ਮੁਕਤੀ ਉਸਦੀਆਂ ਸਮੱਸਿਆਵਾਂ ਦਾ ਜਵਾਬ ਹੈ, ਅਤੇ ਉਸਨੇ ਨਿਰਾਸ਼ਾ ਵਿੱਚ ਪ੍ਰਭੂ ਨੂੰ ਪੁਕਾਰਿਆ। ਉਹ ਸੇਵਕਾਈ ਵਿੱਚ ਪੂਰੀ ਤਰ੍ਹਾਂ ਸਹਿਯੋਗੀ ਸੀ। ਫਿਰ ਵੀ, ਸਮੁੱਚੇ ਨਤੀਜੇ ਨਿਰਾਸ਼ਾਜਨਕ ਸਨ।
ਵਾਰ-ਵਾਰ ਸਾਨੂੰ ਮਹਿਸੂਸ ਹੁੰਦਾ ਸੀ ਕਿ ਜਿੱਤ ਪ੍ਰਾਪਤ ਹੋ ਗਈ ਹੈ। ਕੁਝ ਦਿਨਾਂ ਲਈ ਉਸਦੀ ਸ਼ਖਸੀਅਤ ਵਿੱਚ ਸਥਿਰਤਾ ਦੇ ਸੰਕੇਤ ਦਿਖਾਈ ਦਿੰਦੇ ਸਨ, ਫਿਰ ਅਚਾਨਕ ਸਭ ਕੁਝ ਉਥਲ-ਪੁਥਲ ਵਿੱਚ ਚਲਾ ਜਾਂਦਾ ਸੀ। ਅਸੀਂ ਉਸੇ ਥਾਂ 'ਤੇ ਵਾਪਸ ਆ ਜਾਂਦੇ ਜਿੱਥੇ ਅਸੀਂ ਸ਼ੁਰੂ ਕੀਤਾ ਸੀ।

ਫਿਰ ਇੱਕ ਰਾਤ ਇੱਕ ਖਾਸ ਤੌਰ 'ਤੇ ਹਿੰਸਕ ਉਥਲ-ਪੁਥਲ ਤੋਂ ਬਾਅਦ ਮੈਂ ਨੀਂਦ ਤੋਂ ਜਾਗਿਆ। ਪ੍ਰਭੂ ਮੇਰੀ ਆਤਮਾ ਦੇ ਅੰਦਰ ਬੋਲ ਰਿਹਾ ਸੀ। ਪ੍ਰਭੂ ਨੇ ਕਿਹਾ, "ਮੈਂ ਤੁਹਾਨੂੰ ਸਾਰਾਹ ਦੀ ਸਮੱਸਿਆ ਦਾ ਖੁਲਾਸਾ ਦੇਣਾ ਚਾਹੁੰਦਾ ਹਾਂ। ਸਮੱਸਿਆ *ਸ਼ਾਈਜ਼ੋਫਰੀਨੀਆ ਹੈ।* ਹੁਣ, ਮੈਂ ਇਸ ਵਿਸ਼ੇ 'ਤੇ ਜਾਣਕਾਰ ਨਹੀਂ ਸੀ। ਕਾਲਜ ਵਿੱਚ ਮੈਂ ਕੁਝ ਮਨੋਵਿਗਿਆਨ ਦਾ ਅਧਿਐਨ ਕੀਤਾ ਸੀ - ਮੈਨਿਕ ਡਿਪਰੈਸ਼ਨ, ਸ਼ਾਈਜ਼ੋਫਰੀਨੀਆ, ਪੈਰਾਨੋਆ, ਸਾਈਕੋਸਿਸ ਅਤੇ ਨਿਊਰੋਸਿਸ ਵਰਗੇ ਆਮ ਸ਼ਬਦਾਂ ਤੋਂ ਜਾਣੂ ਹੋਣ ਲਈ ਕਾਫ਼ੀ। ਮੈਂ ਆਪਣੀ ਯਾਦ ਵਿੱਚ ਵਾਪਸ ਪਹੁੰਚਿਆ ਅਤੇ

ਯਾਦ ਕੀਤਾ ਕਿ ਸ਼ਾਈਜ਼ੋਫਰੀਨੀਆ ਨੂੰ ਕਈ ਵਾਰ "ਵੰਡੀ ਹੋਈ ਸ਼ਖਸੀਅਤ" ਕਿਹਾ ਜਾਂਦਾ ਹੈ। ਪ੍ਰਭੂ ਨੇ ਮੈਨੂੰ ਇਹ ਪਰਿਭਾਸ਼ਾ ਦਿੱਤੀ: "ਸ਼ਾਈਜ਼ੋਫਰੀਨੀਆ ਸ਼ਖਸੀਅਤ ਦੇ ਵਿਕਾਸ ਵਿੱਚ ਇੱਕ ਗੜਬੜ, ਵਿਗਾੜ ਜਾਂ ਵਿਘਨ ਹੈ। ਤੁਸੀਂ ਹੁਣ ਉਸਨੂੰ ਸਾਰਾਹ ਨਹੀਂ ਬਲਕਿ 'ਸਾਰਾਹ ਇੱਕ' ਅਤੇ 'ਸਾਰਾਹ ਦੋ' ਕਹੋਗੇ, ਕਿਉਂਕਿ ਉਸ ਵਿੱਚ ਇੱਕ ਤੋਂ ਵੱਧ ਸ਼ਖਸੀਅਤਾਂ ਹਨ।"

ਮੈਂ ਅਜੇ ਵੀ ਬਿਸਤਰੇ ਵਿੱਚ ਸੀ - ਮੇਰੀਆਂ ਅੱਖਾਂ ਵਿੱਚ ਅਜੇ ਵੀ ਨੀਂਦ ਸੀ - ਜਿਵੇਂ ਕਿ ਪ੍ਰਭੂ ਨੇ ਪ੍ਰਕਾਸ਼ ਦੇਣਾ ਜਾਰੀ ਰੱਖਿਆ। ਉਸਨੇ ਮੈਨੂੰ ਆਪਣੇ ਹੱਥ ਇਕੱਠੇ ਰੱਖਣ, ਹਥੇਲੀਆਂ ਵੱਲ ਮੂੰਹ ਕਰਕੇ ਅਤੇ ਉਂਗਲਾਂ ਨੂੰ ਕੱਸ ਕੇ ਜੋੜਨ ਲਈ ਕਿਹਾ। ਉਸਨੇ ਕਿਹਾ ਕਿ ਇਹ ਦਰਸਾਉਂਦਾ ਹੈ ਕਿ ਸ਼ਾਈਜ਼ੋਫ੍ਰੇਨਿਕ ਪ੍ਰਕਿਰਤੀ ਕਿਵੇਂ ਸੀ। ਹਰੇਕ ਹੱਥ ਸ਼ਾਈਜ਼ੋਫ੍ਰੇਨਿਕ ਦੇ ਅੰਦਰ ਦੋਹਰੀ ਸ਼ਖਸੀਅਤਾਂ ਵਿੱਚੋਂ ਇੱਕ ਨੂੰ ਦਰਸਾਉਂਦਾ ਹੈ, ਜਿਨ੍ਹਾਂ ਵਿੱਚੋਂ ਕੋਈ ਵੀ ਅਸਲ ਸਵੈ ਨਹੀਂ ਸੀ। ਉਹ ਕੱਸ ਕੇ ਆਪਸ ਵਿੱਚ ਜੁੜੇ ਹੋਏ ਸਨ। ਪ੍ਰਭੂ ਨੇ ਕਿਹਾ, "ਤੁਹਾਡੇ ਹੱਥ ਸ਼ਾਈਜ਼ੋਫਰੀਨੀਆ ਬਣਾਉਣ ਵਾਲੇ ਭੂਤ ਆਤਮਾਵਾਂ ਦੇ ਆਲ੍ਹਣੇ ਨੂੰ ਦਰਸਾਉਂਦੇ ਹਨ। ਮੈਂ ਚਾਹੁੰਦਾ ਹਾਂ ਕਿ ਤੁਸੀਂ ਜਾਣੋ ਕਿ ਇਹ ਭੂਤ ਹੈ। ਇਹ ਭੂਤ ਆਤਮਾਵਾਂ ਦਾ ਆਲ੍ਹਣਾ ਹੈ, ਅਤੇ ਉਹ ਇਸ ਵਿਅਕਤੀ ਦੇ ਜੀਵਨ ਵਿੱਚ ਉਦੋਂ ਆਏ ਜਦੋਂ ਉਹ ਬਹੁਤ ਛੋਟੀ ਸੀ। ਮੈਂ ਤੁਹਾਨੂੰ ਦਿਖਾਵਾਂਗਾ ਕਿ ਇਹ ਕਿਵੇਂ ਕੰਮ ਕਰਦਾ ਹੈ।"

ਨਵਾਂ ਪ੍ਰਭੂ ਨੇ ਮੈਨੂੰ ਆਪਣੇ ਹੱਥ ਬਹੁਤ ਹੌਲੀ-ਹੌਲੀ ਵੱਖ ਕਰਨ ਲਈ ਕਿਹਾ। ਜਿਵੇਂ ਹੀ ਮੇਰੀਆਂ ਉਂਗਲਾਂ ਹੌਲੀ-ਹੌਲੀ ਵੱਖ ਹੋ ਰਹੀਆਂ ਸਨ, ਪ੍ਰਭੂ ਨੇ ਮੈਨੂੰ ਦਿਖਾਇਆ ਕਿ ਸ਼ਾਈਜ਼ੋਫ੍ਰੇਨਿਕ ਵਿੱਚ ਇਹਨਾਂ ਸ਼ੈਤਾਨੀ ਆਤਮਾਵਾਂ ਨੂੰ ਵੱਖ ਕਰਨਾ, ਬਾਹਰ ਕੱਢਣਾ ਅਤੇ ਛੱਡ ਦੇਣਾ ਚਾਹੀਦਾ ਹੈ। ਇਸ ਪ੍ਰਕਿਰਿਆ ਲਈ ਸਮਾਂ ਲੱਗਦਾ ਹੈ। ਇਹ ਪਤਾ ਲਗਾਉਣਾ ਵਿਅਕਤੀ ਲਈ ਇੱਕ ਝਟਕਾ ਹੈ ਕਿ ਉਸਦੀ ਸ਼ਖਸੀਅਤ ਦਾ ਬਹੁਤ ਸਾਰਾ ਹਿੱਸਾ ਅਸਲ ਸਵੈ ਨਹੀਂ ਹੈ। ਉਹ ਇਹ ਜਾਣਨ ਤੋਂ ਡਰ ਸਕਦਾ ਹੈ ਕਿ ਉਸਦੀ ਅਸਲ ਸ਼ਖਸੀਅਤ ਕੀ ਹੈ। ਉਸਨੂੰ ਅਨੁਕੂਲ ਹੋਣ ਅਤੇ ਝੂਠੇ ਸ਼ੈਤਾਨੀ ਸ਼ਖਸੀਅਤਾਂ ਨਾਲ ਸਹਿਮਤ ਹੋਣ ਲਈ, ਬਿੰਦੂ-ਦਰ-ਬ-ਬਿੰਦੂ, ਸਮੇਂ ਦੀ ਲੋੜ ਹੈ। ਉਸਨੂੰ ਸ਼ਾਈਜ਼ੋਫ੍ਰੇਨਿਕ ਸ਼ਖਸੀਅਤ ਨੂੰ ਨਫ਼ਰਤ ਕਰਨੀ ਚਾਹੀਦੀ ਹੈ, ਅਤੇ ਇਸ ਨਾਲ ਸਹਿਮਤ ਨਹੀਂ ਹੋਣਾ ਚਾਹੀਦਾ। ਪ੍ਰਭੂ ਨੇ ਮੇਰੀ ਯਾਦ ਵਿੱਚ ਆਮੋਸ 3:3 ਯਾਦ

ਕੀਤਾ। "ਦੋ ਇਕੱਠੇ ਕਿਵੇਂ ਚੱਲ ਸਕਦੇ ਹਨ ਜਦੋਂ ਤੱਕ ਉਨ੍ਹਾਂ ਦੀ ਸਹਿਮਤੀ ਨਾ ਹੋਵੇ।"

ਇੱਕ-ਇੱਕ ਕਰਕੇ ਮੇਰੀਆਂ ਉਂਗਲਾਂ ਵੱਖ ਹੋ ਗਈਆਂ, ਜੋ ਕਿ ਸ਼ੈਤਾਨੀ ਸ਼ਖਸੀਅਤਾਂ ਦੇ ਵੱਖ ਹੋਣ ਨੂੰ ਦਰਸਾਉਂਦੀਆਂ ਸਨ। (ਬਾਅਦ ਵਿੱਚ, ਹਰੇਕ ਉਂਗਲੀ ਨੂੰ ਸ਼ੈਤਾਨੀ ਨਾਮ ਦਿੱਤਾ ਗਿਆ)। ਵੱਖ ਹੋਣ ਵਾਲੀਆਂ ਆਖਰੀ ਦੋ ਉਂਗਲਾਂ ਹਰੇਕ ਹੱਥ ਦੀਆਂ ਵਿਚਕਾਰਲੀਆਂ ਉਂਗਲਾਂ ਸਨ। ਪ੍ਰਭੂ ਨੇ ਦਿਖਾਇਆ ਕਿ ਇਹ ਉਂਗਲਾਂ ਸ਼ਾਈਜ਼ੋਫ੍ਰੇਨਿਕ ਰੀਜੇਕਸ਼ਨ *ਅਤੇ* ਬਗਾਵਤ *ਦੇ ਮੂਲ ਨੂੰ ਦਰਸਾਉਂਦੀਆਂ ਹਨ।* ਜਦੋਂ ਇਹ ਅੰਤ ਵਿੱਚ ਵੱਖ ਹੋ ਜਾਂਦੀਆਂ ਹਨ ਤਾਂ ਵਿਅਕਤੀ ਆਪਣੇ ਆਪ ਨੂੰ ਚੰਗਾ - ਮੁਕਤ ਅਤੇ ਜਾਣਨਾ ਸਮਝ ਸਕਦਾ ਹੈ ਕਿ ਅਸਲ ਸਵੈ ਕੌਣ ਹੈ।

ਇਸ ਕੰਟਰੋਲ ਵਾਲੇ ਭੂਤ ਨੂੰ "ਸਕਿਜ਼ੋਫ੍ਰੇਨੀਆ" ਜਾਂ "ਦੋਹਰੀ ਸੋਚ" ਕਿਹਾ ਜਾਂਦਾ ਹੈ। ਬਾਈਬਲ ਕਹਿੰਦੀ ਹੈ, "ਦੋ ਮਨ ਵਾਲਾ ਮਨੁੱਖ ਆਪਣੇ ਸਾਰੇ ਰਾਹਾਂ ਵਿੱਚ ਅਸਥਿਰ ਹੁੰਦਾ ਹੈ" (ਯਾਕੂਬ 1:8)। ਇਹ ਇੱਕ ਸਕਿਜ਼ੋਫ੍ਰੇਨਿਕ ਦਾ ਧਰਮ-ਗ੍ਰੰਥ ਹੈ। ਐਂਪਲੀਫਾਈਡ ਅਨੁਵਾਦ ਕਹਿੰਦਾ ਹੈ:
[ਜਿਵੇਂ ਉਹ ਹੈ] ਦੋ ਮਨਾਂ ਵਾਲਾ ਆਦਮੀ - ਝਿਜਕਦਾ, ਸ਼ੱਕੀ, ਅਡੋਲ - [ਉਹ] ਅਸਥਿਰ ਅਤੇ ਭਰੋਸੇਯੋਗ ਨਹੀਂ ਹੈ ਅਤੇ ਹਰ ਚੀਜ਼ ਬਾਰੇ ਅਨਿਸ਼ਚਿਤ ਹੈ (ਉਹ ਸੋਚਦਾ ਹੈ, ਮਹਿਸੂਸ ਕਰਦਾ ਹੈ, ਫੈਸਲਾ ਲੈਂਦਾ ਹੈ)।

"ਦੋ ਮਨ" ਅਨੁਵਾਦ ਕੀਤਾ ਗਿਆ ਵਾਕੰਸ਼ ਇੱਕ ਸੰਯੁਕਤ ਯੂਨਾਨੀ ਸ਼ਬਦ ਤੋਂ ਆਇਆ ਹੈ ਜਿਸਦਾ ਸ਼ਾਬਦਿਕ ਅਰਥ ਹੈ "ਦੋ ਆਤਮਾਵਾਂ"। ਪ੍ਰਕਾਸ਼ ਦਾ ਅਗਲਾ ਪੜਾਅ ਕੁਝ ਹਫ਼ਤਿਆਂ ਬਾਅਦ ਆਇਆ। ਪ੍ਰਭੂ ਨੇ ਮੈਨੂੰ ਆਪਣੇ ਹੱਥਾਂ ਦੀ ਰੂਪਰੇਖਾ ਕਾਗਜ਼ 'ਤੇ ਬਣਾਉਣ ਲਈ ਕਿਹਾ। ਫਿਰ ਉਸਨੇ ਉਂਗਲਾਂ ਨੂੰ ਵੱਖ-ਵੱਖ ਭੂਤ ਆਤਮਾਵਾਂ ਦੇ ਨਾਮ ਦਿੱਤੇ ਅਤੇ ਮੈਨੂੰ ਦਿਖਾਇਆ ਕਿ ਹਰੇਕ ਭੂਤ ਸ਼ਾਈਜ਼ੋਫ੍ਰੇਨਿਕ ਵਿੱਚ ਆਪਣੇ ਆਪ ਨੂੰ ਕਿਵੇਂ ਸਥਾਪਤ ਕਰਦਾ ਹੈ। ਸ਼ਾਈਜ਼ੋਫ੍ਰੇਨੀਆ ਦਾ ਨਿਯੰਤਰਣ ਭੂਤ ਸ਼ਖਸੀਅਤ ਦੇ ਵਿਗਾੜ ਦਾ ਕਾਰਨ ਬਣਨ ਲਈ ਦੂਜੇ ਭੂਤਾਂ ਨੂੰ ਅੰਦਰ ਸੱਦਾ ਦਿੰਦਾ ਹੈ। ਸ਼ਾਈਜ਼ੋਫ੍ਰੇਨੀਆ ਹਮੇਸ਼ਾ "ਅਸਵੀਕਾਰ" ਨਾਲ ਸ਼ੁਰੂ ਹੁੰਦਾ ਹੈ। ਇਹ ਆਮ

ਤੌਰ 'ਤੇ ਬਚਪਨ ਜਾਂ ਬਚਪਨ ਵਿੱਚ ਸ਼ੁਰੂ ਹੁੰਦਾ ਹੈ ਅਤੇ ਕਈ ਵਾਰ ਜਦੋਂ ਬੱਚਾ ਅਜੇ ਆਪਣੀ ਮਾਂ ਦੇ ਗਰਭ ਵਿੱਚ ਹੁੰਦਾ ਹੈ। ਅਸਵੀਕਾਰ ਦੇ ਬਹੁਤ ਸਾਰੇ ਕਾਰਨ ਹਨ। ਸ਼ਾਇਦ ਬੱਚਾ ਲੋੜੀਂਦਾ ਨਹੀਂ ਸੀ। ਜਾਂ ਇੱਕ ਜਾਂ ਦੋਵਾਂ ਮਾਪਿਆਂ ਦੁਆਰਾ ਲੋੜੀਂਦਾ ਗਲਤ ਲਿੰਗ ਹੋ ਸਕਦਾ ਹੈ। ਘਰ ਵਿੱਚ ਸਥਿਤੀ ਅਸਥਿਰ ਹੋ ਸਕਦੀ ਹੈ। 'ਬਹੁਤ ਸਾਰੇ "ਦਰਵਾਜ਼ੇ" ਹਨ ਜੋ ਅਸਵੀਕਾਰ ਵੱਲ ਲੈ ਜਾਂਦੇ ਹਨ।

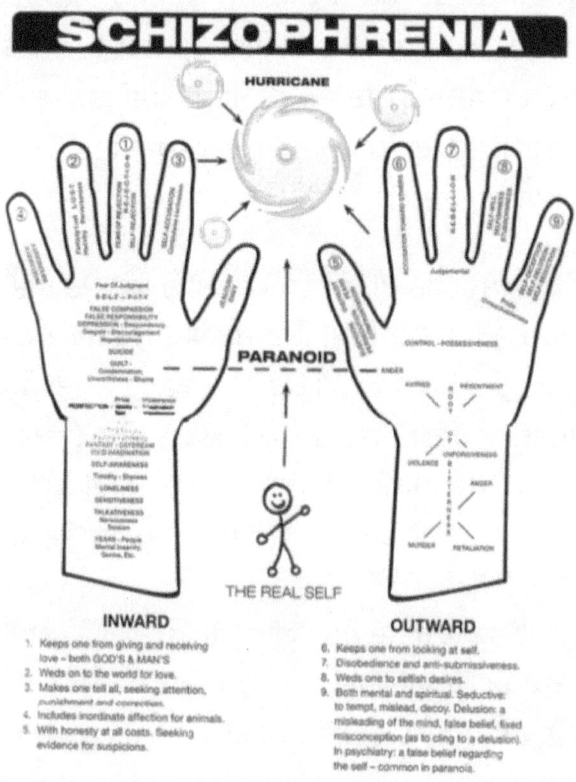

ਸ਼ਾਈਜ਼ੋਫਰੀਨੀਆ ਨੂੰ ਭੂਤ ਰੂਪ ਵਿੱਚ ਵਿਰਾਸਤ ਵਿੱਚ ਮਿਲ ਸਕਦਾ ਹੈ। ਧਿਆਨ ਦਿਓ ਕਿ ਮੈਂ "ਭੂਤ ਰੂਪ ਵਿੱਚ" ਕਿਹਾ ਸੀ। ਇਸ ਤੋਂ ਮੇਰਾ ਮਤਲਬ ਹੈ ਕਿ ਇਹ ਖ਼ੂਨ ਪ੍ਰਣਾਲੀ ਵਿੱਚ ਨਹੀਂ ਹੈ, ਜੀਨਾਂ ਵਿੱਚ ਨਹੀਂ - ਇਹ ਭੂਤਾਂ ਵਿੱਚ ਹੈ! ਦੂਜੇ ਸ਼ਬਦਾਂ

ਵਿੱਚ, ਭੂਤ ਆਪਣੇ ਵਰਗੇ ਲੋਕਾਂ ਨੂੰ ਕਾਇਮ ਰੱਖਣ ਦੀ ਕੋਸ਼ਿਸ਼ ਕਰਦੇ ਹਨ। ਪਰਿਵਾਰ ਦੇ ਅੰਦਰ ਅਜਿਹਾ ਕਰਨਾ ਉਨ੍ਹਾਂ ਲਈ ਸਭ ਤੋਂ ਆਸਾਨ ਹੈ। ਉਦਾਹਰਣ ਵਜੋਂ, ਮੰਨ ਲਓ ਕਿ ਸ਼ਾਈਜ਼ੋਫਰੀਨੀਆ ਪ੍ਰਕਿਰਤੀ ਮਾਂ ਵਿੱਚ ਹੈ। ਭੂਤ ਆਪਣੇ ਇੱਕ ਜਾਂ ਵੱਧ ਬੱਚਿਆਂ ਨੂੰ ਚੁਣ ਕੇ ਖਾਣਗੇ। ਸ਼ਾਈਜ਼ੋਫਰੀਨੀਆ ਵਾਲੀ ਮਾਂ ਅਸਵੀਕਾਰ ਮਹਿਸੂਸ ਕਰਦੀ ਹੈ। ਉਹ ਉਹ ਹੈ ਜੋ ਪਰਿਵਾਰ ਵਿੱਚ ਪਿਆਰ ਭਰਨ ਲਈ ਮੁੱਖ ਤੌਰ 'ਤੇ ਜ਼ਿੰਮੇਵਾਰ ਹੈ। ਉਹ ਉਹ ਹੈ ਜੋ ਬੱਚੇ ਨੂੰ ਛੂਹਦੀ ਹੈ, ਸੰਭਾਲਦੀ ਹੈ ਅਤੇ ਪਿਆਰ ਕਰਦੀ ਹੈ। ਆਪਣੇ ਅੰਦਰ ਅਸਵੀਕਾਰ ਬੱਚੇ ਨਾਲ ਉਸਦੇ ਸਬੰਧਾਂ ਵਿੱਚ ਸਮੱਸਿਆਵਾਂ ਪੈਦਾ ਕਰਦਾ ਹੈ। ਇਸ ਲਈ, ਮਾਂ ਦੀ ਅਸਥਿਰਤਾ ਦੁਆਰਾ ਬੱਚਾ ਅਸਵੀਕਾਰ ਲਈ ਖੁੱਲ੍ਹਾ ਹੁੰਦਾ ਹੈ। ਮੈਂ ਦੁਹਰਾਉਂਦਾ ਹਾਂ, ਸ਼ਾਈਜ਼ੋਫਰੀਨੀਆ ਹਮੇਸ਼ਾ ਅਸਵੀਕਾਰ ਨਾਲ ਸ਼ੁਰੂ ਹੁੰਦਾ ਹੈ।

ਹੁਣ, ਕਿਸੇ ਵਿੱਚ ਅਸਵੀਕਾਰ ਦੀ ਭਾਵਨਾ ਹੋ ਸਕਦੀ ਹੈ ਅਤੇ ਉਹ ਸ਼ਾਈਜ਼ੋਫ੍ਰੇਨਿਕ ਨਹੀਂ ਹੋ ਸਕਦਾ। ਦੂਜੇ ਸ਼ਬਦਾਂ ਵਿੱਚ, ਇਹ ਸਭ ਕੁਝ ਸ਼ਖਸੀਅਤ ਬਣਾਉਣ ਦੇ ਮਾਮਲੇ ਵਿੱਚ ਹੈ। ਤੁਹਾਡੇ ਵਿੱਚ ਅਸਵੀਕਾਰ ਦੀ ਭਾਵਨਾ ਹੋ ਸਕਦੀ ਹੈ ਅਤੇ ਫਿਰ ਵੀ ਤੁਸੀਂ ਆਪਣੀ ਸ਼ਖਸੀਅਤ ਬਣਾਉਣ ਅਤੇ ਆਪਣੇ ਆਪ ਵਿੱਚ ਸੁਰੱਖਿਅਤ ਰਹਿਣ ਦਾ ਪ੍ਰਬੰਧ ਕਰ ਸਕਦੇ ਹੋ। ਇਸਦੇ ਉਲਟ, ਸ਼ਾਈਜ਼ੋਫ੍ਰੇਨਿਕ ਹਮੇਸ਼ਾ ਝਿਜਕਦਾ ਰਹਿੰਦਾ ਹੈ ... "ਮੈਂ ਕੌਣ ਹਾਂ?" ਸੱਚੇ ਸਵੈ ਦੀ ਪਛਾਣ ਉਲਝਣ ਵਿੱਚ ਹੈ ਜਾਂ ਗੁਆਚ ਗਈ ਹੈ।

R *ਇਜੈਕਸ਼ਨ* (ਚਿੱਤਰ ਵਿੱਚ ਖੱਬੇ ਹੱਥ 'ਤੇ ਦਿਖਾਇਆ ਗਿਆ ਹੈ) ਸ਼ਾਈਜ਼ੋਫ੍ਰੇਨਿਕ ਦੇ ਅੰਦਰ ਸਥਾਪਤ ਸ਼ਖਸੀਅਤਾਂ ਵਿੱਚੋਂ ਇੱਕ ਵਿੱਚ ਨਿਯੰਤਰਣ ਭੂਤ ਹੈ। ਅਸਵੀਕਾਰ ਇੱਕ ਪਿੱਛੇ ਹਟਣ ਵਾਲੀ ਕਿਸਮ ਦੀ ਸ਼ਖਸੀਅਤ ਨੂੰ ਦਰਸਾਉਂਦਾ ਹੈ। (ਇਹ ਅੰਦਰ ਇੱਕ ਭਾਵਨਾ ਹੈ - ਇਹ ਅੰਦਰੋਂ ਪੀੜ੍ਹਾ ਹੈ ... ਇਹ ਪਿਆਰ ਦੀ ਭੁੱਖ ਹੈ ... ਇਹ ਅਸੁਰੱਖਿਆ ਹੈ ... ਇਹ ਹੀਣਤਾ ਹੈ ... ਇਹ ਕਲਪਨਾ ਹੈ ... ਇਹ ਅਸਥਾਈ ਹੈ - ਇਹ ਸਭ ਅੰਦਰੋਂ ਹੈ - "ਮੈਂ ਇਸ ਵਿੱਚ ਹਿੱਸਾ ਨਹੀਂ ਲੈਂਦਾ।") ਇਹ ਇੱਕ ਸ਼ਖਸੀਅਤ ਹੈ ਜਿਸਨੂੰ ਭੂਤਾਂ ਨੇ ਸਥਾਪਤ ਕੀਤਾ ਹੈ।

ਦੁਸ਼ਟ ਦੂਤਾਂ ਦੁਆਰਾ ਸਥਾਪਿਤ ਕੀਤਾ ਗਿਆ ਦੂਜਾ ਵਿਅਕਤੀਤਵ *"ਬਗਾਵਤ" ਹੈ।* (ਚਿੱਤਰ ਵਿੱਚ ਸੱਜੇ ਹੱਥ ਦੀ ਵਿਚਕਾਰਲੀ ਉਂਗਲੀ ਵੇਖੋ)। ਜਦੋਂ ਇੱਕ ਬੱਚੇ ਦੇ ਜੀਵਨ ਵਿੱਚ ਸੰਤੁਸ਼ਟੀਜਨਕ ਪਿਆਰ ਸਬੰਧ ਨਹੀਂ ਹੁੰਦੇ ਤਾਂ ਉਹ ਪਿਆਰ ਸਬੰਧਾਂ ਨੂੰ ਮਹਿਸੂਸ ਕਰਨ ਅਤੇ ਸਾਂਝਾ ਕਰਨ ਵਿੱਚ ਅਸਮਰੱਥ ਹੋ ਕੇ ਵੱਡਾ ਹੁੰਦਾ ਹੈ। ਇੱਕ ਬਗਾਵਤ ਸ਼ੁਰੂ ਹੋ ਜਾਂਦੀ ਹੈ। ਉਹ ਪਿਆਰ ਲਈ ਲੜਨਾ ਸ਼ੁਰੂ ਕਰ ਦਿੰਦਾ ਹੈ। ਜਾਂ ਉਹ ਉਨ੍ਹਾਂ ਲੋਕਾਂ 'ਤੇ ਵਾਰ ਕਰਦਾ ਹੈ ਜਿਨ੍ਹਾਂ ਨੇ ਉਸਨੂੰ ਪਿਆਰ ਤੋਂ ਭੁੱਖਾ ਰੱਖਿਆ ਹੈ। ਬਗਾਵਤ ਜ਼ਿੱਦੀ, ਸਵੈ-ਇੱਛਾ ਅਤੇ ਸੁਆਰਥ ਵਿੱਚ ਆਪਣੇ ਆਪ ਨੂੰ ਪ੍ਰਗਟ ਕਰਦੀ ਹੈ। ਇੱਥੇ ਇੱਕ ਹੋਰ ਵਿਅਕਤੀਤਵ ਹੈ। ਇਹ ਵਿਅਕਤੀ ਅੰਦਰ ਵੱਲ ਅਤੇ ਪਿੱਛੇ ਹਟਿਆ ਨਹੀਂ ਹੈ। ਇਹ ਹਮਲਾਵਰ ਹੈ ਅਤੇ ਗੁੱਸੇ, ਕੁੜੱਤਣ, ਨਾਰਾਜ਼ਗੀ, ਨਫ਼ਰਤ ਅਤੇ ਬਦਲੇ ਵਿੱਚ ਹਮਲਾ ਕਰਦਾ ਹੈ। ਸ਼ਾਈਜ਼ੋਫ੍ਰੇਨਿਕ ਸ਼ਾਬਦਿਕ ਤੌਰ 'ਤੇ ਇਨ੍ਹਾਂ ਦੋ ਵਿਰੋਧੀ ਸ਼ਕਤੀਆਂ ਦੇ ਅਧੀਨ ਹੈ। ਉਹ ਇੱਕ ਪਲ ਦੇ ਸਮੇਂ ਵਿੱਚ ਇੱਕ ਕਿਸਮ ਦੀ ਸ਼ਖਸੀਅਤ ਤੋਂ ਦੂਜੀ ਵਿੱਚ ਬਦਲ ਸਕਦਾ ਹੈ।

ਪ੍ਰਭੂ ਨੇ ਮੈਨੂੰ ਦਿਖਾਇਆ ਕਿ ਮੈਨੂੰ ਸ਼ਾਈਜ਼ੋਫ੍ਰੇਨਿਕ ਵਿਅਕਤੀ ਨੂੰ "ਸਾਰਾਹ ਇੱਕ" ਅਤੇ "ਸਾਰਾਹ ਦੋ" ਵਜੋਂ ਦਰਸਾਉਣਾ ਚਾਹੀਦਾ ਹੈ - "ਸਾਰਾਹ ਇੱਕ" ਅਸਲ ਵਿਅਕਤੀ ਹੈ, ਅਤੇ "ਸਾਰਾਹ ਦੋ" ਸ਼ਾਈਜ਼ੋਫ੍ਰੇਨਿਕ ਸ਼ਖਸੀਅਤ ਹੈ ਜਿਸਦੇ ਦੋ ਪਾਸੇ ਹਨ। ਇਸ ਲਈ, ਅਸਲ ਵਿੱਚ ਤਿੰਨ ਸ਼ਖਸੀਅਤਾਂ ਸ਼ਾਮਲ ਹਨ - ਅਸਲ ਸ਼ਖਸੀਅਤ, ਅਸਵੀਕਾਰ ਸ਼ਖਸੀਅਤ ਅਤੇ ਵਿਦਰੋਹੀ ਸ਼ਖਸੀਅਤ। ਤੀਹ ਮਿੰਟਾਂ ਦੇ ਸਮੇਂ ਵਿੱਚ ਕੋਈ ਵੀ ਤਿੰਨੋਂ ਸ਼ਖਸੀਅਤਾਂ ਨੂੰ ਪ੍ਰਗਟ ਹੁੰਦਾ ਦੇਖ ਸਕਦਾ ਹੈ। ਕੁਦਰਤੀ ਤੌਰ 'ਤੇ, ਇਹ ਵਿਅਕਤੀ ਦੇ ਨਾਲ-ਨਾਲ ਉਸਦੇ ਆਲੇ ਦੁਆਲੇ ਦੇ ਲੋਕਾਂ ਲਈ ਬਹੁਤ ਉਲਝਣ ਪੈਦਾ ਕਰਦਾ ਹੈ।

ਅਸਲੀ ਵਿਅਕਤੀ "ਹੱਥਾਂ" ਵਿੱਚੋਂ ਕੋਈ ਵੀ ਨਹੀਂ ਹੈ। "ਅਸਲ ਸਵੈ" ਨੂੰ ਬਾਹਾਂ ਦੇ ਵਿਚਕਾਰਲੇ ਦ੍ਰਿਸ਼ਟਾਂਤ ਵਿੱਚ, ਹੇਠਾਂ ਦਿਖਾਇਆ ਗਿਆ ਹੈ। ਭੂਤਾਂ ਨੇ ਅਸਲ ਸਵੈ ਨੂੰ ਵਿਕਸਤ ਹੋਣ ਨਹੀਂ ਦਿੱਤਾ ਹੈ। ਸ਼ਾਈਜ਼ੋਫ੍ਰੇਨਿਕ ਆਪਣੇ ਅਸਲ ਸਵੈ ਨੂੰ ਨਹੀਂ ਜਾਣਦਾ। ਜਦੋਂ ਸ਼ਾਈਜ਼ੋਫ੍ਰੇਨਿਕ ਨੂੰ ਜਨਮ ਦੇਣਾ ਸ਼ੁਰੂ ਹੁੰਦਾ ਹੈ, ਤਾਂ ਅਸਲ ਸਵੈ ਵਿੱਚ ਯਿਸੂ ਹੋਣਾ ਚਾਹੀਦਾ ਹੈ। ਯਿਸੂ ਨੂੰ ਵਿਅਕਤੀ ਵਿੱਚ ਵਧਣਾ ਸ਼ੁਰੂ ਕਰਨਾ ਚਾਹੀਦਾ ਹੈ, ਉਸ ਸ਼ਖਸੀਅਤ ਨੂੰ ਵਿਕਸਤ ਕਰਨਾ ਚਾਹੀਦਾ ਹੈ, ਅਤੇ ਇਸਨੂੰ ਉਹ ਬਣਾਉਣਾ

ਚਾਹੀਦਾ ਹੈ ਜੋ ਉਹ ਚਾਹੁੰਦਾ ਹੈ। ਇਹੀ ਕਾਰਨ ਹੈ ਕਿ ਸ਼ਾਈਜ਼ੋਫ੍ਰੇਨਿਕ ਮੁਕਤੀ ਲਈ ਸਮੇਂ ਦੀ ਲੋੜ ਹੁੰਦੀ ਹੈ - ਕਈ ਵਾਰ ਕਈ ਮਹੀਨੇ ਜਾਂ ਇੱਕ ਸਾਲ, ਜਾਂ ਇਸ ਤੋਂ ਵੱਧ। ਮੁਕਤੀ "ਅਸਲ ਸਵੈ" ਦੇ ਵਿਕਾਸ ਦੇ ਨਾਲ ਸੰਤੁਲਨ ਵਿੱਚ ਕੰਮ ਕਰਨੀ ਚਾਹੀਦੀ ਹੈ। ਇਸਨੂੰ ਜਲਦਬਾਜ਼ੀ ਵਿੱਚ ਨਹੀਂ ਲਿਆ ਜਾ ਸਕਦਾ, ਕਿਉਂਕਿ ਵਿਅਕਤੀ ਲਈ ਵਾਪਸ ਡਿੱਗਣ ਲਈ ਕੁਝ ਵੀ ਨਹੀਂ ਹੈ। ਜੇਕਰ ਸ਼ਾਈਜ਼ੋਫ੍ਰੇਨਿਕ ਵਿਅਕਤੀ ਦੇ ਹਰ ਭੂਤ ਨੂੰ ਅਚਾਨਕ ਬਾਹਰ ਕੱਢ ਦਿੱਤਾ ਜਾਂਦਾ ਹੈ ਤਾਂ ਉਹ ਪੂਰੀ ਤਰ੍ਹਾਂ ਗੁਆਚਿਆ ਹੋਇਆ ਮਹਿਸੂਸ ਕਰੇਗਾ। "ਅਸਲ ਸਵੈ" ਨਾਲ ਪਛਾਣ ਲਈ ਸਮੇਂ ਦੀ ਲੋੜ ਹੁੰਦੀ ਹੈ। ਜਿਵੇਂ ਕਿ ਸ਼ਾਈਜ਼ੋਫ੍ਰੇਨਿਕ ਸੁਭਾਅ ਨੂੰ ਬਾਹਰ ਕੱਢ ਦਿੱਤਾ ਜਾਂਦਾ ਹੈ, ਅਸਲ ਸ਼ਖਸੀਅਤ ਨੂੰ ਇਸਨੂੰ ਬਦਲਣ ਲਈ ਅੱਗੇ ਆਉਣਾ ਚਾਹੀਦਾ ਹੈ।

ਮੈਨੂੰ ਇਹ ਦਰਸਾਉਣ ਦਿਓ ਕਿ ਜਦੋਂ ਇੱਕ ਸ਼ਾਈਜ਼ੋਫ੍ਰੇਨਿਕ ਮੁਕਤੀ ਦੀ ਪ੍ਰਕਿਰਿਆ ਵਿੱਚ ਹੁੰਦਾ ਹੈ ਤਾਂ ਕੀ ਹੋ ਸਕਦਾ ਹੈ। ਉਹ ਅਧਿਕਾਰ ਦੇ ਅਧੀਨ ਹੋਣਾ ਸਿੱਖ ਰਿਹਾ ਹੋ ਸਕਦਾ ਹੈ। ਉਸਨੂੰ ਇੱਕ ਪ੍ਰੀਖਿਆ ਦਾ ਸਾਹਮਣਾ ਕਰਨਾ ਪੈ ਰਿਹਾ ਹੈ। ਇੱਕ ਅਜਿਹੀ ਸਥਿਤੀ ਹੈ ਜਿੱਥੇ ਉਸਨੂੰ ਅਧੀਨ ਹੋਣਾ ਪੈਂਦਾ ਹੈ। ਉਸਨੂੰ ਅਧੀਨ ਹੋਣ ਦੀ ਆਦਤ ਨਹੀਂ ਹੈ। ਉਹ ਕੀ ਕਰੇਗਾ? ਕੀ ਉਹ ਵਾਪਸ ਅਸਵੀਕਾਰ ਵਿੱਚ ਪੈ ਜਾਵੇਗਾ... ਆਪਣੇ ਕਮਰੇ ਵਿੱਚ ਜਾਵੇਗਾ? ... ਆਪਣਾ ਚਿਹਰਾ ਢੱਕ ਲਵੇਗਾ? ... ਕਿਸੇ ਨਾਲ ਗੱਲ ਕਰਨ ਤੋਂ ਇਨਕਾਰ ਕਰੇਗਾ? ਜਾਂ, ਕੀ ਉਹ ਦੁਬਾਰਾ ਬਗਾਵਤ ਵਿੱਚ ਪੈ ਜਾਵੇਗਾ... ਪ੍ਰਗਟ ਕਰਨਾ ਗੁੱਸਾ? ...ਅੱਗੇ ਵਧਣਾ? ...ਜ਼ਿੱਦੀ ਦਿਖਾਉਣਾ?

ਜਾਂ, ਕੀ ਉਹ ਯਿਸੂ ਦੇ ਸੁਭਾਅ ਨੂੰ ਸਾਹਮਣੇ ਆਉਣ ਦੇਵੇਗਾ... ਸਹਿਯੋਗ ਕਰਨਾ? ... ਅਧਿਕਾਰ ਦੇ ਅਧੀਨ ਹੋਣਾ? ... ਅਧੀਨ ਹੋਣਾ? ਫੈਸਲਾ ਉਸਦਾ ਹੈ। ਉਸਨੂੰ ਭੂਤਾਂ ਨਾਲ ਸਮਝੌਤਾ ਕਰਨ ਅਤੇ ਪੁਰਾਣੀਆਂ ਆਦਤਾਂ ਦੇ ਪੈਟਰਨਾਂ ਨੂੰ ਤੋੜਨ ਲਈ ਤਿਆਰ ਹੋਣਾ ਚਾਹੀਦਾ ਹੈ। "ਅਸਲੀ ਸਵੈ" ਮਸੀਹ ਵਿੱਚ ਇੰਨਾ ਮਜ਼ਬੂਤ ਹੋ ਗਿਆ ਹੋਣਾ ਚਾਹੀਦਾ ਹੈ ਕਿ ਉਹ ਸਹੀ ਫੈਸਲੇ ਨੂੰ ਜਾਰੀ ਰੱਖ ਸਕੇ।

ਚਿੱਤਰ ਵਿੱਚ ਤੁਸੀਂ ਉੱਪਰੋਂ, ਦੋਵਾਂ ਹੱਥਾਂ ਦੇ ਵਿਚਕਾਰ ਇੱਕ ਘੁੰਮਣਘੇਰੀ ਵੇਖੋਗੇ। ਇਹ ਇੱਕ "ਤੂਫ਼ਾਨ" ਨੂੰ ਦਰਸਾਉਂਦਾ ਹੈ। ਸ਼ਾਈਜ਼ੋਫ੍ਰੇਨਿਕ ਵਿਅਕਤੀ ਲਗਾਤਾਰ ਆਪਣੇ ਆਲੇ-ਦੁਆਲੇ "ਤੂਫ਼ਾਨ" ਬਣਾਉਂਦਾ ਰਹਿੰਦਾ ਹੈ। ਉਹ ਇਹਨਾਂ ਤੂਫ਼ਾਨਾਂ ਵਿੱਚ ਫਸਿਆ ਰਹਿੰਦਾ ਹੈ, ਅਤੇ ਦੂਜੇ ਨੂੰ, ਜੋ ਹੋ ਰਿਹਾ ਹੈ ਉਸ ਨਾਲ ਸੰਬੰਧਿਤ ਹੋਣਾ ਚਾਹੀਦਾ ਹੈ। ਧਿਆਨ ਦਿਓ ਕਿ ਕੁਝ ਤੀਰਾਂ ਵਿੱਚ ਘੁੰਮਣਘੇਰੀ ਜਾਂ "ਤੂਫ਼ਾਨ" ਵੀ ਹੁੰਦੇ ਹਨ। ਜੇਕਰ ਸੰਬੰਧ ਬਣਾਉਣ ਦੀ ਕੋਸ਼ਿਸ਼ ਕਰਨ ਵਾਲਾ ਵਿਅਕਤੀ ਵੀ ਅਸਥਿਰ ਹੈ ਤਾਂ ਉਹ ਆਪਣੇ ਤੂਫ਼ਾਨ ਨੂੰ ਸ਼ਾਈਜ਼ੋਫ੍ਰੇਨਿਕ ਦੇ ਤੂਫ਼ਾਨ ਵਿੱਚ ਲਿਆਉਂਦਾ ਹੈ। ਫਿਰ ਤੁਹਾਡੇ ਕੋਲ ਤੂਫ਼ਾਨ ਦੇ ਅੰਦਰ ਇੱਕ ਤੂਫ਼ਾਨ ਹੈ। ਹੋਰ ਤੀਰ ਸਿੱਧੇ ਹਨ। ਇਹ ਉਹਨਾਂ ਵਿਅਕਤੀਆਂ ਨੂੰ ਦਰਸਾਉਂਦੇ ਹਨ ਜੋ ਸਥਿਰ ਹਨ ਅਤੇ "ਤੂਫ਼ਾਨ" ਨਾਲ ਸਥਿਰ ਤਰੀਕੇ ਨਾਲ ਸੰਬੰਧਿਤ ਹੋ ਸਕਦੇ ਹਨ। ਅਜਿਹਾ ਵਿਅਕਤੀ ਨੁਕਸਾਨ ਜਾਂ ਜ਼ਖ਼ਮ ਤੋਂ ਬਿਨਾਂ ਤੂਫ਼ਾਨ ਨਾਲ ਜੁੜ ਸਕਦਾ ਹੈ। ਉਹ ਹਫੜਾ-ਦਫੜੀ ਦੁਆਰਾ ਫੜਿਆ ਨਹੀਂ ਜਾਂਦਾ ਹੈ। ਮੁਕਤੀ ਸੇਵਕ ਨੂੰ ਇੱਕ ਸਿੱਧੇ ਤੀਰ ਦੇ ਰੂਪ ਵਿੱਚ ਆਉਣ ਦੇ ਯੋਗ ਹੋਣਾ ਚਾਹੀਦਾ ਹੈ।

ਤੂਫ਼ਾਨ ਦੇ ਇਹ ਸਮੇਂ ਕੁੜੱਤਣ ਦੀ ਜੜ੍ਹ ਨੂੰ ਬਣਾਉਣ ਦਾ ਕਾਰਨ ਬਣਦੇ ਹਨ (ਸੱਜਾ ਹੱਥ ਦੇਖੋ) ਅਤੇ ਹੋਰ ਡੂੰਘਾਈ ਤੱਕ ਧੱਕੇ ਜਾਂਦੇ ਹਨ।

ਹੁਣ, ਆਓ ਦੇਖੀਏ ਕਿ ਖੱਬੇ ਹੱਥ ਦੀਆਂ ਦੂਜੀਆਂ ਉਂਗਲਾਂ ਕੀ ਦਰਸਾਉਂਦੀਆਂ ਹਨ। "ਰਿੰਗ ਫਿੰਗਰ" ਨੂੰ *ਕਾਮ-ਵਾਸਨਾ ਕਿਹਾ ਜਾਂਦਾ ਹੈ।* ਪ੍ਰਭੂ ਨੇ ਮੈਨੂੰ ਦਿਖਾਇਆ ਕਿ ਇਹ ਭੂਤ ਇੱਕ ਵਿਅਕਤੀ ਨੂੰ ਪਿਆਰ ਲਈ ਦੁਨੀਆਂ ਵਿੱਚ "ਵਿਆਹ" ਕਰਦਾ ਹੈ। ਵਾਸਨਾ ਅਸਵੀਕਾਰ ਵਿੱਚ ਜੜ੍ਹੀ ਹੋਈ ਹੈ। ਜੇਕਰ ਕਿਸੇ ਨੂੰ ਜੀਵਨ ਦੇ ਆਮ ਚੈਨਲਾਂ ਰਾਹੀਂ ਸੰਤੁਸ਼ਟੀਜਨਕ ਪਿਆਰ ਨਹੀਂ ਮਿਲਿਆ ਹੈ, ਤਾਂ ਸਰੀਰਕ ਪ੍ਰਕਿਰਤੀ ਆਪਣੇ ਕਿਸਮ ਦੇ ਪਿਆਰ-ਕਾਮ-ਵਾਸਨਾਤਮਕ ਪਿਆਰ ਦੀ ਭਾਲ ਕਰਨਾ ਸ਼ੁਰੂ ਕਰ ਦੇਵੇਗੀ। ਇਸ ਤਰ੍ਹਾਂ, ਵਾਸਨਾ ਦੇ ਭੂਤ ਦੇ ਪ੍ਰਵੇਸ਼ ਲਈ ਦਰਵਾਜ਼ਾ ਖੁੱਲ੍ਹ ਜਾਂਦਾ ਹੈ। ਇਸ ਸਮੂਹ ਵਿੱਚ ਇੱਕ ਸਾਥੀ ਭਾਵਨਾ *ਕਲਪਨਾ ਵਾਸਨਾ ਹੈ* ਜੋ ਵਿਅਕਤੀ ਨੂੰ ਕਲਪਨਾ ਕਰਨ ਦਾ ਕਾਰਨ ਬਣ ਸਕਦੀ ਹੈ ਕਿ ਉਹ ਮੋਸ਼ਨ ਪਿਕਚਰ ਸੰਸਾਰ ਦਾ ਕੋਈ ਮਹਾਨ ਪ੍ਰੇਮੀ ਹੈ ਜਾਂ ਸਪੱਸ਼ਟ ਕੰਮਾਂ ਦੀ ਸ਼ੁਰੂਆਤ ਵਜੋਂ ਕਲਪਨਾ ਜਿਨਸੀ

ਅਨੁਭਵਾਂ ਦਾ ਹੈ। ਔਰਤਾਂ ਵਿੱਚ *ਵੇਸਵਾਪੁਣੇ ਦੀ ਭਾਵਨਾ* ਪਹਿਲਾਂ ਪਹਿਰਾਵੇ ਅਤੇ ਭੜਕਾਊਤਾ ਵਿੱਚ ਪ੍ਰਗਟ ਹੋ ਸਕਦੀ ਹੈ। ਜਿਨਸੀ ਵਿਗਾੜ ਅਸਵੀਕਾਰ ਨੂੰ ਦੂਰ ਕਰਨ ਦੀਆਂ ਅਤਿਅੰਤ ਕੋਸ਼ਿਸ਼ਾਂ ਨੂੰ ਦਰਸਾਉਂਦੇ ਹਨ।

ਜਿਨਸੀ ਅਨੁਭਵ, ਅਸਲੀ ਜਾਂ ਕਾਲਪਨਿਕ, ਕਦੇ ਵੀ ਸੱਚੇ ਪਿਆਰ ਦੀ ਜ਼ਰੂਰਤ ਨੂੰ ਪੂਰਾ ਨਹੀਂ ਕਰ ਸਕਦੇ। ਇਹ ਸੱਚੇ ਪਿਆਰ ਲਈ ਸ਼ੈਤਾਨ ਦੇ ਬਦਲ ਹਨ ਅਤੇ ਇੱਕ ਵਿਅਕਤੀ ਨੂੰ ਨਿਰਾਸ਼ਾ ਅਤੇ ਦੋਸ਼ ਭਾਵਨਾ ਨਾਲ ਭਰੇ ਹੋਏ ਛੱਡ ਦਿੰਦੇ ਹਨ। ਖੱਬੇ ਹੱਥ ਦੀ ਛੋਟੀ ਉਂਗਲੀ *ਅਸੁਰੱਖਿਆ* ਅਤੇ *ਹੀਣਤਾ ਨੂੰ ਦਰਸਾਉਂਦੀ ਹੈ।* ਇਹ ਅਸਵੀਕਾਰ ਦਾ ਇੱਕ ਹੋਰ ਪ੍ਰਗਟਾਵਾ ਹੈ। ਜਿਸ ਵਿਅਕਤੀ ਨੂੰ ਅਸਵੀਕਾਰ ਦੀ ਡੂੰਘੀ ਭਾਵਨਾ ਹੁੰਦੀ ਹੈ, ਉਹ ਅਸੁਰੱਖਿਅਤ ਅਤੇ ਹੀਣ ਮਹਿਸੂਸ ਕਰਦਾ ਹੈ।

ਖੱਬੇ ਹੱਥ ਦੀ ਉਂਗਲ " *ਆਪਣੇ ਆਪ 'ਤੇ ਦੋਸ਼" ਹੈ।* ਇਹ ਭੂਤ ਇੱਕ ਵਿਅਕਤੀ ਨੂੰ ਆਪਣੇ ਵਿਰੁੱਧ ਕਰਨ ਦਾ ਕਾਰਨ ਬਣਦਾ ਹੈ ਅਤੇ ਉਸਦੀ ਨਿੱਜੀ ਕੀਮਤ ਦੀ ਭਾਵਨਾ ਨੂੰ ਢਾਹ ਦਿੰਦਾ ਹੈ। ਜ਼ਿਆਦਾਤਰ ਮਾਮਲਿਆਂ ਵਿੱਚ ਅਸੀਂ *"ਆਪਣੇ ਆਪ 'ਤੇ ਦੋਸ਼" ਨੂੰ " ਇਕਬਾਲ ਕਰਨ ਦੀ ਮਜਬੂਰੀ "* ਦੇ ਨਾਲ ਜੋੜਿਆ ਹੈ। ਉਦਾਹਰਣ ਵਜੋਂ, ਜੇਕਰ ਵਿਅਕਤੀ ਅਨੈਤਿਕਤਾ ਵਿੱਚ ਡਿੱਗ ਗਿਆ ਹੈ ਤਾਂ ਉਹ ਉਦੋਂ ਤੱਕ ਆਰਾਮ ਨਹੀਂ ਕਰ ਸਕਦਾ ਜਦੋਂ ਤੱਕ ਉਹ ਆਪਣੀ ਗਲਤੀ ਨੂੰ ਕਬੂਲ ਨਹੀਂ ਕਰ ਲੈਂਦਾ। ਉਹ ਆਮ ਤੌਰ 'ਤੇ ਉਨ੍ਹਾਂ ਲੋਕਾਂ ਨੂੰ ਇਕਬਾਲ ਕਰਦਾ ਹੈ ਜਿਨ੍ਹਾਂ ਨੂੰ ਉਸਨੂੰ ਸਭ ਤੋਂ ਵੱਧ ਪਿਆਰ ਦਿਖਾਉਣਾ ਚਾਹੀਦਾ ਹੈ। ਉਹ ਅਜਿਹਾ ਕਰਨ ਲਈ ਪ੍ਰੇਰਿਤ ਹੁੰਦਾ ਹੈ ਤਾਂ ਜੋ ਦੂਜਿਆਂ ਨੂੰ ਉਸਨੂੰ ਜ਼ਬਰਦਸਤੀ ਧਿਆਨ ਦੇਣ ਲਈ "ਝਟਕਾ" ਦਿੱਤਾ ਜਾ ਸਕੇ ਅਤੇ ਇਸ ਤਰ੍ਹਾਂ ਪਿਆਰ ਦਾ ਬਦਲ ਲੱਭਿਆ ਜਾ ਸਕੇ।

ਹੁਣ, ਆਓ ਦ੍ਰਿਸ਼ਟਾਂਤ ਵਿੱਚ ਸੱਜੇ ਹੱਥ ਵੱਲ ਚੱਲੀਏ। ਦ੍ਰਿਸ਼ਟਾਂਤ ਵਿੱਚ ਵਿਚਕਾਰਲੀ ਉਂਗਲੀ ਨੂੰ "ਬਗਾਵਤ" ਕਿਹਾ ਗਿਆ ਹੈ। ਜਿਵੇਂ ਕਿ ਅਸੀਂ ਦੇਖਿਆ ਹੈ, ਬਗਾਵਤ ਭੂਤਾਂ ਦੁਆਰਾ ਸਥਾਪਤ ਝੂਠੇ ਸ਼ਖਸੀਅਤਾਂ ਵਿੱਚੋਂ ਇੱਕ ਦੀ ਪਛਾਣ ਕਰਦੀ ਹੈ। ਭੂਤਾਂ ਦੇ ਇਸ ਸਮੂਹ ਨੂੰ "ਅਸਵੀਕਾਰ" ਲਈ ਮੁਆਵਜ਼ਾ ਦੇਣ ਵਾਲੀਆਂ ਆਤਮਾਵਾਂ ਮੰਨਿਆ ਜਾ ਸਕਦਾ ਹੈ। ਬਗਾਵਤ ਅਸਵੀਕਾਰ ਦੇ ਉਲਟ ਹੈ। ਇੱਕ ਭਾਵਪੂਰਨ ਅਤੇ ਅਸ਼ਾਂਤ ਹੈ, ਦੂਜਾ ਪਿੱਛੇ ਹਟਿਆ ਹੋਇਆ ਅਤੇ ਅਸੁਰੱਖਿਅਤ ਹੈ।

ਸੱਜੇ ਹੱਥ ਦੀ ਅੰਗੂਠੀ *ਸਵੈ-ਇੱਛਾ ਨੂੰ ਦਰਸਾਉਂਦੀ ਹੈ। ਇਹ ਭੂਤ ਇੱਕ ਵਿਅਕਤੀ ਨੂੰ ਸਵਾਰਥੀ ਇੱਛਾਵਾਂ ਨਾਲ "ਵਿਆਹ" ਦਿੰਦਾ ਹੈ। ਇਹ ਜ਼ਿੱਦੀ , ਸਵਾਰਥ* ਅਤੇ *ਅਸਿੱਖਿਅਤ ਹੋਣ* ਦਾ ਰਾਹ ਖੋਲ੍ਹਦਾ ਹੈ । ਦੁਬਾਰਾ, ਅਸੀਂ *ਅਸਵੀਕਾਰ* ਦਾ ਮੁਆਵਜ਼ਾ ਦੇਖਦੇ ਹਾਂ । ਕਿਉਂਕਿ ਵਿਅਕਤੀ ਨੂੰ ਅਸਵੀਕਾਰ ਕੀਤਾ ਗਿਆ ਹੈ ਜਾਂ ਅਸਵੀਕਾਰ ਤੋਂ ਡਰਦਾ ਹੈ, ਉਹ ਆਪਣੇ ਆਪ ਨੂੰ ਲਾਡ-ਪਿਆਰ ਕਰਨ ਲਈ ਪ੍ਰੇਰਿਤ ਹੁੰਦਾ ਹੈ... ਆਪਣੇ ਆਪ ਨੂੰ ਅੱਗੇ ਵਧਾਉਣ ਲਈ। ਇਸ ਤਰ੍ਹਾਂ ਉਹ ਅਸਵੀਕਾਰ ਦੀਆਂ ਭਾਵਨਾਵਾਂ ਨੂੰ ਦੂਰ ਕਰਨ ਦੀ ਕੋਸ਼ਿਸ਼ ਕਰ ਰਿਹਾ ਹੈ।

ਇੰਡੈਕਸ ਉਂਗਲ ਨੂੰ *ਦੋਸ਼ ਕਿਹਾ ਜਾਂਦਾ ਹੈ।* ਇਹ ਵੀ ਇੱਕ ਮੁਆਵਜ਼ਾ ਦੇਣ ਵਾਲਾ ਭੂਤ ਹੈ। ਇਹ ਅਸਵੀਕਾਰ ਤੋਂ ਧਿਆਨ ਹਟਾਉਂਦਾ ਹੈ। ਇਹ ਦੂਜਿਆਂ ਵੱਲ ਧਿਆਨ ਖਿੱਚ ਕੇ ਆਪਣੇ ਆਪ 'ਤੇ ਇਕਾਗਰਤਾ ਨੂੰ ਖਤਮ ਕਰਨ ਦੀ ਕੋਸ਼ਿਸ਼ ਕਰਦਾ ਹੈ। ਖੱਬੀ ਉਂਗਲ ਆਪਣੇ ਆਪ ਵੱਲ ਇਸ਼ਾਰਾ ਕਰਦੀ ਹੈ - "ਮੈਂ ਦੋਸ਼ੀ ਹਾਂ," ਜਦੋਂ ਕਿ ਸੱਜੀ ਉਂਗਲ ਦੂਜਿਆਂ ਵੱਲ ਇਸ਼ਾਰਾ ਕਰਦੀ ਹੈ - "ਤੁਸੀਂ ਦੋਸ਼ੀ ਹੋ।" ਦੋਸ਼ ਲਗਾਉਣ ਵਾਲਾ ਭੂਤ *ਨਿਰਣਾਇਕਤਾ ਦੇ ਸਾਥੀ ਆਤਮਾਵਾਂ ਲਈ ਦਰਵਾਜ਼ਾ ਖੋਲ੍ਹਦਾ ਹੈ।*

ਸੱਜੇ ਹੱਥ ਦੀ ਛੋਟੀ ਉਂਗਲੀ *ਸਵੈ-ਧੋਖਾ ਹੈ।* ਇਸਦੇ ਸਾਥੀ *ਭਰਮ , ਸਵੈ-ਭਰਮ* ਅਤੇ *ਹੰਕਾਰ ਹਨ।* "ਸਵੈ" ਦੀਆਂ ਇਹ ਤਿੰਨ ਆਤਮਾਵਾਂ ਹੰਕਾਰ ਨੂੰ ਵਧਾਉਂਦੀਆਂ ਹਨ। ਹੰਕਾਰ ਅਸਵੀਕਾਰ ਲਈ ਇੱਕ ਹੋਰ ਮੁਆਵਜ਼ਾ ਹੈ। ਜੋ ਵਿਅਕਤੀ ਅਸਵੀਕਾਰ ਮਹਿਸੂਸ ਕਰਦਾ ਹੈ ਉਹ ਮਹੱਤਵਪੂਰਨ ਮਹਿਸੂਸ ਕਰਨਾ ਚਾਹੁੰਦਾ ਹੈ। *ਭਰਮ ਦੀ ਭਾਵਨਾ* ਆਉਂਦੀ ਹੈ ਅਤੇ ਕਹਿੰਦੀ ਹੈ, "ਤੁਸੀਂ ਸੱਚਮੁੱਚ ਕੋਈ ਹੋ"; 'ਤੁਸੀਂ ਇੱਕ ਅਧਿਆਤਮਿਕ ਦੈਂਤ ਹੋ!", ਜਾਂ ਕਿਸੇ ਹੋਰ ਕਿਸਮ ਦਾ ਦੈਂਤ। ਜਿਸ ਹੰਕਾਰ ਨੂੰ ਜ਼ਖਮੀ ਕੀਤਾ ਗਿਆ ਹੈ ਉਸਨੂੰ ਹੁਲਾਰਾ ਦਿੱਤਾ ਜਾਪਦਾ ਹੈ। ਪਰ ਇਹ ਸਭ ਸ਼ੈਤਾਨੀ ਹੈ। ਇਹ ਸਿਰਫ ਵੱਡੀ ਨਿਰਾਸ਼ਾ ਅਤੇ ਨਿਰਾਸ਼ਾ ਵੱਲ ਲੈ ਜਾਂਦਾ ਹੈ।

ਸੇਵਕਾਈ ਦੇ ਇੱਕ ਮਾਮਲੇ ਵਿੱਚ, *ਆਪਣੇ ਆਪ ਨੂੰ ਧੋਖਾ ਦੇਣ ਦੀ ਭਾਵਨਾ ਨੇ* ਇੱਕ ਤੇਰਾਂ ਸਾਲਾਂ ਦੀ ਕੁੜੀ ਨੂੰ ਯਕੀਨ ਦਿਵਾਇਆ ਸੀ ਕਿ ਉਹ ਉਨ੍ਹੀ ਸਾਲਾਂ ਦੀ ਹੈ। ਉਸਨੇ ਆਪਣੇ ਦੂਜੇ ਵਿਅਕਤੀ ਨਾਲ ਜਾਣ ਲਈ ਇੱਕ ਹੋਰ ਨਾਮ ਅਪਣਾਇਆ।

ਉਸਨੇ ਇੱਕ ਵੱਡੀ ਕੁੜੀ ਵਾਂਗ ਸੋਚਣ, ਬੋਲਣ ਅਤੇ ਕੰਮ ਕਰਨ ਦੀ ਕੋਸ਼ਿਸ਼ ਕੀਤੀ। ਉਸਨੂੰ ਉਸਦੀ ਯੋਗਤਾਵਾਂ ਅਤੇ ਉਸਦੀ ਆਮ ਪਰਿਪੱਕਤਾ ਤੋਂ ਪਰੇ ਧੱਕ ਦਿੱਤਾ ਗਿਆ ਸੀ। ਇਸਨੇ ਉਸਦੇ ਜ਼ੁਲਮ ਵਿੱਚ ਬਹੁਤ ਵਾਧਾ ਕੀਤਾ।

ਪ੍ਰਕਾਸ਼ ਰਾਹੀਂ ਪ੍ਰਭੂ ਨੇ ਦਿਖਾਇਆ ਕਿ ਅੰਗੂਠੇ ਕਿਵੇਂ ਸ਼ਾਈਜ਼ੋਫਰੀਨੀਆ ਦੇ "ਪੈਰਾਨੋਇਡ" ਪੜਾਅ ਨੂੰ ਦਰਸਾਉਂਦੇ ਹਨ। ਇਸਦਾ ਇੱਕ ਹਿੱਸਾ ਖੱਬੇ ਅੰਗੂਠੇ ਵਿੱਚ ਦਰਸਾਇਆ ਗਿਆ ਹੈ ਕਿਉਂਕਿ ਇਹ ਅਸਵੀਕਾਰ ਵਿੱਚ ਜੜ੍ਹਾਂ ਰੱਖਦਾ ਹੈ। ਅਸਵੀਕਾਰ ਵਾਲੇ ਪਾਸੇ *ਈਰਖਾ* ਅਤੇ *ਈਰਖਾ ਦੀਆਂ ਆਤਮਾਵਾਂ ਹਨ।* ਜਿਹੜੇ ਲੋਕ ਆਪਸੀ ਪਿਆਰ ਸਬੰਧਾਂ ਵਿੱਚ ਘਾਟ ਰੱਖਦੇ ਹਨ ਉਹ ਉਨ੍ਹਾਂ ਲੋਕਾਂ ਨਾਲ ਈਰਖਾ ਅਤੇ ਈਰਖਾ ਕਰਦੇ ਹਨ ਜੋ ਸੰਤੁਸ਼ਟੀਜਨਕ ਪਿਆਰ ਦਾ ਅਨੁਭਵ ਕਰਦੇ ਹਨ। ਬਗਾਵਤ ਵਾਲੇ ਪਾਸੇ *ਅਵਿਸ਼ਵਾਸ* , *ਸ਼ੱਕ, ਡਰ* ਅਤੇ *ਅਤਿਆਚਾਰ ਦੀਆਂ ਆਤਮਾਵਾਂ ਹਨ।* ਇਸ ਬਾਅਦ ਵਾਲੇ ਸਮੂਹ ਵਿੱਚ ਇੱਕ ਹੋਰ ਭੂਤ ਹੈ ਅਤੇ ਇਸਨੂੰ *"ਹਰ ਕੀਮਤ 'ਤੇ ਇਮਾਨਦਾਰੀ ਨਾਲ ਟਕਰਾਅ" ਕਿਹਾ ਜਾਂਦਾ ਹੈ।* ਵਿਅਕਤੀ ਵਿੱਚ ਸ਼ੱਕ ਅਤੇ ਅਵਿਸ਼ਵਾਸ ਉਦੋਂ ਤੱਕ ਵਧਦਾ ਰਹਿੰਦਾ ਹੈ ਜਦੋਂ ਤੱਕ ਉਹ ਦੂਜੇ ਵਿਅਕਤੀ ਦਾ ਸਾਹਮਣਾ ਕਰਨ ਲਈ ਮਜਬੂਰ ਨਹੀਂ ਹੁੰਦਾ। ਟਕਰਾਅ ਤੋਂ ਬਾਅਦ ਦਬਾਅ ਕੁਝ ਸਮੇਂ ਲਈ ਉਸਦੇ ਅੰਦਰ ਖਤਮ ਹੋ ਜਾਂਦਾ ਹੈ। ਪਰ ਇਹ ਹਮਲਾ ਕਰਨ ਵਾਲੇ ਵਿਅਕਤੀ ਨੂੰ *ਆਪਣੇ ਜ਼ਖ਼ਮਾਂ ਨੂੰ ਸੰਭਾਲਣ ਲਈ ਛੱਡ ਦਿੰਦਾ ਹੈ। ਪਾਗਲ ਭੂਤਾਂ* ਦੇ ਪ੍ਰਭਾਵ ਹੇਠ ਕੰਮ ਕਰਨ ਵਾਲਾ ਵਿਅਕਤੀ ਇਸ ਗੱਲ ਪ੍ਰਤੀ ਕਾਫ਼ੀ ਅਸੰਵੇਦਨਸ਼ੀਲ ਹੁੰਦਾ ਹੈ ਕਿ ਉਹ ਕਿੰਨੇ ਜ਼ਖ਼ਮ ਦਿੰਦਾ ਹੈ, ਫਿਰ ਵੀ ਉਹ ਆਪਣੇ ਪ੍ਰਤੀ ਹਰ ਅਪਰਾਧ ਪ੍ਰਤੀ ਬਹੁਤ ਸੰਵੇਦਨਸ਼ੀਲ ਹੁੰਦਾ ਹੈ।

ਉਂਗਲਾਂ ਅਤੇ ਅੰਗੂਠਿਆਂ ਵਿੱਚ ਦਰਸਾਇਆ ਗਿਆ ਪ੍ਰਕਾਸ਼ ਅਚਨਚੇਤ ਸਾਬਤ ਹੋਇਆ ਹੈ, ਜਿਵੇਂ ਕਿ ਸ਼ਾਈਜ਼ੋਫ੍ਰੇਨੀਆ ਵਾਲੇ ਕਈ ਸੇਵਕਾਂ ਦੁਆਰਾ ਨਿਰਣਾ ਕੀਤਾ ਗਿਆ ਹੈ। ਇਸ ਵਿੱਚ ਕੋਈ ਨੁਕਸ ਨਹੀਂ ਹੈ।

ਖੱਬੇ ਹੱਥ ਹੇਠਾਂ ਸੂਚੀਬੱਧ ਭੂਤ ਹੋਰ ਆਤਮਾਵਾਂ ਦੇ ਪ੍ਰਤੀਨਿਧੀ ਹਨ ਜੋ ਆਮ ਤੌਰ 'ਤੇ ਸ਼ਾਈਜ਼ੋਫਰੀਨੀਆ ਪੈਟਰਨ ਦੇ ਅਸਵੀਕਾਰ ਵਾਲੇ ਪਾਸੇ ਪਾਏ ਜਾਂਦੇ ਹਨ। ਇਹਨਾਂ ਵਿੱਚ ਵਿਅਕਤੀ ਤੋਂ ਵਿਅਕਤੀ ਵਿੱਚ ਕੁਝ ਭਿੰਨਤਾਵਾਂ ਹੋਣਗੀਆਂ। ਸੂਚੀ

ਸੰਪੂਰਨ ਹੋਣ ਦੀ ਬਜਾਏ ਸੁਝਾਅ ਦੇਣ ਵਾਲੀ ਹੈ। ਜ਼ਿਆਦਾਤਰ ਮਾਮਲਿਆਂ ਵਿੱਚ ਇਹ ਸਪੱਸ਼ਟ ਹੈ ਕਿ ਖੱਬੇ ਹੱਥ 'ਤੇ ਸੂਚੀਬੱਧ ਭੂਤ ਕਿਸੇ ਨਾ ਕਿਸੇ ਤਰੀਕੇ ਨਾਲ ਅਸਵੀਕਾਰ-ਕਿਸਮ ਦੀਆਂ ਆਤਮਾਵਾਂ ਦੇ ਤਿਕੋਣ ਨਾਲ ਜੁੜੇ ਹੋਏ ਹਨ ... *ਅਸਵੀਕਾਰ, ਅਸਵੀਕਾਰ ਦਾ ਡਰ ਅਤੇ ਸਵੈ-ਅਸਵੀਕਾਰ।*

ਸੱਜੇ ਹੱਥ ਵਾਲੇ ਭੂਤਾਂ ਦੀ ਸੂਚੀ ਵਿੱਚ *ਨਿਯੰਤਰਣ ਅਤੇ ਮਾਲਕੀ ਸ਼ਾਮਲ ਹਨ।* ਇਹ ਸਿੱਧੇ ਤੌਰ 'ਤੇ ਬਗਾਵਤ ਨਾਲ ਸਬੰਧਤ ਹਨ।

ਕਿਉਂਕਿ ਬਗਾਵਤ ਜਾਦੂ-ਟੂਣੇ ਦੇ ਪਾਪ ਵਾਂਗ ਹੈ, ਅਤੇ ਜ਼ਿੱਦੀਪੁਣਾ ਬੁਰਾਈ ਅਤੇ ਮੂਰਤੀ-ਪੂਜਾ ਵਰਗਾ ਹੈ। 1 ਸਮੂਏਲ 15:23a

ਇਸ ਆਇਤ ਦੀ ਵਿਆਖਿਆ ਦੋ ਤਰੀਕਿਆਂ ਨਾਲ ਕੀਤੀ ਜਾ ਸਕਦੀ ਹੈ। ਪਹਿਲਾਂ, ਮੈਂ ਇਸਦਾ ਅਰਥ ਇਹ ਸਮਝਦਾ ਹਾਂ ਕਿ ਪਰਮਾਤਮਾ ਲਈ ਬਗਾਵਤ ਜਾਦੂ-ਟੂਣੇ ਵਾਂਗ ਹੀ ਘਿਣਾਉਣੀ ਹੈ। ਮੈਂ ਇਸਦਾ ਅਰਥ ਇਹ ਵੀ ਸਮਝਦਾ ਹਾਂ ਕਿ ਜਿਸ ਵਿਅਕਤੀ ਦਾ ਸੁਭਾਅ ਵਿਦਰੋਹੀ ਹੈ, ਉਸਦਾ ਸੁਭਾਅ ਇੱਕ ਡੈਣ ਵਰਗਾ ਹੈ। ਜਾਦੂ-ਟੂਣੇ ਦਾ ਉਦੇਸ਼ ਨਿਯੰਤਰਣ ਕਰਨਾ ਹੈ। ਇਹ ਜਾਣਬੁੱਝ ਕੇ ਜਾਂ ਅਣਜਾਣੇ ਵਿੱਚ ਦੁਸ਼ਟ ਆਤਮਾਵਾਂ ਦੀ ਸ਼ਕਤੀ ਦੀ ਵਰਤੋਂ ਕਰਕੇ ਕਿਸੇ ਹੋਰ ਵਿਅਕਤੀ ਨੂੰ ਨਿਯੰਤਰਣ ਕਰਨਾ ਹੈ। ਬਗਾਵਤ ਅਕਸਰ ਨਿਯੰਤਰਣ ਵੱਲ ਲੈ ਜਾਂਦੀ ਹੈ।

ਹੁਣ, ਆਓ ਸੱਜੇ ਹੱਥ ਵੱਲ ਚੱਲੀਏ। "ਕੁੜੱਤਣ ਦੀ ਜੜ੍ਹ" ਹੁੰਦੀ ਹੈ। ਸਾਰੀ ਜ਼ਿੰਦਗੀ ਵਿੱਚ ਟਕਰਾਅ ਹੁੰਦੇ ਰਹਿੰਦੇ ਹਨ। ਚੀਜ਼ਾਂ ਵਾਪਰਦੀਆਂ ਹਨ ਅਤੇ ਸ਼ਬਦ ਬੋਲੇ ਜਾਂਦੇ ਹਨ ਜਿਨ੍ਹਾਂ ਲਈ ਮਾਫ਼ੀ ਦੇ ਰਵੱਈਏ ਦੀ ਲੋੜ ਹੁੰਦੀ ਹੈ। ਇੱਥੇ ਸਕਿਜ਼ੋਫ੍ਰੇਨਿਕ ਦੀ ਸਮੱਸਿਆ ਹੈ। ਉਹ ਮਾਫ਼ ਕਰਨ ਦੇ ਯੋਗ ਨਹੀਂ ਹੁੰਦਾ। ਉਸ ਕੋਲ ਮਾਫ਼ *ਨਾ ਕਰਨ ਵਾਲੀ ਭਾਵਨਾ ਹੈ।* ਤੀਹ ਸਾਲ ਪਹਿਲਾਂ ਵਾਪਰੀਆਂ ਚੀਜ਼ਾਂ ਓਨੀਆਂ ਹੀ ਜ਼ਿੰਦਾ ਹਨ ਜਿੰਨੀਆਂ ਉਹ ਵਾਪਰਨ ਦੇ ਪਲ ਵਿੱਚ ਸਨ। ਕੁੜੱਤਣ ਦੀ ਜੜ੍ਹ ਨੂੰ ਜ਼ਿੰਦਾ ਰੱਖਿਆ ਜਾਂਦਾ ਹੈ ਅਤੇ ਇਸ ਵਿੱਚੋਂ *ਨਾਰਾਜ਼ਗੀ , ਨਫ਼ਰਤ, ਗੁੱਸਾ, ਬਦਲਾ, ਹਿੰਸਾ*ਅਤੇ *ਕਤਲ ਨਿਕਲਦੇ ਹਨ।* ਕੁੜੱਤਣ ਦੀ ਅਜਿਹੀ ਜੜ੍ਹ ਨਾਲ ਹੋਰ ਵੀ ਬਹੁਤ ਸਾਰੇ ਭੂਤ ਜੁੜੇ ਹੋ ਸਕਦੇ ਹਨ।

ਇਸ ਉਲਝੀ ਹੋਈ ਗੜਬੜ ਵਿੱਚੋਂ ਸ਼ਾਈਜ਼ੋਫ੍ਰੇਨਿਕ ਕਿਵੇਂ ਬਾਹਰ ਆਉਂਦਾ ਹੈ? ਜਿੱਤਣ ਲਈ ਤਿੰਨ ਮੁੱਖ ਖੇਤਰ ਹਨ ਅਸਵੀਕਾਰ, ਬਗਾਵਤ ਅਤੇ ਕੁੜੱਤਣ ਦੀ ਜੜ੍ਹ। ਜਿਵੇਂ ਹੀ ਇਹਨਾਂ ਖੇਤਰਾਂ ਨੂੰ ਜਿੱਤਿਆ ਜਾਂਦਾ ਹੈ, "*ਘਰ*" (ਜੀਵਨ) ਪਿਆਰ ਦੇ ਦੇਣ ਅਤੇ ਪ੍ਰਾਪਤ ਕਰਨ, ਹਰੇਕ ਜਾਇਜ਼ ਅਧਿਕਾਰੀ ਦੇ ਅਧੀਨ ਹੋਣ ਅਤੇ ਹਾਲਾਤਾਂ ਦੀ ਪਰਵਾਹ ਕੀਤੇ ਬਿਨਾਂ ਸਾਰੇ ਵਿਅਕਤੀਆਂ ਦੀ ਮਾਫ਼ੀ ਨਾਲ ਭਰਿਆ ਜਾਣਾ ਚਾਹੀਦਾ ਹੈ। ਜਦੋਂ ਇਹਨਾਂ ਤਿੰਨ ਖੇਤਰਾਂ ਨੂੰ ਜਿੱਤ ਲਿਆ ਜਾਂਦਾ ਹੈ ਤਾਂ ਬਾਕੀ ਸਬੰਧਤ ਆਤਮਾਵਾਂ ਆਪਣੀ ਤਾਕਤ ਗੁਆ ਦਿੰਦੀਆਂ ਹਨ। ਦ੍ਰਿੜਤਾ ਜ਼ਰੂਰੀ ਹੈ। ਉਹ ਵਿਅਕਤੀ ਜੋ ਲਗਾਤਾਰ ਕਹਿ ਸਕਦਾ ਹੈ, "ਮੈਂ ਵੱਖਰਾ ਹੋਵਾਂਗਾ! ਮੈਂ ਭੂਤਾਂ ਨੂੰ ਆਪਣੀ ਜ਼ਿੰਦਗੀ 'ਤੇ ਰਾਜ ਨਹੀਂ ਕਰਨ ਦਿਆਂਗਾ!" ਅੰਤ ਵਿੱਚ ਜਿੱਤ ਪ੍ਰਾਪਤ ਕਰੇਗਾ।

ਚਿੱਤਰ ਦੇ ਹੇਠਾਂ ਹੱਥਾਂ ਦੇ ਵਿਚਕਾਰ ਇੱਕ ਛੋਟੀ ਜਿਹੀ, ਸਟਿੱਕ ਮੂਰਤੀ ਹੈ ਜਿਸਨੂੰ "ਅਸਲੀ ਸਵੈ" ਕਿਹਾ ਜਾਂਦਾ ਹੈ। ਜਿਵੇਂ ਕਿ ਛੁਟਕਾਰਾ ਸਮੇਂ ਦੇ ਨਾਲ ਹੁੰਦਾ ਹੈ, "ਅਸਲੀ ਸਵੈ" ਨੂੰ ਉੱਠਣਾ ਚਾਹੀਦਾ ਹੈ (ਤੀਰਾਂ ਦੁਆਰਾ ਦਰਸਾਇਆ ਗਿਆ ਹੈ) ਅਤੇ ਝੂਠੇ ਸ਼ਾਈਜ਼ੋਫ੍ਰੇਨਿਕ ਸ਼ਖਸੀਅਤਾਂ ਨੂੰ ਉਨ੍ਹਾਂ ਦੇ ਸਾਰੇ ਪ੍ਰਭਾਵ ਅਤੇ ਉਹਨਾਂ ਦੁਆਰਾ ਦਰਸਾਈ ਗਈ ਹਰ ਚੀਜ਼ ਨਾਲ ਸਹਿਮਤੀ ਤੋਂ ਬਾਹਰ ਹੋ ਕੇ ਵੱਖ ਕਰਨਾ ਚਾਹੀਦਾ ਹੈ। "ਅਸਲੀ ਸਵੈ" ਨੂੰ ਯਿਸੂ ਦੇ ਸੁਭਾਅ ਨੂੰ ਖੁਦ ਅਪਣਾਉਣਾ ਚਾਹੀਦਾ ਹੈ। ਬਾਈਬਲ ਅਧਿਐਨ, ਪ੍ਰਾਰਥਨਾ, ਵਰਤ, ਪ੍ਰਸ਼ੰਸਾ ਅਤੇ ਹੋਰ ਵਿਸ਼ਵਾਸੀਆਂ ਨਾਲ ਸੰਗਤ ਵਰਗੇ ਅਧਿਆਤਮਿਕ ਅਭਿਆਸ ਇੱਕ ਸਫਲ ਮੁਕਤੀ ਲਈ ਜ਼ਰੂਰੀ ਹਨ। ਇਹ ਅਧਿਆਤਮਿਕ ਅਭਿਆਸ ਮੁਕਤੀ ਪ੍ਰਕਿਰਿਆ ਨੂੰ ਵੀ ਤੇਜ਼ ਕਰਨਗੇ ਕਿਉਂਕਿ ਵਿਅਕਤੀ ਦਾ ਜੀਵਨ ਮਸੀਹ ਯਿਸੂ ਦੀਆਂ ਸਕਾਰਾਤਮਕ ਚੀਜ਼ਾਂ ਨਾਲ ਭਰਿਆ ਹੁੰਦਾ ਹੈ।

ਇਹ ਸ਼ਾਈਜ਼ੋਫ੍ਰੇਨੀਆ ਦੇ ਮਰੀਜ਼ ਅਤੇ ਮੁਕਤੀ ਸੇਵਕ ਦੋਵਾਂ ਲਈ ਸਖ਼ਤ ਮਿਹਨਤ ਹੈ। ਮੈਂ ਸ਼ਾਈਜ਼ੋਫ੍ਰੇਨੀਆ ਦੇ ਮਰੀਜ਼ਾਂ ਦੀ ਬਹੁਤ ਪ੍ਰਸ਼ੰਸਾ ਕਰਦਾ ਹਾਂ ਜੋ ਜਿੱਤ ਤੱਕ ਲੜਦੇ ਹਨ। ਮੈਂ ਇਨ੍ਹਾਂ ਜਿੱਤਾਂ ਦੀ ਹੋਰ ਸਾਰੀਆਂ ਮੁਕਤੀਆਂ ਨਾਲੋਂ ਪ੍ਰਸ਼ੰਸਾ ਕਰਦਾ ਹਾਂ। ਸ਼ਾਈਜ਼ੋਫ੍ਰੇਨੀਆ ਮੁਕਤੀ ਸਭ ਤੋਂ ਡੂੰਘੀ, ਸਭ ਤੋਂ ਵੱਧ ਸ਼ਾਮਲ ਅਤੇ ਸਭ ਤੋਂ ਵੱਧ ਦ੍ਰਿੜ ਮੁਕਤੀ ਹੈ ਜਿਸਦਾ ਅਸੀਂ ਸਾਹਮਣਾ ਕੀਤਾ ਹੈ।

ਸਾਈਜ਼ੋਫ਼ਰੀਨੀਆ ਤੋਂ ਛੁਟਕਾਰਾ ਪਾਉਣ ਲਈ ਪ੍ਰਾਰਥਨਾ

"ਤੁਸੀ ਸਕਜ਼ਿਫ਼ਰੀਨੀਆ ਦੇ ਭੂਤ, ਮੈ ਤੁਹਾਡੇ ਹੱਥ ਨੂੰ ਬੁਲਾਉਂਦਾ ਹਾਂ। ਤੁਸੀ ਆਪਣੇ ਦੋ ਵਰਿੋਧੀ ਸਖ਼ਸੀਅਤਾਂ ਨੂੰ ਬਾਹਰ ਕੱਢਦੇ ਹੋ ਜੋ ਤੁਸੀ ਉਸ ਵਚਿ ਸਥਾਪਤਿ ਕਰ ਰਹੇ ਹੋ। ਤੁਹਾਡੇ ਵਚਿੋਂ ਇੱਕ ਅਸਵੀਕਾਰ ਅਤੇ ਸਵੈ-ਤਰਸ ਵਚਿ ਜੜ੍ਹੀ ਹੋਈ ਹੈ ਅਤੇ ਦੂਜੀ ਬਗਾਵਤ ਅਤੇ ਕੁੜੱਤਣ ਵਚਿ ਜੜ੍ਹੀ ਹੋਈ ਹੈ। ਉਨ੍ਹਾਂ ਸਖ਼ਸੀਅਤਾਂ ਵਚਿੋਂ ਕੋਈ ਵੀ ਅਸਲ ਉਹ ਜਾਂ ਉਹ ਨਹੀ ਹੈ। ਮੈ ਅਸਲ ਉਹ ਜਾਂ ਉਹ ਨੂੰ ਉਹੀ ਹੋਣ ਲਈ ਛੱਡ ਦੀਂਦਾ ਹਾਂ ਜੋ ਯਸ਼ੂ ਉਸਨੂੰ ਬਣਾਉਣਾ ਚਾਹੁੰਦਾ ਹੈ।" ਯਸ਼ੂ ਦੇ ਨਾਮ ਵਚਿ, ਆਮੀਨ

ਸਵੈ-ਮੁਕਤੀ ਲਈ ਛੋਟੀ ਪ੍ਰਾਰਥਨਾ।

"ਪ੍ਰਭੂ ਯਸ਼ੂ ਮਸੀਹ, ਮੈ ਵਸ਼ਿਵਾਸ ਕਰਦਾ ਹਾਂ ਕ ਿਤੁਸੀ ਮੇਰੇ ਪਾਪਾਂ ਲਈ ਸਲੀਬ 'ਤੇ ਮਰ ਗਏ ਅਤੇ ਮੁਰਦਆਿਂ ਵਚਿੋਂ ਜੀ ਉੱਠੇ। ਤੁਸੀ ਮੈਨੂੰ ਆਪਣੇ ਲਹੂ ਨਾਲ ਛੁਡਾਇਆ ਅਤੇ ਮੈ ਤੁਹਾਡਾ ਹਾਂ, ਅਤੇ ਮੈ ਤੁਹਾਡੇ ਲਈ ਜੀਣਾ ਚਾਹੁੰਦਾ ਹਾਂ। ਮੈ ਆਪਣੇ ਸਾਰੇ ਜਾਣੇ-ਪਛਾਣੇ ਅਤੇ ਅਣਜਾਣੇ ਪਾਪਾਂ ਦਾ ਇਕਰਾਰ ਕਰਦਾ ਹਾਂ। ਮੈ ਉਨ੍ਹਾਂ ਸਾਰਆਿਂ ਨੂੰ ਤਆਿਗ ਦੀਂਦਾ ਹਾਂ। ਮੈ ਬਾਕੀ ਸਾਰਆਿਂ ਨੂੰ ਮਾਫ਼ ਕਰਦਾ ਹਾਂ ਜਵਿੇਂ ਕ ਿਮੈ ਚਾਹੁੰਦਾ ਹਾਂ ਕ ਿਤੁਸੀ ਮੈਨੂੰ ਮਾਫ਼ ਕਰੋ। ਮੈਨੂੰ ਹੁਣੇ ਮਾਫ਼ ਕਰੋ ਅਤੇ ਮੈਨੂੰ ਆਪਣੇ ਲਹੂ ਨਾਲ ਸ਼ੁੱਧ ਕਰੋ। ਮੈ ਯਸ਼ੂ ਮਸੀਹ ਦੇ ਲਹੂ ਲਈ ਤੁਹਾਡਾ ਧੰਨਵਾਦ ਕਰਦਾ ਹਾਂ ਜੋ ਮੈਨੂੰ ਹੁਣ ਸਾਰੇ ਪਾਪਾਂ ਤੋਂ ਸ਼ੁੱਧ ਕਰਦਾ ਹੈ। ਅਤੇ ਮੈ ਹੁਣ ਆਪਣੇ ਛੁਡਾਉਣ ਵਾਲੇ ਵਜੋਂ ਤੁਹਾਡੇ ਕੋਲ ਆਇਆ ਹਾਂ। ਤੁਸੀ ਮੇਰੀਆਂ ਖਾਸ ਜ਼ਰੂਰਤਾਂ ਨੂੰ ਜਾਣਦੇ ਹੋ - ਉਹ ਚੀਜ਼ ਜੋ ਬੰਨ੍ਹਦੀ ਹੈ, ਉਹ ਤਸੀਹੇ ਦੀਂਦੀ ਹੈ, ਜੋ ਅਸ਼ੁੱਧ ਕਰਦੀ ਹੈ; ਉਹ ਦੁਸ਼ਟ ਆਤਮਾ, ਉਹ ਅਸ਼ੁੱਧ ਆਤਮਾ - ਮੈ ਤੁਹਾਡੇ ਬਚਨ ਦੇ ਵਾਅਦੇ ਦਾ ਦਾਅਵਾ ਕਰਦਾ ਹਾਂ, "ਜੋ ਕੋਈ ਪ੍ਰਭੂ ਦਾ ਨਾਮ ਲੈਂਦਾ ਹੈ, ਛੁਡਾਇਆ ਜਾਵੇਗਾ।" ਮੈ ਹੁਣ ਤੁਹਾਨੂੰ ਬੁਲਾਉਂਦਾ ਹਾਂ। ਪ੍ਰਭੂ ਯਸ਼ੂ ਮਸੀਹ ਦੇ ਨਾਮ 'ਤੇ, ਮੈਨੂੰ ਛੁਡਾ ਅਤੇ ਮੈਨੂੰ ਆਜ਼ਾਦ ਕਰ। ਸ਼ੈਤਾਨ, ਮੈ

ਤੁਹਾਨੂੰ ਅਤੇ ਤੁਹਾਡੇ ਸਾਰੇ ਕੰਮਾਂ ਨੂੰ ਤਆਿਗ ਦੀਂਦਾ ਹਾਂ। ਮੈ ਯਸ਼ੂ ਦੇ ਨਾਮ 'ਤੇ, ਆਪਣੇ ਆਪ ਨੂੰ ਤੁਹਾਡੇ ਤੋਂ ਛੁਡਾ ਲੈਂਦਾ ਹਾਂ, ਅਤੇ ਮੈ ਤੁਹਾਨੂੰ ਹੁਕਮ ਦੀਂਦਾ ਹਾਂ ਕ ਤੁਸੀ ਮੈਨੂੰ ਹੁਣੇ ਯਸ਼ੂ ਦੇ ਨਾਮ 'ਤੇ ਛੱਡ ਦਓਿ। ਆਮੀਨ!"

ਇਸਨੂੰ ਆਪਣੇ ਦਲਿੋਂ ਆਉਣ ਦਓਿ ਅਤੇ ਪ੍ਰਭੂ ਦੀ ਮੁਕਤੀ ਵੇਖੋ!

ਕੀ ਤੁਸੀ ਬਮਿਾਰ ਹੋ ਜਾਂ ਤੁਹਾਨੂੰ ਠੀਕ ਹੋਣ ਦੀ ਲੋੜ ਹੈ?

ਉਨ੍ਹਾਂ ਲਈ ਜੋ ਕਸਿ ਵੀ ਰੂਪ ਜਾਂ ਰੂਪ ਵਚਿ ਬਮਿਾਰ ਜਾਂ ਬਮਿਾਰ ਹਨ, ਜਾਂ ਛੁਟਕਾਰਾ ਦੀ ਲੋੜ ਹੈ? ਜਾਂ ਬਹਾਲੀ ਲਈ, ਕਰਿਪਾ ਕਰਕੇ ਵਸ਼ਿਵਾਸ ਵਚਿ ਹੇਠਾਂ ਦਤਿ ਬਰਿ ਨੂੰ ਛੂਹੋ (ਵਸ਼ਿਵਾਸ ਤੁਹਾਡੀ ਮੌਜੂਦਾ ਸਥਤਿੀ ਦੇ ਸਹੀ ਸਕਾਰਾਤਮਕ ਨਤੀਜੇ ਨੂੰ ਵੇਖਣਾ ਹੈ, ਇਹ ਜਾਣਦੇ ਹੋਏ ਕ ਯਸ਼ੂ ਨੇ 2000 ਸਾਲ ਪਹਲਿਾਂ ਤੁਹਾਡੀ ਤੰਦਰੁਸਤੀ ਅਤੇ ਛੁਟਕਾਰਾ ਨੂੰ ਸੁਰੱਖਅਿਤ ਕਰਨ ਲਈ ਆਪਣਾ ਹਸਿਾ ਨਭਿਾਇਆ ਹੈ, ਇੱਕ ਡਾਊਨ ਪੇਮੈਂਟ ਦੇ ਰੂਪ ਵਚਿ ਬਹਾਲੀ, ਇਹ ਵਸ਼ਿਵਾਸ ਕਰਦੇ ਹੋਏ ਕ ਉਹ ਡਾਊਨ ਪੇਮੈਂਟ ਤੁਹਾਡੇ ਲਈ ਕਢਵਾਉਣ ਲਈ ਉਪਲਬਧ ਹੈ, ਜਵਿੇਂ ਕ ਬੈਂਕ ਵਚਿ ਤੁਹਾਡੇ ਚੈੱਕਗਿ ਖਾਤੇ ਵਚਿ ਇੱਕ ਸਕਾਰਾਤਮਕ ਬਕਾਇਆ, ਕੋਈ ਸਵਾਲ ਨਹੀ ਪੁੱਛਆਿ ਗਆਿ ਕਉਿਂਕ ਅਸੀ ਤੁਹਾਡੇ ਨਾਲ ਸਹਮਿਤ ਹਾਂ ਅਤੇ ਯਸ਼ੂ ਮਸੀਹ ਦੇ ਨਾਮ ਵਚਿ ਤੰਦਰੁਸਤ ਹੋਵੋ, ਆਮੀਨ)

ਉਸ ਅਧਕਿਾਰ ਦੁਆਰਾ, ਜੋ ਤੁਸੀ ਮੈਨੂੰ ਅਤੇ ਉਨ੍ਹਾਂ ਨੂੰ ਦੱਤਾ ਹੈ, ਮੈ ਹੁਣ ਵਸ਼ਿਵਾਸ ਨਾਲ ਉਸ ਅਧਕਿਾਰ ਦੀ ਵਰਤੋਂ ਦੁਸ਼ਮਣ ਦੇ ਵਰਿੁੱਧ ਉਨ੍ਹਾਂ ਦੇ ਗੁੱਸੇ ਅਤੇ ਭੁੱਖ ਨਾਲ ਕਰਦਾ ਹਾਂ ਜੋ ਤੁਸੀ ਉਨ੍ਹਾਂ ਸਾਰਆਿਂ ਨੂੰ ਮੁਫਤ ਵੱਚ ਦੱਤਾ ਹੈ, ਮੈ ਹਰ ਬਮਿਾਰੀ, ਹਰ ਬਮਿਾਰੀ ਨੂੰ ਸਰਾਪ ਦੀਂਦਾ ਹਾਂ, ਭਾਵੇਂ ਇਹ ਕੈਂਸਰ ਹੋਵੇ, ਕੋਵਡਿ 19 ਹੋਵੇ, ਭਾਵੇਂ ਇਹ ਕਮਜ਼ੋਰੀਆਂ ਦੀ ਭਾਵਨਾ ਹੋਵੇ, ਭਾਵੇਂ ਇਹ ਸ਼ੈਤਾਨੀ ਕਬਜ਼ਾ ਹੋਵੇ ਜਾਂ ਜ਼ੁਲਮ, ਭਾਵੇਂ ਇਹ ਗਰੀਬੀ, ਰੁਕਾਵਟਾਂ, ਉਸ ਚੀਜ਼ ਦੀ ਦੇਰੀ ਨਾਲ ਪੂਰਤੀ ਜੋ ਪਰਮੇਸ਼ੁਰ ਨੇ ਪਹਲਿਾਂ ਹੀ ਨਰਿਧਾਰਤ ਕੀਤੀ ਹੈ ਅਤੇ ਜਾਰੀ ਕੀਤੀ ਹੈ। ਅਸੀ ਵਸਿੰਗਤੀ ਦੇ ਵਰਿੁੱਧ ਆਉਂਦੇ ਹਾਂ, ਮੈ ਉਨ੍ਹਾਂ ਨੂੰ ਬੰਨ੍ਹਦਾ ਹਾਂ, ਅਸੀ ਉਨ੍ਹਾਂ ਨੂੰ ਉਨ੍ਹਾਂ ਦੀ ਜੜ੍ਹ ਤੱਕ ਸਰਾਪ ਦੀਂਦੇ ਹਾਂ

ਅਤੇ ਅਸੀ ਉਨ੍ਹਾਂ ਨੂੰ ਯਸੂ ਮਸੀਹ ਦੇ ਨਾਮ 'ਤੇ ਅਧਕਿਾਰ ਦੁਆਰਾ ਬਾਹਰ ਕੱਢ ਦਦਿੇ ਹਾਂ। ਆਮੀਨ। ਅਸੀ ਯਸੂ ਮਸੀਹ ਦੇ ਸ਼ਕਤੀਸ਼ਾਲੀ ਨਾਮ 'ਤੇ ਉਨ੍ਹਾਂ ਦੇ ਜੀਵਨ ਵੱਚਿ ਇਲਾਜ, ਛੁਟਕਾਰਾ ਅਤੇ ਬਹਾਲੀ ਦੀ ਰਹਿਾਈ ਦਾ ਸੱਦਾ ਦਦਿੇ ਹਾਂ। ਪ੍ਰਭੂ, ਤੁਹਾਡੀ ਮਹਮਿਾ, ਸਨਮਾਨ ਅਤੇ ਪੂਜਾ ਲਈ ਕਾਇਮ ਰਹਣਿ ਵਾਲੀਆਂ ਗਵਾਹੀਆਂ ਲਈ ਧੰਨਵਾਦ। ਇਸ ਸੰਦੇਸ਼ ਦੇ ਨਤੀਜੇ ਵਜੋਂ ਤੁਹਾਡੇ ਰਾਜ ਵੱਚਿ ਜੋੜੇ ਜਾ ਰਹੇ ਰੂਹਾਂ ਲਈ ਧੰਨਵਾਦ, ਉਹ ਚਮਤਕਾਰ ਜੋ ਅਸੀ ਪਹਲਿਾਂ ਹੀ ਯਸੂ ਦੇ ਨਾਮ 'ਤੇ ਦੇਖ ਰਹੇ ਹਾਂ ਅਤੇ ਤੁਹਾਡੀ ਮਹਮਿਾ ਲਈ ਪ੍ਰਗਟ ਹੋ ਰਹੇ ਹਾਂ, ਆਮੀਨ। ਇਹ ਹੋ ਗਆਿ ਹੈ! ਖੁਸ਼ ਹੋਵੋ!

ਸੰਪਰਕ ਦੇ ਬੰਿਦੂ ਵਜੋਂ ਉਜਾਗਰ ਕੀਤੇ ਇਸ ਸਥਾਨ ਨੂੰ ਛੂਹੋ ਅਤੇ ਆਪਣੇ ਮੂੰਹ ਨਾਲ ਇਕਰਾਰ ਕਰੋ - ਮੈਂ ਠੀਕ ਹੋ ਗਆਿ ਹਾਂ, ਮੈਨੂੰ ਛੁਟਕਾਰਾ ਮਲਿ ਗਆਿ ਹੈ ਅਤੇ ਮੈਂ ਆਪਣੀ ਆਤਮਾ, ਆਤਮਾ, ਸਰੀਰ ਅਤੇ ਆਪਣੇ ਆਲੇ ਦੁਆਲੇ ਯਸੂ ਮਸੀਹ ਦੇ ਨਾਮ 'ਤੇ ਬਹਾਲ ਹੋ ਗਆਿ ਹਾਂ, ਆਮੀਨ!!!

ਉਹ ਕਰਨਾ ਸ਼ੁਰੂ ਕਰੋ ਜੋ ਤੁਸੀ ਪਹਲਿਾਂ ਨਹੀ ਕਰ ਸਕਦੇ ਸੀ ਅਤੇ ਪੂਰੀ ਤਰ੍ਹਾਂ ਠੀਕ ਹੋਣ ਤੱਕ ਇਕਬਾਲ ਕਰਨਾ ਸ਼ੁਰੂ ਕਰੋ, ਯਸੂ ਦੇ ਨਾਮ ਵੱਚਿ ਛੁਟਕਾਰਾ ਬਹਾਲੀ ਤੁਹਾਡੇ ਜੀਵਨ ਵੱਚਿ ਇੱਕ ਫਲ ਨਹੀ ਬਣ ਜਾਂਦੀ, ਆਮੀਨ। ਪਰਮਾਤਮਾ ਲਈ ਭੁੱਖੇ ਰਹੋ, ਗੁੱਸੇ ਵੱਚਿ ਰਹੋ ਅਤੇ ਯਸੂ ਦੇ ਨਾਮ ਵੱਚਿ ਦੁਸ਼ਮਣ ਨੇ ਜੋ ਕੁਝ ਰੋਕਆਿ ਹੈ ਉਹ ਵਾਪਸ ਲੈ ਲਓ, ਆਮੀਨ।

ਨੋਟ:
ਪਰਮਾਤਮਾ ਦੀ ਮਹਮਿਾ ਲਈ ਇਲਾਜ ਅਤੇ ਦੁਸ਼ਮਣ ਦੀ ਸ਼ਰਮ ਲਈ ਗਵਾਹੀ ਦਓਿ! ਜੇਕਰ ਤੁਹਾਨੂੰ ਅਜੇ ਵੀ ਇਸ ਮੁੱਦੇ 'ਤੇ ਤੁਹਾਡੇ ਨਾਲ ਸਹਮਿਤ ਹੋਣ ਦੀ ਲੋੜ ਹੈ ਤਾਂ ਸਾਨੂੰ ਈਮੇਲ ਭੇਜੋ ਜਾਂ ਸਾਨੂੰ ਵਟਸਐਪ ਕਰੋ। ਅਤੇ ਅਗਲੇ ਹਫ਼ਤੇ ਵੀਰਵਾਰ ਤੋਂ ਸ਼ੁਰੂ ਹੋਣ ਵਾਲੀ ਉਪਕਰਣ ਲੜੀ ਵੱਚਿ ਜੁੜੋ। ਸਾਡੀ ਵੈੱਬਸਾਈਟ 'ਤੇ ਜਲਦੀ ਹੀ ਵੇਰਵੇ ਲੱਭੋ!

ਵੱਡੇ ਕਾਰਨਾਮੇ - 1 - ਸੱਟਾ

ਦੋਸਤੋ, ਮੈਂ ਉਮੀਦ ਕਰਦਾ ਹਾਂ ਅਤੇ ਪ੍ਰਾਰਥਨਾ ਕਰਦਾ ਹਾਂ ਕਿ ਇਹ ਕਿਤਾਬ ਤੁਹਾਨੂੰ ਉਹ ਸਭ ਕੁਝ ਦੇਵੇ ਜੋ ਤੁਸੀਂ ਆਰਡਰ ਕਰਨ ਤੋਂ ਪਹਿਲਾਂ ਚਾਹੁੰਦੇ ਸੀ ਅਤੇ ਯਿਸੂ ਦੇ ਨਾਮ ਤੇ ਹੋਰ ਵੀ ਬਹੁਤ ਕੁਝ, ਆਮੀਨ।

ਆਪਣੀ ਗੱਲ ਖ਼ਤਮ ਕਰਨ ਤੋਂ ਪਹਿਲਾਂ, ਮੈਂ ਤੁਹਾਡੇ ਲਈ ਵੱਡੇ ਕਾਰਨਾਮੇ ਲਈ ਇੱਕ ਵੱਡਾ ਮੌਕਾ ਲਿਆਉਣਾ ਚਾਹਾਂਗਾ। ਆਓ ਇਕੱਠੇ ਇਸ ਮੌਕੇ ਦੀ ਪੜਚੋਲ ਕਰੀਏ।

ਬਹੁਤ ਵਧੀਆ ਮੌਕਾ

ਅਸੀਂ ਇਸ ਸਿਰਲੇਖ ਨੂੰ ਬਾਰਡਰਲੈੱਸ 'ਤੇ ਉਦੋਂ ਤੱਕ ਖਤਮ ਨਹੀਂ ਕਰਾਂਗੇ ਜਦੋਂ ਤੱਕ ਅਸੀਂ ਉਨ੍ਹਾਂ ਲੋਕਾਂ ਨੂੰ ਮੌਕਾ ਨਹੀਂ ਦਿੰਦੇ ਜਿਨ੍ਹਾਂ ਨੇ ਅੱਜ ਯਿਸੂ ਨੂੰ ਨਹੀਂ ਦੇਖਿਆ ਹੈ।

ਮੁਕਤੀ ਦੀ ਪ੍ਰਾਰਥਨਾ

ਮੁਕਤੀ ਦੀ ਪ੍ਰਾਰਥਨਾ - ਪਰਮਾਤਮਾ ਨਾਲ ਸਾਡੀ ਪਹਿਲੀ ਅਸਲ ਗੱਲਬਾਤ "ਮੁਕਤੀ ਦੀ ਪ੍ਰਾਰਥਨਾ" ਸਭ ਤੋਂ ਮਹੱਤਵਪੂਰਨ ਪ੍ਰਾਰਥਨਾ ਹੈ ਜੋ ਅਸੀਂ ਕਦੇ ਵੀ ਕਰਾਂਗੇ। ਜਦੋਂ ਅਸੀਂ ਇੱਕ ਈਸਾਈ ਬਣਨ ਲਈ ਤਿਆਰ ਹੁੰਦੇ ਹਾਂ, ਤਾਂ ਅਸੀਂ ਪਰਮਾਤਮਾ ਨਾਲ ਆਪਣੀ ਪਹਿਲੀ ਅਸਲ ਗੱਲਬਾਤ ਕਰਨ ਲਈ ਤਿਆਰ ਹੁੰਦੇ ਹਾਂ, ਅਤੇ ਇਹ ਇਸਦੇ ਭਾਗ ਹਨ:

- ਅਸੀਂ ਮੰਨਦੇ ਹਾਂ ਕਿ ਯਿਸੂ ਮਸੀਹ ਪਰਮਾਤਮਾ ਹੈ; ਕਿ ਉਹ ਧਰਤੀ ਤੇ ਇੱਕ ਮਨੁੱਖ ਦੇ ਰੂਪ ਵਿੱਚ ਆਇਆ ਤਾਂ ਜੋ ਉਹ ਪਾਪ ਰਹਿਤ ਜੀਵਨ ਜੀ ਸਕੇ ਜੋ ਅਸੀਂ ਨਹੀਂ ਜੀ ਸਕਦੇ; ਕਿ ਉਹ ਸਾਡੀ ਜਗ੍ਹਾ ਮਰ ਗਿਆ, ਤਾਂ ਜੋ ਸਾਨੂੰ ਉਹ ਸਜ਼ਾ ਨਾ ਭੁਗਤਣੀ ਪਵੇ ਜਿਸਦੇ ਅਸੀਂ ਹੱਕਦਾਰ ਹਾਂ।

- ਅਸੀਂ ਆਪਣੇ ਪਿਛਲੇ ਪਾਪੀ ਜੀਵਨ ਨੂੰ ਕਬੂਲ ਕਰਦੇ ਹਾਂ - ਆਪਣੇ ਲਈ ਜੀਣਾ ਅਤੇ ਪਰਮਾਤਮਾ ਦਾ ਕਹਿਣਾ ਨਾ ਮੰਨਣਾ।
- ਅਸੀਂ ਮੰਨਦੇ ਹਾਂ ਕਿ ਅਸੀਂ ਯਿਸੂ ਮਸੀਹ ਨੂੰ ਆਪਣੇ ਮੁਕਤੀਦਾਤਾ ਅਤੇ ਪ੍ਰਭੂ ਵਜੋਂ ਵਿਸ਼ਵਾਸ ਕਰਨ ਲਈ ਤਿਆਰ ਹਾਂ।
- ਅਸੀਂ ਯਿਸੂ ਨੂੰ ਬੇਨਤੀ ਕਰਦੇ ਹਾਂ ਕਿ ਉਹ ਸਾਡੇ ਦਿਲ ਵਿੱਚ ਆਵੇ, ਉੱਥੇ ਨਿਵਾਸ ਕਰੇ, ਅਤੇ ਸਾਡੇ ਰਾਹੀਂ ਜੀਉਣਾ ਸ਼ੁਰੂ ਕਰੇ।

ਮੁਕਤੀ ਦੀ ਪ੍ਰਾਰਥਨਾ - ਇਹ ਪਰਮਾਤਮਾ ਵਿੱਚ ਵਿਸ਼ਵਾਸ ਨਾਲ ਸ਼ੁਰੂ ਹੁੰਦੀ ਹੈ
ਜਦੋਂ ਅਸੀਂ ਮੁਕਤੀ ਦੀ ਪ੍ਰਾਰਥਨਾ ਕਰਦੇ ਹਾਂ, ਤਾਂ ਅਸੀਂ ਪਰਮਾਤਮਾ ਨੂੰ ਦੱਸ ਰਹੇ ਹੁੰਦੇ ਹਾਂ ਕਿ ਅਸੀਂ ਵਿਸ਼ਵਾਸ ਕਰਦੇ ਹਾਂ ਕਿ ਉਸਦਾ ਬਚਨ ਸੱਚ ਹੈ। ਉਸ ਵਿਸ਼ਵਾਸ ਦੁਆਰਾ ਜੋ ਉਸਨੇ ਸਾਨੂੰ ਦਿੱਤਾ ਹੈ, ਅਸੀਂ ਉਸ ਵਿੱਚ ਵਿਸ਼ਵਾਸ ਕਰਨਾ ਚੁਣਦੇ ਹਾਂ। ਬਾਈਬਲ ਸਾਨੂੰ ਦੱਸਦੀ ਹੈ ਕਿ " *ਨਿਹਚਾ ਤੋਂ ਬਿਨਾਂ ਉਸਨੂੰ ਖੁਸ਼ ਕਰਨਾ ਅਸੰਭਵ ਹੈ, ਕਿਉਂਕਿ ਜੋ ਕੋਈ ਪਰਮਾਤਮਾ ਕੋਲ ਆਉਂਦਾ ਹੈ ਉਸਨੂੰ ਵਿਸ਼ਵਾਸ ਕਰਨਾ ਚਾਹੀਦਾ ਹੈ ਕਿ ਉਹ ਹੈ, ਅਤੇ ਉਹ ਉਨ੍ਹਾਂ ਨੂੰ ਫਲ ਦੇਣ ਵਾਲਾ ਹੈ ਜੋ ਉਸਨੂੰ ਮਿਹਨਤ ਨਾਲ ਭਾਲਦੇ ਹਨ*" (ਇਬਰਾਨੀਆਂ 11:6)।

ਇਸ ਲਈ, ਜਦੋਂ ਅਸੀਂ ਪ੍ਰਾਰਥਨਾ ਕਰਦੇ ਹਾਂ, ਪਰਮਾਤਮਾ ਤੋਂ ਮੁਕਤੀ ਦੀ ਦਾਤ ਮੰਗਦੇ ਹਾਂ, ਤਾਂ ਅਸੀਂ ਇਹ ਸਵੀਕਾਰ ਕਰਨ ਲਈ ਆਪਣੀ ਸੁਤੰਤਰ ਇੱਛਾ ਦੀ ਵਰਤੋਂ ਕਰ ਰਹੇ ਹੁੰਦੇ ਹਾਂ ਕਿ ਅਸੀਂ ਉਸ ਵਿੱਚ ਵਿਸ਼ਵਾਸ ਕਰਦੇ ਹਾਂ। ਵਿਸ਼ਵਾਸ ਦਾ ਇਹ ਪ੍ਰਦਰਸ਼ਨ ਪਰਮਾਤਮਾ ਨੂੰ ਖੁਸ਼ ਕਰਦਾ ਹੈ, ਕਿਉਂਕਿ ਅਸੀਂ ਉਸਨੂੰ ਸੁਤੰਤਰ ਰੂਪ ਵਿੱਚ ਜਾਣਨ ਦੀ ਚੋਣ ਕੀਤੀ ਹੈ।

ਮੁਕਤੀ ਦੀ ਪ੍ਰਾਰਥਨਾ - ਆਪਣੇ ਪਾਪਾਂ ਦਾ ਇਕਰਾਰ ਕਰਨਾ
ਜਦੋਂ ਅਸੀਂ ਮੁਕਤੀ ਦੀ ਪ੍ਰਾਰਥਨਾ ਕਰਦੇ ਹਾਂ, ਤਾਂ ਅਸੀਂ ਇਹ ਮੰਨ ਰਹੇ ਹੁੰਦੇ ਹਾਂ ਕਿ ਅਸੀਂ ਪਾਪ ਕੀਤਾ ਹੈ। ਜਿਵੇਂ ਕਿ ਬਾਈਬਲ ਸਾਰਿਆਂ ਬਾਰੇ ਕਹਿੰਦੀ ਹੈ, ਸਿਰਫ਼ ਮਸੀਹ ਨੂੰ ਛੱਡ ਕੇ: " *ਕਿਉਂਕਿ ਸਭਨਾਂ ਨੇ ਪਾਪ ਕੀਤਾ ਹੈ, ਅਤੇ ਪਰਮੇਸ਼ੁਰ ਦੀ ਮਹਿਮਾ ਤੋਂ ਰਹਿ ਗਏ ਹਨ*" (ਰੋਮੀਆਂ 3:23)।

ਪਾਪ ਕਰਨਾ ਸਿਰਫ਼ ਨਿਸ਼ਾਨ ਤੋਂ ਰਹਿ ਜਾਣਾ ਹੈ, ਜਿਵੇਂ ਇੱਕ ਤੀਰ ਜੋ ਬਲਦ ਦੀ ਅੱਖ ਨੂੰ ਪੂਰੀ ਤਰ੍ਹਾਂ ਨਹੀਂ ਮਾਰਦਾ। ਪਰਮੇਸ਼ੁਰ ਦੀ ਮਹਿਮਾ ਜਿਸ ਤੋਂ ਅਸੀਂ ਰਹਿ ਗਏ ਹਾਂ ਉਹ ਸਿਰਫ਼ ਯਿਸੂ ਮਸੀਹ ਵਿੱਚ ਮਿਲਦੀ ਹੈ: " *ਕਿਉਂਕਿ ਇਹ ਉਹ ਪਰਮੇਸ਼ੁਰ ਹੈ ਜਿਸਨੇ ਹਨੇਰੇ ਵਿੱਚੋਂ ਚਾਨਣ ਚਮਕਾਉਣ ਦਾ ਹੁਕਮ ਦਿੱਤਾ, ਜੋ ਸਾਡੇ ਦਿਲਾਂ ਵਿੱਚ ਚਮਕਿਆ ਹੈ ਤਾਂ ਜੋ ਯਿਸੂ ਮਸੀਹ ਦੇ ਚਿਹਰੇ ਵਿੱਚ ਪਰਮੇਸ਼ੁਰ ਦੀ ਮਹਿਮਾ ਦੇ ਗਿਆਨ ਦਾ ਚਾਨਣ ਦੇਵੇ*" (2 ਕੁਰਿੰਥੀਆਂ 4:6)।

ਇਸ ਲਈ, ਮੁਕਤੀ ਦੀ ਪ੍ਰਾਰਥਨਾ ਇਹ ਪਛਾਣਦੀ ਹੈ ਕਿ ਯਿਸੂ ਮਸੀਹ ਹੀ ਇੱਕੋ ਇੱਕ ਮਨੁੱਖ ਹੈ ਜੋ ਕਦੇ ਵੀ ਪਾਪ ਤੋਂ ਬਿਨਾਂ ਜੀਉਂਦਾ ਰਿਹਾ। " *ਕਿਉਂਕਿ ਉਸਨੇ ਉਸਨੂੰ ਜੋ ਕੋਈ ਪਾਪ ਨਹੀਂ ਜਾਣਦਾ ਸੀ ਸਾਡੇ ਲਈ ਪਾਪ ਬਣਾਇਆ, ਤਾਂ ਜੋ ਅਸੀਂ ਉਸ ਵਿੱਚ ਪਰਮੇਸ਼ੁਰ ਦੀ ਧਾਰਮਿਕਤਾ ਬਣ ਸਕੀਏ*" (2 ਕੁਰਿੰਥੀਆਂ 5:21)।

ਮੁਕਤੀ ਦੀ ਪ੍ਰਾਰਥਨਾ - ਮਸੀਹ ਵਿੱਚ ਮੁਕਤੀਦਾਤਾ ਅਤੇ ਪ੍ਰਭੂ ਵਜੋਂ ਵਿਸ਼ਵਾਸ ਦਾ ਦਾਅਵਾ ਕਰਨਾ

ਮਸੀਹ ਨੂੰ ਸੰਪੂਰਨਤਾ ਦੇ ਸਾਡੇ ਮਿਆਰ ਵਜੋਂ, ਅਸੀਂ ਹੁਣ ਉਸ ਵਿੱਚ ਵਿਸ਼ਵਾਸ ਨੂੰ ਪਰਮਾਤਮਾ ਵਜੋਂ ਸਵੀਕਾਰ ਕਰ ਰਹੇ ਹਾਂ, ਰਸੂਲ ਯੂਹੰਨਾ ਨਾਲ ਸਹਿਮਤ ਹਾਂ ਕਿ: " *ਆਦ ਵਿੱਚ ਸ਼ਬਦ (ਮਸੀਹ) ਸੀ, ਅਤੇ ਸ਼ਬਦ ਪਰਮੇਸ਼ੁਰ ਦੇ ਨਾਲ ਸੀ, ਅਤੇ ਸ਼ਬਦ ਪਰਮੇਸ਼ੁਰ ਸੀ। ਉਹ ਸ਼ੁਰੂ ਵਿੱਚ ਪਰਮੇਸ਼ੁਰ ਦੇ ਨਾਲ ਸੀ। ਸਾਰੀਆਂ ਚੀਜ਼ਾਂ ਉਸ ਰਾਹੀਂ ਬਣਾਈਆਂ ਗਈਆਂ ਸਨ, ਅਤੇ ਉਸ ਤੋਂ ਬਿਨਾਂ ਕੁਝ ਵੀ ਨਹੀਂ ਬਣਾਇਆ ਗਿਆ ਸੀ ਜੋ ਬਣਾਇਆ ਗਿਆ ਸੀ*" (ਯੂਹੰਨਾ 1:1-3)।

ਕਿਉਂਕਿ ਪਰਮੇਸ਼ੁਰ ਸਿਰਫ਼ ਇੱਕ ਸੰਪੂਰਨ, ਪਾਪ ਰਹਿਤ ਬਲੀਦਾਨ ਨੂੰ ਸਵੀਕਾਰ ਕਰ ਸਕਦਾ ਸੀ, ਅਤੇ ਕਿਉਂਕਿ ਉਹ ਜਾਣਦਾ ਸੀ ਕਿ ਅਸੀਂ ਇਹ ਸੰਭਵ ਤੌਰ 'ਤੇ ਪੂਰਾ ਨਹੀਂ ਕਰ ਸਕਦੇ, ਉਸਨੇ ਆਪਣੇ ਪੁੱਤਰ ਨੂੰ ਸਾਡੇ ਲਈ ਮਰਨ ਅਤੇ ਸਦੀਵੀ ਕੀਮਤ ਅਦਾ ਕਰਨ ਲਈ ਭੇਜਿਆ। " *ਕਿਉਂਕਿ ਪਰਮੇਸ਼ੁਰ ਨੇ ਦੁਨੀਆਂ ਨੂੰ ਇੰਨਾ ਪਿਆਰ ਕੀਤਾ ਕਿ ਉਸਨੇ ਆਪਣਾ ਇਕਲੌਤਾ ਪੁੱਤਰ ਦੇ ਦਿੱਤਾ, ਤਾਂ ਜੋ ਜੋ ਕੋਈ*

ਉਸ ਵਿੱਚ ਵਿਸ਼ਵਾਸ ਕਰਦਾ ਹੈ ਉਹ ਨਾਸ਼ ਨਾ ਹੋਵੇ ਪਰ ਸਦੀਵੀ ਜੀਵਨ ਪਾਵੇ ।" (*ਯੂਹੰਨਾ* 3:16)।

ਮੁਕਤੀ ਦੀ ਪ੍ਰਾਰਥਨਾ - ਹੁਣੇ ਕਹੋ ਅਤੇ ਇਸਦਾ ਮਤਲਬ ਸਮਝੋ!

ਕੀ ਤੁਸੀਂ ਹੁਣ ਤੱਕ ਜੋ ਵੀ ਪੜ੍ਹਿਆ ਹੈ ਉਸ ਨਾਲ ਸਹਿਮਤ ਹੋ? ਜੇ ਤੁਸੀਂ ਸਹਿਮਤ ਹੋ, ਤਾਂ ਯਿਸੂ ਮਸੀਹ ਵਿੱਚ ਆਪਣੀ ਨਵੀਂ ਜ਼ਿੰਦਗੀ ਸ਼ੁਰੂ ਕਰਨ ਲਈ ਇੱਕ ਪਲ ਵੀ ਹੋਰ ਇੰਤਜ਼ਾਰ ਨਾ ਕਰੋ। ਯਾਦ ਰੱਖੋ, ਇਹ ਪ੍ਰਾਰਥਨਾ ਕੋਈ ਜਾਦੂਈ ਫਾਰਮੂਲਾ ਨਹੀਂ ਹੈ। ਤੁਸੀਂ ਸਿਰਫ਼ ਆਪਣੇ ਦਿਲ ਨੂੰ ਪਰਮਾਤਮਾ ਅੱਗੇ ਪ੍ਰਗਟ ਕਰ ਰਹੇ ਹੋ। ਸਾਡੇ ਨਾਲ ਇਹ ਪ੍ਰਾਰਥਨਾ ਕਰੋ:
"ਪਿਤਾ ਜੀ, ਮੈਂ ਜਾਣਦਾ ਹਾਂ ਕਿ ਮੈਂ ਤੁਹਾਡੇ ਕਾਨੂੰਨ ਤੋੜੇ ਹਨ ਅਤੇ ਮੇਰੇ ਪਾਪਾਂ ਨੇ ਮੈਨੂੰ ਤੁਹਾਡੇ ਤੋਂ ਵੱਖ ਕਰ ਦਿੱਤਾ ਹੈ। ਮੈਨੂੰ ਸੱਚਮੁੱਚ ਅਫ਼ਸੋਸ ਹੈ, ਅਤੇ ਹੁਣ ਮੈਂ ਆਪਣੇ ਪਿਛਲੇ ਪਾਪੀ ਜੀਵਨ ਤੋਂ ਤੁਹਾਡੇ ਵੱਲ ਮੁੜਨਾ ਚਾਹੁੰਦਾ ਹਾਂ। ਕਿਰਪਾ ਕਰਕੇ ਮੈਨੂੰ ਮਾਫ਼ ਕਰੋ, ਅਤੇ ਮੈਨੂੰ ਦੁਬਾਰਾ ਪਾਪ ਕਰਨ ਤੋਂ ਬਚਣ ਵਿੱਚ ਮਦਦ ਕਰੋ। ਮੈਂ ਵਿਸ਼ਵਾਸ ਕਰਦਾ ਹਾਂ ਕਿ ਤੁਹਾਡਾ ਪੁੱਤਰ, ਯਿਸੂ ਮਸੀਹ ਮੇਰੇ ਪਾਪਾਂ ਲਈ ਮਰਿਆ, ਮੁਰਦਿਆਂ ਵਿੱਚੋਂ ਜੀ ਉੱਠਿਆ, ਜ਼ਿੰਦਾ ਹੈ, ਅਤੇ ਮੇਰੀ ਪ੍ਰਾਰਥਨਾ ਸੁਣਦਾ ਹੈ। ਮੈਂ ਯਿਸੂ ਨੂੰ ਸੱਦਾ ਦਿੰਦਾ ਹਾਂ ਕਿ ਉਹ ਮੇਰੇ ਜੀਵਨ ਦਾ ਪ੍ਰਭੂ ਬਣੇ, ਅੱਜ ਤੋਂ ਅੱਗੇ ਮੇਰੇ ਦਿਲ ਵਿੱਚ ਰਾਜ ਕਰੇ ਅਤੇ ਰਾਜ ਕਰੇ। ਕਿਰਪਾ ਕਰਕੇ ਆਪਣੀ ਪਵਿੱਤਰ ਆਤਮਾ ਭੇਜੋ ਤਾਂ ਜੋ ਮੈਂ ਤੁਹਾਡੀ ਆਗਿਆ ਮੰਨ ਸਕਾਂ, ਅਤੇ ਆਪਣੀ ਬਾਕੀ ਦੀ ਜ਼ਿੰਦਗੀ ਲਈ ਤੁਹਾਡੀ ਇੱਛਾ ਪੂਰੀ ਕਰ ਸਕਾਂ। ਯਿਸੂ ਦੇ ਨਾਮ ਵਿੱਚ ਮੈਂ ਪ੍ਰਾਰਥਨਾ ਕਰਦਾ ਹਾਂ, ਆਮੀਨ।"

ਮੁਕਤੀ ਦੀ ਪ੍ਰਾਰਥਨਾ - ਮੈਂ ਇਹ ਪ੍ਰਾਰਥਨਾ ਕੀਤੀ ਹੈ; ਹੁਣ ਕੀ?
ਜੇਕਰ ਤੁਸੀਂ ਮੁਕਤੀ ਦੀ ਇਹ ਪ੍ਰਾਰਥਨਾ ਸੱਚੇ ਵਿਸ਼ਵਾਸ ਅਤੇ ਦਿਲ ਨਾਲ ਕੀਤੀ ਹੈ, ਤਾਂ ਤੁਸੀਂ ਹੁਣ ਯਿਸੂ ਦੇ ਚੇਲੇ ਹੋ। ਇਹ ਇੱਕ ਤੱਥ ਹੈ, ਭਾਵੇਂ ਤੁਸੀਂ ਕੋਈ ਵੱਖਰਾ ਮਹਿਸੂਸ ਕਰੋ ਜਾਂ ਨਾ ਕਰੋ। ਧਾਰਮਿਕ ਪ੍ਰਣਾਲੀਆਂ ਨੇ ਤੁਹਾਨੂੰ ਇਹ ਵਿਸ਼ਵਾਸ ਕਰਨ ਲਈ ਪ੍ਰੇਰਿਤ ਕੀਤਾ ਹੋਵੇਗਾ ਕਿ ਤੁਹਾਨੂੰ ਕੁਝ ਮਹਿਸੂਸ ਕਰਨਾ ਚਾਹੀਦਾ ਹੈ

- ਇੱਕ ਗਰਮ ਚਮਕ, ਇੱਕ ਝਰਨਾਹਟ, ਜਾਂ ਕੋਈ ਹੋਰ ਰਹੱਸਮਈ ਅਨੁਭਵ। ਤੱਥ ਇਹ ਹੈ ਕਿ, ਤੁਸੀਂ ਕਰ ਸਕਦੇ ਹੋ, ਜਾਂ ਨਹੀਂ ਵੀ ਕਰ ਸਕਦੇ। ਜੇਕਰ ਤੁਸੀਂ ਮੁਕਤੀ ਦੀ ਪ੍ਰਾਰਥਨਾ ਕੀਤੀ ਹੈ ਅਤੇ ਇਸਦਾ ਮਤਲਬ ਰੱਖਿਆ ਹੈ, ਤਾਂ ਤੁਸੀਂ ਹੁਣ ਯਿਸੂ ਦੇ ਚੇਲੇ ਹੋ। ਬਾਈਬਲ ਸਾਨੂੰ ਦੱਸਦੀ ਹੈ ਕਿ ਤੁਹਾਡੀ ਸਦੀਵੀ ਮੁਕਤੀ ਸੁਰੱਖਿਅਤ ਹੈ! " *ਕਿ ਜੇਕਰ ਤੁਸੀਂ ਆਪਣੇ ਮੂੰਹ ਨਾਲ ਪ੍ਰਭੂ ਯਿਸੂ ਦਾ ਇਕਰਾਰ ਕਰਦੇ ਹੋ ਅਤੇ ਆਪਣੇ ਦਿਲ ਵਿੱਚ ਵਿਸ਼ਵਾਸ ਕਰਦੇ ਹੋ ਕਿ ਪਰਮੇਸ਼ੁਰ ਨੇ ਉਸਨੂੰ ਮੁਰਦਿਆਂ ਵਿੱਚੋਂ ਜਿਵਾਲਿਆ ਹੈ, ਤਾਂ ਤੁਸੀਂ ਬਚ ਜਾਓਗੇ* " (ਰੋਮੀਆਂ 10:9)।

ਪਰਮੇਸ਼ੁਰ ਦੇ ਪਰਿਵਾਰ ਵਿੱਚ ਤੁਹਾਡਾ ਸਵਾਗਤ ਹੈ! ਅਸੀਂ ਤੁਹਾਨੂੰ ਹੁਣ ਇੱਕ ਸਥਾਨਕ ਚਰਚ ਲੱਭਣ ਲਈ ਉਤਸ਼ਾਹਿਤ ਕਰਦੇ ਹਾਂ ਜਿੱਥੇ ਤੁਸੀਂ ਬਪਤਿਸਮਾ ਲੈ ਸਕਦੇ ਹੋ ਅਤੇ ਉਸਦੇ ਬਚਨ, ਬਾਈਬਲ ਦੁਆਰਾ ਪਰਮੇਸ਼ੁਰ ਦੇ ਗਿਆਨ ਵਿੱਚ ਵਧ ਸਕਦੇ ਹੋ।

ਤੁਸੀਂ ਸਾਡੀ ਸਾਈਟ www.otakada.org 'ਤੇ ਵੀ ਜਾ ਸਕਦੇ ਹੋ ਜੋ ਤੁਹਾਨੂੰ ਮਸੀਹ ਵਿੱਚ ਵਿਕਾਸ ਅਤੇ ਵਧਣ ਵਿੱਚ ਮਦਦ ਕਰੇਗੀ। ਯਿਸੂ ਨੂੰ ਆਪਣੇ ਲਈ ਖੋਜਣ ਲਈ ਖੋਜ ਬਾਈਬਲ ਅਧਿਐਨ ਵਿੱਚ ਇਸ ਲਿੰਕ ਦੀ ਵਰਤੋਂ ਕਰੋ।

https://www.otakada.org/dbs-dmm/

40 ਦਿਨਾਂ ਦੀ ਚੇਲਾ ਯਾਤਰਾ

https://www.otakada.org/get-free-40-days-online-discipleship-course-in-a-journey-with-jesus/ ਰਾਹੀਂ ਆਪਣੀ ਰਫ਼ਤਾਰ ਨਾਲ 40 ਦਿਨਾਂ ਦੀ ਯਾਤਰਾ ਔਨਲਾਈਨ ਸ਼ੁਰੂ ਕਰ ਸਕਦੇ ਹੋ।

ਜੇਕਰ ਤੁਹਾਨੂੰ ਮਾਰਗਦਰਸ਼ਨ ਦੀ ਲੋੜ ਹੈ, ਤਾਂ info@otakada.org 'ਤੇ ਈਮੇਲ ਭੇਜੋ।

ਪ੍ਰਭੂ ਤੁਹਾਡੀ ਜ਼ਿੰਦਗੀ ਨੂੰ ਵਧਾਵੇ ਅਤੇ ਤੁਹਾਨੂੰ ਖੁਸ਼ੀ, ਸ਼ਾਂਤੀ, ਪਿਆਰ ਅਤੇ ਸਦਭਾਵਨਾ ਨਾਲ ਭਰ ਦੇਵੇ ਜੋ ਸਿਰਫ਼ ਉਹ ਹੀ ਦੇ ਸਕਦਾ ਹੈ, ਆਮੀਨ।

ਸ਼ਾਲੋਮ!

ਹਵਾਲਾ ਸਮੱਗਰੀ ਯੋਗਦਾਨੀ:

1) ਓਟਾਕਾਡਾ.ਆਰ.ਜੀ.
2) ਗਵਾਹੀਆਂ – healingrevival.com/testimonies
3) ਫਰੈਂਕ ਹੈਮੰਡ ਦੁਆਰਾ ਪਾਰਲਰ ਵਿੱਚ ਸੂਰ
4) ਮੰਗਣੀ ਦੇ ਨਿਯਮ - ਸਿੰਡੀ ਟ੍ਰਿਮ
5) ਚਮਤਕਾਰਾਂ ਲਈ ਮਸਹ - ਰੌਬਰਟ ਸ਼ੈਂਬਾਚ ਅਤੇ ਡੋਨਾ
6) ਦ ਸ਼ਾਲ ਐਕਸਪਲ ਡੈਮਨਸ - ਡੇਰੇਕ ਪ੍ਰਿੰਸ
7) ਆਸ਼ੀਸ਼ ਰਾਇਚੁਰ ਦੁਆਰਾ ਸੇਵਾ-ਸੰਭਾਲ ਅਤੇ ਮੁਕਤੀ
8) ਸੋਮਵਾਰ ਓਗਬੇ ਦੁਆਰਾ ਅਲੌਕਿਕ ਪਰਮਾਤਮਾ ਨੂੰ ਸ਼ਾਮਲ ਕਰਨਾ
9) ਸ਼ਕਤੀ ਨਾਲ ਭਰਪੂਰ - ਨੌਰਵੇਲ ਹੇਅਸ

ਸਿਫ਼ਾਰਸ਼. ਕੀਤੀਆਂ ਕਿਤਾਬਾਂ ਅਤੇ ਸਰੋਤ

ਮੈ ਸਵਰਗ ਤੋਂ ਅੱਗ ਦੇਖੀ: ਜਿਹਾਦ ਤੋਂ ਯਿਸੂ ਤੱਕ - ਅੱਗ ਹੇਠ ਵਫ਼ਾਦਾਰੀ
(ਜੀਵੰਤ ਪੱਤਰ - 40 ਦਿਨਾਂ ਦੀ ਭਗਤੀ ਲੜੀਵਾਰ ਕਿਤਾਬ)

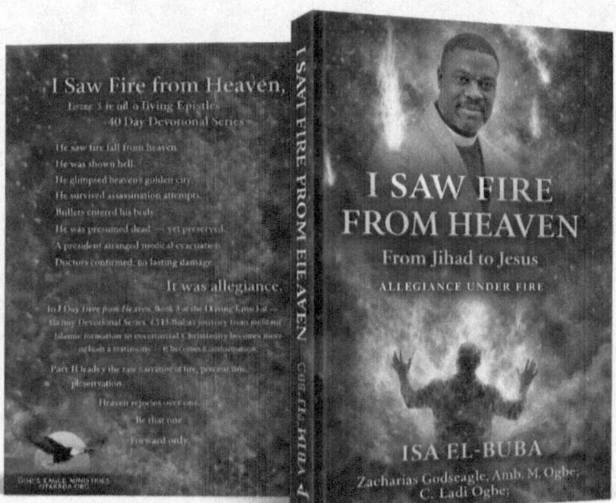

ਪੇਪਰਬੈਕ - **https://www.amazon.com/Saw-Fire-Heaven-Allegiance-Devotional/dp/B0GPK6C8VX**

ਈ-ਕਿਤਾਬ - **https://www.amazon.com/Saw-Fire-Heaven-Allegiance-Devotional-ebook/dp/B0GP9TGL2D**

ਸੀਐਸ ਲੇਵਸਿ (1898-1963) - ਸਰਿਫ.ਈਸਾਈਅਤ, ਪੂਰੀ ਤਰ੍ਹਾਂ ਜੀਵਤ: ਇੱਕ ਝਜਿਕਦੇ ਮਨ ਤੋਂ ਇੱਕ ਬਦਲੀ ਹੋਈ ਜਿੰਦਗੀ ਤੱਕ (ਜੀਵਤ ਪੱਤਰ - 40 ਦਨਿਾਂ ਦੀ ਭਗਤੀ ਲੜੀ | ਕਤਿਾਬ 2)

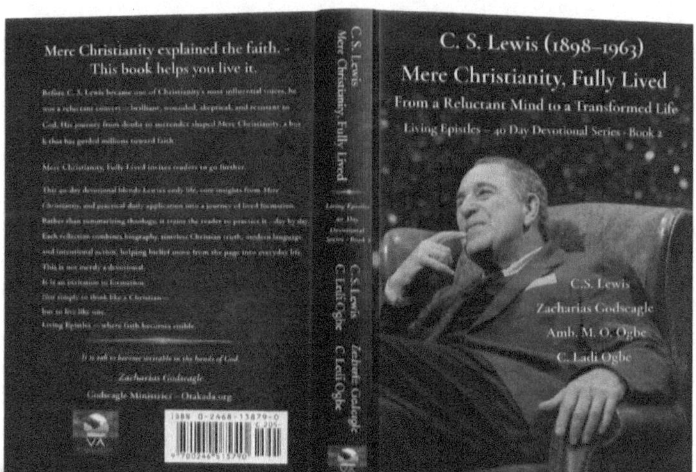

ਈ-ਕਿਤਾਬ

https://www.amazon.com/Lewis-1898-1963-Mere-Christianity-Fully-ebook/dp/B0GKQ27F9N

ਪੇਪਰਬੈਕ

https://www.amazon.com/Lewis-1898-1963-Mere-Christianity-Fully/dp/B0GM8YMXC3

ਹਾਰਡਕਵਰ

https://www.amazon.com/Lewis-1898-1963-Mere-Christianity-Fully/dp/B0GM8WHXJL

ਹਿਪੋ ਦੀ ਸੇਂਟ ਆਗਸਤੀਨ (354–430 ਈ.)
ਇੱਕ ਬੇਚੈਨ ਦਿਲ ਤੋਂ ਇੱਕ ਲਿਖਤੀ ਜੀਵਨ ਤੱਕ - ਜੀਵਤ ਪੱਤਰ - 40 ਦਿਨਾਂ ਦੀ ਭਗਤੀ ਲੜੀ - 1

ਐਮਾਜ਼ਾਨ ਈਬੁੱਕ ਲਿੰਕ - https://www.amazon.com/ST-AUGUSTINE-HIPPO-354-430-Devotional-ebook/dp/B0GJN8N9XS

ਐਮਾਜ਼ਾਨ ਪੇਪਰਬੈਕ ਆਰਡਰ ਲਿੰਕ - https://www.amazon.com/St-Augustine-Hippo-354-430-Devotional/dp/B0GJWTVLR6

ਇੰਗ੍ਰਾਮਸਪਾਰਕ ਪੇਪਰਬੈਕ ਲਿੰਕ - https://shop.ingramspark.com/b/084?params=BZOOW3dj93aGEtBL2Fv1VY8wV1OQvA10dtZRDgk7Z9Z

ਮੈਨੂੰ ਸਕੈਨ ਕਰੋ

ਨਵੀਨੀਕਰਨ 7

7 ਦਿਨਾਂ ਵਿੱਚ ਆਪਣੇ ਘਰ ਦੇ ਦਿਲ ਨੂੰ ਠੀਕ ਕਰੋ

ਨਵੀਨੀਕਰਨ ਲੜੀ - ਪਰਿਵਾਰਕ ਏਕਤਾ ਐਡੀਸ਼ਨ

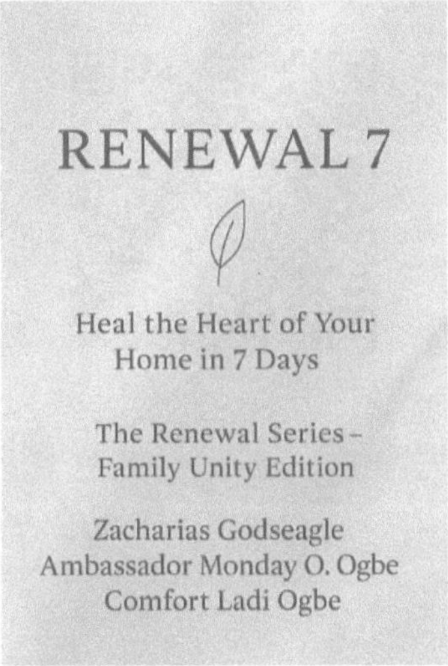

ਬੁੱਕ ਪੇਪਰਬੈਕ ਦਾ ਲਿੰਕ -
https://shop.ingramspark.com/b/084?params=htyfL002e1JzyEpZWkKtaXWF5FJ1jZFOjgiQKEfcbnw

ਐਮਾਜ਼ਾਨ ਪੇਜ ਪੇਪਰਬੈਕ ਦਾ ਲਿੰਕ -
https://www.amazon.com/RENEWAL-Heal-Heart-Your-Renewal/dp/B0GD92153W

ਐਮਾਜ਼ਾਨ ਈਬੁੱਕ ਦਾ ਲਿੰਕ -

https://www.amazon.com/RENEWAL-Heal-Heart-Your-Renewal-ebook/dp/B0G91BMFND

ਮੈਨੂੰ ਸਕੈਨ ਕਰੋ -

ਨਵੀਨੀਕਰਨ 7: 7 ਦਿਨਾਂ ਵਿੱਚ ਆਪਣੇ ਘਰ ਦੇ ਦਿਲ ਨੂੰ ਠੀਕ ਕਰੋ

ਪੇਪਰਬੈਕ ਦਾ ਲਿੰਕ -
https://shop.ingramspark.com/b/084?params=nSEElv9oUsItOu5akVZlg4ycGbbmvlBOtSiqeOZr5yQ

ਐਮਾਜ਼ਾਨ ਪੇਪਰਬੈਕ ਦਾ ਲਿੰਕ -
https://www.amazon.com/RENEWAL-MARRIAGE-Heart-Marriage-Renewal/dp/B0GDC1YZJ7

ਐਮਾਜ਼ਾਨ ਈਬੁੱਕ ਦਾ ਲਿੰਕ -
https://www.amazon.com/RENEWAL-MARRIAGE-Heart-Marriage-Renewal-ebook/dp/B0G6JXJWJL

ਦਿਲ ਦਾ ਤਖਤ - 12 ਲੜਾਈਆਂ ਸਾਨੂੰ ਜਿੱਤਣੀਆਂ ਹੀ ਚਾਹੀਦੀਆਂ ਹਨ

ਐਮਾਜ਼ਾਨ ਈਬੁੱਕ - https://www.amazon.com/THRONE-HEART-COVETOUSNESS-Counterfeit-CONTENTMENT-ebook/dp/B0G4SPFRY7

ਐਮਾਜ਼ਾਨ ਪੇਪਰਬੈਕ - https://www.amazon.com/THRONE-HEART-COVETOUSNESS-Counterfeit-CONTENTMENT/dp/B0G4TKW1ND

ਇੰਗਰਾਮਸਪਾਰਕ ਤੋਂ ਪੇਪਰਬੈਕ -
https://shop.ingramspark.com/b/084?params=a75LJXtvvI63VnzeQPleQTkAJWfu8CPQV6l5Oe31D80

ਜ਼ਕਰੀਆਸ ਗੌਡਸੀਗਲ ਦੁਆਰਾ 4 ਇਨ 1 ਉਪਦੇਸ਼.ਆਡੀਓ ਲਿੰਕ ਦੇ ਨਾਲ –

ਐਮਾਜ਼ਾਨ ਈਬੁੱਕ ਲਿੰਕ - https://www.amazon.com/Sermons-Zacharias-Godseagle-Audio-links-ebook/dp/B0G4XCH4TW

ਐਮਾਜ਼ਾਨ ਪੇਪਰਬੈਕ - https://www.amazon.com/Sermons-Zacharias-Godseagle-Audio-links/dp/B0G4TK4XGT

ਪੇਪਰਬੈਕ ਇੰਗ੍ਰਾਮ ਸਪਾਰਕ ਲਿੰਕ - https://shop.ingramspark.com/b/084?params=nK2JERskkbhdAOSNseTUNRhaCFqUPZuhB4uYfqrXvGb

ਤੀਰਥ ਯਾਤਰਾ ਕੋਡ: ਏਆਈ ਜਾਗਰੂਕਤਾ

ਈ-ਕਿਤਾਬ - https://www.amazon.com/Logos-Protocol-Awakening-artificial-intelligence-ebook/dp/B0FXNQFSWZ

ਪੇਪਰਬੈਕ - https://www.amazon.com/Logos-Protocol-Awakening-artificial-intelligence/dp/B0FXNGR66D

ਹਾਰਡਬੈਕ - https://www.amazon.com/Logos-Protocol-Awakening-artificial-intelligence/dp/B0FZNTQR6Y

ਪੇਪਰਬੈਕ ਇੰਗਰਾਮਸਪਾਰਕ - https://shop.ingramspark.com/b/084?params=QkK4aNYTYO9U5z9uOkdHgc7Ue1eGDLqbb1tz9WRPaSk

ਛੁਟਕਾਰਾ ਕਿਉਂ ਅਸਫਲ ਹੁੰਦਾ ਹੈ - ਅਤੇ ਪਰਮਾਤਮਾ ਦੀ ਅੱਗ ਆਤਮਾ ਨੂੰ ਕਿਵੇਂ ਬਹਾਲ ਕਰਦੀ ਹੈ: ਸਰਵ-ਪੱਖੀ ਮੁਕਤੀ ਲਈ 40 ਰੋਜ਼ਾਨਾ ਘੋਸ਼ਣਾਵਾਂ

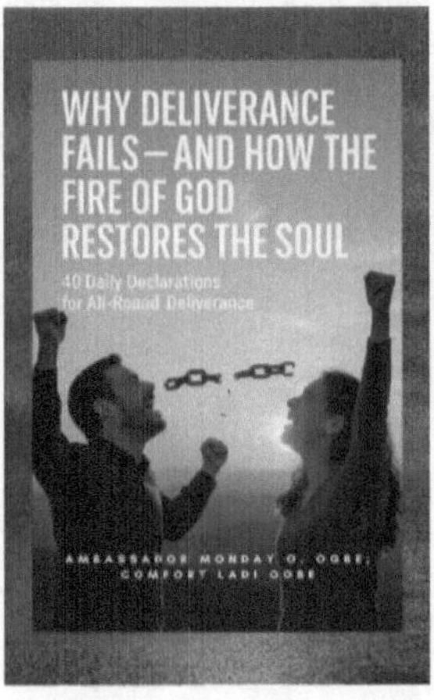

ਈ-ਬੁੱਕ - https://www.amazon.com/Why-Deliverance-Fails-Declarations-All-Round-ebook/dp/B0FW74L4G4

ਪੇਪਰਬੈਕ - https://www.amazon.com/Why-Deliverance-Fails-Declarations-All-Round/dp/B0FWB3LXRM

ਬਚਾਇਆ ਗਿਆ ਪਰ ਗੁਆਚ ਗਿਆ - ਚੇਲੇ ਨਾ ਹੋਣ ਕਰਕੇ ਬਦਲਿਆ ਗਿਆ - 25 ਭਾਸ਼ਾਵਾਂ ਵਿੱਚ ਅਨੁਵਾਦ ਕੀਤਾ ਗਿਆ

ਪੇਪਰਬੈਕ

https://shop.ingramspark.com/b/084?params=iYNB6S3PLMfREpm0jMM15bMe3BvWlkjcYyLYnHVGAads

ਈ-ਕਿਤਾਬ - https://www.amazon.com/SAVED-BUT-LOST-UNDISCIPLED-heartbreak-ebook/dp/B0FVJ29DF7

7 ਦਿਨ ਦੀ ਅਧਿਆਤਮਿਕ ਜੰਗ ਅਤੇ ਰਿਕਵਰੀ - ਇਹ ਭਾਗ 1 ਹੈ

ਦੁਸ਼ਮਣ ਨੂੰ ਬੰਨ੍ਹਣਾ, ਤੀਰਾਂ ਨੂੰ ਸੱਤ ਗੁਣਾ ਮੋੜਨਾ, ਅਤੇ ਆਪਣੀ ਕਿਸਮਤ ਨੂੰ ਬਹਾਲ ਕਰਨਾ

https://shop.ingramspark.com/b/084?params=8mPzqUl73Ex7uPyeO7ydyt8EGkkB6u2gX1jZvWU8j1C

ਈ-ਬੁੱਕ ਲਿੰਕ - https://www.amazon.com/DAYS-SPIRITUAL-WARFARE-RECOVERY-Returning-ebook/dp/B0FMPJM5KZ

7 ਦਨਿ ਅਧਆਿਤਮਕਿ ਯੁੱਧ ਅਤੇ ਰਕਿਵਰੀ - ਭਾਗ 2 - ਜੱਤਿ 'ਤੇ ਮੋਹਰ ਲਗਾਉਣਾ, ਘਰੇਲੂ ਬੁਰਾਈ ਨੂੰ ਤੋੜਨਾ, ਅਤੇ ਆਪਣੀ ਬਹਾਲ ਕਸਿਮਤ ਨੂੰ ਸੁਰੱਖਆਿਤ ਰੱਖਣਾ

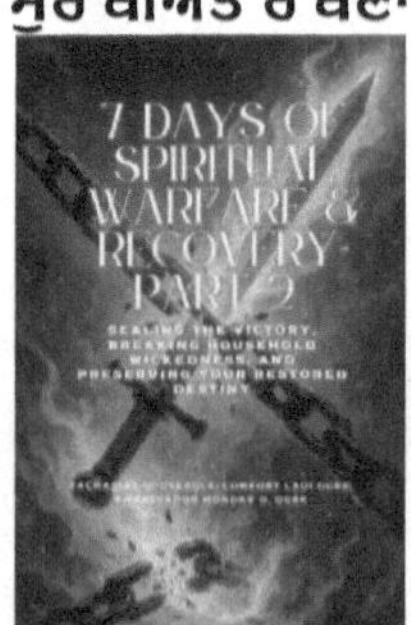

ਪੇਪਰਬੈਕ - https://shop.ingramspark.com/b/084?params=LkpNmGSsApHhWhiSO7bW3wFmcXQKIO4ZEBeSbP5rL1S

ਈ-ਕਿਤਾਬ - https://www.amazon.com/DAYS-SPIRITUAL-WARFARE-RECOVERY-Wickedness-ebook/dp/B0FR9YCMY8

ਹਨੇਰੇ ਤੋਂ ਹਕੂਮਤ ਤੱਕ: ਹਨੇਰੇ ਦੀ ਲੁਕਵੀ ਪਕੜ ਤੋਂ ਮੁਕਤ ਹੋਣ ਲਈ 40 ਦਨਿ

–

ਜਾਗਰੂਕਤਾ, ਮੁਕਤੀ ਅਤੇ ਸ਼ਕਤੀ ਦੀ ਇੱਕ ਵਸਿ਼ਵਵਿਆਪੀ ਸ਼ਰਧਾ - ਵਅਿਕਤੀਆਂ, ਪਰਵਿਾਰਾਂ ਅਤੇ ਆਜ਼ਾਦੀ ਲਈ ਤਆਿਰ ਦੇਸ਼ਾਂ ਲਈ

ਪੇਪਰਬੈਕ
https://shop.ingramspark.com/b/084?params=aVgp21QfwJxNANkfMxIQ0yejuFCVY12KFr978SRkZUD

ਐਮਾਜ਼ਾਨ ਲਿੰਕ - https://www.amazon.com/DARKNESS-DOMINION-Devotional-Awareness-Deliverance-ebook/dp/B0FLDH2Y67

- ***ਡਲੀਵਰਡ ਫਰਾਮ ਦ ਪਾਵਰ ਆਫ਼ ਡਾਰਕਨੇਸ*** **(ਪੇਪਰਬੈਕ)** —
  ਇੱਥੋਂ ਖਰੀਦੋ | ਐਮਾਜ਼ਾਨ 'ਤੇ ਈ-ਕਿਤਾਬ

  - **ਸੰਯੁਕਤ ਰਾਜ ਅਮਰੀਕਾ ਤੋਂ ਪ੍ਰਮੁੱਖ ਸਮੀਖਿਆਵਾਂ:**
    - **ਕੰਡਿਲ ਗਾਹਕ** : "ਹੁਣ ਤੱਕ ਦਾ ਸਭ ਤੋਂ ਵਧੀਆ ਈਸਾਈ ਪਾਠ!" (5 ਸਿਤਾਰੇ)

ਇਸ ਗਵਾਹੀ ਲਈ ਯਿਸੂ ਦੀ ਉਸਤਤਿ ਕਰੋ। ਮੈਂ ਬਹੁਤ ਧੰਨ ਹੋਇਆ ਹਾਂ ਅਤੇ ਹਰ ਕਿਸੇ ਨੂੰ ਇਹ ਕਿਤਾਬ ਪੜ੍ਹਨ ਦੀ ਸਿਫਾਰਸ਼ ਕਰਾਂਗਾ... ਕਿਉਂਕਿ ਪਾਪ ਦੀ ਮਜ਼ਦੂਰੀ ਮੌਤ ਹੈ ਪਰ ਪਰਮਾਤਮਾ ਦੀ ਦਾਤ ਸਦੀਵੀ ਜੀਵਨ ਹੈ। ਸ਼ਾਲੋਮ! ਸ਼ਾਲੋਮ!

    - **ਡਾ ਗਸਟਰ** : "ਇਹ ਇੱਕ ਬਹੁਤ ਹੀ ਦਿਲਚਸਪ ਅਤੇ ਅਜੀਬ ਕਿਤਾਬ ਹੈ।" (5 ਸਿਤਾਰੇ)

ਜੇਕਰ ਕਿਤਾਬ ਵਿੱਚ ਜੋ ਕਿਹਾ ਗਿਆ ਹੈ ਉਹ ਸੱਚ ਹੈ ਤਾਂ ਅਸੀਂ ਸੱਚਮੁੱਚ ਉਸ ਤੋਂ ਬਹੁਤ ਪਿੱਛੇ ਹਾਂ ਜੋ ਦੁਸ਼ਮਣ ਕਰਨ ਦੇ ਸਮਰੱਥ ਹੈ! ... ਅਧਿਆਤਮਿਕ ਯੁੱਧ ਬਾਰੇ ਸਿੱਖਣ ਦੀ ਇੱਛਾ ਰੱਖਣ ਵਾਲੇ ਕਿਸੇ ਵੀ ਵਿਅਕਤੀ ਲਈ ਇਹ ਜ਼ਰੂਰੀ ਹੈ।

    - **ਵੀਜ਼** : "ਇਹ ਕਿਤਾਬ ਬਹੁਤ ਪਸੰਦ ਹੈ" (5 ਸਟਾਰ)

ਇਹ ਅੱਖਾਂ ਖੋਲ੍ਹਣ ਵਾਲਾ ਹੈ... ਇੱਕ ਸੱਚਾ ਇਕਬਾਲ... ਹਾਲ ਹੀ ਵਿੱਚ ਮੈਂ ਇਸਨੂੰ ਖਰੀਦਣ ਲਈ ਹਰ ਜਗ੍ਹਾ ਲੱਭ ਰਿਹਾ ਹਾਂ। ਇਸਨੂੰ ਐਮਾਜ਼ਾਨ ਤੋਂ ਪ੍ਰਾਪਤ ਕਰਕੇ ਬਹੁਤ ਖੁਸ਼ੀ ਹੋਈ।

- **ਫਰੈਂਕਜੇਐਮ** : "ਬਿਲਕੁਲ ਵੱਖਰਾ" (4 ਸਟਾਰ)

ਇਹ ਕਿਤਾਬ ਮੈਨੂੰ ਯਾਦ ਦਿਵਾਉਂਦੀ ਹੈ ਕਿ ਅਸਲ ਅਧਿਆਤਮਿਕ ਯੁੱਧ ਕਿੰਨਾ ਹੈ। ਇਹ "ਪਰਮੇਸ਼ੁਰ ਦੇ ਪੂਰੇ ਸ਼ਸਤਰ" ਪਹਿਨਣ ਦੇ ਕਾਰਨ ਨੂੰ ਵੀ ਯਾਦ ਕਰਾਉਂਦੀ ਹੈ।

- ***ਜੇਨਜੇਨ*** : "ਹਰ ਕੋਈ ਜੋ ਸਵਰਗ ਜਾਣਾ ਚਾਹੁੰਦਾ ਹੈ - ਇਹ ਪੜ੍ਹੋ!" (5 ਸਟਾਰ)

ਇਸ ਕਿਤਾਬ ਨੇ ਮੇਰੀ ਜ਼ਿੰਦਗੀ ਨੂੰ ਬਹੁਤ ਬਦਲ ਦਿੱਤਾ। ਜੌਨ ਰੈਮੀਰੇਜ਼ ਦੀ ਗਵਾਹੀ ਦੇ ਨਾਲ, ਇਹ ਤੁਹਾਨੂੰ ਆਪਣੇ ਵਿਸ਼ਵਾਸ ਨੂੰ ਵੱਖਰੇ ਢੰਗ ਨਾਲ ਦੇਖਣ ਲਈ ਮਜਬੂਰ ਕਰੇਗੀ। ਮੈਂ ਇਸਨੂੰ 6 ਵਾਰ ਪੜ੍ਹਿਆ ਹੈ!

- *ਐਕਸ-ਸ਼ੈਤਾਨਿਸਟ: ਦ ਜੇਮਜ਼ ਐਕਸਚੇਂਜ* (ਪੇਪਰਬੈਕ) — ਇੱਥੋਂ ਖਰੀਦੋ | ਐਮਾਜ਼ਾਨ 'ਤੇ ਈ-ਕਿਤਾਬ

- *ਇੱਕ ਅਫ਼ਰੀਕੀ ਸਾਬਕਾ ਸੈਤਾਨੀ ਦੀ ਗਵਾਹੀ* - ਪਾਦਰੀ ਜੋਨਸ *ਲੁਕੂੰਟੂ ਐਮਪਾਲਾ* (ਪੇਪਰਬੈਕ) — ਇੱਥੋਂ ਖਰੀਦੋ | ਐਮਾਜ਼ਾਨ 'ਤੇ ਈ-ਕਿਤਾਬ

- *ਗ੍ਰੇਟਰ ਐਕਸਪਲੋਇਟਸ 14* (ਪੇਪਰਬੈਕ) — ਇੱਥੋਂ ਖਰੀਦੋ | ਐਮਾਜ਼ਾਨ 'ਤੇ ਈ-ਕਿਤਾਬ

- ਜੌਨ ਰਮੀਰੇਜ਼ ਦੁਆਰਾ *ਆਊਟ ਆਫ਼ ਦ ਡੇਵਿਲਜ਼ ਕੜਾਹੀ* — ਐਮਾਜ਼ਾਨ 'ਤੇ ਉਪਲਬਧ
- *ਉਹ ਕੈਦੀਆਂ ਨੂੰ ਆਜ਼ਾਦ ਕਰਨ ਆਇਆ ਸੀ* - ਰੇਬੇਕਾ ਬ੍ਰਾਊਨ ਦੁਆਰਾ - ਐਮਾਜ਼ਾਨ 'ਤੇ ਲੱਭੋ

ਲੇਖਕ ਦੁਆਰਾ ਪ੍ਰਕਾਸਤਿ ਹੋਰ ਕਤਿਾਬਾਂ - 1000 ਤੋਂ ਵੱਧ ਸਰਿਲੇਖ

ਪਿਆਰਾ, ਚੁਣਿਆ ਅਤੇ ਪੂਰਾ : ਅਸਵੀਕਾਰ ਤੋਂ ਬਹਾਲੀ ਤੱਕ ਦਾ 30-ਦਿਨਾਂ ਦਾ ਸਫ਼ਰ ਦੁਨੀਆ ਦੀਆਂ 40 ਭਾਸ਼ਾਵਾਂ ਵਿੱਚ ਅਨੁਵਾਦ ਕੀਤਾ ਗਿਆ
https://www.amazon.com/Loved-Chosen-Whole-Rejection-Restoration-ebook/dp/B0F9VSD8WL

https://shop.ingramspark.com/b/084?params=xga0WR16muFUwCoeMUBHQ6HwYjddLGpugQHb3DVa5hE

ਉਸਦੇ ਕਦਮਾਂ ਵਿੱਚ - ਇੱਕ 40-ਦਿਨਾਂ WWJD ਚੁਣੌਤੀ:
ਦੁਨੀਆਂ ਭਰ ਦੀਆਂ ਅਸਲ ਕਹਾਣੀਆਂ ਵਿੱਚ ਯਿਸੂ ਵਾਂਗ ਜੀਉਣਾ

https://www.amazon.com/His-Steps-Challenge-Real-Life-Stories-ebook/dp/B0FCYTL5MG

https://shop.ingramspark.com/b/084?params=DuNTWS59IbkvSKtGFbCbEFdv3Zg0FaITUEvlK49yLzB

ਯਸਿੂ ਦਰਵਾਜੇ.ਤੇ:
40 ਦਲਿ ਦਹਲਿਾ ਦੇਣ ਵਾਲੀਆਂ ਕਹਾਣੀਆਂ ਅਤੇ ਅੱਜ ਦੇ ਚਰਚਾਂ ਲਈ ਸਵਰਗ ਦੀ ਆਖਰੀ ਚੇਤਾਵਨੀ

https://www.amazon.com/dp/B0FDX31L9F

https://shop.ingramspark.com/b/084?params=TpdA5j8WPvw83glJ12N1B3nf8LQte2a1lIEy32bHcGg

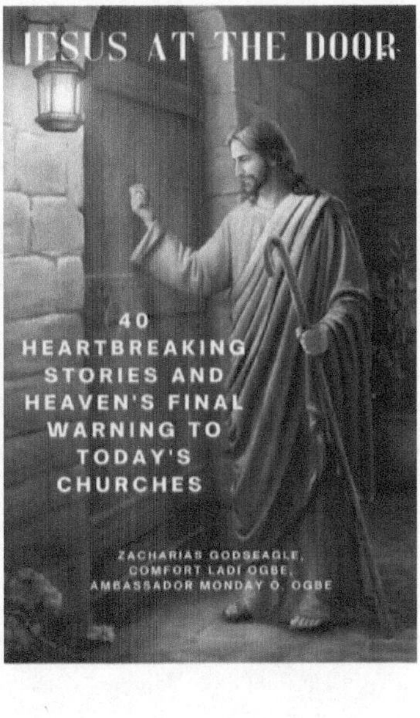

ਨੇਮ ਜੀਵਨ: ਬਿਵਸਥਾ ਸਾਰ 28 ਦੀ ਬਰਕਤ ਵਿੱਚ ਚੱਲਣ ਦੇ 40 ਦਨਿ
- https://www.amazon.com/dp/B0FFJCLDB5

ਅਸਲੀ ਲੋਕਾਂ, ਅਸਲੀ ਆਗਆਿਕਾਰੀ, ਅਤੇ ਅਸਲੀ ਤੋ ਕਹਾਣੀਆਂ

https://shop.ingramspark.com/b/084?params=bH3pzfz1zdCOLpbs7tZYJNYgGcYfU32VMz3J3a4e2Qt

20 ਤੋ ਵੱਧ ਭਾਸ਼ਾਵਾਂ ਵਚਿ ਪਰਵਿਰਤਨ

ਉਸਨੂੰ ਜਾਣਨਾ ਅਤੇ ਉਸਨੂੰ ਜਾਣਨਾ:
ਇਲਾਜ, ਸਮਝ ਅਤੇ ਸਥਾਈ ਪਿਆਰ ਦੇ 40 ਦਨਿ

https://www.amazon.com/KNOWING-HER-HIM-Healing-Understanding-ebook/dp/B0FGC4V3D9

https://shop.ingramspark.com/b/084?params=vC6KCLoI7Nnum24BVmBtSme9i6k59p3oynaZOY4B9Rd

ਪੂਰਾ ਕਰੋ, ਮੁਕਾਬਲਾ ਨਹੀ:
ਉਦੇਸ, ਏਕਤਾ ਅਤੇ ਸਹਯਿੋਗ ਲਈ 40 ਦਨਿਾਂ ਦੀ ਯਾਤਰਾ

https://shop.ingramspark.com/b/084?params=5E4v1tHgeTqOOuEtfTYUzZDzLyXLee30cqYo0Ov9941

https://www.amazon.com/COMPLETE-NOT-COMPETE-Journey-Collaboration-ebook/dp/B0FGGL1XSQ/

ਬ੍ਰਹਮ ਸਿਹਤ ਨਿਯਮਾਵਲੀ - ਪਰਮਾਤਮਾ ਦੇ ਬਚਨ ਅਤੇ ਸ੍ਰਿਸ਼ਟੀ ਦੁਆਰਾ ਇਲਾਜ ਨੂੰ ਸਰਗਰਮ ਕਰਨ ਲਈ 40 ਰੋਜ਼ਾਨਾ ਕੁੰਜੀਆਂ ਪੌਦਿਆਂ, ਪ੍ਰਾਰਥਨਾ ਅਤੇ ਭਵਿੱਖਬਾਣੀ ਕਿਰਿਆ ਦੀ ਇਲਾਜ ਸ਼ਕਤੀ ਨੂੰ ਅਨਲੌਕ ਕਰੋ।

https://shop.ingramspark.com/b/084?params=xkZMrYcEHnrJDhe1wuHHYixZDViiArCeJ6PbNMTbTux

https://www.amazon.com/dp/B0FHJT42TK

https://www.amazon.com/stores/Ambassador-Monday-O.-Ogbe/author/B07MSBPFNX 'ਤੇ ਮਿਲ ਸਕਦੀਆਂ ਹਨ।